பெரிதினும் பெரிது கேள்!

முனைவர் த.செந்தில்குமார்

காவல் கண்காணிப்பாளர்

விகடன்
பிரசுரம்

Title :
PERITHINUM PERITHU KAEL
© T.SENTHIL KUMAR

ISBN : 978-93-88104-46-3

விகடன் பிரசுரம்: **1067**

நூல் தலைப்பு:
பெரிதினும் பெரிது கேள்!

நூல் ஆசிரியர்:
© த.செந்தில்குமார்

முதற்பதிப்பு : **டிசம்பர், 2019**

இரண்டாம் பதிப்பு : **ஜூலை, 2021**

விலை : ₹ **450**

பதிப்பாளர்:
பா.சீனிவாசன்

தலைமைப் பொறுப்பாளர்:
எம்.அப்பாஸ் அலி

உதவி பொறுப்பாசிரியர்:
அ.அன்பழகன்

உதவி ஆசிரியர்:
ப.சுப்ரமணி

வடிவமைப்பு:
மா.முகமது இம்ரான்

இந்தப் புத்தகத்தின் எந்த ஒரு பகுதியையும் பதிப்பாளரின் எழுத்துபூர்வமான முன் அனுமதி பெறாமல் மறுபிரசுரம் செய்வதோ, அச்சு மற்றும் மின்னணு ஊடகங்களில் மறுபதிப்பு செய்வதோ காப்புரிமைச் சட்டப்படி தடை செய்யப்பட்டதாகும். புத்தக விமரிசனத்துக்கு மட்டும் இந்தப் புத்தகத்திலிருந்து மேற்கோள் காட்ட அனுமதிக்கப்படுகிறது.

விகடன் பிரசுரம்

757, அண்ணா சாலை, சென்னை-600 002.

எடிட்டோரியல் பிரிவு போன்: 044 - 2888 4600
விற்பனைப் பிரிவு போன்: 044 - 4263 4283
Website: http://books.vikatan.com
e-mail: books@vikatan.com

பதிப்புரை

நம் தமிழ் மரபின் தொன்மை, பண்பாடு, நாகரிகம் போன்றவற்றை நாம் மறந்துவிட்டாலும் கீழடி போன்ற ஆய்வுகள் நம் தமிழ் இனத்தின் புகழை, பெருமையை அவ்வப்போது நமக்கு நினைவுபடுத்துகின்றன.

இன்றைய தலைமுறையினருக்கு எல்லாமே எளிதில் கிடைத்துவிடுவதால், நம் தலைவர்களின் கடந்த காலப் போராட்டங்களை, நாட்டின் சரித்திரத்தை அறிந்துகொள்வதில் ஆர்வம் காட்டுவதில்லை. எனினும் நம் பாரம்பர்யத்தை இளைஞர்கள் முற்றிலும் மறந்து விடவில்லை என்பதை அவ்வப்போது நிரூபித்துக்கொண்டும் உள்ளனர்.

சுதந்திரப் போராட்டத்தில் பங்கேற்று தியாகம் செய்த தியாகிகளை, தமிழ் மொழியைப் போற்றி வளர்த்தெடுத்த பழம்பெரும் இலக்கியங்கள், தமிழறிஞர்கள், தஞ்சைப் பெரிய கோயிலின் அறியப்படாத சரித்திரம், புத்தக வாசிப்பின் முக்கியத்துவம்... என இந்த நூலெங்கும் அரிய தகவல்களைத் தந்துள்ளார் நூலாசிரியர்.

உதாரணத்துக்கு, 'தந்தை பெரியார் 1944-ல் புது இயக்கம் தொடங்கியபோது, என்ன பெயர் வைக்கலாம் என யோசித்தபோது, சைவ சித்தாந்தக் கழகத்துக்கு அடிக்கடி பெரியார் சென்று வந்த தாக்கத்தால், அறிவார்ந்தவர்கள் கூடும் அவை என்று பொருள்படக்கூடிய 'கழகம்' என்ற வார்த்தையை சைவ சித்தாந்தக் கழகத்திலிருந்து எடுத்து 'திராவிடர் கழகம்' எனப் பெயர் சூட்டினார்' - போன்ற செய்திகளை இன்றைய தலைமுறைக்குத் தந்திருக்கிறார்.

அரிதினும் அரிய தகவல்களைக் கொண்ட பெட்டகம் இந்தப் புத்தகம்!

முன்னுரை

'வாழ்க்கையும், வாசிப்பும்' தந்த அனுபவங்களின் தொகுப்புதான் இந்த நூல். ஒரு காலகட்டத்தில் சட்டப் படிப்பை முடித்துவிட்டு போட்டித் தேர்வுக்குத் தயாராகிக்கொண்டிருந்த நிலையில், தோல்விகளின் பிடியில் துவண்டிருந்தபோது பாரதியின் நூல்களை மீண்டும் படிக்கத் தொடங்கினேன். புதிய ஆத்திசூடியில் ஒவ்வொரு வரிகளுமே உற்சாகத்தை, எழுச்சியை ஏற்படுத்துவனவாக இருந்தாலும், சுமையினுக்கு இளைத்திடேல், சூரரைப் போற்று, கேட்டிலும் துணிந்து நில், நன்று கருது, நாளெல்லாம் வினை செய், நினைப்பது முடியும் போன்ற வரிகள் நமக்காகவே உருவாக்கப்பட்டதுபோல் உணர்ந்தேன்.

கடினமாக உழைத்தும் குரூப்-4 தேர்வு தந்த தோல்வி, சென்னையில் தங்கிப் படிப்பதையே ஒரு கேள்விக்குறி ஆக்கிவிட்டது. இந்த நிலையில்தான் பாரதியின் வரியான 'பெரிதினும் பெரிது கேள்' என்ற வரி எனக்குள் ஒரு காட்டுத்தீயைப் பற்றவைத்தது. கேட்பதுதான் கேட்கிறோம், ஏன் சிறியதாகக் கேட்கவேண்டும். உச்சபட்ச ஒன்றையே கேட்டால் என்ன? அதற்குரிய உழைப்பைச் செலுத்தினால் எந்த ஒன்றும் நிச்சயம் கிடைக்கும். ஆதலால் இனி குரூப்-1, சிவில் சர்வீஸ் தவிர எந்தத் தேர்வையும் எழுதவே கூடாது. இந்தத் தேர்வில் முழுக் கவனம் செலுத்தி அர்ப்பணித்துச் செயல்பட்டால் நிச்சயம் மகத்தான வெற்றி கிடைக்கும் என்று நம்பினேன்.

'பெரிதினும் பெரிது கேள்' என்ற வார்த்தையைத் தாரக மந்திரமாகக் கொண்டு செலுத்திய, கடின உழைப்புதான் குரூப்-4 தேர்வில் தோல்வியுற்ற அதே ஆண்டு எழுதிய குரூப்-1 தேர்வில் வெற்றிபெற்று டி.எஸ்.பி என்ற இப்பணியை அடைவதற்குக் காரணமாக இருந்தது. ஆதலால் வருங்கால சந்ததியினரும், எல்லா மக்களும், எந்த நிலையிலும் தங்களைத் தாழ்த்திக்கொள்ளாமல், தம் சிந்தனையை ஓர் உயர்ந்த நிலையிலே, ஒரு மேம்பட்ட எண்ணத்திலேயே இருக்கும் வகையில் வாழ்க்கை முறையை, செயல்திறனை அமைத்துக்கொண்டால், 'பெரிதினும் பெரிது கேள்' என்பதற்கு ஏற்ப எல்லாத் துறையிலும் மகத்தான வெற்றியைப் பெறமுடியும் என்பதற்காகத்தான் இந்த நூலுக்குப் பாரதியின் வார்த்தைகளையே தலைப்பாகத் தேர்ந்தெடுத்தேன்.

சிறுவயது முதலே எனக்கிருந்த புத்தகம் மற்றும் செய்தித்தாள் வாசிப்புப் பழக்கம், போட்டித் தேர்வு எழுதும்போது மிகுந்த பயனுள்ளதாக அமைந்தது. கல்லூரி முடித்த அடுத்த ஆண்டே அரசுப் பணிக்குச் செல்வதற்கு மிகுந்த உதவிகரமாக அமைந்தது. அதுவும் லட்சக்கணக்கான மாணவர்கள் வேலை கிடைக்கவில்லை என வேதனைப்படுவதையும், மனம் தளர்ந்த நிலையில் பி.இ படித்துவிட்டு ஏதேனும் ஒரு வேலை கிடைத்தால் போதுமெனத் துபாய்க்குக் கூலி வேலைக்குச் செல்வதையும், இங்கு என்னிடமே வந்து ஏதாவது ஒரு கடையில் சேர்த்துவிடுங்கள் என்று புலம்புவதையும் கேட்கும்போது மனம் மிகுந்த வேதனைக்குள்ளாகும்.

நன்கு உணர்ந்து சொல்கிறேன். இதற்கெல்லாம் அடிப்படைக் காரணம், தான் கற்கும் கல்வியில், தன் துறை சார்ந்த பாடத்தில், முழுமையான அறிவும் திறமையும் திட்டமிடலும் இல்லாததால்தான் இதுபோன்ற சறுக்கல்கள் உண்டாகின்றன.

இந்த எண்ணங்களின் வெளிப்பாடுதான் வாசிப்புப் பழக்கத்தை மேம்படுத்த வேண்டும் என்பதற்காகவும், நம் அரும்பெரும் இலக்கியங்களை மக்களிடம் கொண்டு செல்ல வேண்டும் என்ற எண்ணத்திலும், அறிவியல் தொழில்நுட்பங்களை நல்ல நோக்கத்தில் பயன்படுத்திக்கொள்ள வேண்டும் என்பதற்காகவும், சமகால நிகழ்வுகளை முழுமையாகத் தெரிந்துகொள்ள வேண்டும் என்பதற்காகவும்தான் இந்த நூலை எழுதவேண்டும் என்ற எண்ணம் உண்டானது.

'பதினாறும் பெற்று பெரு வாழ்வு வாழ்க' என்பதுபோல், பதினாறு செல்வங்களையும் உடையார், பெரு உடையார் என்பதற்கிணங்க 16 தலைப்புகளில் எழுதத் தொடங்கினேன். முதல் கட்டுரையான 'பெரிதினும் பெரிது கேள்', மாணவச் சமுதாயம் வீறுகொண்டு எழவேண்டும், எழுச்சிபெற வேண்டும் என்பதற்காகச் சாதனையாளர்களின் வாழ்வியல் நிகழ்வுகளோடு, நான் வெற்றிபெற்ற கதையையும் இணைத்து எழுதியுள்ள கட்டுரையாகும்.

'வாசிப்பே வாழ்க்கையாய்' என்ற இரண்டாவது கட்டுரை, முழுக்க முழுக்க வாசிப்புத் திறனை மேம்படுத்த, நூலகங்களின் முக்கியத்துவத்தை, அவசியத்தை வெளிப்படுத்தும்விதமாக, வாசிப்புப் பழக்கம் எந்த அளவுக்கு எனக்கு மகத்தான வெற்றியை எளிதாகக் கொடுத்தது என்பதை, மாணவ சமுதாயத்திற்கும் மக்களுக்கும் தெரிவிக்க வேண்டும் என்ற எண்ணத்தில் என் வாழ்வியல் அனுபவ நிகழ்வுகளோடு எழுதப்பட்ட கட்டுரையாகும்.

உலகின் தொன்மையான ஆறு செம்மொழிகளில் ஒன்று எனப் போற்றப்படும் நம் தாய் மொழி தமிழில், தொன்றுதொட்டு இன்று வரை உள்ள இலக்கியங்களின் மகத்துவத்தை வெளிப்படுத்துவதுதான் 'என்றுமுள தென்தமிழ்' எனும் மூன்றாவது கட்டுரை, தமிழ் இலக்கியங்களின் பெருமையையும், தமிழுக்குத் தொண்டு செய்த அறிஞர்களின் சிறப்பையும் இதில் எளிமையாக ஒரு பருந்துப் பார்வையில், ஈராயிரம் ஆண்டு இலக்கிய வரலாற்றை விளக்கியுள்ளேன்.

மதமாற்றம் செய்ய வந்தவர்களையும் மொழிமாற்றம் செய்யவைத்த அற்புத நூலான திருக்குறளின் மகத்துவத்தை, ஆண்டாண்டுக் காலமாக அறிஞர் பெருமக்கள் எடுத்துச்சொல்லி வந்தாலும், எனக்கும் குறள்நெறி மீதிருக்கும் உண்மையான ஈடுபாட்டினால், திருக்குறள் சார்ந்த தகவல்களைத் திரட்டி அதன் பெருமையை விளக்கும் விதமாக எழுதப்பட்டதுதான் 'திருக்குறள் போற்றுதும் திருக்குறள் போற்றுதும்' என்ற நான்காவது கட்டுரை.

தமிழ் மக்களின் ஆற்றல்மிகு அடையாளமாக என்றென்றும் போற்றப்படும் மாமன்னர் ராஜராஜ சோழனின் சிறப்பை எடுத்துரைக்கும்விதமாக, மேலும் அவர் வாழ்ந்த காலத்திலேயே வடிக்கப்பட்ட அவரது திருமேனிகள் 1932-ம் ஆண்டு காணாமல்போன நிலையில், நான் தஞ்சாவூர் எஸ்.பியாக பொறுப்பேற்றவுடன் அறிஞர் பெருமக்கள், அந்தத் திருமேனியை மீட்டெடுக்க வேண்டும் என்று கோரிக்கையை வைக்க, அதற்கு வழக்குப் பதிவு செய்து, தகவல்கள் திரட்டி, அறிஞர் பெருமக்களிடம் கல்வெட்டுகள், செப்பேடுகள் சார்ந்த பல தகவல்களைக் கேட்டறிந்தது, திருமேனிகளை மீட்க உதவிகரமாக இருந்தது. அதேபோல் தஞ்சாவூரைச் சுற்றியுள்ள அறியப்படாத பல மகத்தான கட்டமைப்புகளை வெளிப்படுத்தும்விதமாக எழுதப்பட்டதுதான் 'ராஜராஜ சோழன்' குறித்த கட்டுரை.

‘எந்நாட்டவருக்கும் இறைவா போற்றி! இமைப்பொழுதும் என் நெஞ்சில் நீங்காதான் தாள் வாழ்க’ என இறைநெறியை எல்லா மக்களும் ஏற்றுக்கொள்ளும் விதமாக ‘தன்னைத் தாழ்த்துகிறவன் உயர்த்தப்படுவான்’ என்ற தார்மீகத் தத்துவத்தை வெளிப்படுத்தும் திருவாசகத்தின் சிறப்பை எடுத்துரைப்பதுதான் ‘திருவாசகம் எனும் தேன்’ என்ற கட்டுரையாகும்.

தமிழர் வாழ்வியல் முறையே, இசையோடு இயைந்த வாழ்க்கை என்பதால், பஞ்ச மரபு, இசை நுணுக்கம், சிலப்பதிகாரம், யாழ் நூல் போன்ற இசை நூல்களின் சிறப்பை விளக்குவதற்காகவும், இன்றைய நெருக்கடியான வாழ்வியல் முறையில் நம்மைச் செம்மைப்படுத்தக்கூடியது என்பதற்காகவும் காற்றின் பேரோசையாய் விளங்கும் இசையின் மகத்துவத்தை விளக்குவதுதான் ஏழாவது கட்டுரை.

‘மெய்வருத்தம் பாரார் பசிநோக்கார் கண்துஞ்சார்’ என்ற அருமையான வாழ்க்கைத் தத்துவத்தைத் தமிழுக்குத் தந்த ஞானத் தமிழ் மகன் குமரகுருபரரின் வரிகள், நான் தோல்வியின் பிடியில் சோர்வுற்றிருந்த காலத்தில் என்னை வீறுகொண்டு எழச் செய்ததால், அவரைத் தேடிப் படிக்கத் தொடங்கும்போது, கால்நடையாகவே அலைந்து திரிந்து காசி வரை தமிழையும் சைவத்தையும் கொண்டு சென்ற அவரின் செம்மாந்த சேவையைத் தமிழ் மக்கள் உணர்ந்து போற்றவேண்டும் என, குறிப்பாக இந்தத் தலைமுறை குமரகுருபரர் என்ற மகானை, தமிழ்ப்பேராசானைத் தெரிந்துகொள்ள வேண்டும் என்பதற்காகவே ‘குமரகுருபரன் எனும் ஞானத் தமிழ்மகன்’ என்ற கட்டுரை எழுதப்பட்டது.

தஞ்சாவூர் எஸ்.பியாகப் பணிபுரிந்தபோது காவிரியில் வெள்ளம் கரைபுரண்டு ஓடிய நிலையில், மாவட்டம் முழுவதும் காவிரி மட்டுமின்றி காவிரிக் கிளை ஆறுகளின் வெள்ளப்பெருக்கெடுப்பு, கரையைப் பலப்படுத்துதல், மக்களுக்கு விழிப்புஉணர்வை உண்டாக்குதல் தொடர்பான பாதுகாப்புப் பணியை ஆய்வு செய்தபோதுதான், காவிரி நதி நீர் எவ்வளவு சிறப்பாகப் பகிர்ந்தளிக்கப்பட்டுள்ளது, நீர் மேலாண்மை எவ்வளவு நேர்த்தியாக முறைப்படுத்தப்பட்டுள்ளது என்பதை அறிந்து வியந்துபோனேன்.

சோழர் காலம் தொடங்கி ஆர்தர் காட்டன் காலம் வரை காவிரி பாயும் தஞ்சை சமவெளிவாழ் மக்களின் விவசாய, வாழ்வாதார மேம்பாட்டுக்கு எடுத்துக்கொண்ட முயற்சியைப் பற்றியும், காவிரியின் சிறப்பைப் பற்றியும் விளக்க வேண்டும் என்ற நேரடிப் பயண அனுபவங்களின் தொகுப்புதான் ‘பொங்கி வரும் காவேரி’ கட்டுரையாகும்.

அதேபோல் தஞ்சாவூரில் பணிபுரிந்தபோது கரந்தைத் தமிழ்ச் சங்கத்தைப் பற்றிக் கேள்விப்பட்டு அங்குப் பார்வையிட்டதிலிருந்தும், கரந்தைத் தமிழ்ச் சங்க தமிழ்ப் பணியைக் குறித்து கேள்விப்பட்டதிலிருந்தும், மாபெரும் தமிழறிஞர்களின் சொற்போர்கள் குறித்து தெரிந்துகொண்ட சுவாரஸ்யமான செய்திகளைப் பகிர்ந்து கொள்ளும் விதமாகவே, ‘மா மலைகளின் மோதல்’ என்ற கட்டுரையை வரைந்தேன்.

அதிலும் குறிப்பாகக் கிட்டதட்ட 94 ஆண்டுகளாகத் தொடர்ந்து வெளியிடப்பட்டு வரும், தமிழ் இலக்கியச் சிறப்பிதழான தமிழ்ப்பொழில் ஆய்விதழ் போன்ற மாத இதழைப் பார்வையிட்டதிலிருந்தும் வியந்துபோய், இந்தத் தலைமுறையினர் அதைப்பற்றித் தெரிந்துகொள்ள வேண்டும் என்பதற்காகவே எழுதிய கட்டுரை ‘மா மலைகளின் மோதல்’ ஆகும்.

பாரதி மீது இருக்கும் பற்றினாலும், பாரதியின் எழுத்துகள் என் வாழ்வில் உண்டாக்கிய தாக்கத்தினாலும், தமிழ்ச் சமூகமே போற்றி வணங்கக்கூடிய ஒரு மாபெரும் புரட்சிக்கவிஞன் என்பதாலும் பாரதியின் ஆய்வுகளைப் பற்றி எடுத்துரைக்க வேண்டும் என்ற எண்ணத்தாலும் எழுந்ததுதான் 'பாரதி, ஒரு வாழ்வியல் தாக்கம்' என்ற கட்டுரையாகும்.

சுதந்திரப் போராட்டத் தியாக வேள்வியில், தன் உயிரையே துச்சமென மாய்த்துக்கொண்ட, ஆங்கிலேய பிரிட்டிஷ் ஏகாதிபத்தியத்திற்கு மிகுந்த அதிர்ச்சியை உண்டாக்கிய கட்டிளங் காளைகள் குறித்த, வரலாற்று வெளிச்சத்திற்கு வராத சுதந்திரப் போராட்ட வீரர்களைப் பற்றிய பதிவை எழுதவேண்டும் என்பதன் விளைவுதான், 'அடியார்கள் வானில் அரசாள்வர் ஆணை நமதே' என்ற கட்டுரையாகும். சுதந்திரம் பெற்ற நெகிழ்வான தருணத்தில் ஒலிக்கப்பட்ட திருஞானசம்பந்தரின் கோளறு திருப்பதிக வரிகளாகவும், சிவபெருமான் கூறுவதாகவும் அமைந்துள்ள நமது அடியார்கள் உலகில் அரசாள்வர் ஆணை நமதே எனும் பொருள்படக்கூடிய அந்தத் தமிழ் அமுத வரிகளை நினைவுகூரும் விதமாகவே இந்தத் தலைப்பைத் தேர்ந்தெடுத்தேன். இன்று குத்தாட்டம் போடுபவர்களுக்கும், மலிவான விளம்பர வேடதாரிகளுக்கும், கிடைக்கின்ற மரியாதையில் ஒரு பங்கு வெளிச்சம்கூட இந்த நாட்டிற்காகத் தன்னையே அர்ப்பணித்துக்கொண்ட வீரத்திருமகன்களுக்கும், இளமை பொங்கக்கூடிய வயதில் சகலத்தையும் தூக்கி எறிந்துவிட்டு நாட்டிற்காக இன்னுயிர் ஈந்த வீர மங்கைகள் பிரீத்திலதா வடேகர், கல்பனா தத், ராணி கெய்டிலினி போன்றோருக்கும் இல்லையே, அவர்களின் பெயர்கள்கூட தெரியவில்லையே என்ற ஆதங்கத்தின் வெளிப்பாடுதான் இந்தக் கட்டுரையாகும்.

குறைந்தபட்சம் இனிவரும் காலங்களிலாவது சுதந்திர, குடியரசு தின விழாக்களில் இவர்களின் புகழை, வீர தீரச் செயலை எடுத்துரைத்து நினைவுகூர்வதுதான் சுதந்திர தினக்கொண்டாட்டத்திற்கு நாம் செய்யும் உண்மையான சிறப்பாகும். எப்போதுமே வரலாறு குறித்த ஒரு தீவிர தேடுதலைக் கொண்டிருப்பவன் என்பதால், கீழடி குறித்த ஆய்வுகள் இயல்பாகவே எனக்குள் ஒரு தாக்கத்தை உண்டாக்கின. மதுரை காவல்துறை துணை ஆணையராகப் பணிபுரிந்தபோது கீழடிக்குச் செல்லும் வாய்ப்பு கிடைத்ததால், கீழடி மட்டுமன்றி ஆதிச்சநல்லூர், அரிக்கமேடு, பூம்புகார் தொடர்பான முந்தைய ஆய்வுகளையும், மீண்டும் படிக்கத்தொடங்கினேன். அதன் விளைவாக கீழடி அகழாய்வு முக்கியத்துவம் குறித்து நேரில் பார்வையிட்டு அங்குள்ள தொல்லியல் ஆய்வு மாணவர்களுடன் கலந்துரையாடி எழுதப்பட்டதுதான் 'கீழடி: சரித்திரத்தை மாற்றும் ஆய்வு' என்ற கட்டுரையாகும்.

நிறைய கல்லூரி விழாக்களில் மாணவர்களுடன் கலந்துரையாடும்போது அறிவியல் தொழில்நுட்பம் பயிலும் மாணவர்கள் சமூகப் பார்வையின்றி, தொழில்நுட்பம் என்பது ஏதோ சமூக வலைத்தளத்தில் புகைப்படத்தைப் பதிவிடுவதற்கும், மலிவான மீம்ஸ்கள் போடுவதற்கும் உருவாக்கப்பட்டது என்பது போன்ற எண்ணம் கொண்டு இருந்ததை நேரில் கண்டு வருத்தப்பட்டிருக்கிறேன். சமகாலத்தொழில்நுட்ப வளர்ச்சி குறித்து தமிழில் போதிய கட்டுரைகள், நூல்கள் இல்லை என்பதை உணர்ந்து தரமான அறிவியல் இதழ்கள் தமிழில் வரவேண்டும் என்ற ஆதங்கத்தையும் வெளிப்படுத்தும் விதமாக, வருங்காலத் தலைமுறையினர் குறிப்பாக அறிவியல் தொழில்நுட்ப மாணவர்கள்

இந்த விஷயத்தில் கவனம் செலுத்த வேண்டும் என்பதற்காக உருவாக்கப்பட்டதே 'தொழில்நுட்பம் தேர்ச்சிகொள்' கட்டுரையாகும்.

காவல்துறை வரலாறு குறித்த பதிவுகள், தமிழில் போதிய அளவில் இல்லை என்பதால், சங்க இலக்கியத்தில் காவல் பணி குறித்துக் குறிப்பிடப்பட்டுள்ளதா என்ற தேடலின் விளைவுதான் மதுரைக்காஞ்சி நூலில் குறிப்பிடப்பட்டுள்ள அருமையான, காவல்துறையின் மேன்மையை விளக்கக்கூடிய 'வயக் களிறு பார்க்கும் வயப்புலி போல' பாடலாகும். அதில் தொடங்கி காவல்துறை இன்று அடைந்துள்ள அபார வளர்ச்சி வரை, இன்று நிகழ்காலத் தேவைக்கேற்ப பொதுமக்களுக்கு வழங்கிவரும் இணைய சேவை உட்பட பலவற்றையும் சுருக்கமான அளவில் குறிப்பிட்டுள்ள கட்டுரையே 'காலந்தோறும் காவல் துறை' எனும் கட்டுரையாகும்.

இயல்பாகவே புத்தகங்கள் மீதும், வாசிப்பு மீதும், தீராக் காதல் கொண்ட நான் புத்தகச் சேமிப்பில் தீவிர ஆர்வம் கொண்டதன் விளைவாக, என்னுடைய ஒன்பதாம் வகுப்பு, பத்தாம் வகுப்பு நூல்கள் தொடங்கி அனைத்தையும் பத்திரப்படுத்திவைத்துள்ளேன். இப்படி நூல்களைப் பள்ளிப்பருவம் முதல் தேடித்தேடிச் சேகரிக்கத் தொடங்கியதன் பயனாக இன்று கிட்டத்தட்ட 30,000 நூல்கள் கொண்ட நூலகத்தை வைத்துள்ளேன். தலைப்புகளைப் படிப்பதற்கே குறைந்தபட்சம் இரண்டு நாட்கள் தேவைப்படும். இந்த நிலையில் பல அமரத்துவம்மிக்க படைப்புகள் படிக்க முடியாமல் உள்ளது ஒருவித ஏக்கத்தை உண்டாக்குவதைத் தவிர்க்க இயலாது. என் போன்ற காவல்துறைப் பணியில் உள்ளோர் மட்டுமன்றி எழுதுவதையும் படிப்பதையும் முழுநேரமாக வைத்துள்ள எழுத்தாளர்கள்கூட, இந்த தமிழ் இலக்கியத்தில் படைக்கப்பட்டுள்ள எண்ணிலடங்கா நூல்களையும், உலகளவில் படைக்கப்பட்டுள்ள, அனுதினமும் எழுதப்பட்டுவரும் அற்புதமான பல்துறை சார்ந்த நூல்களைப் படிப்பதற்கு, ஏன் அதில் பத்தில் ஒரு பங்கைப் படிப்பதற்குக் கூட இந்தப் பிறவி போதாது என்றுதான் சொல்வேன்.

மாணிக்கவாசகர் சிவபெருமானைத் தரிசிப்பதற்காகவே மனிதனாகப் பிறக்க வேண்டும் என்று பல இடங்களில் குறிப்பிடுவார். அதேபோல் இந்த எண்ணிலடங்கா நூல்களை வாசிப்பதற்காகவே மீண்டும் மனிதனாகவே பிறக்க வேண்டும் என்ற எண்ணத்தை வெளிப்படுத்துவதே இந்த நூலின் இறுதிக் கட்டுரையாகும்..

குறிப்பாகத் தமிழக மக்களிடையே, அதுவும் மாணவர்கள், இளைஞர்களிடையே வாசிக்கும் பழக்கத்தை உருவாக்க வேண்டும் என்பதே இந்த நூலின் தலையாய நோக்கமாகும். எந்த ஒரு சமுதாயத்தில் வாசிப்புப் பழக்கம் அதிகம் உள்ளதோ, அந்த மொழியில்தான் மென்மேலும் பல அமரத்துவம் மிக்க படைப்புகள் உருவாகும். அப்போதுதான் மொழி மென்மேலும் வளமை அடையும், முழுமை அடையும், பல புதிய சொற்கள் உருவாகும், மொழி ஓங்கிச் சிறப்படையும்.

இல்லாவிடில் ஒருகட்டத்தில் தமிழ் தன் தொன்மைச் சிறப்பை இழந்து, மொழிக்கலப்பு, மொழிச்சிதைவு உண்டாகிச் செம்மொழித் தன்மையை இழக்க நேரிடும். ஆதலால் எழுத்தாளர்களை, பதிப்பாளர்களை ஊக்குவிக்கும்விதமாக, அவர்களை உற்சாகப்படுத்தும் விதமாக, பல புதிய படைப்புகள் இந்த மொழிக்குக் கிடைக்கும் விதமாக, முழுமையான ஆதரவைத் தமிழ்கூறும் நல்லுலகம் வழங்கவேண்டுமென வேண்டி, விரும்பிக் கேட்டுக்கொள்கிறேன். ஓர் உணவு விடுதிக்குச் சென்றால் குறைந்தபட்சம் சாதாரணமாக ஆயிரம் ரூபாய் செலவு செய்கிறோம். ஒரு துணிக்கடையில்

ஒரு நபருக்கு மட்டும் குறைந்தபட்சம் நான்காயிரம், ஐயாயிரம் எவ்வித கேள்வியும் கேட்காமல் செலவு செய்கிறோம்.

ஆனால் அறிவை மேம்படுத்தும், வாழ்வை வளப்படுத்தும் புத்தகங்களை வாங்கும் போது மட்டும் 300 ரூபாயா என்று ஆதங்கப்படுகிறோம். ஓர் எழுத்தாளனின் வாழ்நாள் உழைப்பை, பல இடங்களுக்கு அலைந்து திரிந்து சமூகப் பார்வையோடு பல வரலாற்றுத் தகவல்களை, இலக்கியப் பெட்டகங்களை நமக்கு எளிதாகக் கொண்டு வந்து சேர்க்கும் எழுத்துப் பணியைத் தமிழ்ச் சமூகம் முழுமையாக அங்கீகரிக்க வேண்டும். 'பெரிதினும் பெரிது கேள்' எனும் இந்தப் புத்தகத்தில் பெரும்பாலும் நான் நேரில் கண்டுகளித்த இடங்களைப் பற்றியும், நேரில் பார்த்த காட்சிகளையும், என்னோடு தொடர்புடைய, நானறிந்த, நான் வாசித்த நூல்களையே, முழுக்க முழுக்க நான் கண்டுணர்ந்த நிகழ்வுகளையே காட்சிப்படுத்தியுள்ளேன்.

இந்த நூலை எழுதுமாறு என்னை உற்சாகப்படுத்திய, காவல் பணியில் நேரம் கிடைக்காத நிலையிலும், பல இழப்புகளை ஏற்றுக்கொண்ட என் மனைவி டாக்டர் சுதாமதிக்கும், குழந்தைகள் செம்மொழி பாரதி, திருவாசகம், அவ்வப்போது படித்துத் திருத்தங்கள் செய்ததுடன், எப்போதும் உற்சாகப்படுத்தி, எனக்கு மிகுந்த ஆதரவாக இருக்கும் என் அண்ணன் வழக்கறிஞர், போத்திரமங்கலம் பஞ்சாயத்துத் தலைவர் தங்க கொளஞ்சிநாதன் அவர்களுக்கும், நண்பர்கள் காயத்ரி ரங்கபிரபு அவர்களுக்கும், கரந்தைத் தமிழ்ச் சங்க ஆசிரியர் ஜெயக்குமார், பவிஷ் பிரின்ட் சொல்யூஷன் இயக்குநர் பத்மநாபன், நூலாக்கத்திற்கு உதவி புரிந்த காவலர்கள் மணிமாறன், கிருஷ்ணகுமார், என் முதல் நூலைப் பதிப்பிக்க வேண்டும் என்று மிகுந்த ஆர்வம் காட்டிய என் அன்பிற்குரிய நண்பர் விகடன் பிரசுர தலைமைப் பொறுப்பாளர் அப்பாஸ் அலி, நூலாக்கத்தின்போது பல வகையிலும் உதவிபுரிந்த விகடன் பிரசுர உதவி பொறுப்பாசிரியர் அன்பழகன் என அனைவருக்கும் என் அன்பு கலந்த, நெஞ்சார்ந்த நன்றியைத் தெரிவித்துக்கொள்கிறேன்.

கட்டுப்பாடின்றி வாசியுங்கள்! கண்டிப்பாக உங்கள் வாழ்வு நிச்சயம் மேம்படும்! மாற்றத்தைக் காண்பீர்கள்!

இந்த நூல் குறித்த தங்களுடைய கருத்துகளைப் பகிர்ந்துகொள்ளுமாறும் கேட்டுக்கொள்கிறேன்.

திருச்சி,

15.1.2020

- முனைவர் த. செந்தில்குமார்,

காவல் கண்காணிப்பாளர்.

9444114125
tsenthilkumarsp@gmail.com

முனைவர் த. செந்தில்குமார்
காவல் கண்காணிப்பாளர்

கடலூர் மாவட்டம், திட்டக்குடி வட்டம், போத்திரமங்கலம் கிராமத்தில் தங்கவேல், பழனியம்மாள் மகனாய்ப் பிறந்து, அங்குள்ள பஞ்சாயத்து ஒன்றிய நடுநிலைப் பள்ளியில் தொடக்கக் கல்வியைக் கற்று ஆவினங்குடி மற்றும் பெண்ணாடத்தில் உயர்நிலைக் கல்வியை முடித்தார். மேல்நிலைக் கல்வியை, திருச்சி தெப்பக்குளம் பிஷப் ஹீபர் பள்ளியில் முடித்தார்.

5 ஆண்டு ஒருங்கிணைந்த சட்டப் படிப்பை (1994-1999) சென்னை டாக்டர் அம்பேத்கர் அரசு சட்டக் கல்லூரியில் படித்தார். 2001-ம் ஆண்டு குரூப்-2 தேர்வில் வெற்றிபெற்று, உள்ளாட்சித் தணிக்கைத் துறை ஆடிட்டராகப் பணியில் சேர்ந்தார். எம்.எல் சட்ட மேற்படிப்பை அண்ணாமலைப் பல்கலைக்கழகத்தில் முடித்தார். பிறகு சென்னைப் பல்கலைக்கழகத்தில் 'காலம்தோறும் கறுப்பர் நகரம்' (BLACK TOWN THROUGH THE AGES) எனும் சென்னை நகரம் உருவான கதையை ஆய்வு செய்து, முனைவர் பட்டம் பெற்றார்.

குரூப்-1 தேர்வில் வெற்றிபெற்று, 13.2.2003 அன்று நேரடி நியமன காவல் துணைக் கண்காணிப்பாளராகப் பயிற்சியில் சேர்ந்தார். உத்தமபாளையம் டி.எஸ்.பியாகவும் தொடர்ந்து செங்கல்பட்டு, நன்னிலம், அரக்கோணம் உட்கோட்ட டி.எஸ்.பியாகவும், அடையாறு சரக உதவி ஆணையராகவும் பணிபுரிந்தார். கூடுதல் காவல் கண்காணிப்பாளராகப் பதவி உயர்வு பெற்று திருவள்ளூர் மாவட்டத்தில் மூன்றரை ஆண்டுகள் பணிபுரிந்தார்.

5.10.2013-ல் ஐ.ஜி கண்ணப்பன் தலைமையிலான குழுவில் இணைந்து, தொடர் மதக்கொலைகளை அரங்கேற்றி வந்த பயங்கரவாதிகளை, 'புத்தூர் ஆபரேஷன்' தேடுதல் வேட்டையில் ஈடுபட்டு கைது செய்ததற்காக அப்போதைய முதல்வர் மாண்புமிகு ஜெ.ஜெயலலிதா அவர்களிடம் 5 லட்ச ரூபாய் பரிசும், ஒரு படி பதவி உயர்வும் (ACCELERATED PROMOTION) பெற்றார். சென்னை மாநகர காவல் பூக்கடை துணை ஆணையராகவும், திருச்சி மாவட்ட காவல் கண்காணிப்பாளராகவும், தஞ்சாவூர் மாவட்ட காவல் கண்காணிப்பாளராகவும் மதுரைக் காவல் துணை ஆணையராகவும் திருச்சி ரயில்வே காவல் கண்காணிப்பாளராகவும் பணிபுரிந்து தற்போது சிவகங்கை மாவட்ட காவல் கண்காணிப்பாளராக பணியாற்றி வருகிறார்.

மனைவி டாக்டர் சுதாமதி M.S, (Ophthal) கண் மருத்துவர். தற்போது தஞ்சாவூர் அரசு மருத்துவமனையில் அரசு உதவி மருத்துவர் மற்றும் உதவிப் பேராசிரியராகப் பணிபுரிகிறார். மகள் செம்மொழி பாரதி, மகன் திருவாசகம். அவரவர்களுக்குப் பிடித்த பணியை, செயலை, வாழ்க்கை முறையாகத் தேர்ந்தெடுத்துக்கொண்டால் பணி என்பது சுமையாக இல்லாமல் அர்ப்பணித்துச் செயல்படுத்துவதாக அமையும் என்ற நோக்கத்தைக் கொண்டவர் இவர்!

கோ.தங்கவேல் - த.பழனியம்மாள்

திரைகடல் ஓடியும் திரவியம் தேடு என்பதற்கு ஏற்ப
வெளிநாடு சென்று உழைத்து எங்கள் நான்கு பேரையும்
படிக்க வைத்த தந்தையார்
அமரர் **திரு.தங்கவேல்** அவர்களுக்கும்...

வயல்காட்டிலேயே வாழ்வை சுருக்கிக்கொண்டு,
எங்களை ஆளாக்கிய
தாயார் **பழனியம்மாள்** அவர்களுக்கும்
இந்த நூலை நன்றியுடன் காணிக்கையாக்குகிறேன்.

உள்ளே...

1. பெரிதினும் பெரிது கேள்! — 13
2. வாசிப்பே வாழ்க்கையாய்! — 35
3. என்றுமுள தென்தமிழ் — 72
4. திருக்குறள் போற்றுதும்! திருக்குறள் போற்றுதும்! — 115
5. ராஜராஜ சோழன் - வழக்கு எண். 75/18 — 132
6. திருவாசகம் எனும் தேன் — 162
7. காற்றின் பேரோசை — 176
8. குமரகுருபரன் எனும் ஞானத்தமிழ் மகன்! — 199
9. பொங்கி வரும் காவேரி! — 217
10. மா மலைகளின் மோதல் — 235
11. பாரதி, ஒரு வாழ்வியல் தாக்கம் — 274
12. அடியார்கள் வானில் அரசாள்வார் ஆணை நமதே! — 290
13. கீழடி: சரித்திரத்தை மாற்றும் ஆய்வு — 326
14. தொழில்நுட்பம் தேர்ச்சிகொள்! — 345
15. காலந்தோறும் காவல் துறை — 374
16. மனிதனாகவே பிறப்பேன் — 398

1

பெரிதினும் பெரிது கேள்!

கல்லூரிக்காலம் வாழ்வின் உன்னதமான தருணம்! பள்ளிக்கூடம் என்ற தளையில் இருந்து வெளியே வந்து பரந்துபட்ட வானத்தில் சிறகடிக்கும் பறவையாய் எவ்விதக் கட்டுப்பாடுமின்றி அலைந்து திரியும் காலம் ஆகும்.

பையில் பத்து ரூபாய் பணம் இருக்காது. ஆனால் உலகத்தையே வென்றுவிடக்கூடிய கனவு இருக்கும். உடுத்திக்கொள்ள நல்ல துணி இருக்காது. ஆனால் எல்லாவற்றையும் வெற்றி கொள்ளும் துணிச்சல் இருக்கும்!

மாணவர்களே! இளமை பொங்கும் கல்லூரிப் பருவத்தை நேசியுங்கள்! சின்ன சின்ன மனமாச்சர்யங்களைத் தூர எறிந்து விட்டு, சக மாணவர்களுடன் நட்புடன் உறவாடுங்கள்! அளவு கடந்த அன்பை வெளிப்படுத்துங்கள்!

பல்வேறு மாவட்டங்கள், பல்வேறு மாநிலங்கள், பல்வேறுபட்ட குடும்பச் சூழல், பல்வேறுபட்ட கனவுகளுடன் சங்கமித்திருக்கும் மாணவர்கள் ஒற்றுமையாக, மகிழ்ச்சியாக இந்த வாழ்க்கையைக் கொண்டாடுங்கள்! கல்லூரிப் பருவம்! நினைத்தாலே இனிக்கக்கூடிய ஆனந்த பருவம்! களிப்பு நிறைந்த காலம்! பொறுப்புகள் அதிகமின்றிச் சுதந்திரமாகத் திரியக்கூடிய நாள்கள்! கட்டுப்பாடான சுதந்திரத்தை அனுபவியுங்கள்!

நோக்கத் தெளிவு

மகிழ்ச்சி கலந்த ஆட்டத்தோடு நாம் எந்தத் திசையில் பயணிக்க வேண்டும் என்கிற தெளிவையும் ஏற்படுத்திக் கொள்ளுங்கள்! ஏனெனில் பள்ளிக் காலம் வரை நாம் எந்த படிப்பில், எந்தத் துறையைத் தேர்ந்தெடுக்க போகிறோம் என்பதே தெரியாது.

கல்லூரி வாழ்க்கை என்பது 70% நமது துறை தீர்மானிக்கப்பட்டதாகவே இருக்கும்! என்னவாகப் போகிறோம் என்பதைத் தீர்மானித்துக்கொள்வது என்பதுதான் வாழ்வின் வெற்றிக்கு முதல் படியாக இருக்கும்!

அது சார்ந்த, அந்த இலக்கை நோக்கிய சிறு சிறு அடிகளை எடுத்துவைப்பது அவசியமாகும். நமக்கு முன் அந்தக் கனவை அடைந்தவர்களை, வெற்றி பெற்றவர்களைச் சந்தித்துப் பேசுவது, ஆலோசனை கேட்பது, அறிவு சார்ந்த தகவல்களைத் திரட்டுவது, கட்டுரைகள், புத்தகங்கள், ஆய்வு நூல்கள் சேகரித்தல், வாசித்தல் போன்ற பணிகளை, கல்லூரி நாள்களில் அதிலும் விடுமுறை நாட்களில் கண்டிப்பாகச் செயல்படுத்துங்கள்!

போட்டித் தேர்வு எழுதுவது என்று முடிவு எடுத்துவிட்டால், அதற்குத் தயார் செய்வது என்பது முறைப்படுத்தப்பட்ட-திட்டமிட்ட கடின உழைப்பாகும்! அப்படி ஓர் எண்ணம் இருந்தால் அதைக் கல்லூரியின் ஆரம்ப நாட்களிலிருந்தே மெல்ல செயல்படுத்தத் தொடங்குங்கள்!

தான் படிக்கும் துறையிலேயே பணிபுரிவதா? அல்லது அதிலே ஆசிரியர், பேராசிரியர் ஆவதா? அல்லது போட்டித் தேர்வு எழுதுவதா? சுயமாகத் தொழில் தொடங்குவதா? தனியார் நிறுவனத்தில் பணிபுரிவதா? படைப்பாளன் ஆவதா? பல மாணவர்கள் இந்த இடத்தில்தான் தடுமாறுகிறார்கள்.

மேல்படிப்பாக மேலாண்மை, சட்டம், கணக்குப்பதிவியல், வங்கித் தேர்வு போன்றவற்றில் எதைத் தேர்வு செய்வது என்பது போன்ற குழப்பத்திற்கு ஆளாகித் தெளிவான முடிவு எடுக்க முடியாமல் திணறிப்போய் அதுதான் தோல்விக்குக் காரணமாக அமைகிறது!

உங்களுக்கு எந்தப் பணியில், எந்தத் துறையில், அதீத விருப்பம் இருக்கிறதோ, அதை வேறு எந்த யோசனையும் இல்லாமல் நூறு சதவீதம் தேர்ந்தெடுங்கள்! ஆர்வமுள்ள செயலைச் செய்தால்தான் நாம் அர்ப்பணிப்பு உணர்வோடு செய்ய முடியும். அதில்தான் வெற்றி என்பதைத் தாண்டி, சாதனையை நிகழ்த்த முடியும் இதை மனதில் நிறுத்துங்கள்!

என் சட்டக்கல்லூரி காலம்தொட்டு இதைப் பார்த்து வருகிறேன். பல மாணவர்கள் பொறியியல் படித்தவர்கள், முதுநிலைப் பட்டம் பெற்றவர்கள், முனைவர் பட்டம் பெற்றவர்கள், சட்டம் படித்தவர்கள் கூட, பத்தாம் வகுப்பு தகுதிக்கு உரிய விஏஓ, காவலர், இளநிலை உதவியாளர் போன்ற பணிகளுக்கு வருவதைக் கண்கூடாகப் பார்க்கிறேன். காரணம் இந்த நோக்கத் தெளிவின்மை தான். ஆகையால் தெளிவாக முடிவெடுக்க கற்றுக்கொள்ளுங்கள்!

நிறைய வாசியுங்கள்!

வாசிப்பது என்பது ஒரு தவம்! அதுவும் அந்தப் பதின் வயதில் உடலையும் மனதையும் கட்டுப்படுத்தி ஓர் இடத்தில் அமர்ந்து நூல்கள் வாசிப்பது என்பதே ஒரு தவம்போலத்தான்! வாசியுங்கள்! நிறைய வாசியுங்கள்! கட்டுப்பாடின்றி பிடித்த நூல்களை, உத்வேகப்படுத்தும் நூல்களை, எழுச்சிபெறச் செய்யக்கூடிய புத்தகங்களை, அந்த இடத்திற்கே, அந்த காலகட்டத்திற்கே இட்டுச் செல்லும் உயிரோட்டமுள்ள, சிந்தனையைத் தூண்டக்கூடிய வலிமையான நூல்களை வாசியுங்கள்!

வாசிப்பதால் உங்கள் எண்ணங்கள் மேம்படும், பார்வை விசாலமாகும், பெருந்தன்மை கூடும்! செயல் திறன் மேம்படும்! ஆன்று அவிந்தடங்கிய சான்றோரை வாசிக்க வாசிக்க நாமெல்லாம் ஒன்றுமில்லை எனும் அமைதி உண்டாகும்; மமதை குறையும், சக மனிதர்கள் மீது இயல்பான நேசம் உண்டாகும்.

எந்தப் பாடத்தைப் படித்தாலும், என்ன துறையாக இருந்தாலும் பரவாயில்லை. இலக்கியம் படியுங்கள். நம், உடம்பிற்கு என்ன வகை உடற்பயிற்சி செய்தாலும், உணவு உட்கொண்டாலும், எப்படி காற்று மனித உடலுக்கு அத்தியாவசிய

தேவையோ அதேபோல் வாசிப்பு, மனித வாழ்விற்கு, மனவள மேம்பாட்டிற்கு மிக அத்தியாவசியமாகும்.

எப்படிப் படிக்க வேண்டும்? எதைப் படிக்க வேண்டும் என புரட்சிக்கவிஞர் பாரதிதாசன் மிக அழகாக பன்மணித்திரள் பாடல் தொகுப்பில் விவரித்திருப்பார்!

பாரதிதாசன்

நூலைப் படி
சங்கத்தமிழ் நூலைப்படி
முறைப்படி நூலைப்படி
காலையில் படி கடும்பகற் படி
மாலை இரவு பொருள்படும் படி

கற்பவை கற்கும்படி
வள்ளுவர் சொன்னபடி
கற்கத்தான் வேண்டும் அப்படி
கல்லாதவர் வாழ்வதெப்படி?

அறம்படி பொருள் படி
அப்படியே இன்பம் படி
இறந்த தமிழ்நான் மறை
பிறந்ததென்று சொல்லும்படி

அகப்பொருள் படி அதன்படி
புறப்பொருள் படி நல்லபடி
புகப் புகப் படிப்படியாய்ப்
புலமை வந்திடுமே என்சொற்படி

சாதி என்னும் தாழ்ந்தபடி
நமக்கெல்லாம் தள்ளுபடி
சேதி இப்படி தெரிந்தும்படி இல்லாவிடில்
தீமை வந்திடுமே மறுபடி!
பொய்யிலே முக்காற்படி
புரட்டிலே காற்படி
வையகமே ஏமாறும்படி
வைத்துள்ள நூல்களை
ஒப்புவதெப்படி?

தொடங்குகையில் வருந்தும்படி
ஆயினும் ஊன்றிப்படி
அடங்கா இன்பம் ஆகுமே மறுபடி
ஆன்றோர் சொற்படி!"

புரட்சிக் கவிஞர் வார்த்தைகளை பார்த்தீர்களா, சகோதரர்களே!

காலையில் படி, கடும்பகல் படி, மாலை இரவு பொருள்படும் படி! கிடைக்கும் நேரமெல்லாம் படித்துக் கொண்டேயிருங்கள்! அதேநேரத்தில் பொய்யிலே முக்காற்படி, புரட்டிலே காற்படி, வையகம் ஏமாறும்படி வைத்துள்ள நூல்களை ஒப்புவதெப்படி என்கிறார்? பொய், புரட்டு, புராணங்களை, பகுத்தறிவுக்கு ஒவ்வாததை ஏற்றுக் கொள்ளக்கூடாது என்கிறார்.

தொடங்குகையில் வருந்தும்படி ஆயினும்
ஊன்றிப் படி!

அடங்கா இன்பம் மறுபடி
ஆகும் என்ற ஆன்றோர் சொற்படி

என்ன அர்த்தம்? எதுவுமே ஆரம்பிக்கும்போது கடினமாகத்தான் இருக்கும், ஆனாலும் கருத்தூன்றிக் கவனமாகப் படிக்க வேண்டும். அப்படிப் படித்தால் எல்லையில்லா மகிழ்ச்சியான இன்பகரமான வாழ்க்கை அமையும் என்கிறார்.

வாய்ப்புகளை நன்கு பயன்படுத்திக் கொள்ளுங்கள்!

வாய்ப்புகள் கிடைப்பது ஒரு வகை. ஆனால் இன்றைய சூழ்நிலையில் வாய்ப்புகள் கிடைப்பது என்பது அரிது! நாம்தான் வாய்ப்பை உருவாக்கிக்கொள்ள வேண்டும்! நம்முடைய திறமையை வளர்த்துக் கொண்டோம் எனில் பல அரிய வாய்ப்புகள் நம்மைத் தேடி வந்துகொண்டே இருக்கும்.

கலில் ஜிப்ரான் சொல்வார், "வெற்றிக்கான விதை எந்த நேரத்திலும் விழலாம். விழித்துக்கொண்டே இருங்கள்" என்று!

கூச்சப்பட்டுக்கொண்டு, ஒதுங்கி நின்று, சபைக்குப் பின்னே வெட்டிக் கதை பேசிக்கொண்டு வாய்ப்பைத் தவறவிட்டுவிடாதீர்கள். சமயோசிதப் புத்தியால் கிடைக்கிற வாய்ப்பை நன்றாகப் பயன்படுத்திக்கொள்ள வேண்டும்.

கலில் ஜிப்ரான்

ஆல்பிரட் ஐன்ஸ்டின் நமக்கெல்லாம் தெரியும். புகழ்பெற்ற விஞ்ஞானி! ஒளி மின் விளைவு, சார்பியல் தத்துவம் கோட்பாட்டிற்காக அவருக்கு நோபல் பரிசு வழங்கப்பட்டது. ஒரே பரிசு மழை! பாராட்டு, மாலை, மரியாதை, அணிவகுப்பு எனத் தினமும் ஓய்வின்றி பாராட்டுக் கூட்டங்களில் கலந்துகொள்கிறார்.

ஒரு நாள் காலையிலிருந்து மாலை வரை தொடர்ச்சியாகச் சந்திப்பு, கூட்டம், எனச் சோர்வாகிவிடுகிறார். அடுத்த கூட்டத்திற்குப் போகும்போது தனது ஓட்டுநரிடம் சொல்கிறார்,

"தம்பி! எனக்கு ஒரே களைப்பாக உள்ளது! இன்றைய கூட்டத்திற்கு, நீ என்னைப்போல உடையணிந்து, என் கோட் சூட், கண்ணாடி, அணிந்து கைத்தடி வைத்துக்கொண்டு விழாவில் கலந்துகொள்! ஒன்றும் பெரிசா இருக்காது, சும்மா பரிசு கொடுப்பார்கள், பாராட்டிப் பேசுவார்கள், சிரித்துக் கொண்டு கைக்குலுக்கிவிட்டு வந்துவிடு. நான் உன்னுடைய ஆடையை அணிந்துகொண்டு, டிரைவர்போல கீழே உட்கார்ந்து ஓய்வெடுக்கிறேன்" என்றார். டிரைவரும் அதேபோல் ஐன்ஸ்டின் ஆடையை அணிந்துகொண்டு மேடைக்குச் சென்றுவிட்டார். ஐன்ஸ்டின், டிரைவருக்குரிய வெள்ளை உடையில் பார்வையாளர் அரங்கில் அமர்ந்து தூங்கிக்கொண்டிருந்தார்.

விழா ஆரம்பமாகிறது.

ஒரு விஞ்ஞானி, ஐன்ஸ்டினைப் பாராட்டிப் பேசிவிட்டு, ஒரு சந்தேகத்தை எழுப்புகிறார். ஒளிமின் விளைவு சமன்பாட்டில் $E=mc^2$ எப்படி வரும்? விதிமுறைப்படி $E = mc^3$ என்றுதானே வரும்... அதை விளக்கும்படி கேட்கிறார்!

மேடையில் ஐன்ஸ்டின் உடையில் இருந்த டிரைவர் மைக் முன்னாடி வருகிறார்! அரங்கம் அமைதியாகிறது. எல்லோருமே ஆர்வமாகப் பார்க்கிறார்கள். கீழே டிரைவர் உடையில் இருந்த ஐன்ஸ்டின் வெலவெலத்துப் போகிறார்.

ஐன்ஸ்டின் உடையில் இருந்த டிரைவர் கூலாக, நம்ம கவுண்டமணி பாணியில் பதில் சொல்கிறார்,

"இதென்ன பெரிய பிஸ்கோத்து கேள்வி, இதுக்கெல்லாம் என் டிரைவரே பதில் சொல்லிவிடுவார்" என்றவுடன் அரங்கமே அதிர்கிறது!

கூப்பிடு உங்க டிரைவரை என்றவுடன், உண்மையான ஐன்ஸ்டின் மேலே வந்து பதில் சொல்கிறார்! எல்லோருக்கும் ஆச்சர்யம்.

நடந்ததை எல்லோருக்கும் விவரித்தார் ஐன்ஸ்டின்! அந்தச் சூழலை மிக சமயோசிதமாக கையாண்ட டிரைவரை ஐன்ஸ்டின் உட்பட எல்லோரும் பாராட்டினார்கள்! கிடைக்கிற வாய்ப்பை நன்கு பயன்படுத்திக்கொள்ள வேண்டும்!

காலத்தை மீறி சிந்தியுங்கள்!

நீங்கள் எந்தத் துறையைச் சார்ந்தவராக வேண்டுமானாலும் இருக்கலாம், எந்தப் படிப்பை வேண்டுமானாலும் படிக்கலாம் அது விஷயம் அல்ல! ஆனால் எந்தத் துறையில் இருந்தாலும், காலத்தை மீறி சிந்தித்தீர்களேயானால் மகத்தான வெற்றியைப் பெறமுடியும்!

ஒரு தமிழர், தமிழகத்தின் தென்கோடி மூலையில் திருச்செந்தூர் அருகில் கடைக்கோடி கிராமத்தைச் சார்ந்தவர், கோவை பி.எஸ்.ஜி கல்லூரியில் இன்ஜினியரிங் முடிக்கிறார். டாக்டர் பட்டமும் பெறுகிறார். படித்து முடித்தவுடன் புனேவில் வசந்த் நிறுவனத்தில் வேலைக்குச் சேருகிறார். பின்னர் அங்கிருந்து டி.சி.எம் (DCM) நிறுவனத்தில் பணியில் சேர்ந்தவுடன் கடுமையாக உழைக்கிறார்.

அந்த நிறுவனத்தில் வேலை பார்க்கும் போதுதான் மின்னியல், பொருள்களின் தேவைகள் குறித்து, விற்பனை குறித்து தெரிந்துகொள்கிறார். எட்டு ஆண்டுகள் அந்த நிறுவனத்தில் வேலை பார்த்து தலைமை நிர்வாகி அளவுக்கு உயர்கிறார். பிறகு அந்த நிறுவனத்தை விட்டு விலகி, தன்னுடன் சில நண்பர்களைச் சேர்த்துக்கொண்டு 1975-ம் ஆண்டு சொந்தமாகத் தொழில்தொடங்க முடிவு செய்தார்.

இந்தியாவில் அப்போது வெளிநாட்டு மின்னணு சாதனங்கள், தொழில்நுட்பக் கருவிகள் அதிக அளவில் தேவை இருப்பதை உணர்ந்து, டிஜிட்டல் கால்குலேட்டர்களை வெளிநாடுகளிலிருந்து இறக்குமதி செய்து விற்பனை செய்தார்.

தமது நிறுவனத்திற்கு மைக்ரோ.காம் என பெயர் சூட்டி அதன்மூலம் கம்ப்யூட்டர் இறக்குமதியும் செய்ய முடிவெடுத்தார். அதாவது, அப்பொழுதுதான் கணினி உலகச்சந்தையில் வெளிவரத் தொடங்கிய காலகட்டம். அதுவும் இந்தியாவில் தொடக்க நிலையில் இருந்த தொழில்நுட்பம் ஆகும்.

இவர் இந்தக் கணினித் தொழில் நுட்பம்தான் எதிர்காலத்தை ஆட்சி செய்யும் என்பதை உணர்ந்து 1976-ல், ஹிந்துஸ்தான் கம்ப்யூட்டர் லிமிடெட் எனப்படும் HCL நிறுவனத்தை இருபது லட்சம் ரூபாய் முதலீட்டில் தொடங்கினார்.

1977-ல் ஜனதா கட்சி ஆட்சிக்கு வந்தவுடன் வெளிநாட்டு நிறுவனங்கள் இந்தியாவில் தங்கள் முதலீட்டை 40 சதவீதமாகக் குறைத்துக்கொள்ள வேண்டும் என்று கொள்கை முடிவு எடுத்தது. இந்த முடிவு அப்போது கம்ப்யூட்டர் விற்பனையில் இருந்த ஒரே நிறுவனமான ஐ.பி.எம் நிறுவனத்தை எரிச்சலடைய செய்தது. அவர்கள் இந்திய விற்பனையைக் குறைத்துக்கொள்ளத் தொடங்கினர்.

இந்த வாய்ப்பைக் கெட்டியாகப் பிடித்துக்கொண்ட தமிழர், அதிக அளவில் கணினியை இறக்குமதி செய்ய ஆரம்பித்தார். மேலும், தகவல் தொழில்நுட்பம் சிங்கப்பூரில் இன்னும் அதிகமாக பரவத் தொடங்கிய நிலையில் அங்கும் ஒரு விற்பனை மையத்தை ஆரம்பித்தார்.

இந்தியாவைக் காட்டிலும் சிங்கப்பூரில் அதிகபட்ச விற்பனை ஆனது. 1984-ல் ராஜீவ்காந்தி பதவியேற்றவுடன் கம்ப்யூட்டர் தொடர்பான உதிரி பாகங்கள் மற்றும் பல்வகைப்பட்ட கணினி இறக்குமதியை ஊக்குவிக்கும் வகையில் கொள்கை முடிவு எடுத்தார். உடனே நம் தமிழர் தன்னுடைய HCL நிறுவனத்தின் மூலமாக, பிஸிபீ- சுறுசுறுப்பான தேனி எனும் பொருள் படும்படியான பர்சனல் கம்ப்யூட்டரை வடிவமைத்து விற்பனையைத் துவங்கினார். இந்திய தொழில்துறை மற்றும் மத்திய அரசு நிறுவனங்கள் அப்பொழுதுதான் கணினிப் பயன்பாட்டை உணரத் தொடங்கின.

பொதுமக்கள் மற்றும் அரசு நிறுவனங்களின் தேவை அதிக அளவில் இருந்ததால் 1987-ல் மட்டும் HCL நிறுவனம் தொடங்கிய ஓரிரு ஆண்டுகளில் நூறு கோடி ரூபாய்க்கு மேலாக விற்பனையைத் தொட்டது. இந்நிலையில் 1991-ல் நரசிம்மராவ் பிரதமராக இருந்த நிலையில் மன்மோகன் சிங் நிதியமைச்சராக இருந்தபோது, தாராளமயமாக்கல், உலக மயமாக்கல், லைசன்ஸ் ராஜ் எனப்படும் உரிமம் முறை

ரத்து எனப் பல மாற்றங்கள் வந்ததால் அதிக அளவில் இறக்குமதி தொடர்ந்தது. HCL நிறுவனம் உச்சபட்ச வளர்ச்சியைத் தொட்டது.

சிவ நாடார்

இந்நிலையில் தொழில்நுட்பம் சார்ந்த பொறியியல் கல்வியில் முத்திரை பதிக்கும்விதமாக, HCL நிறுவனர் SSN இன்ஜினியரிங் கல்லூரியை 1996-ல் மாமல்லபுரத்தில் தொடங்கினார். உயர் தரத்தை நிலைநாட்டியதால் இன்று அந்தக் கல்லூரி தமிழ்நாட்டின் நம்பர் ஒன் கல்லூரியாகத் திகழ்கிறது.

மேலும் இந்நிறுவனம் 2008-ம் ஆண்டு உத்தரப்பிரதேசத்தில் பல்கலைக் கழகத்தைத் தொடங்கி, அங்கு 10,000 மாணவர்களுக்கும் மேல் வெற்றிகரமாக படித்துக்கொண்டிருக்கின்றனர். உலக அளவில் இன்று தகவல் தொழில்நுட்பத்தில் கோலோச்சிக்கொண்டிருக்கும் HCL நிறுவனம், HCL Technologies மற்றும் HCL Infosystems என இருபெரும் தொழில்நுட்ப பூதங்களாகச் சர்வதேச நிறுவனங்களுக்கு சவால்விடும் வகையில் இருக்கின்றன. இவ்வாறு உலக அளவில் தமிழர்களின் கணினி - இணைய தொழில்நுட்ப அறிவை நிலை நாட்டிய, கொண்டுசென்று சேர்த்த பெருமை சிவ நாடார் எனப்படும் தமிழனுக்கே சேரும்.

இளைஞர்களே, சிவ நாடார் மட்டும் பொறியியல் படித்துவிட்டோம் என்று ஏதேனும் ஒரு நிறுவனத்தில் வேலைக்குச் சேர்ந்தால் போதும் என்று இருந்திருந்தால் இந்நேரம் லட்ச ரூபாய் மாத ஊதியம் தான் பெற்றுக்கொண்டிருக்க முடியும். ஆனால், சிவ நாடார் தன் காலத்தை மிஞ்சிய சிந்தனையாலும், உழைப்பாலும், தொலை நோக்குப் பார்வையாலும் இன்று அவர் லட்சக்கணக்கான பேருக்கு வேலைவாய்ப்பு கொடுப்பதுடன், உலக அளவில் இணையத்தில் தமிழர்களின் பெருமையை எடுத்துரைக்கும் மாமனிதராக விளங்குகிறார். புதியன சிந்தியுங்கள்! ஒரு வேலை கிடைத்துவிட்டால் போதும் என்று நிறுத்திக்கொள்ளாதீர்கள்! அதிலும் வாசிப்பதில் போதுமென்ற திருப்தியே வந்து விடக்கூடாது.

வசதி வாய்ப்பில் நம்மிடம் இருப்பதைக் கொண்டு திருப்திகொள்ளுங்கள், அமைதி கொள்ளுங்கள்!

ஆனால், வாசிப்பதில் நம்மைக் காட்டிலும் நிறைய படித்தவர்களை, படிப்பவர்களைக் கண்டு நாம் படித்ததெல்லாம் இவர்களுக்கு முன் எம்மாத்திரம் என்று வீறுகொண்டு அறிவை மேம்படுத்த முயற்சி செய்யுங்கள்!

குமரகுருபரர் சொல்லுவார்..

“தம்மின் மெலியாரை நோக்கித் தமதுடைமை
அம்மா பெரிதென் றகமகிழ்க - தம்மினுங்
கற்றாரை நோக்கிக் கருத்தழிக கற்றதெல்லாம்
எற்றே இவர்க்குநாம் என்று”

எப்பொழுதுமே அறிவைப் பொறுத்த வரையில் போதும் என்ற மனநிலையைத் தூர எறிந்துவிட்டு மென்மேலும் கற்றுக் கொள்ள வேண்டும். நம் திறமையை முழுமையாகப் பயன்படுத்த வேண்டும். துணிந்து முடிவு எடுக்கும் திறனை வளர்த்துக்கொள்ள வேண்டும்.

புதியன கண்டுபிடிக்கும் வேட்கையை, தேடலை வளர்த்துக்கொண்டால்தான் உச்சத்தைத் தொடமுடியும். எதிலும் ஏதோ வந்தோம்; போனோம்; வேலை செய்தோம்; ஊதியம் கிடைத்தது என்று இல்லாமல் பெரிதினும் பெரிது கேட்கக்கூடிய மனநிலையை வளர்த்துக்கொண்டு கடுமையாக உழைத்தால் அனைவரும் மகத்தான வெற்றியைப் பெறமுடியும்.

செய்தித்தாள் வாசியுங்கள்!

செய்தித்தாள் வாசிக்கும் பழக்கம், கல்வியின் ஓர் அங்கம் என்பதை உணர்ந்து, அதற்காக நேரம் ஒதுக்கி நல்ல தரமான செய்திகளைக் கண்டிப்பாக

வாசியுங்கள்! எதிர்காலத்தில் போட்டித் தேர்வு எழுதும் போது செய்தித்தாள் வசிப்பவர்கள் மட்டுமே வெற்றிபெற முடியும் என்று உறுதிபடச் சொல்கிறேன்.

ஏனெனில், தற்போது மத்திய மாநில தேர்வாணையங்கள் அனைத்தும் பாடத்திட்டத்தில் ஆட்சி நிர்வாகம், சுற்றுச்சூழல் பிரச்னைகள், சமீபத்திய அறிவியல் தொழில்நுட்ப வளர்ச்சி, அரசின் வளர்ச்சித் திட்டங்கள், சமகாலப் பிரச்னைகள், நடப்பு நிகழ்வுகள், திறனறி தேர்வு போன்றவற்றுக்குத்தான் அதிக முக்கியத்துவம் கொடுக்கின்றன.

மாணவர்களிடையே உள்ள குறைபாடு களில் ஒன்று செய்தித்தாளில் செய்திகளை, கட்டுரைகளை வாசிப்பதே இல்லை. அப்படியே படிக்கத் தொடங்கினாலும் பேப்பரைத் திறந்தவுடன் விளையாட்டுச் செய்தி, அது சார்ந்த படங்கள், கொஞ்சம் சினிமா! அவ்வளவுதான். அப்படியே தூக்கிப் போட்டுவிட்டுச் சென்றுவிடுவது! ஆனால், அதுபோல் இருக்காதீர்கள்!

அன்றைய தினம் உள்ள தேசிய அளவிலான பிரச்னை, மாநில அளவிலான பிரச்னை, சர்வதேச நிகழ்வு குறித்து வாசியுங்கள்! பொருளாதார பிரச்னைகள், புதிய திட்டங்கள், புதிய நிகழ்வுகள் குறித்து ஆர்வத்துடன் தெரிந்து கொள்ளுங்கள். செய்தித்தாள் வாசிக்காமல் இதுபோன்ற கேள்விகளைத் தொடக்கூட இயலாது. அரசின் திட்டங்களை நன்கு தெரிந்துகொள்ளுங்கள்!

புதியன தெரிந்துகொள்ளுங்கள்!

குடியரசுத் தலைவருக்கும், பிரதமருக்கும் வித்தியாசம் தெரியாத அளவில்தான் நமது அரசியல் அறிவு உள்ளது!.

குடியரசுத் தலைவர் தேர்தல் என்று செய்தித்தாளில் படித்தால், குடியரசுத் தலைவர் யார்? எப்படித்தேர்ந்தெடுக் கப்படுகிறார்? அந்த தேர்தல் எவ்வாறு நடைபெறும்? யார் யாரெல்லாம் வாக்களிப்பார்கள்? தேர்தல் எங்கு நடைபெறும்? அந்தத் தேர்தலில் ஏதேனும் பிரச்னை என்றால் எங்கு வழக்கு தொடுப்பது? குடியரசுத் தலைவருக்கான குறைந்தபட்ச வயது என்ன? குடியரசுத்தலைவர், பிரதமர் என்ன வேறுபாடு? குடியரசுத் தலைவருக்கு உள்ள அதிகாரங்கள் என்ன? பணிக்காலத்தில் இறந்த குடியரசுத் தலைவர் யார்? குடியரசு துணைத் தலைவர் பங்களிப்பு என்ன? பணி என்ன? குடியரசுத் தலைவர், குடியரசு துணைத் தலைவர் இருவருமே இல்லை என்றால் யார் வழிநடத்துவது? அமைச்சரவை முடிவைக் குடியரசுத் தலைவர் கண்டிப்பாக ஏற்க வேண்டுமா? மறுக்க முடியுமா? அப்படி ஏதேனும் நிகழ்ந்துள்ளதா என்பதையெல்லாம் முழுமையாகத் தெரிந்துகொள்ளுங்கள்!

இளைஞர்களே! இன்றைய உங்களுடைய தொழில்நுட்ப அறிவை கிண்டல், கேலிகள், மீம்ஸ்கள் போடுவதில் வீணாக்காதீர்கள்!

நன்கு தெரிந்துகொண்டு பேசுங்கள்!

செய்தித்தாள்களில் தலையங்கம் படியுங்கள்! முக்கிய நிகழ்வு, அன்றைய பிரதான பிரச்னைகள், முடிவுகள் தலையங்கமாக வரும். சுருக்கமான அளவில் நிறைய தகவல்களை, திறனாய்வு நிலையில் வழங்கியிருப்பார்கள்! அவற்றை அவசியம் படிக்க வேண்டும்!

மேலும், நடுப்பக்கக் கட்டுரை படியுங்கள்! நடப்பு நிகழ்வுகளோடு தொடர்புடைய, அல்லது அப்போது பரபரப்பாகப் பேசப்பட்டுக்கொண்டிருக்கும் நிகழ்வு பற்றி துறைசார் வல்லுநர்கள், சிறந்த எழுத்தாளர்கள, தேர்ந்த சமூக ஆர்வலர்கள் விரிவான கட்டுரை தந்திருப்பார்கள்! அவசியம் படியுங்கள்!

நம்முடைய மக்கள் பிரதிநிதிகளை அதாவது எம்பி., எம்எல்ஏக்களை, அமைச்சர்களை விமர்சித்து மீம்ஸ் போடுவதற்கு முன்பு, அவர்கள் பணி என்ன? அதிகாரம் என்ன? எப்படிச் செயல்படுகிறார்கள்? சட்டமன்றம் என்றால் என்ன? நாடாளுமன்றம் என்றால் என்ன? அதில் மாநிலங்களவை என்றால்

என்ன? மக்களவை என்றால் என்ன என்றெல்லாம் தெரிந்துகொள்ளுங்கள்!

பல கல்லூரிகளுக்கு நான் சென்றிருக்கிறேன். சமீபத்தில் நடந்த நாடாளுமன்ற தேர்தல் பற்றிக் கேட்டால், நாடாளுமன்ற மக்களவைத் தேர்தலில் போட்டியிடுவதற்கான குறைந்தபட்ச வயது என்ன என்பதுகூட தெரியவில்லை. ஆனால், நாம் நமது எம்பிக்களை கிண்டலடித்துக்கொண்டிருக்கிறோம். விமர்சனம் செய்வது தவறல்ல! ஆனால் குறைந்தபட்ச அடிப்படை விஷயம்கூட தெரியாமல் நாம் பிறரை விமர்சிப்பது என்பது எப்படி ஒரு அறிவார்ந்த சமுதாயத்திற்குரிய செயலாக இருக்க முடியும்?

சமகால அறிவை வளர்த்துக் கொள்ளுங்கள்!

சமீபத்தில் அரசியலமைப்புச் சட்டப்பிரிவு 370 குறித்து, நாடாளு மன்றத்தில் ஒரு வரலாற்றுச் சிறப்புமிக்க முடிவு எடுத்தார்கள். ஆனால் அதைப்பற்றி எதுவுமே தெரியாமல் நாம் கடுமையான விமர்சனத்தை முன்வைக்கிறோம்!

பல மாணவர்களிடம் கேட்கிறேன் 370, 34A என்றால் என்னவென்று? ஆனால் தெளிவான பதில் என்பதே கிடையாது. காஷ்மீருக்கு அநீதி இழைத்து விட்டார்கள், அவ்வளவுதான் பதில்.

காஷ்மீர் என்றால், கல்ஹாணா ராஜதரங்கணியிலிருந்து ஆரம்பிக்க வேண்டும்! ஜெயினலுப்தீன் என்பவர் யார்? அவருடைய ஆட்சி முறை, மதம் சார்ந்த நிலைப்பாடு என்ன? அக்பர் காலத்தில் துவங்கி ரஞ்சித் சிங் காலம் வரை நடந்தது என்ன? ரஞ்சித்சிங் எப்படி காஷ்மீரைப் பெற்றார்? ராஜா ஹரிசிங் என்பவர் யார்? 1948-ல் என்ன ஒப்பந்தம் செய்துகொள்ளப்பட்டது?

ஒரு நாட்டின் மாநிலங்கள் சார்ந்த பிரச்னை ஐநா சபைக்கு எப்படிச் சென்றது? ஷேக் அப்துல்லா யார்? அவருடைய பங்களிப்பு என்ன? நேருவின் பங்களிப்பு என்ன? சர்தார் வல்லபாய் பட்டேல் கொடுத்த ஆலோசனை என்ன? இந்தியா - பாகிஸ்தான் போர் 1962-ல் எப்படி உருவானது? பாகிஸ்தான் ஆக்கிரமிப்பு காஷ்மீர் என்றால் என்ன? சீனா விளையாடிய சித்து விளையாட்டு என்ன? அக்சைஷின் என்றால் என்ன? காஷ்மீர், ஜம்மு, லடாக் மக்களின் கலாசார பண்பாட்டு வாழ்க்கைமுறை வேறுபாடுகள் என்ன? 370 சிறப்புப் பிரிவால் அந்த மாநிலம் நிதி உட்பட எவ்வளவு சிறப்பு வசதிகளைப் பெற்றது? ஆனால், அதற்குரிய வளர்ச்சியைப் பெற்றுள்ளதா, குறிப்பாகத் தமிழ்நாடு, கர்நாடகா, மகாராஷ்டிரா போன்ற மாநிலங்கள் பெற்றுள்ள வளர்ச்சியை அத்தகைய இயற்கை வளம் மிகுந்த அந்த மாநிலம் பெற்றுள்ளதா? ஏன் பெறவில்லை? இங்குள்ளவர்கள் எல்லாம் **காஷ்மீர், காஷ்மீர் என்று கூப்பாடு போடுகிறார்கள்! ஆனால், அந்தப் பகுதியைச் சேர்ந்த லடாக் எம்பி ஜம்யங் செரிங் நாம்க்யால் மக்களவையில் பேசும்போது, 370 பிரிவால் காஷ்மீர் என்ன வளர்ச்சியைக் கண்டது?** குறிப்பாக நாங்கள் படும் துயரத்தை அறிவீர்களா? உங்களுக்கு காஷ்மீர் பற்றி என்ன தெரியும்? கடந்த காலம் குறித்து தெரிந்துகொள்ளாமல் எதுவும் பேசாதீர்கள். எங்களுக்குத்தான் வலி தெரியும் என்று உணர்ச்சிபொங்க பேசி ஒரே நாளில் உலகப் புகழ்பெற்றார்.

இதுதான் நிஜம் !

காரணம் எதைப்பற்றியும் முழுமையாகத் தெரிந்துகொள்வதில்லை. படிப்பதில்லை. ஆனால், எப்பொழுது பார்த்தாலும், எங்குப் பார்த்தாலும் இதைப் பற்றி விமர்சனம் செய்துகொண்டு கிண்டல் கேலி செய்வதுதான் நம்முடைய பணியாக உள்ளது.

மாணவர்களே! இந்த நிலையிலிருந்து முற்றிலுமாக மாறுங்கள்! இப்பொழுது எவ்வளவோ இணைய வசதிகள் வந்து விட்டன. நீங்கள் எதை நினைத்தாலும் அடுத்த நிமிடம் தெரிந்துகொள்ள முடியும். அதுசம்பந்தமான ஆவணங்களை,

புத்தகங்களை, குறிப்புகளைத் தேடி எடுத்துவிட முடியும். ஆகையால், எதையும் தெரிந்துகொண்டு உண்மை நிலை என்ன என்பதை உணர்ந்து செயல்படுங்கள்!

காவல்துறை அதிகாரி என்ற முறையில் பல மாணவர்களிடமும், மாணவர் அமைப்புகளிடமும் உரையாடி இருக்கிறேன். இதிலிருந்து தெரிய வருவது என்னவென்றால் குறுகிய புத்தி கொண்ட, எவ்வித வேலையும் இன்றி, போதிய கல்வி அறிவு இன்றி, நாட்டின் வளர்ச்சியைக் கருதாமல், ஏதாவது மலிவான விளம்பரத்திற்குக் கோஷம் போடும் கும்பல்கள், சதா காலமும் ஏதேனும் ஒரு விஷயத்தில் பிரச்னையை உருவாக்க வேண்டும் என்றே பல அமைப்புகள் திட்டமிட்டு மாணவர்களைத் தவறான முறையில் வழி நடத்துவதாகவே தெரிகிறது. இதுபோன்ற போலிகளிடம் மிகுந்த கவனமாக இருங்கள்.

ஆக்கபூர்வமான விஷயங்களில் கவனம் செலுத்துங்கள்!

சமீபத்தில் மதுரை உலகத் தமிழ்ச் சங்கத்தில் ஓர் ஆய்வரங்கத்தில் கலந்துகொண்டேன். தமிழக அரசு, தமிழ் வளர்ச்சித்துறை சார்பாக உலகத் தமிழாராய்ச்சி நிறுவனம் மூலம் மாவட்டந்தோறும் திறமையான இளைஞர்களைத் தேர்வுசெய்து **இளம் தமிழர் இலக்கியப் பாசறை** எனும் பெயரில், அவர்களுக்கு இலக்கிய வாசிப்பு, கட்டுரை வரைதல், மொழிப்பயிற்சி, பேச்சுத்திறன் வளர்த்தல் என சிறப்பான பயிற்சியை அளித்தனர்.

ஒரு வார காலத்திற்குப் பல்வேறு தமிழ் அறிஞர்கள், மொழியியல் வல்லுநர்கள், பல்துறை சாதனையாளர்கள் சொற்பொழிவு நிகழ்த்தி மாணவர்களை உற்சாகப்படுத்தினர். போக்குவரத்து, தங்குமிடம், உணவு, பயணப்படி உட்பட அனைத்தும் இலவசமாக அரசால் வழங்கப்பட்டது. நம்மில் எத்தனை பேருக்கு இப்படிப்பட்ட அரசுத் திட்டம் தெரியும்? இந்த நல்ல திட்டங்களை நாம் எங்கேயாவது சொல்லி இருக்கிறோமா? பெருநகரங்களில் பயிலும் மாணவர்களுக்கு நிறைய நல்ல வாய்ப்புகள் கிடைக்கும். தவறவிட்டு விடாதீர்கள்!

இலக்கியம் சார்ந்த, பொருளாதாரம் சார்ந்த, மொழியியல் சார்ந்த கருத்தரங்குகள், கூட்டங்கள், சொற்பொழிவுகள், ஆய்வரங்கங்களில் தவறாமல் கலந்துகொள்ளுங்கள்!.

தேடலை வளர்த்துக்கொள்ளுங்கள்!

நான் போட்டித் தேர்விற்குப் படித்துக்கொண்டிருக்கும்போது சீறாப்புராணம் பாடத்திட்டத்தில் இருந்தது. சீறாப்புராணம் குறித்து சில நூல்கள் இருந்தாலும் அதுகுறித்து ஆய்வுப் பார்வை, ஆய்வுக் கட்டுரை படிக்க ஆசைப்பட்டேன். எங்குத் தேடியும் கிடைக்கவில்லை. எந்த ஆசிரியரைக் கேட்டாலும் தெரியவில்லை.

தரமணி உலகத் தமிழாராய்ச்சி நிறுவன நூலகத்தில் படித்து கொண்டிருக்கும் போது 'சீறா ஆய்வுத் திரட்டு' எனும் அற்புதமான ஆய்வு நூலை அறிந்தேன். முன்னாள் சபாநாயகர் தமிழ்க்குடிமகன் தலைமையில், இளையான்குடி சதக்கத்துல்லா கல்லூரியில் நடந்த சொற்பொழிவுகள் தொகுக்கப்பட்டு புத்தகமாக வெளியிடப்பட்டுள்ளதாக கூறினார்கள்! எங்கு தேடியும் கிடைக்க வில்லை! அந்த ஒரு புத்தகத்தை வாங்குவதற்காக சென்னையில் இருந்து கிளம்பி இளையான்குடிக்குச் சென்றேன்.

அந்தக் கல்லூரியில் இதைப்பற்றி நான் சொன்னவுடன் ஆச்சர்யமாக, இதற்காக இவ்வளவு தூரம் வந்தீர்களா? என இலவசமாகவே கொடுத்தார்கள்!

அனைத்தும் தமிழாய்ந்த அறிஞர்களின் சொற்பொழிவு! எதையோ தேடிக் கண்டுபிடித்துவிட்ட, சாதித்த உணர்வுடன் அந்தப் புத்தகத்தைப் பேருந்தில் வரும்போதே படிக்கத் தொடங்கினேன்!.

அதேபோல் சட்டம் படித்துவிட்டு

போட்டித் தேர்வுக்குப் புவியியலை விருப்பப் பாடமாக எடுத்தேன். பிறகுதான் தெரிந்தது, ஒரு புத்தகம்கூட புவியியல் குறித்து தமிழில் இல்லை என்று! சில பயிற்சி நிறுவனங்கள் வழங்குகின்ற பாடங்களைத்தான் படிக்கும் நிலை இருந்தது, ஆனால் அதில் எனக்கு சிறிதுகூட திருப்தி உண்டாகவில்லை!

மீண்டும் தேடலைத் தொடங்கினேன். திருவல்லிக்கேணியில் அனைத்து புத்தகக் கடைகளிலும் குறிப்பாக நடைபாதைக் கடைகளில் பழைய புத்தகக் கடைகளில் அலைந்து திரிந்து நானே புத்தகங்களை அள்ளிப்போட்டுத் தேடினேன்.

பல ஆண்டுகளுக்கு முன்பு தமிழ்நாட்டுப் பாடநூல் நிறுவனம் வெளியிட்டிருந்த புவிப் புறவியல் *(Geomorphology)*, கால நிலையியல் *(Climatology)*, பேராழியியல் *(Oceanography)*, குடியிருப்பு புவியியல் *(Settlement Geography)* என பல அரிய புத்தகங்களை, அதிலும் ஆங்கில மொழிபெயர்ப்புப் புத்தகங்களைத் தேடிக் கண்டுபிடித்ததும் பெரும் புதையல் கிடைத்தது எனத் துள்ளிக் குதித்து, 15 ரூபாய் புத்தகங்களை 200 ரூபாய் கொடுத்து வாங்கி வந்து படித்தேன். அப்படித்தான் இந்தத் தேர்வில் வெற்றி பெற முடிந்தது.

தேவையும் தேடலும் இருந்தால் யாவையும் சாத்தியமாகும் என்பதை மறந்துவிடாதீர்கள்! உங்கள் தேடலில் ஒருபோதும் சமரசம் செய்துகொள்ளாதீர்கள்!

பெரிய பொக்கிஷம் கிடைத்து விட்டதாகவே கருதி அந்தப் புத்தகங்களைப் படித்து முடித்துவிட்டுத் தான், அடுத்த வேலை என்பதுபோல செயல்பட்டேன்.

அறிவு அற்றம் காக்கும் கருவி

அறிவுஅற்றம் காக்கும் கருவி செறுவார்க்கும்
உள்ளழிக்க லாகா அரண்.

இதன் அர்த்தம் என்னவெனில், பகைவர்களால், நம் எதிரிகளால், நம்மிடம் உள்ள அனைத்தையும் அழித்துவிட முடியும், எடுத்துக்கொள்ள முடியும்! ஆனால், நம் அறிவை ஒருபோதும் அவர்களால் அழிக்க இயலாது. அதனால் அறிவை வளர்த்துக்கொள்ள வேண்டும். அதைத்தான் பிரான்சிஸ் பேகன், அறிவே பலம் *(Knowledge is Power)* என்று கூறினார்.

இந்த மொழியில் எவ்வளவோ இலக்கிய வளங்கள் கொட்டிக்கிடக்கின்றன! சங்க இலக்கியங்கள் பூத்துக் குலுங்குகின்றன. காப்பிய இலக்கியங்கள் முரசு கொட்டுகின்றன! பக்தி இலக்கியங்கள் பரவசப்படுத்துகின்றன! நாவல், நவீன இலக்கியங்கள் நவரசப்படுத்துகின்றன. இலக்கியக் காட்சிகள், மொழியியல் ஆய்வுகள் நிரம்பி வழிகின்றன.

தமிழில் எண்ணற்ற நூல்கள் படைக்கப்பட்டிருந்தாலும், ஆகச்சிறந்த குறைந்தபட்ச நூல்களையாவது படியுங்கள்! உங்களை எழுச்சிபெறச் செய்யக்கூடிய, உத்வேகப்படுத்தக்கூடிய, உற்சாகப்படுத்தக்கூடிய சில சுயசரிதை நூல்களை அவசியம் படியுங்கள்! இந்த நூல்கள் மூலம் அந்தப் பெரிய மனிதர்களின் வாழ்க்கை மட்டுமல்ல, அந்நாளைய தமிழ்ச் சமூக வரலாறு, மக்கள் வாழ்க்கை முறை, மொழிப் போராட்டம், சுதந்திரப் போராட்டம் கடந்து வந்த பாதை போன்றவற்றை உணர்ந்துகொள்ள முடியும்.

தமிழ் தாத்தா உ.வே.சா அவர்களின் 'என் சரித்திரம்', 'திரு.வி.க வாழ்க்கை குறிப்புகள்', நாமக்கல் கவிஞர் ராமலிங்கம் பிள்ளையின் 'என் கதை', சீனி விஸ்வநாதன் எழுதிய 'மகாகவி பாரதியார் வரலாறு', சுத்தானந்த பாரதியாரின் 'சோதனையும் சாதனையும்', ம.பொ.சியின் 'எனது போராட்டம்', காந்தியின் 'சத்திய சோதனை', 'நேருவின் சுயசரிதை' போன்ற புத்தகங்கள் அவசியம் படிக்க வேண்டியவை.

அதேபோல் உங்களை உற்சாகப்படுத்தக்கூடிய, வீறுகொண்டு எழச்செய்யக் கூடிய சில சுய முன்னேற்ற நூல்களையும் படியுங்கள். ராபின்

ஷர்மா படைப்புகள் அனைத்தும் வெறும் போதனைகளாக இல்லாமல் வாழ்க்கையைக் கொண்டாடச் செய்யக்கூடிய நிகழ்வுகளோடு, வெற்றியை நோக்கிப் பயணிக்கும் வித்தையைச் சொல்வதாக உள்ளது. 'தனது பொக்கிஷத்தை விற்ற துறவி', 'பெருவாழ்வு', 'மேன்மைக்கான வழிகாட்டி', 'நீ உயிர் துறக்கும்போது அழுபவர் யாரோ?' போன்ற புத்தகங்கள் படிக்க வேண்டியவை. ஓரிரு பக்கங்களில் எளிமையாக கருத்துகளைச் சொல்லியுள்ள பாங்கு போற்றத்தக்கதாகும்.

பிரையின் ட்ரேசியின் 'தவளையை உண்ணுங்கள்' (*Eat the Frog*), 'தவளையை முத்தமிடுங்கள்'(*Kiss the Frog*) போன்ற புத்தகங்கள், தலைப்பு ஒருவித முகச் சுளிப்பை உண்டாக்கினாலும், மிக அருமையான கருத்து வளத்தை, வெற்றிக்கான சூத்திரத்தைச் சொல்லக்கூடிய புத்தகங்கள்.

எந்த ஒரு பணி நமக்கு மிகப்பெரிய வெற்றியைக் கொடுக்குமோ, எந்த ஒரு செயல் கடினமானதோ, அதைத்தான் தவளை என்கிறார். அந்தக் கடினமான ஒன்றை எப்படியாவது சாப்பிட்டே ஆகவேண்டும். அப்போதுதான் வெற்றி என்பதை நினைத்துப் பார்க்க முடியும் என்று அழகாக விளக்கி இருப்பார்.

சோர்வுகொள்ளாதீர்கள்!

'சுமையினுக்கு இளைத்திடேல்

கேட்டிலும் துணிந்து நில்'

சூரரைப் போற்று' என்று பாரதி சொல்வது போல, எவ்வளவு துயரம், துன்பம், வலி வரினும் தாங்கிக்கொள்ளும் திறனை வளர்த்துக்கொள்ள வேண்டும்.

'சோதிடந்தனை இகழ்' என்று பாரதி சொல்வது போல, மந்திரத்தால் மாங்காய் விழாது என்பதை நன்கு புரிந்துகொள்ள வேண்டும். 'முயற்சிதன் மெய்வருத்த கூலி தரும்' என்று வள்ளுவர் சொன்னது நிச்சயிக்கப்பட்ட உண்மை. உங்களுடைய உழைப்புக்கேற்ற ஊதியத்தை நிச்சயம் பெறுவீர்கள்!

நாமக்கல் கவிஞர் ராமலிங்கம் பிள்ளை

உணர்ந்து அனுபவித்து சொல்கிறேன்! கடந்த காலத்தை நினைத்துப் புலம்பாதீர்கள், சோர்வு படாதீர்கள்! நடந்ததை நினைத்து வருந்திக்கொண்டேயிருக்காதீர்கள்! புலம்பாதீர்கள்! நடந்தது நடந்ததுதான்! அதைப் பேசி, புலம்பி, கண்ணீர்விட்டு என்ன ஆகப்போகிறது? அடுத்து என்ன செய்வது என உற்சாகமாக சிந்தியுங்கள்!

பாரதியார் சொல்வார்,

'தீமை எல்லாம் கடந்துபோகும் திரும்பி வாரா' என்று!

பாரதியாரைப் படியுங்கள்! நீங்கள் எந்தத் துறையைச் சார்ந்திருந்தாலும், உங்கள் மன வளத்திற்கு, சிந்தனையை மேம்படுத்த, நம்மை நாமே உற்சாகப்படுத்திக்கொள்ள, எழுச்சிகொள்ள நிச்சயம் பாரதியாரின் பாடல்களைக் கொஞ்சமாவது படியுங்கள்.

நான் தேர்வுக்குத் தயாரான காலத்தில் இரவு முழுவதும் படிப்பேன்! இரண்டாம் ஜாமத்துக்கு மேல் சற்று சோர்வு ஏற்பட்டால், களைப்பாக உணர்ந்தால் உடனே பாரதியார் பாட்டை உரக்கச் சொல்வேன்.

அதைச் சொல்லும்போதே ஒரு வேகம் உண்டாகும்! 'எங்கள் தந்தையர் நாடெனும் போதினிலே ஒரு சக்தி பிறக்குது மூச்சினிலே' என்பதுபோல, ஒருவித ஆர்ப்பரிக்கும் சக்தி உருவாவதாக உணர்வேன்!

'எண்ணிய முடிதல் வேண்டும்!

நல்லவே எண்ணல் வேண்டும்!

திண்ணிய நெஞ்சம் வேண்டும்!

தெளிந்த நல்அறிவு வேண்டும்!

பண்ணிய பாவ மெல்லாம்

பரிதிமுன் பனியே போல
நண்ணிய நின்முன் இங்கு
நசித்திடல் வேண்டும் அன்னாய்!

நினைப்பதை அடைய வேண்டும். அதனால் நல்லதையே எண்ணல் வேண்டும், திறன் படைத்த வலிமையான நெஞ்சம் வேண்டும், மெச்சத்தக்க பரந்துபட்ட தெளிவான அறிவு வேண்டும். பண்ணிய பாவமெல்லாம் சூரியன்முன் உள்ள பனியைப்போல விலகிட வேண்டும் என்று கூறுகிறார்.

எல்லோருடைய வாழ்விலும், எல்லா மனிதரையும், பாரதியாரின் ஏதாவது ஒரு வரி வீறுகொண்டு எழச்செய்யும்!

உள்வாங்கிப் படியுங்கள்! நீங்களும் உணர்வீர்கள்.

நூலகம் செல்லுங்கள்!

கல்லூரிப் படிப்பு அவ்வப்போது, ஒருவித மந்தத் தன்மையையும், சோர்வையும் கொடுக்கும். என்ன செய்வது என்று தெரியாமல் திணறடிக்கும். அந்த நிலையில் நூலகத்திற்கும், புத்தகக் குவியலுக்குள்ளும் சென்றுவிடுங்கள்! ஏதேனும் ஒரு புத்தகம், ஒரு நூல், ஒரு வாசகம், ஒரு வரி, உங்கள் வாழ்க்கையை மாற்றிவிடக்கூடும்.

பல கல்லூரிகளில் மிகச்சிறப்பான நூலகத்தை வைத்துள்ளார்கள். ஆனால், மாணவர்கள்தான் அதைப் பயன்படுத்துவது இல்லை.

ஏன் நூலகம் செல்ல வேண்டுமெனில், அதாவது பாடப்புத்தகத்தைத் தாண்டி பல்வேறு தலைப்பிலான புத்தகங்கள், ஆய்வுக் கட்டுரைகள், முனைவர் பட்ட ஆய்வு அறிக்கைகள், பழம்பெரும் நூல்கள் என சகலத்தையும் நாம் பார்க்க முடியும்.

மேலும் ஒரு பாடத்திற்கு உரிய பல்வேறு பட்ட நூல்களை, நாம் கண்டறிய முடியும்! நாம் என்னதான் அறையில் அமர்ந்து படித்தாலும் நம் சிந்தனைகள் எங்கெங்கோ ஓடிக்கொண்டுதான் இருக்கும். அந்த வகையில் நூலகத்தில், நூலக வளாகத்தில் அமர்ந்து படிக்கும் போது, அந்த அமைதியான சூழல், அந்த ஒரு ரம்மியமான காட்சியமைப்பு, நம்மை மேலும் படிக்கத் தூண்டும். பல்வேறு புத்தகங்களைப் பார்க்கப் பார்க்க அதை எடுத்து வந்து குறிப்பு எடுப்பது, தகவல்களைத் திரட்டுவது என வாசிப்பின் மீதான ஆர்வத்தை அதிகப்படுத்துவதில் நூலகம்தான் பெரும் பங்கு வகிக்கிறது என்பதில் மாற்றுக்கருத்து இருக்க முடியாது. ஆகையால் மாணவர்களே! கல்லூரிப் பருவத்தில் நூலகத்தை நன்கு பயன்படுத்திக்கொள்ளுங்கள்!

ஏனெனில் கல்லூரி முடித்த பிறகு வேலை தேடும் படலத்தில் உங்களுக்கு படிப்பதற்கான நேரமே இல்லாத ஒரு சூழ்நிலை உருவாகிவிடும். ஆதலால் இந்தக் காலகட்டத்தைச் சிறப்பாகப் பயன்படுத்துங்கள்!

பெரிதினும் பெரிது கேள்!

பாரதியார் புதிய ஆத்திசூடியில் சொல்வார், 'பெரிதினும் பெரிது கேள்' என்று! மாணவர்களே! இதை ஒரு தாரக மந்திரமாகவே எடுத்துக்கொண்டு செயல்படுங்கள்!

பெரிதினும் பெரிது கேள்! என்னே வார்த்தை இது! கேட்பதைத்தான் கேட்கிறோம், ஏன் சிறிதாகக் கேட்க வேண்டும்? ஏன் நாம் ஒரு தாழ்வு மனப்பான்மை கொள்ள வேண்டும்? ஏன் தாழ்த்திக் கொண்டு யாசிக்க வேண்டும்?

பெரிதினும் பெரிது கேள்!

ஆகச்சிறந்த வெற்றியைக் கேள்! உலகத்தரத்திலான திறமையை வெளிப்படுத்து! மகத்தான ஒன்றைக் கேள்! மகத்துவமான ஒன்றைச் செயல்படுத்து!.

மகோன்னதமான ஒன்றை உருவாக்க முயலுங்கள்! மாசற்ற மாமனிதன், மாற்று இல்லாத தங்கம் என நிரூபியுங்கள் நம்செயல்திறன் உலகத்தரத்தில் இருக்க வேண்டும். எந்த வேலையாக இருந்தாலும் அதில் ஓர் உன்னதத்தை, நேர்த்தியை கடைப்பிடியுங்கள்!

நான் போட்டித் தேர்வு எழுதும்போது ஆரம்ப நிலையில் 1999-ல் எழுதிய குரூப்- 4 எனப்படும் கிளர்க் தேர்வே தேர்ச்சிபெற முடியவில்லை. ஆயினும் அடுத்த ஆண்டு 11.6.2000 அன்று தமிழக அரசின் குடிமைப்பணித் தேர்வு எழுதும் போது, காலியிடங்கள் 74, தேர்வு எழுதியது கிட்டத்தட்ட மூன்று லட்சம் பேர். நாம் வெற்றிபெறவேண்டுமெனில் 2,99,926 போட்டியாளர்கள் தோல்வியடைய வேண்டும். இதைத் தாண்டி நம் மதிப்பெண்கள் செல்ல வேண்டும்! குரூப் -4 தேர்வின் தோல்வி அவ்வப்போது வலியை ஏற்படுத்திக்கொண்டு இருந்தாலும், குரூப்-1 தேர்வுக்குத் தயாரானபோது, துணை ஆட்சியர், காவல் துணைக் கண்காணிப்பாளர் பதவியைத் தவிர வேறு பணியை மனதால்கூட கற்பனை செய்யவில்லை!

வெறித்தனமான உழைப்பை செலுத்தினேன!

முதல்நிலைத் தேர்வு எனப்படும் *Preliminary* தேர்வு, கொள்குறி வினாக்கள் கொண்டதாக இருக்கும். அதில் 200 கேள்வி கேட்பார்கள்.. மாதிரி தேர்வு எழுதிப் பார்க்க மிகுந்த ஆசைப்பட்டேன். ஆனால், இப்போது உள்ளதுபோல மாதிரி தேர்வுப் புத்தகங்களோ, வினாத்தாள் தொகுப்புகளோ அப்போது கிடைக்கவில்லை.

கிரானிக்கல், காம்பெடிசன் சக்சஸ் ரிவியூ, காம்பெடிசன் சக்சஸ் ரெபிரஷர், சிவில் சர்வீஸ் டைம்ஸ், பிரதியோகித தர்பன் போன்ற இதழ்களில் வந்த பல தேர்வுகள் தொடர்பான அதாவது *SBI,RBI,RRB* தேர்வுகளின் பல ஆண்டு ஒரிஜினல் வினாத்தாள்களை,தொகுத்து பயிற்சி செய்து பார்த்தேன். தேர்வு என்பது வெறும் 200 வினாக்கள் மட்டுமே! ஆனால் நான் பயிற்சி செய்து பார்த்தது,கிட்டத்தட்ட 27000 வினாக்கள் ஆகும். அந்த வினாக்களின் தொகுப்பை, இன்றுவரை பைண்ட் செய்து பத்திரமாக வைத்துள்ளேன். இதை பெருமைக்காக சொல்லவில்லை! எந்த நிலையிலும் வெற்றி நழுவிவிடக்கூடாது என்ற கடின உழைப்பை வெளிப்படுத்துவதற்காகவே குறிப்பிடுகிறேன்.

இரவு நேரங்களில் அதுவும் குறிப்பாக இரவு ஒரு மணியில் இருந்து 3 மணி வரை மாதிரி வினாக்கள் பயிற்சி செய்வேன். திருத்திவிட்டு மீண்டும் எந்தெந்த வினாக்களில் எந்தெந்த பாடத்தில் தவறு செய்திருக்கிறோம் என்பதைக் குறித்துக் கொண்டு அதைப்பற்றி தீவிரமாக யோசிப்பேன். காலை 5 மணிக்குத்தான் சற்று கண்ணயர்வேன்.. இப்படியாக ஐந்து மாதங்கள் தொடர்ச்சியாக முதல்நிலைத் தேர்வுக்குக் கடுமையான பயிற்சியை மேற்கொண்டேன்!

தேர்வுக்குப் படித்துக்கொண்டிருக்கும் போது, அந்த நாளில் இந்தப் பிரபஞ்சத்தில் இரவு முழுக்க விழித்துக்கொண்டிருந்தது இரண்டே பேர்தான்.. ஒன்று நிலா, மற்றொன்று நான். சூரியன் உதிப்பதற்கு சற்று முன்பாக வைகறைப்பொழுதில்தான் இருவரும் விடைபெறுவோம்.

முதல்நிலைத் தேர்வு முடிந்தது. வெற்றியைத் தவிர வேறு ஒன்றை என்னால் கற்பனை செய்யவே முடியவில்லை. எதிர்பார்த்ததுபோலவே வெற்றிபெற்றேன்!

எழுத்துத் தேர்வு (Main Exam)

எழுத்துத் தேர்வு! இரண்டு விருப்பப் பாடங்கள் எடுக்க வேண்டும்! நான் ஐந்து ஆண்டுகள் படித்தது சட்டம் ஆனால் விருப்பப்பாடமாக தமிழையும், புவியியலையும் எடுத்துக்கொண்டு தரமணி உலகத் தமிழாராய்ச்சி நிறுவனத்தில் ஒரு வேள்வியை, யாகத்தை நடத்தினேன் என்று தான் சொல்ல வேண்டும்!

20 கிலோ டம்மி எனப்படும் வெள்ளை பேப்பர் வாங்கிவந்து, எழுதி எழுதி பலமுறை குறிப்புகள் எடுத்து, கிழித்தெறிந்துவிட்டு மீண்டும் மீண்டும் புதிய புதிய தகவல்களைப் பல தமிழ் மற்றும் ஆங்கிலப் புத்தகங்கள், புவியியல் சார்ந்த மாத இதழ்களில் இருந்து பல புதிய செய்திகளைச் சேகரித்து விரிவான

குறிப்புகளை, கட்டுரைகளை தயார் செய்தேன்.

எப்படிக் கேட்டாலும், என்ன மாதிரி கேள்வி கேட்டாலும் பதில் அளிக்க வேண்டும் என்ற எண்ணத்தில், சிந்தை முழுதும் இந்த தேர்வு மட்டுமே ஆக்கிரமிப்பு செய்திருந்தது. பழைய வினாத்தாள்கள், பல்வேறு மாதிரித் தேர்வு வினாத்தாள்களை சேகரித்து எனக்கு நானே தேர்வு எழுதித் திருத்திக் கொண்டேன்.

அதாவது **பெரிதினும் பெரிது கேள்!**

இன்னும் சொல்லப்போனால் முதல் ரேங்கில் வெற்றிபெற வேண்டும் என்ற வெறியில் உழைத்தேன்! மற்றவர்களால் முடிந்த ஒன்று ஏன் நம்மால் முடியாது என்று தீவிரமாக நம்பினேன்! எந்தச் செயலிலும், எந்த முயற்சியிலும் இந்த வார்த்தைகளைப் பொருத்திப் பாருங்கள்!

இறந்தவர்களுக்கு உயிர் கொடுப்பதைத் தவிர மற்ற அனைத்தும் நம்மால் செய்ய முடியும் என்ற வெறியில் கடுமையாக உழைத்தேன்!

மீண்டும் எழுத்துத் தேர்வில் வெற்றி பெற்று நேர்முகத்தேர்வு வந்தது! அதற்கும் செய்தித்தாள்கள், வார, மாத இதழ்கள் என சேகரித்து, என்னென்ன நடப்பு நிகழ்வுகள் என்று தீவிரமான குறிப்புகளைத் தயார் செய்து எனக்கு நானே கேள்வி கேட்டு விடை அளித்து பேசிப் பேசி பயிற்சி செய்து பார்த்தேன். எந்த ஒரு பயிற்சி மையத்திலும் சேரவில்லை.

நேர்முகத் தேர்வு 15.3.2002 என்று நினைக்கிறேன். முதல் நாள் என் நண்பன் ரமணி காந்தன் வீட்டில் வேளச்சேரியில் தங்கியிருந்தேன். நேர்முகத் தேர்வில் வெற்றிபெற்று விட்டால், இந்த சாமானிய கடலூர் மாவட்டம் போத்திரமங்கலம் கிராமத்தைச் சார்ந்த செந்தில்குமார் டெபுடி கலெக்டராகவோ அல்லது டிஎஸ்பி ஆகவோ ஆகிவிடலாம்! தோல்வி என்றால் மீண்டும் முதல்நிலைத் தேர்வில் இருந்து மூன்று பிரசவத்திற்குத் தயாராவது போல தயாராக வேண்டும். ஒருவித நிலை கொள்ளாத மனநிலையில், வேளச்சேரி-தரமணி சாலையில் கனவுகளோடு நடந்து கொண்டிருந்தேன், ஒரு தேநீர் கடையில் இசைத்தட்டு ஒலித்துக்கொண்டிருந்தது.. காற்றில் வந்த தேவ வரிகள் என் காதில் விழுந்தன.

'புது ராஜ வாழ்க்கை நாளை உன் சொந்தம்' என்ற வரிகள் தேனமுதாய் மீண்டும் மீண்டும் ஒலித்தது. அப்படியே ஸ்தம்பித்துப்போய் நின்றுவிட்டேன்! மீண்டும் முதல் வரி வந்தது..

'நீதானே எந்தன் பொன்வசந்தம்

புது ராஜ வாழ்க்கை நாளை உன் சொந்தம்' தொடர்ந்து அந்தப் பாடல் அமிழ்தமாய் இனித்தது. ஆனால், **'புது ராஜ வாழ்க்கை நாளை உன் சொந்தம்'** அந்த வரிகள் மட்டுமே என் காதுகளில் ரீங்காரமாய், தேவனின் குரலாய் ஒலித்துக் கொண்டிருந்தது.. மனத் தவிப்புக்கும், அன்றிருந்த பதற்ற நிலைக்கும், என் கடின உழைப்புக்கும் இறைவன் கொடுத்த மாமருந்தாகவே அந்த வரிகளை எடுத்துக் கொண்டேன்..

அப்போதே முடிவுசெய்துவிட்டேன் நிச்சயம் நாளைய நேர்முகத் தேர்வை சிறப்பாகச் செய்கிறோம்; மகத்தான வெற்றி பெறப்போகிறோம் என்று! நேர்முகத் தேர்வு முடிந்தது. சட்டம் சார்ந்து சில கடினமான கேள்விகள் கேட்கப் பட்டாலும் நன்றாகவே செய்ததாக உணர்ந்தேன். அறையை விட்டு வெளியே வந்ததும் மீண்டும் என் மனதுக்குள் அந்த தேவ வரிகளே ஓடிக்கொண்டிருந்தன..

'புது ராஜ வாழ்க்கை நாளை உன் சொந்தம்' என்று!

தேர்வு முடிவுகளுக்காக மிகுந்த ஆர்வத்துடன் காத்துக்கொண்டிருந்தேன். இதற்கு இடைப்பட்ட காலத்தில் குரூப்-2 தேர்வில் வெற்றிபெற்று திருச்சியில் உள்ளாட்சித்துறை ஆடிட்டராக பணி புரிந்துகொண்டிருந்தேன். அப்போது தான் செல்போன் வந்த காலகட்டம்!

ஒருநாள் துறையூர் ஒன்றிய

அலுவலகத்தில், தணிக்கை முடித்து விட்டு வந்து சமயபுரம் டோல்கேட்டில் இறங்கி, அந்திப் பொழுதில் தேநீர் அருந்திக் கொண்டிருந்தேன்! என் நண்பன் மாணிக்கவேல் *IRS*-ன் தம்பி கொளஞ்சி எனது அலைபேசிக்கு அழைத்தான்!

'தலைவா, குருப்-1 ரிசல்ட் வந்துடுச்சு, நீங்க டி.எஸ்பி. ஆயிட்டீங்க' என்றான், 'டேய் நல்லா பாத்தியா?' என்றேன். **'929639 உங்க நம்பர், நீங்க டிஎஸ்பி ஆயிட்டீங்க!' என்றான்.**

'புது ராஜ வாழ்க்கை நாளை உன் சொந்தம் என்ற வரிகள்' இப்போது மனதுக்குள் ஒலித்தது! கொள்ளிடம் ஆற்றுக்குச் சென்று மணல்வெளியில் நட்டநடுப் பகுதியில் யாருமில்லா தனிமையில் அந்த வரிகளை மீண்டும் வெகு சத்தமாக பாடினேன்.

அந்த வைர வரிகளை தமிழுக்குத் தந்த கவியரசு வைரமுத்துவுக்கு என் நெஞ்சம் நிறைந்த நன்றிகளை தெரிவித்துக்கொள்கிறேன்! அவரது பல பாடல்கள் எனக்குப் பிடித்தாலும் இந்த வரி என் வாழ்வோடு கலந்த ஒன்றாகி விட்டது!

உங்களை மட்டுமே நம்புங்கள்!

"இங்கு ஜெயிக்கிற குதிரைக்குதான் மாலையும் மரியாதையும் என்பதை மனதில் ஆழமாகப் பதியவையுங்கள்!"

உங்களுடனே இருப்பார்கள், உங்களுக்காகப் பேசுவார்கள், உங்களுக்காகச் செய்வதாக சொல்லிக்கொள்வார்கள். ஆனால், ஒருபோதும் அவர்கள் நீங்கள் அல்ல! ஒருபோதும் உங்களுடைய வெற்றியை அவர்கள் விரும்பமாட்டார்கள்! உங்களுக்கான ஆட்டத்தை நீங்கள்தான் ஆடவேண்டும்! உங்களுக்கான உணவை நீங்கள்தான் உண்டாக வேண்டும்!

வினைத்திட்பம் என்பது ஒருவன் மனத்திட்பம்
மற்றைய எல்லாம் பிற.

ஒரு காரியத்தில் வெற்றிபெறுவது என்பதெல்லாம் முழுக்க முழுக்க ஒருவரின் தனிப்பட்ட திறன் சார்ந்த விஷயமே, தவிர மற்ற காரணிகள் பொன், பொருள், அதிகாரம், அந்தஸ்து எல்லாம்

அடுத்துதான்! சச்சின் டெண்டுல்கர் ஆட்டத்தை அவரது பயிற்சியாளரால் கூட ஆட இயலாது. இளையராஜாவின் இசையை அவரது தந்தையாராலும் அல்லது அவரது தன்ராஜ் மாஸ்டராலும் படைக்க இயலாது!

கடுமையான உழைப்பும், நீடித்த பயிற்சியும்தான் உங்களை உச்சத்திற்கு கொண்டுசெல்லும்! மாணவப் பருவத்திலேயே இந்தப் பழக்கத்தை வளர்த்துக்கொள்ளுங்கள்! கல்லூரியை விட்டு வெளியே வந்துவிட்டால் நீங்கள் பார்க்கும் இந்த உலகம் மிகக் கடுமையான போட்டியைக் கொடுக்கும்! வேலை கிடைக்காத நிலையில் மிகப்பெரிய விரக்தியையும் அவமானத்தையும் சந்திப்பீர்கள்! அங்கீகாரமின்றி தவிப்பீர்கள்!

வள்ளுவர் சொல்வார்,

**அருமை உடைத்தென்று அசாவாமை வேண்டும்
பெருமை முயற்சி தரும்.**

எந்த ஒரு செயலையும், ஐயோ இது ஒரு பெரிய செயல் என்று யோசித்து தயங்கி நின்றுவிடாதீர்கள்! உங்களுடைய ஆகச்சிறந்த உழைப்பைக் கொடுங்கள். அந்தக் கடின உழைப்பு அதற்கேற்ற பலனை மகத்தான வெற்றியை நிச்சயம் கொடுக்கும்!

நீ எதுவாக நினைக்கிறாயோ அதுவாகவே ஆகிறாய்!

நடக்கும் என்று நம்பி கடுமையாக உழைப்பை செலுத்தினால் நிச்சயம் நடக்கும்! அப்படி நடக்க வில்லையெனில் நம் நம்பிக்கை பாதியிலே ஆட்டம் கண்டுவிட்டது என்றுதான் அர்த்தம்! நம் ஊக்கம் ஊசிப்போய்விட்டது என்று உணர்ந்துகொள்ள வேண்டும்!

எப்படி சரி செய்வது என்று தீவிரமாக யோசிக்க வேண்டும்!

உங்களை மட்டுமே முழுமையாக நம்பி செயல்படுங்கள்! உங்கள் திறமை மீது நம்பிக்கை வைத்து அதிகபட்ச கடின உழைப்பை செலுத்துங்கள் நிச்சயம் வெற்றிபெறுவீர்கள்!

காலத்திற்கேற்ப, இணையம், முகநூல், வாட்ஸ் அப் என அனைத்து தொழில்நுட்ப வளர்ச்சியையும், சமூக வலைதளங்களையும் நமது வெற்றிக்குப் பயன்படுத்துங்கள்! தற்போது அனைத்தும் அலைபேசியில் கிடைக்கிறது! அடுத்த நொடியில் எதையும் தெரிந்துகொள்ள முடியும்!

நமது இலக்கை லட்சியத்தை அடைந்துவிட்டால், அந்த வெற்றிக் கோட்டைத் தொட்டுவிட்டால் எப்படி இருக்கும் என்பதை அடிக்கடி கற்பனை செய்துகொள்ளுங்கள்! அது நடந்து விட்டால், கிடைத்துவிட்டால், அந்தத் தேர்வில் ஜெயித்துவிட்டால், அந்த பதவியைப் பெற்றுவிட்டால் என்ற கற்பனைக் காட்சி, உங்களை வீறுகொண்டு எழச்செய்யும்! புது உத்வேகம் கொள்வீர்கள்! இலக்கை நோக்கி மீண்டும் ஓட முடியும்!

பிறரால் முடிந்த ஒன்று ஏன் நம்மால் முடியாது? நிச்சயம் முடியும்!

பாஞ்சாலி சபதத்தில் பீமன் சபதமாக பாரதி கூறுவார்,

'**இது நான் கூறும் வார்த்தைகள்
என்றெண்ணிட வேண்டாம்
நடைபெறும் காண்பீர் உலகத்தீரே**'

எப்போதுமே நம்முடைய தேவைகளை நோக்கங்களை லட்சியங்களை சுருக்கிக் கொள்ளக்கூடாது. குன்றின்மேல் ஏறி நில்! பார்வையை விசாலமாக்கு! என்று பாரதிதாசன் சொன்னதுபோல, உயர்ந்த சிந்தனைகள் உயர்ந்த பார்வையைப் பெற்றிருக்க வேண்டும்.

புதியன சிந்திக்க வேண்டும்

எப்பொழுதும் வெற்றிபெற வேண்டும் என்ற வேட்கையில் வித்தியாசமாக சிந்திக்க வேண்டும். உங்களுக்கெல்லாம் டெடி பேர் (Teddy bear) பொம்மை தெரியும். அது எப்படி வந்தது என்ற கதை தெரியுமா?

அமெரிக்காவில் தியோடர் ரூஸ்வெல்ட்

என்றொரு ஜனாதிபதி இருந்தார். அவர் ஒருமுறை மிஸிஸிப்பி மாகாணத்திற்கு அலுவல் விஷயமாகச் சென்றார். ஓய்வு நேரத்தில் அந்த மிஸிஸிப்பி மாகாண கவர்னர் ஜனாதிபதியை, கரடி வேட்டைக்குப் போகலாமென்று அழைத்தார்.

தியோடர் ரூஸ்வெல்ட்

வேட்டைக்குச் சென்ற அமெரிக்க ஜனாதிபதிக்கு கரடி கிடைக்கவில்லை. மற்ற அனைவரும் கரடியை வேட்டையாடிய நிலையில் ஜனாதிபதிக்கு ஒன்றும் கிடைக்கவில்லை. அவருடைய உதவியாளர் ஒரு கரடியைப் பிடித்து வந்து ஜனாதிபதியிடம் அதைச் சுடுமாறு கூறுகிறார். ஆனால் ஜனாதிபதி முடியாது என்று மறுக்கிறார்.

இந்த நிகழ்வை இரவு விருந்தில் சிலர் பேசிக்கொண்டிருக்க, அதை காதில் வாங்கிய வாஷிங்டன் கார்ட்டூனிஸ்ட் பத்திரிகையாளர் ஒருவர், மறுநாள் கார்ட்டூனாக அந்த நிகழ்வை வரைந்து இதழில் வெளியிடுகிறார்.

இதழில் அந்த கார்ட்டூனைப் பார்த்த ஒருவர் அந்தக் கரடியைப் போன்றே தோற்றம் கொண்ட பொம்மையை தன் மனைவியின் உதவியுடன் செய்து தன் கடை வாசலில் வைக்கிறார்.

இதைப் பார்த்த சிலர் தங்களுக்கும் இதுபோன்று பொம்மை வேண்டும் என்று கேட்கின்றனர்.

கரடி பொம்மையைத் தயாரித்த அந்த மனிதர், அமெரிக்க ஜனாதிபதிக்கு ஒரு கடிதம் எழுதுகிறார்.

செய்தித்தாளில் வந்த கார்ட்டூன் படத்தைப் பார்த்து பொம்மை செய்தேன். அதேபோன்று சிலர் செய்து தருமாறு வேண்டுகிறார்கள். இந்த பொம்மைக்கு தங்களுடைய செல்லப் பெயரை வைத்து விற்பனை செய்ய அனுமதிக்க வேண்டும் என்று கடிதம் எழுதினார்.

ரூஸ்வெல்ட்டும் அனுமதி அளித்து விட்டார். அவரின் செல்லப் பெயர் ‘டெடி’.

அதாவது *THEODER* என்பதை ‘டெடி’ என்று செல்லமாக அழைப்பார்கள்.

அந்த பொம்மைதான் தற்போது ‘டெடி பியர்’ என உலகம் முழுக்க விற்பனையாகிக் கொண்டிருக்கிறது. அடுத்த தேர்தலில் ரூஸ்வெல்ட், டெடிபியர் பொம்மைகளை வைத்து வாக்கு சேகரித்தாராம்.

செய்தித்தாளில் பார்த்த ஒரு நிகழ்வை தன்னுடைய படைப்பாற்றல் மூலம் எப்படி ஒரு சாதனையாக மாற்றியமைத்தார் பாருங்கள் அந்தக் கடைக்காரர்!

மாணவர்களே! நன்றாக சுயமாக சிந்திக்கக் கற்றுக்கொள்ளுங்கள். சுதந்திரமாக செயல்படுங்கள். அனைவரும் ஒரே மாதிரி இருக்க முடியாது.

உங்களுடைய ஆட்டத்தையே நீங்கள் ஆடுங்கள்! உங்கள் இயல்பில் இருந்து மாறாதீர்கள்! வெற்றிக்குத் தேவையான உத்திகளில் உங்களுக்கு முடிந்த அளவில், தேவையான அளவு மட்டும் மாற்றத்தைச் செய்துகொள்ளுங்கள்.

சிலர் சொல்வார்கள், விடியற்காலை எழுந்து படிக்க வேண்டுமென்று! நான் உறங்கச் செல்வதே விடியற்காலை ஐந்து மணிக்குதான்! இரவு முழுவதும் படிப்பேன், வைகறைப் பொழுதில்தான் சற்று கண்ணயர்வேன்!

ஒவ்வொருவருக்கும் ஒருவித செயல்வகை, உத்தி இருக்கும்! பிறருடன் ஒப்பிட்டுக்கொண்டு நம்மைத் தாழ்வாக நினைத்து, தேவையில்லாத மாற்றத்தை ஏற்படுத்திக் கொள்ளாதீர்கள்.

சான்றோர் நட்பு

‘எரிகிற தீபம்தான் இன்னொரு தீபத்தை ஏற்ற முடியும்!’ என விவேகானந்தர் கூறியது போல, ஒரு வெற்றியாளன்தான்

இன்னொரு வெற்றியாளனை உருவாக்க முடியும்! சான்றோர் என்றால், ஆன்று அவிந்து அடங்கிய வயதில் உள்ள மூத்த பெரியோர் நட்பு மட்டும்தான் என்று எண்ணிவிட வேண்டாம். அறநெறி சார்ந்த ஒழுக்கத்தில் உயர்ந்த, அறிவில் சிறந்த அனைவருமே சான்றோர்தான். நம் அறிவை விசாலப்படுத்தி சிந்தனையைத் தூண்டக்கூடிய உற்சாகப்படுத்தக் கூடிய மனிதர்களுடன் - நண்பர்களுடன் பழகுங்கள்!

சோம்பேறிகள், எதையும் நக்கல் அடிப்பவர்கள், அழுகுணி புத்தி கொண்டோர், பீடை பிடித்தோர், கிண்டல் கேலி செய்வதையே தொழிலாகக் கொண்டவர்கள் போன்ற எதிர்மறை எண்ணம் உடையோர் நட்பை, தொடர்பை அறவே தவிர்த்துவிடுங்கள்!

மருவுக மாசற்றார் கேண்மை ஒன்றீந்தும்

ஒருவுக ஒப்பிலார் நட்பு

வள்ளுவர் சொல்வார், நல்லவர்கள் சான்றோர், அறிவிற்சிறந்த பெரியோர்களிடம் எப்படியாவது நட்பை, பழக்கத்தை ஏற்படுத்திக் கொள்ள வேண்டும்.

தரமில்லாதவர்கள், தீயோர்களின் நட்பை, அழுக்குக் குணம் கொண்டோரின் உறவைப் பணம், விலை உயர்ந்த பொருளைக் கொடுத்தாவது விலக்கிக் கொள்ள வேண்டும். அவர்களை விட்டு ஓடிவிட வேண்டும், இல்லையெனில் அந்த தரித்திரம் நம்மைத் தொற்றிக்கொள்ளும்!

வள்ளுவரே மற்றொரு குறளிலும் இந்தக் கருத்தை வலுப்படுத்துமாறு கூறுவார்.

அறனறிந்து மூத்த அறிவுடையார் கேண்மை

திறனறிந்து தேர்ந்து கொளல்.

அறம் உணர்ந்த, தன்னைவிட சகலத்திலும் அறிவில் சிறந்த மூத்தோரின் சான்றோரின் நட்பை எப்படியாவது பெற்றுவிட வேண்டும். அதுதான் வெற்றிக்குரிய தாரக மந்திரமாகும் என்கிறார்.

இன்றைய தேவை செயல் மட்டுமே!

சொல்லுதல் யார்க்கும் எளிய அரியவாம்

சொல்லிய வண்ணம் செயல்!

சொல்வது எளிது! செய்வது கடினம்! ஆதலால் வெறும் பேச்சு பேசி, வீணே பொழுதைக் கழிக்காமல், செயல் வீரனாய் இருங்கள்!

இப்போதே செயல்படுங்கள்! இந்த நொடியில் தொடங்குங்கள்! சர்க்கரை என்று தாளில் எழுதி சுவைத்துப் பார்த்தால் இனிக்காது. கடினமாக உழைக்கும்போது வியர்வைத் துளிகூட சர்க்கரையைப் போல தித்திக்கும்.

எந்த ஒரு வேர்வைக்கும்

வெற்றி ஒருநாள் வேர் வைக்கும்

என்பதை மறந்துவிடாதீர்கள்!

வெறும் திட்டங்கள் தீட்டிக் கொண்டிருக்காமல், குரு பெயர்ச்சி, சனிப்பெயர்ச்சி, அமாவாசை, பௌர்ணமி எனக் காத்திராமல் இந்த விநாடி முதல் இறங்கிச் செயல்படுங்கள்!

மழித்தலும் நீட்டலும் வேண்டா உலகம்

பழித்தது ஒழித்து விடின்!

என வள்ளுவர் சொல்கிறார்.

திருப்பதி, பழநிக்குப் போய் மொட்டை போடுறதும் வேண்டாம், சபரி மலை, காசிக்குப் போகிறேன்னு தாடி வச்சிகிட்டு அலையவும் வேண்டாம். உலகத்துக்கு மாறான பழிச்செயல்களை, அறம் தவறிய, ஒழுக்கம் தவறிய இழிசெயல்களை செய்யாமல் இருந்தாலே போதும், இறை அருள் கிட்டும் என்கிறார்!

'மனமது செம்மையானால் மந்திரம் ஜெபிக்க வேண்டாம்' செயல்தான் தேவை! இறை தத்துவம்! கடவுள் சரணாகதி உங்களைக் காத்து நிற்கும்! ஆனால் உங்கள் உழைப்புதான் உச்சத்திற்கு கொண்டு செல்லும்.

சட்டியில் இருந்தால்தான் அகப்பையில் வரும் - இது பழமொழி.

புத்தியில் இருந்தால்தான் பத்தியில்

எழுதமுடியும் - இது புது மொழி என்பதை மறந்துவிடாதீர்கள்!

படித்துப் படித்து நினைவுபடுத்திக் கொண்டேயிருங்கள்! சொல்லிச் சொல்லிப் பாருங்கள்! நண்பர்கள் கூட்டத்தில் சற்றுத் தள்ளியே நில்லுங்கள்! சுயத்தை வளர்த்துக்கொள்ளுங்கள்! எந்த ஒரு சூழ்நிலையிலும் யாருக்காகவும் எதற்காகவும் உங்கள் சுயத்தை மட்டும் இழந்துவிடாதீர்கள்! தனித்து நிற்கும் துணிவை வளர்த்துக்கொள்ளுங்கள்!

அப்துல் கலாம்

ஒரு சூரியன் உலகிற்கே ஒளியைக் கொடுக்கிறது! ஒரு நிலாஅகிலமெங்கும் பனியைப் பொழிகிறது! நம் ஒருவருடைய வெற்றி நம் குடும்பம், நட்பு வட்டம், நாம் சார்ந்த கிராமம் நம்மைப் போன்ற எளிய மனிதர்கள் அனைவருக்கும் வாழ்வையும், நம்பிக்கையையும் கொடுக்கும்!

நதி செல்லும் திசையிலே சென்றால் கடலுக்குத்தான் அடித்துச் செல்லப்படுவீர்கள்! எதிர்த்தும், குறுக்கும் நெடுக்குமாகச் சென்றால்தான் நீங்கள் போகவேண்டிய இலக்கை அடைய முடியும்! ஆதலால் தனித்துவமாக செயல்படுங்கள்!

ஒழுக்கத்தைக் கடைப்பிடியுங்கள்!

கண்ணியமாகச் செயல்படுங்கள்!

நனி சிறந்த நாகரிகத்தை வெளிப்படுத்துங்கள்!

ஒரு பஞ்சாயத்து பிரசிடென்டாகக்கூட இல்லாத அப்துல்கலாம், எப்படி நாட்டுக்கே பிரசிடென்ட் ஆனார்?

இந்திய வரைபடத்தின் கடைக்கோடி பகுதியைச் சார்ந்த மீனவ முஸ்லீம், எப்படி குடியரசுத் தலைவர் மாளிகையில், மக்கள் ஜனாதிபதியாக கோலோச்சி நின்றார்? இறை பக்தி, தனி மனித ஒழுக்கம், பணியில் நேர்மை, கடின உழைப்பு, நாட்டுப் பற்று! இந்த தேசத்திற்கு நம் பங்களிப்பைச் செய்ய வேண்டும் என்ற உண்மையான அர்ப்பணிப்பு உணர்வு இருந்தால் அப்துல் கலாம் ஐயாவைப்போல் நாம் அனைவருமே மகத்தான வெற்றியைப் பெறமுடியும்!.

பயணம் மேற்கொள்ளுங்கள்!

படிப்புக்கு இடையே இடையே அவ்வப்போது சிறு சிறு பயணம் மேற்கொள்ளுங்கள்! பிடித்த நண்பர்களோடு பிடித்த பாடல்களைக் கேட்டுக்கொண்டே பாடிக்கொண்டே, ஆடிக்கொண்டே பிடித்த இடத்திற்கு பயணம் செல்லுங்கள்!

பயணத்தோடு வரலாற்றையும் தெரிந்து கொள்ளும் ஆர்வத்தை வளர்த்துக் கொள்ளுங்கள்! செல்லுமிடமெல்லாம் அங்குள்ள வரலாற்றுச் சிறப்புமிக்க இடங்கள், வரலாற்று நிகழ்வுகள், புராதனக் கட்டடங்கள், பூர்வீக குடிகள் என பல்வேறு பட்ட மனிதர்களையும் சந்தித்து உரையாடுங்கள் நிறைய விஷயம் கற்றுக் கொள்வீர்கள்!

நம் ஊரில் சாதாரணமாக ஒரு வார்த்தை சொல்வார்கள்,

'அலையுற காலுக்குதான் சீதேவி' என்று!

நதிபோல ஓடிக்கொண்டேயிருக்க வேண்டும்!

தேங்குகிற குட்டை பாசி பிடித்து, புழு தங்கும்!

சீறிப்பாயும் நதி தன்னை நொடிதோறும் புதுப்பித்துக் கொண்டேயிருக்கும்.

அதுபோல் நம் பயணங்கள்தான் நம்மை உற்சாகமாக, புதியன அறிந்துகொள்ளும் சூழலை உருவாக்கும்.

'ஊர் சுற்றி புராணம்' என்றே ஒரு புத்தகத்தை ராகுல சாங்கிருதத்தியாயன் எழுதியிருப்பார்!

2000 ஆண்டுகளுக்கு முன்பே சீனப்பயணி யுவான்சுவாங் நாளந்தா பல்கலைக் கழகத்துக்கும், காஞ்சிக்கும் வருகைபுரிந்தபோது, இந்தக் காலத்தில் நாம் ஏன் பயணம் செய்யக் கூடாது?

சகோதர, சகோதரிகளே! உங்களுடைய கனவு இலக்கு தொடர்பான இடத்தை, மனிதர்களைச் சென்று பாருங்கள்! அவர்களைச் சந்தித்துப் பேசுங்கள். அது உங்களை மென்மேலும் செயல்படத் தூண்டும்! உங்கள் கனவைச் செதுக்க வழிவகை செய்யும்!

1998-ல் சட்டக் கல்லூரியில் படிக்கும்போது, நானும் என் அண்ணனும் ஒரு விஷயமாக திருச்சி கோட்டை சட்டம் ஒழுங்கு உதவி ஆணையராகப் பணியாற்றிக்கொண்டிருந்த எங்கள் உறவினரான செங்கமல மாமாவை பார்க்கச் சென்றிருந்தோம். அவர்தான் திருச்சி பிஷப் ஹீபர் பள்ளியிலே நான் சேரக் காரணமாக இருந்தவர். அதுநாள்வரை காவல்துறை பற்றிய எண்ணமோ கற்பனையோ எனக்கு வந்ததில்லை! அங்குச் சென்று அவரைப் பார்த்ததும் அவருக்கிருந்த மரியாதை, பலரும் அவரைப் பார்க்க காத்திருந்த காட்சி, இன்ஸ்பெக்டர், எஸ்.ஐ என காவலர்கள் அவருக்கு வணக்கம் வைத்து வரவேற்ற விதம், என்னை அறியாமலே காவல்துறை மீது ஒருவித பற்று உண்டாக்கிவிட்டது! அப்போதெல்லாம் போட்டித்தேர்வு பற்றி நான் நினைக்க வேயில்லை.

பிறகு நான் போட்டித் தேர்வு எழுதும்போது எந்தப் பணியைத் தேர்வுசெய்யலாம் என்ற குழப்ப நிலையில் எங்கள் அண்ணன் இந்த காட்சியை ஞாபகமூட்டி, அவர் ஜிப்ஸி வண்டியிலிருந்து இறங்கிய விதம், அலுவலகத்தில் அமர்ந்திருந்த காட்சி, பலருக்கும் உதவக்கூடிய இடத்தில் இருந்த அதிகார நிலை என பலவற்றையும் குறிப்பிட்டு என்னை டி.எஸ்.பி பணியையே தேர்வு செய்யுமாறு கூறினார். திருச்சி உழவர் சந்தை மைதானத்தில் மஞ்சள் சோடியம் விளக்கொளியில் அமர்ந்து நீண்ட நேரம் விவாதித்து, நானும் செங்கமல மாமாவைக் கண்ட காட்சியை நினைவு படுத்தி, டிஎஸ்பிதான் முதல் விருப்பம் என்று இறுதி முடிவெடுத்தோம். ஆதலால் நம் கனவுகள் விருப்பங்கள் சார்ந்த இடங்களைப் பார்த்து நமக்கு முன் சாதித்த அந்த மனிதர்களை சந்தித்து உரையாடுங்கள்! நிச்சயம் உத்வேகம் பெறுவீர்கள்!

இதனாலேயே போட்டித் தேர்வு தொடர்பாகக் காவல் பணியில் சேர்வது பற்றி என்னைப் பார்க்க வரும் இளைஞர்களை, மாணவர்களை சந்தித்து அவர்களுக்கு உரிய ஆலோசனைகளை வழங்கி, நம்பிக்கையோடு அனுப்பிவைப்பேன். என் மாணவர்கள் நீதிபதி உட்பட பல்வேறு தேர்வுகளில் வெற்றிபெற்றுள்ளனர் என்பதை மகிழ்ச்சியுடன் தெரிவித்துக் கொள்கிறேன்.

பல்வேறு இடங்கள், பலதரப்பட்ட மக்கள், பல்வேறு பழக்கவழக்கங்கள், பலதரப்பட்ட வரலாற்றுச் சின்னங்கள், கட்டடங்கள், கோயில்கள், இயற்கை அழகு, மலைகள், அருவிகள் என இயற்கையைப் பார்க்கும்போது நம் சிந்தனை, பார்வை விசாலமாகும். நம் செயல்திறன் கூடும்! பார்க்கும் அனைத்தும் பரவசத்தை உண்டாக்கும், நம் நடத்தையே நளினமாகும்! சக மனிதர்கள் மீது நேசம் கூடும்!

மனமது செம்மையானால்...

மாணவச் சகோதர சகோதரிகளே! மனத்துக்கண் மாசிலன் ஆதல் என்பது போல் மனத்தைத் தூய்மையாக வைத்துக் கொள்ளுங்கள்! சிந்தனையைச் செம்மைப் படுத்தி, உங்கள் எண்ணங்களை எழுச்சி யுடன் வைத்துக்கொண்டு தொடர்ந்து, கடின உழைப்பைச் செலுத்தும்போது சகலமும் சாத்தியமாகும்! மனத் தெளிவுதான் அனைத்திற்கும் அடிப்படைத் தேவை.

நானும் நண்பர்கள் அண்ணாதுரை, மாணிக்கவேல் மூவரும், ஆவினங்குடி

அரசு உயர்நிலைப் பள்ளியில் படிக்கும்போது, நினைத்துக்கூட பார்த்ததில்லை.. அண்ணாதுரை கலெக்டராக, நான் எஸ்பியாக, மாணிக்கவேல் வருமான வரித்துறை கூடுதல் ஆணையராக வருவோம் என்று! மூன்று பேருமே ஒரு சாதாரண விவசாயக் குடும்பத்தில் பிறந்து, அரசுப் பள்ளியில் படித்து, தலைமுறையில் முதல் நபராக அரசுப் பணியில் சேர்ந்தோம் என்பது குறிப்பிடத்தக்கதாகும். அதிலும் நானும் நண்பர் அண்ணாதுரையும் ஒரே மாவட்டத்தில் தஞ்சாவூரில் கலெக்டர், எஸ்பி ஆக பணிபுரிந்தது தஞ்சை பெருவுடையாரின் அருளாசி என்றுதான் சொல்ல வேண்டும்.

அரசுப் பள்ளியில் ஒரே வகுப்பில் படித்த நாங்கள் கலெக்டராக, எஸ். பியாக, வருமான வரித்துறை கூடுதல் ஆணையராக ஆகும்போது உங்களால் ஏன் முடியாது?

இன்று என்னவோ அரசுப் பள்ளியில் சேர்ப்பதை ஒரு தாழ்வாக எடுத்துக்கொள்கின்றனர். எந்த பள்ளியில் படித்தால் என்ன, தகுதி உள்ளது தப்பிப் பிழைக்கும்! விதை வீரியமாக இருந்தால் விண்ணில் கூட முளைத்துவிடும்!

அதேபோல் என் ஆத்ம நண்பன் ராணிப்பேட்டை எஸ்.பி மயில்வாகனன் நாங்கள் இருவரும் போட்டித்தேர்வு எழுதும்போதே நண்பர்களாகி, ஒரே பேட்சில் டிஎஸ்பி ஆகி பயிற்சியில் ஒன்றாக இருந்தாலும், அதன்பின் அவர் தென் மாவட்டங்களிலும், நான் வடமாவட்டங்களிலும் பணிபுரிந்து வந்தோம். பிறகு எஸ்பியாக பதவி உயர்வு பெற்றவுடன் ஒரே டிரான்ஸ்பர் ஆர்டரில் நான் பூக்கடை துணை ஆணையராகவும் அவர் அம்பத்தூர் துணை ஆணையராகவும், தொடர்ந்து அவர் புளியந்தோப்பு துணை ஆணையராகவும் பணிபுரிந்தோம். தலைமைச் செயலகம் எனது எல்லைக்குட்பட்டது என்பதால், அடிக்கடி பாதுகாப்புப் பணிக்கு

ரோஜா முத்தையா நூலகம்

வரும்போது, தலைமைச் செயலக ஜப்பான் ஹவுசிலும் தீவுத்திடல் பரந்த வெளியிலும் அமர்ந்து பேசிக்கொண்டிருப்போம்.

இருவரும் சென்னையிலிருந்து மாற்றப்பட்டோம். மனமது செம்மையாக இருந்தால் எல்லாமே மகிழ்ச்சியாகவே அமையும் என்பதற்கிணங்க டிரான்ஸ்பர் ஆர்டரைப் பார்த்தால்.. நான் திருச்சி எஸ்பி ஆகவும், அவர் திருச்சி சட்டம் ஒழுங்கு டி.சி ஆகவும் பணி நியமனம் செய்யப்பட்டு இருந்தோம். சொல்லொண்ணா மகிழ்ச்சி அடைந்தோம். இறை அருளால் சில ஆண்டுகள் நாங்கள் இருவரும் குடும்பம் சகிதமாக சகோதரி திருமதி வானதி மயில்வாகனன் *JRCS* உட்பட ஒரே இடத்தில் பணிபுரியும் பாக்கியம் கிடைத்தது. அரசுப்பணியில் மனம் விட்டு பேசக்கூடிய உண்மையான நட்பு என்பது அரிதான ஒன்று என்பதாலேயே இதைக் குறிப்பிட்டுச் சொல்கிறேன். இன்னுமே எனக்கு ஒரு கொடுப்பினை என்னவென்றால், நான் படித்த அனைத்து இடங்களிலும் எனக்கு பணிபுரியும் வாய்ப்பு கிடைத்ததுதான்!

திருச்சி பிஷப் ஹீபர் பள்ளியில் படித்தேன், திருச்சியிலேயே எஸ்பியாக, டிசியாக, தற்போது ரயில்வே எஸ்பி உட்பட பணிபுரியும் வாய்ப்பு கிடைத்தது. அதேபோல் 5 ஆண்டுகள் நான் படித்த சட்டக்கல்லூரி பகுதியான

பூக்கடை ஏரியாவுக்கே காவல் துணை ஆணையராகப் பணிபுரியும் வாய்ப்பு அமைந்தது. மேலும் நான் வாசிப்பை ஒரு தவமாய் மேற்கொண்ட தரமணி உலகத் தமிழாராய்ச்சி நிறுவனம் அமைந்துள்ள பகுதியை ஒட்டியுள்ள அடையாறு சரகத்திற்கு உதவி ஆணையராகப் பணிபுரிந்தேன்.. தொடக்கக் கல்வி கற்ற பிறந்த மாவட்டமான கடலூரில் பணிபுரியாவிட்டாலும், செங்கல்பட்டு டிஎஸ்பி, திருவள்ளூர் ஏடிஎஸ்பியாக பணிபுரிந்தபோது, நெய்வேலி என்எல்சி பிரச்னை, சிதம்பரம் பாதுகாப்புப் பணி எனப் பலமுறை எங்கள் மாவட்டத்திற்குப் பணி நிமித்தமாகச் செல்லும் வாய்ப்பு அமைந்தது. இந்த நிகழ்வுகள் எல்லாம் இறையருள் என்றுதான் சொல்ல வேண்டும்.

யாரையும், யாருடனும் ஒப்பிட்டுக் கொள்ளாதீர்கள்! எதையும் பார்த்து பிரமித்து நிற்காமல், யார் மீதும் எவ்வித வன்மமும் கொள்ளாமல் ராம்ஜெத்மலானி சுயசரிதை படைப்பான *SMALL MAN BIG EGOS* என்பதுபோல், நாம் எல்லாம் பெரியதொரு கர்வம் கொண்ட சின்ன மனிதர்கள் என்பதை உணர்ந்து மன வக்கிரங்களை அறவே அகற்றிவிட்டு, பாரதி பாடியதுபோல 'காணும் அனைத்திலும் உன் காட்சி தெரியுதுடா நந்தலாலா' என்பதுபோல் பழகும் அனைவரிடத்திலும் அன்பு செலுத்துங்கள்! அனைத்தும் கைகூடும், அசாதாரண வெற்றியைப் பெறுவீர்கள்!

முதல் முறை பார்க்கும் மரியாதையுடனும் கடைசியாகப் பார்க்கும் அன்புடனும் எப்பொழுதும் பழகுங்கள்! மனமது செம்மையானால் மகத்தான வாழ்க்கை நிச்சயம் சாத்தியமாகும்!

ஆக, மாணவர்களே!

இந்த மாணவப் பருவத்தை நன்கு பயன்படுத்திக்கொள்ளுங்கள், புத்தக வாசிப்பு, பயணங்கள், ஒழுக்கத்தை கடைப்பிடித்தல், கடின உழைப்பு, புதியன கண்டறிதல், அனுதினமும் புதுப்பித்துக் கொண்டேயிருத்தல், இன்றைய தேவை செயல் மட்டுமே என்பதை உணர்ந்து நீங்கள் அனைவரும் செயல்வீரனாகத் திகழ்ந்து மகத்தான வெற்றியைப் பெற்றிட வாழ்த்துகளைத் தெரிவித்துக்கொள்கிறேன்.

2

வாசிப்பே வாழ்க்கையாய்

வாசிப்பு என்பது மகா அனுபவம். சில புத்தகங்கள் வாசிக்க, வாசிக்க நம்மை அந்தக் கால சூழலுக்கே இழுத்துச் சென்றுவிடக்கூடிய சக்தி படைத்தவை. அந்தப் புத்தகத்தைப் படித்துவிட்டுத்தான் மறுவேலை என்பதுபோல நம்மை ஆக்கிவிடும். அப்படியே வேறு சில சிறு சிறு வேலைகள் பார்த்தாலும், அந்தப் புத்தகத்தைப் படித்துக்கொண்டேதான் இருப்போம். அப்படிப்பட்ட ஓர் உன்னத நிலையை நல்ல புத்தகங்கள்தான் நமக்கு உருவாக்கும்!

பள்ளிப் பருவத்திலேயே நான் பாடங்களைத் தாண்டி நிறைய புத்தகங்கள் வாசிக்க ஆரம்பித்தேன். அதிலும் குறிப்பாக அப்போது கடலூர் மாவட்டத்திலுள்ள எங்கள் ஊர் போத்திர மங்கலம் கிராமத்தில் வடகாட்டில் உள்ள, மின் மோட்டார் மூலம் நிலங்களுக்கு தண்ணீர் பாய்ச்சிக்கொண்டிருப்போம். இரவு 10 மணிக்கு மின்சாரம் நின்று பின்னர் வரும். அப்போது திரும்ப மோட்டாரை ஸ்டார்ட் ஆன் செய்து இயக்க வேண்டும். பெரியவர்கள் சிலசமயங்களில் இந்த நேரத்தில் தூங்கிவிடுவார்கள் என்பதால் என்னை அந்தப் பணிக்கு நியமிப்பார்கள், அப்போது நான் எட்டாம் வகுப்புதான் படித்துக்கொண்டிருந்தேன். அப்போது பெரும்பாலும் ராஜேஷ்குமார் நாவல்கள் தான் படித்துக்கொண்டிருப்பேன், ஆதலால் உறக்கம் என்பதே இருக்காது.

விவேக், ரூபலா துப்பறியும் கதைகளை படிக்கத் தொடங்கிவிட்டால், அதன் முடிவு தெரியும் வரை கீழே வைக்க இயலாது. ராஜேஷ்குமாரின் எழுத்துநடை அவ்வளவு விறுவிறுப்புடன் பிரமாதமாக இருக்கும். அப்போதுதான் பாக்கெட் நாவல், கிரைம் திரில்லர் என சின்னச் சின்னப் புத்தகங்களாக வெளியிடும் முறை உண்டானது. இதன் மற்றொரு சிறப்பு

என்னவென்றால் எங்கள் அண்ணனும் மிகுந்த படிப்பாளி. அவரும் நிறைய புத்தகங்களை வாசிப்பார். என்னைவிட மூன்று வயது பெரியவராக இருந்தாலும் ஒருமையில்தான் பேசிக்கொள்வோம், மிகுந்த அன்யோன்மாக இருப்போம். அவர் எனக்குத் தெரியாமல், நான் படித்துக்கொண்டிருக்கும் ராஜேஷ்குமார் நாவல்களை எடுத்துச் சென்றுவிடுவார், பெரிய ரகளையே நடக்கும். பிறகு சமாதானம் ஆகிவிடுவோம்.

இரவு நேரங்களில் அப்போதெல்லாம் குண்டு பல்பு எனப்படும் மஞ்சள் விளக்குதான் எரியும். அந்த மஞ்சள் விளக்கொளியில், மர நாற்காலியில் உட்கார்ந்துகொண்டும், கயிற்றுக் கட்டிலில் படுத்துக்கொண்டும், படிப்பது என்பது தனி சுகமாகும். மோட்டார் கொட்டகையில் இருந்து வெளியில் வந்து பார்த்தால் எங்கும் பச்சை நெல் வயல்வெளி, கும்மிருட்டாகக் காட்சியளிக்கும், சில நேரங்களில் திரில்லர் கதைகள் படித்துக்கொண்டிருந்துவிட்டு வெளியில் வந்தால் மிகுந்த அச்சத்தை உண்டாக்கும். ஆயினும் அதைப் படித்து முடித்தால் மட்டுமே ஒரு திருப்தி உண்டாகும். பின்னிரவு பொழுதுகளில் வெளியில் வந்து பார்த்தால் நிலா வெளிச்சத்தில் வயல்வெளிகளில், வாய்க்காலில் நீர் ஓடும் காட்சி ரம்மியமாக இருக்கும்.

தூரத்தில் 'மதுர மரிக்கொழுந்து வாசம், என் ராசாத்தி உன்னுடைய நேசம்' என்ற இளையராஜா பாடல் ரீங்காரமாய் ஒலித்துக்கொண்டிருக்கும். அப்போதெல்லாம் கரும்பு ஆலை அடிப்பார்கள், அதிலும் பரமசிவம் அண்ணன் ஆலை ஓட்டுவதுதான் மிகுந்த விசேஷமாக இருக்கும். அதாவது கரும்பை வெட்டிக்கொண்டுவந்து, அதைத் துண்டாக்கிச் சாறு பிழிந்து கொப்பரையில் ஊற்றி, நன்றாகக் காய்ச்சி தேவையான பொருள்களைச் சேர்த்து, நன்றாகக் கலக்கி தூய்மையான நாட்டு வெல்லம். அச்சு வெல்லம் போன்றவை தயாரிப்பார்கள். இதற்கென உடுமலைப்பேட்டையிலிருந்து கைதேர்ந்த தொழிலாளிகளை வரவழைப்பார்கள். பெரும்பாலும் இரவு நேரங்களில்தான் இந்த வேலை கன ஜோராக நடக்கும். பகலில் மனிதர்களும் மாடுகளும் களைப்படைந்துவிடக்கூடும் என்பதால், இரவில்தான் பெரும்பாலும் ஆலை ஓட்டுவார்கள். அந்தத் தொழிலாளர்களுக்கு களைப்பு தெரியாமல் இருக்கவும் உற்சாகமாக வேலை செய்யவும் பாடல் போட்டுவிடுவார்கள். 'மைதிலி என்னைக் காதலி' படப் பாடல்களான 'என் ஆசை மைதிலியே', 'ராக்கோழி கூவையிலே', 'உயிருள்ளவரை உஷா' படத்தில் வரும் 'அடி என்னாடி பந்தாடும் பாப்பாக்களே'! 'கட்டடிப்போம் கட்டடிப்போம் காலேஜுக்கு', 'என் தங்கை கல்யாணி' படப்பாடலான 'தன்னந்தனி காட்டுக்குள்ள ஜோடி நாம கூட்டுக்குள்ள' போன்ற பாடல்கள் ஆரவாரமாய் ஒலித்துக் கொண்டிருக்கும்.

அதேபோல் பாக்யராஜின் 'எங்க சின்ன ராசா' படத்தில் இருந்து 'கொண்ட சேவல் கூவும் நேரம், 'இது நம்ம ஆளு', 'நான் ஆளான தாமரை', ரஜினிகாந்த் பாடல்களான 'பொதுவாக எம் மனசு தங்கம்', 'ஆசை நூறு வகை', 'சொல்லி அடிப்பேனடி', 'தோட்டத்துல பாத்தி கட்டி', 'வேலை இல்லாதவன்தான் வேலை தெரிஞ்சவன் தான்' போன்ற பாடல்கள் உற்சாகமாய் தேவ கானமாய் இரவு முழுக்க ஒலித்துக் கொண்டே இருக்கும்.

எங்கள் மோட்டாரில் இருந்து, கரும்பு ஆலை அடிக்கும் இடம் அரை கிலோ மீட்டர் தூரம் இருக்கும். நிலா வெளிச்சத்தில், தண்ணீர் பாய்ந்தோடும். வரப்பு கரையில் நடந்து சென்று அங்கு கொஞ்ச நேரம் அமர்ந்து பாடல்களை ரசித்து கேட்டுக்கொண்டிருப்பேன்.

பரமசிவம் அண்ணன் பன்முக ஆளுமை கொண்ட ஒரு தரமான மனிதர். அவருடைய ஆலை கொட்டகைக்குத்தான் பெரும்பாலும் செல்வேன். அந்த இரவு நேரத்தில் கொதித்துக்கொண்டிருக்கும் வெல்லக் கொப்பரையில் பதமான

நிலையில், கொதிக்கும் வெல்லத்தை ஒரு பாத்திரத்தில் எடுத்து ஊற்றி, லேசாக இஞ்சி, பொட்டுக்கடலை, முந்திரி பருப்பு அல்லது உடைத்த வேர்க்கடலை தூவி அதைக் குச்சியில் உருட்டி சாப்பிடக் கொடுப்பார். அந்தக் குளிருக்கு சூடான வெல்லப்பாகு முந்திரிப்பருப்பு சுவையுடன் அமிழ்தமாய் இனிக்கும்.

அந்த நேரத்தில் 'பனிவிழும் மலர்வனம் உன் பார்வை ஒரு வரம்', 'ஆயிரம் தாமரை மொட்டுக்களே', 'மேகம் கருக்கையிலே', 'முகம் ஒரு நிலா விழி இரு நிலா' போன்ற பாடல்கள் ஒலிக்கும். அந்தக் குளிரில் இந்தப் பாடல்களைக் கேட்டுக்கொண்டே சூடான வெல்லப்பாகைச் சாப்பிடுவது என்பது தேனினும் இனிய அனுபவமாய் இருக்கும். அந்த நாட்களெல்லாம் இனி வருமா?

பரமசிவம் அண்ணன் ஒரு மகத்தான ஆளுமை. அனைத்து வேலைகளும் தெரிந்தவர். சிறந்த எலெக்ட்ரிஷியன், பிரமாதமாக வீடு கட்டுவார். மூங்கில் கழிகளைக் கொண்டு பந்தல் அமைப்பார். மாரியம்மன் கோயிலுக்கு நீண்ட காலம் அவர்தான் பூசாரியாகவும் இருந்தார். எல்லாக் கோயில் திருவிழாக்களையும் அவர்தான் எடுத்து நடத்துவார். ஊரில் உள்ள நல்லது கெட்டது என அனைத்து நிகழ்வுகளையும் தானே இழுத்துப் போட்டுக்கொண்டு செய்வார்.

நல்ல காரியம் ஆனாலும் கெட்ட காரியம் ஆனாலும், சமையல் செய்யும் பொறுப்பை அவரிடம் கொடுத்து விட்டால் போதும். ஆயிரம் பேருக்குக் கூட சாதாரணமாக சமைத்துப் போடுவார். குழந்தை பிறப்பு, மஞ்சள் நீராட்டு விழா, பெண் அழைப்பு, யாராவது இறந்து போனால் அந்த வீட்டில் தானாகவே முன் வந்து நின்று அனைத்து வேலைகளையும் செய்வதோடு, சுடுகாட்டில் நடைபெறும் இறுதிச் சடங்குகளையும் அவரே எடுத்துச் செய்வார்.

2002-ல் எங்கள் அப்பா திடீரென இறந்தவிட்டபோது நாங்களெல்லாம் அழுது கதறிக் கொண்டிருந்த நிலையில், அவர்தான் எல்லா நிகழ்வுகளையும் எடுத்து செய்தார். அதேபோல் இன்றும் எனக்கு நன்றாக நினைவிருக்கிறது சுடுகாட்டில் கடைசியாக எங்கள் அப்பாவின் முகத்தை விராட்டி வைத்து மூடும்போது "தம்பி அப்பா முகத்தை கடைசியாக பாத்துக்கப்பா" என்று சொல்லிக்கொண்டே, கலங்கிய கண்களுடன் அவர் கடைசியாக மூடிய அந்தக் காட்சியும், சொன்ன அந்த வார்த்தையும் இன்றும் ஒலித்துக் கொண்டே இருக்கிறது.

இப்படி எல்லோருக்கும் ஓடி ஓடி வேலை பார்த்த அந்த மகத்தான மனிதன், ஒரு நாள் வயலைச் சுற்றிப் போட்டிருந்த மின்வேலி கம்பியை சரி செய்யும்போது, மின்சாரம் பாய்ந்து இறந்துபோனார் என்ற செய்தி, எங்கள் அனைவருக்கும், ஏன் ஊருக்கே மிகப்பெரும் அதிர்ச்சியாகி விட்டது. நல்ல ஆரோக்கியமான கட்டுமஸ்தான உடல் கொண்ட, எவ்வித கெட்ட பழக்கமும் இல்லாத, சுறுசுறுப்பாய் எல்லோருக்கும் ஓடி ஓடி உழைத்த அந்த மனிதனின் இறப்பு என்பது போத்திரமங்கலம் கிராமத்துக்கே பெரும் இழப்பாகும்.

எங்கள் பக்கத்து வீட்டுக்காரரான அருமை அண்ணன் பரமசிவம், எங்கள் அப்பா மீது மிகுந்த மரியாதையும், என்னிடமும், என் சகோதர, சகோதரிகளிடமும் மிகுந்த பாசமும் கொண்டிருந்த அவரின் மறைவு, தனிப்பட்ட முறையில் எனக்கு மிகுந்த மன வேதனையையும் வலியையும் உண்டாக்கிவிட்டது. நான் எப்போது ஊருக்கு வந்தாலும், என் வண்டியைப் பார்த்துவிட்டு வந்து, அன்புடன் என்ன தம்பி, எந்த ஊர்ல இருக்க, எப்படி இருக்க என்று ஆசை பொங்க நலம் விசாரித்து விட்டுச் செல்லும் அந்த சகலகலா வித்தகன் இன்று இல்லை என்னும்போது உண்டாகும் வலியை, மறக்க, மறைக்க இயலவில்லை..

எங்கள் அப்பா நீண்ட காலம் துபாயில் வேலை பார்த்ததால் எங்கள் கையில் கொஞ்சம் பணப்புழக்கம் இருந்து

கொண்டேயிருக்கும். என் அண்ணன் அவ்வப்போது ராஜேஷ்குமார், பட்டுக்கோட்டை பிரபாகர், சுபா, புஷ்பா தங்கதுரை, ராஜேந்திர குமார் போன்றோர் நாவல்களை வாங்கி வருவார். சில நேரம் நண்பர்களிடம் இருந்து பழைய புத்தகங்களை வாங்கிக் கொண்டு வருவார். மணிக்கணக்காக படித்துக்கொண்டே இருப்போம்.

அதுவும் கோடைக்காலங்களில் வயல்களுக்கு தண்ணீர் தேவை அதிகமாக இருக்கும் என்பதால் மோட்டார் ஓடிக்கொண்டே இருக்கும். எனக்கும் பள்ளி விடுமுறைக் காலமாக இருக்கும் என்பதால், சிலசமயங்களில் எட்டு பத்து நாட்கள் மோட்டார் கொட்டகையிலேயே தங்கிக் கொள்வேன். மோட்டார் என்பது எங்கள் வீட்டில் இருந்து 3 கிலோ மீட்டர் தூரத்தில் இருக்கும். சாப்பாட்டை அங்கேயே எடுத்து வந்துவிடுவார்கள். முழு நேரமும் ரசனையாக படித்துக் கொண்டிருப்பதும், பாடல்கள் கேட்பதும், ஏதாவது எழுதுவதும்தான் பிரதான வேலையாக செய்துகொண்டிருப்பேன்.

இதெல்லாம் எட்டாவது படிக்கும் போதே நடந்தது. இதுபோன்ற சூழ்நிலைகளால் வாசிப்புப் பழக்கம் எனக்கு இயல்பாகவே உண்டாகிவிட்டது. இந்நிலையில்தான் எங்கள் அப்பா செம்மலையப்பர் கோயில் அருகிலுள்ள தற்போது நாங்கள் வைத்துள்ள மோட்டார் கொட்டகையைக் கட்டினார். அந்நாளில் கடுமையான வறட்சி ஏற்பட்டு, போர்வெல் தண்ணீர் கிடைக்காத நிலையில், எங்கள் அப்பா கிட்டத்தட்ட 35 இடங்களுக்கு மேல் போர் போட்டு தண்ணீருக்காக மிகுந்த முயற்சி எடுத்திருக்கிறார்.

அத்தனை முறை போர் போட்டும் தண்ணீர் கிடைக்காத நிலையிலும் மனம் தளராமல் எடுத்த முயற்சிதான், தற்போது வரை ஓடிக்கொண்டிருக்கும் எங்களுடைய போர்வெல் மோட்டார் ஆகும். இன்னும் சொல்லப்போனால் துபாயில் சம்பாதித்த பணத்தை எல்லாம் இந்த நிலத்தில், குறிப்பாக போர்வெல் போடுவதிலும், கிணறு வெட்டுவதிலும் முழுமையாக செலவு செய்தார் என்றுதான் சொல்ல வேண்டும்.

இந்த மோட்டார் போட்ட பிறகு, நான் வடகாடு மோட்டாருக்குச் செல்வது குறைந்துவிட்டது. பெரும்பாலும் இங்குதான் இருப்பேன். அப்போது தான் பக்கத்து மோட்டாருக்குச் சொந்தக்காரரான, அன்புடன் நான் சுவாமி என்று அழைக்கும் கோவிந்தராஜ் ஐயங்கார் பழக்கமானார். என்னைவிட 18 வருடங்கள் வயதில் மூத்தவர். ஆயினும் என்ன பந்த பாசமோ தெரியவில்லை, நாங்கள் இருவரும் அப்படி ஒரு நெருக்கமான நண்பர்களாகிவிட்டோம். பெரும்பாலும் என்னைவிட வயதில் மூத்த, அறிவில் சிறந்த நண்பர்களையே, அதிகளவில் நான் பெற்றுள்ளது இறைவனின் பாக்கியம் என்றுதான் சொல்ல வேண்டும்.

சுவாமி எங்கள் ஊர் பெருமாள் கோயில் மற்றும் கோழியூர் பெருமாள் கோயிலில் அர்ச்சகராகவும், திருமணங்கள் போன்ற சுப காரியங்களை நடத்திவைக்கும் புரோகிதராகவும் பணிபுரிந்து வந்தார். அவருடன் சைக்கிளில் ஏறிக்கொண்டு பல்வேறு இடங்களில் சுற்றுவது உண்டு. அப்படித்தான் மார்கழி மாதம் அதிகாலை பூஜைக்கு கோழியூர் பெருமாள் கோயிலுக்கு அழைத்துச் செல்வார்.

மார்கழி மாத வைகறை பூஜையில், ஆண்டாள் திருப்பாவையில் வரும் பாடல்களை 'மார்கழித் திங்கள் மதி நிறைந்த நன்னாளாம்' என்ற பாடல் தொடங்கி, எல்லா பாடல்களையும் ராகத்தோடு மனப்பாடமாக பக்தி மயமாகப் பாடுவார். முதன்முறையாக அந்த ஆண்டாள் திருப்பாவையைக் கேட்ட பிறகுதான் எனக்குத் தமிழ்ப் பாடல்களை, குறிப்பாக பக்திப் பாடல்களை, பள்ளி கடவுள் வாழ்த்துப் பாடல்களை மனப்பாடம் செய்ய வேண்டும் என்ற எண்ணம் உண்டானது.

அப்போது நான் எட்டாம் வகுப்பு படித்துக்கொண்டிருந்தேன். அப்போது

இருந்த கடவுள் வாழ்த்துப் பாடலான,

'வானாகி மண்ணாகி வளியாகி ஒளியாகி' பாடலை மதிப்பெண்ணுக்காக மட்டுமன்றி, அர்த்தம் புரிந்து ஆத்ம திருப்தியுடன் உள்வாங்கி மனப்பாடம் செய்தேன். அதுதான் முதன்முதலில் ஆத்மார்த்தமாக நான் படித்து நினைவில் வைத்துக்கொண்ட கடவுள் வாழ்த்துப் பாடல். நான் நினைத்துக்கூட பார்க்கவில்லை, அந்தப் பாடல் இடம் பெற்ற திருவாசகம் என்ற அற்புத படைப்பின் பெயரையே பிற்காலத்தில் என் மகனுக்கு சூட்டுவேன் என்று. அடுத்து ஒன்பதாம் வகுப்பு ஆவினங்குடி அரசு உயர்நிலைப் பள்ளியில் சேர்ந்தேன். ஒன்பதாம் வகுப்பில் இருந்த கடவுள் வாழ்த்துப் பாடலான,

'நெஞ்சகமே கோயில் நினைவே சுகந்தம்
அன்பே மஞ்சனநீர் பூசைகொள்ள வாராய் பராபரமே
அன்பர் பணிசெய்ய ஆளாக்கி விட்டுவிட்டால்
இன்பநிலை தானாக வந்தெய்தும் பராபரமே'

இந்தத் தாயுமானவர் பாடலையும் மனமுருகப் படித்தேன்.

சுவாமியின் பழக்கம் எனது வாசிப்பில் வேறு ஒரு மாற்றத்தை உண்டாக்கியது. அதாவது கவிஞர் கண்ணதாசன் புத்தகங்களை சுவாமி விரும்பிப் படிப்பார். அதேபோல் பாலகுமாரன் புத்தகங்களையும் வாசிக்கும் பழக்கம் அவருக்கு உண்டு. அவருடன் நிறைய விஷயங்களை மனம்விட்டு பேசிக்கொண்டு இருப்பேன். நிறைய நேரம் பல்வேறு விஷயங்களை விவாதிப்போம். மிகுந்த நெருங்கிய நண்பர்களாக இருந்தோம். எங்கள் ஊர் அருகிலுள்ள, விருத்தாசலம் பிரதான சாலையில் உள்ள சுமைதாங்கி கல்லில்தான் அடிக்கடி உட்கார்ந்து பேசிக்கொண்டிருப்போம். அப்படித்தான் ஒருநாள் பேசும்போது கண்ணதாசனின் 'அர்த்தமுள்ள இந்து மதம்' நூல் பற்றிச் சொன்னார். அந்தப் புத்தகத்தின் சிறப்பைப் பற்றி விளக்கினார். அப்போதெல்லாம் சுவாமியிடம் எனக்கு நட்பு இருந்ததே தவிர, இறைபக்தி என்பதெல்லாம் பெரிதாக இல்லை. அவரைப் பார்க்க வீட்டிற்குச் செல்லும்போது, அர்த்தமுள்ள இந்து மதத்தின் ஏதாவது ஒரு பாகத்தை படித்துக் கொண்டிருப்பார்.

ஒருநாள் அதன் முதல் பாகத்தை வாங்கிக்கொண்டு வந்து படித்தேன். அந்தப் புத்தகம் படிக்கத் தொடங்கிய உடன் எனக்கு மிகவும் பிடித்துவிட்டது. கண்ணதாசனின் எழுத்து நடையும், அவருடைய அனுபவ அறிவும், கருத்துச் செறிவும் என்னை வெகுவாகக் கவர்ந்து விட்டது. முதல் பாகத்தில் அவர் எழுதியுள்ள சுய மதிப்பீட்டு வாசகமான,

'ஒரு மனிதன் எப்படியெல்லாம் வாழக்கூடாதோ அப்படியெல்லாம் நான் வாழ்ந்துவிட்டேன். ஆதலால் நீ இப்படித்தான் வாழவேண்டும் என்று புத்தி சொல்கிற யோக்கியதை எனக்கு உண்டு'

என்று எழுதியிருந்த வாசகம், கவிஞர் மீது எனக்கு அளப்பரிய மரியாதையை உண்டாக்கியது. அடுத்து 'நெஞ்சுக்கு நிம்மதி அது ஆண்டவன் சந்நிதி' என்ற தலைப்பிலான எட்டாம் பாகம் படிக்கத் தொடங்கிய உடன், கண்ணதாசன் ஓர் அனுபவ ஞானக் களஞ்சியம் என்று உணர்ந்துகொண்டேன். அதுநாள்வரை ராஜேஷ்குமாரின் க்ரைம், திரில்லர் நாவல்கள், தேவிபாலா, புஷ்பா தங்கதுரை காதல் கதைகளையே படித்துக்கொண்டிருந்த நான் மெல்ல கண்ணதாசன் பக்கம் திரும்பினேன்.

ஆவினங்குடி கிளை நூலகம்

ஆவினங்குடியில் ஒன்பதாம் வகுப்பு படித்துக்கொண்டிருந்தபோது பள்ளியின் அருகிலேயே இருந்த கிளை நூலகத்திற்கு முதல்முறையாகச் சென்றேன். நூலகர் சிறுவர்கள் பகுதியைக் கை காண்பித்து அங்கு போகச் சொன்னார், ஆனால் நான் அவரிடம் அர்த்தமுள்ள இந்து மதத்தில் சில பாகங்கள் பற்றிக் கேட்டேன். சுவாமியிடம் இல்லாத

மற்ற பாகங்களை நூலகத்தில் தேட ஆரம்பித்ததால், பள்ளிக்கூட நீலக் கலர் ட்ரவுசரில் அர்த்தமுள்ள இந்து மதத்தை நான் தேடியதைக் கண்டு நூலகர் அதிர்ச்சியாகக் கேள்வி கேட்டார். "நீ எதுக்கு அதைத் தேடற? அத படிச்சு என்ன பண்ணப்போற?" "பிடிச்சிருக்கு.. படிக்கிறேன்'' என்றுதான் சொல்லத் தோன்றியது. வேறு என்ன சொல்வது என்றும் தெரியவில்லை. அங்கு உறுப்பினராகி அந்தப் புத்தகங்களை வீட்டிற்கு எடுத்து வந்து, சுவாமியிடம் இல்லாத பாகத்தை, அவரிடம் கொடுத்ததும் மிகுந்த சந்தோஷப்பட்டார்.

அர்த்தமுள்ள இந்து மதத்தின் அனைத்து பாகங்களையும் படித்து முடித்தவுடன் அடுத்தடுத்து கண்ணதாசனின் 'வனவாசம்', 'மனவாசம்', 'விளக்கு மட்டுமா சிவப்பு?' 'புஷ்ப மாலிகா' என பல புத்தகங்களையும் படித்தேன். பள்ளிக் கூடத்தில் படித்ததைவிட நூலகத்தில் படித்ததுதான் அதிகம்.

நூலகர், மீண்டும் மீண்டும் என்னைச் சிறுவர்கள் பிரிவுக்குச் செல்லுமாறு கூறுவார். நான் அங்கு செல்ல மாட்டேன். இன்னும் சொல்லப்போனால், ஏனென்றே தெரியவில்லை காமிக்ஸ் எனப்படும் படங்களுடன் கூடிய புத்தகங்களை, ஒன்றுகூட நான் படித்ததே இல்லை. இதுநாள் வரையில், அதில் எனக்கு விருப்பமே உண்டாகவில்லை.

பெரிய புத்தகங்கள் உள்ள பகுதிக்குதான் செல்வேன். அப்படித்தான் தமிழ்வாணன் புத்தகங்களைப் படிக்கத் தொடங்கினேன். தமிழ்வாணன் எழுத்து நடை, கதையைக் கொண்டுசெல்லும் விறுவிறுப்பு, சங்கர்லால், வகாப் போன்ற துப்பறியும் பாத்திரங்கள் பிடிக்க ஆரம்பித்துவிட்டது. உடனே தமிழ்வாணனின் அனைத்து புத்தகங்களையும் படிக்கத் தொடங்கினேன். சங்கர்லால் துப்பறிகிறார், இன்னொரு செருப்பு எங்கே? மாயத்தீவு, டோக்கியோவில் சங்கர்லால், இதுபோன்ற பல புத்தகங்களை நூலகத்திலும் வீட்டுக்கு எடுத்து வந்தும் படித்திருக்கிறேன்.

'மணிமொழி என்னை மறந்துவிடு' என்ற அருமையான நீண்ட காதல் கதையை எழுதியிருப்பார் தமிழ்வாணன். அந்தப் புத்தகத்தை நூலகத்திலிருந்து எடுத்துச் சென்று ஆசிரியருக்குத் தெரியாமல் வகுப்பறையில் கிடைத்த நேரத்தில் படிப்பேன். கணிதப் பாட நேரத்தில் அப்படி வயர் கூடைப் பைக்குப் பின்னால் வைத்து, இந்தப் புத்தகத்தைப் படித்துக் கொண்டிருந்தபோது, கணித ஆசிரியர் கே.பி. எனப்படும் கே.பாலகிருஷ்ணன் அதைப் பார்த்துவிட்டு கடும் கோபமாகி வகுப்பை விட்டு வெளியே அனுப்பி விட்டார். வெளியே வந்துவிட்டேன், அப்போது திட்டக்குடியில் 'என்வழி தனிவழி' என்ற ரகுவரனின் படம் ஓடிக்கொண்டிருந்தது, இதுதான் நமக்கு ஏற்ற படம் என்று நேராக படம் பார்க்கச் சென்றுவிட்டேன்.

மறுநாள் எச்சரிக்கப்பட்டு மீண்டும் வகுப்பில் சேர்த்துக் கொள்ளப்பட்டேன். ஆனாலும் கிளை நூலகம் செல்லக் கூடாது என்று சொன்னதை, கடுமையாக எதிர்த்துப் பேசியதால் வேறு வகுப்பிற்கு மாற்றப்பட்டேன். அங்குதான் தற்போது விழுப்புரம் மாவட்ட ஆட்சியராக இருக்கும் அண்ணாதுரை ஐ.ஏ.எஸ் மற்றும் மாணிக்கவேல் ஐ.ஆர்.எஸ் ஆகியோர் நெருங்கிய நண்பர்கள் ஆகினர். அந்த வகுப்பு கணித ஆசிரியர் எம்.எஸ். சார் என அழைக்கப்படும் எம்.செல்வராஜ் ஆசிரியர், கண்டிப்பானவராக இருந்தாலும் எங்களிடம் அன்புடனே அறிவைப் போதிக்கும் வகையில் நடந்து கொண்டார். அந்த அன்பு, குரு பக்தி இன்றளவும் தொடர்கிறது.

நானும் நண்பர் அண்ணாதுரையும் ஒரே மாவட்டத்தில் தஞ்சாவூரில் கலெக்டர், எஸ்பியாக பணிபுரிந்தபோது 26.1.18 குடியரசு தின விழாவுக்கு எங்கள் அன்பிற்குரிய கணித ஆசிரியர் எம்.எஸ் சாரை அழைத்து கௌரவப்படுத்தினோம். தன் மாணவர்கள் கலெக்டராகவும் எஸ்பி ஆகவும் இருப்பதைப் பார்த்து

புளகாங்கிதம் அடைந்தார். அதைவிட ஓர் ஆசிரியருக்கு வேறு என்ன பெரிய மகிழ்ச்சி இருக்க முடியும்? அந்த பாக்கியம் எங்களுக்குக் கிடைத்தது.

இந்த நாளில் நான் படித்த மற்றொரு புத்தகம், நீண்ட நாள்களுக்கு என் நினைவில் நிழலாடிக்கொண்டே இருந்தது. தேவிபாலா எழுதிய 'உன்னைத் தொடுவது இனிது' என்ற காதல் கதை என்று நினைக்கிறேன். கதை என்னவென்றால், டியூஷன் சொல்லித் தரும் தேவா என்ற ஆசிரியருக்கும், பாடம் படிக்க வரும் சாருலதா என்ற மாணவிக்கும் உண்டான காதல் உணர்வை மிக நளினமாக சொல்லியிருப்பார். அந்த இளம் வயது ஆசிரியரால், தன்னிடம் படிக்கும் மாணவியிடம், தன் காதலை சொல்ல முடியாமலும், சொல்லாமல் இருக்க முடியாமலும் ஏற்படும் தவிப்பை மன வலியை, அழகாகக் காட்சிப்படுத்தி, கதையை மெல்லிய இழையோடும் விதமாகக் கொண்டுசென்றிருப்பார். நீண்ட நாட்களுக்கு இந்தக் கதையை நான் நினைத்துக்கொண்டிருந்தேன். இந்தக் கதையைச் சமீபத்தில் படிக்க விரும்பி, நான் பூக்கடை துணை ஆணையராக இருந்தபோது தேவிபாலா அவர்களிடம் பேசி, அந்தக் கதை மீதான என் ஆர்வத்தைச் சொன்னதும் மிகவும் சந்தோஷப்பட்டார். ஆனால் அந்தப் புத்தகம் அவரிடமே இல்லை என்றதும் ஏமாற்றமாகிவிட்டது. வாசகர்கள் யாரிடமாவது இருந்தால் கண்டிப்பாக அனுப்பிவையுங்கள்.

புத்தகங்கள் என்பவை வெறும் தகவல்கள், சம்பவங்கள், எழுத்துகள், கதைகள் மட்டுமல்ல! நாம் அதை எந்த காலகட்டத்தில் படித்தோம், எந்த இடத்தில் அமர்ந்து படித்தோம், எந்த மனநிலையில் படித்தோம், அதைப் படிக்கும்போது நம் அருகில் இருந்தவர்கள் யார் யார், நம் நெஞ்சம் நிறைந்தவர்கள் யார் எனப் பல விஷயங்கள் நெஞ்சில் நிழலாடுவதைத் தவிர்க்க இயலாது.

26.1.18 அன்று நடைபெற்ற தஞ்சாவூர் குடியரசு தின விழாவில் எம்.எஸ் சார் எனப்படும் கணித ஆசிரியர் செல்வராஜ், கலெக்டர் அண்ணாதுரை ஐ.ஏ.எஸ், த.செந்தில்குமார் எஸ்.பி.

பத்தாவது படிக்கும்போது பொதுத் தேர்வை எதிர்கொள்ள வேண்டுமென்பதால் இலக்கியம் சார்ந்த, வெளிப் புத்தகங்களைப் படிக்கும் பழக்கம் கொஞ்சம் குறைந்துவிட்டது. ஆயினும் இந்நாளில் நம்மை மேம்படுத்தக்கூடிய, உற்சாகப்படுத்தக்கூடிய சுயமுன்னேற்ற நூல்களான எம்.எஸ்.உதயமூர்த்தியின் புத்தகங்களைப் படிக்க ஆரம்பித்தேன். அவருடைய 'உன்னால் முடியும் தம்பி', 'ஆத்ம தரிசனம்', 'நீதான் தம்பி முதலமைச்சர்', 'நாடு எங்கே செல்கிறது?', 'தட்டுங்கள் திறக்கப்படும்', 'வெற்றிக்கு முதல் படி' போன்ற புத்தகங்கள் மிகுந்த உற்சாகத்தை உண்டாக்கின.

தமிழ்வாணன்

ராஜேஷ்குமார்

நான் எப்போதும் சொல்வது, பள்ளி, கல்லூரி மாணவர்கள் தங்களுடைய பாடப்புத்தகங்களுடன், நம்மை மேம்படுத்தக்கூடிய, நல்ல தரமான புத்தகங்களைக் கண்டறிந்து படிக்கும் போது, நிச்சயம் ஓர் உத்வேகத்தை, செயல் திறனைப் பெறுவீர்கள். படிப்பில் உங்களுடைய சிந்தனையும், மேற்படிப்பு சார்ந்த உங்களுடைய பார்வையும் நிச்சயம் மேம்பட்டதாக இருக்கும். முக்கியமாக திட்டமிட்ட கடின உழைப்பு கைகூடும். அதற்காகவாவது இதுபோன்ற புத்தகங்களை கண்டிப்பாகப் படியுங்கள்! நிறைய படிக்க படிக்கத்தான் நம்முடைய சிந்தனை, அறிவு மேலோங்கும். உயர்ந்த எண்ணங்கள் உருவாகும்.

திருவள்ளுவர் சொல்வதுபோல்,

வெள்ளத் தனைய மலர்நீட்டம் மாந்தர்தம்
உள்ளத் தனைய துயர்வு.

தண்ணீர் எவ்வளவு உயரமாக இருக்கிறதோ அந்த அளவு தாமரையும் உயரமாகத் தெரியும். நமது எண்ணங்கள் எவ்வளவு உயர்வாக இருக்கிறதோ, அதற்கு ஏற்றாற்போல்தான், நம் வாழ்க்கையும் உயர்வாக அமையும்.

நம் சிந்தனை எப்படி உயர்வு பெறும்?

எண்ணங்கள் எப்படி மேலோங்கும்?

சாதிக்க வேண்டும் என்ற எண்ணம் எப்படி உருவாகும்?

நம்மால் முடியும் என்ற நம்பிக்கை முதலில் எப்படி கைகூடும்?

நல்ல புத்தகங்களை வாசிப்பதன் மூலம்தான் எண்ணங்கள் மேலோங்கும், சிந்தனைகள் உயர்வுபெறும். நிறைய தகவல்கள் தெரியவரும். அதன்மூலம் தன்னம்பிக்கை கூடும். எதையாவது சாதிக்க வேண்டும் என்ற வெறி உருவாகும். அதைத் தொடர்ந்து கடினமாக உழைக்க வேண்டும் என்ற எண்ணம் இயல்பாகவே வரத்தொடங்கும். இதற்கெல்லாம் அடிப்படைக் காரணம் நல்ல புத்தகங்களை வாசிப்பதுதான் என்று உறுதியாகக் கூறுவேன்.

திட்டக்குடி கிளை நூலகம்

எங்கள் ஊருக்கு அருகில் உள்ள பெரிய ஊர், டவுன் என்றால் அது திட்டக்குடிதான்! பத்தாம் வகுப்பு விடுமுறையில், ஆவினங்குடியைத் தொடர்ந்து திட்டக்குடி நூலகத்திற்குச் செல்ல ஆரம்பித்தேன். அங்குதான் சாமிநாத சர்மா என்ற மாபெரும் தமிழ் அறிஞரைப் பற்றித் தெரிந்து கொண்டேன்.

சாமிநாத சர்மாவின் புத்தகமான 'காரல்மார்க்ஸ்' என்ற புத்தகத்தைப் படிக்கத் தொடங்கினேன். அதுதான் நான் படித்த முதல் கனத்த விஷயம் கொண்ட புத்தகம். முன்னுரையில் சர்மா எழுதியிருப்பார், 'ஜெர்மனி, காரல் மார்க்ஸுக்கு ஒழுங்கான ஒரு திட்டத்தை வகுக்கக்கூடிய ஆற்றலை அளித்தது, பிரான்ஸ் அவனை ஒரு புரட்சியாளன் ஆக்கியது, இங்கிலாந்து அவனை ஓர் அறிஞனாகச் செய்தது'

என்ற வரிகள் சர்மாவின் எழுத்து மீது ஓர் ஈர்ப்பை உண்டாக்கியது. 160 பக்கங்கள் கொண்ட அந்தப் புத்தகத்தை ஒரே நாளில் முழுமையாகப் படித்தேன், மீண்டும் படித்தேன். அருமையான புத்தகம். ஒரு புரட்சியாளர் பற்றி, அவரது சிந்தனையைப் பற்றி ஐரோப்பிய வரலாற்றுடன் தொழில்நுட்பப் புரட்சியோடு இவ்வளவு எளிமையாக இனிமையாக விளக்க முடியும் என்பது சர்மாவினால் மட்டுமே முடியும். அதை தொடர்ந்து திலகர், காந்தி, நேரு, சன்யாட்சென், நான் கண்ட நால்வர் என அவர் எழுதிய பல வாழ்க்கை வரலாற்று நூல்களைப் படித்தேன். அனைத்தும் அறிவுசால் பெட்டகங்கள் ஆகும்.

சாமிநாத சர்மா

பாலகுமாரன்

அவருடைய 'எனது பர்மா வழி நடைபயணம்' எனும் நூல், புத்தகம் எழுதுபவர்களுக்கு ஒரு பால பாடமாக இருக்கும் என்றே நம்புகிறேன். சாமிநாத சர்மாவும் அவர் மனைவியும் பர்மாவிலிருந்து அகதியாகக் காடுகளில் அலைந்து திரிந்து நடைபயணமாக வரும் வேதனையான காட்சியை மிக அழகான பயணக்கட்டுரையாகத் திறமையான மொழி நடையில் இனிமையாக எழுதியிருப்பார். சாமிநாத சர்மா மிகப்பெரிய அறிவுசால் பண்டிதர் ஆவார்! தமிழ் உலகிற்கு கிடைத்த மிகப்பெரிய வரம் என்றே சொல்லவேண்டும்!

தமிழில் அளப்பரிய பல புத்தகங்களை இயற்றியுள்ளதோடு, 1940-களில் தொடங்கி பல அரிய உலகளாவிய சரித்திர, வாழ்க்கை வரலாற்றுப் புத்தகங்களை, இனிய தமிழில் எளிமையாக மொழிபெயர்த்துத் தந்துள்ளார். வரலாற்று நாயகர்களை, அவர்கள் வாழ்ந்த காலத்திலேயே படைத்துள்ளார். அதாவது ஹிட்லர், முசோலினி, கமால் அதூர்க் போன்றவர்களின் வாழ்க்கை வரலாற்றை பல எழுத்தாளர்கள் எழுதத் தயங்கிய நிலையில் அவர்களைப் பற்றி, தமக்கிருந்த மிகப்பெரிய ஆங்கில மொழிப் புலமையால் பல ஆங்கில நூல்களை, இதழ்களைக் கற்றறிந்து உண்மை வரலாற்றைப் பதிவு செய்திருக்கிறார்.

சர்மாவின் எழுத்து நடை வசீகரமானது! கனத்த வரலாற்றுச் சம்பவங்களை, ஐரோப்பிய யுத்தக் களக் காட்சியை, சீனாவின் வரலாற்றை, கிரேக்கம் வாழ்ந்த- வீழ்ந்த கதையை, கல்கி கதை சொல்வதுபோல மடைதிறந்த வெள்ளமென எழுதியிருப்பார்! இந்த காலகட்டத்தில் நூலகத்தில் நான் கண்ட மற்றொரு காட்சி ஆண்-பெண் பலரும் ஜெயகாந்தன், பாலகுமாரன் புத்தகங்களை விரும்பித் தேடி எடுத்தனர். நண்பர் சுவாமி இதைப்பற்றி சொல்லியிருந்ததால், நானும் பாலகுமாரன் புத்தகங்களைப் படிக்க ஆரம்பித்தேன். சாமிநாத சர்மாவின் புத்தகங்கள் வரலாற்றுப் பிழியல் என்றால் அதைப் படித்துவிட்டு பாலகுமாரன் புத்தகம் பார்க்கும்போது அது வாழ்வியல் யதார்த்தத்தை விளக்கும், நடைமுறைச் சிக்கல்களை காட்சிப் படுத்தும் படைப்பாக எளிய மொழியில் எழுதப்பட்டிருந்தது.

பாலகுமாரன் கதைகளின் எழுத்து நடை, கீழேவைக்க முடியாத அளவிற்கு இருக்கும். காதல், குடும்ப உறவு, வாழ்வியல் துயரங்களை, ஆண் பெண் மனக் கிலேசங்களை, பெண்களின் சொல்ல முடியாத வலிகளை, அவர்களின் வார்த்தைகளிலேயே எழுதியிருப்பார். அப்போதே 'இரும்புக் குதிரைகள்', 'மெர்க்குரி பூக்கள்', 'கரையோர முதலைகள்', 'போராடும் பெண்மணிகள்', 'ஆனந்த வயல்' போன்ற நூல்களைப் படித்தேன்.

பாலகுமாரனின் 'முன்கதை சுருக்கம்' என்ற அவரது சுயசரிதை சார்ந்த நூலில்

அவரது வாழ்வியல் சம்பவங்களை உண்மைத் தன்மையோடு கூறியிருந்தது அவர் மீது அதிக மரியாதையை உண்டாக்கியது. பிற்காலத்தில் சென்னை சட்டக் கல்லூரியில் படிக்கும்போது, பாலகுமாரனைப் பார்த்து ஆசீர்வாதம் பெற்று அவரிடம் பேசக்கூடிய வாய்ப்பு கிடைத்தது. மேலும் 'பனி விழும் மலர் வனம்' என்ற அவருடைய நாவலின் சில பக்கங்களை அவர் சொல்லச் சொல்ல எழுதும் பாக்கியமும் எனக்குக் கிடைத்தது. அவருடைய அகால மறைவு தமிழ் நாவல் உலகிற்கு மிகப்பெரிய இழப்பு என்று தான் சொல்ல வேண்டும்.

ஜெயகாந்தன்

அதே நேரத்தில் ஜெயகாந்தனின் 'ஒரு வீடு ஒரு மனிதன் ஒரு உலகம்' என்ற நாவலை ஆரம்பத்தில் ஒன்றும் புரியாமல் தான் படித்தேன். படிக்கப்படிக்க ஹென்றி என்ற ஒரு மனிதனைக் கொண்டு அவர் அந்த நாவலைக் கட்டமைத்த விதம், தமிழ் நாவல் இலக்கியத்துக்கு ஒரு முன்னோடி முயற்சி என்றுதான் சொல்ல வேண்டும். உண்மையைச் சொல்ல வேண்டுமென்றால் அப்போது எனக்கு அந்த நாவல் புரிய வில்லை. மீண்டும் கல்லூரிக் காலத்தில் படிக்கும்போதுதான் எப்பேர்ப்பட்ட எழுத்து நடை, புது விதமான முயற்சி! ஒரு மனிதனைக் கொண்டு ஒரு நாவலைப் படைக்க முடியுமா என்று மிகுந்த ஆச்சர்யப்பட்டேன்.

அதைத் தொடர்ந்து அவருடைய பிரசித்தி பெற்ற, தமிழ் இலக்கிய உலகில் புரட்சியை உண்டாக்கிய, தமிழ்ச் சமூகத்தில் அதிர்வலையை உண்டாக்கிய 'சில நேரங்களில் சில மனிதர்கள்' என்ற நாவலைத் தலைப்புக்காகவே வாசிக்கத் தொடங்கினேன். அந்த நாவலைப் பற்றி பல்வேறு காலகட்டங்களில் பல்வேறு மனிதர்களும் கருத்து சொல்லி இருப்பார்கள். காலத்தை மிஞ்சிய ஆகச்சிறந்த புரட்சிச் சிந்தனையை வெளிப்படுத்திய நாவல். ஓர் எழுத்தாளன் சமூகம் சார்ந்த தன் பார்வையைக் காட்சிப்படுத்தியுள்ள பாங்கு, துணிச்சல், காலத்தை மீறிய பார்வை போற்றத்தக்க ஒன்றாகும். ஓர் எழுத்தாளன் சமூகம் சார்ந்த தன் பார்வையை எப்படி துணிச்சலாகப் பதிவு செய்ய வேண்டும் என்பதற்கு ஆகச்சிறந்த உதாரணம் இந்த நாவல். இப்படித்தான் வாசிப்பு எனக்கு வசப்பட்டது.

மலைக்கோட்டை மாநகரம்

பத்தாம் வகுப்பு முடிந்தவுடன், பதினொன்றாம் வகுப்பு கண்டிப்பாக பெரியதொரு நகரத்தில், விடுதியில் தங்கித்தான் படிக்க வேண்டும் என்று தீவிரமாக மனதில் உறுதிகொண்டேன். நெய்வேலி, கடலூர் என பல ஊர்களைப் பற்றி யோசித்தாலும், அப்போது எங்கள் அண்ணன் திருச்சி சட்டக் கல்லூரியில், படித்துக் கொண்டிருந்ததாலும், பிஷப் ஹீபர் கல்லூரிப் பேராசிரியர்களுடன் அவருக்கு நல்ல நட்பு இருந்ததாலும், என்னை திருச்சி தெப்பக்குளம் பிஷப் ஹீபர் பள்ளியில் சேர்க்க முயற்சி எடுத்தார். அந்நாளில் எங்களுடைய உறவினரான செங்கமலம் சார், திருச்சியில் உளவுத் துறை ஆய்வாளராகப் பணியாற்றிக் கொண்டிருந்தார். அவருடைய பரிந்துரையில் என் சகோதரனின் தீவிர முயற்சியில் தெப்பக்குளம் பிஷப் ஹீபர் பள்ளியில் சேர்ந்து படிக்கத் தொடங்கினேன்.

அப்போது தில்லை நகர், கோகினூர் தியேட்டர் எதிரில் இருந்த அன்பு இல்லம் விடுதியில் தங்கிப் படிக்க ஆரம்பித்தேன். இந்த விடுதியில் எல்லா பள்ளிக்கூட மாணவர்களும் தங்கிப் பயின்றனர். அங்குதான் தற்போது தலைமைச் செயலகத்தில் *ASO* ஆக பணிபுரியும் மாசேதுங் எனது பள்ளி வகுப்புத் தோழனானான். டாக்டர் ரமேஷ், வாகை கோபி, கவிமணி, முரளிதரன், கண்ணன் *IFS*, முத்துக்குமார், சந்திரமோகன் போன்ற நண்பர்கள் அறிமுகம்

ஆனார்கள். ஆயினும் நானும், தற்போது பெரம்பலூரில் அரசு மருத்துவராக இருக்கும் அன்பிற்குரிய நண்பன் ரமேஷ் இருவரும் நெருங்கிய நண்பர்களாக இருந்தோம். இரண்டு பேரும் படித்து டாக்டராகி, ஒன்றாக மருத்துவமனை கட்ட வேண்டும் என்றெல்லாம் கனவு கண்டுகொண்டிருந்தோம். எனக்கு எல்லா வகையிலும் உதவிகரமாக இருந்த அவனை என்றும் மறக்க இயலாது. தேர்வுக்குப் படிப்பதற்காக விடுமுறை விடப்படும்போதெல்லாம் அவன் ஊரான திருவாலந்துறைக்குத்தான் செல்வோம், அங்கு அவன் வீட்டின் மாடியிலும், ஆற்றங்கரையை ஒட்டியுள்ள மோட்டார் கொட்டகையிலும் சென்று படிப்போம்.

திருச்சி பிஷப் ஹீபர் பள்ளியில் படிக்கும்போது, பள்ளியின் எதிர்புறம் அமைந்துள்ள மாவட்ட மைய நூலகத்திற்குச் சென்று படிக்க ஆரம்பித்தேன். பள்ளிக்கூடத்தில் பாடங்கள், டியூஷன், மாதிரித் தேர்வுகள், வகுப்புத் தேர்வுகள் என பலவித தொடர்ச்சியான வகுப்புகள், பயிற்சி என இருந்தாலும் எனக்கே உரிய இயல்பான ஆர்வத்தில், சக நண்பர்களை விட்டு விலகி நூலகத்திற்குச் சென்றுவிடுவேன். அதிலும் சனி, ஞாயிறு போன்ற நாட்களில் விடுதியின் கூச்சலான சூழல், என்னை ஒதுங்கச் செய்துவிடும். உடனடியாக நூலகத்திற்கும் அங்கிருந்து, பள்ளியின் பரந்துபட்ட மைதானத்தில் உள்ள மரங்களுக்குக் கீழாகவும் அமர்ந்து படித்துக்கொண்டிருப்பேன். அதேபோல் பழைய இயற்பியல் சோதனைக்கூடம் அமைந்திருந்த, ஆங்கிலேயர் கால கட்டடத்தின் மரப் படிக்கட்டு மற்றும் நீண்ட வராந்தாவில் தனிமையில் அமர்ந்து நீண்ட நேரம் படிப்பேன்.

திருச்சி மாவட்ட நூலகத்துடனான தொடர்பு எனது வாசிப்பை விசாலப்படுத்தியது என்றுதான் சொல்ல வேண்டும். பல்வேறு பண்டிதர்களைப் படிக்கப் படிக்க தமிழ், எப்பேர்ப்பட்ட அறிஞர்களைத் தந்துள்ளது, எப்பேர்ப்பட்ட படைப்புகளைத் தன்னகத்தே கொண்டுள்ளது என்பதை எண்ணி வியந்துபோனேன். மொழியின் மீது காதல் வந்தது!

தமிழறிஞர்கள் பற்றி நிறையப் படிக்க ஆரம்பித்தேன். அப்படித்தான் ஜெகவீர பண்டிதனார் அறிமுகமானார். ஜெகவீர பண்டிதனார் என்ற மாமனிதர் நிறைய புத்தகங்கள் எழுதியுள்ளார். மாணவர்கள் எப்படிப் படிக்க வேண்டும், ஆசிரியர்கள் எப்படி இருக்க வேண்டும், இளைஞர்களின் கல்வித் தரம் என்ன என்பன பற்றி 'கல்வி நிலை' என்ற புத்தகத்தில் எழுதியுள்ளார். 15 தொகுதிகள், 6,000 பக்கங்கள் கொண்ட 'கம்பன் கலை நிலை' என்ற கம்பன் கலைக் களஞ்சியத்தைப் படைத்துள்ளார். ஜெகவீர பண்டிதனார் அந்தப் புத்தகத்தில்,

'என்னரு நலத்தினாள் இணையள் நின்றுழிக்
கண்ணொடு கண்ணினைக் கவ்வி ஒன்றை ஒன்று
உண்ணவும் நிலைபெறாது உணர்வும் ஒன்றிட
அண்ணலும் நோக்கினான் அவளும் நோக்கினாள்'

என்ற கம்பரின் பாடலுக்கு மிக அழகாக விளக்கம் எழுதியிருப்பார்.

ராஜ வீதியில் ராமன் வரும் அழகும், மாடத்தில் சீதை நின்று பார்க்கும் காட்சியும், ஆயிரம் சேனைகள் உடன் வந்தாலும், அவை அனைத்தையும் தாண்டி இந்த அன்புகொண்ட நெஞ்சங்கள் பார்வையால், அவர்களையும் மீறி ஒருவருக்கொருவர் பார்த்துக்கொள்ளும் நிகழ்வை அற்புதமாகச் சொல்லியிருப்பார். இதை ஒருவர் சொல்லித் தெரிந்து கொள்வதைவிட, அந்த இலக்கியத்தைப் படித்துப் பார்த்தால்தான், அதன் சுவை புரியும்.

நீதி இலக்கியங்களை, தமிழில் மொழிபெயர்த்து 3,000 பக்கங்கள் கொண்ட 'தர்ம தீபிகை' எனும் பெருநூல் தொகுதிகளை உருவாக்கியுள்ளார். ஜெகவீர பண்டிதனார், வீரபாண்டிய கட்டபொம்மனின் வழிதோன்றல்.

அவருடைய மனைவி, 'நீங்கள் நிறைய புத்தகங்களை எழுதுகிறீர்கள், கட்டபொம்மன் பற்றி நம் மக்கள் அறிந்திருக்கவில்லை. அதனால் அவருடைய வரலாற்றையும் எழுதுங்கள்' எனக் கூறினார். மனைவியின் வேண்டுகோளை ஏற்று, ஜெகவீர பண்டிதனார் மூன்றே மாதத்தில், 3,400 பாடல்களை இயற்றி, 'பாஞ்சாலக் குறிச்சி சரித்திரம்' என்ற இரண்டு நூல்களை வெளியிட்டார்.

நூலகம் செல்லச் செல்லத்தான் உங்களுக்கு நிறைய எழுத்தாளர்களின் படைப்புகள், பல்வேறு தலைப்பிலான புத்தகங்கள், அரிய பழைய நூல்கள், புதிய வரவுகள் பற்றித் தெரிந்துகொள்ள முடியும். நான் நூலகம் சென்று படிக்கப் படிக்க பலதரபட்ட அனுபவங்கள் கிடைத்தன. திருச்சி நூலகத்தில்தான் பெருஞ்சொல் விளக்க அறிஞர் அ.சரவண முதலியார் பற்றி படித்தேன்! அவர்,

'உண்ணும் உணவும்,

திண்ணும் வெற்றிலையும்,

சுவாசிக்கும் காற்றும்,

வாசிக்கும் நூல்கள் அனைத்தும்,

பெரிய புராணமே'

என்று வாழ்ந்த பெருமகனாவார். பெரிய புராணத்தின் மீது எந்த அளவு காதலும் ஈடுபாடும் கொண்டிருந்தால், மூன்று ஆண்டுகள், ஒருநாள் விடாமல் பெரியபுராணச் சொற்பொழிவு நடத்தியிருப்பார்.

அந்தப் பெரு நிகழ்வு, திருச்சி மலைக்கோட்டையில் நிகழ்த்தப்பட்டு, பக்தி பரவசத் தேனாறு காவிரியோடு கலந்துபோயுள்ளது! என்னே புலமை! அந்நாளைய திருச்சி மக்கள் கொடுத்து வைத்த புண்ணியவான்கள் என்றுதான் சொல்ல வேண்டும். இன்றெல்லாம் சேக்கிழார் பற்றி, பெரியபுராணத்தைப் பற்றி முழுமையாக, சிறப்பான சொற்பொழிவு நிகழ்த்துவதற்கு அத்தகைய அடியார்கள் இல்லை என்றே கூறலாம். பேராசிரியர் செல்வகணபதி, சிறந்த சொற்பொழிவாளர். சொ.சொ.மீ. சுந்தரம், புலவர் கீரன் போன்றோர் அதுபோன்ற சேவையைச் செய்துவருகின்றனர். 'சைவ சமயக் களஞ்சியம்' என்ற வரலாற்றுச் சிறப்புமிக்க 15 தொகுதிகள் கொண்ட பெரும் சைவக் களஞ்சியத்தைப் படைத்த ஆற்றல்மிக்க சொற்பொழிவாளர் செல்வ கணபதி அவர்களின் திடீர் மறைவு சைவ உலகுக்கும் தமிழ் இலக்கியத்துக்கும் பேரிழப்பு ஆகும்.

மூன்றாண்டுகள் தொடர் சொற்பொழிவு நிகழ்த்திய அ.சரவண முதலியாரின் சாதனை என்பது நினைத்துப் பார்க்க முடியாத ஒன்றாகவே உள்ளது. சரவண முதலியார் எழுதிய பெரிய புராண விளக்கத்தைப் படித்தேன்! கடினமான விளக்கம்தான்! மீண்டும் மீண்டும் படித்து அதன் சுவையுணர்ந்தேன். அடடா! எப்பேர்ப்பட்ட தேவகுமாரர்களைப் பற்றிய நூல், என்னே, சிவனடியார்களின் அளப்பரிய சிவத்தொண்டு, சிவநேசர்களின் தீரா சைவப்பற்று கண்டு வியந்துபோனேன்.

அந்தச் சரவண முதலியாருடைய மகன் தான் தமிழறிஞர் அ.ச.ஞானசம்பந்தன். தமிழில் நூற்றுக்கும் மேற்பட்ட அருமையான இலக்கியத் திறனாய்வு நூல்கள் மற்றும் திருவாசகம், பெரியபுராணம், திருக்குறள் சார்ந்த அருமையான நூல்களைப் படைத்துள்ளார். 'திருவாசகம் சில சிந்தனைகள்' என இவர் எழுதியுள்ள 5 தொகுதிகள் கொண்ட நூல் எளிமையான நடையில் எழுதப்பட்ட, கதையோடு கூடிய விளக்க உரை என்றுதான் சொல்ல வேண்டும். பள்ளிப் பாடப் புத்தகங்கள் ஒரு குறுகிய வட்டத்திற்குள் முடிந்துவிடும். நூலகம் சென்றால்தான் பலதரப்பட்ட புத்தகங்கள், பல்வேறு பிரிவுகளில், பல்வேறு படைப்புகளை நாம் படிக்க முடியும்.

சிங்காரச் சென்னையில்

1994-ல் பள்ளிப் படிப்பை முடித்துவிட்டு,

மருத்துவம் கிடைக்காத நிலையில் பல்வேறு பட்டப் படிப்புகளைப் பற்றி யோசித்துக்கொண்டிருந்தபோது, அந்த விடுமுறையில் போத்திரமங்கலத்திலும், திருச்சி ரிச்சர்ட் விடுதியிலும் மாறி மாறி, தங்கிக்கொண்டிருந்தேன். மீண்டும் திட்டக்குடி கிளை நூலகத்திற்கு செல்லத் தொடங்கினேன். அப்போது முழுக்க முழுக்க, வாழ்க்கை வரலாற்று நூல்களைப் படித்தேன். மகாத்மா காந்தியின் 'சத்திய சோதனை', நேருவின் சுயசரிதை, வல்லபாய் பட்டேல், பாலகங்காதர திலகர், டாக்டர் அம்பேத்கர், ராஜேந்திர பிரசாத், வ.உ.சி., ராஜாஜி என பல தலைவர்களின் வாழ்க்கை வரலாற்று நூல்களை மிகத்தீவிரமாகப் படித்தேன்.

சொல்லப்போனால், ஊரில் இருந்த சூழ்நிலையால் என்னால் அங்கு இருக்க முடியாமல் திட்டக்குடி நூலகத்திலேயே பெரும்பாலும் பொழுதைக் கழித்தேன். நான் படித்து வியந்த ஆளுமைகள் அனைவரும் சட்டப் பட்டதாரிகளாக, வழக்கறிஞர்களாக இருந்ததால், எங்கள் அண்ணனிடம் திடீரென்று நானும் சட்டம் படிக்கப்போகிறேன் என்று சொன்னவுடன் அதிர்ச்சியாகிவிட்டார். அப்போது சட்டம் படிப்பதற்கு என்று தனியாக நுழைவுத் தேர்வு எழுத வேண்டும். ஆனால் அதுநாள்வரை அதைப்பற்றி நான் சிந்திக்கவே இல்லை, அதற்குத் தயாராகவும் இல்லை.

உடனடியாக சட்டப்படிப்பு நுழைவுத் தேர்வுக்கு, கடைசி நாளில் விண்ணப்பித்து விட்டு, எல்லாவற்றையும் தூக்கிப் போட்டுவிட்டு திருச்சி, காஜாமலை ரிச்சர்ட் விடுதியில் தங்கி சட்ட நுழைவுத் தேர்வுக்குத் தயாரானேன். ஏற்கெனவே நான் 'Pure Science' எனப்படும் அறிவியல் குரூப் படித்திருந்ததால், அரசியலமைப்பு, பொருளாதாரம், நடப்புச் செய்தி என குறிப்பிட்ட பகுதிகளை மட்டும் அந்த பத்து நாளில் படித்துவிட்டு தேர்வு எழுதினேன். மிக எளிதாக வெற்றி பெற்றேன். ஆனால், மதுரை சட்டக் கல்லூரியில்தான் இடம் கிடைத்தது. முதல் நாள் மதுரை

சட்டக் கல்லூரியில் எங்கள் அண்ணன் சேர்த்துவிட்டார். ஆனால் ஏனோ மனதில் சென்னையைப் பற்றிய சிந்தனையே ஓடிக்கொண்டி ருந்தது. மதியமே கிளம்பி திருச்சிக்கு வந்து விட்டோம்.

வழக்கறிஞர்
தங்க கொளஞ்சிநாதன்

தேவநேயப் பாவாணர் நூலகம்

'கெட்டும் பட்டணம் போ' என்று கண்ணதாசன் சொன்னதுபோல், சென்னையில்தான் படிக்க வேண்டும் என்பதை ஒரு கனவாகவே கொண்டிருந்தேன். உடனே இங்கு மாறுதலுக்கான கலந்தாய்வுக்கு விண்ணப்பித்து, எங்கள் அண்ணன் வழக்கறிஞர் தங்க கொளஞ்சிநாதனின் பெரு முயற்சியில் சென்னை டாக்டர் அம்பேத்கர் அரசு சட்டக் கல்லூரியில் சேர்ந்தேன். முதல் நாளே நண்பர்கள் ரமணி மற்றும் ராஜா அறிமுகமாகினர். சட்டக்கல்லூரி வாழ்க்கை முழுவதும் நாங்கள் மூவரும் நெருங்கிய நண்பர்களாக, அறைத் தோழர்களாகத் திகழ்ந்தோம். சென்னை சட்டக்கல்லூரியில் சேர்ந்த முதல் நாளே, வேளச்சேரியிலிருந்து மவுண்ட் ரோடு வழியாக கல்லூரிக்குச் செல்லும்போது என்னை அறியாமலே என்னுடைய கண்ணில் தேவநேயப் பாவாணர் நூலகம் தென்பட்டது.

முதல் நாளே கல்லூரி முடிந்தவுடன், மாலை நேரம் அந்த நூலகத்திற்குத்தான் சென்றேன்! சென்னையின் முதல் நாள், யாரையும் தெரியாது, பதினேழு வயது! வேளச்சேரி சங்கரன் அவென்யூவில், எங்கள் ஊர் ஹெல்பர் வைத்தியநாதன் மாமாவின் உறவினரான கல்யாணசுந்தரம் அண்ணன் அறையில் தங்கியிருந்தேன். எங்கள் அப்பா நீண்ட காலம் துபாயில் இருந்ததால் நானும் என் சகோதரனும் படிப்பதற்கு, பள்ளியில் சேர்வதற்கு

மிகவும் உதவிகரமாக இருந்தவர் ஹெல்பர் வைத்தியநாதன் மாமா. எங்கள் பக்கத்து வீடான அவர்கள் நகை செய்யும் தொழிலைச் செய்யக்கூடிய சமூகத்தவராக இருந்தாலும் நாங்கள் மாமா, அக்கா என்று அழைக்கும் உறவுடனே அன்புடன் பழகி வந்தோம்.

சென்னையில் அன்று தங்கியிருந்த வேளச்சேரி அறைக்கு திரும்பிச் செல்லக்கூட வழி தெரியாது. ஆனால் அந்த நூலகத்தைப் பார்க்கும் ஆர்வத்தால் டி.வி.எஸ் பேருந்து நிறுத்தத்தில் இறங்கி நூலகத்திற்குச் சென்றுவிட்டேன். நூலகத்திற்குச் சென்றவுடன் ஒருவித திகைப்பு உண்டானது. ஆனாலும் ஏற்கெனவே நான் பலமுறை, பல நூலகங்களுக்குச் சென்றிருந்ததால் எவ்விதத் தயக்கமுமின்றி அங்கிருந்த நூலகர் மற்றும் அலுவலர்களிடம், சட்டக் கல்லூரி மாணவன் என்று என்னை அறிமுகப்படுத்திக்கொண்டு புத்தகங்களைப் பார்க்கத் தொடங்கினேன். அங்கு அடுக்கிவைக்கப்பட்டிருந்த எண்ணிலடங்கா புத்தகங்களைக் கண்டு மிகவும் பரவசப்பட்டேன்.

தேவநேயப் பாவாணர் நூலகத்தை நன்கு பயன்படுத்திக் கொண்டவர்களுள் நானும் ஒருவன். புத்தகங்கள் படிப்பதுடன், அங்கு மேலே உள்ள கூட்ட அரங்கில் நடைபெறும் சொற்பொழிவுகளை விரும்பிக் கேட்பேன். பல்வேறு இலக்கிய அறிஞர்கள், அரசியல் ஆர்வலர்கள், மொழியியல் அறிஞர்கள், தமிழ் பண்டிதர்கள், வரலாற்றாய்வாளர்கள் என பலரும் அருமையான சொற்பொழிவை நிகழ்த்துவார்கள். இலக்கியக் கூட்டங்கள் மிகச்சிறப்பாக நடைபெறும். இந்தக் கூட்டங்களுக்குச் சென்றுவந்தாலே இன்னும் மேலும் மேலும் படிக்க வேண்டுமென்ற வெறி உண்டாகும்.

கல்லூரி மாணவர்கள், இளைஞர் களிடம், குறிப்பாக நான் கலந்து கொள்ளும் கூட்டங்களில் எல்லாம் நான் என்றும் தவறாமல் சொல்வது 'அறிவியல், வரலாற்று, தமிழ் இலக்கியக் கருத்தரங்க,

புத்தக வெளியீட்டுக் கூட்டங்களில் கலந்துகொள்ளுங்கள். இதுபோன்ற நிகழ்ச்சிகளில் கலந்துகொள்ளும்போது பரந்துபட்ட விசாலமான பார்வையைப் பெறுவீர்கள். நிச்சயம் உங்களுக்கு வாசிக்கும் ஆர்வம் கூடும். யாராவது ஒருவருடைய சொற்பொழிவு ஒரு வார்த்தை உங்களுடைய வாழ்க்கையை மாற்றி அமைக்கக் கூடியதாக அமையும். அதனால் கண்டிப்பாக இதுபோன்ற நிகழ்ச்சிகளில் தவறாமல் கலந்து கொள்ளுங்கள்' என்பதுதான்.

ஒருமுறை அந்த அரங்கத்தில் தான் வலம்புரி ஜான் என்ற அறிவில் சிறந்த ஆற்றல்மிக்க பேச்சாளரின் சொற்பொழிவைக் கேட்டேன். பாரதி குறித்த கருத்தரங்கம் அது. மடை திறந்த வெள்ளமென, அனல் தெறிக்கும் வார்த்தை ஜாலத்தை நிகழ்த்தினார். சங்க இலக்கியம் தொடங்கி வேர்ட்ஸ்வொர்த் ஷெல்லி, கீட்ஸ் என அவர்களுடன் பாரதி வலிமையை, வாழ்க்கை வலியை ஒப்பிட்டுப் பேசியது, தமிழ், ஆங்கிலம் இரண்டிலும் காட்டாற்று வெள்ளமென அவர் நிகழ்த்திய உரை இன்றும் என் காதுகளில் ஒலித்துக்கொண்டே இருக்கிறது.

அன்றே நூலகத்தில் பாரதி குறித்து அவர் எழுதிய 'பாரதி ஒரு பார்வை' என்ற அருமையான, புரட்சிகரமான நூலைத் தேடி எடுத்துப் படித்தேன். அதைத் தொடர்ந்து வலம்புரி ஜான் எழுதிய மற்ற நூல்களையும் தேடித் தேடி வாசித்தேன். என்னைப் பொறுத்தவரையில் அறிஞர் அண்ணாவுக்கு அடுத்து, தமிழ், ஆங்கிலம் இரண்டிலும் மிகுந்த புலமை பெற்ற, ஆற்றல்மிக்க சொற்பொழிவாளர், ஆகச்சிறந்த படிப்பாளி வலம்புரிஜான்தான் என்று நினைக்கிறேன். அவருடைய மறைவு தமிழ் இலக்கிய உலகிற்கு ஒரு பேரிழப்பு. அதேபோல் அந்த அரங்கத்தில் முன்னாள் சபாநாயகர் காளிமுத்து, தமிழ்க்குடிமகன், கவிக்கோ அப்துல் ரகுமான் என பல அறிவில் சிறந்த பேச்சாளர்கள் வந்து அவ்வப்போது இலக்கியக் கூட்டங்களில் சொற்பொழிவு

நிகழ்த்துவார்கள். அவர்கள் பேச்சைக் கேட்டுவிட்டு வந்தாலே அன்றிரவு ஏதேனும் ஒரு புத்தகத்தைப் படித்தே ஆகவேண்டும் என்ற வெறி உண்டாகிவிடும்.

வலம்புரி ஜான்

அந்த நூலகத்தில்தான் தகழி சிவசங்கரன் பிள்ளை எழுதிய 'செம்மீன்' நாவலைப் படித்தேன். அந்த நாவல் ஓர் அழகான காதல் கதை. மலையாள கடற்கரையோர மீன் கொள்முதல் செய்யும் வியாபாரியான இஸ்லாமிய இளைஞனுக்கும், ஆலப்புழாவை ஒட்டியுள்ள அந்தக் கிராமத்தின் அப்பாவி அழகியான மீனவப் பெண்ணுக்கும் உண்டாகும் காதல் கதைதான் செம்மீன். கருத்தம்மா, பரீக்குட்டி பாத்திரங்களைக் கொண்டு தகழி சிவசங்கரன் பிள்ளை படைத்துள்ள இந்த அற்புதமான காதல் கதை இந்திய மற்றும் உலகளவில் கிட்டத்தட்ட 40 மொழிகளில் மொழிபெயர்ப்பு செய்யப்பட்டுள்ளது. இந்தக் கதையின் தாக்கம், ஐந்து முறைக்கு மேலாக இந்த நாவலைப் படித்துப் படித்து உருகிப்போனேன்.

செம்மீன் உருவாக்கிய பாதிப்பு, என் நண்பன் ராஜாவை பரீக்குட்டி என்ற புனை பெயரிலே அழைக்கத் தொடங்கினேன். அந்தளவிற்கு அந்த நாவல் தாக்கத்தை உண்டு பண்ணியது. அவன் ஓர் அழகான ஜாலியான பேர்வழி. கமல்ஹாசனின் தீவிர ரசிகன். ஜாடைக்கு இளமைக் கால கமல் போலவே இருப்பான், கமல் போலவே அச்சு அசலாகப் பேசுவான். ஆதலால் அவனைப் பரீக்குட்டி என்ற காதல் நாயகனின் பெயரிலேயே அவனை அழைக்கத் தொடங்கினேன்.

தகழி சிவசங்கரன் பிள்ளை அவர்களின் இந்தப் புத்தகத்தை படித்து முடித்தவுடன், அவருக்குப் பாராட்டுக் கடிதம் எழுத வேண்டும் என்ற ஆசை என்னுள் எழுந்தது.

அவர் ஒரு மலையாளி. எனக்கு மலையாளம் தெரியாது. அவருக்குத் தமிழ் தெரியாது. என்னுடைய வகுப்புத் தோழன் வினோத் ஜேக்கப்பின் தாயார் மலையாளம் எழுதப் படிக்கத் தெரிந்தவர். அப்போது கே.கே. நகரில் இருந்த ஜேக்கப் வீட்டிற்கு அடிக்கடி சென்று வருவேன். அவர் மூலமாக, தகழி சிவசங்கரன் பிள்ளைக்கு மலையாளத்தில் ஒரு பாராட்டுக் கடிதம் எழுதினேன். அவரது எழுத்து நடையின் நயம், நான் ரசித்த இடங்கள் ஆகியவற்றைக் குறிப்பிட்டுக் கடிதம் எழுதினேன்.

அதைப் படித்துவிட்டு அவர் எனக்கு பதில் கடிதம் எழுதியிருந்தார். எந்த மொழியில் தெரியுமா? தமிழில். ஆம், தமிழில் பதில் எழுதியிருந்தார். பிரித்துப் படித்தவுடன் மிகுந்த ஆச்சர்யப்பட்டேன். எப்பேர்ப்பட்ட உலகப்புகழ்பெற்ற எழுத்தாளர், என்போன்ற சாமானியனுக்கு பதில் கடிதம் எழுதியிருக்கிறார். அதுவும் நான் புரிந்துகொள்ள வேண்டும் என்பதற்காக தமிழில் எழுதப்பட்டிருந்தது மிகுந்த ஆச்சர்யத்தையும் அவர் மீதான அளவு கடந்த மரியாதையும் உண்டாக்கியது.

என் கடிதம் குறித்து மகிழ்ச்சியை வெளிப்படுத்திவிட்டு, நீங்கள் எழுத்தாளரா? ஏதேனும் புத்தகம் எழுதியிருக்கிறீர்களா எனக் கேட்டிருந்தார். இல்லை ஐயா, நான் முதலாமாண்டு சட்டம் படிக்கிறேன் என பதில் எழுதினேன். அவர் சென்னை வரும்போது சந்திக்கலாம் என எழுதியிருந்தார். அப்போது, இன்று இருப்பதைப் போன்ற தொலைத் தொடர்பு வசதி இல்லாததால் சந்திக்க முடியவில்லை.

தேவநேயப் பாவாணர் நூலகம் அண்ணா சாலையில் இருந்ததால் எனக்கு மிகுந்த வசதியாகிவிட்டது. கல்லூரி முடிந்தவுடன், சில பொழுதுகளில் கல்லூரி நடக்கும்போதும் இங்கு வந்துவிடுவேன். டி.வி.எஸ் பேருந்து நிறுத்தத்தில் இறங்கி ஆனந்த் தியேட்டர் அருகில், சூடாக

ஒரு தேநீர் அருந்திவிட்டு நூலகத்திற்குப் படிக்கச் செல்வேன். அப்படித்தான் ஒரு அந்திப்பொழுதில் கலீல் ஜிப்ரானின்,'முறிந்த சிறகுகள்' *(Broken wings)* நூலைப் படிக்கத் தொடங்கினேன். ஜிப்ரானின் அமரத்துவமிக்க இந்த நூலை பலர் மொழிபெயர்த்திருந்தாலும் தங்க வயல் லோகிதாசன் மொழிபெயர்த்த இந்த நூல்தான் அருமையான, எளிமையான, சிறந்த மொழிபெயர்ப்பு என்று சொல்வேன்.

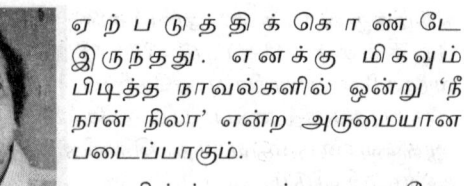

பிறகு கலீல் ஜிப்ரானின் 'தீர்க்கதரிசி' போன்ற நூல்களையும் தேடித் தேடி படித்தேன். சென்னை சட்டக்கல்லூரியில் குறைந்த நேரமே வகுப்பு இருக்கும் என்பதால் அதிகபட்ச நேரம் நான் நூலகத்திலும் சொற்பொழிவுகளைக் கேட்பதிலும், பழைய புத்தகக் கடைகளில் புத்தகங்களை தேடுவதிலும், அறிஞர்களை, எழுத்தாளர்களை சந்தித்துப் பேசுவதிலும் ஆர்வத்துடன் செயல்பட்டேன். அங்கு படித்த மற்றொரு புத்தகம் புஷ்பா தங்கதுரை எழுதிய 'நீ நான் நிலா' என்ற அற்புதமான தெய்வீக காதல் கதை புத்தகம். காதல் உணர்வை இவ்வளவு மெல்லியதாக, நளினமாக உணர்வுபூர்வமாக சொல்ல முடியுமா எனும் அளவில், சொல்ல முடியாமல் தவிக்கின்ற உணர்வை, எப்படி வெளிப்படுத்த முடியுமோ அதை அவ்வளவு கனகச்சிதமாக வாசகர்களைக் கண்கலங்க வைக்கும்விதமாக எழுதியிருப்பார்.

வளசரவாக்கம் பாலாஜி அப்பார்ட்மெண்டில் தங்கியிருந்த போது, மொட்டை மாடியில் இந்தப் புத்தகத்தை எடுத்துச் சென்று தனிமையில் படித்துவிட்டு, ஒருவித சோகமான நிலையில் நீண்ட நேரம் வான வெளியை வேடிக்கை பார்த்துக்கொண்டு அமர்ந்திருந்தேன். இரவு உணவு அருந்தச் சொல்லும்போதும் பல நாள்கள் இந்தக் கதை எனக்குள் தாக்கத்தை

புஷ்பா தங்கதுரை

ஏற்படுத்திக்கொண்டே இருந்தது. எனக்கு மிகவும் பிடித்த நாவல்களில் ஒன்று 'நீ நான் நிலா' என்ற அருமையான படைப்பாகும்.

தமிழ்த் தாத்தா உ.வே. சாமிநாத ஐயரின், வாழ்க்கை வரலாறான **'என் சரித்திரம்'** என்ற ஓலைச்சுவடிகளின் தேடல் கதையை இங்குதான் படித்தேன். 'என் சரித்திரம்' அவசியம் படிக்கவேண்டிய வாழ்க்கை வரலாற்று நூலாகும். அதாவது நமக்குக் கிடைத்துள்ள சுயசரிதை நூல்களில் முதன்மையானது, அந்த காலத்திற்குரிய வாழ்க்கை முறையை- கலாசாரத்தை- சமூக அமைப்பை - பிரதிபலிக்கக்கூடிய காலக்கண்ணாடி 'என் சரித்திரம்' ஆகும்.

ஓர் இலக்கை எடுத்துக்கொண்டு செயல்படுத்துவதற்கான முயற்சியை, எப்படி வைராக்கியமாக செய்ய வேண்டும் என்பதற்கு என் சரித்திரத்தில் உ.வே.சா அவர்களின் உழைப்பு ஆகச்சிறந்த உதாரணமாக இருக்கும். என் சரித்திரத்தை எழுதிக்கொண்டுவந்த நிலையில் 1942 ஏப்ரலில் திடீரென அவர் இறப்பு நேர்ந்து விட்டதால், அவருடைய சிஷ்யரான கி.வா.ஜ அவர்கள் என் சரித்திரத்தின் தொடர்ச்சியாக, 'என் ஆசிரியப் பிரான்' என்ற நூலை எழுதினார். இரண்டு நூலையும் படித்தால்தான் உ.வே.சாவின் முழுப் பரிணாமத்தையும் தெரிந்து கொள்ள முடியும்.

'திரு.வி.க வாழ்க்கைக் குறிப்புகள்' என்ற திரு.வி.கவின் சுயசரிதை, இன்னோர் அருமையான, சுவையான வாழ்க்கைப் பதிவாகும். அதுவும் இருபதாம் நூற்றாண்டின் இறுதிக் காலத்தையும், 21-ம் நூற்றாண்டின் முதல் பாதி தமிழக வரலாற்றைத் தெரிந்துகொள்வதாகவும் அமையக்கூடிய சிறப்பான வாழ்க்கை வரலாற்று நூலாகும். திரு.வி.க-வின் வாழ்க்கை முறை, அன்றைய சென்னை வாழ்க்கை, படைப்பிலக்கியம், தொழிற்சங்கப் பணி, அவருக்கும், சமகால

ஆளுமைகள் குறிப்பாகப் பெரியாருடன் இருந்த நட்பு போன்ற அனைத்தையும் சிறப்பாக விளக்கியிருப்பார்.

நாமக்கல் கவிஞர் ராமலிங்கம் பிள்ளை எழுதிய **'என் கதை'** என்ற விறுவிறுப்பான இனிமையான எழுத்து நடையைக்கொண்ட சுயசரிதை நூலும், தமிழுக்குக் கிடைத்த தரமான வாழ்க்கை வரலாற்று நூலாகும். இன்றைய இளம் எழுத்தாளர்கள், தமிழ் இலக்கிய மாணவர்கள் மற்றும் தமிழ் மக்கள் அவசியம் படிக்க வேண்டிய நூல்கள் இவை. இந்த நூல்களை எல்லாம் நேரம் கிடைக்கும்போதெல்லாம் தேவநேயப் பாவாணர் நூலகத்தில்தான் படித்தேன்.

மறைமலை அடிகள் நூலகம்

நான் படித்த சட்டக் கல்லூரிக்கு எதிரிலேயே லிங்கி செட்டித் தெருவில், மல்லிகேஸ்வரர் ஆலயத்திற்கு அருகில் இருந்தது மறைமலை அடிகள் நூலகம். தனித்தமிழ் இயக்கத் தந்தை மறைமலை அடிகள் படித்த புத்தகங்கள், சேகரித்த தமிழ், ஆங்கிலப் புத்தகங்கள் என அனைத்தையும், சைவ சித்தாந்தக் கழகத்தின் மாடியில் நூலகமாக வைத்திருந்தனர்.

மறைமலை அடிகள் தனித்தமிழ் இயக்கத்தை நிறுவினாலும் ஆங்கிலத்திலும் நன்கு புலமை பெற்றிருந்தார் என்பதை அங்குதான் தெரிந்துகொண்டேன். அப்போது வெளியிடப்படாமல் வைத்திருந்த அவரது நாட்குறிப்பை அவரது கையெழுத்திலேயே படித்துப் பார்த்தேன். அருமையான ஆங்கிலத்தில் சரளமான நடையில் எழுதியிருந்தார். தமிழறிஞர்கள் பிறமொழிப் புலமையும் பெற்றிருத்தல் என்பது மிக அவசியமாகும். நம் மொழியின் சிறப்பை உலக அளவில் கொண்டுசெல்ல பிறமொழி புலமை அவசியம் என்பதை மறந்துவிடக்கூடாது. சைவ சித்தாந்தக் கழகம்தான் இன்று தமிழகத்தில் உள்ள கழகங்களுக்கெல்லாம் ஆணி வேர் ஆகும்.

உ.வே.சா

அதாவது, தந்தை பெரியார் சைவ சித்தாந்தக் கழகத்திற்கு அடிக்கடி வருவாராம். தென்னிந்திய நல உரிமைச் சங்கம், நீதிக்கட்சி என அமைப்புகள் இருந்த நிலையில், அதிலிருந்து வேறுபடுத்திக்காட்ட, 1944-ல் பெரியார் புது இயக்கம் தொடங்கியபோது, என்ன பெயர் வைக்கலாம் என யோசித்தபோது, திராவிட சங்கம், திராவிடக் கட்சி, திராவிட இயக்கம் என பல பெயர்களை யோசித்த நிலையில், சைவ சித்தாந்தக் கழகத்துக்கு அடிக்கடி சென்றுவந்த தாக்கத்தால், அறிவார்ந்தவர்கள் கூடும் அவை என்று பொருள்படக்கூடிய 'கழகம்' என்ற வார்த்தையை சைவ சித்தாந்தக் கழகத்திலிருந்து எடுத்து 'திராவிடர் கழகம்' எனப் பெயர் சூட்டினார்.

அத்தகைய சிறப்புவாய்ந்த சைவ சித்தாந்தக் கழகம் பராமரித்த மறைமலை அடிகள் நூலகத்திற்கு அடிக்கடி சென்றுவந்தேன். மரப் படிக்கட்டில் ஏறி, மேலே உள்ள நூலக அடுக்ககத்தில் புத்தகங்களை எடுத்து சற்று மங்கலான இடமாக இருந்தாலும் அங்கு அமர்ந்து படிப்பது என்பது தனி சுகம்தான்! நிறைய பழைய நூல்களைப் பாதுகாத்து வைத்திருந்தார்கள். போட்டித் தேர்வு

என்றால் என்ன என்று தெரியாத காலகட்டத்திலேயே நிறைய வரலாற்றுப் புத்தகங்களைப் படித்தேன்.

குன்றக்குடி பெருமாள் எழுதிய 'தமிழ் வளர்த்த நல்லறிஞர்கள்' என்ற புத்தகத்தை தமிழ் அன்பர்கள், குறிப்பாக தமிழ் இலக்கிய மாணவர்கள், தமிழ் ஆர்வலர்கள், போட்டித் தேர்வுக்குத் தயாராகும் மாணவர்கள் கண்டிப்பாகப் படிக்க வேண்டும். 'தமிழ் வளர்த்த நல்லறிஞர்கள்' புத்தகத்தில் மேற்கு வங்கத்தைச் சேர்ந்த சுனிதி குமார் சாட்டர்ஜி என்ற மொழியியல் அறிஞர் பற்றி எழுதியிருப்பார்.

மறைமலை அடிகள்

சுனிதி குமார் சாட்டர்ஜி *'HISTORY OF LANGUAGES AND LITERATURE IN INDIA'* என்ற புத்தகத்தை எழுதியுள்ளார். அதில் உலக அரங்கில் உள்ள காப்பியங்கள், படைப்புகள், செம்மொழிகளை ஆராய்ந்து அவற்றுள் தமிழ் மொழியைப் பற்றிச் சிறப்பாக எழுதியிருப்பார்.

சுனிதி குமார் சாட்டர்ஜி ஒரு கட்டுரையில், ராய சொக்கலிங்கம் என்பவர் எழுதிய 'திருவாசகத் தேன்' எனும் புத்தகத்தைப் பற்றிக் குறிப்பிட்டு, அந்நூலிலிருந்து ஒரு பாடலையும் எடுத்துக் காட்டியுள்ளார்.

"என்னால் அறியாப் பதம் தந்தாய்
யான தறியா துகெட்டேன்
உன்னால் ஒன்றுங் குறைவில்லை
உடையார் அடிமைக் காரென்பேன்
பன்னாள் உன்னைப் பணிந்தேத்தும்
பழைய அடிய ரொடுங்கூடா
தென்னா யகமே பிற்பட்டிங்
கிருந்தேன் நோய்க்கு விருந்தாயே"

'நீ அகிலம் ஆளும் கடவுள், என்னை ஆட்கொண்டு அறிவு கொடுத்து, சிவ நெறிக்கு ஆட்படுத்தி உலகக் காட்சியை காண்பிக்கிறாய். ஆனால் நான் அதனை அறியாத முட்டாளாய் இருந்துவிட்டேன். பல சிவனடியார்கள் உன்னையே வணங்கி சிவ பதவி அடைந்துவிட்டார்கள். ஆனால் நானோ, நீ எனக்குக் கொடுத்த காட்சியை மறந்து சாதாரண நோய்க்கு உட்பட்டு அழிந்துபோகும் வாழ்கைக்கு ஆட்பட்டுவிட்டேன். இறைவா! என்னை மன்னித்து மீண்டும் ஏற்றுக் கொள்வாயாக!' என்று கூறுவார்.

இந்தப் பாடலைக் குறிப்பிட்டு ஒரு வங்கத்து அறிஞர் திருவாசகத்தைப் பற்றி எழுதினார். அந்த நேரத்தில் சுனிதி குமார் சாட்டர்ஜியின் மகனுக்குத் திருமணம் நடைபெறுகிறது.

குழந்தைப்பேறு தள்ளிக்கொண்டே சென்றதால், சிலர் சாட்டர்ஜியிடம், நீங்கள் தமிழ்நாட்டில் உள்ள சிவாலயத்திற்குச் சென்று வழிபடுங்கள் எனவும், அங்குள்ள முருகனின் அறுபடை கோவிலுக்குச் சென்று வழிபட்டு வந்தால், முருகனைப் போன்று அழகான ஆண் குழந்தை பிறக்கும் என்றும் கூறுகின்றனர். அடுத்த ஆண்டே குடும்பம் சகிதமாக அறுபடை வீட்டிற்கும் சென்று வழிபாடு செய்கிறார். ஆண் குழந்தை பிறக்கிறது.

வங்கத்து மொழியியல் அறிஞர் தனது பெயரனுக்கு என்ன பெயர் சூட்டினார் தெரியுமா! குமரன்! ஆம், 'தமிழ்க்குமரன்' என்று பெயர் சூட்டி மகிழ்ந்தார். ஆனால் நாம் நம் குழந்தைகளுக்கு வடமொழியில் பெயர்வைத்துக்கொண்டிருக்கிறோம். நம்முடைய மொழியின் அருமை, சிறப்பு, பண்பாட்டு வளம் குறித்து நமக்குத் தெரிவதில்லை. வெளிநாட்டினரும், வெளி மாநிலத்தவரும் சொல்லித்தான் நமக்கே தெரியவருகிறது.

உலகத் தமிழாராய்ச்சி நிறுவனம் (IITS)

சென்னை சென்றால் அவசியம் பார்க்க வேண்டிய நூலகம் ஆகும். இது

நூலகம் மட்டுமல்ல, தமிழ் ஆராய்ச்சி செய்யக்கூடிய மொழி காக்கும் முதன்மை நிறுவனம் இது.

'INTERNATIONAL INSTITUTE OF TAMIL STUDIES' என்ற உலகத் தமிழாராய்ச்சி நிறுவனம், அறிஞர் அண்ணாவின் கனவுத் திட்டமான அறிவுசார் அமைப்பாகும். இரண்டாம் உலகத்தமிழ் மாநாட்டை முன்னிட்டு, 1968-ல் பிரெஞ்சு கல்விக் கழகம்போல், தமிழை வளர்க்க, தமிழ் இலக்கியத்தை, கலாசாரப் பண்பாட்டைப் போற்றிப் பாதுகாக்க, தமிழ் குறித்து மென்மேலும் ஆய்வு செய்து, உலகளவில் கொண்டுசெல்ல ஒரு தமிழ் ஆய்வு நிறுவனத்தை உருவாக்க வேண்டும் என்ற எண்ணத்தில் அமைக்கப்பட்டதே உலகத் தமிழாராய்ச்சி நிறுவனம்.

தரமணி மத்தியக் கைலாஷ் பேருந்து நிலையத்தில் இறங்கிச் சென்றால் அந்த நூலகத்தின் இரு புறமும் இயற்கை எழில் கொஞ்சும் மரங்கள் அமைந்திருக்கும். கலீல் ஜிப்ரான் நூல்களை அங்கு அமர்ந்து படித்தால் அவர் எழுத்துகள் கண்முன் காட்சியாக வரும்.

ஜிப்ரான் வாழ்ந்த லெபனான் தேசத்தில் நிசாம் பூக்கள் இறைந்துகிடப்பதுபோல, தரமணியில் அந்த நூலகத்தை ஒட்டிய அகன்ற சாலைகளில் புங்கமரப் பூக்கள் இறைந்துகிடக்கும். எந்த நேரத்திலும் அங்கு வெயில் என்பதே தெரியாத அளவுக்கு அருமையான சூழலாக இருக்கும். அதுவும் அந்திப்பொழுதில் நிசப்தமான அமைதி நிலவும். ஒரு சிலர் மட்டும் நடைப்பயிற்சி மேற்கொண்டிருப்பார்கள். அந்த நூலகத்தில் உள்ள இரண்டரை லட்சம் புத்தகங்களுள், ஒன்றரை லட்சம் புத்தகங்கள் தமிழ்ப் புத்தகங்கள். சைவ சித்தாந்தக் கழகம், சங்க இலக்கியங்கள், சிற்றிலக்கியங்கள் போன்ற தமிழ் நூல்கள் குறித்து மாநாடு நடத்தி பல்வேறு அறிஞர்கள், புலவர்கள், பண்டிதர்கள் ஆற்றிய உரைகளை நூலாகத் தொகுத்து வெளியிட்டுள்ளனர்.

அந்த நூல்கள் வேறெங்கும் கிடைப்பதில்லை. ஆனால், அவை அனைத்தும் இந்த நூலகத்தில் கிடைக்கின்றன. நான் சட்டம் படித்திருந்தாலும் போட்டித் தேர்வுக்கு தமிழ் இலக்கியத்தை ஒரு பாடமாக தேர்ந்தெடுத்ததால் தமிழ் இலக்கியம் குறித்து படிப்பதற்குத்தான் இங்கு வந்தேன். ஆனால் தமிழ் இலக்கியம் மட்டுமன்றி தமிழில் வெளிவந்த பல்வேறு துறை சார்ந்த புத்தகங்களும், ஆய்வுக் கட்டுரைகளும், தமிழ்நாடு பாடநூல் நிறுவனம் வெளியிட்ட வரலாறு, அரசியல், பொருளாதாரம் சார்ந்த அனைத்து புத்தகங்களும் இங்குக் கிடைக்கும். உலகத் தமிழாராய்ச்சி நிறுவனம் நான் கூடு கட்டிய இடம். அதை என் வேடந்தாங்கல் என்றே கூறுவேன். அந்த நூலகத்தில்தான் போட்டித் தேர்வுக்குப் படிக்க ஆரம்பித்தேன்.

அது நூலகம் மட்டும் கிடையாது. மொழி, இலக்கிய ஆராய்ச்சி செய்யும் ஆய்வு மாணவர்கள், பேராசிரியர்களுக்காக தமிழக அரசு தொடங்கிய ஆய்வு நிறுவனம். உலகத் தமிழாராய்ச்சி நிறுவனம் சென்னையில் அவசியம் பார்க்க வேண்டிய ஒன்றாகும். படிக்கும் ஆர்வம் உடையோருக்கு அது ஒரு சொர்க்கபுரி! அந்த நூலகம் அமைந்துள்ள இடமே ஒருவித ரம்யமாக இருக்கும். தரமணியின் அந்த நூலக வளாகம் அமைதி தேசம்!

நூலகம் பெரிதாகப் பராமரிக்கப்படா விட்டாலும் மரங்கள் நிறைந்த, பசுமையான, இதமான வெயில் படும் அந்த இடம் மிக அழகாக, அமைதியாகக் காட்சியளிக்கும். படித்துக்கொண்டிருக்கும்போது சிறிது களைப்பான நேரத்தில், வெளியில் வந்து அந்த அகலமான, அழகான சாலையில் நடந்து சென்றால், இளைஞர்கள் கிரிக்கெட் விளையாடிக் கொண்டிருப்பார்கள், பெற்றோர்கள் வேடிக்கை பார்த்துக்கொண்டு அமர்ந்திருப்பார்கள். பெரியவர்கள் நடைப்பயிற்சி செய்வார்கள். தர்மாம்பாள் பாலிடெக்னிக் கல்லூரி மாணவிகள் சிரித்துப் பேசிக்கொண்டு செல்வார்கள். ஆளாளுக்கு ஒரு கனவு!

எம்.ஜி.ஆர் திரைப்படப் பயிற்சி நிறுவனம் அருகில் ஒரு தேநீர் கடை இருக்கும்! சூடாக ஒரு தேநீர்! கையில் கண்ணாடித் தேநீர் கோப்பை, மனதில் ஐ.ஏ.எஸ் கனவு! அப்படியே பழைய மகாபலிபுரம் சாலையில் செல்லும் உயர் ரக கார்களைப் பார்க்கும்போது, இந்த மனிதர்களைத் தாண்டிய வெற்றியை, இந்தத் தேர்வு கொடுக்கும் என்ற ஆழ்ந்த நம்பிக்கையுடன் மீண்டும் நூலகம் நோக்கிச் செல்வேன்.

தமிழ் இலக்கியத்தை எப்படிப் படிப்பது? எங்கிருந்து தொடங்குவது எனக் குழப்பமான நிலையில் ஒருநாள் நூலகத்தில் தேடிக்கொண்டிருக்கும்போது, நா.சுப்பு ரெட்டியார் எழுதிய ‘தமிழ்ப் பாடம் சொல்லும் முறை’ என்ற நூலைப் பார்த்தேன். மிகுந்த ஆர்வத்துடன் அந்தப் புத்தகத்தைப் படிக்கத் தொடங்கினேன். தமிழ் இலக்கியத்தை, இலக்கணத்தை எப்படிக் கற்றுக்கொள்ள வேண்டும்? எப்படி கற்றுத்தர வேண்டும் என்பது குறித்து மிக விளக்கமாக எழுதப்பட்ட நூல். அதைப் படிக்கப் படிக்க அது சார்ந்த ஒவ்வோர் இலக்கிய நூலாக தேடத் தொடங்கினேன். அதற்கு ஏற்றாற்போல் நூலகத்திலும் பல்வேறு தலைப்பில் தமிழ் இலக்கியத் திறனாய்வு மற்றும் ஆய்வு நூல்கள் கொட்டிக்கிடந்ததால் ஒன்றின் தொடர்ச்சியாக ஒன்று என, எதைப் படிப்பது என்றே தெரியாத அளவிற்குப் பல புத்தகங்களையும் படிக்கத் தொடங்கினேன்.

நா.சுப்புரெட்டியார், தமிழுக்குக் கிடைத்த கொடை. அனைத்துத் துறைகளிலும் ஆற்றல்பெற்ற பல்கலை அறிஞர். ‘நீர்க்குமிழி’ என்னும் தலைப்பில் அவர், தன்னுடைய வாழ்க்கை வரலாற்றை எழுதியுள்ளார். முதல் பகுதியில் அவருடைய பள்ளி வாழ்க்கை, இளமை வாழ்க்கை போன்றவற்றை எழுதியிருப்பார். இரண்டாம் பகுதியில் துறையூர் அரசு மேல்நிலைப் பள்ளியில் தலைமை ஆசிரியராகப் பணிபுரிந்ததைப் பற்றி எழுதியிருப்பார். அந்தப் புத்தகம் தனி நபர் வரலாறு அல்ல. அவர் வாழ்ந்த காலகட்டத்தில் உள்ள பண்பாடு, நாகரிகம், வாழ்க்கை முறை போன்றவற்றை அறிந்து கொள்ள பேருதவி புரியும்.

அதில், அவர் பிறந்த பெரகம்பி கிராமத்தில் நடைபெறும் முயல் வேட்டைத் திருவிழாவைப் பற்றி எழுதியிருப்பார். அதைப் படிக்க, படிக்க நாமும் அவருடன் முயல் வேட்டைக்குச் செல்வதுபோல் இருக்கும். வாணி கிணற்றில் குளித்துவிட்டு சாமி தூக்கும் நிகழ்வைப் பற்றி எழுதியிருப்பார். அதைப் படிக்கும்போது, நமக்கும் அந்த கிணற்றைப் பார்க்க வேண்டும் என்கிற ஆவல் தோன்றும். பண்ணை இல்லம் பற்றி அழகாக எழுதியிருப்பார். பண்ணை இல்லத்தில் வாழைத் தோட்டம் எப்படி இருக்கும், விளைநிலம் எப்படி இருக்கும், தரிசு நிலம் எப்படி இருக்கும், வசிப்பிடம் எப்படி இருக்கும் என விளக்கமாய் எழுதியிருப்பார்.

2017-ம் ஆண்டு நான் திருச்சி எஸ்பியாக பணிபுரிந்தபோது, பணி நிமித்தமாகச் சென்றபோது சிறுகனூர் காவல் நிலையத்திற்கு உட்பட்ட சுப்பு ரெட்டியாரின் சொந்த ஊரான பெரகம்பிக்குச் சென்று அந்த இடங்களை எல்லாம் கேட்டறிந்து, தேடிக் கண்டுபிடித்து பார்த்து ரசித்து விட்டு வந்தேன்.

சுப்பு ரெட்டியார், தன் ஊர் மக்களிடம் பட்டனம் போய் படிக்கப் போகிறேன் எனக் கூறி விடைபெற்றுக்கொண்டு முசிறி

சென்று பள்ளியில் படிக்க சேரப்போகிறார். அன்றைய காலகட்டத்தில் பெரகம்பிக்கு முசிறி என்பது பட்டனம்தான்.

சுப்பு ரெட்டியாரிடம், கோவிந்தசாமி அய்யங்கார் என்ற தலைமை ஆசிரியர் 1 பெருக்கல் 1-ன் மதிப்பு என்ன என்று கேட்டாராம். அதற்கு சுப்பு ரெட்டியார், 1 பெருக்கல் 1-ன் மதிப்பு 1 எனக் கூறுகிறார். அதற்கு அந்தத் தலைமை ஆசிரியர், நீ கூறியது தவறான பதில், 1 பெருக்கல் 1-ன் மதிப்பு 01 எனக் கூறி அவரை பள்ளியில் சேர்க்க மறுத்துவிட்டாராம். பட்டனத்தில் படிக்கப்போகிறேன் என்று ஊர் மக்களிடம் சொல்லிவிட்டு வந்ததால், முசிறி இல்லாவிட்டால் என்ன, துறையூரில் சேர்ந்தாலும் பரவாயில்லை என்று துறையூர் பள்ளிக்கூடத்தில் சேர்ந்து படித்தாராம்.

சுப்புரெட்டியார்

துறையூரில் படிக்கும்போது, ஒரு சிறிய குடிலில் உணவருந்தச் செல்வார்களாம். அந்தக் குடிலில் சாப்பாடு வருவதற்கு சற்று தாமதமாகும்போது, அவரும் அவருடைய நண்பர்களும் தமிழிலக்கியம் பற்றி பேசிக்கொண்டிருப்பார்களாம். அப்படித்தான் ஒரு நாள் சாப்பாடு வர தாமதமானதும் ஆசுகவி காளமேகப் புலவர் பாடலைப்பாடி சிரித்துக் கொண்டிருந்தனராம்.

'கத்துக் கடல் சூழ்நாகைக் காத்தன்தன் சத்திரத்தில்
அத்தமிக்கும்போதில் அரிசிவரும் - குத்தி
உலையிலிட ஊரடங்கும் ஓர் அகப்பை
அன்னம் இலையிலிட வெள்ளி எழும்.'

அதாவது, சோறு போடுவதற்குள் விடிந்துபோய்விடும் என்பதை, 'அரிசி வருவதற்குள் மாலை ஆகிவிடும். உரலில் குத்தி உலையில் இடுவதற்குள் ஊரடங்கிவிடும். ஒரு கரண்டி உணவு பரிமாறுவதற்குள் சூரியன் உதயமாகிவிடும்' எனக் கிண்டலாகப் பாடி சிரித்துக் கொள்வார்களாம்.

மதிய நேரத்தில் காத்திருந்து மோர் வாங்கிப் பருகும்போது, மோர் தண்ணீரைப்போல் உள்ளது என்பதை கிண்டல் செய்து, அதற்கும் காளமேகப் புலவர் பாடலைப் பாடுவார்களாம்.

கார் என்று பேர்படைத்தாய் ககனத் துறும்போது
நீரென்று பேர்படைத்தாய் நீள்தரையில் வந்ததற்பின்
வாரொன்று மென்முலையார் ஆச்சியர்கை வந்ததற்பின்
மோரென்று பேர்படைத்தாய் முப்பெரும் பெற்றாயே

'வானத்தில் இருக்கும்போது கார் எனப் பெயர் பெற்றாய், பூமிக்கு வரும் போது நீர் எனப் பெயர் பெற்றாய், ஆச்சி கைப்பட்டவுடன் மோர் எனப் பெயர் பெற்றாய்'. ஆச்சி தண்ணீர் கலந்த மோரை ஊற்றுகிறார்கள் என்பதைக் கிண்டல் செய்யும்விதமாக இப்பாடலைப் பாடுவார்களாம். பசி நேரத்திலும் சாப்பிடும் நேரத்திலும்கூட அந்தக் காலத்தில் தமிழ் இலக்கியத்தை வளர்த்திருக்கிறார்கள் என்பதை இந்தப் புத்தகத்தைப் படிக்கும்போது அறிந்துகொள்ளலாம். பிற்காலத்தில் அவர் படைத்த புத்தகங்கள் அனைத்தும் அற்புதமானவை. மாணவர்கள் கண்டிப்பாக அவற்றைப் படிக்க வேண்டும். தமிழ் இலக்கியம் மீதுள்ள பற்றினால் 'தமிழ்ப்பாடம் சொல்லும் முறை', 'கவிதை இயற்றும் கலை', 'அறிவியல் பாடம் சொல்லும் முறை', 'இல்லற நெறி', 'விஷ்ணு சித்தன் விரித்த வலை', 'வடவேங்கடத்தில் தமிழ்' போன்ற பல நூல்களை எழுதியுள்ளார்.

அந்த நாட்களில் பெரும்பாலான நேரம் உலகத் தமிழாராய்ச்சி நிறுவன நூலகத்தில்தான் படித்துக் கொண்டேயிருப்பேன்! நூலகத்தில் படிப்பதற்கென்று பெரிய மேஜை போட்டு சுற்றி நாற்காலி போட்டிருப்பார்கள்!

அங்கு பெண்கள், மாணவியர்கள் வந்து விட்டால், சில மாணவர்கள் அப்படியே படம் காட்டுவார்கள். அந்தப் புத்தகம் இந்தப் புத்தகம் என சம்பந்தமில்லாமல் பொய் சொல்வார்கள். என்னவென்றே தெரியாமல் பெரிய புத்தகத்தை கையில் வைத்துக்கொண்டு கதையளப்பார்கள்! திறந்து பார்த்தால் அது அசாமி மொழிப் புத்தகமாக இருக்கும்!

இந்த விழிப்பேரிடரைச் சகிக்க இயலாமல் புத்தக அலமாரியைத் தாண்டி, ஒதுக்குப்புறமாக ஜன்னலோரத்தில் நாற்காலியைப் போட்டுக்கொண்டு, திறந்த வெளியில் மரங்கள் அசைவதையும், வண்ணத்துப் பூச்சிகள், சிட்டுக் குருவிகள் செடிகள் மீது அமர்வதையும் வேடிக்கை பார்த்துக் கொண்டே படிப்பேன்! நூலக நேரம் முடிந்த பிறகும், படித்துக்கொண்டே இருப்பேன், 7:30 மணியளவில் நூலகர் வெங்கடாசலபதி அருகில் வருவார். நான் எழுதி இறைந்துகிடக்கும் தாள்களை அடுக்கித் தருவார்.

அப்படியே கிளம்பி வெளியில் வருவேன். அந்த பரந்துப்பட்ட சாலையின் மஞ்சள் சோடியம் விளக்கொளியில் சாலையோரம் பதித்துள்ள சிமெண்ட் பலகையில் அமர்ந்துகொண்டு, சைக்கிளில் விற்கப்படும் டிரம் டீ வாங்கி சூடாக சாப்பிட்டுக்கொண்டே, அன்று நூலகத்தில் படித்ததை அசைபோடுவேன்.

எழுதியதைக் கோவைப்படுத்தி நினைவுப்படுத்திப் பார்ப்பேன். முன்னிரவுப்பொழுது, மஞ்சள் சோடியம் விளக்கொளி, சூடான தேநீர், எழுதிப்பார்த்த தாள்கள், மெல்லிய காற்று, எங்கோ தூரத்தில் ஒலிக்கும் இளையராஜா பாடல், அதை சார்ந்த அசைபோடும் நினைவுகள், படித்ததை நினைவுபடுத்திப் பார்க்கும் சுகமான காட்சிகள், சில பொழுதுகளில் லேசான மழைத் தூறல் வந்தாலும் அடர்ந்த மரங்கள் நிறைந்த சாலையில் நனைந்தும் நனையாமலும் மெல்ல ரசித்தபடி நடந்து சென்று எதிர்காலக் கனவுகளோடு, மீண்டும் ஒரு சூடான தேநீர் குடித்துவிட்டு வருவேன். சிமெண்ட் பலகையில் அமர்ந்து படிப்பது, படித்ததை நினைவுபடுத்திப் பார்ப்பது என அந்தப் போராட்டமான காலகட்டத்தை மிகுந்த ரசனையுடனே கடந்து வந்தேன். ஆஹா! அந்தக் கட்டையில் அமர்ந்து படித்ததைக் காட்டிலும் ஒரு சொர்க்கம் உண்டா எனத் தெரியவில்லை.

தமிழ் ஆய்வு மேற்கொள்ள நினைப்பவர்களுக்கு, தமிழிலக்கியம் படிக்கும் ஆர்வம் உள்ளோர்க்கு உலகத் தமிழாராய்ச்சி நிறுவனம் ஒரு வரப்பிரசாதம். இங்குத் தமிழ் இலக்கியம் மட்டுமன்றி இந்திய வரலாறு தமிழக வரலாறு சார்ந்து நிறைய புத்தகங்களைப் படித்தேன். குறிப்பாக நீலகண்ட சாஸ்திரி எழுதிய ‘தென்னிந்திய வரலாறு’ குறித்த வெளிநாட்டவர் குறிப்புகள், பண்டைக்கால இந்தியா குறித்த ஆர்.எஸ்.சர்மா புத்தகம், டி.ஆர். ராமச்சந்திரன் எழுதிய இரண்டு பாகங்கள் கொண்ட டெல்லி சுல்தானிய வரலாற்று நூல், ‘உலக வரலாறு’, ஜே.பி.பியூரி எழுதிய மூன்று பாகங்கள் கொண்ட ‘கிரேக்க நாட்டு வரலாறு’ நூல் என பல அரிய புத்தகங்களை இங்குதான் படித்தேன்.

அந்நாளில் எனது படிக்கும் ஆர்வத்தைக் கண்டு கொண்டு எனக்காகப் பேருதவி செய்த நூலகர் நண்பர் வெங்கடாசலபதி பற்றி சொல்லியே ஆகவேண்டும். நேரம் காலம் பார்க்காமல் நூலகத்தைத் திறந்து வைத்து, கேட்கும் புத்தகங்களை எல்லாம் எடுத்துக்கொடுத்து சில நேரங்களில் நான் எழுதிப் பார்த்த பேப்பர் எல்லாம் இறைந்துகிடக்கும், அதையெல்லாம் எடுத்து அடுக்கித் தந்து, நண்பரைப் போல உதவி செய்த அந்த மனிதரை என்றென்றும் மறக்க இயலாது.

சில நேரங்களில் நான் தீவிரமாக படித்துக்கொண்டிருக்கும்போது, எனக்குத் தேவையான புத்தகங்களை தேடி எடுத்துக் கொண்டுவந்து கொடுத்து பல வகையிலும் உதவியாக இருந்தார். குரூப் 1 எழுத்துத் தேர்வு ஆரம்பித்த நிலையில், நான் அப்போது குரூப்-2

தேர்வில் வெற்றிபெற்று, உள்ளாட்சி தணிக்கைத் துறையில் ஆடிட்டராக பயிற்சியில் இருந்ததால், நேரமே கிடைக்காத நிலையில் நூலகத்திற்கு வரமுடியாத கடினமான சூழலில், குறிப்பிட்ட சில புத்தகங்களை எனக்காக நகல் எடுத்துக்கொண்டு சைக்கிளில் வந்து வேலப்பன்சாவடியில் கொடுத்துவிட்டுச் சென்ற உதவியை என்னவென்று சொல்வது.. எந்த கைம்மாறும் அதற்கு ஈடாகாது.

இந்த நூலகத்தில் நான் வாசித்த போற்றத்தக்க தமிழ் ஆளுமை, பல்கலை வித்தகர், **மகரிஷி கவியோகி சுத்தானந்த பாரதியார் தமிழ் மண்ணுக்குப் புகழ்சேர்த்த இன்னொரு மகான் ஆவார்.** இவர் சிவகங்கை மாவட்டத்தைச் சேர்ந்தவர். ஆயிரம் புத்தகங்களுக்கு மேல் எழுதியதாகவும், அதில் தற்போது 363 புத்தகங்கள் மட்டுமே பதிப்பிக்கப்பட்டுள்ளதாகவும் தெரிகிறது. பதிப்பிக்கப்பட்டுள்ள எண்ணிக்கையே மிக அதிகம்.

அந்த நாளில் ஒரு மனிதன் ஆயிரம் புத்தகங்கள் எழுதுவது என்பது, அதுவும் பெரியதொரு வசதி வாய்ப்பு இல்லாத இருபதாம் நூற்றாண்டின் தொடக்கத்தில் தொடங்கிய இந்த சாதனை என்பது மிகப்பெரிய ஒன்றாகவே கருதப்பட வேண்டும். 1920-ம் காலகட்டம் தொடங்கி 1991 வரை வரை தொடர்ச்சியாக எழுதிக்கொண்டிருந்தார். இயற்கையின் கொடையால் 92 ஆண்டுகள் வாழ்ந்ததால் இத்தகைய சாதனையை நிகழ்த்தியுள்ளார். இவர் எழுதிய 'திருக்குறள் இன்பம்' என்ற நூல்தான் நான் படித்த இவருடைய முதல் புத்தகம்.

காட்டுப்புத்தூர் ஜமீன் பள்ளிக்கூடத்தில் ஆசிரியராகப் பணிபுரிந்தார். ஆசிரியர்கள் அனைவரும் மாணவர்களை காவிரி கரைக்கு அழைத்துச் செல்கின்றனர். அப்படி அழைத்துச் செல்லும்போது, சுத்தானந்த பாரதியார் வழிநெடுகிலும் தமிழ் இலக்கியத்தைப் பற்றி, தமிழின் பெருமைகளைப் பற்றி, இயற்கை சார்ந்த தாவரங்கள், விலங்குகள் ஆகியவற்றைப் பற்றி விளக்கிச் சொல்லிக்கொண்டே செல்வாராம்.

அவர் வகுப்பில் எப்படிப் பாடம் நடத்துவார் என்றால், தீக்குச்சி பற்றி பாடம் எடுக்கிறார் என்றால் பாஸ்பரஸ், கந்தகம், மரக்குச்சி போன்றவற்றை எடுத்து வந்து அதை எப்படிச் செய்ய வேண்டும் எனச் செய்து காண்பித்து, எப்படி செயல்படுகிறது என விளக்குவாராம். **செயல்வழிக் கல்வி** என்பதை அன்றே நிகழ்த்திக் காட்டியிருக்கிறார்.

மாணவர்களுக்குத் தாவரவியலில் பப்பாளி பற்றி பாடம் எடுக்கிறார் என்றால், அதற்கெனத் தோட்டம் அமைத்து, விதை எப்படி இருக்கும், ஒவ்வொரு வளர்நிலையிலும் அதன் வளர்ச்சி எப்படி இருக்கும் எனச் செயல் வழியில் பாடம் கற்பிக்கும் முறையைப் பின்பற்றினாராம்.

அதுமட்டுமா?

காந்தி கரூர் வந்தபோது அவரது பொதுக்கூட்டப் பேச்சை தமிழாக்கம் செய்தவர் இவர்தான். பல நாடுகள் சென்று வந்து, தனது அனுபவங்களை எல்லாம் தொகுத்து பயணக் கட்டுரைகளாகத் தந்துள்ளார். வ.வே.சு அய்யர், சுத்தானந்த பாரதியாரின் நெருங்கிய நண்பர். அவர் சுத்தானந்த பாரதியிடம் உங்களுக்கும் நிர்வாகத்திற்கும்தான் ஒத்துப்போகவில்லையே, பணியைத் துறந்துவிட்டு ஏன் சுதந்திரப் போராட்டத்தில் கலந்துகொள்ளக் கூடாது எனக் கேட்கிறார். அதற்கு சுத்தானந்த பாரதி, நான் ஜீவனாம்சத்திற்காக இந்தப் பணியைச் செய்யவில்லை, சுதந்திரத்திற்காகப் போராட நீங்கள் எல்லாம் இருக்கிறீர்கள். தமிழை, தமிழ் இலக்கணத்தை, செவ்வியல் படைப்புகளை இந்த மாணவர்களுக்குக் கொண்டு சேர்க்க நான் மட்டும்தான் இருக்கிறேன் எனக் கூறுகிறார்.

சுத்தானந்தரின் 'பாரத மகாசக்தி காவியம்' உலக காப்பியங்களுக்கு

இணையான படைப்பாகும். வ.வே.சு அய்யர் இந்நூலை 'அற்புத சிருஷ்டி' என்றும், தமிழ்த் தாத்தா உ.வே.சா 'அருட்புலமை கோயில்' என்றும் போற்றியுள்ளனர்.

தன் வாழ்க்கை வரலாற்றை 'சோதனையும் சாதனையும்' எனச் சுவைபட எழுதியுள்ளார். அதில் திருச்சி, காரைக்குடி, காட்டுப்புத்தூரில் ஆசிரியராகப் பணிபுரிந்த காலத்தையும் தமிழிலக்கியம் படைத்ததையும் நேர்த்தியாகச் சொல்லியிருப்பார். 'காட்டுப்புத்தூர் எனும் பாட்டுப்புத்தூர்' என்று ஓர் அத்தியாயமே படைத்திருப்பார்.

பிரெஞ்ச் நாவலாசிரியர் விக்டர் ஹ்யூகோவின் 'லே மிஸரபல்' நாவலை தமிழில் 'ஏழை படும்பாடு' என்ற தலைப்பில் மூலத்தையே மிஞ்சும் அளவிற்கு விறுவிறுப்பான அருமையான மொழிபெயர்ப்பாகத் தந்துள்ளார். 'ஜான் வல் ஜான்' என்ற நாயகனின் செயல்பாட்டை வீர தீர சாகசங்களை மிக அழகாகக் காட்சிப்படுத்தியிருப்பார். இந்த நாவல் திரைப்படமாக எடுக்கப்பட்டு வெற்றிபெற்றது.

அவருடைய நண்பர் அப்துல்லா மௌல்வியுடன், மெக்கா பற்றி நீண்ட கலந்துரையாடல் செய்து 'அப்துல் கரீம்' என பெயர் மாற்றிக்கொண்டு இஸ்லாம் உடை தரித்து மெக்கா 'காபா' சென்று தரிசனம் செய்து அங்குள்ள ஃபகீர்கள், யாத்ரிகர்கள் 'பிஸ்மில்லாகி இற்றஃமான் இற்றஹிம்' என்ற தெய்வீக முழக்கத்துடன் தொழுத காட்சியை தன்னுடய கட்டுரைகளில் பதிவிட்டுள்ளார்.

தமிழன்னைக்குத் 'தமிழாலயம்' எழுப்ப வேண்டும் என்றும், தமிழன்னை திருவுருவம் நிறுவி சிற்பம், ஓவியம், பரதம், கூத்து, சொல், இசை, கல்வி, கேள்வி, காவியம், என பல்வேறு கலைகளால் என்றும் 'எந்தாய் வாழ்க' என்று மந்திரம் சொல்வோம் எனத் தமிழ்த்தாயை நேசித்த தலைமகன் ஆவார்.

பிறமொழிகளைக் கற்றுக்

சுத்தானந்த
பாரதியார்

கொள்வதையும் அங்குள்ள இலக்கிய வளங்களை பூத, பௌதிக, எந்திர, முன்னேற்றம், மருத்துவ வளர்ச்சியை தமிழுக்குக் கொண்டுவர வேண்டும் என்று முனைந்து செயல்பட்டார். அத்தகைய பணியில் மாணவர்களை ஈடுபடும்படி ஆர்வப்படுத்தினார். தமிழ் இலக்கியங்களை பிற இந்திய மொழிகள், ஐரோப்பிய மொழிகளுக்கு கொண்டு செல்ல ஒவ்வொருவரும் முயற்சிக்க வேண்டுமென முழங்கினார்.

மாணவர்களுக்கு அறிவு வளத்தைக் கொண்டு சேர்க்கவே ஆசிரியர் பணியைச் செய்தார் சுத்தானந்த பாரதி. சிலப்பதிகாரம் குறித்து அவர் எழுதிய 'சிலம்புச் செல்வம்' எனும் நூல் முக்கியமானது. சுத்தானந்த பாரதியின் எழுத்து நடை மிக இலகுவாக நதிபோல ஓடிக்கொண்டே இருக்கும். படிப்பதற்கு அவ்வளவு சுவாரஸ்யமாக இருக்கும்.

இதுபோல் எண்ணற்ற பல்துறை சார்ந்த புத்தகங்களை, இந்த உலகத் தமிழாராய்ச்சி நிறுவன நூலகத்தில்தான் படித்தேன். சென்னையில் எனக்குப் பிடித்தமான இயற்கைச் சூழலில் அமைந்துள்ள, எண்ணிலடங்கா அரிய நூல்களைக் கொண்டுள்ள, என் வாழ்வில் பெரிய மாற்றத்தை உண்டாக்கிய நூலகம் என்றால் அது உலகத் தமிழாராய்ச்சி நிறுவன நூலகம்தான் என்பதை ஆணித்தரமாகச் சொல்வேன்.

நான் இந்த குருப்-1 தேர்வில் வெற்றி பெற்றதற்கு மிகுந்த காரணமாக விளங்கிய மனிதர்களுள் உலகத் தமிழாராய்ச்சி நிறுவன நூலக உதவி நூலகர், வெங்கடாசலபதி முக்கியமானவர் என்பதை பெருமையுடன் சொல்லிக் கொள்கிறேன். தற்போது அவர் சிதம்பரத்தில் ஆசிரியராகப் பணிபுரிவது கண்டு பெருமகிழ்ச்சி கொள்கிறேன்.

குரூப்-1 தேர்வில் வெற்றிபெற்றவுடன் நான் முதலில் சென்று வெற்றியைச்

சொன்னது அந்த நூலகத்தில்தான். அதிலும் தோழமையாக இருந்த வெங்கடாஜலபதி, நூலகராக இருந்த பார்வதி மேடம் மற்றும் உதவி நூலகராக இருந்த பெருமாள்சாமி ஆகியோருக்கு மனம் நிறைந்த நன்றியைத் தெரிவித்து விட்டு வந்தேன்.

சமீபத்தில் ஒருநாள் உலகத் தமிழாராய்ச்சி நிறுவன நூலகத்திற்குச் சென்று வந்தேன். அதன் தற்போதைய இயக்குநர் விஜயராகவன் முயற்சியில் இந்த ஆய்வு நூலக வளாகம் பெரியதொரு வளர்ச்சியைக் கண்டுள்ளது. தமிழக அரசு சிறப்பான முயற்சி எடுத்து புதிய கட்டடம், நூலகத்துக்கு என்று தனி அமைப்பு, அதேபோல் தமிழர்கள் பண்பாடு, கலாசாரம், வாழ்வியல் முறை, நீர் மேலாண்மை போன்றவற்றை இளம் தலைமுறைக்கு விளக்கிக் கூறும் காட்சியரங்கம், பண்டைக்காலத் தமிழர் வாழ்க்கை முறையைச் சித்திரிக்கும் அருங்காட்சியகம் என மிக நவீன வடிவத்தில் அந்த வளாகத்தையே அழகாக காட்சிப்படுத்தியுள்ளனர். புத்தகங்கள் வெளியீட்டிலும் மிகப்பெரிய மாற்றத்தை உண்டாக்கியுள்ளனர். பல்வேறு தலைப்புகளில் தரமான தாளில் நவீன வடிவில் 900க்கும் மேற்பட்ட நூல்கள் அச்சிட்டுக் கொண்டுவந்துள்ளனர்.

சமீபத்தில் தமிழிலக்கிய மாணவர்களுக்கு பிற மொழியை சொல்லித்தரும் முயற்சியை உலகத் தமிழாராய்ச்சி நிறுவனம் தொடங்கி உள்ளது வரவேற்கத்தக்க ஒன்றாகும். அதுவும் இந்தி, பஞ்சாபி, அசாமி போன்ற இந்த தேசத்தின் வெவ்வேறு மொழிகளைக் கற்றுக்கொண்டால்தான் தமிழ் இலக்கியத்தின் மேன்மையை முதலில் இந்திய தேசத்து மக்களுக்குப் புரியவைக்க முடியும்.

அதேபோல் மொழி இயல், தமிழ் இலக்கியம், தமிழர் பண்பாடு, வரலாறு குறித்த கருத்தரங்கம் எனப் பல்வேறு இலக்கியம் சார்ந்த நிகழ்ச்சிகளையும் தொடர்ச்சியாக நடத்தி வருவது மகிழ்ச்சியாக இருக்கிறது. என்போன்ற பல மனிதர்களை உருவாக்கிய அந்த நூலகம் மென்மேலும் பெருவளர்ச்சி பெற்று, இந்த மொழிக்கும் தமிழர்களின் மேம்பாட்டிற்கும் உறுதுணையாய் விளங்கிட வேண்டும் என கேட்டுக் கொள்கிறேன். இதுபோன்ற அரசு நிறுவனங்களைக் கட்டிக் காப்பதில், பராமரிப்பதில் பொதுமக்களாகிய நாமும் அக்கறை செலுத்தினால், நிச்சயம் இன்னும் பல நல்ல புத்தகங்கள் வெளிவருவது, கருத்தரங்கங்கள் நடைபெறுவது எனப் பல சிறப்பான நிகழ்ச்சிகளை எதிர்பார்க்கலாம்.

விஜயராகவன்
IITS - இயக்குநர்

ரோஜா முத்தையா ஆராய்ச்சி நூலகம்

நான் பயின்ற மற்றொரு நூலகம் ரோஜா முத்தையா ஆராய்ச்சி நூலகம். ஆகும். தரமணி உலகத் தமிழாராய்ச்சி நிறுவனம் பற்றிச் சொன்னேன் அல்லவா.. அங்கேயே மற்றுமொரு நூலகமும் உள்ளது. அந்த நூலகத்தின் பெயர் ரோஜா முத்தையா ஆராய்ச்சி நூலகம் *(RMRL - Roja Muthaiyah Research Library)*. கோட்டையூர் ரோஜா முத்தையா செட்டியார் என்பவர், தான் படித்த, சேகரித்து வைத்திருந்த புத்தகங்களை நூலகத்திற்குக் கொடுக்க வேண்டும் என்ற நல்ல எண்ணத்தில் இந்த நூலகத்திற்கு அன்பளிப்பாக வழங்கினார். இந்தப் புத்தகங்கள் நூலகமாக மாறினாலும் இதைச் சரியாக பராமரிக்க முடியாத காரணத்தால் சிகாகோ பல்கலைக்கழக அமைப்பு இந்த நூலகத்தை தத்தெடுத்துக் கொண்டு பராமரிப்புப் பணியைச் செய்து வருகிறது. இந்நூலகத்தில் நிறைய பழைமையான நூல்கள் இருக்கின்றன. ஆனால், வெளியே எடுத்துச்சென்று படிக்க அனுமதிக்கமாட்டார்கள்.

இந்நூலகத்தின் மற்றொரு சிறப்பு கிட்டதட்ட 1901-ம் ஆண்டு முதலான நாளிதழ்கள் கிடைக்கும். இதழ்களை நாள் வாரியாக, மாதம் வாரியாக கட்டுக் கட்டாகத் தொகுத்து வைத்துள்ளார்கள். சுதந்திரப் போராட்ட காலகட்டத்து இதழ்களைப் படித்தேன், பரவசமாக இருந்தது. அப்போது நடந்த நிகழ்வுகளை நேரடியாகப் பார்ப்பது போன்ற உணர்வைப் பெற்றேன். போராட்டக் களத்தில் நடந்த நிகழ்வுகளை நாளிதழ்களில் தொகுத்து எழுதியிருப்பார்கள். அந்தப் பழைய நாளிதழ்கள் அனைத்தும் இந்த நூலகத்தில் கிடைக்கும்.

இந்திய இலக்கியக் கழகம் நூலகம் (ILS)

சென்னையில் நான் படித்த இன்னொரு முக்கியமான பழைமையான நூலகம், நுங்கம்பாக்கம் *DPI* வளாகத்தில் பழைமையை, முதுமையை சுமந்து நிற்கும் வரலாற்றுக் கட்டடமாக உள்ள இந்திய இலக்கியக் கழக நூலகம் ஆகும். பல பேருக்கு அதன் அருமை தெரியவில்லை என்றே நினைக்கிறேன். நான் சட்டக்கல்லூரியில் படிக்கும்போது கடைசி நேரத்தில்தான் அந்த நூலகத்தைப் பற்றி அறிந்தேன்.

போட்டித் தேர்விற்கு தயாரானபோதும், படிக்கிற ஆர்வம் தீவிரமாக இருந்த நிலையிலும்தான், அந்த நூலகத்திற்குச் செல்ல ஆரம்பித்தேன். இந்த நூலகம் *ILS* எனப்படும் *Indian Literary Society* (இந்திய இலக்கியக் கழகம்) எனும் பொருள் படக்கூடிய நூலகமாகும். யாரெல்லாம் இந்த நூலகத்தின் உறுப்பினர்களாக இருந்திருக்கின்றனர்? யாரெல்லாம் இந்த நூலகத்திற்கு வந்து கையொப்பமிட்டு புத்தகம் எடுத்துச் சென்றிருக்கிறார்கள் தெரியுமா? நேதாஜி சுபாஷ் சந்திரபோஸ் இந்த நூலத்தின் வாழ்நாள் உறுப்பினராக இருந்துள்ளார். இங்கு வந்து புத்தகங்களை எடுத்துச் சென்றிருக்கிறார்.

அன்னிபெசன்ட் அம்மையார் இந்நூலகத்தின் வாழ்நாள் உறுப்பினராக இருந்திருக்கிறார். இவர் தியோசபிக்கல் சொசைட்டியில் தங்கியிருந்த கால கட்டத்தில் வாரத்திற்கு மூன்று நாட்களுக்கு மேல், இந்த நூலகத்திற்கு வருகை தந்துள்ளார். அறிஞர் அண்ணா, தமிழர்களின் அறிவுசால் பெட்டகம், தீரா புத்தகக் காதலர்; புத்தகப் பிரியர்; அவர் படிக்காத புத்தகங்களே இல்லை எனக் கூறலாம். அந்த அளவிற்கு போற்றத்தக்க தமிழக அரசியல் ஆளுமை. அவர் பலமுறை இந்நூலகத்திற்கு வருகை தந்து, அக்காலத்தின் புது வெளியீடுகளான ஆங்கிலப் புத்தகங்களைத்தான் தேடுவாராம். ராஜாஜி அவர்களும் இந்த நூலகத்திற்கு அடிக்கடி வந்துள்ளார்.

இதுபோன்ற வணங்கத்தக்க ஆளுமைகளெல்லாம் பயன்படுத்திய நூலகம். இந்நூலகம் ஆங்கிலேயர்க்கே உரித்தான *HIGH ROOF* என்று சொல்லக்கூடிய உயரமான கூரை அமைப்பைக்கொண்டுள்ளது.

உயர்ந்த அடுக்குகளில் புத்தகங்கள் அடுக்கப்பட்டிருக்கும். புத்தகங்களை எடுக்கவேண்டும் என்றால், ஏணி போட்டுத்தான் மேலே ஏறி எடுக்க வேண்டும். கிட்டத்தட்ட பன்னிரண்டு அடி உயரத்திற்கு புத்தகங்களை அடுக்கி வைத்திருப்பார்கள்.

சட்டநாதன் மாமாவுடன் சென்னையின் ஒவ்வொரு தெருவாக புல்லட்டில் பலமுறை சுற்றி வந்திருந்தாலும், சென்னையைப் பற்றி முழுமையாகத் தெரிந்துகொள்ள வேண்டும், அதன் பழைய வரலாற்றை அறிந்துகொள்ள வேண்டும் என்று நினைத்து, அது தொடர்பான நூல்கள் இந்த நூலகத்தில் நிறைய கிடைக்கும் என்பதால்தான் இந்த நூலகத்திற்குச் செல்ல ஆரம்பித்தேன்.

இங்குதான் *Davison love* எழுதிய *'Vestiges of Old Madras'* என்ற சென்னை குறித்த அரிய வரலாற்றுப் புத்தகத்தின் நான்கு பாகங்களையும் படித்தேன். மூன்று பாகங்கள் மட்டுமே இங்கே கிடைத்த நிலையில், நான்காவது பாகத்தை நான் பூக்கடை துணை ஆணையராக இருந்த போது வேறோர் இடத்தில் கண்டறிந்து அதை நகல் எடுத்து இந்த நூலகத்திற்கும் ஒரு நகல் வழங்கினேன்.

இந்நூலகத்தில் மிகப் பழைமையான புத்தகங்கள், மிகப் பழைமையான சிறப்பிதழ் வெளியீடுகள், பலநாட்டுப் புத்தகங்கள், இந்தியாவில் வெளியான வெளிநாட்டுப் பதிப்பகப் புத்தகங்கள் எனப் பலதரப்பட்ட புத்தகங்கள் உள்ளன. சென்னையைப் பற்றி *'BLACK TOWN THROUGH THE AGES'* என்ற தலைப்பில் முனைவர் பட்ட ஆய்வுசெய்து கொண்டிருந்தபோது, அப்போது நான் பூக்கடை காவல் துணை ஆணையராகப் பணியாற்றியதால் இந்த நூலகத்திற்கு அடிக்கடி சென்று வருவேன்.

அதேபோல் N.S.ராமசாமி எழுதிய *'Fort St.George'* என்ற புத்தகம், அவருடைய மற்றொரு நூலான *'The Founding of Madras'*, *Mrs Frank penny* எழுதிய *'Fort St.George, Madras, A short history of our First Possession in India* மற்றும் கே.வி.ராமன் எழுதிய *'THE EARLY HISTORY OF THE MADRAS REGION'* போன்ற நூல்கள், வேறு எங்கும் கிடைக்காத *B.M.CROKER* எழுதிய *'IN OLD MADRAS'* போன்ற அருமையான நூல்களை, சென்னை குறித்த அரிய வரலாற்றுப் பெட்டகங்களை, பிரிட்டிஷ் ஆவணங்களின் தொகுப்பை இங்குதான் படித்தேன்.

ரோஜா முத்தையா செட்டியார்

சென்னையில் உள்ள நூலகங்களில் *ILS* நூலகம் வெளிப்பார்வைக்குத் தெரியாத சிறந்த வரலாற்றுப் புதையல்களைக் கொண்டுள்ள நூலகம். இந்த நூலகத்தை அரசு முயற்சி எடுத்து, இங்குள்ள அரிய நூல்களை மின்னணு வடிவத்திற்கு படிமம் செய்து பாதுகாத்தால், வருங்கால சந்ததியினருக்கு மிகவும் பயனுள்ளதாக அமையும்.

அண்ணா நூற்றாண்டு நூலகம்

புத்தகங்களைப் பற்றி, நூலகங்களைப் பற்றிச் சொல்லும்போது, சென்னையின் முக்கியமான அடையாளமாகத் திகழும், அண்ணா நூற்றாண்டு நூலகத்தைப் பற்றி குறிப்பிட்டே ஆகவேண்டும். தமிழ்நாட்டில் உலகத் தரம் வாய்ந்த ஒரு நூலகம் உள்ளது என்றால், நிச்சயம் அது அண்ணா நூற்றாண்டு நூலகமாகத்தான் இருக்க முடியும். மிக நேர்த்தியாக, நவீனத் தொழில்நுட்ப வசதியுடன், நவீன வடிவமைப்புடன் மிக காற்றோட்டமாக, அழகாக கட்டப்பட்ட நூலகம். ஓங்கி உயர்ந்து நிற்கும் எட்டு தளங்களில், மிக விசாலமாகப் புத்தகங்கள் அடுக்கிவைக்கப்பட்டுள்ள பாங்கும்,

நேர்த்தியும் போற்றுதற்கு உரியதாகும்.

அதிலும் இரண்டாம் தளத்தில் குழந்தைகளுக்கான ஒரு பிரிவு உள்ளது. காலத்திற்கேற்ற மாற்றத்தை ஏற்படுத்தும் வகையில், இப்பிரிவினைக் குழந்தைகள் பூங்காவினைப் போலவே, ஆர்ட் கிருஷ்ணா அவர்களின் உதவியுடன், மிக அழகாக வடிவமைத்திருக்கிறார்கள். அதாவது, பார்ப்பதற்கு, சுற்றிலும் மரங்கள், மாணவர்கள் அமரக்கூடிய இருக்கைகள், என ஏதோ ஒரு, பூங்காவில் அமர்ந்து படிப்பதைப் போன்ற உணர்வினை ஏற்படுத்தக் கூடிய வகையில் வடிவமைத்திருக்கிறார்கள்.

அதேபோன்று புத்தகங்களைத் தேடும் வசதி. அதை அவசியம் குறிப்பிட வேண்டும். எந்தத் தளத்தில் என்ன புத்தகங்கள் உள்ளன, எந்த அடுக்கில் என்ன புத்தகங்கள் இருக்கின்றன என்பதை நாம் எளிதில் தேடி எடுத்துவிட முடியும்.

நாம் ஒரு குறிப்பிட்ட புத்தகத்தைத் தேடினால், அந்தப் புத்தகத்தின் தலைப்பை அங்கிருக்கும் கணினியில் உள்ளீடு செய்தால், அந்தப் புத்தகம் எந்தத் தளத்தில் உள்ளது, எந்த அடுக்கில் உள்ளது, எந்த வரிசையில், எத்தனைப் பிரதிகள் உள்ளன என்பதை மிக விரைவாக நமக்குத் தெரியப்படுத்திவிடும். அதேபோல் ஒவ்வொரு தளத்திலும் மிக அழகான, கனத்த, விசாலமான மேசைகள் அமைக்கப்பட்டுள்ளன. மேசையைச் சுற்றி அமர்வதற்காக தரமான நாற்காலிகள் போடப்பட்டுள்ளன.

இன்னொரு சிறப்பும் இருக்கிறது. இரவு நேரத்தில் படிக்கும்போது ஒவ்வொரு நாற்காலியின் அருகிலும் நமக்குத் தேவையான அளவில் வெளிச்சம் தரும் வகையில், மின் விளக்குகள் பொருத்தப்பட்டிருக்கின்றன. சுவரில் உள்ள விளக்குகளைத் தவிர, படிக்கும் மேஜையில் ஒவ்வொரு நபருக்கும் தனித்தனியாக விளக்குகளைப் பொருத்தியிருக்கிறார்கள். அதாவது, விமானத்தில் இருப்பதுபோல! பிறருக்கு தொந்தரவு இல்லாமல் நமக்கு மட்டும் விளக்கை எரியச் செய்துகொள்ளலாம் அப்படிப் படித்தால் அழகாகவும் இருக்கும்.

அதேபோல், கீழே விரிக்கப்பட்டுள்ள தரைவிரிப்புகூட உலகத்தரம் வாய்ந்ததாக அமைக்கபட்டுள்ளது. நம் பாதங்கள், நடப்பதே தெரியாத அளவிற்கு மிக இலகுவாக, மிருதுவாக, நடக்கும் சப்தம்கூட கேட்காத அளவிற்கு மிக அழகாகப் பதித்துள்ளார்கள். அதாவது நடக்கும்போதோ, புத்தகங்கள் எடுக்கும்போது தவறி விழுந்தாலோ, படித்துக்கொண்டிருக்கும் ஒருவரின் கவனம் சிதறிவிடக்கூடாது என்பதற்காக இத்தகைய ஏற்பாடு செய்யப்பட்டுள்ளது. புத்தக அடுக்ககங்கள் (அலமாரிகள்) மிக உறுதியாகவும், மிக வசதியாகவும், விசாலமாகவும் அமைக்கப்பட்டுள்ளன. அதாவது புத்தகம் எடுக்கும்போது நெருக்கடியாக, இண்டு இடுக்கில் நின்று கொண்டு வியர்த்துப்போய் எடுக்கத் தேவையில்லை! அதிக இடைவெளி விட்டு அடுக்கிவைத்துள்ளனர்,

அதுவும் ஜன்னல் வழியாகக் காற்று வீசும்போது, ரம்யமாக இருக்கிறது. அதேபோல், அந்த நூலகத்தின் மற்றொரு அங்கமான இணைப்புக் கட்டடத்தில் உள்ள வீடியோ காட்சி அரங்கில், தினமும் மூன்று திரைப்படங்கள் திரையிடப்பட்டன. சிறுவர்களுக்கு உரிய படம், பெரியவர்களுக்கு உரிய படம், வேற்றுமொழிப்படம் எனத் திரைப்படங்களை திரையிடும் நோக்கத்தில் உருவாக்கப்பட்டுள்ளது அவ்வரங்கம். நூலகத்தில் படிப்பவர்கள் தங்களை ஆசுவாசப்படுத்திக்கொள்ளும் விதமாக, காட்சிப் படமும் அறிவை விசாலப் படுத்தும் கல்வி முறை என்பதால் திரைப்படங்கள் திரையிடப்பட்டன.

இதுமட்டுமல்ல, இந்நூலகத்தின் கூட்ட அரங்கு, கார்ப்பரேட் கம்பெனியில் உள்ளதைப் போன்று மிகப்பெரிய அளவில் அமைக்கப்பட்டுள்ளது. இலக்கியம் சார்ந்தோர், அறிவியல் அறிஞர்கள்,

புவியியல் சார்ந்தோர், வரலாற்று வல்லுநர்கள் என ஒவ்வொரு பிரிவினரும், தங்களுக்கான கருத்தரங்குகளை நடத்திக்கொள்ளும் வகையில் அரங்கு அமைக்கப்பட்டுள்ளது.

இந்த அரங்கு மிகச் சிறப்பாகப் பயன்படுத்தப்பட்டு வருகிறது. வாரந் தோறும் இங்கு நடைபெறும் **'பொன்மாலைப் பொழுது'** எனும் கருத்தரங்க நிகழ்ச்சி பிரசித்தி பெற்றதாகும். ஒவ்வொரு துறை சார்ந்த வல்லுநர்களும், அவரவர்கள் துறையைப் பற்றிச் சமகால நிகழ்வுகளைப் பற்றி, வரலாறு, இலக்கியம், கல்வி, போட்டித் தேர்வு, சினிமா, கலை என பலதரப்பட்ட தலைப்புகளில் அருமையான சொற்பொழிவுகளை நிகழ்த்தி வருகிறார்கள். இதற்கென்று தனித்த ஒரு வாசகர் வட்டம் உள்ளது. முக்கியப் பிரமுகர்கள் படிப்பதற்கு என்று தனி இடம் உள்ளது. தரமான சொகுசு இருக்கைகளைக் கொண்டு, சாய்ந்து படிக்கும் வசதியுடன் நன்றாக அமைத்திருக்கினறனர்.

மேலும், நூலகத்தின் மற்றுமொரு சிறப்பு தங்கும் அறைகள். வெளியூர் வாசகர்கள் தங்கி, ஆய்வு செய்யும் வகையில் வசதி செய்து தரப்பட்டுள்ளது. தங்கிப் படிக்கக் கூடிய வசதி மிக முக்கியமான ஒன்றாகும். ஆராய்ச்சி மாணவர்கள், போட்டித் தேர்வு எழுதும் மாணவர்கள் எனப் பலரும் இந்நூலகத்தில் தங்கிப் படித்து, அறிவைப் பெருக்கிக் கொள்ளும் வகையில், தங்கிப் படிக்கும் வசதி கொண்ட நூலகமாக இந்நூலகம் திகழ்கிறது.

நண்பர்களே!

நீங்கள் சென்னையின் அடையாளமான இந்த நூலகத்தைக் கண்டிப்பாக குழந்தைகளை அழைத்துச் சென்று குடும்பத்துடன் பார்வையிடுங்கள்! எல்லோருக்கும் செல்லப்பிள்ளையான தம்பி விக்ரம் அந்த நூலகத்தைப் பற்றி அனைத்தையும் விளக்கி, உங்களுக்கு எல்லா இடங்களையும் சுற்றிக் காட்டுவார். உங்களுடைய அறிவுத்திறன், சிந்தனை, பார்க்கும் பார்வை விசாலமாகும்!

இந்த நூலகத்தின் மற்றொரு சிறப்பு, கட்டடத்தில் ஜன்னல்களை வெளிப்புறமாக அமைத்து, உள்பக்கம் ஒன்றரை அடிக்கு கிரானைட் கற்களைப் பதித்திருக்கிறார்கள் எந்தவித பயமும், தயக்கமும் இன்றி ஜன்னல் அருகில் நாம் நிற்க முடியும். கிரானைட் கற்களில் கைகளை ஊன்றிக்கொண்டு கூட நாம் பார்க்க முடியும். அவ்வளவு அழகாக வடிவமைத்திருக்கிறார்கள். ஜன்னலருகில் மேசையைப் போட்டுக்கொண்டு, வெளிக்காற்றை சுவாசித்துக்கொண்டு படித்தால், நீண்ட நேரம் படிக்க முடியும்!.

எட்டாவது மாடியில் அமர்ந்து படித்தால், சுத்தமான காற்றை, சுவாசித்துக்கொண்டு சுற்றிலும் இயற்கைக் காட்சியைப் பார்க்கும்போது, சொர்க்கபுரியில் அமர்ந்து படிப்பது போன்று இருக்கும். தற்போது அந்த எட்டாவது தளத்தில்தான், தமிழக அரசின் கல்வித் தொலைக்காட்சி அலுவலகம் அமைக்கப்பட்டு ஒளிபரப்பப்பட்டு வருகிறது. புதிதாக ஓலைச்சுவடிகள், பழங்காலத்து நூல்களைப் பாதுகாக்கும் தனிப் பிரிவும் அமைத்துள்ளனர். நான் பலமுறை இந்த நூலகத்திற்குச் சென்றிருக்கிறேன், இந்நூலகத்தைக் கட்டும்போது 2008-ல் நான் அடையாறில் உதவி ஆணையராகப் பணிபுரிந்தேன். அப்போதே அடிக்கடி சென்று பார்த்து விட்டு வருவேன்.

அதேபோன்று, இந்த நூலகத்தில், முக்கியமானதொரு மாற்றம் செய்தால், மிக நன்றாக இருக்கும். அது காலத்தின்

அவசியம் என்று நினைக்கிறேன். இந்த நூலகத்தை அதிகம் பயன்படுத்துபவர்கள் போட்டித் தேர்வு எழுதும் மாணவர்களே. தரைத் தளத்தில் அமைக்கப்பட்டிருக்கும் போட்டித் தேர்வுக்குப் படிப்பதற்கான அறை, வசதியானதாக இல்லை. குறிப்பிட்ட எண்ணிக்கையிலான மாணவர்கள் மட்டுமே அமர்ந்து படிக்க முடியும் என்பதால் அங்கு இடம் பிடிக்க காலையில் ஏழு மணியிலிருந்தே, மாணவர்கள் காத்துக்கொண்டிருக்கும் நிலை உள்ளது.

வெளியில் இருந்து, புத்தகங்களைக் கொண்டுவந்து படிக்கும் பிரிவில் மாணவர்கள், சுவரைப் பார்த்து அமர்ந்தவாறு, ஒருவர் மீது ஒருவர் கை போட்டுக்கொண்டு படிக்கும் அளவுக்கு நெருக்கடியான நிலையில் ஒருவரின் மூச்சுக்காற்று மற்றொருவருக்கு உஷ்ணம் கொடுக்கும் அளவு நெருக்கடியாக இருக்கிறது. இந்நிலையில் எப்படிப் படிக்க முடியும்? எப்படிச் சிந்தனைத் திறன் மேம்படும்? எப்படிக் கற்பனைத் திறன் வளரும்?

ஆதலால், இப்பிரிவு நிச்சயமாக மாற்றியமைக்கப்பட வேண்டும். போட்டித் தேர்விற்காகப் படிப்பவர்களுக்கு என்றே தனியாக ஒரு தளம் அமைக்கப்பட வேண்டும். எட்டாவது தளத்திற்கு மேல் ஒன்பதாவது தளமாக இருப்பின் நலம். நல்ல காற்றோட்டமான வசதியுடன், வெளிச்சத்துடன் மாணவர்கள் சுதந்திரமாக, எந்த ஒரு தயக்கமும், சங்கடமுமின்றி புத்தகங்களை எடுத்துச்சென்று படிக்கக் கூடியதாக இருக்க வேண்டும்.

இந்த நூலகத்தில் அமர்ந்து படித்தாலே ஒரு பரவச உணர்வைப் பெறலாம். அமைதியை உணர முடியும். மாணவர்கள், படிக்கும் ஆர்வம் உள்ளவர்கள், குறிப்பாகச் சென்னைவாழ் மக்கள் இந்நூலகத்தை நன்றாகப் பயன்படுத்திக் கொள்ளவேண்டும்.

அண்ணா நூற்றாண்டு நூலகம்போல் உலகத்தரம் வாய்ந்த நூலகம் எல்லா மாவட்ட தலைநகரங்களிலும் அமைத்தால், பொதுமக்களுக்கும், குறிப்பாக போட்டித் தேர்வு எழுதும் மாணவர்களுக்கும் மிகுந்த பயனுள்ளதாக இருக்கும். குறைந்தபட்சம் திருச்சி, மதுரை, திருநெல்வேலி, சேலம், கோயம்புத்தூர் போன்ற பெருநகரங்களில் அமைக்கப்பட்டால் சுற்று வட்டாரத்தில் உள்ள மாவட்ட மக்கள் பயன்பெறக்கூடிய-கல்வியறிவு பெறக்கூடிய அறிவுக் கோவிலாகத் திகழக்கூடும்.

கன்னிமாரா நூலகம்

நம் அனைவருக்குமே தெரிந்த நூலகம் கன்னிமாரா!

கன்னிமாரா நூலகத்திற்கும் நான் பலமுறை சென்றுள்ளேன். அந்த நூலகத்தைக் காட்டிலும், பாந்தியன் சாலையில் அமைந்துள்ள நூலக வளாகம் மிக அழகாக இருக்கும். 'பாந்தியன்' என்றாலே மக்கள் பொழுது போக்கிற்காக கூடும் இடம் என்று பொருள். அந்தப் பாந்தியன் சாலையில் சுற்றிலும் மரங்கள் சூழ்ந்த, பழமையான செந்நிற கட்டடத்தில் லார்ட் கன்னிமாரா அவர்கள், கவர்னர் ஜெனரலாக இருந்த போது தொடங்கப்பட்ட நூலகம் என்பதால் 'கன்னிமாரா' என அவரது பெயரால் அழைக்கப்படுகிறது .

இந்த நூலகத்தில் அனைத்து விதமான நூல்களும் இருக்கும். தேசிய நூலகங்களான நான்கு நூலகங்களில் இதுவும் ஒன்று. கொல்கத்தா, டெல்லி, மும்பை, சென்னை ஆகிய நான்கு இடங்களில் தேசிய நூலகங்கள் உள்ளன. எனவே இந்தியாவில் வெளியாகும் அனைத்து வெளியீடுகள், அனைத்து புத்தகங்கங்களின் ஒரு நகல் இந்த நூலகத்திற்கு கண்டிப்பாக வழங்கப்பட வேண்டும்.

மௌலானா அபுல் கலாம் ஆசாத் எழுதிய வரலாற்றுச் சிறப்புமிக்க *'INDIA WINS FREEDOM'* என்ற நூலை 'இந்தியா விடுதலை வெற்றி' என்று தமிழில் மொழிபெயர்த்து வெளியிட்டிருந்தனர். அபுல் கலாம்

ஆசாத் அவர்கள் தனது மரணத்துக்குப் பிறகு 30 ஆண்டுகள் கழித்துதான் இந்தப் புத்தகத்தை வெளியிட வேண்டும் என்ற நிபந்தனையுடன் குறிப்பிட்ட பக்கங்களை நான்கு தேசிய நூலகத்திற்கும் பிரித்து அனுப்பிவைத்திருந்தார். அவர் மரணமடைந்த 30 ஆண்டுகள் கழித்து 1989-ம் ஆண்டு பென்குயின் பதிப்பகத்தார் அந்த நூலை வெளியிட்டனர். சுதந்திரப் போராட்ட காலத்தின் இறுதி நிலையில், தலைவர்கள் எடுத்த முடிவு அவர்களுக்கிடையே இருந்த சில மனத்தாங்கல், கருத்து வேறுபாடு போன்ற அனைத்தையும் அதில் பதிவு செய்திருப்பார். அந்த வரலாற்றுச் சிறப்புமிக்க நூலை இங்குதான் படித்தேன். அதேபோல் ராஜேந்திர பிரசாத் எழுதிய 'ஆத்ம கதா' என்ற சிறப்பான சுயசரிதை நூலையும் இங்குதான் படித்தேன் .

பாடம் சார்ந்தப் புத்தகங்கள், போட்டித் தேர்விற்குத் தயாராக உதவும் புத்தகங்கள், இப்போது ஒரு தனிப்பிரிவாக செயல்படுகிறது என்பதை அறிகிறேன். ஆனால், நாங்கள் படிக்கும்போது அப்படி இல்லை. பின்பக்கக் கட்டடத்தில் ஒரு நிரந்தரப் புத்தகக் கண்காட்சியும் நடத்தி வருகிறார்கள்! அங்கு பெரும்பாலான புத்தகங்கள் கிடைக்கின்றன. மறைமலை அடிகள் நூலகம் இடமாற்றம் செய்யப்பட்டு, தற்போது கன்னிமரா நூலகத்தில்தான் இயங்கி வருகிறது.

பாடம் சார்ந்த புத்தகங்கள், ஆய்வுக் கட்டுரைகள் கன்னிமாரா நூலகத்தைவிட உலகத் தமிழாராய்ச்சி நிறுவனத்தில்தான் அதிகம் இருப்பதாக உணர்ந்தேன். ஆதலால் எனது பகல் நேர சென்னை வாழ்க்கை என்பது உலகத் தமிழாராய்ச்சி நிறுவனத்தில்தான் கழிந்தது என்று சொல்ல வேண்டும். ஆதலால், நூலகம் செல்லும் பழக்கத்தை ஏற்படுத்திக் கொள்ளுங்கள். விலைமதிப்பில்லாத அரிய புத்தகங்களைப் போற்றிப் பாதுகாத்திடுபவை நூலகங்கள்தான் என்று ஆணித்தரமாகச் சொல்ல முடியும்.

உ.வே.சா நூலகம்

திருவான்மியூரில் உள்ளது உ.வே.சா நூலகம். மற்ற நூலகங்களில் நூல்கள் தான் இருக்கும். இந்த நூலகத்தில் உ.வே.சா அவர்கள் தொகுத்த ஓலைச்சுவடிகள் இருக்கின்றன. தமிழுக்கு-தமிழின் தொன்மைக்குச் சான்று அடையாளம் தந்தவர் உ.வே.சா என்றே கூறலாம். இலக்கியத் தொன்மையை, பழைமையான இலக்கிய வளத்தை மீட்டுத்தந்த பெருமகன் அவர்! அவர் இல்லாவிடில் சங்க இலக்கியங்கள் பற்றி நாம் அறிந்திருக்க மாட்டோம். ஓலைச் சுவடிகளைத் தேடித் தேடி அவர் மேற்கொண்ட ஓய்வற்ற பயணம், காட்டுத்தனமான தேடல் சொல்லி மாளாது.

பதிற்றுப் பத்தில் முதல் பத்தும் கடைசி பத்தும் கிடைக்காமல் போனதற்கு காரணம் மக்களின் அறியாமைதான். தங்களிடம் உள்ள ஓலைச்சுவடிகளின் மதிப்பை அறியாமல் அவற்றை வீணடித்துத் தொலைத்தனர். அதை உ.வே.சா அவர்கள் தேடி எடுத்து, நமக்குத் தமிழை மீட்டுத் தந்திருக்கிறார்.

அந்த நூலகத்தில் கண்ணாடிப் பேழைக்குள் இருக்கும் ஓலைச்சுவடிகளைத் தொட்டுக் பார்க்கக்கூட அனுமதி தரமாட்டார்கள். நான் அதிக நேரம் அந்த நூலகத்தில் படித்ததால் தொட்டுப் பார்க்க எனக்கு அனுமதி அளித்தனர். அந்த ஓலைச்சுவடிகளில் உள்ள எழுத்துகள் ஒன்றும் புரியவில்லை. நீளமாக, தொடர்ச்சியாக எழுதப்பட்டுள்ளன. இப்போது நாம் படிப்பது போன்று ஒவ்வொரு பாடலாக இல்லை. எல்லாம் தொடர் நடையாக இருந்தன! அதைக் கூர்ந்து படித்து, நகலெடுத்து, தனிப்பாடலாக பொருளுரையோடு, படிப்பதற்கு நமக்கு கொடுத்துச் சென்ற தமிழ்த் தாத்தா, தமிழன்னை பெற்றெடுத்த தெய்வப் பிறவி, அரிய மனிதர் என்றே அவரைச் சொல்ல வேண்டும்!

சமீபத்தில் நான் சிதம்பரம் அண்ணாமலைப் பல்கலைக் கழகத்திற்குச் சென்றபோது அங்குள்ள நூலகத்தில் ஓலைச்சுவடிகள் என்ற தனிப் பிரிவு வைத்திருப்பதைப் பார்வையிட்டேன். ஆனால் அங்கு கட்டுக்கட்டாக வைக்கப்பட்டுள்ள ஓலைச்சுவடிகள் இதுநாள்வரை படிக்கப்பட்டு அறிவிக்கப்படவில்லை. ஏன் அதற்கான முயற்சிகூட எடுக்கப்படவில்லை என ஆச்சர்யமாக உள்ளது. அதிலும் பெரும்பாலும் அவற்றில் உள்ள அனைத்தும் மருத்துவம் சார்ந்த நூல்கள் என்று கூறப்படுகிறது.

கல்கியால் 'தமிழ்த் தாத்தா' என்று அழைக்கப்பட்ட இலக்கியம் மீட்ட இமயம், மொழிகாத்த நாயகன் உ.வே.சா ஐயருக்கு தமிழ்ச் சமுகம் என்றென்றும் நன்றிக்கடன் பட்டுள்ளது.

துறையூர் கிளை நூலகம்

திருச்சி எஸ்பியாக பணிபுரிந்தபோது, 2018-ம் ஆண்டு உலக புத்தக தின விழாவை முன்னிட்டு துறையூர் கிளை நூலகத்திற்கு புத்தகத் தினச் சிறப்பு நிகழ்ச்சியில் கலந்துகொள்ளச் சென்றேன். ஒரு கிளை நூலகம் அவ்வளவு நேர்த்தியாக, தூய்மையாகப் பராமரிக்கப்பட்டு வருவது கண்டு ஆச்சர்யமும். மகிழ்ச்சியும் அடைந்தேன்.நான் பார்த்த கிளை நூலகங்களில் மிகச் சிறந்த முறையில் தூய்மையாக, வாசகர்களுக்கு மகிழ்ச்சியளிக்கும் விதமான சேவையை, மனம் உவந்து சிறப்பாக செய்துவரக்கூடிய நூலகம் துறையூர் கிளை நூலகமாகத்தான் இருக்கக்கூடும்.

துறையூர் என்பது வரலாற்றுச் சிறப்புமிக்க ஊர். தந்தை பெரியார் இந்த ஊருக்கு, ஆறு முறை வந்திருக்கிறார். அவர் இங்கு இருந்த கிருஷ்ணசாமி ரெட்டியார் வீட்டில்தான் தங்குவாராம். 1932-ல் திரு.வி.க தொண்டை மண்டல சைவ சமய மாநாட்டை இங்கு நடத்தியிருக்கிறார். வேங்கடசாமி நாட்டார் போன்ற பெரிய பெரிய பண்டிதர்கள் எல்லாம் உரையாற்றியிருக்கிறார்கள். துறையூரிலே படித்து, துறையூரிலே தலைமையாசிரியராகப் பணிபுரிந்து, தமிழுக்கு அளப்பரிய சேவைகள் செய்து, 110 புத்தகங்களுக்கு மேல் எழுதிய நா.சுப்பு ரெட்டியார் இந்த மண்ணைச் சார்ந்தவர்.

இந்த துறையூர் கிளை நூலக கட்டமைப்பு சிறப்பானது. மிக அழகான கட்டட அமைப்பு, தூய்மையான தரைத் தளம், மாணவர்கள் அமர்ந்து படிக்க விசாலமாகப் போடப்பட்டுள்ள மேஜை, நாற்காலி, அதேபோல் மேல்தளத்தில் நேர்த்தியாக அடுக்கிவைக்கப்பட்டுள்ள 30 ஆயிரத்துக்கும் மேற்பட்ட நூல்கள். அதிலும் போட்டித்தேர்வுக்கு என்று அந்த வாசகர் வட்ட உறுப்பினர்களே வாங்கி வைத்துள்ள, புதுப்பிக்கப்பட்ட போட்டித் தேர்வு நூல்கள் என நவீன வசதிகளுடன் எளிமையான முறையில் சிறப்பாக நூலகம் இயங்கி வருகிறது. நூலகப் பராமரிப்பில் மிகுந்த ஆர்வத்தையும் பங்களிப்பையும் செய்துவரும் தலைமை ஆசிரியரும் நண்பருமான முருகேசன் அவர்களின் சேவை பாராட்டுக்குரியதாகும்.

துறையூரில் போட்டித் தேர்வு எழுதும் மாணவர்கள் கிட்டதட்ட 5000 பேர் தங்கி இங்குள்ள குடிலில் இலவச உணவு அருந்தி இந்தக் கிளை நூலகத்தைப் பயன்படுத்தி போட்டித் தேர்வில் வெற்றி பெற்று நிறைய பேர் அரசு அலுவலர்களாக பணிபுரிந்து வருவது மகிழ்ச்சிக்குரியது.

தேவை மேம்படுத்தப்பட்ட சேவை

தமிழக நூலகங்களில் குறைந்தபட்சம் எதிர்காலத்திலாவது காலத்திற்கேற்ப சேவையை வழங்க வேண்டும். தமிழகத்தில் மட்டுமல்ல; இந்திய அளவிலே இந்த வசதி, இன்று வரை இல்லை என்று தான் எண்ணுகிறேன். அதாவது, நூலகம் என்பது எந்த நேரத்திலும் படிக்கக்கூடிய வசதியை உடையதாக இருக்க வேண்டும். 24X7 என வாரத்தில் ஏழு நாட்களும், எல்லா நாளும் 24 மணி நேரமும் இயங்கக் கூடியதாக இருக்க வேண்டும். எட்டு மணிக்கு நூலகம் மூடப்படுவது

ஏற்றுக்கொள்ளக் கூடியதாக இல்லை.

ஏனெனில், சிலர் எட்டு மணிக்குத்தான் பணி முடிந்து வருவார்கள். அவர்கள் இரவு பன்னிரண்டு மணி வரைகூட படிப்பதற்கான வாய்ப்பு உள்ளது. சிலர் நான்கு மணிக்கு பணி முடித்து செல்வார்கள். பள்ளி, கல்லூரிகளுக்குச் செல்லும் மாணவர்கள் ஒன்பது மணிக்குதான், தங்களின் பள்ளிக்கோ அல்லது கல்லூரிக்கோ செல்வார்கள். இம்மாணவர்களில் பலர் காலையில் ஆறு மணிக்கு நூலகத்திற்குச் சென்று படிக்கலாம் என்ற எண்ணம் உடையவர்களாக இருப்பார்கள். ஆதலால் நூலகம் 24 மணி நேரமும் திறந்திருக்க வேண்டும்.

குறிப்பாகப் போட்டித் தேர்வு எழுதும் மாணவர்கள் நேரம் காலம் பார்க்காமல் அமர்ந்து படிக்கக் கூடும். ஆதலால் நூலகம் என்பது எல்லா நேரத்திலும் இயங்கக்கூடியதாக இருந்தால் மிகச் சிறப்பாக இருக்கும். அறிஞர் அண்ணா எந்த நேரத்திலும் மக்கள் வாசிக்கக் கூடிய, அறிவு வளத்தை, கேள்வி ஞானத்தை அளிக்கக் கூடிய வசதி வாய்ப்பை வழங்கும் நூலகத்தைக் கட்டமைக்க கனவு கொண்டிருந்ததாக தெரிகிறது. அந்த கனவை நனவாக்கினால் இந்தியாவுக்கே முன்னோடி மாநிலமாகத் தமிழ்நாடு திகழக் கூடும்.

மிக முக்கியமாக நூலகம் என்பது அனைத்து நாட்களிலும் இயங்கக் கூடியதாக இருக்க வேண்டும். தீபாவளி, பொங்கல் என எந்த அரசு விடுமுறையும் நூலகத்திற்கு இருக்கக் கூடாது. பணியாளர்கள்கள் அதிக எண்ணிக்கையில் பணியமர்த்தப்பட்டு, இருபத்து நான்கு மணி நேரமும், சுழற்சி முறையில், பணியாளர்கள் பணியாற்ற வேண்டும். ஏனெனில் பொங்கல் போன்ற தொடர் அரசு விடுமுறை நாட்களில், பெற்றோர்கள் தங்கள் பிள்ளைகளை வெளியில் அழைத்துச் செல்வதற்கு பதிலாக, நூலகம் அழைத்து வருவதற்கு வாய்ப்பு உள்ளது.

விடுமுறை நாள் என்றால் எந்த ஒரு பணிக்குச் செல்பவராக இருப்பினும் ஓய்வில் இருப்பார்கள். அப்போது, நூலகம் திறந்திருந்தால்தான் அவர்கள் வருவதற்கு வசதியாக இருக்கும். பணிக்குச் செல்லும் நாட்களில், பணிக்குச் செல்வது, வீட்டிற்கு வருவது, ஓய்வு எடுப்பது, மறுநாள் பணிக்கு தயாராவது என நேரம் முடிந்துவிடும். விடுமுறை நாட்களில் திறந்துவைத்தால்தான் அனைவரும் வரக்கூடிய வாய்ப்பு ஏற்படும்.

தற்போது எவ்வளவோ தொழில்நுட்ப வசதிகள் வந்துவிட்டன. உறுப்பினர்கள் *Card access System* முறையில் அட்டையைக் காண்பித்து உள்ளே சென்று படிக்கும் முறையை ஏற்படுத்தலாம். புத்தகங்களை வெளியே எடுத்துச் செல்ல முடியாதவாறு சென்சார் கருவிகள், கண்காணிப்பு காமிராக்களைப் பொருத்தி கண்காணிக்கலாம். இந்தத் திட்டத்தை தற்போதுள்ள மேம்படுத்தப்பட்ட தொழில்நுட்ப வசதியைக் கொண்டு சிறப்பாகச் செயல்படுத்த முடியும்.

தமிழகத்திலிருந்து இந்த முன்னோடித் திட்டம் தொடங்கப்பட்டால், இன்னும் சிறப்பாக இருக்கும். தமிழகம் எதிலும் ஒரு முன்னோடி மாநிலம் என்பதால் அறிவு தீபத்தை ஏற்றும் இந்த 24 மணி நேர நூலக முயற்சியும் அதுவும் அறிஞர் என்று எல்லோராலும் போற்றப்படும், ஆகச்சிறந்த படிப்பாளி, நாகரிகம் மிக்க அரசியல் அடையாளம், அறிஞர் அண்ணாவின் பெயரைக் கொண்ட நூலகத்தில் இருந்து தொடங்கினால் அது சாலப் பொருத்தமாக அமையும். பலதரப்பட்ட நூலகங்களுக்குச் செல்லும்போதுதான் என்னென்ன புத்தகங்கள் உள்ளன என்பது நமக்குத் தெரியும். பொதுவாக நாம் ஒரு குறுகிய வரையறைக்குள்ளேதான் இருப்போம்.

குறிப்பிட்ட எழுத்தாளர், குறிப்பிட்ட நாவல், குறிப்பிட்ட வகை புத்தகங்கள் என குறுகிய வாசிப்பு வட்டத்திலேயேதான் இருப்போம். நூலகத்திற்குச் செல்லும் போதுதான் பரந்துபட்ட தேசத்தில் எவ்வளவு நூல்கள், எவ்வளவு ஆசிரியர்கள்,

எத்தனை விதமான தலைப்புகள், எப்படியெல்லாம் எழுதியிருக்கிறார்கள் என்ற உண்மை நமக்குத் தெரிய வரும். அதனால் கண்டிப்பாக நாம் நூலகத்திற்குச் செல்ல வேண்டும்.

எட்டாம் வகுப்பு படிக்கும்போது தொடங்கியது என்னுடைய நூலகப் பயணம். சென்னையில் பெரும்பாலும் எல்லா நூலகங்களுக்கும் சென்று இருக்கிறேன். அமைந்தகரை கிளை நூலகம், வேளச்சேரி கிளை நூலகம், அசோக் நகர் கிளை நூலகம், ஆழ்வார் திருநகர் நூலகம் எனத் தொடங்கி விருத்தாசலத்தில் பல்லடம் மாணிக்கம் அவர்கள் வைத்துள்ள தனிப்பட்ட பெரிய அளவிலான நூலகம், புதுக்கோட்டையில் ஞானாலயா கிருஷ்ணமூர்த்தி வைத்துள்ள நூலகம், சிதம்பரம் மணிவாசகர் நூலகம், அண்ணாமலைப் பல்கலைக்கழக சி.பி. ராமசாமி ஐயர் நூலகம், டெல்லி, கல்கத்தா தேசிய நூலகம் என எல்லா நூலகங்களுக்குமே நான் சென்றிருக்கிறேன். குறிப்பாக நான் பயணம் செல்லும் அனைத்து ஊர்களிலும் அந்த ஊரில் உள்ள நூலகத்தைப் பார்வையிடுவதை ஒரு பயணத் திட்டமாகவே வைத்துள்ளேன்.

நூலகத்தைப் பயன்படுத்தினால் மட்டுமே பரந்துபட்ட விசாலமான அறிவைப் பெற முடியும். அதுவும் இப்பொழுது பெற்றோர்கள் மாணவர்கள் என அனைவருக்கும் போட்டித் தேர்வு எழுதி, அரசு அதிகாரியாக, அரசு அலுவலராக ஆகவேண்டும் என்ற எண்ணம் அதிகளவில் உள்ள நிலையில் இந்தக் கனவுக்கு வடிவம் கொடுக்கும் சிறந்த களமாக நல்ல நூலகங்கள்தான் இருக்க முடியும் என்று அறுதியிட்டுக் கூறுவேன்.

ஏன் நூலகத்தைக் குறிப்பிடுகிறேன் என்றால் பள்ளிக்கூடப் பாடங்கள், கல்லூரி நூல்கள் என்பவை ஒரு வரையறைக்கு உட்பட்டவை. ஆசிரியர்களும் அந்த வரையறைக்கு உட்பட்டுத்தான் பாடம் நடத்துவார்கள். பள்ளியில் புத்தகங்கள் குறைவாகவே இருக்கும். கல்லூரிகளிலும் அப்படித்தான் உள்ளன.

அந்தந்த துறை சார்ந்த புத்தகங்கள்தான் வைத்திருப்பார்கள். நம் சிந்தனைகளை எழுச்சிபெறச் செய்யக்கூடிய, நம்மை உற்சாகப்படுத்தக்கூடிய, வாசிப்புத் திறனை மேம்படுத்தக்கூடிய, பழைய இலக்கியங்களை, மனித உருவத்தில் அவதரித்த மகான்களை, அளப்பரிய போராட்டங்களை, அறிவியல் கண்டுபிடிப்புகளை நமக்குக் கொண்டு வந்து சேர்ப்பது புத்தகங்கள்தான். இந்தப் புத்தகங்களைப் பாதுகாக்கக்கூடிய நூலகம் தான் அறிவுத் திருக்கோயில்.

புத்தகங்களும் - நானும்

சிறுவயது முதலே எனக்கு வாசிப்புப் பழக்கம் இருந்ததால் சென்னை வாழ்க்கை மிகவும் வசதியாகிவிட்டது. நிறைய புத்தகங்கள் வாங்க ஆசைப்படுவேன். ஆனால் கையில் காசு இருக்காது என்பதால் புத்தகங்கள் வாங்க இயலாமல் நூலகங்களுக்குச் சென்று படிக்கும் பழக்கம் எனக்கு இருந்தது. 1994-ல் சென்னை காயிதே மில்லத் கல்லூரியில் நடைபெற்ற புத்தகக் காட்சிக்கு முதன் முறையாகச் சென்றேன். வெறும் 150 ரூபாய் பணத்துடன் சென்று பல மணி நேரம் வேடிக்கை பார்த்து தேர்வு செய்து ஓரிரு புத்தகங்களே வாங்கி வந்தேன். பிறகு குரூப் 2 தேர்வில் வெற்றிபெற்று உள்ளாட்சித் தணிக்கைத் துறை ஆடிட்டர் ஆனவுடன் 2001 புத்தகக் காட்சியில் தான் கிட்டத்தட்ட 5,000 ரூபாய்க்கு புத்தகம் வாங்கி வந்து அன்று இரவு முழுக்க அந்தப் புத்தகங்களை ஒவ்வொரு புத்தகமாக கொஞ்சம் கொஞ்சமாக படித்துக்கொண்டிருந்தேன். அப்போது என்னுடைய சம்பளமே 9,000 தான் என்று நினைக்கிறேன். அதன் பிறகு வாய்ப்பு கிடைக்கும்போதெல்லாம் புத்தகங்கள் வாங்க ஆரம்பித்தேன். அதேபோல் நண்பர்களும் எனக்குப் பெரும்பாலும் புத்தகங்களே பரிசளித்தனர். நானும் அதைத்தான் விரும்பினேன். அப்படித்தான் புத்தகங்கள் வாங்கும்

பழக்கம், சேகரிக்கும் கலை, நூலகம் அமைக்கும் பணி ஆரம்பமானது.

டிஎஸ்பி ஆனவுடன் பயிற்சி முடிந்து உத்தமபாளையம் டிஎஸ்பியாக பணிபுரிந்தபோது, ஒருநாள் அவசர அவசரமாக எஸ்பி மீட்டிங்குக்குச் சென்று கொண்டிருந்தபோது தேனி பேருந்து நிலையத்தில் ஒரு சின்ன பேருந்தில் **'பாரதி நடமாடும் புத்தக நிலையம்'** என்ற பெயரைப் பார்த்ததும் உடனே வண்டியை நிறுத்திவிட்டேன். எனக்கு மிகுந்த ஆச்சர்யம்! பேருந்தில் புத்தக நிலையம் என்பது 2004 காலகட்டத்தில் ஒரு மாதிரி வித்தியாசமான முயற்சியாகப் பட்டது. உடனே புத்தகத்தை விற்றுக் கொண்டிருந்த தம்பி முத்துக்குமாரிடம் இதைப்பற்றி கேட்டவுடன் நியூ செஞ்சுரி பதிப்பகத்தாரின் புதிய முயற்சி என்றும், எல்லா புத்தகங்களும் இங்கு கிடைக்கும் என்று கூறினான்.

உத்தமபாளையத்தில் எந்த ஒரு புத்தகக் கடையும் இல்லாத நிலையில் புத்தகம் வாங்குவதற்கு வாய்ப்பே இல்லை என்ற பொழுதில், இந்த நடமாடும் புத்தகக் கடையை முழுமையாகப் பார்க்க வேண்டும் என்று ஆசைப்பட்டேன். ஆனால் மீட்டிங் என்பதால் அந்தப் பையனை அங்கேயே இருக்குமாறு கூறிவிட்டு சில நிமிடங்களில் சென்று விட்டேன். மீட்டிங் முடிந்தவுடன் நேராக தேனி பேருந்து நிலையத்திற்குச் சென்று அந்தப் பையனிடம் பேசி, தேனியை விட கம்பத்தில் நிறைய பேர் புத்தகம் வாங்குவார்கள். அதனால் நீ வண்டியை எடுத்துக்கொண்டு கம்பத்திற்கு வந்துவிடு என்று சொல்லி, அவனைக் கம்பத்திற்கு அழைத்துக் கொண்டு சென்றுவிட்டேன்.

நானும் மாலைப்பொழுதில் கம்பம் சென்று அந்தப் புத்தக வண்டியில் பொறுமையாக புத்தகங்களைப் பார்வையிட்டேன். ஆயினும் கூட்டம் அதிகம் வந்ததால் என்னால் முழுமையாகப் பார்க்க இயலவில்லை. உடனே தம்பி முத்துக்குமாரிடம் 'இரவு உத்தமபாளையத்திற்கு வந்து விடு. உனக்குத் தங்குவதற்கு வசதி செய்து தருகிறேன்' என்று சொல்லி விட்டு வந்துவிட்டேன். அதேபோல் அந்தப் பையன் புத்தக வண்டியுடன் உத்தமபாளையம் வந்தவுடன், நேராக வண்டியை எடுத்துக்கொண்டு எனது முகாம் அலுவலகத்திற்கு வரச்சொல்லி விட்டேன்.

இரவு முழுக்க அந்த நடமாடும் புத்தகப் பேருந்தில், நாற்காலி போட்டு அமர்ந்து கொண்டு, சூடாக தேநீர் அருந்திக்கொண்டே, பொறுமையாக பார்வையிட்டுப் புத்தகங்களைத் தேர்வு செய்தேன். மறுநாளும் அந்தத் தம்பி, கம்பம், கூடலூர், உத்தமபாளையம் விற்பனையை முடித்துவிட்டு நேராக வண்டியைக் கொண்டுவந்து எனது முகாம் அலுவலகத்தில் நிறுத்திவிட்டார். அதேபோல் அன்று வந்திருந்த புது புத்தகங்களை இரவு முழுக்க பார்வையிட்டு தேர்வு செய்தேன். கிட்டத்தட்ட 10,000 ரூபாய்க்குப் புத்தகங்கள் வாங்கினேன். இந்த தகவல் நியூ செஞ்சுரி நிறுவன தலைமையகத்திற்குத் தெரிந்தவுடன் அதன் அப்போதைய நிர்வாக இயக்குநர் திரு.ராதாகிருஷ்ணன் என்னை அழைத்து மிகவும் மகிழ்ச்சியை வெளிப்படுத்தி நன்றி தெரிவித்தார். அன்று முதல் இன்று வரை நியூ செஞ்சுரி புத்தக நிறுவன நிர்வாக இயக்குநர் சகோதரர் சரவணன் தொடங்கி அனைத்து புத்தகப் பதிப்பாளர்களுடனும் அன்பான நட்பு தொடர்கிறது.

ஒருநாள் தம்பி முத்துக்குமார் பேசினார். "சார் வெங்கடாசலபுரம் என்ற ஊரில் ஒரு சுதந்திரப் போராட்ட தியாகி இறந்துவிட்டார். அவர் வீட்டில் நிறைய புத்தகங்கள் வைத்துள்ளாராம். அவருடைய மகன்கள் அதை என்ன செய்வது என்று தெரியாமல் எடைக்குப் போடுவதற்கு முடிவு செய்துள்ளார்களாம். என்னை வந்து வாங்கிக்கொள்ள சொன்னார்கள், நீங்கள் விருப்பப்பட்டால் போய் பார்க்கலாம்" என்று கூறினான்.

உடனே ஒரு பெரிய புதையல்

இந்திய இலக்கியக் கழக நூலகம்

கிடைத்துவிட்டதுபோல எண்ணிக் கொண்டு கிளம்பி, அந்த பெரியவர் ரங்கசாமி அவர்கள் வைத்திருந்த புத்தகங்களை, சிறு நூலகத்தை பார்வையிட்டேன். அனைத்தும் அருமையான புத்தகங்கள். மிக நேர்த்தியாக அட்டை போடப்பட்டு பின் அடித்து அழகாக வைத்திருந்தார். கிட்டத்தட்ட 3,000 புத்தகங்கள் இருக்கும். பழைய பேப்பர் வியாபாரி சாக்கு மூட்டைகளுடன் வந்து இந்தப் புத்தகங்களை எடுக்கப் போகும்போது, அவர்களுடைய அப்பா அதை பராமரித்த விதம் கண்டு அந்த மகன்கள் அவற்றை விற்பதை நிறுத்தி விட்டார்களாம்.

உடனே என் அன்பிற்குரிய குடும்ப நண்பர், புதுப்பட்டி ரங்க பிரபுவை அவருடைய காரை எடுத்து வரச்சொல்லி, அந்த ஊருக்குச் சென்று ரங்கசாமி அவர்களின் மகன்கள் கேட்ட தொகையைக் காட்டிலும் அதிகமாகக் கொடுத்து அந்த அனைத்து அறிவுப் பொக்கிஷங்களையும் அழகாக அட்டைப்பெட்டியில் அடுக்கி வைத்து, வாங்கிக் கொண்டுவந்து, நல்ல தரமான இரும்பு அடுக்கு அமைத்து உத்தமபாளையம் டி.எஸ்பி வீட்டில் அழகான நூலகத்தை முதன்முறையாக அமைத்தேன்.

தற்போதைய டி.ஜி.பி ஜே.கே. திரிபாதி சார் அவர்கள் தென் மண்டல ஐ.ஜியாக இருந்தபோது உத்தமபாளையம் டி.எஸ்பி அலுவலகத்திற்கு ஆய்வுசெய்ய வந்தபோது எனது நூலகத்தைப் பார்த்து மிகவும் வியந்துபோய், உற்சாகப்படுத்தி பாராட்டிவிட்டு சென்றார். இப்படித்தான் வயல்காட்டில் தொடங்கிய வாசிப்பு பழக்கம், காவல் பணிக்கு வந்தவுடன் அதிக அளவில் புத்தகங்கள் வாங்க ஆரம்பித்து தற்போது 30,000 நூல்களைக் கொண்ட நூலகமாக உள்ளது.

1994 தொடங்கி இதுநாள்வரை அனைத்து சென்னைப் புத்தகக் கண் காட்சிகளுக்கும் தவறாமல் சென்று தேவையான நூல்களைப் பொறுமையாக தேர்வுசெய்து வாங்கி வருகிறேன். மற்ற ஊரில் நடைபெறும் புத்தகக் கண்காட்சிகளுக்கு நேரம் கிடைக்கும்போது வாய்ப்பு அமையும்போதெல்லாம் சென்று வருவேன். அறிஞர் அண்ணா சொன்னது போல் வீட்டுக்கு ஒரு நூலகம் அமைத்த மனத் திருப்தியுடன் நேரம் கிடைக்கும் போதெல்லாம் வாசித்துக்கொண்டு வருகிறேன்.

நூலகம் தான் நம் அறிவுக் கோயில்

ஆதலால் மாணவர்கள் நூலகத்தை நன்கு பயன்படுத்திக் கொள்ள வேண்டும். நமது நூலகங்கள் அடுத்த கட்டத்துக்குச் செல்ல வேண்டும்!.

1) முதலாவதாக மாவட்டத்திற்கு ஒரு நூலகமாவது உலகத்தரத்தில், அதாவது அமெரிக்கன் காங்கிரஸ் லைப்ரரி போல பரந்த வளாகத்தில் நவீனத் தொழில் நுட்பத்துடன் அமைக்கப்படவேண்டும்.

2) மின்னணு நூல்கள், படிப்பதற்கு வசதி ஏற்படுத்த வேண்டும்.

3) பழைமையான நூல்கள் முதற்கொண்டு அனைத்து நூல்களையும் ஸ்கேனிங் செய்து பாதுகாக்க வேண்டும். PDF வடிவிலான அனைத்து நூல்களும், அனைத்து நூலகத்திலும் கிடைக்க வகை செய்ய வேண்டும்.

4) காலத்திற்கேற்ற புத்தகங்கள் வாங்கப்பட வேண்டும். உலகளவிலான வெளியீடுகளை கொணர்ந்திங்குச் சேர்க்க வேண்டும். நவீன கல்வி, இணைய, அறிவியல் தொழில்நுட்பம், நவீன மருத்துவம், புதிய கண்டுபிடிப்புகள் உலகளவிலான மெச்சத்தக்க ஆளுமை

களின் வாழ்க்கை வரலாறுகளின் ஆங்கிலப் பதிப்புகள் அவசியம் இருக்க வேண்டும்.

5) அறிவார்ந்த குழு அமைத்து, உலகின் எந்த வெளியீடானாலும் ஒரு மாதத்திற்குள் இங்கு கிடைக்கும் வகையில் ஏற்பாடு செய்ய வேண்டும்.

6) எல்லா நூலகத்திலும் படிக்கும் இடம் விசாலமாக, நல்ல உயரத்தில் வெளிக்காற்று வரும் வகையில், இயற்கைச் சூழலோடு அமைக்க வேண்டும்.

7) உலகத் தரத்தில் கழிவறை அமைத்து, நேர்த்தியாக பராமரிக்க வேண்டும்.

8) மாவட்ட அளவிலான நூலகமாவது, 24x7 என எல்லா நாளும், எல்லா நேரமும் இயங்க வகை செய்ய வேண்டும்.

9) நூலகத்துறையின் ஒருங்கிணைந்த இணையதளம் உருவாக்கப்பட்டு எளிதாக தேடும் வசதி கொண்டிருக்க வேண்டும். கும்பகோணத்தில் இருக்கும் ஒருவர் ஒரு புத்தகத்தை நூலக இணைய தளத்தில் தேடினால், அந்தப் புத்தகம் எந்த ஊர் நூலகத்தில் கிடைக்கும். தற்போது உள்ளதா அல்லது வாசகர்கள் எடுத்து சென்றுள்ளனரா என்ற தகவல்கள் அந்த நேரம் வரை பதிவேற்றம் செய்யப்பட வேண்டும்.

10) உலகளவிலான இதழ்கள் அதாவது நாளிதழ், வார இதழ், மாத இதழ், மாதமிரு முறை இதழ்கள் வாங்கப்பட வேண்டும்.

அதாவது, *History, photography, Travellors, World Today, Science Refresher* போன்ற பல் துறை இதழ்கள், குழந்தைகள், சிறுவர்கள் இதழ்கள் அதிகளவில் வாங்கப்பட வேண்டும்.

'மறைவாக நமக்குள்ளே பழங்கதைகள் பேசுவதிலோர் மகிமையில்லை' என பாரதி கூறியது போல, குறுகிய வட்டத்தில் இல்லாமல், சர்வதேச அளவிலான காலத்திற்கேற்ற புத்தகங்கள், இதழ்கள், மின்னிதழ்கள், அறிவுசார் உரைகள் அடங்கிய வீடியோக்கள் வாங்கப்பட்டு, அனைத்து மக்களும் பயன்பெறும் வகையில் காட்சிப்படுத்த வேண்டும்!.

நூலகத்துறையில் பணியாற்றுவோர் இந்த அறிவுசால் பணியை வேலையாக இல்லாமல், சேவையாகச் செய்ய வேண்டும். பலதரப்பட்ட வாசகர்கள் வருவார்கள்; பல்வகைப்பட்ட புத்தகங்களைக் கேட்பார்கள். வாசகர்களின் கேள்வியைப் பொறுமையாக எதிர்கொண்டு கனிவாக பதிலளிக்க வேண்டும்.

இந்தத் தமிழ்ச் சமுதாயம் மேம்பட்டு விளங்க, பல்துறை அறிவு பெற்றிட, பகுத்தறிவு சிந்தனை ஓங்கிட, கேள்வி ஞானம் சுடர்விட நூலகங்கள் சிறப்பாக செயல்பட வேண்டும். அறிவைச் செழுமை செய்யும், நம் சிந்தனையை மேம்படுத்தும், மனதை அமைதிப்படுத்தும் எந்த நிலையிலும் நம்மைப் பக்குவப்படுத்தக் கூடிய கருவிகளான புத்தகங்களை வாசிக்கும் பழக்கத்தை ஏற்படுத்திக் கொண்டால் வாசிப்பே வாழ்க்கையாக மாறிவிடும்.

எதுவரினும் இடர்ப்படோம்; இன்புடனே ஏற்றுக்கொள்வோம் என்ற பண்பட்ட நிலை உருவாகும். பார்க்கும் அனைத்திலும் நேசம் கூடும் நம் வாழ்க்கை மேம்படும்.

3

என்றுமுள தென்தமிழ்

'**கல்தோன்றி மண்தோன்றா காலத்தே வாளோடு முன்தோன்றிய மூத்த குடி'** என்று புறப்பொருள் வெண்பாமாலையில் ஐயனாரிதனார் கூறியது வெறும் புகழ்ச்சியோ அலங்கார வார்த்தையோ அல்ல! பல இலக்கிய, இலக்கணச் செவ்வியல் படைப்புகள் மூலம் பல மேல்நாட்டு மொழியியல் அறிஞர்களும் ஒப்புக்கொண்ட தகைசால் உண்மை யாகும்.

ஜெர்மானிய அறிஞர் மேக்ஸ்முல்லர், தமிழ்தான் தொன்மையான, செழுமையான இலக்கிய வளங்களை பெற்றுள்ள மொழி என்று அறுதியிட்டு கூறியுள்ளார்.

'Tamil is the most highly cultivated ancient language and possesess the richest stores of Indigeneous literature' - Max muller.

காலம்தோறும், இந்த மொழி தன்னை அழகுபடுத்தியும், செழுமைப்படுத்திக் கொண்டும், புதுப்பித்துக்கொண்டும் வந்துள்ளது. நாமெல்லாம் தொன்மைமிக்க மொழியின் புதல்வர்கள்; நீண்ட நெடிய பாரம்பர்யத்திற்குச் சொந்தக்காரர்கள் என்று பெருமைப்பட்டுக் கொள்கிறோம். ஆனால் நம்மில் எத்தனை பேருக்கு செம்மொழி என்றால் என்னவென்று தெரியும்?

தமிழ்மொழியின் தொன்மை, மேன்மை, இலக்கிய வளம் குறித்து உணரவேண்டியதும், அடுத்த தலைமுறைக்குக் கொண்டுசெல்ல வேண்டியதும் மிக அவசியமான ஒன்றாகும். இந்நாளில் மொழிப் பற்று, மொழிப்புலமை, மொழி வளம், தமிழ் மொழியில் பிழையின்றி எழுதப் படிக்கத் தெரிந்த இளைஞர்கள் மிகக்குறைந்த எண்ணிக்கையில்தான் உள்ளனர். உலகிலுள்ள பல மொழிகளுக்கு இன்றைய அளவில்கூட எழுத்து வடிவம் இல்லை. அதாவது பேச மட்டுமே

செய்கிறார்கள், எழுத்து வடிவம் இல்லை. உதாரணத்துக்கு குறவர்கள், மலைவாழ் மக்களை எடுத்துக்கொள்வோம், அவர்கள் பல காலமாக அவர்களுடைய மொழியைப் பேசுகிறார்கள். ஆனால், அதில் பல மொழிகளின் பேச்சுக்கு இன்று வரை, எழுத்து வடிவம் கிடையாது. மலைவாழ் மக்கள், பழங்குடியின மக்கள், நாடோடி மக்கள் அவர்களும் தங்களுக்குள் தொடர்புகொள்ளும் விதமாகப் பேசிக்கொள்கிறார்களே தவிர எழுத்து வடிவம் இல்லை. அதாவது இத்தனை ஆயிரம் ஆண்டுகள் கடந்தும் இவ்வளவு தொழில்நுட்ப வளர்ச்சி அடைந்த பிறகும் பல மொழிகளுக்கு இன்னும் எழுத்து வடிவம் இல்லை.

ஒரு மொழி எழுத்து வடிவம் பெற்ற பிறகு அந்த மொழியில் இலக்கியங்கள் தோன்ற எத்தனை ஆண்டுகள் ஆகியிருக்கும்? அந்த இலக்கியங்களின் அடிப்படையில் இலக்கண நூல்கள் தோன்ற எத்தனை ஆண்டுகள் ஆகியிருக்கும்? அந்த நூல்களிலும் செவ்வியல் இலக்கியங்களை உருவாக்குவது என்பது எப்பேர்ப்பட்ட அளப்பரிய செயல். இதற்கு எத்தனை ஆண்டுகள் பிடித்திருக்கும்?

மனோன்மணீயம் சுந்தரம் பிள்ளை கூறுகிறார்:

'சதுமறைஆரியம் வருமுன் சகமுழுது நினதாயின்
முதுமொழி நீ அனாதி என முழுவதும்
மொழிகுவதும் வியப்பாமோ"

என ஆரியத்திற்கு முற்பட்ட தமிழ் மொழியின் சிறப்பை ஓங்கி எடுத்துரைத்தார். இந்த இடத்தில்தான் தமிழின் இனிமையை, பெருமையை நினைத்து புளகாங்கிதம் அடையத் தோன்றுகிறது . இரண்டாயிரம் ஆண்டுகளுக்கு முன்பே செவ்வியல் இலக்கிய இலக்கணங்களைப் பெற்றுள்ளது எனில், அதன் தொன்மையை, இலக்கிய வளத்தை என்னவென்று சொல்வது? தமிழர்கள் தங்களிடம் உள்ள அறிவுசால் பெட்டகத்தை உணரவில்லை, மறந்து விட்டனர் என்றுதான் சொல்ல வேண்டும்.

ரைஸ் டேவிஸ் எனும் மொழியியல் அறிஞர் கூறும்போது, சம்ஸ்கிருதம், ஹீப்ரூ, கிரேக்க மொழிகளில் தமிழ் வார்த்தைகள் கலந்துள்ளது என்று குறிப்பிட்டு உள்ளார். அதாவது இவை மூன்றுமே தொன்மைவாய்ந்த செம்மொழிகள் வகையைச் சார்ந்தவை. அதில் தமிழ்மொழி கலந்துள்ளது எனில் இந்த மொழி இலக்கியம் தொடர்பாகவும், வணிகம், வியாபாரம் தொடர்பாகவும் எப்பேர்ப்பட்ட வலிமையைப் பெற்றிருக்க வேண்டும். தமிழின் தொன்மை குறித்து நாம் ஒன்றும் கூறவேண்டியதில்லை. **பாணினியின் உரையாசிரியர் காத்தியாயனர்** தனது உரையில், இமயம் முதல் குமரி வரை உள்ள நாடுகளைப் பற்றி குறிப்பிடும்போது, சோழ, பாண்டிய நாடுகளைக் குறிப்பிட்டுள்ளார். காத்தியாயனர், மௌரியர்களுக்கு முற்பட்ட நந்தர்களின் காலம் என்பதால், கி.மு ஆறாம் நூற்றாண்டுக்கு முன்பே பாண்டிய சோழ அரசு நிலை பெற்று இருந்ததையும் வட இந்திய, தென்னிந்தியத் தொடர்பு நிலை உருவாகி இருந்ததையும் உணரமுடிகிறது. பாண்டியர், சோழர், சேரர் போன்ற மூவேந்தர்கள் மட்டுமன்றி, பல குறுநில மன்னர்களும், சிற்றரசர்களும், இந்த செவ்வியல் மொழியை, இந்த மொழிக்கு பல இலக்கியச் செல்வங்களைத் தந்த அறிவார்ந்த புலவர்களை, அறிஞர்களைக் காத்து நின்றுள்ளனர்.

பறம்பு மலையை ஆண்ட பாரி, திருக்கோயிலூர் பகுதியை ஆட்சி செய்த மலையமான் திருமுடிக்காரி, பொதிய மலையை ஆண்ட ஆய் வேள், பழநிமலைப் பகுதியை ஆண்ட பேகன், வேங்கட மலைப் பகுதியை ஆட்சி செய்த புள்ளி, ஓய்மா நாடு எனும் திண்டிவனம் பகுதியை ஆட்சி செய்த நல்லியக்கோடன் போன்ற குறுநில மன்னர்களும் தமிழ் மொழியில் எண்ணற்ற இலக்கியங்கள் உருவாவதற்கு உதவிபுரிந்துள்ளனர். அதிலும் ஓய்மா நாட்டு மன்னன் நல்லியக்கோடன் புலவர்களை ஆதரித்த விதத்தை, தமிழுக்குச்

செய்த தொண்டை, நல்லூர் நத்தத்தனார் மிக அழகாகக் கூறுகிறார்: **'பொருநர்க்கு ஆயினும், புலவர்க்காயினும், அருமறை நாவின் அந்தணர்க்கு ஆயினும், கடவுள் மால்வரை கண் விடுத்தன்ன, அடையா வாயில் அவன் அருங்கடை குறுகி'** அதாவது, 'இசையமைத்து பாட்டுப்பாடும் பொருநர் ஆயினும், செய்யுள் இயற்றும் புலவர் ஆயினும், வேதம் ஓதும் அந்தணர்கள் ஆயினும், எவர் வந்தாலும் தன் அரண்மனை வாயில், இமயமலை எப்படி திறந்த வெளியாக உள்ளதோ, இறைக்கோவில் எப்படி திறந்த வெளியாக உள்ளதோ, அதேபோல் திறந்தே இருக்கும்! பொருநர்கள், புலவர்கள், அந்தணர்கள் எவர் வேண்டுமானாலும் எப்பொழுது வேண்டுமானாலும் வந்து தமிழ்ப் பாடல்களை எனக்குப் பிச்சையிட்டு விட்டு, பரிசுப் பொருள்களை பெற்றுச் செல்லலாம் என்பதற்காக தன் அரண்மனை வாயிலை ஓய்மா நாட்டு நல்லியக்கோடன் திறந்தே வைத்திருந்தான்' என்று கூறுகிறார்!

மன்னர்கள் தங்களுக்குள் போரிட்டுக் கொண்டாலும், அவரவர் நிலையில் தமிழ் மொழியை, இந்த மொழிக்குரிய சிறப்பைக் காக்கும்விதமாக மொழிக்குத் தொண்டாற்றிய புலவர்களை, அறிஞர்களைப் போற்றியே வந்துள்ளனர்.

மகாகவி பாரதியார்

"யாமறிந்த மொழிகளிலே தமிழ்மொழி போல்
இனிதாவது எங்கும் காணோம்
பாமரராய் விலங்குகளாய் உலகனைத்தும்
இகழ்ச்சிசொலப் பான்மை கெட்டு
நாமமது தமிழரெனக் கொண்டு இங்கு
வாழ்ந்திடுதல் நன்றோ? சொல்லீர்
தேமதுரத் தமிழோசை உலகமெலாம்
பரவும்வகை செய்தல் வேண்டும்"

என்று கூறியது மொழிமேல் கொண்ட பற்றினால், வெறியினால் அல்ல; தன் மொழி மட்டுமன்றி பல மொழிகளைக் கற்றுணர்ந்து, தமிழின் இலக்கியச் சுவை உணர்ந்து, இலக்கணத் திறம்வியந்து கூறிய வார்த்தைகள் ஆகும். தமிழர் வாழ்வியல் என்பது நெறிப்படுத்தப் பட்ட, வகைப்படுத்தப்பட்ட ஒன்றாகவே இருந்துள்ளது.

பாலை நிலம் இல்லாத தமிழ் மண்ணை நானிலம் என்று போற்றிய தமிழர். முல்லையும் குறிஞ்சியும் முறைமையின் திரிந்து பாலை என்பதோர் படிவம் கொள்ளும் என்பதால் தமிழ் நிலத்தை ஐந்து வகையாகப் பிரித்துள்ளனர்.

'மலையும் மலை சார்ந்த இடமும் குறிஞ்சி, காடும் காடு சார்ந்த இடமும் முல்லை, வயலும் வயல் சார்ந்த இடமும் மருதம், கடலும் கடல் சார்ந்த இடமும் நெய்தல், மணலும் மணல் சார்ந்த இடமும் பாலை' என்று நிலத்திற்கு வரையறை செய்துள்ளனர். நிலத்தை வகுத்தது போலவே, வாழ்வியல் நெறியையும் பகுத்து வைத்துள்ளனர்! முதற்பொருள், கருப்பொருள், உரிப்பொருள் என மூன்று வகையாகப் பிரித்துள்ளனர்.

முதற்பொருள்: ஐந்து வகை நிலம், ஆறு வகை பெரும்பொழுது, சிறுபொழுது ஆகியவை முதற்பொருள் ஆகும். ஒரு வருடத்தை ஆறு காலமாகப் பிரித்து, சித்திரை வைகாசி -இளவேனிற் காலம், ஆனி, ஆடி -முதுவேனிற் காலம், ஆவணி, புரட்டாசி - கார்காலம், ஐப்பசி, கார்த்திகை - கூதிர் காலம், மார்கழி, தை - முன்பனிக்காலம், மாசி, பங்குனி பின்பனிக் காலம் எனப் பிரித்துள்ளனர். அதேபோல் ஒரு நாள் பொழுதை வைகறை, முற்பகல், மதியம், மாலை, இரவு, யாமம் என்று ஆறு பொழுதுகளாகப் பகுத்துள்ளனர். இவை முதற்பொருள் என்று வழங்கப்படுகின்றன.

கருப்பொருள்: பறவை, விலங்கு, மரம், மக்கள், தொழில், தெய்வம், இசை என 14 வகை பொருள்களும் கருப்பொருள்கள் என்று அழைக்கப்பட்டன.

உரிப்பொருள்: உரிப்பொருள் ஒழுக்கமும், அறநெறி சார்ந்த வாழ்க்கை முறைகளும் உரிப்பொருள் எனப்படுகிறது. அதாவது, குறிஞ்சி -கூடலும் கூடல் நிமித்தமும், முல்லை - இருத்தலும் இருத்தல் நிமித்தமும், மருதம் - ஊடலும் ஊடல் நிமித்தமும், நெய்தல் - இரங்கலும் இரங்கல் நிமித்தமும், பாலை- பிரிதலும் பிரிதல் நிமித்தமும் என வாழ்வியல் ஒழுக்கமுறையை நெறிப்படுத்தி ஏற்றுக்கொண்டு வாழ்ந்துள்ளனர்.

சங்கம் வைத்து தமிழ் வளர்த்த அழகை என்னவென்று சொல்வது? முதல் சங்கம் பழைய மதுரையம்பதியில், இடைச்சங்கம் கபாடபுரத்தில், கடைச் சங்கம் தற்போதைய மதுரையிலும் நிறுவி, ஆயிரக்கணக்கான புலவர்களைக் கொண்டு, எண்ணிலடங்கா பாடல்களை, இலக்கியங்களை இயற்றித் தொகுத்து வழங்கியுள்ளனர்.

இதில் ஆண்டுகள், புலவர்களின் எண்ணிக்கை, பாடல்களின் எண்ணிக்கையில் சில கருத்து மாறுபாடுகள் இருப்பினும், இந்த நெறிப்படுத்தப்பட்ட தமிழ்ப்பணி என்பது ஆணித்தரமான உண்மை என்றுதான் கூறவேண்டும். ஏனெனில், இத்தனை ஆயிரம் ஆண்டுகளுக்குப் பிறகும், இத்தனை இத்தனை பேரரசுகள், பல போர்களை நடத்திப் பல பேரழிவை உண்டாக்கிய நிலையிலும், இயற்கைச் சீரழிவைக் கடந்தும், இவ்வளவு பாடல்கள் எஞ்சி நிற்கின்றன என்றால், எவ்வளவு பாடல்கள் படைக்கப் பட்டிருக்க வேண்டும்! நினைத்துப் பார்த்தாலே மிகுந்த ஆச்சர்யமாக உள்ளது.

அதுவும் இப்போது உள்ள கணினி, இணையதள பாதுகாக்கும் வசதியா அன்று இருந்தது? இல்லை. பனையோலையில், எழுத்தாணி கொண்டு எழுதப்பட்ட எழுத்துகள் 2000 ஆண்டுகளைக் கடந்த நிலையிலும் மிஞ்சி நிற்கின்றன என்பதை நினைக்கும்போது தமிழனின் வியத்தகு ஆற்றலை யாவரும் போற்றியே ஆகவேண்டும். முதலில் தமிழர்களாகிய நாம் அதைப்பற்றி முழுமையாகத் தெரிந்து கொள்ள வேண்டும்.

சமீபத்தில் நூறு ஆண்டுகளுக்கு முன்பு வரை, தமிழ்த் தாத்தா உ.வே.சா அச்சு வடிவம் கொடுக்கும் வரை ஓலைச்சுவடிகளில்தானே சிதைந்து கொண்டு இருந்தது. இன்றும் அச்சு வடிவம் பெற்ற பிறகும் அந்த ஓலைச்சுவடிகள் பாதுகாக்கப்படுவது ஆச்சர்யத்திலும் ஆச்சர்யம் அல்லவா?

தமிழ்ப் பெருமக்களே!

தொன்மை வாய்ந்த, ஆதி குடியில், ஆழ்ந்த இலக்கியச் செறிவு கொண்ட, செவ்வியல் படைப்புகளைப் பெற்றுள்ள உலகின் மூத்த மொழியில் பிறந்ததற்காக நீங்கள் பெருமிதம் கொள்ளுங்கள்! மீண்டும் மீண்டும் பெருமிதம் கொள்ளுங்கள்!

நாம் வேண்டுமானால், இந்த காலகட்டத்தில், இந்த மொழியின் அருமையை, இலக்கிய வலிமையை உணராமல் மந்த நிலையில் இருக்கலாம். ஆனால் நாம் நீண்ட பாரம்பர்யத்திற்குச் சொந்தக்காரர்கள் என்று சரித்திரம் என்றும் சொல்லும்! சங்கம்வைத்து மொழி வளர்த்தவர்கள் அல்லவா! அதனால்தான் இலக்கியங்களையும், வாழ்வியல் முறைகளையும், அகம் புறம் என்று வகுத்து அதன்படி படைப்புகளை இலக்கணம் வகுத்து நெறிப்படுத்தி உள்ளனர்.

இலக்கணம் என்று எடுத்துக் கொண்டால் 'தொல்காப்பியம்', அகத்தியம், ஐந்திறம் போன்றவை மிகத் தொன்மையானவையாகும். இலக்கணம் என்பது ஒரு மொழியில் பல நூறு ஆண்டுகளுக்கு முன்பாகவே இலக்கியங்கள் உருவாகி, அந்த இலக்கியங்களை முறைப் படுத்துவதற்கும், நெறிப்படுத்துவதற்கும் உருவாக்கப்படுவது . அதிலும் தொல்காப்பியத்தில் 'என்மனார் புலவர்', 'என்ப', 'மொழிப' என்று முடியும் தொடர்களின் அர்த்தம், இதற்கு முன்பு பல்வேறு புலவர்கள் கூறியுள்ளார்கள்

என்றுதான் பொருள் கொள்ள வேண்டும். தமிழில் உள்ள இலக்கியங்களை, படைப்புகளை வாசிப்பதற்கு நிச்சயமாக மனிதனின் ஓர் ஆயுள் போதாது என்று தான் சொல்ல வேண்டும்.

எத்தனை, எத்தனை இலக்கியங்கள்! முதலில் சங்க இலக்கியத்தைப் பார்ப்போம் இதன் மொழிநடை கடினமானது என்று கசப்புகொள்ள வேண்டாம். அது ஈராயிரம் ஆண்டுகளுக்கு முற்பட்ட எழுத்து! படித்துப் புரிந்துகொள்வதற்கு எவ்வளவோ உரைகள் வந்துவிட்டன.

சங்க இலக்கியம்

பதினெண் மேல்கணக்கு, பதினெண்கீழ்க்கணக்கு என்று பிரிக்கப்பட்டுள்ளது. பதினெண் மேல்கணக்கு என்பது பத்துப்பாட்டு, எட்டுத்தொகை நூல்களாகும். பத்துப்பாட்டு என்னவென்பதை இந்தப் பாடல் விளக்கும்.

"முருகு பொருநாறு பாணிரண்டு முல்லை
பெருகு வளமதுரைக் காஞ்சி மருவினிய - கோலநெடு
நல்வாடைக் கோல் குறிஞ்சிப் பட்டினப்
பாலை கடாத்தொடும் பத்து."

திருமுருகாற்றுப்படை, நெடுநல்வாடை -நக்கீரர், பொருநராற்றுப்படை- முடத்தாமக் கண்ணியார், சிறுபாணாற்றுப்படை -நல்லூர் நத்தத்தனார், பெரும்பாணாற்றுப் படை, பட்டினப்பாலை - உருத்திரங்கண்ணனார், முல்லைப்பாட்டு -நப்பூதனார், மதுரைக்காஞ்சி -மாங்குடி மருதனார், குறிஞ்சிப் பாட்டு- கபிலன், மலைபடுகடாம் -பெரும் கௌசிகனார் போன்ற புலவர் பெருமக்கள் இயற்றிய அற்புதமான படைப்புகள் ஆகும். அதேபோல் எட்டுத்தொகை என்பது

"நற்றிணை நல்ல குறுந்தொகை ஐங்குறுநூறு
ஒத்த பதிற்றுப்பத்து ஓங்கு பரிபாடல்
கற்றறிந்தார் ஏத்தும் கலியோடு அகம்புறம் என்று
இத்திறத்த எட்டுத் தொகை"

என்பதாகும். எட்டுத்தொகை என்பது ஆகச்சிறந்த எட்டு நூல்களாகும். இந்த நூல்கள் பல மன்னர்களின் ஆதரவின்பேரில், பல புலவர்களால் பல்வேறு நிலையில் தொகுக்கப்பட்டுள்ளன.

தமிழரின் வரலாற்றுக் களஞ்சியமான புறநானூற்றில் 267, 268 பாடல்கள் இதுநாள் வரை கிடைக்கப்பெறவில்லை. இதைப் பற்றியெல்லாம் நாம் என்றாவது நினைத்துப் பார்த்திருப்போமா? கவலைப்பட்டிருப்போமா? ஒரு மொழியின் அடையாளம் அல்லவா இந்தப் பாடல்கள்! இவை தொலைந்து போய்விட்டனவே என்று யோசித்து இருப்போமா? தமிழ் ஆராய்ச்சி மாணவர்கள்தான் இதற்கு முயற்சி எடுத்து இருப்பார்களா? வேதனையே மிஞ்சுகிறது. இந்தப் பாடல்கள் அனைத்தும், அந்நாளில் மக்களின் வாழ்க்கை முறை, வீர விளையாட்டுகள், ஆடை அணிகலன்கள், இயற்கைக் காட்சிகள், விலங்குகளை நேசித்த மாண்பு, போர்நெறி, வணிக முறை, காதல் வாழ்வு, ஊடல் நெறி, மன்னர்களுக்கு இடையே நடந்த மோதல், கொடைத்திறன், புலவர்களின் மேன்மை, பிற நாட்டுடனான வணிக உறவு, தமிழ் நாட்டின் இயற்கை வளம், பொருள் வளம், தமிழர்களின் அறிவியல் தொழில்நுட்ப மேன்மை, கட்டடக்கலை, மகளிர் சிறப்பு, பரத்தையர் வாழ்வு, காளையர் வீரம் என சகலத்தையும் பறைசாற்றுவதாக உள்ளன.

இப்படிப்பட்ட மேம்பட்ட நாகரிகம், பண்பட்ட இனம், உயரிய கலாசாரம், உலக அறிவு, சான்றோர்களை அரவணைக்கும் மாண்பு போன்றவை இரண்டாயிரம் ஆண்டுகளுக்கு முன்பே இருந்துள்ளது என்பதை நினைக்கும் போது சிலிர்க்க வைக்கிறது.

"நெல்லும் உயிர் அன்றே; நீரும் உயிர் அன்றே;
மன்னன் உயிர்த்தே மலர்தலை உலகம்;
அதனால் யான்உயிர் என்பது அறிகை
வேன்மிகு தானை வேந்தர்க்குக் கடனே"

மோசிகீரன் எழுதிய புறநானூற்றின் 186-வது

பாடலான இதுதான் ஆட்சியாளர்களுக்கு அடிநாதமாக, உயிர் நாடியாக, கொள்கை விளக்கமாக விளங்கக்கூடிய பாடல். மக்கள் உயிர் வாழ்வதற்கு நெல்லும் நீரும் மிக அவசியமானது என்றாலும், அதைக்காட்டிலும் முக்கியமானது மக்களை வழிநடத்தக் கூடிய மன்னன் ஆவான் என்கிறார். அதாவது எப்பேர்ப்பட்ட சிந்தனை, உயர்ந்த கருத்து. நினைத்தாலே வியப்பாக உள்ளது. சோறு உயிரல்ல! தண்ணீர் உயிர் அல்ல! மன்னன் உயிர்த்தே மலர்தலை உலகம்! மன்னன்தான் மக்களுக்கு உயிர். சோறு தண்ணீர் இல்லாமல் வாழ்ந்து விடலாம். அவர்களை வழிநடத்தக்கூடிய மன்னன் சிறந்தவனாக இருந்தால் போதும். “வேன்மிகு தானை வேந்தற்குக் கடனே” என்பது அப்பேர்ப்பட்ட மன்னனின் மிக முக்கியமான கடமை தன்னைப்போலவே தன் குடிமக்களையும் காத்து நிற்பதாகும்!

பதினெண் கீழ்க்கணக்கு நூல்கள்

இவை சங்கம் மருவிய காலத்தைச் சார்ந்தவை. அதாவது மொழிநடை, கருத்துச் செறிவு, பொருள் அடைவு, காட்சி அமைப்பு போன்றவை சங்க காலத்தில் இருந்து வேறுபட்டு உள்ளன. இந்தக் காலத்தை நீதி இலக்கியங்களின், அற இலக்கியங்களின் பொற்காலம் என்று அழைக்கலாம்.

‘நாலடி நான்மணி நானாற்ப தைந்திணை
முப்பால்கடுகம் கோவை பழமொழி மாமூலம்
இன்னிலைய காஞ்சியுட னேலாதி யென்பதூஉம்,
கைந்நிலையு மாங்கீழ்க் கணக்கு”

எனும் பாடல் மூலம் பதினெண் கீழ்க்கணக்கில் 18 நூல்கள் உள்ளன என்பதை உணரலாம். இதில் பதினொரு நூல்கள் அறம் சார்ந்தவை, ஏழு நூல்கள் அகம் சார்ந்தவை.

இந்த நீதி இலக்கிய நூல்களில் தலையாயது தமிழ்மறை என்று போற்றப்படும், **உலகப் பொதுமறை என்று கொண்டாடப்படும் திருக்குறள். இது இந்தியாவின் தேசிய நூல் என்று அறிவிக்கக் கூடிய அனைத்து தகுதிகளையும் பெற்றுள்ள மகத்தான வேத நூல் ஆகும்.**

‘எல்லாப்பொருளும் இதன்பால் உள்ளன இதில் இல்லாத பொருள் ஏதுமில்லை’ என்ற பொதுக் கூற்று முற்றிலும் பொருத்தமானதாகும். நாலடியார் -பதுமனார் ஒவ்வொரு செய்யுளிலும் அறம் சார்ந்த கருத்துகளைக் கொண்ட 400 பாடல்களைக் கொண்ட அற்புத நூலாகப் படைத்துள்ளார். நான்மணிக்கடிகை -விளம்பிநாகனார், நான்கு மணி போன்ற கருத்துகளை வழங்கியுள்ளார். இனியவை நாற்பது- வாழ்வில் செய்ய வேண்டியவை குறித்து பூதஞ்சேந்தனார் வழங்கிய அறநெறி கருத்துகளை கொண்ட பாடல் தொகுப்பாகும். இன்னா நாற்பது- வாழ்வில் செய்யக்கூடாதவை குறித்து கபிலர் கூறிய கண்டிப்பான கருத்துகளைக் கொண்ட பாடல்கள் ஆகும்.

திரிகடுகம்- நல்லாதனார் ஒவ்வொரு பாடலிலும் 3 மனநோய் தீர்க்கும் அரிய கருத்துகளைப் படைத்துள்ளார். சிறுபஞ்சமூலம் -காரியாசான் ஒவ்வொரு பாடலிலும் ஐந்து கருத்துகளை அழகாக அளித்துள்ளார். ஏலாதி- கணிமேதாவியார், பாடல் ஒன்றுக்கு ஆறு கருத்துகளை அருமருந்தாக தொகுத்துக் கொடுத்துள்ளார். முதுமொழிக்காஞ்சி -கூடலூர் கிழார் நூறு பாடல்களில் வாழ்வியல் நெறிகளை விளக்கியிருப்பார்.

ஆசாரக்கோவை- பெருவாயின் முள்ளியார் நூறு பாடல்களில் மனிதன் பின்பற்றவேண்டிய முத்தான கருத்துகளை வைத்துள்ளார். ஆசிரிய, மாணவர்கள் இலக்கணம் அழகாகக் குறிப்பிடப்பட்டுள்ள நூல் இதுவாகும். பழமொழி நானூறு -முன்றுறையனார் நானூறு பாடல்களில் நல்ல சிந்தனையைத் தூண்டும் கருத்துகளைக் கொடுத்துள்ளார். கல்விக்கு முக்கியத்துவம் அளிக்கும் விதமான பாடல்கள் அதிகம் உள்ளன.

களவழி நாற்பது -பொய்கையார் போர்க்களக் காட்சிகளை நம் முன்

படம்பிடித்துக் காட்டும் அருமையான நூலாகும். கார்நாற்பது, கார்காலத்தில் தலைவியின் தவிப்பை இல்லற நெறியை வெளிப்படுத்தும் விதமாக படைக்கப்பட்ட நூலாகும். அறம் பொருள் இன்பம் கூறுவது இன்னிலை கைந்நிலை நூல்களாகும்.

எஞ்சிய நான்கு நூல்கள் ஐந்திணை ஐம்பது, ஐந்திணை எழுபது , திணைமொழி ஐம்பது, திணைமாலை நூற்றைம்பது என அக வாழ்க்கையை நயத்தக்க நாகரிகத்துடன் வெளிப்படுத்துபவை சங்கம் மருவிய நூல்களாகும். தமிழர்களே, நாமெல்லாம் நம்மொழி, செம்மொழி, தொன்மைமிக்க மொழி என்பதற்கான சான்றாவணம் இந்த செவ்வியல் படைப்புகளே. இல்லந்தோறும் இந்த நூல்களை வாங்கி வையுங்கள்! நேரம் கிடைக்கும்போது வாசியுங்கள்!

வேற்றுமொழி நண்பர்கள் உங்கள் வீட்டிற்கு வரும்போது, இதுதான் எங்கள் மொழியின் சொத்து என்று மார்தட்டி சொல்லுங்கள்! *'This is the pride and valuble asset of our classsic language'* என்று சொல்லுங்கள்! சங்க இலக்கிய ஆங்கிலப் பதிப்பை வாங்கி வெளிநாடு, வெளி மாநில நண்பர்களுக்குப் பரிசளியுங்கள்! அதுதான் மொழிக்குச் செய்யும் முதல் தொண்டாகும். குறிப்பாகத் திருக்குறள் ஆங்கிலம் மட்டுமன்றி 78 பிற மொழிகளிலும் மொழிமாற்றம் செய்யப்பட்டுள்ளது. அந்தந்த மொழி நண்பர்களுக்கு, அந்தந்த மொழியில் வாங்கிக் கொடுங்கள்! அப்பொழுது தான் நம் மொழியின் அருமையை அவர்கள் உணர்வார்கள்.

காப்பிய காலம்

சங்கம் மருவிய காலத்தைத் தொடர்ந்து வருவது காப்பிய காலம். ஐம்பெரும் காப்பியம் என்பது அறம், பொருள், இன்பம், வீடு பேறு நான்கையும் விளக்குவது ஆகும். ஐம்பெரும் காப்பியத்தை எடுத்துக்கொண்டால், 'சிலப்பதிகாரம் என்றோர் மணியாரம் படைத்த தமிழ்நாடு' என்று பாரதியார் சொல்லியுள்ளார். சிலப்பதிகாரம்தான் ஐம்பெரும் காப்பியத்தில் தலைமைக் காப்பியம். குடிமக்கள் காப்பியம், இசை, நாடகக் காப்பியமாகத் திகழ்கிறது.

மக்களின் வாழ்வியல் நெறி, வணிக நெறி, நீதிமுறை, மகளிர் ஆற்றல், இயற்கைக் காட்சிகள், நீதி நெறி மாண்பு ஆகியவற்றை விளக்கும் அற்புத படைப்பாகும். அதன் சகோதர நூலான சீத்தலைச் சாத்தனாரின் மணிமேகலை காப்பியம், பௌத்த சமயத்தின் சிறப்பைப் பேசினாலும் அறம் சார்ந்த கருத்துகளை அள்ளித் தெளிக்கும் நூலாகவே உள்ளது.

'மண நூல்' என்றழைக்கப்படும் திருத்தக்கத் தேவரின் சீவக சிந்தாமணியில் இன்பத் துறை சார்ந்த வர்ணனைகளுக்கு அதிக முக்கியத்துவம் வழங்கப்பட்டுள்ளது. குண்டலகேசி, வளையாபதி ஏனைய காப்பியங்கள் ஆகும். ஐஞ்சிறு காப்பியங்கள் என்பது அறம், பொருள், இன்பம், வீடுபேறு ஆகிய இவற்றில் ஒன்றோ அல்லது இரண்டோ குறைந்து காணப்படும் நூல்கள். இவை அனைத்துமே சமணர்களின் படைப்புகளாகவே கருதப்படுகின்றன.

சூளாமணி- தோலா மொழித் தேவர் எழுதிய 2,330 பாடல்களைக் கொண்டது. யசோதர காவியம்- வெண்நாவலூர் உடையவேல் எழுதிய 330 பாடல்கள் கொண்டது. உதயணகுமார காவியம்- சமண சமயத்தைச் சார்ந்த நூல். ஆறு காண்டங்களாக 367 பாடல்களைக் கொண்டது. நீலகேசி- சமண சமயத்தின் பெருமையைக் கூறும் 894 பாடல்களைக் கொண்டது. நாககுமார காவியம்- துறவி என்பவர் எழுதியதாக தெரிகிறது, ஆனால் இந்த நூலின் பாடல்கள் கிடைக்கவில்லை.

இதைத் தொடர்ந்த காலத்தில், உருவான இன்னொரு நூல் **தகடூர் யாத்திரை** ஆகும். இந்த நூல் அந்நாளைய போர்க்களக் காட்சிகளை, உருவகப்படுத்துவதாக உள்ளது. தகடூர் அதியமானை செல்வக் கடுங்கோ வாழியாதன் போர்தொடுத்து அழித்த காட்சியை விளக்கும் நூலாகும்.

48 பாடல்கள் மட்டுமே கிடைத்துள்ளன. இது நமது துரதிருஷ்டம் என்றே கூற வேண்டும்.

பெருங்கதை- சமண சமயக் கோட்பாடுகளை வலியுறுத்தி எழுதிய நூலாகும். கொங்கு வேளிர் என்னும் சிற்றரசனால் படைக்கப்பட்டது. வடமொழி நூலான பிருஹத் கதா மஞ்சரி கதா சரித்திரம் சார்ந்து எழுதப்பட்ட நூல்.

முத்தொள்ளாயிரம்- தமிழ்ப் பேரரசின் மூவேந்தர்களின் சிறப்பை விளக்கும் வகையில் எழுதப்பட்ட நூல். வலிமைமிக்க மூன்று பேரரசுகளின் படைத்திறன், போர்த்திறன், நாட்டுவளம், கொடை மாண்பு, நகர் சிறப்பு, புகழ், வெற்றி என அனைத்தையும் விளக்கும் நூல். எழுதியவர் பெயர் தெரியவில்லை. மூவேந்தர்கள் பற்றி ஆளுக்கு 300 பாடல்கள் எழுதப்பட்டதாக கூறப்பட்டுள்ளது. நமது விதிப்பயன் 130 பாடல்கள் மட்டுமே கிடைத்துள்ளன.

இதைப் பற்றியெல்லாம் நாம் எப்போதாவது பேசியிருப்போமா? தமிழாசிரியர்களாவது இதைப்பற்றி மாணவர்களிடம் எடுத்துக் கூறியிருப்பார்களா? தமிழ் மாணவர்களாவது இதுபோன்ற தொலைந்த இலக்கியங்களைத் தேடும் முயற்சியில் ஈடுபட்டிருப்பார்களா? நாமெல்லாம் வேடிக்கை மனிதர்கள் போலவே வாழ்ந்து வீழ்ந்துகொண்டே இருக்கிறோம்.

இதைத் தொடர்ந்து தமிழை அலங்கரித்தவை பக்தி இலக்கியங்கள். தமிழைப் பக்தியின் மொழி என்று கூறலாம்.

சங்க காலம் தொடங்கி தமிழ் செழுமையான இலக்கியங்களை வழங்கிக் கொண்டிருந்த நிலையில் பௌத்த, சமண சமயங்கள் ஆதிக்கம் செலுத்தத் தொடங்கின. அவர்கள் தமிழுக்கு பல இலக்கிய, இலக்கண நூல்களை வழங்கி இருந்தாலும் சைவம், வைணவத்திற்கு ஒரு பின்னடைவு உண்டான காலகட்டமாக அது இருந்தது.

இந்நிலையில் தமிழ் சற்றுத் தடுமாறிய போது தமிழ் மொழியின் இனிமையை, பக்தியின் மேன்மையை, அறவாழ்வின் அவசியத்தை, இறை நெறியின் மகத்துவத்தைத் தூக்கி நிறுத்தியது சைவ நாயன்மார்களும் வைணவ ஆழ்வார்களுமே! அவர்கள் அருளிச் சென்றுள்ள அமுதங்கள் எண்ணிலடங்கா!

சைவமும் தமிழும் ஒன்றே என்று சொல்லும் அளவுக்கு நாயன்மார்கள் தமிழுக்கு அளப்பரிய தொண்டு செய்துள்ளனர். உலகம் உள்ளளவும் நிலைத்து நிற்கும், இல்லந்தோறும், உள்ளம்தோறும் பாராயணம் செய்யும் தேன்தமிழ் பக்திப் பாடல்களைப் படைத்துச் சென்றுள்ளனர். அந்நாளில் ஆலயங்கள் தமிழர்களின் கலைக்கூடங்களாகவும் ஆடல் பாடல் கலை அரங்கங்களாகவும் அரசர்களின் கருவூலங்களாகவும், பல முடிவுகள் எடுக்கும் அரச சபைகளாகவும் விளங்கின.

அடியார்கள் தமிழ்!

தேவாரம் - முதல் ஏழு திருமுறைகள்

திருஞானசம்பந்தர்

'நாளும் இன்னிசையால் தமிழ் பரப்பும் ஞானசம்பந்தன்' ஆகிய திருஞானசம்பந்தர், ஆதிசங்கரரால் 'திராவிட சிசு' என்று போற்றப்பட்டார். ஞானத்தின் திருவுரு, நான்மறையின் தனித்துணை என அழைக்கப்பட்டார். பிள்ளை பாதி, புராணம் பாதி என்று சொல்லும் அளவுக்கு பெரியபுராணத்தில் இவருடைய வரலாறு பிரதானமாக வரையப்பட்டுள்ளது. பன்னிரு திருமுறையின் முதல் மூன்று திருமுறைகள் இவர் அருளியதாகும்.

'காதலாகிக் கசிந்து கண்ணீர் மல்கி

ஓதுவார் தமை நன்னெறிக் குய்ப்பது

வேதம் நான்கினும் மெய்ப்பொருளாவது

நாதன் நாமம் நமச்சிவாயவே !"

என்று சிவனின் திருநாமத்தை ஓங்கி ஒலித்தார்.

திருநாவுக்கரசர் தாண்டகம் பாடிய

அப்பர் பெருமான், தாண்டக வேந்தர் என்று போற்றப்பட்டார். சைவத்திருமுறை நான்கு, ஐந்து, ஆறு, திருமுறைகள் இவர் அருளியதாகும்.

நாமார்க்கும் குடியல்லோம் நமனை அஞ்சோம்
நரகத்தில் இடர்ப்படோம் நடலை இல்லோம்
ஏமாப்போம் பிணி அறியோம் பணிவோம் அல்லோம்
இன்பமே எந்நாளும் துன்பமில்லை"!

என்று சிவனைத் தவிர வேறு யாருக்கும் அஞ்சுவதும் இல்லை, அஞ்சப் போவதுமில்லை என்று ஓங்கி உரைத்தவர். அப்பர், வாகீசர் என்றும் அழைக்கப்பட்டார்.

சுந்தரர் தம்பிரான் தோழர் என்றும் வன்தொண்டர் என்றும் அழைக்கப்பட்டவர். சிவ பெருமானைத் தோழனாகக் கருதி பக்தி பூண்டவர். ஏழாம் திருமுறை இவர் இயற்றியதாகும். 38,000 பாடல்கள் பாடியதாகக் கூறப்படுகிறது. ஆனால் கிடைத்தவை 1,026 மட்டுமே ஆகும். இவர் படைத்த திருத்தொண்டத்தொகைதான் பெரிய புராணத்திற்கு அடிப்படை நூலாகும். 'பித்தா பிறைசூடி பெருமானே' என்று பாடியவர் ஆவார். மூவர் தேவாரத்தையும் கி.வா.ஜ அவர்கள் 'கொஞ்சு தமிழ்', 'கெஞ்சு தமிழ்', 'மிஞ்சு தமிழ்' என்று அழைத்தார்.

மாணிக்கவாசகப் பெருமானின் திருவாசகம் - எட்டாம் திருமுறை

முதல் மூன்று சைவ அடியார்களும், தொழுது அடியடைந்த அன்பர்கள் என்றால், மாணிக்கவாசகர் அழுது அடியடைந்த ஞானமார்க்க மகான் ஆவார். அரிமர்த்தன பாண்டியன் அமைச்சரவையில் அமைச்சராக இருந்து, மன்னரால் தென்னவன் பிரம்மராயன் என்று பெருமையுடன் அழைக்கப்பட்டவர். சிவநெறி மேலோங்கிய நிலையில் அமைச்சர் பதவியைத் துச்சமெனத் தூக்கி எறிந்து விட்டு, திருப்பெருந்துறை எனப்படும் ஆவுடையார் கோயிலில் சிவ நெறியோடு சங்கமித்தவர். மாணிக்கவாசகப் பெருமானின் ஒப்பற்ற சிவபக்தியை உணர்ந்த சிவபெருமான், வாதவூர் அடிகள் சொல்ல, தன் திருக்கரங்களால் எழுதிய பெருவாசகம்தான் திருவாசகம் என்று போற்றப்படுகிறது. பன்னிரு திருமுறைகளில் எட்டாம் திருமுறையாக இத் திருவாசகம் வைக்கப்பட்டுள்ளது. தன்னைத் தாழ்த்துவதன் மூலமே இறைவனை அடைய முடியும் என்று எண்ணி, உண்மையான அன்பை நெக்குருகி, நெஞ்சுருகி வெளிப்படுத்தியவர் மாணிக்க வாசகர்.

'நாயிற் கடையாய் கிடந்த, நாயேன், முடைநாற்றம் கொண்டேன்' என்று தன்னைத் தாழ்த்தி இறைவனின் திருப்பாதம் தொட்டவர். 'திருவாசகத்திற்கு உருகார் ஒரு வாசகத்திற்கும் உருகார்' என்னும் அமுத மொழிக்குச் சொந்தக்காரர். 32 ஆண்டுகளே வாழ்ந்த வாதவூரடிகள் சிவனை, தன் எல்லையற்ற அன்பில் திக்குமுக்காடவைத்தார். பல்வேறு இசை வடிவங்களில் திருவாசகப் பாடல்களைப் படைத்துள்ளார். திருப்பொற்சுண்ணம், திருக்கோத்தும்பி, திருத்தெள்ளேணம், திருவெம்பாவை எனப் பாடிச் சிவ நெறியை புதிய பொலிவுடன் காட்டினார். திருவாசகம் தமிழர் வேதம், சைவ வேதம் என்று போற்றப்படுகிறது.

ஒன்பதாம் திருமுறையும் பத்தாம் திருமுறையும்

திருமாளிகைத் தேவர், கருவூர்த்தேவர், சேந்தனார், பூந்துருத்தி நம்பி, காடவநம்பி, கண்டராதித்தர், வேணாட்டடிகள், திருவாலியமுதனார், புருடோத்தம நம்பி சேதிராயர் ஆகியோர் பாடிய அற்புதமான பாடல்கள் ஒன்பதாம் திருமுறை ஆகும்.

திருமந்திரம்: பத்தாம் திருமுறை நூலாகும். தவயோகி திருமூலர் அருளிய ஒன்பது தந்திரங்களையும் 3000 பாடல்களையும் கொண்ட சைவ ஞானப் பனுவல் ஆகும்.

அன்பு, தியானம், யோகம், மருத்துவம், வாழ்வியல் நெறி, சிவ தரிசனம், சிவ பூஜை, காம வெகுளி மயக்கம் என சகலத்தையும் குறித்து விளக்கும் அருமையான நூல். 'ஒன்றே குலம் ஒருவனே தேவன்' என்றும் 'அன்பே சிவம்' என்றும் அழைத்த சிவயோகி திருமூலர் ஆவார்.

பதினொன்றாம் திருமுறை

திருவாலவாயுடையார், காரைக்கால் அம்மையார், கல்லாட தேவநாயனார், நக்கீர தேவ நாயனார், கபிலதேவ நாயனார், பரண தேவநாயனார், அதிரா அடிகள், இளம்பெருமான் அடிகள், ஐயடிகள் காடவர்கோன், சேரமான் பெருமாள் நாயனார், பட்டினத்து அடிகள், நம்பியாண்டார் நம்பி ஆகியோர் பாடிய பாடல்கள் பதினொன்றாம் திருமுறை ஆகும்.

பெரிய புராணம் - பன்னிரண்டாம் திருமுறை

தமிழின் முதல் வரலாற்று நூல் என்று குறிப்பிடத்தக்க வகையில் அமைந்துள்ள நூல் பெரிய புராணம் ஆகும். அடியார்களின் வரலாற்றை விவரிக்கும் நூல் இது. மேலும் சிவனின் அளப்பரிய சோதனையைச் சேக்கிழார் பெருமான் வெளிப்படுத்திய அற்புதமான சைவ நூல்.

'உலகெலாம்' என சிவன் அடி எடுத்துக் கொடுக்க, சேக்கிழார் திருத்தொண்டர் புராணம் பாடி அது பெரிய புராணமாக பெயர் பெற்றது. அநபாயச் சோழனான குலோத்துங்க சோழன் அவையில் அமைச்சராக விளங்கிய சேக்கிழார் **தொண்டர்சீர் பரவுவார், உத்தம சோழ பல்லவர், தெய்வப் புலவர்** என்றும் போற்றப்படுகிறார்.

காரைக்கால் அம்மையார்

இவர் பாடல்கள் பன்னிரு திருமுறைகளில் பதினொன்றாம் திருமுறையில் இடம்பெற்றுள்ளது.

காரைக்கால் அம்மையார்

சிவனால் 'அம்மையே' என்று அழைக்கப்பட்ட சிவபெருமாட்டி இவர். பெரிய புராணத்தில் 56 பாடல்களில் இவர் வரலாறு கூறப்படுகிறது. 'அற்புதத் திருவந்தாதி', 'திருவாலங்காட்டு திருப்பதிகங்கள்', 'திருவிரட்டை மணிமாலை' ஆகிய நூல்கள் இவருடையவை. அந்தாதி, கட்டளைக்கலித்துறை என பல பாடல் வடிவங்களைப் படைத்தவர் இவர். சகலமும் ஆடல்வல்லான் தான் என்பதை

'அறிவானும் தானே, அறிவிப்பான் தானே!

அறிவாய் அறிகின்றான் தானே _அறிகின்ற

மெய்ப்பொருளும் தானே, விரிசுடர் பார் ஆகாயம்

அப்பொருளும் தானே அவன்!"

என்று சீர்மிகு சிவ சிந்தனை அமுதத்தை வழங்கியுள்ளார்.

ஆழ்வார்கள் தமிழ்

நம்பி ஆண்டார் நம்பி சைவத் திருமுறைகளைத் தொகுத்து, பன்னிரு திருமுறையாகத் தந்தருளினார் என்றால், வைணவத்திற்கு நாதமுனி அவர்கள், நாலாயிர திவ்ய பிரபந்தத்தைத் தொகுத்து பெரும்பேறு தேடிக்கொண்டார். காட்டுமன்னார்குடியில் கி.பி.825-ல் பிறந்த நாதமுனி, திவ்ய பிரபந்தத்தைத் தொகுத்ததோடு, 'யோக ரகசியம்', 'நியாய தத்துவம்' போன்ற நூல்களையும் எழுதியுள்ளார். சைவ அடியார்கள் தமிழ் வளர்த்ததுபோல் வைணவ ஆழ்வார்களும் எண்ணிலடங்கா பாசுரங்கள் வாயிலாகத் தமிழ் மொழிக்குப் பெரும் தொண்டு செய்துள்ளனர். 'நாலாயிரத் திவ்யபிரபந்தம்' நூல் ஆழ்வார்களின் தமிழ் அமுத ஞானக்களஞ்சியம் ஆகும்.

ராமானுஜர்

பன்னிரு ஆழ்வார்களின் படைப்புகள் நாலாயிர திவ்ய பிரபந்தம் என்றால், விசிஷ்டாத்வைதம் எனும் வைணவக் கோட்பாட்டைத் தந்தவர், வைணவ பெரும் காவலராக திகழ்ந்தவர் ராமானுஜர்.

பொய்கையாழ்வார்

காஞ்சிபுரத்தில், பஞ்சசங்கின் அம்சமாகப் பிறந்தவர்.

'வையம் தகளியா வார்கடலே நெய்யாக
வெய்ய கதிரோன் விளக்காக- செய்ய
சுடர் ஆழியானுக்கே சூட்டினேன் சொல்மாலை
இடராழி நீங்குக வே'

என்று பாடினார்.

பூதத்தாழ்வார்

மாமல்லபுரத்தில் கதாயுதத்தின் அம்சமாகத் தோன்றியவர். திருமாலை பல இடங்களில் பூதம் என்று குறிப்பிட்டு அழைத்ததால் பூதத்தாழ்வார் என்று பெயர் பெற்றார்.

"அன்பே தகளியா ஆர்வமே நெய்யாக
இன்புருகு சிந்தை இடுதிரியா- நன்புருகி
ஞானச் சுடர் விளக்கு ஏற்றினேன் நாரணற்கு
ஞானத் தமிழ் புரிந்த நான்"

என்று திருமாலைப் போற்றினார்.

பேயாழ்வார்

நந்தகம் என்னும் வாணி அம்சமாக மயிலையில் தோன்றியவர். அதீத பக்திப் பரவசத்தில் தன்னிலை மறந்து ஆடிப்பாடி திருமால் மீது வெறித்தனமான காதல்கொண்டு பேயாட்டம் ஆடியதால் 'பேயாழ்வார்' என்று போற்றப்பட்டார்.

'திருக்கண்டேன் பொன்மேனி கண்டேன் திகழும்
அருக்கன் அணி நிறமும் கண்டேன் -செருக்கிளரும்
பொன்னாழி கண்டேன் புரிசங்கம் கைக்கண்டேன்
என்னாழி வண்ணன்பால் இன்று"

என்று வணங்கினார்.

திருமழிசையாழ்வார்

சென்னை திருமழிசையில், சக்கரத்தின் அம்சமாகப் பிறந்தவர். பக்திசாரர் என்று அழைக்கப்பட்டவர். இவரது சீடர் கனி கண்ணனிடம், மன்னர் இவரை அழைத்து வரச்சொன்னபோது 'நாராயணனைப் பாடுவேன் அல்லால் நரனை அன்று' என்றார். இதைக்கேட்ட மன்னன் வெகுண்டெழுந்து கணிகண்ணனை ஊரைவிட்டுப் போகுமாறு விரட்டினார். இதைக்கேட்டு சிறிதும் கலங்காத திருமழிசை ஆழ்வார், இனி தனக்கு இங்கு வேலை இல்லை என்று கூறிவிட்டு கிளம்பினார்.

'கணிகண்ணன் போகின்றான் காமரு பூங்கச்சி
மணிவண்ணா நீ கிடக்க வேண்டா- துணிவுடைய
செந்நாப் புலவனும் போகின்றேன், நீயும் உன்றன்
பைந்நாகப் பாய் சுருட்டிக் கொள்"

என்று பாட இவருடன் இறைவனும் சேர்ந்து கிளம்பிச் செல்ல, கோயில் இறைவன் இல்லாமல் வெறிச்சோடிக் கிடப்பதை அறிந்த மன்னன், தான் செய்த தவறை உணர்ந்து மன்னிப்புக் கேட்டதாக கூறப்படுகிறது.

நம்மாழ்வார்

வைணவத்திற்கு ஒரு மாணிக்கவாசகர் ஆவார். பாண்டி நாட்டு ஆழ்வார்திருநகரியில் பிறந்த சடகோபர், நம் சடகோபன், இவர் 'நம்மாழ்வார்' என அழைக்கப்பட்டார். வைணவர்களின் தலைமை ஆழ்வார் எனவும் இவர் போற்றப்பட்டார். உலகியல் இயல்புக்கு மாறாக இருந்ததால் 'மாறன்' என்றும், பிற சமய யானைகளுக்கு அங்குசமாகத் திகழ்ந்ததால் 'பராங்குசன்' என்றும் அழைக்கப்பட்டார். இவர் படைத்த திருவாசிரியம், திருவாய்மொழி, திருவிருத்தம், பெரிய திருவந்தாதி ஆகிய நான்கும் வைணவர்களின் சதுர் வேதங்களாகப் போற்றப்படுகின்றன. திருவாய்மொழி 'திராவிட வேதம்'

என்றும் அழைக்கப்படுகிறது.

மதுரகவி ஆழ்வார்

திருக்கோவிலூரில் பிறந்தவர். கருடாழ்வார் அம்சமாகத் தோன்றியவர். நம்மாழ்வாரை குருவாகக் கொண்டவர். நம்மாழ்வார் திருமாலை போற்றிப் பாடும் பாடல்களை தம் கைகளால் எழுதிக் கொடுத்ததை பெரும் பாக்கியமாக நினைத்து நம்மாழ்வாரையே வழிபட்டவர்! கண்ணிநுண்சிறுத்தாம்பு பதிகம் பாடல்கள் மதுரமாய் இனித்ததால் 'மதுரகவி ஆழ்வார்' என்று அழைக்கப்பட்டார்.

குலசேகர ஆழ்வார்

சேரநாடு திருவஞ்சைக்களத்தில் மணியின் அம்சமாக பிறந்தவர். ராமன் மீது தீராக்காதல் கொண்டவர். வடமொழிப் புலமை பெற்று இருந்ததால் வால்மீகி ராமாயணத்திலும் மிக்க தேர்ச்சிபெற்றவர். தமிழில் பெருமாள் திருமொழியும் வடமொழியில் முகுந்தமாலையும் இயற்றியுள்ளார்.

பெரியாழ்வார்

ஸ்ரீவில்லிபுத்தூரில் கருடாம்சமாக, வேயர் குலத்தில் பிறந்தவர். பூத்தொடுக்கும் வேலை செய்துகொண்டே, திருமால் மீது தீராத பக்தி கொண்டு 'திருப்பல்லாண்டு', 'பெரியாழ்வார் திருமொழி' எனப் பாடியுள்ளார். திருமாலை பிள்ளைப்பருவ நாயகனாக அழகாக விவரித்துள்ளார். இவரது பாடல்கள் அனைத்துமே இறைவனை குழந்தை வடிவில் வர்ணிப்பதாகவே விளங்குகின்றன.

"மாணிக்கம் கட்டி வயிரம் இடைகட்டி
ஆணிப் பொன்னால் செய்த வண்ணச் சிறுத் தொட்டில்
பேணி உனக்குப் பிரமன் விடு தந்தான்
மாணிக்கக் குரலோனே தாலேலோ!
வையம் அளந்தோனே தாலேலோ!"

என்று இறைவனை விளையாட்டுக் குழந்தையாகப் பாடி வணங்கியவர். பட்டர் பிரான், விஷ்ணு சித்தர் என்றும் அழைக்கப்பட்டார்.

ஆண்டாள்

பெரியாழ்வார் பெற்றெடுத்த பைங்கொடி என்று போற்றப்படும், பூமகள் அம்சமாக தோன்றியவர். 'கோதை' எனும் பெயர் கொண்டிருந்தாலும் ஆண்டவனை ஆண்டவள் என்பதால் 'ஆண்டாள்' என்றும், **'சூடிக்கொடுத்த சுடர்க்கொடி', 'சூடிக்கொடுத்த நாச்சியார்'** என்றும் அழைக்கப்படுபவர். ஆண்டாள் படைத்த திருப்பாவை என்றென்றும் தமிழர்களின் இல்லங்களில் வருடந்தோறும், மார்கழித் திங்கள் அதிகாலைப் பொழுதில் அலங்கரித்து வருவதை நினைத்து பெருமிதம்கொள்ளலாம்.

"மத்தளம் கொட்ட வரிசங்கம் நின்றூத
முத்துடைத் தாமம் நிரை தாழ்ந்த பந்தலின் கீழ்
மைத்துனன் நம்பி மதுசூதனன் வந்தென்னை
கைத்தலம் பற்றக் கனாக்கண்டேன் தோழீநான்"

'மத்தளம் கொட்ட வரிசங்கம் முழங்க முத்துக்கள் நிறைந்த அலங்காரப் பந்தலின் கீழ் மதுசூதனன் ஆகிய கண்ணனே வந்து கைத்தலம் பற்றக் கனாக் கண்டதாக' கோதை நாச்சியார் ஆண்டாள், கிருஷ்ணன் மீதான பக்தியில் மனம் உருகிப் பாடியிருக்கிறார்.

தொண்டரடிப் பொடியாழ்வார்

சோழ நாட்டில் திருவண்டகுடியில் வனமாலை அம்சமாக தோன்றியவர். விப்ர நாராயணன் என்றும் அழைக்கப்பட்டார்.

"பச்சைமா மலைபோல் மேனி பவளவாய் கமலச் செங்கண்
அச்சுதா அமரர் ஏறே! ஆயர்தம் கொழுந்தே! என்னும்
இச்சுவை தவிர யான்போய் இந்திரலோகம் ஆளும்
அச்சுவை பெறினும் வேண்டேன் அரங்கமா நகருளானே!"

என்று திருமாலின் பாதம் போற்றி

வணங்கினார்.

திருப்பாணாழ்வார்

திருச்சி உறையூரில் ஸ்ரீவத்ஸம் அம்சமாகத் தோன்றியவர். தாழ்ந்த குலத்தைச் சார்ந்தவராகக் கருதப்பட்டாலும், பெருமான் மீது கொண்ட பற்றினால் அளப்பரிய பாசுரங்களைப் பொழிந்தவர். இவரை இழி குலத்தோர் என்று கோபம் கொண்ட ஓர் அந்தணன், காவிரிக் கரையில் நின்று அரங்கனை வழிபட்ட திருப்பாணாழ்வாரைக் கல்லெடுத்து அடிக்க, பெருமாளுக்கு ரத்தம் கொட்டியதாகக் கூறுவர். இவர் அமலனாதி பிரான் பதிகம் பாடியுள்ளார்.

"கொண்டல் வண்ணனை கோவலனாய்
வெண்ணெய்
உண்ட வாயன் என்னுள்ளம் கவர்ந்தானை
அண்டர் கோன் அணி அரங்கன் என்
அமுதினைக்
கண்ட கண்கள் மற்று ஒன்றினைக் காணாவே"

என்று பாடி திருவரங்கத்து அரங்கனே சகலமும் என்று வாழ்ந்தவர்.

திருமங்கையாழ்வார்

சோழநாட்டு திருக்குரையலூரில் வில்லின் அம்சமாய் தோன்றியவர். இயற்பெயர் கலியன் ஆகும். திருமங்கை மன்னன் எனும் குறுநில மன்னராகவும் திகழ்ந்தார். கொள்ளையடித்தாவது இறை தொண்டு நிகழ்த்த வேண்டும் என்று தீவிர பக்தி கொண்டவர். நாகை பௌத்த விகாரையைக் கொள்ளையிட்டு ஸ்ரீரங்கம் கோயிலில் மூன்றாம் மதில் திருப்பணியைச் செய்தார். பெரிய திருமொழி, திருக்குறுந்தாண்டகம், திருநெடுந்தாண்டகம், திருவெழு கூற்றிருக்கை, சிறிய திருமடல், பெரிய திருமடல் போன்றவை இவரது படைப்புகள்.

பன்னிரு ஆழ்வார்களும் 108 வைணவத் திருத்தலங்கள் சென்று பாடிய பாடல்களின் தொகுப்பே நாலாயிர திவ்யபிரபந்தம் ஆகும். சைவ, வைணவ தமிழ்த்தொண்டு என்றென்றும் போற்றத்தக்கதாகும். இதற்கடுத்த காலகட்டத்தில், தனிப்பட்ட பல நூல்கள் படைக்கப்பட்டன. சிவனின் 60 திருவிளையாடல்களை கல்லாட நாயனார் தன் கல்லாடம் நூலில் சிறப்பாகக் குறிப்பிட்டுள்ளார்.

பாண்டிக் கோவை

இந்நூல் கோவை இலக்கியத்தில் தலையாயது. திருஞானசம்பந்தரால் சைவத்திற்கு மாற்றப்பட்ட கூன்பாண்டியன் எனப்படும் மாறவர்மன் அரிகேசரி பற்றி எழுதப்பட்ட நூல். அந்த மன்னனின் போர்த்திறன், படையமைப்பு, அறம், கொடைத்திறன், வீர மரபு போன்றவை போற்றப்படுகின்றன. இதுதவிர காரிக்கோவை, முத்தரையர் கோவை போன்ற பல நூல்கள் படைக்கப்பட்டிருந்தாலும் கிடைக்கப் பெறவில்லை.

சேரமான் பெருமாள் நாயனார்

சிவ பக்தியில் மேலோங்கி நின்ற இன்னொரு மன்னர். இவர் இயற்றிய திருக்கைலாய ஞான உலா, பொன்வண்ணத்தந்தாதி, திருவாரூர் மும்மணிக்கோவை போன்றவை குறிப்பிடத்தக்க நூல்கள். இக்காலகட்டத்தில் பல பௌத்த, சமண நூல்களும் இலக்கண நூல்களும் தமிழை அலங்கரித்தன.

இலக்கண நூல்கள்

ஐயனாரிதனார் இயற்றிய புறப்பொருள் வெண்பாமாலை கவனிக்கத்தக்க நூலாகும். அதேபோல் நாற்கவிராச நம்பி அகப்பொருள் விளக்கம் என்னும் இலக்கண நூலைப் படைத்துள்ளார். அமிர்தசாகரர் இயற்றிய யாப்பருங்கலக்காரிகை, குணவீர பண்டிதர் இயற்றிய நேமிநாதம், வச்சணந்திமாலை போன்ற பல இலக்கண நூல்கள் இக்காலத்தில்தான் உருவாகின. தண்டியின் தண்டியலங்காரம்,

புத்தமித்திரரின் வீரசோழியம், இளம்பூரணரின் தொல்காப்பியப் பாயிர உரை போன்றவை உருவாகின.

உலகில் பல மொழிகளில், ஒரு நூல் கூட பேர்சொல்லிக் கொண்டாடுவதற்கு இல்லாத நிலையில் நாம் நம் இலக்கிய வளத்தை, இலக்கணச் செறிவை நிலைநாட்ட, மொழியின் ஆற்றலை வெளிப்படுத்துவதற்கு எண்ணற்ற இலக்கிய வளங்களைப் பெற்றுள்ளோம். ஆனால் நாம்தான் இந்த இலக்கியப் படைப்புகளின் அருமையை உணர வில்லை!

"தேவர் குறளும் திருநான் மறைமுடிவும்

மூவர் தமிழும் முனிமொழியும் - கோவை

திருவாசகமும் திருமூலர் சொல்லும்

ஒருவாசகம் என்றுணர்" *என்று தமிழ் இலக்கியங்களின் பெருமை கூறும் பல வழக்குப் பாடல்கள் உருவாகியுள்ளன.*

கந்த புராணம்

கச்சியப்ப சிவாச்சாரியார் இயற்றிய, முருகன் புகழ்பாடும் அற்புத நூல் இது. சம்ஸ்கிருத நூலான ஸ்கந்த புராணம் சிவசங்கர சங்கிதையில் உள்ளது போலவே முருகக்கடவுள் வரலாற்றை ஆறு காண்டங்களில் 10,346 விருத்தப் பாடல்களில் பாடியுள்ளார். **பரிதிமாற் கலைஞர் இந்நூலைப் பற்றிக் கூறும்போது, 'கம்பராமாயணம் மாணிக்கம் என்றால் கந்த புராணம் நன்கு இழைக்கப்பட்ட, பட்டை தீட்டப்பட்ட மாணிக்க வைரம்' என்றார்.**

முருகன் பிறப்பு, சூரபத்மன் வதம், வள்ளி தெய்வானை மணம் பற்றி காவிய நயத்தோடு இருமொழிப் புலமை பெற்ற கச்சியப்பர், மிகச் சிறப்பாக விளக்கியிருப்பார். இந்த நூல் காஞ்சி கந்த கோட்டத்தில் அரங்கேற்றம் செய்யப்பட அந்நாளைய தமிழ்ப் பெருமக்களால் 'புராண நன்நாயகம்' என்று கச்சியப்ப சிவாச்சாரியார் போற்றப்பட்டார்.

திருவிளையாடல் புராணம்

சோழ நாட்டில் திருவாலங்காடு பகுதியைச் சார்ந்த பரஞ்சோதி முனிவர் அருளியது. சிவனின் 64 திருவிளையாடல்களை நயத்துடன் சுவையுடன் விளக்கும் நூல். வடமொழி ஸ்ரீஹாலாஸ்ய மகாத்மியம் என்ற நூலின் தழுவலே இந்நூலாகும்.

இந்நூல் மதுரை, கூடல், ஆலவாய் என மூன்று காண்டங்களாகப் பகுக்கப்பட்டு காப்பியத்திற்கு உரிய மொழி இலக்கணத்தைக் கொண்டுள்ளது. சைவ சித்தாந்த கருத்துகளோடு, குதிரையின் இலக்கணம் பற்றியும் கூறுகிறது. சிவஞான **முனிவர் அறுபத்து மூவர் பற்றிய பெரிய புராணத்தையும், 64 திருவிளையாடல் புராணத்தையும், படுக்கையின் இரு புறத்திலும் வைத்திருப்பாராம்.**

வில்லிபுத்தூரார் பாரதம்

தமிழில் இயற்றப்பட்ட நூல். வியாசர் பாரதம் 18 பருவங்கள் அமைய, வில்லிபுத்தூரார் அதே காப்பியத் தன்மையின் சுவை குறையாமல் 4,350 பாடல்களில் 10 பருவங்களில் கதையை முடித்து விடுகிறார்.

ஆதி பருவம், சபாபருவம், ஆரணிய பருவம், விராட பருவம், உத்யோக பருவம், வீட்டும பருவம், துரோண பருவம், கன்ன பருவம், சல்லிய பருவம், சௌவந்திக பருவம் என விருத்தப்பா யாப்பில் இவருடைய படைப்பு அமைந்துள்ளது. இவர் பாரத கதையோடு திருமால், கண்ணனின் கதையையும் முன்னிலைப்படுத்தி எழுதியுள்ளார். முழுமை பெறாத வில்லி பாரதத்தை நல்லாப்பிள்ளை, முருகப்பிள்ளை என்ற இருவர் மேலும் 11 ஆயிரம் பாடல்களைப் பாடி முழுமைபெறச் செய்துள்ளனர். பெருந்தேவனார் புலவர் சில சங்க இலக்கியப் பாடல்களுக்கு கடவுள் வாழ்த்துப் பாடியிருந்தாலும் இவர் எழுதியதாகக் கூறப்படும் மகாபாரதம் நூல் கிடைக்கப்பெறவில்லை.

சைவ சித்தாந்தங்கள்

14 வகை சைவ சாத்திர நூல்கள், சைவ சித்தாந்தம் என்று போற்றப்படுகின்றன. திருவுந்தியார், திருக்களிற்றுப்படியார், சிவஞான போதம், சிவஞான சித்தியார், இருபா இருபது, உண்மை விளக்கம், சிவப்பிரகாசம், திருவருட்பயன், வினா வெண்பா, போற்றிப் பஃறொடை வெண்பா, கொடிக்கவி, நெஞ்சு விடு தூது, உண்மை நெறி விளக்கம், சங்கற்ப நிராகரணம் ஆகிய 14 நூல்கள் ஆகும்.

இவற்றில் சிவஞானபோதம் தலையாய சிவநெறி சாத்திரம் ஆகும். மெய்கண்டார் 12 சூத்திரத்தில் சிவ ஆகமத்தை, வீடுபேறு, ஞான நெறியை விளக்கியிருப்பார். மேலும் இந்த சைவ சாத்திரங்கள் அனைத்தையும் படித்தால் 12, 13 மற்றும் 14-ம் நூற்றாண்டுகளின் தமிழக சமய நிலையைத் தெரிந்து கொள்வதற்கும் செந்தமிழ் மொழி நடை மாற்றம் அடைந்ததை உணரவும் முடியும்

கம்ப ராமாயணம்

எத்தனை எத்தனை காப்பியங்கள் படைக்கப்பட்டிருந்தாலும், வால்மீகி ராமாயணத்தைத் தழுவி கம்பன் வார்த்தெடுத்த, இந்தக் காப்பியச் சுவை மிகுந்த நூலுக்கு இணையாக வேறு நூலைச் சொல்ல இயலாது.இதன் சுவையை அறிந்தே பாரதி,

'கல்வியிற் சிறந்த தமிழ்நாடு புகழ்க் கம்பன் பிறந்த தமிழ்நாடு'

என்றும்

"யாமறிந்த புலவரிலே கம்பனைப்போல்
வள்ளுவனைப் போல் இளங்கோவைப் போல்
பூமிதனில் யாங்கணுமே பிறந்ததில்லை
உண்மை வெறும் புகழ்ச்சியில்லை"

என்று உறுதிபடக் கூறியிருக்கிறார்.

கம்பனுக்கு முன், ராமாயண வெண்பா, சைன ராமாயணம் போன்ற பல ராமாயணங்கள் தோன்றியிருந்தாலும் அவை கால வெள்ளத்தில் நிற்க இயலவில்லை. கம்பனுக்குப் பின்னும் இப்படி ஒரு காவியம் படைக்கப்படவில்லை. தமிழ் இலக்கியத்தில் 10,569 பாடல்கள் கொண்ட பெரிய படைப்பு இதுவே. ஹோமரின் இலியட்டைவிட மூன்று மடங்கு பெரிய நூல்.

உலகக் காப்பியங்களுக்கு நிகராக ஒப்பிடக்கூடிய தமிழ் இலக்கியம் கம்ப ராமாயணம் மட்டும்தான் என்று அறுதியிட்டுக் கூறலாம். ஹோமரின் இலியட், விர்ஜிலின் 'The Aeneid', தாந்தேயின் 'டிவைன் காமெடி', மில்டனின் 'பாரடைஸ் லாஸ்ட்' போன்ற உலக இலக்கியங்களோடு ஒப்பிடக்கூடிய திறன் பெற்றது கம்ப ராமாயணம்.

'கம்பனின் படைப்புதான் வால்மீகியை விடமிக்கது' *என்று கால்டுவெல்லும்,* **'கம்பனின் காவியத்தை தமிழரது கவித்துவத்தின் பேரெல்லை'** *என்று வையாபுரிப்பிள்ளையும் புகழ்கின்றனர். கவித்திறன், காப்பியச் சுவை, பாத்திரப்படைப்பு, இயற்கை வருணனை, கருத்துச் செறிவு, நாட்டு வளம், மொழிநடை, உணர்ச்சி வெளிப்படுத்துதல் என அனைத்திலும் கம்பன் உச்சத்தைத் தொட்டிருக்கிறான் என்றால் அது மிகையல்ல! கோசல நாட்டைப் பற்றி கூறும்போது,*

"வண்மை இல்லை, ஓர் வறுமை இன்மையால்;
திண்மை இல்லை, ஓர் செறுநர் இன்மையால்;
உண்மை இல்லை, பொய் உரை இலாமையால்;
வெண்மை இல்லை, பல் கேள்வி மேவலால்"

என்று காட்சிப்படுத்துகிறார். "எல்லாரும் எல்லா பெருஞ் செல்வமும் எய்தலாலே இல்லாரும் இல்லை உடையாரும் இல்லை மாதே'' *என்கிறார். அதேபோல் இயற்கை வர்ணனைகளிலும் உவமை நயத்திலும் கம்பனுக்கு நிகரில்லை ஒரு காட்சியில் ராமன் விடும் அம்பு தாடகையை ஊடுருவிச் சென்ற காட்சியை,* 'கல்லா புல்லருக்கு நல்லோர் சொன்ன சொல் என போயிற்று அன்றே' *என்று சொல்கிறார்.*

செல்வ கேசவராய முதலியார், **தமிழுக்குக் கதி கம்பரும் திருவள்ளுவருமே** என்று குறிப்பிட்டுள்ளார். தமிழர்களே! கம்ப ராமாயணம் குறித்து நிறைய நூல்கள் இயற்றப்பட்டுள்ளன. தொடர் சொற்பொழிவுகள் நிகழ்த்தப்பட்டு வருகின்றன. இணையத்திலும் நிறைய சொற்பொழிவுகள் கொட்டிக் கிடக்கின்றன. இதையெல்லாம் கண்டுகளியுங்கள்! இந்த மொழியின் இனிமையை அடுத்த தலைமுறைக்கு கொண்டு செல்லுங்கள்!

நளவெண்பா

செங்கல்பட்டு அருகில் உள்ள பொன்விளைந்த களத்தூரில் பிறந்த புகழேந்திப் புலவர் படைத்த பெரிய நூல். ஒரே ஒரு நூல் மட்டும் எழுதி ஓங்கு புகழ் பெற்று, வெண்பாவிற்கு ஒரு புகழேந்தி எனப் போற்றப்பட்டார். 411 பாடல்கள் கொண்டது. நீதிநெறிக் கருத்துகளை வலியுறுத்தும் நூலாக, முக்கியமாக சூதாட்டத்தின் தீமையை விளக்கும் நூலாக உள்ளது. குலசேகர பாண்டியன் தளபதிகளில் ஒருவரான ஆதிசேடனை புகழ்ந்து பாடியது. இலக்கியச் சுவை, கற்பனை அழகு, கருத்தாழம், சொல் வளம், பொருள் வளம் கொண்ட இனிய நூல்.

கலிங்கத்துப்பரணி

தமிழில் போர்க் காவியங்கள் இல்லாத குறையைப் போக்க வந்தது கலிங்கத்துபரணி. முதல் குலோத்துங்க சோழனின் அவைப் புலவராக இருந்த ஜெயங்கொண்டார் இயற்றிய வெற்றிக் காப்பியம். திருவாரூருக்கு அருகில் தீபங்குடி ஊரைச் சார்ந்தவர் ஜெயங்கொண்டார். ஏட்டுச் சுவடியில் கவி சண்டிதன், கவிராச பண்டிதர் எனப் புகழ்பெற்றவர் .

'சமயம் கொண்ட சக்கரவர்த்தியை கவிச்சக்கரவர்த்தி பாடுதல் கடனே' என்று அறிவித்து விட்டு பரணியை பாடியுள்ளார். இதன் காப்பியச் சுவையை, போர்க்கள வெற்றி முரசின் வார்த்தை அழகை உணர்ந்த குலோத்துங்க சோழன் ஒவ்வொரு பாடலுக்கும் ஒரு பொற்காசு தந்து மகிழ்ந்திருக்கிறார். 'பரணிக்கோர் செயங்கொண்டான்' என்று புகழப்பட்டார் .

மேலும், பிறர் பிழை பொறுக்க மாட்டாத ஒட்டக்கூத்தரே, தனது குலோத்துங்கன் பிள்ளைத் தமிழில் 'பாடல் பெறும் பரணி தேட கவிச் சக்கரவர்த்தி பரவ' என மனதார வாழ்த்தி இருக்கிறார். ஜெயங்கொண்டார் இந்த சின்னஞ்சிறு நூலில் போர்க் காட்சிகளையும் படை அமைப்பையும் சிந்து தமிழில் சந்தம் பாடி சிறப்பாகப் படைத்திருக்கிறார்.

மூவருலா

ஒட்டக்கூத்தர் இயற்றிய அற்புதமான நூல். இவர் பிறந்த ஊர் மலரி எனும் திருவரம்பூர் என்றும், காழி ஒட்டக்கூத்தன் என குறிப்பதால் சீர்காழி என்றும் கூறுவர். இவர் மூன்று வேந்தர்களின் முழுமையான அன்பிற்குரிய கவியாக, ஆலோசகராக, ஆசானாக, வித்தியா குருவாக விளங்கிய ஆற்றல்மிக்க கவிச்சக்கரவர்த்தி. விக்கிரம சோழனின் அவைப் புலவராக இருந்து, அவரது மகன் இரண்டாம் குலோத்துங்கனுக்கு ஆசானாகவும் இருந்து பயிற்றுவித்து, பின்னர் அவரது மகன் இரண்டாம் ராசராசனுக்கு கல்வி கற்றுத்தந்த குருவாகவும் அரசவைப் புலவராகவும் அமர்ந்து மூவருலாவை படைத்துள்ளார். தக்கயாகப் பரணியும் இவர் படைத்த நூலே. இரண்டாம் ராசராசன் மீது பாடப்பட்ட 'கண்டன் அலங்காரமும்', 'கண்டன் கோவையும்' இவர் பாடியதே. இரண்டாம் குலோத்துங்கன் தனது குருவான ஒட்டக்கூத்தரின் மீது பக்தி கொண்டு,

"நித்த நவம் பாடும் கவி பெருமான் ஒட்டக்கூத்தன்
பாதாம் புயத்தை சூடும் குலோத்துங்க சோழன்
என்றே

எனைச் சொல்லுவரே"

என தன் ஆசானைப் புகழ்ந்துள்ளதை என்னவென்று சொல்வது! மேலும் இரண்டாம் ராசராசன் தன் குருவின் மீது கொண்ட பக்தியினால் **திருவாரூர் பூந்தோட்டம் அருகில் உள்ள கூத்தனூரைப் பரிசாக வழங்கி அங்கு கலைமகளுக்கு கோயில் எழுப்பி வழிபட வகை செய்திருக்கிறார். அதுதான் இன்றைய புகழ்பெற்ற சரஸ்வதி கோயில் ஆகும்.** இதை ஒட்டக்கூத்தர் 'ஆற்றங்கரை சொற்கிழத்தி வாழியே' என தக்கயாகப் பரணியில் குறிப்பிட்டுள்ளார். தமிழகத்தில் கலைமகளுக்கு, கல்விக்கு என்று அமைந்த தனிக் கோயில் இது மட்டுமே என்பது குறிப்பிடத்தக்கது. ஒட்டக்கூத்தர் கவிச்சக்கரவர்த்தி, கவிராட்சசன், கௌட புலவர், சர்வக்ஞ கவி என்றெல்லாம் போற்றப்பட்டார்.

உத்தரகாண்டம் இவர் எழுதியது. கம்ப ராமாயணத்தின் தொடர்ச்சியாக கருதப்படும் இந்நூல், காப்பியச் சுவை, இதிகாசத்திற்கான இலக்கண மரபைப் பெற்றிருந்தும் மக்களால் கொண்டாடப்படவில்லை. **மன்னனின் அவைக் கவியாக இருந்த ஒட்டக்கூத்தரைக் காட்டிலும், மக்களின் மனங்கவர்ந்த கவியாக விளங்கிய கம்பனே ஓங்குபுகழ் பெற்றார்.**

சிற்றிலக்கியம்

பக்தி இலக்கியத்தின் தொடர்ச்சியாக, சிற்றிலக்கியங்கள் எனும் பெரிய மரபு தமிழில் உருவானது. சோழர்களின் ஆட்சிக்குப் பிறகு, பாண்டியர்களும் சிறிது காலத்தில் செல்வாக்கு இழந்ததால் தமிழகம் நாயக்கர்கள் மற்றும் அந்நியர் ஆட்சிக்கு உட்பட்ட நிலையில் புலவர்கள் ஆதரவின்றி நிர்க்கதியாக நின்றனர். சிற்றிலக்கியங்களில் இறைவனைப் பாடத்தொடங்கிய புலவர்கள் பிறகு, மன்னர்களை, செல்வந்தர்களை, பொருள் படைத்தோரைப் பாடும் நிலைக்குத் தள்ளப்பட்டார்.

முதலில் இறைவனை பிள்ளைத்தமிழ், அந்தாதி எனப் பாடத்தொடங்கி பிறகு மன்னர்கள், புரவலர்கள், பெருந் தனக்காரர் என விரிவுபெற்றது. பிரபந்தங்கள் 96 வகை என்று குறிப்பிடப்பட்டுள்ளது. வீரமா முனிவர் தனது சதுரகராதியில் இதுபற்றி விரிவாகக் குறிப்பிட்டுள்ளார். 'சதகம் தொடங்கி காப்பியம்' ஈறாக 96 வகைகளையும் குறிப்பிட்டுள்ளார். **தூது இலக்கியம்** என்று எடுத்துக் கொண்டால் **'இருந்தமிழே உன்னால் இருந்தேன் இமையோர் விருந்தமிழ்தம் என்றாலும் வேண்டேன்'** என்ற அற்புதமான வரிகள் **தமிழ்விடு** தூது நூலில்தான் இடம்பெற்றுள்ளது. **கலம்பகம்** எனில் மூன்றாம் நந்திவர்மனைப் பற்றி எழுதப்பட்ட நந்திக்கலம்பகம் குறிப்பிடத்தக்க நூல்.

இதில்தான்,

"வானுறு மதியை அடைந்ததுன் வதனம்
மறிகடல் புகுந்தது உன் கீர்த்தி
கானுறு புலியை அடைந்ததுன் வீரம்
கற்பகம் அடைந்ததுன் கரங்கள்
தேனுறும் மலராள் அரியிடம் புகுந்தாள்
செந்தழல் அடைந்ததுன் தேகம்
யானும் என் கலியும் எவ்விடம் புகுவோம்
நந்தியே நந்தயா பரனே!"

என்று புனையப்பட்ட பாடல் கலம்பக இலக்கியத்தின் கண்ணீர்ப் பிழியல் என்றே கூறலாம்.

பிள்ளைப் பெருமாள் ஐயங்கார் எழுதிய திருவரங்கக் கலம்பகமும் முக்கிய நூலாகும். அந்தாதி வகையில் பலர் பாடினாலும் ஒட்டக்கூத்தன்தான் அந்தாதிப் புலவனாக திகழ்ந்தார். அதிவீரராம பாண்டியர் இயற்றிய திருக்கருவை பதிற்றுப்பத்து அந்தாதி, குட்டித் திருவாசகம் என்று போற்றப்படும் பக்தி நூல்.

உலா இலக்கியத்தை எடுத்துக் கொண்டால் சேரமான் பெருமாள் நாயனாரின் 'திருக்கைலாய ஞான உலா'

'ஆதி உலா' என்று போற்றப்படுகிறது. **குறவஞ்சி**: குறத்திப்பாட்டு என்றும் அழைக்கப்படுகிறது. குறவஞ்சி இலக்கியம் பற்றிய இலக்கண குறிப்பு தொல்காப்பியத்திலே குறிப்பிடப் பட்டுள்ளது. குறவஞ்சியில் தலைவன் அல்லது இறைவன் உலா வரும்போது பேதை, பெதும்பை, மங்கை, மடந்தை, அரிவை, தெரிவை, பேரிளம்பெண் என எழுநிலைப் பெண்களும் காமுறுவர். தனக்குப் பொருத்தமான தலைவனை நினைத்து, காதல் வயப்பட்டுவிட, தாயார் குறத்தியை அழைத்து குறி கேட்க அந்தக் காதல் வெளிப்படும். இறுதியாக குறவன் வந்து குறத்தியை அழைத்துச் செல்வதோடு குறவஞ்சி முடியும்.

திரிகூடராசப்பக் கவிராயரின் திருக்குற்றாலக் குறவஞ்சி ஆகச்சிறந்த ஒன்றாகும். அது ஒரு நாட்டுப்புற இசை கலந்த பாடல் இலக்கியம். **பள்ளுப் பாட்டு**: மருத நில நந்தா விளக்கம் எனும் மருத நில இலக்கியம். 'நெல்லு வகையை எண்ணினாலும் எண்ணலாம், பள்ளு வகையை எண்ண முடியாது' என்ற கூற்றுக்கிணங்க 45 வகை பள்ளுப் பாடல் நூல்கள் இயற்றப்பட்டுள்ளன. விநாயகர் பள்ளு, சீர்காழிப் பள்ளு, வைசியப் பள்ளு, திருவாரூர் பள்ளு போன்ற பல பள்ளுகள் கொண்டவை. இதில் முக்கூடற்பள்ளு குறிப்பிடத்தக்கது.

நெல்லை மாவட்டத்தில் சித்ரா நதியும், கோதண்டராம நதியும், பொருநை நதியோடு சங்கமிக்கும் இடத்தில் முக்கூடல் எனும் ஊர் உள்ளது. இங்கு எழுந்தருளியுள்ள அழகர் மீது பாடப்பட்ட பாடலே முக்கூடற்பள்ளு. கோவை பாடுவது கடினமான ஒன்றாகும். 'யாவையும் பாடி கோவை பாடு' எனும் வழக்காறு இதற்குச் சான்றாகும். 'பாவை பாடிய வாயால் கோவை பாடுக' என மாணிக்கவாசகரை இறைவனே வேண்டினார் என்றால் இதைப்பற்றி தெரிந்துகொள்ளலாம்.

மாலை, மடல், பிள்ளைத் தமிழ், பரணி, சதகம் என பலவகையில் சிற்றிலக்கியங்கள் படைக்கப்பட்டுள்ளன. மகான் குமர குருபரர் 'சிற்றிலக்கிய வேந்தர்' எனப் போற்றிடும் வகையில் எண்ணிலடங்கா சிற்றிலக்கியங்களைப் படைத்துள்ளார்.

தமிழில் சித்தர் மரபு

சித்தர்களின் படைப்புகள் என்பது மிக நீண்டு பரந்த ஒன்றாகும். பஞ்சவர் எனப்படும் மூத்த சித்தர்கள் திருமூலர், சிவவாக்கியர், பட்டினத்தார், திருமாளிகைத் தேவர், கருவூர் சித்தர் ஆகியோரின் பாடல்கள் வாழ்க்கை அனுபவப் பிழிவாகவும், சிந்தனைக் களஞ்சியமாகவும் உள்ளன. மன நோயைத் தீர்க்கும் அருமருந்தாகும். ஆத்மாவை அமைதிப்படுத்தும் ஆனந்தப் புதையல் என்றே கூறலாம்.

சமரச சன்மார்க்க நெறியை ஏற்றுக்கொண்டு, பாமர தமிழில், சாமானிய மக்கள் வாழ்வில் அமைதி கொள்ள, நிலையாமையை உணர்ந்திட, நிதானமாக செயல்பட பல பாடல்கள் படைத்தார்கள்.

பட்டினத்தார்

வணிகக் குலத்தில் தோன்றி, வசதியான வாழ்க்கை பெற்றிருந்தாலும் சிவ நெறியால் உலக வாழ்க்கையைத் துறந்து கடுமையான துறவை மேற்கொண்டவர். இவரது பாடல்கள் பெண்களை சற்றுக் கூடுதலாக வசை பாடினாலும் தாயின் மரணத்தை ஏற்றுக்கொள்ள முடியாமல் துடிதுடித்துப் படைத்த பாடல்கள் அமரத்துவம் பெற்றவை.

துறவியாய் திரிந்த பட்டினத்தார், தன் தாயின் மரணம் கேட்டு துடிதுடித்து ஓடிவந்தார். தாயின் பிணத்தை விறகுக் கட்டையால் மூடி அடுக்கிவைத்து இருந்ததை தூக்கி எறிந்துவிட்டு, தாயின் முகத்தைப் பார்த்து கதறி, பச்சை வாழை மட்டையை அடுக்கி அதில் தன் தாயைக் கிடத்தி கண்ணீர் பொங்க பாடல் புனைந்து கதறி சிதையை எரிய வைத்தார்.

"ஐயிரண்டு திங்களாய் அங்கமெலாம் நொந்து பெற்றுப்

பையலென்ற போதே பரிந்தெடுத்துச் செய்ய இரு

கை புறத்தில் ஏந்தி கனக முலை தந்தாளை

எப்பிறப்பில் காண்பேன் இனி !

முந்தித் தவம் கிடந்து முன்னூறு நாள்சுமந்தே

அந்தி பகலாய் எனை ஆதரித்துத் தொந்தி

சரிய சுமந்து பெற்ற தாயார் தமக்கோ

எரியத் தழல் மூட்டுவேன்...

......

முன்னை இட்ட தீ முப்புரத்திலே

பின்னை இட்ட தீ தென் இலங்கையில்

அன்னை இட்ட தீ அடிவயிற்றிலே

யானும் இட்ட தீ மூள்க மூள்கவே

வேகுதே தீயதனில் வெந்து பொடி சாம்பல்

ஆகுதே பாவியேன் ஐயகோ மாகக்"

......

நேற்றிருந்தாள் இன்று வெந்து நீறானால்

பால் தெளிக்க

எல்லீரும் வாருங்கள் ஏதென்று இரங்காமல்

எல்லாம் சிவமயமே யாம்!"

என்று கதறித் தன் கண்ணீர் வரிகளால் பச்சை வாழை மட்டையைப் பற்றவைத்து தாயின் சிதைக்குத் தீ மூட்டினார் பட்டினத்தார் என்பர்.

சிவ வாக்கியார்

யோக சித்தர் என்றழைக்கப்பட்டவர். இறைவனை மனத்தூய்மையால் அன்றி, புறம் போற்றுவது வெற்று வேஷம் என்றழைத்தார் .

"நட்ட கல்லை சுற்றி வந்து நாலு புட்பம் சாத்தியே

சுற்றிவந்து மொன மொன வென்று சொல்லும் மந்திரம் ஏதடா

நட்ட கல்லும் பேசுமோ நாதன் உள்ளிருக்கையில்

சுட்ட சட்டி சட்டுவம் கறிச்சுவை அறியுமோ?"

என்று இறைவனை பொய்யாக , உருவ வழிபாடு செய்வதை, போலித்தனமான பக்தி வழிபாட்டைப் பகடி செய்தார்.

சித்தர்கள்

இடைக்காட்டு சித்தர் இடைக்காடு என்ற ஊரைச் சேர்ந்தவர். கோனே! தாண்டவக்கோனே! இவரது பாடல்களில் அதிகம் இடம்பெறும் வார்த்தைகளாகும்.

'ஆடுமயிலே நடமாடு மயிலே எங்கள் ஆதியணி சேடனைக் கண்டு ஆடுமயிலே!' என்ற பாடல் இவர் பாடிய பாடல். கடுவெளி சித்தர் பரம்பொருள் நிலையை இகவாழ்விலே பெற்றவர். இவர் இயற்றிய புகழ்பெற்ற பாடல்தான்,

"நந்தவனத்தில் ஓராண்டி -அவன்

நாலாறு மாதமாய் குயவனை வேண்டி

கொண்டு வந்தான் ஒரு தோண்டி - மெத்தக்

கூத்தாடிக் கூத்தாடிப் போட்டுடைத்தாண்டி"

"நல்ல வழிதனை நாடு -எந்த

நாளும் பரமனை நத்தியே தேடு

வல்லவர் கூட்டத்திற் கூடு-அந்த

வள்ளலை நெஞ்சினில் வாழ்த்திக் கொண்டாடு"

என்று நாட்டுப்புற மெட்டொலி ஓங்க பாடல் புனைந்தார்.

மற்றொரு பாடல்..

"பாவம் செய்யாதிரு மனமே!

பாவம் செய்தால் ஏமன் கொண்டோடிப் போவான்

பாவம் செய்யாதிரு மனமே -நாளை

கோபம் செய்தே எமன் கொண்டோடிப் போவான்

பாவம் செய்யாதிரு மனமே"

அழுகுணி சித்தர்- இவரது பாடல்கள் உலகியல் வாழ்வின் துயரத்தை அழுகை வடிவில் தந்ததால் 'அழுகுணி சித்தர்' எனப்பட்டார்.

அகப்பேய் சித்தர்- பேயாய் அலையும் மனதைக் கட்டுப்படுத்தும் விதமாக, ஒவ்வொரு பாடல் முடிவிலும் 'அகப்பேய்' எனக் குறிப்பிட்டதால் 'அகப்பேய்சித்தர்' எனப்பட்டார் .

குதம்பைச் சித்தர் தன் பாடல்களின் முடிவில், பெண்ணை 'குதம்பாய்' என்று அழைப்பதால் 'குதம்பைச் சித்தர்' என

அழைக்கப்பட்டார்.

'வெட்டவெளி தன்னை மெய்யென்று இருப்போர்க்கு பட்டயம் ஏதுக்கடி குதம்பாய்' என்று பாடுவார்.

பாம்பாட்டிச் சித்தர்- மருதமலை அடிவாரத்தில் பாம்பைப் பிடித்து விளையாடி ஞானம் பெற்றவர். **"ஆடு பாம்பே! தெளிந்து ஆடு பாம்பே -சிவன் அடியினைக் கண்டோம் என்று ஆடுபாம்பே!"** என்ற புகழ்பெற்ற பாடல் இவருடையது. **''நாதர் முடி மேலிருக்கும் நாக பாம்பே நச்சுப் பையை வைத்திருக்கும் நல்ல பாம்பே"** என்ற பாடலும் இவர் பாடிய பாடலே ஆகும்.

சைவ எல்லப்ப நாவலர்

இதையடுத்த காலத்தில் பல்வேறு புலவர்களும்ஞானிகளும் ஏன் மன்னர்களும் கூட பல அளப்பரிய படைப்புகளைத் தமிழுக்குக் கொடுத்துள்ளனர். சைவ எல்லப்ப நாவலர் சோழநாட்டில் திருவெண்காடு அருகில் பூந்தானம் எனும் பூந்துறையைச் சார்ந்தவர். இவர் படைத்த திருவருணைக் கலம்பகம், கலம்பக இலக்கியங்களில் சிறந்த ஒன்றாகும்.

'சைவத்தின் மேல் சமயம் வேறில்லை. அதில் சார் சிவமாம் தெய்வத்தின் மேல் தெய்வம் இல்' என்ற பாடல் இதில்தான் இடம்பெற்றுள்ளது. வரதுங்க ராம பாண்டியன் பிள்ளைப்பேறு கருதி 27 நட்சத்திரத்தில் பிறந்த 27 மகளிரை மணந்தும் பிள்ளை பாக்கியம் இல்லை. வாத்சாயனர் ரதி ரகசியம் என்று வடமொழியில் எழுதிய நூலை 'கொக்கோகம்' எனும் இன்ப நூலாக படைத்தது இவர்தான்!

அதிவீரராம பாண்டியர்

அதிவீரராம பாண்டியர் குறுநில மன்னராக இருந்தாலும் தமிழ் மீது கொண்ட தீராப் பற்றினால் பல அருமையான அறநெறிக் கருத்துகளைக் கொண்ட பாடல்களைத் தந்துள்ளார். இவர் இயற்றிய காசிக்காண்டம் 2,525 பாடல்களைக் கொண்ட நூல். நளவெண்பா, நளன் கதையை நைடதம் என்ற நூலாகப் படைத்துள்ளார். இவரது மற்றொரு நீதி நூலான **'வெற்றி வேற்கை' அறநெறிக் கருத்துகளைக் கொண்ட அற்புத படைப்பு. "எழுத்தறி வித்தவன் இறைவன் ஆவான்''** எனும் அருமையான கருத்து இதில்தான் இடம்பெற்றுள்ளது. மேலும் திருக்கருவைப் பதிற்றுப்பத்தந்தாதி, மகாபுராணம், கூர்ம புராணம், வாயு புராணம், சங்கிதை லிங்க புராணம் என பல நூல்களை இயற்றியுள்ளார்.

காளமேகப் புலவர்

காளமேகப்புலவர் நகைச்சுவையாகவும் சிலேடையாகவும் பாடுவதில் வல்லவர். நினைத்த நேரத்தில் பாடல் புனையும் ஆற்றல் பெற்றவர். ஆதலால் ஆசுகவி என்று போற்றப்பட்டார். திருவானைக்கா உலா, சித்திர மடல் போன்ற சிற்றிலக் கியங்களைப் படைத்துள்ளார். தைரியமாக பாடல் புனைவதில் வல்லவர்.

இரட்டைப் புலவர்கள்

இதுகாறும் தமிழில் தனிப் புலவன், படைப்பாளனைத்தான் பார்த்துக் கொண்டிருந்தோம். முதலில் இரண்டு பேர் இணைந்துபாடுவது இந்த காலகட்டத்தில்தான் தொடங்குகிறது .

இளஞ்சூரியர், முதுசூரியர் எனும் இருவரும் உறவினர்கள். ஒருவர் பார்வையற்றவர், இன்னொருவர் ஊனமுற்றவர். ஒரு வெண்பாவின் இரண்டு வரிகளை ஒருவரும், மற்ற இரண்டு வரிகளை இன்னொருவரும் பாடி வந்துள்ளனர். சில பொழுதுகளில் அடுத்தடுத்த வரிகளை மாற்றி மாற்றி பாடியுள்ளனர்.

திருவாமாத்தூர் கலம்பகம், தில்லைக் கலம்பகம், ஏகாம்பரநாதர் உலா போன்ற பாடல்களை இணைந்து படைத்ததால் 'கலகம்பகத்து இரட்டையர்' எனப் போற்றப்பட்டனர். இவர்கள், பல இடங்களில், பல நேரங்களில், அங்கீகாரம் இல்லாமல், அவமானப்பட்டுள்ளதாகவே தெரிகிறது. தங்களை ஆதரித்த காளமேகப்புலவர் இறந்தபோது, பிரிவின்

துயர் தாங்காமல் இவர்கள் படைத்த பாடல் குறிப்பிடத்தக்கதாகும்.

"ஆசு கவியால் அகில உலகெங்கும்
வீசு புகழ் காள மேகமே பூ சூரா
விண் கொண்ட செந்தழல் ஆய் வேகுதே ஐயையோ
மண்தின்ற பாணம்என்ற வாய்"

என்று புலம்பி உள்ளனர். உடல் ஊனத்தை பெரிதாக எடுத்துக்கொள்ளாமல், தமிழ் படைப்புகளில் முத்திரை பதித்தவர்கள் இந்த இரட்டையர் ஆவர்.

குமரகுருபரர்

சைவமும் தமிழும் இரு கண்கள் என வாழ்ந்த ஞான மகன். கந்தர் கலிவெண்பா, மீனாட்சியம்மை பிள்ளைத்தமிழ், மதுரைக் கலம்பகம், சகலகலாவல்லி மாலை, திருவாரூர் நான்மணிமாலை, சிவகாமியம்மை இரட்டை மணிமாலை, முத்துக்குமாரசாமி பிள்ளைத்தமிழ், கயிலைக் கலம்பகம், சிதம்பர மும்மணிக்கோவை, சிதம்பர செய்யுட்கோவை, பண்டார மும்மணிக்கோவை, மீனாட்சியம்மை குறம், நீதிநெறி விளக்கம், காசிக் கலம்பகம், மீனாட்சியம்மை இரட்டை மணிமாலை, போன்ற அற்புதமான நூல்களை இயற்றியுள்ளார்.

நீதிநெறிக் கருத்துகளை சிறப்பாகக் கூறுவதுடன், இயற்கைக் காட்சிகளையும் உவமைகளையும், பல இடங்களில் அள்ளித் தெளித்துள்ளார். இவருடைய நீதிநெறி விளக்கம் பாராயணம் செய்யப்பட வேண்டிய ஒரு நூலாகும் .

சிவப்பிரகாசர்

குமரகுருபரர் வாழ்ந்த காலத்தில் வாழ்ந்த இவர், காஞ்சிபுரத்தில் பிறந்தவர்; பெரம்பலூர் துறைமங்கலத்தைச் சேர்ந்தவர். சிற்றிலக்கியம் சார்ந்த 23 நூல்களை எழுதியுள்ளார். வீர சைவ நெறியை வெளிப்படுத்தும் 'பிரபுலிங்க லீலை' என்பது முக்கியமான நூல். இவர் படைத்த நால்வர் நான்மணிமாலை மற்றொரு சிறப்பான நூல். உயர்ந்தோர் தாழ்ந்துவிடுவர் என்றும், தாழ்ந்தோர் உயர்ந்துவிடுவர் என்றும் உலக வாழ்வு, சக்கரம்போல் சுற்றிக்கொண்டே இருக்கும் என்றும் மிக அழகாக ஒரு பாடலில் சொல்லியிருப்பார்.

'தாழ்ந்தோர் உயர்வர் என்றும் மிக உயர்ந்தோர்
தாழ்வென்றும் என்றும் அறம்
சூழ்ந்து உரைக்கும் உரை காண்டாம்
மதில்சூழ் கிடந்த தொல்ல கழ்தா
தாழ்ந்தோர் ஆனந்தன் முடிமேல் நின்றன்று
உயர்ந்த தடவரையை
சூழ்நர் வரையும் உதிப் பவன் தாள்கீழ்
நின்றது போல் சூழையிலே"

என்று அழகாகப் பாடியுள்ளார். இவர் பாடிய நன்நெறி நூலும் அருமையான ஒழுக்கம் சார்ந்த கருத்துகளை வலியுறுத்துகிறது.

அருணகிரிநாதர்

திருவண்ணாமலையில் பிறந்தவர். இன்பத்துறையில் எளியவராக திகழ்ந்தவர். தன் சகோதரியின் அச்சம் கலந்த வார்த்தைகளைக் கேட்டு, நல்வழிபெற முயன்றும் முடியாமல், அண்ணாமலையார் கோயிலின் கோபுரத்தில் இருந்து குதித்து உயிர்விட முயன்றபோது சிவனருளால் தடுத்தாட் கொள்ளப்பட்டு, முருகன் மீது தீவிர பக்தி கொண்டு பல பாடல்களைப் படைத்தார். திருப்புகழ், கந்தர் அந்தாதி, கந்தர் அலங்காரம், திருவெழுக்கூற்றிருக்கை, திருவகுப்பு, கந்தர் அனுபூதி, வேல் விருத்தம், மயில் விருத்தம் எனப் பல நூல்களைத் தந்துள்ளார்.

அபியுக்தர் அருணகிரிநாதரை பற்றிப் பாடும்போது "அருணகிரிநாதர் பதினாறாயிரம் என்று உரைசால் திருப்புகழை ஓதிற் பரகத்திற்கு ஏணி அருள் கடலுக்கு ஏற்றம் மனத்தளர்ச்சிக்கு ஆணி பிறவிக் கரம்" என்று போற்றிப் புகழ்ந்துள்ளார்.

தாயுமானவர்

இவர், சேக்கிழார், மாணிக்கவாசகர்,

வரிசையில் அமைச்சர் பணியை உதறி விட்டு ஆன்மிகக் கோலம் பூண்டவர். நாயக்கர் வம்சத்தைச் சார்ந்த விஜயரங்க சொக்கநாதர் அமைச்சரவையில் அமைச்சராக இருந்தாலும், சிந்தை முழுதும் சிவனையே நினைத்ததால் இறைவனைப் போற்றி பல பாடல்களைப் புனைந்தார். ஆனந்த களிப்பு, பைங்கிளி கண்ணி, ஆகார புவனம், பராபரக்கண்ணி போன்ற அருமையான பாடல்களின் தொகுப்பாக 'தாயுமானவர் பாடல் திரட்டு' எனும் படைப்பு உருவாக்கப்பட்டுள்ளது. **"எல்லோரும் இன்புற்றிருக்க நினைப்பதுவே யல்லாமல் வேறொன்றறியேன் பராபரமே'' என்று இறைவன் திருவடியைச் சரணடைந்தார்.**

இஸ்லாமியர் தமிழ்:

குணங்குடி மஸ்தான் சாகிப்

இஸ்லாமியர்களும் தமிழ் இலக்கியத்திற்கு மிகப்பெரிய பங்களிப்பைச் செய்துள்ளனர். குணங்குடி மஸ்தான் சாகிப் தத்துவ ஞானியாக வலம் வந்தவர். 'சுல்தான் அப்துல் காதிர் லெப்பை ஆலிம்' என்ற இயற்பெயர் கொண்ட மஸ்தான் பிறந்த ஊர் குமரி மாவட்டம் குணங்குடி என்றும் காயல்பட்டினம் என்றும் கூறுகின்றனர். இவர் பாடல்களைத் தொகுத்தவர் சீயமங்கலம் அருணாசல முதலியார். இவர் சென்னை ராயபுரத்தில் துறவறம் பூண்டார். தாயுமானவர் எப்படி சிவநெறி வயப்பட்டு பாடல்கள் புனைந்தாரோ அதேபோல் இவரும் ஞான மணிமாலை, ஞானப்பழம், பிஸ்மில் குறம், ஞானச்சுடர் பதிகங்கள், ஞானப்பால், ஞானப்பாட்டு, ஆனந்த களிப்பு போன்ற தத்துவப் பாடல்கள் இயற்றியுள்ளார்.

உமறுப் புலவர்

கீழக்கரையில் பிறந்து எட்டையபுர ஜமீனின் ஆஸ்தான புலவராக விளங்கியவர் இவர். இன்றும் எட்டையபுரத்தில் இவரது சமாதி உள்ளது. 1934-ல் பிச்சைகோனார் அவருக்கு நினைவு மண்டபம் கட்டினார். வள்ளல் சீதக்காதியின் ஆதரவில் சீறாப்புராணம் இயற்றி அவரது நண்பர் அப்துல் மரைக்காயர் முன்னிலையில் அரங்கேற்றினார். இது தவிர நொண்டி நாடகம், சீதக்காதி கோவை, முதுமொழிமாலை போன்ற பாடல்களும் படைத்துள்ளார். இஸ்லாமிய கம்பர் என்று போற்றத்தக்க வகையில், தலைப்பாகை, முறுக்கு மீசை, கையில் தங்கக் காப்பு கொண்டு ஓர் இந்து போலவே காட்சியளித்தார்.

செய்குத்தம்பி பாவலர்

நாகர்கோவில் இளங்கடையைச் சார்ந்தவர். நான்காம் வகுப்பு வரை மட்டுமே பள்ளிக்கல்வி படித்து, சங்கர நாராயண அண்ணாவியிடம் தமிழ் பயின்றார். சீறாப்புராணத்துக்கு சிறந்த உரை எழுதியுள்ளார். 1907-ல் சென்னை விக்டோரியா அரங்கில் திரு.வி.க முன்னிலையில் சதாவதானம் செய்து பரிசும் பாராட்டும் பெற்றார். வள்ளலார் அருளிய **திரு அருட்பா குறித்து அருட்பா மருட்பா வாதம் வந்த போது, வள்ளலாரின் அருட்பாவை 'அருமருந்து' என்று வாதிட்டவர்.**

அந்நாளில் மருட்பா கட்சியினர், மருட்பா மறுப்பு எனும் சிறுநூல் வெளியிட்டபோது, **மருட்பாவை மறுத்தால் அது அருட்பா ஆகிவிடும்** என்று வாதிட்டு வென்றார். சம்சுதீன்கோவை, திருநாகூர் திரிபந்தாதி, நாயகமான்மியம், நீதிவெண்பா, நாகை கோவை போன்றவை இவர் படைத்த நூல்களாகும்.

குலாம் காதிறு நாவலர்

இவர் நாகூரைச் சார்ந்தவர். மகாகவி மீனாட்சி சுந்தரம் பிள்ளையிடம் தமிழ் பயின்றவர். வித்தியா விசாரிணி இதழை நடத்தியவர். பாண்டித்துரைத் தேவரின் பேரன்பைப் பெற்றவர், 'புலவராற்றுப்படை' பாடி அதை பாண்டித்துரைத் தேவரின் தலைமையில் அரங்கேற்றம் செய்தார். அரசஞ்

சண்முகனார் புலவர் அதற்கு சிறப்புப்பாயிரம் பாடியுள்ளார்.

அரபு தமிழ் அகராதி, ஆரிபு நாயகம், உமறு பாஷாவின் புத்த சரித்திரம், சமுத்திர மாலை, சீறாப்புராண வசனம், நபிநாயக மும்மணிக்கோவை, நாகூர் கலம்பகம், மதுரைக் கோவை, மதினா கலம்பகம் போன்ற நூல்களைப் படைத்துள்ளார்.

சவ்வாது புலவர்

இளையான்குடி எமனேஸ்வரம் என்ற ஊரைச் சார்ந்தவர். திருவாவடுதுறை ஆதீன முதல்வர் சோமசுந்தர தேசிகரிடம் தமிழ் கற்று ரகுநாத சேதுபதி அவைக்களப் புலவராகத் திகழ்ந்தார். சேதுபதி மன்னர் நோய்வாய்ப்பட்டபோது, அவர் வணங்கும் ராஜ ராஜேஸ்வரி மீது 'பஞ்சரத்தின மாலை' பாடல் பாடி பணிந்து வழிபட்டுள்ளார். எப்பேர்ப்பட்ட மத நல்லிணக்கத்தை இந்தத் தமிழ் மரபு கொண்டுள்ளது என்பதை நினைக்கும்போது பெருமிதம் உண்டாகிறது. நாகைக் கலம்பகம், முகைதீன் பிள்ளைத்தமிழ், இயேசு திருப்புகழ் போன்ற நூல்களும் பல தனிப்பாடல்களும் இயற்றியுள்ளார். சரமகவி பாடுவதில் வல்லவர்.

M.R.M அப்துல் ரஹீம்

தமிழோடு ஆங்கிலப் புலமையும் கொண்ட அருந்தமிழ் வித்தகர் இவர். இஸ்லாமிய பெரியார்களின் வாழ்க்கை குறித்து, ஏழு ஆண்டுகள் இரவு பகல் பாராது உழைத்து பல அரிய தகவல்களைத் திரட்டி மூன்று பாகங்கள் கொண்ட 'இஸ்லாமியக் கலைக்களஞ்சியம்' என்ற நூலைப் படைத்துள்ளார். இதை அரும் பெரும் பெட்டகம் என்றே சொல்லவேண்டும். பல சுய முன்னேற்ற நூல்களை எளிய தமிழில், உத்வேகமான கருத்துகளை, இனிய நடையில் எழுதியுள்ளார். முஸ்லிம் தமிழ்ப் புலவர்கள், வலிமார்கள் வரலாறு, அறிவு மலர், நபிமார்கள் வரலாறு போன்ற நூல்களையும் படைத்துள்ளார்.

தற்கலை பீர்முகமது

தென்காசியில் பிறந்து, கேரளம் தற்கலையில் மறைந்தார். கேரள யானை மலையில் இவர் கடும் தவம்புரிந்த இடமே பீர்மேடு என்று வழங்கப்படுகிறது. திருநெறி நீதம், ஞானமலை, ரத்தினக் குறவஞ்சி, போன்ற நூல்களை எழுதியுள்ளார்.

பிச்சை இப்ராஹிம் புலவர்

திருச்சி அரசன்குடியைச் சார்ந்தவர். உறையூர் முத்துவீர உபாத்தியாயரிடம் தமிழ் கற்று, தெப்பக்குளம் பிஷப் ஹீபர் பள்ளியில் தமிழாசிரியராக பணியாற்றினார். சீதக்காதி பதிகம், ஆதமலை திருப்புகழ், நத்தகாரொளி ஆண்டவர், நாயக திருப்புகழ், முகைதீன்ஆண்டவர்மாலை என பல நூல்களை இயற்றியுள்ளார். 'இலக்கணக் கோடரி' எனப் பட்டம் பெற்றவர். தமக்குப் பின் **எஸ்.பி.ஜி எனப்படும் பிஷப் ஹீபர் கல்லூரியில் தமிழ்த்துறைத் தலைவராக ந.மு. வேங்கடசாமி நாட்டாரை இவர்தான் பணியில் அமர்த்தினார்.**

பனைக்குளம் அப்துல் மஜீத்

இவர் ராமநாதபுரத்தைச் சேர்ந்தவர். ஈழத்து கந்தையா பிள்ளை மற்றும் திரு.வி.க-விடம் தமிழ் பயின்று, தமிழ் மரபு வழியே வாழ்ந்தவர். இலக்கியப் பூங்கா, நாயக வெண்பா, கவி பூஞ்சோலை, தமிழ்நாட்டு இஸ்லாமிய புலவர்கள், எனது தமிழ் வாழ்க்கை போன்ற நூல்களைப் படைத்துள்ளார். 'வெண்பா வேந்தர்' என்று போற்றப்பட்டார்.

சாயபு மரைக்காயர்

இவர் காரைக்காலை சார்ந்தவர். 'அமுத கவி' என்று அழைக்கப்பட்டார். காரைக்கால் அறிஞர் அண்ணா அரசு கலைக் கல்லூரியில் தமிழ்த்துறைத் தலைவராக இருந்தவர். இஸ்லாமியத் தமிழ் இலக்கியக் கழகத்தின் பொதுச் செயலாளராகவும் இருந்து வருகிறார். திருவருட்பாவை எனும் இஸ்லாமிய பாவை நூலைப் படைத்தார். சமரசம் எனும் மாதம் இருமுறை வரும் இதழை

நடத்திவருகிறார். கவிமணி தேசிக விநாயகம் பிள்ளையின் பேத்தியான சரோஜினியை மணந்தவர்.நபிமொழி நானூறு, நடிகர் திலகமும் நடிப்புக் கலையும், பாரதிதாசன் வாழ்விலே, பாரதிதாசன் ஆய்வுக்கோவை, இஸ்லாமிய தமிழ்த் தொண்டு, நாகூர் ஆண்டவர் பெருமை, மஸ்தான் சாகிபு வரலாற்றுப் பெருமை, இஸ்லாமிய தமிழ்ச் சிறுகதைகள், பொன்மொழிகளில் குழந்தை என பல நூல்களைப் படைத்துள்ளார்.

19-ம் நூற்றாண்டில் தமிழ்

பல ஆற்றல்மிக்க புலவர்கள், திறன்மிக்க படைப்பாளர்கள் இருந்தும், அவர்கள் குறிப்பிட்ட சிற்றரசர்களையோ, ஜமீன்தார்களையோ, மடத்தையோ சார்ந்து இருந்ததால் சுயமாக பாடல் புனையவில்லை, பெரும்பாலும் துதி பாடும் பாடல்களாகவே இருந்தன என்றுதான் கூறவேண்டும்.

மீனாட்சி சுந்தரம்பிள்ளை

மகா வித்துவான் மீனாட்சி சுந்தரம்பிள்ளை மிகப்பெரும் ஆற்றல் பெற்ற வரகவி ஆவார். திருவாடுதுறை ஆதின வித்துவானாக இருந்தவர். பத்தொன்பதாம் நூற்றாண்டின் இணையற்ற வர கவியாக திகழ்ந்தார். பல லட்சம் பாடல்கள் பாடியுள்ளதாக தெரிகிறது. பிள்ளைத்தமிழ், புராணம், அந்தாதி, கலம்பகம், கோவை, மாலை எனப் பல வகையில் சைவ சமயம் சார்ந்து நூல்களைப் படைத்துள்ளார். இதில் திருக்குடந்தை புராணம், ஆற்றூர்ப் புராணம், கோவிலூர் புராணம் போன்றவை குறிப்பிடத்தக்கன. ஆனால், எல்லாமே தலபுராணம், அந்தாதி, தல வரலாறு, மடத்து சாமியார்களின் மகிமை என்பது போலவே இருந்ததால் மக்களைச் சென்றடையவில்லை.

உ.வே.சா, தியாகராாச செட்டியார் போன்ற பல பண்டித சிஷ்யர்களைப் பெற்றிருந்தும் காலத்தை மிஞ்சும் படைப்புகளை வழங்க இயலாமல் போனது வருந்தத்தக்கது. இந்நிலையில்தான் வள்ளலார், வீரமாமுனிவர், பரிதிமாற்கலைஞர், பாரதியார் போன்றோர் தமிழின் மொழி நடையை மாற்றி, புதிய படைப்புகளை மக்கள் மொழியில் கொண்டு வந்தனர்.

வீரமாமுனிவர்

ஜோசப் பெஸ்கி எனும் இயற்பெயர் கொண்ட இவர், இத்தாலிய கத்தோலிக்க மதகுரு ஆவார். பிரஞ்சு, லத்தீன், கிரேக்கம், ஹீப்ரு, இத்தாலி ஆகிய மொழிகளை நன்கு கற்றறிந்தவர். தமிழின் தொன்மை தெரிந்தவுடன், சுப்பிரதீபக் கவிராயரிடம் முறைப்படி 20 ஆண்டுகள் தமிழ் கற்றார். தெலுங்கு, சம்ஸ்கிருதம் மொழிகளில் தேர்ச்சி பெற்றார் .

எழுத்துச் சீர்திருத்தம் இவர் செய்த முதன்மைப் பணியாகும். தமிழில் உயிர் எழுத்துகளில் புள்ளி வைத்து எழுதும் முறையை மாற்றி எ,ஏ,ஒ,ஓ என மாற்றியமைத்தார். குறில் நெடில் வேறுபாட்டை உருவாக்கினார். செ, சே என்பதுபோல! இதுகுறித்து 'நீட்டல் சுழித்தல் குறில் மெய்க்கிரு புள்ளி' என தனது தொன்னூல் விளக்கத்தில் தெளிவுபடுத்தினார்.வேதியர் ஒழுக்கம், வேத விளக்கம் நூல்களும் இவர் படைத்ததே!

டேனிஷ் சபையினர் வெளியிட்ட திருச்சபை போதகம் நூலுக்கு மறுப்பாக போதகம் மறுத்தல் எனும் நூலை பொருளகராதியுடன் எழுதினார். தமிழில் முதல் பொருளகராதி இணைந்த நூல் இதுவே. பரமார்த்த குரு கதை என்னும் இவரது அங்கத நூல் அனைவரும் அறிந்ததே! ஞானக்கண்ணாடி, வாமன் கதை போன்ற உரைநடை நூல்களையும் எழுதியுள்ளார்.

தொன்னூல் விளக்கம் எனும் இவரது இலக்கண நூல் குட்டித் தொல்காப்பியம் என்று போற்றப்படுகிறது. தமிழின் பேச்சு வழக்கை கொடுந்தமிழ் இலக்கணம் என லத்தீன் மொழியில் எழுதியுள்ளதை, கால்டுவெல், ஜி.யு. போப் பாராட்டி உள்ளனர். செந்தமிழ் தேசிகர்

என்ற பட்டமும் வழங்கப்பட்டது. **சதுரகராதி என்னும் முதல் அகராதியை தமிழில் இயற்றியவர் இவரே!** தமிழ்-இலத்தீன்-அகராதி, போர்த்துகீசியம்-தமிழ்-லத்தீன் அகராதி என்ற நூல்களும் படைத்துள்ளார்.

கணினி, இணையம், மின்னஞ்சல் போன்ற எவ்வித தகவல் தொடர்பும் இல்லாத காலத்தில் செய்த இந்தப் பணியை நினைத்துப் பார்க்க வேண்டும்! **தமிழ் அகராதியின் தந்தை என்று போற்றப்படுகிறார்.** இத்தகைய அகராதிகள், மொழிபெயர்ப்புகள் தான் தமிழைப் பற்றி வெளிநாட்டினர் அறிந்துகொள்ளவும், தமிழ் கற்கவும் மிகவும் உதவிகரமாக இருந்துள்ளது. தேம்பாவணி எனும் தேன்தமிழ் காப்பியம், கிறித்தவம் தமிழுக்கு அளித்த அரிய படைப்பாகும். 3 காண்டங்கள், 36 படலங்கள், 3,615 விருத்தப்பாவில், இயேசுவின் தந்தை தூயவளனாரின் வாழ்க்கையை காப்பியச் சுவையோடு விளக்கும் நூல்.

இதன் அருமை உணர்ந்த **மதுரை தமிழ்ச்சங்கம் இவருக்கு 'வீரமாமுனிவர்' என்று பட்டம் வழங்கியது.** அரியலூர் மாவட்டம் ஏலாக்குறிச்சியில், மாதாவுக்கு கோயில் கட்டி திருக்காவலூர் கலம்பகம், அடைக்கல நாயகி வெண்கலிப்பா, அன்னை அழுங்கல் அந்தாதி, கருணாம்பா பதிகம் பாடியுள்ளார். தமிழில் உள்ள நீதி நூல்களைத் தொகுத்து தமிழ் செய்யுள் தொகை இயற்றினார். ஆனால் அப்போது திருச்சியை ஆட்சி செய்த சந்தா சாகிப்புடன் நல்ல நட்பு பாராட்டி வந்தார். சந்தா சாகிப் வீரமா முனிவரிடம் கொண்டிருந்த நட்பினால் 'இசுமதி சன்யாசி' என்று பாராட்டி மகிழ்ந்தார்.

பரிதிமாற் கலைஞர்

மதுரை திருநகர் அருகில் விளாச்சேரி ஊரைச் சார்ந்தவர். சூரியநாராயண சாஸ்திரி எனும் பெயரை பரிதிமாற் கலைஞர் என்று மாற்றிக்கொண்டார். தீவிர தமிழ்ப் பற்று கொண்டவர். மறைமலை அடிகள் இவரால் பணியேற்றார். **சி.வை.தாமோதரம்பிள்ளை இவரை 'திராவிட சாஸ்திரி' என்று அழைத்தார்.** கலாவதி, ரூபாவதி, மான விஜயம் போன்ற நாடகங்களை எழுதியுள்ளார்.

உரைநடை வடிவில் நாடகவியல் எனும் நாடக இலக்கண நூலையும், தமிழ்ப்புலவர் சரித்திரம், தமிழ் வியாசங்கள் நூல்களையும் படைத்துள்ளார். இவர் எழுதிய தமிழ் மொழியின் வரலாறு பல அரிய கருத்துகளைக் கொண்ட நூல். தெளிந்த உரைநடையைக் கொண்டதாகும். விசாகதத்தரின் முத்தராட்சசம் நூலை தமிழ்ப் படுத்தியுள்ளார். ஞானபோதினி இதழ் தொடங்கி நடத்த முடியாமல் ஓராண்டுக்குள் நிறுத்திவிட்டார். கவிபாடும் ஆற்றல் மிக்கவர். இவரது தனிப்பாடல் தொகையை, ஜி.யு.போப் மொழிபெயர்த்துள்ளார். **தமிழ் செம்மொழி கோரிக்கையை முதலில் வைத்தவர் இவரே.**

வள்ளலார்

19-ம் நூற்றாண்டில் சமயக் கோட்பாட்டில் அரிய பெரும் புரட்சியைச் செய்தவர். இறைவன் பற்றிய பார்வையை ஒளி வடிவமாக மாற்றியவர். சிவ நெறியோடு தமிழ் இலக்கியத் துக்கும் மிகப்பெரிய தொண்டு செய்த அருட்பெருஞ்ஜோதி தனிப்பெருங் கருணை.

எல்லா உயிர்களிடத்தும் அன்பை போதிக்கும், பரந்துபட்ட அவரது ஜீவகாருண்ய ஒழுக்கம், சிந்தனை உலகெங்கும் வாழும் மக்கள் போற்றத்தக்க கடைப்பிடிக்கவேண்டிய ஒன்றாகும்.

"வாடிய பயிரை கண்டபோதெல்லாம்
வாடினேன் பசியினால் இளைத்தே
வீடுதோறிரந்தும் பசியறாது அயர்ந்த
வெற்றரைக் கண்டுளம் பதைத்தேன்
நீடிய பிணியால் வருந்துகின்றோர் என் நேர்
உறக் கண்டு உளம் துடித்தேன்
ஈடில் மானிகளாய் ஏழைகளாய்

நெஞ்சு இளைத்தவர் தமைக் கண்டே இளைத்தேன்"

என்று அனைவர் மீதும் தான் கொண்ட இரக்கத்தை நெஞ்சுருகப் பதிவு செய்திருக்கிறார்.

மேலும் சமயங்கள் பற்றி மதப் பற்று குறித்து கூறும்போது, அவரவருக்கு அவரவர் மதமே சிறந்தது என்றும் இவை அனைத்துமே பொதுவான நியதியாய் தூய்மையான இறை பக்தியையே வலியுறுத்துகின்றன என்றும் குறிப்பிட்டுள்ளார்.

"பொங்கு பல சமயமெனும் நதிகளெல்லாம்
புகுந்து கலந்திட நிறைவாய்ப்பொங்கி
ஓங்கும் கங்குகரை காணாத கடலே எங்கும்
கண்ணாகக் காண்கின்ற கதியே அன்பர்
தங்கநிழல் பரப்பி மயல்சோடை யெல்லாந்
தணிக்கின்ற தருவே பூந்தடமேஞானச்
செங்கு முதமலர வருமதியே எல்லாம்
செய்யவல்ல கடவுளே தேவதேவே"

என்று சமயங்களின் பொதுத் தன்மையை விளக்கியுள்ளார். வடலூரில் சமரச சுத்த சன்மார்க்க சத்திய சங்கம், தருமச்சாலை, சத்திய ஞானசபை, சித்தி வளாகம் போன்றவற்றை அமைத்து எவ்வித வேறுபாடுமின்றி அனைத்து மக்களுக்கும் இறை நெறியையும் உணவையும் வழங்கியுள்ளார். **திருவருட்பாவை தொழுவூர் வேலாயுத முதலியார் ஆறு திருமுறைகளாகத் தொகுத்தளித்தார்.**

கிறிஸ்தவத் தமிழ்

கிறித்துவர்களின் தமிழ்த் தொண்டு என்றென்றும் போற்றத்தக்கதாகும். வணிகத்திற்காகவும், சமயப் பணிக்காகவும் இந்தியா வந்த கிறிஸ்தவப் பாதிரியார்கள் இந்தத் தமிழ் மொழியின் பால் ஈர்க்கப்பட்டு பல அளப்பரிய சேவைகளைச் செய்து விட்டுச் சென்றுள்ளனர். தமிழுக்கு அச்சு வடிவம் கொடுத்தது அவர்கள்தான்!

எழுத்துச் சீர்திருத்தம் அதாவது பிரித்து எழுதும் முறையை உருவாக்கினர். கல்வெட்டுகள், ஓலைச்சுவடிகள், செப்புப் பட்டயங்களை பாதுகாக்கும் பணியில் ஈடுபட்டனர். தமிழ், ஆங்கில ஐரோப்பிய மொழி அகராதிகளை வெளியிட்டனர். முக்கியமாக இந்த மொழியின் தொன்மை குறித்து உலகிற்கு எடுத்துச் சென்றனர். பண்டித தமிழை பாமரத் தமிழாக்கும் வகையில் உரை நடை வடிவத்தில் எழுதினர். செய்தித்தாள்கள், கட்டுரை, இதழ்கள் படைத்தனர். மொழிபெயர்ப்பு பணி, அறிவியல் தமிழ் வளர வழி வகுத்தனர். மிக முக்கியமாக மொழியின் தொன்மை குறித்து ஆய்வு செய்து, உலகின் செவ்வியல் மொழி தமிழ் என்று நிலைநாட்ட உதவினர். ஆய்வியல் பார்வையையே அவர்கள்தான் அறிமுகப்படுத்தினர் என்றால் அது மிகையல்ல!

ஜி.யு.போப்

ஜார்ஜ் யுக்ளோ போப் எனப்படும், இங்கிலாந்தைச் சார்ந்த இந்தப் பெருமகன், வெஷ்லியன் மிஷன் சார்பில் தன் 19-ம் வயதில் தமிழகம் வந்தார். மகா வித்வான் ராமானுஜ கவிராயரிடம் தமிழ்கற்று,திருக்குறள்,நாலடியார் நூல்களை ஆங்கிலத்தில் மொழிபெயர்த்தார். **ஒவ்வோர் ஆங்கிலப் புத்தாண்டு அன்றும், ஒரு புறப்பாடலை ஆங்கிலத்தில் மொழிபெயர்ப்பு செய்வதை வழக்கமாகக் கொண்டிருந்தார். அதன் தொகுப்பாக *'Extracts from purananuru and purapporul venba malai'*** என்ற நூலை வெளியிட்டார். *'Elementry of Tamil Grammar 3 vol'* என மூன்று பாகம் கொண்ட இலக்கண நூலையும், *'Poets of the tamil land the lives of tamil land'* நூலையும் வெளியிட்டார். சிவஞான போதத்தையும் ஆங்கிலத்தில் மொழிபெயர்த்தார். தன் 80-ம் வயதில் திருவாசகத்தை மொழிபெயர்க்க ஆசைப்பட்டு, வயோதிகம் கருதி தயங்கிய நிலையில், துணிந்து அந்தப் பணியில் இறங்கி, அதைச் செம்மையாக மொழிபெயர்த்து வெளியிட்டார்.

தமிழ் நூல்களை உலக அரங்கிற்கு கொண்டுசென்ற பெருமை இவரையே சாரும்.

"திருக்குறளை இயேசு நாதரின் இதய ஒளி, மலைப் பிரசங்கத்தின் அடிநாதம் என்று துணிந்து கூறினார்." இதுபற்றி வ.வே.சு ஐயர் கூறும்போது, 'pope speaks of the kural as the one oriental book much of whose teachings is an echo of the sermon of the mount' - vvs iyer சைவத்தையும் சைவ சித்தாந்தத்தையும் நன்குணர்ந்து அதன் பெருமை பற்றி சொல்கிறார்,

'saivism is the real religion of south india siddhanta philosophy has and deserves to have for more influence than anyother..'

சித்தாந்த தீபிகை பத்திரிகை எடிட்டர் நல்லசாமி பிள்ளைக்கு எழுதிய கடிதத்தில், தன் கல்லறைக்கு ஆகும் செலவில் ஒரு பகுதியாவது தமிழ் மக்களுடையதாக இருக்க வேண்டும் என்றும், தன் கல்லறையில் தான் ஒரு தமிழ் மாணவன் என்று பொறிக்கப்பட வேண்டும் என்ற விருப்பத்தையும் வெளிப்படுத்தியுள்ளார். என்னே தமிழ்ப்பற்று! புல்லரிக்க வைக்கிறது.

டாக்டர் கால்டுவெல்

பிறந்தது அயர்லாந்து, படித்தது ஸ்காட்லாந்தில், ஆங்கில கிறிஸ்தவ சபை சார்பாக 23 வயதில் சமயப் பணிக்காக தமிழகம் வந்து, திருநெல்வேலி இடையன்குடியில் குடியேறினார். இந்தியாவில் 53 ஆண்டுகள் வாழ்ந்ததால், தான் அறிந்த இலத்தீன், கிரேக்கம், ஹீப்ரு, ஜெர்மன், பிரெஞ்சு மொழிகளுடன் தமிழ், தெலுங்கு, மலையாளம், துளு மொழிகளிலும் தேர்ச்சி பெற்றார். 'திராவிட மொழிகளின் ஒப்பிலக்கணம்' (A comparative grammar of the Dravidan languages) என்ற அற்புதமான ஆய்வியல் நூலைப் படைத்து, ஆரிய மொழிகள் வேறு, திராவிட மொழிகள் வேறு என்றும் வட மொழியின் துணையின்றி தனித்து இயங்கக்கூடிய ஆற்றல் பெற்ற வலிமையான மொழி தமிழ் என்று நிரூபித்துக்காட்டினார். தமிழ் மொழியின் தொன்மைக்குச் சான்று காட்டிய முதல் ஆய்வு நூல் இதுவே ஆகும்.

அதுவரை வடமொழிதான் மூத்த மொழி, செவ்வியல் மொழி என்று இருந்த மாயையை உடைத்தவர் கால்டுவெல். இந்த அளப்பரிய பணியைப் பாராட்டி சென்னைப் பல்கலைக்கழகம் 'இலக்கிய வேந்தர்' என்றும், ராயல் ஏஷியாட்டிக் சொசைட்டி 'வேத விற்பன்னர்' என்றும் பட்டம் சூட்டியது. பல தமிழ்ச் சொற்கள் பிற மொழிகளில் பரவி கிடப்பதை நிரூபித்துக்காட்டினார். கொற்கை, காயல், தூத்துக்குடி துறைமுகங்களை பலமுறை நேரில் சென்று ஆய்வு செய்து ஆராய்ச்சிக் கட்டுரை சமர்ப்பித்தார். திருநெல்வேலி சரித்திரம் என்னும் அற்புத நூலுக்காக பிரிட்டிஷ் அரசின் ஆயிரம் பொற்காசுகளை பரிசாக பெற்றார். பலமுறை வயோதிக வயதில் இங்கிலாந்துக்கு வரும்படி வலியுறுத்தியும் விடாப்பிடியாக இந்த மண்ணிலே இருக்க ஆசைப்பட்டு 77-ம் வயதில் கொடைக்கானலில் மறைந்தார்.

ஹென்றிக் பாதிரியார்

போர்ச்சுகல் நாட்டைச் சேர்ந்தவர். சமயப் பணிக்காக கோவா வந்தவர். தமிழ் எழுத்துகளை முதன் முதலில் அச்சிட்டவர் இவரே ஆவார். தமிழின் முதல் அச்சு நூலான **தம்பிரான் வணக்கம்** என்னும் 16 பக்கமுள்ள நூலை 1578-ல் வெளியிட்டார். **கிரிசித்தாணி வணக்கம்** என்னும் 132 பக்கமுள்ள நூலை 1579-ம் ஆண்டு வெளியிட்டார். இவர் எழுதிய இலக்கணம், அகராதி நூல்கள் கிடைக்கவில்லை. இந்தியாவை சுற்றி வந்தபோது இவர் எழுதிய கடிதங்களின் தொகுப்பான 'Documenta indica' ஒரு வரலாற்றுப் பெட்டகம்.

ராபர்ட் டி நோபிலி

இவர் **தத்துவ போதகர்** என்று போற்றப்பட்டார். இத்தாலி நாட்டவர். 1605-ல் கோவா வந்து, அங்கிருந்து மதுரைக்குக் குடியேறி தன்னை ஒரு ரோம் பிராமணன், ராஜ சந்நியாசி என்று கூறிக்கொண்டார். திருச்சி,

சேலம் போன்ற பகுதிகளில் தீவிர மத மாற்றத்தை மேற்கொண்டார். இவரது மத கொள்கையை கிறிஸ்தவ சபையே விமர்சித்தது. 1640-ல் சிறைப்படுத்தப்பட்டார். திருமலை நாயக்கர் உதவியுடன் சிறை மீண்டு வெளிவந்தார். வடமொழி கலந்த தமிழில் கொச்சை நடையில் சமயச் சார்புடன் இவர் எழுதிய பல நூல்கள் கிடைக்கப்பெறவில்லை.

சீகன்பால்கு

ஜெர்மன் டேனிஷ் மிஷினைச் சார்ந்தவர். 1705-ல் தமிழ்நாடு தரங்கம்பாடியில் எல்லையா என்பவரிடம் தமிழ் கற்றார். **பைபிளை முதலில் தமிழில் மொழி பெயர்த்தவர் இவரேயாவார்.**

1715-ல் இந்தியாவில் அச்சான முதல் விவிலிய நூல் இதுவே. கிறித்துவ மதக் கருத்துகளை அச்சடித்து விநியோகித்து வந்தார். தமிழ் இலத்தீன் ஒப்பிலக்கணம், தமிழ்- இலத்தீன் அகராதி, இவரது படைப்புகள் ஆகும். ஐரோப்பா சென்றபோது தமிழை மறந்துவிடாமல் இருக்க மலையப்பன் என்பவரை கூடவே அழைத்துச்சென்று கிறித்துவ சபையில் அவர்கள் கேட்ட கேள்விகளுக்கு, லத்தீன் மொழியிலும், தமிழிலும் பதிலளித்திருக்கிறார், தரங்கம்பாடியில் மறைந்துபோனார்.

சார்லஸ் ரேனியஸ்

ஜெர்மனியைச் சேர்ந்த இவர் ரேனியஸ் ஐயர் என்று அழைக்கப்பட்டார். ராமானுஜ கவிராயரிடம் தமிழ் கற்றார். பாளையங்கோட்டையில் மதமாற்ற பணியில் ஈடுபட்டார்.தமிழில் தேர்ச்சி பெற்று ஞான போசன விளக்கம், வேதப் பொருள், பூமி சாஸ்திரம், இலக்கண நூல் சுருக்கம், மோட்ச மார்க்கம் போன்ற நூல்களை எழுதியுள்ளார்.

பிரான்சிஸ் வைட் எல்லீஸ்

ஐ.சி.எஸ் அதிகாரியாக தமிழகம் வந்து, சென்னை கலெக்டராக இருந்தபோது முறைப்படி புதுவை சாமிநாத பிள்ளை, ராமச்சந்திர கவிராயரிடம் தமிழ் கற்று தமிழ்ச் சுவடிகளைப் பாதுகாக்கும் கடும் முயற்சியை மேற்கொண்டார்.இவரது திருக்குறள் பற்றும், ஆர்வமும் இவரை எல்லிஸ் ஐயர் என்று சொல்ல வைத்தது. அதேபோல் மக்கள் நலனுக்காக ஜமீன் ஒழிப்புக் கொள்கையைக் கொண்டு வந்ததும் இவரே! **இவரது தேடலில் தான் வீரமா முனிவரின் தேம்பாவணி, ஆவூர் எனும் சிற்றூரில் கண்டெடுக்கப்பட்டது.** வீரமாமுனிவரின் மற்ற நூல்களும் இவராலேயே தேடி எடுக்கப்பட்டன. அதுமட்டுமன்றி, அவர் குறித்த வரலாற்றை ஆங்கிலம், தமிழ் இரு மொழிகளிலும் வெளியிடச் செய்தார்.

திருக்குறளில் 13 அதிகாரங்களுக்கு சிறப்பான ஆங்கில மொழிபெயர்ப்பை வெளியிட்டார். திருவள்ளுவர் உருவம் பொறித்த தங்க நாணயத்தை வெளியிட்ட பெருமை இவரையே சாரும். சென்னையில் கோட்டைக்கு அருகில் குடிநீருக்காக ஏழுகிணறு திறந்துவைக்கும்போது அங்கு வைக்கப்பட்ட கல்வெட்டில்,

"இருபுனலும் வாய்ந்த மலையும் வருபுனலும்

வல்லரணும் நாட்டிற்கு உறுப்பு" என்று திருக்குறளை முதன் முறையாக ஓர் அரசு கல்வெட்டில் பதிவு செய்தது இவரே!

காலின் மெக்கன்சி

இங்கிலாந்து பொறியியலாளர், சென்னை வந்து சிறிது காலம் இருந்து விட்டு கல்கத்தாவில் சர்வேயர் இன் ஜெனரலாகப் பணியாற்றினார். தன் பயணங்களின்போது கிடைத்த சுவடிகளை எல்லாம் பெரும்பாடுபட்டு தொகுத்து வைத்தார். அவற்றை வெளியிடும் முன்பாகவே, இவர் மறைந்து விடவே, இவர் மனைவியிடமிருந்து ஹேஸ்டிங் பிரபு இந்தச் சுவடிகளை எல்லாம் வாங்கி, கல்கத்தா ஆசிய சங்கம் மூலமாக சென்னை கல்விச் சங்கத்திற்கு வழங்கினார். வில்லியம் டெய்லர் ஒரு முழுமையான விளக்கப் பட்டியல் வெளியிட, இந்தச் சுவடிகள் அனைத்தும் அரசு கீழ்த்திசை சுவடி நூலகத்தில் ஒப்படைக்கப்பட்டன.

ரெவரண்ட் வின்சுலோ

67,000 சொற்கள் கொண்ட தமிழ் ஆங்கிலப் பெயர் அகராதியை உருவாக்கிய பெருமைக்குரியவர்.

வேதநாயகம் பிள்ளை

தமிழ்க் கிறித்துவர்! இவர் மாவட்ட நீதிபதி பதவி வகித்தாலும் இவர் எழுதிய தமிழின் முதல் நாவலாகக் கருதப்படும் 'பிரதாப முதலியார் சரித்திர'த்தால்தான் வரலாற்றில் என்றென்றும் பேசப்படுகிறார். சர்வசமயக் கீர்த்தனை, நீதி நூல், பெண்மதி மாலை, சுகுணசுந்தரி சரித்திரம் போன்ற நூலையும் படைத்துள்ளார். அதேபோல் அந்தக் காலத்திலேயே நீதிமன்ற வழக்குகளை தமிழில் நடத்த பெருமுயற்சி எடுத்து செயல்படுத்தியவர் ஆவார். இவர் அரசுப் பணி குறித்து ஒரு பாடலில் கூறுகிறார்:

போதும் போதும் உத்தியோக கணமே-
இதில்
ஏது சுகம் நமக்கு மனமே
எந்த நேரமும் ஓயாத வேலை- இல்லை
என்ன பெற்றோம் முத்துமாலை
அந்த உத்தி யோகமோ ஆலை- அதில்
அகப்பட்ட நாம் கரும்பு போல"

என்று அரசுப் பணியின் எதார்த்தத்தை அன்றே விளக்கியுள்ளார்!

ஹென்றி ஆல்பர்ட் கிருட்டிணப்பிள்ளை

நெல்லை ரெட்டியார்பட்டியைச் சார்ந்தவர். கிறித்துவக் கம்பர் எனப் போற்றப்படுபவர். ஜான் பனியன் எழுதிய 'Pilgrims progress' நூலை இரட்சணிய யாத்திரிகம் எனும் அற்புதமான படைப்பாக மொழிபெயர்த்துக் கொண்டுவந்தார். 4,000 விருத்தப் பாக்கள் கொண்ட நூலாகும். இதனால் இவர் 'தமிழ் பன்யன்' என்றே அழைக்கப்பட்டார். இவரது மற்றொரு நூலான **இரட்சணிய மனோகரம் 'கிறித்துவர்களின் தேவாரம்' என்று போற்றப்படுகிறது.**

வேதநாயக சாஸ்திரி

திருநெல்வேலியில் பிறந்து, தஞ்சாவூரில் குடியேறி சரபோஜி மன்னரின் நண்பராக விளங்கினார். தமிழோடு சமயத்தையும் பரப்பி ஆயிரக்கணக்கான பாடல்கள் புனைந்தார். இவரது 'நோவாவின் கப்பல்' எனும் நூலுக்கு சரபோஜி நூறு வராகன்கள் பரிசளித்துள்ளார். பெத்தலகேம் குறவஞ்சி என்னும் சிறப்பான நூல் இவருக்கு ஞான தீபக் கவிராயர் என்ற பட்டத்தைத் தந்தது. ஞான ஏற்றப் பாட்டு, ஞானக்கும்மி, பேரின்பக் காதல், ஞான உலா, அந்தாதி போன்ற 52 நூல்களைப் படைத்துள்ளார். கிறித்தவ திருமண விழாக்களில் இன்றும் இவரது பாடல்களே பாடப்படுவது குறிப்பிடத்தக்கதாகும். வின்சுலோ அவர்களுடன் சேர்ந்து குருட்டு வழி எனும் நூலையும் எழுதியுள்ளார்.

இருபதாம் நூற்றாண்டு

தமிழில் பெரும் எழுச்சியை உண்டாக்கிய காலம். புராணங்களிலும் தோத்திரங்களிலும் சிக்கிக்கிடந்த மொழியை பாரதியார், திரு.வி.க., பாரதிதாசன், அறிஞர் அண்ணா, மறைமலை அடிகள், கல்கி போன்றோர் தமது எளிய, இனிய தமிழ் நடையால், சொற்பொழிவால், உரைநடைத் தமிழாக மீட்டெடுத்தனர்.மெல்ல மணிப்பிரவாள நடையும், புராணப் பாடல்களும் மறையத் தொடங்கின.

மகாகவி பாரதியார்

தமிழகம் கண்டெடுத்த மகாகவி, மரபுகளை, கட்டுக்களை, தகர்த்தெறிந்த முதல் ஆற்றல்மிக்க கவிஞர். முப்பத்து ஒன்பது ஆண்டுகளே வாழ்ந்து இந்த மொழிக்கும், இனத்திற்கும், மிகப்பெரிய பங்களிப்பைச் செய்துவிட்டு சென்றிருக்கிறார். மொழியின் அமைப்பை, உரைநடைத் தன்மையை, பாடல் புனையும் விதத்தை, துதி பாடும் இழிவை முற்றிலுமாக மாற்றி அமைத்தார். இந்தியா, பாரத தேசம், பாரத மணித்திரு நாடு என்ற கருத்தாக்கத்தை முதலில் வெளிப்படுத்திய கவிஞன் பாரதியே!

"முப்பது கோடி முகமுடையாள் உயிர்
மொய்ம்புற ஒன்றுடையாள் இவள்
செப்புமொழி பதினெட்டுடையாள் எனில்
சிந்தனை ஒன்றுடையாள்" என்று உரைத்தவர். 'பாரத பூமி பழம்பெரும் பூமி நீரதன் புதல்வர் இந்நினைவகற்றாதீர்' என இந்திய ஒருமைப்பாட்டை பல இடங்களில் வலியுறுத்தியவர். 'வாழிய செந்தமிழ் வாழ்க நற்றமிழர்' 'பார்ப்பானை ஐயரென்ற காலமும் போச்சே' 'மனதில் உறுதிவேண்டும் வாக்கினிலே இனிமை வேண்டும்' என்றும் எழுதினார். 'ஏழை என்றும் அடிமை என்றும் எவரும் இல்லை சாதியில்' எனப் பல அரிய கருத்துகளைத் துணிச்சலாக முன்வைத்தார். 'எல்லோரும் ஓர் குலம் எல்லோரும் ஓர் இனம் ஓங்கி கொட்டடா முரசை' என்று அறைகூவல் விடுத்தார்.

உ.வே.சா

தமிழுக்குச் சான்றாவணம் தேடித்தந்த, தொன்மையை நிலைநாட்டிய தமிழ்த்தாத்தா. அரியலூர் சடகோப ஐயங்காரிடம் தமிழ் பயின்று, மகா வித்வான் மீனாட்சி சுந்தரம் பிள்ளையிடம் ஐந்து ஆண்டுகள் முறைப்படி தமிழ் கற்றார்.

கும்பகோணம் அரசுக் கல்லூரியில் 23 ஆண்டுகள் தமிழ் ஆசிரியராகப் பணியாற்றினார். தனக்கு அந்தப் பணியைப் பெற்றுத்தந்த தியாகராஜ செட்டியார் நினைவாக தனது வீட்டிற்கு தியாகராஜர் விலாசம் என பெயர் சூட்டினார். கும்பகோணம் முன்சீப் ராமசாமி, சீவகசிந்தாமணி நூலைக் கொடுத்து இதைப்பற்றி விளக்கிக் கூறுமாறும், பதிப்பிக்குமாறும் சொல்லவே, அதிலிருந்து தன் ஏடு தேடும் படலத்தைத் தொடங்கினார். பாடல்கள் மூலம் தமிழுக்கு அணிகலன் சூட்டியவர் பாரதியார் எனில், உ.வே.சா தன் பதிப்புகள் மூலம் தமிழுக்குச் சான்று அடையாளம் காட்டினார். **பிரிட்டிஷ் அரசால் 'மகாமகோபாத்தியாய' என்று போற்றப்பட்டார். தர்ம மகா மண்டலத்தார் 'திராவிட வித்தியா பூஷணம்' என்று பட்டம் அளித்து கவுரவித்தனர்.**

பத்துப்பாட்டு, எட்டுத்தொகை, காப்பியங்கள், புராணங்கள், பரணி, அந்தாதி, உலா, தூது, குறவஞ்சி, மீனாட்சிசுந்தரம் பிள்ளை பாடல்கள், குமரகுருபர் பிரபந்தத் திரட்டு, தியாகராஜ செட்டியார், சிவக்கொழுந்து தேசிகர் பாடல் என 87 நூல்களை தான் வாழ்ந்த 87 ஆண்டுகளில் பதிப்பித்தார். ஒரு நிமிடம்கூட வீணாக்காமல், தன் வாழ்நாளை அர்த்தமுள்ளதாக தமிழுக்கென அர்ப்பணித்த அரும்பெரும் தமிழ்ப் புதல்வர். இவரின் 'என் சரித்திரம்' அந்நாளைய வாழ்க்கை முறையையும், ஏடு தேடி அலைந்த கதையையும், மக்களின் அறியாமையும், தமிழ் நூல்கள் பதிப்பிக்க தான் பட்ட பாட்டையும் விளக்குவதாக உள்ளது. திருக்குறள், பக்தி இலக்கியங்கள் மட்டுமே தமிழில் உள்ள நூல்களாகக் கருதப்பட்ட நிலையில், தமிழின் பெருமையை, தொன்மையை, சங்க இலக்கியத்தை நீண்ட நெடிய பாரம்பர்யத்தை மீட்டெடுத்த பெருமை இந்த தமிழ்த் தாத்தாவையே சாரும். நாடு தோறும் ஏடு தேடி அலைந்த ஏற்றமிகு பெருமகனார் வாழ்க வாழ்க வாழ்கவே!

திரு.வி.க

தமிழின் பல்வேறு நிலையிலும் செயல்பட்ட, மொழிப் புலமைமிக்க தமிழ் முனிவர். பல நூல்களைப் படைத்த பண்பாளர், சிறந்த பேச்சாளர், பெண்ணிய சிந்தனையாளர், தொழிற்சங்கவாதி, உரையாசிரியர் என பன்முகத்தன்மை கொண்டவர். தேசபக்தன் நாளிதழில் ஆசிரியராகவும், நவசக்தி எனும் சொந்த பத்திரிகையையும் நடத்தி தன் கருத்துகளை முழுமையாக வெளியிட்டு வந்தார்.

'என் கடன் பணி செய்துகிடப்பதே' என்று வாழ்ந்தவர். சென்னை மாகாண சங்கக் கூட்டத்தில், தமிழ் மொழியில்

தான் பேசவேண்டும், எழுத வேண்டும் என்று தீர்மானம் கொண்டுவந்தவர். திலகர் மீது தீரா பற்றுகொண்டவர். தொழிலாளர்களின் அவல நிலையைப் போக்க முயற்சி எடுக்கும்விதமாக, 1918-ல் சென்னைத் தொழிற்சங்கம் அமையக் காரணமாக இருந்தவர். B&C மில் பிரச்னையில், அந்த மில்லை மூடும் வரை தலைப்பாகை அணியப் போவதில்லை என்று சபதம் எடுத்து செயல்பட்டவர்.

தமிழரின் தொன்மை வாழ்வை, இலக்கியத்தை, இந்நாளைக்கு ஏற்றவாறு பல்வேறு வடிவங்களில், பத்திரிகை, உரைநடை, பேச்சு வழக்கு என சிறப்பாக வெளிப்படுத்தினார்.திரு.வி.க மொழிநடை என்றே பேசப்பட்டது. பெண்ணின் பெருமை, முருகன் அல்லது அழகு, பெரியபுராணம் குறிப்புரை, தமிழ்ச்சோலை போன்ற 50 நூல்களைப் படைத்துள்ளார். ‘திரு.வி.க வாழ்க்கைக் குறிப்புகள்’ சிறந்த தன்வரலாற்று நூலாகும்.

ரா.பி. சேதுப்பிள்ளை

சொல்லின் செல்வர், செந்தமிழுக்கு சேதுப்பிள்ளை எனப் போற்றப்பட்டார். எழுத்து, பேச்சு இரண்டிலும் சிறந்த ஆற்றல்மிக்கவர். முழுமையான தமிழில் எழுதவேண்டும், பேச வேண்டும் என்று வலியுறுத்தினார். ஊரும் பேரும், அலையும் கலையும், ஏற்றமும் தோற்றமும், பாரியும் மாரியும், குடியும் படையும் என பல நூல்களை இயற்றியுள்ளார்.

மறைமலை அடிகள்

‘தனித்தமிழ் இயக்கத் தந்தை’ எனப் போற்றப்படுபவர். ஆங்கிலத்தில் புலமை பெற்றிருந்தும், தனித்தமிழில்தான் பேச வேண்டும், எழுதவேண்டும், முகமன் சொல்லிக்கொள்ள வேண்டும் என்று வலியுறுத்தி, வேதாச்சலம் எனும் தன் பெயரை ‘மறைமலை அடிகள்’ என்றும் ‘ஞானசாகரம்’ என்ற இதழை அறிவுக்கடல் என்றும் மாற்றினார்.

அந்நாளில் வடமொழி ஒரு பக்கம்; ஆங்கிலம் ஒரு பக்கம்; தமிழும் வடமொழியும் கலந்த மணிப்பிரவாள நடை இன்னொரு பக்கம் என்றிருந்த நிலையில், தூய தமிழில் தான் பேசவேண்டும், எழுதவேண்டும், படைப்புகள் இயற்றப்பட வேண்டும் என வலியுறுத்தியவர்.

இறை நூலுக்கு உரை எழுதக் கூடாது என்ற மூடத்தனத்தை மாற்றியமைக்கும் விதமாக 1921-ல் திருவாசகத்திற்கு உரை எழுதினார். மாணிக்கவாசகர் காலமும் வரலாறும் என்ற ஆராய்ச்சி நூல் சிறப்புமிக்க ஒன்று. பட்டினப்பாலை, முல்லைப்பாட்டு ஆராய்ச்சி நூல்களையும் படைத்துள்ளார். குமுதவல்லி, கோகிலாம்பாள் கடிதங்கள், தமிழர் மதம். தமிழ்ப்புலவர், பைந்தமிழ் கொள்கையே சைவ சமயம், தற்கால தமிழ்ப்புலவர்கள் என 80-க்கும் மேற்பட்ட நூல்களைப் படைத்துள்ளார்.

ந.மு.வேங்கடசாமி நாட்டார்

தஞ்சை மாவட்டம் நடுக்காவேரியைச் சார்ந்தவர். விவசாயம் செய்து கொண்டே, சுயமாக தமிழ் கற்ற மேதை! சென்னை மாகாண சங்கம் ‘நாவலர்’ பட்டம் வழங்கிச் சிறப்பித்தது. 20 ஆண்டுகளுக்கும் மேலாக திருச்சி எஸ்.பி.ஜி கல்லூரி எனப்படும் பிஷப் ஹீபர் கல்லூரியில் தமிழ்ப் பேராசிரியராக இருந்தவர். ஓய்வுக்குப் பிறகு கரந்தைத் தமிழ்ச் சங்கத்தில் ஊதியம் பெறாமல் முதல்வராகப் பணியாற்றி தமிழ் வளர்த்தவர். நக்கீரர், கபிலர், கள்ளர் சரித்திரம், சோழர் சரித்திரம், நீதிநூல் உரை போன்ற பல நூல்களைப் படைத்துள்ளார். தமிழ்ப் பல்கலைக் கழகம் அமைக்க வேண்டும் என்று 1921-ம் ஆண்டிலேயே அறிக்கை கொடுத்தவர்.

தி.செல்வகேசவராய முதலியார்

சிறந்த சொற்பொழிவாளர், எழுத்தாளர். திருவள்ளுவர், அபிநவ கதைகள், ராபின்சன் குருசோ, கோவிந்த ரானடே போன்ற நூல்களைப் படைத்துள்ளார். தமிழில் எத்தனை சதவீதம் வடமொழிச் சொற்கள்

கலந்துள்ளன என்பதைக் கண்டறியும் பெரும் பணியை எடுத்துக்கொண்டு செயல்படுத்திக் காட்டினார். திருக்குறளில் அதிகாரத்திற்கு ஓரிரு சொற்கள் கலந்துள்ளன; நாலடியாரில் ஐந்து பாடல்களுக்கு ஒரு வடமொழிச் சொல் உள்ளது; கல்லாடத்தில் பாட்டுக்கு ஐந்து வடமொழிச் சொற்கள் விரவி கிடக்கின்றன என்று எடுத்துரைத்து அதைக் களைய முயன்றார். அறநெறிச்சாரம், ஆசாரக்கோவை, முதுமொழி காஞ்சி, பழமொழி நானூறு, அரிச்சந்திர புராணம் போன்ற நூல்களைப் பதிப்பித்தார்.

ராகவையங்கார்

சேதுபதி மன்னரின் அவைக்களப் புலவராக விளங்கியவர். பதிப்பு, உரைநடை, ஆராய்ச்சி, சொற்பொழிவு, செய்யுள் இயற்றும் திறன், மொழிபெயர்ப்பு, சமயம், மொழியியல் ஆய்வு எனப் பன்முக ஆற்றல் பெற்றவர். பன்னிருபாட்டியல், நான்மணிக்கடிகை, இனியவை நாற்பது, முத்தொள்ளாயிரம் போன்ற நூல்களைப் பதிப்பித்துள்ளார். நினைத்த நேரத்தில் பாடல் புனையும் ஆற்றல் பெற்ற ஆசு கவியாகவும் விளங்கியுள்ளார். சேது நாடும் தமிழும், வஞ்சிமாநகர், தமிழ் வரலாறு போன்ற நூல்களைப் படைத்துள்ளார். 'நல்லிசைப் புலமை மெல்லியலார்கள்' என பெண் புலவர்கள் பற்றி எழுதியுள்ளார். குறுந்தொகை, பட்டினப்பாலை, பெரும்பாணாற்றுப்படை போன்ற நூல்களுக்கு உரை விளக்கம் செய்துள்ளார்.

க.நமச்சிவாய முதலியார்

உயர் நீதிமன்றப் பணியிலிருந்து தமிழாசிரியராக வந்தவர். தமிழ்ப் புலவர்களுக்கு வாரி வழங்கும் வள்ளலாக விளங்கினார். மாணவர்களுக்கான தமிழ்ப் பாடல் நூல்களை இயற்றி அச்சிட்டார். 1922-ல் தனி தமிழ் வித்துவான் தேர்வு முறையை அறிமுகப்படுத்தினார். மிடுக்கான தோற்றத்துடன் ஐரோப்பியர் போல உடையணிந்து அரண்மனை போன்ற வீடு கட்டி அங்கு தமிழறிஞர்களை, தமிழ்ப் புலவர்களை வரவழைத்துக் கொண்டாடி மகிழ்ந்திருக்கிறார். தமிழ் அறிஞர்களுக்கு கொடுத்த கடன் பத்திரத்தை அனைத்தையும் கிழித்தெறிந்தார். கம்பரும் சோழரும், சேக்கிழார், அரிச்சந்திரன் போன்ற நூல்களைப் படைத்துள்ளார். 'நல்லாசிரியர்' எனும் இதழை 15 ஆண்டுகள் நடத்தி வந்தார்.

பண்டிதமணி கதிரேசஞ் செட்டியார்

அரசஞ் சண்முகனாரிடம் பாடம் பயின்றவர். அரசு 1941-ல் இவருக்கு 'மகாமகோபாத்தியாய' பட்டம் வழங்கியது. வடமொழி நூலான மிர்ச்ச கடிகத்தை 'மண்ணியல் சிறு தேர்' என தமிழில் படைத்தார். சுக்கிர நீதி, திருவாசக உரை, மாலதி மாதவம் போன்ற நூல்களைப் படைத்துள்ளார்.

கா.சு.பிள்ளை

கா.சு.பிள்ளை எனப்படும் கா.சுப்பிரமணிய பிள்ளை சட்ட மேற்படிப்பு படித்து சிறந்த வழக்கறிஞராக இருந்துகொண்டு, சமயம், இலக்கியம், மொழி வரலாறு எனப் பலவற்றிலும் சிறந்து விளங்கினார். தமிழ் இலக்கிய வரலாறு, திருவாசக குறிப்புரை, சேக்கிழார் வரலாறு, தமிழர் சமயம், பழந்தமிழர் நாகரிகம், உலகப் பெருமக்களும் மொழிநூற் கொள்கையும், தமிழ்மொழி காப்பு என பல நூல்களை இயற்றியுள்ளார். இந்திய தண்டனைச் சட்டம் குறித்து முதலில் உருவான தமிழ்நூல் இவர் இயற்றிய இந்திய தண்டனைத் தொகுதியே ஆகும். தனித்தமிழில், எளிதில் புரிந்துகொள்ளும் விதமாக எழுதினார். பகவத் கீதை உலகளவில் இந்துக்களின் வேதநூல் என்று அறியப்பட்டிருந்தாலும், உலகப் பொதுமறை ஆகும் தகுதி திருக்குறளுக்கு தான் உண்டு என்று நிலைநாட்டினார்.

சுத்தானந்த பாரதியார்

'கவியோகி' என்று அழைக்கப்படும் இந்தத் தமிழ் யோகி, பல எண்ணற்ற அரிய படைப்புகளைப் படைத்துச் சென்றுள்ளார். ஆயிரம் நூல்களை எழுதியதாகவும், அதில் 363 நூல்கள்

அச்சிடப்பட்டு உள்ளன என்றும் தெரிகிறது. அதில் 60 நூல்கள் ஆங்கில நூல்கள் ஆகும். பாரத மகாசக்தி காவியம் என்ற இவருடைய நூல் அற்புதமான படைப்பாகும். யோக சக்தி, யோக விளக்கம் , சிலம்புச் செல்வம், திருக்குறள் இன்பம், ஏழை படும்பாடு என எண்ணற்ற அரிய நூல்களைப் படைத்துள்ளார்.

நாவலர் சோமசுந்தர பாரதியார்

வழக்கறிஞராக மிடுக்குடன் விளங்கி, தீவிர தமிழ்த் தொண்டும் செய்து வந்ததார். தொல்காப்பியம், திருக்குறள், சிலப்பதிகாரம், கம்ப ராமாயணம் போன்றவற்றில் நன்கு தேர்ச்சி பெற்றவர். ஈழத் தமிழ்ப் புலவர் மன்றம் இவருக்கு நாவலர் பட்டம் வழங்கியது. திருவள்ளுவர், சேரர் தாயமுறை, தசரதன் குறையும் கைகேயி நிறையும், நற்றமிழ் காட்சிகள் எனப் பல நூல்களை இயற்றியுள்ளார்.

பாரதிதாசன்

புரட்சிக் கவிஞர் என்று போற்றப்பட்ட புதுவைப் புயல். பாரதியைச் சந்தித்தபோது அவர் வேண்டுதலுக்கு ஏற்ப கவி பாட **'எங்கெங்கு காணினும் சக்தியடா தம்பி ஏழுகடல் அவள் வண்ணமடா'** என்ற பாடலால் ஈர்க்கப்பட்ட பாரதி, 'ஸ்ரீசுப்பிரமணிய பாரதியார் கவிதா மண்டலத்தைச் சார்ந்த கனக சுப்புரத்தினம் எழுதியது' என சுதேசமித்திரன் இதழுக்கு அனுப்பி பதிப்பிக்கச் செய்தார்.

பாரதிதாசன் தீவிர மொழிப் பற்றாளர், சமூகச் சிந்தனையாளர், பொதுவுடைமைவாதி. **'தன்னைப் பழித்தவனை தாய் தடுத்தால் விட்டுவிடு. தமிழைப் பழித்தவனை தாய் தடுத்தாலும் விடாதே'** என்று சொன்னவர். **'தமிழுக்கும் அமுதென்று பேர் இன்பத் தமிழ் எங்கள் உயிருக்கு நேர்'** என்றார். 'எங்கள் வாழ்வும் எங்கள் வளமும் மங்காத தமிழென்று சங்கே முழங்கு' என்ற அமுத வரிகளை வழங்கினார். **"சாகும்போதும் தமிழ் படித்துச் சாகவேண்டும் என்றன் சாம்பலிலும் தமிழ் மணந்து வேகவேண்டும் மரணம்கூட தமிழோடுதான் இருக்க வேண்டும்"** என்று ஈழக் கவிஞர் சச்சிதானந்தம் சொல்வதுபோல் தமிழ்தான் உயிர் மூச்சு என்று வாழ்ந்தவர் புரட்சிக் கவிஞர்.

பொதுவுடைமைக் கருத்துகளை பொதுவெளியில் ஓங்கி ஒலித்தார். **''எல்லாருக்கும் எல்லாம் இருப்பதான இடம் நோக்கி நடக்கின்றது இந்த வையம்''** என்றுரைத்தார் **''ஓடப்பராயிருக்கும் ஏழையப்பர் உதையப்பர் ஆகிவிட்டால் ஓர் நொடிக்குள் ஓடப்பர் உயரப்பர் எல்லாம் மாறி ஒப்பப்பர் ஆய்விடுவர் உணரப்பா நீ"**

என்றுரைத்தார். சிதம்பரம் செட்டியார் சொன்னார், "பாரதிதாசன் பாடல்கள் படித்தால் அந்நியரும் தமிழர் ஆகிவிடுவர்." ஆனால் இன்று தமிழன் உணர்வுபெறுவது எந்நாளோ என்ற நிலையே இருக்கிறதே!

இந்திய இலக்கியத்திற்கு வழங்கப்படும் உச்சபட்ச விருதான ஞானபீட விருது 1964-ல் வழங்கப்படக் கூடிய தொடக்க ஆலோசனைக் கூட்டத்தில், முதல் விருதாளராகத் தேர்ந்தெடுக்க முடிவு செய்யப்பட்டவர் பாரதிதாசன் ஆவார்.

புரட்சிக்கவிஞரின் 'பிசிராந்தையார்' நாடகத்திற்குத்தான் இந்தியாவின் முதல் ஞானபீட விருது வழங்கப்பட இருந்தது. எதிர்பாராதவிதமாக புரட்சிக் கவிஞர் 21.4.1964 அன்று மறைந்துவிடவே, உயிரோடு இருக்கும் எழுத்தாளர்களுக்கு தான் வழங்கப்பட வேண்டும் என்ற விதிமுறைப்படி 1965-ம் ஆண்டு கேரள எழுத்தாளர் சங்கர குரூப் அவர்களுக்கு 'ஓடக்குழல்' எனும் நாவலுக்காக வழங்கப்பட்டது. தமிழில் 1975-ம் ஆண்டு 'சித்திரைப் பாவை' நாவலுக்காக அகிலனும், வாழ்நாள் இலக்கியப் படைப்பிற்காக 2002-ல் ஜெயகாந்தனும் ஞானபீட விருதைப் பெற்றுள்ளனர்.

பெருஞ்சித்திரனார்

துரை மாணிக்கம் என்ற தன் இயற்பெயரை, தனித்தமிழ் இயக்கத்தின் பால் கொண்ட பற்றினால் 'பெருஞ்சித்திரன்' என்று

மாற்றிக்கொண்டார். தமிழ், தனித்தமிழ் நாடு கொள்கை கொண்டவர். தென்மொழி தனித்தமிழ் இலக்கிய இதழையும், தமிழ் சிட்டு என்ற சிறுவர் இதழையும், தமிழ் நிலம் இலக்கிய இதழையும் நடத்தி வந்தவர். மூன்று தொகுதி கொண்ட கனிச்சாறு இலக்கியக் களஞ்சியம் ஆகும் உலகியல் நூறு, இன்சுவை என்ற நூல்களைப் படைத்துள்ளார். **"வாயுண்ணல் நற்றமிழே! வாழ்ந்துபடல் செந்தமிழ்க்கே!''** என்று உலகெங்கும் சுற்றி தமிழ் இலக்கியம் பரப்பியவர். பெரியசாமித் தூரன் கலைக்களஞ்சியம், குழந்தைகள் கலைக்களஞ்சியம், பாரதி பற்றி பத்துக்கும் மேற்பட்ட நூல்களைப் படைத்த பெருந்தகை இவர்.

அறிஞர் அண்ணா

தமிழகம் பெற்றெடுத்த தலைமகன்! உலக சிந்தனையாளர்கள் வரிசையில் வைத்து போற்றக்கூடிய அறிவும், ஆற்றலும் மிக்கவர். தமிழிலும், ஆங்கிலத்திலும் கேட்பார் திகைக்கும்வண்ணம், தித்திக்கும் மொழியில் உரையாடும் சொலல் வல்லார்.

பேச்சு, எழுத்து, உரைநடை, கடிதம், வசனம், குணநலன், கொள்கை, எளிமைப் பண்பு என எல்லாவற்றிலும் தனித்துவமிக்க கொள்கையோடு நனி சிறந்த நாகரிகத்தை வெளிப்படுத்தியவர். 'அண்ணாயிசம்' எனும் கோட்பாட்டை உருவாக்கியவர்!

தம்பிக்குக் கடிதங்கள், சொற்பொழிவுகள், நாடகங்கள், சட்டமன்ற உரைகள், சிறுகதைகள் என அண்ணாவின் பல நூல்கள் பல தொகுப்புகளாக வந்துவிட்டன. கருத்துச்செறிவு, மொழிநடை, இலக்கியம், காட்சிப்படுத்தும் பாங்கு என எல்லாவற்றிலும் எளிமையான ஈர்ப்பு சக்தியைப் புகுத்தினார். தமிழக வரலாற்றிலேயே மக்கள் மொழியில் தமிழ் இலக்கியத்தையும், மொழி வரலாற்றையும் மேன்மையையும் எடுத்துச்சொன்ன முதல் அரசியல் பெருந்தகை அண்ணாவே ஆவார்.

எண்ணற்ற தமிழறிஞர்கள்

20-ம் நூற்றாண்டில் மேலும் பல எண்ணற்ற தமிழறிஞர்கள் இந்த மொழிக்கு எண்ணிலடங்கா இலக்கியச் செல்வங்களை விட்டுச் சென்றுள்ளனர்.

பன்மொழிப் புலவர் அப்பாத்துரையார், மொழிஞாயிறு தேவநேயப் பாவாணர், மயிலை சீனி வேங்கடசாமி, அ.ச.ஞானசம்பந்தன், அவ்வை துரைசாமிப்பிள்ளை, கி.வா.ஜ, கி.ஆ.பெ. விசுவநாதம் பிள்ளை, அ. மு. பரமசிவனார், அ.கி.மூர்த்தி, சதாசிவ பண்டாரத்தார், நா.சுப்புரெட்டியார், புலியூர்கேசிகன், ராசமாணிக்கனார், இராய சொக்கலிங்கம், ஜெகவீரபாண்டியன், பாலூர் கண்ணப்ப முதலியார், செங்கல்வராய பிள்ளை, வெள்ளைவாரணர், வ.சுப. மாணிக்கம் போன்ற தமிழ்ப் பெருமக்கள் எண்ணற்ற படைப்புகளை விட்டுச் சென்றுள்ளது தமிழுக்கு கிடைத்த பெரும் பேறு என்றே சொல்லவேண்டும்!

கவிதை இலக்கியம்

கவிதை இலக்கியம் என்று எடுத்துக் கொண்டால் பாரதி, பாரதிதாசன் தொடங்கி, நாமக்கல் கவிஞர், கவிமணி தேசிக விநாயகம் பிள்ளை, பட்டுக்கோட்டை கல்யாணசுந்தரம், கரந்தைக் கவியரசு வேங்கடாசலம் பிள்ளை, கவிஞர் தமிழ்ஒளி, புலமைப்பித்தன், புதுமைப்பித்தன், கவிஞர் கண்ணதாசன், சுரதா, கவிப்பேரரசு வைரமுத்து, கவிஞர் வாலி, ஈரோடு தமிழன்பன், மேத்தா, கவிக்கோ அப்துல் ரகுமான், சாலை இளந்திரையன், வலம்புரிஜான் போன்ற 80களின் கவிஞர்கள் அளப்பரிய படைப்புகளை அளித்துள்ளனர். ஆனால் சமீப காலத்தில் கவிதை இலக்கியம், புதுக்கவிதை எனும் பெயரில் போதிய மொழிவளம் இன்றி, இலக்கிய வாசிப்பு இன்றி, எழுத்துகளை சும்மா கோணல்மாணலாக மாற்றிப்போட்டு, நவீனத்துவம் எனும் பெயரில் அட்டைப் படத்தில் அரைகுறை ஆடையோடு கூடிய படத்தைப் போட்டு வடிவமைப்பு

செய்துகொண்டு கவிதை எனும் பெயரில் வெளிவரும் நூல்களால் இந்த மொழி சிதைக்கப்படுவதாகவே தெரிகிறது.

வை.மு.கோதைநாயகி

நாவல் இலக்கியம்

நாவல் இலக்கியம் என்று எடுத்துக் கொண்டால் மாயூரம் வேதநாயகம் பிள்ளை தொடங்கி, சரவணமுத்துப்பிள்ளை, பி.ஆர்.ராஜமய்யர், மாதவையா, வ.ரா, வடுவூர் துரைசாமி ஐயங்கார், ஜெ.ஆர். ரங்கராஜு, ஆரணி குப்புசாமி முதலியார் போன்றோர் கோலோச்சிக் கொண்டிருந்தனர். இந்த இடத்தில் வை.மு. கோதை நாயகி என்ற பெண் எழுத்தாளர் பற்றி இங்கே குறிப்பிட்டே ஆகவேண்டும்.

1901-ல்பிறந்த வை.மு. கோதைநாயகி அம்மாள் 117 நூல்களை எழுதியுள்ளார். அந்தக் காலகட்டத்தில் ஜெகன்மோகினிஎன்ற இதழ் தொழில் ரீதியாகச் சரிவடைகிறது. அப்போது வை.மு.கோதைநாயகி அம்மாள் எழுதிய தொடரை வெளியிட்டால் சரிவில் இருந்து மீளலாம் என்று கூறுகிறார்கள். அதன்படி, ஜெகன்மோகினி இதழில் கோதைநாயகி எழுதும் தொடருக்காக அன்றிருந்த இளைஞர்கள், பெண்கள் அனைவரும் ரயில் நிலையங்களில் காத்துக்கொண்டு இருப்பார்களாம்.

இதழின் கட்டைப் பிரிக்கும் முன்பே இதழை வாங்குவதற்கு போட்டி போட்டுக்கொள்வார்களாம். அவர் எழுதிய தொடரை ஒருவர் படிக்க ஆறு, ஏழு நபர்கள் அமர்ந்து கேட்பார்களாம் ஓர் இதழை இரு பகுதிகளாகப் பிரித்து, ஒரே நேரத்தில் இருவர் படிப்பதும் உண்டாம். வை.மு. என்பதே யாரும் யோசிக்காத அர்த்தம். சாதாரணமாக நாம் அதை தாத்தா பெயர், அப்பா பெயர் என நினைப்போம். ஆனால் உண்மை அதுவல்ல.

‘வை’ என்றால் அந்த அம்மையார் பிறந்த ஊரில் உள்ள தெய்வத்தின் பெயரான வைத்தமாநிதியையும், ‘மு’ என்றால் அந்தத் தலத்தின் பெயரான முடும்பையையும் குறிக்கும். அக்காலகட்டத்திலேயே, அப்பா, தாத்தா பெயர்களின் தலைப்பு எழுத்துகளை வைத்துக்கொள்ளாமல் பிறந்த ஊரில் உள்ள தெய்வத்தின் பெயரையும், அவ்வூரின் பெயரையும் வைக்கும் அளவுக்கு கோதை நாயகி அம்மாள் தனித்துவமிக்கவராக இருந்துள்ளார்.வை.மு.கோதைநாயகி அம்மாள் அந்த காலகட்டத்தில் இருந்த சமூக அமைப்பில் 117 புத்தகங்களைப் படைத்துள்ளது மிகப்பெரிய சாதனை என்றேகூற வேண்டும். கல்கி, பொன்னுசாமி பிள்ளை, கே.எஸ்.வெங்கட்ரமணி, லட்சுமி, தேவன், தமிழ்வாணன், த.நா.குமாரசாமி, கொத்தமங்கலம் சுப்பு, மு.வரதராசனார், அகிலன், நா.பார்த்தசாரதி, எல்லார்வி, ஜெயகாந்தன், அசோகமித்திரன், லா.சா.ரா, விந்தன், நாகம்மாள், தி.ஜானகிராமன், சின்ன அண்ணாமலை, ஜாவர் சீதாராமன், ஜெகசிற்பியன், நாரண துரைக்கண்ணன், சாண்டில்யன், க.நா. சுப்பிரமணியம், கா. ஸ்ரீஸ்ரீ, உமாசந்திரன், ரமணிச்சந்திரன், சாவி,

மேலும் எம்.வி.வெங்கட்ராமன், ராஜவேலு, கோவி.மணிசேகரன், ரா.கி.ரங்கராஜன், விக்கிரமன், இந்திரா பார்த்தசாரதி, நல்லபெருமாள், சுந்தர ராமசாமி, கி.ராஜநாராயணன், மாதவன், சுஜாதா, தாமரை மணாளன், ராஜேஷ்குமார், ராஜேந்திரகுமார், புஷ்பா தங்கதுரை, நீலபத்மநாபன், சா.கந்தசாமி, பிரதிபா ராஜகோபாலன், ஆண்டாள் பிரியதர்ஷினி, பாலகுமாரன், நாஞ்சில் நாடன், எப்சிபா ஜேசுதாசன், சூடாமணி, விமலா ரமணி, ஜோதிர்லதா கிரிஜா, வாசந்தி, சிவசங்கரி, இந்துமதி, தேவிபாலா, சுபா, பட்டுக்கோட்டை பிரபாகர், அனுராதா ரமணன் போன்ற நாவலாசிரியர்கள் சமூகம்

சார்ந்த, குடும்பம் சார்ந்த, சமகாலப் பிரச்னைகள், உளவியல் பிரச்னைகள், பெண்களின் துயரம், துப்பறியும் கதைகள், மணவாழ்வின் துயரங்கள், ஏழை மக்களின் அவலநிலை என சகல விதமான கதைகளையும் படைத்துள்ளனர். சமீபத்திய 20 ஆண்டுகளில் நாவல் இலக்கியத்தில் பல புது தலைமுறை எழுத்தாளர்கள் மிகப்பெரிய மாற்றத்தை உண்டாக்கி உள்ளனர்.

எஸ்.ராமகிருஷ்ணன், சாரு நிவேதிதா, ஜெயமோகன், இறையன்பு ஐ.ஏ.எஸ், ப.ராகவன் மேலும் பல புதிய எண்ணற்ற எழுத்தாளர்கள், நிறைய நாவல் இலக்கியங்களைப் படைத்து வருகின்றனர். இந்த மொழி மென்மேலும் பல இலக்கிய வளங்களைப் படைத்துக் கொண்டேதான் உள்ளது.

நாடக இலக்கியம்

சங்க இலக்கியம் தொடங்கி முத்தமிழ் என்ற தமிழ் இலக்கியப் பாங்கில் நாடகத் தமிழும் உள்ளடக்கிய ஒன்றாகும். தொல்காப்பியர் 'நாடக வழக்கினும் உலகியல் வழக்கினும்' என்ற வரிகளில் நாடக வழக்க நெறிமுறைக் காட்சியைக் குறிப்பிட்டுள்ளார்.

நாடக இலக்கணம் குறித்து அதன் அமைப்பு முறை பற்றி இந்திர காளியம், குணநூல், செயிற்றியம், ஓதும் அகத்தியம், மாபுராணம், பஞ்ச மரபு, பரத சேனாப தீபம் போன்ற நூல்கள் விளக்கியிருப்பதாகக் கூறப்படுகிறது. ஆனால் அவை கிடைக்கப்பெறாமல் போனது நமது துரதிருஷ்டம் என்றுதான் கூறவேண்டும். சிலப்பதிகாரம், இசைக்கும் நாடகத்திற்கும் முக்கியத்துவம் அளிக்கும் நூலாக விளங்குகிறது. மேலும் ஆடல் பாடல் கூத்து வரிகள் என்று குறிப்பிடுவதோடு நாடக அரங்க அமைப்பைப் பற்றி சிறப்பாக விளக்கப்பட்டிருக்கிறது.

சங்க காலத்தைத் தொடர்ந்து பல்லவர் காலத்தில் மகேந்திர வர்ம பல்லவன், இசை ஓவியங்களில் ஆர்வம் கொண்டிருந்ததோடு அவர் எழுதிய 'மத்தவிலாசப் பிரகாசம்' என்ற நாடக நூல் குறிப்பிடத்தக்கதாகும். ராஜராஜ சோழன் காலத்தில் சித்திரை மாதத்தில் ராஜராஜேச்வரம், ராஜராஜ விஜயம் போன்ற நாடகங்கள் தொடர்ச்சியாக நடத்தப்பட்டு சோமாஸ்கந்தர் என்ற சிவன் பார்வதி திருமேனிகளை முன்னெடுத்துச் சென்று உடன் ராஜராஜ சோழனையும் பல்லக்கில் அழைத்துச் சென்று மக்கள் நாடகத்தோடு இறைவழிபாட்டையும் செய்து வந்துள்ளனர்.

சிற்றிலக்கியங்கள் தோன்றிய பிறகு பதினெட்டாம் நூற்றாண்டில் திரிகூடராசப்ப கவிராயர் எழுதிய திருக்குற்றாலக் குறவஞ்சி, முக்கூடற்பள்ளு போன்றவை நாடக இலக்கியங்களுக்கு உயிர் கொடுத்தன. சீர்காழி அருணாசலக் கவிராயர் எழுதிய ராம நாடகம், அசோக நாடகம், அதேபோல் கோபாலகிருஷ்ண பாரதியாரின் நந்தனார் சரித்திரம் போன்றவை நாடக உலகில் புரட்சியை உண்டாக்கின. இவற்றைத் தொடர்ந்து மதுரை வீரன் விலாசம், நல்லதங்காள், காத்தவராயன் கதை, அரிச்சந்திர விலாசம், சாகுந்தலை, டம்பாச்சாரி விலாசம் போன்ற நாடகங்கள் உருவாகின.

லார்டு லிட்டன் ஆங்கிலத்தில் எழுதிய 'த சீக்ரெட் வே' என்ற கதையைத் தழுவி மனோன்மணீயம் சுந்தரம் பிள்ளை 'மனோன்மணீயம்' என்ற சிறப்பான நாடகத்தை தமிழுக்குத் தந்தார். பின்னாளில் அந்த நாடகத்தின் பெயரே அவருடைய அடையாளமாக மாறிவிட்டது. இதே காலகட்டத்தில் பரிதிமாற்கலைஞர் 'நாடகவியல்' என்ற நாடக இலக்கண நூலைப் படைத்தார். முறையான நாடகங்கள் உருவாகாத குறையை நிவர்த்தி செய்யும்விதமாக 'கலாவதி ரூபாவதி' 'மானவிஜயம்' போன்ற நாடகங்களைப் படைத்தார்.

சங்கரதாஸ் சுவாமிகள், நாடகக் கலைக்கு என்றே தன்னை அர்ப்பணித்து அர்த்தம் பொதிந்த உரையாடல்கள் கொண்ட நாடகங்களைக் காட்சிப்படுத்தினார்.

அல்லி அர்ஜுனா, அபிமணிய சுந்தரி, கோவலன், சிறுத்தொண்டர், சிந்தாமணி, பவளக்கொடி, பிரகலாதன், மணிமேகலை, நல்லதங்காள் என 40க்கும் மேற்பட்ட நாடகங்களை உருவாக்கி **நாடகத் தலைமையாசிரியர் என்று போற்றப்பட்டார்.**

பம்மல் சம்பந்த முதலியார், நீதிபதி பணியை உதறிவிட்டு 'சுகுண விலாச சபை' என்ற நாடக சபையை நிறுவி நாடகக் கலைஞர்களுக்கு மரியாதை, அங்கீகாரத்தை உருவாக்கினார். சமூக விழிப்புஉணர்வு ஏற்பட பல்வகைப்பட்ட நாடகங்களையும் எழுதினார். இவர் எழுதிய 'பகவான் புத்தர்' 'பொன் விலங்குகள்' 'விஜயரங்கம்' 'சாகுந்தலம்', 'மனோகரா' 'ரத்னாவளி லீலாவதி' 'வ்சாரங்கதாரா' போன்ற நாடகங்கள் புகழ்பெற்றவை.

அதேபோல் நாடக அனுபவங்கள் குறித்த இவரது நூல்களான நாடக மேடை நினைவுகள், நான் கண்ட நாடகக் கலைஞர்கள், நாடகக் கலையில் தேர்ச்சி பெறுவது எப்படி? நாடகத்தமிழ் போன்ற நூல்கள் பிரசித்தி பெற்றவையாகும். தெ.பொ. கிருஷ்ணசாமி பாவலர் உருவாக்கிய கதரின் வெற்றி, தேசியக் கொடி போன்ற நாடகங்கள் சுதந்திரப் போராட்ட வேட்கையை வெளிப்படுத்துவனவாக இருந்தன.

அவ்வையார் பாத்திரத்தில் நடித்து புகழ்பெற்ற அவ்வை சண்முகம் நாடகக் கலைக்கு அளப்பரிய பங்களிப்பைச் செய்துள்ளார். திராவிட இயக்க பிரசாரத்திற்கும் இவருடைய நாடகங்கள் உதவிகரமாக இருந்துள்ளன. எனது நாடக வாழ்க்கை, நாடகக்கலை போன்ற நூல்களைப் படைத்துள்ளார்.

அறிஞர் அண்ணா தனது ஆற்றல்மிக்க எழுத்து வலிமையால் 'சந்திரோதயம்', 'ஓர் இரவு', 'வேலைக்காரி', 'சந்திரமோகன்', 'நீதி தேவன் மயக்கம்', 'சொர்க்கவாசல்', 'இன்ப ஒளி' 'நல்லதம்பி' போன்ற நாடகங்கள் மூலம் சமூகச் சீர்திருத்தக் கருத்துகளைத் தமிழகம் பேசும் வகையில் படைத்தளித்தார்.

சமகாலத்தில் எழுத்தாளர் இந்திரா பார்த்தசாரதி நாவல் இலக்கியத்தோடு நாடக இலக்கியத்திற்கும் பெரியதொரு பங்களிப்பைச் செய்துள்ளார். இவர் எழுதிய 'இராமானுஜர்', 'ஔரங்கசீப்', 'போர்வை போர்த்திய உடல்கள்', 'மழை' போன்றவை சிறப்பான நாடகங்கள். மறைந்த கூத்துப்பட்டறை ந.முத்துசாமி, தமிழர்களின் தொன்மை நாடக வடிவமான தெருக்கூத்துக்கு முக்கியத்துவம் கொடுக்கும் வகையில் இளைஞர்களை ஆர்வமுள்ள மாணவர்களைத் தயார் படுத்தினார். சங்கீத நாடக அகாடமியின் விருதைப் பெற்றவர். கூத்துப்பட்டறையில் இருந்து பயிற்சி பெற்ற பலர் இலக்கிய உலகிலும், திரையுலகிலும் சிறந்த பங்களிப்பைச் செய்து வருகின்றனர். 'கட்டியங்காரன்', 'படுகளம்', 'நற்றுணையப்பன்' 'காலம் காலமாக', 'உந்திச் சுழி', 'சுவரொட்டிகள்' போன்றவை கூத்துப்பட்டறை உருவாக்கிய சிறப்பான நாடகங்கள். தெருக்கூத்துக் கதைகளின் சிறப்பு குறித்து இவர் எழுதிய கட்டுரைத் தொகுப்பான 'அன்று பூட்டிய வண்டி'யும் சிறுகதைத் தொகுப்பான 'மேற்கத்தி கொம்பு மாடுகள்' நூலும் சிறப்புமிக்கவை.

ஊடகத் தமிழ்

நாளிதழ்களும் ஊடகங்களும் பத்தொன்பதாம் நூற்றாண்டின் தொடக்கத்தில் இருந்தே சுதந்திரப் போராட்ட உணர்வை ஊட்டியதிலும் மொழி வளர்ச்சிக்கும், தமிழர்களை வாசிக்க வைப்பதிலும் மிகப்பெரிய பங்களிப்பைச் செய்து வருகின்றன. என்பது குறிப்பிடத்தக்கதாகும். ***1802-ல் இலங்கையிலிருந்து வெளியான 'சிலோன் கெஜட்' என்ற இதழில்தான் தமிழ் முதன்முறையாக இடம்பெற்றது.*** இவ்விதழ் ஆங்கிலம், சிங்களம், தமிழ் மும்மொழி இதழாக வெளிவந்தது. 1831-ல் தமிழின் முதல் இதழ் சென்னை கிறித்தவ சமயப் பிரசாரக் கழகத்தால் வெளியிடப்பட்டது. அதைத் தொடர்ந்து

1855-ம் ஆண்டு முதல் வார இதழான தினவர்த்தமானியை கிறிஸ்தவ பாதிரியார் பெர்சிவல் வெளியிட்டார். சி.வை.தாமோதரம்பிள்ளை துணை ஆசிரியராகப் பணியாற்றினார். 1882-ல் சுதேசமித்திரனை ஜி.சுப்பிரமணிய ஐயர் தொடங்கினார். பாரதியார் இந்த இதழில் தான் புரட்சிகர கருத்துகளை வெளியிட்டு வந்தார். பிறகு 1907-ம் ஆண்டு தனியாக இந்தியா என்ற இதழைத் தொடங்கினார்.

இந்த காலகட்டத்தில் தத்துவ விலாசினி, சுதேசபிமானி, பிரம்ம ஞான போதனி போன்ற சிறு சிறு இதழ்கள் வெளியாகின. திரு.வி.க தொடங்கிய தேசபக்தன் நாளிதழ், இளைஞர்கள் மத்தியிலும் மக்கள் மத்தியிலும் ஒருவித கிளர்ச்சியை உண்டாக்கியது. வ.வே.சு ஐயரும் சில காலம் ஆசிரியராகப் பணிபுரிந்தார். திரு.வி.கவின் நவசக்தி வார இதழும் குறிப்பிடத்தக்க ஒன்று. இந்த இதழில்தான் கல்கி, கி.வா.ஜ ஆகியோர் பல கட்டுரைகள், கதைகள் எழுதிப் புகழ் பெற்றனர். இந்தக் காலகட்டத்தில் லோகோ பகாரி, சைவ உதயபானு, ஞான போதினி, சுகுன போதினி, மாதர் மித்திரி, மகாராணி ,மாதர் மனோரஞ்சினி போன்ற பெண்ணிய இதழ்களும் உருவாகின.

பாரதியார்தான் முதன்முதலில் சுதந்திரப் போராட்ட உணர்வை வெளிப்படுத்தும் புரட்சிகர இதழான **'இந்தியா'** இதழை 1907-ல் தொடங்கினார். அதைத் தொடர்ந்து 'விஜயா', 'கர்மயோகி' பெண்களுக்கு என்று தனியாக 'சக்கரவர்த்தினி' இதழ்களை நடத்தினார். அவருடைய கொள்கைப் பிடிப்பாலும் வறுமையாலும் தொடர்ந்து நடத்த இயலாமல் போய்விட்டது. மறைமலையடிகள் சமய தத்துவ இலக்கண, இலக்கியக் கட்டுரைகளை வெளியிடும் விதமாக 'ஞானசாகரம்' என்ற இதழைத் தொடங்கினார். ஆனால் தனித்தமிழ் இயக்கச் சிந்தனை வந்தவுடன் அதன் பெயரை 'அறிவுக்கடல்' என்று மாற்றிவிட்டார்.

குற்றாலத்திலிருந்து 1900-ம் ஆண்டு வெளிவந்த **'விவேகபானு'** இதழும் தமிழ் இலக்கிய உலகிற்கு பெரிய தொண்டைச் செய்துவந்தது. **மகாகவி பாரதியாரின் கவிதை முதன்முதலில் அச்சிடப்பட்டது இந்த இதழில்தான்.** 1924-ம் ஆண்டு மாதவையா தொடங்கிய பஞ்சாமிர்தம் என்ற இதழ், வரலாறு, சமயம், தத்துவம் போன்றவற்றுக்கு முக்கியத்துவம் கொடுத்ததோடு மொழி பெயர்ப்பு துறையில் கூடுதல் கவனம் செலுத்தியது. நிறைய ஆங்கிலக் கட்டுரைகள் மொழிபெயர்ப்புச் செய்து வெளியிடப்பட்டன.

1926-ல் டாக்டர் வரதராஜுலு நாயுடு தொடங்கிய 'தமிழ்நாடு' என்ற இதழும் இவ்வாறே இருந்தது. தமிழுக்கு முக்கியத்துவம் கொடுக்கும்விதமாக நல்ல தமிழில் கட்டுரைகள், செய்திகள், தகவல் குறிப்புகள் வெளியிடப்பட்டன. இதன் உதவி ஆசிரியராக இருந்த டி.எஸ். சொக்கலிங்கம் அவர்கள் பிறகு காந்தி என்ற இதழைத் தொடங்கி நடத்தினார். பின்னர் தினமணி ஆசிரியராக நீண்ட காலம் பணிபுரிந்தார்.

தமிழுக்கு அளப்பரிய நூல்களை இயற்றியும் மொழிபெயர்த்தும் தந்த சாமிநாத சர்மா அவர்கள் நவசக்தி, குமரி மலர், சுயராஜ்யா போன்ற இதழ்களில் பணிபுரிந்த நீண்ட அனுபவத்தைக் கொண்டு ஜோதி என்ற இதழை, 1937-ம் ஆண்டு ஆரம்பித்தார். பல்வேறு புனை பெயர்களில் தரமான கட்டுரைகளை வெளியிட்டார்.

சக்தி காரியாலயம் வை.கோவிந்தன், 1938-ம் ஆண்டு ஆரம்பித்த இதழ் சக்தியாகும். காந்தியக் கொள்கைகளை, காந்தியின் பேச்சு மற்றும் எழுத்துகளை வெளியிடுவதைச் சிறப்புப் பணியாகவே செய்து வந்தார். சக்தி காரியாலயத்தார் அந்நாளில் எண்ணற்ற நல்ல தமிழ்ப் புத்தகங்களை மற்றும் மொழிபெயர்ப்பு நூல்களைத் தமிழுக்கு அளித்தனர்.

சுயராஜ்யமே மூச்சுக்காற்று என்று வ.ராமசாமி அய்யங்கார் 1939-ல் ஆரம்பித்த இதழ் 'பாரத மாதா'. காந்தியக்

கருத்துகளை கதைகள் மூலம் பாமர மக்களும் புரிந்துகொள்ளும் விதமாக பரப்பி வந்தார்.

தந்தை பெரியார் தொடங்கிய 'குடியரசு' மற்றும் 'விடுதலை' ஆகியவை சமூக முன்னேற்றச் சிந்தனைகளுக்கும் பகுத்தறிவு கருத்துகளுக்கும் முக்கியத்துவம் கொடுத்து வந்தன. அதேபோல் 1937-ல் பொதுவுடைமை இயக்கச் சிந்தனையாளர், ஆற்றல்மிக்க சொற்பொழிவாளர் ஜீவானந்தம் தொடங்கிய 'ஜனசக்தி' இதழ் பாட்டாளி மக்களின், பாமர மக்களின் குரலாக ஒலித்தது. ம.பொ.சி தொடங்கிய 'செங்கோல்' இதழ் பாரதியார் கவிதைகள், தமிழ் இலக்கியக் கருத்துகள், மு. வரதராசனார் கதைகளுக்கு முக்கியத்துவம் கொடுத்து வெளியிட்டது.

அறிஞர் அண்ணா தொடங்கிய 'திராவிட நாடு' இதழும் கலைஞர் தொடங்கிய முரசொலி இதழும், திராவிட இயக்கச் சிந்தனைகளுக்கு, பகுத்தறிவுக் கொள்கைகளுக்கு, தமிழ் இலக்கியக் கருத்து மேம்பாட்டுக்கு முக்கியத்துவம் கொடுத்து வெளியிடப்பட்டன.

1934-ல் டி.எஸ். சொக்கலிங்கம் அவர்களை ஆசிரியராகக் கொண்டு வெளிவந்த தினமணி தரமான தமிழ்ப் பத்திரிகையாக உருவெடுத்தது. இன்றளவும் நேர்கொண்ட பார்வையுடன் நடுநிலை தவறாமல் செய்திக்கும் தமிழ் இலக்கியத்திற்கும், சாதனையாளர்களுக்கும், சாமானியர்களுக்கும் முக்கியத்துவம் கொடுத்து வரும் நடுநிலைப் பத்திரிகையாக இருந்து வருகிறது. இதன் தலையங்கமும் நடுப்பக்கக் கட்டுரைகளும் பிரசித்தி பெற்றவை.

1942-ல் சி.பா. ஆதித்தனாரால் தொடங்கப்பட்ட தினத்தந்தி நாளிதழ் பாமர மக்களின் இதழாக, சாமானிய மக்களும் புரிந்துகொள்ளும் வகையில் எளிய நடையில் எழுதப்பட்டு இதழியல் உலகில் பெரும் புரட்சியை உண்டாக்கியது. தினமலர், தினகரன் போன்ற நாளிதழ்களும் நிறைய இணைப்பு மலர்களை வெளியிட்டு தனிப்பட்ட எழுத்து நடையில், அதற்கான வாசகர் வட்டத்தைப் பெற்றுள்ளன.

சில ஆண்டுகளுக்கு முன்பு தொடங்கப்பட்ட இந்து தமிழ் திசை நாளிதழ் இந்து குடும்பத்திற்கு உரிய கட்டுரை அமைப்புடன் ஏகப்பட்ட தகவல்களைக் கொண்டு துறை சார்ந்த கட்டுரைகளுடன் கூடிய நிறைய இணைப்பு இதழ்களை வெளியிட்டு வாசகர் மத்தியில் புரட்சியை ஏற்படுத்தி வருகிறது.

வார இதழ்களில் நீண்ட நெடிய பாரம்பர்யத்தைக் கொண்ட எஸ்.எஸ். வாசன் அவர்களால் தொடங்கப்பட்ட ஆனந்த விகடன் மற்றும் விகடன் குழும இதழ்கள், குமுதம், குங்குமம், கல்கி, மங்கையர் மலர் போன்ற பல்வேறு வார, மாத இதழ்கள் வாசகர்களுக்கு தமிழைக் கொண்டு சேர்ப்பதில் பெரும் பங்காற்றி வருகின்றன.

இலக்கியச் சிற்றிதழ்கள்

தணியாத இலக்கிய தாகத்தால் இலக்கியக் கட்டுரைகளுக்கு என்றே வ.ரா, டி.எஸ். சொக்கலிங்கம், கு.சீனிவாசன் ஆகியோர் தொடங்கிய மணிக்கொடி இதழ், இலக்கிய உலகில் கொடிகட்டிப் பறந்தது. சி.சு.செல்லப்பா தொடங்கிய எழுத்து இதழும் புகழ் பெற்று விளங்கியது.அதேபோல் தீபம், கணையாழி, கவிஞர் கண்ணதாசனின் தென்றல், கசடதபற போன்ற இதழ்களும் இலக்கியக் கட்டுரைகளுக்கு என்றே ஆரம்பிக்கப்பட்டவை. இவ்வாறு நாளிதழ்கள், வார, மாத இதழ்களும் தமிழ் வளர்ச்சியில் முக்கியப் பங்காற்றி வந்தன; வருகின்றன.

பயண இலக்கியங்கள்

உலக அளவில் பயண இலக்கியங்கள் என்பது நீண்ட நெடிய காலத்திற்கு முன்பாகவே பதிவு செய்யப்பட்டுள்ள நிலையில் தமிழில் ஒரு நூற்றாண்டு காலமாகத்தான் பயணம் சார்ந்த

கட்டுரைப் பதிவுகள் நமக்குக் கிடைக்கின்றன.

சீனப் பயணி யுவான் சுவாங் தனது இந்தியப் பயணம் குறித்து 'சியுக்கி' என்ற நூலாகப் பதிவு செய்துள்ளார். அதேபோல் மொராக்கோ நாட்டைச் சேர்ந்த இபின் பதூதா தனது வெளிநாட்டு பயணமாக இந்தியா வந்து முகமது பின் துக்ளக் அவையில் கல்வியாளராகவும், தலைமை நூலக இயக்குநராகவும் பணிபுரிந்து தனது பயண அனுபவங்களைப் பதிவு செய்துள்ளார். அதேபோல வெனிஸ் நகர பயணி மார்க்கோபோலோ மிகச் சிறந்த பயண இலக்கியங்களைப் படைத்துள்ளார். ஆனால் தமிழில் இதுபோன்ற பயண இலக்கியங்கள் என்பது அரிதாகவே இருந்துள்ளது.

ஏ.கே. செட்டியார்

ஏ.கே. செட்டியார்

ஏ.கே.செட்டியார் எனப்படும் அ.ராம.அ.கருப்பன் செட்டியார் அவர்கள் தான் உலகம் சுற்றிய முதல் தமிழனாக அறியப்படுகிறார். கோட்டையூரில் பிறந்து ரஷ்யா தவிர்த்து உலகின் அனைத்து நாடுகளுக்கும் பயணம் செய்தவர். போக்குவரத்து வசதி மிகக் குறைவான அந்தக் காலகட்டத்தில் மூன்று முறை உலகை வலம் வந்து தனது பயண அனுபவங்களை சுவைபடப் பதிவு செய்திருக்கிறார்.

தான் நடத்திய குமரி மலர் பத்திரிகையில் அவர் எழுதிய பயணக் கட்டுரைகளை சக்தி காரியாலயம் பதிப்பகத்தார் புத்தகங்களாக வெளியிட்டுள்ளனர். 'உலகம் சுற்றும் தமிழன்' என்ற இவரது பயண நூலுக்கு சக்தி காரியாலயத்தார் மிகப்பெரிய விளம்பரத்தைக் கொடுத்து மக்களிடையே பெரியதொரு எதிர்பார்ப்பை உருவாக்கினர். இது சிறப்பான பயண நூல் ஆகும். இந்த நூல் குறித்து SUNDAY TIMES, THE HINDU, HINDUSTAN மற்றும் நவசக்தி, தினமணி போன்ற அனைத்து இதழ்களும் விரிவான மதிப்புரை எழுதியுள்ளன.

மகாத்மா காந்தியைப் பற்றி முதன்முதலாக டாக்குமென்ட்ரி படத்தை தயாரித்தவர் ஏ.கே. செட்டியாரே ஆவார். இந்திய மக்கள், ஏன் சினிமாக்காரர்கள்கூட அறிந்திராத, ஆவணப்படக் கருத்தை தன் வெளிநாட்டுப் பயண அனுபவங்களைக் கொண்டு செயல்படுத்திக் காட்டினார். டோக்கியோவில் முறைப்படி போட்டோகிராஃபி கலையைக் கற்றுக்கொண்டிருக்கிறார். காந்தியைப் படம் எடுக்க வேண்டுமென கேமரா சகிதமாக சபர்மதி ஆசிரமம் வாசலிலே நாள்கணக்காக நின்றிருக்கிறார்.

காந்தியைப் பற்றிய ஆவணப் படத்திற்காக உலகம் முழுக்க காந்தி குறித்து பல்வேறு நிகழ்வுகளில் கிடைத்துள்ள, வீடியோ படங்களை நாடு நாடாக அலைந்து திரிந்து சேகரித்து வந்து, தான் எடுத்த படங்களையும் சேர்த்து முறைப்படுத்தி தன் சொந்த செலவில் முழுமையான காந்தி குறித்த முதல் ஆவணப் படத்தை 23.8.1940-ம் ஆண்டு சென்னையில் தமிழ், தெலுங்கு என இரு மொழிகளிலும் வெளியிட்டார்.

சுதந்திரம் பெறும் உணர்ச்சிமயமான தருணத்தில் 14.8.1947 அன்று மாலை ஆறு மணிக்கு டெல்லி ரீகல் தியேட்டரில் காந்தி படத்தை மீண்டும் வெளியிட்டார். அமெரிக்க நிறுவனம் பத்து லட்சம் ரூபாய் தர முன்வந்தும் அதை மறுத்து காந்தியக் கொள்கைகளில் இருந்து பின்வாங்காமல் இலவசமாகவே அரசுக்குக் கொடுத்தார்.

தமிழ்நாடு பயணம் குறித்த அவரது தமிழ்நாடு பயணக்கட்டுரைகள் எனும் நூல் கிட்டதட்ட நூற்றாண்டுக்கு முந்தைய தமிழக நிலையைக் காட்டுவதாகத்

திகழ்கிறது. இந்த நூலில் செட்டியார் பல்வேறு பல்வேறு ஊர்களைப் பற்றி பல்வேறு மனிதர்களைப் பற்றி பல்வேறு இடங்கள் பயணங்களைப் பற்றி அழகாக பதிவு செய்திருக்கிறார். திருச்சி பற்றி கூறும்போது, மலைக்கோட்டையையும், காவிரி, தஞ்சை நோக்கிய ரயில் பயணம் என அனைத்தையும் குறிப்பிட்டு, **லண்டனில் உள்ள மிகப் பிரபலமான வெஸ்ட்மினிஸ்டர் அபே என்ற இடத்தில் உள்ள மேஜர் லாரன்ஸ் என்பவருடைய கல்லறையில், திருச்சி மலைக்கோட்டையின் உருவம் பொறிக்கப்பட்டுள்ளது** குறித்து பதிவு செய்திருக்கிறார்.

அதேபோல் மலைக்கோட்டையில் உள்ள 'திருச்சி அந்தாதி' என்ற கல்வெட்டுகளில் **'தானுவை தானுவாக்கி தானுவும் தானுவானான்'** என்ற பதிவைக் குறிப்பிட்டு, சிறப்பான விளக்கம் அளித்திருப்பார். உலகளாவிய பயணம் தந்த அனுபவ அறிவுதான் இத்தகைய தகவல் செறிவாகும். அதேபோல் ஜப்பான் பயணம் குறித்த நூலும் மிகுந்த எதிர்பார்ப்பை உருவாக்கிய வரலாற்று நூல் ஆகும்.

காந்தி, நேரு, சுபாஷ் சந்திரபோஸ், உ.வே.சாமிநாத ஐயர், பாரதிதாசன், கல்கி, ராஜாஜி போன்ற மிகப்பெரிய ஆளுமைகளுடன் நெருங்கியத் தொடர்பு கொண்டிருந்தாலும் எங்கேயும் தன் பெயரையும் உருவத்தையும் முன்னிலைப்படுத்திக் கொள்ளாத மிகுந்த தன்னடக்கமான காந்திய வழியைப் பின்பற்றி கடைசிவரை அதுபோலவே வாழ்ந்துள்ளார்.

உலக அளவில் பேருந்துப் பயணிகளை ஓட்டுநர்களும் நடத்துநர்களும் எப்படி மரியாதையாக நடத்துகிறார்கள்? இந்தியாவில் எப்படி தலைகீழாக இருக்கிறது என்பது குறித்தும், உலகளாவிய போக்குவரத்து வளர்ச்சி குறித்தும் அவரது குமரி மலர் இதழில் எழுதிய 'பஸ் பிரயாணம்' என்ற நூலை, அந்நாளைய போக்குவரத்து குறித்த ஆவண நூலாகவே பார்க்க வேண்டும். காந்தியின் தென்னாப்பிரிக்கப் போராட்டம் குறித்து, கூலித்தொழிலாளிகள் காந்திக்கு நன்றி தெரிவித்து எழுதிய தகவல்களைத் தொகுத்து 'புண்ணியவான் காந்தி' என்ற நூலாக வெளியிட்டுள்ளார்.

மேலும் 'குடகு', 'மலேயா முதல் கனடா வரை பிரயாண நினைவுகள்', 'அண்டை நாடுகள்', 'அமெரிக்கா பிரயாணக் கட்டுரைகள்', 'அமெரிக்க நாட்டில்', 'கரீபியன் கடலும் கயானாவும்', 'ஐரோப்பா வழியாக' போன்ற அருமையான பயண நூல்களை சுவைபட வரலாற்றுத் தகவல்களோடு எழுதியுள்ளார்.

நேதாஜி சுபாஷ் சந்திரபோஸ் அவர்களை ஆஸ்திரியாவின் பாட்டிஸ்கானில் 1937-ம் ஆண்டு சந்தித்த நிகழ்வு குறித்து அருமையாக எழுதியிருப்பார். ஆல்ப்ஸ் மலையில் ரயில் பயணம் செய்து அங்கு மிகவும் குளிர் நிறைந்த கோடை வாசஸ்தலமாக விளங்கிய பாட்டிஸ்கானைச் சென்றடைந்து வெறும் அஞ்சல் பெட்டி நம்பரை வைத்துக்கொண்டு ரயில் நிலையத்தில் இறங்கி குறிப்பிட்ட விடுதிக்குச் சென்றிருக்கிறார். இரவு நேரமானதால் சுபாஷ் சந்திரபோஸ் தன்னைப் பார்ப்பாரா என்று தயங்கிய நிலையில், சுபாஷ் சந்திரபோஸே வந்து செட்டியார் அங்கு தங்குவதற்கு நல்ல அறையை ஏற்பாடு செய்து குளியலறை முதற்கொண்டு பார்வையிட்டு வசதி செய்து கொடுத்த விருந்தோம்பல் பற்றி சிறப்பாகப் பதிவு செய்துள்ளார். அதை படிக்கும்போது மேன்மக்கள் மேன்மக்கள் தான் என்று எண்ணத் தோன்றும்.

இவர் சுபாஷ் சந்திர போஸிடம் புகைப்படம் எடுத்துக்கொண்டு உரையாட இரண்டு மணி நேரம் அனுமதி கேட்டுச் சென்ற நிலையில் அவரோ ஒரு வாரம் தங்கவைத்து வேண்டிய புகைப்படங்களை எடுத்துக்கொள்ளச் செய்து நாட்டு நடப்பு பற்றி ஒரு

சாமானியனிடம் மனம்விட்டுப் பேசிய காட்சியைப் பதிவு செய்து செய்திருப்பது சிறப்பான ஒன்றாகும்.

இவர் 1940-ல் சுபாஷ் சந்திரபோஸை அவருடைய கல்கத்தா வீட்டில் சந்திக்கும்போது, இவர் பாட்டிஸ்கானில் எடுத்த புகைப்படங்களை அழகாக கண்ணாடி போட்டு மாட்டியிருப்பதைக் காட்டி மகிழ்ந்திருக்கிறார். போஸ், காங்கிரஸிலிருந்து விலகி பார்வர்ட் பிளாக் என்ற கட்சியைத் தொடங்கியிருந்த நேரம் அது. அப்போது தன்னுடைய சென்னைப் பயணம் குறித்து குறிப்பிட்டு, காங்கிரஸ் என்னைப் புறக்கணித்தாலும், சென்னை மக்கள் எனக்கு ராஜ உபசரிப்பு அளித்தனர் என்று மகிழ்ச்சியுடன் கூறியிருக்கிறார். இத்தகைய பதிவுகள்தான் பயண இலக்கியத்தின் சிறப்பாகும். நாம் பார்க்க முடியாத இடத்தை, பார்க்க முடியாத மனிதர்களை, இனி நடக்க இயலாத நிகழ்வை காட்சிப்படுத்திக் காட்டும் வரலாற்றுப் பயணங்கள்தான் சிறப்பானவை.

சரஸ்வதி பூஜையன்று உ.வே.சா அவர்களைச் சந்தித்து ஆசி பெற்றதையும் எண்பது வயதிலும், அவர் திடகாத்திரமாக தரையில் அமர்ந்து தெளிவாகப் பேசியதையும் அவர் மகன்களின் விருந்தோம்பலையும் சிறப்பாகக் குறிப்பிட்டுள்ளார்.

அதேபோல் புரட்சிக் கவிஞர் பாரதிதாசன் சந்திப்பு குறித்தும் அழகாகப் பதிவு செய்துள்ளார். பாரதிதாசன் உடனான சந்திப்பில், பிற மொழி வார்த்தைகளை தேவையான அளவிற்கு எடுத்துக்கொள்ளலாமா என்று கேட்டதற்கு நிச்சயம் சேர்த்துக் கொள்ளலாம் என்றிருக்கிறார். அதுதான் நிஜம்; காலத்திற்கு ஏற்ற பதிலாகும். தேவையான வார்த்தைகளை பிற மொழியில் இருந்து எடுத்துக்கொள்வது என்பது மொழி வளர்ச்சிக்கும் அந்த துறை சார்ந்த செயல்பாட்டுக்கும் பொருத்தமான ஒன்றாகவே இருக்கும். பாரதியார் குறித்த உண்மை வரலாறு தெரிவிக்கும் திரைப்படத்தை எடுக்க வேண்டும் என்ற தன்னுடைய ஆசையை வெளிப்படுத்தி யிருக்கிறார். இதுபோன்ற பல அரிய தகவல்களை ஏ.கே. செட்டியார் தனது பயண நூல்களில் குறிப்பிட்டுள்ளார்.

மணியன், பிலோ இருதயநாத்

'இதயம் பேசுகிறது' மணியன் அவர்களும் பயணங்கள் குறித்து நிறைய நூல்களைப் படைத்துள்ளார். அந்நாளில் பயணங்கள் குறித்து ஆனந்த விகடனில் எழுதிய கட்டுரைகள் மிக பிரசித்தி பெற்றவையாகும். தனது முதல் வெளிநாட்டுப் பயணமாக எகிப்து தொடங்கி பல்வேறு ஐரோப்பிய, அமெரிக்க நாடுகளுக்குச் சென்றுவந்த பயணக் கதையை எளிய மக்களின் மொழியில் அழகாகப் பதிவு செய்திருக்கிறார்

பிலோ இருதயநாத் என்ற மானுடவியல் அறிஞரும் பயணம் குறித்து நிறைய நூல்களைப் பதிவு செய்துள்ளார். மைசூரில் பிறந்து சென்னையில் வளர்ந்த இவர், ஆதிவாசிகள் மலைவாழ் மக்கள் பூர்வீகக் குடிகளைக் கண்டறிந்து அவர்களிடம் உரையாடி அவர்கள் வாழ்க்கை முறையை சங்கஇலக்கியத்தோடு ஒப்பிட்டுப் பதிவு செய்திருக்கிறார். இந்தியா முழுக்க மிதிவண்டியில் பயணம் செய்த பெருமைக்குரியவர்.

ஆதிவாசிகள் காட்டில் என் பிரயாணம், இமயமலைவாசிகள், குறிஞ்சியும் நெய்தலும், கேரளா ஆதிவாசிகள்- கொங்கு மலைவாசிகள்- பழங்குடிகள், மேற்கு மலைவாசிகள், நீலகிரி படகர்கள், ஆதிவாசிகள் மறைந்த வரலாறு, தமிழக ஊர்களின் தனிச்சிறப்பு என பல்வேறு நூல்களைப் படைத்துள்ளார் இவர். 5,000க்கும் மேற்பட்ட பயணக் கட்டுரைகளை எழுதியுள்ளதாக தெரிகிறது. ஆராய்ச்சி மாணவர்கள் இதுபோன்ற அறிஞர்களின் கட்டுரைகளை ஆராய்வதை, சிரமேற்கொண்டு செய்தால் அது தமிழ் மொழிக்குப் பெரிய தொண்டாகவே அமையும்.

அருணகிரி

சமகாலத்தில் பயணங்கள் குறித்து விரிவான பயனுள்ள தகவல்களுடன் பதிவு செய்து வருபவர் அருணகிரி ஆவார். அதிகம் அறியப்படாத தரமான மனிதர்களுள் ஒருவர். இரண்டு விரல்களால் மட்டுமல்ல, பத்து விரல்களால் எழுதுங்கள் என்று எழுதுபவர்களை ஊக்குவிப்பதோடு, தானும் அதுபோல் பார்த்தவற்றை படித்தவற்றை மனதில் பதிந்ததை எல்லாம் எழுத்தில் பதிவிட்டு வருபவர்.

சிவசங்கரி

அருணகிரியின் பயணக் கட்டுரைகள் உலகம் சுற்றும் வாலிபன், ஜப்பானில் அருணகிரி, ஆல்ப்ஸ் மலையில் அருணகிரி, ஆஸ்திரேலியா போன்ற புத்தகங்கள், வெறும் பயணம் குறித்த தகவல்களை மட்டுமன்றி, இன்றைய நாளில் வெளிநாட்டுப் பயணங்கள் மேற்கொள்வதில் உள்ள நடைமுறைகளையும் மற்றும் விசா கிடைப்பதில் உள்ள சிக்கல்களையும் அதற்கான அணுகுமுறைகளையும் தெளிவாக கோடிட்டுக் காட்டுகின்றன.

சாரு நிவேதிதா

நம் சமகாலத்தில் சிறப்புற்று விளங்கும் எழுத்தாளர்களான எஸ்.ராமகிருஷ்ணன் அவர்களின் தேசாந்திரி, ரயில் நிலையங்களின்

எஸ்.ராமகிருஷ்ணன்

ஜெயமோகன்

தோழமை, ஜெயமோகனின் புல்வெளி தேசம், இந்திய பயணம், முகங்களின் தேசம், குகை வழிப்பயணம், அருகர்களின் பாதை, சிவசங்கரியின் 'புதுப்புது அனுபவங்கள்' என்ற நான்கு தொகுதிகள் கொண்ட பயண கட்டுரை நூல், சாரு நிவேதிதாவின் நிலவு தேயாத தேசம், மலாவி என்றொரு தேசம் போன்ற நூல்கள் சிறந்த பயண அனுபவங்களை சுவைபட வெளிப்படுத்துவதாக உள்ளன.

பயணங்கள் குறித்து பதிவு செய்வது மிக அவசியமானது. எல்லோராலும் எல்லா இடத்திற்கும் செல்ல இயலாது, அதுவும் ஒரு எழுத்தாளனின் பார்வை என்பது, ஒரு இடத்தைக் குறித்து, வரலாற்று நிகழ்வைக் குறித்து பதிவு செய்யும்போது மிகுந்த தகவல்கள் நிறைந்ததாக சமூகப் பார்வையோடு இருக்கும் என்பதால் பயணங்கள் குறித்து அவசியம் பதிவு செய்ய வேண்டும். அதன் அருமை இப்போது தெரியாது. சில நூற்றாண்டுகள் கழித்து அப்போதுள்ள தலைமுறை இந்தக் காலத்தின் கலாசாரத்தை, பண்பாட்டை, வாழ்க்கை முறையை உணர்ந்துகொள்ள மிக அவசியமான தேவையாகக் கருதப்படும்.

"முன்னை மொழிக்கெல்லாம் முன்மொழியை முத்தமிழை

இன்னே மொழிக்கெல்லாம் இனிதாம் இளந்தமிழைப்

பொன்னைப் போல் போற்றி புது நயங்களேற்றிடுவோம்

அன்னைத் தமிழ் ஓங்க அர்ப்பணித்தே செயல்படுவோம்

என என்றென்றும் போற்றப்படும் 'என்றுமுள தென்தமிழ்' ஆன இந்த தொன்மைமிக்க, வளமிக்க மொழி மேலும் பலமிக்க மொழியாகிட இந்த இலக்கியங்களை வாங்கிப் படிப்போம், படைப்போம், பாதுகாப்போம், அடுத்த தலைமுறைக்கு கொண்டுசெல்வோம் என்று உறுதி ஏற்போமாக!

4

திருக்குறள் போற்றுதும்

திருக்குறள் போற்றுதும்

திருக்குறள் மனித வாழ்வை வழிநடத்தும் ஒரு தேவ நூல் ஆகும். தமிழர்களின் அரிய பொக்கிஷம். நாமெல்லாம் தமிழர்கள் என பெருமிதம் கொள்ளச் செய்யும் அற்புத படைப்பு ஆகும் .

"எல்லாப் பொருளும் இதன்பால் உள்ளது.

இல்லாப் பொருள் இதனுள் ஏதுமில்லை"

என்று **மதுரைத் தமிழ் நாகனார்** கூறியதுபோல, வாழ்வின் அனைத்து நிகழ்வுகளையும் தொட்டுச் செல்லும் உன்னதப் பெருநூல் திருக்குறள் ஆகும்.

ஆண்டாண்டு காலம் அறிஞர்கள் பலர் உரை எழுதியும், சொற்பொழிவுகள் நிகழ்த்தியும், கட்டுரைகள் பல படைத்தும், குறள்வழிக் கதைகள் பல எழுதியும் வந்துள்ளனர்.

எத்தனை பதிப்புகள் வந்தாலும், எத்தனை உரைகள் வந்தாலும், எவ்வளவு தான் எடுத்துரைத்தாலும் அதன் தேவை, இன்றும் என்றும் இருந்துகொண்டேதான் இருக்கும்.

"வள்ளுவன் தன்னை உலகினுக்கே தந்து

வான்புகழ் கொண்ட தமிழ்நாடு"

என பாரதி சொன்னது வெறும் புகழ்ச்சி அன்று. அதன் பொருளாழம் உணர்ந்து உரைத்த உண்மைசால் உரை!

வீரமாமுனிவர், ஜி.யூ.போப், ஆல்பிரட் ஸ்வைட்சர் போன்ற அயல் மொழி அறிஞர்கள், வள்ளுவர் தம் குறளைப் படைத்த மொழி தமிழ் என்றும், தாங்கள் அதை அந்த மொழியிலே படித்தோம் என்றும் பெருமிதம் பொங்க எழுதியுள்ளனர்.

மதமாற்றம் செய்ய வந்தவர்களை மொழிமாற்றம் செய்யவைத்த அற்புத நூல் திருக்குறள் ஆகும்.

2000 ஆண்டுகளுக்கு முற்பட்ட காலத்தில் பனையோலையில்

கீறி எழுதப்பட்ட இலக்கியத்தில், எழுதியுள்ளதைப் பாருங்கள்!.

"அந்தணர் என்போர் அறவோர்மற்
றெவ்வுயிர்க்கும்
செந்தண்மை பூண்டொழுக லான்."

எல்லா உயிர்களிடத்தும் அன்பு கொண்டு அருள்பொழியும் சான்றோர் யாராயினும் அவர் அந்தணர் எனப் போற்றப்படுவார்.

அந்தணர் என்போர் பூணூல் அணிந்த பிராமணர் அல்லர்! அன்பு நெறி உரைக்கும் ஞானமார்கள் அனைவரும் அந்தணர் என்றே அழைக்கப்படுவர்.

மனோன்மணியம் சுந்தரம் பிள்ளை அழகாகக்கூறுவார்,

"வள்ளுவர்செய் திருக்குறள் மறுவற
நன்குணர்ந்தோர்
உள்ளுவரோ மனுவாதி ஒருகுலத்துக் கொருநீதி!"

இறைக்கோட்பாட்டைப் பல இடங்களில் வலியுறுத்தும் வள்ளுவர், ஒழுக்கத்தைக் கடைப்பிடித்தாலே அனைத்தும் கைகூடும் என்று வலியுறுத்து கிறார்.

"மழித்தலும் நீட்டலும் வேண்டா உலகம்
பழித்தது ஒழித்து விடின்!"

அதாவது மொட்டையடித்துக் கொண்டு, திருப்பதி, பழனி என்று அலையவேண்டாம். நீண்ட முடிவைத்துக் கொண்டு காசிக்குப் போகிறேன், சபரி மலைக்குப் போகிறேன் என்று சுற்ற வேண்டாம், அறநெறிக்கு மாறான செயலை, ஒழுக்கத்திற்குப் புறம்பான செயலை செய்யாமல் இருந்தாலே போதும் நல்லது நடக்கும் என்கிறார்.

எப்பேர்ப்பட்ட முன்னோக்கிய, பரந்து பட்ட பார்வை! நினைத்தாலே பெருமிதம் உண்டாகிறது.

குறள் வாசிப்பு

திருக்குறள் ஒரு தேவக்குரல்!

மதிப்பெண்ணுக்காக மனப்பாடம் செய்வதற்காக எழுதப்பட்டது அன்று!

பொருளுணர்ந்து, ஒன்றிணைந்து உள்வாங்கி கிரகிக்கவேண்டிய தெய்வீகப் பனுவல்!

"அன்பின் வழியது உயிர்நிலை அஃதிலார்க்கு
என்புதோல் போர்த்த உடம்பு!"

அன்பு செலுத்துபவர்கள்தான் உயிருள்ள மனிதர்கள்! அன்பில்லாதவர்கள் எலும்பு தோல் போர்த்திய சதைப் பிண்டம் என்கிறார்.

அர்த்தத்தைக் காட்சிப்படுத்திப் படிக்க வேண்டும்.

மாணிக்கவாசகரின் திருவாசகத்தை வள்ளலார் எப்படி,

"வான் கலந்த மாணிக்க வாசக நின்வாசகத்தை
நான் கலந்து பாடுங்கால்"

என்கிறாரோ அப்படி கலந்து பாட வேண்டும், அதனோடு ஒன்றிப்போய் படிக்க வேண்டும்!

அதை வலியுறுத்தித்தான் இந்தத் தமிழ்ச் சமூகத்திற்கு வள்ளுவன் இந்த அற்புத கொடையைக் கொடுத்துள்ளான்.

இப்போது ஒரு பழக்கம் வந்துள்ளது!

இவர் 1330 குறளையும் ஒப்பிப்பார், இவர் 500 குறள் ஒப்பிப்பார், குறள் முதல் அடி, ஈற்றடி எதுபற்றி கேட்டாலும் ஒப்பிப்பார் என்று! ஆனால் அவர்களை, ஒரு குறளுக்கு அர்த்தம் சொல்லுங்கள் என்றால் தடுமாறுவார்கள்!

வள்ளுவரின் பார்வை என்ன என்று கேட்டால் தெரியாது என்பர். அதுவல்ல குறள் வாசிப்பு. நேசிப்போடு குறளை வாசிக்கவேண்டும். பொருள் பொதிந்து, ஆழ்ந்து உணர்ந்து அதன் நெறி நிற்க வேண்டும்.

எக்காலத்துக்கும் பொருந்தும் முப்பால்

வான்புகழ் வள்ளுவத்தின் சிறப்பே, வரலாற்றுக்கு முந்தைய காலத்தில் படைக்கப்பட்ட எழுத்தாக இருந்தாலும் எந்த இடத்திலும் ஒரு குறிப்பிட்ட கடவுளையோ, குறிப்பிட்ட மனிதரையோ,

குறிப்பிட்ட செயலையோ, குறிப்பிட்ட பொருளையோ பற்றிச் சொல்லவில்லை.

'வழிமுறையை' வலியுறுத்துகிறார். அதை நாம் அப்படியே தேவையான இடத்தில், தேவையான நேரத்தில் பொருத்திக்கொள்ள வேண்டும்.

> "எப்பொருள் யார்யார்வாய்க் கேட்பினும்
> அப்பொருள்
> மெய்ப்பொருள் காண்ப தறிவு"

சொல்லமைவு நுட்பத்தைப் பாருங்கள்! எந்த பொருள், எது தொடர்பானது என்றெல்லாம் குறிப்பிடவில்லை, இது ஒரு பகுத்துணரும் விதி!

வேண்டியவர், வேண்டாதார், அறிந்தோர், அறியாதோர், யார் சொன்னாலும் அதன் உண்மைத் தன்மை என்ன? உள்ளார்ந்த பொருள் என்ன? எந்தச்சூழலில் எந்த அர்த்தத்தில் சொல்லப்பட்டது என்றுணர்ந்து உண்மை விளக்கம் கண்டுணர வேண்டும் என்கிறார்.

> "இதனை இதனால் இவன்முடிக்கும் என்றாய்ந்து
> அதனை அவன்கண் விடல்"

இந்தச் செயலை இப்படி, இவன் முடிக்கக்கூடிய ஆற்றல் பெற்றவன் என்பதை ஆராய்ந்து அவனிடம் அதைக் கொடுத்தால் காரியம் கச்சிதமாக நடக்கும் என்கிறார்.

எந்தச் செயல், யாரிடம், எதற்காகக் கொடுக்க வேண்டும் என்பதையெல்லாம் குறிப்பிடவில்லை.

ஆகா, என்னே நளினமான வார்த்தை வெளிப்பாடு!

தொட்டாரை உள்ளிழுக்கும் தேவலோகம்

கிறித்துவ மதத்தைப் பரப்ப வந்த இத்தாலி கான்ஸ்டான்டைன் ஜோசப் பெசுகி பாதிரியார், தமிழின் தன்மை, தொன்மை குறித்து அறிந்துகொள்ள படித்த முதல் நூல் திருக்குறள் ஆகும்.

அதிலும் முதற்குறள்,

> "மனத்துக்கண் மாசிலன் ஆதல் அனைத்தறன்
> ஆகுல நீர பிற"

மனதளவில் தூய்மையாக, குற்றம் இல்லாதவனாக இருப்பதே அறம்! மற்ற அனைத்தும் புறம்! வெற்று ஆரவாரம் என்பதைப் படித்துத் தடுமாறித்தான் போனார்.

அறம் குறித்து இப்பேர்பட்ட உயர்ந்த தத்துவத்தைச் சொல்லியுள்ள பனையோலைச் சுவடியைக் கொண்டதா, இந்த பழம்பெரும் மொழி என, கொல்லன் பட்டறையில் ஊசி விற்க வந்தவரைப் போல் திகைத்தார்!

இப்பேர்ப்பட்ட அறிவுசால், உயர்குடி மக்களிடம் நம் மதக் கருத்துகள் எடுபடுமா என்ற எண்ணம் வந்ததன் விளைவாகவே, தமிழ் மரபு வழி தன் வாழ்வை அமைத்துக் கொண்டு, தமிழை முழுமையாகப் படித்து, அதன் வழியேதான் மக்களிடம் செல்ல வேண்டும் என்ற தீர்க்கமான முடிவினை எடுத்தார்!

அப்படி வந்த இன்னொரு பெருமகனார்தான் ஜார்ஜ் யூக்ளோ போப் எனப்படும் ஜி.யூ.போப் ஆவார்!

மதக்கருத்துகளைத் தமிழுக்குச் சொல்ல வந்தவர், இந்தக் குறள் உலகிற்குள் நுழைந்தவுடன், வள்ளுவனின் தமிழ் ஞானச்சிந்தனையால் தன்வயப்பட்டு

'தன்னை மறந்தான், தன் நாமம் கெட்டான்' என்பது போல, வந்த நோக்கத்தை மறந்தார், வள்ளுவத்தை மொழிபெயர்த்தார்.

தெள்ளுதேன் தமிழுக்குப் பெயர் சொல்லுமோர் அற்புத மொழி பெயர்ப்பைத் தந்தார்.

இன்று 57 பேருக்கும் மேற்பட்டோர், ஆங்கில மொழி பெயர்ப்புப் பணியை மனமுவந்து செய்துள்ளனர்.

கடுமையான காவல் பணியில் இருந்த காவல் துறை ஐஜி S M டயஸ் அவர்கள், 10 ஆண்டுகள் உழைத்து, பல தகவல்களை தமிழ், ஆங்கிலம் என பல நூல்களிலும் திரட்டி, இரண்டு தொகுதிகள் கொண்ட

ஆங்கில மொழிபெயர்ப்பு நூலை 2000-ம் ஆண்டு ஜனவரியில் வெளியிட்டார். இந்த நூல்தான் தெளிவான ஆங்கில விளக்க மொழி பெயர்ப்பாக போற்றப்படுகிறது.

வள்ளுவர் கிறிஸ்துவரா? மாநாடு - விவாதம்

கிறிஸ்துவத்தைப் பரப்ப வந்த பெருமக்கள், குறளியத்தோடு கலந்து போன நிலையில் வள்ளுவர் கிறிஸ்தவரா?, என மாநாடு நடந்துள்ளதை எத்தனை பேர் அறிவோம்? ஆம், நடந்துள்ளது!

03.04.1972 அன்று, சென்னை எல்டாம்ஸ் சாலை கிறிஸ்துவக் கலையரங்கில் மொழிஞாயிறு தேவநேயப் பாவாணர் தலைமையில், திருக்குறள் முனுசாமி தொடர் சொற்பொழிவு நிகழ்த்த, 36 அறிஞர்கள் கலந்துகொண்ட சொற்போர் நிகழ்வு நடைபெற்றுள்ளது.

பண்ணாராய்ச்சி வித்தகர் சுந்தரேசனார், பன்மொழிப் புலவர் கா.அப்பாத்துரையார், மூதறிஞர் வ.சுப. மாணிக்கம், தவத்திரு குன்றக்குடி அடிகள், ஆராய்ச்சி அறிஞர் மயிலை சீனி வேங்கடசாமி, புலவர் குழந்தை, பேராசிரியர் ம.நன்னன், S.M. டயஸ் IPS, க.த. திருநாவுக்கரசு, வெள்ளை வாரணார் போன்ற பேரறிஞர்கள் கலந்து கொண்ட மாநாட்டில் திருவள்ளுவர் கிறிஸ்துவரா என்று விரிவாக விவாதிக்கப்பட்டுள்ளது.

முடிவில் தேவநேயப் பாவாணர், தானொரு கிறிஸ்துவராக இருந்தாலும், தீர்ப்பைத் தெளிவான ஆய்வுரையாக குறிப்பிட்டார்.

"ஆண்டாண்டுதோறும், நாடுதோறும், அறிஞர்கள், ஞானிகள் தோன்றுவது உண்டு. அவர்களுக்குத் தோன்றும் கருத்துகள், சிந்தனைகள், சமூகத்தை பிரதிபலிப்பதாக, மாந்தர்களை வழி நடத்துவதாக இருப்பது இயல்பு. இதில் ஞானிகளிடையே ஒத்திசைவு கருத்தும் இருக்கலாம். கால பொருத்தத்தைக் கொண்டு வள்ளுவர் கிறிஸ்துவர் என்பதை ஒரு போதும் ஏற்க இயலாது. திருவள்ளுவர் தனித்துவமிக்க சிந்தனையாளர், இந்தத் தமிழ் மண்ணின் மகான்'' என்று கூறி முற்றுப்புள்ளி வைத்தார்.

திருக்குறளில் செயல்திறன்

ஓர் அரிய செயலை நிகழ்த்துவது, அற்புதத்தைப் படைப்பது ஒருவனின் தனிப்பட்ட திறன் மட்டுமே. மற்ற எவ்வகை காரணியும் அதற்கு உரிமை கொண்டாட முடியாது என உரைக்கிறார்.

"வினைத்திட்பம் என்பது ஒருவன் மனத்திட்பம்
மற்றைய எல்லாம் பிற"

அதாவது காரியத்தில் வெற்றி பெறுவதற்கு ஒருவனின் தனிப்பட்ட திறன்தான் காரணம் ஆகும். மற்றைய பண பலம், ஆள்பலம், உறவு பலம், நட்பு எல்லாம் அப்புறம்தான் என்கிறார்.

அதுதான் வினைத்திட்பம் என்பது ஒருவன் மனத்திட்பம்!

அவரவர் செயல்திறனே அவரவர் வெற்றியை நிர்ணயிக்கிறது.

"எண்ணிய எண்ணியாங்கு எய்துப எண்ணியார்
திண்ணியர் ஆகப் பெறின்!"

ஒரு காரியத்தைச் செய்ய நினைப்பவர்கள் அதில் உறுதியோடு இருந்து, திட்டமிட்டுச்செயலாற்றினால் நிச்சயம் திண்ணிய வெற்றியை அடைய முடியும் என்கிறார்.

மன உறுதியே வெற்றிக்கு அடிப்படை ஆகும்.

"செய்தக்க அல்ல செயக்கெடும் செய்தக்க
செய்யாமை யானுங் கெடும்!"

மகத்தான காரியத்தில் இறங்கும்போது செய்யக்கூடாதவற்றை செய்தாலும் கெட்டுப் போகும், செய்ய வேண்டியவற்றைச் செய்யாமல் விட்டாலும் கெட்டுப் போகும்!

"கான முயலெய்த அம்பினில் யானை
பிழைத்தவேல் ஏந்தல் இனிது!"

சிறு முயலை குறிவைத்து அம்பெய்தி வீழ்த்துவது பெருமை அல்ல. யானையை குறிவைத்து அடித்து, தோற்றாலும் பரவாயில்லை, அந்தத் தோல்வியே ஒரு பெருமைதான் என்கிறார்.

'பலரின் வெற்றிக்கே விலாசம் இருப்பதில்லை. உன் தோல்விக்கே ஒரு சரித்திரம் உண்டு' என வைரமுத்து எழுதியுள்ளதை இங்கு பொருத்திப் பார்க்கலாம்!.

திருக்குறளில் கல்வி

கல்விக்கு இந்த மொழி ஆண்டாண்டு தோறும் அதீத முக்கியத்துவம் கொடுத்து வருகிறது. ஆரியப் படை கடந்த பாண்டிய நெடுஞ்செழிய மன்னன் புறநானூற்றில் 'உற்றுழி உதவியும்' என்ற பாடலில் சொல்வார்,

"வேற்றுமை தெரிந்த நாற்பாலுள்ளும்
கீழ்ப்பால் ஒருவன் கற்பின்
மேற்பால் ஒருவனும் அவன் கண்படுமே"

ஔவையார் கூறுகிறார்,

"மன்னனின் மாசறக் கற்றோனே சிறப்புடையான்" என்று!

மன்னனுக்கு தன் தேசம் அன்றி வேறு இடத்தில் சிறப்பில்லை. கற்றோருக்கு சென்ற இடமெல்லாம் சிறப்பு.

இப்படி காலந்தோறும் அறிஞர்கள் புலவர்கள் போற்றும் கல்வியை வள்ளுவப் பெருந்தகை கற்றார், கல்லாதார் எனப் பிரித்து முக்கியத்துவம் கொடுத்து எழுதியுள்ளார்.

"கண்ணுடையார் என்போர் கற்றோர் முகத்திரண்டு
புண்ணுடையார் கல்லா தவர்!"

கற்றவனுக்கு - கற்பவனுக்கு இருப்பதன் பெயர்தான் கண்கள், கற்கும் ஆர்வம் இல்லாதவர்க்கு இருப்பது, கண்கள் அல்ல, அவை இரண்டும் புண்கள் என்கிறார்.

"யாதானும் நாடாமால் ஊராமால் என்னொருவன்
சாந்துணையுங் கல்லாத வாறு"

கற்றவனுக்கு எல்லா நாடும் சொந்த நாடாகும்; எல்லா ஊரும் சொந்த ஊர் போலத்தான். இப்பேர்பட்ட கல்வியைச் சாவதற்குள் படிக்கவில்லை என்றால், என்ன பிறவிப் பயன் என்கிறார்.

"கற்றிலன் ஆயினும் கேட்க அஃதொருவற்கு
ஒற்கத்தின் ஊற்றாம் துணை!"

உன்னால் படிக்க முடியாவிட்டால்கூட பரவாயில்லை, படித்தவன் சொல்வதை கேட்டுத் தெரிந்துகொள்! அதுவே துன்பத்தில் இருந்து மீளும் ஆற்றலைத் தந்துவிடும் என்கிறார்.

"செவியிற் சுவையுணரா வாயுணர்வின் மாக்கள்
அவியினும் வாழினும் என்!"

பொறுத்துப் பார்த்த வள்ளுவரே பொங்கியெழுந்து விட்டார். அதாவது, கேள்வி ஞானத்தை வளர்க்கக்கூடிய செவிக்கு வேலை கொடுக்காமல், தின்பதற்கு பயன்படுகிற வாய்க்கு ஓயாமல் வேலை கொடுப்பவர் இருந்தால் என்ன? செத்தால் என்ன? என்கிறார்.

திருக்குறளில் அறிவுடைமை

குறளைப் படிக்க, படிக்க அதன் வீச்சு, பெரிய வெளி நம்மை ஆச்சர்யப்படுத்தும். எல்லா துறைகளையும் தொட்டுச் செல்லும் அந்தப் பெருந்தகையின் பரந்த பார்வை நம்மைப் பெருமிதம்கொள்ளச் செய்யும்.

அறிவுதான் நம்மைக் காத்து நிற்கும் மாபெரும் ஆயுதம். அதுதான் நம்முடைய உண்மை சொத்து. அறிவுதான் நம்முடைய அதீத பலம் என்கிறார்.

"அறிவற்றங் காக்குங் கருவி செறுவார்க்கும்
உள்ளழிக்க லாகா அரண்."

அறிவுதான் துன்பத்திலிருந்து நம்மைக் காக்கக் கூடிய வலிய கருவி, பகைவர்களால் அனைத்தையும் அழிக்க முடியும், ஆனால் அழிக்க முடியாத கோட்டை நம் அறிவு மட்டுமே என்கிறார்.

"அறிவுடையார் எல்லா முடையார் அறிவிலார்

என்னுடைய ரேனும் இலர்."

அறிவுடையவர்கள் எல்லாம் உடையவர்கள் ஆவர். அறிவு இல்லாதவர்கள் என்ன வைத்திருந்தாலும் ஒரு பிரயோசனமும் இல்லை என்கிறார்.

"சென்ற இடத்தால் செலவிடா தீதொரீஇ

நன்றின்பால் உய்ப்ப தறிவு."

மனம்போன போக்கில் செல்ல விடாமல், எது சரியோ அதை மட்டும் செய்யச் சொல்வது; சரியான திசை நோக்கிச் செலுத்துவதே அறிவு ஆகும்.

திருக்குறள் அமைப்பும் முறையும்

இரண்டாம் உலகத் தமிழ் மாநாட்டில் அறிஞர் அண்ணா அவர்கள், திருக்குறள் சிறப்பை உலகெங்கும் முறைப்படி கொண்டுசெல்ல வேண்டுமென தன் அவாவை வெளிப்படுத்தினார். அதைக் குறிக்கோளாகக் கொண்டு சென்னைப் பல்கலைக் கழகத்தார் திருக்குறள் ஆய்வு நூல்களை வரிசையாக வெளியிட்டனர். அதில் தமிழ்ப் பேராசிரியர் மு.சண்முகம்பிள்ளை எழுதிய 'திருக்குறள் அமைப்பும் முறையும்' என்ற நூல் 1972-ல் வெளியிடப்பட்டது.

ஆல்பிரட் ஸ்வைட்சர் திருக்குறளின் பெருமையைப் பற்றிச் சொல்வார். " ஒழுக்கமே மனிதனுடைய உயர்ந்த குறிக்கோள்" என்பதை விளக்கிக் கூறும் சிறப்பான உலக இலக்கிய நூல் திருக்குறள் ஆகும் என்ற கருத்தை கோடிட்டு விளக்கியிருப்பார். இயல் பாகுபாடு, அதிகாரப் பொருளடைவு, பாடல் தொகை வகை, முரண்பாட்டை விளக்குதல், வினாவிப் பொருள் உணர்த்தல், விளைவுகூறி அறிவுறுத்தல், திருவள்ளுவரின் பொருளமைப்பு உத்தி என சிறப்பாக விளக்கிக் கூறப்பட்டுள்ள நூலாகும் அது.

திருக்குறளில் பொருளாதாரம்

பொருட்பாலில், அரசு இயலுக்கு 25 அதிகாரங்கள், அமைச்சு இயலுக்கு 32 அதிகாரங்கள், ஒழிபு இயலுக்கு 13 அதிகாரங்கள் என மொத்தம் 70 அதிகாரங்களைக் கொண்டு, குறள் வகுத்த வள்ளுவ பெருமான், காலத்தை மிஞ்சிய சிந்தனையை, அறவழியில் பொருளீட்டும் உயர் நெறியை வலியுறுத்துகிறார்.

"அருளொடும் அன்பொடும் வாராப் பொருளாக்கம்

புல்லார் புரள விடல்."

அருளோடும் அன்போடும் பொருந்தாத வழிகளில் வந்த செல்வத்தைப் பெற்று மகிழாமல், அய்யோ அது பாவப்பட்ட காசு என ஒதுக்கிவிடவேண்டும் என்கிறார்.

"ஆக்கம் கருதி முதல்இழக்கும் செய்வினை

ஊக்கார் அறிவுடை யார்."

மந்திரத்தால் மாங்காய் விழும் என்பது போல, பெரிதாக வரும் என்று எண்ணி, கையில் இருக்கும் பொருளையும் மொத்தமாக இழக்கமாட்டான் புத்திசாலி என்கிறார்.

"வாரி பெருக்கி வளம்படுத்து உற்றவை

ஆராய்வான் செய்க வினை."

பொருள் வரும் வழிகளை அதிகப்படுத்தி, வளத்தை உண்டாக்கி, வரும் இடையூறு களைக் களைந்து, செயல் செய்வதே பொருத்தம் ஆகும்.

"ஆகாறு அளவிட்டி தாயினும் கேடில்லை

போகாறு அகலாக் கடை."

வருமானம் குறைவாக இருந்தால் கூடப் பரவாயில்லை. செலவு அதிகமாக இல்லாமல் இருந்தாலே நிறைவான வாழ்க்கை நடத்தலாம் என்கிறார்.

திருக்குறளில் வேளாண்மை

உழவுத் தொழில்தான் உலகத்தார்க்கு உணவளிப்பது என்பதை உணர்ந்த வள்ளுவர் உழவின் சிறப்பை அதிகமாகச் சொல்கிறார்.

"தொடிப்புழுதி கஃசா உணக்கின் பிடித்தெருவும்

வேண்டாது சாலப் படும்."

ஒரு பலம் புழுதி, கால் பலம் ஆகுமாறு மண்ணை நன்கு உழுது காயவிட்டால், ஒரு பிடி எருகூட இல்லாமல் பயிர் நன்கு செழித்து வளரும் என்கிறார். அதாவது நன்கு உழவேண்டும் என்கிறார்.

"சுழன்றும் ஏர்ப்பின்னது உலகம் அதனால் உழந்தும் உழவே தலை."

உலகம் பல தொழில் செய்து சுழன்று வந்தாலும், இறுதியாக அது உழவுத் தொழிலின் பின்னேதான் நிற்கும் என்கிறார். அடடா என்னே சிறப்பு!

"உழுதுண்டு வாழ்வாரே வாழ்வார்மற் றெல்லாம் தொழுதுண்டு பின்செல் பவர்."

உழவுத் தொழில் செய்து வாழ்பவரே தன்னிறைவு பெற்று சொந்தக் காலில் நிற்பவர் ஆவர். மற்றவர்கள் எல்லாம் பிறர் கொடுப்பதை உண்டு வாழ்பவர் ஆவர்.

"ஏரினும் நன்றால் எருவிடுதல் கட்டபின் நீரினும் நன்றதன் காப்பு."

உழுவதைக் காட்டிலும் உரமிடுதல் நல்லது, களையெடுத்தல், நீர் பாய்ச்சுதல், நல்லதுதான். அதைவிட முக்கியம் புழு பூச்சிகளிடமிருந்து பயிரைப் பாதுகாப்பது ஆகும்.

திருக்குறளில் அரசாட்சி

சங்க காலத்தில் அரசு நிர்வாகம் என்பது முழுக்க மன்னராட்சி முறை சார்ந்தே இருந்துள்ளது. எந்த நாட்டிலும் மக்களாட்சி முறை உருவாகாத காலகட்டமாகும்!

இந்நிலையில் ஓர் அரசன் எப்படி இருக்க வேண்டும், ஓர் அரசு எப்படி நடைபெற வேண்டும், ஓர் அரசாட்சி எப்படி இருக்கக்கூடாது என்பதை எல்லாம் திருவள்ளுவர் அரசவேத நெறியாகவே விளக்கியுள்ளார்.

"படைகுடி கூழ்அமைச்சு நட்பரண் ஆறும் உடையான் அரசருள் ஏறு."

அதாவது வலிமையான படை, தேசப்பற்று கொண்ட மக்கள், வளமான செல்வம், திறமையான அமைச்சர்கள், அண்டை நாடுகளுடன் நட்புறவு, உறுதியான கோட்டை மற்றும் அசைக்க முடியாத காவல்படை கொண்டுள்ள அரசனே அரசர்களில் சிங்கம் போன்றவன் என்று கூறுகிறார்.

"அறனிழுக்கா தல்லவை நீக்கி மறனிழுக்கா மானம் உடைய தரசு"

அறநெறியை நிலைநாட்டி, நியாயத்துக்கு புறம்பானவற்றை ஒழித்து, வீரத்தோடு மானத்தைக் காத்து நிற்பவனே அரசன் என்கிறார்.

"இயற்றலும் ஈட்டலும் காத்தலும் காத்த வகுத்தலும் வல்லது அரசு"

அதாவது, அரசுக்கு நிதி வரும் வழிமுறையை உருவாக்கி, அதில் கிடைக்கும் நிதியைப் பாதுகாத்து, அதை முறைப்படுத்தி மக்கள் திட்டங்களை திறம்பட செயல்படுத்தி கருவூலத்தைக் காப்பவனே அரசன் ஆவான் என்கிறார்.

"குடிதழீஇக் கோலோச்சும் மாநில மன்னன் அடிதழீஇ நிற்கும் உலகு"

ஆகா! என்ன அழகான விளக்கம் கொடுக்கிறார் பாருங்கள்!

குடிமக்களை அன்போடு வழிநடத்தி பாதுகாத்து நிற்கும் மன்னனின் பாதங்களைத் தொட்டு வணங்கி அவன் ஆணையை சிரமேற்கொண்டு மக்கள் செயல்படுத்துவார்கள் என்கிறார்.

சிறந்த அரசன், அரசு எப்படி இருக்க வேண்டும் என்று சொல்லி வந்த வள்ளுவர், எப்படி இருக்கக் கூடாது என்பதையும் சொல்லிவைத்துள்ளார்.

"வேலொடு நின்றான் இடுவென் றதுபோலும் கோலொடு நின்றான் இரவு"

ஆட்சி அதிகாரத்தை கையில் வைத்துள்ளவர்கள் மக்களிடம் முறையற்ற

வகையில் பொருளைப் பெறுவது என்பது கொள்ளைக்காரர்கள் அச்சுறுத்தி பறிப்பதற்குச் சமமாகும் என்கிறார்.

திருக்குறளில் மருத்துவம்

வள்ளுவப்பெருந்தகை எப்பேர்ப்பட்ட மாமனிதர் என்றால், எவ்வித வசதி வாய்ப்பும் இல்லாத காலத்தில் மனிதத் தேவையை உணர்ந்து, துறை தோறும் ஆராய்ந்து, நெறிமுறைகளை, செயல்முறைகளை உருவாக்கியுள்ளதை என்னவென்று சொல்வது?

"மிகினும் குறையினும் நோய்செய்யும் நூலோர்
வளிமுதலா எண்ணிய மூன்று."

வாதம், பித்தம், சிலேட்டுமம் என மருத்துவ நூலோர் கணித்துள்ள மூன்றில் ஒன்று அளவுக்கு குறைந்தாலும் கூடினாலும் நோய் உண்டாகும்.

"உற்றான் அளவும் பிணியளவும் காலமும்
கற்றான் கருதிச் செயல்"

நோயாளியின் பருவத்தை அறிந்து, நோயின் தன்மை, நோய் வந்த காலம் ஆகியவற்றை ஆராய்ந்து அதற்கு தகுந்த மருத்துவம் செய்ய வேண்டும்.

"உற்றவன் தீர்ப்பான் மருந்துழைச் செல்வானென்று
அப்பால் நாற்கூற்றே மருந்து"

நோயாளி, மருத்துவர், மருந்து, அதைக் கொடுப்பவர் என நான்கு கூறுகளைக் கொண்ட இவை ஒருங்கிணைந்து செயல்படும்போது நோய் தீரும் என்கிறார்.

திருக்குறளில் நடுவுநிலைமை

நீண்ட நெடிய பாரம்பர்யத்துக்குச் சொந்தக்காரர்களான தமிழர்கள், முறை செய்து நீதி வழங்கும் பண்பைக் கொண்டிருந்தனர், சிபிச் சக்கரவர்த்தி, மனுநீதி சோழனின் செயல் என மனித இனம் நம்ப இயலாத அளவுக்கு நீதி பரிபாலனம் செய்தது இந்த மண் ஆகும்.

திருமூலர் திருமந்திரத்தில் நடுவுநிலைமையின் முக்கியத்துவம் குறித்தும் அதன் பலன் குறித்தும் அற்புதமாகச் சொல்லியுள்ளார்.

நடுவு நின்றார்க்கு அன்றி நல்ல ஞானமும் இல்லை
நடுவு நின்றார்க்கு நல்ல நரகமும் இல்லை
நடுவு நின்றார் நல்ல தேவரும்ஆவர்
நடுவு நின்றார் வழி யானும் நின்றேனே!

என்ற கருத்துக்கு இணங்க நடுவுநிலையை முறைப்படுத்த குறள் வகுத்துள்ளார் வள்ளுவர்!

"சமன்செய்து சீர்தூக்குங் கோல்போல் அமைந்தொருபால்
கோடாமை சான்றோர்க் கணி"

தராசு முள் எப்படி, ஒரு பக்கம் சாயாமல் நடுவு நின்று அளவு சொல்கிறதோ, அதுபோல் நீதிமான்கள் நடுவுநிலை தவறாமல், இருபக்கமும் ஒருசேர ஆய்ந்து நீதி வழங்க வேண்டும்.

"ஓர்ந்துகண் ணோடாது இறைபுரிந்து யார்மாட்டும்
தேர்ந்துசெய் வஃதே முறை"

குற்றத்தை முழுமையாக ஆராய்ந்து எந்தப் பக்கமும், சாயாமல் நடுவுநிலைமை தவறாமல் வழங்கப்படுவதே நீதியாகும்.

"கேடும் பெருக்கமும் இல்லல்ல நெஞ்சத்துக்
கோடாமை சான்றோர்க்கு அணி"

வாழ்வும் தாழ்வும், வரும் போகும்! அது உலக இயற்கை. ஆனாலும், எந்த நிலையிலும், நடுவுநிலை தவறாமல் உறுதி காப்பதே சான்றோர்க்கு அழகாகும்.

திருக்குறளில் நிலையாமை

"நெருநல் உளன்ஒருவன் இன்றில்லை என்னும்
பெருமை உடைத்து இவ்வுலகு"

நேற்று இருந்தார் பேசிக் கொண்டிருந்தோம்; கலந்து அளவளாவினோம், ஐயகோ; இன்று மறைந்து விட்டாரே எனக் கலங்க வைக்கும் பெருமை கொண்டது இவ்வுலகம்

என்கிறார்.

"உறங்குவது போலுஞ் சாக்காடு உறங்கி
விழிப்பது போலும் பிறப்பு"

உறங்குவதுபோல மரணம், மீண்டும் விழிப்பது போல பிறப்பு! தூங்கி எழுந்தால் தான் உண்டு எனும் நிலையற்ற வாழ்க்கை இது; மாந்தர்களே கவனம் என்கிறார்.

"கூத்தாட்டு அவைக்குழாத் தற்றே பெருஞ்செல்வம்
போக்கும் அதுவிளிந் தற்று"

செல்வம் எப்படி சேரும் என்றால், நாடகம் ஆரம்பிப்பதற்கு முன் ஒவ்வொரு வராய் வந்து அமர்வதுபோல மெல்ல மெல்ல சேருமாம். ஆனால், அது போகும் போது எப்படிப் போகும் என்றால், நாடகம் முடிந்தவுடன் சில நிமிடத்தில் எப்படி கூட்டம் கலைந்து செல்கிறதோ, அப்படி உடனே கரைந்து போகுமாம்!

நிலையில்லா வாழ்க்கை, நிலையில்லாச் செல்வத்தை நிகரற்ற வார்த்தைகளில் வெளிப்படுத்தும் வள்ளுவப் பெருந்தகையே நீ வாழ்க!

குறள் காட்டும் காதல்

வள்ளுவர் வகுத்த வாழ்க்கை துணை நலம் என்ற அற்புதமான சொல்லாடலை, தந்தை பெரியார் பெண்ணுரிமைக் குரல் ஓங்க தொடர்ந்து பயன்படுத்தினார்.

வள்ளுவர் எல்லாவற்றையும் போல கருத்தொத்த இளமான்கள் காதல் கொள்வதையும் கண்ணியமாக காட்சிப்படுத்தியுள்ளார்.

"ஏதிலார் போலப் பொதுநோக்கு நோக்குதல்
காதலார் கண்ணே உள"

காதல் கொண்ட இரு உள்ளங்கள், தங்களுக்குள் ஆயிரம் காதல் மொழிகளை பேசிக்கொண்டாலும், பொதுவெளியில் முன்பின் தெரியாதவர்போல நடந்து கொள்வார்களாம்.

"கண்ணொடு கண்ணிணை நோக்கொக்கின்
வாய்ச்சொற்கள் என்ன பயனும் இல."

கண்கள் நான்கும் பார்க்கும் பொழுதில், தேவ பார்வையில் பேசிக்கொள்ளும் இனம் புரியாத உணர்வை, எந்த வார்த்தையால் வெளிப்படுத்த முடியும்? வாய்ச்சொற்களுக்குத்தான் வேலை என்ன?

"இருநோக்கு இவளுண்கண் உள்ளது
ஒருநோக்கு
நோய்நோக்குகொன் றந்நோய் மருந்து"

இந்த தேவ மங்கைக்கு இரு பார்வை உண்டு! ஒரு கோபப் பார்வை பார்த்தால் எனக்கு நடுக்கம், நோய்வந்துவிடும், ஆனால், அவள் காதல் பார்வை வீசினால் அந்த நோய் மறைந்துவிடும்.

"காதலர் இல்வழி மாலை கொலைக்களத்து
ஏதிலர் போல வரும்"

காதல் கொண்ட ஜோடிப் பறவைகளில் ஒன்று இல்லாத பொழுதில் வரும் இந்த அந்தி மாலைப் பொழுது ஆனந்தமாக இல்லை, ஆளைக் கொல்ல வரும் அரக்கன்போல் உள்ளது.

"உள்ளக் களித்தலும் காண மகிழ்தலும்
கள்ளுக்குஇல் காமத்திற் குண்டு"

என்ன அருமையான வார்த்தை நயம் பாருங்கள். காதல் கொண்ட இரு உள்ளங்கள், காதலனோ காதலியோ அந்த காதல் உணர்வை நினைக்கும் போதும், இருவரும் பார்க்கும்பொழுதும் உண்டாகும் உணர்வு போதை, காதலுக்கு மட்டுமே உண்டு, கள் என்ற மதுபானத்திற்கு இல்லை என்கிறார்.

திருக்குறள் காட்டும் வறுமை

வறுமை குறித்த காட்சியிலும், வறியோர் படும் பாட்டையும் நயமான வார்த்தை களால் வார்த்தெடுத்துள்ளார் வள்ளுவர்.

"நெருப்பினுள் துஞ்சலும் ஆகும் நிரப்பினுள்
யாதொன்றும் கண்பாடு அரிது"

சுட்டெரிக்கும் செங்கல் சூளை நெருப்பில்கூட படுத்து உறங்கிவிடலாம். ஆனால், வறுமை நோய் வந்துவிட்டால் தூங்குவது என்பது இயலவே இயலாது.

"நற்பொருள் நன்குணர்ந்து சொல்லினும் நல்கூர்ந்தார்
சொற்பொருள் சோர்வு படும்"

அரிய பல நல்ல கருத்துகளை எவ்வளவுதான் எடுத்துச் சொன்னாலும், வறுமைப்பட்டவனின் வார்த்தையைப் பொருட்டாக எடுத்துக்கொள்ள மாட்டார்கள். ஏழைச்சொல் அம்பலம் ஏறாது என்பதை அப்போதே சொல்லி வைத்துவிட்டார் பாருங்கள்.

"இன்மையின் இன்னாதது யாதெனின் இன்மையின்
இன்மையே இன்னா தது"

வறுமையைவிடக் கொடுமையானது எது என்றால் வறுமைதான். அடடா! என்னே அற்புதமான வார்த்தைச் செறிவு பாருங்கள்.

துன்பத்திற்குத் துன்பத்தைக் கொடு

துன்பத்திற்கே துன்பத்தைக் கொடுக்கும் துணிச்சலை வளர்த்துக்கொண்டால் துன்பம் உன் பக்கம் நெருங்காது. ஆகா! இவன் நம்மையே தூக்கிப்போட்டு மிதிப்பான் என்று எட்டிக்கூடப்பார்க்காது. துணிச்சல்தான் துன்பத்தை நீக்கும் அருமருந்து என்கிறார்.

"இடும்பைக்கு இடும்பை படுப்பர் இடும்பைக்கு
இடும்பை படாஅ தவர்"

எவ்வளவுதான் அடுத்தடுத்து துன்பங்கள் வந்தாலும், கலங்காமல், மனம் தளராமல் எதிர்கொள்பவனின் சித்தத் துணிச்சலைக் கண்டு துன்பமே துன்பப்பட்டுப் போகுமாம்.

"அடுக்கி வரினும் அழிவிலான் உற்ற
இடுக்கண் இடுக்கட் படும்."

வெள்ளம்போல துன்பம் கரை புரண்டு பெருக்கெடுத்து வந்தாலும், துணிச்சல்காரன், அதை வெல்வதற்கான வழி என்ன என்பதை யோசிக்கும் மாத்திரத்திலேயே அந்தத் துன்பம் தலைதெறிக்க ஓடி விடுமாம்! ஆகா! இவன் திட்டம் தீட்டு கிறான், நம்மை வென்றுவிடுவான் என்கிற பயமாம்!

அந்தக் குறளைப் பாருங்கள்!

"வெள்ளத் தனைய இடும்பை அறிவுடையான்
உள்ளத்தின் உள்ளக் கெடும்."

திருக்குறள் முதல் பதிப்பு

திருக்குறள் முதன்முதலில் அச்சிடப்பட்டது 1812-ம் ஆண்டு. இன்றைக்கு இருநூற்றெட்டு ஆண்டுகளுக்கு முன்னரே அச்சேறிய பெருமை பெற்ற நூல் திருக்குறள். அன்றைய சென்னைப்பட்டினத்தில், மாசத் தின சரிதையின் அச்சுக்கூடத்தில் திருக்குறள் முதன்முதலாக அச்சிடப்பெற்றிருக்கிறது.

திருக்குறளை முதன்முதலாக அச்சேற்றிய பெருமைக்கு உரியவர், தஞ்சையைச் சார்ந்தவர் என்பது பெருமைக்கு உரிய செய்தியாகும்.

ஆம், தஞ்சை நகர மலையப்பப் பிள்ளை அவர்களின் குமாரர் திரு. ஞானப்பிரகாசம் அவர்களால்தான், பனை ஓலையில் இருந்த திருக்குறள் காகிதத்தில் முதன்முதலாக அச்சு நூலாக வடிவம் பெற்றது.

திருக்குறள் உரை மற்றும் பதிப்பு

பதின்மர் உரை குறித்து தனிப்பாடல் ஒன்று இவ்வாறு குறிப்பிடுகின்றது.

"தருமர் மணக்குடவர் தாமத்தர் நச்சர்
பரிமேலழகர் பரிதி-திருமலையர்
மல்லர் கலிப்பெருமாள் காளிங்கர் வள்ளுவர்நூற்கு

கெல்லை உரைகண்டார் இவர்."

திருத்தணிகை சரவண பெருமாள் 1838-ல் எழுதி அச்சிட்ட உரைதான் திருக்குறளுக்கு முதலில் பதிப்பிக்கப்பட்ட உரை ஆகும். பரிமேலழகர் உரையைத் தழுவி இருந்தாலும் அந்தகால கட்டத்திற்கு அது எவ்வளவோ சிறந்தது எனலாம்.

மணக்குடவர் தொடங்கி பலர் உரை எழுதி இருந்தாலும், பரிமேழலகர் உரை தான் சிறப்பாக எழுதப்பட்டது. 1840-ல் அதைத் தேடி எடுத்து முதன்முதலாக அச்சிட்டவர் முகவை ராமானுஜ கவிராயர் ஆவார்.

திருக்குறளின் பெருமையையும் பரிமேலழகர் உரையின் இனிமையையும் கருதிய யாழ்ப்பாணத்து ஆறுமுக நாவலர், பரிமேலழகர் உரையை திருத்தி முழுமைப்படுத்தப்பட்ட செம்பதிப்பாக வெளியிட்டார். அதைத் தொடர்ந்து பலரும் அதையே சிறந்த உரையாக வெளியிடத் தொடங்கினர்.

திருக்குறள் மீது தீராப் பற்றுகொண்ட கோ. வடிவேலு செட்டியார், லோகோ பகாரி, சக்கரவர்த்தினி, இதழ்களுக்கு பதிப்பாசிரியராக பணியாற்றிக் கொண்டிருந்தாலும், திருக்குறளுக்கு சிறப்பான உரையை உருவாக்க வேண்டும் என்று பரிமேலழகர் உரையைத் தழுவி, அவரும் அவரது நண்பர் தெய்வநாயக முதலியாரும் இணைந்து திருக்குறள் தெளிவுரை இரண்டு பாகங்கள் என 1250 பக்க அளவில் பெரிய நூலாகப் பதிப்பித்தனர்.

கி.வா.ஜ ஆராய்ச்சிப் பதிப்பு

கி.வா.ஜ அவர்கள் 1963-ல் முன்னாள் குடியரசுத் தலைவர் ராஜேந்திர பிரசாத் அவர்கள் தொடங்கி வைத்த திருக்குறள் ஆராய்ச்சிப் பணியை, செம்மையாகச் செய்து முடித்தார்.

குறளின் ஒவ்வொரு அடிக்கும் சொல் பிரித்து, அனைத்து உரைகளையும் தொகுத்து, அணி, உவமையோடு 1100 பக்கத்தில் விரிவான பதிப்பை வெளியிட்டார்.

திருக்குறள் தீப அலங்கார உரை

1928-ல் மருங்காபுரி ஜமீனை சார்ந்த ஜமீன்தாரினி லெட்சுமி அம்மாள் திருக்குறளுக்கு "தீப அலங்கார உரை" என்று எழுதிய படைப்பும் போற்றத்தக்கது.

ஓர் அரச குடும்பத்தைச் சார்ந்த பெண்மணி தன் சுக வாழ்க்கையைத் தாண்டி எவ்வித மின், இணைய, கணினி வசதி இல்லாத காலகட்டத்தில், தான் கற்றதைக்கொண்டு உரை எழுத முயன்றது பாராட்டத்தக்கதாகும்.

அதிலும் அவர் அருணாசலக் கவிராயர் உரையைக் குறிப்பிட்டு, அது போல ஜாம்பவான்கள் உரை எழுதும் குறளுக்கு தான் உரை எழுதுவது தகுமா என ஐயப்படுகிறார். அப்போது இருந்த போக்குவரத்து வசதி வாய்ப்பில் இந்த உரையைப் பற்றி கேள்விப்பட்டு வாங்கி இந்த அம்மையார் படித்துள்ளார் எனில் எப்பேர்பட்ட தேடல் இருந்திருக்க வேண்டும்?.

ஒவ்வொரு அதிகாரத்திற்கும் பத்து குறளுக்கும் பொருளை, உரைப் போக்கில் சொல்லிவிட்டு குறளைக் குறிப்பிட்டுள்ளார். காமத்துப் பாலுக்கு உரை எழுதவில்லை.

இந்த நூலுக்கு உ.வே.சா., முத்து லெட்சுமி ரெட்டி, ந.மு.வேங்கடசாமி நாட்டார் போன்றோர் அணிந்துரை எழுதியுள்ளனர்.

திருக்குறள் சார்ந்த வைப்பு நூல்கள்

சங்க காலம் முதலே நாலடியார், பழமொழி நானூறு, சிலப்பதிகாரம், நீதிநெறி விளக்கம் போன்ற பல நூல்கள் திருக்குறள் கருத்தை மேற்கோள் காட்டியே வந்துள்ளன.

திருக்குறள் சார்ந்த வைப்பு நூல்கள் என்பது, திருக்குறளை அப்படியே

குறிப்பிட்டு அதனுடன் புலவர்கள், சான்றோர்கள் தாம் சொல்லவந்த கருத்துகளை வெண்பா வடிவில் நான்கு வரியில் பாடுவதாகும்.

சோமேசர் முதுமொழி வெண்பா என்பது திராவிட மாபாடிய கர்த்தராகிய மாதவ சிவஞான யோகிகள் இயற்றியது ஆகும்.

திருக்குறளின் ஒவ்வொரு அதிகாரத்திற்கும் ஒரு பாடல் என புனையப்பட்டுள்ளது. சென்னை கொளத்தூரில் உள்ள இறைவன் சோமேசர் அமுதாம்பிகை மீது பற்று கொண்ட இவர், திருக்குறள் நெறியோடு பெரியபுராணம், ராமாயணக் கதை குறிப்புகள், மகாபாரத நல்லுரைகள், திருவிளையாடல் புராண செய்திகள் போன்றவற்றை மேற்கோள் காட்டி திருக்குறள் வெண்பா எழுதியுள்ளார்.

அரசஞ் சண்முகனார், 1330 குறள் வெண்பா எழுத முயற்சி செய்து 100 வெண்பா எழுதிய நிலையில் மறைந்துவிட்டார்.

திருக்குறள் குமரேச வெண்பா கவிராஜ பண்டிதர் ஜெகவீர பாண்டியனார், 1330 குறளுக்கும் முழுமையாக வெண்பா எழுதி தன் கருத்துகளை வெளியிட்டு சிறப்பு செய்துள்ளார்.

ஒவ்வொரு குறளுக்கும் முருகனை 'குமரேசா', என அழைத்து, பொருள் வரைந்து குறள் சொல்வதுபோல அமைக்கப்பட்ட நூல் இது. நீதி இலக்கியங்கள், குட்டிக்கதை, பொருள் விளக்கம் என விரிவாகப் படைக்கப்பட்ட உரைநூல் இது ஆகும்.

முதுமொழி மேல் வைப்பு, தருமபுர ஆதீனம் வெள்ளி அம்பலவாண முனிவர் எழுதியது. 186 குறளுக்கு வெண்பா புனையப்பட்டுள்ளது.

வடமலை வெண்பா திருமலை நாயக்கர் மீது பாடப்பட்டது . ஏசகந்தகர் பாகை அழகப்பன் பாடியது ஆகும் .

ஏச கந்தகர் என்றால், ஒருமுறை கேட்டதை நினைவில் வைத்து எப்போது வேண்டுமானாலும் பாடல் புனையும் ஆற்றல் பெற்றவர் ஆவார்.

சிவ சிவ வெண்பா சிதம்பரம் பச்சை கந்தையர் மடத்தைச் சார்ந்த சென்ன மல்லையர் எழுதியது ஆகும். சிவ சிவ என்று சிவனை அடி தாள் வணங்கி , காப்பிய புராண நிகழ்ச்சிகளை மேற்கோள் காட்டி எழுதிய நூல் ஆகும்.

திருத்தொண்டர் வெண்பா, தினகர வெண்பா, திருமலைக்கொழுந்து வெண்பா, திருமலை வெண்பா, சினேந்திர வெண்பா, முருகேசர் முதுமொழி வெண்பா, இரங்கேச வெண்பா போன்ற பல திருக்குறள் வைப்பு நூல்கள் எழுதப்பட்டுள்ளன.

அதுமட்டுமன்றி கிறித்துவ மரியன்னை மீதும் திருக்குறள் மீதும் பற்றுக்கொண்டு தஞ்சை தாமஸ் என்பவர் 55 பாடல்களில் புனைந்துள்ள நூல் மறுக்குல வெண்பா ஆகும்.

திருக்குறள் சொற்பொருள் அகராதி

1812-ல் திருக்குறள் பதிப்பிக்கப்பட்ட நாள் துவங்கி சில உரைகள் எழுதப்பட்டு வந்தாலும் பரிமேலழகர் உரை பதிப்பிக்கப்பட்டு வந்தாலும், திருக்குறளில் உள்ள சொற்கள் குறித்து முறையான ஒரு சொற்பொருள் அகராதி உருவாகவில்லை.

வீரமாமுனிவர் தான் முதன்முதலில் 1886-ல் திருக்குறளுக்கு ஒரு தனி அகராதியும் ஒரு குறிப்புப் பொருள் அகராதியையும் தொகுத்து வழங்கினார்.

1924-ல் மார்க்க சகாயம் செட்டியார் என்பவர், திருக்குறளின் அருமை கருதி திருக்குறள் சொல் குறிப்பு அகராதி என்ற நூலைச் சிறப்பாக உருவாக்கினார்.

இதைத்தொடர்ந்த காலகட்டத்தில் சொல்லடைவு எனும் பெயர்படும், ஒரு சொல் எந்தெந்த இடத்தில், எந்தெந்த அர்த்தத்தில் பயன்படுத்தப்பட்டுள்ளது என்பதை விளக்கும் விதமாக தாமோதரன் என்பவர் திருக்குறள் மேற்கோள் விளக்க அகராதி எனும் நூலை எழுதினார்.

இதுபோன்ற பல முன்முயற்சி நூல்கள் தற்போது கிடைக்கவில்லை என்பது தமிழ் மக்களுக்கு மிகப்பெரிய இழப்பு என்று தான் சொல்ல வேண்டும்.

தண்டபாணி தேசிகர் எழுதிய, 'திருக்குறள் அழகும் அமைப்பும்' என்ற நூலில், திருக்குறளை ஆங்கில மொழியில் மொழிபெயர்த்த ஜான் லாசரஸ் என்பவர் திருக்குறளில் 12,000 சொற்கள் இருப்பதாக குறிப்பிட்டுள்ளார். சமீபத்தில் சீர்பிரித்துப் பார்க்கும்போது 9310 சீர்களும், 12,000 வார்த்தைகள் இருப்பதும் உறுதியாகி உள்ளது.

ஆனால், இதில் என்ன ஆச்சரியம் எனில், **12 ஆயிரம் வார்த்தைகளில் ஓர் இடத்தில்கூட தமிழ், இந்து, மதம், சமயம் என்ற வார்த்தைகள் குறிப்பிடப்பட வில்லை என்பது மிகுந்த வியப்பாக உள்ளது.** இதிலிருந்து என்ன தெரிகிறதென்றால், திருவள்ளுவர் எங்கும் மொழியையோ, மதத்தையோ குறிப்பிடாமல், தான் சொல்ல வந்த அறநெறி கருத்துகளை மட்டுமே முன்னிலைப்படுத்துகிறார்.

திருக்குறள் சிறப்பு

திருக்குறளின் சிறப்பு குறித்து பல அறிஞர்கள் பல்வேறு காலகட்டங்களில் பல பாயிரங்களில் பாடியுள்ளனர். மாங்குடி மருதனார் கூறுவார்,

"ஓதற்கு அரியதாய் உணர்தற்கு அரிதாகி
வேத பொருளாய் மிக விளங்கித்- தீதற்றோர்
உள்ளுதொறும் உள்ளுதொறும் உள்ளம்
உருக்குமே
வள்ளுவர் வாய்மொழி மாண்பு"

என்று மிக அழகாக பாடி இருப்பார்.

வெள்ளிவீதியார் ஒரு பாடலில் சொல்கிறார்..

"செய்யா மொழிக்கும் திருவள்ளுவர் மொழிந்த
பொய்யா மொழிக்கும் பொருள் ஒன்றே -செய்யா
அதற்குரிய அந்தணரே ஆராயும் ஏனை
இதற்குரிய அல்லாதார் இல்"

என்ன அழகான விளக்கம் பாருங்கள்! திருக்குறளும் வேதமும் ஒன்றுதான். ஆனால், செய்யா மொழியாக இருக்கும் வேதத்தை அந்தணர் மட்டுமே படிக்க இயலும். பொய்யாமொழியான திருக்குறளை யார் வேண்டுமானாலும் ஓதலாம், படிக்கலாம். திருக்குறள் ஒரு பொதுமறை என்பதை அன்றே விளக்கியிருப்பார்.

"பல்லாற்றானும் சிறந்த இத்திருக்குறள் செல்வம்
பால் எல்லாம் நல்லாவின் பாலாமோ
பாரிலுள்ள நூல் எல்லாம் வள்ளுவர்செய்
நூலாமோ"

என்று தமிழ் உரை சிறப்புப்பாயிரம் கூறுவதுபோல், வள்ளுவர்செய் திருக்குறளுக்கு நிகரான ஒரு வாழ்வியல் நூல் இல்லை என்பதை முதலில் தமிழர்கள் உணர்ந்துகொள்ள வேண்டும்!

ஸ்காட் செய்த குளறுபடி

1889-ல் ஆங்கிலேயரான ஸ்காட், தமிழ் மீது காதல் கொண்டு திருக்குறளைக் கற்று உரை எழுத முயன்றார். வள்ளுவர் குறள் எழுசீர் வெண்பா வகையில் இருந்த போதிலும், தமிழின் அழகே எதுகை மோனைதான் என்று கூறி, குறளை எதுகை மோனை வடிவில் எழுதினார். அதாவது எப்படியெனில்...

"அகர முதல எழுத்தெல்லாம் ஆதி
முகர முதற்றே உலகு"

என எதுகை மோனை வடிவில் எழுதி, அதற்குப் பெரிய விளக்கமும் கொடுத்தார்.

தொன்மை வாய்ந்த குறளுக்கு, இது ஆபத்தை உண்டாக்கும் என்பதை உணர்ந்த பாண்டித்துரை தேவரும், அவர் சகோதரர் பொன்னுசாமித்தேவரும் அச்சிடப்பெற்ற 500 பிரதிகளையும் விலை கொடுத்து வாங்கி, ஸ்காட் முன்னிலையிலே அழித்துள்ளனர்.

திருக்குறள் ஆண்டு

1921-ம் ஆண்டு மறைமலை அடிகள் தலைமையில் கூடிய தமிழ்ப்பேராயத்தில், ஆன்ற சான்றோர்கூடி 'திருவள்ளுவர் ஆண்டு' அறிவித்தனர். கிறிஸ்து பிறந்ததற்கு, 31 ஆண்டுகள் முன்பாகவே திருவள்ளுவர் ஆண்டு தொடங்குகிறது. அதாவது நாம், கிறிஸ்துவ ஆண்டோடு, 31 ஆண்டுகளைக் கூட்டிக்கொண்டால் திருவள்ளுவர் ஆண்டு கிடைக்கும்!

குறிப்பறிதல்

திருக்குறளில் குறிப்பறிதல் அதிகாரம் இரண்டு இடத்தில் இடம்பெற்றுள்ளது. அதாவது பொருட்பால் மற்றும் காமத்துப்பாலிலும் இடம்பெற்றுள்ளது

திருவள்ளுவரின் உருவம்

திருவள்ளுவரின் உருவம் ஆரம்ப காலத்தில் சிலரால் திட்டமிட்டு பூணூல் அணிந்ததாகவே வரையப்பட்டிருந்தது. ஆனால் 'அந்தணர் என்போர் அறவோர்' என்று கூறிய வள்ளுவப் பெருந்தகையை எப்படி ஒரு குறிப்பிட்ட ஜாதிக்குள் கொண்டுவர முடியும்?

இதற்குத் தீர்வு காணும் வகையில் வேணுகோபால் சர்மா வரைந்த படத்தில் பூணூல் மீது ஒரு துண்டு போட்டிருப்பது போல வரைந்து, ஒரு கையில் ஓலைச்சுவடியும், இன்னொரு கையில் எழுத்தாணியும் இடம்பெறச் செய்தனர். அதுதான் நாம் இந்நாளில் பார்க்கும் திருவள்ளுவர் படம் ஆகும்.

அதேபோல் இரண்டாம் உலகத் தமிழ் மாநாட்டில் வள்ளுவருக்கு சிலை அமைக்க ஆசைப்பட்ட அறிஞர் அண்ணா சிவாஜி கணேசனை நிற்கவைத்து தற்போது உள்ள வள்ளுவர் சிலையை செதுக்க வைத்தார்.

திருக்குறள் உரை வேற்றுமை

திருக்குறளுக்குப் பல்வேறு உரைகள் எழுதப்பட்டுள்ளன. பல உரைகள் ஒத்த கருத்துகளைக் கூறியிருந்தாலும் பல உரைகளில் நேரெதிர் பொருள் கொடுக்கப்பட்டுள்ளது.

திருக்குறள் உரை பற்றிய ஆய்வு நூலான 'திருக்குறள் உரை வேற்றுமை' எனப்படும் முனைவர் இரா. சாரங்கபாணி எழுதியுள்ள 3 தொகுதிகள் கொண்ட அண்ணாமலைப் பல்கலைக்கழக நூல் குறிப்பிடத்தக்க ஒன்றாகும். அதாவது அறத்துப்பால் பொருட்பால் காமத்துப்பால் என மூன்றுக்கும் தனித்தனி நூலாக வெளியிட்டுள்ளனர்.

பரிமேலழகர் உரைதான் தொன்மையான முதன்மையான ஒன்றாக கருதப்படுகிறது. திருக்குறள் அதிகார முறை வைப்பும் பரிமேலழகர்தான் செய்ததாகக் கூறப்படுகிறது.

திருக்குறளுக்குப் படைக்கப்பட்டுள்ள உரைகளில் உள்ள வேற்றுமைகளை ஆராய்ந்து அதன் உண்மைத் தன்மையை வெளிப்படுத்தும்விதமாக 'தன் முடி நிலை' என உரை வேற்றுமையில் ஆசிரியர் வழங்கியிருப்பார்.

கிட்டத்தட்ட பரிமேலழகர் துவங்கி 40 உரைகளை ஆய்வு செய்து ஒவ்வொன்றிலும் இருக்கின்ற முரண்பாட்டைக் கண்டறிந்து ஒரு முடிவுக்கு வந்து முடிவுரை என்று முடிவைத் தருகிறார்.

"அறத்தாறு இதுவென வேண்டா சிவிகை
பொறுத்தானோடு ஊர்ந்தான் இடை"

பல்லக்குத் தூக்குபவர் பாவம் செய்தவன் என்றும், பல்லக்கில் அமர்ந்து செல்பவர் புண்ணியம் செய்தவர் என்றும் பரிமேலழகர் உரையில் குறிப்பிடப்பட்டுள்ளது. இதையேதான் எல்லாரும் பின்பற்றினர்.

ஆனால் வள்ளுவத்தை ஆய்வு செய்த வ.சுப மாணிக்கம் சொல்லும் விளக்கமானது, "அறத்தாறு இதுவென வேண்டா, அதாவது பல்லக்கில் செல்பவன் புண்ணியம் செய்தவன்,

பல்லக்கைச் சுமந்து செல்பவன் பாவம் செய்தவன் என்று எண்ணிவிட வேண்டாம்” என்ற வகையில் பொருள் கூறுகிறார். முனைவர் சாரங்கபாணி தன்னுடைய முடிவுரையில் இந்த அர்த்தம் தான் சரியானது என்று தெளிவுபடுத்தி இருக்கிறார். சமீபத்தில் ஓர் இடத்தில் பேராசிரியர் சுப. வீரபாண்டியனும் இந்தக் கருத்தை வலியுறுத்தி பேசினார்.

வ. சுப. மாணிக்கம் ‘வள்ளுவம்’ என்ற திருக்குறள் ஆய்வு நூலை தமிழிலும் *‘Immoral of kurals’* என்ற நூலை ஆங்கிலத்திலும் படைத்துள்ளார்.

அவர் கொடுக்கும் விளக்கத்தில் அறத்தின் பெயரால் சமூக ஏற்றத்தாழ்வை, உயர்ந்தோர் தாழ்ந்தோர் என்பதை வலியுறுத்தக் கூடாது என்பதுடன், சமநிலையை, பொதுமைத்துவத்தை விளக்குவதாகவும் கூறுகிறார்.

கண்ணதாசன்கூட திருக்குறளுக்கு உரை எழுத முடிவெடுத்தார். உதாரணத்திற்கு ஒரு குறளைத் தெரிவித்து விளக்கம் அளித்தார்.

தேரான் தெளிவும் தெளிந்தான் கண்ஐயுறவும்
தீரா இடும்பை தரும்.

இந்தக் குறளுக்கு எல்லா உரையாசிரியர்களும் தெரிவித்துள்ள கருத்து, “ஆராயாமல் யாரிடமும் நட்பு வைத்துக்கொள்ளக் கூடாது. அப்படி நட்பு வைத்துக்கொண்ட பிறகு அந்த நட்பை சந்தேகப்பட்டால் பெரும் துன்பம் உண்டாகும்” என்றுதான் விளக்கம் அளித்துள்ளனர். ஆனால் கண்ணதாசன் அளித்த விளக்கமானது..

‘‘ஒன்றுமே தெரியாதவன், அறிவில்லாதவன் எல்லாம் தெரிந்ததை போல காட்டிக் கொள்வதும், எல்லாம் தெரிந்த வல்லவன் தன் திறமை மீது சந்தேகப்பட்டுக்கொண்டு தயங்கி நிற்பதும் சமுதாயத்திற்குத் தீங்கை உண்டாக்கும்” என்று விளக்கம் அளித்தார்.

ஆனால், இந்தக் கலி காலத்தில் நடப்பவற்றைப் பார்க்கும்போது கண்ணதாசன் சொன்னதுதான் சரி எனப்படுகிறது. ஆனாலும் திருக்குறள் முழுவதும் உரை எழுத ஆசைப்பட்ட அவருடைய முயற்சி துவங்கும் முன்னரே அவர் காலமானார். கண்ணதாசன் உரை வந்திருந்தால் நிச்சயம் அது பெரிய விவாதத்தை உருவாக்கியிருக்கும். அர்த்தமுள்ள இந்துமதம்போல அதுவும் ஒரு அமரத்துவம் மிக்க படைப்பாக இருந்திருக்கக்கூடும்.

தேசிய நூலாக அறிவிக்கும் தகுதிபெற்ற திருக்குறளுக்கு, மத்திய அரசும் ஆர்வம் காட்டி வரும் நிலையில், தமிழக அரசு ஒரு தமிழறிஞர்கள் குழுவை அமைத்து திருக்குறளின் அனைத்து உரைகளையும் ஆராய்ந்து பொதுவான ஓர் உரையை உருவாக்குவதுதான் வருங்கால தலைமுறை கருத்துப் பிழையின்றி கற்க உதவும். தமிழ் வளர்ச்சித் துறை சார்பாக உலகத் தமிழாராய்ச்சி நிறுவனம் தமிழ் ஆங்கிலம் கலந்த உரை வெளியிட்டிருந்தாலும் இந்த உரை வேறுபாடுகள் குறித்து ஒரு தெளிவான விளக்கத்தை முடிவு செய்து புத்தகமாக வெளியிட்டால் மிகச் சிறப்பாக இருக்கும்.

திருக்குறள் பித்தர் வ.உ.சி

வ.உ.சிதம்பரம் பிள்ளை அவர்கள் விடுதலைப் போராட்ட வீரராகவும், சுதேசி தொழில் முனைவோர் இயக்கத்தின் முன்னோடியாகவும் திகழ்ந்தாலும் தீவிர வாசிப்பாளராகவும், தமிழ் இலக்கியத்தின் பால் தீராத பற்றுகொண்டதோடு உலக இலக்கிய வாசிப்பாளராக இருந்ததால் ஜேம்ஸ் ஆலன் உட்பட பலரது நூல்களை மொழி பெயர்த்தும், பல தமிழ் இலக்கிய நூல்களை இயற்றியும் உள்ளார்.

அதிலும் தொல்காப்பியம் திருக்குறள் இவ்விரண்டையும் இரு கண்களாக பாவித்து முழுமையாக கற்று உணர்ந்து அதை எல்லா நிலையிலும் பேசியும் எழுதியும் செயல்படுத்தி வந்துள்ளார்.

திருக்குறள் மீது தீராப் பற்றுகொண்ட வ.உ.சி பரிமேலழகர் உரையைக் காட்டிலும் மணக்குடவர் உரையை

பிரதானமாக எடுத்துக்கொண்டார். 1918-ல் முதல் முறையாக மணக்குடவர் உரையை ஓலைச்சுவடியில் இருந்து எடுத்து அச்சேற்றிய பெருமை அவரையே சாரும்.

பரிமேலழகர் அதிகார வைப்பு முறையையும், சில பொருள் விளக்கத்தையும் மறுதலித்து தனது உரையில் குறிப்பிட்டுள்ளார். உதாரணத்திற்கு 'மக்கட் பேறு' என்பதை பரிமேலழகர் 'புதல்வரைப் பெறுதல்' என உரை வகுத்தார். ஆனால் அது நமக்கே தெரிகிறது குழந்தைகளைப் பெறுதல் என்று. புதல்வர், புதல்வி என இருவரையும் குறிப்பதாகுமே தவிர ஆண்களை மட்டும் கூறுவதாகாது.

இதுபோன்ற பல குறட்பாக்களை கோடிட்டுக் காட்டி பரிமேலழகர் உரையை மறுத்துள்ளார் வ.உ.சி. 1908-ல் சிறையில் இருந்த காலகட்டத்தில் திருக்குறள் உரை எழுதும் பணியைத் தொடங்கியுள்ளார்.

அந்நாளில் தமிழ் தாத்தா உ.வே.சா அவர்களே வ.உ.சி க்கு கடிதம் எழுதி, திருக்குறள் உரை பற்றி சந்தேகங்களைக் கேட்டறிந்துள்ளார். ராஜாஜி அவர்களும் இவரிடம் பலமுறை திருக்குறள் பாடம் கேட்டுள்ளார். திருக்குறள் முழுமைக்கும் மூன்று பாகங்களாக உரை எழுத நினைத்து வ.உ.சி 9.2.1935-ல் அறத்துப்பாலுக்கு, திருக்குறள் அறத்துப்பால் என்று உரை எழுதி வெளியிட்டார். அதில் அறத்துப்பால் 76 குறள்களுக்கு பரிமேலழகர் உரையில் இருந்து நான் மாறுபட்டு உள்ளேன் என்றே குறிப்பிட்டுள்ளார். நூல் வெளியிட உதவிபுரிந்த கந்தசாமி செட்டியார், முத்தையா செட்டியார் போன்றோர் உதவி புரிந்ததை, பலரும் காந்திக்கு ஜமன்லால் பஜாஜ் கிடைத்தது போல வ.உ.சிக்கு செட்டியார்கள் கிடைத்துள்ளனர் என்று குறிப்பிட்டுள்ளதை நன்றியுடன் நினைவு கூர்ந்துள்ளார்.

"தருமர் மணக்குடவர், தாமத்தர், நச்சர், பரிமேலழகர், பரிதி, திருமலையர், மல்லர் கவிப்பெருமாள், காளிங்கர், வள்ளுவர் நூற்கெல்லை யுரையெழுதினோர்."

என பத்து பேர் வரை உரை எழுதி இருந்தாலும் பரிமேலழகர் மணக்குடவர் உரை தான் கிடைக்கப் பெற்று அச்சிடப் பெற்று பயன்பாட்டில் உள்ளது.

திருக்குறள் மீது தான் கொண்ட பற்றினையும் தமிழ்ச்சமூகம் திருக்குறள் போன்ற பெரும் நூலை எப்படி கொண்டாட வேண்டும் என்பதையும் 1910-ல் கர்மயோகி இதழில் கூறியுள்ளார் வ.உ.சி.

"தமிழர்கள் எல்லோரும் வள்ளுவர் குறளை உரையுடன் பாராயணம் செய்தல் வேண்டும். 1330 குறளையும் பொருளுடன் உணர்ந்திலாத் தமிழர் முற்றும் துறந்த முனிவரேயாயினும், என்னைப் பெற்ற தந்தையேயாயினும், யான் பெற்ற மக்களேயாயினும், யான் அவர்களை பூர்த்தியாக மதிப்பதுமில்லை, நேசிப்பதுமில்லை என்று கூறியிருக்கிறார்."

இத்தகைய தீவிர பற்றால் உவேசா அவர்களின் 80ம் ஆண்டு வாழ்த்து மடலில் தன்னைத்தானே திருக்குறளன்பன் என்றுகூறி கையொப்பம் இட்டுள்ளார். அதனால்தான் **வ.உ.சியை திருக்குறள் பித்தர்** என்று பா.ஜீவானந்தம் அன்பு பொங்க அழைத்தார்.

திருக்குறள் போற்றுதும் திருக்குறள் போற்றுதும்

திருக்குறள், உலகிலேயே அதிக எண்ணிக்கையில் மொழிபெயர்க்கப்பட்ட நூல்களின் பட்டியலில் மூன்றாம் இடத்தில் இருக்கிறது. அதிலும் மதம் சாராத அறநெறி இலக்கியப் படைப்பில் மொழிபெயர்ப்பில் உலக அளவில் முதல் இடத்தில் இருப்பது நம் திருக்குறள்தான்!

திருக்குறள் இன்று வரை, 107 மொழிகளில் மொழிபெயர்ப்பைக் கண்டிருக்கிறது. இந்திய மொழிகளில்

மட்டும் 18 மொழிகளில் மொழிபெயர்க்கப் பெற்ற பெருமைக்கு உரியதும் திருக்குறளேயாகும். ஆங்கிலத்தில் மட்டும் 57 மொழிபெயர்ப்புகள் உருவாக்கப் பட்டுள்ளன. திருக்குறள் படிப்பதற்கு மட்டுமல்ல, மனதில் வைத்துப்போற்றுவதற்கு மட்டுமல்ல, அது ஒரு வாழ்வியல் நூல்!

தமிழர்களே! தமிழர் வேதமாய் போற்றப்படும் திருக்குறள் நெறி, உலகெலாம் ஓங்கி ஒலிக்க கீழ்க்கண்ட செயல்முறைகளை முடிந்தவரையில் கண்டிப்பாகப் பின்பற்றுவோமாக!

1. திருவாசகம்போல் வீடுதோறும், சபைதோறும் திருக்குறள் ஓத வேண்டும்.

2. தமிழர்கள் இல்ல நிகழ்வுகளில் திருக்குறள் பாடவேண்டும்.

3. அரசு அலுவலகங்களில் பள்ளிக் கூடங்களில், பொது நிறுவனங்களில் அறிவிப்பு பலகையில் தினமும் ஒரு திருக்குறள் கண்டிப்பாக எழுதவேண்டும் என்ற முறை நடைமுறைப்படுத்தப்பட வேண்டும்.

4. குறள் நெறியை மாணவ பருவத்திலேயே கடைப்பிடிக்க வேண்டும், குறள்வழி வாழ்க்கை முறை அமைய வேண்டும்..

5. கிராம மக்களுக்கும், அறிவியல், பொறியியல் சார்ந்த மாணவர் களுக்கும் குறள் குறித்த அதீத விழிப்புஉணர்வு வேண்டும்.

6. ஆசிரியர்கள், தமிழ் அறிஞர்கள் குறள் பரப்புரை பணியைத் தொடர்ந்து செய்ய வேண்டும்.

7. தமிழர் நிகழ்ச்சிகள் அனைத்திலும் பரிசுப் பொருளாகத் திருக்குறள் நூல் வழங்க வேண்டும்.

8. பிற மொழியினருக்கு அவரவர் மொழியில் திருக்குறள் மொழி பெயர்ப்பை வழங்கி இந்த நூலின் அருமையை உலகறியச் செய்ய வேண்டும்

9. திருக்குறள் பேச்சுப் போட்டி, கட்டுரைப் போட்டி, சொற்பொழிவு போன்றவற்றை பள்ளி, கல்லூரிகளில் கட்டாயமாக செயல்படுத்த வேண்டும்.

10. அரசு நுகர்பொருள் விநியோகக் கடைகளில், திருக்குறள் நூலை இலவசமாக அனைத்து மக்களுக்கும், பள்ளி, கல்லூரி மாணவர்களுக்கும் வழங்க வேண்டும். அனைத்து பேருந்து நிலையம், தொடர்வண்டி நிலையம், விமான நிலையம், சுற்றுலாத்தலங்களில் திருக்குறள் தமிழ், ஆங்கிலம் கலந்த பதிப்பு இடம்பெறுமாறு செய்ய நடவடிக்கை எடுக்க வேண்டும்.

மதம், மொழி, இனம், எல்லை கடந்த அறம், பொருள், இன்பம் வீடு பேற்றை விளக்கும் திருக்குறள், உலகப்பொதுமறை, என்று போற்றப்படக்கூடிய வாழ்வியல் நூல் ஆகும், ஓங்கு புகழ்பெற்ற அறநெறி இலக்கியத்தை இந்தியாவின் தேசிய இலக்கியமாக அரியணையில் ஏற்ற அனைவரும் முயற்சி எடுக்க வேண்டும்.

5

ராஜராஜ சோழன் - வழக்கு எண்: 75/18

தஞ்சாவூர் என்றாலே ராஜராஜ சோழனும் அவர் கட்டிய தஞ்சை பெரிய கோயிலும்தான் நினைவுக்கு வரும்! சோழர்கள் தன்னிகரில்லாத ஒரு சாம்ராஜ்யத்தைக் கட்டியாண்ட தலைநகரம் ஆகும்.

இந்த வீரமிக்க, விருந்தோம்பல் நிறைந்த, விவசாயம் செழிக்கும், காவேரி கரைபுரண்டு ஓடும் மாவட்டத்திற்கு காவல் கண்காணிப்பாளராக பணி புரிந்தது பெரும் பாக்கியம் என்றே கருதுகிறேன்.

தஞ்சை பெரிய கோவிலுக்கும் எனக்குமான தொடர்பு, உணர்வு பூர்வமான ஒன்றாகும். இன்றும் சிலர் சொல்கிறார்கள்; தஞ்சாவூர் பெரிய கோயிலுக்குச் சென்றால் ராசியில்லை என்று!

2000-ம் ஆண்டில் குரூப்-4 தேர்வில் தோல்வியுற்ற நிலையில் அடுத்து குரூப்-1 தேர்வு அறிவிப்பு வெளிவந்த போது தோல்வியின் விளிம்பில் இருந்த நான், தமிழக வரலாற்றில் வெற்றி மிக்க வீரன் என்றாலே அது ராஜராஜ சோழன்தான் என்று கருதி வேறு எந்த சிந்தனையும் இன்றி இந்தத் தேர்வில் வெற்றிபெற்றே ஆகவேண்டும் என்று நான் வந்து வணங்கி விட்டுச் சென்றது 'ராஜராஜேச்சுவரம் உடைய பரமசாமி' என்று ராஜராஜ சோழன் பெயர் சூட்டிய தஞ்சைப் பெருவுடையார் கோயில் எனப்படும் சிவாலயத்தைத்தான்! அந்தத் தேர்வில் வெற்றிபெற்றுதான் 2002-ம் ஆண்டில் டி.எஸ்பியாகத் தேர்வு செய்யப் பட்டேன்.

அதுமட்டுமல்ல; விதிப்பயன், விரக்தியின் விளிம்பில் இருந்த காலகட்டத்தில் எந்த கோயிலுக்கு வந்து வணங்கிவிட்டுச் சென்றேனோ, அதே கோயிலுக்கு 17 ஆண்டுகள் கழித்து, தஞ்சாவூர் மாவட்ட காவல்

கண்காணிப்பாளராகப் பொறுப்பேற்று பணி புரிந்தேன். இதை என்ன வென்று சொல்ல?

கோயில் ராசி இல்லை என்பதல்ல விஷயம்! ராஜராஜ சோழனும் கருவூர்த் தேவரும் மூலவர் சிவலிங்கத்தை பிரதிஷ்டை செய்யும்போதே, அந்நாளில் ராஜராஜ சோழனுக்குச் சுற்றிலும் இருந்த பகைவர்கள் போரில் அவனை வெல்ல முடியாமல், ஆலயத்தில் ஏதேனும் சதி செய்து வீழ்த்த முயற்சிக்க கூடும் என்பதால்,

"அறம் தவறியோர்
அகந்தை கொண்டோர்
அதிகார செருக்கு மிக்கோர்
அகற்றப்படுவர்"

எனும் சூட்சுமத்தில்தான் கோவில் கட்டமைக்கப்பட்டுள்ளது.

ஆனால் ,1895-ம் ஆண்டு வரை, இந்தக் கோயிலை மக்கள் பார்க்கிறார்கள்; வணங்குகிறார்கள்; பிரமாண்டமான கட்டமைப்பைப் பார்த்து வியக்கிறார்கள்; மகிழ்ச்சியடைகிறார்கள்; மிகப்பெரிய படைப்பு என்று கொண்டாடுகிறார்கள்.

ஆனால், இப்பெரிய கோயிலைக் கட்டியவர் யார் என்பது 1895-ம் ஆண்டு வரை, தமிழக மக்களுக்குத் தெரியவில்லை.

1865-ம் ஆண்டு ஹூல்ஸ் என்ற ஜெர்மானிய பாதிரியார் தமிழகம் வருகிறார். இதற்கு முன்பு வந்த ஜி.யூ. போப் முதல் மற்ற அனைவருமே இந்தக் கோவிலைக் கட்டியவர் கரிகாற்சோழன் என்றும் பராந்தகச் சோழன் என்றும் உத்தம சோழன் என்றும் மாறி மாறி கூறிவந்தார்கள். யாருக்கும் தெரியவில்லை.

1865-ல் ஹூல்ஸ் என்ற ஜெர்மானியப் பாதிரியார் நாகப்பட்டினம் சென்று பின் தஞ்சை வருகிறார். இங்கே வந்து

ராஜராஜ சோழன்

பார்க்கிறார்.

பெரிய கோவிலின் நேர்த்தியான கட்டமைப்பையும், ஓங்கி உயர்ந்து நிற்கின்ற விமானத்தையும், முழுவதும் சலவைக் கல்லாலான சிற்பங்கள், ஓவியங்கள், முதல் தளத்திலுள்ள நடன பாவனை வடிவங்கள் என அனைத்தையும் பார்த்து வியப்படைகின்றார். முதல் நாள் கோயிலைச் சுற்றிப் பார்த்துவிட்டு தஞ்சையிலேயே தங்குகிறார்.

மறுநாள் மீண்டும் கோயிலுக்கு வருகிறார். அவருக்கு ஏதோ ஓர் உள்ளுணர்வு தோன்றுகிறது. மறுநாள் செல்லும்போது தான் கவனிக்கிறார்.

கோவிலைச் சுற்றிலும் கல்வெட்டாய் பொறிக்கப்பட்டிருக்கும் எழுத்துகள்!

மீண்டும் ஆச்சர்யம்!

ஏதோ வரி வடிவம், எழுத்து வடிவம் இருக்கிறதே என்று கேட்கிறார். அதற்கு அங்குள்ள பூசாரிகள், அவையெல்லாம் பூதங்கள் கிறுக்கிவைத்துவிட்டுச் சென்ற கிறுக்கல்கள் எனக் கூறுகிறார்கள்.

இல்லை. இது பூதம் கிறுக்கியது அல்ல; இது எழுத்து வடிவம்.. பழங்காலத்து தமிழாக இருக்க வேண்டும்.. அதைப் படிக்க வேண்டும் என்று உறுதிபடக் கூறுகிறார் ஹூல்ஸ்.

சுப்பிரமணிய சாஸ்திரி, வெங்கடேச பிள்ளை போன்ற தமிழ் அறிஞர்களை அழைத்து வருகின்றார்கள்! தமிழறிஞர்கள் இவை அனைத்தும் தமிழ் எழுத்துகள்தான், பூதத்தின் கிறுக்கல்கள் அல்ல என்று கூறி, படித்துப் பொருள் கூறுகிறார்கள்.

கோயிலின் வலதுபுறப் படிக்கட்டின் அருகில் உள்ள முதல் கல்வெட்டைப் படித்துப் பார்க்கிறார்கள்!

முதல் கல்வெட்டில் ஒரு பாடல்

செதுக்கப்பட்டுள்ளது.

"திருமகள்போலப் பெருநிலச் செல்வியும்
தனக்கே யுரிமை பூண்டமை மனக்கொளக்
காந்தளூர்ச் சாலைக் கலமறுத் தருளி
வேங்கை நாடுங் கங்க பாடியுந்
தடிகை பாடியும் நுளம்ப பாடியும்
குடமலை நாடுங் கொல்லமுங் கலிங்கமும்
முரட்டொழிற் சிங்களர் ஈழ மண்டலமும்
இரட்டப்பாடி யேழரை இலக்கமும்
முந்நீர் பழந்தீவு பன்னீராயிரமுந்
திண்டிறல் வென்றித் தண்டாற் கொண்டதன்
எழில்வளர் ஊழியுள் எல்லா யாண்டும்
தொழுதக விளங்கும் யாண்டே செழியரைத்
தேசு கொள் கோராச கேசரி வர்மரான
உடையார் ஸ்ரீராஜராஜ தேவர்க்கு யாண்டு"

இந்தப் பாடல் முழுவதுமாக நகல் எடுக்கப்பட்டு படித்து பொருள் விளக்கம் கொடுக்கப்படுகிறது. முதலில் இது மெய்க்கீர்த்தி என்றும், மன்னனைப் புகழ்ந்து அவனது வெற்றி குறித்து பாடப்பட்ட பாடல் என்றும் சொல்கிறார்கள்.

அப்போதுதான் இந்தக் கோவில், உடையார் ஸ்ரீராஜராஜ தேவர் என்னும் சோழ மன்னனால் கட்டப்பட்டது என்பது புரிகிறது. இங்கு உடையார், தேவர், பெரிய பெருமாள் என்பதெல்லாம் மன்னனைப் புகழ்ந்துரைக்கும் புகழுரைகளே ஆகும். அதாவது 16 வகை பேறுகளையும் தன்னுடைய உடைமையாகக் கொண்டு விளங்கும் பேரரசன் என்றுதான் அவற்றுக்குப் பொருள். அவை ஜாதியைக் குறிப்பது அல்ல!

அதன் பிறகுதான், இந்தக் கோயிலைக் கட்டியது, ராஜராஜ சோழன் என்ற சோழ வம்சத்தைச் சேர்ந்த மன்னன் என்பதை அறிகிறார் ஹூல்ஸ். பெரிய கோயில் கல்வெட்டுகள் அனைத்தும் அவரால் படி எடுக்கப்படுகிறது. உதக மண்டலத்தில் அவர் ஓர் அலுவலகம் அமைத்து, கல்வெட்டுகளை எல்லாம் ஆராய்கிறார்.

தஞ்சைப் பெரிய கோயில் கல்வெட்டுகள் மற்றும் பிற தென்னிந்தியப் பகுதிகளின் கல்வெட்டுகளையும் ஆய்வு செய்த ஹூல்ஸ், அந்த ஆய்வின் முடிவுகளை *'SOUTH INDIAN INSCRIPTIONS'* எனும் பெயரில், நான்கு தொகுதிகள் கொண்ட நூலாக வெளியிடுகிறார்.

அந்த ஆவணங்களின் மூலம்தான், 1896-ல்தான் முதன் முறையாக இந்தக் கோயில் மாமன்னர் ராஜராஜ சோழனால் கட்டப்பட்டது என்று எழுத்து பூர்வமாகவும் அதிகாரபூர்வமாகவும் அறிவிக்கப்படுகிறது. பிரிட்டிஷ் அரசுக்கும் தெரியப்படுத்தப்பட்டது. அதுவரை இந்த வரலாற்று நிகழ்வு யாருக்கும் தெரியாது.

வரலாற்றின் பக்கங்களைப் புரட்டிப் பார்த்தால், 1010 மற்றும் 1017-ம் ஆண்டில்தான் இந்தியாவின் மீது கஜினி முகமது படையெடுக்கிறார்.கஜினி முகமதுவின் படையினை எதிர்கொள்ள இயலாமல் வட இந்திய அரசர்கள் எல்லாம் பின்வாங்குகிறார்கள்.

அவரது படையினை எதிர்த்துப் போரிடும் சக்தி இன்றி, தங்களுக்குள் ஒற்றுமை அற்றவர்களாக இருக்கிறார்கள். எனவே, வட இந்திய அரசர்கள் அனைவரும் தோல்வியுற்று, எதிர்க்கத் திராணியில்லாமல் ஓடுகிறார்கள். வட இந்தியா இப்படி ஆட்டம் கண்டுகொண்டிருந்த வேளையில், தென்னிந்தியாவில், தமிழ் மண்ணில் ராஜராஜ சோழன் ஒரு மிகப்பெரிய ஆற்றல்மிக்க அரசராக உருவெடுக்கிறார்.

நம் திருவள்ளுவர்,

"படைகுடி கூழ்அமைச்சு நட்புஅரண் ஆறும்
உடையான் அரசருள் ஏறு"

என்கிறார். அதுபோல அரசரில் ஆற்றல்மிக்க அரசர், அனைத்து வகையிலும் சிறந்த மாமன்னர், வலிமையான படை, வளமான குடிமக்கள், பஞ்சமில்லா உணவு, திறமையான அமைச்சர்கள், வெற்றிகொண்ட நாடுகளிடம் நல்ல

நட்புறவு, பகைவர்கள் நெருங்க முடியாத எல்லைப்புரத்து காவல்... என சகலத்திலும் திறன்மிக்க நிகரில்லாச் சோழனாக உருவெடுக்கிறார்.

சோழர் வரலாறு

நண்பர்களே, ராஜராஜ சோழன் சரித்திரத்தைப் பார்க்கும் முன்பாக சோழர்கள் வந்த வரலாற்றைக் கொஞ்சம் தெரிந்துகொள்வோம்..

சங்க காலத்தில் கரிகாலன், திருமாவளவன், நலங்கிள்ளி, நெடுங்கிள்ளி, செங்கணான் போன்ற முற்காலச் சோழர்கள், செம்மையான ஆட்சி புரிந்தது குறித்து புறநானூற்றுப் பாடல்களும் கல்லணையும் சான்று பகர்கின்றன.

விஜயாலய சோழன்

கி.பிமூன்றாம் நூற்றாண்டுக்குப் பிறகு இந்த சோழ வம்சம் களப்பிரர்கள், பல்லவர்கள் ஆட்சிகளில் சரியத் தொடங்குகிறது. இந்நிலையில் நந்திபுரம் எனப்படும் பழையாறையைப் பூர்வீகமாகக் கொண்ட பிற்கால சோழ வம்சத்தின் நிறுவனர் விஜயாலய சோழன் (851-871) சிற்றரசனாக திகழ்ந்து வந்தார். பல்லவர்களிடம் நட்பு பாராட்டியே வந்தார். தஞ்சையில் இவர்களுடைய போர்க்கள நாயகியாக, துர்க்கை அம்மனுக்கு நிசும்பசூதனி ஆலயத்தை அமைத்தது இவர்தான். பிற்காலச் சோழ வம்சத்தை நிறுவியவர் இவரே ஆவார்.

ஆதித்த சோழன்

விஜயாலய சோழனின் மகனான ஆதித்த சோழன்தான் பிற்காலச் சோழ வம்சத்திற்கு ஒரு வலுவான கட்டமைப்பைத் தந்தவர் ஆவார். பல்லவர்களுக்கும் பாண்டியர்களுக்கும் இடையில் கடுமையான பகை இருந்த நிலையில் 880-ல் திருப்புறம்பியம் போர் நிகழ்ந்தது.

இந்த வாய்ப்பைப் பயன்படுத்திக் கொண்ட ஆதித்த சோழன், பல்லவன் அபராஜித மன்னனுடனும், கங்கபாடி பிரித்திவிபதியுடனும் சேர்ந்துகொண்டு வரகுண பாண்டியனைக் கடுமையாக வீழ்த்தினர். இந்த வெற்றிக்குப் பரிசளிக்கும் விதமாக அபராஜித பல்லவன் ஆதித்த சோழனுக்கு முத்தரையர்களிடமிருந்த தஞ்சையைப் பரிசாக அளித்தார்.

காவிரிக்கரை எங்கும் கற்றளியால் ஆன சிவாலயம் எழுப்பிய பெருமை இவரையே சாரும். திருவெறும்பூரில் உள்ள திருஎறும்பீஸ்வரர் கோயில் இவர் கட்டியதே ஆகும். இவர் தொண்டைமான் ஆற்றூர் துஞ்சிய தேவர் என்று புகழப்பட்டார்.

சென்னை மயிலாப்பூரில் உள்ள செயின்ட் தாமஸ் சமாதியை சீர் அமைப்பதற்காக, இங்கிலாந்து மன்னன் ஆல்பிரட் தனது தூதுவராக சிக்வினாஷ் என்பவரை அனுப்பியதாகவும் அவர் ஆதித்த சோழனின் மாட்சிமையை எடுத்துக் கூறியதாகவும் வரலாற்றறிஞர் A.L. பாசம் குறிப்பிடுகிறார்.

பராந்தக சோழன்

இவர் ராஜசிம்ம பாண்டியனை வீழ்த்தி, மதுரை கொண்ட கோப்பரகேசரி என்றும் மதுரையும் ஈழமும் கொண்ட பெருமான் என்றும் போற்றப்பட்டார். இவருக்கு ராஜ ஆதித்யன், கண்டராதித்யன், அரிஞ்சயன் என மூன்று மகன்கள் இருந்தனர்.

சாளுக்கியர்களுடன் நடந்த தக்கோலப் போரில் கடுமையான தோல்வியைச் சந்தித்தார். அதுமட்டுமன்றி பட்டத்து இளவரசன் ராஜாதித்தயன் அந்தப் போரில் கொல்லப்பட்டார். யானை மீது இருந்த பொழுதே வீழ்த்தப்பட்டதால் யானைமேல் துஞ்சிய தேவர் என அழைக்கப்பட்டார்.

சோழ மண்டலம் தவிர திருக்கோவிலூர் உட்பட்ட தொண்டை மண்டலம், ராஷ்டிரகூடர்கள் வசம் சென்று விட்டது. மேலும், பாண்டிய நாடும் வீரபாண்டியன் தலைமையில் விடுதலை பெற்றது. வீர

நாராயண ஏரி எனப்படும் வீராணம் ஏரியைக் கட்டியவர் இவரே! தில்லை நடராஜப் பெருமான் திருநடனம் புரியும் அம்பலத்தைத் தங்கத்தால் அலங்கரித்தது இவரே ஆகும். தந்தை ஆதித்த சோழன் இறந்த காளஹஸ்தியில் ஆதித்தேச்சுவரம் எனும் கோயிலைக் கட்டினார்.

உலகப் புகழ்பெற்ற உத்திரமேரூர் கல்வெட்டு இவர் காலத்தது ஆகும். கிராம ஆட்சி முறை நிர்வாகம் குறித்த முதல் இந்திய கல்வெட்டுச் சான்று இதுவே ஆகும்.

கண்டராதித்த சோழன்

பராந்தக சோழனின் இரண்டாவது மகனான இவர், யுவ ராஜாவாக பட்டம் சூட்டப் பெற்று ஆட்சிக்கு வந்தார். தீவிர சிவ பக்தி கொண்டு 'சிவஞான கண்டராதித்த சோழன்' என்று அழைக்கப்பட்டார். இவருடைய பாடல்கள் ஒன்பதாம் திருமுறை திருவிசைப்பாவில் இடம்பெற்றுள்ளன.

இவர் ராஷ்டிரகூடர்களையும், பாண்டியர்களையும் வெல்ல முடியாமல் தோற்றார்; கொல்லிமலை முகட்டில் துறவறம் எட்டியதாக கூறப்படுகிறது. எதிர்பாராத மரணத்தைத் தழுவியதால் **'மேற்கெழுந்து அருளிய தேவர்'** என அழைக்கப்பட்டார். இவருடைய மனைவிதான், சிவ பக்தையாக பல சிவாலயங்களை எழுப்புவித்த செம்பியன்மாதேவி ஆவார்.

கண்டராதித்த சோழனின் மகன் மதுராந்தகச் சோழன். இளம் வயது குழந்தையாக இருந்ததால் இவர் பதவிக்கு வர இயலவில்லை. அதனால் கண்டராதித்தரின் தம்பி **அரிஞ்சய சோழன்** (957) பதவி ஏற்றார். கொஞ்ச நாள்தான் மன்னராக இருக்கிறார். இவர் கடலூர் மாவட்டம் ஆற்றூர் என்ற இடத்தில் நடந்த போரில் ராஷ்டிரகூட மன்னன் கன்னார தேவனிடம் தோற்று வீர மரணம் அடைந்ததால் **'ஆற்றூர் துஞ்சிய தேவர்'** எனப் புகழப்பட்டார்.

அரிஞ்சயனுக்குப் பிறந்தவர்தான் இரண்டாம் பராந்தக சோழன்! கண்டராதித்யர் மகன் மதுராந்தகச் சோழன் சிறுவனாக இருக்கிறார். தாய் செம்பியன் மாதேவிக்கு தன் மகன்தான் அரியணையில் அமர வேண்டும் என்ற பேரவா இருப்பினும் அது நிகழவில்லை. ஆதலால், கொழுந்தன் மகன் 'சுந்தர சோழன்' எனும் பெயரில் அரியணை ஏறினார். இதுவரையில் சோழ வம்சம் ஒரு குறிப்பிட்ட எல்லைக்கு உரிய சிற்றரசாகத் தான் இருந்தது.

சுந்தர சோழனின் பதினைந்து வருட ஆட்சியில், பாண்டியர்கள் சோழ நாட்டின் மீது கடுமையாகப் படையெடுக்கிறார்கள். சுந்தர சோழனுக்கு இரண்டு சிங்கக் குட்டிகள். ஒன்று ஆதித்த கரிகாலன், மற்றொன்று அருண்மொழிவர்மன்.

பாண்டியர்கள் சோழ நாட்டிற்குள் புகுந்து நாசம் செய்கிறார்கள். எல்லைப் புறத்தைத் துவம்சம் செய்கிறார்கள் என்பதை அறிந்தவுடன், பட்டத்து இளவரசரான ஆதித்த கரிகாலன் களத்தில் இறங்கிப் போரிட்டார்.

962-ல் நடந்த சேவூர் போரில் வீர பாண்டியனைக் கொன்று பாண்டிய நாட்டைப் பிடித்தார். அவன் தலையை சோழ மண்டலத்திற்கு எடுத்து வந்தார்.

இத்தகைய அஞ்சா அடலேறாக திகழ்ந்த ஆதித்த கரிகாலன், **'வீரபாண்டியன் தலைகொண்ட கோப்பரகேசரி' என்றும், பாண்டியன் சுரம் இறக்கிய பெருமாள் என்றும் போற்றப்பட்டார்.**

மேலும் முதலாம் பராந்தக சோழன் ராஷ்டிரகூடர்களிடம் இருந்த தொண்டை மண்டலத்தை அதிரடியாக வென்று, அவர்களைக் கடப்பா எல்லை வரை விரட்டியடித்து, 'பார்த்தவேந்திரன்' என்று போற்றப்பட்டான்.

அன்பில் செப்பேடு இவரது காலத்தைச் சார்ந்ததாகும். இதில் விஜயாலய சோழனுக்கு முற்பட்ட சோழ மன்னர்களை வரிசைப்படுத்தி வழங்கப்பட்டுள்ளது.

சுந்தர சோழனுக்குப் பலமே அவரது மூத்த மகனான பட்டத்து இளவரசன் ஆதித்த கரிகாலன்தான் என்பதால், அவனைப் போரில் வெல்ல முடியாது என்றுணர்ந்த பாண்டியர்கள், அவனைக் கொல்ல சதித்திட்டம் தீட்டினார்கள். இந்த தந்திரம், சூழ்ச்சி, வஞ்சகம் என்பதெல்லாம் இப்போது மட்டும் இல்லை, தொன்றுதொட்டு நடந்தே வருகிறது.

ஆதித்த கரிகாலனைக் கொல்வதற்குப் பாண்டியர்கள் பிராமணர்களை ஏற்பாடு செய்கிறார்கள். ஏனெனில் பிராமணர்கள் என்றால் யாருக்கும் சந்தேகம் வராது. மேலும், அரசவை உட்பட எல்லா இடத்திற்கும் எளிதாகச் செல்ல முடியும். பிராமணர்களை யாகம் செய்யவைத்து, ஆதித்த கரிகாலனை, காட்டுமன்னார்கோவிலுக்கு அருகில் உள்ள உடையார்குடி என்ற ஊருக்கு வரவழைக்கிறார்கள்.

கி.பி 969-ல் பாண்டி மண்டலத்தைச் சார்ந்த பஞ்சவன் பிரமாதிராஜன், ரவிதாச கிராம வித்தன், சோமன், இருமுடிச் சோழ பிரமாதிராஜன் என்ற நான்கு பிராமணர்கள் யாகம் செய்வதுபோல் நடித்து, ஆதித்த கரிகாலனைக் கொடூரமாக குத்திக் கொன்றுவிடுகிறார்கள்.

சோழ மண்டலமே அதிர்ந்துபோனது.. சுந்தர சோழன் நொறுங்கிப் போனார்.. பிற்கால சோழ ராஜ்ஜியம் தலைதூக்கிய தற்கு அடித்தளம் அமைத்தது ஆதித்த சோழன் என்றால், அதை வீரத்துடன் செயல்படுத்தியது யுவராஜா ஆதித்த கரிகாலன்தான்!

சுந்தர சோழன் செயலற்றுப் போனார். காஞ்சிக்குச் சென்ற நிலையில் 971-ல் **பொன் மாளிகை துஞ்சிய தேவர்** எனப் போற்றும் வகையில் மனமுடைந்து மறைந்துபோனார். பட்டத்தரசி வானவன்மாதேவியும் உடன்கட்டை ஏறினாள்! குந்தவை நாச்சியாரும் ராஜராஜ சோழனும் நிர்க்கதியாக நின்றனர்.

இங்கு பிராமணர்களை வைத்து ஏன் ஆதித்த கரிகாலனைக் கொல்ல வேண்டும் என்ற கேள்வி எழுகிறதல்லவா? ஏனென்றால் பிராமணர்களை தூக்கில் போடமாட்டார்கள், குத்தி கொல்ல மாட்டார்கள், அதாவது மரண தண்டனை கிடையாது. காரணம் பிராமணர்களைக் கொன்றால் பிரம்மஹத்தி தோஷம் வந்து விடும் என்ற நம்பிக்கையே ஆகும்.

பிராமணர்கள் தவறே செய்தாலும் அவர்களை இலகுவாகத்தான் அணுகுவார்கள் என்பதால் இந்த சதித்திட்டம்.

மதுராந்தக சோழன்!

சுந்தர சோழன் இறந்தவுடன் அருண்மொழிவர்மன்தான் ஆட்சிக்கு வந்திருக்க வேண்டும். அருண்மொழி வர்மன் அமைதியும், அறிவும் மிகுந்த, ஆற்றல் நிறைந்த, திறமைமிக்க, போர் திறன் வாய்ந்த இளவரசன். அவர் ஆட்சிக்கு வரவேண்டும் என்றுதான் மக்களும் விரும்பினார்கள்.

ஆனால், அருண்மொழிவர்மன் போட்டியை விரும்பவில்லை. கண்டராதித்த சோழனுடைய மகன், அதாவது பெரிய பாட்டி செம்பியன் மாதேவியின் மகனும் சித்தப்பனுமாகிய மதுராந்தகச் சோழன் ஆட்சியமைத்ததைப் பெருந்தன்மையுடன் ஏற்றுக்கொள்கிறார்!.

சுந்தர சோழன் இறந்தபோது அருண்மொழி வர்மனுக்கு வயது 26. இந்த இளம் வயதிலேயே அருண்மொழிவர்மன் நினைத்திருந்தால் ஆட்சிக்கு வந்திருக்க முடியும். ஆனால் ஆட்சிக்கு வரவில்லை. சித்தப்பாவே ஆட்சிக்கு வரட்டும் என்று பெருந்தன்மையாக விட்டுக் கொடுக்கிறார். இப்படியே 16 ஆண்டுகள் உருண்டோடுகின்றன.

இந்தக் காலக்கட்டத்தில் சோழ சாம்ராஜ்யத்தின் வளர்ச்சி தளர்கிறது. முன்னோக்கிய கொள்கை தடைப்பட்டுப் போகிறது.. மக்கள் நலன் சார்ந்த பணிகளும் நடைபெறவில்லை.

பாண்டியர்கள் மீண்டும் தலை

தூக்குகிறார்கள். எல்லைப்புரம் சீர்கெட்டுப்போகிறது! படைகள் சிதறுகின்றன. பகைவர்கள் உள்நாட்டில் குழப்பங்களை உண்டாக்குகின்றனர்.

கேரள - காந்தளூர் சாலை, வல்லிய பகுதியைச் சேர்ந்த ரவிபாஸ்கர வர்மன் என்பவரின் தலைமையில் ஒரு படை வலிமை பெறுகிறது.

பாண்டிய வம்சத்தைச் சேர்ந்த அமர புயங்க பாண்டியன் தலைதூக்குகிறான். மேலும் சாளுக்கியர்களும் வடக்குப் பகுதியிலும் வடமேற்கு எல்லைப் புறத்திலும் போர் தொடுக்கிறார்கள்.

சோழப் பேரரசு திணறுகிறது. இளவரசர் பட்டம்கட்டப்படாவிட்டாலும் அருண் மொழி வர்மன் தளபதியாக நின்று சோழப் பேரரசை நிலைநிறுத்துகிறார். இந்நிலையில் மதுராந்தக சோழன் கி.பி.985-ல் மறைந்து போகிறார்.

இந்த காலகட்டத்தில் நடந்த நல்ல காரியங்களில் ஒன்று ஸ்ரீஉத்தம சோழத் தேவரை, திருவயிறுவாய்த்த ஸ்ரீசெம்பியன் மாதேவி பிராட்டியார் பல சிவாலயங்களைக் கட்டமைக்கவும் பல சிற்றூர் கோயில்களைப் புனரமைப்பு செய்யவும் பேருதவி புரிந்துள்ளார்.

ராஜராஜ சோழன்!

அறிவும் ஆற்றலும் போர்த் திறனும் மிக்க அருண்மொழிவர்மன் தனது நாற்பத்து ஒன்றாம் வயதில் அரியணைக்கு வருகிறார். தளர்ந்துபோயிருந்த சோழ சாம்ராஜ்ஜியத்தில், போர் வீரர்களை வீறுகொண்டு எழச்செய்யும் விதமாக புத்திசாலித்தனமான திட்டம் வகுத்தார்.

வடக்கிலிருந்து தொடங்கினால், பாண்டியர்களும் கேரளர்களும் சோழ மண்டலத்தை நிலைகுலையச் செய்வார்கள் என்பதை உணர்ந்து, தெற்கிலிருந்து தமது யுத்த பயணத்தைத் தொடங்கினார்.

ராஜராஜ சோழன் சகலத்திலும் அதாவது போர்த் திறன், ஆட்சி நிர்வாகம், மக்கள் நலன், ஆளுமைத்திறன், கோயில் அறம், பக்தி மேன்மை என அனைத்திலும் மேம்பட்ட நிலைப்பாட்டைக் கொண்டிருந்தார்.

பேரரசு கொள்கையைப் பொறுத்த வரையில், *'Vision of Imperialism'* எனும் வலிமைமிக்க ஆற்றல் வல்லான்தான் ஆளமுடியும் எனும் உறுதியான கொள்கையை வகுத்து செயல்பட்டார். ஆட்சிக்கு வந்த உடன், கேரள பாஸ்கர ரவிவர்மனுக்கு தூது அனுப்புகிறார்.

ரவிவர்மன், அமரபுயங்க பாண்டியன் உடன் சேர்ந்துகொண்டு, ராஜராஜ சோழனைக் குறைத்து மதிப்பிடுகிறான். தூதரை அவமானப்படுத்தி அனுப்பி விடுகிறான்.

வாய்ப்புக்குக் காத்துக்கொண்டிருந்த வேங்கைபோல, வலிமையான படையைத் திரட்டி பாண்டியனுக்கும் பாடம் போதிக்கவேண்டும் என்று எண்ணிக்கொண்டு கேரளத்தை நோக்கிப் பாய்ந்தார்.

காந்தளூர் சாலையில் நடந்த போரில் ரவிபாஸ்கர வர்மனைத் துவசம் செய்து கோட்டை கொத்தளங்களை அழித்து, காந்தளூர் துறைமுகப் பகுதியை சின்னாபின்னமாக்கி, கேரளத்தைச் சூறையாடினார். இந்த மகத்தான வெற்றிதான் 'காந்தளூர் சாலை கலமறுத்தருளிய கோராஜகேசரி' எனும் பட்டத்தைத் தந்தது.

இந்நிலையில் கேரள ரவி பாஸ்கரனுக்கு உதவியாக இருந்த ஜென்ம எதிரி அமர புயங்க பாண்டியனை வென்று, பாண்டிய நாடு முழுவதையும் மீண்டும் தன் ஆட்சியின்கீழ் கொண்டு வந்து, 'ராஜ ராஜ பாண்டி மண்டலம்' என்று பெயர் மாற்றம் செய்தார். மேலும் பாண்டிய வம்சத்திற்கு இடி போன்றவன் என்பதைக் குறிக்கும் வகையில் 'பாண்டிய குலாசனி' என்று பட்டம் சூட்டிக்கொண்டார்.

அந்நாளில் சோழ மன்னர்கள் 'பரகேசரி', 'ராஜகேசரி' என்று தங்கள் வீரத்தை நிலைநாட்டும் விதமாக பட்டம்

சூட்டிக் கொண்டார்கள்! 'பரகேசரி' என்றால் பகைவனுக்கு அரசன். 'ராஜகேசரி' என்றால் அரசனுக்கு அரசன்.

ஆட்சிக்கு வந்த மூன்றாம் ஆண்டிலேயே கி.பி 988-ல் ராஜ ராஜன் என்ற 'ராஜகேசரி' என்று பட்டம் சூட்டப்பட்டார். எப்படி மூன்று ஆண்டுகளிலேயே 'பேரரசன்' என்று பட்டம் சூட்டமுடியும்?

அருண்மொழி வர்மர், தான் இளவரசனாக இருந்த காலத்திலேயே, பல போர்க்களங்களைக் கண்டு, வென்று, தனக்கு ஒப்பாரும் மிக்காரும் இல்லாத அரசனாக உருவெடுக்கிறார்.

இவ்வாறு கேரளத்தை வென்றதாலும், பாண்டியனை அடக்கியதாலும். சோழ மண்டலத்தை ஆண்டதாலும் 'மும்முடிச் சோழன்' என முடிசூட்டப்பட்டார்.

இலங்கை அரசன் நான்காம் ஈழ மகிந்த பாலன், பாண்டியர்களுடன் சேர்ந்துகொண்டு சோழப் பேரரசுக்குக் கேடு விளைவித்ததால், வலிமையான கடற்படை கொண்டு, அவனைப் சின்னாபின்னமாக்கி அவனுடைய தலைநகரத்தையே, அனுராதபுரத்தில் இருந்து பெலன்னுருவாவிற்கு மாற்றி, கதற வைத்துவிடுகிறார்.

மக்களின் நாயகன் என பொருள்படும் 'ஜனநாதன்' என்ற தன் பட்டப் பெயரால் பெலன்னுருவாவை 'ஜனநாதமங்கலம்' என்று மாற்றினார். மும்முடிச்சோழன் என்று போற்றப்பட்ட ராஜராஜன், ஈழத்தின் பெயரையே 'மும்முடிச்சோழ மண்டலம்' என்று மாற்றியதோடு தன் தாயார் வானவன்மாதேவி பெயரால் 'வானவன் மாதேசுவரம்' என்ற கோயிலையும் கட்டமைத்தார்.

ஈழத்தின் பொறுப்பு அதிகாரியாக இருந்த தஞ்சை தளி குமரன், தன் தலைவன் ராஜராஜன் நினைவாக ராஜராஜேச்சுரம் எனும் சிவன் கோயிலைக் கட்டினான்.

இவ்வளவு போர்கள் நடந்தாலும் பொருளாதாரம் உச்சநிலையில்தான் இருந்தது. அரச படைக்கு வீரர்களைச் சேர்த்தவர்களுக்கு அரசு பொறுப்பதிகாரி பணி வழங்கியதோடு, படை வீரர்களைத் திரட்டிக் கொடுத்த பொதுமக்களுக்கு காணி நிலம் வழங்கிச் சிறப்பித்தார். ஆதலால் படை நிர்வாகம் என்பது மக்கள் பங்களிப்போடு சிறப்பாக செயல்பட்டு இருந்திருக்கிறது.

வடக்கு நோக்கிய பயணம்

குடகு மலை என்பது காவிரி உற்பத்தியாகும் இடம் என்பதாலும் சோழ மண்டலத்தின் நீர் ஆதாரத்திற்கு அடிப்படையான பகுதி என்பதாலும் வடக்கிலிருந்து படையெடுக்கும் ராஷ்டிரகூட சாளுக்கியர்களின் பகுதிக்கு இடைப்பட்ட பகுதி என்பதாலும் அந்த வெற்றியை மிக முக்கியமாகக் கருதினார். குடகுமலை மன்னன் கொங்காள்வானை எளிதில் வெற்றிகொண்டார். இந்த வெற்றிக்குத் துணை நின்ற மணிஜா என்பவரைப் பாராட்டி 'ஷத்ரிய சிகாமணி கொங்காள்வான்' என்று பட்டம் வழங்கினார். குடகுமலை வெற்றிதான் 'காவிரி காவலன்', 'காவிரி திரு நாடன்' போன்ற பட்டப் பெயர்கள் ராஜராஜனுக்கு சூட்டப்படக் காரணம் ஆனது.

நுளம்பபாடி, கங்கபாடி வெற்றி!

ராஜராஜ சோழன், ஒரு நாட்டை வெற்றிகொள்ளும் முன் அதன் கீழுள்ள பகுதிகளை மக்கள் மனதை வெற்றிகொள்ளும் வித்தையை நன்றாக தெரிந்துகொண்டு செயல்படுத்தினார்.

நுளம்பபாடி எனப்படும் பல்லாரி, கோலார் பகுதியை வென்று அந்த பகுதியை 'நிகரிலி சோழ மண்டலம்' என்று தனது ஆளுகைக்குள் கொண்டுவந்தார்.

கங்கபாடி எனும் மைசூர் தழைக்காடு பகுதியை வெற்றிகொண்டதால் அந்தப் பகுதியையும் தனது ஆட்சிக்கு உட்பட்ட 'முடிகொண்ட சோழ மண்டலம்' என்று அறிவித்தார். இந்த இரு வெற்றிகளையும் முன்நின்று பெற்றுத் தந்த ராஜேந்திர சோழனை **'மாதண்ட நாயகன்'** என்று

போற்றி அந்தப் பகுதிகளுக்கு நிர்வாகியாக நியமித்தார். மைசூர்க் கல்வெட்டில், **'மும்முடிச்சோழன் பெற்ற களிறு துளுவத்தையும், கொங்கணத்தையும் கைப்பற்றி மலேயாவையும் அடிப் படுத்தி, தெலுங்கர் ரட்டிகன் ஆகியவர்களுடன் சேரனையும் புறம்கண்டது'** என்று ராஜேந்திர சோழனைப் பற்றிக் குறிப்பிடப்பட்டுள்ளது

ரெட்டைபாடி ஏழரை இலக்கம் வெற்றி!

மேலைச் சாளுக்கிய மன்னன் தைலபன், உத்தம சோழனோடு மோதி வெற்றி கொண்டதைப் பெருமை அடித்துக் கொண்ட நிலையில், அவனைச் சாய்க்க நினைத்து படையெடுத்துச் சென்றபோது அவன் மகன் சத்தியாசிரயன், கடல் அலையென வந்த படை வீரர்களைக் கண்டு போர் தொடுக்காமலே பின்வாங்கி விட்டதாகத் தெரிகிறது.

வெங்கிநாடு என்பது சாளுக்கிய மன்னன் புலிகேசியின் தம்பி விஷ்ணு வர்த்தன் உருவாக்கியதாகும். கிருஷ்ணா கோதாவரிக்கு இடைப்பட்ட பகுதியாகும். ராஷ்டிரகூட, சாளுக்கிய பகுதிகளுக்கு இடைப்பட்ட இடிதாங்கும் பகுதியாக இது விளங்கியதால், சோழர்கள் இதை தங்களது ஆதிக்கத்திலேயே வைத்திருக்க விரும்பினர்.

ராஜராஜ சோழன் காலம் தொடங்கி முதலாம் குலோத்துங்கன் காலம் வரை இது நீடித்தது. ஜடாசோட வீமனை வீழ்த்தி, வேங்கி மன்னன் சக்தி வர்மனுக்கு அரசாட்சியை மீட்டுக்கொடுத்த ராஜராஜ சோழன், சக்தி வர்மனுக்குப் பிறகு, சாளுக்கிய இளவரசன் விமலாதித்தன் வெங்கி மன்னனாக வர உதவி செய்ததோடு தன் மகள் குந்தவை நாச்சியாரை மணம் முடித்துக் கொடுத்தார்.

கலிங்க வெற்றி

வடக்கத்திய வெற்றியில் ராஜேந்திர சோழன் பிஜப்பூர் மானிய கேடம், ரைச்சூர் இவற்றுக்கு இடைப்பகுதியில் இருந்த கலிங்கப் பகுதியை வென்றதாக சான்றுகள் கூறுகின்றன. கலிங்க மன்னன் குலுத விமலாதித்தனை வென்று கலிங்கத்தை அடிமைப்படுத்தினான்.

முந்நீர் பழந்தீவு வெற்றி

மாலத்தீவு மன்னன் தன்னை 'பன்னீராயிரம் தீவுகளின் தலைவன்' என்று அழைத்துக்கொண்டான். கடல்வழி வணிகத்தை மேம்படுத்த வேண்டி மாலத்தீவு பகுதியை மிக எளிதாக ராஜேந்திர சோழன் வெற்றி கொண்டார்.

சிவ நெறி..

சோழர்கள் தொன்றுதொட்டே சிவ நெறியைப் போற்றி வந்துள்ளனர். அதிலும் பிற்காலச் சோழர்கள் சிதம்பரம் நடராஜர் கோயிலில்தான் பதவிப் பிரமாணம் செய்து கொண்டதாகவும் கூறப்படுகிறது.

கண்டராதித்த சோழன் தீவிர சிவபக்தி உடையவராக இருந்தபோதிலும், சிவ பக்தியாலே ஆட்சியை இழந்தவர். ஆனாலும் அவருடைய மனைவியான சிவபெரு மாட்டியாய்த் திகழ்ந்த செம்பியன் மாதேவி அம்மையார், சிவாலய திருப்பணிகளுக்காகவே வாழ்க்கையை அர்ப்பணித்து செயல்பட்டதாக தெரிகிறது. ராஜராஜன் காலத்தில் இவருடைய பெயரில் செம்பியன்மாதேவி பட்டினம் போன்ற ஊர்கள் உருவாக்கப்பட்டுள்ளன.

திருமுக்கூடல் செம்பியன் மாதேவி பெருமண்டபம் எனும் சமுதாயக் கூடம் அமைத்து மக்கள் பயன்பாட்டிற்கும் தேவார பாடல்கள் ஓதவும் அர்ப்பணித்தார்.

ராஜராஜ சோழனின் அக்கா குந்தவை நாச்சியார், தீவிர சிவ பக்தையாக இருந்ததாலும், மேலும் தாய், தந்தை, சகோதரன் அனைவரையும் இழந்த நிலையில், ராஜராஜ சோழனைச் சார்ந்து இருந்தாலும், அவரை அறிவு, ஆற்றல், போர்த் திறன் மிக்க வீரனாக உருவாக்கியதில் குந்தவை நாச்சியாரின் பங்கு அளப்பரியதாகும்.

இந்த நிலையில்தான் எல்லா திசைகளிலும் மகத்தான வெற்றி பெற்று சிறப்பான ஆட்சி நிர்வாகத்தை வழங்கி வந்த ராஜராஜ சோழன், சிவநெறி மேலோங்கிய நிலையில் கருவூர்த் தேவரின் ஆலோசனைப்படி மிகப்பெரும் சிவாலயம் கட்டமைக்கும் சிந்தனைக்கு உள்ளாகிறார்.

திருமுறை கண்ட சோழன்

ராஜராஜ சோழன் ஒரு நாள் நிசும்ப சூதனி கோயிலுக்குச் செல்கிறார். இன்றும் இந்தக் கோயில் தஞ்சாவூர் கிழக்குக் காவல் நிலையத்திற்கு அருகில் படைவெட்டி மாரியம்மன் கோயில் எனும் பெயரில் உள்ளது. அங்குள்ள துர்க்கை உக்கிர வடிவத்தில் காட்சி அளிக்கிறார்.

இக்கோயிலானது, விஜயாலய சோழனால் கட்டப்பட்ட சோழர்களின் பூர்வீகக் கோயில் ஆகும்.

குனித்த புருவமும்,
கொவ்வைச் செவ்வாயிற்
குமிண் சிரிப்பும்,
பனித்த சடையும், பவளம்போல்
மேனியிற் பால் வெண்ணீறும்,
இனித்தமுடைய எடுத்த
பொற்பாதமும் காணப்பெற்றால்
மனித்தப் பிறவியும்
வேண்டுவதே, இந்த மாநிலத்தே!

ஞானியர்கள், பக்திமான்கள், அருளாளர்கள், மனிதப் பிறவியே வேண்டாம், இறை நெறியோடு கலந்துபோக வேண்டுமென்றுதான் நினைப்பார்கள்.

ஆனால், ஒரே ஒரு காரணத்திற்காவது மனிதனாக பிறக்க வேண்டும் என்கிறார் திருநாவுக்கரசர்! எதற்காக?

தில்லை அம்பலத்தில் ஆடுகிற ஆடல் வல்லாளன் நடராஜனுடைய பொற்பாதங்களைக் காண்பதற்காகவே மனித பிறவியும் வேண்டுவதே இம்மாநிலத்தே என்று பாடுகிறார். பாடலைக் கேட்டு மெய்மறந்த ராஜராஜன், இது என்ன பாட்டு? இதை யார் இயற்றியது என்று கேட்கிறார். இந்தப் பாடல் சிவனைப் போற்றிப் பாடுகின்ற தேவாரம். தேவாரத்தை திருஞானசம்பந்தர், அப்பர், சுந்தரர் மூவரும் சேர்ந்து இயற்றி இருக்கிறார்கள் என்று பதில் கூறுகிறார்கள்.

அருமையான இப்பாடல்களை நமது கோயில்களில் தினமும் பாடச் செய்யலாமே. இப்பாடல்கள் எங்கிருக்கின்றன என்று கேட்கிறார். சிதம்பரம் தில்லை ஆடலரசன் கோயிலில், ஒரு பூட்டிய அறையில் இந்தப் பாடல்களை வைத்திருக்கிறார்கள். பார்க்க இயலாது என்பதால் இதனைப் பாட முடியவில்லை என்கிறார்கள். பேரரசர், நம்பியான்டார் நம்பியுடன் தில்லையை நோக்கிப் பயணிக்கிறார். கோயிலுக்குள் செல்கிறார். ஆடலரசலன் தரிசனம்!

கோயிலில் வேதியர்களிடமும் அந்தணர்களிடமும் திருமுறை சுவடிகளைப் பற்றி கேட்கிறார், விளக்கம் அளிக்கப்படுகிறது. ஆனால் பூட்டிய அறையைத் திறக்க மறுக்கிறார்கள்.

சோழ மன்னன், மும்முடிச்சோழன், ஒப்பாரும் மிக்காருமில்லாத ஆற்றல்மிக்க அரசன், பக்தியின் காரணமாய் பொறுத்துக்கொள்கிறான். அறையினைத் திறப்பதற்கு என்ன செய்ய வேண்டும் என்கிறார்.

அப்பர், திருஞானசம்பந்தர், சுந்தரர் ஆகிய மூவரும் வந்தால்தான் திறக்க முடியும் என்று கூறுகிறார்கள்.

மூவரும் எப்படி வருவார்கள்? அவர்கள்தான் காலத்தால் மறைந்து போய்விட்டார்களே என்கிறார். மூவரும் வராவிட்டால் திறக்க முடியாது என்று உறுதியாய் மறுத்துவிடுகிறார்கள்.

இந்த அறிவுமிக்க சிங்கம், மூன்று பேரின் உருவத்தையும் பொற்சிலைகளாய் தங்கத்திலேயே செய்து எடுத்து வந்து, அந்த அறைக்கு முன்னால் வைத்து,

அறையைத் திறக்கலாமே என்றார். அறையின் கதவு திறக்கப்படுகிறது. உள்ளே போன பிறகுதான் தெரிகிறது . ஓலைச் சுவடிகள் செல்லரித்துக் கிடக்கின்றன. அதைப் பார்த்து ராஜராஜன் கதறுகிறார். நம்பியாண்டார் நம்பியும் அழுகிறார். அய்யோ! இப்படி ஆகிவிட்டதே என்று!

மீதம் இருப்பதை, சிதையாமல் இருப்பதை உடனே பத்திரப்படுத்துங்கள். இவையனைத்தையும் தொகுத்து எழுதுங்கள் என்று ஆணையிடுகிறார். திருமுறைகள் தொகுக்கப்படுகின்றன.

திருஞான சம்மந்தர் பாடல்களை முதல் மூன்று திருமுறைகளாகவும், திருநாவுக்கரசர் பாடல்களை அடுத்த மூன்று திருமுறைகளாகவும், சுந்தரமூர்த்தி நாயனார் பாடல்களை ஏழாம் திருமுறையாகவும் தொகுத்துள்ளார். நம்பியாண்டார் நம்பி இந்த வேலையைத் திறம்படச் செய்துள்ளார்.

இந்த தேவாரப் பாடல்களைக் கல்வெட்டில் பதிப்பதாலோ, ஓலைச் சுவடியில் பாதுகாப்பதாலோ பயன் இல்லை. இந்த சிவநெறியை- சிவனைப் பற்றிய பாடல்களை, மக்களிடம் கொண்டுபோய்ச் சேர்க்க வேண்டும் என்று கூறி பிடாதியார்களை அதாவது ஓதுவார்களை அரசுப் பணியாளர்களாக நியமனம் செய்கிறார்.

ஓதுவார்கள் இப்பாடல்களை, தேவாரப் பாடல்களைத் தலைமுறை தலைமுறையாகக் கோயில்களில் ஓதவேண்டும் என்ற ஆணையிட்டு கல்வெட்டுகளில் பதியவும் செய்கிறார். ஓதுவார்கள் என்று பின்னாளில்தான் இவர்களுக்குப் பெயர் வந்தது. அதற்கு முன்னால் இவர்களுக்கு பிடாதியர் என்று பெயர். முதன் முதலாக 48 பிடாதியர்களை நியமனம் செய்த விவரம் தஞ்சை கல்வெட்டில் குறிப்பிடப்பட்டுள்ளது. தலைமுறை தலைமுறையாக உங்களுக்கு பொன், பொருள், நிலம் கொடுக்கிறேன்.

உங்கள் வேலையே இந்தப் பாடல்கள் அனைத்தையும் பாராயணம் செய்து, கோவில் கோவிலாகச் சென்று, ஊர் ஊராகச் சென்று ஓதவேண்டும்! சோழ தேசமெங்கும் சிவாய நம என்ற சிவ நாமம், தேவார தேவ கீத ஒலிகள் ஒலிக்கப்பட வேண்டும் என்கிறார்.

அடுத்தது உங்கள் தலைமுறையில் யார் யாருக்கெல்லாம் விருப்பம் இருக்கிறதோ அவர்களெல்லாம் இந்த ஓதுவார் பணியைச் செய்யலாம். ஏனென்றால் அக்காலத்தில், இப்பொழுது இருப்பது போல், கணினி நினைவகத்தில் சேமித்து வைக்கும் வசதி இல்லாத காரணத்தால், மனித மூளைகளையே இப்பாடல்களை சேமித்துவைக்கும் கருவிகளாகப் பயன்படுத்தினார் ராஜராஜ சோழன்.

இப்பாடல்கள் அனைவரையும் சென்று சேரவேண்டும். ஒரு மனிதனோடு, ஓர் இடத்தோடு, ஓர் ஊரோடு, ஒரு மண்டலத்தோடு நின்றுவிடக்கூடாது. புவனமெங்கும் ஒலிக்க வேண்டும் என்று கூறுகிறார். இப்படித்தான் திருமுறைகளை ஓத ஆரம்பித்தார்கள்.

மாமன்னன் ராஜராஜனின் உயர்ந்த சிந்தனையால்தான், சைவத்தைப் போற்றும் இந்த தெய்வீகப் பாடல்கள் தலைமுறை தலைமுறையாக காப்பற்றப்பட்டு வருகின்றன.

நெஞ்சுருகிப்போன சிவனடியார்கள், தமிழர்கள், சோழ தேசத்து மக்கள், தங்கள் தண்டமிழ் வேந்தன் ராஜராஜனை 'திருமுறை கண்ட சோழன்' என வணங்கிப் போற்றினர்.

உமாபதி சிவாச்சாரியார்,

"உலக மகிழ்வு தரும் சைவம் மீது தோன்றி ஓவாது வரும் பொன்னிசூழ் சோழ நாட்டின் திலகமென விளங்கும் மணிமாட ஆரூர் தியாகேசன் பாதம் பணிந்து செங்கோல் ஓச்சி அலகில் புகழ் பெரு ராச ராச மன்னன்" என்று போற்றுகிறார்.

சேக்கிழார் புராணத்தில் சேய திருமுறை கண்ட ராஜராஜன் எனவும் தேவார நாயகன் என்றும் குறிப்பிடப்படுகிறார்.

உலகளந்தான் கோல்

இதுமட்டுமல்ல, ராஜராஜசோழன் தான் உலகத்திலேயே முதன் முறையாக தன்னுடைய ராஜ்ஜியத்தை அளந்து வகைப்படுத்தும் முறையை அறிமுகப்படுத்தினான்.

1001-ம் ஆண்டு குரவன் ராஜராஜ மாராயன் எனும் தலைமை அதிகாரியை நியமனம் செய்து, தன் ராஜ்ஜியம் முழுவதையும் அளந்து எல்லா நிலத்தையும் திருத்தி, அதை மக்களுக்குப் பகிர்ந்தளித்து நிலத்தில் நீ பயிர் விளைவித்து அதில், 4 பங்கு அரசாங்கத்திற்கு கொடுக்க வேண்டும், 6 பங்கு உனக்கு என்று அறிவித்து ஆணை யிட்டவர்.

இந்த அளவை முறைக்கு உலகளந்தான் கோல் என்று பெயரிடப்பட்டது. இந்த முறை முதலாம் குலோத்துங்கச் சோழன் காலம் வரை சிறப்பாக செயல்பட்டது. அவர் காலத்தில் இந்த நிலம் அளவை முறை ஸ்ரீபாத அளவுகோல் என்று குறிப்பிடப்பட்டது.

ஆட்சி நிர்வாகம்

ராஜராஜனின் ஆட்சிப் பகுதி 'மண்டலம்', 'வளநாடு', 'நாடு', 'கூற்றங்கள்' எனப் பிரிக்கப்பட்டது. 'நிகரிலி சோழ மண்டலம்', 'ராஜராஜ மண்டலம்', 'மும்முடி சோழ மண்டலம்', 'சோழ மண்டலம்' என நான்கு மண்டலங்கள் ராஜராஜனின் நேரடி ஆட்சியில் இருந்தவையாகும்.

போரில் வென்ற அனைத்துப் பொருள்களும் படை வீரர்களுக்கும் கலை வல்லுநர்களுக்கும், தொழிலாளர்களுக்கும், ஆலயங்களுக்கும் தானம் வழங்குவதை முழுமையாக நடைமுறைப்படுத்தினார்.

காவிரி நீர் பங்கீட்டு முறையில் தீவிர கவனம் செலுத்தியதாகத் தெரிகிறது. அணைகளைப் பாதுகாக்கும் விதமாக 'கரை காவலர்' எனும் பாதுகாவலர்களைப் பணியமர்த்தியிருக்கிறார். கோனேரி ராஜபுரம் அருகில் காவிரி கிளை மண்ணியாறு, ராஜராஜன் காலத்தில் உருவாக்கப்பட்டதே ஆகும்.

நாணயம் வணிக முறை

ராஜராஜன் காலத்தில் செழிப்பான ஆட்சிமுறை இருந்ததால் மக்கள் வளமான வாழ்க்கை முறை வாழ்ந்ததால் அதிக அளவில் நாணயங்கள் அச்சடிக்கப்பட்டதாகத் தெரிகிறது. இன்றைய வரைக்கும் ராஜராஜன் காசுகள் எனப்படுபவை தாராளமாக கிடைக்கின்றன.

'ராஜராஜ மடை' என்ற பொன் நாணயம் மற்றும் ராஜராஜன் செப்புக்காசுகள் அதிக அளவில் வெளியிடப்பட்டன. நாணயத்தில் புலி, வில், மீன் போன்ற மூன்று சின்னங்களும் வரையப்பட்டுள்ளன. இவை மும்முடிச்சோழன் என்பதை உலகிற்கு இன்றளவும் பறைசாற்றுவனவாக உள்ளன.

சீனாவுக்கு வணிகக்குழு அனுப்பப்பட்டு கடல் வழி வணிகம் தொடர்ச்சியாக நடைபெற்றுள்ளது. 1015-ல் ராஜேந்திர சோழன் அதிகாரபூர்வமாக ஒரு வணிகக் குழுவைச் சீனாவுக்கு அனுப்பியது குறித்து கல்வெட்டுப் பதிவுகள் கூறுகின்றன.

வரலாற்றறிஞர் கே.எம். பணிக்கர், கூறுகிறார், மௌரியர் காலம்தொட்டு விஜயநகர பேரரசு வரை சோழர்களைத் தவிர வேறு யாரும் கடற்படையை நிறுவ முற்படவில்லை..

நாகப்பட்டினத்தில் புத்த விகாரம் அமைக்க, கடார நாட்டின் ஸ்ரீமார விஜயதுங்க வர்மனுக்கு நிலம் அளித்து 27 கிராமங்களையும் தானமாக அளித்துள்ளார்.

தஞ்சை பரமசாமி கோயில் எனும் பெருவுடையார் கோயில்

ராஜராஜனுக்குக் குருவாய் வாய்த்தவர் பொய்கை மலை சைவ அடியார் கருவூர்த்தேவர் ஆவார். சிவ நெறியின் பெருமையை எடுத்துரைத்ததோடு ஆடல் வல்லாளன் நடராஜ பெருமானின்

தில்லையம்பலம் சிதம்பரம் கோயில் தீட்சிதர்களின் பார்வையில் இருப்பதாகவும், சாமான்ய மக்கள் அங்கு இயல்பாகச் செல்ல இயலவில்லை என்றும் அதனால் சிவனுக்கு ஓங்கி உயர்ந்த தட்சிண கைலாயத்தைக் காட்சிப்படுத்தும் மாபெரும் சிவாலயத்தை அமைக்குமாறு வேண்டினார்.

அப்பொழுது கருவூர்த்தேவர், கூறுகிறார். “ராஜராஜா! நீ மிகப்பெரிய ஆற்றல்மிக்க வீரன் மட்டுமல்ல; தமிழ் இனத்தின் அடையாளம்! சைவத்தையும் தமிழையும் தூக்கி நிறுத்தும் தெய்வீக அரசன்.

பக்தியிலும் சரி, அறிவிலும் சரி, போர்க்களத்திலும் சரி, படை வீரர்களை ஒருங்கிணைப்பதிலும் சரி, சிறந்த நிர்வாகம், சிறந்த வரி விதிப்பு, சிறந்த ஆட்சி முறை என எல்லாவற்றிலும் ஆகச் சிறந்த அரசன் நீயே!

உன்னால்தான் இந்தக் காரியத்தை எடுத்துச் செய்ய முடியும். மகத்துவமான தட்சிண கைலாயத்தின் பெருமையை உணர்ந்தவன் நீ! எல்லா மக்களாலும் சென்று தட்சிண கைலாயத்தைப் பார்க்க முடியுமா? அதனால் சிவனுக்கு ஒரு பெரிய ஆலயத்தைக் கட்டி, அந்த தட்சிண கைலாயத்தை இங்கே கொண்டு வா.

எங்கேயிருந்து பார்த்தாலும் உன் மக்கள், தட்சிண கைலாயத்தைப் பார்த்து கையெடுத்துக் கும்பிட வேண்டும். மக்களுக்கு தட்சிண கைலாயத்தை நீ காட்சிப்படுத்தினால், சிவனையே நீ கொண்டுவந்து காண்பிக்கும் ஒரு பெரும் பாக்கியத்துக்கு ஆளாவாய். சோழ மக்கள் சுபிட்சம் கொள்வார்கள்! தேசம்அமைதி கொள்ளும்!

இந்த சிவபாக்கியம் உனக்கு காலா காலத்திற்கும் ஓங்கு புகழ் சேர்க்கும் வகையில் அமையும்'' என்றவுடன் மாபெரும் கற்றளியை எழுப்பும் சிந்தனைக்கு அடித்தளம் அமைகிறது.

1003-ம் ஆண்டு காலகட்டத்தில் ராஜராஜ சோழன், தன் குருநாதர் கருவூர்த்தேவர், ராஜகுரு ஈசான பண்டிதர், சேனாதிபதி மும்முடி கிருஷ்ண பிரம்மராயன், கோயில் தலைமை நிர்வாகி தென்னவன் மூவேந்த வேளான், அறநிலையத்துறை பொறுப்பதிகாரி மதுராந்தகன் கண்டராதித்தன், ராஜ்ஜிய அளவை அதிகாரி இரவன் உலகளந்தான், திருமந்திர ஓலை நாயகம் அமுதன், தீர்த்த கரன், காணுயில் எடுத்தபாதம் போன்ற அதிகாரிகளுடனும் கட்டடக்கலை வல்லுநர்களான பெருந்தச்சன் ராஜராஜ குஞ்சரமல்லன், நித்தவிநோத பெருந்தச்சன், கண்டராதித்த பெருந்தச்சன் ஆகியோருடனும் கலந்தாலோசித்து ஒரு நன்னாளில் இந்த ஓங்கி உயர்ந்த சிவாலயத்திற்கு சிவ பூஜையோடு அடிக்கல் நாட்டப்பட்டது.

கருவூர்த்தேவர் சொல்லிக்கொண்டே வருகிறார்.“இதற்கு முன்னால் எத்தனையோ அரசர்கள் இருந்திருக்கிறார்கள்! அந்த மன்னர்கள் எல்லாம் பெயர் தெரியாமல் போய்விட்டார்கள். ஆனால், அவர்கள் அமைத்த ஆலயங்கள் மட்டும் மக்கள் மனதில் என்றென்றும் வழிபாட்டுக்குரியதாகவே இருந்து வருகிறது.

தட்சிண கைலாயத்தை காட்சிப் படுத்தும் மகா சிவாலயத்தை இங்கு உருவாக்கு, தமிழ் உள்ளளவும், தமிழ் மக்கள் உள்ளளவும், சைவ உலகமும் தமிழ் மக்களும் என்றென்றும் உன்னை வணங்கிக்கொண்டே இருப்பர்” என்று கூறுகிறார்.

இதனால், தமிழர்களின் ஆற்றல் மிக்க அடையாளமாய், அருண்மொழி வர்மனாய், ராஜராஜ சோழனாய், சிவபாத சேகரனாய், சிவ நெறிச் செல்வனாய் போற்றப் பெற்றுவரும் புகழ்மிக்க, மாமன்னர் ராஜராஜ சோழன், அய்யன் சிவனுக்கு இவ்வுலகு உள்ளவரை, மிகப்பெரிய அதிசயமாய் விளங்கத்தக்க வகையில், ஓங்கி உயர்ந்த கற்றளியை, மாபெரும் சிவாலயத்தைக் கட்டமைக்க தன்னை அர்ப்பணித்தார்! சிந்தை முழுவதும் சிவமயம்!

இப்படி பிரமாண்டமான ஆலயம்

கட்டமைக்கவேண்டுமெனில், ஆட்சிக் கருவூலம் எவ்வளவு செழிப்பாக இருந்திருக்க வேண்டும்? படைகள் எவ்வளவு திறமைடன் எல்லையை காத்து நின்றிருக்க வேண்டும்? மன்னர் எப்படிபட்ட அமைதியான, சிவநெறி கலைநயமான மனநிலையைப் பெற்றிருக்க வேண்டும்? பொறியாளர்கள், கலைஞர்கள் எப்படிப்பட்ட வல்லுநர்களாக இருந்திருக்க வேண்டும்? நினைத்தாலே பெருமிதம் உண்டாகிறது.

நீங்கள் அந்தக் கோவிலுக்குள் சென்று பாருங்கள்! அங்கு காட்சியளிக்கும் எல்லாமே பிரமாண்டம்தான்! தஞ்சைப் பெரிய கோயில் 1000 வருடத்திற்கு முன் கட்டப்பட்டது. கோவில் கட்டமைப்பிற்கு ஏற்ற இடமாக, செம்பாறை, சுக்கான் பாறை அமைந்திருக்கும் இடமாகப் பார்த்து, ஆய்வு செய்து அந்த மண்ணை தேர்ந்தெடுக்கிறார்.

இவ்வளவு பெரிய கட்டமைப்புக்கு 5 அடிதான் அஸ்திவாரம் என்பது வியப்பான செய்தி அல்லவா!

இந்தக் கோவிலின், உயரத்தின் பின்னனியில் உள்ள அர்த்த பொதிவை அறிவீர்களா?

கோயில் எடுக்கும்பொழுது சிவலிங்கத்தை எப்படி வடிவமைக்கிறார் தெரியுமா? அவர் தமிழில் திருமுறை கண்ட சோழன் அல்லவா!

தமிழில் தீவிர ஈடுபாடு கொண்ட சோழன் அந்த லிங்கத்தை என்ன அளவில் அமைக்கிறார் தெரியுமா?

12 தமிழ் உயிர் எழுத்துக்களைப் போற்றும் வகையில், மனித உயரத்திற்கு மேம்பட்ட 12 அடி சிவலிங்கம், பீடத்தோடு சேர்த்தால் 18 அடி உயரம்.. அதாவது தமிழ் மெய்யெழுத்துக்கள் 18-ஐ குறிப்பிடும் வகையில் உள்ளது.

13 மாடிகளைக் கொண்ட விமானத்தின் உயரம் 216 அடி ஆகும். தமிழின் உயிர்மெய் எழுத்துக்களைக் குறிப்பிடுவதாக உள்ளது..

அஸ்திவாரக் கணக்கில் இருந்து விமானத்தின் உச்சி உயரம் 247 அடி.. தமிழின் மொத்த எழுத்துகளைக் காட்சிப்படுத்துகிறார்!

தமிழையும், சிவனையும் ஒரு சேர தூக்கி நிறுத்தியவர், அடியார்க்கு அடியாரான சிவநெறிச்செல்வன் ராஜ ராஜ சோழன்.

அது மட்டுமா?

8.28 மெட்ரிக் டன் அளவுள்ள 80

டன் எடை கொண்ட ஒரே கல்லால் ஆன விமானத்தை அமைத்ததுதான் உலக அதிசயமாகப் பார்க்கப்படுகிறது. இதை எப்படி, எங்கிருந்து, என்ன தொழில் நுட்பத்தைப் பயன்படுத்தி கொண்டுவந்து அமைத்தார்கள்? அது எப்படி இந்நாள்வரை ஒரு சிறு அசைவு கூட இன்றி நிற்கிறது.. காலத்தை மிஞ்சிய பொறியியல் அதிசயம் என்பதில் எவ்வித சந்தேகமும் இருக்க முடியாது.

விமானத்திற்கு மேலுள்ள செப்புக்குடம் 339 கிலோ எடை கொண்டதாகும். அதற்கு மேல் 1902 சவரனால் ஆன பொன் தகடு இருந்ததாகவும், பிற்காலத்தில் மறைந்து விட்டதாகவும் சோமசுந்தரம் பிள்ளை *'The Great Big Temple'* எனும் ஆங்கில நூலில் குறிப்பிட்டுள்ளார்.

மூன்றாம் தளத்தில்தான் தட்சிணமேரு எனப்படும் கைலாய காட்சியை தத்ரூபமாக அமைத்திருப்பார்கள். இதன் முன் பக்கம் உள்ள சிலை கருவூர்த் தேவர் என்று கூறப்படுகிறது. ராஜராஜனுக்கு சிவ நெறியை ஊக்குவித்து இப்பேர்ப்பட்ட மாபெரும் சிவாலயத்தைக் கட்டமைக்க காரணமாக இருந்த கருவூர்த்தேவர் சிலையாக இருக்கக்கூடும் என்று நாம் நம்பலாம்.

இதை உறுதிப்படுத்தும்விதமாக இருப்பது கோவிலில் இறைவனைத் தவிர பின்பக்கத்தில் இருக்கும் ஒரே மனித ஆலயம் கருவூர்த் தேவருக்கு மட்டுமே என்பதிலிருந்து புரிந்துகொள்ள முடியும்!

கோபுர கட்டமைப்பிலும் புதுமை

தமிழக மரபுப்படி எல்லா கோயில் களிலும் கோபுரம் என்பது மதில் சுவரில் அல்லது முன்பக்கம்தான் இருக்கும். மூலவருக்கு மேல் பக்கம் இருக்காது. ஆனால், இதிலும் ஆழ்ந்து சிந்தித்த ராஜராஜ சோழன், கோயிலுக்கு வர முடியாத மனிதர்கள், சில பொழுதுகளில் பெண்கள் தூரத்திலிருந்தே கோபுரத்தைத் தான் தரிசனம் செய்வார்கள். அந்த கோபுரம் என்பது இறைவனுக்கு மேல், இறை பாடல்கள் ஒலிக்கும், வேதங்கள் முழங்கும், தீபாராதனைகள் நடைபெறும் அந்த மூலவருக்கு மேல்புறமாக ஓங்கி உயர்ந்து இருப்பதே சரியானதாக இருக்கும்! அப்போதுதான் அந்த இறை பிராப்தம் எங்கிருந்து வணங்குபவர்களுக்கும் சென்றடையும் என்ற உயர்ந்த எண்ணத்தில், புதுமையாகக் கட்டமைக்கப்பட்டதுதான் மூலவருக்கு மேலாக ஓங்கி உயர்ந்த விமான கோபுரமாகும்.

மலைகளே இல்லாத சோழ மண்டலத்தில் 50,000 டன் சலவைக் கற்களால் ஒரு பெரும் கட்டமைப்பு. கோயிலுக்குச் செல்லும்போது பாருங்கள், உள்ளே நுழைந்ததும் ஒரு வாயில் இருக்கும், அந்த வாயில் பெயர் கேரளாந்தகன் வாயில். அந்தகன் என்றால் எமன். கேரளர்களுக்கு எமன் போன்றவன் எனும் அர்த்தமாகும்! தன் முதல் போரான காந்தளூர் சாலை வெற்றியைக் குறிக்கும் விதமாகவே, நுழைவாயிலுக்கு அத்தகைய பெயர் சூட்டப்பட்டுள்ளது.

ராஜராஜன் வாயில்..

அதன் இருபுறமும் இரண்டு பிரமாண்டமான தூண்கள் இருக்கும்.. அந்த வாயில் 36 அடி உயரத்தில் ஒரே கல்லால் அமைக்கப்பட்டிருக்கும். மேல்புறம் 16 அடி நீள ஒரே கல்லால் இணைக்கப்பட்டிருக்கும். 36 அடி நீளத்திற்கு ஒரே கல்லைக் கொண்டுவந்து அமைத்திருக்கிறார்கள். எப்படி அதை செய்து நிறுத்தியிருப்பார்கள்? 36 அடிக்கு ஒரே சலவைக் கல்... இரு பக்கமும் ஒன்று போலவே சிறு பிசிறுகூட இல்லாமல் இருக்கும்.

அந்தக் கல்லின் முன்பக்க பகுதி 4 அடியும் பக்கவாட்டுப் பகுதி 3 அடியும் இருக்கும். அந்த ராஜராஜன் வாயிலில் வெளிப்புற சுவரில் இருக்கும் அமைப்பு வித்தியாசமாக இருக்கும்!

இவ்வளவு நாளாக நான் சுற்றிச் சுற்றி வந்து பல அறிஞர்களோடு இதைப் பற்றி உரையாடியிருக்கிறேன். சமீபத்தில்தான்

இதற்கு விடை கிடைத்தது!

ஒரு கல், குழியாக இருக்கும். ஒரு கல் கூராக, இருக்கும். (Ball and socket system) இதை கேரளந்தகன் வாயிலில் முன்புறம் பார்த்தால் கூர்மையாக இருக்கும். ஏனென்றால் பின்னாளில் தேவைப்படும்போது, கோயிலை விரிவுபடுத்திக்கொள்வதற்கு ஏதுவாக அமைத்திருக்கிறார்கள்!

அனுதினமும் அந்தக் கோயிலுக்குச் செல்லச் செல்ல பிரமிப்பு கூடிக்கொண்டே செல்கிறது. அந்தக் கோயில் கட்டடம் இவ்வளவு உயரத்தில், 1000 ஆண்டுகளைத் தாண்டியும் நிற்கிற தென்றால், எல்லாமே அக்காலத்திய பொறியியல் வல்லுநர்களுடைய அதிசய கைவண்ணம்தான்!

அடுத்து உள்ளே சென்றால் 12 அடி உயர பிரம்மாண்ட நந்தி, சிவனின் காளை வாகனம் காட்சியளிக்கும்! பீடத்தோடு சேர்த்தால் 19 1/2 அடி உயரம் ஆகும். இந்தியாவின் இரண்டாவது பெரிய நந்தி இதுவேயாகும். தற்போது உள்ள நந்தி மண்டபம் மராத்திய நாயக்கர் காலத்தில் கட்டப்பட்டதாகும்.

கிழக்கு நோக்கியிருக்கும் கோயிலின் அமைப்பானது, கிழக்கு மேற்காக 793 அடி (241.51 மீட்டர்) வடக்கு தெற்காக 397 அடி (125.51 மீட்டர்). தஞ்சை பெரிய கோவிலின், கிழக்கு மேற்கு தூரத்தின் மொத்த அளவு 793 அடி. வடக்கு தெற்கின் தூரம் அப்படியே திருப்பிப் போட்டால் வரக்கூடிய 397 அடி ஆகும்.

துவார பாலகர்கள்

கோயில் மொத்தம் ஏழு வாயில்களைக் கொண்டது. 14 துவார பாலகர்கள் காவல் காத்து நிற்பார்கள். அதிலும் கோயிலின் பிரதான வாயிலான திரு அணுக்கன் திருவாயில், இரண்டு துவார பாலகர்கள் 18 அடி உயரம், 8 அடி அகலத்தில் காட்சியளிப்பார்கள். இக்கோயில் எழுப்பி ஆயிரம் வருடம் கடந்துவிட்டது. வேறு எங்காவது 18 அடி உயரத்தில், வாயில் காப்போன் எனப்படும் துவார பாலகர்கள் சிலை உள்ளதா? அந்த துவார பாலகரை ஏன் வைத்துள்ளார்கள்?

அந்த துவார பாலகரைப் பார்த்தால் கோயிலின் உட்புறம் நோக்கி கை காட்டியவாறு நிற்பார். அவரது காலடியைக் கூர்ந்து கவனித்தால் ஒரு பெரிய மதம்கொண்ட யானையை, பாம்பு விழுங்கும் காட்சியைக் காணலாம்.

அந்த பாம்பை துவார பாலகர் தன் காலில் மிதித்துக்கொண்டிருப்பார். யானையைப் பாம்பு விழுங்குகிறதென்றால், அந்த பாம்பு எவ்வளவு பெரிய பாம்பாக இருக்க வேண்டும். அந்தப் பாம்பை ஒருவன் சர்வ சாதாரணமாக மிதித்துக்கொண்டு இருக்கிறான் என்றால் அவன் எவ்வளவு பெரிய ஆளாக இருக்க வேண்டும்.

அவன் சாதாரணமாக கையைப் பின்னால் திருப்பி, சிவனை நோக்கிக் காட்டுவதுபோல இருக்கும். இதன் பொருள் என்ன தெரியுமா?

என்னைப் பார்த்து பிரமிக்காதே, நான் எல்லாம் சாதாரண மனிதன், எல்லாமே சிவன்தான். அங்கே பார்!

நான் ஒரு வாயிற்காப்போன். நானே இப்படி இருக்கிறேன் என்றால், எங்களைக் காக்கும் இறைவன் எப்படிப்பட்ட வல்லவர் எனப் புரிந்துகொள்ளுங்கள் என சிவனை நோக்கி கைகாட்டுவதைப் போல இருக்கும்.

அய்யன் சிவனையும், அரசன் ராஜராஜ சோழனையும் நினைத்துக்கொள்... நானே இப்படி இருக்கிறேன் என்றால் இப்படிப்பட்ட கட்டமைப்பை உருவாக்கிய மன்னன் எப்படிப்பட்டவன் என்பதை உணர்த்தும் சிலைகள்தான் துவார பாலகர்களின் சிலைகள்!

வெளிச்சுற்று பிராகாரத்தில், உள்ளே நுழைந்த உடன் இடதுபுறத்தில் வராகி அம்மன் கோயில் இருக்கும். இது மிக சமீபத்திய அமைப்பாகும்.

மடப்பள்ளி அக்னீஸ்வரர்

அதற்கும் முன் இடதுபுறத்தில் பார்த்தால் 'மடப்பள்ளி' எனும் இந்த உலகத்திலேயே பழைமையான சமையலறை இருக்கிறது. 1010-ம் ஆண்டு தொடங்கப்பட்ட சமையலறை, அன்று பற்றவைக்கப்பட்ட அடுப்பு இன்றுவரை அணையாமல் ஒரு நாள் கூட ஓய்வு இல்லாமல் செயல்பட்டு வருகிறது,

அவ்விடத்தில் அக்னீஸ்வரர் சிலையை வைத்து, இந்தக் கோயிலை பிரதிஷ்டை செய்த, கி.பி 1010-ம் ஆண்டில் இருந்தே இந்த உலகின் பழைமையான சமையலறை அமுது படைத்து வருகிறது.

அன்றிலிருந்து, அந்த சமையலறையில் சமையல் செய்து அங்குள்ள அக்னீஸ்வரர் முன் படைத்த பிறகுதான் பரிமாறப்படுகிறது. இந்த உணவு தடையின்றி கிடைக்க வேண்டும் என்பதற்காக பலவிதமான நிலங்களையும் பொன் பொருள்களையும் தானமாக வழங்கி, ஈழத்திலிருந்து 27 கிராமங்கள் உட்பட தானம் வழங்கப்பட வேண்டுமென ராஜராஜன் உயில் எழுதி வைத்திருக்கிறார்.

ஆறு மண்டபங்கள்

கோயிலுக்குள் சென்றால், மண்டபங்கள் 6 பகுதிகளாக காட்சியளிக்கும். திருவுண்ணாழிகை மண்டபம், அர்த்தமண்டபம், பெருமண்டபம், தாபன மண்டபம், நர்த்தன மண்டபம், வாசிச்ச மண்டபம் ஆகும்.

கோயிலின் பிரதான வாயிலான திரு அணுக்கன் திருவாயில், பக்கவாட்டில் இருக்கும் படிக்கட்டுகள்தான் ராஜ ராஜன் காலத்தவை! முன்பக்க படிக்கட்டுகள் மராத்தியர்கள் ஆட்சியில் கட்டப்பட்டதாகும்.

ஓவியங்கள்

கருவறை நான்கு கோபுர வாயில்கள் கொண்டதாகவும், உள்பக்க சுற்றுச் சுவரில் மூன்று பக்கம் ஓவியங்களைக் கொண்டிருக்கும். அடடா என்னே அற்புதம்!

சரஸ்வதியையும், லெட்சுமியையும் இணைத்து ஓர் ஓவியம் இருக்கும்! அதாவது அர்த்தநாரீஸ்வரர்போல! அந்த ஓவியத்தில் உலகிற்கே ஓர் உன்னத தத்துவத்தைக் காட்சிப்படுத்தியிருப்பார்கள்!

என்னவென்றால், என்னதான் லெட்சுமி பணத்திற்கு அதிபதியான கடவுளாக விளங்கினாலும், கல்விக்கு அதிபதியாக விளங்கும் சரஸ்வதியின் கால்தான் உயர்ந்து இருப்பதுபோல் ஓவியத்தில் வரைந்து இருப்பார்கள். கால் மட்டுமல்ல சரசுவதியின் கரமும் இந்த ஓவியத்தில் உயர்ந்தே இருக்கும். லெட்சுமியின் கை கொஞ்சம் அடங்கியே இருக்கும்.

என்னதான் பணம் உள்ளவனாக இருந்தாலும் அறிவுள்ளவனுக்குதான் இந்த உலகம் சொந்தம் என்ற தத்துவத்தை காட்டுவதுபோல் அந்த ஓவியம் அமைந்திருக்கும்.

அடுத்தது கருவூர்த் தேவரை ராஜராஜ சோழன் தனது மனைவி லோகமா தேவியோடு வணங்குவதுபோல் ஒரு படம். இதுமட்டுமல்ல, ஆட்டனத்திகள், நாட்டியத் தாரகைகள் என இன்னும் ராஜராஜன் குழைத்த வர்ணம் பட்டொளி வீசுகிறது! கண்களுக்கு விருந்து படைக்கிறது! அந்த ஓவியங்கள் எல்லாம் இன்று சிதிலமடைந்து இருக்கின்றன!

சோழர்கள் காலத்திற்குப் பின் வந்த நாயக்கர்கள், அதாவது மாராட்டிய நாயக்கர்கள், அவர்கள் ஆட்சிக் காலத்தில், இந்த ஓவியங்களின் மேல் அவர்களுடைய ஓவியங்களை வரைந்து விட்டனர். பின்னாளில் இதனைக் கண்ட கோவிந்தசாமி எனும் அறிஞர்தான், அந்த ஓவியங்களை உரித்து உள்ளே பார்த்தபோது, மூன்றாவது அடுக்கில் உண்மையான ஓவியங்கள் இருப்பதைக் 1934 – 35-ல் கண்டுபிடித்தார்.

நடன சிற்பங்கள்...

மேலே சென்றால், ஆடல்வல்லான் நடராஜ பெருமான், பரத முனிவரின் 108 நாட்டிய பாவனைகளை அவரே ஆடிக்காட்டுவதாக ராஜராஜன் காட்சிப்படுத்தியிருப்பார். சிவன் என்றாலே நடனம்தானே!.

அந்த நடனத்தை சலவைக் கல்லில் சிற்பமாக செதுக்கியிருப்பார்கள்! 108 வடிவங்களையும் ஒரே கல்லில் செதுக்கி யிருக்கிறார்கள்.

அதனை சிற்பம் செய்து ஒட்டி வைக்காமல், ஒரே பெரிய கல்லை வைத்து அதில் பகுதி, பகுதியாக சிற்பத்தை மட்டும் வார்த்தெடுத்துள்ளார்கள்.

வடிவமைக்கும்போது, ஒரு சிறு தவறு நடந்தாலும் 108 சிற்பங்களும் வீணாகிவிடும். திரும்பவும் புதிய கல் பதிக்க வேண்டும். அப்படி என்றால் எப்பேர்ப்பட்ட தலைசிறந்த சிற்பிகளை வைத்து செதுக்கியிருப்பார்கள். அதில் 81 நடன பாவங்கள் சிற்பங்களாக செதுக்கப் பட்டிருக்கும்.

மீதி 27 பாவங்கள் வெறும் கட்டங்களாக சிற்பம் இல்லாமல் இருக்கும். அதை ஏன் அப்படி வைத்திருக்கிறார்கள் தெரியுமா? அதுதான் ராஜராஜனின் அறிவுசால் திறன்!

27 நட்சத்திரங்களில் பிறக்கிற மனிதர்கள் 27 வகை பாவனைகளை காட்டுவார்கள். அதனால் நடனம் கற்றுக் கொடுத்தாலும் அந்த மனித உடலமைப்பு ஒவ்வொரு நட்சத்திரத்திற்கும் மாறும். அதை அர்த்தப்படுத்தி 27 வகை நட்சத்திர மனிதர்களும் ஒன்றாக இருக்க இயலாது என்பதால் 27 பாவனைகளைக் காட்சிப்படுத்தாமல் சூன்யமாக விட்டு வைத்துள்ளார்கள்.

கல்வெட்டுகளின் நாயகன்

சிவநெறி மேலோங்க ஏழு ஆண்டுகள் முழுமையாக அர்ப்பணித்து ஒவ்வொன்றிலும் தன் பங்களிப்பைச்

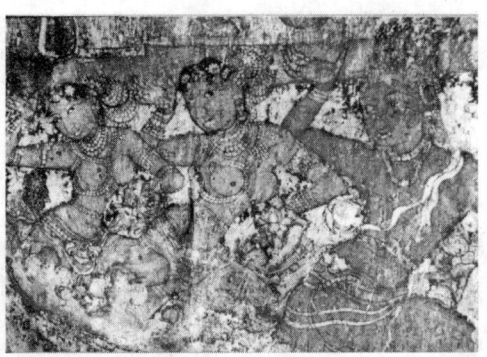

செலுத்தி, நாலாபுறமும் எதிரிகள் சூழ்ந்து இருந்தாலும் மாதண்டநாயகன் எனப் போற்றப்படும் தன் மகன் ராஜேந்திர சோழனிடம் படை நிர்வாகத்தைக் கொடுத்து விட்டு, ராஜராஜ சோழன் பார்த்துப் பார்த்துக் கட்டமைத்த பெரிய கோயில் எனப்படும் தஞ்சை பரமசாமி கோயில் 1010 ஏப்ரல் 22-ல் 'பாண்டிய குலாசனி வளநாட்டு தஞ்சாவூர் கூற்றத்தில் தஞ்சாவூர் நாம் எடுப்பித்த திருக்கற்றளி ஸ்ரீராஜரா ஜீஸ்வரம்' என்று கல்வெட்டுப் பதிவு செய்து இந்த மாபெரும் சிவாலயத்தைத் தமிழ் மக்களுக்கு அர்ப்பணித்தார்.

ராஜராஜ சோழனுக்கு 'பாண்டிய குலாசனி' என்றும் ஒரு பெயர் உண்டு. 'குலாசனி' என்றால் இடி என்று பொருள். பாண்டிய குலத்துக்கு இடிபோன்றவன் என்பதில் பெருமிதம் கொண்டு, பல இடங்களில் பதிவு செய்திருக்கிறார்.

இந்த பெரிய கோயிலுக்கு ராஜராஜன் சூட்டிய பெயர் 'ராஜராஜேச்சுவரமுடைய பரமசாமி கோயில்' என்பதுதான். கருவூர்த்தேவர் தனது பாடல்களில் பல இடங்களில் "இஞ்சிசூழ் தஞ்சை இராச ராசேச்சரத்திவர்க்கே" என்று குறிப்பிடுகிறார்.

இவருடைய பாடல் திருவிசைப்பா, திருப்பல்லாண்டு என்று ஒன்பதாம் திருமுறையில் சேர்க்கப்பட்டுள்ளது. பெரிய கோயில், பெருவுடையார் கோயில் என்பதெல்லாம் வழக்கத்தில் மக்களால் பேசப்பட்ட பெயராகும்.

மராத்தியர்கள் பிரகதீஸ்வரர் ஆலயம்

பேராசிரியர் தெய்வநாயகம் அவர்கள் செந்தில்குமார் எஸ்.பிக்கு தஞ்சாவூர் பெரிய கோயில் கல்வெட்டுகளை விளக்கிக் கூறியபோது...

என்று பெயர் சூட்டினர்.

கல்வெட்டில் "தான் கொடுத்தனவும் தன் அக்கன் கொடுத்தனவும் கொடுப்பார் கொடுத்தனவும்" என்று குறிப்பிட்டுள்ளதோடு, தான் மட்டும் கட்டியதாக இல்லாமல், தன்னுடைய நாட்டில் உள்ள அனைத்து மக்களையும் இப்பணியில் இணைக்கிறார். இந்தக் கோயில் நாம் அனைவரும் சேர்ந்து கட்டிய கோயில். எனவே மக்கள் அனைவரும் தாராளமாக வரவேண்டும் என்று எண்ணுகிறார்.

இப்பேர்ப்பட்ட பெரிய சிவாலயத்தைக் கட்டமைத்த பெரும் சிற்பி தலைமைப் பொறியாளன் குஞ்சரமல்லனை கௌரவப்படுத்தும் விதமாக,

''குஞ்சரமல்லா! இனி நீ வெறும் குஞ்சரமல்லன் அல்ல! நீயும் என் பெயரால் அழைக்கப்படுவாய்! இனி நீ 'ராஜ ராஜ பெருந்தச்சன் குஞ்சரமல்லன்'' என்று அழைத்ததோடு, அதைக் கல்வெட்டிலும் பதியச் செய்து, 1000 ஆண்டுகள் கழித்தும் நாம் படிக்கும்போதும் பரவசத்தை உண்டாக்கும் தேவமகன் ராஜராஜன் ஆவார்.

இக்கோயில் பராமரிப்புக்கு நிலம் கொடுக்கும்போது, அந்த நிலம் கொடுத்தவர்களுடைய பெயரை எழுதும்போது, தன்னுடைய படை வீரர்களுடைய பெயரை கல்வெட்டில் இடம்பெறச் செய்யவேண்டும் என்று எண்ணுகிறார். அவர்கள்தானே, போரில் வென்று இவ்வளவு பொன்னையும் பொருளையும் கொண்டுவந்தார்கள். அதனால் அவர்கள் பெயரும் இந்த கல்வெட்டில் இடம்பெற வேண்டும் என்று கூறி, உங்களுடைய பராமரிப்பிற்கு என்று 10 ஏக்கர் நிலம் கொடுக்கிறேன், அதில் 4 ஏக்கரைக் கோயிலுக்குக் காணிக்கை யாக்குங்கள் என்கிறார்.

இவ்வாறாகப் படை வீரர்களின் பெயர்களையும் கோயில் கல்வெட்டுகளில் இடம் பெறச் செய்கிறார்.

அதுமட்டுமன்றி தளிச்சேரி பெண்டிர், கலை வித்தகர்கள், சாவா மூவா பேராடுகள் திட்டத்தின் மூலம்

கோயிலுக்குத் தீபம் ஏற்ற எண்ணெய் வழங்கியோர் என சகலவர் பெயரையும் கல்வெட்டில் பதித்தவர் மாமன்னர் ராஜராஜ சோழன்தான்!

மேலும் கோயில் சிற்பங்களில் இடையே அமைந்துள்ள ஆங்கிலேயே உருவம், ரகுநாத நாயக்கர் காலத்தில் வருகைபுரிந்த ரோலண்ட் கிரேப் என்பவருடைய உருவம் என்றும், சிலர் மார்க்கோபோலோ உருவம் என்றும் குறிப்பிடுகின்றனர்.

அதேபோல் கோயிலின் வடமேற்கு பகுதியில் உள்ள ஆறுமுகசாமி முருகன் கோயில் 15-ம் நூற்றாண்டில் நாயக்கர்களால் கட்டப்பட்டதாகும்.

கோவில் மதில் சுவர்

நீண்டு உயர்ந்த பிரமாண்டமான மதில் சுற்றுச் சுவரைக் கட்டி எழுப்பியது ராஜராஜனின் தலைமை படைத்தளபதியாக விளங்கிய மும்முடி பிரம்மராய கிருஷ்ண ராமன் ஆவார்.

சாவா மூவா பேராடு

கோவிலில் தினமும் விளக்கேற்ற, எண்ணெய் வேண்டுமல்லவா? அதற்காக 'சாவா மூவா பேராடு' என்று ஒரு திட்டத்தை உருவாக்குகிறார். கோயிலுக்கு தானம் வழங்குபவர்களிடம் ஆடு மாடுகளை தானமாகத் தருமாறு அரசு உத்தரவு இடப்படுகிறது.

அதன்படி கிடைத்த ஆடு மாடுகளை ஏழை எளிய சாமானிய மக்களுக்கு பிரித்துக்கொடுத்து அவர்கள் அந்த உயிரினங்களை பராமரித்து அதன் மூலம் வரும் வருமானத்தில் பெரும்பங்கை அவர்கள் எடுத்துக்கொண்டு ஒரு பங்கை நம் கோயிலுக்கு தீபம் ஏற்ற எண்ணெயாக, நெய்யாக வழங்கவேண்டுமென்று திட்டம் வகுத்தார். இதுதான் சாவா மூவா பேராடு திட்டமாகும்.

திருக்கோயில் தீபமேற்றும் பணியும் தொடர்ச்சியாக நடைபெறும், மக்களின் வாழ்வாதாரமும் தடையின்றி மேம்படும் என்பதற்காக செயல்படுத்தப்பட்ட மன்னனின் பரந்துபட்ட சிந்தனைத் திட்டமாகும்!

தளிச்சேரி பெண்டிர்

அக்காலத்திலேயே, கோயிலில் நாட்டியப் பெண்கள் 400 பேரை நியமித்து, தளிச்சேரி எனும் பகுதியில் குடியமர்த்தி அவர்கள் பெயரை கல்வெட்டுகளில் பதித்தார்.

அவர்களது பெயர், முகவரி, ஊர் என அனைத்துத் தகவல்களையும் பதிவு செய்கிறார், கௌரவப்படுத்துகிறார்! அவர்கள் அரசு உத்தரவுப்படி இறை தொண்டு புரியும் அழகு நங்கைகள் எனப்பதிவு செய்கிறார். அவர்கள் பெயர்கள் அனைத்தும் நக்கன் என்ற அடைமொழியோடு குறிப்பிடப்படுகிறது. நக்கன் ராஜி என்பதுபோல.. நக்கன் என்பது சிவனின் மற்றொரு பெயர் ஆகும்.

ஏன் அழகிய பெண்களை நியமிக்கிறார்கள் என்றால், ஆகச்சிறந்த அனைத்தையும் இறை தொண்டுக்கு அர்ப்பணிக்க வேண்டும். பக்தர்கள் உயர்ந்த அனைத்தையும், சிறந்த அனைத்தையும் கோயிலில் கண்டுகளிக்க வேண்டும் என்பதற்காகவே செய்தார்! இவர்களுடைய வேலையே இறைவனுடைய பார்வைக்கு, 108 நடன பாவனைகளை நளினத்தோடு காட்சிப் படுத்த வேண்டும் என்பதுதான்.

இறைவனுக்காக அர்ப்பணிக்கப்பட்ட இந்த தேவ மங்கைகள்தான் 'தளிச்சேரி பெண்டிர்' என்று அழைக்கப்பட்டனர். தளிச்சேரி என்பது தற்போதைய தஞ்சை பழைய பேருந்து நிலையத்திற்கு அருகில் உள்ள பகுதி என்று கருதப்படுகிறது.

அந்த இறைவனுக்கு அழகிய பெண்களான நீங்கள், தொண்டு செய்ய வேண்டும் என்று கூறி, அவர்களுக்குப் பொன்னும் பொருளும் கொடுத்து அவர்களது குடும்பத்திற்கு நிலமும் கொடுத்து பணியமர்த்துகிறார்.

கி.பி 985-ல் ஆட்சிக்கு வந்த ராஜராஜன் 1012-ல் ஆட்சி அதிகாரத்தை தன் வீர மகன், அடங்கா அடலேறு ராஜேந்திர சோழனிடம் கொடுத்துவிட்டு, மகனை சிறந்த அரசனாக தயார் செய்வதுடன், அடுத்து தான் வாழ்ந்த இரண்டு ஆண்டுகளும் ஆழ்ந்த சிவ நெறிக்கு உட்பட்டு, சுவாமிமலை அருகிலுள்ள பழையாறை சோழர்களின் பூர்விக அரண்மனைக்குச் சென்றுவிடுகிறார்..

1012-1014 காலகட்டத்தில் இரட்டை ஆட்சி முறைபோல் மாமன்னர் ராஜராஜ சோழன் அமைதிகொள்ள மாவீரன் ராஜேந்திர சோழன் ஆட்சி நிர்வாகம் குறித்தும் கல்வெட்டுப் பதிவு செய்யப்பட்டுள்ளது.

பல களம் கண்ட தீரன், பகைவர்களை கதற வைத்த களிறு, வீரர்கள் போற்றக் கூடிய ஆற்றல் மிக்க போர் தளபதி, தன் சொந்த மக்கள் மட்டுமின்றி, வெற்றி கொள்ளப்பட்ட நாட்டு மக்களும் 'எல்லா ஆண்டும் தொழுதக விளங்கும் ஆண்டே' என புகழக்கூடிய பேரரசன்!

அந்தப்புரத்து பெண்கள் மட்டுமின்றி எந்தப்புரத்து பெண்களும் பார்க்கத் துடிக்கும் அழகரசன்! அனைத்தையும் துறக்கிறார்! கீரிடம் அணிந்த நெற்றி திருநீறு தரிக்கிறது! வாள் பிடித்த கரங்கள் சிவ தீபத்தை ஏந்துகிறது! பகைவர்களும் பரவசம் கொள்ளும் அழகு வதனம் நீண்ட தாடியோடு தெய்வீகக் காட்சி கொள்கிறது!

சிவ நெறிக்கு தன்னை அர்ப்பணித்து அனைத்தையும் துறந்துவிடுகிறார். இறுதியில் இந்த சிவநெறி மட்டும்தான், நம்மை மேன்மைப்படுத்தக் கூடிய உயர்நெறி என்பதை உணர்ந்து, அறிந்து சிவகடாட்சம் என சிவ சரணாகதி சென்றுவிடுகிறார்.

இப்படி பரந்துபட்ட சாம்ராஜ்ஜியத்தை ஆட்சி செய்ததைக் காட்டிலும், விண்ணுயர் பெரிய கோயிலை உருவாக்கிய ஆத்ம திருப்தியில் ராஜராஜ சோழன் பிற்காலத்தில், தீவிர சிவ பக்திக்கு ஆளாகி, தன்னுடைய அந்திம காலத்தில் அகோரியாகி, சிவபாத சேகரனாக சிவபதம் அடைந்ததாக பழையாறை அருகிலுள்ள உடையாளூர் கைலாயநாதர் கோயிலில் உள்ள சிற்பம் சான்று பகர்வதாக அறிஞர்கள் கூறுகின்றனர்.

போர்களைக் காட்டிலும், பெரிய சிவாலயம் கட்டிவிட்ட சிவத்தொண்டு அமைதிப்படுத்தியது! அகிலம் வியக்கும் அளவு ஆட்சி செய்த ஆற்றலரசர், சிவபாத சேகரர், தன் 71-வது வயதில் சிவனோடு கலந்துபோகிறார். ஆம்! செயற்கரிய செய்த சிவநெறிச் செல்வன் ராஜராஜ சோழன் உடலால் மறைந்துவிட்டார்!.

தமிழாலும், சிவ நெறியாலும், அளப்பரிய வீரத்தாலும், அவர் என்றென்றும் தமிழர் உள்ளத்தில் வாழ்ந்து கொண்டேயிருப்பார்!

இதுதான் ராஜராஜ சோழன் வரலாறு.

ஆயிரம் ஆண்டுகள் கடந்த பிறகும், இன்றும் நிறைய கல்வெட்டுகள் படிக்கப்படாமலேயே, கண்டுபிடிக்கப் படாமலேயே இருக்கின்றன. 1989-ல் ஒரு வீடு கட்டுவதற்கு ஓர் இடத்தைத் தோண்டும்போது, 12 அடி உயர தூண் போன்ற பொருள் கிடைக்கிறது.

அந்த நிலத்திற்குச் சொந்தகாரர் என்ன செய்தார் என்றால், இதை வெளியில் சொன்னால் ஆராய்ச்சி செய்ய ஆரம்பித்துவிடுவார்கள். நம்மை வீடு கட்ட விட மாட்டார்கள் என்று எண்ணி, அந்தத் தூணை உடைத்து குப்பையில் போட்டு விடுகிறார்.

இது, மச்சேந்திரநாதன் என்ற ஒரு மாவட்ட ஆட்சியர் இருந்தபோது நடைபெற்ற நிகழ்வு. அறிஞர்கள் இதனை அவரிடம் எடுத்துச்சொன்னபோது, அந்த உடைக்கப்பட்ட துண்டுகளை ஒன்றிணைத்து ஆராயச் செய்கிறார்.

அந்தக் கல்வெட்டு இருந்த இடம்தான் அரண்மனையாக இருக்க வேண்டுமென்று கணிக்கிறார்கள். அந்தக் கல்வெட்டில்தான் ராஜராஜ சோழனுடைய திறமைகள், உடலமைப்பு, அவனுடைய கீர்த்திகள், வெற்றியின் வரலாறு ஆகியவை

பொறிக்கப்பட்டிருந்தன.

மெய்கீர்த்தியென்றால் உண்மை, புகழ் மற்றும் அவர்பெற்ற வெற்றியை வரிசைப்படுத்தி எழுதி அதனைக் கல்வெட்டுகளில் பதிக்கச் செய்திருக்கிறார்.

வழக்கு எண் 75/18

தஞ்சை பெரியகோயில் கட்டமைப்புக்குத் தலைமை நிர்வாகியாக இருந்தவர் பொய்கை நாட்டுக் கிழவன் தென்னவன் ஆதித்த சூரியனாகிய மூவேந்த வேளான் ஆவார். இந்தத் தலைமை நிர்வாகி கோயில் நிர்வாகத்தைச் செவ்வனே செய்கிறார்.

இந்தப் பொய்கை நாட்டுக் கிழவருக்கு, மாமன்னர் ராஜராஜன் மீது அதீத பற்று உண்டு. இந்தப் பற்றின் காரணமாக, சோழர் படைத் தளபதி மும்முடி பிரம்மராயன் கிருஷ்ண ராமன் ஆலோசனையின்படி, மன்னரின் திருவுருவத்தை, அவர் அய்யன் சிவனை வணங்குவது போல நகலெடுத்து, ஐம்பொன்னால் கச்சிதமாய் சிலையாய் வார்க்க முடிவு செய்தார்..

அதன்படி, மாமன்னன் ராஜராஜன், பட்டத்தரசி லோகமா தேவி உட்பட 13 சிலைகளை, அற்புதமாய் வார்த்தெடுக்கிறார்.

மாமன்னர் ராஜராஜன் உயிருடன் இருக்கும்போதே 1012-ம் ஆண்டில், பெரிய கோயிலின் அர்த்த மண்டபத்தில் இச்சிலைகளை நிறுவுகிறார்.

அன்று முதல், எத்தனை கோடி கொட்டிக் கொடுத்தாலும், கற்பனையில் கூட காண இயலாத, பெரு வடிவை, நேரில் கண்டு வழிபட வந்த மக்கள், கட்டுக் கோப்பான உடலமைப்பு கொண்ட மன்னரையும், பட்டத்தரசியையும் சேர்த்தே வழிபட்டுச் சென்றனர்.

ஒவ்வோர் ஆண்டும் சித்திரைத் திருவிழா அன்று 'இராஜராஜேச்சுரம்' எனும் நாடகமும் 'ஸ்ரீராஜராஜ விஜயம்' நாடகமும் சிறப்பாக நடைபெறும். அந்த நாடக வைபோகத்தில் மாமன்னர்,

மாமன்னர் ராஜராஜ சோழன் பட்டத்தரசி உலகமாதேவி திருமேனிகள். ராஜராஜனின் இடது பக்க காலில் அரசருக்கேயுரிய வீரக்கழல் அணிந்திருப்பதைக் காணலாம்

பட்டத்தரசி சிலைகள் வைத்து வணங்கப்பட்டு, ஊர்வலமாக எடுத்து வந்து ஆராதனை செய்துள்ளனர்.

இப்படிச் செயற்கரிய செய்த மன்னனின் திருவுருவ சிலைக்கு, இரவு நடைசாத்தும்போது, சிவனோடு சேர்த்தே பள்ளியறை பூஜை செய்து வந்துள்ளனர்.

இதுமட்டுமல்ல, சித்திரைத் திருவிழாவின்போதும், வைகாசி பெரு விழாவின்போதும் சிவனுக்கு முன்னதாக ராஜராஜன் திருவுருவத்தையும், பல்லக்கில் சுமந்து ஊர்வலமாய் எடுத்துச் சென்று வழிபட்டு வந்துள்ளனர்.

அப்பேர்ப்பட்ட மாமன்னர் திருவுருவச் சிலையும், பட்டத்தரசி லோக மாதேவி சிலையும் 1932-ம் ஆண்டு, பெரிய கோவிலிலிருந்து மாயமாகிவிட்டன. அடியார்கள், பக்தர்கள் தமிழ் ஆர்வலர்கள், தொல்லியல் அறிஞர்கள், தஞ்சை பொதுமக்கள் என அனைவரும் அதிர்ச்சி அடைந்தனர்.

தஞ்சை மக்கள், நம் நாடு விடுதலை அடைந்த உடன், பிரதமர் நேரு தொடங்கி,

பல்வேறு அரசியல் தலைவர்களிடமும் இந்த சிலைகளைக் கண்டுபிடித்துக் கொண்டு வரவேண்டும் என்று தொடர் கோரிக்கைகளை முன்வைத்து, இச்சிலைகளை மீட்க முயற்சி செய்து வந்துள்ளனர்.

தமிழறிஞர்கள், தொல்லியல் அறிஞர்கள் மற்றும் வரலாற்று ஆய்வாளர்களின் தொடர் தேடுதலில், குஜராத் மாநிலம், அகமதாபாத்தில் உள்ள கௌதம் சாராபாய் அருங் காட்சியகத்தில் சிலைகள் இருப்பது கண்டுபிடிக்கப்பட்டது.

1984-ல் அன்றைய பிரதமர் இந்திரா காந்தியும், முதல்வர் எம்.ஜி.ஆரும், பெரிய கோயிலுக்கு வந்தபோது, அவர்களிடம் மாமன்னர் சிலையை மீண்டும் கோயிலுக்கு கொண்டுவரும்படி கோரிக்கை வைத்திருக்கிறார்கள்.

2010-ல் பெரிய கோயிலின் ஆயிரமாவது ஆண்டு சதய விழாவிற்கு முன்பாக, மாமன்னர் ராஜராஜனை மீட்டுக்கொண்டு வரவேண்டுமென எண்ணினார், அன்றைய முதல்வர் கலைஞர்.

அமைச்சர் தங்கம் தென்னரசு, இறையன்பு இ.ஆ.ப., ஆகியோர் தலைமையில் குழு அனுப்பப்பட்டு, அன்றைய குஜராத் முதல்வர் நரேந்திர மோடி அவர்களின் உதவியுடன் சிலைகளை மீட்கவும் தீவிர முயற்சி மேற்கொள்ளப்பட்டது. ஆயினும் பலன் கிட்டவில்லை.

நான் தஞ்சையில் காவல் கண்காணிப்பாளராகப் பொறுப்பேற்ற 28.09.17 அன்றே, பணியில் சேர்ந்த சில நிமிட நேரத்திற்குள், அய்யன் சிவனைத் தரிசிக்க பெரிய கோயிலுக்குச் சென்றேன்! பலர் அன்பாகக் கூறினார்கள், அந்தக் கோயிலுக்கு உடனே போகவேண்டாம் இன்னொரு நாள் போகலாம் என்று! பல அதிகாரிகள் பணியில் இருந்த ஆண்டுகளில் ஒருமுறைகூட செல்ல வில்லை என்றும் தெரிவித்தார்கள்.

நான் மனதுக்குள் சொல்லிக் கொண்டேன், இந்த எஸ்பி. எனும் பதவியே இந்தக் கோயிலுக்கு வந்த பிறகுதான் கிடைத்தது என்று நினைத்துக்கொண்டு, முதல் வேலையாக ராஜராஜன் நின்று அனுதினமும் தரிசித்த பரமசாமி எனும் பெருவுடையாரை அதே இடத்தில் நின்று வணங்கிய பிறகுதான் பணியைத் தொடங்கினேன்.

அப்போது, தமிழாய்வாளர் பேராசிரியர் தெய்வ நாயகம் போன்றோர் இந்த சிலைகளை மீட்டுக்கொண்டுவர வேண்டும் என்பது தஞ்சை மக்களின் வாழ்நாள் ஆதங்கம் என்னும் ஏக்கத்தை வெளிப்படுத்தினார்கள்.

எப்படியாவது மாமன்னர் ராஜ ராஜனை, கூர்ஜர தேசத்திலிருந்து, சோழ மண்டலத்திற்கு, அதுவும் அவர் படைத்த பெருவுடையார் கோயிலுக்குக் கொண்டுவர வேண்டும், கொண்டு வந்தே தீர வேண்டும் என்று உறுதியாய் முடிவெடுத்தேன். வரலாற்று ஆய்வாளர்கள் மற்றும் தொல்லியல் அறிஞர்கள் குறிப்பாக பேராசிரியர் தெய்வநாயகம், குடவாயில் பாலசுப்ரமணியம் போன்றோர் நிறைய தகவல்களைக் கொடுத்தனர்.

சதாசிவ பண்டாரத்தார் எழுதிய ‘பிற்காலச் சோழர் சரித்திரம்’ எனும் நூலில் இந்த சிலைகள் வடிக்கப்பட்டதற்கும் இங்கே இருந்ததற்கான பதிவுகள் இருப்பதையும் மற்றும் கரந்தைத் தமிழ்ச் சங்கத்தார் வெளியிட்ட ‘தமிழ்ப்பொழில்’ அந்நாளைய பழைய இதழ்களில் இருந்த கட்டுரைகளிலும் இந்த சிலை குறித்த தகவல் இடம்பெற்றிருந்ததையும் முழுமையாக படித்தேன்.

“இரண்டு திருக்கை உடையாராக கனமாக எழுந்தருளிவித்த பெரிய பெருமாள் பிரதிமம் ஒன்று, இரண்டு திருக்கை உடையாராக கனமாக எழுந்தருளிவித்த இவர்தம் பிராட்டியார் உலக மாதேவியார் பிரதிமம் ஒன்று, பெரிய பெருமாளுக்கு தேவராய்

தேவராக எழுந்தருளிவித்த தேவர்" என்று இந்த திருமேனிகள் குறித்து கல்வெட்டுச் சான்றுகள் கூறுகின்றன.

இந்நிலையில் ஒருநாள், தஞ்சைக்கு வந்திருந்த, சிலை கடத்தல் தடுப்புப் பிரிவு ஐ.ஜி. திரு. பொன்.மாணிக்கவேல் அவர்கள், தஞ்சை மேற்கு காவல் நிலையத்திற்கு வருமாறு என்னை அழைத்தார்.

திருடுபோன சிலைகளை மீட்பதில் தீவிர ஆர்வம் காட்டி வரும் அவரிடம், பெரிய கோயில் மாமன்னர் ராஜராஜன், பட்டத்தரசி லோகமாதேவி திருமேனிகள் காணாமல் போனது பற்றியும், பொய்கை நாட்டுக் கிழவன் ஆதித்த சூரியன் அந்த சிலைகளை உருவாக்கியதற்கான சான்று ஆவணங்கள் இருப்பது குறித்தும் பேசிக் கொண்டிருந்தபோது விவாதித்தோம்.

எப்படியாவது இந்தச் சிலைகளை மீட்டாக வேண்டும் என்ற என் எண்ணத்தை வெளிப்படுத்தியபோது, என் ஆர்வத்தைப் புரிந்துகொண்ட ஐ.ஜி. பொன் மாணிக்கவேல் அவர்கள், அவரும் அதே மனநிலையில்தான் இங்கு வந்து இருப்பதாக தெரிவித்த உடன் சொல்லொணா மகிழ்ச்சி அடைந்தேன். வழக்குப் பதிவு செய்து சட்டப்படி கொண்டுவந்து விடலாம் என்றார்.

நாடு சுதந்திரம் பெறுவதற்கு முன்பு கிட்டத்தட்ட 1932 -ல் காணாமல்போன சிலைகளுக்கு 2018-ல் உரிய சட்ட வழிமுறைகளைப் பின்பற்றி வழக்குப் பதிவு செய்தோம்!

ஓ! இறைவா! சிவனே! இப்பேர்ப்பட்ட பெரிய கோயில் கட்டிய பேரரசன், தண்டமிழ் வேந்தன், சண்ட பராக்கிரமனை மீட்டுக்கொண்டு வரும் பெரும் பேற்றை எங்களுக்கு வழங்கி இருக்கிறாயே என்று எண்ணி பேருவகை அடைந்தேன்!

ஆய்வாளர் ஜோதி மகாலிங்கத்தை அழைத்து, ராஜராஜ சோழன் திருமேனி வரலாற்று முக்கியத்துவத்தை விளக்கி வழக்குப் பதிவு செய்யச் சொன்னேன்! தஞ்சை மேற்கு காவல் நிலையத்தில் 2.3.18 அன்று வழக்குப் பதிவு செய்யப்பட்டது. அதுதான் வழக்கு எண் 75/18 u/s 454, 380, 403, 409, 411, 120B ஆகும்.

பத்திரிக்கையாளர்கள் குவிந்தனர். அவர்களிடம் நம்பிக்கையோடு உறுதியாக தெரிவித்தோம்; ராஜராஜனை மீட்டுக் கொண்டுவந்து விடுவோம் என்று. வழக்கு முதல் விசாரணை நடத்தப்பட்டு, உயர் நீதிமன்ற உத்தரவுப்படி, சிலைத் தடுப்பு பிரிவுக்கு மாற்றப்பட்டது

ஐ.ஜி பொன் மாணிக்கவேல் அவர்கள் தலைமையிலான குழுவினருடன் இணைந்து அயராது பாடுபட்டு, உரிய சட்டமுறைகளைப் பின்பற்றி, மாமன்னர் ராஜ ராஜன், பட்டத்தரசி லோகமாதேவி திருமேனிகளை மீட்டுக்கொண்டு வந்தோம்.

குஜராத் அகமதாபாத் கௌதம் சாராபாய் அருங்காட்சியகத்தில் இருந்து மீட்கப்பட்ட திருமேனிகளை 1.6.2018 வெள்ளிக்கிழமையன்று, கும்பகோணம் குற்றவியல் தலைமை நீதிமன்றத்தில், நீதிபதி அவர்களின் பார்வைக்கு வைத்தோம்.

ராஜராஜ சோழன் திருமேனியைப் பார்ப்பதற்காக தஞ்சையே திரண்டு நின்றபோது, வழக்கு நடைமுறைப்படி திருமேனிகளை, சிலை பாதுகாப்புப் பெட்டகத்தில் வைக்கலாம் என்று முடிவு எடுப்பதாகத் தெரிந்தது.

உடனே இதுபற்றி ஐ.ஜி பொன் மாணிக்கவேல் அவர்களிடம் ஆலோசனை கேட்டுக்கொண்டு, நீதிபதியை அவருடைய அறையில் சென்று சந்தித்து விளக்கினேன்.

ராஜராஜ சோழன்தான் தஞ்சை பெரிய கோயிலில் உரிமைதாரர். அந்த மாபெரும் கட்டமைப்புக்குச் சொந்தக்காரர் என்பது நாம் அனைவரும் அறிந்ததே!

மூன்று தலைமுறை பார்ப்பதற்குக் கொடுத்து வைக்காத நிலையில், இவ்வளவு சிரமப்பட்டு மீட்டுவந்த ராஜராஜ சோழனை மக்கள் பார்வைக்கு அவர்

கட்டிய தஞ்சை பெரிய கோயிலில், ஏற்கெனவே இருந்த இடத்தில் வைப்பது தான் சாலச்சிறந்ததாக இருக்கும் என்பதால், வரலாற்றுச் சிறப்புமிக்க உத்தரவை நீங்கள் வழங்க வேண்டும் என்று மக்களுடைய மன நிலையை எடுத்துரைக்கும் விதமாக விளக்கிக் கூறினேன். நீதிபதி அவர்களும் நெகிழ்வுடன் கேட்டுக்கொண்டார்.

நீதிபதி அவர்கள் அவரது இருக்கையில் வந்து அமர்ந்தவுடன், வழக்கறிஞர்கள், பொது மக்கள் என அனைவரும் அந்த மாமன்னனின் திருமேனியை பரவசத்துடன் பார்த்துக்கொண்டிருந்த நிலையில், நீதிபதி அவர்களும் வந்து பார்த்துவிட்டு தனது இருக்கையில் வந்து அமர்ந்தார்.

மாமன்னர் ராஜராஜ சோழன், பட்டத்தரசி லோகமாதேவி திருமேனிகள் அவர் கட்டிய கோயிலில், இருந்த இடத்திலேயே நிறுவப்பட வேண்டும் என்றும் மாவட்ட காவல் கண்காணிப்பாளர் ஆகிய என்னை உரிய பாதுகாப்பு வழங்க வேண்டும் என்றும் உத்தரவிட்டார்.

தமிழகத்தையே பாதுகாத்த, தமிழ் இனத்திற்கு அடையாளம் கொடுத்த ராஜராஜ சோழனுக்குப் பாதுகாப்பு அளிப்பதைக் காட்டிலும் இந்த காவல் பணியில் எனக்கு ஏதேனும் பெரும் பேறு உண்டா?

பிறகு திருமேனிகளுடன், லோகமா தேவி கட்டிய வட கைலாயம் எனப்படும் திருவையாறு ஐயாறப்பர் கோயிலுக்குச் சென்று வழிபாடு நடத்தினோம். அதைத் தொடர்ந்து, ஓங்கி உயர்ந்து நிற்கும் தஞ்சைப் பெருவுடையார் கோயிலைக் கட்டிய, உரிமைதாரரான மாமன்னர் ராஜராஜ சோழனை, அவர் கட்டமைத்த பெரிய கோயிலுக்குக் கொண்டுவந்து, பெருவுடையார் முன்பு ஆகம விதிகளின்படி வழிபாடு செய்து நிறுவினோம்.

சிவநெறிச் செல்வனே! 1012-ல் நீ பார்த்து வியந்த, உன் திருஉருவத்தை தொட்டுத் தூக்குவதும், அதை மீண்டும் உன் காலத்தில் இருந்த அதே இடத்தில் நிறுவுவதும், தமிழினத்தையே பாதுகாத்த உனக்குப் பாதுகாப்பு அளிப்பதும் காவல் துறையின் பெரும்பேறு என்று எண்ணிக்கொண்டு உரிய பாதுகாப்பை வழங்கினோம்!

தமிழர்களின் வீரத்தை உலகறியச் செய்த,

காந்தளூர் சாலை கலமறுத்தருளி;
செழியரை தேசுகொள் வீரனாய்,
சேர, பாண்டியரை வென்று,
ஈழ மகிந்த பாலனை பணியவைத்து,
ஈழத்தை மும்முடி சோழ மண்டலமாக அறிவித்த
நிகரிலி சோழன் ராஜ ராஜன் சோழன் ஆவார்.

அகிலம் வியக்கும் அளவில், பொறியியல் அதிசயமாய், ஓங்கி உயர்ந்து, சிவனே மெய்சிலிர்க்கும் வகையில் கட்டமைக்கப்பட்டுள்ள பெரிய சிவாலயமான தஞ்சை பெருவுடையார் கோவிலையும், தமிழுக்கும் சைவத்திற்கும் செயற்கரிய தொண்டு செய்த, தன்னிகரில்லாத் தண்டமிழ் வேந்தன், சண்ட பராக்கிரமன் சிவபாத சேகரன், மாமன்னர் ராஜ ராஜனையும், மன்னருக்கு உறுதுணையாய் நின்ற பட்டத்தரசியார் லோகமா தேவியையும் வந்து தரிசியுங்கள்.

அந்த விண்ணுயர் பெரிய கோயில் கட்டமைப்பைக் கண்டு தமிழன் என்பதில் பெருமிதம் கொள்ளுங்கள்!

நண்பர்களே!

ராஜராஜ சோழன் வாழ்ந்த தஞ்சையில், ராஜராஜ சோழன் வெற்றியின் உச்சத்தில் தன் வாழ்நாளின் இறுதி ஆண்டுகளை முழுமையாக அர்ப்பணித்து, அனுதினமும் உலா வந்து, பார்த்துப் பார்த்துக் கட்டிய தஞ்சை பெரிய கோயிலில் அவன் பாதங்கள் பட்ட இடத்தில் நாம் இருக்கிறோம் என்ற பரவச உணர்வோடு ஒவ்வொரு கற்களாக, கல்வெட்டுகளாகத் தொட்டுப் பார்த்து பெருமிதம் கொள்ளுங்கள்!

அப்படியே, பழையாறை, உடையாளூர், அவர் வளர்ந்த, விளையாடிய இடத்தையும் சென்று பாருங்கள்! நான் அங்கு எஸ்.பியாக இருந்தபோது பழையாறை செல்லும்போதெல்லாம் பரவசம் கொள்வேன்!

ஆகா! இந்த தெருக்களில்தானே ராஜராஜன், அருண்மொழி வர்மனாய் விளையாடியிருப்பார்! இங்குதானே போர்க்கலைகளைப் பயின்று இருப்பார். திருப்புறம்பியம் வெள்ளை விநாயகர் கோயிலுக்குத்தானே அதிகம் வந்துள்ளார். மாமன்னராக மகுடம் தரித்த பிறகு ஒவ்வொரு போருக்கு முன்பும் இங்கு வந்து தானே வழிபாடு செய்துள்ளார்!

உடையாளூர் என்பதே முற்காலச் சோழர்கள் அதாவது சங்க கால சோழர்களான நலங்கிள்ளி, கரிகாலன், சோழன் செங்கணான் காலத்தில் உடைவாள் ஊர் எனும் ஆயுதம் செய்யும் பட்டறையாக இருந்த இடம், நாளடைவில் மருவி உடையாளூர் என ஆகிவிட்டதாக தெரிகிறது.

அங்குள்ள கைலாயநாதர் கோயில், மூன்றாம் குலோத்துங்க சோழன் காலத்தில் கட்டப்பட்டதாகும். அந்த கோயிலின் வெளிப்பிராகாரத்தில் ராஜராஜ சோழன் ஸ்ரீசிவபாத சேகர அனுக்கிரக மூர்த்தி எனும் சிவனின் வரம்

கைலாயநாதர் கோயில், உடையாளூர்

பெற்ற இறை வடிவமாய் சிவலிங்கத்தின் பின்னால் அமைதி சொரூபமாய் கைகட்டி காட்சியளிப்பார்.

உள்ளே சென்றால் கோயிலின் கருவறைக்கு முன் உள்ள மண்டபத்தில் வடக்கு புறமாய் மூன்றாம் குலோத்துங்க சோழன் கைகூப்பி கும்பிடுவார் தன் பட்டத்தரசியுடன் காட்சியளிப்பார்.

இதற்கு அருகில்தான் சண்டிகேஸ்வரர் பிரம்மாண்டமாய் வீற்றிருப்பார். அவரது இடது பாதத்தின் அடியில், சிவநெறியில் உச்சம் தொட்ட, தெற்காசியாவைத் தன் குடைக்கு கீழ் கொண்டுவந்த மாமன்னர் ராஜராஜன் அடியார்க்கு அடியாராய், சிவபாத சேகரனாய், சண்டிகேஸ்வரனின் பாதத்தில் தாடி வைத்து சிவ அகோரியாய் சகலத்தையும் துறந்து அமர்ந்திருப்பார். அதைப் பார்க்கும்போதும், 92 வயதான வைத்தியநாத குருக்கள் விளக்கும் போதும் சில கணம் தடுமாறிப் போவீர்கள்!

அப்பேர்ப்பட்ட மாமன்னர் எப்பேர்ப்பட்ட சாம்ராஜ்யத்தைக் கட்டி ஆண்ட ஆற்றல்மிக்க அடலேறு, ஓங்கி உயர்ந்து நிற்கும் விண்ணுயர் பெரிய கோயிலைத் தந்த ராஜராஜ சோழன், சிவநெறியின்பால் தன்னை இழந்து சகலத்தையும் துறந்துவிட்டு மண்டியிட்டு அமர்ந்திருக்கும் காட்சி, வாதவூர் அடிகள் சொன்னதைத்தான் நினைவுபடுத்தும்.

"தன்னைத் தாழ்த்துகிறவன் உயர்த்தப்படுவான்."

எத்தனை மன்னர்கள் இருந்தாலும் இந்த மூவாயிரம் ஆண்டுகால வரலாற்றில் மக்கள் நெஞ்சமெல்லாம் சஞ்சரிக்கும் அன்புசால் ஆற்றல்மிக்க வீரனாய் விளங்குவது ராஜராஜ சோழனே! என்பதில் மாற்றுக்கருத்து இருக்க முடியாது.

பஞ்ச மாதேவீஸ்வரம் கோயில்

இந்த இடத்தில் சோழர்களின் இன்னொரு கலைப் படைப்பையும் நன்றியுடன் நினைவுகூரவேண்டும். உலகிலேயே தாயின் நினைவாக அதுவும் சிற்றன்னையைப் போற்றும் விதமாக கட்டப்பட்ட ஒரே கோயில் இதுவாகத்தான் இருக்கும். அம்மாவின் நினைவாக கட்டப்பட்ட முதல் கோயில் ஆகும்.

ராஜராஜ சோழனின் பட்டத்து அரசியான உலக மாதேவிக்குப் பிறந்தவர் ராஜேந்திர சோழன் ஆவார். ஆனாலும் அறிவிலும் திறமையிலும் மெச்சத்தக்க ஆற்றல் பெற்றிருந்த தளிச்சேரி பெண்டிராக விளங்கினாலும் போர் திறனும் பெற்றிருந்த பழுவேட்டரையர் மகள் பஞ்சவன்மாதேவியையும் ராஜராஜ சோழன் மணந்துகொண்டார்.

பஞ்சவ மாதேவீஸ்வரம் ஆலயம்

பஞ்சமாதேவி குறித்த ராஜராஜ சோழனின் 27-ம் ஆண்டு ஆட்சிக் கல்வெட்டான பழுவூர் கோவில் கல்வெட்டில், 'அவனி கந்தர்ப்புரத்து பழுவூர் தேவனாரின் திருமகள்' என்று குறிப்பிடப்பட்டுள்ளது. திருப்புகலூர் கல்வெட்டில் 'நக்கன் தில்லையழகி' என்று கூறப்பட்டுள்ளது.

ராஜராஜ சோழன் பல களம் கண்ட தீரனாய், யுவ ராஜாவாய் சோழப்பேரரசை விரிவுபடுத்திக் கொண்டிருந்த நிலையில் அந்நாளைய வாரிசுரிமைப் பிரச்னையை மனதில்கொண்டு, அழகும் அறிவும் நிறைந்த பஞ்சமாதேவி தனக்கு ஒரு வாரிசு உருவானால், அவன் ராஜேந்திர சோழனுக்குப் போட்டியாய் வந்து சோழ ராஜ்யத்தையே சீர்குலைத்துவிடுவான் என்று எண்ணி ராஜேந்திர சோழனே இந்த ராஜ்யத்தைக் கட்டி ஆளும் தகுதி பெற்ற கட்டிளங்காளை என்று உணர்ந்து தன்னை மலடி ஆக்கிக்கொண்டதாக தெரிகிறது.

ராஜராஜ சோழனை எப்படி அவரது அக்கா குந்தவை நாச்சியார் ஒரு வீரனாய், ஆற்றல்மிக்க ஆளுமையாய் உருவாக்கினாரோ, அதேபோல் சிற்றன்னையாக விளங்கிய பஞ்சமாதேவி, இயல்பிலேயே தீரனாய் திகழ்ந்த ராஜேந்திர சோழனை பெருவீரனாய், உருவாக்கிய பெருமை இந்த பெருமாட்டியையே சாரும்!

ஆதலால்தான் ராஜேந்திர சோழன்தான் அரசாள வேண்டும் என்பதற்காக சோழ சாம்ராஜ்ஜியத்தின் நலன் கருதி தன்னை மலடி ஆக்கிக்கொண்ட அந்தத் தாய் இறந்த உடன் அவர் உடல் அடக்கம் செய்த பள்ளிப்படையான உடையாளூரில் தாயை வழிபடும் விதமாக தங்கள் சோழகுல திலகமாய் விளங்கிய சிவனுக்கு அந்த பள்ளிப்படை வளாகத்திலேயே கோயில் எழுப்பினார். அந்தக் கோயில்தான் பஞ்சவன் மாதேஸ்வரன் திருக்கோயில் ஆகும்.

அந்தக் கோயில் கல்வெட்டில் "பழையாறையான முடிகொண்ட

மாமன்னர் ராஜராஜன் பள்ளிப்படை.

சிவபாதசேகர அனுக்கிரகமூர்த்தி

சோழபுரத்து பள்ளிப்படை பஞ்சவன் மாதேவிச்சரம்” என்று கூறப்பட்டுள்ளது. ராஜராஜ சோழன் தளபதியான அருண்மொழி உத்தமசோழ பிரம்மராயன் லகுலீசர் பண்டிதர் பற்றி எல்லாம் கல்வெட்டில் குறிப்பிடப்பட்டுள்ளது.

கோயில் மூலவரான சிவலிங்கத்திற்கு முன்னிருக்கும் நுழைவாயிலில் சோகமே உருவான வடிவில் கண்கள் கலங்கும் விதமாக தளர்ந்த நிலையில், கையறு நிலையை, துயரத்தைப் பிழிந்தெடுக்கும் விதமாக இரண்டு பக்கமும் இரண்டு பேருடைய சிலை வடிக்கப்பட்டிருக்கும். அதில் ஒன்று ராஜராஜ சோழன் மற்றொன்று ராஜேந்திர சோழன்.

பஞ்சவன் மாதேவீஸ்ரம் பள்ளிப்படை பஞ்சவன்மாதேவி பயன்படுத்திய பொருள்கள் அனைத்தும் உள்ளடக்கியதாகக் கட்டமைக்கப்பட்டு அதற்கு படிக்கட்டுகளுடன் கூடிய வழி இருந்துள்ளது. 1973-ல்தான் இந்து சமய அறநிலையத்துறையினர் அந்த வழியை அடைத்துள்ளனர்.

ராஜேந்திர சோழன் தன்னுடைய வளர்ப்புத் தாயின் நினைவாகக் கட்டிய முதல் கோயில் என்று உணராமல், அதுவும் அவர்க்காகத் தன் பெண்மையின் பூரணத்துவத்தை அழித்துக்கொண்ட அந்த தியாகப் பெருமாட்டி நினைவாக கட்டப்பட்ட ஆலயம் என்றும் உணர்ந்து பெருமை கொள்ளாமல் பள்ளிப்படை கோயில் அதாவது சமாதியில் கட்டப்பட்ட கோயில் என்று உள்ளூர் மக்கள் கூறி வருவது வருந்தத்தக்கதாகும்.

பஞ்சமாதேவியின் தியாகம் அளவிடற்கரியது. அவருக்கு வாரிசு வந்து ராஜேந்திர சோழன் ஆட்சிக்கு வர இயலாது போயிருந்தால், கங்கை கொண்டான், கடாரம் வென்றான், தெற்காசியாவை ஆண்ட பேரரசு என்ற பெரும் புகழ் தமிழகத்திற்கு கிடைக்காமல் போயிருக்கும். சோழ வம்சமே அதோடு மறைந்துபோயிருந்தாலும் ஆச்சரியப் படுவதற்கில்லை. அந்த வகையில் அவருடைய தியாகம் என்றும் வரலாற்றில் நினைவுகூரத்தக்கதாகும். தற்போது இந்தக் கோயில் ராமசாமி கோயில் என்று

அழைக்கப்பட்டு வாழைத்தோட்டத்தில் பராமரிப்பின்றி காணப்படுகிறது.

பிரம்ம நந்தீஸ்வரர் ஆலயம்

பிற்காலச் சோழர்கள் ஆளத்தொடங்கிய காலத்தில் கட்டப்பட்ட பிரம்ம நந்தீஸ்வரர் ஆலயம் குறிப்பிடத்தக்க ஒன்றாகும். சோழர்களின் பூர்வீகமான பழையாறை பட்டீஸ்வரம் அருகில் திருமேற்றளியில் ஆதித்த சோழனால் கட்டப்பட்ட, அக்காலத்தில் பெரிய உயர்ந்த லிங்கத்தை மூலவராகக் கொண்ட கோயிலாகும்.

மூலவர் அமைப்பு அகண்ட சதுர வடிவில் உயர்ந்து நிற்பதால் சதுர வடிவ ஆவுடையார் என்று அழைக்கப்படுகிறார். 1200 ஆண்டுகளுக்கு முன் கட்டப்பட்ட ஆலயம் முற்றிலுமாய் சிதிலம் அடைந்திருந்தாலும் மூலவர் சிவலிங்கம் கண்களுக்கு விருந்தாய் ஒளிர்ந்து நிற்கும் காட்சி ஆச்சரியப்படவைக்கும்.

ராஜராஜ சோழன், செம்பியன் மாதேவி கட்டமைப்பு அனைத்தும் கருங்கற்களால் சலவைக் கற்களால் ஆனதாகும். ஆனால் இந்த கோயில் செங்கற்களால் அதுவும் உயரம் குறைவான அகன்ற செங்கற்களால் கருப்பட்டி பருத்தி எண்ணெய் கரி எண்ணெய் கொண்டு கட்டப்பட்டுள்ளது. கருவறை, பிரகாரம், மண்டபம் மற்றும் மதில் சுவர் அனைத்தும் இந்தக் கட்டமைப்பில்தான் உள்ளது.

இந்தச் செங்கற்களைப் பார்க்கும்போது சமீபத்தில் கீழடி அகழ்வாய்வில் கண்டெடுக்கப்பட்ட அதே செங்கற்களை ஒத்திருப்பது மிகுந்த ஆச்சரியத்திற்குரியதாகும். நான் சமீபத்தில்தான் கீழடியை பார்வையிட்டு வந்ததால் இரண்டு கற்களின் அமைப்பும் ஒரே மாதிரியாக இருப்பது வெளிப்படையாகவே தெரிகிறது. அந்நாளில் செங்கல் உருவாக்கம் இப்படித்தான் இருந்திருக்கிறது என்பதை வெளிப்படுத்துவதாக உள்ளது.

வரலாற்றறிஞர்கள் தொல்லியல் அறிஞர்கள் இதுகுறித்து ஒப்பீட்டாய்வை மேற்கொண்டால் மேலும் பல தகவல்கள் கிடைக்கும். இந்தக் கோயில் பிரம்மன் வழிபட்ட சிவனாக விளங்குவதால்

பிரம்மநந்தீஸ்வரர் கோயில், பட்டீஸ்வரம்

திருப்பட்டூருக்கு அடுத்த பிரம்மா ஆலயமாய் பிரம்மஹத்தி தோஷம் நிவர்த்தி செய்யும் இடமாகவும் இந்தக் கோயில் விளங்குகிறது.

அந்நாளில் ஆதித்திய சோழனின் பட்டத்தரசி மிகவும் போற்றி வணங்கி வழிபட்ட தலமாகும். சோழர்களின் தொடக்க கால வெற்றிக்குப் பல்வேறு பூஜைகள் நடத்தப்பட்ட, வரலாற்றுக் கதையை சுமந்துகொண்டு நிற்கும் அந்தக் கோயிலில் உள்ள அகண்ட செங்கற்கள் சிதைந்து பிளந்து நிற்பது கண்ணீர் விடுவதுபோல உள்ளது.

கோயில் கோபுரமும் புதர்மண்டி, செடிகள், புற்கள் நிரம்பி சிதலமடைந்து காட்சி அளிக்கிறது. ஏன்தான் தமிழர்கள் வரலாற்றைக் காப்பதில், தொன்மையைப் பராமரிப்பதில் இவ்வளவு சுணக்கமாக, புரிதல் இன்றி, ஆர்வமின்றி இருக்கிறார்கள் எனத் தெரியவில்லை.

பஞ்சவமாதேவீஸ்வரம் கோயில், பிரம்ம நந்தீஸ்வரர் கோயிலை புனரமைக்க ஆர்வத்துடன் செயல்பட்டு வரும் பிரபாகரன், ஓய்வு பெற்ற வருவாய் ஆய்வாளர் பத்மநாபன், நன்றிக்கு குரியவர்கள் ஆவர்.

இந்து அறநிலைத்துறை, செல்வந்தர்கள், தொழிலதிபர்கள், பொருள் படைத்த அருளாளர்கள், தன்னார்வ நிறுவனங்கள், மென்பொருள் பன்னாட்டு நிறுவனங்கள் எல்லாம் இதுபோன்ற ஆலயங்களை புனரமைத்து, தமிழர்களின் தொன்மை அடையாளமாய், மாமன்னர்கள் கட்டமைத்த, வெற்றிக்கு வித்திட்ட சிவாலயமாய் விளங்கும் இத்தகைய ஆலயங்களைப் பாதுகாத்து, அடுத்தடுத்த தலைமுறையினர் வழிபடும் இறை ஆலயமாக நிலைநிறுத்தி புண்ணியம் தேடிக் கொள்வார்களாக!

மாமன்னர் ராஜராஜ சோழன் பள்ளிப் படையான, அவர் அமரத்துவம் பெற்ற இடமும் சிவலிங்கம் நாட்டப்பட்டு வழிபட்டு வருகிறது. அதுதான் அவரது நினைவிடமாக கூட இருக்கலாம். ஏனெனில் பாண்டியர்கள் தஞ்சை பெரிய கோயிலைத் தவிர ராஜராஜன் சார்ந்த சகலத்தையும் அழித்து ஒழித்தார்கள்! ஆமணக்கை விதைத்தார்கள்!! தற்போது உயர் நீதிமன்றமே இதில் தலையிட்டு தொல்லியல்துறை இதன் தொன்மை, உண்மைத்தன்மை குறித்து அறிவியல் பூர்வமான ஆய்வு சமர்ப்பிக்க உத்தர விட்டுள்ளது குறிப்பிடத்தக்கதாகும்.

ஆனால் சோழரின் பூர்வீக கட்டமைப்பு, அனைத்தும் பழையாறு, உடையாளூர், திருவலம்சுழி, பட்டீஸ்வரம் சார்ந்தே இருப்பதால் இந்த இடம்தான் ராஜராஜ சோழன் விண்ணுலகம் எய்திய இடமாக இருக்கலாம் என்பதே உண்மையாகும். பாண்டியர்கள் பழிதீர்க்கும் வஞ்சத்தில் சகலத்தையும் அழித்ததால் இன்று சான்றுக்குத் தடுமாற வேண்டியுள்ளது.

சகலத்தையும் வெற்றிகொண்ட பிறகு, அந்திம காலத்தில் சிவ யோகியாக இந்த மண்ணில்தானே, சாமானியனாக, அடியாராக உலா வந்துள்ளார்.

நினைக்கும் போதே கண்கள் பனிக்கும்! காலத்தின் போக்கில் சகலமும் மறைந்து போகும்! மங்கிவிடும்! செயற்கரிய செய்த மனிதர்களும், அவர்தம் படைப்புகளுமே எஞ்சி நிற்கும்! அந்த வகையில் மாமன்னர் ராஜராஜ சோழனும், தஞ்சை பெரிய கோயிலும் தமிழர் உள்ளத்தில் என்றும் மிஞ்சி நிற்பார்கள்!

"கரங்குவிவார் உள்மகிழும், கோன்கழல்கள் வெல்க

சிரங்குவிவார் ஓங்குவிக்கும், சீரோன் கழல்வெல்க"

என மாணிக்கவாசகர் பெருமான் திருவாசகத்தில் பாடியதுபோல், சகல அதிகாரத்தையும் தூக்கி எறிந்துவிட்டு, அந்த மாபெரும் சிவலிங்கத்தின்முன் கைகூப்பி நின்றால், கையைத் தலைக்கு மேல் தூக்கித் தொழுதால் சகலமும் கைக்கூடும்!

வாழ்க தஞ்சை பெரியகோயில்! ஓங்குக மாமன்னர் ராஜராஜன் புகழ்!

6

திருவாசகம் எனும் தேன்

மனிதன் மனிதனுக்குச் சொன்னது திருக்குறள், இறைவன் மனிதனுக்குச் சொன்னது கீதை, அருளாளன் அருளாளனுக்குச் சொன்னது திருமந்திரம், மனிதன் இறைவனுக்குச் சொன்னது திருவாசகம்!

'தன்னைத்தானே தாழ்த்துகிறவன் உயர்த்தப்படுவான்' எனும் உயரிய தத்துவத்தைத் தமிழ் மக்களுக்கு உணர்த்த, மாணிக்கவாசகப் பெருமானின் ஒப்பில்லா அன்பினில் உருகிப்போன சிவபெருமானே, வாதவூரடிகள் சொல்லச் சொல்ல எழுதிய பெருவாசகம்தான் திருவாசகம் ஆகும்.

உண்மையில் அது தேன்தான்! பருகப் பருகத் தெவிட்டாத ஞானத்தேன்! வாழ்வியலைப் பக்குவப்படுத்தும் தேன்! தான் என்ற அகங்காரத்தை அகற்றும் தேன்! அளவற்ற அன்பினால் மட்டுமே இறைவனை அடைய முடியும் என்பதை உலகுக்கு உணர்த்திய இன்பத் தேன்!

மாணிக்கவாசகப் பெருமானுக்குச் சிவபெருமான் தேன். சிவனை நாடும் மனித உயிர்களுக்குத் திருவாசகம் தேன்! பல இடங்களில் சிவனைத் தேனாகவே குறிப்பிடுகிறார்.

"தேனே அமுதே கரும்பின் தெளிவே" என்றும்

"தேசனே தேன் ஆர் அமுதே"என்றும்

"சிறந்தடியார் சிந்தனையுள் தேன்ஊறி நின்று" எனவும்

"தேனாய் இன் அமுதமாய்த் தித்திக்கும் சிவபெருமான்" என்றும்

"தேனார் கமலமே சென்றூதாய்" என்றும் பல இடங்களில் இறைவனையும் இறையருள் செயலையும் குறிப்பிடுவதால் தான், திருவாசகம் மன அமைதி தரும் அருமருந்தாய் இனிக்கும் தேனாகவே

திகழ்கிறது. அதைத்தான் இந்தப் பாடல் குறிப்பிடுகிறது

"தொல்லை இரும்பிறவி சூழும் தளைநீக்கி
அல்லல் அறுத் தானந்தம் ஆக்கியதே -
எல்லை மருவா நெறி அளிக்கும் வாதவூர்
எங்கோன் திருவாசகம் என்னும் தேன்"

மாணிக்கவாசகப் பெருமானின் வாசகம், உளமார இறைவனோடு ஒன்றுவிக்கக்கூடிய, மனித குலத்தை நெறிப்படுத்தக்கூடிய, அமைதிப்படுத்தக் கூடிய, அன்பினாலும், பக்குவத்தாலும், இடையறாத பக்தியினாலும், தன்னைத் தாழ்த்துபவனே உயர்த்தப்படுவான் என்ற உயர் தத்துவத்தை உணர்த்தக்கூடியதாக இருப்பதால்தான் இறைவனே கேட்டுப் பெற்ற பெருவாசமாக அமைகிறது.

தமிழுக்குக் கிடைத்த பல இலக்கியக் கொடைகளுள், பக்திப் பனுவல்களுள், தலையானது திருவாசகம் ஆகும். பழந்தமிழ்ப் பாடல் ஒன்று சொல்கிறது,

"திருக்குறள்போல் நீதிநூல், சிறந்துயர்
தொல்காப்பியம்போல்
திருத்தமிகும் இலக்கணநூல், சிவஞான போதம்
போற்
சுருக்கமிகும் மெய்ப்பொருள் நூல், தூய
திருவாசகம் போல்
உருக்கமிகும் பக்திநூல் உலகினில் வேறெங்கும்
உண்டோ?"

திருவாசகத்தின் பக்திச் சிறப்பை உரைக்கும்கால், பாமரரும் சொல்வர் **"திருவாசகத்திற்கு உருகார் ஒரு வாசகத்துக்கும் உருகார்"** என்று.

மாணிக்கவாசகரின் வரலாற்றைத் தெரிவிக்கும் முதல் நூல், பெரும்பற்றப்புலியூர் நம்பி எழுதிய **'திருவாலவாயுடையார் திருவிளையாடல் புராணம்'** ஆகும். மாணிக்கவாசகர் காலம் குறித்து மறைமலையடிகள், 'மாணிக்கவாசகர் காலமும் ஆராய்ச்சியும்' என்ற ஆயிரம் பக்கத்திற்கு மேற்பட்ட நூலைப் படைத்துள்ளார். அதில் மாணிக்கவாசகர், தேவார மூவருக்கும் முந்தையவர் என்றும், நான்காம் நூற்றாண்டைச் சார்ந்தவராக இருக்கக்கூடும் என்றும் அறுதியிட்டு உரைக்கின்றார்.

ஆனால், வெள்ளைவாரணர், டி. என். ராமச்சந்திரன், கல்வெட்டு ஆய்வாளர் குடந்தை சேதுராமன் போன்றோர், சான்றுகளோடு ஆய்வு செய்கையில், மாணிக்கவாசகப் பெருமான் (கிபி 863-911) இரண்டாம் வரகுண பாண்டியன் காலத்தைச் சார்ந்தவர் தான் என்று உறுதிபடக் கூறுகின்றனர். இயற்பெயர் 'சிவபாத்தியன்' என்று குறிப்பிடப்படுகிறது சிவ புராணம் தொடங்கி அச்சோப்பதிகம் வரை 51 பதிகங்களையும் 654 பாடல்களையும் கொண்டது திருவாசகம் ஆகும்.

திருவாசகம் என்றால் என்ன...

திருவாசகத்தின்பால் ஆழங்கால் பட்ட, ஆராய்ச்சி செய்த சிவப்பிரகாச சுவாமிகள் சொல்வார்கள், திருவாசகம் என்றால் என்ன என்பதற்கு, திருப்பெருந்துறையடைந்து ஞானம் பெற்ற, மனிதப் புனிதன் மாணிக்க வாசகரின் வாசகமே திருவாசகம் ஆகும் என்று.

அதற்கு விளக்கம், அழகு நிறைந்த, மூங்கில் போன்ற தோள்களை உடைய, உமாதேவியை இடப்பாகத்தில் கொண்ட சிவபெருமானே ஆவார். என்ன அர்த்தம் எனில், திருவாசகம் என்றால் சிவபெருமான்தான் என்று கூறிவிட்டு, அப்படியே தில்லை நடராஜர் கோயிலில் மாணிக்கவாசகப் பெருமான் மறைந்துபோனதாகக் கூறப்படுகிறது. சிவப்பிரகாச சுவாமிகள் நால்வர் மணிமாலையில், அதை அழகாகச் சொல்லியிருப்பார்!

"பெருந்துறை புகுந்து பேரின்ப வெள்ளம்
மூழ்கிய புனிதன் மொழிந்த வாசகமே

வாசகம் அதற்கு வாச்சியம்
தூசகல் அல்குல் வேய்த் தோளிடத் தவனே"

மேலும் திருவாசகத்தைப் படைத்து சிவபதம் அடைந்த மாணிக்கவாசகா! நீ பெற்ற சிவபுண்ணியத்தில் ஒரு பகுதியை நானும் பெறுவேனோ என்ற நிலையில் சிவனையும் திருவாசகத்தையும் இரு கண்களாகப் போற்றி உருகியவர் சிவப்பிரகாச சுவாமிகள்!

அதிலும் அவர் ஒரு படி மேலே சென்று சிவனின் வேதத்தைக் காட்டிலும், அவருடைய அன்பின் சிறந்த அடியார் மாணிக்கவாசக பெருமான் படைத்த திருவாசகமே மேலானது என்று குறிப்பிட்டுள்ளதை என்னவென்று சொல்வது?

"விளங்கிழை பகிர்ந்த மெய்யுடை முக்கண்
காரணன் உரை எனும் ஆரண மொழியோ?
ஆதிசீர் பரவும் வாதவூர் அண்ணல்
மலர்வாய்ப் பிறந்த வாசகத் தேனோ
யாதோ சிறந்தது என்குவீர் ஆயின்
வேதம் ஓதின் விழிநீர் பெருக்கி
நெஞ்சு நெக்குருகி நிற்பவர்க் காண்கிலேம்
திருவாசகம் இங்கு ஒருகால் ஓதின்
கருங்கல் மனமும் கரைந்துருகக் கண்கள்
தொடுமணற் கேணியில் சுரந்துநீர் பாய
மெய்ம்மயிர் பொடிப்ப விதிர்விதிர்ப் பெய்தி
அன்பர் ஆகுநரே!"

இது சற்று முரண்பாட்டுக்கு உரியதாகத் தோன்றினாலும், சிவனே அதைத்தான் விரும்பியிருப்பார்!

திருவாசகத்தை ஓத ஓத, கண்கள் தொடுமணற்கேணியில் சுரந்து பாயும் பரவசத்தை, அருளாளர்கள் பலரும் உணர்ந்து கலந்து கரைந்து வெளிப்படுத்தியுள்ளனர்.

தாயுமானவர், வள்ளலார், அருணகிரி நாதர், மறைமலை அடிகள், ஆறுமுக நாவலர், ஞானியார் அடிகள், திரு.வி.க., மீனாட்சி சுந்தரம் பிள்ளை, ஜி.யூ.போப், மனோன்மணியம் சுந்தரம் பிள்ளை என அனைவருமே மொழி, மதத்திற்கு அப்பாற்பட்டு, திருவாசகத்தின் அன்பு நெறியை ஆழ உணர்ந்து, வியந்து, மாணிக்கவாசகப் பெருமானோடு கலந்து போய் போற்றியுள்ளதை அறிவோம்!.

வள்ளலார் மேலும் நெஞ்சுருகிச் சொல்கிறார்;

"வருமொழி செய் மாணிக்க
வாசக! நின் வாசகத்தில்
ஒருமொழியே என்னையும் என்
உடையனையும் ஏற்றுவித்துத்
திருமொழியாம் என்னில் இனிச்
சாதகம் ஏன்? சஞ்சலம் ஏன்?
குருமொழியை விரும்பி அயல்
கூடுவதேன்? கூறுதியே!"

அதாவது மாணிக்கவாசகனே! உன் பெருவாசகத்தில் ஒரு சிறு சொற்றொடரே எங்களுக்கு இறை அருளைத் தந்துவிடும்!, சகல நன்மையையும் கொடுக்கும் என்று போற்றுகிறார்.

இறைவன் எங்கெங்கும் வியாபித்திருப்பவன், ஒருநொடி கூட மறக்கப்படாதவன் என்பதை,

"இமைப்பொழுதும் என் நெஞ்சில் நீங்காதான் தாள் வாழ்க!"

என்று உரைக்கிறார்.

''அண்டத் தரும்பெறல் மேகன் வாழ்க"

இறைவன் குருவடிவில் வந்து திருப்பெருந்துறையில் மாணிக்கவாசகரை ஆட்கொண்டதை, அமைச்சராக, படை பரிவாரங்களோடு வந்து, திருப்பெருந்துறை எனப்படும் ஆவுடையார்கோயிலில் குருந்த மரத்தடியில் தன்னிலை மறந்து, சிவயோக நித்திரையில் ஆழ்ந்து மாணிக்க வாசகர் பாடுகிறார்.

''அண்டத் தரும்பெறல் மேகன் வாழ்க!"

மாணிக்கவாசகப் பெருமான் இறைவனை 'பரமானந்தப்

பழங்கடல்' என்கிறார். எல்லையற்றுப் பரந்து விரிந்து காட்சியளிக்கும், அதிலும் பழங்கடல் என்கிறார். கடல் நீர் ஆவியாகி, மேகம் மழையாய்ப் பொழிந்து, அந்த நீரின் பெருக்கினால் உருவாகும் பயன், அதனால் தழைத்தோங்கும் உயிர் என சகலமும் இறைவனே! என்கிறார். அதைத்தான் இந்த ''அண்டத்து அரும்பெறல் மேகன்'' என்ற பாடலில் சிறப்புற விளக்குகிறார்.

மேகம் மழை பொழியத் தொடங்கினால், பூமி எங்கும் ஒருவித குளிர்ச்சி உண்டாகும், சகல வெக்கையும் தணிந்துபோகும், அதேபோல் இறைவனின் திருவடியைப் பிடித்துக்கொண்டால் அடியார்களின் துயரங்களும் தணிந்து போகும் என்பதை,

''வெத்துயர் கோடை மாத்தலை கரப்ப'' என்று இறைவனை மேகமாக உருவகப்படுத்தி அழகாக, நளினமாக, இயற்கையாய்க் காட்சிப்படுத்தியுள்ள பாங்கு ஆச்சர்யப்படவைக்கும்.

ஏகன் அனேகன்

மாணிக்கவாசகர் இறைவனே சகலமும் என்றும், 'ஒன்றாதல், வேறாதல்' அனைத்தும் அவனே என்றும் பல இடங்களில் தெளிவுபடுத்துகிறார்!

'ஏகன் அநேகன் இறைவனடி வாழ்க!' என சிவபுராணத்தில் இறைவனே சகலமுமானவன்! சகலமும் இறைவனே என்று ஏகன்; ஒன்றாதலையும், அநேகன் வேறாதலையும் தெளிவுபடுத்துகிறார்!.

மேலும் திருச்சதகத்தில்,

"வான்ஆகி மண்ஆகி வளிஆகி ஒளிஆகி
ஊன்ஆகி உயிர்ஆகி உண்மையுமாய் இன்மையுமாய்க்
கோன்ஆகி யான்எனதுஎன்று அவர்அவரைக் கூத்தாட்டு
வானாகி நின்றாயை என்சொல்லி வாழ்த்துவனே"!

எனும் பாடலில் 'வானாகி மண்ணாகி வளியாகி ஒளியாகி ஊனாகி' என்பதன் மூலம் ஒன்றாதலைக் காட்டுகிறார்.

"உண்மையுமாய் இன்மையுமாய்" என்பதன் மூலம் 'உடனாதல்' சுட்டப்படுகிறது.

"கோன்ஆகி யான்எனது என்று அவர் அவரைக் கூத்தாட்டுவானாகி" என்பது **'வேறாதலை'** வெளிப்படுத்துகிறது.

ஆக "ஒன்றாதல், உடனாதல், வேறாதல்" என்ற மூன்ற நிலைகளும் இறைவனுக்கே உரியதென்பதைத் தெளிவுபடுத்துகிறார்.

ஒன்று நீயில்லை அன்றியொன் றில்லை

திருவாசகத்தின் மணிமகுடம் என்று சொல்லப்படக்கூடியது கோயில் திருப்பதிகத்தில் உள்ள இந்தப் பாடல் ஆகும்.

"இன்றெனக் கருளி இருள்கடிந் துள்ளத்
தெழுகின்ற ஞாயிறே போன்று
நின்றநின் தன்மை நினைப்பற நினைந்தேன்;
நீயலாற் பிறிதுமற் றில்லை
சென்றுசென் றணுவாய்த் தேய்ந்துதேய்ந் தொன்றாந்
திருப்பெருந் துறையுறை சிவனே;
ஒன்றுநீ யல்லை அன்றியொன் றில்லை
யாருனை அறியகிற் பாரே?"

என்ற பாடலிலும்

"நீயிலாற் பிறிது மற்றுமில்லை" என்பது ஒன்றாதலையும்,

"நினைப்பற நினைந்தேன்" என்பது உடனாதலையும்,

"ஒன்று நீயல்லை" என்பது வேறாதலையும் வெளிப்படுத்துகிறது.

சென்று சென்று என்பது பல்வித உலக பற்றையும், தேய்ந்து தேய்ந்து என்பது இந்த உலக ஆட்டம் முடிந்து இறுதியில் இறைப்பற்றுக் கொள்ளுதலையும் உணர்த்துமாறு மாணிக்கவாசகர் குறிப்பிட்டுள்ளார்.

நினைப்பற நினைந்தேன் என்பதைத்தான் சைவ சித்தாந்தநூல்கள் அனைத்தும் **'சாக்கிர அதீத நிலை'** என்று குறிப்பிடுகின்றன.

அடுத்த வரியைப் பாருங்கள்,

"ஒன்று நீயில்லை
அன்றியொன் றில்லை"

ஆகா! என்னே அற்புத இறை அமுத வார்த்தைகள்!

எந்த ஒரு பொருளிலும் உருவத்தில் தெரிந்தவனாக நீ இல்லை. ஆனால், உன்னை அன்றி எந்த ஒரு பொருளும் இல்லை எனும் தேவ வரிகளைப் பாடியுள்ள மாணிக்கவாசகரின் பொற்பாதங்களைப் போற்றுவோமாக!

திருவாசகத்தில் அறிவியல் பார்வை

மாணிக்கவாசகர் சிவபெருமானைப் போற்றி எழுதுவது, இறை நியதிமாட்டு எனத் திருப்திகொள்ளலாம்.

ஆனால், மனிதப் பிறப்பை, தாய்மை அடைவதை, கரு உருவாகி ஒவ்வொரு நிலையிலும் கரு வளர்ச்சியில் உண்டாகும் மாற்றத்தைப் பற்றி அவ்வளவு விரிவாக, விளக்கமாக எழுதியுள்ள பாங்கினை என்னவென்று சொல்வது?

சரகர், சுஸ்ருதர், தன்வந்திரி எழுதியிருந்தால் அது ஆச்சர்யத்தை உண்டாக்காது. சிவநெறிக்கென்றே தன்னை அர்ப்பணித்த, தன்னிலை மறந்த, தன் சுகபோகத்தைத் துறந்த, அமைச்சர் பதவியை துச்சமெனத் தூக்கியெறிந்து விட்டு அய்யனைப் பாடுவதே பிறவிப் பயன் என்று பாடிய பெருமகன், அறிவியல் சார்ந்த, மனிதகுலப் பரிணாம வளர்ச்சியாகக் கருதும் இந்தப் பாடலைப் படைத்திருப்பது எதைக் காட்டுகிறது என்றால், இறைவயப்பட்டுவிட்டால், அவனருளாலே அவன் தாள் வணங்கி, சகலமும் கைக்கூடும் என்பதையே!

"ஒருமதித் தான்றியின் இருமையில் பிழைத்தும்
இருமதி விளைவின் ஒருமையில் பிழைத்தும்
மும்மதி தன்னுள் அம்மதம் பிழைத்தும்
ஈர்இரு திங்களில் பேரிருள் பிழைத்தும்
அஞ்சு திங்களில் முஞ்சுதல் பிழைத்தும்
ஆறு திங்களில் ஊறலர் பிழைத்தும்
ஏழு திங்களில் தாழ்புவி பிழைத்தும்
எட்டுத் திங்களில் கட்டமும் பிழைத்தும்
ஒன்பதில் வருதரு துன்பமும் பிழைத்தும்
தங்க தசமதி தாயொடு தான்படும்
துக்க சாகரத் துயர் இடைப்பிழைத்தும்"

சில ஆயிரம் ஆண்டுகளுக்குப் பிறகு மருத்துவ உலகம் பல தொழில்நுட்பக் கருவிகளோடு, கண்டறிந்த உண்மையை அன்றே எளிமையாக உரைத்தவர் மாணிக்கவாசகப் பெருமான்!

அதனால்தான் மாணிக்கவாசகப் பெருமானின் திருவாசகப் பெருமையை பல பழம் பாடல்கள் என்றென்றும் உணர்த்திக்கொண்டே உள்ளன!

"வள்ளுவர் சீர் அன்பர் திருவாசகம்,
தொல்காப்பியமே
தெள்ளு பரிமேலழகர் செய்த உரை-ஒள்ளிய
சீர்த்
தொண்டர் புராணம் தொகு சித்தி ஓராறும்
தண்டமிழின் மேலாம் தரம்"

மாணிக்கவாசகரின் உவமைகள்

தன் அமுத காவியத்தில் மாணிக்கவாசகர் பல எண்ணிலடங்கா உண்மைகளை, உவமைகளைப் பயன்படுத்தியுள்ளார். பிடித்த பத்தில் பாடுகிறார்,

"பால்நினைந்து ஊட்டும் தாயினும் சாலப்
பரிந்துநீ பாவியே னுடைய
ஊனினை உருக்கிஉள்ஒளி பெருக்கி
உவப்புஇலா ஆனந்தம் ஆய
தேனினைச் சொரிந்து புறம்புறம் திரிந்த
செல்வமே! சிவபெருமானே!
யான்உனைத் தொடர்ந்து சிக்கெனப் பிடித்தேன்;
எங்கு எழுந்தருளுவது இனியே?"

இறைவன் எப்படிப்பட்டவன் என்பதைக் குறிப்பிடும்போது சொல்கிறார், மூன்று வகையான தாய்மார்கள் உள்ளனர். முதல்வகை குழந்தை பசித்தாலும் பால் கொடுக்காது தன் சுகம் கருதி உறங்கிக் கிடப்பவள்.

இரண்டாம் வகை, குழந்தைக்குப் பசித்தால் எழுந்து வந்து பால் கொடுப்பவள். மூன்றாமவள் குழந்தைக்குப் பசிக்குமே! ஐயோ என அலறிக்கொண்டு சகலத்தையும் தூக்கிப்போட்டுவிட்டு ஓடிச்சென்று பால் கொடுப்பவள். அப்படிப்பட்ட பால் நினைந்தூட்டும் தாயைக்காட்டிலும் சிறந்த இறைவனே எனக் கூறுகிறார்.

தன்னை தாழ்த்துபவனே உயர்த்தப்படுவான்

திருவாசகத்தின் அடிநாதமாக உள்ள தத்துவமே இதுதான்!

தண்ணீர் எப்படித் தாழ்வான பகுதியை நோக்கிப் பெருக்கெடுத்து ஓடுமோ அதே போல் இறைவன் அருள் எளியோரை நோக்கியே செல்லும்.

"யாம் இரப்பவை பொன்னும் பொருளும் அல்ல
நின் அன்பும் அருளும் மட்டுமே"

என்பவர்களை நோக்கியே இறைவன் செல்கிறார்!

அவர்களைத்தான் ஓங்குபுகழ் பெறுமாறு நிலைநிறுத்துகிறார். பொருள், அதிகாரம், பதவியால் பெற்றுள்ள புகழ் எல்லாம் அந்தக் காலத்தோடு முடிந்துவிடும்.

நிலையான புகழ், நீடித்த அங்கீகாரம் என்பது இறையருளால் கிடைப்பதே!

அவனருளால் அவன் தாள் வணங்கி உருவாகும் புகழ்தான் என்றென்றும் நிலை பெற்றிருக்கும்!

இறைவனை உணர்தல் என்பது மகா அனுபவம், தன்னை இழப்பவனால், தன் சுக துன்பத்தை, பந்த பாசத்தைத் துறப்பவனால்தான் பரமனை நெருங்க முடியும் என்பதற்கு மாணிக்கவாசகர் தான் ஆகச்சிறந்த உதாரணம். எல்லா இடத்திலும் தன்னைத் தூக்கிப் போட்டுவிடுகிறார்.

இறைவனுக்கு முன் நாம் ஒன்றும் இல்லை என்பதை நன்கு உணர்ந்த காரணத்தால் பல இடங்களில் கிட்டத்தட்ட 30க்கும் மேலான இடத்தில் தன்னை நாயினும் கீழானவன் என்று வருத்திக்கொள்கிறார்.

"நாயிற் கடையாய் கிடந்த அடியேற்கு"

"பொல்லா நாயான புன்மையேன்"

"யாவரினும் கடையனாய நாயினேன்"

"பொல்லாக் கல்வி ஞானமிலா அழுக்கு
மனத்தடியேன்"

"பாவியேனுடைய ஊனினை உருக்கி"

என்பதுபோலப் பல இடங்களில் தன்னைத் தாழ்த்தி, இறைவன் தாள் வணங்குவதில்தான் பேரானந்தம் கொள்கிறார்.

எல்லா மதங்களுமே இதைத்தான் போதிக்கின்றன. தேவாலயத்தில் மண்டியிட்டு வணங்குவதும், மசூதியில் முழந்தாளிட்டுத் தொழுவதும், கோயிலில் நெடுஞ்சாண் கிடையாய்க் கிடந்து சரணடைவதும், இறைவனுக்கு முன்னால் நாம் ஒன்றும் இல்லை என்பதை உணர்ந்துகொள்வதற்காகத்தான்! பிடித்த பத்தில் சொல்லியிருப்பார்,

"விடைவிடா துகந்த விண்ணவர் கோவே
வினையனே னுடையமெய்ப் பொருளே
முடைவிடாது அடியேன் மூத்தற மண்ணாய்
முழுப்புழுக் குரம்பையில் கிடந்து
கடைபடா வண்ணம் காத்துஎன்னை ஆண்ட
கடவுளே கருணைமா கடலே
இடைவிடாது உன்னைச் சிக்கெனப் பிடித்தேன்
எங்கு எழுந்தருளுவது இனியே"

'முடைநாற்றம் வீசும் சாக்கடையில், நெளியும் புழுவைக் காட்டிலும் கேவலமான தன்னை அதற்குமேலும் சீரழிந்துபோகாமல் காத்து நிற்கும் கருணைமா கடலே! கடவுளே சிவ பெருமானே சிவபெருமானே!' என்று நெக்குருகிப் பாடுகிறார்.

அருணந்தி சிவம் கூறுவார்

"தாழ்வெனும் தன்மை நோக்கி

சைவமாம் சமயம் சாரும்

ஊழ் பெறல் அரிது"

தாழ்ந்து இறை தாள் சரண் புகுவதே பக்தி நெறி என்று உணர்த்தியவர் மாணிக்கவாசகப் பெருமான் ஆவார்.

பாண்டிய மன்னன் அமைச்சரவையில் மந்திரியாக இருந்த மாணிக்க வாசகர், அந்த அரசியல் பதவியை, சுகபோக வாழ்க்கையை, வசதி வாய்ப்புகள், பதவியால் வரும் அந்தஸ்தை, சிறிதும் பொருட்படுத்தாமல், துச்சமென எறிந்து விட்டுத் துறவுக்கோலம் பூண்டுவிடுகிறார்.

மன்னன் குதிரை வாங்குவதற்குக் கொடுத்த பெரும் பணத்தை, சிவ நெறிக்கு ஆளானதால் அடியார்களுக்கும், சிவாலயம் கட்டவும் எடுத்துக் கொடுத்துவிடுகிறார். திருப்பெருந்துறை சென்றவுடன் குருந்த மரத்தை நெருங்க நெருங்கத் தன்னிலை இழக்கிறார்.

"நானேயோ தவம் செய்தேன்

சிவாயநம எனப்பெற்றேன்"

என்று சிவத்தோடு கலந்துபோகிறார். நினைத்துப் பார்த்தால் மிக ஆச்சர்யமாக உள்ளது. அதாவது அமைச்சர் பதவியை யாராவது துறப்பார்களா? அரசியல் அதிகாரத்தை இழக்கவிரும்புவார்களா ? வசதியான வாழ்க்கையைத் துறக்கத் துணிவார்களா? உற்றார் உறவினர்கள் ஏற்பார்களா? ஆனால், அதுதான் இறை நெறி, இறை நியதி என்பதை நாம் உணர்ந்துகொள்ள வேண்டும்.

திருப்பெருந்துறை எனப்படும் ஆவுடையார்கோயிலில், நீங்கள் இன்றும் அந்தக் காட்சியைக் காண முடியும்! அதாவது கிரீடம் தரித்து, பொன் கழல்கள் அணிந்த அமைச்சர் மாணிக்க வாசகர் ஒரு பக்கம் இருப்பார். அனைத்தையும் துறந்து மொட்டை அடித்துக்கொண்டு ருத்ராட்ச மாலை அணிந்த அடிகளார் மாணிக்கவாசகர் இன்னொரு பக்கம் இருப்பார். இவ்விரண்டு காட்சியையும் அங்கு காண முடியும். அதாவது அமைச்சராக வந்து ஆண்டியாகக் கோலம் தரித்த காட்சியை நன்கு உணரலாம்.

ஆனால், அன்று அந்தச் சமுதாயத்தினர் என்ன சொல்லியிருப்பார்கள், மாணிக்கவாசகரை பற்றி? பைத்தியக்காரன், ஒன்றும் தெரியாதவன், திமிர்கொண்டவன் என்றுதான் கூறியிருப்பார்கள். ஆனால், அந்த இறைநெறி அவரை எங்கு கொண்டுவந்து வைத்துவிட்டது பார்த்தீர்களா?

மாணிக்கவாசகர் பெருமான் எழுதிய பாடல்கள், இறைவனே கேட்டுப்பெற்ற திருவாசகம். சைவர்கள், உலகத் தமிழ்ப் பெருமக்கள் என அனைவரும் ஓதக் கூடிய நிலையில், பாராயணம் செய்யக் கூடியதாக, இறையோடு நம்மைக் கலந்து பரவச நிலைக்குக் கொண்டுசெல்லும் பாடல்களாக உள்ளன.

மாணிக்கவாசகரைத்தான் தமிழ்ச்சமூகம் பாடுகிறது, தொழுது வணங்குகிறது. சைவர்கள் அழுது அடியடைந்த அன்பர் என்று தினம் தொழுது கொண்டாடுகிறார்கள்! ஆனால், மாணிக்கவாசகருக்கு மன்னராக இருந்தவர் பெயர்கூட யாருக்கும் தெரியாது.

அரிமர்த்தன பாண்டியன் என்ற மன்னனை வரலாற்றை தேடிப் பார்ப்பவர்களுக்கு மட்டுமே தெரியும். இதிலிருந்து என்ன தெரிகிறது? அவனுடைய மற்ற அமைச்சர்கள் பெயர்கள் கூடப் பதிவாகவில்லை. அம்பானி போல், டாட்டா, பிர்லா போல், அன்றும் பெரும் பணம் படைத்த வைசியர்கள், வியாபாரிகள், பெருந்தனக்காரர்கள் நிச்சயம் இருந்திருக்கக்கூடும். ஆனால், அவர்கள் இருந்ததற்கான அடையாளம் கூட இல்லை. அதுதான் வாழ்வின் யதார்த்த நிலை.

அனைத்தையும் துறந்து சிவ நெறிக்கு ஆளான மாணிக்கவாசகப் பெருமான்தான் போற்றப்படுகிறார்.

ஆட்சி அதிகாரத்தையும், மாட்சிமையையும் பெற்றிருந்த அரிமர்த்தன பாண்டியன் கொண்டாடப்படவில்லை. அவன் யாரென்றுகூட மக்களுக்குத் தெரியாது. அவனுடைய வார்த்தைகளை உச்சரிக்கவும் இல்லை, வாழ்ந்ததற்கான பதிவே இல்லை!

‘அனைத்தையும் துறந்து இறை நோக்கிச் சென்றால் அகிலமே உன்னைப் போற்றும்’ எனும் பற்றற்ற தத்துவத்தை சிவபெருமான் போதிக்கிறார்.

இந்த நிலையற்ற வாழ்வில் சிறிதும் பற்று கொண்டிராத மாணிக்கவாசகப் பெருமான், சிவநெறியை உள்ளுணர்ந்து கொண்டு அதைத் தவிர இறைவன் திருநாமத்தை, திருவடியை, பொற்பாதங்களைச் சென்றடையக்கூடிய பெரும் பேற்றைத் தவிர வேறு எதுவும் வேண்டேன் என்கிறார் .

வார்த்தைகளைப் பாருங்கள்!

"வேண்டேன் புகழ்; வேண்டேன் செல்வம்;
வேண்டேன் மண்ணும், விண்ணும்;

வேண்டேன் பிறப்பு, இறப்பு; சிவம் வேண்டார்
தமை நாளும்

தீண்டேன்; சென்று, சேர்ந்தேன், மன்னு
திருப்பெருந்துறை; இறை தாள்

பூண்டேன்; புறம் போகேன்; இனி, புறம்போகல்

ஒட்டேனே!

பெண்மையைப் போற்றும் மாணிக்கவாசகப் பெருமான்

இறைநெறியை நோக்கிய தவப் பயணத்தில், தான் அழுது புலம்பி, கதறிக் கண்ணீர் விட்டு, நெக்குருகி இறைவனை நோக்கிச் சென்றாலும், பிறர் மகிழ்ச்சியுடன் ஆனந்த களிப்புடன் அகிலனைத் தொழுவதையே விரும்பியுள்ளார்.

அதிலும் குறிப்பாகப் பெண்களுக்கு, மிகுந்த முக்கியத்துவம் அளிக்கும் விதமாக பெண்கள் ஆடிப் பாடிக் களிப்புடன், இசையோடு துள்ளலாக, உரல்களை இடித்துக்கொண்டு, மாவிலை தோரணம் கட்டி, மணம் கமழ, தூமணி துலங்க, மனோலயத்தில் இறைவனை ஆராதிப்பதை அழகு படுத்தி உள்ளார் . குறிப்பாக திருப்பொற்சுண்ணம் திருக்கோத்தும்பி, திருவம்மானை, திருத்தெள்ளேணம் குழைத்த பத்து, ஆனந்தப் பத்து,குயில் பத்து, அன்னைப்பத்து, திருச்சாழல், திருப்பொன்னூசல் போன்றவைகளில் இளம்பெண்கள் ஆடிப்பாடி, கொண்டாடி களிப்புடன் சிவனைத் தொழுவது போலவே காட்சிபடுத்தியுள்ளார்.

அந்தக் காலகட்டத்தில் சமண,பௌத்த மதங்கள் இறை அனுபவத்தில் இருந்து பெண்களைச் சற்று விலக்கிவைத்திருந்த நிலையில், பெண்கள் கடவுளை நெருங்க முடியாத நிலையில் இருந்த பொழுது, மாணிக்கவாசகப் பெருமான் பெண்கள் தங்களுக்கு உரிய இனிமையான குரலில் தங்களுடைய ஆடல் பாடல், விளையாட்டு, பொன்னூஞ்சல் ஆடி, ஆனந்தமயமாக இறைவனைக் கண்டுணர முடியும் என்று சிறப்பாக விளக்கியுள்ளார்.

இதைத்தான் ஆனந்த மனோலயம் என்கின்றனர்.

உச்சபட்ச மகிழ்ச்சியில் இறைவனைத் தொழுவது!

இதை அப்பொழுதே மணிவாசகப் பெருமான் காட்சிப்படுத்தி இருப்பதுதான் திருவாசகத்தின் மற்றொரு சிறப்பு எனலாம்.

திருப்பொற்சுண்ணம் பாடலில் பெண்களின் ஆனந்த மனோபாவத்தை நளினமாக விளக்கி இருப்பார்.

முத்துநல் தாமம் பூமாலை தூக்கி
முளை குடம் தூபம் தீபம் வைம்மின்
சத்தியும் சோமியும் பார் மகளும்
நாமகளோடு பல்லாண்டு இசைமின்
சித்தியும் கௌரியும் பார்ப்பதியும்
கங்கையும் வந்து கவரி கொள்மின்

அத்தன் ஐயாறன் அம்மானைப்பாடி

ஆடப்பொற் சுண்ணம் இடித்தும் நாமே.

அளப்பரிய மொழிப் புலமை மிக்க மாணிக்கவாசகர் இறை அனுபவத்தை, பெண் பாவனையில் பாடும் பொழுது எவ்வளவு எளிய நடையில் இனிய மொழியில் சந்த நயத்தோடு மென்மையாக, கும்மி வடிவில், மக்கள் மொழியில் பாடமுடியுமோ அவ்வளவு எளிய முறையில் சிறப்பான தாள லயத்தோடு பாடியிருப்பார்.

மனோன்மணியம் சுந்தரம் பிள்ளை

இளம் மகளிர் ஒருவரை யொருவர் கைகோத்துக்கொண்டு விளையாடும் விளையாட்டைத்தான் தும்பி பறக்கும் என்பார். அத்தகைய இளம்பெண்கள் சிவனை வேண்டிப் பாடுவதாக அமைந்த பாடல் திருக்கோத்தும்பி ஆகும். மேலும் திருப்பூவல்லி திருத்தோணோக்கம், திருஉந்தியார், திருத்தெள்ளாக்கம், திருப்பொன்னூசல் எனும் ஊஞ்சல் ஆடிப் பாடும் ஊசல் வரிப் பாடல்கள் என, பல இனிய இசை கலந்த நயமான பாடல்களைப் பெண்கள் பாவனையில் பாடி சிவனைப் போற்றி வணங்குகிறார்.

"தினைத்தனை உள்ளதோர்

பூவினில் தேன் உண்ணாதே

நினைதொறுங் காண்தொறும்

பேசும்தொறும் எப்போதும்

அனைத்தெலும் புள்நெக

ஆனந்தத் தேன்சொரியுங்

குனிப்புடை யானுக்கே

சென்றூதாய் கோத்தும்பீ"

என்று பெண் பாவனையில், சிவ நெறியை உணர்த்தியதோடு, பெண்களைச் சிவநெறிக்குக் கொண்டு வந்ததில் மாணிக்க வாசகரின் திருவெம்பாவைக்கு பெரும் பங்கு உண்டு என்பதை மறுக்க முடியாது.

'இறைவன் பழைமைக்குப் பழைமையானவனாகவும், புதுமைக்குப் புதுமையானவனாகவும் இருப்பவனே!

உன்னை இறைவனாகப் பெற்ற நாங்கள் உன் அடியாருக்குத் தொண்டு செய்து எங்களையே அர்ப்பணித்து உடையவர்கள் ஆக்கிக்கொள்வோம்! அடிமையாய் நின்று நின் சேவகம் செய்வோம்' என்று கூறுவதாகத் திருவெம்பாவையில் பாடியிருப்பார்..

"முன்னைப் பழம்பொருட்கும் முன்னைப் பழம்பொருளே

பின்னைப் புதுமைக்கும் போர்த்துமப் பெற்றியனே

உன்னைப் பிரானாகப் பெற்றஉன் சீரடியோம்

உன்னடியார் தாள்பணிவோம்"

என்று பெண்கள் சிவநெறி வயப்பட்டதைப் பாடியிருப்பார்.

மனோன்மணியம் சுந்தரம் பிள்ளை, தாம் இயற்றிய 'திருஞானசம்பந்தர் கால நிர்ணயம்' (*Found in an Enquiry into the age of Thiru gnana sambandar*) எனும் ஆங்கில நூலில், "அரும்பெரும் கருத்துக்களை வெளிப்படுத்தும் திறனிலும், மன உணர்வுகளை இறை எழுச்சியுடன் வெளிப்படுத்தும் பாங்கிலும், எல்லையில்லா அன்பைப் பொழிவதிலும், கள்ளங்கபடமற்ற குழந்தையாய் இறைவனைத் தொழுவதிலும் திருவாசகத்துக்கு நிகர் உலகில் வேறு ஒரு நூல் இல்லை'' என்று உறுதிபடத் தெரிவித்து இருப்பார்.

மேலும் இன்பத்திலும் துன்பத்திலும் சகலவித வாழ்வியல் துயர நிலைக்கு ஆளான மனித உயிர்கள் இறுதியாக அமைதிக்கு அடைக்கலமாகும் ஞானக் களஞ்சியமாக திருவாசகம் திகழ்கிறது என்று புகழ்ந்துள்ளார்.

நீத்தல் விண்ணப்பம்

இறைவா, சிவனே, ஐயனே உடையவனாகிய என்னை எந்த நிலையிலும் கைவிட்டு விடாதே, நான் பிழை செய்யும் நாயடியேன் ஆயினும் என்னைக் கைவிட்டு விடாதே! என்று இறைவனை நெக்குருகிப் பாடும் பாடல்கள் அழுது தொழ வைப்பவை ஆகும் . இந்தப் பாடல்கள் அனைத்தும் அந்தாதி வடிவில் படைக்கப்பட்டவை.

ந.ரா. முருகவேல் கூறியிருப்பார்.

"திருவாசகம் நூல் பதிகங்கள்
சிறப்பின் ஐம்பத் தொன்றாகும்
இருள் ஒருவாதற்றுவுள் ஒவ்வொன்றும்
உயர்வும் சிறப்பும் உடைத்தெனினும்
இறைவா என்னை நீ கைவிடற்க
எனும் நீத்தல் விண்ணப்பம்
நிறைவாம் கவிதை நலங்கள் பல
நிரம்பிச் சிறந்து திகழ்ந்தோங்கும்"

நீத்தல் விண்ணப்பத்தில் ஒரு பாடலில் கூறுவார்.

"ஏசினும் யான் உன்னை ஏத்தினும் என் பிழைக்கே குழைந்து
வேசறுவேனை விடுதி கண்டாய் செம்பவள வெற்பில்
தேசுடையாய் என்னை ஆளுடையாய் சிற்றுயிர்க்கு இரங்க
காய்சின ஆலம் உண்டாய் அது உண்ணக் கடையவே"

அதாவது, ‘‘இறைவா! என் அறியாமையால் உன்னைப் பழித்து விட்டாலும், அல்லது புகழ்ந் துரைத்தாலும், பிழை உணர்ந்துன் திருப்பாதங்களிலே வேண்டி நிற்பேன்! தேவர்களுக்காக நஞ்சையே உண்டவனே, என் தவறையும் பொறுத்தருள்வாயாக! என்னை விட்டுவிடாதே!” என்று கதறுகிறார்.

ஒப்பில்லா அன்பு

மாணிக்கவாசகப் பெருமான் இறைவன் மீது, தன்னை ஆட்கொண்ட சிவன் மீது காட்டும் எல்லையில்லா, அளவு கடந்த, தன் நிலை மறந்த அன்புநெறிதான் திருவாசகம்! பல சமய நெறியாளர்களும் வியந்துபோற்றுவது அந்த எல்லையற்ற அன்பின் வழியில் இறைவனிடம் முழு சரணாகதி அடையும் காட்சியைத்தான்!

அப்படிப்பட்ட மாணிக்கவாசகப் பெருமான், கண்ணப்ப நாயனார் மீது அளவற்ற அன்பைப் பொழிந்த சிவன் அதற்கு நிகராய், தன்மீதும் அன்பைப் பொழிவதைக் கண்டு நெக்குருகிப் பாடுகிறார். தான் வணங்கும் சிவனின் கண்களில் குருதி வழிவதைக் கண்ட வேடன், தன் கண்ணைப் பிடுங்கி சிவனுக்கு வைத்துப் பார்வை கொடுக்க முயன்ற காட்சியைக் கண்ட சிவபெருமான், ‘கண்ணப்ப நில்’ என்று தடுத்தாட்கொண்டார்.

அதேபோல் அன்பை என் மேல் செலுத்தும் சிவனே! என்று மாணிக்க வாசகப் பெருமான் பாடுகிறார்.

"கண்ணப்பன் ஒப்பதோர்
அன்பின்மை கண்டபின்
என்னப்பன் என் ஒப்பில்
என்னையும்ஆட் கொண்டருளி
வண்ணப் பணித்தென்னை
வாவென்ற வான் கருணைச்
சுண்ணப் பொன் நீற்றற்கே
சென்றூதாய் கோத்தும்பீ."

அமைச்சர் பதவியையே தூக்கி எறிந்து விட்டு, அன்பின்வழி பற்றிச் சிவ நெறியே கதி என்று, அளவில்லா அன்பைப் பொழிந்த மாணிக்கவாசகர் அவரே கூறுகிறார். “நான் பொய்யானவன், என் அன்பும் பொய், என் நெஞ்சும் பொய்.. ஆனாலும் தித்திக்கும் தேனே, சிவனே உன்னை அழுது புரண்டாவது உன் கருணை அன்பைப் பெற்றுவிடுவேன்’’ என்று ஆனந்தப் பரவசத்தில் பாடுகிறார்,

"யானே பொய் என் நெஞ்சும்
பொய்என் அன்பும் பொய்
ஆனால் வினையேன் அழுதால்

திருவாசகம்

உன்னைப் பெறலாமே
தேனே அமுதே கரும்பின்
தெளிவே தித்திக்கும்
மானே அருளாய் அடியேன்
உன்னை வந்து உருமாறே"

ஏன் திருவாசகத்தை ஒப்பற்ற இலக்கியம், அன்புநெறிக் காப்பியம் என்று சொல்கிறோம் எனில், அதைப் படைத்த மாணிக்கவாசகப் பெருமானின் தூய அன்புதான் காரணமாகும்.

இறைவனின் செல்லப்பிள்ளையாக விளங்கிய மாணிக்கவாசகர் சொல்கிறார், அடியார் போல், அடியார்கள் கூட்டத்தில் நடிகனைப் போல் நடித்துத் திருக்கூட்டத்தில் கலந்து பேரின்ப நிலையான வீடு பேறு அடைய முந்திச் செல்ல முயல்கிறேன். என் தகுதியின்மை வெளிப்படும் முன், நின்பால் எல்லையற்ற அன்பைப் பொழியும் அருள் உள்ளத்தை வழங்குவாய் ஐயனே என்று. திருச்சதகத்தில் இடம்பெறுகிறது இப்பாடல்:

நாடகத்தால் உன் அடியார்போல்
நடித்து நான் நடுவே
வீடகத்தே புகுந்திடுவான்
மிகப்பெரிதும் விரைகின்றேன்
ஆடகச் சீர் மணிக்குன்றே
இடையறா அன்பு உனக்கு என்
ஊடகத்தே நின்று உருகத்
தந்தருள் எம்முடையானே!!

மனிதப் பிறவியும் வேண்டுவதே இம்மாநிலத்தே

அருளாளர்கள் பலரும் மனிதப் பிறவியே வேண்டாம் என்று சொல்லும் நிலையில், தில்லையில் திருநடனம் புரியும், அம்பலத்து ஆடும், சிவபெருமானைக் காண்பதற்காகவே மனிதப் பிறவியாய் பிறப்பெடுக்க வேண்டும் என்று அப்பர் பெருமான் சொல்லியிருப்பார்.

மாணிக்கவாசகப் பெருமான், சிவ நெறியை உணர்வதற்காக, சிவனின் அன்பைப் பெறுவதற்காக, அந்தப் பொற்பாதங்களைத் தொழுவதற்காகவே மனிதனாகப் பிறக்க வேண்டும் என்பதைப் பல இடங்களில் குறிப்பிடுகிறார்.

மண்ணகத்தில் வந்துவாழச் செய்தானே என்று வியக்கிறார்.

மேலும் இறைவன் எப்பொழுதும் எளிய மனிதர்கள்பால்தான் அன்பானவன் என்பதை,

"விண்ணோர்கள் ஏத்துதற்கு கூசும் மலர்ப்
பாதம் தந்தருள வந்தருளும் தேசன்"

அதாவது இறைவன் தேவர்கள் வணங்கும் பொழுது தன் பொற்பாதத்தைப் பின்னிழுத்துக் கொள்வானாம்! ஆனால் அடியார்கள் வணங்கும்பொழுது அந்த மலர்ப் பாதத்தைதானே முன்வந்து காட்சியளிப்பானாம்! எப்பொழுதும் எளியோர் பக்கமும், அடியார்கள் பக்கமும் தான் இறைவன் இருப்பார் என்பதைத் தெளிவுபடுத்துகிறார்.

எல்லாக் காலகட்டத்திலும், பிறமத, பிற இன வெறுப்பு இருந்ததை, காழ்ப்புணர்வு நிலைபெற்றிருந்ததை மாணிக்கவாசகப் பெருமான் குறிப்பிட்டுள்ளார்.

"பேசப்பட்டேன் நின்னடியாரில் பூதலரால்
நின் அடியான் என்று ஏசப் பட்டேன்"

என்று கூறியுள்ள அழகைப் பார்க்க

வேண்டும்! அதாவது அடியார்கள் கூட்டத்தில் நல்லவர் என்றும், அயலார் கூட்டத்தில் அல்லவர் என்றும் தான் கருதப்பட்டதாகக் குறிப்பிட்டுள்ளார். இந்தக் கட்சி பேதம், எதிர்த்தரப்பை வசைபாடுவது என்பதெல்லாம் இன்று நேற்றல்ல, தொன்றுதொட்டு வரும் மரபு என்பதைத்தான் இந்த வரிகள் காட்டுகின்றன.

"சாதி குலம் பிறப்பு என்னும் சுழிபட்டுத் தடுமாறும் ஆதமிலி நாயேனை " என்று அன்று இருந்த சாதி, குல, இனப் பிரிவினைகளை மாணிக்கவாசகர் குறிப்பிட்டுள்ளார்.

இறைவனை வேண்டுதல்

நாமெல்லாம் இறைவனிடம் அது வேண்டும், இது வேண்டும், பொன் வேண்டும், பொருள் வேண்டும், பதவி வேண்டும், அதிகாரம் வேண்டும் என்று வேண்டிக்கொண்டுதான் ஆலயம் செல்கிறோம். பூஜைகள் செய்கிறோம். ஆனால், மாணிக்கவாசகப் பெருமான் சொல்கிறார்..

"வேண்டத்தக்கது அறிவோய் நீ
வேண்ட முழுதும் தருவோய் நீ
வேண்டும் அயன் மாற்கு அரியோய் நீ
வேண்டி எனைப் பணிகொண்டாய்
வேண்டி நீ யாது அருள் செய்தாய்
யானும் அதுவே வேண்டின் அல்லால்
வேண்டும் பரிசு ஒன்று உண்டு என்னில்
அதுவும் உன்தன் விருப்பு அன்றே"

நாம் இறைவனை நினைப்பற நினைத்துச் சரணடைந்துவிட்டால் போதும்! நமக்கு எது, எப்பொழுது, என்ன தேவை என்பதை அவர் நன்குணர்ந்து செயல்படுத்துவார். அவர் கொடுக்க நினைப்பதை யாராலும் தடுக்க இயலாது, கொடுக்க விரும்பாததை வேறு யாராலும் கொடுக்க முடியாது!!

மாணிக்கவாசகப் பெருமான் இறைவனிடம் எவ்வாறெல்லாம் என்னென்ன வகையிலெல்லாம் வார்த்தை விளையாட்டு நடத்தியிருக்கிறார் பாருங்கள். கோயில் திருப்பதிகத்தில் பாடுகிறார்;

"தந்தது உன் தன்னை கொண்டது என் தன்னை
சங்கரா ஆர்கொலோ சதுரர்
அந்தம் ஒன்று இல்லா ஆனந்தம் பெற்றேன்
யாது நீ பெற்றது ஒன்று என்பால்?
சிந்தையே கோயில் கொண்ட எம்பெருமான்
திருப்பெருந்துறையுறை சிவனே!
எந்தையே ஈசா உடல் இடம் கொண்டாய்
யான் இதற்கு இலன் ஓர் கைம்மாறே!"

இறைவா! உன்னை எனக்கு தந்து, என்னை எடுத்துக்கொண்டாய்! நான் எல்லை இல்லா ஆனந்தம் பெற்றேன்! நீ என்னிடம் என்ன பெற்றாய்? யாருமற்ற என்னுள் புகுந்து, எனக்கு சகலமுமாய் விளங்கும் இந்த பேரன்பிற்கு, என்ன கைம்மாறு செய்யப் போகிறேனோ என்று ஆனந்த விரக்தியை வெளிப்படுத்துகிறார்.

வேண்டாம் எனும் திருப்புலம்பல்

இறைவனிடம் அன்பு வேண்டும், அருள் வேண்டும், பிறப்பறுத்த நிலை வேண்டும், அடியார்கள் கூட்டத்தில் வீடுபேற்றை நோக்கி முந்திச் செல்லும் கொடுப்பினை வேண்டும், என்றெல்லாம் வேண்டும், வேண்டும் என கேட்கும் மாணிக்கவாசகப் பெருமான் சிவனைத் தவிர சிவநெறியைத் தவிர சிவ அனுபவத்தைத் தவிர வேறு எதுவும் வேண்டாம் என்கிறார்.

"உற்றாரை யான் வேண்டேன்
ஊர் வேண்டேன் பேர் வேண்டேன்
கற்றாரை யான் வேண்டேன்
கற்பனவும் இனி அமையும்
குற்றாலத்து அமர்ந்து உறையும்கூத்தா
உன் குரை கழற்கே
கற்றாவின் மனம்போல
கசிந்துருக வேண்டுவனே"

என்று மனம் வெதும்பி இறைஞ்சுகிறார். திருவாசகத்தை வாசிக்கும் அனுபவம், பாக்கியம் வேண்டும் என வள்ளலார் அருளிக் கேட்பதைப் பாருங்கள்!

"தேசகத்தில் இனிக்கின்ற தெள்ளமுதே மாணிக்க வாசகனே ஆனந்த வடிவான மாதவனே மாசற்றநீ திருவாய் மலர்ந்த தமிழ் மறையின் ஆசகன்ற அனுபவம்தான் அனுபவிக்க அருள் நிதியே!!"

தெள்ளமுதாய் இனிக்கும் மாணிக்க வாசகனே, ஆனந்த வடிவான அருள் பெற்ற தவப்புதல்வனே, உலகை உய்விக்கும், உன் வாசகத்தை வாசிக்கும், அருள் பாக்கியத்தை வழங்குவாயாக! என்று பாடுகிறார்.

திருவருட்பாவில் "திருவாசகத்தின் சிறப்பையும், மாணிக்கவாசகரின் பெருமையையும், பல இடங்களில் வள்ளலார் மிகச் சிறப்பாக விளக்கிக் கூறி இருக்கிறார்.

திருச்சதகம்: இது நூறு பாடல்களைக் கொண்டு, அந்தாதி முறையில் அமைந்ததாகும். அதாவது முதல் வரியின் இறுதி எழுத்து அல்லது சொல் அல்லது சொற்றொடர் இவற்றில் ஏதாவது ஒன்று அடுத்த பாடலின் தொடக்கமாக வரும் முறை அந்தாதி ஆகும். "மெய்தான் அரும்பி" என தொடங்கும் பாடல், மெய்யர் மெய்யனே என முடிந்திருக்கும். பிற்காலத்தில் உருவான சிற்றிலக்கிய வகைகளில், முக்கியமாகப் **பதிற்றுப்பத்தந்தாதி உருவாவதற்கு இந்தத் திருச்சதகமே காரணம் ஆகும்.**

மெய்தான் அரும்பி விதிர் விதிர்த்
துன் விரையார் கழற்கென்
கைதான் தலை வைத்துக் கண்ணீர்
ததும்பி வெதும்பி உள்ளம்
பொய்தான் தவிர்ந்து உன்னைப் போற்றி
சய சய போற்றி என்னும்
கைதான் நெகிழ விடேன் உடை
யாய் எனைக் கண்டு கொள்ளேன்!!

மெய் அரும்புதல், கையைத் தலைமீது வைத்துக் கண்ணீர் சொரிதல், மனம் வெதும்பிப் பொய் தவிர்த்துப் போற்றுதல் என்பதை **பக்தி வைராக்கிய விசித்திரம்** என மாணிக்கவாசகர் அழகாக விளக்கி யிருப்பார்.

திருவாசகத்தை எப்படிப் படிக்க வேண்டும், ஓத வேண்டும் என்பதை, உலகம் போற்றும் பாடலாக வள்ளலார் மிகச் சிறப்பாக சொல்லியிருப்பார்

"வான் கலந்த மாணிக்க வாசகநின் வாசகத்தை
நான்கலந்து பாடுங்கால் நற்கருப்பஞ் சாற்றினிலே
தேன்கலந்து பால்கலந்து செழும்கனித் தீஞ்சுவை கலந்து
ஊன்கலந்து உயிர்கலந்து உவட்டாமல் இனிப்பதுவே"

அதாவது திருவாசகத்தை கலந்து போய் படிக்க வேண்டும், ஓதவேண்டும்! பெயரளவுக்கு உதட்டளவில் படிப்பதல்ல, அதோடு கலந்து போகவேண்டும் என்கிறார். அதுதான் சிவநெறியில் சங்கமிப்பது ஆகும்.

திருவாசகத்தின் சிறப்பை எத்தனை எத்தனை பாடல்கள் கூறுகின்றன! அதையே ஒரு தொகுப்பாக வெளியிடலாம். அந்த அளவுக்குப் பல ஞானியர்கள் எண்ணற்ற பழம்பாடல்களில் திருவாசக அருமை பெருமைகளை உணர்ந்து வெளிப்படுத்தி உள்ளனர்.

"அருள் வாதவூரன் சொல்ல அம்பலவர் தாம் எழுதும்
திருவாசகத்தைத் தெளிந்தால் –கருவாம்
பவகதியும் நீங்கிப் பரமரருளாலே
சிவகதியும் உண்டாம் சிவம்"

திருவாசகத்தை உள்ளமுருக ஓதி, சிவத்தின் பெருமையை உணர்ந்தால் பிறப்பு அறும்! சிவப்பேறு எட்டும் என்று கூறப்படுகிறது.

இறைவன்பால் உண்மையான அன்பைச் செலுத்துதல், நான் எனது என்ற செருக்கு அறுத்தல், சக மனிதர்கள் மீது

அன்பைப் பொழிதல், பொய்த்தன்மை களைந்து மெய்ஞானத்தைப் பற்றிக் கொள்ளுதல் என்பதே சிவ திருவாசகம் ஆகும்.

இதுகாறும் அருளாளர்கள், அனைவரும் திருவாசகத்தின் பெருமையை, திருவாசகத்தைப் பாராயணம் செய்வதைத் தான் சொல்லி வந்தனர்.

ஆனால் **சைவ எல்லப்ப நாவலர்,** தன் **செவ்வந்திப் புராணத்தில்,** நம் சிவநெறித் தலைவர், விண்ணிலிருந்து மண்ணுக்கு வந்த புனிதர், மாணிக்க வாசகரை நினைத்தாலே, காலை மாலை வணங்கினாலே சகல துன்பங்களும் நீங்கிவிடும் என்கிறார்.

"தேனூறும் வாசகங்கள் அறுநூறுந் திருக்கோவை நானூறும் அமுதூற மொழிந்தருளு நாயகனை
வானூறும் கங்கை நிகர் மாணிக்கவாசகனை
யானூறு படாதவகை யிருபோதும்
 இறைஞ்சிடுவேன்"

என்றே மாணிக்கவாசகரின் மங்காப் புகழைப் போற்றி உரைக்கின்றார்.

உள்ளம் உருக்கி உணர்வைச் சிவமாக்கும் தெள்ளுதமிழ் திருவாசகம்தான்- மெல்ல மிகு நம்மை மலம் அறுத்து நன்மை எலாம்
 எய்துவித்துச்

செம்மை உறுவிக்கும் மருந்தாகும்.

என்பதைப் புரிந்துகொண்டு, அன்பு நெறியை, அன்பே சிவம் என்பதைத் தெரிந்து தெளிந்து உணர்ந்து செயல்படுவோமாக!

7

காற்றின் பேரோசை

கலை என்பது தமிழர் வாழ்வோடு ஒன்றிப் போன ஒன்று.

தமிழர்கள் மொழி, நிலம், காலநிலை, வாழ்வியல் முறை என அனைத்திலும் நெறிவகுத்துச் செயல்பட்டவர்கள்!

மொழியை இயல், இசை, நாடகம் என மூன்றாகப் பகுத்துள்ள பாங்கு வேறு எங்கேனும் உண்டா?

எழுத்துத் திறனை வெளிப்படுத்த இயல்

குரல் வளத்தை வெளிப்படுத்த இசை

உடல் பாவனையை வெளிப்படுத்த நாடகம்...

எப்படிப் பிரித்துள்ளனர் பாருங்கள்!

இசை என்பது தொன்றுதொட்டுத் தமிழர் வாழ்வின் அனைத்து நிகழ்வுகளிலும் இயைந்து வருவதாகும்.

சங்க இலக்கியமான பத்துப்பாட்டில், பத்து நூல்கள் உள்ளன.

முருகு பொருநாறு பாணிரண்டு முல்லை

பெருகு வளமதுரைக் காஞ்சி-மருவினிய

கோல நெடுநல்வாடை கோல்குறிஞ்சி பட்டினப்

பாலைகடாத்தொடும் பத்து

பத்துப்பாட்டில், சிறுபாணாற்றுப்படை, பெரும்பாணாற்றுப்படை என இரண்டு நூல்கள் உள்ளன.

இந்நூல்களில் வரும் பாணர்கள், இசைவாணர்கள் இசையமைத்துக் கொண்டு, பெருந் தனக்காரர்களிடம் சென்று, தங்களுடைய திறமையை வெளிப்படுத்தி அவர்களிடமிருந்து பொருள் பெற்று, பெற்ற பொருளை மக்களிடம் பகிர்ந்துகொடுப்பதை நளினமாக விளக்குவதுதான் சிறுபாணாற்றுப் படை, பெரும்பாணாற்றுப்படை நூல்களின் சாராம்சம் ஆகும்.

2500 ஆண்டுகளுக்கு முற்பட்ட தமிழர்களின் அடையாளமான தொல்காப்பியத்தில்,

“கூத்தரும் பாணரும் பொருநரும் விறலியும்

ஆற்றிடைக் காட்சிஉறழத் தோன்றி

பெற்ற பெருவளம் பெறார்க்கு அறிவுறீஇச்
சென்று பயனெதிரச் சொன்ன பக்கமும்"

என்ற நூற்பாவில் பாணர்களுக்கு இலக்கணம் சொல்லியிருக்கிறார் தொல்காப்பியர்.

பரணர் பாடுகிறார்..

"புணர்புரி நரம்பின் தீந்தொடை பழுனிய
வணரமை நல்யாழ் இளையர் பொறுப்பப்
பண்ணமை முழவும் பதிலையும் பிறவும்
கண்ணறுத் தியற்றிய தூம்பொடு சுருக்கி
காவிற் றகைத்த துறைகூடு கலப்பையர்"

நல் யாழினை இளைஞர்கள் சுமந்து வர பண் அமைந்த முழவு, பதிலை, தூம்பு போன்ற இசைக்கருவிகளைப் பத்திரமாக சுருக்குப் பைகளில் வைத்து ஊர் ஊராக, எடுத்துச்சென்று இசைபாடி மக்களையும் மன்னர்களையும் மகிழ்வித்து பொருள் பெற்று வந்தனராம்.

தொன்மை இசை நூல்கள்

தமிழ் இசையின் நயம் நுணுக்கம் குறித்தும் இசை மரபு, இசைக் கருவிகள் குறித்தும் தொன்மையான நூல்கள் படைக்கப்பட்டுள்ளன. பல இலக்கியங்கள் இசையின் சிறப்பைப் பற்றி சிறப்பான காட்சியமைப்போடு குறிப்பிட்டுள்ளன.

சிலப்பதிகாரத்திற்கு உரை எழுதிய அடியார்க்கு நல்லார். **'இசை நுணுக்கங்கள்'** என்ற நூலைப் படைத்ததோடு, பல இசைப் பனுவல்கள் இருந்ததாகவும், இசை வாணர்கள் பலர் பாண்டித்தியம் பெற்றிருந்ததாகவும் குறிப்பிட்டுள்ளார்.

அகத்திய முனிவர், சிகண்டியார், யாமகேந்திரன், செயிற்றியனார், நாரதர், ஆதி வாயிலார், மதிவாணனார் ஆகிய புலவர்கள் அகத்தியம், பெருநாரை, பெருங்குருகு, இந்திரகாளியம், குணநூல், சயந்தம், கூத்தநூல், செயற்றியம், தாளவகையோத்து, பஞ்ச மரபு, பஞ்ச பாரதியம், பரதம், பரத சேனாதிபதியம், சிற்றிசை, பேரிசை, மதிவாணர் நாடகத் தமிழ் நூல், முறுவல் முதலிய நூல்களை இயற்றி முச்சங்கங்களிலும் தமிழ் இசை தாள லயத்தோடு இசைக்கச் செய்துள்ளனர். ஆனால் பஞ்சமரபு மட்டுமே கிடைத்துள்ளது. பிற நூல்கள் கிடைக்கப் பெறாதது பெரிய இழப்பு ஆகும்.

சுவாமி பிரஹ்மானந்த எழுதிய 'இந்திய இசை வளர்ச்சி' குறிப்பிடத்தக்க நூலாகும். விபுலானந்த அடிகள் தாம் படைத்த 'யாழ்' நூலில் பதினாறு வகையான இசைக் கருவிகள் பற்றியும் தமிழர்களின் தொன்மை இசை உத்திகள் பற்றியும் குறிப்பிட்டிருக்கிறார்.

இந்த நூலை இசை அற்புதம் என்றே சொல்லலாம். தஞ்சாவூர் கரந்தைத் தமிழ்ச்சங்கத்தில் ஏழு ஆண்டுகள் தங்கி, நண்பர் உமாமகேஸ்வரன் பிள்ளையின் நட்பிற்காக 1944-ல் படைக்கப்பட்ட பெருநூல் இது ஆகும்.

இலங்கை மன்னன் ராவணன் சாம வேதத்தை, சங்கீதத்தில் நுழைத்து பூரண ஸ்வரங்களையும் சேர்த்து கானம் இசைக்கக் கூடிய ஆற்றல் பெற்றிருந்தானென்றும், யாழ் இசைக்கும் திறன் பெற்றிருந்ததோடு, பொதிகை மலை அகத்தியருடன் போட்டியிடும் நிலையில் இருந்தானென்றும் தெரிய வருகிறது. காலப்போக்கில் நம்முடைய கலைகள் மங்கத்தொடங்கிவிட்டன. மூன்று வகையான சங்கம் சொல்கிறோம். முதற் சங்கம், இடைச் சங்கம், கடைச் சங்கம் என்று.

முதற் சங்கத்திலேயே நாம் பெருகுருகு, பெருநாரை என்ற இரண்டு மிகச் சிறந்த இசை நூல்களைப் பெற்றுள்ளோம்.

நரம்பு யாழ் சம்பந்தப்பட்ட இசைக் கருவிகளைக்கொண்ட இசைப் படைப்புகளைப் பற்றிய நூல் பெருநாரை.

துணை இசைக் கருவிகளைப் பற்றிய நூல் பெருங்குருகு. ஒவ்வொரு கால கட்டத்திலும் சிற்றிசை, பேரிசை இலக்கிய நூல்கள் இருந்திருக்கின்றன.

கடைச்சங்கத்தில், இசைத் தமிழுக்கு இலக்கணமான நூல் சிலப்பதிகாரம்.

தொன்மை இசைக்கருவிகள்

மற்றொரு சிறப்புமிக்க இசை நூல் **பஞ்சமரபு** அறிவனாரால் இயற்றப்பட்ட இசைத்தமிழ் நூல் ஆகும்.

அதிலுள்ள 30 தோல் கருவிகளின் பெயர்களை ஆளவந்தார் தாம் எழுதியுள்ள தமிழரின் தோற்கருவிகள் எனும் நூலில் விரிவாகக் குறிப்பிட்டுள்ளார். இந்தத் தோல் கருவிகள் வன்மை, மென்மை, சமம், தலை, இடை, கடை, வீரம் என ஏழு வகைப்படும்.

மேலும் தோல் இசைக் கருவிகளான அடக்கம், அந்திரி, கஞ்சிரா, உடுக்கை உறுமி, முரசு, மிருதங்கம் முழவு உட்பட 82 வகை தோல் இசைக் கருவிகளை வெளியிட்டுள்ளார்.

"பேரிகை படகம் இடக்கை யுடுக்கை
சீர்மிகு மத்தளம் சல்லிகை கரடிகை
திமிலை குடமுழா தக்கை கணப்பறை
தமருகம் தண்ணுமை தாவில் தடாரி
அந்தரி முழவொடு சந்திர வளையம்
மொத்தை முரசே கண்விடு தூம்பு
நிசாளம் துடுமை சிறுபறை யடக்கம்
ஆசில் தகுணிச்சம் விரலேறு
பாகம் தொக்க உபாங்கி துடிபெரும்
பறையென மிக்க நூலோர்
விரிந்துரைத் தனரே"

'பஞ்சமமரபு' என்கிற நூல் அபிநயம், தாளம், போன்றவை பற்றிக் கூறுகின்ற மிகச்சிறந்த நூலாகும்.

தமிழ் இசையின் தொன்மை

தமிழர்களின் இசைத் தொன்மையைப் பற்றிக் கூறும்போது,

"வடிம்பலம்ப நின்றானும் ஆளும் அன்றொரு கால்
ஏழிசை நூற்சங்கம் இருந்தானும்"

என்ற பாடலின் மூலம் பாண்டியன் வடிம்பலம்ப நின்ற நன்மாறன் ஏழிசைகளைப் பற்றி அறிந்தவன் எனப் புலவர் செந்துறை முத்து குறிப்பிடுகிறார்.

புறநானூற்றில்..

'**மூவேழ் துறையும் முறையுளிக் கழிப்பி**' என்ற தொடர் மெலிவு, சமம், வலி என்ற மூன்று வகைத் துறைகளிலும் ஏழு தாளம் முடித்துப் பாடும் முறை இருந்ததைக் குறிப்பிடுகிறது என்று க.வெள்ளைவாரணனர் கூறுகிறார்.

திருவாரூர் தியாகேசர் ஆலயக் கல்வெட்டில்..

"இசைப் புலவரே பொருள் வைப்பார்
இசைப்பாணரே கடஞ் செய்வார்"

என்ற வரிகள் மூலம் இசைப் புலவர், இசை பாணர்கள் என்ற வார்த்தைகளை வழங்குகிறோம்.

சங்கம் வைத்துத் தமிழ் வளர்த்த கூடல் மாநகரில் இசை குறித்து ஆராய்ச்சி நடத்தப்பட்டது என்று பாங்கன் வினாதல் எனும் துறையில் மாணிக்கவாசகப் பெருமான் குறிப்பிடுகிறார்.

"சிறைவான் புனல்தில்லைச் சிற்றம்பலத்தும் என் சிந்தையுள்ளும்
உறைவான் உயர் மதிற்கூடலின் ஆய்ந்த வொண் தீந்தமிழின்
துறைவாய் நுழைந்தனையோ ஏழிசைச் சூழல் புக்கோ
இறைவா தடவரை தோட்கு என்கொலாம் புகுந்ததெய்தியதே"

என்ற மாணிக்கவாசகரின் பாடலால் இதனை அறியலாம்.

முத்தமிழ் எனும் வார்த்தை எப்பொழுது முதலில் ஒலிக்கப்பட்டது என்று தெரியவில்லை. ஆனால் பரிமேலழகர் திருக்குறள் உரையில்..

"தெரிமாண் தமிழ் மும்மைத் தென்னம் பொருப்பன்"

என்று குறிப்பிடுவதால் பரிபாடல் காலத்திலேயே இயல், இசை, நாடகத் தமிழ் என்ற முறைப்பாடு இருந்துள்ளதாக அறியலாம்.

"குரலே துத்தம் கைக்கிளை உழையே

இளியே விளரி தாரம் என்றிவை

ஏழும் யாழின் இசை கெழு நரம்பே"

பிங்கல நிகண்டு பாடலில், தமிழில் ஏழிசை என்றும், வடமொழியில் ஏழு ஸ்வரங்கள் (ச, ரி, க, ம, ப, த, நி) என்றும் குறிப்பிடப்படுகிறது. குரல், துத்தம், கைக்கிளை, உழை, இளி, விளரி, தாரம் முறையே சட்சமம், ரிஷபம், காந்தாரம், மத்திமம், பஞ்சமம், தைவதம், நிஷாதம் எனப்படுகிறது.

1944-ல் பொன்னையா பிள்ளை எனும் இசைப் பேராசிரியர் **'இயல் இசை'** எனும் அருமையான நூலைப் படைத்து ஏளனம் செய்த அற்பர்களுக்கு இசையால் பதிலளித்தார்.

ஏழு ஸ்வரங்களான சரிகமபதநி என்பதை 'சப்தகம்' என்றும் 'சரிகமபதநிச' என்பதை 'அட்டகம்' என்றும் வகைப்படுத்தி விதி வகுத்துள்ளனர்.

ச, ரி, க, ம, ப, த, நி என்ற சப்த ஸ்வரங்களில் 'ச'(சட்ஜ) என்பது மயிலின் ஒலியான அகவல் ஒலி.

'ரி' (ரிஷப) என்பது ஒரு தாய்க் கன்று, பசுவை வாஞ்சையோடு அழைக்கும் நளினமான அழைப்பின் சத்தம்.

'க' (காந்தார) ஆட்டின் ஆனந்தக் கூப்பாடு.

'ம' (மத்திம) வானம்பாடி சிறகடிக்கும் கிறங்கல் ஓசை.

'ப' (பஞ்சம) கொக்கு, நாரைகள் பறக்கும்போது வருகிற சத்தம்.

'த' (தைத்வத) குதிரையினுடைய கனைப்பு.

'நி' (நிஷத) யானையினுடைய பிளிறல்.

நம்முடைய சப்தஸ்வரங்களே, உயிரினங்களின் இசை கலந்த ஒலி ஓசை வடிவங்களின் கூட்டுக் கலவைதான்.

கேள்வி, ஸ்வரம், ராகம், தாளம், கருத்துச் சுவை, அலங்காரம் ஆகியவற்றைத் தன்னுள் கொண்டிருப்பதை இசையென்றும், இவை அனைத்தும் தமிழுக்கும் உண்டு என்றும் பொன்னையா பிள்ளை நிரூபித்தார்.

இசைக் கூறுகளான சுரசதி, சதிசுரம், தாளவர்ணம், கீர்த்தனம், பதம், சாவளி போன்றவற்றுக்குத் தனி இலக்கணம் வகுத்துத் தொடர் ஆலாபனை செய்தார்.

எண்ணிறந்த இசைப் பண்களைப் பெற்றுள்ள இந்த மொழி, எல்லாவித க்கருவிகளுக்கும், ராகங்களுக்கும் நெகிழ்ந்து செல்லும் என்பதைத் தேவார, திருவாசக, திவ்யபிரபந்தப் பாடல்களிலிருந்தும், அருணகிரிநாதர் திருப்புகழ், நந்தனார் சரித்திர கீர்த்தனைப் பாடல்களிலிருந்தும், இசைச் சந்தம் அமைத்து வெளிப்படுத்தினார்.

இதுமட்டுமா?

'பாடுவோர் குணங்களாக' விதி வகுத்தார். அதாவது, பாடுவோர் ஒட்டகம் போல் கழுத்தை நீட்டிக்கொண்டு பாடக்கூடாது.

கண்களை மூடிக்கொண்டு பாடக் கூடாது. ஆடு போல் அடிக்கடி கனைத்துக் கொண்டு பாடக்கூடாது.

உசுஉசுவென்று ஒலி வரும்படி பாடக்கூடாது. சரீர நடுக்கம் கூடாது.

காக்கை போல் குரூர சத்தத்தோடு பாடக்கூடாது.

கைகளையும், சரீரத்தையும் ஆட்டிக் கொண்டு பாடக்கூடாது.

சொற்கள், மொழி விளங்கும்படி பாட வேண்டும் என்று வலியுறுத்தியுள்ளார்.

தமிழ் இசையைப் பண்படுத்தும் விதமாக இசைக் கருவிகள் அமைப்பு, பயன்பாடு, ராகம், பாடும் முறை, சுதி வேறுபாடு, அநுலோமம், பிரதிலோமம், கர்நாடக ராகங்கள், தேவாரப் பண் ஒற்றுமை, பல்லவி அமைப்பு, பல்லவி பாடும் முறை, ராக முறை, ராக இலக்கண சூத்திரங்கள் ஆகியவற்றைத் தெளிவாக, விரிவாக வகைப்படுத்தியுள்ளார்.

திருவையாற்றிலுள்ள ராஜராஜ சோழன் காலத்தைச் சார்ந்த உலகமாதேச்சுரம் கோயில் கல்வெட்டில் வீணைக்காரன், கந்தர்வர் ஆகிய வார்த்தைகள் குறிப்பிடப்பட்டுள்ளன.

வடமொழியில், காந்தருவ நூல் என்பது இசைப் படைப்பாகும். காந்தர்விகள் என்பது இசைப் பெண்டிர் ஆவார்.

இயல் புலவர்களின் பொருள் பொதிந்த பாடலுக்கு இசைவாணர்கள் பண்ணமைத்துப் பாட்டிசைப்பர். கடம் செய்வது என்பது பாட்டிசைத்தல் என்று இன்றும் வழக்கத்தில் கூறப்படுவதாகும்.

பஞ்ச வாத்தியங்கள்

பஞ்ச வாத்தியங்கள் எனப்படும் இசைக் கருவிகளான தோற்கருவி, துளைக் கருவி, நரம்புக்கருவி, கஞ்சக்கருவி, மிடற்றுக் கருவி என ஐந்து கருவிகளும் ஆலயங்களிலும், அரச விழாக்களிலும், மன்னர்களின் ஆதரவினாலும் கொடை வள்ளல்களின் உதவியினாலும் தொடர்ச்சியாக வாசிக்கப்பட்டு வந்துள்ளன.

இந்தப் பஞ்ச வாத்தியக் கருவிகளால் உண்டான இசை தான் 'பஞ்சமா சப்தம்' எனப்பட்டது.

"முற்சொல்லும் முன்னடையும் பஞ்சவாத்தியமும்
சங்கும் பகல் விளக்கும்"

என்ற பழம்பாடலின் மூலம் பஞ்ச வாத்தியப் பயன்பாட்டை அறியலாம்.

மகேந்திரவர்மன் தன் மத்தவிலாசப் பிரகசன நூலில் **'அகமது ஸம்ப்ரதி ஸங்கீத தன'** (இசை என்பது செல்வம்) என்று எழுதியுள்ளார்!

இவர் உருவாக்கிய தாள வகையான **'சங்கீர்ண ஜாதி'** எனும் பெயராலே இவன் புகழப்பட்டான் என்று குடுமியான் மலைக் கல்வெட்டுச் சான்று பகிர்கிறது.

விபுலானந்த அடிகள் தம் யாழ் நூலில் குடுமியான்மலைக் கல்வெட்டுப் பற்றிக் கூறும்பொழுது, 38 ஆளத்திகள், ஏழு தொகுதி, ஏழு ராகங்களைக் குறிப்பிடுவதாக உள்ளது என்று பதிவு செய்துள்ளார்.

இசையால் கள்வரும் திருந்துவர்

இசையின் தாக்கம் எப்படி இருக்குமென்றால் கொடுமையான மனம் படைத்த கள்வர்கள்கூட இனிமையான இசையினால் பண்பட்டுவிடுவர் என்று பொருநராற்றுப்படையில் முடத்தாமக்கண்ணியார் கூறியிருப்பார்.

"ஆறலைகள்வர் படைவிட அருளின்
மாறுதலை பெயர்க்கும் மருவின்பாலை"

என அவர் அழகாக இசையின் வலிமையை வெளிப்படுத்தியிருக்கிறார். திருடர்கள்கூட இசையைக் கேட்டு மனம் மாறிவிடுவார்கள் என்பதை உணர்த்துகிறது இந்த பாடல்.

நடந்த நிகழ்ச்சி ஒன்றையே பார்க்கலாம்.

கேரள அரசர் சுவாதித் திருநாள் மகாராஜா, இசை ஞானம் பெற்றவராகவும், இசைக்கலைஞர்களுக்கு அள்ளி வழங்குபவராகவும் திகழ்ந்தார்.

தஞ்சாவூர் வடிவேல் ஓதுவாரின் இசை ஞானத்தைக் கேள்விப்பட்டு அவரைத் தன் அவைக்குப் பாட அழைத்தார். தம் குழுவினரோடும் தஞ்சை வாத்தியக் கருவிகளோடும் சென்று இசைபாடி மன்னனை மகிழ்வித்து, மிகுந்த பரிசுப் பொருள்களைப் பெற்றுக்கொண்டு திரும்பி வந்தார்.

வழியில் கொள்ளைக் கூட்டத்தினர் வழிமறித்து, இவர்களை கட்டிப்போட்டு எல்லா பொருள்களையும் அள்ளிக் கொண்டனர். பிடில் பெட்டியை எடுக்கும்போது மட்டும் வடிவேலு ஓதுவார் கெஞ்சினாராம்..

எல்லாவற்றையும் எடுத்துக் கொள்ளுங்கள்.. அந்த பிடில் வாத்தியக் கருவியை மட்டும் கொடுத்துவிடுங்கள் என்றாராம். கொள்ளையர் தலைவன் ஆச்சர்யப்பட்டு பொன், பொருளை விட்டுவிட்டு இதைக் கேட்கிறாயே, இதென்ன அப்படி விசேஷம் என்று கேட்க..

அந்தக் கொள்ளையர்களின் பெயரைக் கேட்டு சுருதி ராகத்தோடு பாடல் இசைத்தாராம். அதைக் கேட்டு வியந்த அவர்கள் சில மலையாள நாட்டுப்புறப்

பாடல்களைப் பாடச் சொன்னார்களாம். அதையும் இவர் பாடிக்காட்ட அசந்து போய் நின்றார்களாம்.

பொன், பொருள் வேண்டாமா? பிடில் பெட்டி மட்டும் போதுமா என்றனராம். இந்த பிடில் பெட்டியால்தான் உங்கள் மன்னர் என் பாடலைக் கேட்டு இந்தப் பரிசுப் பொருள்களை வழங்கினார். அதனால் இது எதுவும் வேண்டாம், பிடில் மட்டும் போதும் என்றாராம்.

கொள்ளையர்கள் மனம் வருந்தி எல்லாப் பரிசுப் பொருள்களையும் பத்திரமாக வைத்து, மூட்டை கட்டி, தங்கள் பகுதியில் விளைந்த காய், கனிகளையும் வழங்கி, சில பொருள்களையும் அன்புப் பரிசாய்த் தந்து கேரள எல்லை வரை பாதுகாப்பாக வந்து விட்டுவிட்டுச் சென்றார்களாம்.

இசையின் மகத்துவம்

இசை மனித மனதை ஆசுவாசப்படுத்தி, ஒருவித இனம் புரியாத அமைதியையும், இன்பத்தையும் வழங்குகிறது. தன்னிலை மறக்கச் செய்யும் தூய இசை நாத யோகம் எனப்படுகிறது.

இனிய இசை, மொழி, எல்லை, நாடு கடந்து காற்றின் பேரோசையாய் செவி வழித் தேனமுதாய் எல்லார் மனங்களிலும் ஒலிக்கிறது.

இசை பிணி தீர்க்கும் ஆற்றல் கொண்டது. உற்சாகம் பீறிடச்செய்யும் வலிமை இசைக்கு உண்டு.

மனிதர்கள் மட்டுமின்றி, அனைத்து உயிரினங்களும் ஒருவித இசைக்குக் கட்டுப்பட்டவகைகளே ஆகும்.

இறைநெறியை, பக்தி பனுவல்களை மக்களிடம் கொண்டு சேர்த்ததில் இசையோடு கலந்து பாடல்கள் புனைந்ததே பிரதான காரணம் எனலாம்.

மக்களிடையே அன்பையும், ஒற்றுமையையும், குதூகலத்தையும், மகிழ்ச்சியையும், எவ்விதப் பாகுபாடுமின்றி எல்லார் முகத்திலும்

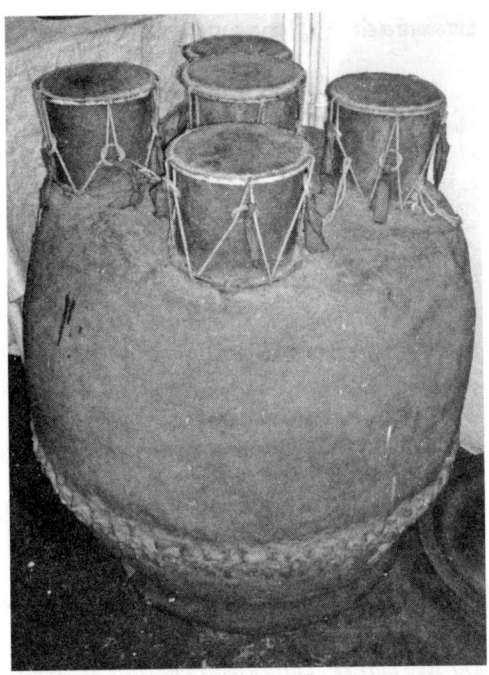

ஒருவித மலர்ச்சியையும், புன்னகையையும் உண்டாக்கும் ஆற்றல் பெற்றது இசையாகும்.

அதனால்தான் அனைத்து விழாக்களிலும், மங்கள வாத்தியங்கள் இசைப்பாடல்கள் ஒலிக்கப்படுகின்றன. மக்கள் ஒருவிதத் துள்ளல் மனநிலைக்கு ஆளாவதை நாம் கண்கூடாக உணரலாம்.

இன்பநிலை மட்டுமின்றி, துயரத்தை வெளிப்படுத்தும்போதும் அதற்குரிய முகாரி ராகம் சார்ந்த சோகப்பாடல்கள், துன்பத்தைப் பிழியும் இசை வடிவில், ஒப்பாரிப் பாடல்கள் போன்றவற்றை மக்கள் அந்தந்த மண்ணுக்கேற்ற கலாசாரத்தோடு இசைக்கின்றனர்.

அதேபோல் நாட்டுப்புறப் பாடல்கள் கிராமங்களில் இன்றளவும் நடவு நடும் போதும், உழவு வேலைகளின்போதும் பாடப்படுகின்றன.

பெண்கள் கும்மி அடித்தல், உரல் இடித்தல், கிராம விளையாட்டுகள் ஆகியவற்றின்போது ஒருவிதப் பண்ணோடு சார்ந்த இன்னிசை பாடி வருகின்றனர்.

பாணர்கள் – இசைவாணர்கள்

சங்க இலக்கியந்தொட்டுத் தமிழ் இசைக்காக, இசை நலன் சார்ந்த பாடல்கள் புனைந்து தங்கள் உடல் உழைப்பைத் தந்து இந்த மொழியின் இசைப் பாடல்களைக் காலம் காலமாகக் காத்து வந்தது சமய அருளாளர்களும், பாணர் குலத்தவரும்தான்.

வறுமை காரணமாகப் பாணர்கள் சிலர் மீன்பிடித் தொழிலில் ஈடுபடுதல், காதலர்களிடையே தூது செல்லுதல் போன்ற பணிகளைச் செய்தாலும், இசைக்காகவே அர்ப்பணித்து வாழ்ந்தார்கள்.

"துடியன் பாணன் பறையன் கடம்பனென்று

இந்நான் கல்லது குடியும் இல்லை"

என மாங்குடிக் கிழார் கூறுகிறார்; உடுக்கை இசைத்தவர் துடியன் என்றும் யாழில் பாடல் பாடியவர் பாணர் என்றும், இசைப் பறை முழக்குபவர் பறையர் என்றும், முருகக் கடவுளை வழிபடுபவர் கடம்பன் என்றும் விளக்குகிறார்.

அதேபோல் அரசு அறிவிப்பாக ஒலிக்கும் முரசை இயக்கியவர்கள் வள்ளுவர் எனப் போற்றப்பட்டனர்.

பெருங்கதையில் ஒரு பாடல் வரும்..

"அரசு கொற்றத் தருங்கடம் பூண்ட

முரசெறி வள்ளுவ முதியனை தரீஇ

முரசு கடிப்பி முது குடிப் பிறந்தோர்"

படை முரசு, கொடை முரசு, மாலை முரசு, மணமுரசு, கோயில் முரசு, விழா முரசு என முரசு பலவகைப்படும்.

பாணபத்திரன், திருநீலகண்ட யாழ்ப்பாணர், திருப்பாணாழ்வார் போன்ற அருளாளர்கள் எண்ணற்ற பாசுரங்களை வழங்கிச் சென்றுள்ளனர்.

அபயகுலசேகரன் ராஜராஜ சோழன் திருமுறை கண்ட சோழனாய் தேவாரங்களை ஓலைச்சுவடிகளை மீட்டெடுத்த நிலையில், அதற்குப் பண்ணிசை செய்து திருமுறைப் பாடலாய் ஒலிக்கத் துணை புரிந்தவர்கள் திருப்பாணாழ்வார் வழித்தோன்றல்களான பாணர் குலத்தைச் சார்ந்த திருவெக்கம்புலியூர் ராஜேந்திர பட்டினத்தைச் சார்ந்த நங்கையர். இவர்கள் பண்ணமைத்துப் பாடி தேவாரத்தை தேவ இசையோடு ஒலிக்கச் செய்தனர்.

சைவப் பெருமக்களான சம்பந்தர், அப்பர், சுந்தரர், மாணிக்கவாசகர் ஆகியோர் தமிழிசையின் உச்சமென பக்தி நெறி மேலோங்கிய, இறையோடு கலந்துபோன தேவ பாடல்களை இயற்றி, உரிய பண்ணில் நாள்தோறும் பக்திப் பரவசத்தோடு பாடியதால் இறை பக்தியோடு இசையும் வளர்ந்தது.

ஆன்டாள் திருப்பாவையில்,

மத்தளம் கொட்டவரிச் சங்கம் நின்று ஊத

முத்துடைத் தாமம் நிரை தாழ்ந்தபந்தற் கீழ்

மைத்துனன் நம்பிமதுசூதனன் வந்துஎன்னைக்

கைத்தலம் பற்றக் கனாக் கண்டேன் தோழீ நான்

என மத்தளம், வரிச்சங்கம் என, இசைக் கருவிகளை இறை பக்தியோடு, ஆண்டாள் காட்சிப்படுத்துகிறார்.

மேலும் ஆண்டாள் திருப்பாவையில் பெருமாளைப் பற்றிக் குறிப்பிடும்போது,

'வலம்புரிச் சங்குபோல் இடியோசை' பெற்று விளங்கியதாகக் கூறுகிறார்.

ஊழி முதல்வன் உருவம்போல் மெய் கருத்துப்

பாழியந் தோளுடைய பற்பநாபன் கையில்

ஆழிபோல் மின்னி, வலம்புரிபோல் நின்றதிர்ந்து"

என்று உணர்ந்து பாடுகிறார்.

ஆம், இசைக் கருவிகள், இசைப் பாடல்கள் போன்றவை தமிழர்கள் வாழ்வோடு ஒன்றிப்போனவையாகும்.

தமிழிசை ஒலிக்கத் தொடங்கிய காலத்தில் முதன்முதலாகச் சந்தத்தில் பாடியவர் திருஞானசம்பந்தர் ஆவார். சந்தப் பாக்கள் வளர்ந்து வந்த நிலையில் பட்டினத்து அடிகள், கோயில் நான்மணிமாலையில் சந்தச் செய்யுள்களை இடம்பெறச்செய்தார்.

அதேபோல் ஒட்டக்கூத்தரும் தாம் பாடிய தக்கயாகப் பரணியில் வெவ்வேறு சந்தத் தாழிசைகள் இடம்பெறுமாறு செய்தார்.

அருணகிரிநாதர்

இன்பத்துறையில் எளியவராய் இருந்து, உயிரை மாய்த்துக்கொள்ளும் அளவுக்குச் சென்றவரை முருகன் தடுத்தாட்கொண்டதால் பல அற்புதப் பாடல்கள் கொண்ட இசைப் பனுவலாய்த் திகழும் திருப்புகழைப் படைத்தார் அருணகிரிநாதர்.

175 வகைத் தாளங்களுக்கும் பாடல் கொண்டது திருப்புகழ் என புகழப்படுகிறது. வா.செங்கல்வராய பிள்ளை, 1008 சந்த பேத வகைகள் திருப்புகழில் உள்ளது என்கிறார்.

வள்ளிமலை சுவாமிகள் திருப்புகழில் பலவகை மரங்கள் உள்ளன என்கிறார். அருணகிரியார் பாடியவை 16,000 பாடல்கள், 1329 பாடல்களே கிடைத்துள்ளன. சங்கீத சாஸ்திர, தாள நடை, பல்லவி சுருதி இலக்கணத்தின் உச்சம் திருப்புகழ் என்று இசையரசு பி.சந்திரசேகர் விளக்குகிறார்.

அருணகிரிநாதர் சந்தப் பாவில் பெரும் புரட்சியை உண்டாக்கினார் என்றுதான் சொல்லவேண்டும். திருஞானசம்பந்தரை முருகனின் அவதாரமாகக் கருதி அவரையே சந்தப் பாடல்களுக்கு வழிகாட்டியாகக் கொண்டு எண்ணிலடங்காப் பாடல்கள்புனைந்தார்.

'அருணகிரிநாதன் அறைந்த பதினாறாயிரங்கவிதை' எனவும் 'அருணகிரிநாதன்போதுபதினாறாயிந் திருப்புகழ்' எனவும் அருணகிரிநாதர் 16 ஆயிரம் பாடல்கள் பாடியமை குறிப்பிடப்பட்டுள்ளது. ஆனால் ஓலைச்சுவடிகளில் இருந்து எடுக்கப்பட்டவை 1329 திருப்புகழ் பாடல்களே ஆகும். அதில் 859 பாடல்கள் வெவ்வேறு சந்த வகைகளைக் கொண்டவையாகும். அதனால்தான் சந்தக்கவிச் சிங்கம் என்று அருணகிரியார் போற்றப்படுகின்றார்.

அருணகிரிநாதர், இயல் இசையின் அமிழ்தப் படைப்பான திருப்புகழில் முருகப்பெருமான் புகழை இன்னிசையால் போற்றிப்பாடுவார்.

இயலிசையி லுசித வஞ்சிக் கயர்வாகி
இரவுபகல் மனது சிந்தித் துழலாதே
உயர்கருணை புரியு மின்பக் கடல்மூழ்கி
உனையெனது ளறியு மன்பைத் தருவாயே!

திருப்புகழ் முழுவதும் முருகனை, ஏழிசை ததும்ப இன்னிசை தவழத் துதிக்கும் பாடலாகவே உள்ளது.

சங்கீர்ணஜாதி

குடுமியான்மலைக் கல்வெட்டு, மகேந்திர வர்ம பல்லவன், இசையில் கொண்டிருந்த தீவிர ஆர்வத்தினால் தாள லயத்தில் சிறந்த புலமை பெற்றிருந்தான் என்றும் சங்கீர்ணஜாதி என்ற தாள வகையை இசை உலகிற்கு அறிமுகப்படுத்தியதால் சங்கீர்ண ஜாதி என்ற சிறப்புப் பட்டம் பெற்றிருந்தான் எனவும் தெரிவிக்கிறது.

இசையும் கூத்தும் தாளங்களைச் சார்ந்தே அமைந்துள்ளன. தாளங்களை தேசிய தாளம் என்றும், மார்க்க தாளம் என்றும் வகைப்படுத்துவர். தேசிய தாளங்கள் 35 என்றும் மார்க்க தாளங்கள் 108 என்றும் அகத்தியம் கூறுகிறது.

தாளம் தமிழிசையின் அடிநாதமாக விளங்கியதால்தான் இறைவனே திருஞான சம்பந்தருக்குப் பொற்றாளம் வழங்கியருளி இந்த அற்புதத்தை,

"நாளும் இன்னிசையால் தமிழ்பரப்பும்
ஞானசம்பந்தருக்கு உலகவர் முன்
தாளம் ஈந்தவன் பாடலுக்கிரங்கும்
தன்மையாளனை.."

எனப்போற்றிப்பாடுகிறார் சுந்தரர்.

பாண்டியர்கள், சேரர்கள் இசையை ஆதரித்திருந்தாலும், சோழர்கள்

காலத்தில்தான் இசை மரபு உச்சத்தைத் தொட்டது.

அதுவும் மாமன்னர் ராஜராஜ சோழன், இசை பாடுவோர்களான பிடாதியார்கள் எனப்படும் ஓதுவார்களை நியமித்து, தேவாரத் திருமுறைகளை உரிய நரம்புக் கருவிகள், தோல் கருவிகள் கொண்டு ஊர்தோறும், கோயில் தோறும் தமிழ் இசைப் பக்திப் பாக்களாக ஓங்கி ஒலிக்கச் செய்துள்ளார். இசை பற்றிப் பல்வேறு அறிஞர்கள் குறிப்பிட்டுள்ளதை நாமறிவோம்.

குமரகுருபரர் திருவாரூர் நான்மணி மாலையில் **'ஏழிசை'** என்றும் காசிக் கலம்பகத்தில் **'ஏழிசைப் பாணன்'** என்றும் பண்டார மும்மணிக் கோவையில் **'ஏழு சுரம் நி, றீ, இ'** என்றும் குறிப்பிட்டுள்ளார்.

சிற்றிலக்கியப் பாவேந்தர் என்று போற்றப்பட்ட குமரகுருபரர் தம் பாடல்கள் அனைத்தையும் தொடர்சந்தகைப் பாடல், கலப்பு சந்தகைப் பாடல், அசைச் சந்தகைப் பாடல் என பல வகைச் சந்தப் பாடல்களாய் எழில் நயம் கமழப் படைத்து இசைத் தமிழுக்கு தொண்டு செய்துள்ளார்.

தஞ்சை மராத்திய மன்னர் சரபோஜி இசைக் கச்சேரிக்கும், இசைவாணர்கள், இசை நூல் ஆக்கத்திற்கும் வெகு ஆதரவு அளித்தார்.

அந்தக் காலகட்டத்தில்தான் முத்துசாமி தீட்சிதர், சியாமா சாஸ்திரி, தியாகராசர், பல்லவி கோபாலையர், சங்கராபரண நரசையர், சின்னையா, பொன்னையா, வீணை வராகபையர் முதலிய வித்வான்கள் தங்களின் கீர்த்தனை, வர்ணம், பதம், சாவளி முதலிய பாடல்களால் கர்நாடக சங்கீதத்தைத் தூக்கி நிறுத்தினார்கள்.

இவர்களெல்லாம் செய்யும் கீர்த்தனைகள் இனிமையாக இருந்தாலும், இவையனைத்தும் சமஸ்கிருதம், தெலுங்கு மொழிக்கே முக்கியத்துவம் கொடுப்பதாக இருந்தன.

ஆபிரகாம் பண்டிதர் எனும் பன்முக வித்தகர், தமிழ் இசை ஓங்க வேண்டுமெனக் கருதி அதற்கான தீவிர முயற்சியில் ஈடுபட்டார்.

இந்த இசையைத் தமிழ்ப் பாடல்களோடு இணைத்தால் இந்த மொழி வளரும், தமிழ்ப் பாடல் சுவையுற விளங்கும் என்று கருதி அதற்கான தொடக்கமாக 96 தமிழ்ப் பாடல்களை இயற்றினார்.

கீதம், சுரகதி, சுருதி, ஜதிஸ்வரம், வர்ணம் போன்றவற்றைப் படைத்தார். தம் பிள்ளைகளுக்கு முறையான இசைப் பயிற்சியளித்து சுரப்பிழை, தாளப் பிழை இல்லாது இசையரங்கில் பாடச் செய்தார்.

தமிழிசையை உலகெங்கும் ஒலிக்கச் செய்யும் வகையில் 'சங்கீத வித்யா மகாஜன சங்கம்' என்ற அமைப்பை உருவாக்கி, சொந்தச் செலவில் இசை மாநாடுகள் நடத்தியுள்ளார்.

தமிழிசைக்கு அவருடைய அற்புதமான படைப்புத்தான் 'கர்ணாமிர்த சாகரம்' எனும் நூல் ஆகும். அதை இசைக் களஞ்சியம் என்றே அழைக்கலாம்.

ஆசிரியராக, மருத்துவராக, இசை விற்பன்னராக விளங்கிய அந்தப் பெருமகன் தஞ்சையில் வாழ்ந்த வீடு இன்றும் அப்படியே உள்ளது. அவர் வீட்டிற்குச் செல்லும் சாலை ஆபிரகாம் பண்டிதர் சாலை என அழைக்கப்படுகிறது.

இசை இசைக்கே!

இசை என்பது மக்களுக்காகப் பாடப்படுவதா? இறைவனுக்காகப் பாடப்படுவதா? மன்னர்களுக்காகப் பாடப்படுவதா? அல்லது பாடுபவரின் திருப்திக்காகப் பாடப்படுவதா என்ற தீவிர கேள்வி எப்போதும் இருந்துகொண்டே தான் இருக்கிறது.

அக்பர் அவையில் இருந்த தான்சேன், புகழ்பெற்ற திறன்வாய்ந்த இசை வல்லுநர் ஆவார். தான்சேன் மேகமாலா ராகத்தைப் பாடினால், வானில் கார் மேகங்கள் கூடிக் காட்சியளிக்குமாம்!

வருணா ராகத்தை இசைத்தால் மழை கொட்டுமாம்!

நாகஸ்வரா ராகத்தைப் பாடினால் பாம்புகள் வந்து நாட்டியமாடுமாம். அத்தகைய இசை வித்தகராய்த் திகழ்ந்துள்ளார்.

ஒருநாள் அக்பர் மாறு வேடம் பூண்டு நகர்வலம் வரும்போது, ஒரு ஆலயத்தில் ஹரிதாசர், மோன நிலையில் இசைக் கீதங்களை பாடிக்கொண்டிருந்தார். வழிப்போக்கன் போல இருந்து அக்பரும் தன்னை மறந்து அந்த நள்ளிரவு இசை அமுதத்தைக் கேட்டுக்கொண்டு நின்றார்.

அரண்மனைக்கு வந்த பிறகும் அந்த தேவ கானங்கள் அவர் செவிகளில் ஒலித்துக் கொண்டேயிருந்தன.

மறுநாள் அந்திப்பொழுதில் அக்பர் அவையில் இசைச் சங்கமம் நடக்கிறது. தான்சேன் அருமையான பாடல்களை லயத்தோடு, சுருதி பொங்கப் பாடுகிறார், ஆனால் அக்பர் மனம் ஒன்றவில்லை.

அக்பரின் முகக் குறிப்பைக் கூர்ந்து நோக்கிய தான்சேன், தடுமாறுகிறார். இத்தகைய இனிய பாடல்கள் ஏன் அக்பரை வயப்படுத்தவில்லை எனக் குழப்பமடைகிறார்.

நிகழ்ச்சி முடிந்ததும் அக்பர் தான்சேனை அழைத்து முந்தைய நாள் இரவு நடந்ததை விவரிக்கிறார்.

ஹரிதாஸ் பாடலில் இருந்த தேவ லயம் ஏன் இங்கு இல்லை என வினவுகிறார்? அதற்குத் தான்சேன் பதில் கூறினார்.

''மன்னா! உண்மைதான். நான் என்னதான் பல ராக தாளங்கள் பயின்றிருந்தாலும், புதிய இசைகள் பாடல் புனைந்தாலும் நான் பாடுவது உங்கள் முன்னால்! உங்கள் முகத்தையே பார்த்துப் பாடுகிறேன். அதில் என் இயல்பு நிலை தடுமாறுகிறது. நீங்கள் திருப்தி அடைய வேண்டுமே என்ற எண்ணமே வருவதால் முழுமையான, உயர்வான தேவ இசையாக இல்லாமல் போகிறது.

ஹரிதாஸ் ஆலயத்தில் அமர்ந்து இறைவனை நோக்கி, இமைகளை மூடித் தன்னிலை மறந்து தம் ஆத்மாவின் ராக சுருதியால் எதைப்பற்றியும் எண்ணாமல் இறைவனுக்காகப் பாடுவதால், அந்த இசை தேவ ஒலியாகக் காற்றில் மிதக்கிறது. அதனால்தான் அது உங்கள் நெஞ்சில் நீங்காத ஒன்றாய் ரீங்காரம் இட்டுக் கொண்டேயுள்ளது" என்றார். அக்பரும் அமைதி கொண்டார்!

தன்னிலை மறந்து இசைக்காகப் படைக்கப்படும் இசையும் பாடல்களும் தான் காற்றெங்கும் நிலைத்திருக்கும். பிறருக்காக, ஆதாயத்திற்காக, நிர்பந்தத்திற்காகப் பாடப்படும் பாடல் கோடரி கீழே விழுவதுபோலத் தான் இருக்குமே தவிர கோயில் மணியோசையாக இருக்காது.

இசையின் உலகளாவிய சிறப்பு

உலகெங்கும், காற்று வியாபித்திருக்கும் இந்தப் பிரபஞ்சம் எங்கும், பல்வேறுபட்ட இசைகள் ஒலித்துக்கொண்டேதான் இருக்கின்றன. முறைப்படுத்தப்பட்ட சங்கீதங்கள் மட்டுமன்றி மூங்கில் உரசும் சத்தங்கள், பறவைகள் கிரீச்சிடும் ஓசை, மழை கொட்டுகின்ற தேவ சத்தம், உட்படப் பல்வேறு சிறு உயிரினங்கள் கத்துகின்ற ஓசைகள், நதி பிரவாகம் எடுத்து ஓடும்போது உண்டாகும் நீரின் பேரோசை, மழலைகள் கொஞ்சிப் பேசும் இனிய முதல் வார்த்தைகள் என எல்லாமே இசையின் வடிவத்தைச் சார்ந்தவைதான் உலகெங்கும் இத்தகைய இனிய பேரோசைகள் மக்களை வசியப்படுத்திக் கொண்டுதான் இருக்கின்றன.

பாரதியார் இசையின் மகத்துவத்தைப் பற்றிக் கூறும்போது எந்தெந்த வகையில் எப்படி எல்லாம் இசை உருவாகிறது? மனித மனத்தை எப்படிப் பண்படுத்துகிறது என்பதை இந்தப் பாடலில் அழகாகச் சொல்லியிருப்பார்.

"கானப் பறவை கலகலெனும் ஓசையிலும்
காற்று மரங்களிடைக் காட்டு இசைகளிலும்
ஆற்று நீரோசை அருவி ஒலியினிலும்
நீலப் பெருங்கடலெந் நேரமுமே தானிசைக்கும்
ஓலத்திடையே யுதிக்கும் இசையினிலும்

மானுடப் பெண்கள் வளருமொரு காதலினால்
ஊனுருகப் பாடுவதி லூறிடுந்தேன் வாரியிலும்
ஏற்றநீர்ப் பாட்டி னிசையினிலும், நெல் இடிக்குங்
கோற்றொடியார் குக்குவெனக் கொஞ்சு மொழி யினிலும்
சுண்ணமிடிப் பார்தஞ் சுவை மிகுந்த பண்களிலும்
பண்ணை மடவார் பழகுபல பாட்டினிலும்
வட்டமிட்டு பெண்கள் வளைகரங்கள்தாம் ஒலிக்கக்
கொட்டி யிசைத்திடுமோர் கூட்டமுதப் பாட்டினிலும்
வேயின் குழலோடு வீணைமுத லாமனிதர்
வாயினிலும் கையாலும் வாசிக்கும் பல்கருவி
நாட்டிலுங் காட்டினிலும் நாளெல்லாம்
நன்று ஒலிக்கும் பாட்டினிலும்"

என ஒவ்வொரு நிலையிலும் இசை யொலிகளின் பாங்கினை நளினமாக வகைப்படுத்திக் காட்டுகிறார்.

மேலும் இசையைப் பற்றிக் குறிப்பிடும் விதமாக,

கேட்கும் ஒலியிலெல்லாம் நந்தலாலா-
நின்றன் கீதம் இசைக்குதடா நந்தலாலா

என்று பண்ணமைத்து உரக்கப் பாடினார்.

இவ்வாறு இசையை ரசிக்கும் பாங்கு இசையோடு கலந்த பாடல்களை, பண்களை இசைக்கும் வழக்கம் தொன்றுதொட்டு ஆலயம், அரசவை, திருவிழாக்கள், மக்களின் சடங்குகள் சம்பிரதாயங்களில் இருந்துகொண்டேதான் வருகிறது.

தமிழிசை இயக்கம்

1942-ல் அண்ணாமலைச் செட்டியார் முயற்சியால் தமிழிசை இயக்கம் தொடங்கப்பட்டபோது, தமிழில் இசையின் அனைத்து லாகவங்களையும், தாள லயங்களையும் கொண்டுவர முடியுமா எனப் பலர் ஏளனம் செய்தனர். இருபதாம் நூற்றாண்டில் அண்ணாமலை அரசரின் பேரார்வத்திலும், பெரும் முயற்சியிலும் தமிழிசை, முழக்கமாக ஒலிக்கத் தொடங்கியது. அதேபோல் தனித்தமிழ் இயக்கமும் மக்கள் மனத்தில் பெருத்த ஆர்வத்தையும் மொழிக்கான அர்ப்பணிப்பு உணர்வையும் உண்டாக்கியது.

தமிழில் இசைப் பாடல்கள் இல்லை என சனாதனவாதிகள் கூப்பாடு போட்டுக் கொண்டிருந்தபோது அவர்களுக்குப் பதில் சொல்லும் விதமாக, புரட்சிக்கவிஞர் பாரதிதாசன் தமிழிசையின் மேன்மையையும், சிறப்பையும், தமிழில் உள்ள இசைப் பாடல்கள் குறித்தும் முழங்கியுள்ளதைக் காணமுடிகிறது.

"செந்தமிழில் இசைப்பாடல் இல்லையெனச்
செப்புகின்றீர்! மான மின்றிப்
பைந்தமிழில் இசையின்றேல் பாழுங்கிணற்றில்
வீழ்ந்துயிரை மாய்த்த லன்றி
எந்தமிழில் இசையில்லை, எந்தாய்க்கே
உடையில்லை என்ப துண்டோ?
உந்தமிழை அறிவீரோ! தமிழறிவும்
உள்ளதுவோ உங்கட் கெல்லாம்?
வெளியினிலே செல்வதேனில் உம்நிலைமை
வெட்கக்கேடு அன்றோ? நீவிர்
கிளிபோலச் சொல்வதன்றித் தமிழ் நூற்கள்
ஆராய்ந்து கிழித்திட் டீரோ!"

எனத் தமிழிசையின் பெருமையைத் தரம் தாழ்த்திப் பேசியவர்களைப் புறமுதுகு காட்டி ஓடவிடும் அளவுக்கு பாரதி தாசன் எழுச்சிமுழக்கப் பாடலை படைத்துள்ளார்.

இசை மரபு

இசை மரபு என்பது இசையின் மாட்சிமைக்கு உயிர் கொடுப்பதாகும். அதாவது ஒரு குறிப்பிட்ட பாடலைக் குறிப்பிட்ட ராகத்தில் பாடும்போது குறிப்பிட்ட தாளத்துடன் பாடினால் கேட்பதற்கு, அது தேனாய் இனிமை பயக்கும் என்பதே இசை மரபு ஆகும். இதைத்தான் சங்கீத சம்பிரதாயம் என்பர்.

தாள மரபு ராகங்களைப் போற்றி தமிழ் இசையின் சிறப்பை பக்தி மார்க்கமாக, பக்திப் பனுவல்களாக இசைத் தமிழுக்கு ஏற்றமிகு பெருமையைப் பல அருளாளர்கள் தந்து சென்றுள்ளனர்.

குறிப்பாக சீர்காழி முத்துத்தாண்டவர், தில்லைவிடங்கன் மாரிமுத்தாப்பிள்ளை, சீர்காழி அருணாசலக் கவிராயர், கோபால கிருஷ்ண பாரதியார் போன்றோர் மெச்சத்தக்க பங்களிப்பைச் செய்துள்ளனர்.

இறைவனைப் பாடுங்கால் அதற்குரிய தெய்வீகத் தன்மையுடன் பண்ணுக்கும் தாளத்துக்கும் முக்கியத்துவமளித்து, அதேவேளையில் ஆதார சுருதியான உள்ளார்ந்த இசை நயத்தையும் குறைபடாது ஒலிக்குமாறு பாடிச் சிறப்பித்துள்ளார்கள்!

பன்னிரு திருமுறை எப்படி ஓர் இசைப் பனுவலாகத் திகழ்கிறதோ, அதேபோல நாலாயிர திவ்யபிரபந்தப் பாடல்களும் தமிழிசைப் பண்களை வெளிப்படுத்தும் இசை அமுதமாகவே திகழ்கிறது.

அதில் இந்தளம், கவ்வானம், காந்தாரம், குறண்டி, குறிஞ்சி தொடங்கி வியந்தம், வியாழக்குறிஞ்சி வரை 29 வரை பண்கள் குறிப்பிடப்பட்டுள்ளன. தேவாரத் திருமுறைகளில் 23 வகை பண்களே கூறப்பட்டுள்ள நிலையில் ஆழ்வார்கள் அருளிய நாலாயிரத் திவ்வியப் பிரபந்தப் பாசுரத்தில் இருபத்தொன்பது பண்கள் உள்ளன குறிப்பிடத்தக்கதாகும். சங்ககாலப் பண்களான குறிஞ்சி, நைனவம், பஞ்சுரம் போன்றவையும் அதேபோல் நவீன காலத்தைச் சார்ந்த தோடி, இந்தோளம் போன்றவையும் திவ்யப் பிரபந்தத்தில் குறிப்பிடப்பட்டுள்ளது போற்றத்தக்கதாகும்.

ஜுகல் பந்தி

தேசிய ஒருமைப்பாட்டை நிலைநாட்டும் வகையில் பல்வேறு கலாசாரத்தை ஒருங்கிணைக்கும் வகையில், ஒரே மேடையில் இந்துஸ்தானி சங்கீதத்தையும் கர்நாடக சங்கீதத்தையும் வாசிக்கச் செய்து அனைத்து வகை இசைக் கருவிகளையும் ஒலிக்கச் செய்யும் நிகழ்ச்சிதான் ஜுகல் பந்தி எனப்படுகிறது.

வயலின், வீணை, சாரங்கி, கோட்டு வாத்தியம், சாக்ஸபோன், மிருதங்கம் தபேலா போன்ற கருவிகளை இசைக்கச் செய்து பாரதக் கலாசார ஒற்றுமையை நிலைநாட்டுகின்றனர்.

தென்னகப் பண்பாட்டு மையம் நிகழ்த்தும் கலாசார ஒருமைப்பாட்டு நிகழ்ச்சியில் இது நடத்தப்படுகிறது. 2018-ம் ஆண்டு நான் தஞ்சாவூர் எஸ்பி யாக இருந்தபோது, இந்த நிகழ்ச்சியைக் கண்டுகளித்தேன். அது ஓர் இந்திய இசை, நடனப் பண்பாட்டு விருந்தாக காட்சியளிக்கும்.

வசியம் செய்யும் வல்லிசை

இசை எப்படியெல்லாம் வசியம் செய்யும் என்றால், இசையால் யானையைக்கூட மதிமயங்கச் செய்ய முடியும் என்பதைச் சிலப்பதிகாரத்தில் இளங்கோவடிகள் மிக அழகாகக் கூறி இருப்பார்..

"அமைவிளை தேறல் மாந்திய கானவன்
கவண்விடு புடையூஉக் காவல் கைவிட
வீங்குபுன முணீஇய வேண்டி வந்த
வோங்கியல் யானை தாங்குதுயி லெய்த
வாகை தும்பை வடதிசைச் சூடிய
வேக யானையின் வழியோ நீங்கெனத்
திறத்திறம் பகர்ந்து சேணோங் கிதணத்துக்
குறத்தியர் பாடிய குறிஞ்சிப் பாணியும்"

என்ன அர்த்தம் எனில், நெல் விளைச்சல் காய்த்துக் குலுங்கும்போது அதைக் காவல் காக்கவேண்டிய கானவன் காவல்காரன் அங்கிருந்த மூங்கிலில் விளைந்த மதுவை அருந்திவிட்டு மதி மயங்கிக் கிடந்தானாம்.. அந்த நேரம் பார்த்து யானைக்கூட்டம் கதிரைத் தின்ன வந்ததாம்..

யானைக்கூட்டம் புகுந்தால் என்ன ஆவது? இதைக்கண்ட குறத்தியர்கள்

உடனே தங்களுடைய நாட்டுப்புறப் பாடலான குறிஞ்சிப்பண் பாடல்களை ராகத்தோடு இசைக்க யானைகள் இளைப்பாறி உறங்கும் நிலைக்கு, மயக்க நிலைக்குச் சென்றனவாம்.

யானையையே கட்டிப்போடக் கூடிய ஆற்றல் இசைக்கு உண்டு என்பதை இவ்வாறு இளங்கோவடிகள் காட்சிப்படுத்தியிருப்பார்.

இசையால் குணப்படுத்த முடியும்

இசையை முறைப்படி பயின்றவர்கள் மனிதர்களின் ராசிக்கு ஏற்ப, கிரக அமைப்புக்கு ஏற்ப உடல் நிலையைக் கருத்தில் கொண்டு அஷ்ட சித்திகளும் கைவரப்பெற்ற இசை யோகி இன்னிசை மூலமாக மனித நோயை மனநோயைக் குணப்படுத்திவிட முடியும் என்கின்றனர்.

இசையால் குணப்படுத்தும் இத்தகைய முறைதான் நாத அனுசந்தானம் என்று கூறப்படுகிறது.

இன்றளவும் கேரளாவில் இயற்கை வைத்தியம் மரபுவழிச் சிகிச்சை மையங்களில் இந்த முறை பரவலாகக் கையாளப்படுகிறது. வெளிநாட்டினர் குறிப்பாக ஐரோப்பியர்கள் இதை விரும்பி இந்தச் சிகிச்சையை ஏற்றுக்கொள்வதாக தெரிகிறது.

12 வகை ராசிக்காரர்களுக்கும் உகந்த ராகமாகக் கீழ்க்கண்ட ராகங்கள் குறிப்பிடப்படுகின்றன.

மேஷம் - லதாங்கி ராகம்

ரிஷபம்- வாசஸ்பதி ராகம்

மிதுனம்- கீரவாணி ராகம்

கடகம்- ஹேமவதி ராகம்

சிம்மம்- கல்யாணி ராகம்

கன்னி - சண்முகப்பிரியா ராகம்

துலாம் - ராகவர்த்தினி ராகம்

விருச்சிகம் – நடபைரவி ராகம்

தனுசு - தர்மவதி ராகம்

மகரம் - கானமூர்த்தி ராகம்

கும்பம் – சாரங்கி ராகம்

மீனம் – சாருகேசி ராகம்

அதேபோல் ஏழு வகைக் கோள்களுக்கும் ஏற்ற ராகமாகக் கீழ்க்கண்ட ராகங்களை வகைப்படுத்தியுள்ளனர்.

சூரியன் - ஹரிகாம்போதி

சந்திரன் - அசாவேரி

செவ்வாய் – காமவர்த்தினி

புதன் – சக்கரவாகம்

சுக்கிரன் – தர்மவதி

சனி – நாடகப்பிரியா

வியாழன் - கோசலம்

கவிஞர் கண்ணதாசன் ஒருமுறை உயர் ரத்த அழுத்தத்திற்கு ஆளான நிலையில், பல மருந்துகள் உட்கொண்டும் ரத்த அழுத்தம் இயல்பான நிலைக்கு வராத நிலையில், இசையரசு குன்னக்குடி வைத்தியநாதன், ஆனந்த பைரவி ராகத்தில் வயலினை மீட்டி, ஆனந்த மயமாக மெல்லிசை ஒலிக்கக் கேட்ட கண்ணதாசன் இயல்பு நிலைக்கு வந்தார் என்று தெரிவிக்கின்றனர்.

முத்துசாமி தீட்சிதர் தம் சீடர்களுடைய தீராத வயிற்று வலியை பிருவரஸ்பதே என்ற அடானா ராக கீர்த்தனை பாடிக் குணப்படுத்தியதாகக் குறிப்பிடப்பட்டுள்ளது.

இலங்கையைப் போர்ச்சுக்கீசியர்கள் ஆக்கிரமித்தபோது, சிறைப்பிடிக்கப்பட்ட கைதிகள், தங்கள் தனிமைத் துயரைப் போக்க 'பைலா' இசையைப் பாடி மகிழ்வார்களாம். அந்த ராக இனிமையால் மையல் கொண்ட, போர்ச்சுகீசியர்களும், பின்னால் வந்த டச்சுக்காரர்களும், அந்தி நேரத்துத் தேநீர் பொழுதிலும், இரவு விருந்தின்போதும் பைலா இசையின் வெவ்வேறு பாவனைகளைப் பாடச் சொல்லி, ரசித்து மகிழ்ந்தார்களாம்.

தற்போது இது *Music Therophy*- இசை வழி சிகிச்சை எனப் பல மருத்துவ மனைகளில் குறிப்பாக மனநல மருத்துவ மையங்கள், போதை மறுவாழ்வு

மையங்கள், புற்றுநோய்ச் சிகிச்சை மையங்கள், இரவு நேரத் தொழிற்சாலைகள் என வெளிநாடுகளில் மட்டுமன்றி நம் நாட்டிலும் வழங்கப்படுவதோடு இசைத்தட்டு களாகவும் விற்கப்படுகிறது.

வாக்கேயக்காரர்கள் (மிடற்றிசை வல்லுநர்கள்) இசையும் பாடலும் அல்லது சங்கீதமும் சாகித்தியமும் ஆகிய இரண்டிலுமே வல்லமை பெற்றவர் ஆவர்.

தியாகராஜ சுவாமிகள் முத்துசுவாமி தீட்சிதர், சியாமா சாஸ்திரிகள் போன்ற இசைப் பண்டிதர்கள் முதன்மை வாக்கியக் காரர்களாகக் கருதப்படுகிறார்கள்

பக்தி இலக்கியக் காலத்தில் தமிழிசையைப் பக்திப் பனுவலாக மக்களுக்குக் கொண்டு சென்ற திருஞானசம்பந்தர், அப்பர், சுந்தரர், திருப்பாணாழ்வார், ஆண்டாள் போன்றோர் முன்னோடி வாக்கேயக்காரர்கள் ஆவர்.

அதைத் தொடர்ந்த காலத்தில் தமிழிசை உலகுக்கு எண்ணற்ற இசைப் பாடல்களை வழங்கிய சீர்காழி முத்துத்தாண்டவர், மாரிமுத்தாப்பிள்ளை, சீர்காழி அருணாசலக் கவிராயர், கோபாலகிருஷ்ண பாரதியார் போன்றோரும் சிறந்த வாக்கேயக்காரர்கள் ஆவர்.

சமய அருளாளர்கள் இசைப் பாடல்களைப் பதிகங்களைப் பாடும்போது, அருகில் இருந்து ஓலைச்சுவடிகளில் சிறப்பாக எழுதிவைத்துப் பாதுகாத்த பணியைச் செய்தவர்கள் எடுத்துக் கட்டிகள் ஆவர்.

மதுரை மாரியப்ப சுவாமிகள் கே.பி.சுந்தராம்பாள், எம்.கே. தியாகராஜ பாகவதர், எம்.எம். தண்டபாணி தேசிகர், மதுரை சோமசுந்தரம், சீர்காழி கோவிந்தராஜன் போன்றோர் சங்கீத கலா இசையை மக்கள் மொழியில் எடுத்துச் சென்றனர்.

அதே சமயத்தில் இசைக்கலைஞர்கள் மிகுந்த தன்மானம் மிக்கவர்களாக விளங்கியுள்ளனர். ஒருமுறை இசையரசி கே.பி.சுந்தராம்பாள் அம்மையாரை அகில இந்திய வானொலி நிலையத்தில் பாடுவதற்கு அழைத்துள்ளனர்.

அவர் தம் குழுவினருடன் சென்றபோது வானொலி நிலைய இயக்குநர் கால் மேல் கால் போட்டு அமர்ந்துகொண்டு எழுந்து நின்று வரவேற்காமல் மரியாதை செய்யாமல் இருந்ததைக் கண்ட சுந்தராம்பாள், இசையை, இசைக் கலைஞர்களை மதிக்கத் தெரியாத உங்கள் இடத்தில் நான் பாடப்போவதில்லை என்று அலுவலகத்தின் உள்ளே கூட நுழையாமல் தனது குழுவினருடன் புறப்பட்டுச் சென்றுவிட்டார். கடைசிவரை அகில இந்திய வானொலி நிலையத்தில் பாட அவர் சம்மதிக்கவேயில்லை.

அருளாளர்களின் அற்புதங்கள்

பக்தி இசையில் பல அருளாளர்கள் பலவித அற்புதங்களை அருளிச் சென்றுள்ளனர்!

சம்பந்தரின் இசை எலும்பைப் பெண்ணாகப் பூம்பாவையாக மாற்றியது. அப்பரின் இசை அப்பூதி அடிகளின் இறந்த மகனை உயிர்ப்பிக்கச் செய்தது. சுந்தரரின் சுந்தர இசை முதலையுண்ட சிறுவனை மீட்கச் செய்தது.

இதுபோன்ற செயல்கள் மற்றும் பண்ணிசையோடு பாடிய தெய்வ நலப் பதிகங்கள் மக்களுக்கு இறைபக்தி ஈடுபாட்டையும், அறநெறி ஒழுக்கத்தையும் உருவாக்கின.

மக்கள் வாழ்வில், இயற்கைப் பாடல்களும் இனிய இசையாக உருப்பெற்றன!

திரிகூடராசப்பக் கவிராயரின் திருக்குற்றாலக் குறவஞ்சி, அண்ணாமலை ரெட்டியாரின் காவடிச்சிந்து போன்றவற்றை இதற்கு எடுத்துக்காட்டாகக் கூறலாம்.

தமிழ்மொழியின் தவப்பயனால் பல

சமய அருளாளர்களும், புலவர்களும், ஏழிசையாகவும், இசைப் பயனாகவும், இறைவனைப் போற்றி நின்றாலும், சப்த பிரம்மம், நாதப் பிரம்மம் என்பது போன்ற தத்துவப் பொருளாக இறைவனைச் சரணடைந்தாலும், எண்ணற்ற அருள் பாடல்களை இந்த மொழிக்கு வழங்கிச் சென்றுள்ளது நம் தவப்பயன் என்றுதான் சொல்ல வேண்டும்.

ஆலயங்களில் இன்னிசை

கோயில் வளாகம் என்பதே பக்தி மணம் கமழ, தீப விளக்கொளி எரிய வாத்திய இசை முழக்கங்கள் ஒலிக்கும் இடமாகத்தான் காட்சியளிக்கும்.

இறைவனே இத்தகைய சூழலில் இருப்பதைத்தான் விரும்புகிறார் என்பதைத் திருவிசைப்பாவில் பாடியிருப்பர்.

“இந்திர லோகம் முழுவதும் பணிகேட்
டிணையடி தொழுதெழத் தாம்போய்
ஐந்தலை நாக மேகலை யரையா
அகந்தொறும் பலிதிரி யடிகள்
தந்திரி வீணை கீதமுன் பாடச்
சாதிகின் னரங்கலந் தொலிப்ப
மந்திர கீதம் தீங்குழ லெங்கும்
மருவிடந் திருவிடை மருதே”

சகலமும் உடையதாய் காட்சியளிக்கும் இந்திரலோகமே சிவனது பொற்பாதங்களைத் தொழுது நிற்கும் நிலையில், அவர் அதை விட்டுவிட்டு, வீணை இசை ஒலிக்கும், கீதம் முழங்கும் கின்னரம் அதிரும், மந்திர நற்கீதம் ஒலிக்கும், **குழல்யாழ் மீட்டப்படும் திருவிடைமருதூர் ஆலயத்தில் பிச்சை கேட்கும் பெருமாள் வேடத்தில் வந்து கோயில் திருவிழா இசை முழக்கத்தைக் கேட்டு மகிழ்ந்தாராம்.**

டாக்டர் ஏ.என். பெருமாள் **‘தமிழர் இசை’** என்னும் நூலில், ஆழ்வார்கள் அருளிய பாசுரத்தை நன்கு ஆய்வு செய்து பல இசைப்பண்களைக் குறிப்பிட்டு விளக்கியுள்ளார் .

பட்டினத்தார் இறைவனைப்பற்றி இசைப் பாடல் பாடும்போது,

“என்னை யறியாமல் எனக்குள்ளே நீயிருக்க
உன்னையறியாமல் உடல் இழந்தேன் பூரணமே “

என்றும்

“என்னதான் கற்றாலும் எப்பொருளும் பெற்றாலென்
உன்னை யறிந்தார் உய்வரோ பூரணமே”

என்கிறார்.

அதேபோல் பராபரக்கண்ணி வாயிலாகத் தாயுமானவரும் “தன்னை யறிந்தருளே தாரகமா நிற்பதுவே உன்னை அறிதற்கு உபாயம் பராபரமே” என்கிறார்.

இசைக் கவிதை

தமிழ் இலக்கிய உலகில் கவிதைகளை நான்கு வகைகளாகப் பாகுபடுத்துகின்றனர்.

ஆசுகவி, சித்திர கவி, மதுரகவி, வித்தாரக்கவி. பொதுவாகச் சித்திரக்கவியை இசை சார்பாகப் பாடுவதில்லை. மதுர கவியே இசைப் பாடலில் போற்றத்தக்கதாக விளங்குகிறது.

அதேபோல் சித்தர்கள் மக்கள் மொழியில் எளிய வகையில் கும்மி, சிந்து, கண்ணி எனப் பா வகைகளை அமைத்து மக்கள் இலக்கியம் சார்ந்த கருத்துகளைக் கொண்டு சேர்த்தனர்.

பாரதிதாசன் பாடுவார்,

துன்பம் நேர்கையில் யாழ் எடுத்து
இன்பஞ் சேர்க்க மாட்டாயா!

ஒப்பாரிப் பாடல்கள் ,கதைப்பாடல்கள், வில்லுப்பாட்டுக்கள், உடுக்கை அடிப் பாடல்கள், கும்மி ஒயிலாட்டப் பாடல்கள், ஏற்றப் பாடல்கள், அங்கதப் பாடல்கள், குறவன் குறத்திப் பாடல்கள், கந்துக வரிப் பாடல்கள், தாலாட்டுப் பாடல்கள், கும்மிப் பாடல்கள், நாட்டுப்புறப் பாடல்கள், சிந்து வகைப் பாடல்கள், காப்புச் சிந்து, நொண்டிச் சிந்து, அணுக்கச் சிந்து, வளையல் சிந்து, கும்மிச் சிந்து என

பலவகைப் பாடல்கள் உள்ளன.

இசைப் பட்டங்கள்..

பொதுவாக இசைக் கலைஞர்களை வித்வான்கள் என வழங்குவது உண்டு. ஆயினும் அவரவர் தனித் திறமையால் கருவியிசை சார்ந்த நிபுணத்துவத்தால் மிருதங்க வித்வான், புல்லாங்குழல் வித்வான், நாதஸ்வர வித்வான், வீணை வித்வான், தவில் வித்வான் முதலிய திறன் சார்ந்த பட்டங்களை மகாவித்வான் போன்ற சிறப்புப் பட்டங்களைப் பெறுவர்.

பல்லவி என்ற அடைமொழியிட்டு பெயர் குறிப்பிடப்பட்டது. பல்லவி சேஷய்யர் என்பதுபோல!

கர்நாடக இசையில் தேர்ச்சி பெற்ற இசை வித்தகர்கள் சங்கீதக் கலாநிதி, சங்கீத சாம்ராட், சங்கீத கலா சிகாமணி, சங்கீத சுர வீரர், மதுரகான, கோகிலகான, டைகர் போன்ற பட்டங்களாலும் சிறப்பிக்கப்பட்டனர்.

அண்ணாமலை அரசரின் பெரும் முயற்சியால் உருவான தமிழிசை இயக்கம், அழகான தமிழ்ப் புகழ் மொழியால் இசைக் கலைஞர்களை அலங்கரித்தன!

ஏழிசை மன்னர், இசைப்பேரறிஞர், வேய்ங்குழல் வேந்தர், இசை அரசர், இசைத்தென்றல், இசைக்கலை மணி, இசையமைப்பாளர் இளையராஜா அவர்களுக்கு கலைஞர் அவர்களால் சூட்டப்பட்ட இசைஞானி என்ற பட்டப்பெயர் இன்றளவும் புகழ்பெற்று நிற்கிறது.

இசைவாணர்களை கௌரவித்தல்

இசைக் கலைஞனுக்கு நிலம் ஒதுக்கிக் கௌரவிக்கப்பட்டதை முதலாம் பராந்தகன் திருச்சேத்துறை சந்திரசேகர் கோயில் கல்வெட்டில் உள்ள தட்டழிப்புறம் எனும் ஊர் மூலம் அறியலாம்.

ராஜராஜ சோழன் உடையார்பாளையம் கல்வெட்டு மூலம் உவச்சபுரம், காளப்புரம், செயகண்டிகை புறம் போன்ற ஊர்கள் இசைவாணர்களுக்கு வழங்கப்பட்டதை அறியமுடிகிறது.

சங்கு ஊதுபவர்களுக்கும்கூட போகம் என்ற இறையிலி நிலம் வழங்கப்பட்டுள்ளது.

இசைப்பேரறிஞர் பி.சாம்பசிவ மூர்த்தி எழுதிய இசை, ராக, தாள அமைப்புப் பற்றிய விரிவான நூலான '*The South Indian Music Book*' குறிப்பிடத்தக்க நூலாகும்.

வடமொழியில் சாரங்க தேவர் எழுதிய 'சங்கீத ரத்னாகரம்' எனும் நூல் சம்ஸ்கிருதத்தில் எழுதப்பட்ட குறிப்பிடத்தக்க நூலாகும்.

தமிழ் இசையை நன்கு கற்ற பிறகு தம் நூலைப் படைத்துள்ளார் சாரங்க தேவர்.

இதில் இந்தளம், காந்தாரபஞ்சமம், நட்டராகம், பஞ்சமம், தக்கராகம், தக்கேசி, நட்டபாடை, கௌசிகம், குறிஞ்சி, காந்தாரம், மேகராகக்குறிஞ்சி போன்ற தமிழ்ப் பண்களைத் தமிழிலேயே குறிப்பிட்டுள்ளதோடு 'தேவார வர்த்தினி' எனும் பண்ணையும் விரிவாக விளக்கியுள்ளார்.

இசை சிவன்!

சைவத் திருமுறைகள், தேவாரம், திருவாசகம், பட்டினத்தடிகள், தாயுமானவர், அருணகிரிநாதர், சிவப்பிரகாச சுவாமிகள், வள்ளலார் போன்ற அருளாளர்களின் பாடல்கள் சிவ நெறியை மையப்படுத்தியே உள்ளன. காரணம், 'எந்நாட்டவர்க்கும் இறைவா போற்றி' என்று வணங்கக்கூடிய சிவன் எலும்புகள், ஆமை ஓட்டை அணிந்து கொண்டாலும், தக்கை, தண்ணுமை, தாளம், வீணை, தகுணிச்சம், கிணை, சில்லரி, சங்கு, குடமுழா போன்ற இசைக்கருவிகளோடு இசையை ராக தாளத்தோடு பாடி மகிழ்வாராம்.

இதைத்தான் சுந்தரமூர்த்தி சுவாமிகள் பாடுகிறார், **"சிவன்**

எல்லாப் பக்கமும் குயில்கள் பாடக்கூடிய திருப்பைஞ்ஞீலியில் யான் வாழ்கின்றேன்! சிறிது பிச்சை இடுங்கள் என்று சொல்லிக்கொண்டு நின்றாராம்."

"தக்கை தண்ணுமை தாளம் வீணை
தகுணிச் சங்கிணை சல்லரி
கொக்க ரைகுட முழவி னோடிசை
கூடிப் பாடிநின் றாடுவீர்!
பக்கமே குயில் பாடுமஞ் சோலைப்பைஞ்
ஞீலி யேனென்று நிற்றியால்
அக்கும் ஆமையும் பூண்டி ரோசொலும்
ஆரணிய விடங்கரே"

அப்பர் சுவாமிகளும் இறைவன் திருவடியைப் பலவிதமாகக் குறிப்பிட்டாலும்,

"மாசில் வீணையும் மாலை மதியமும்
வீசு தென்றலும் வீங்கிள வேனிலும்
மூசு வண்டறை பொய்கையும் போன்றதே
ஈசன் எந்தை இணையடி நீழலே"

என வீணைக்கு முதலிடம் தருகிறார். மாணிக்கவாசகப் பெருமானும் நாயகி பாவனையில் இறைவனிடம் சரணாகதி எய்தும், புற வாழ்வில் கவனம் செலுத்தாமல், அகத்தில் இன்பத்தை வழங்கும் இறை வாழ்வுக்கு வாருங்கள் என்கிறார்! ரீங்கார இசைபாடித் தேன் உண்ணும் வண்டுபோல நாமும் பண்ணோடுகூடிய பாடல்களை இசைத்துக்கொண்டே இறைவனின் தாமரைப் பாதங்களை அடைந்து சிவநெறியைத் துய்க்க வேண்டும் என்கிறார்.

தினைத்தனை உள்ளதோர் பூவினில் தேன் உண்ணாதே
நினைதொறும் காண்தோறும் பேசும் தோறும் எப்போதும்
அனைத்திலும் புன்நெடுக ஆனந்தத் தேன் சொரியும்
குனிப்பு உடையானுக்கே சென்றூதாய் கோத்தும்பீ!!"

என்ற பாடலில் பெண்களின் தேன்குரலில் இறை இசையை வைத்திருப்பார் மாணிக்கவாசகர்.

கீர்த்தனைகள்– வாத்தியங்கள்:

தமிழர்களின் இசை ஆர்வத்தை உயிர்ப்புடன் வைத்துக்கொண்டத்தில் கீர்த்தனைகளின் பங்களிப்பு மகத்தானதாகும். கோபாலகிருஷ்ண பாரதியாரின் நந்தனார் சரித்திரக் கீர்த்தனைகளும், சீர்காழி அருணாசலக் கவிராயர் அருளிய ராமநாடகக் கீர்த்தனைகளும், சங்கரதாஸ் சுவாமிகளின் நாடகக் கீர்த்தனைகளும், சுப்பிரமணிய ஐயர் பாடிய கீர்த்தனைகளும் மக்களை இசை ஆர்வத்திலேயே வைத்திருக்கச் செய்தன.

ஆலய வாத்தியக் கருவிகள்!

இறைவழிபாட்டில் இசைக்கருவிகள் கிரியா நெறியில் அமைக்கப்படுகின்றன அவை ஐந்து வகையாகப் பிரிக்கப்படும்.

1. பிரிதுவி வாத்தியங்கள்– மரத்தினால் செய்யப்பட்ட கருவி.
2. அப்பு வாத்தியங்கள் –சங்கினால் செய்யப்பட்ட கருவிகள்.
3. ஆக்கினேய வாத்தியங்கள் – உலோகங்களால் செய்யப்பட்ட கருவிகள்.
4. வாயவ்விய வாத்தியங்கள் –துளைகள் உள்ள கருவிகள்.
5. ஆகாச வாத்தியங்கள்– ராக பேதங்களைக் காட்டும் கருவிகள்.

எத்தனை எத்தனை இசைக்கருவிகள் வாசிக்கப்பட்டாலும் முதலிடம் வகிப்பது நாதஸ்வரம் ஆகும். நித்தியோற்சவம், நைமித்திய உற்சவம், பிரம்மோற்சவ காலங்களில் நாதஸ்வர இசையே முதலிடம் பெறுகிறது.

திண்டிமம்

இது ஒருவகை இசைக்கருவியாகிய பறையைக் குறிக்கும். ஆசு கவிப் புலவர்கள் தம் திறனை வெளிப்படுத்தத் திண்டிமம்

முழங்கும் உரிமையைப் பெற்றிருந்தனர். அருணகிரிநாதர் அத்தகைய ஆற்றலைப் பெற்றிருந்தார்.

ஆலத்தி பாடுதல் - கதாகாலட்சேபம்

பதினொரு வகையான நளினங்களைக் கொண்ட, இசை கலந்த பாடல்கள் பாடுவதை 'ஆலத்தி பாடுதல்' என்பர். அதைத்தான் தற்போது கதாகாலட்சேபம் என்று சொல்கிறார்கள்.

இரவு முழுக்கப் பாடல்களைப் பாடி இசையமைத்து, அதற்குப் பொருள் கூறி, விளக்கம் அளித்தல் ஆலத்திப் பாடுதல் எனப்படும்.

கதாகாலட்சேபம் சொல்லும் முறை மராட்டியத்தில் இருந்து உருவானதாக கூறப்படுகிறது. ஆனால் தமிழகத்திலும் தொன்றுதொட்டு இந்த கதை சொல்லும் முறை நாடகம், இசையுடன் கூடிய நாடகக் கீர்த்தனைகள் வடிவில் இருந்து வந்தமையை அறியமுடிகிறது.

தொலைக்காட்சிகள் இல்லாத 1990 காலகட்டத்தில் அதிகளவில் மகாபாரதக் கதை காட்சிகள், காத்தவராயன் கதை, கட்டியக்காரன் கதை எனக் கூத்து வடிவில் நாடகம் கிராமந்தோறும் ஒரு வாரம் பத்து நாட்கள் என நடக்கும்.

கடலூர் மாவட்டத்திலுள்ள எங்கள் ஊரான போத்திரமங்கலம் கிராமத்தில் மாரியம்மன் கோயிலில் பாரதக் கதையையும் அரவான் பலியிடப்படுவதையும் பல ஆண்டுகள் நானே விடிய விடிய நேரில் கண்டு ரசித்திருக்கிறேன்.

கதாகாலட்சேபம் இசையோடு பண் அமைத்துப் பாடும் வித்தையில் தஞ்சை பாகவதர்கள் சமர்த்தர்கள் ஆவர். தஞ்சாவூர் ராமச்சந்திர பாகவதர், அவர் மகன் விஷ்ணு பாகவதர், குலமங்கலம் வைத்தியநாத பாகவதர், திருவிடைமருதூர் கிருஷ்ண பாகவதர், திருவாரூர் வாமன பாகவதர், சமீப காலத்தில் கிருபானந்த வாரியார் எனப் பலரும் கதாகாலட்சேபத்தில் வல்லவர்களாக விளங்கினர். பாகவதர், பின்பாட்டுக்காரர், தாளம் போடுபவர், சுருதி மீட்டுபவர், மிருதங்கம் வாசிப்பவர் என அனைவரும் மேடையில் அமர்ந்து இசையோடு பாடல் அமைத்து மக்களுக்குக் கதைகளைச் சொல்லிவந்தார்கள்.

நாளடைவில் நாட்டுப்புறக் கலைஞர்களும் இத்தகைய யுத்திகளைக் கையாண்டு பலவித வேஷம் போட்டு, மக்கள் மொழியில் மகாபாரத ராமாயண இதிகாசக் கதைகளை இரவு முழுக்க நாடகமாக மிகச் சிறப்பாக, உணர்ச்சிபொங்க நடத்திவந்தனர். மக்களும் விடிய விடிய இந்தக் கூத்தைப் பார்த்து ரசிப்பார்கள்.

இன்றும் தஞ்சாவூரில் வடக்கு வாசல் பகுதியில் இந்த கதை சொல்லும் நாடகக் குழுவினர் இசை வாத்திய கருவிகளோடு, ராஜா ராணி உடைகளோடு கச்சேரி செய்ய ஆவலுடன் காத்துக்கொண்டு தானிருக்கிறார்கள்.

ஆனால், இணையத் தொழில்நுட்ப தொலைக்காட்சி, சீரியல் மோகத்தால் இத்தகைய பாரம்பர்யக் கலைகள் அழிந்து வருகின்றன. தொன்றுதொட்டு இந்தக் கலைப் பணியைத் தலைமுறை தலைமுறையாகச் செய்து வரும் கலைஞர்கள் மெல்ல இந்தக் கலையை விட்டுவிட்டு ஏரி வேலைக்கு, மண் அள்ளச் செல்வதைப் பார்த்து மன வேதனைப்பட்டிருக்கிறேன்!

பாரம்பர்யமிக்க கலைகளும், அதைத் தொன்றுதொட்டுக் கட்டிக்காத்து வரும் பாரம்பர்யக் கலைஞர்களும் அழிந்து வருவது இந்தியா போன்ற தொன்மைமிக்க, கலாசாரமிக்க தேசத்திற்குப் பெரும் இழப்பு என்றுதான் சொல்ல வேண்டும்.

காற்றின் பேரோசை

இசைதான் உலகை இயக்கிக் கொண்டிருக்கிறது. பன்னாட்டு நிறுவனங்களில் பணிபுரியும், பணியாளர்களை மன அழுத்தத்திலிருந்து, மன உளைச்சலில் இருந்து மீட்க

பல்வேறுபட்ட முயற்சிகளைச் செய்தனர். அதன் ஒரு பகுதியாக மெல்லிய இசையைப் பணிபுரியும் சூழலில் ஒலிக்கச் செய்கின்றனர்.

ஒய்வறை, உணவருந்தும் அறை, தேநீர் அருந்தும் இடங்களில் மெல்லிய இசையைத் தவழச் செய்கின்றனர். யானியின் பிரசித்திப்பெற்ற இசையான இன்டைம்ஸ், அக்ரோபோலிஸ், சென்சூயாப், கிடரோவின், பெஸ்ட் ஆப் சில்க் ரோட், மரூனின் சாங் எபவுட் கேட் போன்ற இசை வடிவங்களை ஒலிக்கச் செய்துள்ளார்.

பணிபுரியும் இடங்களில் ஒலிபரப்பப்படும் இத்தகைய இசை ஊழியர்களின் பணித் திறனை மேம்படுத்தி இருப்பதாகத் தெரிகிறது.

பாகிஸ்தான் முன்னாள் அதிபர் பர்வேஸ் முஷரப், தன் வாழ்க்கை வரலாற்று நூலான, *'IN THE LINE OF FIRE'* தமிழிலும் வெளியிட்டுள்ளது இந்தப் புத்தகத்தில், ஆட்சிக் கவிழ்ப்பு ஏற்படுத்தி ராணுவத் தளபதிகள், தன்னை அழிக்க நினைத்ததைப் பற்றிக் குறிப்பிடுகிறார்.

தன்னுடன் பணிபுரிந்தவர்களே இவ்வாறு செய்கிறார்களே என மனமுடைந்த முஷரப், அமைதியைத் தேடி ஒரு நீண்ட பயணம் மேற்கொள்கிறார். ஒரு பெரிய வாகனத்தில், தன் மனைவி மற்றும் நண்பர்களுடன், நாற்பத்தைந்து நாட்கள் பயணம் மேற்கொள்கிறார்.

''அந்தப் பயணத்தின்போது அனைத்து நாட்களும் வாகனத்தில் இக்பால் கவிதைகள், கஜல் இசை, ஈரானின் சல்மான் கவிதை என இசை கேட்டுக்கொண்டே, வாழ்க்கையில் ஏற்பட்ட நெருக்கடியை நான் கடந்து வந்தேன்" என்று குறிப்பிட்டுள்ளார்.

அந்த நீண்ட நதிக்கரைப் பயணத்தைக் குறிப்பிடுகையில் 'கண்ணுக்கு நைல் நதி', 'காதுக்கு கஜல் இசை' என்று சிலாகித்திருப்பார்.

இசைத் தட்டுகள், இசை வடிவங்கள், இசைக் கருவிகள் ஆகியவைதான், அந்தக் கடினமான நாட்களில் இருந்து மீண்டுவரக் காரணமாக இருந்தன எனக் குறிப்பிட்டிருப்பார்.

இசை மற்றும் படைப்பு, நாடகக்கலை, சார்ந்த கல்வியைப் பயிலும் மாணவர்கள், இசை, நாட்டியம், நாடகம் என்று கலைகளைக் கற்றுக் கொள்வதற்குப் பெருமைப்பட வேண்டும்.

பள்ளி, கல்லூரிப் படிப்புகளை அனைவருமே படித்துவிடலாம், ஆனால் கலை பற்றிய படிப்பை எல்லோராலும் படிக்க இயலாது.

படைப்புத் திறன் எல்லோருக்கும் வந்துவிடாது. படைப்பு என்பதே ஒரு வரம். அதிலும் உன்னதமான இசைப் படைப்புகளை உருவாக்குவது என்பது உச்சம் என்றுதான் சொல்ல வேண்டும்.

திருப்புகழ் என்னும் ஓர் இசைப் பனுவலை அருணகிரிநாதர் படைத்த காலத்தில் அவர் ஓர் ஆதரவற்ற வழிப்போக்கனாய்த்தான் திரிந்து கொண்டிருந்திருக்கிறார். ஆனால், பஞ்சைப் பராரியாய்த் திரிந்த படைப்பாளன் அருணகிரிநாதரின் இசைப் படைப்புகள்தான் இன்றளவும் பேசப்பட்டு வருகின்றன. அந்தக் காலகட்டத்தில் இருந்த மன்னனோ அதிகாரம் செலுத்திய அதிகாரிகளோ, காவல் படையினரோ, செல்வந்தர்களோ மக்கள் நினைவுகளில் இன்று இல்லை.

படைப்புத் திறன் என்பது ஒரு சிலருக்கு மட்டுமே கைகூடும் கொடுப்பினையாகும். படைப்பாளிகளின் வலிமையைப் பற்றி, தமிழ்ப் படைப்பாளிகளின் அருமை பற்றிக் குமரகுருபரர், நீதி நெறி விளக்கத்தில் அழகாக கூறுவார்.

"கலைமகள் வாழ்க்கை முகத்தது எனினும்
மலரவன் வண்தமிழோர்க்கு ஒவ்வான்-
மலரவன்செய்
வெற்றுடம்பு மாய்வன போல் மாயா புகழ்கொண்டு
மற்றுஅவர் செய்யும் உடம்பு"

நம்முடைய படைப்பாளிகள், பிரம்மா என அனைவருமே சரசுவதியை

முகப்பாக கொண்டு வணங்குபவர்களாக இருந்தாலும், மனிதனைப் படைக்கும் பிரம்மன், படைப்பாளிகளுக்கு நிகராக மாட்டார்.

அதுவும் வண்தமிழோர்க்கு ஒவ்வான். அதாவது, திறமையான தமிழ்ப் படைப்பாளிகளுக்கு ஈடாக மாட்டான்.

எப்படியெனில்,

பிரம்மன் படைக்கும் உடல் அழிந்து விடும். ஆனால், படைப்பாளிகள் படைக்கும் படைப்பு காலத்தால் அழியாது நிற்கும். நிற்கிறதே! இரண்டாயிரம் ஆண்டுகள் தாண்டியும் திருக்குறள், சங்க இலக்கியங்கள், தேவாரம், திருவாசகம், ராமாயணம், திருப்புகழ் எனப் பல படைப்புகள் காலத்தை மிஞ்சி நிற்கின்றனவே.

படைப்பாளிகளின் படைப்புகள் அமரத்துவம் பெற்றவை என படைப்புத்திறன் பற்றிப் பெருமையாகக் குறிப்பிட்டலாம். மேம்பட்ட இலக்கியங்களை, இலக்கிய வடிவங்களை, பாடல்களைக் கொண்ட மொழி நம் தமிழ் மொழி!.

அதனால்தான் இயல், இசை, நாடகம் என மொழியை மூன்றாகப் பகுக்கும்போது, தமிழ், இசை சார்ந்த வடிவம் கொண்ட மொழி எனப் பகுத்து வைத்திருக்கிறோம். எந்தத் துறையைச் சேர்ந்தவராயினும் நிறையப் புத்தகங்களைப் படியுங்கள்.

சாதித்தவர்களின் கதைகளை, பல அரிய படைப்புகள் உருவான விதத்தை, வித்தையைத் தெரிந்துகொள்ளுங்கள்! அப்போதுதான் நீங்கள் எந்தத் துறையைச் சார்ந்தவர்களாக இருந்தாலும் புதிய உத்திகளைச் செயல்படுத்த முடியும்! சாதிக்க முடியும்!

மைக்கேல் ஜாக்சன் சுயசரிதையான 'Moon walk' படித்துப் பாருங்கள்!

தன் ஆரவார இசையால் உலகத்தையே வசியப்படுத்திய மைக்கேல் ஜாக்சன் தனது மகத்தான இசைப் படைப்பான 'சுவரிலிருந்து (Off the Wall), ஸ்ட்ரேஞ்சர் இன் மாஸ்கோ, எர்த் சாங், ஹீ ஈஸ் இட்' போன்ற பல ஆல்பங்கள் உருவான கதையை விவரித்திருப்பார். ஜாக்சன் ஒரு சர்ச்சைகளின் நாயகனாகவே திகழ்ந்தார்.

குரங்கு, நாய், மலைப்பாம்பு வளர்த்ததால் மிருகத்தோடு காம இச்சை எனக் குற்றச்சாட்டு, புற்றுநோய் பாதித்த பையனுக்கு உதவியதனால் ஓரினச் சேர்க்கை எனக் குற்றச்சாட்டு, வேலைக்காரி மூலமாக குழந்தை பெற்றார் என வழக்கு. பல கடுமையான மன உளைச்சலுக்கு ஆளானாலும் கடைசி வரை தன் ஆரவார இசையை அவர் கைவிடவே இல்லை.

எல்லோரையும் எளிதில் நம்பி ஏமாந்து கடைசியில் அன்றாட வாழ்க்கை நடத்தவே பணம் இல்லாமல் தடுமாறிய அவலம்!

2003 பஹ்ரைன் அரசர் அப்துல்லாபின்-ஹமாத், ஜாக்சனுக்கு உதவி செய்தாலும், அவரும் இவருடைய ஜாக்சன் சுய சரிதை நூல் உரிமையை எதிர்பார்த்தே உதவி செய்தேன் என்று புகார் சொல்லுமளவிற்குச் சென்றார்.

மருத்துவக் குளறுபடிகளால் உடல் பலவீனப்பட்டாலும் 2009-ல் லண்டன் O 2 அரங்கத்தில் 50 நிகழ்ச்சிகள் நடத்த ஒப்புக்கொண்டு, அனைத்து நாட்களும் டிக்கெட் விற்றுத் தீர்ந்துவிட்ட நிலையில், நிகழ்ச்சி ஆரம்பித்து நன்றாக போய்க் கொண்டிருந்த நிலையில், திடீரென ஜாக்சன் மறைந்துவிட்டார். அந்த நிகழ்ச்சியின் தொகுப்பான 'That is it' 'இதுதான் அது' ஆவணப் படம்தான் உலகளவில் அதிகம் பார்க்கப்பட்ட இசை ஆல்பமாக திகழ்கிறது.

இசைப் பாடல்கள் நம் மனதை இலகு படுத்தக்கூடிய, நம்மை உற்சாகப்படுத்தக் கூடிய, ஒரு துள்ளலோடு வைத்திருக்கும் தன்மையுடையன.

நான் உத்தமபாளையம் டி.எஸ்பி. யாக பணிபுரிந்தபோது, இசைஞானி இளையராஜா அவர்களை, பண்ணைபுரம் மற்றும் குமுளி லோயர் கேம்பில் உள்ள அவர் அம்மா நினைவகத்தில் அடிக்கடி சந்திக்கும் வாய்ப்பு கிடைத்தது.

உரையாடலின்போது, அவரது இசை பலதரப்பட்ட மக்களுக்கும் ஆறுதலாக இருப்பதை எடுத்துரைப்பேன், அமைதியாகக் கேட்டுக்கொள்வார்!

கடவுளின் சிறப்பான சிருஷ்டிதான் நீங்கள் என்றேன்! சிரித்துக்கொண்டார். உண்மை, வெறும் புகழ்ச்சியல்ல!

ஓர் அரசியல்வாதி, அவர் சார்ந்த கட்சியை மகிழ்விப்பார், ஒரு விளையாட்டு வீரர் அந்த விளையாட்டு ரசிகர்களுக்கு மகிழ்ச்சியைக் கொடுப்பார், கர்நாடக இசைப் பண்டிதர்கள் குறிப்பிட்ட மக்களைத்தான் மகிழ்விப்பார்கள்.

ஆனால், இளையராஜா போன்ற இசைஞானிதான்,

கூலி வேலை செய்பவர்களை,

மூட்டை தூக்கும் தொழிலாளர்களை,

வாகன ஓட்டுநர்களை,

வயல் வேலை செய்வோரை,

தொழிற்சாலை இரவு நேரப்பணியாளர்களை,

கல்லூரி மாணவர்களை,

காதல் கொள்வோரை,

கஷ்டத்தில் உழல்வோரை,

குடும்பப் பெண்களை என அனைத்துத் தரப்பினரையும் சில நிமிடத்தில் ஆறுதல் படுத்தக்கூடிய ஆற்றல் பெற்றுள்ளார், இசைஞானி இளையராஜா ஒரு வரம் பெற்ற மனிதர் என்றால் மிகையல்ல!

அதனால் நீங்கள் கடவுளின் சிறப்பான படைப்புதான் எனக் கூறினேன்.

'நல்லதோர் வீணை செய்தே' எனும் உணர்ச்சிமிகு பாடலில் பாரதியார், நல்லதோர் வீணை செய்தே என இசைக் கருவியைத் தன் வாழ்வோடு ஒப்பிட்டுப் பாடியிருப்பார்.

தமிழர் வாழ்க்கை என்பது இசையோடு கலந்த வாழ்க்கை. தமிழிசை கர்நாடக இசை நாட்டுப்புற இசை போன்ற சங்கீதங்களைத் தாண்டி திரை இசைப் பாடல்கள் தமிழர் வாழ்வோடு ஒன்றிப் போன ஒன்று என்றால் அது மிகையல்ல..

நிஜ வாழ்வில் திரைப்பட நாயக நாயகியர் போல் நாம் பாடல் இசைக்கா விட்டாலும், நாம் எல்லோருமே நம் காலத்திய திரைப்படப் பாடல்கள் மூலம் ஆறுதல் தேடிக்கொள்கிறோம், ஒருவித பேரானந்தத்தை அடைகிறோம் என்பது ஒப்புக்கொள்ளக்கூடிய உண்மையாகும்.

இசைஞானி பாடல் எழுதி இசை அமைத்த 'நாடோடி தென்றல்' படத்தில் ஒரு வரி எழுதி இருப்பார்..

"எண்ண இனிக்கும் நிலையே

இன்பம் கொடுக்கும் கலையே"என்று.

அருமையான ஆழ்ந்த அர்த்தம் பொதிந்த வார்த்தைகள். எண்ண இனிக்கும் நிலை, பல நிகழ்வுகளை, நினைத்துப் பார்க்கும்போது உண்டாகும் மகிழ்ச்சி இருக்கிறதே அதுதான் இன்பம் கொடுக்கும் கலை என்கிறார். அது நிஜம் தானே!

பாடல்கள் என்பது இசை, வரிகள், காட்சியமைப்பு என ஒருபுறம் மகிழ்ச்சியை உண்டாக்குகிறது என்றால், அந்தப் பாடலைக் கேட்கும்போது நம் நினைவுகள் அந்த காலகட்டத்திற்கே செல்லும் ஒரு மகிழ்ச்சி இருக்கிறது பாருங்கள்.. அதை வார்த்தைகளில் வடிக்க இயலாது!

அதாவது அந்தப் பாடல் சார்ந்த படத்தை எந்தத் தியேட்டரில் பார்த்தோம்? எந்த ஆண்டு பார்த்தோம்? அப்பொழுது நாம் என்ன படித்துக் கொண்டிருந்தோம்? அந்தப் பாடல் கேட்கும் பொழுது நமக்கு உண்டான நினைவு, அப்பொழுது நம் மனத்தில் நிழலாடிய மனிதர்கள், அதை எந்த இடத்தில் எந்தத் தேநீர்க் கடையில் கேட்டோம்? எந்தப் பேருந்துப் பயணத்தில் அந்த கான வரிகள் நம் காதில் ஒலித்தன என்பது போன்ற எண்ணற்ற நினைவுகள் நம் மனதில் வந்து ஒருவித பரவச நிலையை உண்டாக்கும்.

நானும் எனது மாமா ஆசிரியர் சட்டநாதன் அவர்களும் பலமுறை ஒன்றாகப் பயணித்திருக்கிறோம். செங்கல்பட்டு தாண்டி, தேசிய

நெடுஞ்சாலையில் வாகனம் சீரான வேகத்தில் செல்லும் பொழுது இளையராஜாவின் இசை கீதங்கள் ஒலிக்கும்.. பெரும்பாலும் வாகனத்தின் ஜன்னலை சற்றுத் திறந்து தான் வைத்திருப்போம். காற்றின் பேரோசை மெல்ல முகத்தில் தாலாட்டும். அதையும் தாண்டி "ஒரே நாள் உனை நான் நிலாவில் பார்த்தது" என்ற பாடல் ஒலிக்க ஆரம்பிக்கும்.. அந்த நேரத்தில் அவருடைய முகத்தைப் பார்க்க வேண்டும் ஏதோ பரமானந்த நிலையைப் பெற்று விட்டதுபோல மோன நிலைக்குச் சென்று விடுவார்.

அவருடைய பிஷப் ஹீபர் கல்லூரி நினைவுகள், நண்பர்கள், ராமகிருஷ்ணா, பேலஸ் திரையரங்கங்கள் எனப் பல காட்சிகள் வந்துபோகும்.. ஒருவித ரம்மியமான மனநிலையில் அந்த நாள்களைக் காட்சிப்படுத்திச் சொல்லுவார்.. அதேபோல் 'ஆயிரம் மலர்களே மலருங்கள்! அமுத கீதம் பாடுங்கள்' பாடலும், 'காதல் வைபோகமே காணும் நன்னாளிலே' 'நானே நானா யாரோ தானா', 'நீ கேட்டால் நான் மாட்டேன் என்றா சொல்வேன் கண்ணா'.. போன்ற பாடல்கள் ஒலிக்கும் பொழுது தன்னிலை மறந்துவிடுவார்

இந்த இனிய பாடல்களைக் கேட்டுக்கொண்டே பின்னிரவுப் பொழுதில் அப்படியே திருச்சி மாநகரைச் சுற்றி வருவோம்.. அவர் படித்த பிஷப் ஹீபர் கல்லூரி, நான் படித்த தெப்பக்குளம் பிஷப் ஹீபர் பள்ளிக்கூடத்திற்குச் சென்று அங்குள்ள வாட்ச்மேனிடம் பேசிப் பழைய நினைவுகளைப் பகிர்ந்துகொள்வோம்.

நாங்கள் சுற்றிய இடங்கள், தேநீர் அருந்திய கடைகள், காத்துக்கொண்டு நின்ற பேருந்து நிறுத்தங்கள், அவரவருக்கு உண்டான இனிய நினைவுகள், துயரத்தின் பிழிவுகள் என சகலத்தையும் அசை போட்டுக்கொண்டே இசையோடு இளைப்பாறி, இரண்டாம் ஜாமத்தின் மெல்லிய குளிரைப் போக்கும் விதமாக, சத்திரம் பேருந்து நிலையத்தில் தேநீர்

அருந்துவோம்..

மீண்டும் காவேரிக் கரைப் பகுதியிலேயே முசிறியை நோக்கிப் பயணம் தொடரும்.. எனக்குப் பிடித்தமானக் காதல் கவிதைகள் படித்திடும் நேரம், தாலாட்டும் பூங்காற்று, பனி விழும் மலர் வனம், நீதானே என் பொன்வசந்தம், ஆயிரம் தாமரை மொட்டுக்களே, அடி ஆத்தாடி இள மனசொன்னு ரெக்க கட்டிப் பறக்குது சரிதானா, கண்ணுக்குள் நூறு நிலவா இது ஒரு கனவா, மதுர மரிக்கொழுந்து வாசம், நறுமுகையே நறுமுகையே, போன்ற பாடல்களை அந்த வரிகளை ஒரு தாள லயத்துடன் பாடிக் கொண்டே சில்லென்ற காற்று முகத்தைத் தழுவ ஆனந்த நிலையில் பயணிப்போம்.

எனக்கு டி. ராஜேந்தர் பாடல் என்றால் அலாதிப் பிரியம். அவருடைய தனித்துவமிக்க சகலகலா ஆற்றல் மீது மிகுந்த பற்று உண்டு. வாசமில்லா மலரிது வசந்தத்தைத் தேடுது, வைகைக் கரைக் காற்றே நில்லு, கடவுள் வாழும் கோவிலிலே, இது குழந்தை பாடும் தாலாட்டு, நூலும் இல்லை வாலும் இல்லை, வசந்த காலங்கள், சொல்லாமத்தானே இந்த மனசு தவிக்குது .. எனப் பலவிதமான பாடல்களைக் கேட்டுக்கொண்டே பயணம் தொடரும்.. அதிலும் 'கூடையில கருவாடு கூந்தலிலே பூக்காடு' என்ற பாடல் உருவான விதம்- ரயில் பயணங்களில் டி.ராஜேந்தர் அதைக் காட்சிப் படித்தியிருக்கும் பாங்கு என அனைத்தையும் சுவைபடச்

சொல்லிக்கொண்டே அந்தப் பாடலைச் சத்தமாகத் தாளமிட்டுக்கொண்டு பாடிக்கொண்டே செல்வோம்.

முசிறியை அடைந்தவுடன் அகண்ட காவிரியில் ஆற்றின் நடுப்பகுதியில் பரந்த மணற்பரப்பில் அமர்ந்துகொண்டு இசையைப் பற்றிப் பேசிக்கொண்டும் பாடிக் கொண்டும் வைகறைப் பொழுதை இனிமையாகக் கொண்டாடுவோம்.

விடியும் பொழுதில் கதிரவன் உதிக்கும் போது பனித் துளிகள் மறைவதுபோல இசை ஒலிக்கும்போது பணிச்சுமை மறையும் என்பது நான் மட்டுமன்றிப் பலரும் அனுபவித்து அறிந்த உண்மையாகும்.

அதுபோல்தான் ஓர் இனிய அந்திப் பொழுதில் திருச்சி-பெரம்பலூர் தேசிய நெடுஞ்சாலையில் பரந்த வெளியின் ஓரமான பகுதியில், 'மைதிலி என்னைக் காதலி' படத்தில் வரும் "மயில் வந்து மாட்டிக்கிட்ட பாதையிலே மனசத்தான் ஆடவிட்டேன் போதையிலே" என்ற பாடலை ஓடவிட்டு அந்த வரிகளை மீண்டும் மீண்டும் சிலாகித்து சட்டம் மாமா, அறிவழகன் மாமா, பிச்சு, தம்பிகள் எழில்ராஜா, மோகன், மாசேதுங், கமல், பிரசன்ன பாலாஜி, குணசீலன் தேசிங்கு என அனைவரும் ஆனந்தமாக நடனமாடிய காட்சி மறக்க இயலாத ஒன்றாகும்.

'கோவில் புறா' திரைப்படத்தில், புலமைப்பித்தன் இயற்றிய 'அமுதே தமிழே அழகிய மொழியே' எனத் தொடங்கும் பாடலில் "என் கனவும் நினைவும் இசையே! இசை இருந்தால் மரணமேது? என் காதில் தேன் பாயத் தமிழே! நாளும் நீ பாடு"என எழுதியிருப்பார்.

காற்றின் பேரோசையாய் விளங்கும் இசையோடு கலந்துபோகும்போது சகலத்தையும் மறந்து ஒருவித ஞான நிலைக்குச் செல்வீர்கள் என்பதும், புது மனிதனாய், அமைதிகொள்வீர்கள் என்பதும் ஆணித்தரமான உண்மையாகும்.

இசையை அனுபவித்து ஆனந்த லயத்தில் மூழ்குங்கள்! எந்த இசையாக வேண்டுமானாலும் இருக்கட்டும், உங்களுக்குப் பிடித்திருக்கிறதா, மகிழ்ச்சியோடு, ஆட்டத்தோடு அனுபவியுங்கள்! இசையோடு இந்த வாழ்க்கையை அனுதினமும் ஆடிப்பாடி சகலத்தையும் மறந்துவிட்டு ஆர்ப்பரிப்போடு கொண்டாடுங்கள்!!

ரஜினிகாந்த் 'பொதுவாக என் மனசு தங்கம்' பாடலில் பாடுவார் இல்லையா.. 'ஆடுவோம் பாடுவோம் கொண்டாடுவோம் ஆனந்தம் காணுவோம் எந்நாளுமே' என்று. **அதுபோல் எல்லா நாளும் ஆனந்தமாய் விளங்கிட, மகிழ்ச்சிகரமாக இருந்திட, மனதை லகுவாக வைத்துக்கொள்ள, உங்கள் செயல்திறன் மேம்பட, செய்யும் எதிலும் உற்சாகத்தையும், உன்னதத்தையும் வெளிப்படுத்த, இந்த வாழ்க்கையை இசையோடு கொண்டாடுங்கள்!**

இசை இருந்தால் மரணமேது?

8

குமரகுருபரர் எனும் ஞானத் தமிழ்மகன்

குமரகுருபரர் தமிழகம் பெற்ற ஞானத்தமிழ் அறிஞர். இலக்கிய ஏந்தல்..சைவசமயக் குரவர்களுள் ஒருவர். தூத்துக்குடி மாவட்டம் ஸ்ரீவைகுண்டத்தில் தொடங்கி, காசிவரை தமிழையும், சைவத்தையும் கொண்டு சென்ற மகான்.

தன்னுடைய அளப்பரிய இலக்கிய வளத்தால், தமிழில், தமிழின் புதுப்புது வடிவங்களை உருவாக்கிக்காட்டினார், தமிழுக்குப் புதுப்புதுப் படைப்புகளை சொல் மாலையாய்த் தொடுத்து அணிகலப்படுத்தினார்..

சிற்றிலக்கிய வேந்தர், பிரபந்த வேந்தர் எனவும் போற்றப்பட்டார்.

ஆம், அது உண்மை.

பிள்ளைத்தமிழ், நான்மணிமாலை, கலிவெண்பா, கலம்பகம், மும்மணிக் கோவை, செய்யுட்கோவை என அனைத்து வகையிலும் முத்திரை பதித்தார்.

சைவத்தின்பால் ஆட்பட்டிருந்தாலும், மொழி மேன்மைக்காகப் பல அருமையான படைப்புகளை உருவாக்கினார்.

ஐந்து வயது வரை வாய் பேச முடியாமல், எழுதப்படிக்கத் தெரியாமல், பகுத்தறிய முடியாமல் இருந்த சவலைக் குழந்தையாக விளங்கியவர் குமரகுருபரர், திருச்செந்தூர் முருகன் அருளால் கல்வி, கேள்வி ஞானம் பெற்று, மொழி வளம் பெற்று அந்த முருகனையே போற்றி முதல் பாடலாகக் **கந்தர் கலிவெண்பா** பாடும் அளவிற்கு ஞானம் பெற்ற அறிவுத் திருமகன் ஆனார்.

பிறகு தம் சொந்த ஊரான ஸ்ரீவைகுண்டத்தில் எழுந்தருளியுள்ள ஸ்ரீகைலாசநாதர் அருளைப்போற்றும் வகையில் **கயிலைக் கலம்பகம்** என்னும் பிரபந்தம் இயற்றினார்..

நான் யார்? என் உள்ளம் யார்? ஞானங்கள் யார்? என்னை யாரறிவார் என மாணிக்கவாசகர் பாடியதுபோல்

குமரகுருபரர்

ஞானத்தேடலாக அலைந்து திரிந்து மதுரையின் திருப்பரங்குன்றம் வந்த குமர குருபரரைப் பற்றித் திருமலை நாயக்கருக்குத் தெரிவிக்கப்பட்டது. திருமலைநாயக்கரும் இப்படிப்பட்ட ஒரு தமிழ்ப் புலவரை, சமய அருளாளரைச் சந்திக்க வேண்டும் என்று ஆர்வம் காட்டினார்.

சந்தித்தனர்.. தமிழ் அளவளாவல் நடந்தது. மீனாட்சி அம்மையைப் பற்றிப் புளகாங்கிதமடைந்து குமரகுருபரர் நெக்குருகிப் பேசுகிறார். உடனே திருமலை நாயக்கர், அப்படியானால் மீனாட்சி அம்மையைப் பற்றி நீங்கள் ஒரு பாடல் புனையலாமே என்கிறார். என் உள்ளக்கிடக்கையும் அதுவே என்று குமரகுருபரர் உரைக்கிறார்.

மீனாட்சி அம்மையே திருமலை நாயக்கரின் கனவில் தோன்றி குமர குருபரன் என்னும் அடியார் திருப்பரங் குன்றத்திற்கு வந்திருப்பதாகவும், அவரை அழைத்து வந்து நம்மைப்பற்றிப் பாடல் புனைய ஆவன செய்யவும் என்று கூறியதாகவும், அதன்படிதான் திருமலை நாயக்கர் சந்தித்ததாகவும் கூறப்படுகிறது. அப்படித்தான் **மீனாட்சியம்மை பிள்ளைத்தமிழ்** என்னும் அற்புதமான படைப்பு உருவானது.

மீனாட்சி அம்மன் கோயிலில் அந்தப் பாடல் அரங்கேற்றம் நடைபெற்ற பொழுது "தொடுக்கும் கடவுட்பழம் பாடல்" என்று தொடங்கும் பாடலில், முத்தப்பருவத்தை உணர்ச்சி பொங்கக் குமரகுருபரசுவாமிகள் பாடிக்கொண்டிருக்கும்போது, ஒரு சிறுமி அங்கு திருமலை நாயக்கரின் கழுத்தில் இருந்த முத்துமாலையை எடுத்துக் குமர குருபரர் கழுத்தில் அணிவித்துவிட்டுச் செல்கிறாள்.

அனைவருக்கும் ஆச்சர்யம் மாட்சிமை பொருந்திய மன்னன் கழுத்திலிருந்து மாலையை எடுப்பதற்கு யாருக்கு துணிச்சல் வரும்? அந்த மாலை எப்படிக் குமரகுருபரர் கழுத்திற்குச் சென்றது என்று எல்லோரும் ஆச்சர்யப்பட்டார்கள், அதிர்ச்சி அடைந்தார்கள்.

பின்னர்தான் உணர்ந்தனர்.

வந்தது, சிறுமி அல்ல, மீனாட்சி அம்மையே என்று! தனக்காகத் தமிழ் அமுது படைக்கும் குமரகுருபர பெருமானுக்கு மன்னனின் மாலையை எடுத்து சூட்டிவிட்டுச் சென்றது அம்மைதான் என்று ஆச்சர்யப்பட்டு வணங்கினார்கள்.

குமரகுருபரரின் தமிழ் ஆற்றல், ஞான அறிவு அனைவருக்கும் தெரியவந்தது. திருமலை நாயக்கர் ஒருநாள் சுவாமி களிடம் சொன்னார், அம்மையைப் பாடிவிட்டீர்கள், ஐயனையும் பாடி விடுங்களேன் என்று. சொக்கநாத பெருமானைப் பற்றிப் பாடல் புனைய வேண்டும் என்கிறார்.

அப்படியே ஆகட்டும் என்று அருமையான மணியான **மதுரைக் கலம்பகத்தைப்** படைத்தார் சுவாமிகள். மீண்டும் நாயக்கர் புளகாங்கிதம் அடைந்தார்!

ஒருநாள் திருமலை நாயக்கர் உணவு உண்ணக் காலம் தாழ்த்துவது அறிந்தும், மிகையாக உண்ணுவதைக் குறித்தும் நல்லெண்ணத்தில் அவருக்கு ஒரு பாடலைச் சொல்கிறார்,

"வகுத்தான் வகுத்த வகையல்லால் கோடி
தொகுத்தார்க்குத் துய்த்தல் அரிது"

வாழ்நாள் முழுக்க அனுபவிப்பதற்கு உரிய அனைத்து செல்வங்களையும், கோடிக்கணக்கில் பெற்றிருந்தாலும் இயற்கை வகுத்துள்ள அளவை மீறி எதையும் அனுபவிக்க இயலாது, உண்ணக் கூடாது என்று பொருள் விளக்கம் கொடுத்தார்.

மன்னர் ஆச்சர்யப்பட்டு இந்தப் பாடல் எங்கு உள்ளது, என்ன நூல் என்று கேட்கிறார். அப்போதுதான் குமரகுருபர சுவாமிகள் சொல்கிறார், "இந்தப் பாடல் திருக்குறள் என்னும் அரிய தமிழ் இலக்கிய நீதி நூலில் உள்ளது" என்று. ஆச்சர்யப்பட்ட மன்னர், அப்படியானால் இந்த நூலை நான் பார்த்தாக வேண்டும் என்றார்.

ஓலைச்சுவடிகளில் உள்ள திருக்குறளை கொண்டுவந்து காட்டுகிறார்கள். திருக்குறளில் 1330 பாடல்கள் உள்ளன. மேலும் அதில் காமத்துப்பாலும் சேர்ந்து இருப்பதால் அதை எல்லோரும் படிக்க முடியுமா என்ற ஐயமும் அவருக்கு உண்டாகிறது. திருக்குறளின் கருத்துகளை, சாராம்சத்தை சுருக்கமாக ஒரு நூறு பாடல்களில் எழுத முடியுமா என்று மன்னன் வினவ, சுவாமிகள் நிச்சயம் முடியும் என்றார். யானே படைப்பேன் என்று உறுதியும் கூறினார்.

அப்படி எழுதப்பட்டதுதான் **நீதிநெறி விளக்கம்** என்னும் ஒப்பற்ற அறநெறி இலக்கியம் ஆகும்.

அந்த நூலின் அருமை பெருமைகளை, கருத்து வளத்தைக் கண்ட மன்னர், வியந்து சுவாமிகளை மிகவும் கௌரவிக்க விரும்பி அந்த நூலின் அரங்கேற்றத்தை மிக விமரிசையாக நடத்தினார்.

மதுரை மாநகரையே விழாக்கோலம் பூணச்செய்து, குமரகுருபரரை அலங்கரிக்கப்பட்ட யானை மீது உலாவரச் செய்து, 20 ஆயிரம் பொற்காசுகள் வழங்கி, கூடவே அரியநாயகிபுரம் எனும் ஊரையும் அவருக்குத் தானமாகக் கொடுத்து, நீதிநெறி விளக்கத்தை அரங்கேற்றம் செய்தார்.

அந்த நூலில்தான் வாழ்க்கையில் வெற்றிபெறுவதற்கான பல சூத்திரங்களைக் குமரகுருபரர் படைத்துள்ளார்.

தன் தம்பி குமாரசாமி கவிராயரை மதுரையிலே விட்டுவிட்டு ஞானத் தேடலாக, குருவருளைத் தேடி நீண்ட

பயணம் மேற்கொள்கிறார்!

அங்கிருந்து திருவாரூர் வந்து தியாகராஜர் ஆலயத்தில், தியாகேஸ்வரர் புகழைப் பாடும் வகையில், **திருவாரூர் நான்மணி மாலை** என்னும் பிரபந்தத்தைப் பாடுகிறார்.

தமிழுக்கும் சைவத்துக்கும் பெரும்பங்கு ஆற்றிவந்த தருமபுரம் ஆதீனம் குறித்துக் கேள்விப்பட்டு, நான்காம் ஆதீனமாக விளங்கிய மாசிலாமணி தேசிகர் அவர்களைக் கண்டு சிவ ஆகமம்பெற விரும்புகிறார்!

ஆதீனத்தைக் கண்டதும், குமரகுருபரர் தம் கல்வி அறிவால் எந்தக் கேள்விக்கும் பதில் சொல்லிவிட இயலும் என்ற ஞானச்செருக்கில் எல்லாக் கேள்விக்கும் விடை அளித்தார்!

திருத்தொண்டர் புராணத்தில் உள்ள ஒரு பாடலாக,

"ஐந்து பேர் அறிவும் கண்களே கொள்ள

அளப்பரும் கரணங்கள் நான்கும்" என்ற பாடலைப் பாடி பொருளுணர்ந்து சொல்லுமாறு கேட்க, அந்த இடத்தில் அடிகளார் தடுமாறினார். **'வாக்குத் தடைப்படும் இடமே குருவைக் கண்டறியும் தருணம்' என்பதை உணர்ந்து அமைதிகொண்டார்.**

மாசிலாமணி தேசிகர் சைவத்தைப் பரப்பக் காசிக்குச் செல்லும்படி ஆலோசனை வழங்க, கொஞ்ச நாள் இங்கு இருந்து விட்டுச் செல்கிறேன் என்று அடிகளார் கூறினார்.

காசிக்குச் செல்ல இயலாவிட்டாலும், சிதம்பரத்திற்குச் சென்று தில்லை நடராஜரை ஒரு மண்டலம் தரிசித்தால் சிவ ஞானத்தைப் பெறமுடியும் என்று கூற, தில்லைக் கூத்தனைத் தரிசிக்கச் செல்கிறார்!

வழியில் **புள்இருக்கு வேளூர்** எனும் வைத்தீஸ்வரன் கோயிலுக்குச் சென்ற வுடன் அர்ச்சகர் நம்மைப் பற்றியும் ஒரு பாடல் புனையும் என்று கூற, **'பொன்பூத்த குடுமி'** என்ற அசரீரி ஒலிக்க, அங்குள்ள முருகப்பெருமான் மீது **'முத்துக்குமாரசாமி பிள்ளைத்தமிழ்'** எனும் அற்புதமான நூலைப் பாடினார்!

அங்கிருந்து புறப்பட்டுச் சிதம்பரம் செல்கிறார்...

"மனித்தப் பிறவியும் வேண்டுவதே இம்மாநிலத்தே" என்று அப்பரால் பாடப்பெற்ற ஆடலரசன் நடராஜனைப் பார்ப்பதற்காகவே மனிதனாகப் பிறக்க வேண்டும் என்று போற்றப்பட்ட தில்லை அம்பலத்தானின் பாதங்களில் வணங்குகிறார்.

நடராஜப் பெருமான் மீது, **சிதம்பர மும்மணிக்கோவை** எனும் அற்புத நூலைப் படைத்து அருளினார். மேலும் **சிவகாமி இரட்டை மணிமாலை** போன்ற நூலையும் படைத்தார்.

சிதம்பரத்தில் இருந்த சிவநெறி அன்பர்கள் குமரகுருபரரிடம் ஒரு வேண்டுகோள் விடுத்தனர்.

யாப்பருங்கலக்காரிகை என்னும் நூலானது, முழுக்க சமய நெறியைப் பின்பற்றி உள்ளத்தோடு, அதிலுள்ள உதாரணங்கள் முழுக்க சமணச் சார்பை வலியுறுத்துவதாக இருந்ததால், அதை மாற்றித் தமிழ் நடையோடு தமிழ் மரபை வெளிப்படுத்தும் வகையில் தாங்கள் ஒரு செய்யுள் உதாரணத் தொகுப்பை வழங்க வேண்டும் என்று வலியுறுத்தினர்.

அதன் விளைவாகவே குமரகுருபர சுவாமிகள், தமிழ்ப் புலமையை வெளிப்படுத்தும் விதமாகச் **சிதம்பரச் செய்யுட் கோவை** எனும் அருமையான பிரபந்தத்தை இயற்றி அருளினார். மீண்டும் தருமபுரத்திற்கு வந்த அடிகளார், தான் குருவாய் ஏற்றுக்கொண்ட தருமபுர ஆதீனம், மாசிலாமணி தேசிகர் மீது கொண்ட பற்றின் காரணமாக அவர் மீது **பண்டார மும்மணிக்கோவை** என்ற பிரபந்தத்தை இயற்றினார். இது, 'சிந்தாந்தத் தேன் பிலிற்றும் நூல்' என்று போற்றப்படுகிறது. அதில் ஒரு முக்கியமான தகவலையும் சுவாமிகள் தருகிறார்!

அதாவது **"சிவபெருமான் வாதவூர் அடிகள் எனப் போற்றப்படும் மாணிக்கவாசகப் பெருமானுக்குத் திருவாசகத்தை அடியெடுத்துக் கொடுத்த நிகழ்ச்சியைப் பற்றி, குமரகுருபரர் பண்டார மும்மணிக்கோவையில் பதிவு செய்திருக்கிறார்."**

மேலும், மாணிக்கவாசகரைச் **'சொற்றமிழ் விரகன்', 'பைந்தமிழ் வென்ற செந்நாப் புலவன்'** எனும் அருமையான சொற்றொடர்களால் போற்றுகிறார்.

தருமபுர ஆதீன மாசிலாமணி தேசிகர் வாழ்த்துகளோடு தமிழையும் சைவத்தையும் பரப்பக் காசிக்குச் சென்றார்.

முகலாய மன்னர் ஷாஜகான் வாரிசான தாரா ஷிகோ ஆட்சிபுரிந்து வந்த காசியில், சர்வ சமய மாநாடு நடக்க இருப்பதை அறிந்துகொண்ட அடிகளார், அந்த மாநாட்டில் இந்துஸ்தானி மொழியில் தமிழின் பெருமையையும், சைவத்தையும் எடுத்துரைக்க ஆசைப்பட்டு அந்த மொழியை விரைந்து கற்றுக்கொள்ள முயன்றார்.

இதற்காக சரஸ்வதி தேவி மீது 'சகலகலாவல்லி மாலை' எனும் பாடல் புனைந்தார். ஒன்பது பாடல்கள் பாடியும் வடமொழி கைகூடாததால், பத்தாவது பாடலை கலைமகள் மீது பக்திப் பரவசமாய்ப் புனைந்து வடமொழியை வசப்படுத்திக் கொண்டார். தாராஷிகோவிடம் அந்த மொழியில் சரளமாக பேசி, சர்வ சமய மாநாட்டில் சைவத்தின் சிறப்பையும் தமிழின் தொன்மையையும் எடுத்துரைத்து அவருடைய மனதைக் கவர்ந்தார்.

அப்படித்தான், காசி குமாரசாமி மடம் அமைப்பதற்கு இடமும் பொருளும் அரசு உதவியும் கிடைக்கப் பெற்றது. தாராஷிகோ உத்தரவுப்படி, கேதார கட்டடத்தில் இடம் கிடைத்தவுடன் அங்கு விசுவலிங்கம் அமைத்து, விசுவலிங்கப் பெருமாளுக்குப் பூஜை செய்து சைவத்தை வளர்த்தார்.

காசியிலும் சும்மாவா இருந்தார்? இல்லை. உடனடியாக காசி குமாரசாமி சைவ மடம் நிர்மாணித்து, தமிழையும் சைவத்தையும் வளர்ப்பதே தம் வாழ்நாள் தொண்டு என்று எண்ணி, **காசித் துண்டி விநாயகர் பதிகம்** மற்றும் **காசிக்கலம்பகம்** இயற்றினார்.

அங்கு கிடைத்த பொருளுதவியை அனுப்பி, தஞ்சாவூர் திருப்பனந்தாளில் திருப்பனந்தாள் காசி மடத்தை உருவாக்கினார். வாழ்நாள் முழுக்கத் தமிழையும் சைவத்தையும் தம் ஆத்மாவாக நேசித்து வாழ்ந்த குமரகுருபர சுவாமிகள் தமிழைப் பரப்பச் சென்ற அந்த வடநாட்டிலேயே காசியிலேயே மறைந்தும்விடுகிறார்.

நீதிநெறி விளக்கம் ஒரு வாழ்வியல் நூல்

நீதிநெறி விளக்கம் 101 பாடல்கள் கொண்ட நூல் ஆகும்! அந்த நூல் தோன்றிய காலகட்டத்தைப் பார்க்க வேண்டும்! அதாவது தமிழ்ப் பேரரசுகளான சோழர்களும், பாண்டியர்களும் மறைந்துவிட்ட நிலையில், மதுரை மாலிக்காபூர் படையெடுப்புக்குப் பின் சின்னாபின்னமான நிலையில், விஜயநகரப் பேரரசின் தெலுங்குவழி வந்த நாயக்கர் ஆட்சியில் பக்தி இலக்கியம், புராண இலக்கியம், சிற்றிலக்கிய வகையில் துதிபாடும் நூல்களே படைக்கப்பட்டு வந்தன.

பொதுமக்கள் வாழ்வியலை, பழக்க வழக்கங்களை, பண்பாடு, கலாசாரத்தை, நுண்கலை நுட்பத்தைச் சித்திரிக்கும் நூல்கள் உருவாக்கப்படவில்லை. மேலும் போர்ச்சுக்கீசியர்கள், டச்சுக்காரர்கள், ஆங்கிலேயர்கள் எனப் பலரும் பல்வேறு நோக்கத்திற்காக தமிழகம் வந்து வியாபாரத்தோடு மதமாற்றப் பணியையும் செய்து வந்தனர்.

ஆங்கிலம் மற்றும் வடமொழியோடு போட்டி போட்டுக்கொண்டு, தமிழ் மொழி ஓர் அரச ஆதரவு இன்றித் தடுமாறிய நிலைதான் இருந்தது.

இந்நிலையில்தான் குமரகுருபரர், சிவப்பிரகாச சாமிகள், சிவஞான முனிவர், தாயுமானவர் போன்ற பல அடியவர்கள்

இறை நெறியோடு தமிழுக்கும் பல அளப்பரிய படைப்புகளைத் தந்து சென்றனர்.

குமரகுருபரர் தீவிர சைவ அடியாராக இருந்தாலும், பிறவி ஞானம் பெற்றவர்போல், இளம் வயதிலேயே துறவுமேற்கொண்டு, மக்கள் வாழ்வியலை நெறிப்படுத்த வேண்டும் என்ற எண்ணத்தில் கல்வி, முயற்சி, உழைப்பு, அரச நெறி, ஒழுக்கத்தின் மேன்மை எனச் சகலத்தையும் சுருக்கமான வடிவில் அளித்துள்ள நூல்தான் நீதி நெறி விளக்கம் ஆகும்.

திருக்குறள்பால் ஆழங்கால்பட்ட அடிகளார், பெரும்பாலும் திருக்குறள் கருத்துகளைச் சார்ந்தே, அதன் சாராம்சத்தைச் சாறு பிழிந்தே நீதிநெறி விளக்கத்தைக் கொடுத்துள்ளார்!

1994-ல் சட்டக்கல்லூரியில் நான் படித்துக்கொண்டிருந்தபோது மாலை நேரம் அப்படியே சுற்றிக் கொண்டிருப்போம்! அந்த நிலையில்தான் எங்கள் கல்லூரிக்கு எதிரில் அமைந்துள்ள மணிவாசகர் நூலகத்தில் இந்த நீதி நெறி விளக்கம் என்னும் அற்புதமான நூலை வாங்கி வந்து படித்தேன்! விலை எவ்வளவு தெரியுமா வெறும் ஐந்து ரூபாய்தான்!

அதிலுள்ள இந்தப் பாடலைத்தான் என் வாழ்நாளில், வேத நெறியாகவே எடுத்துக் கொண்டேன்!

"மெய்வருத்தம் பாரார் பசிநோக்கார் கண் துஞ்சார்
எவ்வெவர் தீமையும் மேற்கொள்ளார் - செவ்வி
அருமையும் பாரார் அவமதிப்புங் கொள்ளார்
கருமமே கண்ணாயினார்"

ஒரு காரியத்தைச் சாதிக்க நினைப்பவர்கள் மெய் வருத்தம் பாரார். உடம்பு வலி பற்றிக் கவலைப்படக்கூடாது. பசி நோக்கார். சோறு சோறு என்று அலையக்கூடாது. கண்துஞ்சார். எப்பொழுது பார்த்தாலும் தூங்கிக்கொண்டே இருக்கக்கூடாது. எவ்வெவர் தீமையும் மேற்கொள்ளார். லட்சியப் பயணத்தைத் தொடங்கும்போது, சின்னச் சின்னத் தவறுகளுக்கு எல்லாம் இடம் கொடுக்கவே கூடாது.

செவ்வி அருமையும் பாரார். சிற்றின்ப ஆசை, பெண்ணாசை போன்ற ஆசைகளில் மூழ்கி நம்முடைய உழைப்பைச் சிதறவிடக்கூடாது. அவமதிப்பும் கொள்ளார். பிறர் நம்மைக் கிண்டல் கேலி செய்கிறார்கள், கைகொட்டி சிரிக்கிறார்கள், அவமானப் படுத்துகிறார்கள் என்பதை எல்லாம் ஒரு பொருட்டாகவே எடுத்துக் கொள்ளக் கூடாது. கருமமே கண்ணாயினார். இந்த குணங்களை எல்லாம் வளர்த்துக் கொள்பவர்களால்தான் கருமமே கண்ணாயிருந்து காரியத்தை சாதிக்க முடியும்.

காரியத்தை சாதிக்க நினைப்பவர்கள், இந்தக் குணங்களை எல்லாம் வளர்த்துக் கொள்ள வேண்டும் எனும் அருமையான பாடல் இந்த நூலில்தான் இடம் பெற்றுள்ளது.

நான் போட்டித் தேர்வுக்குத் தயாரான காலகட்டத்தில், இந்தப் பாடலை எழுதி, என் அறைச் சுவரில் ஒட்டிவைத்திருப்பேன்!

மனம் சோர்வுறும்போதெல்லாம் இந்தப் பாடலைத் திரும்பத் திரும்பப் படித்துப் பார்ப்பேன். ஒவ்வொரு முறை படிக்கும்போதும், இந்தப் பாடல் புதுப் புது அர்த்தத்தை எனக்குக் கொடுக்கும்.

அதிலும் முக்கியமாகக் கண்துஞ்சார். இரவு நேரங்களில் தூக்கம் வரும் பொழுது, போட்டியின் முக்கியத்துவத்தை மனத்தில் நிறுத்தி, வெற்றியின் அவசியத்தைக் கருதி எனக்குள் சொல்லிக்கொள்வேன்.

கண்துஞ்சார், தூங்கக்கூடாது செந்தில் குமார், இந்த லட்சியப் பயணத்தை வெற்றி கொள்ளும் வரை தூங்கவே கூடாது என்பதுதான், குமரகுருபரரிடம் இருந்து நான் கற்றுக்கொண்ட வேதமந்திரம்.

நான் போட்டித் தேர்வுக்குத் தயாரான காலகட்டத்தில், இரவு நேரங்களில் நீண்ட நேரம் வினாத்தாள்களைப் பயிற்சி செய்து

பார்ப்பேன்.

பின்னிரவு நேரத்தில் தூக்கம் வருவது போல இருந்தால், உடனே குமரகுருபரரின் பாடலான, மெய்வருத்தம் பாரார் சொல்லிப் பார்ப்பேன், அதிலும் கண்துஞ்சார், தூங்கக்கூடாது செந்தில்குமார் என அடிக்கடி நினைவு படுத்திக்கொள்வேன்.

அடுத்த வரி இருக்கிறது பாருங்கள் அவமதிப்பும் கொள்ளார்.

நாம் நம் தொடக்க நிலையில், பல விதமான அவமானங்களைச சந்திக்க வேண்டிவரும். பலரும் எள்ளி நகையாடு வார்கள்: ஆமாம் இவன் என்ன பெரிதாகக் கிழித்துவிடப் போகிறான் என்றெல்லாம் பேசுவார்கள். அதையெல்லாம் தாங்கும் திறனை, அவமதிப்பும் கொள்ளார் என்ற வார்த்தைகள் மூலம் கடந்துவிட வேண்டும்.

ஊருக்கு நாலு பேரு என்பதுபோல் எப்பொழுதும் எல்லாவற்றையும் குறை சொல்வதற்கு என்று ஒரு கூட்டம் இருந்துகொண்டேதான் இருக்கும். அதை எல்லாம் நாம் பொருட்படுத்தவே கூடாது என்பதை இந்தப்பாடல்தான் எனக்கு நன்கு உணர்த்திற்று!

நண்பர்களே! அவசியம் நீங்கள் மனப்பாடம் செய்து படிக்க வேண்டிய பாடல் இதுவாகும். உங்கள் குழந்தைகளை இந்தப் பாடலை மனப்பாடம் செய்யச் சொல்லுங்கள். எல்லோருக்கும் எல்லாச் செயலையும் முயன்று செயல்படுத்தக் கூடிய உற்சாகத்தை இந்தப் பாடல் வழங்கும். மேலும் இந்த நூலைப் படிக்கும்போது மெய்சிலிர்த்து விடுவீர்கள்.

நூறு பாடல்கள் கொண்ட ஒரு சிறு நூல்தான். ஆனாலும் இந்த நூலின் கருத்துகளைக் கேட்டால், எப்பேர்ப்பட்ட பொக்கிஷமான தமிழ் நூல்? எப்படி இவ்வளவுநாள், இந்நூலை நாம் தவற விட்டோம் என்ற குற்ற உணர்வு உங்களை நிச்சயம் வாட்டும்!

பள்ளிக்கூடத்திலும், கல்லூரிகளிலும் ஏன் இதை ஆசிரியர்கள் நமக்குத் தெரிவிக்கவில்லை என்ற வருத்தம் உங்களுக்கு வந்துபோவதைத் தவிர்க்க இயலாது. அதனால்தான் நான் செல்லும் பள்ளி, கல்லூரிகளில் எல்லா இடங்களிலும், எழுதிவைத்து படிக்கச் சொல்லும் பாடல் இதுவாகும்.

எந்த ஒரு செயலையும் கடைசி வரை முயற்சி செய்து பார்க்க வேண்டும். நடக்காது என்று விட்டுவிடக்கூடாது என்பதைப் பற்றி ஒரு பாடலில் கூறுவார்.

"உறுதி பயப்ப கடை போகாவேனும்
இறுவரை காறும் முயல்ப – இறுமுயிர்க்கும்
ஆயுள் மருந்தொழுக்கல் தீதன்றால்
அல்லனபோல்
ஆவனவும் உண்டு சில"

யாருக்கேனும் உடல்நிலை சரியில்லை என்றால், நோய்வாய்ப்பட்டுவிட்டார்கள் என்றால், முதுமை வந்துவிட்டது என்றால், அவர்கள் இறந்துபோகட்டும், அப்படியே மறைந்துபோகட்டும் என்று நாம் யாரையும் விட்டுவிடுவதில்லை.

குணப்படுத்துவதற்கு, அவர்களைக் காப்பாற்றுவதற்கு அனைத்துவிதமான மருத்துவ முயற்சிகளையும், உயிர்காக்கும் வித்தைகளையும் செயல்படுத்துவோம் அல்லவா! ஏனெனில் இதுபோன்ற முயற்சிகளால், பலர் பலவிதமான மோசமான சூழலில் இருந்தும் மீண்டு, வென்று வந்துள்ளனர்..

நடக்காதது போல இருக்கும் ஆனால் நடந்துவிடும்! ஒரே தேவை முயற்சி, நீடித்த முயற்சி, மனம் தளராத முயற்சி.

அதனால் எந்த ஒரு செயலையும் இது முடிந்துவிட்டது, இது அவ்வளவுதான், இது நடக்காது என்று சோர்ந்துவிடாமல், கை விட்டுவிடாமல் கடைசி வரை முயன்று பார்க்க வேண்டும்.

ஏனெனில் சில செயல்கள் நடக்காதது போல் இருக்கும். ஆனால் நடந்துவிடும் என்று ஒரு மிகப்பெரிய தன்னம்பிக்கையை குமரகுருபர சுவாமிகள் நமக்குள் விதைக்கிறார்.

வெளிநாட்டினர்களான

நெப்போலியன், வின்சென்ட்பீல் போன்றோருடைய வார்த்தைகளைத்தான் பிரமாதமாகப் பேசிக்கொண்டிருக்கிறோம். நம் முன்னோர் இவ்வளவு அருமையான கருத்துகளைச் சொல்லியுள்ளனர் என்பதை நாம் உணர்கிறோமா என்றால் இல்லை.

ஒழுக்கம் பற்றிச் சொல்லும்போது தனி மனித ஒழுக்கம், எவ்வளவு முக்கியமானது எவ்வளவு அவசியமானது என்பதை மிக அழகாக எடுத்துரைக்கிறார்.

"எவ்வினையரேனும் இணைவிழைச்(சு) ஒன்றிலரேல்
தெவ்வும் திசைநோக்கிக் கைதொழூஉம் – அவ்வினை
காத்தல் இலரேல் எனைத்துணையர் ஆயினும்
தூர்த்தரும் தூர்ப்பார்அலர்."

ஒருவருக்குப் பிரமாதமான திறமை என்று சொல்லக்கூடிய அளவில் திறமை இல்லாவிட்டாலும், அவர் ஒழுக்கத்தைக் கடைப்பிடிக்கும் கண்ணியவான் எனில், அதிலும் பெண் ஒழுக்கத்தில் சிறந்து விளங்குபவர் என்றால், அவரைத் தொழுது மரியாதை செய்வார்கள், அவருடைய ஒழுக்கத்திற்காக அவர் போற்றப்படுவார்.

அதேசமயம் இன்னொருவர் எவ்வளவு தான் திறமை பெற்று இருந்தாலும் ஒழுங்கீனமானவர், ஒழுக்கக் குறைபாடு உள்ளவர் எனில், வேசிகள் வீட்டிற்குப் போவதையே தொழிலாகக் கொண்ட மனிதர்கள்கூட, இவன் என்ன பெரிய யோக்கியமா? என்று காறி உமிழ்வார்களாம்.

ஒழுக்கம் எவ்வளவு அவசியமானது என்பதை எப்படி வலியுறுத்துகிறார் பாருங்கள்! ஒழுக்கம், ஒரு மனிதனை எந்த நிலைக்குக் கொண்டுசெல்லும் என்பதை விளக்கியுள்ள பாடலின் அழகைப் பாருங்கள்! இதுபோன்ற பாடல்கள் எல்லாம் நம்முடைய பள்ளிக் கல்விப் பாடத் திட்டத்தில் இணைக்கப்பட வேண்டும்.

மாணவர்கள், ஆசிரியர்கள் இதனைப் படித்து உணரவேண்டும்.

கல்வியின் சிறப்பு

குமரகுருபரர் கல்விக்கு அதிக முக்கியத்துவம் கொடுத்து உள்ளதைப் பல இடங்களில் குறிப்பிட்டுள்ளேன். அதிலும் குறிப்பாக நீதிநெறி விளக்கம் முழுக்கக் கல்விக்கு முக்கியத்துவம் கொடுக்கும் நூலாகவே உள்ளது!

கல்வி கற்பதால் என்ன பயன்?

கல்வியால் என்ன கிடைக்கும்?

கற்றறிந்தவர் நிலை எவ்வாறு இருக்கும்?

கல்லாதவர் நிலை எப்படி இருக்கும்?

கல்வியைக் கற்பது தொடக்கத்தில் சிரமமாக இருந்தாலும், பின்னால் அது எப்பேர்ப்பட்ட பலனைக் கொடுக்கும் என்பது போன்ற பல கருத்துகளைப் பல இடங்களில் சொல்லியுள்ளார்.

கல்வியால் அறம், பொருள், இன்பம், வீடு என்ற நான்கு வகை வாழ்க்கைப் பேறும் கிடைக்கும், சமுதாயத்தில் நல்ல அந்தஸ்து, கௌரவத்தைக் கொடுக்கும்! அதுமட்டுமன்றி எதிர்பாராத துன்பம், தோல்வி உண்டான நேரத்தில் சகல உதவிகளும் கைவிட்டுவிட்டாலும், நாம் கற்ற கல்வி, நான் இருக்கிறேன் என்று வந்து முன்நின்று உதவி செய்யும். அப்படிப்பட்ட கல்வியை எப்பாடு பட்டாவது கற்றுக்கொள்ளுங்கள் என்கிறார்.

"அறம் பொருள் இன்பம் வீடு பயக்கும்
புறங்கடை நல்லிசையும் நாட்டும் உறங்கவலொன்று
உற்றுழியும் கைகொடுக்கும் கல்வியின் ஊங்கில்லை
சிற்றுயிர்க்கு உற்ற துணை."

கல்வியால் பொருள் கிடைக்கும் என்று சொல்லப்பட்டுள்ள முதல் பாடல் இதுதான்...

கற்றோருக்குக் கல்வியே மனைவி என்றும், அந்தக் கல்வியால் வரும்

சிறந்த சிந்தனை வளமே குழந்தை என்றும் அந்தக் கல்விதான் சபையை அலங்கரிக்கும், சகலத்தையும் வழங்கும் என்றும் கூறுகிறார்.

"கல்வியே கற்பு உடைப் பெண்டிர்
அப்பெண்டிர்க்குச்
செல்வப் புதல்வனே யீர்ங்கவியாச்- சொல்வளம்
மல்லல் வெறுச்கை யாமாண் அவை
மண்ணு றுத்தும்
செல்வமும் உண்டு சிலர்க்கு.."

கல்வி என்பது ஒரு வலிமையான அறிவைக் கொடுக்கவேண்டும் என்பதை வலியுறுத்துகிறார். சபையில் பேசுவதற்கு தயங்குபவனுடைய கல்வியும், அழிவற்ற மூடர்கள் எல்லாம் தெரிந்ததுபோல் பேசுவதும் பிறருக்குப் பகிர்ந்து கொடுத்து உண்ணாதவருடைய செல்வமும், வறிஞரின் எழில் நலமும் தோன்றுவதைக் காட்டிலும் தோன்றாமல் இருப்பதே நல்லது என்கிறார்.

அவை அஞ்சி மெய்விதிர்ப்பார் கல்வியும்
கல்லார்
அவை அஞ்சா ஆகுலச்சொல்லும் - நவை
அஞ்சி
ஈத்து உண்ணார் செல்வமும் நல்கூர்ந்தார்
இன்னலமும்
பூத்தலின் பூவாமை நன்று

அரசநெறிக் கோட்பாடுகள்:

ஆட்சியாளர்கள், அரசர்கள் எப்படி இருக்க வேண்டும்? எதைச் செய்ய வேண்டும், எதைச் செய்யக்கடாது? எப்படிப்பட்டவர்களை உடன் வைத்துக் கொள்ள வேண்டும் என்பதை எல்லாம் மிகத் தெளிவாக, உறுதியாக அச்சமின்றி விளக்கி இருப்பார்.

அறிவில்லாத ஆலோசகரை, நமக்குச் சாதகமாகவே ஒத்து ஊதுபவரைப் பக்கத்தில் வைத்துக்கொள்ளவே கூடாது என்கிறார்..

ஒரு பாடலில் சொல்கிறார்..

"ஏதிலார் யாதும் புகல் இறைமகன்
கோதொரீஇக் கொள்கை முதுக்குறைவு-
நேர்நின்று
காக்கை வெளிதென்பார் என்சொலார்
தாய்க்கொலை
சால்புடைத் தென்பாரு முண்டு"

அதாவது, நம் கண்முன்னே காட்சி அளிக்கும் காகத்தைக்கூட அது வெள்ளை நிறம் என்று சொல்லக்கூடிய அமைச்சர்கள், ஆலோசகர்களை உடன் வைத்துக்கொண்டால் தாயைக் கொலை செய்வதுகூட மிகச்சரிதான் என்று சொல்வார்கள் எனக் கடுமையானக் வார்த்தைகளில் எச்சரிக்கிறார்.

அரசன் தனிப்பட்ட திறனும் சுய வலிமையையும் பெற்றிருக்க வேண்டும் என்பதை இன்னொரு பாடலில் கூறுகிறார்...

"ஒற்றின் தெரியாசி றைப்புறத் தோர்துமெனப்
பொற்றோள் துணையாத் தெரிவித்தும்- குற்றம்
அறிவரிதென் றஞ்சுவதே செங்கோன்மை சென்று
முறையிடினுங் கேளாமை யன்று"

அரசன், ஒற்றராலும் அறிய முடியாத செய்திகளை, தான் அறியக்கூடியவனாகவும், தன் புஜ பலத்தால், தன் உடல் வலிமையால் பொதுமக்கள் குறைகளைத் தானே தீர்த்து வைக்கும் ஆற்றல் பெற்றவனாகவும், குடிமக்கள் எந்த நேரமும் தன்னைச் சந்தித்துக் குறைகளைத் தெரிவிக்கக் கூடிய எளிமை கொண்டவனாக்வும், மக்களின் செயல்களில் குற்றம், குறை காண அஞ்சுபவனாகவும் இருக்க வேண்டும் என்கிறார்.

அரசன் எவ்வழியோ மக்கள் அவ்வழி! **மேய்ப்பன் எவ்வழியோ மந்தை அவ்வழி** தான் என்பதைமிக அழகாகச் சொல்லியிருப்பார்..

இகழின் இகழ்ந்தாங் கிறைமகன் ஒன்று
புகழினும் ஒக்கப் புகழ்ப- இகல்மன்னன்

சீர்வழிப்பட்ட தேமன்பதை மற்றேன் செயும்

நீர்வழிபட்ட புணை..

ஆற்றில் மிதக்கும் தெப்பம் எப்படி ஆற்றின் போக்கில் செல்லுமோ அதுபோல் **மன்னன் எப்படி இருக்கிறானோ மக்களும் அப்படித்தான் இருப்பார்கள் என்கிறார்**. இதை மன்னனுக்கு மட்டும் சொன்னதாக எடுத்துக் கொள்ளக்கூடாது **மேலாண்மைக் கூற்றாகவே** எடுத்துக்கொள்ள வேண்டும்!

குறிப்பாக **அரசு அதிகாரிகள் நாம் எப்படி இருக்கிறோமோ அப்படி தான் பணியாளர்களும் இருப்பார்கள் என்பதை உணர்ந்து கொள்ளலாம்.**

இன்னொரு பாடலில் **மன்னனே மக்களுக்குத் தெய்வமாவான்** மற்ற அனைத்தும் பிற என்கிறார்..

"குலமகட்குத் தெய்வம் கொழுநனேமன்ற

புதல்வருக்குத்தந்தையுந்தாயும்- அறவோர்க்

கடிகளே தெய்வம் அனைவோர்க்குந் தெய்வம்

இலைமுகப்பைம்பூண் இறை"

ஆட்சி நிர்வாகத்தை பொறுத்தவரையில், ஒரு ஆட்சியாளன், அரசன் எல்லோர்மீதும் ஒரே நிலைப்பாட்டை எடுக்க வேண்டும். வேண்டியவர், வேண்டாதவர், உறவினர்,வேற்றினத்தார் என்ற எந்தப் பாகுபாடும் காட்டக்கூடாது..

சாட்டையை ஒரே மாதிரியாக சுழற்ற வேண்டும் என்பதை வலியுறுத்தும் பாடல் இதுவாகும்..

"பழைமை கடைப்பிடியார் கேண்மையும் பாரார்

கிழமை பிறிதொன்று மங்கொள்ளார்-
வெகுளின்மன்

காதன்மை உண்டேஇறை மாண்டார்க்கு
ஏதிலரும்

ஆர்வலரும் இல்லை அவர்க்கு"

இவ்வாறு ஆட்சியாளர்களுக்கும் நிர்வாகிகளுக்கும் சில வழிகாட்டுதல்களை, மேலாண்மைக் கோட்பாட்டை வழங்கிச் சென்றுள்ளார்!

காலம் அறிந்தாங்கிட மறிந்து செய்வினையின்

மூலம் அறிந்து விளைவறிந்து- மேலும்தாம்

சூழ்வன சூழாதுதுணைமை வலிதெரிந்து

ஆள்வினை ஆளப்படும்

ஒரு செயலைச் செய்து முடிக்க நினைக்கும் போது நேரம் காலம் அறிந்து இடம், படை பலம், துணை பலம் தெரிந்துகொண்டு செயல்பட்டால்தான் அந்த வினை வெற்றியில் முடியும் என்கிறார்.

சொல்வன்மையின் சிறப்பு

குமரகுருபரர், தம் கருத்துகளை வெளிப்படுத்த பலவித வித்தைகளைக் கையாள்கிறார். சொல்வன்மை,சொலல் வல்லன்,திறனறிந்து சொல்லுதல், பல்வித சொல்லாட்சி,மொழித்திறன், அதை இனிய நடையில் உணர்த்தும் விதம் எனப் பலவித உத்திகளைக் கையாண்டு சொலல்வல்லன் ஆகத் திகழ்கிறார்.

பேச்சுத்திறனின் சிறப்பை, மகிமையை, முக்கியத்துவத்தை மிக அழகாக, விவரிப்பார். அதாவது, தான் கற்று உணர்ந்ததை, அடுத்தவருக்கு எடுத்துச் சொல்லக்கூடிய திறன் ஒருவருக்கு இயல்பாக வாய்த்திருக்கும் எனில், அது இறைவன் அருள்தான். அது மிகப் பெரிய கொடுப்பினை. தான் உணர்ந்ததை, தான் கற்றுக் கொண்டதை, தான் படித்ததைப் பிறருக்கு விளக்கமாக எடுத்துச் சொல்வதும், வெகுஜன மக்களுக்கு அதைக் கொண்டுசெல்வதும் மிகப்பெரிய ஆற்றலாகும்.

அதை எந்த நிலையிலும் விட்டுவிடக் கூடாது. அதை தொடர்ந்து செய்ய வேண்டும் என்பதை அழகாக விளக்கிக் கூறுகிறார்

"சொல்வன்மை உண்டெனிற் கொன்னே
விடுத்தொழிதல்

நல்வினை கோறலின் வேறல்ல - வல்லைத்தம்

ஆக்கம் கெடுவதுள தெனினும் அஞ்சுபவோ

வாக்கின் பயன் கொள் பவர்

பேச்சுத்திறன் இயல்பாக அமைவது இறைவனின் வரமாகும்.

எந்த நிலையிலும் அதை விட்டுவிடக் கூடாது.

எந்த சூழ்நிலையிலும் அதை இழந்து விடாமல் காத்து நிற்க வேண்டும். எந்தப் பொருளை இழந்தாலும், அந்தப் பேச்சுத் திறன் உனக்கு இழந்ததை மீண்டும் வழங்கும். எவ்வளவு அருமையான கருத்துகளைச் சொல்லியுள்ளார் பாருங்கள்!

இன்னொரு பாடலில், பல நூல்கள் படித்தால் மட்டும் போதாது.. தேவையான நேரத்தில் அந்தக் கல்வி அறிவைப் பயன்படுத்தும் திறனும் அதைப் பிறருக்கு எடுத்துச் சொல்லக் கூடிய ஆற்றலும் பெற்று இருந்தால் மட்டுமே, அந்தக் கல்வி தங்கத்தால் செய்யப்பட்ட மலர் மணம் வீசுவதைப் போன்ற அற்புதப் பலனைக் கொடுக்கும் என்கிறார்.

"எத்துணைய ஆயினும் கல்வி இடம் அறிந்து
உய்த்து உணர்வு இல் எனின் இல்லாகும்-
உய்த்து உணர்ந்தும்
சொல்வன்மை இன்று எனின் என்னாம் அஃது உண்டேல்
பொன்மலர் நாற்றம் உடைத்து"

சொல்வன்மையின் முக்கியத்துவம் பற்றிச் சொல்லும் குமரகுருபரர் எப்படிப்பேசக் கூடாது என்பதையும் சொல்கிறார். கற்றறிந்தவர் சபையில் பேசும் பொழுது நன்கு தெரிந்துகொண்டு பேச வேண்டும். கொடிய விலங்குகள் தன்னை பார்த்து பிற விலங்குகள் அஞ்சுவது போல ஒன்றும் தெரியாமல், மற்றவர்கள் நம்மைப் பார்த்து மெச்சுவார்கள் எனும் வகையில் பேசக்கூடாது என்கிறார்.

"கற்பன ஊழற்றார் கல்விக் கழகத்தாங்
கொற்கமின் றூத்தைவாய் அங்காத்தல்-
மற்றுத்தம்
வல்லுரு அஞ்சன்மின் என்பவே மாபறவை
புல்லுரு அஞ்சுவ போல்."

மதுரை மாநகரின் சிறப்பு

மதுரைக் கலம்பகம் 102 பாடல்களைக் கொண்ட நூல் ஆகும். மதுரை நகரின் சிறப்பு,மதுரைக்குரிய அணிகலனாகத் திகழும் மீனாட்சி அம்மை,சோமசுந்தரேஸ்வரர் சிறப்பு அழகாக விளக்கப்பட்டுள்ளது. குமரகுருபரர் உருவகம், உவமை அணியை இதில் அதிகம் கையாள்கிறார்.

ஒரே பாடலில் பல செய்திகளையும் ஒரு செய்தியைப் பல பாடல்களிலும் குறிப்பிடுகிறார். இந்நூலில் **நான்மாடக்கூடல்** என்று போற்றப்படும். மதுரை மாநகரைப் பல இடங்களில் சிறப்பித்துக் கூறுகிறார்.

"பொருள் நன்கு ஒருங்கு ஈன்ற பொன்
மாடக்கூடல்"

"கடம்பவனமது புகுந்த மதுரை"

"வெறி சேர் கடம்பவன மதுரை"

"கொடி மதில் பொன் கூடல்"

"வாழ்வது கூடல் வளம் பதியே"

"வைகை ஒன்றிய கூடல்"

மூவாமுதலார் மதுரை இது அன்றோ? என்று பலவாறாகச் சிறப்பித்துக் கூறுகிறார்.

மதுரைப் பெண்ணின் இனிமையைப் பற்றி கூறும்போது..

"மதுரேசன் தன் தமிழ் நாடன்னீர்" என்று கூறுகிறார். மதுரை மாநகரின் செல்வச் செழிப்பைப் பற்றிக் கூறும் போது,லட்சுமிதேவியின் அனைத்துப் பொருள்களும் இங்கு தான் நிரம்பியுள்ளன. எனும் விதமாகக் கூறுகிறார். **"செய்யாள் செய் சரக்கு அறைஆம் திரு ஆலவாயில் உறைசெல்வனாரே"** என்று விளக்குகிறார்!

இயற்றமிழ், இசைத்தமிழ், நாடகத்தமிழ் என மூவகை தமிழுக்கும் அரியாசனம் தந்த, சங்கம் வைத்து தமிழ் வளர்த்த மதுரையை **"மும்மைத் தமிழ் மதுரை** என்றும் **மும்மைத் தமிழ்க் கூடல்** என்றும் **பைந்தமிழ் தேர் கூடல்** என்றும்

வடகலைஅலபலகலைஓடுதமிழ்வளரும்கூடல்" என்றும் சிறப்பித்துள்ளார் .மேலும் வடகலை தென்கலை பலகலையும்

பொலி மதுரை வளம்பதி என்று சிறப்பித்துள்ளார்.

மதுரையில் சிவன் அடியவர்களுக்குத் தேனாய் காட்சி அளிக்கிறார் என்பதை, **"உள்ளும்புறமும் கசிந்து தெற்கே ஊற்று எழக் குடைந்து குதி கொள்ளும் செய்தேன்"**

பெண்ணை மருந்தாக, தேவாமிர்தமாக உரைக்கிறார்..

"பெண்ணமது நஞ்சேயோ" என்றும் மதுரை மாநகரத்தைக் கற்பகதருவாகவும், மீனாட்சியை அந்தக் கற்பகதருவின் கொடியாகவும் உலகம் கண்டெடுத்த, மரகதக் கொடியாகவும் கூறியுள்ளார்.

"அந்தக் கற்பகத்தின் பானின்ற பச்சை பசுங்கொடியே" என்கிறார். "நன்னீர் அமுதக்கடலாகியுள்ளார்" என சோமசுந்தரரை அமிர்தமயமான கடல் என்கிறார்.

மேலும் இங்குள்ள சிவலிங்கம்தான் அதீத பழமையான மூல லிங்கம் என்று திருவிளையாடல் புராணச் செய்தியை மையப்படுத்திக் கூறுகிறார்

"மும்மைத் தமிழ்க்கூடன் மூலலிங்கத் தங்கயற் கண்மைக்க முதா மருந்தை" மதுரையம்பதி சிறப்பு நிகழ்ச்சிகளான.. இறைவன் பிட்டுக்கு மண் சுமந்த கதை, நரியைப் பரியாக்கியது, சொக்கநாதர் வளையல்காரனாய், மதுரை வீதியில் வளையல் விற்ற திருவிளையாடல் தகவல்களைக் கூறியுள்ளார்.

"வலம் கொண்ட முவுடையீர்வளை கொண்டு

விற்பீர் போன் மதுரை மூதூர்க்

குலம் கொண்ட பெய் வளையர்கைவளையெல்

லாம் கொள்ளை கொள்கின்றிராற்

பொலம் கொண்ட வரிவளைகள்விற்பதற்கோ" போன்ற பாடல்கள் மூலம் மதுரையைப் பற்றிய பல தகவல்களைத் தெரிவித்துள்ளார்.

ஆலவாய் பெயர்

வங்கியசேகரப் பாண்டியன்,மதுரையின் பழைய எல்லையைக் கூறும்படி கேட்டதாகவும் கடவுள் தன் கையிலிருந்த நாகத்தை ஏவ அது, வாயும் வாலும் பொருந்த வளைந்து நின்றதனால் **'ஆலவாய்'** எனவும் பெயர் பெற்றதாக கூறப்படுகிறது.

திருவாலவாயிலுறை செல்வனாரே"

இது நம்பக்கூடியதாக இல்லா விட்டாலும் ஆலவாய் என்ற பெயர் மதுரைக்கு வழங்கியுள்ளதைப் பல இடங்களில் பார்க்கிறோம்!

நிலவளவு முறை இருந்துள்ளது பற்றித் தெரிந்துகொள்ளலாம்!

திருஞானசம்பந்தருக்கு பொற்றாழம் வழங்கியது பற்றிப் பெரியபுராணம் குறிப்பிடும் அதே கருத்தை அடிகளாரும் கூறுகிறார்..

"புகலியர் குரிசில்பணோடு தமிழருமை

யறிந்தொரு தாளம் வழங்கப்புகுந்தன" எனப் பாடுகிறார். மேலும் திருஞான சம்பந்தரைப் புகலியர்குரிசில், கவுணியர்பெருந்தகை, மதலை என்று பல பெயர்களால் குறிப்பிடுகின்றார்.

அதேபோல் **சுந்தரமூர்த்திநாயனாரையும் நாவலர் பெருமான்**, ஒரு பெரும் புலவன், பாவலன் என்றெல்லாம் புகழ்ந்துள்ளார்.

கடம்பவனத்தில் எழுந்தருளியிருக்கும் சிவனின் தேசத்தில் வசிக்கும் பறவைகளே!தலைவியின் துயரத்தைத் தலைவனிடம் எடுத்து சொல்வீர்களாக! என நெஞ்சுவிடுதூது, கிள்ளைவிடுதூது, மேக விடுதூது, வண்டு விடுதூது, துணங்கை கூத்து எனப் பலவகைப் பாடல்களில் பாடுகிறார்.

முருகக் கடவுள் உக்கிரகுமார பாண்டியன் என்று பெயர் கொண்டு மதுரையில் பிறந்து ஆட்சி செய்தார் என்கிறார்.

குமரகுருபரர் தமிழ்ப்பற்று!!

தமிழ் மீது தனக்குள்ள, தீராக் காதலைப் பல இடங்களில் தேன்தமிழ்

வார்த்தைகளால் வெளிப்படுத்துகிறார்..

தன் முதல் படைப்பான கந்தர் கலிவெண்பாவில்

"நாற் கவிபாடும் நாவன்மையும் பழுத்த

தமிழ்ப் புலமையும் பாலிக்க வேண்டுமென"

முருகனை வேண்டுகிறார். அதன்படியே தமிழுக்கு அளப்பரிய தொண்டு தமிழகத்தில் மட்டுமின்றி, வட தேசமும் அறியுமாறு செய்த தெய்வக் கவிஞராகத் திகழ்ந்தார்,

தமிழ் படிக்கும் அனுபவம் **"பன் முத்தமிழுக்கு ஓர் பயனே"** என இறைவனை அடைந்து இன்புறுவதற்கே தமிழ் படிக்க வேண்டும் என்கிறார்.

முருகனைப் பற்றிக் கூறும்பொழுது சங்கத்தமிழின் தலைமைப் புலவர் என்றும், தொழாத முத்தமிழ் நாவாய் என்றும் தமிழ் மணக்கும் வாய் என்றும் பாராட்டுகிறார்.

மீனாட்சியம்மையைப் பற்றிக் கூறும் பொழுது **"தொடுக்கும் கடவுள் பழம் பாடல்"** எனத் தொடங்கி **"முதுதமிழ் அதில் வரும் திருமகள்"** என்றும் **"நறைபழுத்த துறைத்தமிழின் ஒழுகு நறும்சுவையே"** என்றும் போற்றுகிறார்

மீனாட்சியம்மை பிள்ளைத் தமிழில் மீனாட்சியைத் தமிழ்க் குழந்தையாகப் பாவித்து தமிழ் கற்றுச் சங்கம் ஏறித் தீந்தமிழின் நறுஞ்சுவையை விளக்கியதாகக் கூறுகிறார்.

தேன் மணம் கமழ்ந்து தித்திப்பு ஒழுகுகின்ற தமிழின் இயல்பு உணர்ந்து மீனாட்சி தமிழ்ப் பாடம் பயின்றாளாம்!!

"தேக்கமிழ் மதுரமொழுகிய தமிழின் இயல் பயில் மதுரை மரகதவல்லி" என்கிறார்

தமிழை வளர்ப்பதற்காகவே மீனாட்சி நிற்கின்றாள் என்பதை எவ்வளவு அழகாகக் கூறுகிறார் பாருங்கள்!

"சங்கம் வளர்த்திட நின்ற

பொலன் கொடி"என்றும்

"பழமறைகள் முறையிடப் பைந்தமிழ்ப் பின்சென்ற

பச்சை பசும் கொண்டலே"!

தமிழின் பசுமையால் தான் மீனாட்சியும் பசுமையாய்க் காட்சியளிக்கிறாள் என்கிறார்.

மேலும் மீனாட்சியை

"முது தமிழ் உத்தியில் வரும் ஒரு திருமகள்

தீந்தமிழின் அழகு நறுஞ்சுவை"

என்றும் உருவகப்படுத்தி அழகு படுத்துகிறார்!

சோமசுந்தரக் கடவுளை..

"பொழிந் தொழுகு முதுமறையின் சுவை கண்டும்

புத்தமுதம்

வழிந்தொழுகுந் தீந்தமிழின் மழலைச் செவி மடுத் தனையே!" என்கிறார்.

கலைமகள் பற்றி

"துறை தமிழொடும் தொன்மறை தெளிக்கும் கலைமகள்" என்று பாடுகிறார்..

மேலும் தமிழை அருந்தமிழ், தீந்தமிழ், முத்தமிழ், தெறிக்கும் தமிழ், தெள்ளித்தெளிக்கும் தமிழ், கொழுத்தத் தமிழ், சங்கத் தமிழ், செழுந்தமிழ்த் தெள்ளமுது, மதுரம் ஒழுகும் தேன்தமிழ், பசுந்தமிழ், தலைச்சங்கம் பொங்கும் பன்முத்தமிழ், சொற்சுவை பழுத்த தொகைத்தமிழ், தெறிதமிழ், தென்னந்தமிழ், பைந்தமிழ், முத்தமிழ், பசுந்தமிழ், மும்மைத் தமிழ், முதுசொல் புலவர்தெளித்த பசுந்தமிழ், புத்தமுதம் வழிந்து ஒழுகும் தீந்தமிழ், வண்டமிழ், வண்டமிழ்கடல், பண்ணுலாம் தேன்தமிழ், வடிதமிழ், தேத்தமிழ், தெள்ளித் தெளிக்கும் தமிழ்க் கடல், தேறு தமிழ், பணஉலாம் வடித் தமிழ், தெய்வத் தமிழ், முது தமிழ், நறை பழுத்த துறைத் தமிழ் என 40 க்கும் மேற்பட்ட வார்த்தைகளால் தமிழைக் கொண்டாடுகிறார்.

மதுரையைத் தமிழ் மதுரை என்றும்

செழியனைத் தமிழ்ச் செழியன் என்றும் குறிப்பிடுகிறார்.

அனேகமாகத், தமிழை இத்தனை வார்த்தைகளால் அலங்கரித்தவர் இவர் மட்டுமாகத்தான் இருக்க முடியும் என்று

நம்புகிறேன்.

குமரகுருபரர் தம் பாடல்கள் அனைத்திலும் பல இடங்களில் தமிழின் பெருமையையும் இனிமையையும் எடுத்துரைத்தே வந்திருக்கிறார்.

"தெளி தமிழ் மதுரை

மதுரித்து உவப்பெழு முத்தமிழ் தேர்தரு மதுரை"

என்று மதுரைச் சிறப்பைக் கூறுகிறார்.

தமிழை, தமிழ் எனும் சொல்லைப் பல வார்த்தைகளில் வர்ணித்துக் காட்சிப்படுத்துகிறார்!

முத்துக்குமாரசாமி பிள்ளைத் தமிழில், முருகனை

முத்தையன் பிள்ளைத்தமிழ்,

புள்ளிருக்கு வேலூர்ச் சேனாபதி பெருமாள் பிள்ளைத்தமிழ் என்றும்

"உலகு குளிர எமது மதியின் ஒழுகும் அமுத கிரணமே" என்றும் பாடுகிறார்.

இதில் முருகனைத் **தமிழ்க் கிரணமாக** வர்ணிப்பதை உணரலாம்!

"சங்கத் தமிழின் தலைமைப் புலவனே தாலேலோ" என்று போற்றுகிறார்

மும்மைத் தமிழ் கந்தபுரி முருகனே! என்கிறார்

குறவு கமழ் தரு கந்தபுரியிலருள் குடிகொண்ட குமரகுருபரர் !

அருளானந்தக் கடலில் பிறந்த அமுதே! வருக !வருக! என்கிறார்.

மாசிலாமணி தேசிகரை

"நான் மறைக் கிழவ தொகை தமிழ்க்கவிஞ" என்றும் போற்றுகிறார்.

சகலகலாவல்லி மாலையில்

"வடநூற் கடலும் தேக்கும்

செந்தமிழ்ச் செல்வம்"

என இரு மொழியின் இனிமையையும் புகழ்கிறார்.

சிதம்பரச் செய்யுட் கோவை

இது 84 பாடல்கள் கொண்டது அதில் 40 பாடல்கள் வெண்பா.

யாப்பிலக்கணம் என்பது தமிழ் இலக்கண வகையிலே பயில்வதற்குச் சற்றுச் சோர்வை ஏற்படுத்தக் கூடியதாகும். யாப்பிலக்கணத்திற்கு, சமணப் பாடல்களையே எடுத்துக்காட்டாகக் கூறிவந்த நிலையில் குமரகுருபரர் இலக்கணப் புலமை வெளிப்படும் விதமாகத் தமிழ்ப் பாடல்களுடன் விளக்கப்பட்ட நூல்தான் சிதம்பர செய்யுட்கோவை ஆகும்

குறள் வெண்பா ,நேரிசை வெண்பா, இன்னிசை வெண்பா, பஃறொடை வெண்பா, சிந்தியல் வெண்பா என இலக்கண வகையில் அனைத்து உத்திகளிலும் புகுந்து விளையாடி இருக்கிறார்.

வெண்கலிப்பா ,வெண்டளையானே வந்த கலிப்பா என்றும் காசு, பிறப்பு, நாள், மலர் ,வாய்ப்பாடு,மாறாமல் படைத்துள்ளார்.

குருவருள் போற்றும் மும்மணிக்கோவை:

மும்மணிக்கோவை குரு பக்தியை வெளிப்படுத்தும் நூல். 30 பாடல்கள் கொண்டது.

"இடந்து மோர் களங்கமுள்ள அம்மாமணியே

அம்மாசுகரந்துவந்து மாசிலாமணியாயது"

என்கிறார்.

தருமையும் கமலையும் வரிதமிழ்க் கடலும்

திருநகராக அரசு வீற்றிருக்கும்

மாசிலாமணி தேசிகராய"

என போற்றியுள்ளார்.

சகலகலாவல்லி மாலை

பிறவி ஊமையாய் இருந்து முருகன் அருளால் ஞானம் பெற்றுச் சிறுவயதிலேயே ஞானசம்பந்தர் போல் துறவு பூண்டு தமிழுக்கு அளப்பரிய பாடல்களைத் தந்ததால் **குட்டித் திருஞானசம்பந்தர்** என்றே அழைக்கப்பட்டார்.

குமரி முதல் இமயம் வரை தமிழ்

வளர்த்த ஞானத் திருமகள் நாயக்க மன்னரையும் முகமதி இளவரசரையும் தன் தமிழால் கட்டுரை செய்த பெரும் மகளாவாள்.

கலைமகள் மீது கவிபாடி இந்துஸ்தானி மொழியைக் கற்க முயன்றிருக்கிறார். இறைவனுக்குச் செய்யும் தொண்டில் ஒன்று பாமாலை சூட்டுவதாகும். இதைக் கிரியைச் செயல் என்பர். இதைத்தான் சரஸ்வதி மீது சகலகலாவல்லி மாலையாகப் பாடியுள்ளார்.

"மண்கண்ட வெண்குடைக் கீழாக மேற்பட்ட மன்னரும் என்

பண்கண்ட அளவில் பணியச் செய்வாய்"

ரிக் வேதத்தில் அம்பிதமே நழீதமே வேதமே சரஸ்வதி எனக் குறிப்பிடப்படுகிறது.

தெய்வங்களுக்கு எல்லாம் தெய்வ மானவள் என்று கருதப்படும் சரஸ்வதியை, நாமதீப நிகண்டு சரசோதி என்றும் குமர குருபரர் தூய தமிழில் கலைமகள் என்றும் குறிப்பிடுகிறார்.

"பண்ணும் பரதமும் கல்வியும் தீஞ்சொல் பனுவலும்யான்

எண்ணும்பொழுது எளிது நல்காய் எழுதா மறையும்"

என்று கலைமகள் மீது பாடல் புனைந்து இந்துஸ்தானி மொழியைக் கைவரப்பெற்றார்.

சகலகலாவல்லி மாலை நூலின் இறுதியாக அமையும்,

"விண்கண்ட தெய்வம் பல்கோடி உண்டேனும் விளம்பில் உன்போல்

கண்கண்ட தெய்வம் உளதோ சகலகலா வல்லித் தாயே!"

என்ற பாடல்தான் குமரகுருபரர் அடிகளாரின் இறுதிப் பாடலாய் அமைந்தது என்று கூறப்படுகிறது.

குமரகுருபரரின் பொருளாதாரப் பார்வை

தமிழ் இலக்கியத்தைப் பொறுத்த வரையில், பல புலவர்களும் நீதி இலக்கியங்களும் அறவழியில் பொருள் ஈட்டுவதுதான் நிலைக்கும் என்பதைப் பல பாடல்களில் உணர்த்தியுள்ளனர். அதாவது மக்களை நல்வழிப்படுத்த வேண்டும் என்ற நோக்கத்திலேயே பலரும் இதுகுறித்துக் கூறியுள்ளனர்.

அறத்திற்கு மாறான வழியில் செல்லாமல் ஒருபோதும் பிறர் பொருளுக்கு ஆசைப்படாமல் தன் தகுதிக்கும் குடிப்பிறப்புக்கும் இழுக்கு ஏற்படாமல் ஏற்ற பொருத்தமான பணியைச் செய்தால் செல்வம் தானாக வந்துவிடும் என்கிறார்.

"தத்தம் நிலைக்குங்குடிமைக்குந்தப்பாமே

ஒத்த கடப்பாட்டில்தாளூன்றி -எய்த்தும்

அறங்கடையிற்செல்லார் பிறன் பொருளும்வெஃகார்

புறங்கடையதாகும் பொருள்"

தன் உழைப்பின் மூலம் நல்ல செயல்கள் மூலம் வந்த செல்வம்தான், அறம் பொருள் இன்பத்தைத் தரும். வறுமை வந்தபோதும் குலம், வாய்மை, தவம், உரிமை போன்றவற்றைப் போற்றிப் பாதுகாக்க வேண்டும் என்கிறார்.

"குலம்விற்றுக் கொள்ளும் வெறுக்கையும் வாய்மை

நலம்விற்றுக் கொள்ளுந்திருவும் தவம் விற்றாங்கு

ஊனோன்பும் வாழ்வும் உரிமை விற்றுண்பதூம்

தானோம்பிக் காத்தல் தலை"

கல்வி, நன்னெறி மூலம் செல்வம் வந்த பிறகு மனிதனுக்கு அவசியம் பணிவு உண்டாக வேண்டும் என்பதை வலியுறுத்துகிறார்.

"கல்வி யுடைமை பொருளுடைமை யென்றிரண்டு

செல்வமுஞ் செல்வ மெனப்படும்-இல்லார்

குறையிரந்து தம்முன்னர் நிற்பபோல் தாமுந்

தலை வணங்கித்தாழப் பெறின்"

மனிதர்கள் எப்போதும் தங்களிடம் இருக்கும் பொருளை வைத்துத் திருப்தி யடையாமல் பிறரைப் பார்த்து அவருடைய வசதி வாய்ப்பைக் கண்டு

அதுபோல ஆக நினைத்தால் இருப்பதும் போய்விடும். எனவே மன நிம்மதியைத் தொலைத்துவிடக்கூடாது என்பதை அழகாகச் சொல்கிறார்.

"பெற்ற சிறுகப் பெறாத பெரிதுள்ளும்
சிற்றுயிர்க்கு ஆக்கம் அரிதம்மா - முற்றும்
வரவர வாய்மடுத்து வல்விராய் மாய
எரிதழன் மாயாதிரா"

ஈகைக் குணம் இல்லாதவனின் பெரும் செல்வத்தைக் காட்டிலும் வறுமை கொண்டவனின் ஏழ்மையே மேலானது என்கிறார்.

"வள்ளன்மை யில்லாதான் செல்வத்தின் மற்றையோன்
நல்குரவு போலும் நனிநல்ல-கொன்னே
அருளிலன் அன்பிலன் கண்ணறையன் என்று
பலரால் இகழப் படான்."

இந்த நீதிநெறி விளக்கம் என்பது தமிழ் மக்கள் படித்து உணர்ந்து பின்பற்றக் கூடிய அருமையான நூல் என்றால் அது மிகையல்ல.

நினைத்துப் பாருங்கள்! இன்றைய இணையத் தொழில்நுட்ப உலகத்தில், நம்மால் ஒரு பொருளைப் படைப்பது என்பதும் உருவாக்குவது என்பதும் அதைப் பாதுகாப்பது என்பதும் மிக எளிதானது.

எந்த ஓர் எழுத்தையும் எளிதாகக் கணினியிலோ அல்லது ஹார்ட் டிஸ்க் எனப்படும் சேமிப்புக் களத்திலே அல்லது இணையத்திலோ எளிதாகச் சேமித்துவிட முடியும்.

ஆனால், 500 ஆண்டுகளுக்கு முன்பு குமரகுருபரர் எனும் மகான், சென்ற இடங்களிலெல்லாம், அந்த இடத்தைப் பற்றியும் அங்குள்ள இறைவனைப் பற்றியும் ஆலயத்தைப் பற்றியும் மன்னரைப் பற்றியும் மடத்தைப் பற்றியும், மக்களைப் பற்றியும் பாடல் புனைந்து அதைப் பார்த்துப் பார்த்துப் பாதுகாத்து வைத்திருக்கிறார் என்பதை நினைக்கவே ஆச்சர்யமாக இருக்கிறது அல்லவா!

எப்படி எழுதியிருப்பார்? எதில் எழுதியிருப்பார்? அதை எங்கு சேமித்து வைத்திருந்தார்? அதை எப்படிப் பாதுகாத்தார் என்பதை நினைத்துப் பார்த்தால், நமக்குள் தமிழன் என்ற ஒரு பெருமிதம், ஒரு மகிழ்ச்சி உண்டாகிறது.

இன்றுள்ள வசதிமிக்க காலகட்டத்திலேயே ஓர் இடத்துக்குச் செல்வதற்கு எவ்வளவு சோம்பேறித்தனப்படுகிறோம், யோசிக்கிறோம்...

அப்படியே போனாலும் அங்கு போய் பெரிதாக நாம் எதுவும் எழுதுவதோ, ஒரு புதிய படைப்பை உருவாக்குவதோ அல்லது மனிதர்களுடன் அறிவார்ந்த கலந்துரையாடலில் ஈடுபடுவதோ அல்லது வாதப் பிரதிவாதங்களில் புள்ளி விவரத்தோடு பங்கெடுத்துக் கொள்வதோ இல்லை. ஆனால் குமரகுருபரரை நினைத்துப் பாருங்கள்.

எத்தனை ஊருக்கு இப்படிச் சென்றார்? அங்கு யார் யாரை அறிமுகப்படுத்திக் கொண்டார்? எப்படி அந்த மொழி வளம் அவருக்கு வந்தது? எதில் எழுதினார்? எப்படி அதைப் பாதுகாத்தார்? வாதப்பிரதிவாதங்கள் செய்வதற்கு, தம் கருத்தை நிலைநாட்டக் கூடிய தம் தரப்பு ஆவணங்களை எப்படி தீட்டியிருப்பார்?

சமயக் கருத்துகளை எங்கிருந்து பெற்றார்? அப்போது எந்தப் புத்தகம் இருந்தது? பல இடங்களில் திருக்குறளையும், பன்னிரு திருமுறையையும் திருவிளையாடல் புராணத்தையும், கம்பராமாயண, மகாபாரதக் கருத்துகளையும் எப்படி வெளிப்படுத்துகிறார்.. எப்படி இந்த நூல்களையெல்லாம் அவருடைய பயணத்திலேயே உடன் வைத்திருந்தார். அதுவும் ஓலைச்சுவடிகளாகத்தானே இருந்திருக்க முடியும். அப்போது என்ன வசதி இருந்திருக்க முடியும்? சென்ற இடத்தில் இந்த நூல்கள் இருந்திருக்கக்கூடுமா?

நினைத்துப் பார்க்கவே மிகுந்த ஆச்சர்யத்தையும் அளவுகடந்த மலைப்பையும் உண்டாக்குகிறது.

அதனால் தான் அவர்கள் அருளாளர்கள், இறைநெறி ஓங்கியவர்கள் என்று போற்றப்படு கின்றனர்.

திருமலை நாயக்கர், தாராஷிகோ போன்ற மன்னர்களின் ஆதரவைப் பெற்றபோதிலும், மீனாட்சியம்மை, சிவபெருமான், தமிழின் பெருமை, மதுரையின் வளம், கல்வியின் சிறப்பு, ஒழுக்கத்தின் மேன்மை போன்ற வாழ்வியல் சிந்தனைகளையும், இறை நெறியையும், குரு பக்தியையும்தான் பாடியிருக்கிறாரே தவிர, எந்த ஒரு மன்னரைப் பற்றியும் ஒரு வார்த்தைகூடப் பாடவில்லை என்பது குறிப்பிடத்தக்கது.

ஸ்ரீவைகுண்டத்தில் இருந்து காசிக்குச் செல்வது என்பது, இன்றைய அசுர வளர்ச்சிபெற்ற காலகட்டத்திலேயே மிகப்பெரிய பயணமாகும்.

ஆனால், அந்நாளில் போக்குவரத்து வாகன வசதி இல்லாத காலகட்டத்தில் அதிலும் பல்வேறு சிற்றரசர் களுக்கிடையே போர்கள் நடந்து கொண்டும், முறைப்படுத்தப்பட்ட அரசு இல்லாமலும் கொள்ளைக்கூட்டத்தார் கோலோச்சிய நிலையில், இவர் எப்படித் தம் படைப்புகளை எடுத்துக் கொண்டு இத்தனை சமஸ்தானங்களை, ராஜ்ஜியங்களைக் கடந்து காசிக்குச் சென்று இந்துஸ்தானி மொழியைக் கற்றுத் தம் வாதங்களை சர்வ சமய மாநாட்டில் எடுத்துரைத்தார் என்று நினைக்கும் பொழுது, அவரை ஞானத்தமிழ் மகன் என்றே வணங்கத் தோன்றுகிறது. நினைத்துப் பார்த்தால், நம் தமிழ் மொழி தன்னைத்தானே காத்துக்கொள்கிறது.

இந்த மொழி ஒவ்வொரு கால கட்டத்திலும் ஒவ்வொருவர் மூலமாக, தன்னைத்தானே வடிவமைத்து, தன்னைத் தானே நிலைநிறுத்தி, தன்னைத்தானே ஓங்கச்செய்து வருகிறது என்பது ஆச்சர்யத்திலும் ஆச்சர்யம்!

குமரகுருபரர் சரித்திரம் குறித்த பதிவு

மகா வித்வான் மீனாட்சி சுந்தரம் பிள்ளை, தர்மபுர ஆதீனம் இராமலிங்கத் தம்பிரான் வேண்டுதலின் பேரில் குமரகுருபரர் சரித்திரத்தை எழுதினார். இதில் உண்மைக்கு மாறான தகவல்கள் சேர்க்கப்பட்டுள்ளதாகக் கூறப்படுகிறது.

தண்டபாணி சுவாமிகள் பாடிய புலவர் புராணத்திலும் குமரகுருபரர் வரலாறு குறிப்பிடப்பட்டுள்ளது. ஆனால் அதுவும் முழுமையாக இல்லை.

பகுத்தறிவுப் பகலவனாய் விளங்கிய பாவேந்தர் பாரதிதாசன், குமரகுருபரரின் தலையாய தமிழ்ப் பணியைப் போற்றும் விதமாக 'எதிர்பாராத முத்தம்' நூல் இரண்டாம் பாகத்தில் எழுதியுள்ளார்.

தேனூர் வரகவி சொக்கலிங்கனார் குகன் முருகனடியார் எனும் முருகனடி யார்கள் புகழ்பாடும் 3833 பாடல்கள் கொண்ட பெரும் நூலை, முருக பக்தர் தணிகைமணி செங்கல்வராய பிள்ளை மூலமாக 1960-ல் பதிப்பித்துள்ளார். இதில் 280 பாடல்கள் குமரகுருபரர் பற்றி பாடப்பட்டுள்ளன. சேக்கிழார்ப் பெருமானின் பெரிய புராணம் சிவனடியார்களைப் பாடுவதுபோல் இந்த நூல் முருகனடியார்கள் பெருமையை உணர்த்துகிறது.

குமரகுருபரர் பிரபந்த பதிப்புப் பணி

எண்ணிலடங்கா இலக்கியச் செல்வங்களை விட்டுச்சென்ற குமர குருபரரின் படைப்புகள் ஓலைச்சுவடியில் உறங்கிக்கொண்டிருந்த நிலையில், முதன்முதலாக 1835-ல் சபாபதி முதலியார், ஏட்டுச்சுவடிகளைத் தேடிக்கண்டறிந்து குமரகுருபர பிரபந்தம் முதல் பதிப்புக் கொண்டுவந்தார்.

1860-ல் ராமசாமி நாயுடு என்பவர் திருக்கயிலாய பரம்பரை தருமபுர ஆதீனத்தின் காசிமடம் 'குமரகுரு சுவாமிகள்' எனும் விளக்கத்தோடு படங்களுடன் கூடிய பதிப்பைக் கொண்டுவந்தார்.

1864-ல் குமரகுருபரரின் பாடல்களின்

சிறப்பை உணர்ந்த முத்தையாப் பிள்ளை, ஆங்கில மொழிபெயர்ப்புடன் 'குமரகுருபரரின் பிரபந்தங்கள்' என்ற நூலை வெளியிட்டார். அதைத் தொடர்ந்து திருவேங்கட நாயுடு என்பவர் 'குமரகுருபர சுவாமிகள் பிரபந்தத் திரட்டு: அருஞ்செய்யுளுரை குறிப்புடன்' என்று பதிப்பித்தார்.

சைவ சித்தாந்த நூற்பதிப்புக் கழகத்தார் 1925-ல் சிதம்பர ராமலிங்கம் பிள்ளை மூலமாக 'குமரகுருபர சுவாமிகள் நூல் தொகுதி' எனும் பதிப்பை வெளியிட்டனர்.

தமிழ்த் தாத்தா உ.வே.சாமிநாத ஐயர், குமரகுருபரரின் அருமை பெருமைகளை உணர்ந்து, தாம் இளம் வயதில் திருவாவடுதுறை ஆதீனத்தில் பயின்றபோது, ஏட்டுச்சுவடிகளில் இருந்த முத்துக்குமார சுவாமி பிள்ளைத் தமிழ் முதலான பிரபந்தங்களை முழுமையாகப் படித்தார்.

குமரகுருபரரின் தமிழ் ஞானத்தை நன்கு உணர்ந்ததாலேயே சுவாமிகளின் அனைத்து நூல்களையும் நேர்த்தியாய்த் தொகுத்து ஆராய்ச்சிக் குறிப்புகள் எழுதி, காசி மடத்து சுவாமிநாத தம்பிரான் பொருள் உதவியுடன் திருத்தங்கள் செய்து, 1939-ல் 'குமரகுருபர சுவாமிகள் பிரபந்தத் திரட்டு' எனும் விரிவான பதிப்பை 105 பக்க ஆராய்ச்சி உரையுடன் கொண்டு வந்தார். அதைத் தொடர்ந்து உ.வே.சா அவர்களின் புதல்வர் கல்யாணசுந்தரர் 1952-ல் பதிப்பித்தார்.

அண்ணாமலைப் பல்கலைக்கழகமும் உ.வே.சா. பதிப்பையே மூலாதாரமாகக் கொண்டு குமரகுருபரர் பிரபந்தத் திரட்டை வெளியிட்டது.

நீதிநெறி விளக்கம் பதிப்பு

நீதிநெறி விளக்கத்தின் அறநெறிச் சிறப்புக் கருதி தமிழ், ஆங்கிலம் என இரு மொழிகளிலும் பல பதிப்புகள் வந்துள்ளன. 1914-ல் எல்.எஸ்.என். வின்பிரெட் என்பவர் ஆங்கில மொழி பெயர்ப்பை வெளியிட்டார்.

1920-ல் சாது ரத்தின சற்குரு புத்தக சாலையார், அ.மகாதேவ செட்டியாரைக் கொண்டு 'நீதிநெறி விளக்கம்: மூலமும் விளக்கவுரையும்' என்ற சிறப்பான நூலை வெளியிட்டனர்.

1943-ல் தருமபுர ஆதீனத்தினர் 'நீதிநெறி விளக்கம்: மூலமும் உரையும்' எனும் நூலை, காழி சிவகண்ணுசாமிப் பிள்ளை என்பவர் மூலம் வெளியிட்டனர்.

மேலும் பரிதிமாற் கலைஞர், சி.வை. தாமோதரம் பிள்ளை போன்றோரும், நீதி நெறி விளக்கத்தின் கருத்து சாரம் கருதி இந்நூலைப் பதிப்பித்துள்ளனர். இவ்வளவு அளப்பரிய படைப்புகளைத் தமிழுக்கும் சைவத்திற்கும் அளித்த மகான் குமரகுருபர சுவாமிகள் தம்மை மிகவும் எளியவனாகவே காட்டிக்கொள்கிறார்.

மதுரைக் கலம்பகத்தில் சொல்கிறார்,

"சிற்றடியவர்க்கே குற்றேவல் தலைக்கொண்டு
அம்மா கிடைத்த வாவென்று
செம்மாப்புறூஉம் திறம்"

என்று அடியார்க்கு அடியாராய் சேவை செய்வதே நம் அவா என்று கூறுகிறார்..

சிதம்பர மும்மணிக் கோவையிலும், ஒழுக்கம் நிறைந்த எளிய வாழ்வு வேண்டும் என்பதை **"விழும்பெரும் கேள்வி மெய் தவிர் குழாத்தோடும் வை"** என்கிறார்.

தமிழையும் சைவத்தையும் தம் வாழ்நாள் முழுக்கப் போற்றிவந்த குமரகுருபரரின் பயணம் ஸ்ரீவைகுண்டத்தில் 1615-ல் துவங்கி 1688-ல் காசியில் முடிந்தது.

"திமிரமதகற்றும் தெய்வக் கவிஞர் குமரகுருபரன் குரைகழல் வெல்க" என்று ஒரு தனிப்பாடல் குமரகுருபர சுவாமிகளின் புகழைப் பாடுவதுபோல், என்றென்றும் தமிழ் மக்கள் போற்றி வணங்கவேண்டிய ஞானத் தமிழ் மகன் குமரகுருபரர் ஆவார்.

ஸ்ரீகுமரகுருபர சுவாமிகள் சேவடி வாழ்க! அவர்தம் தேன் தமிழ் வாழ்க!

9

பொங்கிவரும் காவேரி

காவேரி குடகு மலையில் தொடங்கி புகார்ப் பட்டினம் எனப்படும் பூம்புகாரில் சங்கமிக்கும் தமிழகத்து ஜீவநதி. பல இலக்கியங்களிலும் வேதங்களிலும் புண்ணிய நதியாகப் போற்றப்படும் பொன்னி நதி.

பல நகரங்கள், பல கிராமங்கள், பல ஊர்கள், பல குடியிருப்புகள், பல வகையான பயிர்கள் சூழ்ந்த வயல் வெளிகள், கிளை நதிகள், சிற்றாறுகள், ஓடைகள், அந்த ஓடைகள் மூலம் நிரம்பிய ஏரிகள், அணைக்கட்டுகள் இதனைச் சார்ந்த சுற்றுலா தலங்கள் எனக் காவிரியைச் சார்ந்து ஒரு மிகப்பெரிய சமவெளிப் பரப்பே இயங்கி வருகிறது.

வட இந்தியாவிலும், ஐரோப்பாவிலும், மத்திய கிழக்கு நாடுகளிலும் பல ஜீவ நதிகள் ஓடிக்கொண்டுதான் இருக்கின்றன. ஆனாலும், அந்நதிகளின் தண்ணீரின் தன்மை ஒன்று, கைவைக்க இயலாத அளவிற்குக் குளிர்ச்சியான பனிக்கட்டியாக விளங்கும் அல்லது சகதி போல் எவ்விதப் பயன்பாட்டிற்கும் உதவாததாக இருக்கும்.

ஆனால், காவிரி நதி எப்போதும் மக்கள் துள்ளிவிளையாடக்கூடிய, தித்திக்கும் நதியாக, குடிநீர் வழங்கக்கூடிய நல் நதியாக, தென்னை, வாழை, பாக்கு விளைந்து நிற்கும் நெற்கதிர்கள், ஓங்கி நிற்கும் கரும்பு என வளமிகுந்த வயல்வெளிப் பரப்பைச் செழிக்கச் செய்யும் நதியாக, ஆடிப்பெருக்கு அன்று குதூகலமாய் ஓடி விளையாடி வழிபாடு செய்யக்கூடிய மென்மையான நதியாக, அரவணைக்கும் அன்னையாக விளங்கி வருகிறது.

எவ்வளவுதான் கரைபுரண்டு ஓடினாலும், வெள்ளப் பிரவாகம் எடுத்தாலும், பேய் மழை பொழிந்து பொங்கி வழிந்து ஓடினாலும், ஒருபோதும் அது திசைமாறித் தன் மக்களைப் பழி வாங்கியதே இல்லை.

காவேரி என்பவள் காத்து நிற்கும் தாயாகவே விளங்கி வருகிறாள். சோழப் பேரரசின் ஜீவ நாடியாக விளங்கும் பொன்னி நதியை, சோழ மன்னர்கள் தங்கள் தாயாக, அருள் பாலிக்கும் தெய்வமாகவே வழிபட்டு வந்துள்ளனர்.

அதனால்தான், கல்லணை கட்டிய கரிகால் சோழன் பொன்னிப் பெருவளத்தான் என்றும், மாமன்னன் ராஜராஜ சோழன் பொன்னியின் செல்வன், காவேரிக் காவலன் என்றும் போற்றப்படுகின்றனர்.

இந்தக் காவேரியின் சிறப்பைப் பற்றிப் பலவிதமான இலக்கியப் பதிவுகள், சமய அருளாளர்களின் பாடல்களில் கொட்டிக் கிடக்கின்றன. காவிரியின் சிறப்பை ஓங்கி ஒலிக்கும் முதன்மையான நூல் சிலப்பதிகாரமே ஆகும்.

இளங்கோவடிகள் காவிரியின் சிறப்பையும், பெருமையையும் காவிரி வாழ் சோலைகளையும் குறிப்பிடும்போது மிக அழகாகச் சொல்கிறார்,

அதாவது சிலப்பதிகாரம் கானல் வரியில்,

"மருங்கு வண்டு சிறந்தார்ப்ப
மணிப்பூ ஆடை அதுபோர்த்துக்
கருங்க யற்கண் விழித்தொல்கி
நடந்தாய் வாழி காவேரி!
கருங்க யற்கண் விழித்தொல்கி
நடந்தவெல்லாம் நின் கணவன்
திருந்து செங்கோல் வளையாமை
அறிந்தேன் வாழி காவேரி."

என்று பூக்கள் நிறைந்த சோலைகளில் வண்டுகள் இசை பாடுவதையும், மலர்கள் பூத்துக் குலுங்குவதையும், மீன்கள் துள்ளிக் குதிப்பதையும்,
சோலைகள் மலர்ந்து அதில் மயில்கள் நடனம் புரிவதையும், குயில்கள் இசைபாடிப் பறந்து மகிழ்வதையும் அந்திப்பொழுதில் தென்றல் வருடிச் செல்வதையும்,

புது நீர் பொங்கிவரும்போது பெண்கள் காவிரித் தாயை வழிபட்டு, தீபங்கள் ஏற்றி விளக்குக் காட்டி, காவேரிக்குக் காணிக்கையாகச் செலுத்துவதையும், மலர் மாலைகள் நதியில் மிதந்து செல்வதையும் மிக அழகாக இளங்கோவடிகள் படம் பிடித்துக்காட்டுகிறார்.

சிலப்பதிகாரத்தில் காவேரியின் சிறப்புப் பல இடங்களில் குறிப்பிடப்படு கிறது.

"வாழி அவன்தன் வளநாடு
மகவாய் வளர்க்கும் தாயாகி
ஊழி உய்க்கும் பேருதவி
ஒழியாய் வாழி காவேரி"

என்றும் சிறப்பித்துப் பாடப்படுகிறது.

அப்பர் சுவாமிகள் சொல்கிறார், சிவபெருமான்தான் கங்கையாகவும், காவேரியாகவும் விளங்குகிறார் என்று. அடடா! என்னே காவேரியின் பெருமை!

"கங்கையாய் காவேரியாய் கன்னியாகி,
கடலாகி, மலையாகிக் கழியுமாகி
எங்குமாய் ஏறூர்ந்த செல்வனாகி"

முருகனுக்கே தன் வாழ்க்கையை அர்ப்பணித்த அருணகிரிநாதர் திருப்புகழில், காவேரியின் சிறப்பைப் பல இடங்களில் கூறுகிறார்.

காவேரி பாயும் சோழ நன்னாட்டின் வயலூர், திருக்காட்டுப்பள்ளி, திருவையாறு, சுவாமிமலை, குடந்தை, குற்றாலம் போன்ற பல இடங்களை மிகச் சிறப்பாக விளக்கிச் சொல்லியிருக்கிறார்.

காவேரியைப் பற்றிச் சொல்லும்போது,

"ஏழ்தலம் புகழ் காவேரியால் விளை
சோழ மண்டல மீதே மனோகர
ராஜ கம்பீர நாடாளு நாயக வயலூரா"

என்று காவேரியின் கரையில் காட்சி கொடுத்துக்கொண்டிருக்கும் வயலூர் முருகனின் சிறப்பை விளக்குகிறார்.

திருவையாறு புஷ்ய மண்டப படித்துறை

மேலும்,

"வளைகுளம் அலங்கு காவிரியின்
வடபுறம் சுவாமிமலை இசைவிளங்கு
தேவர் பெருமானே!"

என்று சுவாமிமலை அமைந்துள்ள காட்சியை அருணகிரிநாதர் பதிவு செய்கிறார். திருநாவுக்கரசு சுவாமிகள் கும்பகோணத்திற்கு அருகில் உள்ள குடந்தைக் கீழ்க்கோட்டம் எனப்படும் திருநாகேஸ்வரம் ஆலயத்தைப் பற்றிச் குறிப்பிடும்போது, மாசி மாதத்தில் அனைத்துப் புண்ணிய நதிகளின் தீர்த்தமும் இங்கு சங்கமிப்பதை அழகாகக் குறிப்பிட்டுள்ளார்.

"காவேரி யமுனை கங்கை சரஸ்வதி
பொற்றாமரை புஷ்கரணி தெண்ணீர்
கோவிலோடு குமரிவரும் தீர்த்தஞ் சூழ்ந்த
குடந்தைக் கீழ்கோட்டத்து எங்கூத்தனாரே"

காவேரியின் அழகை சைவக் குரவர்கள் மட்டுமன்றி, ஆழ்வார்களும் போற்றிப் புகழ்ந்து வந்துள்ளனர்.

பெரியாழ்வார் குறிப்பிடுவார்,

"வண்டு களிதிரைக்கும் பொழில்சூழ்
காவேரி தென்னரங்கம்"
"கன்னி நன்மாமதில் சூழ்தரும் தருபூம்
பொழில் காவேரி தென்னரங்கம்"

மேலும், காவேரியின் மடியில் அமைந்திருக்கும் திருச்சி ஸ்ரீரங்கத்தைப் பற்றிக் குறிப்பிடும்போது,

"வேயின் முத்தும் மணியும் கொணர்ந்தார்
புனர் காவேரிபுனை வளர
பூம்பொழில்சூழ் அரங்கன் நகராம்"

என்றும் பெரியாழ்வார் பாடியுள்ளார்.

கர்நாடக மாநிலத்தின், குடகு அருகில் தலைக்காவேரியில் தொடங்கும் காவேரியானது பல்வேறு பிரதேசங்களைக் கடந்து பூம்புகார்ப் பட்டினத்தில் கடலில் சங்கமிக்கிறது.

காவேரியின் மொத்த நீளம் 800 கிலோ மீட்டர் ஆகும். அதில் கர்நாடகாவில் ஓடுவது 320 கிலோ மீட்டர். தமிழ்நாட்டில் பாய்வது 476 கிலோமீட்டர். இரு மாநில எல்லையாக 64 கிலோ மீட்டர்

பாய்ந்தோடுகிறது.

குடகு மலையில் உற்பத்தியாகும் காவேரி ஆற்றோடு, ஹாரங்கி, ஹேமாவதி ஆறுகளின் நீரும், அந்த ஆறுகளில் பருவ மழை நேரத்தில் உற்பத்தியாகும் உபரி நீரும் கே.ஆர்.எஸ் அணை என்று அழைக்கப்படும் கிருஷ்ணராஜ சாகர் அணையில் ஒன்று சேர்ந்து, காவேரியில் கலக்கின்றன.

கபினி அணையில் திறந்துவிடப்படும் தண்ணீர் டீ நரசிபுரா என்ற இடத்தில் காவேரியில் கலக்கிறது. தமிழ்நாட்டின் எல்லையான பிலிகுண்டுலு தாண்டி ஓசூர் வழியாக மேட்டூர் வந்தடையும் காவேரி அங்கு தேக்கிவைக்கப்படுகிறது.

பிலிகுண்டுலுவுக்கு முன்பு உள்ள கனகபுரா தாலுகாவில் உள்ள மேகதாது எனும் மலைகள் சூழ்ந்த குறுகிய காவேரிப் பகுதியில்தான், கர்நாடக அரசானது ஓர் அணையினைக் கட்ட முயன்று வருகிறது. அந்த அணை கட்டப்பட்டால் நிச்சயம் தமிழக டெல்டா மக்களின் விவசாயம் பாதிக்கப்படும். மேட்டூர் அணையானது மலைகள் சூழ்ந்த உயரமான, நீரைத்தேக்கி வைக்கக் கூடிய, பாதுகாப்பான இடத்தில் அமைக்கப்பட்டுள்ளது.

ஆங்கிலேயப் பொறியாளர் எல்லீஸ் அவர்களால் வடிவமைக்கப்பட்டு 1926-ல் தொடங்கிய கட்டுமானம் 1934-ல் முடிக்கப்பட்டது. மேட்டூர் அணை கட்டுவதற்கு மிகவும் ஆதரவு அளித்து திறந்து வைத்த கவர்னர் ஜோசப் ஸ்டான்லி பெயரால் **ஸ்டான்லி நீர்த் தேக்கம்** என்றும் அழைக்கப்படுகிறது.

மேட்டூர் அணையின் உயரம் 120 அடி. அதிகபட்ச நீர்மட்ட உயரம் 126 அடி. அணையின் நீளம் 5300 அடி, நீர்பிடிப்புப் பரப்பு 42217 ச.கி.மீ, வெள்ள நீர் வெளியேற்றுத் திறன் விநாடிக்கு 4,56,014 கன அடி, முழுக் கொள்ளளவில் நீரின் மேற்பரப்பு 153.46 ச.கி.மீ., அணையின் மொத்தக் கொள்ளளவு 95.65 டி.எம்.சி., அணையின் நிகரக் கொள்ளளவு 93.46 டி.எம்.சி. (டி.எம்.சி.- ஆயிரம் மில்லியன் கன அடி.) குறைந்தபட்சம் 90அடிக்கும் மேல் நீர் தேக்கிவைக்கப்பட்டால்தான் டெல்டா பாசனத்திற்குப் போதுமானதாக இருக்கும்.

தவழ்ந்து, பாய்ந்து வரும் காவேரி, திருச்சி மாவட்டம் முசிறிக்கு அருகில் துவங்கி கம்பரசம்பேட்டை, ஸ்ரீரங்கம் வரை அகண்ட காவிரியாக உருவெடுக்கிறது. அதாவது இந்தப் பகுதிகளில் காவிரியின் அகலம் 1000 மீட்டர் முதல் 1500 மீட்டர் வரை உள்ளது.

அதனால்தான் இந்தப் பகுதிகளில் காவிரியில் தண்ணீர் வரும்போது, அதிகபட்ச நீர்ப்பிடிப்பு ஏற்பட்டு பூமியின் நீராதார அளவு அதிகமாகிறது. குறைந்த மட்டத்திலே தண்ணீர் கிடைக்கிறது. இருபுறமும் வாழை, நெல், தென்னை செழிப்பாக வளர்கின்றன.

முக்கொம்பு எனப்படும் மேல் அணைக்கட்டிற்கு அருகில்தான் கொள்ளிடம் பிரிகிறது. அதாவது காவிரியில் வெள்ளப்பெருக்கு எடுத்தால் அதை சமாளிக்கும் வடிகாலாக உருவாக்கப்பட்டதுதான் கொள்ளிடம் ஆகும்.

கல்லணை

கல்லணை நினைத்துப்பார்க்க முடியாத தொலைநோக்குச் சிந்தனையுள்ள கட்டமைப்பு, கல்லணையின் தொன்மை குறித்து பழம்பாடல் ஒன்று,

> **"தொக்க கலியின் மூவாயிரத்துத்தொண்ணாற்றில்**
> **மிக்க கரிகால வேந்தனும்தான்-பக்கம்**
> **அலைக்கும் புனல்பொன்னி ஆறுகரை இட்டான்**
> **மலைக்கும் புயத்தானும் வந்து"**

என்று கரிகால் சோழன் சிறப்பையும் கல்லணை கட்டிக் காவிரியை முறைப்படுத்தியதையும் குறிப்பிடுகிறது.

கரிகால் சோழன்தான் கட்டியதாகப் பல இலக்கியச் சான்றுகள் கூறுகின்றன. ஆயினும் அறிஞர்களுக்கு இடையேயான விவாதத்தில், கரிகால் சோழன் எனும்

பெயரில் ஒன்றுக்கும் மேற்பட்ட சோழ மன்னர்கள் இருந்திருக்க வேண்டும் என்றும் அவர்கள் ஒவ்வொருவரும் இந்த அணையின் கட்டமைப்புக்குத் தங்களுடைய பங்களிப்பைச் செய்திருக்கக்கூடும் என்றும் சொல்லப்படுகின்ற கூற்று ஏற்றுக் கொள்ளக்கூடிய ஒன்றே ஆகும்.

கல்லணை கட்டிய கரிகாலன் குறித்து,

பொருநராற்றுப் படையில் முடத்தாமக் கண்ணியார் பதிவு செய்திருக்கிறார்...

குன்றெனக் குவைஇயகுன்றாக்குப்பை
கருந்தெற்று மூடையின் இடங்கெடக்கிடக்குஞ்
சாலி நெல்லின் சிறைகொள்வேலி
யாயிரம் விளையுட்டாகக்
காவிரிபுரக்கும் நாடுகிழவோனே"

அதேபோல் ஒட்டக்கூத்தர் விக்கிரம சோழன் உலாவில் 'பொன்னிக்கரை கண்ட பூபதி' என்று கரிகால் சோழனைப் புகழ்ந்துள்ளார்.

காவேரியை எப்படி முழுமையாக எல்லா மக்களுக்கும் பயன்படுத்துவது எனச் சிந்தித்த மாமன்னன் கரிகாலன், காவேரியை அங்கு தடுத்து நிறுத்தி வெண்ணாறு என்னும் சிற்றாற்றைச் சீர்படுத்தினான். இந்த ஆற்றுக்கு ஒரு பகுதி நீரைப் பிரித்துக்கொடுத்தான். இந்த ஆறுதான் மன்னார்குடி, திருவாரூர்ப் பகுதிக்குச் செல்கிறது.

தண்ணீர் நிரம்பி வந்தால் கட்டுப்படுத்த இயலாத நிலையில் என்ன செய்வது?

UPPER ANAICUT எனப்படும் மேல் அணைக்கட்டான முக்கொம்பில், கொள்ளிடம் ஆறு காவேரி ஆற்றிலிருந்து பிரிகிறது. கல்லணையிலும் தண்ணீர் நிரம்பிவிட்டால் என்ன செய்வது?

இதற்காக உருவாக்கப்பட்டதுதான் கொள்ளிடக் கால்வாய் இணைப்பு. இக்கால்வாய் கல்லணையின் வடக்குப் பகுதியில் உள்ள உள்ளாற்றின் இணைப்பு வழியாக, தோகூருக்கு அருகில் கொள்ளிடத்தில் இணைகிறது.

அதாவது, தண்ணீர் அதிகமாக வந்தால் கொள்ளிடத்தில் திறந்துவிடலாம்.

ஆர்தர் காட்டன் இங்கிலாந்தில் பிறந்து 1818-ல் கிழக்கிந்தியக் கம்பெனியில் பணியில் சேர்ந்து அடுத்த ஆண்டே சென்னைப் பொறியியல் குழுவில் பணி யாற்றினார்.

1821-ம் காலகட்டத்தில் கல்லணையை பார்வையிட்ட, அவர் மிகுந்த ஆச்சர்யப்பட்டு அதன் அடிப்பகுதி வரை ஆய்வு செய்து பார்த்ததில், ஒரு முழுமையான கான்க்ரீட் இல்லாமல் ஒரு முறைப்படுத்தப்பட்ட கட்டமைப்பாக இல்லாமல் பாறைகளுக்கிடையே மணல் பகுதிகள் நிரப்பியிருப்பதைக் கண்டறிந்தார்.

அந்த மணல் என்பதும் ஆற்றின் நீர் போக்கில் வந்து சேர்ந்த ஒன்றாகவே இருந்திருக்கிறது. இதைப் பலப்படுத்த வேண்டும் என்று எண்ணி, பாறைகளுக்கு இடைப்பட்ட பகுதியில் வலுவான கான்கிரீட் நிரப்பி அணையை செம்மைப் படுத்தினார்.

அதேபோல் முக்கொம்பில் காவிரியி லிருந்து பிரிகின்ற, கொள்ளிடம் கடைசி வரை காவிரியோடு சேர்வதில்லை. ஆனால், கல்லணை அருகில் காவிரியைக் கொஞ்சம் தொட்டுத் தொட்டுச் செல்லும்! காவிரியில் தண்ணீர் வெள்ளம் பெருக்கெடுத்து வரும்போது கொள்ளிடத்திற்குக் கல்லணையிலிருந்து திருப்பிவிடுவார்கள்.

கல்லணையிலிருந்து கொள்ளிடத்திற்குச் செல்லும் அந்தப் பகுதி சற்றுத் தாழ்வாக இருக்கும். ஆனால், முறையான ஆறு போன்ற அமைப்பு இல்லாததைக் கண்ட ஆர்தர் காட்டன் அதை ஆழப்படுத்தி அகலப்படுத்தி ஆற்றைச் சீரமைத்துக் கொடுத்தார். அதுதான் உள்ளாறு ஆகும். உள்ளாறு காவிரியிலிருந்து, கொள்ளிடம் ஆற்றுக்கு பிரியும் பாலத்தின் மேல்பகுதியில் ஆர்தர் காட்டன் அவர்களுக்குச் சிலை நிறுவப்பட்டுள்ளது நன்றிக்குரியதாகும்!

அதாவது காவேரியில் தண்ணீர் வரும் போது அங்கு தேக்கப்பட்டு காவிரி, வெண்ணாறு, கல்லணைக் கால்வாய் மற்றும் கொள்ளிடம் ஆறுகளில் பிரித்து அனுப்பப்படும்.

கல்லணையில் இருந்து காவேரி பிரிந்து செல்லும் நிலையில், உய்யக்கொண்டான் கால்வாய் இங்குதான் வந்து சேர்கிறது. ஏனெனில், திருச்சி மாநகரப் புறநகர் பகுதிகளில், குடியிருப்புகளில், ஊர்ப் பகுதிகளில் நிரம்பும் நீரானது உய்யக்கொண்டான் கால்வாயில் கலந்து, மேட்டு நிலத்தின் வடிகாலாகக் கல்லணையில் சேர்கிறது.

அதாவது, கல்லணையில், காவேரியானது;

1. **கொள்ளிடம் இணைப்பு ஆறு,**
2. **காவேரி,**
3. **வெண்ணாறு,**
4. **கல்லணைக் கால்வாய்** எனப்பிரிகிறது.

உய்யக்கொண்டான் ஆற்றின் நீர், கல்லணையின் தென் பகுதியில் வந்து சேர்கிறது.

இப்படிப்பட்ட தொன்மைச் சிறப்பு வாய்ந்த, சுற்றுலாப் பயணிகள் அதிகம் வருகை தரும் கல்லணை அமைந்துள்ள இடத்தின் காவல் நிலையத்திற்குப் பெயர் தோகூர் ஆகும். உலகளாவிய சுற்றுலாப் பயணிகள் வருகை தரும் இந்த இடத்தின் காவல் நிலையத்தின் பெயரைக் கல்லணைக் காவல் நிலையம் என்று பெயர் மாற்றினால் சிறப்பாக இருக்கும் என்று அரசுக்குப் பரிந்துரை செய்து விரிவான அறிக்கை அனுப்பினேன். விரைவில் தோகூர் காவல் நிலையம் என்பது கல்லணை காவல் நிலையம் என்று பெயர் மாற்றப்படக்கூடும் என நம்புவோமாக!

கல்லணை அணைக்கட்டானது கி.மு மூன்றாம் நூற்றாண்டுக் காலத்தைச் சார்ந்ததாக இருக்கலாம் என்று கருதப்படுகிறது. உலகின் பழைமையான அணை என்று போற்றப்படுவது, சிரியாவில் உள்ள ஹோம்ஸ் என்ற அணையாகும். 1319-1304 எகிப்து மன்னன் பாரோ சேதி என்பவனால் கட்டப்பட்டது.

ஓரண்டெஸ் ஆற்றின் குறுக்கே

கல்லணை – காவேரி பிரியும் அழகு

கட்டப்பட்ட இந்த அணை 2 கிலோ மீட்டர் நீளமும் 20 அடி அகலமும் 7 மீட்டர் உயரமும் கொண்டதாகும். இந்த அணையும் இன்றளவும் மிகச் சிறப்பாகப் பயன்பாட்டில் உள்ளது குறிப்பிடத்தக்கதாகும்.

கொள்ளிடம்

கொள்ளிடப் பாசனப் பரப்பின் அளவு 96,000 ஏக்கர் மட்டுமே. பருவ மழைக் காலத்தில் மழையின் அளவு மிகையாக இருந்தால் கொள்ளிடத்தில் நீர்வரத்து இருக்கும். மற்ற நாட்களில் கே.ஆர்.எஸ் எனப்படும் கிருஷ்ணராஜ சாகர் அணையும், கபினி அணையும் நிரம்பி, மேற்குப் பருவ மழை அதிகமாக இருந்தால்தான் கிருஷ்ணராஜ சாகர் திறக்கப்பட்டு மேட்டூருக்கு நீர்வரத்து இருக்கும். மேட்டூர் அணையில் 130 அடிக்கு மேல் தண்ணீர் நிரம்பினால்தான், கொள்ளிடத்தில் முழுமையான அளவு, கரையை ஒட்டி நீர் வர வாய்ப்பு உள்ளது.

2005-ல் பெருவெள்ளம் வந்தபோது, வடகிழக்குப் பருவமழையும் சேர்ந்து கொள்ள வாழ்க்கை என்ற இடத்தில் கொள்ளிடக்கரை உடைப்பெடுத்தது பெருவெள்ளம் உண்டானது. கொள்ளிடம் ஆற்றின் கொள்ளளவு 4 லட்சம் கன அடி ஆகும்.

2005-ல் கர்நாடகா மற்றும் தமிழ்நாட்டில் பருவ மழை அதிகமாக இருந்ததால் கொள்ளிடத்தில் பெரு வெள்ளம் ஏற்பட்டது. கொள்ளிடத்தில் 4 லட்சம் கன அடி தண்ணீர் முழுமையாகப் பாய்ந்தோடியது. கீழ் அணைக்கட்டு எனப்படும் அணைக்கரைப் பாலத்தின் அடியிலுள்ள அளவுகோலான 21 அடியைத் தொட்டு, பாலத்தை ஒட்டி தண்ணீர் சென்றது.

2018 ஜூனில் ஏற்பட்ட பெரு வெள்ளத்தின்போது 2.75 லட்சம் கன அடி தண்ணீர் பரவலாக சென்றது. சில நேரம் 3.5 லட்சம் கன அடியாக அதிகரித்தது. அந்த நாளில் கொள்ளிடத்தைப் பார்க்கும்போது, கடல் அசைந்து செல்வது போலவே காட்சியளிக்கும்.

இரவும் பகலும் உரசிக்கொள்ளும் அந்திப்பொழுதில் பயணித்தால் குளிர் காற்றும், பொங்கி வழியும் தண்ணீரும், மரங்களும், தோப்புகளும் நிறைந்த சாலை ஒருவித பரவசத்தை உண்டாக்கும்.

காவேரியில் அதீத வெள்ளம் வந்தால்தான் கொள்ளிடத்தில் நீர்வரத்து இருக்கும். ஆனால் ஒரே ஒரு கிளையாறு மட்டும் கொள்ளிடத்தை வாழ்வாதாரமாகக் கொண்டு பிரிகிறது. அதுதான் வடவாறு ஆகும்.

அதாவது கீழணை (LOWER ANAICUT) எனப்படும் அணைப் பகுதியில் கொள்ளிடத்தின் வடக்கு ஆற்றுப் பகுதியில் ஒருவிதக் கால்வாய் வெட்டப்பட்டு, சிற்றாறாகச் செல்கிறது. 40 கிலோ மீட்டர் பயணித்து கடலூர் மாவட்டம் வீராணம் ஏரிக்குத் தண்ணீர் கொண்டுசெல்லும் இந்த ஆறுதான் வடவாறு ஆகும்.

அணைக்கரைப் பகுதி தஞ்சை மாவட்டத்தின் ஒரு வினோதமான பகுதியாகும். முக்கூடல் சங்கமம்போல மூன்று மாவட்டங்கள் சந்திக்கும் இடமாகும்.

கொள்ளிடத்தின் தென்கரையில் தஞ்சை மக்களும், வடகரையின் கிழக்குப் பகுதியில் கடலூர் மாவட்ட மக்களும், மேற்குப் பகுதியில் அரியலூர் மாவட்ட மக்களும் வாழ்கின்றனர்.

தீவுபோல் காட்சியளிக்கும் இந்த அணைக்கரை, விநாயகம் தெரு பகுதியில் உள்ள கடைத்தெருக்களில் எப்பொழுதும் மூன்று மாவட்ட மக்களும் கலந்து பேசிக் கொண்டிருப்பார்கள். கொள்ளிடம், இந்த இடத்தில்தான் பிரிகிறது.

வட பகுதியான கடலூர் மாவட்டப் பகுதியில் தெற்கு ராஜன் ஆறு என்றும் தென் பகுதியான தஞ்சை மாவட்டப் பகுதியில் கும்கி மண்ணியாறு, பழவாறு எனப் பிரிந்து திருப்பனந்தாள் பக்கம் பாசனத்திற்குச் செல்கிறது.

புது மண்ணியாறு, நாகப்பட்டினம் மாவட்டம் திருமுல்லைவாசலுக்கு அருகில் மீண்டும் கொள்ளிடத்தில் சேர்கிறது.

168 கிலோ மீட்டர் பயணிக்கும் அகண்ட நதியான கொள்ளிடம், நாகப்பட்டினம் மாவட்டத்தில் மகேந்திரப் பள்ளி என்னுமிடத்தில் வங்கக்கடலில் சங்கமிக்கிறது.

கொள்ளிடம் ஆறு திருச்சியின் புறநகர்ப் பகுதிகளான குணசீலம், வாத்தலை, மணச்சநல்லூர், டோல்கேட், உத்தமர்சீலி என்று பயணித்தாலும் தனக்கென்று ஓர் ஆற்றுப்படுகைப் பாதையை உருவாக்கிக் கொள்வது, கல்லணை தாண்டி சுக்காம்பார் எனும் கிராமத்தில்தான்.இங்குதான் கொள்ளிடம் ஆறு தனக்கெனத் தனி வழித்தடத்தைக் கொண்டுள்ளது.

இங்கு தொடங்கும் இந்த கொள்ளிடக் கரையோரச் சாலை 70 கி.மீ பயணித்து, அணைக்கரையில் சென்று முடிகிறது. 2011-ல், வெள்ளத்தடுப்பு மேலாண்மைத் திட்டம் எனும் மத்திய அரசுத் (FMB) திட்டப்படி இந்தக் கொள்ளிடக் கரையோரச் சாலை (CRB ROAD) சீரமைக்கப்பட்டுள்ளது.

வாகனங்கள் அதிகமற்ற, அமைதியான, கிராமச் சாலை போல இருக்கும். ஆனால் மிக அழகாக இருக்கும். வானரங்குடி, விஷ்ணும்பேட்டை, மணல்மேடு, வைத்திய நாதன் பேட்டை, புனல்வாசல் ஆகிய ஊர்களைக் கடந்து செல்லும்போது வாழை, தேக்கு, பாக்கு எனப் பலவகை மரங்கள் சாலையை ஒட்டி நிழல் தந்து கொண்டிருக்கும்.

விளாங்குடி சோதனைச் சாவடியைக் கடந்து சென்றால் கூடலூர், பட்டுக்குடி ஆகிய ஊர்கள் கொள்ளிட ஆற்றுக்கும், சாலைக்குமான இடைப்பட்ட பகுதிக் குடியிருப்புகளைக் கொண்டிருக்கும். வெள்ளப் பிரவாகத்தின்போது, மிக ஆபத்தான பகுதி இந்த ஊர்களே ஆகும்.

கொள்ளிடத்தில் மூன்று லட்சம் கன அடிகளைத் தாண்டி நீர் வரும்போது இந்த ஆற்றுப்படுகைக் குடியிருப்புகளில் தண்ணீர் புகுந்துவிடும்.

அங்குள்ள மக்கள் இந்தப் பேரிடருக்கு நன்கு பழகிவிட்டனர். மரங்களின் பட்டைகளை வைத்து நீரின் உயரம் அதிகமாவதைக் கணக்கிடுகின்றனர்.

மரத்தில் கோடு கிழித்து, நீரோட்டம் மரத்தில் போட்டுள்ள கோட்டைக் கடந்து செல்வதை வைத்து நீரோட்டத்தின் அளவைக் கணிக்கின்றனர். நீரோட்டம் இரண்டாவது கோட்டைத் தொட்டுச் சென்றால் இரண்டு அடி வந்துள்ளது என்று கணிக்கின்றனர். சில மணி நேரம் கழித்துப் பார்த்தால், அடுத்த பட்டையை தண்ணீர் தொட்டிருந்தால் மூன்று அடி என கணக்கிடுகின்றனர்.

இதுபோல் நான்கு அடிக்கு மேல் உயரும்போது, இவர்கள் தங்களின் முக்கிய உடைமைகளை, வீட்டின் பரணில் வைத்துவிட்டு, கால்நடைகளை ஓட்டிக் கொண்டு சாலையின் தென்புறம் உள்ள பள்ளிக்கூடங்கள், சமுதாயக் கூடங்கள், உறவினர்களின் குடியிருப்புகள் எனச் சென்றுவிடுகின்றனர்.

கரை உடைந்து தண்ணீர் ஊருக்குள் பெருக்கெடுத்து வந்தாலும், முன்னெச்சரிக்கையாக இருப்பதால், உயிர்ச்சேதம் தடுக்கப்படுகிறது. தற்போது அந்தக் கரை நன்கு பலப்படுத்தப் பட்டுள்ளது.

நீலத்தநல்லூர் சோதனைச்சாவடியைக் கடந்துவிட்டால், அணைக்கரை வரை பத்துக் கிலோ மீட்டர் தார்ச் சாலை போக்குவரத்துக்கு ஏற்றதாக இருக்கும்.

காவர்கூடம், அத்தியூர், குருகூர், மகாராஜபுரம், கடம்பங்குடி ஆகிய ஊர்களைக் கடந்து, அணைக்கரைத் தென்பகுதியான அத்தியூர் கேண்டின் சோதனைச்சாவடியை ஒட்டிச் சென்று கும்பகோணம், சென்னைச் சாலையில் நிறைவுபெறுகிறது!.

இந்தக் கொள்ளிடக் கரையோர சாலை சில இடங்களில் சற்று மேடு

பள்ளமாக இருந்தாலும், அமைதியான, ரம்மியமான, ஆள் அரவமற்ற, மரங்கள் நிறைந்த மனத்தை அமைதிப்படுத்தும், மனத்திற்கு மகிழ்வைக் கொடுக்கும் சாலையாகும்.

கொள்ளிடத்தில் தண்ணீர், பிரவாகம் எடுத்துவரும்போது, எங்கெங்கு நோக்கினும் தண்ணீர் தண்ணீர் எனும் வகையில் பரந்துபட்ட தண்ணீர் தேசமாகக் காட்சியளிக்கும். அந்திப் பொழுதில் பயணித்தால் கள் குடித்த மந்தி போலவே மயக்கம் கொள்வீர்கள்.

2018 ஜூன் மாத வெள்ளத்தின்போது, இந்தக் கொள்ளிடக்கரையில் பாதுகாப்புப் பணி மேற்கொள்ளும் வகையில் பல முறை பயணம் செய்துள்ளேன். அது ஒரு தேவ அனுபவமாகும்.

கபிஸ்தலம் காவல் நிலையத்திற்கு உட்பட்ட வாழ்க்கை எனும் இடத்தில் சிறப்புக் கட்டுப்பாட்டு அறை அமைத்துக் கரையோர மக்களை அப்புறப்படுத்தியும், தொடர் எச்சரிக்கை விடுத்தும், வெள்ள பாதிப்பைச் சமாளித்தோம்.

காவேரி

சங்க இலக்கியமான, பத்துப் பாட்டில் ஒன்றான **பட்டினப்பாலை** என்ற பூம்புகார் பற்றிய நூலில் **உருத்திரங்கண்ணனார் இயற்கையே பொய்த்தாலும் தன் மக்களை ஏமாற்றாமல் வளம் கொழிக்கச் செய்த காவேரி என்று புகழ்ந்து பாடியுள்ளார்.**

"வசையில் புகழ்வயங்கு வெண்மீன்,
திசைதிரிந்து தெற்கு ஏகினும்
தற்பாடிய தளியுணவின்,
புள்தேம்பப் புயல்மாறி
வான்பொய்ப்பினும் தான் பொய்யா,
மலைத்தலைய கடற்காவிரி."

வெள்ளி எனப்படும் நட்சத்திரம் தான் போகவேண்டிய திசையாகிய வடக்கு நோக்கி செல்லாமல் தெற்கு நோக்கிச் சென்றாலும், மழை நீரையே உணவாக உண்ணும் வானம்பாடிப் பறவை, உணவைப் பெறமுடியாத அளவுக்கு மேகங்கள் பொய்த்துப் பஞ்ச காலம் உண்டானாலும், ஒருபொழுதும் காலம் தவறாமல், காவேரி பெருக்கெடுத்து வருகின்றது என்று பட்டினப்பாலையில் உருத்திரங்கண்ணனார் சொல்வார்.

மலையில் தோன்றி; புகார்ப் பட்டணத்தில் சங்கமிக்கும் காவேரி ஆறு, ஒருபோதும் பொய்க்காமல் தன் மக்களைக் காத்து நிற்கும் என்று விளக்குகிறார்.

மணிமேகலையில் காவேரியின் சிறப்பைப் பற்றிச் சீத்தலைசாத்தனார் அழகாகச் சொல்லியிருப்பார்,

"கோள்நிலை திரிந்து கோடை நீடினும்
தான்நிலை திரியாத் தண்டமிழ்ப் பாவை"

அதாவது தமிழ்நாட்டைச் செழிக்க வைக்கக்கூடிய வல்லமைகொண்டது காவேரி ஆறுதான் என்பதை தெளிவாகக் குறிப்பிட்டிருப்பார்.

காவேரி பல பகுதிகளைக் கடந்து தஞ்சாவூர் மாவட்டத்தின் கல்லணைக்கு முன்பாக உத்தமர்சீலியில் தஞ்சை டெல்டா எல்லையைத் தொடுகிறது. மூன்று கிலோ மீட்டரில் கல்லணையை அடைந்தவுடன் அது தாய் நதியாக உருமாறி, பல கிளை ஆறுகளை உருவாக்குகிறது.

தமிழ் மொழியைப் பற்றி மனோன்மணியம் சுந்தரம்பிள்ளை சொல்லும்போது,

"உன் உதிரத்தே உதித்தெழுந்தே ஒன்று பல ஆயிடினும்" என்பதுபோல,

'ஒரு நதி பல ஆறுகள்' என இடத்திற்கு ஏற்பப் பல வடிவம் எடுத்துப் பிரிந்து செல்கிறது.

கல்லணையில் காவேரி மூன்று பிரிவுகளாகவும் ஓர் இணைப்பு நதியாகவும் செல்கிறது. அதாவது காவேரி மற்றும் அதன் வலப்பக்கம் வெண்ணாறு, அதை அடுத்துக் கல்லணைக் கால்வாய், என்றும் காவேரியின் இடது பக்கம் கொள்ளிடம் இணைப்பு ஆறு என்றும் பிரிந்து செல்கிறது.

கல்லணையில் தொடங்கும் காவேரி பதினாறாவது கிலோ மீட்டரில் திருக்காட்டுப்பள்ளியில் காவிரி, குடமுருட்டி எனப் பிரிகிறது. குடமுருட்டி ஆறானது திருவைகாவூர், திருப்புறம்பியம், திருப்பனந்தாள் பந்தநல்லூர் போன்ற பகுதிகளுக்கு நீராதாரமாக விளங்குகிறது.

திருவையாறு வழியாகப் பாய்ந்து செல்லும் காவேரி கல்லணையிலிருந்து 47-வது கிலோ மீட்டரில், கபிஸ்தலம் அருகில் மேட்டுத்தெரு எனுமிடத்தில் இடது பக்கம் மண்ணியாறு என்றும், வலது பக்கம் அரசலாறு என்றும் பிரிந்து செல்கிறது.

இந்த அரசலாறு தான் சுந்தரப் பெருமாள் கோயில், தாராசுரம், சாக்கோட்டை, மற்றும் திருவாரூர் மாவட்டம் புதுக்குடி, எரவாஞ்சேரி, பூந்தோட்டம் பகுதிகளுக்குப் பாசனமாக அமைகிறது. தாராசுரம் ஐராவதீஸ்வரர் ஆலயமே இந்த அரசலாற்றின் வலது கரையில்தான் அமைந்துள்ளது.

இப்படித் தவழ்ந்து செல்லும் காவேரி கல்லணையிலிருந்து 67-வது கிலோ மீட்டரில் கும்பகோணத்தை அடுத்த மணஞ்சேரி எனும் ஊருக்கு வலதுபுறம் வீரசோழன் ஆறு என்று பிரிகிறது.

இந்த ஆறுதான் ஆடுதுறை, மங்க நல்லூர், செம்பனார்கோயில் போன்ற பகுதிகளுக்குப் பாசன வசதி ஏற்படுத்தித் தருகிறது.

தொடர்ந்து செல்லும் காவேரி குற்றாலத்திற்கு முன்பாகத் திருவாலங்காடு அருகில் இடதுபக்கம் விக்கிரமன் ஆறு என்று பிரிகிறது, இந்த விக்கிரமன் ஆறு மயிலாடுதுறை அருகில் அய்யாவையாறு எனும் வடிகாலாகப் பிரிகிறது.

தன்னிலிருந்து பல கிளை ஆறுகளை, கால்வாய்களை, வாய்க்கால்களை, ஓடைகளை, ஏரிகளை உருவாக்கி, தன் பயணத்தைத் தொடர்ந்த காவேரி, பூம்புகார் சென்று வங்கக்கடலில் சங்கமிக்கிறது.

தஞ்சை மாவட்டத்தைப் பொறுத்த வரை காவேரியின் அகன்ற பகுதி என்பது கோயிலடி அருகில் உள்ள அகரப்பேட்டை பகுதியாகும். அங்கு காவிரியின் அகலம் 400 மீட்டர் அளவில் உள்ளது.

காவேரியின் குறுகலான பகுதி என்று எடுத்துக்கொண்டால் கும்பகோணம் நகரத்தை ஒட்டியுள்ள பகுதி 70 மீட்டர் அகலம் கொண்டதாகும்.

காவேரி சார்ந்த பகுதிகள் வாழை, நெல், கரும்பு மற்றும் காய்கறிகள் விளைவிக்கக்கூடிய செழிப்பான பகுதிகளை உள்ளடக்கியதாகும். அதிலும் காவேரியை ஒட்டியுள்ள திருப்பந்துருத்தி, வளப்பக்குடி, நடுக்கடை போன்ற பகுதிகள் வாழை செழித்து விளங்கக் கூடிய பகுதிகளாகும். காவிரியின் பாசன ஆயக்கட்டு பகுதி 76 மைல்களைக் கொண்ட 4,94,169 ஏக்கர் நிலப்பரப்பாகும்.

குடமுருட்டி ஆறு

குடமுருட்டி ஆற்றினை எடுத்துக் கொண்டால் திருக்காட்டுப்பள்ளியில் காவிரியின் வலதுபக்கம் தொடங்கி, திருக்காட்டுப்பள்ளி, செந்தலை, நடுக்காவேரி, திருச்சோற்றுத்துறை, அய்யம்பேட்டை, பாபநாசம், ராஜகிரி வழியாகச் செல்கிறது. இவை பெரும்பாலும் வாழையும் நெல்லும் செழித்து விளங்கும் பகுதிகளாகும்.

ராஜகிரி அருகில் இந்தக் குடமுருட்டி ஆற்றில் இருந்து, இடதுபக்கம் திருமலை ராஜன் ஆறு உருவாகிப் பிரிகிறது. இந்த திருமலை ராஜன் ஆறு ராஜகிரி, சுந்தர பெருமாள் கோயில், திருமலைராயன் பட்டினம் வழியாகச் சென்று காரைக்கால் வரை பாசனத்திற்கு ஆதாரமாக உள்ளது.

தொடர்ந்து செல்லும் குடமுருட்டி ஆறு, நல்லூர், உத்தாணிகேட் அருகில் இடது பக்கம் முடிகொண்டான் ஆறு எனப் பிரிகிறது. மேலும் முன்னேறிச் செல்லும் குடமுருட்டி ஆறு திருவாரூர் மாவட்டம் குடவாசல் அருகில் கருப்பூர் எனுமிடத்தில் இடது பக்கம் புத்தாறு

என்றும், வலது பக்கம் சோழச் சூடாமணி ஆறு எனவும் பிரிந்து செல்கிறது.

இந்த இடத்தோடு குடமுருட்டி ஆறு எனும் பெயர் முடிவுக்கு வந்துவிடுகிறது. புத்தாறு எனப்படும் இந்த ஆறுதான் நன்னிலம், திருமருகல், சன்னாநல்லூர் பகுதிகளுக்குப் பாய்ச்சலைக் கொடுக்கிறது.

புத்தாறு, வலப்பாறு என்று பிரிந்து இறுதியாகக் காரைக்கால் நிரவியில் சென்று கடலோடு கலக்கிறது.

அரசலாறு, கபிஸ்தலம் மேட்டுத் தெரு அருகில் காவேரியின் வலதுபக்கம் பிரியும். இந்த ஆறு, 83 ஆயிரத்து 450 ஏக்கருக்குப் பாசன வாய்ப்பை வழங்குகிறது.

கும்பகோணத்தை அடுத்துச் செல்லும் இந்த ஆறு **சாக்கோட்டை அருகில் இடது பக்கம் நாட்டாறு என்று பிரிந்து செல்கிறது. இந்த நாட்டாறு மேலும் வலது பக்கம், கீர்த்தி மன்னாறு எனப் பிரிந்து செல்கிறது.**

அப்படிச் செல்லும் இந்த ஆறு பேரளத்திற்கு அருகில் அரசலாற்றில் இணைந்து மீண்டும் அரசலாறு என்றும் இடது பக்கம் நூலாறு என்றும் பிரிந்து சென்று, அம்பல் வழியாகக் காரைக்காலைச் சென்றடைந்து வங்கக் கடலை அடைகிறது.

வெண்ணாறு

நண்பர்களே! அடுத்து நாம் பார்க்க இருப்பது வெண்ணாறு. வெண்ணாறு கல்லணையில் காவேரியின் வலது பக்கம் பிரிகிறது. இது கல்லணையில் தொடங்கிப் பிரிந்து செல்லும் அழகே அழகு.

சற்றுத் தூரத்தில் பத்தாவது கிலோ மீட்டரில் கச்சமங்கலம் அணைக்கட்டுப் பகுதியில் ஆனந்தக் காவேரி எனும் கால்வாய் பிரிந்து செல்கிறது. கள்ளப்பெரம்பூர் அருகில் தென் பெரம்பூர் எனுமிடத்தில் மூன்றாகப் பிரிகிறது.

தென்பெரம்பூர் ஓர் அழகான இடமாகும். இதை ஒரு தொலைநோக்குப் பார்வையில் திட்டமிட்டு விரிவுபடுத்தினால் நிச்சயம் கல்லணை போன்ற சுற்றுலாத்தலமாக விளங்குவதற்கான வாய்ப்புகள் அதிகம்.

மாசு படாத பசுமை வயல்கள் சூழ்ந்த, நல்ல சாலை அமைப்பைக் கொண்ட, பிரதான இடமாக உள்ளது. அரசு பொதுப்பணித்துறை, சுற்றுலாத் துறை இணைந்து இதை மேம்படுத்தினால் தஞ்சையைச் சுற்றியுள்ள ஒரு முக்கியமான சுற்றுலாத்தலமாக இது திகழும்.

வி.வி. நீர் ஒழுங்கி எனப்படும் ரெகுலேட்டர் மூலம் தென்பெரம்பூரில் வெண்ணாற்றின் இடதுபக்கம் வெட்டாறு என்றும் வலது பக்கம் வடவாறு என்றும் பிரிகிறது. இதிலும் வெட்டாறு, வெண்ணாறு இடையில் ஜம்பு காவேரி எனும் ஓர் ஓடை பிரிந்து செல்கிறது.

வெண்ணாறு மற்றும் அதன் கிளை ஆறுகள் கச்சமங்கலம், விண்ணமங்கலம், வழக்கை, வடகால், களம்சேரி, அம்மா பேட்டை, நீடாமங்கலம், பின்னமங்கலம், போன்ற பகுதிகளுக்கு நீர்ப் பாசன வசதியை வழங்குகிறது.

தென்பெரம்பூரில் பிரிந்து செல்லும் வெட்டாறு, திருவாரூர் மாவட்டம் எண்கண் ரெகுலேட்டர் எனப்படும் நீரொழுங்கி தாண்டி சிறிது தூரத்தில் வெட்டாறு, ஓரம்போகியார் வாய்க்கால் எனப் பிரிந்து செல்கிறது.

வாகை வாய்க்கால் ஆனது மேலும் கருவறை காட்டாறு எனப்பிரிகிறது. பிறகு இந்த மூன்று ஆறுகளுமே நகர்ப்புறத்தைக் கடந்து வங்கக்கடலில் கலக்கின்றன.

வெண்ணாறு கல்லணையில் தொடங்கி தென்பெரம்பூர் கடந்து அய்யம்பேட்டை, சாலியமங்கலம், அம்மாப்பேட்டை வழியாகத் திருவாரூர் மாவட்டம் நீடாமங்கலம் அருகில் கோரையாறுத் தலைப்பை வந்தடைகிறது.

இங்கு வெண்ணாறு மூன்று கிளைகளாகப் பிரிகிறது. விண்ணாறு, கோரையாறு, பாமணி ஆறு எனப் பிரிந்து செல்கிறது. இப்படிச் செல்லும் வெண்ணாறு மன்னார்குடிக்கு முன்பாகப்

பாண்டவ ஆறு, வெள்ளையாறு என மறுபடியும் பிரிந்து செல்கிறது.

திருவாரூர், திருத்துறைப்பூண்டி, நாகப்பட்டினம் பகுதிகளுக்கு வெகுவான பாசனத்தை வழங்கிவிட்டு, பாண்டவ ஆறும் வெள்ளையாறும், கருங்கண்ணி என்ற இடத்தில் வேளாங்கண்ணிக்கு முன்பாக மீண்டும் இணைந்து வேளாங் கண்ணியில் வங்கக்கடலில் சங்கமிக்கிறது.

கோரையாறு, திருவாரூர் மாவட்டம் தட்டான்கோவில் அருகில் ஹரிச்சந்திரா நதி, முள்ளியாறு, அடப்பாறு, அய்யனாறு எனப்பிரிகிறது.

ஹரிச்சந்திரா நதி, தட்டான் கொல்லையில் தொடங்கி திருக்கொள்ளிக் காடு, தலைஞாயிறு, கோவில்பத்து, போன்ற பகுதிகளுக்குப் பாய்ந்து ஓடி மீண்டும் பொன்னிறையில் இணைந்து, வேட்டைக்காரனிருப்பு எனும் பகுதியில் லா போர்டு செயிண்ட் கட் என்னும் இடத்தில் வங்கக் கடலில் கலக்கிறது.

பாமினி ஆறு நீடாமங்கலம் தொடங்கி மன்னார்குடி, பெருகவாழ்ந்தான், முத்துப்பேட்டை வழியாகச் சென்று ஜாம்பவான் ஓடையைக் கடந்து லகூனில் கலக்கிறது. 70 மைல் பரப்பளவில் 4,65,297 ஏக்கருக்குப் பாசனத்தை வழங்குகிறது. வெண்ணாறு முழுக்க முழுக்கக் கிராமங்கள் வயல்வெளி வழியாகவே செல்கிறது.

ஆற்றுப் பாசனம் என்பது பெரும்பாலும் நெல், வாழை, முட்டை கோஸ், வெண்டைக்காய், மிளகாய் மற்றும் கரும்பும் செழிப்பாக விளையக்கூடிய பாசனமாக உள்ளது.

கல்லணைக் கால்வாய்

சோழர்கள் எப்படி நீர் மேலாண் மையில் சிறந்துவிளங்கும் வகையில் பல கால்வாய்கள், வாய்க்கால்கள், சிற்றோடைகள் அதைச் சார்ந்த ஏரிகளை உருவாக்கித் தண்ணீரை அனைத்து பகுதிக்கும் கொண்டுசெல்லும் வகையில், உபரி நீரைத் தேக்கிவைக்கும் வகையில், மெச்சத்தக்க நிர்வாகத்தை நடத்தினார்களோ, அதேபோல் ஆங்கிலேயர்களின் நீர் மேலாண்மைக்குச் சிறந்த எடுத்துக்காட்டாக மனித முயற்சியால் உருவாக்கப்பட்ட கல்லணைக் கால்வாய் விளங்குகிறது.

காவேரிப் பாசனம் என்பது வடக்கு தஞ்சையும், மத்திய தஞ்சையும் சார்ந்த பகுதிகளுக்கு மட்டுமே பயன் தந்து கொண்டிருந்த நிலையில், தெற்குத் தஞ்சாவூர்ப் பகுதிகளான ஒரத்தநாடு, பட்டுக்கோட்டை, பேராவூரணி மற்றும் புதுக்கோட்டை மாவட்டத்தை சார்ந்த கறம்பக்குடி, ஆலங்குடி, அறந்தாங்கி போன்ற பகுதிகள் பயன்பெறும் வகையில் கட்டமைக்கப்பட்ட கால்வாய்தான் கல்லணைக் கால்வாய் ஆகும்.

1924-ல் எல்லிஸ் எனும் ஆங்கிலேயப் பொறியாளர் மேற்பார்வையில் தொடங்கிய இந்தப் பணி 1935-ல் நிறைவு பெற்றுக் கால்வாய் திறக்கப்பட்டது. பொதுவாக 180 அடி அகலமும் 7 அடி ஆழமும் கொண்ட இந்தக் கால்வாய், 148 கிலோ மீட்டர் நீளத்திற்குக் கட்டமைக்கப் பட்டுள்ளது.

நகர்ப்புறத்தில் மட்டும் இதன் அகலம் குறைவாக இருக்கும். அதாவது 70 அடி அகலம் உடையது. அதைச் சமாளிக்கும் விதமாக ஆழத்தை அதிகரித்துள்ளனர். அதாவது ஆரம்ப காலத்தில் அதிக அளவில் ஏற்பட்ட, நிலம் கையகப்படுத்துதல் பிரச்னையால் இந்த இடத்தில் ஆறு சுருங்கியுள்ளது.

கல்லணைக் கால்வாய் 590 ஏரிகளை இணைக்கிறது. கல்லணையின் பின்புறத்தில் தொடங்கும் இந்தக் கால்வாய், அய்யனார்புரம், பூதலூர், ஆலக்குடி, பிள்ளையார்பட்டி, ரெட்டிப்பாளையம், ராமநாதபுரம் வழியாகத் தஞ்சாவூர் நகரத்தை வந்தடைகிறது.

தஞ்சாவூர் நகரத்தில் இதற்குப் பெயர் புது ஆறு. அதாவது தஞ்சாவூரைச் சுற்றியுள்ள மற்ற ஆறுகள் அனைத்தும் காலம்தோறும் இருந்துவரும் பழமையான ஆறு என்பதால் புதிதாக உருவாக்கப்பட்ட

இந்த ஆறு, புது ஆறு எனப் பெயர் பெற்றுள்ளது.

புதுப்பட்டினம் அருகில் மன்னார்குடிச் சாலையை நோக்கி நெய்வாசல் தென்பாதியில் வாய்க்காலாகப் பிரிந்து செல்கிறது. சூரக்கோட்டை அருகில் வடசேரி, கல்யாண ஓடையில் வாய்க்காலாகப் பிரிந்து செல்கிறது.

சமீப காலத்தில் உருவாக்கப்பட்ட கால்வாய் என்பதால் விவசாயிகளின் தேவையை உணர்ந்து அனைத்து ஊர்களும், அனைத்துப் பகுதி நிலங்களும் பயன்பெறும் வகையில் பல வாய்க்கால்கள் இந்தக் கால்வாயில் இருந்து உருவாகி நீர்ப்பாசன தேவையை நிவர்த்தி செய்கின்றன.

நீர்ப் பங்கீடு என்பது மிக முறையாக ஒருங்கிணைக்கப்பட்டுள்ள கால்வாய் இந்தக் கல்லணைக் கால்வாய் ஆகும்.

கல்யாண ஓடையிலிருந்து குலமங்கலம் வாய்க்கால், பட்டுக்கோட்டை வாய்க்கால், மேலப்பட்டு திருமங்கலக்கோட்டை வாய்க்கால், வடகாடுப் பிரிவுகள் எனப் பிரிந்து செல்கிறது.

ஈச்சங்கோட்டைக் கிராமத்திற்கு அருகில் *RB* ரெகுலேட்டர் எனும் ஒழுங்கி மூலமாக ராஜா மடம் பிரிவு வாய்க்கால் பிரிந்து செல்கிறது. இந்த வாய்க்கால் தான் பட்டுக்கோட்டை நகரத்தையும், அதைத் தொடர்ந்து கிராமங்களைக் கடந்து அதிராம்பட்டினம் வழியாக ராஜா மடத்தை அடைந்து வங்கக் கடலில் கலக்கிறது. இந்த ராஜா மடம் என்னும் ஊர்தான் முன்னாள் குடியரசுத் தலைவர் ஆர்.வெங்கட்ராமன் அவர்களின் சொந்த ஊராகும்.

கல்லணைக் கால்வாயைப் பொறுத்த வரை பெரும்பாலான வாய்க்கால்கள் இடது பக்கமே பிரிந்து செல்கின்றன. அதாவது இடது பக்கம் வயல்வெளிகள் சார்ந்த இறக்கமான பகுதி என்பதால் அனைத்து வாய்க்கால்களும் இடது பக்கம் பிரிகின்றன.

சித்தூர் அருகில் ஓலை வயல் வாய்க்காலும், திருவோணம் நோக்கிய வெட்டிக்காடு வாய்க்காலும் வலது பக்கம் பிரிந்து செல்கிறது. தொடர்ந்து செல்லும் கல்லணைக் கால்வாயில் உள்ளூர்ப் பாசனத்தை நிறைவேற்றும் வகையில் நடுவிக்கோட்டை வாய்க்கால். புதுப்பட்டினம் வாய்க்கால், ஆனந்த வள்ளிபுரம் வாய்க்கால், கழனிவாசல் வாய்க்கால், பின்னவாசல் வடபாதி வாய்க்கால் எனப் பல வாய்க்கால்கள் விவசாயப் பாசனத்தை நிறைவு செய்யும் வகையில் பிரிந்து செல்கின்றன.

இடையாத்தியில் உள்ள மேற்பனைக் காடு ரெகுலேட்டரிலிருந்து பின்னவாசல் தென்பாதி வாய்க்கால் பிரிந்து செல்கிறது. ஆயங்குடி வாய்க்கால் எனும் வாய்க்கால்தான் தஞ்சாவூர் மாவட்டத்தின் கடைசிப் பகுதியாக உள்ளது.

கல்லணைக் கால்வாயைத் தொடர்ந்து புதுக்கோட்டை மணல்மேட்டை நோக்கிச் செல்கையில் அம்மாசத்திரம் வாய்க்கால், திருவாய்ப்பாடி வாய்க்கால், கலக்கமங்கலம், அதைத்தொடர்ந்து அதே பக்கமாக சிறு சிறு வாய்க்கால்கள் இடதுபுறமாகப் பிரிந்து செல்கின்றன. மகா கணபதிபுரம் வாய்க்கால் எனப் பாய்ந்து சென்று கடற்கரையை ஒட்டிய மணல்மேடு அருகில் மும்பாலை ஏரியில் நிறைவு பெறுகிறது.

கல்லணைக் கால்வாயில் ஆயக்கட்டுப் பாசனப் பகுதி இரண்டு லட்சத்து எழுபத்து ஆறாயிரம் ஏக்கர் ஆகும். இது 86 மைல்களுக்குப் பரந்து விரிந்துள்ளது.

பொதுவாக நீர் மேலாண்மை விதிகளில் முக்கியமானது கடைமடைப் பகுதி. கடைமடைப் பகுதியை நீர் சென்று அடைந்த பிறகுதான், அடுத்தடுத்து உள்ள பாசனப் பகுதிகளுக்கு நீர் பகிர்ந்தளிக்கப்படவேண்டும்.

ஆனால், மக்கள் பொறுமையிழந்து, தங்கள் பகுதிக்கு வேண்டும், தங்கள் பகுதிக்கு வேண்டும் எனப்

கல்லணைக் கால்வாய்

பொதுப்பணித்துறை அதிகாரிகள், வருவாய்த்துறை அதிகாரிகள் போன்றோருக்கு நெருக்கடி கொடுப்பதன் மூலமும் அதைத்தாண்டி, சாலை மறியல் போன்ற சட்டம் ஒழுங்கைப் பாதிக்கும் வகையில் செயல்படுவதன் மூலமும் இடையில் உள்ள பகுதிக்கு நீரைத் திறந்து விடுவதால் கடைமடைப் பகுதிக்கு நீர் சென்று சேரும் வாய்ப்பே இல்லாமல் போய்விடுகிறது.

காவிரியில் வெள்ளம் திரண்டு வரும் போதும், பருவமழை இருக்கும்போதும் இந்தப் பிரச்னை எழுவதில்லை. இந்த ஆண்டு காவிரி வெள்ளத்தின்போது, கல்லணைக் கால்வாயின் கொள்ளளவான மூவாயிரம் கன அடி தாண்டியும் நீர் நிரம்பி வழிந்தது.

இந்நிலையில் அணைகள் பாதுகாப்பாக இருந்தபோதும் கள்ளப் பெரம்பூர் அருகில் கல்விராயன் கோட்டை எனுமிடத்தில் அணையின் வலதுபுறக் கரை விரிசல் ஏற்பட்டுப் பெரும் உடைப்பாக மாறியது. நல்ல வேளை அந்த இடம் அறுவடை முடிந்த வயல்வெளியாக இருந்ததால் உயிர்ச்சேதமோ, பயிர்ச் சேதமோ ஏதும் இல்லாமல் தப்பியது.

ஊரக வளர்ச்சித் துறையின் செயல்பாட்டால் அணை உடைப்புச் சரிசெய்யப்பட்டு மீண்டும் தண்ணீர் திறந்துவிடப்பட்டது. மேட்டூர் அணையில் 125 அடி நீர் இருந்த நிலையில் பொதுவாகவே எல்லா ஆறுகளிலும் நீர்ப்பெருக்கு அதிகமாக இருந்ததால் கல்லணைக் கால்வாயிலும் தொடர்ச்சியாக அதிக அளவில் தண்ணீர் வந்துகொண்டே இருந்தது.

ஒருநாள் கல்லணைக் கால்வாயில் கிளை வாய்க்காலான கல்யாண ஓடை வாய்க்காலில் மேல உளூருக்கு அருகில், அணையில் விரிசல் ஏற்பட்டுப் பெரிய மரம் விழுந்து சின்னக் கசிவு பெரிய உடைப்பாக மாறிவிட்டது.

ஓடையின் வலதுபுறம் சரியான பாதை இல்லாமல் மரங்கள் இருந்த நிலையில் தளவாடப் பொருள்களை எடுத்துச் செல்வதே மிகுந்த சிரமமாகிவிட்டது.

கலெக்டர், நண்பர் அண்ணாதுரை

ஐ.ஏ.எஸ்-ன் நேரடி மேற்பார்வையில் காவல்துறையின் தற்காலிக ஒளிபெறும் விளக்கை வைத்துக்கொண்டு, அனைத்து காவலர்களும், வருவாய்த் துறை, பொதுப்பணித் துறை ஊழியர்களும் தளவாடப் பொருள்களை இரவு முழுக்கச் சுமந்து கொண்டு, நெடுஞ்சாலைத்துறை ஊரக வளர்ச்சித் துறை உதவியுடன் உடைப்பு உடனடியாகச் சரிசெய்யப்பட்டது.

பல இடங்களில் மக்கள் பொதுப் பணித்துறையின் உதவி பொறியாளர், பாசன ஆய்வாளர், ஆய்வாளர் லஷ்கர் எனப்படும் கரைக் காவலரிடம் வாக்குவாதமும் தகராறும் செய்வார்கள். காவல்துறையினர் தலையிட்டுப் பெரும்பாலான பிரச்னைகள் உடனுக்குடன் பேசி சரி செய்யப்பட்டுவிடும்.

கல்லணைக் கால்வாய் தஞ்சாவூர்ப் புறவழிச்சாலையில் வெட்டிக்காடுப் பிரிவு பகுதியில் ஆரம்பித்து நேராக ஊரணிபுரம் வரை செல்லக்கூடிய ஆற்றுவழிப் பாதை; மிக அழகாக இருக்கும். பெரிய அகலமான சாலையாக இல்லாவிட்டாலும் எதிரெதிர் வாகனங்கள் செல்லக்கூடிய வகையில் ஆற்றின் இடதுபுறக் கரையிலே செல்லக்கூடிய அந்தப் பாதை அழகாகவே இருக்கும்.

ஒரு பக்கம் ஆறு கரை புரண்டு ஓடும். மற்றொரு பக்கம் வயல்வெளிகள் நெற்கதிர்கள் நிறைந்து பசுமையாகக் காட்சியளிக்கும். அந்தப் பாதையில் பயணிப்பது என்பது ரம்மியமான அனுபவமாகவே இருக்கும்.

கல்லணைக் கால்வாயில் நீர் வரத்து அதிகமாக இருந்தாலும், இழுத்துச் செல்லக்கூடிய வேகம் இருக்காது. கல்லணைக் கால்வாயில் இறங்கிப் பலமுறை குளித்திருக்கிறேன். அது ஒரு சுக அனுபவமாகவே இருக்கும்.

காவிரி நீர் திறப்பு வைபோகம் என்பது ஜூன் 12-ல் தொடங்கி ஜனவரி 28 முடிய நடைபெறும் நிகழ்ச்சியாகும். அதாவது பருவமழை ஆரம்பிப்பதற்கு முன்பாக ஆற்று நீர்ப் பாசனம் நடைபெறுவதற்கும் விதைகள் தூவுவதற்கும் நிலத்தை உழுவதற்கும் போதுமான தண்ணீர் வழங்க வேண்டும் என்ற கருத்துப்படி தொடங்கப்பட்டது.

ஆற்று நீரை வைத்து விவசாயம் செய்து கொண்டிருக்கும்போது பருவமழை தொடங்கிவிடும் என்ற நம்பிக்கையே இதற்கு காரணம்.

ஆற்றுநீர் ஆதரவும் பருவ மழையின் பார்வையும் இருந்தால் விவசாயம் செழிப்பாக இருக்கும் என்பதில் எவ்வித ஐயமும் இல்லை. டெல்டாவைச் சார்ந்த மக்கள் குறுவை எனப்படும் இரண்டு போக நெல் சாகுபடி செய்கின்றனர். சில இடங்களில் தாளடி எனப்படும் இரட்டைப் பயிர் வகை முறையை மேற்கொள்கின்றனர்.

சில இடங்களில் சம்பாப் பயிர்ச் சாகுபடி என்ற ஒரே வகையான விளைச்சலைச் செய்கின்றனர். திருத்துறைப்பூண்டி, வாய்மேடு போன்ற பகுதிகளில் நடவு நடைபெறாமல் நேரடி நெல் தெளித்தல் மூலம் பயிர் சாகுபடி செய்கின்றனர். தஞ்சை மாவட்டத்தில் எந்தப் பக்கம் திரும்பினாலும் அங்கு வாய்க்கால் அல்லது கால்வாய் ஓடிக்கொண்டே இருக்கும்!

சோழர்களின் நீர் வள மேலாண்மையும் அடுத்து ஆங்கிலேயர் ஆட்சியில் இருந்த பொறியியல் வல்லுநர்களின் சிந்தனை வளமுமே இதற்குக் காரணம்.

காவேரியோடு தொடர்பில்லாத பல காட்டாறுகளும் தஞ்சை மாவட்டத்தில் ஓடுகின்றன.

பட்டுக்கோட்டை தாலுகாவில் அக்னி ஆறு, நசுவினி ஆறு, பூனைக்குத்தியாறு, அம்புலியாறு, மகராஜ சமுத்திர ஆறு போன்றவை பருவமழைக் காலத்தில் மிகுந்த வேகமெடுத்து ஓடுகின்றன.

பல ஆறுகளின் பெயர்கூட மக்களுக்குத் தெரியவில்லை. சில ஆறுகளின் பெயர்கள் மட்டும், பெயிண்ட் உதிர்ந்துபோய்,

திருவையாறு புஷ்ய மண்டபப் படித்துறை - தாலி பிரித்து கோர்க்கும் நிகழ்ச்சி

அழிந்துபோய்த் தெரிகின்றன. பொதுப்பணித்துறை, ஆறுகள் குறித்த முழு விவரங்களையும் முக்கியமான இடங்களில் எழுதிவைக்க வேண்டும்.

இந்த ஆறு எங்கு தொடங்குகிறது, எங்கு முடிகிறது, எத்தனை கிலோமீட்டர், நீர் கொள்ளளவு எவ்வளவு, எவ்வளவு ஆழம், எவ்வளவு அகலம், ஆயக்கட்டுப் பகுதி எவ்வளவு போன்ற விவரங்கள் அனைத்துச் சிற்றாறுக் கால்வாய்களிலும் குறிக்கப்பட்டால் மக்களுக்கு மிகவும் உபயோகமாக இருக்கும். அதைத் தெரிந்து கொள்ளும்போது, நிச்சயம் நம் ஊர் ஆறு என்று ஒரு பற்றும் வரும்!

சங்க இலக்கியத்தில் கரைகளைப்பாதுகாத்த விவரம் பதியப்பட்டுள்ளது.

ஆற்றில் தண்ணீர் வந்து குளங்கள் நீர் நிரம்பும் காலத்தில் அதன் கரைகளைக் காவலர்கள் காவல் காத்தனர் என்ற செய்தி,

"சிறு கோட்டுப் பெருங்குளம் காவலர்போல
அருங்கடியன்னையுந் துயில் மறந்தனளே"

எனக் கூறப்பட்டுள்ளது. ஆறு மற்றும் ஏரிக்கரைகளைப் பாதுகாக்கும் வகையில் **'கரைக்கு யாரேனும் சேதம் உண்டாக்கிவிடாமல் காக்கும் வகையில் காவலர்கள் சுற்றி வரும் விபரம் அகநானூற்று உவமை மூலம் தெரிய வருகிறது.'** காலந்தோறும் இந்தப் பாதுகாப்புச் சேவை தேவையான ஒன்றாகவே உள்ளது! நாம் அனைவரும் கடமையை உணர்ந்து செயல்படுவோம்.

காவேரியில் பல வழிபாடுகள், சடங்குகள், சம்பிரதாயங்கள், பூஜைகள், நடைபெற்று வருகிறன. ஆடிப்பெருக்கு எனப்படும் ஆடி மாதம் பதினெட்டாம் நாள் நடைபெறும் விழா மிகக் கொண்டாட்டமாகக் காணப்படும்.

காவேரிக் கரை எங்கினும் இந்த பதினெட்டாம் பெருக்குக் கொண்டாடப்பட்டாலும் ஸ்ரீரங்கம், அம்மா மண்டபம், திருவையாறு, புஷ்ய மண்டபப் படித்துறை ஆகிய இடங்களில்

மிக விசேஷமாக மக்கள் கூட்டம் அதிக அளவில் இருக்கும்.

ஆடிப்பெருக்கில் தாலி பிரித்துக் கட்டுதல் என்னும் சடங்கு மிக மகிழ்ச்சியாக நடைபெறும் நிகழ்வு ஆகும். என்னவென்றால், புதிதாகத் திருமணமான தம்பதிகள் வீட்டிலுள்ள வயதில் மூத்த சுமங்கலிப் பெண்களுடன் வந்து காவேரியில் நீராடி, புதிதாக ஒரு தாலிக் கயிற்றை, மூத்த சுமங்கலிப் பெண்மணி அந்தப் புது மணப்பெண்ணின் கழுத்தில் அணிவித்து, கழுத்தில் கட்டியுள்ள பழைய தாலியை அகற்றிவிடுவார்.

பிறகு அந்த தாலியில் உள்ள நெற்றிச் சுட்டி, பட்டம், குண்டு போன்றவற்றைப் பிரித்துத் தண்ணீரில் அலசி புதிதாகக் கட்டிய தாலிக்கயிற்றில் தேவையான திருமாங்கல்யம், குண்டு போன்றவற்றை மட்டும் சேர்த்துக்கொள்வர்.

பெரும்பாலும் அந்தத் தம்பதியர் திருமணத்தன்று அணிந்திருந்த அதே மணக்கோல உடையையே அணிந்திருப்பர். வீட்டிலிருந்து கொண்டு வந்திருக்கும் இனிப்பான காப்பரிசியை எல்லோருக்கும் கொடுத்து மகிழ்ச்சியை வெளிப்படுத்துவர். இதுதான் தாலி பிரித்துக் கட்டுதல் ஆகும்.

திருவையாறு புஷ்யமண்டபப் படித்துறையில் இன்னும் பல பூஜைகள், சடங்குகள் நடைபெறும். திருமணம் நடைபெறுவதற்காக வாழை மரத்திற்குத் தாலி கட்டி வழிபடக்கூடிய மாங்கல்ய தோஷ பூஜை நடைபெறுகிறது. அதேபோல், புத்திர சந்தானப் ப்ரித்தி எனப்படும் குழந்தைப் பேற்றுக்கான பூஜையும் நடைபெறும்.

அதாவது புரோகிதர்கள் கருங்கல், அரசமரப் பட்டை போன்றவற்றை எட்டு வடிவத்தில் மாறி மாறி வைத்து, சிறிய அளவில் ஹோமம் வளர்த்து சாம்பிராணி, சந்தனக்கட்டை வைத்து புகை வளர்த்து யாகம்போல் செய்து வழிபட்டால் தோஷம் நீங்கிப் பெண்கள் கருத்தரிப்பார்கள் என்பது ஐதீகமாகும்.

ஜாதகத்தில் ஏதேனும் குறைபாடு இருந்து திருமணம் தள்ளிச் செல்பவர்களுக்குத் 'தார தோஷம்' எனப்படும் பூஜையும், தேவைக்கு ஏற்பக் 'களத்திர தோஷ' வழிபாடும் செய்கிறார்கள்.

அதேபோல் ஈமச்சடங்கு சார்ந்த நிகழ்ச்சிகளும் அதிக அளவில் நடைபெறும். இறந்தவர்களின் அஸ்தியைக் கொண்டுவந்து புரோகிதரை வைத்துப் பால், தயிர், எலுமிச்சை கொண்டு பிண்டம் செய்து, வாரிசுகள் வேஷ்டி, துண்டு கட்டிக்கொண்டு நீரில் இறங்கி வழிபட்டுக் கிழக்கு முகமாக நின்று கொண்டு அஸ்தியைக் கரைத்துவிட்டுப் படியேறி வருவர்.

இறந்தவர்களின் நினைவாகச் செய்யப்படும் வருஷா ஆப்திகம் எனப்படும் தலைதிவசம் நிகழ்ச்சியும், வருடந்தோறும் செய்யப்படும் பிரத்யாப்திக சடங்கும் உரிய வழிமுறைகள்படி தினசரி நடைபெற்றுக் கொண்டே இருக்கும்.

இந்த நிவர்த்தி பூஜைகள் அனைத்தும் ராகு காலம், எமகண்டத்தில் சூரிய வெளிச்சம் இருக்கும் நேரத்தில் செய்தால்தான் பலிதமாகும் என்பதால் பெரும்பாலும் காலையில் தொடங்கும் பூஜை, மதியம் 2.45 மணிக்குள் முடிந்து விடும்.

அதன் பிறகு அங்கு யாரும் இருக்க மாட்டார்கள். ஆனால், நிஜத்தில் பல ஊர்களில் இருந்து வரும் மக்கள் போக்குவரத்துத் தாமதத்தால் கொஞ்சம் காலதாமதமாக வந்தால்கூட முன்கூட்டியே புரோகிதர்களிடம் பூஜைப் பொருள்கள் வாங்கிவைக்கச் சொல்லி விட்டு மாலை நேரத்தில்கூட வந்து சடங்கு செய்கிறார்கள்.

இந்தப் புஷ்ய மண்டபப் படித்துறையை ஒட்டியுள்ள புஷ்ய மண்டபத்தில் இது போன்ற சடங்குகள் நடைபெறும். இங்கு இந்த பூஜைகள் நடத்துவதற்கு இன்னொரு காரணமும் உண்டு. இங்குள்ள அரச மரம், வேப்ப மரம்

அணைக்கரை

முன்னூறு ஆண்டுகள் பழமையானதாகும். பல தலைமுறைகளைக் கண்ட மரம் என்பதால், இங்கு அமர்ந்து அதன் காற்றை சுவாசித்து வழிபாடு செய்வதை ஒரு நல்ல அம்சமாகக் கருதி, பலிதமாகும், சுபிட்சமாகும் என்ற நம்பிக்கையில் செய்துவருகின்றனர்.

இத்தோடு இறை வழிபாடும் நடைபெறு கிறது. ஐயாரப்பர் கோயில் சப்தஸ்தானப் பல்லக்கு, சூளபானி அலங்காரம் செய்து தீர்த்தம் கொண்டு வந்து இங்கு உற்சவரை வைத்து வழிபாடு செய்யப்படுகிறது. மாதாமாதம் பல்லக்கு வழிபாடும் இந்தப் படித்துறையில் நடைபெறுகிறது.

இறைவனுக்குரிய வழிபாடும் வெகு விமரிசையாக நடத்தப்படும். திருவையாறு ஐயாறப்பர் ஆலயம், அறம் வளர்த்த நாயகி எனப்படும் தர்மசம்பூர்த்த அம்மாள் உடனுறை சிவன் காட்சியளிக்கும் சைவர்களின் புராதன ஆலயமாகும்.

சிவனுக்கு மெய்க்காப்பாளராக விளங்கும் நந்தியம் பெருமானின் அவதாரத் திருத்தலம் திருவையாறே ஆகும். இந்த ஆலயத்தின் வடக்குப் பகுதியில் மாமன்னன் ராஜராஜ சோழனின் பட்டத்தரசி எடுப்பித்தருளிய வட கைலாயம் எனப்படும், லோகமாதேவிச்சுவரம் ஆலயம் உள்ளது. இது, தஞ்சைப் பெரிய கோயில் கட்டப் படுவதற்கு ஓராண்டுக்கு முன்பாக கட்டப்பட்டது. கரிகாற்சோழன் வழிபட்ட சிவன் என்றும் கூறப்படுகிறது.

மாதந்தோறும் அமாவாசை அன்றும் ஆடிமாத தெசாயனப் புள்ளி காலம் எனப்படும் மாதப் பிறப்பன்றும், தை மாதம் உத்ராயணப் புள்ளிக் காலம் எனப்படும் மாதப் பிறப்பன்றும், ஐயாறப்பரையும் அறம் வளர்த்த நாயகியையும் திருவையாற்றின் நான்கு வீதிகளிலும் திருவீதி உலா வந்து படித்துறையில் உள்ள மண்டபத்தில் வைப்பார்கள். இது தீர்த்தவாரி எனப்படும்.

சிவனின் பிரதிநிதியாக விளங்கும் அஸ்திர தேவரைக் கொண்டுவந்து புஷ்ய மண்டபப் படித்துறையில் உள்ள படிக்கட்டுகளில் மரப்பலகையில் வைத்து, உரிய சடங்குகள் செய்து காவிரி தீர்த்தத்தில் சூளபாணி கொண்டுள்ள அஸ்திர தேவர் நீராடுவார்.

அதே நேரத்தில் பூஜைகள் செய்த அந்தணர்களும், வழிபட வந்த மக்களும் ஆனந்தமாய் நீராடுவார்கள். இந்த நிகழ்ச்சிதான் தீர்த்தவாரி எனக் கொண்டாடப்படுகிறது.

சப்தஸ்தானம் எனப்படும் சித்திரை மாதம் மூன்றாம் நாள் கொண்டாடப்படும் 'ஏழூர்ப்பல்லக்கு'த் திருவிழாவின்போது ஐயாறப்பர், அறம்வளர்த்த நாயகி ஆகியோர் தேவ பல்லக்கில் இங்கு அழைத்து வரப்பட்டுக் காவேரியில் நீராடிச் செல்வர்.

இவ்வாறு இந்தக் காவேரி நதி மக்களின் வழிபாடு, சடங்கு, சம்பிரதாயம் என அனைத்து நிகழ்வுகளிலும் ஆதாரமாக விளங்குகிறது.

மகாநதி திரைப்படத்தில் கவிஞர் வாலி எழுதி இருப்பார்..

"இந்த பொன்னி என்பவள் தென்னாட்டவருக்கு
அன்பின் அன்னையடி
இவள் தண்ணீர் என்றொரு ஆடை கட்டிடும்
தெய்வ மங்கையடி.."

ஆம்! காவேரி நதி என்பது மக்கள் வாழ்வாதாரத்திற்கான நீரோடும் ஆறு மட்டுமல்ல, இந்த மக்கள் என்றென்றும் ஜீவ வழிபாடு செய்யும் தேவமங்கை தான்!

10

மா மலைகளின் மோதல்

வரலாறு படைப்பதிலும் அந்த வரலாற்றை வசதியாக மறந்துவிடுவதிலும் தமிழருக்கு நிகர் தமிழர்களே! நான் பணிபுரிந்த இடங்களிலெல்லாம் அங்குள்ள சரித்திரப் புகழ்மிக்க இடங்கள், வரலாற்றுச் சிறப்புப் பெற்ற நிறுவனங்கள், தொன்மைமிக்க கட்டடங்கள், சுதந்திரப் போராட்டத்தோடு தொடர்புடைய தியாகிகளின் வீடுகள், நினைவிடங்கள், வாழ்ந்து மறைந்த பெருமக்களின் வீடுகள், வாழும் தமிழ் அறிஞர்கள், வெளிச்சத்திற்கு வராமல் சாதனைகள் புரிந்துகொண்டிருக்கும் வரலாற்றுப் பெருமக்கள் எனப் பலரையும், பல இடங்களையும் சென்று பார்ப்பதில் மிகுந்த ஆர்வம் கொண்டிருப்பேன்.

அப்படித்தான் தஞ்சாவூர் எஸ்பியாகப் பணிபுரிந்தபோது பெருமைமிகு போற்றத் தக்க, நாமெல்லாம் வணங்கத்தக்க, தமிழவேள் உமாமகேசுவரனார் அவர்கள் தோற்றுவித்த கரந்தைத் தமிழ்ச் சங்கம் குறித்து, ஏற்கெனவே நிறையக் கேள்விப்பட்டிருந்தாலும் அந்தப் பெருமைமிகு இடத்தைப் பார்வையிடச் சென்றேன். அதன் வரலாற்றுச் சிறப்புக் குறித்து தற்போதைய தலைமுறையினர் எத்தனை பேருக்குத் தெரியும் என்று தெரியவில்லை. ஏன் அங்குள்ள கரந்தைத் தமிழ்ச்சங்கக் கல்லூரி மாணவர்களுக்கே இதைப் பற்றி தெரியுமா என்றால் நிச்சயம் சந்தேகம்தான்.

தமிழ் பயிலும் மாணவர்கள், ஏன் தஞ்சைவாழ் பொதுமக்களுக்குக் கூட, தமிழ் வளர்த்த இந்த சங்கத்தின் அருமை தெரிந்திருக்குமா என்பது சந்தேகமே! அந்த அளவில்தான் நாம் நம் முன்னோர்களையும் தமிழுக்குத் தொண்டு செய்த பெருமக்களையும் நினைத்துப் பார்க்கிறோம். தமிழுக்குத் தொண்டு செய்வோன் சாவதில்லை என்று புரட்சிக்கவிஞர் பாரதிதாசன் பெருமை பொங்கச் சொல்லியிருப்பார்.

உண்மையில் அவர்கள் தங்களுடைய தொண்டால் என்றென்றும் நீடித்ததுதான் இருக்கின்றனர். ஆனால் நாம் தான் நினைவுகூரத் தவறி விடுகிறோம்.

கரந்தைத் தமிழ்ச் சங்கம்

கரந்தைத் தமிழ்ச் சங்கம்

தமிழ்ச் சங்கம் வைத்து, ஆன்றவிந்த சான்றோர்களைக் கொண்ட குழுவினால் வளர்க்கப்பட்ட மொழி. முறைப்படுத்தப்பட்ட இலக்கணங்கள், செழுமையான இலக்கியங்கள் பல படைக்கப்பட்ட மொழி.

முதல் சங்கம், இடைச்சங்கம், கடைச் சங்கம் இருந்தாலும், பாண்டித்துரைத் தேவர் நான்காவது தமிழ்ச் சங்கம் அமைத்தாலும் அந்தச் சங்கத்தைக் காட்டிலும், சிறப்புமிகு தீர்மானங்கள், சிறப்புமிகு முடிவுகள், பல போற்றத்தக்க படைப்புகள் உருவாக்கப்பட்டது இந்தக் கரந்தைத் தமிழ்ச் சங்கத்தில்தான்.

சகோதர சகோதரிகளே! நான் சொல்வது மிகையல்ல. நீங்கள் வரலாற்றைத் திருப்பிப் பார்த்தால், அனைத்திற்கும் ஆவணம் உண்டு. 1901-ல் அரச பரம்பரையைச் சேர்ந்த பாண்டித்துரைத் தேவர், மதுரைத் தமிழ்ச் சங்கத்தைத் தொடங்கி, தமிழறிஞர்களை தேடிக் கண்டறிந்து ஆதரித்ததோடு, சிங்கார வேலர் அபிதான சிந்தாமணி என்ற கலைக்களஞ்சியப் படைப்பை எழுதி முடித்து வெளியிட நாதியில்லாமல் இறந்த நிலையில், வலிய உதவி செய்து அந்தப் படைப்பைக் கொண்டுவந்தார். ஜமீன் பின்புலம் என்பது மிகுந்த உதவிகரமாக பொருளாதார ரீதியிலும், அந்தஸ்திலும் மிகுந்த அடையாளமாக இருந்துள்ளது.

ஆனால், தஞ்சையில் இருந்த சாமானியர்கள் எந்தப் பின்புலமும் இல்லாத இராதாகிருட்டினப் பிள்ளையின் தலைமையில், 14.5.1911-ம் ஆண்டு கருந்திட்டான்குடி எனப்படும் கரந்தை என்ற தஞ்சாவூரின் புறநகர்ப் பகுதியில் கரந்தைத் தமிழ்ச் சங்கத்தைத் தொடங்கினார்கள்.

உமாமகேஸ்வரன் பிள்ளை, சென்னை சட்டக் கல்லூரியில் சட்டம் பயின்று, தஞ்சையின் புகழ்பெற்ற வழக்கறிஞராகவும் தமிழ் அறிஞராகவும் திகழ்ந்த கே.சீனிவாசன் பிள்ளையிடம் இளம் பயிற்சி வழக்கறிஞராகச் சேர்ந்து பின்னர் வழக்கறிஞர் தொழிலை மிகச் சிறப்பாக மேற்கொண்டார். தனது சகோதரர் ராதாகிருஷ்ண பிள்ளை ஆரம்பித்த கரந்தைத் தமிழ்ச் சங்கத்தைத் தலைமையேற்று முன்னெடுத்துச் சென்றார். இப்படி ஒரு பெருமைமிகு இடத்தைப் பற்றி அறிந்திருப்பீர்களா என்று தெரியவில்லை.

செம்மொழித் தீர்மானம்

சென்னைப் பல்கலைகழகப் பாடத் திட்டங்களில் அந்நாளில் ஆங்கிலம் மட்டுமே கோலோச்சிக்கொண்டிருந்த நிலையில் தமிழைக் கட்டாயப் பாடமாகக் கொண்டுவர வேண்டும் எனத் தீவிர முயற்சி எடுத்ததன் விளைவாகவே சென்னைப் பல்கலைக்கழகத் தேர்வில் தமிழைக் கட்டாயப் பாடமாகக் கொண்டு வந்தார்கள். தமிழ் மொழி, செம்மொழியாக அங்கீகரிக்கப்பட்டது 2004-ல்தான். ஆனால் தமிழை, உயர்தனிச் செம்மொழியாக அறிவிக்க வேண்டுமென்று தமிழ் அறிஞர்கள் குழாம் கூடி, சான்றாவணங்களைத் தேடி விவாதித்து 1919-ம் ஆண்டிலேயே செம்மொழித் தீர்மானம் நிறைவேற்றி இருக்கிறார்கள்.

தமிழ்த்தாய் வாழ்த்து

மனோன்மணீயம் சுந்தரம் பிள்ளை எழுதிய நீராருங் கடலுடுத்த பாடலில், தொன்மைமிக்க மொழிகளெல்லாம்

வழக்கு மொழியிலிருந்து சிதைந்துவரும் நிலையில், காலத்திற்கு ஏற்றாற்போல் தன்னைப் புதுப்பித்துக்கொண்டு செழுமையுடன் திகழ்ந்துவரும் தமிழ் மொழியின் மேன்மை குறித்து உலகிற்கு எடுத்துரைக்கும் வரிகளின் சிறப்பை உணர்ந்துதான்..

பாண்டித்துரைத் தேவர்

"ஆரியம்போல் உலகவழக்கு
அழிந்தொழிந்து சிதையா உன்
சீரிளமைத் திறம்வியந்து
செயல்மறந்து வாழ்த்துதுமே!
வாழ்த்துதுமே வாழ்த்துதுமே"!

என்று தமிழின் மேன்மையை விளக்கக்கூடிய, தமிழின் சிறப்பை எடுத்துரைக்கும் பிரசித்தி பெற்ற இந்தப் பாடலைத் தமிழ்த் தாய் வாழ்த்தாக அறிவிக்க வேண்டுமென்று கூடலூர் இராமசாமி வன்னியர் என்பவரைக் கொண்டு பாடவைத்து, 1914-லேயே தீர்மானம் நிறைவேற்றியது இந்தக் கரந்தைத் தமிழ்ச் சங்கம்தான். தமிழக அரசு இந்தப் பாடலின் சிறப்பை உணர்ந்து தமிழ்த்தாய் வாழ்த்தாக அறிவித்தது 1970-ம் ஆண்டாகும். எப்படி ஒரு காலத்தை மிஞ்சிய சிந்தனை பாருங்கள்!

போட்டித் தேர்வுகளில் தமிழ்

சிவில் சர்விஸ் போட்டித் தேர்வு என்று கூறுகிறோமல்லவா! ஐ.ஏ.ஏஸ்., ஐ.பி.எஸ். என்பதெல்லாம் அந்தக் காலத்தில் ஐ.சி.எஸ்., ஐ.பி என்றுதான் இருந்தன. அதாவது இப்போது இருக்கிற ஐ.ஏ.எஸ்., சுதந்திரத்திற்கு முன்பு ஐ.சி.எஸ் அதாவது இந்தியன் சிவில் சர்வீஸ் என்றும், ஐ.பி.எஸ் என்பது ஐ.பி அதாவது இந்தியன் போலீஸ் என்றும் வழங்கப்பட்டுவந்தது.

ஐ.சி.எஸ். தேர்விற்குக் கமிஷன் அமைத்து, தேர்வு முறைப்படுத்தப் பட்டது 1922-ம் ஆண்டுதான். ஆனால் அடுத்த ஓரிரு வருடங்களிலேயே 1924-ல் தமிழை ஐ.சி.எஸ் தேர்விற்கு ஆட்சி மொழியாக, தேர்வு மொழியாக வைக்க வேண்டுமென்று தீர்மானம் கொண்டுவந்தார்கள்.

சமகாலத்திய நிகழ்வுகளோடு ஈடுபடுத்திக்கொண்டு, காலத்தை மிஞ்சிய செயலை எப்படிச் செய்திருக்கிறார்கள் பாருங்கள். சங்கத்தில் இருந்த சான்றோர்கள் பலரும் எப்படி ஒரு முன்னோக்கிய சிந்தனை கொண்டவர்களாக இருந்திருக்கிறார்கள் என்பதை நினைக்கும்போது மிகுந்த ஆச்சர்யமாக உள்ளது. இதுபோன்று எத்தனையோ போற்றத்தக்கத் தீர்மானங்களை, பெயரளவுக்கு இல்லாமல் செயல்படுத்தும் நோக்கில் கொண்டுவந்திருக்கிறார்கள்!

தமிழ்ப் பல்கலைக்கழகம்

தமிழை ஆய்வு செய்ய, இலக்கியங்களை முறையாகப் பயில, இலக்கணங்களை முறைப்படி கற்றுக்கொடுக்க, தமிழ் அறிஞர்கள் கூடிக் கருத்தரங்கம் நடத்த, மொழியியல் அறிஞர்கள் ஆய்வு செய்து தமிழின் தொன்மையை உலக அளவில் நிலைநாட்டத் தனித்ததொரு தமிழ்ப் பல்கலைக்கழகம் அமைக்க வேண்டும் என உமாமகேஸ்வரன் பிள்ளை தலைமையிலான கரந்தைத் தமிழ்ச் சங்கத்தார் தீவிர முயற்சி எடுத்தனர். அதன் எழுத்துபூர்வமான செயல் வடிவமாகவே 1921-ல் தமிழ்ப் பல்கலைக் கழகம் அமைக்கப்பட வேண்டும் என அறிஞர்கள் குழு கூடித் தீர்மானம் நிறைவேற்றியது. தமிழ்ச்சமூகம் அதிலும் தமிழ் பயிலும் மாணவர்கள், தமிழ்ப் பல்கலைக் கழகத்தார் இதை என்றென்றும் நன்றியுடன் நினைவுகூர வேண்டும்.

தமிழ்ப் பல்கலைக் கழகம் 1981-ல் டாக்டர் எம்.ஜி.ஆர் அவர்களால் தொடங்கப்பெற்றது. ஆனால், 1921-ம் ஆண்டிலேயே, அதாவது அறுபது ஆண்டுகளுக்கு முன்பே, தமிழ்ப் பல்கலைக் கழகம் தொடங்கப்படவேண்டுமென்று தீர்மானம் நிறைவேற்றியதை நினைத்துப் பார்க்கும்போது மிகுந்த ஆச்சர்யமாக உள்ளது.

தீர்மானம் நிறைவேற்றியது மட்டுமல்லாமல், அந்தத் தீர்மானம் அரசுக்கும், மக்களுக்கும் சென்றடைய வேண்டும் என்பதற்காக, அன்றைய வளர்ச்சிநெறி அமைச்சர் டி.என். சிவஞானம் பிள்ளை அவர்கள் தலைமையில் மாநாடு நடத்தி, தமிழ்ப் பல்கலைக்கழகம் அமைக்கவேண்டியதன் தேவையை வலியுறுத்திக் கூறியுள்ளனர்.

மேலும் மாவட்டந்தோறும் குழுக்கள் அமைத்து, தமிழின் தொன்மையை, தமிழின் சிறப்புகளை, தமிழ்ப் பல்கலைக் கழகம், தமிழ் ஆய்வு மையம் அமைக்கவேண்டியதன் அவசியத்தை, முக்கியத்துவத்தை அறிஞர்கள் ஊர் ஊராகச் சென்று எடுத்துரைத்திருக்கிறார்கள்.

இந்தத் தீவிர முயற்சியின் விளைவுதான், பிற்காலத்தில் இந்தியாவிலேயே முதன்முறையாக மொழிக்கென்று ஒரு பல்கலைக்கழகம் அமைத்த பெரும்பேறு தமிழுக்குக் கிடைத்தது. பெருமையை, அங்கீகாரத்தை உண்டாக்கியது. அதுவும் தமிழ்ப் பல்கலைக்கழகம் தஞ்சாவூரிலேயே அமைக்க அனுமதி அளித்து ஆயிரம் ஏக்கர் நிலத்தை தாராளமாக வழங்கி அனைத்து வசதிகளையும் செய்து கொடுத்த அந்நாளைய முதல்வர் புரட்சித்தலைவர் எம்.ஜி.ஆர் அவர்களையும் நன்றியுடன் நினைத்துப் பார்க்க வேண்டும்!

தஞ்சைப் பெரிய கோயில் ஓவியங்களை மீட்டெடுத்தல்

உலகப்புகழ் பெற்ற தஞ்சைப் பெரிய கோவிலின் தொன்மை ஓவியங்களை வெளி உலகிற்குக் கொண்டுவர, காட்சிப்படுத்தக் காரணமாக இருந்ததும் கரந்தைத் தமிழ்ச் சங்கம்தான். ராஜராஜ சோழனால் கட்டப்பெற்ற, இப்பெரிய கோயிலின் கருவறை இரண்டு சுற்றுச் சுவர்களால் ஆனது. இரு சுவர்களுக்கும் இடையே உள்ள சுற்றுக்கூடத்திற்கு சாந்தாரம் என்று பெயர். இது இரண்டு தளங்களை உடையது. கீழ்த் தளத்தில் உள்ள சுற்றுக்கூடத்தில், கருங்கல் சுவரின் மீது சுண்ணாம்புக் காரை பூசப்பெற்று அதன் மேல் ஓவியங்கள் வரையப்பட்டுள்ளன.

1930-ம் ஆண்டில் அண்ணாமலைப் பல்கலைக் கழக வரலாற்றுத் துறை விரிவுரையாளர் பேராசிரியர் எஸ்.கே.கோவிந்தசாமி என்பவர்தான் இந்த ஓவியங்களைக் கண்டுபிடித்து வெளி உலகிற்கு அறிவித்தவர். 1931-ம் ஆண்டு இந்து இதழில் எழுதிய கட்டுரையில் பேராசிரியர் கோவிந்தசாமி அவர்கள், 'நான் எனது நண்பர் திரு. த.வே.உமாமகேசுவரம் பிள்ளை அவர்களுடன் சென்று சுற்றுக்கூட ஓவியங்களைப் பார்வையிட்டேன். போதுமான வெளிச்சம் இல்லாத காரணத்தால் ஓவியங்களை முழுமையாக ஆராய முடியவில்லை' என எழுதியிருக்கிறார்.

1931-ம் ஆண்டு, ஏப்ரல் மாதம் 9-ம் தேதி எஸ்.கே.கோவிந்தசாமி அவர்கள் மீண்டும் ஓவியங்களை ஆராயச் சென்றார். இம்முறை போதிய வெளிச்சம் இருந்தது. உமாமகேசுவரன் பிள்ளை ஆதரவில் பெட்ரோமாக்ஸ் விளக்குடன் கவனமாக ஆய்வு செய்தார். உற்றுப் பார்க்கும் போதுதான் மிகுந்த அதிர்ச்சிக்கு ஆளானார்.

சோழர் காலத்தைய ஓவியங்களைக் காணச் சென்ற பேராசிரியருக்கு ஏமாற்றமே மிஞ்சியது. ஏனெனில் அங்கு காணப்பட்டவை எல்லாம் 17-ம் நூற்றாண்டின் நாயக்கர் கால ஓவியங்கள். ஏமாற்றத்துடன் தமது முயற்சியை ஏறக்குறையக் கைவிட்டு, மீதமுள்ள ஓவியங்களை ஆர்வமின்றிப் பார்த்தவாறு சென்றவருக்கு ஏதோ ஓர் உள்ளுணர்வு இழுக்கிறது. மேற்குச் சுவர் ஓவியமொன்று வித்தியாசமாகப் படவே நின்று கூர்ந்து பார்க்கிறார்.

மெல்ல ஒரு வெளிச்சம் தெரிகிறது, அதாவது, நாயக்கர் கால ஓவியம் ஒன்றில் சிறிது சுண்ணாம்புக் காரை பெயர்ந்து சிறிது இடைவெளி தெரிந்தது. பேராசிரியர் தமது விரல்களால் அந்தச் சுண்ணாம்புக் காரையை சிறிது நோண்டிப் பார்க்கவே,

சுண்ணாம்புக் காரையானது, பெரிய படலாகப் பெயர்ந்து விழ, உட்புறம், இவ்வளவு காலமாக மறைந்திருந்த சோழர் கால ஓவியம் வெளிப்பட்டது.

பேராசிரியர் கோவிந்தசாமி அன்றே இந்து நாளிதழுக்குத் தமது கண்டுபிடிப்புப் பற்றிக் கட்டுரை ஒன்றை எழுதி அனுப்ப, 1931-ம் ஆண்டு ஏப்ரல் மாதம் 11-ம் நாள் அக்கட்டுரை வெளியாகிப் பெரும் பரபரப்பை உண்டாக்கியது. ராஜராஜ சோழன் காலத்து ஓவியம் பற்றி அறிந்துகொள்ள மக்கள் பேருவகை கொண்டனர்.

பின்னர்தான் இந்தியத் தொல்லியல் துறையினர் வேதியியல் நிபுணர்களைக் கொண்டு, நவீன ரசாயனக் கலவையைப் பயன்படுத்திப் பழைய ஓவியங்களின் உயிர்த்தன்மை சிதைந்துவிடாமல் நாயக்கர் கால ஓவியங்கள் பலவற்றை அகற்றி, பழைய சோழர் கால ஓவியங்களை வெளிக்கொணர்ந்தனர்.

இதில்தான் ராஜராஜ சோழன் தன் துணைவியருடன் கருவூர்த் தேவரை வழிபடும் ஆயிரம் ஆண்டுகால பழைமையான ஓவியமும், சரஸ்வதி, லட்சுமி, அர்த்தநாரீஸ்வரர் போல ஒருங்கே காட்சியளிக்கும் படத்தில் சரஸ்வதியே சற்று மேலோங்கியிருக்கும் வடிவமைப்பைக் கொண்ட ஓவியமும் கண்டறியப்பட்டது. இன்றும் அந்த ஓவியங்கள் ஆயிரமாண்டு சாட்சியமாகக் காட்சியளித்துக்கொண்டிருக்கின்றன.

இச்சுற்றுக் கூடத்தில், இதுவரை மூன்றில் ஒரு பங்கு ஓவியங்கள் மட்டுமே வெளிக்கொணரப்பட்டுள்ளதாக வரலாற்று ஆய்வாளர் குடவாயில் பாலசுப்பிரமணியன் தனது நூலில் பதிவு செய்திருக்கிறார். இவ்வளவு தொழில்நுட்பம் உச்சக்கட்டத்தில் இருக்கும் காலத்தில்கூட நம் பழமையை மீட்டெடுக்க முடியாமல் இருக்கும் இயலாமையை என்னவென்று சொல்வது?

சோழர்காலச் செப்பேடுகள்

தஞ்சைப் பெரிய கோயில் ஓவியங்கள் வெளிவர உதவியது மட்டுமல்ல, ராஜேந்திர சோழன் காலத்துச் செப்பேடுகளைக் பொன்னெனப் போற்றிப் பாதுகாத்து, அரசின் வசம் ஒப்படைத்ததும் கரந்தைத் தமிழ்ச் சங்கம்தான். சோழ மன்னர்களின் வரலாற்றை அறிய நமக்குப் பேருதவியாய் இருப்பன நான்கு செப்பேட்டுத் தொகுதிகளாகும்.

வரலாற்றறிஞர் பேரா. தெய்வநாயகம் அவர்கள் நூலாசிரியருக்கு தஞ்சைப் பெரிய கோயில் ஓவியங்களை விளக்கிக் கூறியபோது...

அவை.. சுந்தரச் சோழனின் அன்பில் செப்பேடுகள் (கி.பி. 957 - 970), முதல் ராஜராஜ சோழனின் ஆனைமங்கலச் செப்பேடுகள் (கி.பி. 985- 1014), முதல் ராஜேந்திர சோழனின் திருவாலங்காட்டுச் செப்பேடுகள் (கி.பி. 1012-1044), வீர ராஜேந்திர சோழனின் சாராலச் செப்பேடுகள் (கி.பி. 1063-1070) என்பனவாகும்.

மேலே கூறப்பட்ட நான்கு செப்பேடுகளிலும் காணப்படாத பல அரிய செய்திகளை உடைய ஐந்தாம் செப்பேட்டுத் தொகுதியை, இவ்வுலகிற்கு வழங்கி, மாமன்னர் ராஜராஜ சோழனின் புகழைப் போற்றி வருபவை கரந்தைச் செப்பேடுகளாகும். கரந்தைத் தமிழ்ச் சங்கத்தினர் தேடிக் கண்டறிந்து சேகரித்து, போற்றி பாதுகாத்தவை இந்தக் கரந்தைச் செப்பேடுகள் ஆகும்.

ராஜராஜ சோழனின் அருமைப் புதல்வனும், கி.பி.1012 முதல் கி.பி.1044-ம்

ஆண்டு வரை, சோழச் சக்கரவர்த்தியாக வீற்றிருந்தவனுமாகிய, கங்கை கொண்ட சோழன் முதலாம் ராஜேந்திர சோழன் தனது எட்டாம் ஆட்சி ஆண்டில், கி.பி. 1020-ல் எழுதச்செய்த வரலாற்றுப் பெட்டகங்களே இந்தச் செப்பேடுகள். சரியாக ஆயிரம் ஆண்டுகளுக்கு முன், இந்தச் செப்பேட்டுத் தொகுதிகள் வரையப்பட்டு இன்றளவும் எழுத்து வடிவம் சிறப்பாகக் காட்சியளிக்கும் வகையில் உள்ளன. தொலைநோக்குப் பார்வையில் சிறந்த தொழில்நுட்பத்தைப் பயன்படுத்தியிருக்கின்றனர் என்று நினைத்துப் பார்க்கும்போது பெருமிதம் உண்டாவதைத் தவிர்க்க இயலாது.

திருபுவனமாதேவிச் சதுர்வேதி மங்கலப் பேரறச்செப்பேட்டுத் தொகுதியான இது, கரந்தைத் தமிழ்ச் சங்கத்தால் போற்றிப் பாதுகாக்கப் பெற்ற காரணத்தால், இன்று கரந்தைச் செப்பேடுகள் என்றே வரலாற்று அறிஞர்களாலும், ஆய்வாளர்களாலும், அரசாலும் அழைக்கப்பட்டு வருகின்றன. கரந்தைச் செப்பேடுகள், பண்டைய சோழ மன்னர்களின் வரலாற்றையும், முதல் ராஜேந்திர சோழனுடைய வீரச் செயல்களையும், பெருங்கொடைத் திறத்தையும், சோழர்களின் அரசியல் நிர்வாக முறைகளையும், பதினொன்றாம் நூற்றாண்டில் இருந்த ஊர்கள், ஏரிகள், ஆறுகள், கால்வாய்கள், நீர்ப்பாசன முறை முதலானவற்றின் உண்மைப் பெயர்களையும், மக்களின் கலாசாரத்தையும், பண்பாடு, பழக்க வழக்கங்களையும் பல அரிய வரலாற்றுத் தகவல்களையும் அறிந்துகொள்ள பேருதவியாக உள்ளன.

இத்தொகுதி ஐம்பத்தேழு செப்பேடுகளை உடையது. இச்செப்பேடுகள் வலிமையான செப்பு வளையத்தால், எளிமையாக எடுக்கும் விதமாகக் கோத்துவைக்கப்பட்டுள்ளன. மேலும் இவ்வளையத்தில் தாமரைப் பூ வடிவில் அமைந்த பீடம், முதல் இராஜேந்திர சோழனின் வட்ட வடிவமான அரசாங்க முத்திரையைச் சான்று பகர்வதாகக் காட்சியளிக்கிறது.

இச்செப்பேடுகள், கி.பி.1020-ல் சோழ மண்டலத்தின் ஐம்பத்தொரு ஊர்களை 'திரிபுவனமாதேவிச் சதுர்வேதி மங்கலம்' என்ற பெயருடன் ஒன்றாக்கி, வேதங்களிலும், சாத்திரங்களிலும்வல்ல அந்தணர் பலருக்கும் பிரம்மதேயமாக வழங்கிய நிகழ்ச்சியைத் தெரிவிக்கின்றன. இதில் அவ்வூர்களின் பெயர்களும், நான்கெல்லைகளும், விளைநிலங்களின் கணக்கும், அவற்றிலிருந்து வருவாயாக ஆண்டுதோறும் கிடைக்கக் கூடிய நெல்லும், அவற்றைப் பெறுவதற்குரிய தகுதி பெற்ற அந்தணர்களின் பெயர்களும், பங்குகளும் விளக்கமாகக் கூறப்பட்டுள்ளன.

முதலாம் ராஜேந்திரச் சோழன் இவ்வறத்தினைத் தனது தாயாகிய திரிபுவன மாதேவியின் பெயரால் செய்தது, இப்பெருவேந்தன் தனது தாயிடம் கொண்டிருந்த பேரன்பையும் பாசத்தையும் நன்றி உணர்வையும் உலகுக்கு உணர்த்துகிறது. ராஜராஜனின் வரலாற்றில் சிறந்த நிகழ்ச்சிகளை, புதிய வரலாற்றுச் செய்திகளை இத் தொகுதியின் முதற் பகுதியாகிய, மன்னர் மரபுப் புகழ்ச்சியுரையின் வடமொழிச் செய்யுட்கள் விளக்குகின்றன.

இவ்வடமொழிச் செய்யுட்களை கரந்தைப் புலவர்க் கல்லூரிப் பேராசிரியர் சி.கோவிந்தராசனார், சரசுவதி மஹால் நூலகத்தில் பணியாற்றிய வடமொழிப் பண்டிதர் திரு.நாவில்பாக்கம் வேதவாதாச்சாரியரின் துணையுடன் தமிழில் மொழிபெயர்த்து, கரந்தைத் தமிழ்ச் சங்கத் திங்களிதழான தமிழ்ப் பொழில் இதழில், 1952-ம் ஆண்டிலேயே வெளியிட்டுள்ளார்.

மாமன்னன் ராஜராஜனின் பெரும்புகழை, நிலைநிறுத்தும் சான்றுகளான இச்செப்பேட்டுத் தொகுதிகளை இவ்வுலகிற்கு வழங்கியும், செப்பேட்டுச் செய்திகளை நூலாக அச்சிட்டும் அரும்பணியாற்றிய கரந்தைத் தமிழ்ச் சங்கம், வரலாற்று அறிஞர்களின்

ஆய்விற்குத் தனது சீரிய பங்களிப்பைச் செவ்வனே செய்துள்ளது. ஏறத்தாழ 75 ஆண்டுகளுக்கும் மேலாக, கரந்தைத் தமிழ்ச் சங்கத்தால் பாதுகாக்கப்பட்டு வந்த இச்செப்பேடுகள், 1994-ம் ஆண்டு தமிழக அரசின்வசம் ஒப்படைக்கப்பெற்றன. சென்னை, எழும்பூரில் அமைந்துள்ள, அரசு அருங்காட்சியகத்தில், கரந்தைச் செப்பேடுகள் எனும் பெயரில், இச்செப்பேடுகள் தனிப் பேழையில் பார்வைக்கு வைக்கப்பட்டுள்ளன.

விபுலானந்த அடிகள்

விபுலானந்த அடிகள் கிழக்கு இலங்கை காரைத்தீவில் காரேறு மூதூர் என்ற ஊரைச் சார்ந்தவர். இறை பக்தியிலும் தமிழ்ப் பற்றிலும் தீவிர ஈடுபாடுகொண்டிருந்த இவர், ஸ்ரீராமகிருஷ்ண மிஷனின் செயல்பாடுகளால் கவரப்பட்டார். ஒருமுறை ராமகிருஷ்ண மிஷனின் சுவாமி சர்வானந்தர் இலங்கை வந்தபோது அவருடன் ஏற்பட்ட ஆன்மிகத் தொடர்பு இவரை ராமகிருஷ்ண இயக்கத்தோடு ஐக்கியமாகச் செய்தது. தமிழ், ஆங்கிலம், சம்ஸ்கிருதம் என மூன்று மொழிகளிலும் அபரிமித புலமை பெற்றிருந்தாலும் இறை பக்தி மேலோங்க பிரபோத சைதன்யா என்னும் தீட்சா நாமம் பெற்றுத் தமது இயற்பெயரான மயில்வாகனன் என்பதை 'விபுலானந்த அடிகள்' என மாற்றிக் கொண்டார்.

'ஸ்ரீராமகிருஷ்ண விஜயம்' 'வேதாந்த கேசரி' போன்ற இதழ்களுக்கு ஆசிரியராக இருந்து சிறப்பான கட்டுரைகளுடன் இதழைக் கொண்டுவந்தார். அண்ணாமலை அரசரின் வேண்டுகோளுக்கு ஏற்ப 1931-ம் ஆண்டு அண்ணாமலைப் பல்கலைக் கழகத்தில் தமிழ்ப் பேராசிரியராகப் பணிபுரியத் தொடங்கினார். லத்தீன், கிரேக்கம், சிங்களம், அரபி, வங்காளம் எனப் பன்மொழிப் புலமை பெற்றிருந்த அடிகளார், பல்வேறு நூல்களையும் கட்டுரைகளையும் இந்த மொழிகளில் இருந்து தமிழுக்கு மொழிபெயர்த்து ராமகிருஷ்ண மடாலயம் மூலமாக வெளியிட்டார்.

விபுலானந்த அடிகள்

இவ்வாறு செவ்வனே தமிழ்ப் பணி செய்துகொண்டிருந்த அடிகளார் 1892-ம் ஆண்டு உ.வே.சா அவர்கள் வெளியிட்ட சிலப்பதிகார நூலைக் கண்டறிந்து முழுமையாக உள்வாங்கிப் படிக்கும்போது அதன் அரங்கேற்ற காதையின்பால் மிகுந்த ஈடுபாடு கொண்டு, தமிழிசையின் மீது தீவிர பற்றுக்கொண்டார். சிலப்பதிகாரத்தைத் தொடர்ந்து தமிழிசை நூல்கள் முழுவதையும் ஓலைச் சுவடிகளையும் நன்கு கற்றுணர்ந்து தமிழ் இசை குறித்துச் சிறப்பான ஒரு நூல் எழுதத் திட்டமிட்டு அதற்காகத் தீவிரமாக செயல்படத் தொடங்கினார்.

அப்போதுதான் உமா மகேசுவரனாரின் தமிழ்த் தொண்டைக் கேள்விப்பட்டு, நண்பர்களாகி, கரந்தைத் தமிழ்ச் சங்கத்திற்கு வருகைபுரிந்து சங்கத்தின் தமிழ்ச் சேவையை வாழ்வாங்கு வாழ்த்தி அங்கேயே தங்கி ஏழு ஆண்டுகள் பல தகவல்களைத் திரட்டி இசை நூலைப் படைத்தார்.

தமிழரின் முதல் தொன்மை இசைக்கருவியாகக் கருதப்படுவது நரம்புக் கருவியான யாழ் ஆகும். ஆகையால் தமது புகழ்பெற்ற படைப்புக்கு 'யாழ் நூல்' என்ற பெயரையே சூட்டினார். இந்த நூல் ஏழு இயல்களாகப் பிரிக்கப்பட்டுள்ளது. இளங்கோ அடிகள் கூற்றுக்கு ஏற்ப 'மேலது உழை இளி, கீழது கைக்கிளை' என இறை வணக்கப் பாடலில் குறிப்பிட்டு விளக்கும் விதமாக உழை, இளி, விளரி, தாரம், குரல், துத்தம், கைக்கிளை என்று வகைப்படுத்தி விளக்கியுள்ளார்.

அதேபோல் வில் யாழ், பேரி யாழ், சீறி யாழ், மகர யாழ், செங்கோட்டி யாழ், சகோட யாழ் போன்ற ஏழு வகை யாழ்களையும் குறிப்பிட்டு அவற்றின் வடிவங்களைச்

சான்றுகளுடன் நிலைநாட்டியுள்ளார். யாழ்க் கருவியியல், பண் வளர்ச்சி, பண்ணியல், ஒழிபியல், அலகுக் கணக்கியல், எண்ணலளவை, இசைக் கணிதம் போன்றவற்றை அறிவியல் முறையில் விளக்கியுள்ள சிறப்பான நூல் இதுவாகும். நூலின் முடிவில் இன்றைய இசைக் கீர்த்தனைகளுக்கு முழு ஆதாரமாக விளங்குவது தேவார, திருவாசகங்களும், ஆழ்வார்கள் அருளிய பாசுரங்களுமே என்று மகுடம் சூட்டியுள்ளார்.

கரந்தைக் கவியரசு

உமாமகேசுவரன் பிள்ளைக்காக, அவருடைய கெழுதகை நண்பரால், கரந்தையிலே தங்கிப் படைக்கப்பட்ட இந்த இசைப் பனுவல் நண்பரின் வாழ்நாளிலே, அவர்களது கையால் அரங்கேற்றம் செய்ய நினைத்திருந்த நிலையில், உமா மகேசுவரனார் காலமானார். அவரது அகால மறைவால் 5.7.1947-ல் திருவாரூர் மாவட்டம் குடவாசல் அருகில் உள்ள திருக்கொள்ளம் புதூரில் கரந்தைக் கவியரசு வேங்கடாசலம் பிள்ளை, அறிஞர் டி.எஸ்.அவிநாசிலிங்கம் செட்டியார், ரா.பி. சேதுப்பிள்ளை, நாவலர் சோமசுந்தர பாரதியார், சுவாமி சிவானந்தர் போன்றோர் தலைமையில் மிகப்பெரிய அரங்கேற்ற ஊர்வலம் நடத்தப்பட்டு, தமிழரின் மறைந்த இசைக்கருவிகளான முளரி, யாழ், சுருதி வீணை, பாரிசாத வீணை, சதுர் தண்டி வீணை போன்ற பல்வகை இசைக்கருவிகள் முழங்க, கரந்தைத் தமிழ்ச் சங்கம் ஏற்பாட்டில் திருக்கொள்ளம்புதூர் வில்வராண்யேஸ்வரர் கோயிலில் அரங்கேற்றம் செய்யப்பட்டது.

யாழ் நூலை அச்சிட மிகவும் பொருள் உதவிகரமாக இருந்த நற்சாந்துப்பட்டி திரு ராம.சிதம்பரம் செட்டியார் அவர்கள் வேண்டுகோளுக்கிணங்க அவர் கட்டிய அந்தத் திருக்கோயிலில் ஆளுடைய பிள்ளையார் திருமுன் அரங்கேற்றம் செய்யப்பட்டது. யாழ்நூல் தமிழ் இசைக்குக் கிடைத்த தமிழ்ப் பெரும் கொடை என்று இசை அறிஞர்களால் இன்றும் போற்றப்படுகிறது. இசை பயிலும் மாணவர்களுக்கும், இசைக் கலைஞர்களுக்கும், இசை ஞானம் உள்ளவர்களுக்கும் நன்கு தெரியும், படித்துப் பார்த்தால் புரியும், யாழ் நூல் என்பது உயர் தனி இசை ஞானப் பனுவல், இசை இலக்கண நூல் தான் என்று.

அதுமட்டுமன்றி விபுலானந்த அடிகள், பாரதியார் மீது மிகுந்த பற்றுகொண்டிருந்தார். பாரதியார் பாடல்களை அவ்வப்பொழுது இலங்கைக்கு அனுப்பிப் பாடச்செய்தார். மேலும் யாழ்ப்பாணத்திற்குச் செல்லும்போதெல்லாம் பாரதியாரின் புகழ் பாடி, அவரது பாடல்களையும் கட்டுரையையும் யாழ்ப்பாணத் தமிழர்களுக்கு அறிமுகம் செய்து வைத்துள்ளார். எவ்வளவு பெரிய பண்டிதர்கள் எல்லாம், இங்கே இருந்திருக்கிறார்கள் பாருங்கள்!

ந.மு.வேங்கடசாமி நாட்டார்

நமக்கெல்லாம் ந.மு.வேங்கடசாமி நாட்டாரைத் தெரியும். நாட்டார் ஐயா என்று சொல்வார்கள். வேங்கடசாமி நாட்டார் அவர்கள், தொடக்கக்கல்வி மட்டும் பள்ளியில் பயின்று பிறகு தம் தந்தையிடமே தமிழ்ப் பாடங்களைக் கற்றுக்கொண்டு மதுரைத் தமிழ்ச்சங்கம் நடத்திய பிரவேச பண்டிதத் தேர்விலும், பால பண்டிதத் தேர்விலும் வெற்றி பெற்றார். 1907-ல் தமிழ்ப் பண்டிதர் தேர்வில் மாநிலத்திலேயே முதல் மாணவராகத் தேர்வுபெற்றுத் தங்கப் பதக்கம் பெற்றார். பாண்டித்துரைத்தேவர் நேரில் அழைத்துத் தமது கையாலே அந்தப் பதக்கத்தை நாட்டாருக்கு அணிவித்து கௌரவப்படுத்தினார்.

தமிழில் தாம் பெற்றிருந்த தனித் திறமையால் அந்நாளில் எஸ்.பி.ஜி என்று அழைக்கப்பட்ட

பிஷப் ஹீபர் கல்லூரியில் 1908-ம் ஆண்டு முதல் 1933-ம் ஆண்டு வரை 25 ஆண்டுகள் பணிபுரிந்தார். தமிழ் இலக்கியத்திற்கு எழுதிய உரையாலும், இலக்கண இலக்கியங்களுக்கு தெளிவான விளக்கம் கொடுத்து ஆற்றிய ஆற்றல்மிக்க சொற்பொழிவுகளாலும் அறிஞர் பெருமக்களால் வேங்கடசாமி நாட்டார் என்று பெருமையுடன் அழைக்கப்பட்டார். ஓய்வுபெற்ற பிறகு, அண்ணாமலைப் பல்கலைக்கழக அழைப்பை ஏற்று ஏழு ஆண்டுகள் அங்கு தமிழாய்வுப் பணியை மேற்கொண்டார். சென்னை மாநிலத் தமிழ்ச்சங்கம் இவருடைய அரும் பெரும் சேவைகளைப் பாராட்டி நாவலர் என்று பட்டம் வழங்கி கௌரவித்தது.

களவழி நாற்பது, கார் நாற்பது, கொன்றை வேந்தன், ஆத்திசூடி, இன்னா நாற்பது, நன்னெறி போன்ற நீதி இலக்கிய நூல்களுக்கு எளிய உரை எழுதியது அவருடைய சிறப்பு. மேலும் சோழர் சரித்திரம், வேளிர் சரித்திரம், கள்ளர் சரித்திரம், கண்ணகி வரலாறு, நக்கீரர், கபிலர், பரணர் ஆராய்ச்சிக் கட்டுரைகள் எனப் பல ஆய்வுக் கட்டுரைகள் எழுதியவர். சிலப்பதிகாரம், மணிமேகலைக்கு ஆராய்ச்சி உரையும் எழுதியுள்ளார்.

1912-ம் காலகட்டத்தில் தலைப்பாகை அணிந்த இளைஞர் ஒருவர் வேகமான நடையில் துருதுருவென அவர் இல்லம் தேடிவந்தார். எங்கு? நடுக்காவேரி நாட்டார் வீட்டிற்கு.நடுக்காவேரி எங்கிருக்கிறது என்று இன்றுகூட நிறையப் பேருக்குத் தெரியாது. அந்த நடுக்காவேரிக்கு, நாட்டார் ஐயாவைத் தேடிவந்து தமிழ் இலக்கியங்கள் சார்ந்து நிறைய சந்தேகங்கள் கேட்கிறார்.

நாட்டார் அமரச் சொல்லியும் அவர் உட்காராமல் நின்றுகொண்டே கேட்கிறார். நாட்டார் சகோதரரும் வருகை தந்து அந்த இளைஞருக்கு வணக்கம் வைத்து அமரச் சொல்கிறார். ஆனாலும் அவர், தமிழறிஞர் முன்பு அமர்வது மரபல்ல என்று கூறி நின்றுகொண்டே சந்தேகங்களைக் கேட்கிறார். குறிப்பாக, சிலப்பதிகாரம் சார்ந்து நிறையக் கேள்விகள் கேட்கிறார். கண்ணகி, பாண்டிய நெடுஞ்செழியன் மன்னன் அவையில் நீதி கேட்கும்போது உரைக்கும் வழக்குரை காதைப் பாடலான,

ந.மு.வேங்கடசாமி நாட்டார்

"தேரா மன்னா செப்புவது உடையேன்
எள்ளறு சிறப்பின் இமையவர் வியப்பப்
புள்ளுறு புன்கண் தீர்த்தோன் அன்றியும்
வாயிற் கடைமணி நடுநா நடுங்க
ஆவின் கடைமணி உகுநீர் நெஞ்சுசுடத் தான்தன்
அரும்பெறல் புதல்வனை ஆழியின் மடித்தோன்
பெரும்பெயர்ப் புகார்என் பதியே அவ்வூர்
ஏசாச் சிறப்பின் இசைவிளங்கு பெருங்குடி
மாசாத்து வாணிகன் மகனை ஆகி
வாழ்தல் வேண்டி ஊழ்வினை துரப்பச்
சூழ்கழல் மன்னா நின்னகர்ப் புகுந்தீங்கு
என்கால் சிலம்பு பகர்தல் வேண்டி நின்பால்
கொலைக்களப் பட்ட கோவலன் மனைவி"

என்ற பாடல் அடிகளைக் குறிப்பிட்டு, பாடலில் மனுநீதிச் சோழன் திருவாரூரைச் சார்ந்தவர்தானே பூம்புகாரைச் சார்ந்த கண்ணகி, தான் அத்தகைய மனுநீதிச் சோழன் ஊரிலிருந்து வந்திருப்பதாகக் கூறுகிறாரே, கண்ணகி அத்தகைய நீதி முறையை அறிந்தவராக இருந்துள்ளது குறித்தும், பூம்புகார் மனுநீதிச் சோழன் எல்லைக்கு உட்பட்டதுதானா? கண்ணகி நீதி கேட்கச் சென்றதாகக் கூறப்படும் பாதை தற்போதைய கும்பகோணம்- திருவையாறு- திருக்காட்டுப்பள்ளி- கல்லணைப் பாதைதானா? இலக்கியச் சான்றுகள் உள்ளனவா என்பன போன்ற பல்வேறு கேள்விகளை மிகத் தெளிவாக, துணிச்சலாக, நெஞ்சை நிமிர்த்தி, கைகளை ஆவேசமாக ஆட்டி ஆட்டிக்

கேட்டு நாட்டாரைப் பேசவிட்டுப் பதில் பெற்றுத் தெளிவுபெறுகிறார்.

தன் சந்தேகம் தெரிந்தவுடன் சிரம் தாழ்த்தி வணக்கம் வைத்துவிட்டு, 'நன்றி ஐயா, தாங்கள் பல்லாண்டு வாழ்ந்து தமிழுக்கு இன்னும் நிறையத் தொண்டுகள் செய்யப் பராசக்தி அருள்புரிவாள்' என்று கூறிவிட்டு விறுவிறுவென்று வேகமாகக் கிளம்பிவிடுகிறார். சந்தேகங்களைக் கேட்ட இளைஞர் விடைபெற்றுச் சென்றவுடன், தன் தம்பியையும் அருகில் இருந்தவர்களையும் நாட்டார் கேட்கிறார், யார் இவர்? இந்த முகத்தைப் பார்த்தது போல் இருக்கிறது. இவ்வளவு அறிவுப் பூர்வமாகக் கேள்விகள் கேட்டாரே இவர் யார் என்று!

அவரது சகோதரர் கூறினார்.

இவர்தான் பாரதியார். மகாகவி சுப்பிரமணிய பாரதியார் என்று விளக்கினார். நாட்டாரும், நானும் அவராகத்தான் இருக்கக்கூடும் என்று நினைத்தேன். ஆனால் அந்த இளைஞர் உடனே கிளம்பிவிட்டாரே என்று வருத்தப்பட்டிருக்கிறார். பேருந்து வசதி இல்லாத காலகட்டத்தில், நடுக்காவேரி எனும் உள்ளடங்கிய ஓர் ஊரைத் தேடி வந்து, பாரதியார் சந்தேகம் கேட்டிருக்கிறார் என்றால், வேங்கடசாமி நாட்டார் எப்படிப்பட்டவர் என்பதைப் புரிந்துகொள்ளுங்கள். பாரதியாரின் தேடல் வீச்சு எப்படிப்பட்டது என்பதையும் நாம் புரிந்துகொள்ள வேண்டும்.

அந்நாளில் வேங்கடசாமி நாட்டார் இலக்கியச் சொற்பொழிவு ஆற்றுகிறார் என்றால் பல மைல் தூரம் நடந்து சென்று தமிழ் அறிஞர்களும் இளைஞர்களும் அந்த தமிழ் அறிவு வீச்சில் மனம் நிறைந்து, செவி குளிர்ந்துபோய் வருவார்களாம். அப்பேர்ப்பட்ட அறிவார்ந்த ஆற்றல்மிக்க சொற்பொழிவாளர் அவர். இத்தகைய திறமைமிக்க தமிழ் அறிஞர் தான் உமாமகேஸ்வரன் பிள்ளையின் அழைப்பை ஏற்றுக் கரந்தைத் தமிழ்ச்சங்க கல்லூரியில், முதல் முதல்வராக, நான்கு ஆண்டுகள் ஊதியம் பெறாமலேயே தமிழ்ச்சேவை செய்திருக்கிறார்.

கரந்தைக் கவி
வேங்கடாசலம் பிள்ளை

கவியரசு அரங்க வேங்கடாசலம்பிள்ளை கந்தர்வகோட்டை அருகில் மோகனூரில் பிறந்தவர். கரந்தை தூய பேதுரு பள்ளியில் கல்வி கற்றுத் தம் சொந்த முயற்சியில் தமிழ் அறிஞர்களிடம் குறிப்பாகப் புலவர் வெங்கட்ராம பிள்ளையிடம் தமிழ் கற்றுப் பண்டிதர் ஆனார். தமிழை யாராவது குறை கூறிப் பேசினாலோ தமிழ்மொழிக்குத் தகுதி, திறன் இல்லை என்று கூறிவிட்டாலோ, வெகுண்டெழுந்து பதில் அளிக்கும் குணம் பெற்றவர்.

ஒருமுறை திருவையாறு அரசர் கல்லூரியில் புகழ்பெற்ற தமிழ் அறிஞர் பேசிக்கொண்டிருக்கும் பொழுது, தமிழை இந்நாளில் செந்தமிழ் என்று கூறுகிறோம் அப்படி எனில் ஒருகட்டத்தில் அது கொடுந்தமிழாகத்தான் இருந்திருக்க வேண்டும் என்று பேசினார். உடனே மேடை ஏறிய கவியரசு வேங்கடாசலம் பிள்ளை, ஆவேசமாக அதேசமயத்தில் நையாண்டியாக, சூரியனைத் தற்போது செஞ்ஞாயிறு என்று கூறுகிறோம். அப்படி எனில் ஒரு கட்டத்தில் அது கருஞாயிறாக இருந்ததா, விளக்கம் அளிக்கவும் என்றார். கூட்டத்தினர் கைதட்டி ஆரவாரம் செய்தனர். தமிழுக்கு ஒரு இழுக்கு எனில் பொங்கி எழும் போர்க்குணம் படைத்தவர் இவர்.

ஒருமுறை சிந்தாதிரிப்பேட்டையில் இவர் நடத்திய அகநானூறு சிறப்புச் சொற்பொழிவு மாநாட்டை நேரில் கண்டு அகமகிழ்ந்த திரு.வி.க அவர்கள், கவிஞரின் சங்க இலக்கியப் பேரறிவைக் கண்டு, ஐயோ இப்பேர்ப்பட்ட புலவர் எங்கோ ஒரு சிற்றூரில் அடையாளம் இல்லாமல் இருக்கிறாரே என்று ஆதங்கப்பட்டுக் கவிஞரைச் சென்னை வந்து சங்க இலக்கியங்கள் முழுமைக்கும், முழுமையான எளிமையான உரை எழுதித்

தரவேண்டும் எனக் கேட்டிருக்கிறார். வருங்கால சந்ததியினருக்கு அது மிகவும் பயனுள்ளதாக இருக்கும் என்ற தமது வேண்டுகோளையும் விடுத்திருக்கிறார். விதிப்பயன் அது நிறைவேறாமல் போய்விட்டது.

இத்தகைய இலக்கிய ஆற்றல் பெற்ற வேங்கடாசலம் பிள்ளையை உமாமகேஸ்வரன் பிள்ளை, கரந்தைத் தமிழ்ச் சங்கத்தில் ஆசிரியராக அமர்த்தி அழகு பார்த்தவர். அவருக்குக் கரந்தைத் தமிழ்ச் சங்கத்தில் பெரும் பாராட்டு விழா நடத்திக் கரந்தைக் கவியரசு என்று பட்டமும் அளித்து கௌரவப்படுத்தினார்.

மேலும் கரந்தைக் கவியரசு அவர்கள் அகநானூறு உரை, சிலப்பதிகார நாடகம், மணிமேகலை நாடகம், ஆசானாற்றுப்படை போன்ற நூல்களைப் படைத்துள்ளார். தமிழ் வரலாற்றறிஞர் டாக்டர் மா.இராசமாணிக்கனார் இவரது மாணவர் என்பது குறிப்பிடத்தக்கதாகும்.

வெள்ளைவாரணனார்

வெள்ளைவாரணனார் ஒரு ஞானப் பண்டிதர். பன்னிரு திருமுறைகள் மற்றும் திருவருட்பா சிந்தனைகள் படைத்தவர்.வெள்ளைவாரணனார் அண்ணாமலைப் பல்கலைக் கழகத்தில் ஒருமுறை, வள்ளலார் பற்றிப் பேசினார். இதனைக் கேட்ட திரு.வி.க, இந்த உரை மிகவும் நன்றாக இருக்கிறது, நீங்களே வள்ளலார் பற்றி எழுதுங்கள் என்றாராம். இப்படித்தான் திருவருட்பா சிந்தனை உதயமானது. இந்த தமிழ்ச் சங்கம்தான் அனைத்திற்கும் அடித்தளமிட்டுள்ளது. இவர்தான் இக்கல்லூரியின் முதல் ஆசிரியர்.

முதலாண்டில் ஒரே ஆசிரியராய் இருந்திருக்கிறார். அந்த நிலையிலும் சங்கத்தின் தமிழ் ஆர்வத்தைப் புரிந்து கொண்டு மாணவர்களுக்கு எந்தளவுக்கு தமிழ் இலக்கணப் பயிற்சியை இலக்கியச் சிறப்பைச் சொல்ல முடியுமோ. அந்த அளவுக்கு அந்தப் பணியை ஒற்றை மனிதனாகச் செய்து முடித்திருக்கிறார். தமிழ்ப் பொழில் இதழ் ஆரம்பித்த பிறகு அதிலும் பல அறிவார்ந்த இலக்கியக் காட்சிகள் நிறைந்த கட்டுரைகளைப் படைத்துள்ளார்.

வெள்ளைவாரணனார்

அண்ணாமலைப் பல்கலைக்கழகம்

அண்ணாமலைப் பல்கலைக்கழகம் எனப் பெயர்வரக் காரணமே உமா மகேசுவரன் பிள்ளைதான். அதாவது, அண்ணாமலைச் செட்டியார் மீனாட்சி கல்லூரியைப் பல்கலைக்கழகமாக மாற்ற முடிவெடுத்தபோது தமது பெயரை வைக்க ஆசைப்பட்டார். ஆனால் அரசு விதிப்படி தனிநபர் பெயர் பல்கலைக்கழகத்திற்குச் சூட்டக்கூடாது! ஆனாலும், செட்டியார் விடாப்பிடியாக இருந்தார்.

உடனே செட்டியார், தமிழிலும் சட்டத்திலும் வல்லுநரான உமாமகேசுவரன் பிள்ளையிடம் ஆலோசனை கேட்டார். தனிநபர் பெயர்தான் சூட்டக் கூடாதே தவிர, ஒரு நகர், இடத்தின் பெயரைச் சூட்டலாம். ஆதலால் உடனே அந்தப் பகுதியின் பெயரை அண்ணாமலை நகராக அறிவித்து விடுங்கள். பிறகு அந்த நகரின் பெயரைப் பல்கலைக்கழகத்திற்குச் சூட்டி விடலாம் என்று ஆலோசனை கூறினார்.உடனடியாக அண்ணாமலை நகர் உருவானது. அப்படித்தான் அந்த நகரின் பெயரை வைப்பதுபோல் 1929-ல் அண்ணாமலைப் பல்கலைகழகம் உதயமானது.

தமிழ்ப் பொழில்

தமிழ்ப் பொழில் இதழ் பற்றி சொல்லியே ஆகவேண்டும்.

வாழி கரந்தை வளருந் தமிழ்ச்சங்கம்
வாழி தமிழ்ப்பொழில் மாண்புடனே – வாழியரோ
மன்னுமதன் காவலராய் வண்மைபுரி
வோரெவரும்

உன்னுபுக ழின்நலம் உற்று
– நாவலர் ந.மு.வேங்கடசாமி நாட்டார்

கரந்தைத் தமிழ்ச் சங்கம் தொடங்கப் பெற்ற மூன்றாவது ஆண்டிலேயே, தமிழ் இலக்கிய மாத இதழ் ஒன்றினைத் தொடங்கவேண்டும் என்ற எண்ணம் உமாமகேசுவரனார் உள்ளத்தே உயிர் பெற்றது.

கரந்தைத் தமிழ்ச் சங்கத்தின் நோக்கங்களைத் தமிழ்ப் பேருலகினருக்குத் தெரிவித்து, அன்னார் உதவிபெற்று அவற்றினை நிறைவேற்றுமாறு செய்தலும், தமிழ் மக்களையும், அவர்தம் தெய்வத் திருமொழியினையும் இழிதகவு செய்து, உண்மைச் சரிய நெறி பிறழ எழுதிவரும் விஷயங்களை நியாய நெறியில் கண்டித்தலும், மேல்நாட்டுச் சாத்திரங்களைத் தமிழில் மொழிபெயர்த்து அமைத்துக்கொள்ளுதலுமாகிய, இன்னோரன்ன நோக்கங்களோடு, சங்கத்தினின்று ஒரு சிறந்த தமிழ்ப் பத்திரிகை வெளியிடுவதற்கான ஏற்பாடுகளைச் செய்ய ஐவர் கொண்ட குழு ஒன்று 1914-ம் ஆண்டில் அமைக்கப்பட்டது.

திருவாளர்கள் நா.சீதாராம பிள்ளை, ஐ.குமாரசாமி பிள்ளை, த.வீ.சோமநாதராவ் மற்றும் த.வே. இராதாகிருட்டினப் பிள்ளை ஆகியோர் இக்குழுவின் உறுப்பினர்களாவர். இக்குழுவினர் பத்திரிகை தொடங்குவதற்காக அரசாங்கத்தின் அனுமதி பெறுவதற்குரிய பணிகளைத் தொடங்கினர். இதே வேளையில் பத்திரிகை ஆரம்பிப்பதென்றால் அதற்கு வேண்டும் மூலதனத்தைத் திரட்டும் பணியும் தொடங்கப் பெற்றது. தமிழ் அன்பர்கள் மற்றும் பொதுமக்களிடமிருந்து நன்கொடைகள் பெறுவதற்காக வேண்டுகோள் விடுக்கப் பெற்றது.

பத்திரிகை ஒன்றினைத் தொடங்குவதற்காக 1914-ம் ஆண்டில் தொடங்கப்பட்ட முயற்சிகள், பல்வேறு காரணங்களாலும் நிதிப் பற்றாக்குறையாலும், நிறைவேறாமலே இருந்தன. இருப்பினும் 1919-ம் ஆண்டில், கரந்தைத் தமிழ்ச் சங்கத்தின் சார்பில் தொடங்கப்பெற இருக்கின்ற மாதாந்திர இதழுக்குத் தமிழ்ப் பொழில் என்னும் பெயர் சூட்டப்பெற்றது. 1920-21 லும் போதிய அளவு புரவலர்கள், உறுப்பினர்கள் சேராமையினால் தமிழ்ப் பொழில் தொடங்குவதில் காலதாமதம் ஏற்பட்டது.

இவ்வாண்டில் திருவாளர்கள் உமாமகேசுவரம் பிள்ளை, கும்பகோணம் த.பொ.கை.அழகிரி சாமி பிள்ளை, கூடலூர் வே.இராமசாமி வன்னியர், பட்டுக்கோட்டை வேணுகோபால் நாயுடு, திருச்சி உ.க.பஞ்சரத்தினம் பிள்ளை, திருச்சி நா.துரைசாமிப் பிள்ளை, கும்பகோணம் ஆர்.சாமிநாத அய்யர் ஆகியோர் தமிழ்ப் பொழில் இதழுக்குப் பங்குத் தொகை வழங்கினர்.

கரந்தைத் தமிழ்ச் சங்கத்தின் பத்தாம் ஆண்டு விழா 4.9.1921 மற்றும் 5.9.1921 ஆகிய தேதிகளில், கரந்தை கந்தப்ப செட்டியார் அறநிலையத்தில் கீழையூர் சிவ.சிதம்பரம் அவர்கள் தலைமையில் நடைபெற்றது. இவ்விழாவின்போது, ‘தமிழ் மொழியின் மேன்மையை வெளிக்கொணரும் பொருட்டு, தமிழின் தொன்மையை மீட்டெடுக்கும்விதமாக தமிழ்ப் பொழில் என்னும் மாத இதழை வெளியிடுவதற்குத் தக்கவாறு பொருளுதவி செய்ய வேண்டுமெனத் தமிழ் மக்கள் அனைவரையும் கேட்டுக் கொள்கிறோம்’ எனும் தீர்மானம் நிறைவேற்றப்பட்டது. இவ்வாண்டில் திருவாளர்கள் வேணுகோபால நாயுடு மற்றும் திருச்சி டி.நாராயணசாமி பிள்ளை ஆகியோர் தமிழ்ப் பொழில் பங்குத் தொகையாக ரூ.23 வழங்கினர்.

1914-ம் ஆண்டில் உமாமகேசுவரனார் அவர்களால் தொடங்கப்பெற்ற முயற்சி, பதினொரு ஆண்டுகளுக்குப் பின்னரே நிறைவேறியது. 1925-ம் ஆண்டு சித்திரைத் திங்களில், தமிழ்ப் பொழில் முதல் இதழ்

வெளியிடப்பெற்றது. தமிழ்ப் பொழில் முதல் இதழை அச்சிட்ட பெருமை தஞ்சாவூர் லாலி அச்சகத்தையே சாரும். இதன் முதல் பொழிற்றொண்டராகப் பணிபுரிந்தவர் கவிஞர் அரங்க. வேங்கடாசலம் பிள்ளை.

பொதுவாக ஓர் இதழ் எனின் ஆசிரியர் அல்லது பொறுப்பாசிரியர் என்று அச்சிடுதல் மரபு. ஆனால் உமாமகேசுவரனாரோ, இதழாசிரியர் என்பதற்குப் பதிலாக 'பொழிற்றொண்டர்' என்றே அச்சிடச் செய்தார். **உறுப்பினர் கட்டணம் என்பதற்கு மாறாக 'கையொப்பத் தொகை' என்றும், விலாசம் என்பதை 'உறையுள்' என்றும், ஆங்கிலத்தில் வி.பி.பி. என்பதை 'விலை கொள்ளும் அஞ்சல்' என்றும் பயன்படுத்தத் தொடங்கினார்.**

பல்வேறு இன்னல்களைத் தாண்டி தமிழ்ப் பொழில் இதழ் வெளிவரத் தொடங்கிய பின்னரும்கூட, ஒவ்வொரு மாதமும், இவ்விதழ் சந்தித்த சோதனைகள், தாண்டிய தடைகள் ஏராளம். தமிழ்ப் பொழில் இதழைப் போற்றுவார் போதிய அளவு இல்லாததால் வருந்திய உமாமகேசுவரனார், தமிழ்ச் செல்வர்கள், தாய் மொழித் தொண்டுக்காக, ஆண்டுக்கு இரண்டு மூன்று ரூபாய் செலவிடுவதற்குத் தயங்கும் நிலை கண்டு வருந்தினார். தமிழ்ப் பொழில் உறுப்பினராக அனைவரும் சேர்ந்து பயன்பெறுமாறு வேண்டுகோள் விடுத்தார்.

'கரந்தைத் தமிழ்ச் சங்கம், தஞ்சை

தமிழ்ப் பொழில்

கருந்திட்டைக்குடி,

விசு, சித்திரை,க

ஐயா,

இத்துடன் பொழில் கையொப்ப விண்ணப்பம் ஒன்று இணைத்துள்ளோம். தங்கள் நண்பருள் ஒருவரையேனும் கையொப்பக்காரராகச் சேரும்படி வேண்டி, இணைத்துள்ள விண்ணப்பத்தில்

கரந்தைத் தமிழ்ச் சங்கம்

அவர்கள் ஒப்பம் வாங்கி அனுப்ப வேண்டுகிறோம். ஒருவரைத் தாங்கள் சேர்த்தனுப்புவது, பொழிலின் பயனை ஆயிரவர்க்கு அளித்ததாகும் என்பதை நினைவூட்டுகிறோம். சிறுதொண்டு பெரும்பயன் விளைவிக்கும் வகைகளுள் இது ஒன்றெனக்கருத்திற்கொள்ள வேண்டுகிறோம்.

தங்கள் அன்பன்,

த.வே.உமாமகேசுவரன்

பொழிற்றொண்டர்'

உமாமகேசுவரனார் மேற்கொண்ட தளராத முயற்சிகளின் பயனாக, தஞ்சை மாநாட்டாண்மைக் கழகத்தினரும், தஞ்சை நாட்டாண்மைக் கழகத்தினரும்,

பாபநாசம் நாட்டாண்மைக் கழகத்தினரும், தத்தம் ஆட்சி எல்லையிலுள்ள பள்ளிக் கூடங்களுக்கெல்லாம் தமிழ்ப் பொழில் இதழை அனுப்பிட ஆணை வழங்கி உதவினர்.

தஞ்சை மாநாட்டின் கல்வி நெறி ஆராய்ச்சித் தலைவராக இருந்த, திரு. பி.பி. எஸ். சாஸ்திரியார் அவர்களும், இத்தமிழ்ப் பொழில் கல்லூரி பள்ளிக் கூடங்களுக்கு இன்றியமையாது வேண்டப்படும் சிறப்பினை உடைய உண்மையை அறிவித்து, அனைத்துக் கல்லூரிகளும் பள்ளிக் கூடங்களும் வாங்குமாறு செய்தார்.

உமாமகேசுவரனார்

தமிழ்ப் பொழில் இதழினைக் கண்ட மறைமலையடிகள் மனம் மகிழ்ந்து,

‘தாங்கள் விடுத்த தமிழ்ப் பொழில் முதலிரண்டு மலர்களும் பெற்று மகிழ்ந்தேன். தாங்களும் ஏனை கற்றறிஞரும் எழுதியிருக்கும் தமிழ்க் கட்டுரைகளை உற்று நோக்கி வியந்தேன். தமிழ்ப் பொழில் நீடு நின்று நிலவுமாறு முயல்க. ஏனெனில், இஞ்ஞான்று பற்பல இதழ்கள் தோன்றித் தோன்றி மறைகின்றன. மேலும் வடசொற்கள் சிறிதும் கலவாத தனித் தமிழிலேயே, தாங்களும் மற்றைக் கல்வியறிஞரும் கட்டுரைகள் எழுதுவதை விடாப்பிடியாய்க் கைக்கொள்ளல் வேண்டும். வடசொற் கலப்பால் தமிழைப் பாழாக்க மடிகட்டி நிற்கின்றனர். ஆதலால் நம்மனோர் தமிழில் வடசொற்களைக் கலத்தற்குச் சிறிதும் இடம்விட்டுக் கொடுத்தல் ஆகாது. தமிழ் மொழியை விட்டால் தமிழர்க்கு வேறு சிறப்பில்லை. தங்கள் முயற்சி நன்கு நடைபெறுக வென்று திருவருளை வேண்டுகிறேன்’ என்று வாழ்த்துரை வழங்கினார்.

தமிழ்ப் பொழில் இதழினைக் கண்ணுற்ற புலவர் அ.வரதநஞ்சைய பிள்ளை அவர்கள், இவ்விதழினை வாழ்த்தி இயற்றிய பாடல்,

‘வாழ்க நம் தமிழ்த்தாய் வாழ்க நம் தனிமொழி
ஓங்குக மேன்மேல் ஓங்குக நாடொறும்

பிறமொழி கவர்ந்த புறமொழி நாணித்
தஞ்செயல் மீட்ப தாமெனத் துணிவுறீஇக்
கரந்தை யூன்றிய கழகந் தொடங்கின

தமிழ்ப் பொழில் அம்ம தமிழர்காள் வம்மின்
தாயடி நிழலிற் றங்கிவெப் பொழிமின்
ஆண்டு தோறும் நீண்டுவளர் துணராற்
றிங்கட் கோர் செழுமலர் பூத்து
நறுமணம் வீசி நலிவுதீர்க் கும்மே’

தமிழ்ப் பொழில் தொடங்கிய காலத்தில், இவ்விதழின் ஆண்டுச் சந்தா, சங்க உறுப்பினர்களுக்கும், மாணவர்களுக்கும் ரூ.2 மட்டுமே. ஏனையோருக்கு ரூ.3.

தமிழ்ப் பொழிலில் வெளிவரும் கட்டுரைகள், தூய தமிழில் வெளி வந்தன. எனினும் நடை கடினம் என்று அவ்வப்போது சிலர் குறை கூறியதுண்டு. அதற்குப் பொழிற்றொண்டராக இருந்த உமாமகேசுவரனார் அவர்கள் அளித்த விளக்கம், இன்றும் நாம் அனைவரும் எண்ணி எண்ணிப் பெருமைப்பட வேண்டிய ஒன்று.

‘இறைவன் திருவருளாலும், தமிழ் மக்கள், தமிழ்ப் புலவர்கள் ஆதரவாலும், பொழில் பதினாறு ஆண்டு, இப்பங்குனித் திங்களோடு நிறையப்பெற்றுள்ளது. பொழில் தோன்றிய காலத்தும், பின்னும், எந்தெந்த வழிகளிலெல்லாம் பொழில் தமிழகத்திற்குப் பயன்பட வேண்டுமென்று எண்ணினோமோ, அந்தந்த வழிகளிலெல்லாம் பயணித்துள்ளது என்று கூறுவதற்கில்லை. ஒருவாறு காலந்தள்ளி வந்தது என்றே நாம் கூறலாம். ஆறாயிரம் மைலுக்கு அப்பாலுள்ளள ஆங்கில மொழியையும், ஐயாயிரம் ஆண்டுகட்கு முன்பெழுந்த வடமொழி

நூல்களையும், இடர்ப்பாடு சிறிதுமின்றிக் கற்கவும், கற்று மகிழவும், பிறர்க்குக் கூறிப் பரப்பவும் ஆற்றலுடைய நம் தமிழகத்து மக்கள், தமிழ் மொழியின் தூய சொற்கள், பொருள் விளங்கிப் பயன்தர ஆற்றாவாயின், அது யாவர் குறை? பயிற்சிக் குறைவன்றோ? சொல்லாலும் பொருளாலும் பேசவும் எண்ணவும் இனிமை தரும் எம் தாய்மொழி, இன்று இவ்வாறாயிற்றே என்று யாம் வருந்துதல் பயனென்ன? தமிழோடு தொடர்புடைய வேற்று நாட்டவரும், இம்மொழியின் நன்மை உணர்ந்து போற்றுமிடத்து, நம்மவர் யாம் பொருளுணரமாட்டோம், யாம் பொருளுணர ஆற்றோம் எனக் கூறுவது, இதுகாறும் எழு வியப்போடு நின்ற இவ்வுலகத்து எழுந்த எட்டாவது வியப்பென்றே எண்ணுகிறோம். பொழிலின் நறுமணம் நாற்றிசையும் பரந்து உலகை மகிழ்விக்கத் தமிழ்த் தெய்வம் துணை செய்வதாக.'

பிற மொழிக் கலப்பில்லாத தூய தமிழைப் பற்றித் தமிழ் மக்கள் அறியாதிருப்பது குறித்து உமாமகேசுவரனார் கொண்ட துயரம் இதில் புலனாகிறது.

தமிழ்ப் பொழில் இதழின் தொடக்க இதழ்கள் தஞ்சை, லாலி அச்சுக் கூடத்தில் அச்சிடப் பெற்றன. ஒவ்வொரு மாதமும் குறிப்பிட்ட தேதிகளில் பொழில் இதழானது அச்சாகி வெளிவருவதில் தாமதமேற்பட்டது. தமிழ் மாதத்தின் முதல் நாளில் பொழில் இதழ் வெளிவர வேண்டும் என்று உமாமகேசுவரனார் விரும்பினார். ஆனால் அச்சகத்தில ஏற்படும் தடங்கல்கள் காரணமாக, இதழினைக் குறிப்பிட்ட தேதிகளில் வெளிக்கொணர்வதில் தொடர்ந்து தடைகள் தோன்றத் தொடங்கின. இத் தடைகளிலிருந்து மீண்டு வருவதற்கு உமாமகேசுவரனார் வழி ஒன்றும் கண்டார். அதுவே இன்றைய கூட்டுறவு அச்சகமாகும். கரந்தைத் தமிழ்ச் சங்கம், தமிழ் குறித்து இலக்கிய, இலக்கணம், கல்வெட்டு, வரலாறு, மொழி சார்ந்த கட்டுரைகளை வெளியிட வேண்டும் என்பதற்காகக் கிட்டத்தட்ட 95 ஆண்டுகளாக மாதம் தவறாமல் நடத்தி வருகிறார்கள்.

சதாசிவ பண்டாரத்தார்

சதாசிவப் பண்டாரத்தார்

தமிழ் ஞாயிறாகத் திகழ்ந்த கல்வெட்டியல் அறிஞர் சதாசிவப் பண்டாரத்தார் தான், முறையான சோழர் வரலாற்றை தமிழர்களுக்குத் தந்தவர்.

நீலகண்ட சாஸ்திரி '*HISTORY OF CHOLAS*' என்ற பெரிய நூலை எழுதியிருந்தார். ஆனால் பன்மொழிப் புலவர் அப்பாதுரையார் இதை ஏற்கவில்லை. இதன் உண்மைத்தன்மை நடுநிலையானது அல்ல! ஒரு சார்புகொண்ட நூல் என மறுத்துரைத்தார். இது முறையாக எழுதப்பட்ட வரலாறு என்று ஏற்றுக்கொள்ள முடியாது என ஆணித்தரமாக வாதிட்டார்.

இந்த நிலையில்தான், சோழ மண்ணின் வரலாற்றுச் சிறப்புமிக்க திருப்புறம்பியம் எனும் போர்க்களத்து மண்ணைச் சார்ந்தவரான சதாசிவப் பண்டாரத்தார் பெருமைமிகு ராஜராஜ சோழன் பற்றிய, சோழப் பரம்பரையைப் பற்றிய வரலாற்றை 'பிற்காலச் சோழர் சரித்திரம்' எனும் அருமையான தலைப்பில் தமிழ்ப் பொழில் இதழில் எழுதத் தொடங்கினார்.

கல்வெட்டுகள், செப்பேடுகள், நாணயங்கள் எனப் பல்வேறு இடங்களில் கிடைத்த புதைபொருள் சான்றுகளைத் தேடித் தேடி எடுத்து, அதனை ஆராய்ச்சி செய்து, கிட்டத்தட்ட 25 ஆண்டுகள் அயராது உழைத்து, பிற்காலச் சோழர் சரித்திரத்தைப் படைத்தவர் சதாசிவ பண்டாரத்தார். சோழப்பேரரசு குறித்த கல்வெட்டுச் சான்றுகள் பற்றியும், இங்குள்ள கோயில்

கட்டடக்கலை பற்றியும், பேரரசர் ராஜராஜ சோழன் குறித்தும், இந்த இதழில்தான் அதிகம் எழுதி வந்தார். அந்தக் கட்டுரைகளின் விரிவுபடுத்தப்பட்ட வடிவமே 'பிற்காலச் சோழர் சரித்திரம்' என்ற அருமையான புத்தகம்.

வேங்கடசாமி நாட்டார், வெள்ளை வாரணனார், அப்பாத்துரையார், மொழிஞாயிறு தேவநேயப் பாவாணர், அ.ச.ஞானசம்பந்தன், ஔவை துரைசாமிப் பிள்ளை, வரலாற்றறிஞர் சி.கோவிந்தராசனார், மு.ராகவ ஐயங்கார், இரா.ராகவையங்கார் போன்ற பெருமக்கள் எல்லாம் இந்த தமிழ்ப் பொழில் இதழில் தமிழிலக்கியம் சார்ந்த பல்வேறு அரிய வரலாற்று ஆராய்ச்சிக் கட்டுரைகளை எழுதியுள்ளனர். இந்த இதழ் விரைவில் நூற்றாண்டைத் தொட இருக்கிறது. நூற்றாண்டு விழா நடத்தி, சிறப்பு மலர் வெளியிட்டு மென்மேலும் தமிழுக்குப் பெரும் தொண்டுபுரியவேண்டுமென வேண்டி கேட்டுக்கொள்கிறேன்.

இதில் மகிழ்ச்சிக்குரிய செய்தி என்னவென்றால் **இந்த இதழின் அருமையை உணர்ந்த கரந்தைப் பள்ளியில் பணிபுரியும் கணித ஆசிரியர் நண்பர் திரு. ஜெயக்குமார் இலக்கியத்தின் மீதான தமது தனிப்பட்ட ஆர்வத்தில், பழைய இதழ்களை எல்லாம் தேடி எடுத்து அதை மின்னணு வடிவில் உருமாற்றி சேகரித்துவைத்துள்ள இவ்வரும்பணி போற்றத்தக்கதாகும்.** அதேபோல் இந்தப் பழம் பெருமைமிக்க கரந்தைத் தமிழ்ச் சங்கத்தின் புகழை எல்லா இடத்திலும் எடுத்துச்சொல்லிவரும் அவருடைய சேவை பாராட்டத்தக்கதாகும். கடந்த நூற்றாண்டு, தமிழ் மொழிக்குப் பெருமைமிகு நூற்றாண்டு ஆகும்.

மகாவித்வான் மீனாட்சி சுந்தரம் பிள்ளை, தெ.பொ.மீனாட்சி சுந்தரனாரில் இருந்து, உ.வே.சா, இராய சொக்கலிங்கம், ரா.பி. சேதுப்பிள்ளை, ராகவ அய்யங்கார், தேவநேயப் பாவாணர், அப்பாத்துரையார், மறைமலையடிகள், பண்டிதமணி கதிரேசஞ் செட்டியார், சதாசிவ பண்டாரத்தார், அவ்வை துரைசாமிப் பிள்ளை, கி. ஆ. பெ. விசுவநாதம் பிள்ளை, பூவாளூர் தியாகராசச் செட்டியார், செல்வக்கேசவராய முதலியார் வரை எண்ணற்ற, ஆற்றல்மிக்க அடலேறுகளாகத் திறமைமிக்க, வணங்கத்தக்க தமிழ் ஆளுமைகள் மொழித் தோழமையுடன் தமிழ்க் கொடியை நாட்டியுள்ளனர்.

ஆனால் அந்த வழிவந்த தமிழர்களாகிய நாம், நமக்கும் படிப்பிற்கும் சம்பந்தமே இல்லாதது போல, சமூக ஊடகங்களிலேயே மூழ்கிப் போய், அறிவு சார்ந்த, ஆராய்ச்சி சார்ந்த, நமது சிந்தனையை மேம்படுத்தக் கூடிய திறமையை வளர்த்துக் கொள்ளாமல் வாழ்கிறோம்.

அரசர் கல்லூரி

திருவையாறு வேதபாட சாலையில் தமிழையும் புகுத்த வேண்டும் எனப் பல ஆண்டுகளாக முயற்சி மேற்கொண்டிருந்தவர்தான் உமாமகேசுவரனார். 23,24.7.1917 தேதிகளில் நடைபெற்ற கரந்தைத் தமிழ்ச் சங்கத்தின் ஆறாவது ஆண்டு விழாவில்,

'பழம் பெருமைகளில் சிறந்த நம் தமிழ் மொழி வழங்கும் தமிழகத்தில், இத் தஞ்சை மன்னரால் அறத்திற்கென்று அளிக்கப்பட்டிருக்கும் பொருளின் பயனைக் கல்வி நெறியில் தமிழர்கள் அடையுமாறு, இளைஞர்களின் கல்விப் பயிற்சிக்கு வேண்டியாங்கு உதவவும், திருவையாற்று வடமொழிக் கல்லூரியில் தமிழையும் முதன்மைப் பாடமாக வைத்து நடத்தவும், தஞ்சாவூர் இறைத் தண்டற்றலைவர் (Collector) அவர்களுக்கும், நாட்டாண்மைக் கழகத்தாருக்கும் (District Board) விண்ணப்பம் செய்கிறோம்' என்னும் தீர்மானத்தை உமாமகேசுவரனார் முன்மொழிந்து நிறைவேற்றினார்.

மாவட்ட ஆட்சித் தலைவர் அவர்களுக்கும், நாட்டாண்மைக் கழகத்தாருக்கும் தீர்மானத்தை அனுப்பி நிறைவேற்றிவைக்கும்படி வேண்டிய

போதிலும், தமிழைப் புகுத்த முடியாத நிலையே நீடித்தது. இந்நிலையில்தான் 1920-ம் ஆண்டு வட்டக் கழகத் தலைவராக உமாமகேசுவரனார் தேர்ந்தெடுக்கப் பட்டார். திருவையாறு வேத பாடசாலையில் தமிழை எப்பாடுபட்டாவது கொண்டுவர வேண்டும் என முழுமூச்சுடன் பெரும் முயற்சியை மேற்கொண்டார்.

சரபோஜி மன்னர்

திருவையாறு வடமொழிக் கல்வி நிர்வாகத்தினரை, வட்டக் கழகத் தலைவராகச் சந்தித்தார். இரண்டாம் சரபோஜி மன்னரால் வடமொழி வளர்ச்சிக்காக மட்டுமே உருவாக்கப்பட்ட அறக்கட்டளையில், தமிழைக் கொண்டு வருவது என்பது இயலாத செயலாகும் என்ற பதிலே கிடைத்தது.

உடனே, இரண்டாம் சரபோஜி மன்னரால் எழுதப்பட்ட அறக்கட்டளை சாசனத்தையே பார்த்துவிடுவோமே என்று எண்ணி சரசுவதி மஹால் நூலகத்திற்குச் சென்றார். நூலகத்தில் ஆராய்ச்சியாளராக இருந்த திரு. எல்.உலகநாத பிள்ளை அவர்கள் உதவியுடன், சரபோஜி மன்னர் எழுதிய அறக்கட்டளைச் செப்புப் பட்டயத்தைப் பார்வையிட்டார். அறிஞர்களைக் கொண்டு ஆய்வு செய்தார். ஆனால் அந்த செப்புப் பட்டயமோ, வடமொழியில் எழுதப்பட்டிருந்தது. எனவே செப்புப் பட்டயத்தைப் பாதுகாப்பாக நகல் எடுத்துக் கொண்டு கடலூர் புறப்பட்டார்.

கடலூருக்கு அருகேயுள்ள, திருப்பாதிரிப் புலியூர் என்னும் இடத்தில் அமைந்துள்ளது திருக்கோவலூர் ஆதீனம் ஆகும். இத் திருக்கோவிலூர் ஆதீனத்தின் ஐந்தாம் குருமூர்த்தியாகப் பொறுப்பேற்று, ஐம்பத்து மூன்று ஆண்டுகள் கோலோச்சியவர் ஞானியார் அடிகள். இவர் தமிழ் மொழிப் புலமையும், வடமொழிப் புலமையும் ஒருங்கே அமையப்பெற்றவர்.

இத்தகு பெருமைவாய்ந்த ஞானியார் அடிகளை உமாமகேசுவரனார் சந்தித்தார். பட்டயத்தின் நகலினைக் காட்டி, மன்னர் இரண்டாம் சரபோஜியின் அறக்கட்டளை குறித்த விவரங்களை ஆராய்ந்து கூறுமாறு வேண்டினார். **‘‘பட்டயத்தின் நகலைக் கவனமுடன் படித்த ஞானியார் அடிகள், ஏழை மாணவர்களின் கல்வி வளர்ச்சிக்காக இந்த அறக்கட்டளை நிறுவப்பட்டுள்ளதாகக் குறிப்பிடப் பட்டுள்ளதே தவிர, வடமொழி கற்பிப்பதற்காக என்று எவ்விடத்திலும் குறிப்பிடப்படவில்லை. எனவே, ஏழை மாணவர்களுக்கு இவ்வறக்கட்டளை மூலம் தமிழ் கற்பிக்கத் தடை எதுவும் கிடையாது என்று கூறி, அக்கல்லூரியில் தமிழ் பயிற்றுவிக்க வழிவகுப்பது தமிழராம் நமது கடன்'' என அறிவுறுத்தி, ஆசி வழங்கி உமாமகேசுவரனாரை வழியனுப்பினார்.**

1920-ம் ஆண்டு முதல் தஞ்சை மாவட்டக் கழகத்தின் துணைத் தலைவராகப் பணியாற்றிய சர் ஏ.டி.பன்னீர் செல்வம் அவர்கள், 1924-ல் மாவட்டக் கழகத் தலைவரானார். 1930-ம் ஆண்டு வரை இவரே மாவட்டக் கழகத்தின் தலைவர். மாவட்டக் கழகத்தின் தலைவரே, சத்திரம் நிர்வாகத்தின் தலைவராவார். இக்காரணத்தால் திருவையாற்று வேத பாட சாலையின் தலைவரானார் சர். ஏ.டி.பன்னீர் செல்வம். இதனால் உமாமகேசுவரனாரின் பணி எளிதாகியது.

1924-ம் ஆண்டு, திருவையாற்று வேத பாடசாலையில், தமிழ் பயில்வதற்காக பத்து மாணவர்களுக்கு உமாமகேசுவரனார் இடம் ஒதுக்கினார். அடுத்த ஆண்டில் மாணவர்களின் எண்ணிக்கையை இருபதாக உயர்த்தினார். மூன்றே ஆண்டுகளில் தமிழ் பயிலும் மாணவர்களின் எண்ணிக்கையும்,

வடமொழி பயிலும் மாணவர்களின் எண்ணிக்கையும் சமமானது. வடமொழிக்கு இணையாக, சமமாகத் தமிழும் நங்கூரம் இட்டு அமர்ந்தது.

உமாமகேசுவரனார் இத்தோடு மனநிறைவு அடைந்தாரா என்றால், அதுதான் இல்லை. சர். ஏ.டி.பன்னீர் செல்வம் அவர்களின் தலைமையைப் பயன்படுத்தி, 1927-ம் ஆண்டில், வேத பாடசாலையின் பெயரை அரசர் கல்லூரி என மாற்றினார். அவ்வாண்டே சென்னைப் பல்கலைக் கழகத்தாரின் இசைவு பெற்றுத் தமிழ் வித்வான் பட்டப் படிப்பையும் ஏற்படுத்தினார்.

இவ்வாறாக ஒரு வடமொழிக் கல்லூரியில் தன் விடா முயற்சியால் தமிழைக் கொண்டுவந்து, ஏழை மாணவர்கள் இலவசமாகத் தமிழ் பயில வழிவகுத்த பெருமைக்குரியவர் உமாமகேசுவரனார். இன்று அரசர் கல்லூரியில், தமிழ், சம்ஸ்கிருத மொழிகள் இரண்டிலும் இளங்கலைப் பட்டம் முதல் முனைவர் பட்ட வகுப்புகள் வரை நடைபெற்று வருகின்றன.

1927-ம் ஆண்டு முதல் இன்று வரை இக்கல்லூரியில் பயின்று பட்டம் பெற்ற பல்லாயிரக்கணக்கானோரும், பட்டம் பெறப் பயின்று வருவோரும், தங்கள் இல்லங்களில் வைத்து வணங்க வேண்டிய மும்மூர்த்திகள் இரண்டாம் சரபோஜி மன்னரும் உமாமகேசுவரனாரும் சர். ஏ.டி.பன்னீர் செல்வமும் ஆவர்.

தமிழவேள் பட்டம் வழங்குதல்

உமாமகேசுவரனார் வளம் கொழிக்கும் வழக்கறிஞர் தொழிலில் வந்த வருமானத்தையெல்லாம் தமிழுக்குத் தொண்டு செய்யும் ஒரே நோக்கத்தில் கரந்தைத் தமிழ்ச் சங்கம் அமைத்து, தமிழ் அறிஞர்களை எல்லாம் அழைத்துவந்து, தம் சொந்தச் செலவில் தங்கவைத்து, ஆற்றல்மிக்க கருத்தரங்கம் நடத்தி, தமிழ்ப்பொழில் இதழை மிகுந்த சிரமத்திற்கு இடையில் தொடங்கி, ஆய்வுக்கட்டுரைகளை, அற்புதமான தமிழ் நூல்களைப் படைப்பதற்குச் செய்து வந்த பெரும் முயற்சியைக் கண்ணுற்ற திருப்பாதிரிப்புலியூர் ஞானியார் அடிகள் உமாமகேசுவரனாரிடத்து மிக்க பற்றும் பாசமும் கொண்டிருந்தார்.

திருவையாறு சரபோஜி வேத பாடசாலையில் தமிழைக் கொண்டுவரவேண்டும் என்று சரபோஜி எழுதிய வடமொழி ஏட்டுச் சுவடிகளைச் சுமந்துகொண்டு சட்டப்படியாக அதற்குத் தீர்வுகாண வேண்டும் என்று உமாமகேசுவரனார் எடுத்த முயற்சியைக் கண்ணுற்ற ஞானியார் அடிகள் உமா மகேசுவரன் அவர்களுக்கு, 'செந்தமிழ்ப் புரவலர்' என்னும் சீர்மிகு பட்டத்தையும், நாவலர் சோமசுந்தர பாரதியார் முன்மொழிய, 'தமிழவேள்' என்னும் செம்மாந்த பட்டத்தையும் வழங்கிப் பாராட்டினார்.

தமிழ் வார்த்தைகளை உருவாக்குதல்

தமிழ், சம்ஸ்கிருதம் கலந்த மணிப்பிரவாள நடையில் சிக்கிச் சின்னாபின்னமாகிக் கொண்டிருந்த காலகட்டத்தில் வடமொழி வார்த்தைகளை அழித்தொழித்து தமிழ் வார்த்தைகளைக் கொண்டுவர வேண்டுமெனத் தமிழவேள் உமாமகேசுவரனார் தீவிர முயற்சியை மேற்கொண்டார். அதன் விளைவுதான் கரந்தைத் தமிழ்ச்சங்க அறிஞர்கள் கூடி உருவாக்கிய அருஞ்சொல் வார்த்தைகள் ஆகும்.

விவாக சுபமுகூர்த்தப் பத்திரிகை என்னும் சொல் மறைந்து, 'திருமண அழைப்பிதழ்' என்னும் சொல் தோன்றியது. மகாராய ராய ஸ்ரீ போய், 'திருவாளர்', 'திரு' என்னும் தமிழ்ச் சொற்கள் வழக்கத்திற்கு வந்தன.

பிரசங்கம் என்பது 'சொற்பொழிவு' ஆயிற்று. அக்கிராசனாதிபதி எனும் வாயில் நுழையாத வார்த்தை 'தலைவர்' எனப் பெருமை பொங்க அழைக்கப்பட்டது.

காரியதரிசி என்ற வார்த்தை மாறி 'செயலாளர்' என்று அழைக்கப்பட்டார்.

பொக்கிஷத்தார் எனப்பட்டவர் 'பொருளாளராக' மாறினார். **சீமான், சீமாட்டி என்ற சொற்கள் மாற்றப்பட்டுத் 'திரு', 'திருமதி' செல்வன், செல்வி எனவும் ஆகின.வி.பி.பி என்பது 'விலை கொள்ளும் அஞ்சல்' ஆனது.** இப்படி எண்ணற்ற தூய தமிழ்ச் சொற்கள் உருவாக்கப்பட்டுத் தமிழ் மக்களிடையே வழக்கத்திற்கு வந்தன.

தெய்வச் சிலையார் உரை பதிப்பித்தல்:

'ஆர்வேங்க டாசலம் என்றால் புலவருள்
யார்தெரி யாதார்? உளர்கொல்லோ? சீர்மேவும்
தெய்வச் சிலையார் உரைதந்தோன் நம்கரந்தை
உய்ய வழிகாட்டித் தான்.'

தமிழ் மக்களின் அறியாமையினால், போற்றுவாறின்றி, கறையான்களுக்கு உணவாகி, எரிதழலுக்கு இரையாகிப் போன பைந்தமிழ்க் கருவூலங்கள் ஏராளம், ஏராளம்.

'பொதியமலை பிறந்த மொழி வாழ்வறியும்
காலமெலாம் புலவோர் வாயில்
துதியறிவாய் அவர்நெஞ்சின் வாழ்த்தறிவாய்
இறப்பின்றித் துலங்கு வாயே!'

என பாரதியால் போற்றப்பட்ட, மகாமகோபாத்தியாய உ.வே.சாமிநாத அய்யர் அவர்களுடன் சிறிது நேரம் பயணித்து, அன்றைய காலத்துச் சுவடிகளின் உண்மை நிலையை கண்டுணர்ந்தால், உ.வே.சா அவர்களின் உழைப்பை நினைத்துப் பார்த்தால் கண்ணீர் வருவதைத் தவிர்க்க இயலாது. தமிழ்நாடெங்கும் அலையாய் அலைந்து, பாதம் தேயத் தேய நடையாய் நடந்து, ஓலைச் சுவடிகளை மீட்டெடுத்து, நூல்களாக அச்சிட்டு, தமிழ் மொழியின் வளம் இறவாமல் காத்தவர் தமிழ்த் தாத்தா உ.வே.சாமிநாத அய்யர்.

உ.வே.சா அவர்கள் ஒருமுறை, சிலப்பதிகாரச் சுவடிகளைத் தேடிக் கரிவலம்வந்த நல்லூர் என்னும் சிற்றூருக்குச் சென்றார். அங்குள்ள ஓர் ஆலயத்தில், வரகுண பாண்டியனுடைய ஓலைச்சுவடிகள் பாதுகாக்கப்பட்டு வருவதாக அறிந்து, பால்வண்ணநாதர் கோயிலுக்குச் சென்றார். கோயிலின் தர்மகர்த்தா அலுவலகத்தில் இருந்த, அலுவலர் ஒருவரைச் சந்தித்தார்.

'வரகுண பாண்டியர் வைத்திருந்த ஏட்டுச் சுவடிகள் எல்லாம் ஆலயத்தில் இருக்கின்றனவாமே' என்று உ.வே.சா அவர்கள் கேட்க, அந்த அலுவலர் ''அதெல்லாம் எனக்குத் தெரியாது. என்னவோ வைக்கோற்கூளம் மாதிரி, கணக்குச் சுருணையோடு எவ்வளவோ பழைய ஏடுகள் இருந்தன'' என்று அலட்சியமாகப் பதில் சொல்கிறார்.

''அப்படியா? அவை எங்கே இருக்கின்றன. தயை செய்து அந்த இடத்திற்கு அழைத்துப் போவீர்களா?'' என்று கேட்கிறார் உ.வே.சா.

அதற்கு அலுவலரோ ''அதற்குள் அவசரப்படுகிறீர்களே. வரகுண பாண்டியர் இறந்த பிறகு, அவர் சொத்தெல்லாம் கோயிலைச் சேர்ந்து விட்டதால், அவர் வைத்திருந்த ஏட்டுச் சுவடிகளெல்லாம் அப்போதுதான் கோயிலுக்கு வந்தனவாம்.'' என்கிறர்.

உ.வே.சா, "அது தெரியும். இப்போது அவை எங்கே இருக்கின்றன?"

அலுவலர் - "குப்பைக் கூளமாகக் கிடந்த சுவடிகளை நான் பார்த்திருக்கின்றேன். எந்தக் காலத்துக் கணக்குச் சுருணைகளோ? எனக்கு தெரியாது."

உ.வே.சா - "வேறு ஏடுகள் இல்லையா?"

அலுவலர் - "எல்லாம் கலந்துதான் கிடந்தன."

அலுவலரின் அலட்சியப் பேச்சைக் கேட்கக் கேட்க, உ.வே.சா அவர்களுக்குக் கோபம் தலைக்கு ஏறியது.

உ.வே.சா - "வாருங்கள் போகலாம்."

அலுவலர் - "ஏன் கூப்பிடுகிறீர்கள்? அந்தக் கூளங்களை எல்லாம் என்ன செய்வது என்று யோசித்தார்கள். ஆகம சாஸ்திரத்தில் சொல்லியிருக்கிறபடி செய்துவிட்டார்கள்."

உ.வே.சா அவர்களுக்கு ஒன்றும் புரியவில்லை. ஒருவித பதற்றம் அவரைத் தொற்றிக்கொள்கிறது.

உ.வே.சா – “என்ன செய்துவிட்டார்கள்?”

அலுவலர் – “பழைய ஏடுகளைக் கண்ட கண்ட இடத்தில் போடக்கூடாதாம். அவற்றை நெய்யில் தோய்த்து ஹோமம் செய்துவிடவேண்டுமாம். இங்கே அப்படித்தான் செய்தார்கள்.”

உ.வே.சா தன்னையும் மறந்து வேதனையில் ஓலக்குரல் எழுப்பினார்.

அலுவலர் – “குழி வெட்டி, அக்கினி வளர்த்து, நெய்யில் தோய்த்து, பழைய சுவடிகள் அவ்வளவையும் ஆகுதி செய்து விட்டார்கள்.”

உ.வே.சா – “இப்படி எங்காவது ஆகமம் சொல்லுமா? அப்படிச் சொல்லியிருந்தால், அந்த ஆகமத்தையல்லவா முதலில் ஆகுதி செய்ய வேண்டும்'' என்று பொங்கிய உ.வே.சா. மேலும் கூறுகிறார்.

வரகுண பாண்டியன் ஏடுகள் அக்கினி பகவானுக்கு உணவாயிற்று என்ற செய்தியினைக் கேட்டது முதல், என் உள்ளத்தில் அமைதி இல்லாமற் போயிற்று. இனி இந்த நாட்டிற்கு விடிவு உண்டா? என்றெல்லாம் மனம் நொந்தேன் என்று வருந்தினார்.

சில ஆண்டுகள் கடந்த நிலையில், திருநெல்வேலிக்குச் சென்ற உ.வே.சா அவர்கள், தெற்குப் புதுத் தெருவில் இருக்கும் வக்கீல் சுப்பையா பிள்ளை என்பவரிடம் சில ஏடுகள் இருப்பதை அறிந்து அவரைக் காணச்சென்றார். தான் மட்டும் தனியே செல்லாமல், சுப்பையா பிள்ளையின் உறவினரும், திருவாவடுதுறை ஆதீனமாக விளங்கிய சுப்பிரமணிய தேசிகருடைய சகோதரரும், குற்றாலக் குறவஞ்சி என்னும் கவின்மிகு கவிதை நூலை இயற்றியவருமான திருகூட ராசப்பக் கவிராயர் அவர்களையும் உடன் அழைத்துச் சென்றார். இருவரும் சுப்பையா பிள்ளை அவர்களைச் சந்தித்துத் தாங்கள் வந்த காரணத்தைக் கூறினர்.

எங்கள் வீட்டில் ஊர்க்காட்டு வாத்தியார் புஸ்தகங்கள் வண்டிக் கணக்காக இருந்தன. எல்லாம் பழுது பட்டு, ஒடிந்து உபயோகமில்லாமல் போய்விட்டன. இடத்தை அடைத்துக் கொண்டு யாருக்கும் பிரயோசனம் இல்லாமல் இருந்த அவற்றை என்ன செய்வது என்று யோசித்தேன். அவற்றில் என்ன இருக்கிறது என்று பார்ப்பதற்கோ எனக்குத் திறமை இல்லை. அழகாக அச்சுப் புத்தகங்கள் வந்துவிட்ட இந்தக் காலத்தில், இந்தக் குப்பையைச் சுமந்துகொண்டிருப்பதில் என்ன பயனென்று எண்ணினேன். ஆற்றிலே போட்டுவிடலாமென்றும், ஆடிப் பதினெட்டில் சுவடிகளைத் தேர்போல் கட்டிவிடுவது சம்பிரதாயமென்றும் சில முதிய பெண்கள் சொன்னார்கள். நான் அப்படியே எல்லா ஏடுகளையும், ஓர் ஆடி மாதம் பதினெட்டாம் தேதி வாய்க்காலில் விட்டுவிட்டேன் என்று சுப்பையா பிள்ளை பதில் கூறினார்.

உ.வே.சா கூறுகிறார், ''சுப்பையா பிள்ளை இவ்வாறு கூறியபொழுது, சிறிது கூட வருத்தமுற்றவராகக் காணப்படவில்லை. எனக்குத்தான் மனம் வலித்தது, கண்கள் கலங்கின. கட்டுப்படுத்த இயலாமல் சோர்ந்து போனேன். கரிவலம்வந்த நல்லூரில் ஏடுகளை நெருப்புக்கு இரையாக்கிய செய்தியைக் கேட்டபோது, என் உள்ளம் எப்படி இருந்ததோ, அப்படியே இங்கும் இருந்தது.

தமிழின் பெருமையைச் சொல்லிய பெரியோர் சிலர், அது நெருப்பிலே எரியாமல் நின்றதென்றும், நீரிலே ஆழாமல் மிதந்ததென்றும் பாராட்டியிருக்கிறார்கள். அதே தமிழ் இன்று நெருப்பிலே எரிந்தும், நீரில் மறைந்தும் புறக்கணிக்கப்படுவதை அவர்கள் பாராமலே போய்விட்டார்கள். பார்த்து இரங்குவதற்கு நாம் இருக்கிறோம்.”

இதுதான் அன்பர்களே, நமது அன்னைத் தமிழின் அன்றைய நிலை.

இவ்வாறாக, தன் வாழ்நாள் முழுவதும் அலைந்து, ஏட்டுச்சுவடியாக இருந்து,

கரந்தைத் தமிழ்ச் சங்க மேடை– நூலாசிரியருடன், ஆசிரியர் ஜெயக்குமார்..

மறைந்து அழிந்துபோகும் நிலையிலிருந்த பல அரிய தமிழ் நூல்களை அச்சிட்டு, தமிழர்களின் கரங்களில் தவழவிட்ட பெருமைக்குரியவர் தமிழ்த் தாத்தா உ.வே.சாமிநாத அய்யர் ஆவார்.

உ.வே.சாமிநாத அய்யரைப் போன்றே, ஏட்டுச் சுவடிகளில் இருந்த, இடைச்சங்க காலத்து நூலாக நமக்குக் கிடைத்திருக்கும் ஒரே நூலான தொல்காப்பியத்தின் தெய்வச் சிலையார் உரையைத் தனியொரு நூலாக பதிப்பித்த பெருமைக்குரியவர் கவிஞர் அரங்க. வேங்கடாசலம் பிள்ளை அவர்கள்.

உமாமகேசுவரனார் அவர்கள் கரந்தைத் தமிழ்ச் சங்கத்தின் தலைவராக மட்டுமன்றி, தஞ்சாவூர் வட்டக் கழகத் தலைவராகவும் பன்னிரண்டாண்டுகள் பணியாற்றிய பெருமைக்கு உரியவர். இவர் வட்டக் கழகத் தலைவராகப் பணியாற்றிய காலத்தில், சரபோஜி மன்னரால் உருவாக்கப்பட்ட, சரசுவதி மகால் நூலகத்தின் மேற்பார்வையாளர் பொறுப்பையும் கவனித்து வந்தார்.

அவ்வமயம், சரசுவதி மகால் நூலகத்தில் ஆராய்ச்சி செய்துகொண்டிருந்த தமிழ்ப் புலவர் எல்.உலகநாத பிள்ளை அவர்கள் வாயிலாக, தொல்காப்பியத் தெய்வச் சிலையார் உரை, சுவடி வடிவில், சரசுவதி மகால் நூலகத்தில் உள்ளதை அறிந்து, அச்சுவடிகளை எடுத்துப் பார்த்தார். தமிழ்த் தாயின் அரிய அணிகலன்களில் ஒன்றாக வைத்துப் போற்றத்தகுந்த, இவ்வுரையை நூல் வடிவில் பதிப்பித்து வெளியிட வேண்டும் என்ற எண்ணம் உமா மகேசுவரனார் உள்ளத்தே முகிழ்த்தெழுந்தது.

பதமான பனை ஓலைகளை ஒரே அளவாக நறுக்கி, வேகவைத்து உலர்த்தி, ஒன்றாகச்சேர்த்து, இரண்டு மரச் சட்டங்களை இருபுறங்களிலும் நீண்ட பக்கமாக அமைத்து, அவற்றின் வழியே, இரண்டு துளைகளை இட்டு, கயிறு கொண்டு சுற்றிக்கட்டிய சுவடிகளே ஓலைச் சுவடிகள்.

இவ்வோலைச் சுவடிகள் அடிக்கடி படித்துக் கைமாறுவதனால், சில ஆண்டுகளிலேயே பழுதுபட்டுவிடும். கறையான், காற்று, தூசு, அழுக்கு, புகை முதலியவற்றால் அவை பாதிக்கப்பட்டும், ஒடிந்தும், கிழிந்தும், மக்கியும், அரிக்கப்பட்டும் கெட்டுப்போவதுண்டு. இவ்வகையில் உமாமகேசுவரனாருக்குக் கிடைத்த தொல்காப்பிய தெய்வச் சிலையார் உரை அடங்கிய, ஓலைச் சுவடிகள் மிகவும் பழுதடைந்த நிலையிலேயே இருந்தன.

இதனை இதனால் இவன்முடிக்கும் என்றாய்ந்து
அதனை அவன்கண் விடல்

என்ற வள்ளுவரின் வாக்கிற்கு இணங்க, இவ்வோலைச் சுவடிகளைப் பதிப்பிக்கத்

தக்கவர் கவிஞர் வேங்கடாசலம் பிள்ளையே என்பதை உணர்ந்த உமா மகேசுவரனார், பொறுப்பை அவரிடம் வழங்கினார். புத்தக வடிவில் வெளியிடத் தேவையான தொகையைத் திரட்டும் பொறுப்பினை உமா மகேசுவரனாரும், சுவடியில் உள்ளவற்றை அச்சில் ஏற்றும் வகையில் பதிப்பிக்கும் பணியைக் கவிஞரும் ஏற்றுக் கொண்டார்கள்.

பதிப்புப் பணியில் ஈடுபடுவோர் ஒரு நூலைப் பதிப்பிக்க முயலும்போது, தமக்குக் கிடைத்த ஒரே ஒரு பிரதியை மட்டும் துணையாகக் கொண்டு பதிப்புப் பணியில் இறங்கக்கூடாது. அந்நூலின் ஒன்றுக்கும் மேற்பட்ட ஓலைச்சுவடிப் பிரதிகளைச் சேகரித்து, ஒப்புநோக்கி, பிழையில்லாத வகையில் நூலை உருவாக்கிட வேண்டும்.

வேங்கடாசலம் பிள்ளை அவர்கள் பதிப்புப் பணியின் தன்மையினை நன்கு உணர்ந்தவர். ஆகையால், தெய்வச் சிலையார் உரையின் வேறு படிகள் கிடைக்குமா என்று பல்வேறு இடங்களிலும் தேடிப் பார்த்தார். ஆனால் வேறு படிகளோ கிடைத்தபாடில்லை. கிடைத்த சுவடிகளோ மிகவும் பாழடைந்த நிலையில் இருந்தன. ஒப்பு நோக்கவோ, வேறு பிரதிகள் கிடைக்கவில்லை. மேலும் தாமதித்தால், தற்போதுள்ள பிரதியும் முழுதும் பாழ்பட்டுப்போகும் ஆகையால், கிடைத்த ஒரு படியைக்கொண்டே தம் பணியைத் தொடங்கினார்.

நூலின் பதிப்புரையில், '**குற்றறிவும் குறும் பயிற்சியும் பெரும் மறதியும், மிகு சோர்வும் கொண்ட யான்**' எனத் தம்மைப் பற்றிக் குறைவாகவே மதிப்பிட்டு எழுதினாலும், பழந்தமிழ் இலக்கிய ஏடுகளிலிருந்து, ஏராளமான மேற்கோள்களைக் காட்டி, அடைப்புக் குறியினுள் இலக்கியத்தின் பெயரையும், பாடலின் எண்ணையும் குறிப்பிட்டு, காலத்தால் அழியாத அணிகலனைத் தமிழ்த் தாய்க்கு அணிவித்து அழகு சேர்த்தார் கவிஞர்.

இத்தொல்காப்பிய உரைக்குத் 'தெய்வச்சிலையார் உரை' எனப் பெயரிட்டதே பெரிய கதையாகும். கவிஞர் தொல்காப்பிய உரையினைப் பதிப்பித்து அச்சில் ஏற்றும் வரை, சுவடியில் உள்ள உரையை எழுதியவர் யார் என்பதைக் கண்டறிய முடியவில்லை. ஏட்டின் இறுதியில் ஆத்திரேய கோத் என்னும் தொடர் காணப்பட்டது. எனவே இவ்வுரையை எழுதியவர் ஆத்திரேய கோத்திரத்துப் பேராசிரியர் என எண்ணி, இந்நூலிற்குத் 'தொல்காப்பியச் சொல்லதிகாரம் - பேராசிரியர் உரை' என்றே பெயரிட்டார்.

இந்நிலையில் உ.வே.சாமிநாத அய்யரிடம் இவ்வுரையின் ஒரு படி இருப்பதை அறிந்து, அவரிடமிருந்து ஓலைச் சுவடிக் கட்டைப் பெற்று ஒப்பு நோக்கியபோது, இவ்வுரையை எழுதியவர் தெய்வச் சிலையார் என்பதை உணர்ந்து, இந்நூலுக்குத் 'தெய்வச் சிலையார் உரை' எனப் பெயரிட்டார்.

நூலை அச்சில் ஏற்றும்வரை கவிஞர் தம் பணியைச் செம்மையாகச் செய்திட்டபோதும், அச்சுப் பணிக்கு உரிய தொகையை, உமாமகேசுவரனாரால் திரட்ட முடியவில்லை. இந்நிலையில் நூலை அச்சிடும் பணியை மேற்கொண்ட, தஞ்சாவூர் லாலி அச்சக உரிமையாளர் திரு. ஏ.சுந்தரபாண்டியன் அவர்கள், உமாமகேசுவரனார் மற்றும் கவிஞர் மீது கொண்ட பற்றின் காரணமாக, அச்சுப் பணியை இலவசமாகவே செய்து உதவினார்கள். இவ்வாறாக, தொல்காப்பியச் சொல்லதிகாரத் தெய்வச்சிலையார் உரை, இத்தமிழ் கூறும் நல்லுலகிற்குக் கிடைத்தது.

மாமலைகளின் மோதல்

தமிழ் என்றாலே தாழ்வு என்றே கொண்டு, தமது மொழியின் தகுதி மறந்து தாழ்வுற்ற தமிழகத்தில், தமிழ் ஒன்றே உயர்வு, தனித் தமிழே நனி உயர்வு என்று உளங்கொண்டு, தமது பேச்சாலும், எழுத்தாலும், நாளும் தனித் தமிழின் தனிச்சுவை காட்டி, நாடெங்கும் தூய

தமிழ் வலம்வரச் செய்த பெருமைக்கு உரியவர் தனித்தமிழ் இயக்கத் தந்தை மறைமலையடிகள்.

மும்மொழி வல்லுநராக, முத்தமிழ் ஓர்ந்தவராக, மூவாத் தமிழ் மொழியின் தனித்திறன் உணர்த்திய வித்தகராக, தமிழ் இனத்தின் தனிமாண்பையும், மரபையும் ஆராய்ந்து விளக்கிய அறிஞராகத், தமிழ் மக்கள் தலை நிமிர்ந்து நிற்க, வழி கண்ட சான்றோராக, செந்தமிழ்க் கருவூலம் மேலும் செழிக்க, அயராது உழைத்த தமிழ் மாமலையாம் மறைமலை அடிகள் அவர்கள், கரந்தைத் தமிழ்ச் சங்கத்தின் தமிழ் வளர்ச்சிப் பணிகளை நாளும் அறிந்து போற்றியவர். கரந்தைத் தமிழ்ச் சங்கப் பணிக்கு என்றே தன்னை அர்ப்பணித்துக்கொண்ட உமா மகேசுவரனாரிடத்து மிக்க பரிவும் பாசமும் உடையவர்.

தமிழ் மாமலைகளின் நட்பு

பண்டிதமணி கதிரேசஞ் செட்டியார் அவர்கள், ஆழ்ந்த தமிழ்ப் புலமையும் தருவை நாராயண சாஸ்திரிகளிடம் முறைப்படி ஐந்தாண்டுகள் கற்றுத் தேர்ந்து வடமொழிப் புலமையும் பெற்றவர். சூத்திரகா எனும் மன்னன் வடமொழியில் எழுதிய புகழ்பெற்ற மிர்ச்ச கடிகம் என்ற நூலின் வடமொழி மூலத்தை நன்கு கற்றுணர்ந்து மண்ணியல் சிறுதேர் எனவும், சாணக்கியனின் அர்த்த சாஸ்திர மூலத்தைப் படித்து தமிழில் சிறப்பான மொழிபெயர்ப்பையும் தந்தவர். மேலும் சுக்கிர நீதி, உதயணன் சரிதை, மாலதி மாதவம் போன்ற நூல்களையும் இயற்றியுள்ளார்.

1906-ம் ஆண்டு அரசஞ் சண்முகனாரிட மிருந்து ஓர் அறிமுகக் கடிதத்தைப் பெற்றுக்கொண்டு, நாகப்பட்டினம் சென்று மறைமலை அடிகளாரைச் சந்தித்தார். அவருடைய நட்பையும் பெற்றார். இருவரின் நட்பும் வளர்பிறை போல் வளர்ந்தது. இருவரிடையே பல காலம் கடிதப் போக்குவரத்தும் தொடர்ந்தது.

மறைமலையடிகள் அவர்கள் பண்டிதமணிக்கு எழுதிய முதல் கடிதத்திலேயே, “தங்கள் நட்பு தொடர்ந்து செழித்து வளரவேண்டும். தங்களை நேரில் அளவளாவப் பெற்றக்கால், தங்கள் அரும் பெருங் குணமாட்சியும், சிவ பக்திப் பெருந் திறமும், செந்தமிழ்ப் புலமையும் என்னுள்ளத்தில் மிகப் பதிந்து மகிழ்ச்சியை உண்டாக்கியது. தங்களை நண்பராகப் பெற்ற எனது புண்ணியத்தினையே மிக வியந்து, நமது நட்பின் கெழுதகைமை எழுமை எழுபிறப்பும் செழிப்புறுக வெனத் திருவருளை வேண்டி வழுத்துகின்றேன்” என்னும் கடிதமானது மறைமலையடிகள் அவர்கள், பண்டிதமணி மீது கொண்டிருந்த பெரு மதிப்பினை நன்கு புலப்படுத்தும்.

திருவாசகத்திற்கு உரை எழுதத் தொடங்கிய பண்டிதமணி அவர்கள், திருவாசகத்தின் முதல் நான்கு அகவல்களுக்கு உரையெழுதாமல், மற்ற அகவல்களுக்கு உரையெழுதினார். அதற்குரிய காரணத்தையும் அவரே கூறுகிறார்.

‘‘திருவாசகத்தின் முதல் நான்கு அகவல்கட்கு, அடிகள் எழுதியுள்ள உரையைப் போல் யாராலும் எழுத முடியாது. அவ்வளவு நன்றாக எழுதியுள்ளார். அதனால்தான் யான் அந்த அகவல்கட்கு உரை எழுதாது விட்டேன். ஏனைய பகுதிகட்குத்தான் உரை எழுத முற்பட்டேன்..”

இதிலிருந்தே **பண்டிதமணி அவர்கள்** அடிகளார்பால் கொண்டிருந்த பக்தியும் பாசமும் நன்கு விளங்கும். **மாணிக்கவாசகர் மீது கொண்டிருந்த அளவில்லா பற்றினால், பக்தியினால் மணிவாசகர் மன்றம் என்ற அமைப்பைத் தொடங்கி தொடர் திருவாசக சொற்பொழிவை அறிஞர் பெருமக்களைக் கொண்டு நடத்தி வந்திருக்கிறார்.**

கரந்தைத் தமிழ்ச்சங்க மேடையில் தனித் தமிழ்ப் போர்

ஆண்டு விழாக்கள், ஆண்டுதோறும் இரண்டு அல்லது மூன்று நாட்கள் தொடர்ந்து நடைபெறும். தமிழகத்தின் அனைத்துப் பகுதிகளிலிருந்தும் தமிழ் அறிஞர்களும், தமிழ் ஆர்வலர்களும் இவ்விழாவில் கலந்துகொள்வர். இன்று மேடையேறி அறிஞர் ஒருவர் சொற்பொழிவாற்றுகின்றார் என்றால், அனைவரும் அவரது பேச்சைக் கவனித்து, ரசித்து விரும்பியோ, விரும்பாமலோ கை தட்டியபடி கலைந்து செல்கிறோம்.

ஆனால் அன்றைய நாளில் மேடையில் சொற்பொழிவாற்றுகின்றவர் ஒரு கருத்தை முன்வைக்கின்றார் என்றால், அவரது பேச்சைக் கேட்க வந்திருப்பவர்கள், தங்களது சந்தேகங்களை, கருத்து மாறுபாடுகளை அவரிடம் கேள்விகளாக முன்வைப்பார்கள். மேடையில் சொற்பொழிவாற்றுகின்ற தமிழறிஞர், பார்வையாளர்களுக்கு ஏற்படும் சந்தேகங்களை அப்போதே தீர்த்து வைப்பார். பார்வையாளர்களுள் சிலர் மாறுபட்ட கருத்துகளை முன்வைக்கும்போது ஏற்படும் கருத்துப் பரிமாற்றங்கள், விவாதங்கள் என்ற நிலையையும் தாண்டி, காண்போர் கண்களுக்கும், மனதிற்கும், வில்லுக்குப் பதில் சொல்லெடுத்துப் போர் தொடுக்கின்ற சொற்போர்க் களத்தை நேரில் கண்ட உணர்வையே ஏற்படுத்தும்.

கரந்தைத் தமிழ்ச் சங்கம், இத்தகைய பல சொற்போர்களைக் கண்ட, தமிழ்ப் போர்க்களமாகவே விளங்கியது. அந்த வரிசையில் இந்த இருபெரும் வரலாற்றுத் தமிழ் அறிஞர்களிடையே நடந்த வரலாற்றுச் சிறப்புமிக்க சொற்பொழிவு போர்தான் இந்த இரு மாமலைகளின் மோதல்.

பண்டித மணி கதிரேசஞ் செட்டியார் அவர்களும், மறைமலையடிகளும் ஒருவர் மீது ஒருவர் மிகுந்த பற்றும் பாசமும் உடையவர்கள். இருப்பினும் தமிழ் வளர்ச்சி கருதி, கரந்தைத் தமிழ்ச் சங்கத்தில், தமிழ் மாமலைகளான இவ்விருவருக்கும் இடையே நடைபெற்ற, தனித் தமிழைப் பற்றிய சொற்போர், இன்றும் படிப்போர் மனங்களைக் கொள்ளை கொள்ளும் சிறப்புடையது.

விற்போர் அழிவையும் அறியாமையையும் தரும். ஆனால் பண்பார்ந்த அறிஞர்கள் செய்யும் சொற்போர், அறிவையும் இன்பத்தையும் வாரி வாரி வழங்கும். அத்தகு காட்சியைக் காண்போம் வாருங்கள்.

கரந்தைத் தமிழ்ச் சங்கத்தின் பதினைந்து, பதினாறாவது ஆண்டு விழாவானது. மறைமலை அடிகள் அவர்கள் தலைமையில், 1927-ம் ஆண்டு சூலைத் திங்கள் 23 மற்றும் 24 ஆம் நாட்களில் நடைபெற்றது. விழாவிற்குத் தலைமையேற்க வந்த அடிகளார் அவர்களை,

“சைவத் துறையின் தகுசீர் அவையெல்லாம்
எவ்வெவர்க்கும் ஊட்டும் இணையிலாய் –
இவ்வுலகில்
செல்வர்யாம் எனச் செருக்கும் சிலவரைப்
புல்லுதுக ளாக்கொள் பொற்போனே –
பல்வழியில்
தம்மை மதியாரைத் தாமதியா தம்மானம்
இம்மை எவர்க்கும்முன் ஏய்ந்தோனே –
செம்மையெலாம்
தங்குங் கரந்தைத் தமிழ்ச்சங்கத்து எந்நாளும்
பொங்குந் தனியன்பு பூண்டோனே – திங்கள்
நிறைநிலையே யென்ன நிலவிப்பல் லூழி
மலைமலையே வாழி மகிழ்ந்து”

என வரவேற்றுக் கரந்தைத் தமிழ்ச் சங்கத்தார் அகம் மகிழ்ந்தனர்.

விழாவின் இரண்டாம் நாள் 24.7.1927 முற்பகல் மறைமலை அடிகள் அவர்கள், தனக்கு முன்னர் பேசிய சொற்பொழிவாளர்களின் கருத்துகளுக்குத் தனது முடிவுரையைக் கூறிக்கொண்டிருந்தார். அவையினர் அனைவரும் மிகுந்த ஆர்வமுடனும்,

அமைதியுடனும் அடிகளாரின் பேச்சைக் கேட்டுக்கொண்டிருந்தார்கள்.

அடிகளார் அவர்கள் நின்று பேசிக்கொண்டிருக்கிறார். இடையில் மேசை. மேசையை அடுத்து ஐந்து அடிகளுக்கு அண்மையில், தலைவருக்கு எதிரே தரையில் விரிக்கப்பட்டிருந்த விரிப்பில், பண்டிதமணி அவர்கள் அமர்ந்து, புன்முறுவல் பூத்த முகத்துடன் அடிகளாரின் சொற்பொழிவினைக் கேட்டுக்கொண்டிருக்கிறார். அவரைச் சூழ்ந்து மாபெரும் அறிஞரான நாவலர் ந.மு.வேங்கடசாமி நாட்டார் அவர்களும், ஏனைய பெரும்புலவர்களும், பல்வேறு துறைகளில் சிறந்து விளங்கும் அறிஞர்களும், அவை முழுதும் குழுமியிருந்தனர். கரந்தைத் தமிழ்ச் சங்கத் தலைவர் உமாமகேசுவரனார் அவர்களும், செயலாளர் கவிஞர் அரங்க. வேங்கடாசலம் பிள்ளை அவர்களும், அடிகளாரின் அருகில் அமர்ந்து, அகமகிழ்ந்து காணப்படுகின்றனர்.

இந்நிலையில் பண்டிதமணி அவர்கள், தம் இயல்பான குரலில், நகை முகத்துடன் அடிகளாரை நோக்கி, பேச்சை இடைமறித்து கேள்விகளைப் போடுகிறார். அடிகளும் அவரைப் பார்த்தவாறே இயல்பான குரலில், புன்முறுவலுடன், பணிவான வகையில் விடையளிக்கிறார்.

அடிகள் : ஆ என்பது சிலருக்கு விளங்காது. பசு என்றால் விளங்கும். ஆ என்பது தனித் தமிழ்ச்சொல், பசு என்பது வட சொல். தண்ணீர் என்று உரையாது, நம் மக்களில் பலர் ஜலம் என்கின்றனர். ஜலம் என்பது வடமொழி ஐயகோ மலையாளிகள்கூட, வெள்ளம் என்னும் தனித்தமிழை வழங்குகின்றனரே.

இவ்வாறு அடிகள் பேச, பண்டிதமணி கேள்விக் கணைகளைத் தொடுக்க ஆரம்பிக்கிறார் சொற்போர் தொடங்குகிறது இரு மலைகளும் மோத ஆரம்பிக்கின்றன.

பண்டிதமணி : சலம் பூவொடு தூமறிந்தறியேன் என்று அப்பர்கூடக் கூறியிருக்கிறார்.

அடிகள் : சலசல என்ற ஓசையுடன் ஓடுதலின் சலம் என்பது காரணப் பெயர். அது தமிழ்ச்சொல். இவ்வாறு சலசல மும்மதம் பொழியும் என்று தமிழ்ச் செய்யுள் ஒன்றிலும் கூறப்பட்டுள்ளதே. அது வடமொழிதான் என்று உறுதி யானால், அதை விட்டு நீர் என்னும் தனித் தமிழ்ச் சொல்லை ஆளலாமே.

ஆ ஆ என் செய்வது, தனித் தமிழை இழிவென்று நினைப்பது முறையாகுமோ? தமிழிலே கடவுளை வணங்கக் கூடாது என்று கூறும் பார்ப்பனரும் உளர். பெரியோர் தமிழைப் பழித்து பாழ் செய்தால் அது குற்றமில்லையோ? இப்படிப் புலவர் பலர் தனித் தமிழுணர்ச்சி தகுதியற்றதென்று மொழிந்து தமிழைப் பாழாக்கினால் ஐயகோ (ஆவேச உணர்ச்சியுடன்) என் செய்வது?

பண்டிதமணி : பழம் புலவர்களால் தமிழ் பாழாகவா போய்விட்டது?

அடிகள் : இடைக்காலத்துப் புலவர், பழைய தனித்தமிழ் உணர்வை மறந்து, வடசொற்களை மிகுதியும் புகுத்தி விட்டனர். அவர்களை நாம் ஏன் பின்பற்ற வேண்டும்? வடசொற்களைக் கலத்தல் குற்றமில்லையாயின், ஆங்கிலத்தையும் தாராளமாக வழங்கி, தனித்தமிழ் உணர்ச்சியைக் கெடுத்தால், நற்றமிழ் எவ்வாறு உயிர் வாழும்? அந்தோ குமரகுருபரர் சலம் என்னும் சொல்லை வழங்கினார் என்று நாமும் பிறமொழிச் சொற்களை வழங்கித் தமிழைப் பாழ்படுத்தலாமா? (கைதட்டல்) யானை வழுக்கி விழுந்தால் அது அதற்குப் பெருமையாக முடியலாம். நாங்களோ சிறியோம், எங்களுக்கு இடர் மிகுதியும் உண்டு.

இவ்விடைகளுக்குப் பிறகு அடிகள் திருவள்ளுவர் பெருமையை உணர்ச்சியுடன் கூறத்தொடங்கினார், ஆங்கிலப் புலவராகிய ஷேக்ஸ்பியரை ஐந்து கண்டங்களிலும் போற்றுகிறார்கள். அதில் ஆயிரத்தில் ஒரு கூறு போற்றுதல் தானும் வள்ளுவனார்க்கு

உண்டா? வள்ளுவரை மறந்திருக்கின்றீர்கள். தெள்ளுதமிழ்ப் புலவரை மறக்கலாமா? உங்கள் வருங்கால நிலை குறித்து என் நெஞ்சம் நடுங்குகிறது. தமிழ்த் தாயையும், புலவர்களையும் மறந்து உயிர் வாழ்தல் எங்ஙனம்? வள்ளுவரைப் போற்றுங்கள். அவர் பெயரால் நினைவுக்குறி நாட்டுங்கள். கல்லூரிகளை அமையுங்கள். குறளைப் படியுங்கள், புலவர்களைப் போற்றுங்கள்.

பண்டிதமணி
மு.கதிரேசஞ்செட்டியார்

பண்டிதமணி

அடுத்ததாக, வள்ளுவரும் பரிமேலழகரும் என்பது பற்றி உரையாற்றிய பண்டிதமணி மு.கதிரேசஞ் செட்டியார் அவர்கள் தன் உரையில், இனி திருக்குறளின் ஒரு முக்கியமான பகுதியை ஆராய்வோம். அது குறளில், ஆரியர் ஆசாரம், வேத வழக்கு ஆகியவை உண்டா இல்லையா என்பதே. தமிழில் வட சொற்கள் தொல்காப்பியர் காலத்திலேயே கலந்துவிட்டன. அப்பொழுதே வடசொல் கலப்பிற்கு இலக்கணமுஞ் செய்யப் பட்டிருக்கிறது. பழைய நூலான கலித் தொகையில் சடை என்ற வடசொல் வழங்கப்பெற்றிருக்கிறது.

ஆரியர் ஆசாரங்களையும், வேத வழக்குகளையும் சில நூல்கள் நீண்ட நாட்களாக ஏற்றே வந்திருக்கின்றன. பிற்காலத்து நூலாகிய திருக்குறளில் வள்ளுவர், தமிழர்க்கொத்த ஆரியக் கொள்கைகளை எடுத்தாண்டிருக்கிறார். திருக்குறள் ஆரிய வழக்கொடு உடன்பட்ட நூலே; தனித் தமிழர் கொள்கைகளைக் குறிப்பது மட்டுமன்றி, ஆரிய வழக்குகளையும் எடுத்தாளப் பின்வாங்கவில்லை. உதாரணமாக பல குறள்களை எடுத்துக் காட்டலாம். அவிசொரிந்தாயிவம் வேட்டல் எனுங் குறளில் அவ்வாரிய வழக்கின் பெருமையினை வள்ளுவர் நினைவுகூர்கிறார்.

ஆ பயன் குன்றும் ஆறுதொழிலோர் நூன் மறப்பர் என்னும் குறளில் ஆரியர் பெருமை கூறப்பட்டுள்ளது. மறப்பினும் ஒத்துக் (வேதம்) கொளலாகும் எனும் குறளில் பார்ப்பனர் நிலை குறிக்கப்படுகிறது. தென்புலத்தார் தெய்வம் விருந்து ஒக்கல் எனும் குறளில் ஆரியர் இறுதிக் கடன் குறிக்கப்படுகிறது. வாழ்நாளுக்குப் பிறகும் மறு பிறப்புண்டு என்பதையும், இறந்தார்க்கு செய்கடன் குறித்தும் இக்குறள் எடுத்துரைக்கிறது. வள்ளுவனார் ஆரியரையும், அன்னோர் கொள்கைகளையும், வேத வழக்குகளையும் பலவிடங்களில் சிறப்பித்துப் பாராட்டிக் கூறுகின்றார். உரையாசிரியராகிய பரிமேலழகர் ஆசிரியரைத் தழுவி, விரிவான வடமொழி சான்றுகளை எடுத்தாள்கிறார். அவர் உரை மிகச்சிறந்து விளங்குகின்றது என்று விளக்கினார்.

பண்டிதமணியின் இக்கருத்துகள் அடிகள் உள்ளத்தில் மிகுந்த வருத்தத்தை மூட்டிவிட்டன. அடிகள் உணர்ச்சிமயமானார். எழுந்து நின்றார். அடிகள் வீரப்போருக்குத் தயாராகிவிட்டார். சொற்போர்க் காட்சியை அவையோர் ஆர்வமுடன் எதிர்பார்த்துக் காத்திருந்தனர்.

விளக்குகளின் ஒளியும் ஓசையும்கூட அடிகளின் போர் முரசைக் கண்டன; கேட்டன. பண்டிதமணியின் கருத்தை மறுக்கும் வகையில் அடிகள், உணர்ச்சியுடன் பேசத்தொடங்கினார்.

ஆரியர், தமிழர் சச்சரவு இன்றும் நம்மைவிட்டு அகன்ற பாடில்லை. இப்போதுள்ள பார்ப்பனரில் பலர் தமிழரேயாவார். வடக்கே இருந்து வந்தவர் வெகு சிலரே. பழைய ஆரியரது நாகரிகம் மேம்பாடுடையதன்று. ரிக் வேதத்தில் ஆரியரைப் பற்றிக் குறிப்புகள் பல உண்டு. அவர்கள் ஆ, எருமை முதலானவற்றைக் கொன்று தின்றனர். கள் •குடித்தனர்.

விருந்துகளில் ஆவின் கன்று அறுத்து கறி சமைத்தனர் என்று சதபதப் பிராமணம் சொல்கிறது. தைத்ரீய சங்கிதையில் மாட்டுக் கறி உணவு கூறப்பட்டிருக்கிறது.

ஆ வைக் கொன்றார் இழிந்தார் அல்லரோ? கொல்லா அறத்தின் நின்ற நம் முன்னோராகிய தமிழ் நன்மக்கள் அவர்களோடு எளிதில் கலந்திருக்க மாட்டார்கள். அவர்கள் சீர்திருந்தி நல்ல நிலை அடைந்த பின்னரே கலந்திருக்கக் கூடும். ரிக் வேதத்தில் ஆரியருக்கு வெள்ளை நிறமும், நீலக் கண்ணும் சொல்லப்பட்டிருக்கின்றன.. தமிழருக்குப் பொன் நிறமும், கருங்கண்ணும் குறிக்கப் பட்டுள்ளன. நாகரிகமில்லா அவ் ஆரியர் இப்பொழுதிலர். எனவே யாரும் வருத்தப்பட வேண்டியதில்லை.

ஆரியர் வாழ்வும், தமிழர் வாழ்வும் ரிக் வேதத்திலிருந்து அறியலாகின்றன. விசுவாமித்திரர் பாடிய பதிகங்கள் தமிழர்க்கு உரியவை. வசிட்டர் பாடியன ஆரியர்க்குரியன. இதனை எமது மாணிக்க வாசகர் வரலாறும் காலமும் என்னும் நூலில் விரிவாய் காணலாம்.

தமிழர் ரிக் வேதத்தில், முக்கால் பங்கு பாடல்கள் பாடியுள்ளனர். தமிழர் உபநிடதம், பிரமாணம்,. புராணம் முதலியவற்றில் பலவற்றை எழுதினர். ஆங்கிலத்திலும் நான் நூல்கள் எழுதி வருகிறேன். அதனால் யான் ஆங்கிலேயன் ஆவேனா? அதனால் ஆரியத்தில் நூல்கள் இயற்றிய தமிழர் ஆரியராகார். ஆங்கிலேயர் எழுதும் இந்திய சரிதங்களில் தமிழரது நாகரிகம் ஆங்காங்கு எழுதப்படுகிறது. ராப்சன் என்பார் கேம்பிரிட்ஜ் சரித்திரத்தில், தமிழரின் நாகரிக நிலையினையும். அதனால் ஆரியர் சீர்திருந்தினமையும் குறித்திருக்கின்றார். ஆரியரைப்போல் தமிழரும் ஆரிய மொழி வழக்கை சில இடங்களில் எடுத்தாண்டிருக்கின்றனர். சடை எனும் சொல் தமிழேயாகும். தமிழிலிருந்தே அதனை வடமொழி பெற்றது.

2,200 ஆண்டுகளுக்கு முன்பே பரிபாடலில் சடையன் என்னுஞ் சொல் வந்துள்ளது. ரிக் வேதத்தில் சடை எனுஞ் சொல் இல்லை. தொல்காப்பியம் மூன்றிலும் பத்து வடமொழி சொற்களே உள்ளது. மணிப்பிரவாள நடை பிற்காலத்ததே.

அடிகளின் இப்பேச்சுக்கு இடையிடையே, பண்டிதமணி அவர்கள் சிறு சிறு மறுப்புகள் கூறிக் கொண்டிருந்தார். அதனால் ஆவேச உணர்ச்சிகொண்டு, அடிகள் முழு ஆற்றலுடனும் வீரமிக்க குரலுடனும், தோற்றத்துடனும் பேசினார்.

அடிகள் : இப்பொழுது தமிழுக்குப் பரிந்து பேசுவோர் பலர் இலர். தமிழராய்ப் பிறந்த பாவிகளே! தமிழைப் பாழ்படுத்தி விட்டார்கள் பாழ்படுத்துகிறார்கள்.

பண்டிதமணி : பழம் புலவர்களால் தமிழ் பாழாகவா போய்விட்டது?

அடிகள் : அவர்களில் சிலர் பாழ் செய்வதற்கு இடங்காட்டிவிட்டார்கள்

பண்டிதமணி : தொல்காப்பியர்?

அடிகள் : அம்முறையில் அவரும் ஓர் இழையளவு வழுவியேவிட்டார். அது ஒண்டவந்த பிடாரிக்கு ஊர்ப் பிடாரி இடங்கொடுத்த கதையாகவே முடிந்தது.

அன்பர்களே, நாம் தமிழை உயிரோடு வைக்கப் பாடுபடவேண்டும். ஐயகோ தமிழைக் கொல்ல மடி கட்டி நிற்கலாமா? நூற்றுக்கு எண்பது வடசொல்லும், இருபது தமிழ்ச் சொல்லுமாக எழுதினால், பேசினால் தமிழ் எப்படிப் பிழைத்தல் கூடும்? **வடமொழி பயில வேண்டாம் என்று யான் கூறவில்லை. மகிழ்வுடன் பயிலுங்கள். நானும் பயில்கிறேன். ஆனால் அன்பர்களே தமிழ்த் தாயைக் கொல்லாதீர்கள், தமிழ் நன் மங்கையின் அழகிய நன்மேனியில் அம்மைத் தழும்பு போல வட சொற்களைப் புகுத்தாதீர்கள். அடியேன் உங்களைப் பெரிதுங் கெஞ்சுகிறேன். ஆண்டவர்களே தமிழைக் கெடுக்காதீர்கள், தனித் தமிழுக்குப் பாடுபடுங்கள்.** (பெருங் கைதட்டல்)

பண்டைப் புலவராயினும், இக்காலத்தவராயினும் மற்று எவராயினும் தமிழுக்குக் கேடுவிளைத்தோரை, விளைப்போரை ஒரு பொருளாகக் கருத மாட்டேன். பழம்பெரும் புலவர் ஒரு வடசொல் வழங்கியிருந்தால், பிற்காலத்தில் நூறு சொற்களை வழங்குகிறார். நாம் நூறாயிரம் சொற்களை வழங்குகிறோம். பெருங் கடனாளிகளாகின்றோம் (பெருஞ் சிரிப்பு).

தமிழர் ஆரியத்திற்கு அடிமைப்பட்டு அச்சொற்களைத் தமிழிற் கலத்தல் தீங்கே. இவ்வடிமைத் தனத்தினின்றும் முதலில் விடுபடுங்கள். இதுதான் முதலில் பெற வேண்டிய சுயராஜ்யம் ஆகும். (நீண்ட கைதட்டல்).

தமிழ் பெயரளவிலேயே விளங்குகிறது. எங்கும் ஆரிய மொழிக் கூத்தாடுகிறது. உண்மைத் தமிழராயின் உங்களுக்கு உறுதிப்பாடு வேண்டும். தமிழைத் தமிழாகவே வழங்கவேண்டும். தமிழில் அயற் சொற்களைக் கலக்க விரும்புவோரை எவ்வளவு கற்றவராயினும், அவரை யாம் மதியேன், மதியேன்.

அடிகள் இச்சொல்லைச் சொல்கையில், ஆவேச உணர்ச்சி மிகுந்து, தம் வலக்கையை உயர்த்தி, பிடியாக மடக்கிக் கொண்டு, மேசையின் மீது ஓங்கி ஒருமுறை , இருமுறை குத்தலானார். அவை அதிர்ச்சியும், ஆவேசமும் கொண்டது. அடிகளாருக்கு எதிரில் விரிப்பில் அமர்ந்திருந்த, அடிகளாரின் திருமகனார் மறை.திருநாவுக்கரசு அவர்கள் உடனே எழுந்து, அடிகளாரின் கைகளைப் பற்றிக் கொண்டார்.

அந்நிலையில் அடிகள் ஒருவாறு ஆவேசம் தணிந்தவராய், ஆரிய வழக்குகளை எடுத்துக்காட்டும்போது, வடமொழிச் சுலோகங்கள் பலவற்றையும், ஆங்கில மேற்கோள்களையும், பிற மொழியிலுள்ள சொற்கள் பலவற்றையும் எடுத்துக்காட்டிப் பேசிய பின்னர், தமிழ் உணர்ச்சிப் பரவவேண்டும் என்றும், பழைய நூல்களில் ஒன்றிரண்டு வடசொற்கள் இருந்தால், அவை கடன் வாங்கியவை என்று முடிவுகட்டிவிடக் கூடாது என்றும், அது பெருந்தவறு என்றும் வற்புறுத்தினார்.

பண்டிதமணி: தனித்தமிழ் உணர்ச்சி கூடாதென்று யான் கூறவில்லை.

அடிகள்: உங்களைப் போன்ற பெருந்தமிழ்ப் புலவர்களின் உதவி இல்லாமல் தனித் தமிழ் வளர முடியுமா? தாங்கள் பெரும் புலவர். தாங்கள் அப்படிப் பேசியதால்தான், எனக்குப் பெரு வருத்தம் உண்டானது. மற்றவர்கள் தனித் தமிழுக்கு மாறாகச் சொன்னால் எனக்கு இவ்வளவு கவலை ஏற்பட்டிராது. என்று பண்டிதமணியை நோக்கிப் பணிவும், பரிவும் நிறைந்த சொற்களாலும், மெய்ப்பாடுகளினாலும் கூறினார்.

தொடர்ந்து நன்றியுரையாற்றிய கவிஞர் அரங்க. வேங்கடாசலம் பிள்ளை அவர்கள், தமிழ் மக்கள் உள்ள வரையில் தனித் தமிழைப் போற்றுவார்கள் என்று பேருணர்ச்சியுடன் கூறினார். அவையோர் இது கேட்டுப் பெருங் கைத்தட்டலும், பெருத்த ஆரவார முழக்கமும் செய்தனர். அப்போது அடிகள், அவ்வொரு மொழிக்குப் பெரும் நன்றி எனக் கூறி, இன்பக் கண்ணீர் சொரிந்தார். அது கண்ட அவையோர் அனைவரும் உருகினர். ஒரு சில விநாடிகள் அவையே உருகி நின்றது.

பண்டிதமணி கேள்வி கேட்டபோதெல்லாம் அவையில் சலசலப்பு உண்டாகியது. தன் கருத்துகளை அவையோரும், அறிஞர்களும், புலவர்களும் ஒப்பவில்லை என்பதையும், யாவரும் தம் மீது வருத்தங் கொண்டுள்ளனர் என்பதையும், பண்டிதமணி உணர்ந்தார். எல்லோர் மனதையும் புண்படுத்தி விட்டோமே என்று கவலையுற்றார்.

இணைந்த மாமலைகள்

மறுநாள் 25.7.1927 காலை அடிகள் தங்கியிருந்த வீட்டிற்கு பண்டிதமணி அவர்கள், சங்கத்தின் சான்றோர்களான உமாமகேசுவரனார், அரங்க.

வேங்கடாசலம் பிள்ளை முதலிய பெருமக்களோடு அடிகளாரைக் காணச் சென்றார். அன்புரைகளைப் பரிமாறிக் கொண்டபின் பண்டிதமணி அவர்கள் பேசத் தொடங்கினார்.

பண்டிதமணி: அடிகள், நேற்று அவையில் நிரம்பச் சினம்கொண்டு மேசையில் குத்தினீர்கள். தம்பி திருநாவுக்கரசு மட்டும் தங்கள் கைகளை மேலும் குத்தாதபடி தடுத்திராவிட்டால், என் முதுகில் குத்துகள் பலமாக விழுந்திருக்கும். அக்குத்துகளை என்னால் தாங்க முடியாது. திருநாவுக்கரசு இல்லாவிட்டால் என்பாடு என்னாவது?என்று சிரித்துக் கொண்டே தனது முதுகையும், திருநாவுக்கரசு அவர்களையும் தன் கையால் தொட்டும், சுட்டியும் காட்டினார். அனைவரும் சிரித்தனர்.

அடிகள்: பெருஞ் சிரிப்புடன் பண்டிதமணியை நோக்கி, தாங்கள் அவ்வாறு நினைத்தல்கூடாது. தங்களை யான் எவ்வளவோ உயர்வாக மதித்திருக்கின்றேன். என்பால் சினம் ஒரு குறையே. தமிழின்பாலுள்ள பேரன்பால், அது வளரவேண்டுமே என்ற கவலையால் அப்படிக் குத்தினேனே தவிர வேறில்லை. தங்கள்பால் எனக்கு அணுவளவும் வருத்தமில்லை.

பண்டிதமணி: அடிகள் நேற்று பேசிய விதம் மிகுந்த தனித் தமிழ் உணர்ச்சியால், எல்லோரும் தமிழ் உணர்ச்சியில் வீரராகிவிட்டனர். அது எனக்கு மகிழ்ச்சிதான். ஆனால் நான் என்னவோ தமிழ் நெறிக்கும், தனித் தமிழ் வளர்ச்சிக்கும் மாறானவன் என்ற எண்ணம் எல்லார் உள்ளத்திலும் ஊன்றி விட்டது. அதனால் ஏனையோருக்கு மட்டுமல்ல இதோ உள்ள என் உண்மை நேசர்கட்கும் (உமாமகேசுவரம் பிள்ளை உள்ளிட்ட பெருமக்களைக் சுட்டிக் காட்டி) என்பால் வருத்தமேற்பட்டுள்ளது.

இவ்வளவு காலம் இவர்கள் நம்பிக்கைக்கு உரியவனாக இருந்தேன். நேற்றோடு அப்பேறு எனக்கு இல்லாமல் போய்விடும் போலிருக்கிறது. அதற்கு அஞ்சியே இவர்களை எல்லாம், நானே வற்புறுத்தி இங்கு அழைத்து வந்திருக்கிறேன். வழமைபோல் இவர்கள் யாவரும் என்னிடம் அன்புள்ளவர்களாக இருக்க அடிகள்தான் அவர்களிடம் எனக்காகப் பரிந்துப் பேசவேண்டும்.

நான் ஒன்றும் தமிழுக்கு மாறானவன் அல்லன். இதனை யான் எழுதியுள்ள நூல்களிலும், கட்டுரைகளிலும் தாங்கள் பார்த்திருக்கலாம். சென்ற விழாவில் யான் தலைமை பூண்டபோதும், தமிழ்ப் பாதுகாப்புப் பற்றிப் பேசியுள்ளேன். அத்தலைமையுரைகூட வடசொற்கள் தவிர்த்தத் தனித் தமிழில்தானே அமைந்துள்ளது?

அடிகள்: ஆம், ஆம். அதை நான் படித்தேன். மிகவும் அருமையாகவுள்ளது. தனித் தமிழாகவே இருக்கிறது. அப்படி இருக்க வேண்டுமென்றுதானே நான் விரும்புகின்றேன், பேசுகின்றேன். தங்கள் தமிழ்ப் பற்றையும், தொண்டையும் நான் அறியாதவனா? உங்களுக்கில்லாத பற்றா எனக்கு வந்துவிடப்போகிறது. ஏதோ கலப்புத் தமிழை ஏற்றுக் கொள்வதுபோல் பேசுகின்றீர்கள். அது கொள்கையாக இருக்கலாம். ஆனால் தங்கள் அழகிய உரைநடை எல்லாம் தனித் தமிழாகவன்றோ உள்ளன. தங்கள் தமிழ்ப் பற்றைப் பற்றி யாருக்கும் ஐயமிராது. எனக்குத் தங்கள்பால் அளவில்லாத மதிப்புண்டு. தாங்கள் எவ்வளவோ பெரும் புலவர். தனித் தமிழ்க் கொள்கைக்கு மற்றவர் உதவி கிடைப்பதைவிடத் தங்கள் உதவி கிடைப்பது எவ்வளவோ மேலானது. அது எனக்கு மிகுந்த மகிழ்சி அளிக்கின்றது.

இவர்கள் (உமாமகேசுவரனார் உள்ளிட்டோர்) யாவரும் மிகச் சிறந்தவர்கள். தங்களிடம் உண்மையன்பும், பெரு மதிப்பும் உடையவர்கள். ஒருக்காலும் இவர்கட்குத் தங்களிடம் பேரன்பும், பெருமதிப்பும் குறையாது. அதுபற்றித் தாங்கள் கவலைப் பட வேண்டாம்.

பண்டிதமணி: அடிகள் நேற்று பேசியதிலிருந்து தனித் தமிழைப் பற்றி எனக்கிருந்த அரைகுறையான ஐயங்கள் அடியோடகன்றுவிட்டன. நம் பெரியோர்கள் வடசொற்களைத் தமிழிற் கலந்துவிட்டார்களே. நாம் அவற்றை நீக்கின் அவர்கள் செயல் குற்றமென்று கூறப்படுமோ என்றுதான் யான் அஞ்சியிருந்தேன். ஆனால் அதற்கு அடிகள் சரியான விடையளித்து விட்டீர்கள்.

தனித் தமிழ்க் கோட்பாடு மட்டுமல்ல, அடிகளின் ஏனைய தமிழ் நெறிக் கொள்கைகளையும், சீர்திருத்தக் கருத்துகளையும் யான் மனமார ஏற்றுக் கொள்கின்றேன். ஆம் தமிழ்ப் பகைவர்கள் தமிழர்க்கும், தமிழ் நெறிக்கும் செய்து வரும் கேடுகளைச் சில ஆண்டுகளாகவே யான் உணர்ந்துவருகிறேன். அடிகள் மேற்கொண்டு கடைப்பிடித்து வருகின்ற அக்கருத்துகளை எல்லாம் யான், முழு மனதுடன் ஏற்றுக்கொள்கிறேன், இனி நமக்குள் கருத்து வேற்றுமைக்கு இடமேயில்லை. இதை மகிழ்வுடன் அடிகளுக்குத் தெரிவித்துக் கொள்கிறேன்.

நான் கூறும் இவ்வுரைகள் எல்லாம் உண்மையானவை என்பதை இந்த என் நண்பர்கள் நன்கு அறிவார்கள். அடிக்கடி என் சொற்பொழிவுகளை இவர்கள் கேட்பவர்கள். என்னோடு பல வகையிலும் கலந்து பழகுபவர்கள். இவர்கள் யாவருக்கும் என் நேற்றைய குறுக்கீடு, என்பால் வருத்ததை விளைவித்தள்ளது. நானும் அதற்காகப் பெரிதும் வருந்துகிறேன். ஆதலின் அடிகள் அன்புகூர்ந்து என்பால் என்றும்போல் அன்புடனிருக்க இவர்கட்குத் தெரிவித்தல் வேண்டும். தாங்கள் சொன்னால்தான் அன்பு கொள்வர்.

அடிகள்: தங்களிடத்தில் இவர்களெல்லார்க்கும் பேரன்பும், பெருமதிப்பும் உண்டு. அது ஒருபோதும் குறையாது. தாங்கள் இதுபற்றிச் சிறிதும் வருந்துதல் வேண்டாம்.

இரு முதுபெரும் புலவர்களின் இந்த அன்பான அளவளாவலைக் கண்டு உடனிருந்த பெருமக்கள் பெரிதும் மகிழ்ந்தனர். தனித்தமிழ்ப் போராட்டத்தில் இருபெரும் தமிழ் மாமலைகள் ஒன்றிணைந்த இந்நாள் கரந்தைத் தமிழ்ச் சங்க வரலாற்றில் ஒரு பொன்னாளாகும்.

கரந்தைத் தமிழ்ச் சங்க ஆண்டு விழா சிறப்பு

கரந்தைத் தமிழ்ச் சங்க ஆண்டு விழா என்பது ஏதோ பெயரளவுக்கு விழா நடத்துவது, மலர் வெளியிடுவது என்று இல்லாமல் தமிழ் அறிஞர்களை அழைத்து அப்போது வடமொழியும் ஆங்கிலமும் கோலோச்சிக் கொண்டிருந்த நிலையில் அதற்கு மாற்றாக தமிழை எப்படி முன்னிலைப் படுத்த முடியும் என்பதற்காக அறிஞர்கள் கூடி விவாதித்த மாநாடாகவே இருந்துள்ளது.

பாமர மக்களிடமும் மனிதர்களிடமும் தமிழை எப்படிக் கொண்டுசெல்வது? தமிழை அதிகார வர்க்கத்தில் எந்தவிதமாக உலவச் செய்ய முடியும்? சங்க இலக்கியங்களை எப்படி எளிமைப்படுத்தி மக்களிடம் கொண்டு செல்வது? இலக்கணங்களை எப்படிப் பயிற்றுவிப்பது? தமிழ் பயில்வதால் எப்படி வேலை வாய்ப்பை உருவாக்குவது? தமிழின் தொன்மைச் சான்றுகளான ஓலைச்சுவடிகள், கல்வெட்டுகள், செப்பேடுகள், பழமையான நாணயங்கள் போன்றவற்றை எப்படிப் படிப்பது? படி எடுப்பது, முறைப்படுத்துவது? வெளியிடுவது? இதேபோல் ஒரு சில கல்வி நிறுவனங்களில் மட்டுமே தமிழ் புழங்கிக் கொண்டிருந்த நிலையில் எப்படி தமிழ்க் கல்வி நிறுவனங்களை கொண்டுவருவது? முறையான தமிழ்ப் பட்டயக் கல்வியை எப்படி ஏற்படுத்துவது என்பது போன்ற தீவிர விவாதங்களை, ஆழ்ந்த இலக்கியக் கருத்தரங்கங்களை நடத்திவந்துள்ளனர். முதலாம் ஆண்டு விழா தமிழுக்குப் பாடநூல் இயற்றித் தந்த, தமிழால் பெரும் பொருள் ஈட்டி, தமிழ் அறிஞர்களுக்கு, தமிழாசிரியர்களுக்கு

வாரி வாரி வழங்கிய திரு. கா.நமச்சிவாய முதலியார் அவர்கள் தலைமையில் நடைபெற்றுள்ளது. அடுத்தடுத்த ஆண்டுகள் பல்வேறு தமிழ் அறிஞர்கள் தமிழுக்குத் தொண்டு செய்த வள்ளல்கள், பண்டிதர்களைக் கொண்டு ஆண்டு விழா சிறப்புற நடத்தியுள்ளனர். திவான் பகதூர் டி.ஏ.இராமலிங்கச் செட்டியார், தோ.இராமகிருஷ்ணப் பிள்ளை, திவான் பகதூர் சா.ராம.மு.இராமசாமிச் செட்டியார், இராமநாதபுரத்து அரசர் இராஜராஜேச்வர சேதுபதி, தி.செல்வகேசவராய முதலியார், சிவசண்முக மெய்ஞ்ஞான சிவாசாரிய சுவாமிகள், எஸ்.சோமசுந்தர பாரதியார், பா.வே.மாணிக்க நாயக்கர், கா.சுப்பிரமணிய பிள்ளை எனப்படும் எம்.எல் பிள்ளை என்ற சட்டத் தமிழறிஞர், தமிழ் வள்ளல், திவான் பகதூர் சா.ராம. சித.பெத்தாச்சி செட்டியார், திவான்பகதூர் டி.என்.சிவஞானம் பிள்ளை, பண்டிதமணி மு.கதிரேசஞ் செட்டியார் என பல்வேறு அறிஞர்களைக் கொண்டு ஆண்டு விழாக்கள் நடத்தப்பட்டுவந்தன.

15, 16 வது வருட ஆண்டுவிழா தனித்தமிழ் இயக்கத் தந்தை மறைமலை அடிகள் தலைமையில் நடத்தப்பட்டு அதன் ஒரு நிகழ்வாகவே, 'மா மலைகளின் மோதல்' என்ற மாபெரும் தமிழ் வாத சொற்போர் நடைபெற்றுள்ளது. 17,18, 19 வது ஆண்டுவிழாக்கள் கா.நமச்சிவாய முதலியார் தலைமையிலேயே மிகவும் சிறப்பாக நடைபெற்றுள்ளது. அதைத் தொடர்ந்து இரண்டு வருடங்கள் ந.மு.வேங்கடசாமி நாட்டார் தலைமையிலும் அடுத்த ஆண்டு சுவாமி விபுலானந்த அடிகள் தலைமையிலும் சிறப்பாக விழாக்கள் நடைபெற்றுள்ளன.

23-வது வருட ஆண்டு விழா தமிழ் தாத்தா மகாமகோபாத்தியாய டாக்டர் உ.வே.சாமிநாத அய்யர் தலைமையில் நடைபெற்றதோடு அந்த மாபெரும் தமிழ்மாமணியின் மெச்சத்தக்க பணியை, தமிழுக்குச் சான்றாவணங்கள் தேடித்தேடி தன்னையே அழித்துக்கொண்ட

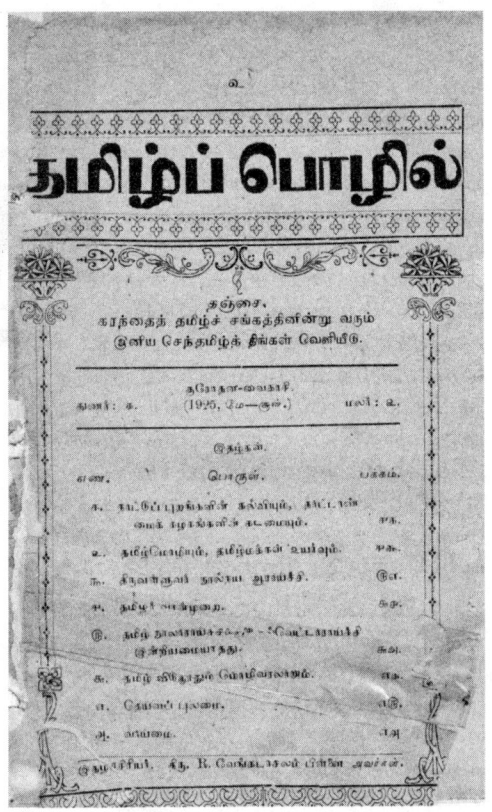

உ

தமிழ்ப் பொழில்

தஞ்சை,
கரந்தைத் தமிழ்ச் சங்கத்தினின்று வரும்
இனிய செந்தமிழ்த் திங்கள் வெளியீடு.

ருரோதன-வைகாசி.
(1925, மே—ஜூன்.)

இதழ்கள்.

எண்.	பொருள்.	பக்கம்.
உ.	தமிழ்மொழியும், தமிழ்மக்கள் உயர்வும்.	
ரு.	திருவள்ளுவர் நூல்நய ஆராய்ச்சி.	
எ.	தேவாரப் புலமை.	

மொழி காத்த, இலக்கியம் மீட்ட ஏந்தலுக்கு பாராட்டு விழாவாகவும் நடத்தி மிகப்பெரிய அங்கீகாரத்தை வழங்கிச் சிறப்பித்துள்ளனர். **நான் அங்கு பார்வையிட்டதிலிருந்து, இந்த ஆண்டு விழா மலர்கள் முறையாக தொகுக்கப்படவில்லை என்றே அறிகிறேன். இதையெல்லாம் தற்பொழுது அங்கு பயிலும் மாணவர்கள் இதை ஒரு சவாலாக எடுத்துக்கொண்டு இந்த மெச்சத்தக்க, ஆய்வுப் பணியை மேற்கொண்டு, தேடிக் கண்டறிந்து தொகுத்தால் தமிழுக்கு அது மிகப் பெரிய இலக்கியப் பெட்டகமாகத் திகழும் என்பதில் சந்தேகமில்லை.**

கரந்தைத் தமிழ்ச்சங்க மேடை

கரந்தைத் தமிழ்ச் சங்கத்தில் அமைக்கப்பட்ட பூர்வீக மேடையானது வரலாற்றுச் சிறப்புமிக்க ஒன்றாகும்.

நமச்சிவாய முதலியார்

இந்த மேடை போற்றத்தக்க இடம். ஒரு காலத்தில் இந்த மேடைக்குப் படிகளே இல்லாமல் இருந்திருக்கிறது. அதாவது இந்த மேடையில் படி ஏறுவதற்கு உரிய மொழிப் புலமையும் இலக்கிய, இலக்கண ஆற்றலும் சொற்பொழிவாற்றும் தகுதியும் பெற்றவர்கள் வரும்பொழுது மட்டுமே படிக்கட்டுகள் அமைக்கப்பட்டு மேடையேற்றப்படுவார்கள். தகுதியற்ற நபர்கள் மேடை ஏறக் கூடாது என்ற எண்ணத்தில் படிக்கட்டு என்பதே இல்லாமல் அமைக்கப்பட்ட கருத்தரங்க மேடை இதுவாகத்தான் இருந்திருக்கக்கூடும். அப்பேர்ப்பட்ட புகழ்பெற்ற இடமாக இருந்துள்ளது.

கரந்தைத் தமிழ்ச்சங்க மேடையில் பல அறிவார்ந்த தமிழறிஞர்கள், தமிழ் ஆசான்கள், தண்டமிழ் வேந்தர்கள், ஆன்றவிந்து அடங்கிய சான்றோர்கள் சிறப்புமிக்க உரையை நிகழ்த்தி உள்ளார்கள். மிகப்பெரிய சான்றோர்களே மேடையேறத் தயங்கியது உண்டு. காரணம் சொற்பொழிவு முடிந்தவுடன் கீழுள்ள பார்வையாளர்கள் அறிவு சார்ந்த கேள்விக்கணைகளைத் தொடுப்பார்கள். அனைத்திற்கும் தயாராக இருந்த அறிவுசால் பெருமக்களே மேடை ஏறினர் என்பது குறிப்பிடத்தக்கதாகும்.

உ.வே.சாமிநாத அய்யர், மறைமலை அடிகள், நமச்சிவாய முதலியார், வெள்ளைவாரணனார், வேங்கடசாமி நாட்டார், சதாசிவ பண்டாரத்தார், மொழி ஞாயிறு தேவநேயப் பாவாணர், தமிழ்த் தாத்தா உ.வே.சாமிநாத அய்யர், ரா.பி.சேதுப்பிள்ளை, செல்வ கேசவராய முதலியார், பண்டிதமணி கதிரேசஞ் செட்டியார், விபுலானந்த அடிகள் போன்ற தமிழ்ப் பண்டிதர்கள் போன்றோர் சிறப்பான ஆய்வுக் கருத்துகள் நிறைந்த சொற்பொழிவுகளை நிகழ்த்தி அந்நாளைய மக்கள் செவியில் தேனாறு பாய்ந்தோடச் செய்துள்ளனர்.

இத்தகைய அறிவுசால் தமிழ்ப் பெருந்தகைகள் சொற்பொழிவு ஆற்றிய மேடையில், தஞ்சாவூர் எஸ்பியாக 2018-ல் கரந்தைத் தமிழ்ச் சங்க கல்லூரி பட்டமளிப்பு விழாவில் தலைமை உரை நிகழ்த்தியதை தமிழ் எனக்குத் தந்த பெரும் பாக்கியமாகவே கருதுகிறேன்.

நான் தஞ்சாவூர் எஸ்பியாக இருந்தபோது கரந்தைத் தமிழ்ச்சங்க கல்லூரி பட்டமளிப்பு விழாவில் கலந்துகொண்டபோது இந்த இடத்தின் சிறப்பைக் குறிப்பிட்டுப் பேசினேன். எப்பேர்ப்பட்ட இடத்தில், நீங்களெல்லாம் படிக்கிறீர்கள் பாருங்கள். எண்ணிலடங்கா தமிழறிஞர்கள், அறிவார்ந்த மகான்கள் எல்லாம் உலவிய இடம், எனக்குத் தெரிந்து இந்த இடம் மட்டும்தான். வேறு இருப்பதாக எனக்குத் தெரியவில்லை.ஆம், இவ்வளவு பேரும் ஒன்றாக இணைந்த இடம், அத்தகைய பெருமை மிக்க இடம் இதுவாகத்தான் இருக்கும் என்பதை உணர்ந்து, பெருமிதத்தோடு கல்வி கற்பதோடு நீங்களும் அந்த வாழ்வாங்கு வாழ்ந்த அறிஞர்களைப் போல தமிழுக்கு உங்களது பங்களிப்பைச் செய்ய வேண்டுமென கேட்டுக்கொள்கிறேன் என்று வேண்டுகோள் விடுத்தேன்.

எனவே, மாணவர்களே! நூலகத்திற்குச் செல்லுங்கள்! நிறையத் தேடித் தேடிப் படியுங்கள்! இந்த மண்ணில் நிறைய வரலாறுகள் புதைந்து போயுள்ளன. இன்னும் கண்டுபிடிக்கப்படாத கல்வெட்டுகள், அகழாய்வு செய்யப்படாத இடங்கள், படித்தறியப் படாத ஓலைச்சுவடிகள், வெளிக்கொண்டு வராத செப்பேடுகள் நிறைய உள்ளன. மாணவர்கள் இதனைத் தொடர வேண்டும். உ.வே.சாமிநாதய்யர் பட்ட துன்பத்தையா நாம் படப்போகிறோம்? இப்படியெல்லாம் அறிஞர்கள் தோன்றாமல் போயிருந்தால், தமிழுக்குச் சான்று அடையாளங்களே இல்லாமல்

போயிருந்திருக்கக் கூடும். உ.வே. சாமிநாத அய்யர் அவர்களால்தான், தமிழ்ச் செம்மொழி என்று நாம் வெளிப்படையாகப் பேசுகிறோம்.

ஆனால் அதற்கு ஏது சான்று? மூவாயிரம் ஆண்டுகளுக்கு முந்தைய மொழிக்கு ஏது சான்று? பத்துப் பாட்டு, எட்டுத் தொகை, நீதி நூல், காப்பியம், இலக்கியம் என எல்லாவற்றையும் கண்டறிந்து, பதிவு செய்து, பதிப்பித்ததால்தான், தமிழ் இன்று செம்மொழி ஆகியுள்ளது. வீடு வீடாகப் போய், ஊர் ஊராக அலைந்து, திரிந்து, ஓலைச்சுவடியைக் கொண்டு வந்து, சில ஏடுகள் கிடைக்கும், சில ஏடுகள் கிடைக்காது, அவற்றையெல்லாம், தேடிப் பிடித்துக்கொண்டு வந்து, பதிப்பிப்பது எவ்வளவு கடினமானப் பணி.

அந்தக் காலகட்டத்தில் என்ன வசதி வாய்ப்பு இருந்தது? திருநெல்வேலிக்கு இங்கிருந்து ஆறு நாள் பயணம் செய்து சென்றிருக்கிறார். இன்று ஆறு மணி நேரத்தில் போய்விடலாம். நாம் இன்று மலிவு விலையில் அச்சிடப்பெற்ற நூலைக் கூட வாங்குவதில்லை. ஓர் ஏடு தேடுவதற்காக ஆறு நாட்கள் பயணம் செய்து தன்னையே அழித்துக் கொண்ட அந்த மாமனிதர் உ.வே.சா தொகுத்த அனைத்து நூல்களும் சங்க இலக்கியமாக இன்று மலிவு விலையில் கிடைக்கின்றன. எத்தனை பேர் வீட்டில் அவற்றை வாங்கி வைத்துள்ளோம்? எத்தனை பேர் அதை வாசிக்கிறோம்? இன்னும் சொல்லப்போனால் ஆசிரியர்கள் வீட்டில்கூட சங்க இலக்கிய நூல்களின் தொகுப்பு இல்லை என்றே கூறவேண்டும்.

நான் பல புத்தகக் கண்காட்சியிலும் பதிப்பாளர்களிடமும் பேசும்போது மறக்காமல் கேட்பது சங்க இலக்கியங்கள் எப்படி விற்பனையாகின்றன என்றுதான்! ஆனால் லட்சக்கணக்கானோர் வந்து செல்லும் புத்தகக் கண்காட்சியில் சில பதிப்பாளர்கள் ஒரு முழு தொகுதிகூட விற்கப்படவில்லை என்ற அதிர்ச்சித் தகவலை சொல்லும்போது இந்த தமிழ்ச் சமூகத்தை நினைத்து மன வருத்தத்துடன் மௌனமாக கடந்துதான் செல்லத் தோன்றுகிறது. இனியாவது சங்க இலக்கியங்கள், தமிழ்ப் பல்கலைக்கழகம் வெளியிட்டுள்ள வாழ்வியல் களஞ்சியம், அறிவியல் களஞ்சியம் போன்ற தொகுதிகளை செலவு பார்க்காமல் கொஞ்சம் கொஞ்சமாக மறக்காமல் வாங்கி வைப்பதோடு அன்றி வாசியுங்கள்! உ.வே.சா உழைப்பைப் பார்க்கும்போது, நம்முடைய உழைப்பெல்லாம் ஒன்றுமே கிடையாது. எனவே, **மாணவர்களே! இந்த மாணவப் பருவத்தில், நன்றாகப் படியுங்கள், நிறையப் படியுங்கள். செய்தித் தாள்களைப் படியுங்கள், உலக அறிவோடு இருங்கள்! வேலை கிடைத்தவுடன் சம்பளத்தில் ஒரு பகுதியை நல்ல புத்தகங்கள் வாங்குவதற்குச் செலவிடுங்கள். ஆய்வு நூல்களை வாங்குங்கள். ஆராய்ச்சிப் பணிக்கு அர்ப்பணித்துச் செயல்படுங்கள்!**

ஒருதனியார் பள்ளிக்கூடத்திற்குநிகழ்ச்சி ஒன்றுக்குச் சென்றபோது, மேனிலை வகுப்புப்படிக்கும் மாணவனிடம், நம் கவர்னர் பெயர் என்ன என்று கேட்டேன், அம்மாணவனுக்கு, நம் கவர்னர் யார் என்பதே தெரியவில்லை. இந்த நிலையில் தான் நமது மாணவர்களின் சமகால நிகழ்வு குறித்த பொது அறிவு உள்ளது.

கல்லூரி நிகழ்ச்சி ஒன்றில் பேசும்போது, தனிப்பட்ட முறையில் வரலாற்றுப் பேராசிரியர் ஒருவரை அழைத்து, ''நம் நாட்டின் ஆட்சி மொழிகள் எத்தனை?" என்று கேட்டேன். அவருக்குத் தெரியவில்லை! பிற பாட ஆசிரியர்களுக்குத் தெரியாவிட்டாலும் பரவாயில்லை அரசியலமைப்பு சொல்லித்தரும் அதோடு தொடர்புடைய வரலாற்று ஆசிரியர் இதைப்பற்றி தெரிந்திருக்க வேண்டாமா? லட்சக்கணக்கான ரூபாய் ஊதியத்தில் ஒரு பகுதியாவது புத்தகங்கள் வாங்குவதற்கும் நம்முடைய சமகால அறிவைப் புதுப்பித்துக்கொள்வதற்கும் செலவழிப்பதில் என்ன சிரமம் இருக்க முடியும்? கல்லூரிப் பேராசிரியருக்கே,

அரசியலமைப்புச் சட்டப் பிரிவுகள் 370, 34A குறித்த புரிதல்கள் இல்லை. இன்னும் சொல்லப் போனால் பல ஆசிரியர்களுக்கு அதைப் பற்றி தெரியவேயில்லை. அப்புறம் எங்கிருந்து நாம் வளர்ச்சி அடைய முடியும்? எனவே, மாணவர்கள் நன்றாகப் படிக்க வேண்டும். நீங்கள்தான் வருங்கால ஆசிரியர்கள். நீங்கள்தான் அடுத்து பி.எட்., படிக்கப்போகிறீர்கள். நீங்கள்தான் தமிழ்ப் பண்டிதர். நீங்கள்தான் கணித ஆசிரியர்.மாணவர்கள் இந்தக் கல்லூரிப் பருவத்தில், நிறைய ஆய்வுக் கட்டுரைகளைப் படித்து, நிறைய நூல்களைப் படித்தால் மட்டும்தான் அறிவைப் பெருக்கிக் கொள்ள முடியும். அப்போதுதான் அடுத்தவர்களுக்குச் சொல்லித் தரமுடியும்.

நீங்கள் இப்போதே, கைடு படிப்பது, மலிவான நோட்ஸ்களை வாங்கிப் படிப்பது போன்ற குறுக்குவழிகளைப் பின்பற்றாதீர்கள். எந்தப் பாடத்திலும் முழுமையான TEXT BOOKS எனப்படும் பாடப்புத்தகங்களை வாங்கி படியுங்கள்! நாற்பது மதிப்பெண் வாங்கினால் போதுமென்று நினைத்தால், மற்றதை யெல்லாம் யார் படிப்பார்கள்? வரலாறு படிக்கும் மாணவர்கள் தேர்வுக்கு வெல்லெஸ்லி பிரபுவைப் படித்தால்போதும், வாரன் ஹேஸ்டிங் பிரபுவை விட்டுவிடலாம் என்று நினைத்தால், இந்தியாவில் பிரிட்டிஷ் ஆட்சியையும் அரசியலமைப்பு வளர்ச்சியையும் சட்ட உருவாக்கக் கருத்துருவையும் எப்படிப் புரிந்து கொள்ள முடியும்? இதை விட்டுவிடலாம், அதை விட்டுவிடலாம் என்று தேர்விற்காக மட்டும் படித்தால், நாளைக்கு நீங்கள் ஆசிரியராக, பேராசிரியராக வரும்போது, நீங்கள் படிக்காமல் விட்ட பாடத்தையெல்லாம், உங்களுக்கு எந்த ஆசிரியர் சொல்லித் தருவார். நீங்கள் எப்படி மாணவர்களுக்கு சொல்லித் தர முடியும்? இந்த இடத்தில் ஆசிரியருக்கே பாடம் நடத்திய ஒரு மாணவரைப் பற்றி குறிப்பிட்டே ஆகவேண்டும்.

பூரணலிங்கம் பிள்ளை

திருநெல்வேலி முன்னீர்பள்ளத்தில் பிறந்த அந்த இளைஞர், பள்ளிப்படிப்பை முடித்தவுடன் பரமக்குடி நீதிமன்றத்தில் எழுத்தராகப் பணியில் சேர்ந்தார். திருநெல்வேலி இந்துக் கல்லூரியின் முதல்வர் லிங்க்ளேர் இவருடைய திறமையைக் கேள்விப்பட்டு இந்துக் கல்லூரியில் சேர்ந்துகொள்ளுமாறு அழைப்பு விடுத்தார். அங்கு நடைபெற்ற மில்லர் ஆங்கிலக் கட்டுரைப் போட்டியில் சிறப்பான மொழிப் புலமையால் முதலிடம் பெற்று ஆச்சர்யப்படுத்தினார். பட்ட மேற்படிப்பிற்காக சென்னை கிறித்துவக் கல்லூரியில் சேர்ந்து படிக்கும்போது தொடர்ச்சியாக தனது தமிழ் இலக்கியப் புலமையையும் அதை ஆங்கிலத்தில் வெளிப்படுத்தும் அளப்பரிய ஆற்றலையும் மேம்படுத்தி கொண்டே வந்துள்ளார்.

ஒருநாள் பேராசிரியர் ஷேக்ஸ்பியர் பற்றிப் பாடம் நடத்தும்போது மாணவர்கள் பல்வேறு சந்தேகங்களைக் கேட்டுள்ளார்கள். அப்போது இந்த மாணவரும் தெளிவான, புலமையான ஆங்கிலத்தில் கேள்வி எழுப்புகிறார். ஆசிரியர் முரண்பட்ட பதிலைச் சொன்னவுடன், மாணவர்கள் ஏற்றுக்கொள்ளவில்லை. இந்த சந்தேகத்திற்கு விடை அளிக்கும் விதமாக ஆசிரியர், சமீபத்தில் வெளியான மேக்னில் அண்ட்ரப் (MAGNIL ANARUP) எழுதிய ஷேக்ஸ்பியர் உரை நூலை எடுத்து படித்துப் பார்க்கிறார். மேக்னில் அண்ட்ரப் எழுதிய விளக்கத்தைப் பார்க்கும்போது சந்தேகம் கேட்ட மாணவரின் பதில் தான் சரியாக இருந்தது. உடனே பேராசிரியர் உட்பட அனைத்து மாணவர்களும் அதை ஏற்றுக்கொண்டனர். அந்நாளில் மேக்னில் அண்ட்ரப் என்னும் அறிஞர் தொடர்ச்சியாக பல்வேறு இதழ்களில்

தமிழ் இலக்கியம் குறித்து சிறப்பான ஆங்கிலத்தில் எழுதி வந்துள்ளார். மேலும், ஆங்கில இலக்கியங்களோடு சங்க இலக்கியங்களை ஒப்பிட்டு ஆய்வு கட்டுரைகளைத் தொடர்ந்து எழுதி வந்துள்ளார். அதனால் அனைவருமே அந்த விளக்க உரையை எடுத்துக் கொண்டனர். மேக்னில் அண்ட்ரப் (MAGNIL ANARUP) யார் என்றால் கேள்வி கேட்ட மாணவரான பூரணலிங்கம் பிள்ளை தான் அந்த மேக்னில் அண்ட்ரப் ஆவார். இளம் வயதிலேயே தமக்கு இருந்த ஆங்கில- தமிழ் அறிவை பல ஆசிரியர்கள் ஒப்புக்கொள்ளாத நிலையில், தனது பெயரான PURANA LINGAM என்பதை தலைகீழாக மாற்றி MAGNIL ANARUP என்று வைத்துக்கொண்டு அதே பெயரிலேயே பல கட்டுரைகளும் புத்தகங்களும் எழுதி வந்துள்ளார். தான் படிக்கும்போதே தனது பாடத்திற்கே உரை எழுதி புத்தகங்கள் வெளியிட்டு, பொருளாதார ரீதியாக வளம் பெற்றதையும், சக மாணவர்களையும், பாடம் நடத்தும் ஆசிரியர்களையும் தனது புத்தகத்தையே படிக்கவைத்த சாதனையையும் என்னவென்று சொல்வது? அதுதான் தமிழறிஞர், ஆங்கிலப் புலமையாளர் பூரணலிங்கம் பிள்ளையின் சிறப்பம்சமாகும்.

1330 குறளுக்கும் தெளிவான, அழகான ஆங்கிலத்தில் உரை எழுதியதோடு, திருக்குறள் ஆராய்ச்சி என்ற அருமையான நூலையும் படைத்தார். இதுமட்டுமன்றி தமிழ் வரலாறு, 10 தமிழ் முனிவர்கள், உட்பட 50 நூல்களை எழுதியுள்ளார் இதில் 32 நூல்கள் ஆங்கில நூல்கள் ஆகும். தமிழின் சிறப்பை, தமிழ் இலக்கியத்தின் பெருமையை, தமிழின் இலக்கண வளமையை ஆங்கிலத்திலேயே அதிகம் வெளிப்படுத்தினார். அந்நாளில் இருந்த ஆங்கிலேயர்களும் தமிழ் மொழியின் அருமையைத் தெரிந்துகொள்ள வேண்டும் என்ற எண்ணத்திலேயே ஆங்கிலத்தில் எழுதியுள்ளார். தனது சொற்பொழிவுகளிலும் அதை வெளிப்படையாகக் குறிப்பிட்டுள்ளார்.

இவர் எழுதிய 'TAMIL INDIA' என்ற ஆங்கில நூல் அந்நாளில் மிகவும் பரபரப்பாகப் பேசப்பட்ட இந்திய வரலாற்றையும் தமிழக வரலாற்றுப் பண்பாட்டையும் இணைத்து படைக்கப்பட்ட சிறந்த முதல் வரலாற்று நூல். தமிழர் ஆங்கிலத்தில் எழுத ஆங்கிலேயரான ஜி.யு.போப் அவர்கள் இந்த நூலைத் தமிழில் மொழி பெயர்த்தது விந்தையிலும் விந்தையாகும். தமிழ் இனம், கலாசாரம், மொழியின் சிறப்பு, இனக்குழுவின் தனித்தன்மை, மேன்மையான ஆட்சி நிர்வாக முறை, சடங்கு சம்பிரதாயங்கள், மதக் கருத்துகள் என அனைத்தையும் சுவைபட எழுதியுள்ளார்.

1911-ம் ஆண்டு பாளையங்கோட்டையில் சைவ சித்தாந்த சபை சார்பில் பாண்டித்துரை தேவர் தலைமையில் நடந்த தமிழ்மாநாட்டில் பவனந்தி முனிவர் குறித்து பேசச் சொன்னதும், பூர்ணலிங்கப் பிள்ளை மிகச் சிறப்பாக ஆங்கிலத்திலும் தமிழிலும் நன்னூலின் சிறப்பையும் பவணந்தி முனிவரின் பெருமையையும் இனிமையாக சுவைபட எடுத்து விளக்கியுள்ளார். பாண்டித்துரைத்தேவர் மிகவும் ஆச்சர்யப்பட்டு, பிள்ளை விளக்கிய இந்தப் பாடலை அனைத்து ஆசிரியர்களும் மாணவர்களும் படிக்க வேண்டும் என வேண்டுகோள் விடுத்துள்ளார். அந்தப் பாடல் ஆசிரியர்களுக்கு இலக்கணமான பாடல் ஆகும். அவசியம் மாணவர்களும் ஆசிரியர்களும் பயின்று செயல்படுத்த வேண்டும்.

ஆசிரியப் பெருமக்களும் சரி, வருங்கால ஆசிரியர்களான மாணவர்களும் சரி, இப்பாடலைக் கண்டிப்பாக தெரிந்து கொள்ள வேண்டும்.

நன்னூலில் பவனந்தி முனிவர் அமைத்துள்ள அந்தப் பாடல் இதுதான்:

"குலனருள் தெய்வம் கொள்கை மேன்மை

கலைபயில் திறன் கட்டுரை வன்மை

நில மலை நிறைகோல் மலர்நிகர் மாண்பினன்

உலகியல் அறிவோடு உயர்குணம் இணையவும்

அமைபவன் நூலுரை ஆசிரியன்னே."

ஓர் ஆசிரியர் நல்ல குடிப்பிறப்பைச் சார்ந்தவராக இருக்க வேண்டும். குடிப் பிறப்பு என்பது சாதி அல்ல. குற்றம் குறை இல்லாத, மோசடிப் பேர்வழி இல்லாத, நல்ல குடும்பத்தைச் சார்ந்தவராக இருக்க வேண்டும். குலனருள், நல்ல கல்வி உள்ளம் கொண்டவராக இருக்க வேண்டும்,. அறிவைப் பகிர்ந்துகொடுக்கக் கூடிய கருணை உள்ளம் கொண்டவராக இருக்க வேண்டும். தெய்வ பக்தி இருக்க வேண்டும். தெய்வ பக்தி என்றால், தெய்வ பக்தி மட்டுமல்ல, குரு பக்தி இருக்க வேண்டும். ஆசிரியர் என்பவர் வயதில் மூத்தவர்களை, அறிவில் சிறந்தவர்களை வணங்குபவராக இருக்க வேண்டும். அப்போதுதான் உங்களைப் பார்த்து உங்கள் மாணவன் வணங்குவான். ஆசிரியர் என்பவர் மேம்பட்ட கொள்கை உடையவராக இருக்க வேண்டும். நம்மை நாலு பேர் பின்பற்ற வேண்டும்.

நான் ஒரு காவல் துறையைச் சார்ந்த அதிகாரி. நான் ஏன் இந்தத் தமிழ் அறிஞர்களைப் பற்றி சொல்கிறேன்? அவர்களெல்லாம், நம் தமிழுக்குத் தொண்டு செய்தவர்கள்.

செயற்கரிய செய்வார் பெரியர் சிறியர்
செயற்கரிய செய்கலா தார்.

செய்ய முடியாத பல அரிய காரியங்களைச் செய்த பண்டிதர்கள், இந்த மொழியியல் அறிஞர்களை நாம் கொண்டாடாவிட்டால், யார் கொண்டாடுவார்கள்? ஆசிரியர் என்பவர் மாணவர்கள் பின்பற்றக் கூடியவராக மேம்பட்ட கொள்கை உடையவராக இருக்க வேண்டும். கலை பயில் திறன், தன்னுடைய துறை சார்ந்த அறிவு மட்டுமல்லாமல், மற்ற துறை சார்ந்த அறிவும் இருக்க வேண்டும். கட்டுரை வன்மை என்றால் ஆசிரியர் தன்னுடைய துறை சார்ந்த கட்டுரைகளைச் சமர்ப்பிக்கக் கூடிய ஆற்றல் பெற்றவராக இருக்க வேண்டும்.

ஒரு நதி எப்படித் தன்னைப் புதுப்பித்துக் கொள்கிறதோ, அதைப் போல ஆசிரியர், தன்னைப் புதுப்பித்துக் கொண்டே இருக்க வேண்டும். குட்டை போல் தேங்கிவிடக் கூடாது. நில மலை நிறை கோல், ஒரு மலை எப்படி கம்பீரமாக இருக்குமோ, அதுபோல, மலையில் எப்போதும் ஏதாவது மரம். செடி, கொடி வளர்ந்துகொண்டே இருக்கும். அதுபோல ஆசிரியர் அறிவை தொடர்ந்து வளர்த்துக் கொண்டே இருக்க வேண்டும்.

உலகியல் அறிவோடு, தமிழ் எப்பேர்ப்பட்ட பெருமைக்கு உரிய இனம் தெரியுமா? எப்பேர்ப்பட்ட மொழி நம் மொழி தெரியுமா? தமிழ் மொழியில் பிறக்க நாமெல்லாம் பெரும் புண்ணியம் செய்திருக்க வேண்டும். சுமார் எண்ணூறு ஆண்டுகளுக்கு முன் படைக்கப்பட்ட நன்னூலில், உலகியல் அறிவோடு என எழுதியிருக்கிறார்கள் பாருங்கள்! எப்பேர்ப்பட்ட இலக்கியங்களைக் இந்த மொழி பெற்றுள்ளது? உலக அறிவு படைத்திருக்க வேண்டும் என்கிறார் நன்னூலார்.

மேலும் அவர் மற்ற நாடுகளின் பழக்க வழக்கங்கள், வணிகம், நிர்வாகமுறை தெரிந்திருக்க வேண்டும் என்று எழுதியிருக்கிறார். உயர்ந்த குணத்தைப் பெற்றிருக்க வேண்டும். உலகியல் அறிவோடு, உயர்ந்த குணங்கள் உடையவரே ஆசிரியர் என்று அவர் கூறியுள்ளார்.

ஆசிரியர்களுக்குப் பாடம் நடத்திய பாடநூல்கள், உரை விளக்க நூல்கள் எழுதிய மாணவரான தமிழ் அறிஞர் பூரணலிங்கம் பிள்ளை போன்ற மாபெரும் அறிவார்ந்த பெருமக்கள் சொற்பொழிவு ஆற்றிய இடம் கரந்தைத் தமிழ்ச் சங்கம். இன்றுள்ள தலைமுறைக்கு இவர்களின் பெயர்களாவது தெரிந்திருக்குமா என்ற ஐயம் எழுகிறது!

தமிழவேள் மறைவு

இப்படி தமிழ் வளர்ச்சி, தமிழ் மேம்பாடு, எங்கும் தமிழ், தமிழ் வழி கல்வி என தமிழுக்கென்றே

தன்னை அர்ப்பணித்துக்கொண்ட தமிழவேள் உமாமகேஸ்வரம் பிள்ளை அவர்கள் தமிழுக்கு முக்கியத்துவம் கொடுத்து, 1916-ல் செந்தமிழ் கைத்தொழில் கல்லூரியை நிறுவினார். அதாவது தமிழ் படிக்கும் மாணவர்கள் கைத்தொழில்களைக் கற்றுக்கொண்டு சுயமாகச் செயல்பட வேண்டும் என்றும் திட்டமிட்டுச் செயல்பட்டார். கரந்தைத் தமிழ்ச் சங்கத்தின் சார்பில் இலவச மருத்துவமனை, இலவச படிப்பகம் போன்றவற்றை மிகுந்த பொருளாதார நெருக்கடிக்கு இடையிலும் உருவாக்கினார்.

இவர், தஞ்சை வட்டக் கழகத்தின் தலைவராகப் பணியாற்றியபோது சாலைக் கட்டமைப்புத் துறையிலும் மிகுந்த கவனம் செலுத்தினார். ஆலங்குடி-கண்டியூர் சாலை, மேலச்சாலை, வரகூர்-மேலகரசாலை போன்றவை இவரது முயற்சியால்தான் உருவாக்கப்பட்டன. தஞ்சை மாவட்டத்தில் இருந்த 40 தொடக்கப் பள்ளிகளை 170 பள்ளிகளாக அதிகமாக்கிக்காட்டினார். அதேபோல் கூட்டுறவு நிலவள வங்கி, கூட்டுறவு அச்சகம் என புதிதாக உருவாக்கினார்.

கரந்தைத் தமிழ்ச் சங்க செந்தமிழ்க் கல்லூரியை ரவீந்திரநாத் தாகூரின் சாந்தி நிகேதன்போல உருவாக்க வேண்டும் என்ற எண்ணத்துடன் தனது நண்பர் கணபதி பிள்ளையை அழைத்துக்கொண்டு கல்கத்தா சென்று சாந்தி நிகேதன் பல்கலைக்கழகத்தைப் பார்வையிட்டுவிட்டு, அங்கிருந்து காசி இந்து பல்கலைக்கழகத்துக்குச் சென்று பார்வையிட்டார். தனது கல்லூரியை இதேபோல் மேம்படுத்த வேண்டும் என பல்வேறு திட்டங்களுடன் திரும்பியவர் அயோத்தி அருகில் வரும்போது நோய்வாய்பட்டு மருத்துவமனையில் அனுமதிக்கப்பட்டு சிகிச்சைப் பலனின்றி 9.5.1941 அன்று தன் 58-ம் வயதில் மறைந்தார்.

கரந்தையில் தொடங்கிய தமிழ்ப் பயணம் காசிக்கு அருகில் முடிந்துபோனது. விபுலானந்த அடிகள் உட்பட பல தமிழ் அறிஞர்களும் இந்தத் துயரச் செய்தியைக் கேட்டுத் துடிதுடித்துப் போனார்கள். இவரின் தமிழ்ப் பணியை, பொதுத் தொண்டைப் பாராட்டி அன்றைய சென்னை மாகாண அரசு 1935-ம் ஆண்டு ராவ்பகதூர் பட்டம் வழங்கி கௌரவித்தது. அத்தகைய பெருமை மிக்க உமாமகேஸ்வரனாரின் கரந்தைத் தமிழ்ச்சங்கக் கல்லூரியில் பயிலும், பயின்ற மாணவர்களுக்கு ஒரு வேண்டுகோளை முன்வைக்கிறேன்.

கல்விதான் கைகொடுக்கும்! இந்த மாணவர் பருவத்தை நன்றாகப் பயன்படுத்துங்கள்! நன்றாகப் படியுங்கள். நிறையப் படியுங்கள். அறிவுதான் நம் பலம். தேடலை வளர்த்துக் கொள்ளுங்கள்! கல்வியின் சிறப்பு நீங்கள் யார் என்று சொல்லாமலே அதுவே உங்களை, உங்கள் புகழை எல்லா இடங்களுக்கும் எடுத்துச் செல்லும். எல்லா இடங்களும் உங்களது சொந்த இடம் போலவே பாவிக்கக் கூடிய வலிமையை, தன்னம்பிக்கையை கல்வி தான் உங்களுக்குக் கொடுக்கும்.

வள்ளுவர் கூறியுள்ளார்,

யாதானும் நாடாமால் ஊராமால் என்னொருவன்
சாந்துணையும் கல்லாத வாறு

கற்றுக்கொண்டால், எல்லா இடமும் நம் சொந்த இடம்போல் விளங்கும். எல்லா நாடும் நம் சொந்த நாடாகத் திகழும். எல்லா ஊரிலும் நமக்கு அறிமுகம் இருக்கும்; மரியாதை இருக்கும். அத்தகைய கல்வியை சாவதற்குள்ளாக கற்றுக்கொள்ள வேண்டாமா?

கல்வியே சிறந்த மருந்து, சர்வரோக நிவாரணி என்பதை நாலடியாரில் பதுமனார் கூறியுள்ளார்.

'இம்மை பயக்குமால் ஈயக் குறைவின்றால்
தம்மை விளக்குமால் தாமுளராக் கேடின்றால்
எம்மை உலகத்தும் யாம் காணோம் கல்விபோல்
மம்மர் அறுக்கும் மருந்து!'

இந்த பிறவிக்குரிய பயன்களையெல்லாம் கொடுக்கக்கூடியது, கொடுக்கக் கொடுக்க

குறையாதது, நாம் சொல்லாமலே நம் புகழைப் பரப்பக்கூடியது. நாம் யாரென்று பிறருக்கு உணர்த்தக் கூடியது கல்விதான்! இறக்கும் வரை நம்மைக் காத்து நிற்கக் கூடிய மருந்து எதுவென்றால், அது கல்வி மட்டுமே. எல்லா உலகத்திலும் தேடிப் பார்த்துவிட்டேன் எந்த உலகிலும் கல்வியைப் போல் சாகா வரம் தரும் வேறு மருந்து இல்லை. கல்வியே சிரஞ்சீவி வரம் தரும் சஞ்சீவினி மருந்து எனப் போற்றியுள்ளார்கள்.

இந்தக் கல்லூரிக் காலம்தான் உங்களுக்குப் பாதுகாப்பான காலம். நீங்கள் படிப்பதானால், எவ்வளவு நேரம் வேண்டுமானாலும் படிக்கலாம். என்ன வேண்டுமானாலும் படிக்கலாம். முழு சுதந்திரமாக இருக்கலாம். படித்து முடித்த பின் ஒரு நெருக்கடி வந்துவிடும். அடுத்து என்ன படிப்பது? படிப்பதா வேலைக்குப் போவதா? அல்லது பட்டமேற்படிப்பு படிக்கலாமா என்ற குழப்பம் வரும்.

பெண் பிள்ளைகளாக இருந்தால் திருமணம் செய்துவைத்துவிடுவார்கள். அடுத்து வேலைக்குச் செல்ல வேண்டும். ஆண்களாக இருந்தால் வேலை கிடைத்தால்தான் திருமணமே நடக்கும். எனவே, நிறைய நெருக்கடிக்கு ஆளாகிவிடுவோம். அப்போது நம் அறிவு சார்ந்த, சிந்தனை சார்ந்த, திறமையை மேம்படுத்திக் கொள்ளக் கூடிய புத்தகங்களைப் படிக்கக் கூடிய வாய்ப்பு குறைந்துவிடும். எனவே, படிக்கும் காலத்திலேயே, நூலகத்தை முழுமையாகப் பயன்படுத்திக் கொள்ளுங்கள்.

உங்கள் கல்லூரி நூலகத்தை நான் பார்த்தேன். எவ்வளவு அரிய நூல்கள் வைத்திருக்கிறார்கள் தெரியுமா? பழமையான நூல்கள் நிறைய இருக்கின்றன. நன்றாகப் படியுங்கள்!! எதிரிகளாலும் அழிக்க முடியாத செல்வம் என்று ஒன்றிருக்குமானால், அது அறிவு ஒன்றே. அறிவானது நமக்கு அழிவு வராமல் காக்கும் ஆயுதம். எனவே அறிவைப் பெருக்குங்கள். நூல்களைத் தேடித் தேடிப் படியுங்கள்.

நீங்கள் தவிர்க்க இயலாத மனிதராக இருக்க வேண்டும். நாம் நமது திறமையை மேம்படுத்திக் கொண்டு, தவிர்க்க இயலாத மனிதராக இருக்க வேண்டும். நாம் விசய ஞானம் உடையவர்களாக இருக்க வேண்டும். ஏன் படிக்க வேண்டும்? படிப்பினால் என்ன கிடைக்கும்? கல்வியானது கற்கத் தொடங்குகிற வேளையில் துன்பத்தை, வருத்தத்தை ஏற்படுத்தலாம். ஆனால் போகப் போக பெரு மகிழ்வினை உண்டாக்கும்.

கல்வி மூடத்தனத்தை அழிக்கும். பார்வையை விசாலப்படுத்தும். எனவே மாணவர்களே!, படியுங்கள்! தேர்வுக்காகப் படிக்காதீர்கள். மனத்தெளிவுக்காகப் படியுங்கள்!

வாழ்க்கையை மேம்படுத்திக் கொள்ள படியுங்கள்!

சிந்திக்கும் திறனை வளர்த்துக் கொள்ள படியுங்கள்!

மதிப்பெண்களுக்காகப் படிக்காதீர்கள்.

நூலகங்களுக்குச் செல்லுங்கள்! கரந்தைத் தமிழ்ச்சங்க ஆய்வுக் கட்டுரைகளை, ஆண்டு மலர்களைத் தேடிக் கண்டறியுங்கள்! அதைத் தொகுத்து தமிழ் ஆய்வுப் பெட்டகமாக இந்தச் சமூகத்துக்குப் பரிசளியுங்கள்!

புத்தகக் கடலில் மூழ்கித் திளையுங்கள்! நேரத்தை மிகச் சரியாகப் பயன்படுத்துங்கள்!! ஏனென்றால் நேரம் மட்டுமே, இழந்துவிட்டால், மீண்டும் கிடைக்கவே கிடைக்காது.

ஞாலம் கருதினும் கைகூடும் காலம்
கருதி இடத்தாற் செயின்.

நேரத்தை மிகச் சரியாகப் பயன்படுத்தினால், ஞாலத்தையே அடையலாம். உலகத்தையே அடைய வேண்டுமானாலும் அடையலாம். காலம் கருதிச் செய்ய வேண்டும். எதை எந்த நேரத்தில் எப்படிச் செய்ய வேண்டும் என்பதை அறிந்து உணர்ந்து செய்ய வேண்டும்.

மாணவர்களே, மாணவிகளே துணிச்சலோடு இருங்கள். முரட்டுத் துணிச்சல் கூடாது. செயலில் துணிவுடன் இறங்க வேண்டும். எதற்கும் பயப்படாதீர்கள். கல்வியில் கவனத்தைக் குவியுங்கள்!

''நான் படிக்கும்போது, எப்போதும் சொல்லிக் கொள்வேன். இறந்துபோனவனுக்கு உயிர் கொடுப்பதைத் தவிர, மீதி அனைத்தையும் நம்மால் செய்ய முடியும் என்று உங்களை மட்டும் ஆழமாக நம்புங்கள்!'' சைக்கிள் டைனமோவில் என்ன ஆற்றல், என்ன ஆற்றலாக மாறுகிறது தெரியுமா? இயக்க ஆற்றல், ஒளி ஆற்றலாக மாறுகிறது. அதேபோல் **படிக்கும் காலத்தில், நேர ஆற்றல், மதிப்பெண் ஆற்றலாக மாறவேண்டும். அதற்கேற்றாற்போல் நமது சிந்தனை செயல் அனைத்தும் கல்வியிலும் கல்வி சார்ந்த செயல்பாட்டிலும் இருந்தால் மட்டுமே உரிய நேரத்தில் உயரிய வெற்றியைப் பெறமுடியும்.**

நீதி இலக்கியமான விவேக சிந்தாமணியில் ஒரு பாடல் வரும்..

"எத்தொழிலைச் செய்தாலும் ஏது அவத்தைப் பட்டாலும்
முத்தர் மனம் இருக்கும் மோனத்தே வித்தகமாய்க்
காதி விளையாடிஇரு கைவீசி வந்தாலும்
தாதி மனம் நீர்க் குடத்தே தான்"

பெண்கள் தண்ணீர் குடத்தைத் தலையில் தூக்கிக் கொண்டு வரும்போது, வியக்கத்தக்க வகையில், குடத்தில் இருந்து கைகளை நீக்கி, பலவிதமாக விளையாடி, இரு கைகளையும் வீசிக் கொண்டு நடந்தாலும் அவர்களின் கவனம், உள் மனம், தன் தலையில் உள்ள தண்ணீர் குடத்தின் மீதே இருக்கும் என்று குறிப்பிடுகிறது இந்தப் பாடல்.

இதைப்போலவே, நீங்கள் படிக்கும்போதும், தேர்வு எழுதும்போதும், பணிக்குச் சென்ற பிறகும், எந்தத் தொழிலாக இருந்தாலும், முழு கவனத்துடன் செயலாற்றுங்கள். முழு கவனத்துடன் செயல்படுங்கள் மகத்தான வெற்றியைப் பெற முடியும்!

மாணவப் பருவத்தில் நாம் செய்கிற மிக மிக மோசமான செயல் நேரத்தைக் கொலை செய்வதாகும். அதன் அருமை பின்னாளில் போட்டித் தேர்வு எழுதும்போதுதான் தெரியவரும். அடடா.. இவ்வளவு காலத்தை வீணாக்கிவிட்டோமே! இவ்வளவு புத்தகங்களைப் படிக்காமல், பார்க்காமல் விட்டுவிட்டோமே! இந்த நூலகத்தைப் பயன்படுத்தாமல் போய்விட்டோமே! இந்த செய்தித்தாளை, இதழ்களை, படிக்காமல் விட்டுவிட்டோமே என்று கண்ணீர் விடுவீர்கள்! மீண்டும் மீண்டும் சொல்கிறேன் நேர ஆற்றலை மதிப்பெண் ஆற்றலாக மாற்றுங்கள்!

நாம் இருக்கும் இடத்தின் பெருமை உணர்ந்து, நம் மொழியின் அருமை உணர்ந்து, நம் முன்னோர்களின் அளப்பரிய உழைப்பினைக் கண்டுணர்ந்து, போற்றி வணங்கும்விதமாக, அதைத் தொடர்ந்து முன்னெடுத்துச் செல்லும் விதமாக, தேடலை வளர்த்துக்கொண்டு செயல்படுங்கள்! உங்களால் இந்த மொழி மென்மேலும் மெருகு பெறும். இந்த மொழியால் நீங்கள் வார்த்தெடுக்கப் படுவீர்கள்! வாழ்க்கையை வசப்படுத்தி விடுவீர்கள்!

11

பாரதி, ஒரு வாழ்வியல் தாக்கம்

மகாகவி பாரதியார்,

எமக்குத் தொழில் கவிதை!

நாட்டிற்கு உழைத்தல்!

இமைப்பொழுதும் சோராதிருத்தல்!

என்று தனது எழுத்துப் பணியை தொழிலாக அறிவித்து வலிமையான வாள்வீச்சு எழுத்தினால் வையத்தை பாலித்திடச் செய்தார்.

பாரதியின் தாக்கம் எல்லா மனிதருக்குள்ளும் ஏதோ ஒரு வகையில் ஏதோ ஒரு நிலையில் இருக்கும் என்பது எனது ஆணித்தரமான நம்பிக்கையாகும். குறிப்பாக எனது பள்ளிப்பருவத்தில் அவ்வையார் ஆத்திசூடி படித்ததை காட்டிலும் பாரதியின் புதிய ஆத்திசூடி உண்டாக்கிய தாக்கம்தான் அதிகம். காரணம் அவரது வார்த்தைகள், எழுத்து நடை, சொல் வீச்சு, எல்லாமே ஏதோ நமக்காகவே எழுதப்பட்டது போன்று நம்முடைய மனச்சோர்வை போக்குவதற்காகவே படைக்கப்பட்ட எழுத்துக்களாக இருந்ததுதான்.

எண்ணுவது உயர்வு!

ஏறுபோல் நட!

கேட்டிலும் துணிந்து நில்!

சரித்திரத் தேர்ச்சி கொள்!

வையத் தலைமை கொள்!

ரௌத்திரம் பழகு!

சூரரைப் போற்று!

சோதிடந் தனை இகழ்!

நன்று கருது

நாளெல்லாம் வினை செய்;

நினைப்பது முடியும்!

என்பன போன்ற வரிகள் என்னுள் உண்டாக்கிய எழுச்சியை, அதுவும் இருபது வயதின் துவக்கத்தில் ஏற்படுத்திய வேகத்தை வார்த்தைகளில் வடிக்க இயலாது. சோர்வு எழும்போது

இந்த வார்த்தைகளை மீண்டும் மீண்டும் சொல்லிப் பாருங்கள்! உங்களுக்குள் ஓர் உத்வேகம் எழுவதை நிச்சயம் உணரமுடியும்! அப்படித்தான் பாரதியைப் படிக்கத் தொடங்கினேன்.

பிரிட்டிஷ் ஆட்சிக் காலத்தில் ஆங்கிலம், சமஸ்கிருதம் கோலோச்சிக் கொண்டிருந்த நிலையில் மணிப்பிரவாள நடையில் தடுமாறிக்கொண்டிருந்த தமிழை, தனது வார்த்தை வாள் வீச்சினால் தூக்கி நிறுத்தியவர் பாரதியார். பாரதியின் பணியை முழுமையாக ஆய்வு செய்தால், பல்வேறு தளங்களிலும் அவர் காலத்தை மிஞ்சிய ஒரு புரட்சியாளராகவே வாழ்ந்திருப்பதை உணரமுடியும்.

அதுவும் முப்பத்து ஒன்பது ஆண்டுகளே வாழ்ந்து மடிந்த, வறுமையில் உழன்ற ஒரு மனிதனின் படைப்பு அது என்பதைப் பார்க்கும்போது மிகப் பெரிய ஆச்சர்யம் உண்டாவதைத் தவிர்க்க இயலாது.

பெண் விடுதலை!
நாட்டு விடுதலை!
தமிழ் மொழியின் மேன்மை!
தன்னெழுச்சி பாடல்கள்!
பத்திரிகைப் பணி!

என பாரதியின் படைப்புலகம் மிகப் பரந்து விரிந்த ஒன்றாகவே இருந்திருக்கிறது. குறிப்பாக அவர் வாழ்ந்த காலம் ஆங்கிலேயர்கள் உச்சபட்ச அதிகாரத்தை செலுத்திய, இந்திய விடுதலை உணர்வை நசுக்க வேண்டும் என்ற கொடிய அடக்கு முறையை ஏவிவிட்ட காலகட்டமாகும். அந்த நாளில் இத்தகைய படைப்புகள் உருவாக்கப்பட்டது என்பது உண்மையில் பாரதி ஓர் ஆற்றல் மிக்க படைப்பாளன், அசைக்க முடியாத எழுத்துப் போராளி என்பதைத்தான் காட்டுகிறது.

பெண் விடுதலை!

இருபதாம் நூற்றாண்டின் தொடக்கத்தில், ஆங்கிலேயர் ஆட்சிக்கு உட்பட்டிருந்த நம் நாட்டில், எல்லா நிலையிலும் ஓர் அடிமைத்தனம் ஆட்கொண்டு நிலவியது.

ஆங்கிலேயனுக்கு இந்தியன்  அடிமை, ஆங்கிலம் பேசுபவனுக்கு தமிழன் அடிமை, வசதி படைத்தவனுக்குப் வறுமைப் பட்டவன் அடிமை, படித்தவனுக்கு படிக்காதவன் அடிமை, ஆணுக்குப் பெண் அடிமை, மேல் சாதிக்காரனுக்குக் கீழ்சாதிக்காரன் அடிமை என பல வகையிலும், ஒரு தரப்பு இன்னொரு தரப்பை இழிவுபடுத்தி அடக்கிவைக்கும் நிலைதான் இருந்தது.

அதிலும் பெண்களை, சடங்கு, சம்பிரதாயம், மரபு, வேதம் என்று சொல்லிச் சொல்லி கல்வி, தொழில், பொருளாதாரம், அரசியல் அதிகாரம், அயல்நாடு செல்லுதல், சமூக அந்தஸ்து என எல்லா நிலையிலும் புறக்கணித்து வந்த நிலையே தொடர்ந்தது. இந்த நிலையைக் கண்டு பத்தொன்பதாம் நூற்றாண்டின் மத்தியில் இருந்தே ராஜாராம் மோகன் ராய், கேசவ சந்திர சென், ஈஸ்வர சந்திர வித்யாசாகர், திரு.வி.க, பெரியார் போன்றோர் குரல் கொடுத்தாலும், தனது கூர்மையான எழுத்தினால் வலிமையாக ஓங்கி உரைத்தவர் பாரதியே ஆவார்.

"விலகி வீட்டிலோர் பொந்தில் வளர்வதை
வீரப் பெண்கள் விரைவில் ஒழிப்பராம்"

என்று ஆவேசக் குரல் எழுப்பினார்.

மேலும் பெண்ணின் அறிவைப்பற்றி கூறும்போது..

"பெண்ணுக்கு ஞானத்தை வைத்தான்-புவி
பேணி வளர்த்திடும் ஈசன்
மண்ணுக்குள்ளே சிலமூடர் - நல்ல
மாதர் அறிவைக் கெடுத்தார்"

என்று துணிச்சலாக வெளிப்படையாக பெண் அடிமைத்தனத்தை எதிர்த்து குரல் கொடுத்தார். அறிவு என்பது எல்லோருக்கும் சமமானது; அதில்

பேதமில்லை. பெண்கள் அறிவை வளர்த்துக்கொண்டால் உலகம் ஒளி பெறும் என்று ஓங்கிச் சொன்னார்.

"எண்ணங்கள் செய்கைகள் எல்லாம்
யாவர்க்கும் உண்டென காணீர்
பெண்கள் அறிவை வளர்த்தால்-வையம்
பேதமை யற்றிடுங் காணீர்"

பெண்கள் கல்வி கற்று உலகில் எல்லா துறையிலும் கோலோச்சுவர் என்று அன்றே பறைசாற்றினார் பாரதி.

அவர் சொல்வதைப் பாருங்கள்!

"பட்டங்கள் ஆள்வதும் சட்டங்கள் செய்வதும்
பாரினில் பெண்கள் நடத்த வந்தோம்
எட்டுமறிவினில் ஆணுக்கிங்கே பெண்
இளைப்பில்லை காண்..." என்றார்.

பெண்கள் வீரமாக இருக்க வேண்டும் என்பதையும், எதையும் துணிவுடன் அணுகவேண்டும் என்பதையும், தனது கவிதை, பேச்சு, கட்டுரை என பலவற்றிலும் வலியுறுத்தினார். பெண் குழந்தைகளை, கயவர்கள் சீண்டுவார்கள் என்பதை உணர்ந்து அந்த இழி பிறவிகளை எப்படி எதிர்கொள்ள வேண்டும் என்பதை

"பாதகம் செய்பவரைக் கண்டால்-நாம்
பயங்கொள்ள லாகாது பாப்பா
மோதி மிதித்துவிடு பாப்பா அவர்
முகத்தில் உமிழ்ந்துவிடு பாப்பா"

என்று ஆக்ரோஷமாய் கூறியவர் பாரதியார்.

"கண்கள் இரண்டினில் ஒன்றைக் குத்திக்
காட்சி கெடுத்திடலாமோ
பெண்களறிவை வளர்த்தால் - வையம்
பேதமை யற்றிடும் காணீர்.."

என்று எப்பேர்ப்பட்ட ஒரு முன்னோக்கிய சிந்தனையில் பெண்ணிய மேம்பாட்டை சிந்தித்திருக்கிறார் என்று நினைக்கும்போது ஆச்சரியமாக உள்ளது.

பெண்மையைப் போற்றும் விதமாக கூறும்பொழுது,

"மண்ணுக்குள் எவ்வுயிரும் தெய்வ மென்றால்
மனையாளும் தெய்வம் அன்றோ
பெண்மைதான் தெய்வீகமாம் காட்சியடா"..

என்கிறார்.

மனைவியைத் தெய்வம் என்று முதலில் ஓங்கி ஒலித்தவர், எழுத்தில் வடித்தவர் பாரதியார்தான்.

அந்தக் காலகட்டத்தில் பெண்களை வெளியில் அனுப்பக்கூடாது என்றும், கல்விக் கூடத்திற்கு அனுப்பக் கூடாது என்றும், கற்றவர் சபையில், கலந்துரையாடலில் அவர்களை அனுமதிப்பதில்லை என்றும் இருந்த நிலையில் பெண்களை, பெண் குழந்தைகளை, துச்சமென எண்ணி அவர்களின் திறமையைப் புறக்கணித்த காலகட்டத்தில் பாரதி பாடியதை எண்ணிப்பார்க்க வேண்டும்.

"பெண்மை வாழ்கவென்று கூத்திடுவோமடா
பெண்கள் வெல்கவென்று கூத்திடுவோமடா"

என்று உற்சாகமாகக் கூவினார்.

பெண்கள் எல்லோரும் சூரப் பிள்ளைகள். அந்த சூரப் பிள்ளைகளைத் தாயென்று போற்றுவோம் என்று எப்பேர்பட்ட வார்த்தைகளை, கூறியிருக்கிறார் பாருங்கள்!

"அன்பு வாழ்கவென்றே அமைதியில் ஆடுவோம்
ஆசைக் காதலைக் கைகொட்டி வாழ்த்துவோம்
துன்பம் தீர்வது பெண்மையி னாலடா
சூரப் பிள்ளைகள் தாயென்று போற்றுவோம்"

என்று கொண்டாடினார்.

மனைவியைத் தெய்வமென்றும், பெண் பிள்ளைகளைத் தாயென்றும் போற்ற வேண்டும் என்று சிந்தித்த மகா கவிஞனை, என்னவென்று சொல்வது!

அந்தக் காலகட்டத்தில் ஆண்கள் மட்டும் எப்படி வேண்டுமானாலும் வாழலாம் என்று எண்ணிக்கொண்டு, பெண்மையைப் போற்றுவதில் சற்றுப் பிறழ்ந்துதான் இருந்திருக்கின்றனர். இதை முதலில் பொது வெளி விவாதத்திற்குக் கொண்டு வந்தது பாரதிதான்!

"கற்பு நிலையென்று சொல்லவந்தால், இரு கட்சிக்கும் அஃது பொதுவில் வைப்போம்"

புதுமைப் பெண்ணில் அவர் கூறியது போல்,

"ஆணும் பெண்ணும் நிகரெனக் கொள்வதால்

அறிவி லோங்கி இவ்வையம் தழைக்குமாம்"

என்பதை உணர்ந்து ஆண், பெண் சமம் என்பதைப் புரிந்துகொண்டு செயல்பட்டால்தான் இந்த மானுட சமூகம் மகத்தான வளர்ச்சி பெறும் என்றார்.

நாட்டு விடுதலை

ஆங்கிலேயர்களுக்கு அடிமைப் பட்டிருந்த நாட்டில் மக்கள் சுதந்திரத்தின் தேவையை, அவசியத்தை உணராமல் இருப்பது கண்டு பொங்கி எழுந்தார் பாரதி!

அவருடைய பாஞ்சாலி சபதம் படைப்பே, கௌரவர்கள் பாண்டவர்களைச் சூழ்ச்சியால் வீழ்த்தி வெற்றிகொண்டாலும், பாண்டவர்கள் மீண்டும் வென்று தர்மத்தை நிலைநாட்டியதுபோல், வெள்ளையர்களை வென்று இந்த இந்திய தேசம் மகத்தான எழுச்சியைப் பெறும், என்பதை வெளிப்படுத்தும் விதமாகவே அமைந்துள்ளது. அதிலும் குறிப்பாக,

"தருமத்தின் வாழ்வதனை சூது கவ்வும்

தருமம் மறுபடியும் வெல்லும்

மருமத்தை நம்மாலே உலகம் கற்கும்

வழி தேடி விதி இந்த செய்கை செய்தான்

கருமத்தை மேன்மேலும் காண்போம் இன்று,

கட்டுண்டோம் பொறுத்திருப்போம் காலம் மாறும்

தர்மத்தை அப்போது வெல்ல காண்போம்

தனுவுண்டு காண்டீவம் அதன்பேர் என்றான்"

என்றான். நாடு விடுதலை பெறுவதற்கு பல ஆண்டுகளுக்கு முன்பாகவே,

"ஆடுவோமே பள்ளு பாடுவோமே

ஆனந்த சுதந்திரம் அடைந்துவிட்டோம்"

என தீர்க்கதரிசனமாய் பாடினார். அதனால்தான் காங்கிரஸ் கட்சி 1929 லாகூர் மாநாட்டில், பூரண சுதந்திரமே காங்கிரசின் பிரதான குறிக்கோள் என்று முழங்கிய இந்த மாநாட்டில் எந்த பாடலை தொடக்கப் பாடலாக பாடுவது என்று வந்தபொழுது பாரதியாரின் இந்த தீர்க்கதரிசன வரிகள் நேருவிடம் மொழிபெயர்த்து வாசித்துக் காட்டப்பட்டது. 'சுதந்திரம் அடைந்து விட்டோம்' என்ற வரிகள் மிகவும் கவர்ந்துவிட்டதால் இந்தப் பாடலையே தொடக்கப் பாடலாக தேர்ந்தெடுத்தார். பாரதியின் வார்த்தைகள் அனைத்தும் அகண்ட பாரதம், வலிமையான பாரதம், சுதந்திர பாரதம் என்றே இருந்தது.

தமிழ் மொழியின் மேன்மை

இருபதாம் நூற்றாண்டின் தொடக்கத்தில் தமிழில் பலவித இலக்கியப் படைப்புகள் இருந்தாலும், அவை அனைத்துமே புராணங்கள், துதிப்பாடல்கள், பஜனைப் பாடல்கள், ஸ்தோத்திர அகவல் என மக்களுக்கு புரியாத மொழியில் சமஸ்கிருதம் கலந்த மணிப்பிரவாள நடையிலே இருந்தன.

இந்த நிலையில்தான் பாரதி மக்கள் மொழியில் எளிய சந்தம், இனிய நடை, நகை, யாப்பு, துள்ளல் என பல்வித உத்திகளையும் எளிமையாக கவிதை, கட்டுரை, உரைநடை வடிவில் மக்கள் வாசிக்கும் விதமாக எழுதினார்.

"சொல்லில் உயர்வு தமிழ்ச்சொல்லே- அதைத்

தொழுது படித்திடடி பாப்பா"

என்று குழந்தைகள் தமிழை வணங்கி படிக்க வேண்டும் என்றார் பாரதியார். பல மொழிகளைக் கற்று, ஆங்கிலத்தில் மெச்சத்தக்க புலமை பெற்றிருந்த நிலையில் சொன்ன வரிகள்தான்.

"யாமறிந்த மொழிகளிலே தமிழ்மொழிபோல்

இனிதாவது எங்கும் காணோம்"

என்று. அனைத்துவிதமான ஆற்றலையும் இந்த மொழி பெற்றுள்ளது என்பதை எடுத்துரைத்தார்.

"வாழ்க நிரந்தரம் வாழ்க தமிழ்மொழி

வாழிய வாழியவே!
வான மளந்த தனைத்தும் அளந்திடும்
வண்மொழி வாழியவே!
ஏழ்கடல் வைப்பினும் தன்மணம் வீசி
இசைகொண்டு வாழியவே!
எங்கள் தமிழ்மொழி எங்கள் தமிழ்மொழி
என்றென்றும் வாழிய வே!!"

என்று தமிழ் மொழியின் இனிமையை எளிய நடையில் முதலில் வாழ்த்திப் பாடிய பெருந்தகை பாரதியே ஆவார்.

மேலும் சொல்கிறார்...

"உள்ளத்தில் உண்மையொளி உண்டாயின்
வாக்கினிலே ஒளி உண்டாகும்
வெள்ளத்தின் பெருக்கைப்போல்
கலைப்பெருக்கும்
கவிப்பெருக்கும் மேவு மாயின்
பள்ளத்தின் வீழ்ந்திருக்கும் குருடரெல்லாம்
விழிபெற்றுப் பதவி கொள்வர்
தெள்ளுற்ற தமிழமுதின் சுவைகண்டார்
இங்கமரர் சிறப்புக் கண்டார்"

பாரதியார் எப்பேர்ப்பட்ட வார்த்தைகளைக் கையாண்டிருக்கிறார் பாருங்கள்!!

இந்தத் தமிழின் அமுத சுவையை உணர்ந்து சிறப்புறவேண்டுமெனில் உள்ளத்தில் உண்மை ஒளி உண்டாக வேண்டும்! அப்போதுதான் நம் வார்த்தையில் ஒளி உண்டாகும்! நம் சிந்தனையில், செயலில் வெள்ளத்தின் பெருக்கைப்போல், கலைப் படைப்புகளும், கவிப் படைப்புகளும் ஊற்றெடுத்துப் பெருகும். இந்தப் படைப்புகள் மூலம் பள்ளத்தில் விழுந்து கிடக்கும் குருடர்கூட விழிபெற்று எழுச்சி பெறுவார் என்று சொல்லியுள்ள அழகைப் பாருங்கள்!!

இதெல்லாம் யாருக்காக சொல்லப் பட்டது நண்பர்களே! அடுத்த தலைமுறைக்காக, வரும் தலைமுறைக்காக, இன்றைய தலைமுறைக்காக, இந்த தமிழினம், தமிழின் சுவையை உணர்ந்து மேலும் மேலும் அமரத்துவம் மிக்க கலைப் படைப்புகளை உருவாக்க வேண்டும் என்ற உள்ளக்கிடக்கையை வெளிப்படுத்திய வார்த்தைகள்தான் இவை!

குறைந்தபட்சம் தமிழ் இலக்கியம் பயிலும் மாணவர்களாவது பாரதியின் வார்த்தைகளை செயல்படுத்துவார்களாக!

"ஊமையராய்ச் செவிடர்களாய்க் குருடர்களாய்
வாழ்கின்றோம் ஒரு சொற் கேளீர்
சேமமுற வேண்டுமெனில் தெருவெல்லாம்
தமிழ் முழக்கம் செழிக்கச் செய்வீர்"

இன்று நம் அறியாமையையும் இயலாமையையும் சுட்டிக்காட்டி, இந்த தமிழினம் செழுமை பெற வேண்டு மெனில், தெருவெல்லாம் தமிழ் முழக்கம் ஒலிக்கச் செய்தல் வேண்டும் என்று அன்னிய ஆட்சியிலே ஓங்கி ஒலித்தார். ஆனால், இன்று என்ன நடக்கிறது? தெருவெல்லாம் தமிழ் ஒலிக்கப்படுகிறதா? தமிழ் வார்த்தைகள் ஒழிக்கத்தான் படுகின்றன.

சிந்தியுங்கள் தமிழர்களே! மொழியின் மீது தீவிர கவனம் செலுத்தவேண்டிய நேரம் இது. பல தமிழ் வார்த்தைகள் வழக்கொழிந்து வருகின்றன. அறிவியல் தொழில்நுட்பம் சார்ந்த புதிய புதிய ஆங்கில வார்த்தைகளுக்கு சரியான தமிழ்ச்சொற்கள் முறைப்படி உருவாக்கப்படவில்லை. அரசும் தமிழ் அமைப்புகளும் விரைந்து செயல்பட வேண்டிய நேரமாகும்.

எளிய தமிழ் நடையால், தமிழ் உரைநடை போக்கையே மாற்றியமைத்த பெருமைக்குரியவர் பாரதியார். அவருடைய எழுத்திலும் சம்ஸ்கிருதம் கலந்த வார்த்தை நடை இருந்தது உண்மையே. ஆனால், அந்தக் காலத்தில் அது தவிர்க்க முடியாததாக இருந்தது. பிற தமிழ் கற்றறிந்த மக்களை ஒப்பிடுகையில் பாரதி நடையில் அதிகபட்சம் எளிய தமிழ் நடையையே பயன்படுத்தியிருக்கிறார்.

"பிறநாட்டு நல்லறிஞர் சாத்திரங்கள்

தமிழ்மொழியில் பெயர்த்தல் வேண்டும்
இறவாத புகழுடைய புதுநூல்கள்
தமிழ்மொழியில் இயற்றல் வேண்டும்"
திறமான புலமையெனில் வெளிநாட்டோர் - அதை
வணக்கஞ் செய்தல் வேண்டும்"

என்று, மெச்சத்தக்க, அமரத்துவம் மிக்க தமிழ்ப் படைப்புகள் படைக்கப்பட வேண்டுமென்று ஊக்கப்படுத்தினார். தமிழர்கள் உலகெங்கும் சென்று கலைச்செல்வங்களை, அறிவு வளத்தைக் கொண்டுவந்து அன்னைத் தமிழுக்கு அணிகலன் சேர்க்க வேண்டும் என்றார். மகத்தான உலக இலக்கியங்கள் தமிழ் மொழியில் பெயர்க்கவேண்டுமென்றும், பிற வெளிநாட்டார் மெச்சக்கூடிய இலக்கியங்கள் தமிழ் மொழியில் படைக்க வேண்டுமெனவும் எழுச்சியூட்டி உள்ளார்.

தன்னெழுச்சி பாடல்கள்

பாரதியார் துணிச்சலும் வீரமும் ஒழுக்கமும் கொண்ட ஆளுமைமிக்க கவிஞராக இருந்ததோடு, மக்கள் அனைவரும் அவ்வாறு இருக்க விரும்பினார். அவருடைய பாடல்கள் அனைத்தும் ஓர் உற்சாகத்தையும் எழுச்சியையும் வேகத்தையும் ஊட்டுவதாகவே இருக்கும்.

"நல்லதோர் வீணை செய்தே - அதை
நலங்கெடப் புழுதியில் எறிவதுண்டோ
சொல்லடி சிவசக்தி - எனைச்
சுடர்மிகும் அறிவுடன் படைத்துவிட்டாய்
வல்லமை தாராயோ - இந்த
மாநிலம் பயனுற வாழ்வதற்கே
விசையுறு பந்தினைப் போல் - உள்ளம்
வேண்டியபடி செலும் உடல் கேட்டேன்
நசையறு மனங்கேட்டேன் - நித்தம்
நவமெனச் சுடர்தரும் உயிர்கேட்டேன்,
தசையினை தீசுடினும் - சிவ
சக்தியைப் பாடும்நல் அகங் கேட்டேன்
அசைவறு மதிகேட்டேன் - இவை
அருள்வதில் உனக்கெதும் தடையுளதோ?"

என்று கடவுளையே அதட்டி கேட்டவர் பாரதியார்.

ஏன் பாரதியை ஆண்மைமிக்க கவிஞர் என்று கொண்டாடுகிறோம் என்று தெரிகிறதா நண்பர்களே!

அதாவது இந்த காலகட்டத்திலேயே, நம் அறிவை வெளிப்படுத்தும்விதமாக, நம் திறமையை சொல்லும்விதமாக, ஏதேனும் செய்தாலோ அல்லது யாராவது நம்மைப் பற்றி பெருமையாகப் பேசினாலோ, அதைக் கிண்டல் கேலி செய்வதற்குத்தான் பெரும் கூட்டம் காத்திருக்கும்.

அதிலும் நம்மைப் பற்றி நாமே ஏதேனும் சொல்லிவிட்டால், அவ்வளவுதான் மீம்ஸ் போட்டு கிண்டல் பண்ணி பேசுகிற, கேடு கெட்ட உலகம் இது. ஆனால், பாரதி எவ்வளவு துணிச்சலாக எப்பேர்ப்பட்ட ஆற்றல்மிக்க வரியில் சொல்லி இருக்கிறார் பாருங்கள்-

"சொல்லடி சிவசக்தி
எனைச் சுடர்மிகும் அறிவுடன் படைத்துவிட்டாய்"

இந்த அறிவிலி தேசத்தில், அடிமைப் பட்டிருக்கிறோம் என்பதுகூட, அறிந்து கொள்ளாமல், ஆங்கில மொழிதான் பெருமைக்குரியது, சம்ஸ்கிருதம்தான் ஆளும் என்று துதிபாடும் அறிவிலி தேசத்தில், என்னை இப்பேர்பட்ட சுடர் மிகும் அறிவோடு படைத்துவிட்டாய் என்று சொல்வதற்கு எப்படிப்பட்ட துணிச்சல் இருக்க வேண்டும். நினைத்துப் பார்க்கவே புளகாங்கிதமாக உள்ளது. எப்பேர்ப்பட்ட ஓர் ஆண்மைமிக்க கவிஞனை இந்த மொழி பெற்றிருக்கிறது என்று!

"கவலைப் படுதலே கருநரகம், அம்மா
கவலையற் றிருத்தலே முக்தி"

என்று கவலையற்ற, மகிழ்ச்சியான, வாழ்க்கையை வாழவேண்டும் என்று சொன்னார்.

இந்த மக்கள் எப்போதும் கடந்து

போன விஷயங்களைப் பற்றி கவலை கொண்டிருப்பதை புலம்புவதை சோக ராகம் பாடுவதை புறந்தள்ளும் விதமாக கூறுகிறார்

"சென்றதினி மீளாது, மூடரே! நீர்
எப்போதும் சென்றதையே சிந்தை செய்து
கொன்றழிக்கும் கவலையெனும் குழியில் வீழ்ந்து
குமையாதீர்! சென்றதனைக் குறித்தல் வேண்டாம்
இன்று புதிதாய்ப்பிறந்தோம் என்று நீவிர்
எண்ணமதைத் திண்ணமுற இசைத்துக் கொண்டு
தின்று விளையாடி இன்புற்றிருந்து வாழ்வீர்;
தீமையெலாம் கடந்துபோம், திரும்பி வாரா"

என்று ஓங்கி உரைத்தார்.

"அச்சமில்லை அச்சமில்லை அச்சமென்பது இல்லையே" என்று சொன்ன பாரதி மேலும் கூறுகிறார்,

"எது நேரினும் இடர்பட மாட்டோம்
அண்டஞ் சிதறினாலும் அஞ்ச மாட்டோம்
கடல் பொங்கி எழுந்தால் கலங்க மாட்டோம்
யார்க்கும் அஞ்சோம் எதற்கும் அஞ்சோம்"

என்று எந்த நிலையிலும் அஞ்சக் கூடாது என்று உரைத்தார். மேலும் அச்சமற்ற வாழ்க்கையை பாரதியார் எப்போதும் வலியுறுத்தி வந்திருக்கிறார். மக்கள் ஒருபோதும் எதைப்பற்றியும் எவ்வித பயமும் இன்றி துணிச்சலுடன் எதிர்கொள்ள வேண்டும் என்று வலியுறுத்தியவர்.

"மேன்மைப் படுவாய் மனமே-கேள்
விண்ணின் இடி முன் விழுந்தாலும்
பான்மை தவறி நடுங்காதே
பயத்தால் ஏதும் பயனில்லை."

என்று உரைத்தார்.

"தன்னைத்தான் ஆளுந் தன்மைநான் பெற்றிடில்
எல்லாப் பயன்களும் தாமே எய்தும்
அசையா நெஞ்சம் அருள்வாய்" என்று உரைத்தார் பாரதி. நமது கடமை என்ன என்று உரைக்கும்பொழுது,

"தன்னைக் கட்டுதல்
பிறர் துயர் தீர்த்தல்
பிறர் நலம் வேண்டுதல்" என்று எடுத்துரைத்தார்.

கடவுளிடம் அதுவேண்டும் இது வேண்டும் என்று கேளாமல் எது வேண்டும் என்கிறார் தெரியுமா?

"வேண்டா தனைத்தையும் நீக்கி
வேண்டிய தனைத்தும் அருள்வதுன் கடனே" என்கிறார்.

தான் வாழ்ந்திட விரும்பிய வாழ்க்கையைப்பற்றிக் கூறும்போது, தன் ஆசையை எப்படி வெளிப்படுத்துகிறார் பாருங்கள்-

"யார்க்கும் எளியனாய், யார்க்கும் வலியனாய்,
யார்க்கும் அன்பனாய், யார்க்கு மினியனாய்
வாழ்ந்திட விரும்பினேன்" என்றார்.

மனதை ஒருமுகப்படுத்தி தவம் செய்தால் அனைத்தையும் அடைந்துவிடலாம் என்பதை,

"செய்கதவம் செய்க தவம் நெஞ்சே தவம் செய்தால்
எய்த விரும்பியதை எய்தலாம் வையத்தில்
அன்பிற் சிறந்த தவமில்லை அன்புடையார்
இன்புற்று வாழ்த லியல்பு" என்றார்.

பாரதியார் வெறும் கவிஞர் மட்டுமல்ல, அவர் அந்தக் காலத்தின் தத்துவ ஞானியாக, பல்கலை வித்தகராக இருந்திருக்கிறார். இப்படிக் காலத்தை மிஞ்சிய மக்கள் கவிஞனாக, மகாகவியாக பாரதியார் இருந்ததால்தான், கவிமணி தேசிக விநாயகம் பிள்ளை,

"பாட்டுக்கொரு புலவன் பாரதியடா
அவன் பாட்டை பண்ணோடு ஒருவன் பாடினானேயடா
அதைக் கேட்டு கிறுகிறுத்துப் போனேனேயடா
அந்தக் கிறுக்கில் உளறும் மொழி பொறுப்பாயேயடா"

என்று பாரதியின் பாடல்களை முழுவதும்

படித்து உள்வாங்கி அந்த நொடியில் சொக்கிப் போய் தன் இயல்பை மீறி புகழ்ந்திருக்கிறார்.

இந்தியா, சுதேசமித்திரன், சக்கரவர்த்தினி போன்ற இதழ்களுக்கு ஆசிரியராகவும், விஜயா, சூரியோதயம், தர்மம், கர்மயோகி, ஞான பானு போன்ற பத்திரிகைகளில் தனது வலிமையான கருத்துகளை தொடர்ச்சியாக எழுதியும் வந்திருக்கிறார்.

அதேபோல் ஹிந்து, யங் இந்தியா, நியூ இந்தியா, காமன்வீல், ஆர்யா, மெட்ராஸ் ஸ்டாண்டர்ட் போன்ற ஆங்கில இதழ்களில் சிறப்பான கட்டுரைகளை எழுதி இருக்கிறார்.

பாரதியார் அந்தக் காலகட்டத்தின் ஒரு பெண்ணிய புரட்சியாளராக, சமூகப் புரட்சியாளராக, தமிழ் சீர்திருத்தத்திற்கு முன் நின்ற மறுமலர்ச்சி கவிஞனாக, சகல ஆளுமையும் பெற்ற யுக நாயகராக பார்க்கப்பட வேண்டும். பாரதி பற்றி ஏகப்பட்ட நூல்கள், படைப்புகள் வெளிவந்துவிட்டன!

அவருடைய மனைவி செல்லம்மாள், 'பாரதி சரித்திரம்' என்று வெளியிட்டது முதல் இந்நாள் வரை கிட்டத்தட்ட 400 புத்தகங்களுக்கு மேல் பாரதியார் குறித்து எழுதப்பட்டுள்ளன என்பது மகிழ்ச்சிக்குரிய விஷயம்தான், ஆனால் பெரும்பாலான புத்தகங்கள், கூறியது கூறல் என்பது போலவே உள்ளன.

முழுமையான் ஓர் ஆய்வு மேற்கொள்ளாமல் பாரதியின் சிந்தனை, கருத்துகளை, சொல்லோவியங்களை, வார்த்தை வீச்சுகளை வெளிப்படுத்தாமல், பல புத்தகங்களை, பல கட்டுரைகளை அப்படியே நகல் எடுத்து சிறு சிறு மாற்றங்கள் செய்த படைப்புகளாகவே பெரும்பாலானவை உள்ளன. ஆனால், பாரதியின் மேல் உள்ள பற்றினால் அது பாரதியைப் பற்றி எழுத வேண்டும் என்ற ஆர்வத்தினால் அப்படிச் செய்கிறார்கள் என்று அதை நாம் நல்லவிதமாகவே எடுத்துக்கொள்ளலாம்.

ரா.அ.பத்மநாபன்

எனது சட்டக்கல்லூரி நாட்களில் பாரதி குறித்து பல பல கட்டுரைகள் படித்திருந்தாலும், வலம்புரிஜான் அவர்கள் எழுதிய 'பாரதி ஒரு பார்வை' எனும் புத்தகம்தான் நான் படித்த முதல் பாரதி குறித்த புத்தகம் ஆகும். வலம்புரிஜான் வார்த்தை வீச்சின் வீரியத்தை ஒரு வரியில் சொல்ல இயலாது. படித்துதான் தெரிந்துகொள்ள வேண்டும். அப்பேர்ப்பட்ட மிக அருமையான புத்தகம் அதுவாகும்.

ரா.அ.பத்மநாபன் எழுதிய 'சித்திர பாரதி' ஓர் அற்புதமான புத்தகமாகும். பாரதி கையெழுத்திலே பல பக்கங்கள் இருக்கும். பாரதியாரைப் பற்றிய புத்தகங்களில் இந்தப் புத்தகமும் ஒரு நல்ல புத்தகம் ஆகும். அவரே பாரதியார் பற்றி எழுதிய 'பாரதியார் கவிநயம்' குறிப்பிடத்தக்க நூலாகும்.

மேலும் 'பாரதியைப் பற்றி நண்பர்கள்' எனும் அவருடைய தொகுப்பு நூல், அருமையான படைப்பு என்று சொல்வேன்.

பாரதி குறித்து அவருடைய மாமாவான சாம்பசிவ ஐயர், அதேபோல் பாரதியின் நண்பரான சோமசுந்தர பாரதி, வ.உ. சிதம்பரம் பிள்ளை, நீலகண்ட பிரம்மச்சாரி, பாரதியாருடன் மிக நெருக்கமாக விளங்கிய, சிஷ்ய பிள்ளையாக வலம் வந்த குவளை கிருஷ்ணமாச்சாரியார், மண்டையம் சீனிவாச ஆச்சாரியார், பாரதிதாசன் வையாபுரிப்பிள்ளை, இராய சொக்கலிங்கம், சுப்பிரமணிய யோகி, பரலி சு.நெல்லையப்பர் போன்ற பாரதியுடன் நெருங்கிப் பழகிய அன்பர்கள் எழுதிய கட்டுரைகளைத் தொகுத்து, வெளியிட்டுள்ள 'பாரதியைப்

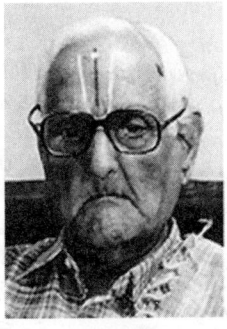

பற்றி நண்பர்கள்' எனும் தொகுப்பு நூல் நிச்சயம் நல்ல புத்தகம் ஆகும்.

பாரதி ஆய்வு: சீனி விஸ்வநாதன் தேடல்கள்

பாரதி பற்றி சில புத்தகங்கள் படித்திருந்தாலும், கல்லூரி காலத்தில், சென்னையில் வாய்ப்பு கிடைத்ததால் பாரதியைப் பற்றி முழுமையாகத் தெரிந்து கொள்ள வேண்டும் எனும் ஆர்வத்தில், பாரதி வரலாறு குறித்த நூலைத் தேடத் தொடங்கியபோதுதான், 1998-ல் பாரதியார் வரலாறு குறித்து தேவநேயப் பாவாணர் நூலகத்தில் எதேச்சையாக ஒரு புத்தகத்தைப் படித்தேன்.

'மகாகவி பாரதி வரலாறு' என்று சீனி விஸ்வநாதன் எழுதிய புத்தகம் அது. புதிய தகவல்கள், அற்புதமான குறிப்புகளோடு, நம்பத்தக்க பல நூல்களை மேற்கோள் காட்டி, பல இதழ்களை முன்னிறுத்தி படைத்துள்ள அந்தப் புத்தகம் மிகுந்த ஆர்வத்தை உண்டாக்கியது.

மேலும் 'பாரதி ஆய்வு - சில சிக்கல்கள்', 'பாரதி தேடலில் சில உண்மைகள்' எனும் வகையில் பல நூல்களைப் பார்த்தேன். அந்தத் தலைப்பே ஒரு ஆர்வத்தைத் தூண்டுவதாக தேடலை உண்டாக்குவதாக, ஏதோ ஒரு விசயத்தை தெரிவிப்பதாக, ஓர் உண்மையை விளக்குவதாக இருந்ததால் அதைப்பற்றி ஆர்வமாக படிக்கத் தொடங்கினேன்.

அதன் பிறகுதான், சீனி விஸ்வநாதன் எனும் ஆய்வியல் அறிஞர் குறித்து தெரிந்துகொள்ளத் தொடங்கினேன்.

'சீனி விஸ்வநாதன்' தமிழறிஞரோ, பேராசிரியரோ, ஆய்வியல் முனைவரோ அல்ல! பாரதியார் படைப்புகளை தேடித்தேடிக் கண்டறிந்து, பிழைகளை நீக்கி, இடைச்செருகல்கள் களைந்து, பாரதியின் மொத்த பணியையும் முழுமையான படைப்பாகக் கொண்டுவர வேண்டும் என்பதை வாழ்நாள் சாதனையாக எடுத்துக்கொண்டு, அதை சிறப்பாக மெச்சத்தக்க வகையில் செய்து கொடுத்திருக்கிறார்.

நாம் கேள்விப்பட்ட பாரதியார் ஒரு ஆற்றல்மிக்க தமிழ்க்கவிஞர்! அவருடைய படைப்புகள் பல வெளியிடப்பட்டு, புத்தகங்களாக, கவிதைத் தொகுதிகளாகப் பார்த்திருக்கிறோம்.

ஆனால், இவருடைய புத்தகங்களைப் படிக்கும்போதுதான், அந்தக் கவிதைகளில் எப்படி எல்லாம் பொய் புரட்டு நடந்துள்ளது, இடைச்செருகல்கள் நடந்துள்ளது, பதிப்பிக்கப்படவேண்டிய நூல்கள் எவ்வளவு உள்ளன என்பதை எல்லாம் படிக்கும்போது, இவரைப் பற்றித் தெரிந்துகொள்ள வேண்டும் என்ற ஆர்வத்தில் தீவிர வாசிப்பை மேற்கொண்டேன்.

அப்போதுதான் தெரிந்தது; பாரதி குறித்து, பாரதியார் ஆய்வை, பாரதி தேடலை தன் வாழ்நாள் பணியாக இந்த மனிதர் செய்துகொண்டிருக்கிறார் என்று! சின்ன அண்ணாமலை அச்சக நிறுவனத்தில் ஊழியராக இருந்து கொண்டு, தன்னுடைய வாசிக்கும் பழக்கத்தை வளர்த்துக்கொண்டிருக்கிறார்.

கல்கி எழுதிய 'பாரதி பிறந்தார்' என்ற

நூலைப் படித்து பாரதி மேல் ஒரு பற்று உண்டாகிறது. அந்தப் பற்று, பாரதி பற்றி 'தமிழகம் தந்த மகாகவி' என்று ஒரு தொகுப்பு நூலை உருவாக்க வேண்டும் என்ற எண்ணத்தை ஏற்படுத்துகிறது. பாரதி பற்றி ஒரு தொகுப்பு நூல் உருவாக்க வேண்டும் என்பது, ஓர் எழுத்தாளருக்குரிய பொதுவான எண்ணமே ஆகும். அதில் முக்கிய விஷயம் என்னவென்றால், பாரதி பற்றிய அந்தத் தொகுப்புகளில், அவருடைய தாசனாகப் போற்றப்படும் பாரதிதாசனிடம் சென்று பாரதியைப் பற்றி ஒரு கட்டுரை எழுதி தருமாறு கேட்கிறார்.

பாரதிதாசன் உடனே உணர்ச்சிகரமான, புரட்சிகரமான கட்டுரையை எழுதித் தருகிறார். அதைப் பார்த்தவுடன் சீனி விஸ்வநாதனுக்கு ஒரு கலக்கம்! அதாவது அந்தக் கட்டுரை ஒருவித விவாதத்தைக் கிளப்பக்கூடிய வகையில் இருந்தது என்பதால், அந்தக் கட்டுரையை எப்படி வெளியிடுவது என்று மீண்டும் பாரதிதாசனிடம் செல்கிறார். வேறு கட்டுரை எழுதிக்கொடுங்கள் என்று தயங்கிக் கேட்கிறார்.

ஏன் இந்தத் தயக்கமென்றால்; பாரதி தாசன் கோபக்காரர், எடுத்தெறிந்து பேசிவிடுவார் என்று ஒரு பிம்பத்தை உருவாக்கி இருந்தனர். பாரதிதாசன் கொஞ்சம் கூட தயங்காமல் பாரதியார் மேல் உள்ள பற்றினால், 'அப்படி எனில் ஒரு கவலையும் இல்லை. நான் உங்களுக்கு மாற்றி எழுதிக் கொடுக்கிறேன்' என்று அருமையான ஒரு கட்டுரையை எழுதித் தந்துள்ளார். இப்படித்தான் அந்தத் தமிழகம் தந்த மகாகவி என்னும் நூல் உருவாகியுள்ளது. இதில் என்ன சிறப்பு என்றால் அந்தத் தலைப்பைத் தந்தவர் மூதறிஞர் ராஜாஜி. நூலை வெளியிட்டவர் கவியோகி சுத்தானந்த பாரதியார்.

அதேபோல் கவியரசு கண்ணதாசன் தமிழ்த் திரையுலகத்தில் உச்சத்தில் இருந்த காலத்தில், கண்ணதாசனும் ஒரு தீவிர பாரதி பற்றாளர் என்பதால் பாரதியாரைப் பற்றி கவிதை வேண்டும் என்று கேட்கிறார். அந்தக் காலகட்டத்தில் கண்ணதாசனைப் பார்ப்பதே அபூர்வமான நிலை, அவரிடம் நேரம் வாங்குவது என்பது அரிதான ஒன்று, அந்நிலையில் அவரை பார்த்து எப்படியும் கட்டுரை வாங்கிவிட வேண்டும் என்ற எண்ணத்தில், அவரது வீட்டு வாசலில் தினந்தோறும் சென்று நின்று பாரதிக்குக் கண்ணதாசனுடைய கட்டுரை இல்லாவிட்டால் அது முழுமை பெறாது எனும் வகையில் கேட்கிறார்.

கண்ணதாசனும் தனது உதவியாளர் ராம.கண்ணப்பன் மூலமாக ஒரு வாழ்த்துரை சொல்லச் சொல்ல, எழுதப்படுகிறது. இதை அறிந்த சீனி விஸ்வநாதன் சொல்கிறார், இல்லை இல்லை உங்களுடைய கைப்பட அதை எழுதிக்கொடுக்க வேண்டும் என்று!

பாரதியைப் பற்றிய பதிப்பில் உங்களுடைய கையெழுத்தில் பாரதியின் புகழ் இருந்தால்தான் அது பார்ப்பவர்களுக்கும், வருங்கால தலைமுறைக்கும் மகிழ்ச்சியான ஒன்றாக இருக்கும் என்று! இதில் என்ன சிரமம் என்றால் அந்நாளில் கண்ணதாசன் அவர் கைப்பட எழுதுவது இல்லை. அவர் சொல்ல சொல்ல உதவியாளர்கள் தான் திரைப்பட பாடல் ஆகட்டும், நாவல், கட்டுரை, கவிதைகள் என எழுதிக் கொண்டிருந்தனர்.

கண்ணதாசன் ஒரு தயக்கத்தை காட்டிய நிலையிலும், சீனி விஸ்வநாதன், கண்டிப்பாக உங்கள் கையெழுத்தில் தான் வேண்டுமென்று விடாப்பிடியாக நின்று கிட்டதட்ட 15 நாட்கள் வேண்டி நின்று அந்தக் கவிதையை வாங்கி வந்திருக்கிறார். இப்படி உருவானதுதான் அவரது 'தமிழகம் தந்த மகாகவி' நூலாகும்.

ஓர் ஆய்வு முயற்சி, ஒரு தேடல் எப்படி இருக்க வேண்டும் என்பதற்கு இந்த உதாரணத்தைச் சொல்கிறேன். பாரதியாரைப் பற்றி அவருடைய படைப்புகளை, முழுமையாக தொகுக்க வேண்டும் என்ற நோக்கத்தில் பாரதி படைப்புகள், கதைகள், கட்டுரைகள், கவிதைகள், பத்திரிகை தலையங்கங்கள்,

குறிப்புகள் என சிதறிக் கிடந்ததை தேடத் தொடங்குகிறார்.

இந்த நிலையில் எந்த ஒரு பல்கலைக் கழகமோ, கல்லூரியோ, தமிழறிஞர்களோ உதவி செய்யாத நிலையில், எவ்வித கல்விப் பின்புலமும் இன்றி இந்தத் தேடலை தொடங்குகிறார்.

கண்ணதாசன்

அப்படி தேடத் தொடங்கும்போதுதான், தமிழில் வெளியான பல முக்கிய இதழ்களான அதிலும் சுதேசமித்திரன், சக்கரவர்த்தினி, விஜயா, இந்தியா, பால பாரதி போன்ற பல இதழ்கள் எங்கும் ஒரு தொகுப்பாக கிடைக்கவில்லை. அங்கொன்றும் இங்கொன்றுமாக சிலர் வைத்திருக்கிறார்களே தவிர பாதி இதழ்கள்கூட கிடைக்க வாய்ப்பில்லை என்பதை உணர்கிறார்.

ஒரு தத்துவவாதி, படைப்பாளன், ஒரு சிந்தனையாளன் பற்றி ஆய்வு செய்யும்போது அவனுடைய முழு படைப்புகளும் தெரிந்தால்தான், நம்மால் அவருடைய கருத்தை, சித்தாந்தத்தை, அவர் இந்த சமூகத்துக்குச் சொல்ல விரும்பும் செய்தியை, சமூகத்தைப் பற்றிய பார்வையை, அவனுடைய படைப்பின் முழு வீச்சை உணர முடியும். ஒரு முழுமை பெறும். அதிலும் மிக முக்கியமாக எந்தக் காலகட்டத்தில், எதை அவன் வெளிப்படுத்தினான்? அந்த காலத்திய சமூகம் சார்ந்த பிரச்னைகள் குறித்து அவனது பார்வை என்ன? மக்களின் வாழ்க்கைமுறை குறித்து அவர்களின் அவலநிலை குறித்து அவனது சிந்தனை என்ன?

அதிலும் அடிமைப்பட்ட தேசத்தில் வறுமைப்பட்ட வாழ்க்கையை வாழ்ந்த, காலத்தின் கட்டுகளை உடைத்தெறிந்த மகா கவிஞன் எழுத்தின் வலிமையை முழுமையாகப் படித்தால் மட்டுமே புரிந்துகொள்ள முடியும்.

அதிலும் காலக்கிரமப்படி படித்தால் தான் ஒவ்வொரு நிலையிலும் அவன் பார்வை எப்படி இருந்தது என்பதை உணரமுடியும்.

ஒரு காலகட்டத்தில் தீவிர நாத்திகராக இருந்த கண்ணதாசன், பின்னாளில் இந்து மதத்திற்கு அளப்பரிய படைப்புகளை தரக்கூடிய ஆத்திகராக மாறினார்.

'திருப்பதி மலை வாழும் வெங்கடேசா', 'கல்லானாலும் திருச்செந்தூரில் கல்லாவேன்' போன்ற பாடல்களைப் படைத்ததோடு 'அர்த்தமுள்ள இந்து மதம்' எனும் அற்புதமான வாழ்நாள் படைப்பையும் விட்டுச் சென்றார்.

காலக்கிரமப்படி கண்ணதாசன் படைப்புகள் உருவாக்கப்படவில்லை எனில், அவர் ஆத்திகராக இருந்து நாத்திகராக மாறினாரா? அல்லது நாத்திகராக இருந்து ஆத்திகரானாரா? இது குறித்து இப்போது தெரியாது. நூறு ஆண்டுகள் 200 ஆண்டுகள் கழித்து, அப்போது உள்ள படைப்பாளிகள் சமூக குழுக்கள், தான் எந்தக் குழுவைச் சார்ந்து இருக்கிறார்களோ அந்தக் குழுவிற்கு சாதகமாகவே அந்தப் படைப்பாளனைக் கொண்டு செல்வார்கள்.

இந்த மாதிரி அவலம் எல்லாம் ஒரு சிந்தனையாளனுக்கு வந்துவிடக்கூடாது என்பதற்குதான் அவனது படைப்புகளை காலக் கிரமப்படி வரிசைப்படுத்துவது மிகவும் அவசியமாகிறது. அப்படி செயல்படுத்தினால் மட்டுமே ஒரு படைப்பின் உண்மையான முழுமையான திறன் வெளிப்படும். அந்த வகையில் பாரதிக்கு கிடைத்த ஓர் அரிய ஆய்வாளர் சீனி விஸ்வநாதன் ஆவார்.

பாரதியின் படைப்புகளைத் தேடி எடுக்க வேண்டும். அனைத்து வகையான அவருடைய எழுத்து வடிவங்களையும் தொகுக்க வேண்டும். அதை காலக் கிரமப்படி வரிசைப்படுத்த வேண்டும். எந்தக் காலகட்டத்தில் பாரதி எதை எழுதினார்? அதை நாள் வாரியாக,

மாத வாரியாக தொகுக்க வேண்டும் என்று தீவிர முயற்சி செய்து இதற்காக நாளிதழ்களையும் புத்தகங்களையும் தேடத் தொடங்கினார்.

சென்னையில் உள்ள பல்வேறு நூலகங்கள், பத்திரிகை அலுவலகங்கள், பதிப்பாளர்கள் என அனைத்தையும் பார்வையிட்டும் சுதேசமித்திரன், சக்கரவர்த்தினி, விஜயா, இந்தியா போன்ற இதழ்கள் முழுமையாகக் கிடைக்க வில்லை என்றவுடன் டெல்லியில் தீன்மூர்த்தி பவன் எனப்படும் நேரு வாழ்ந்த இல்லத்தில் செயல்படும் நேரு மெமோரியல் நூலகத்திற்குச் செல்கிறார்.

கிட்டதட்ட 10 ஆண்டுகள் தொடர்ச்சி யாக, ஆண்டிற்கு முப்பது நாட்கள் என அவரும் அவரது மகனும் சென்று ஆய்வு செய்துள்ளனர். மைக்ரோ பிலிமில் இருந்த சுதேசமித்திரன், சக்கரவர்த்தினி இதழ்களை நகலெடுத்து, கிடைத்த ஆவணங்களைப் பார்வையிட்டு, அதை நகல் எடுத்துக்கொண்டு, அதில் இருந்த பாரதியின் அனைத்து வகையான எழுத்துக்களையும், கவிதை, கட்டுரை, தலையங்கம், சிறுகதை அனைத்தையும் கொண்டுவந்து தொகுத்துள்ளனர்.

ஓர் ஆய்வாளர் எப்படி இருக்க வேண்டும் என்பதற்கு சிறந்த உதாரணம் சீனி விஸ்வநாதன் என்பதில் மாற்றுக் கருத்து இருக்க முடியாது.

பாரதி குறித்து பல அரிய தகவல்களை வெளியிட்டுள்ளார்.

வ.உ.சியும், பாரதியும் சந்தித்துக்கொண்ட போது, வ.உ.சி தன்னை சோழ மன்னன் ஆகவும் பாரதியை கம்பர் ஆகவும் நினைத்துக்கொண்டு பேசினார்களாம்.

வ.உ.சி, பாரதியிடம் கம்பனுக்குரிய காப்பியம் படைக்கும் திறன், தமிழின் மேன்மையை எடுத்துச் சொல்ல வேண்டுமென்ற ஆற்றல், தமிழால் அனைத்தும் முடியும் என்பதை நிரூபிக்க வேண்டும் என்ற வேட்கை இருந்ததாக குறிப்பிட்டுள்ளார். மேலும் அன்பில் கலந்த இந்த நட்பு மெருகேறி வ.உ.சி பாரதியை மாமனாக அழைத்துப் பழகும் அளவிற்கு ஒன்றிக் கலந்த நட்பாக மாறியதை குறிப்பிட்டுள்ளார்.

வ.உ.சி அநியாயமாக தண்டிக்கப்பட்ட போது, அவரது மனைவி, வழக்கை லண்டனில் உள்ள பிரிவியூ கவுன்சிலுக்கு மேல்முறையீடு செய்ய பணம் இல்லாமல் தவித்தபோது, இந்தியா பத்திரிகையில் பாரதி உருக்கமாக எழுதி வ.உ.சி வழக்கிற்கு நிதி வழங்க வேண்டியிருக்கிறார். இந்த அரிய தகவல்கள் பாரதி தேடலில் கிடைத்த ஒரு பகுதியாகும்.

ஒன்று மட்டும் நிச்சயம். எல்லா நாளிலும் இந்த நாட்டிற்கு உழைப்பவன், நாட்டிற்காக சிந்திப்பவன், சமூகத்தை சீர்திருத்த நினைப்பவன், படிப்பவன், படைப்பவன் மாற்றத்தைக் கொண்டுவர நினைப்பவன் நாதியற்று, நிர்க்கதியாய்த்தான் நிற்க வேண்டும் என்பது காலங்காலமாய் தொடரும் தமிழ் மண்ணின் சாபக்கேடு என்றே கூறவேண்டும்.

ஓர் ஆய்வு, ஆய்வாளர் எப்படி இருக்க வேண்டும் என்பதற்கு உதாரணமாக ஒன்றிரண்டைப் பார்க்கலாம்..

ம.பொ.சி அவர்கள் ‘விடுதலைப் போரில் தமிழகம்’ எனும் கட்டுரையை செங்கோல் இதழில் தொடராக எழுதி வந்தபோது, 1981-ல் ‘சத்திய போர்’ எனும் பாரதி கவிதை 1933-ல் சுதந்திர சங்கில் வெளிவந்ததாகக் குறிப்பிட்டிருந்தார். ஆனால், அந்தப் பாடல் பாரதியின் வேறு எந்த தொகுப்பிலும் இடம்பெறவில்லை.

இதுகுறித்து சீனி விஸ்வநாதன், பாரதியாரின் சகோதரர் சி.விசுவநாதன் அவர்களைத் தொடர்புகொண்டபோது, அது பாரதியின் பாடல் இல்லை என்று கடிதம் எழுத, அதை ம.பொ.சி அதே செங்கோல் இதழில் மறுப்பாக வெளியிட்டிருந்தார்.

மா.ரா.போ., குருசாமி சிட்டி போன்றோர், இல்லை இல்லை இது பாரதியார் பாடல்தான் என்று தீவிர வாதம் செய்தனர். அதிலும் சிட்டி ஒரு படி

மேலே போய் இந்தப் பாடலை *1933-34-ல்* சங்கு சுப்பிரமணியம் உணர்ச்சி பொங்க பாடியதை நான் காதால் கேட்டேன் என்று குறிப்பிட்டு தன் வாதத்தை முன் வைத்திருக்கிறார்.

வ.உ.சி.

பாரதியின் தம்பி சி.விசுவநாதன் புள்ளடிமை, தூவென்று தள்ளிவிடு போன்ற வார்த்தைகளை ஏற்கெனவே பாரதி எழுதிவிட்டதாகவும் 'வேண சுகம்' போன்ற கொச்சை வார்த்தைகளை பாரதி எழுதமாட்டார் என்றும் இந்த புனைபெயர் பாட்டு என்ற இந்தப் பாடல் பாரதி பாடல் இல்லை என்றும் உறுதியாக கூறினார்.

ஆனால், பாரதி பிரசுராலயம் சார்பில் செல்லம்மா பாரதி அவர்கள் வெளியிட்ட சுதேச கீதங்களின் இரண்டாம் பாகத்தில், கதைப்பாடல் எனும் தலைப்பில் இந்த பாடல் இடம்பெற்றிருக்கிறது.

இப்போது மீண்டும் குழப்பம் அதிகமாகிறது. இந்தப்பாடல் பாரதி எழுதியதா இல்லையா? சீனி விஸ்வநாதன் இந்தக் குழப்பத்தை தெளிவுபடுத்த வேண்டும் என்று இதற்காக கடும் முயற்சி மேற்கொள்கிறார்.

பாடல் வெளியான காலகட்டமாக *1922-ல்* அந்நாளில் வெளியான நவசக்தி தேசபக்தன், பத்திரிகைகளைப் பார்த்தும் எவ்விதப் பயனுமில்லை.

இந்நிலையில் தமிழ்க் கடல் ராய சொக்கலிங்கம் வெளியிட்ட இதழ்களைப் பார்வையிடுகிறார். ரோஜா முத்தையா நூலகத்தில் இருந்த அனைத்து தொகுப்பு களையும் பார்வையிடுகிறார்.

28.7.1922 நாளிட்ட தன வைசியன் ஊழியன் இதழில் செல்லம்மாள் பாரதி, என்னால் வெளியிடப்பட்ட சுதேச கீதங்களில் உள்ள 'புடை பெயர் பாட்டு' எனப்படும் ஐந்து பாடல்கள் 'என் கணவரின் பாடல் அல்ல' அவை சாத்தூர் ஸ்ரீமான் விசுவநாத பாரதியின் பாடல்கள், தவறுதலாக சேர்க்கப்பட்டது குறித்து வருந்துகிறேன் என்று குறிப்பிட்டுள்ளார். இவ்வாறு அவர் தேடிக் கண்டுபிடித்த பிறகுதான் இது பாரதி பாடல் அன்று என்று தெளிவுபடுத்த முடிந்தது.

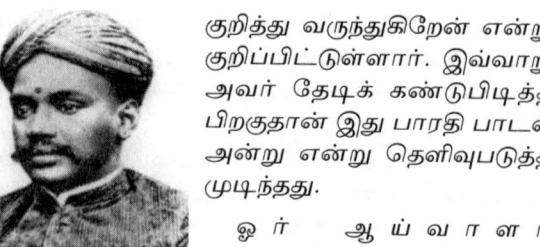

ஓர் ஆய்வாளர் எந்தளவுக்கு முயற்சி எடுத்து ஒரு விஷயத்தை, ஒரு கருத்தை நிறைவேற்ற வேண்டும் என்பதைப் புரிந்து கொள்ள வேண்டும்.

1908-ம் ஆண்டு வெளியிட்ட சுதேச கீதங்களில் 'என் மகன்' எனும் ஒரு பாடல் மதுரை முத்துக்குமரன் பிள்ளை எழுதிய பாடலின் இனிமை கருதி, பின்குறிப்புடன் அதை தனது தொகுப்பில் சேர்த்துக் கொண்டார். அந்தக் குறிப்பு மட்டும் இடம்பெறவில்லை எனில், பாரதி என்னென்ன அவலங்களை சந்தித்து இருப்பாரோ என்று சீனி விஸ்வநாதன் கவலையை வெளிப்படுத்தி இருப்பார். இன்றைய நிலையைப் பார்க்கும்போது நிச்சயம் அது உண்மைதான்!

பாரதி ஆய்வின் உண்மைத் தன்மைக்கு இன்னோர் உதாரணம் பார்க்கலாம். *1908-ல்* உ.வே.சா திருவாரூரில் பேசும்போது, தமிழ் இனி மெல்ல சாகும், ஆங்கிலம்தான் மெச்ச உலாவரும் என்று சொல்ல, அதை பாரதி இந்தியா பத்திரிகையில் பதிவு செய்ததுடன், அதற்கு மறுப்பாக 'அனைத்து வளமும் இந்த மொழிக்கு உண்டு' என்பதை வலியுறுத்தி இருக்கிறார்.

சில ஆண்டுகள் கழித்து சில ஆங்கிலேயர்களும், இதே கருத்தை தமிழ் மொழிக்கு அறிவியல் ஆற்றல் இல்லை எனப் பேசி வந்ததைக் கண்ட பாரதி வெகுண்டெழுந்து பாடியதுதான் 'தமிழ்த்தாய்' எனும் பாடலில் இடம்பெற்ற இந்தப் பாடல் ஆகும்.

"இன்றொரு சொல்லினைக் கேட்டேன்- இனி
ஏது செய்வேன் என தாருயிர் மக்காள்
கொன்றிடல் போலொரு வார்த்தை- இங்கு
கூறத் தகாதவன் கூறினான் கண்டீர்!

புத்தம் புதிய கலைகள் -பஞ்ச
 பூதச் செயல்களின் நுட்பங்கள் கூறும்
மெத்த வளருது மேற்கே -அந்த
 மேன்மைக் கலைகள் தமிழினில் இல்லை
சொல்லவும் கூடுவ தில்லை -அவை
 சொல்லுந் திறமை தமிழ்மொழிக் கில்லை
மெல்லத் தமிழினிச் சாகும் -அந்த
 மேற்கு மொழிகள் புவிமிசை யோங்கும்
என்றந்தப் பேதை உரைத்தான் - ஆ
 இந்த வசையெனக் கெய்திடலாமோ
சென்றிடுவீர் எட்டுத்திக்கும் - கலைச்
 செல்வங்கள் யாவும் கொணர்ந்திங்கு
 சேர்ப்பீர்.
தந்தை அருள் வலியாலும் - இன்று
 சார்ந்த புலவர் தவவலி யாலும்
இந்தப் பெரும்பழி தீரும் - புகழ்
 ஏறிப் புவிமிசை என்று மிருப்பேன்."

இந்தப் பாடலைப் படிக்கும்போது நமக்கே கூறத்தகாத வார்த்தைகளை கூறிய பேதை யார் என்று தெரிந்துகொள்ள வேண்டும் என்ற ஆர்வம் வருகிறதா இல்லையா?

இந்த ஆர்வம்தான் ஓர் ஆய்வாளருக்கு அடிப்படைத் தேவையாகும்.

அந்த ஆர்வத்தில் சீனி விஸ்வநாதன், பாரதி குறித்த அனைத்து படைப்பு களையும் பார்க்கிறார். அப்போதுதான் 1979-ல் பாரதியின் தம்பி சி.விசுவநாதன் அவர்களின் பாரதி பிரசுராலயம் வெளியிட்ட, 'பாரதி நூல்கள் கட்டுரைகள்' என நான்கு தொகுப்புகளையும் படித்துப் பார்க்கிறார்.

அதில் நான்காம் பகுதியில் 'சமூகம்-பருந்துப் பார்வை' எனும் கட்டுரையில் பாரதியே இதற்கு விடை கொடுக்கிறார்.

"தட்சிணப் பாஷையில் அதாவது தமிழ், கன்னடம், தெலுங்கு, மலையாளம் போன்ற மொழிகளில் சாஸ்திரங்களை (சயின்ஸ்) படைக்கும் ஆற்றல் இல்லை என்று பச்சையப்பன் கல்லூரி வாத்தியார் மிஸ்டர் ரோலோ என்பவர் சொல்கிறார்.

அவருக்கு இவ்விடத்து பாஷைகள் தெரியாமல், சங்கதி தெரியாமல் விவரிக்கிறார். சாஸ்திரம் அதாவது அறிவியல், நமது மொழியில் மிகவும் எளிதாக சேர்த்துவிடலாம்.

சாஸ்திரம் கற்பிக்க தமிழ் நேர்மையும் எளிமையும் கொண்ட மொழி என்பது நம்மவர்களில்கூட சில இங்கிலீஷ் பண்டிதர்களுக்கு தெரியவில்லையே!" என வேதனையுடன் குறிப்பிட்டுள்ளார்.

கூறத்தகாதவன் என்று கூறிய அந்தப் பேதை என்பது பச்சையப்பன் கல்லூரி முதல்வர், ரோலோ என்பதை தனது ஆணித்தரமான ஆய்வின் மூலம் நிரூபித்தார்.

இன்றும்கூட பல அரைகுறைகள், பாரதியின் பாடலை முழுமையாகப் படிக்காமல் பாரதியே சொல்லிவிட்டார் 'மெல்லத் தமிழினி சாகும்' என்று ஓலம் போடுகின்றனர். ஆனால் முழுமையான பாடல் வரிகள்,

"மெல்லத் தமிழினிச் சாகும் - அந்த
மேற்கு மொழிகள் புவிமிசை ஓங்கும்
என்றந்தப் பேதை உரைத்தான்"

என்பதை முழுமையாகப் படிப்ப தில்லை.

சீனி விஸ்வநாதன் அவர்கள், பாரதியின் படைப்புகளை கிட்டத்தட்ட 60 ஆண்டு கால உழைப்பில், தன் வாழ்நாள் பணியாக சேகரித்து, அந்த மகாகவியின் படைப்புகளை காலவரிசைப்படி தொகுத்துள்ளார்.

கால வரிசைப்படுத்தப்பட்ட படைப்பின் முதல் பாகத்தை 1998-ல் தொடங்கி கிட்டத்தட்ட 16 பாகங்களை வெளியிட்டுள்ளார். ஒருவனது படைப்புகள் ஏன் கால வரிசைப்படுத்தப்பட வேண்டும். ஏனெனில், அப்போதுதான் அவனின் உண்மையான சிந்தனையோட்டம், அந்த காலவோட்டத்தில் அவனுடைய மனநிலை மாற்றத்தை, பரிணாம வளர்ச்சி

சிவாஜி கணேசன், ஜெமினி கணேசன்

நிலையை, சிந்தனை முதிர்ச்சியை விஸ்வரூபத்தை உணரமுடியும்.

பாரதி படைப்புகளை காலவரிசை படுத்தியது ஒருபக்கம் எனில், அதேபோல் பாரதியின் கவிதைகளை மட்டும் எடுத்து ஆயிரம் பக்கங்களுக்கு மேல் தேதிவாரியாக காலக்கிரமப்படி வரிசைபடுத்தி அருமையான தொகுப்பாக வெளியிட்டுள்ளார்.

ஆய்வில் வேறு எந்த புத்தகத்திலும் இல்லாத பல அரிய விஷயங்களை பத்தி வாரியாக தனது படைப்பில் சீனி விஸ்வநாதன் கொண்டு வந்துள்ளார்.

முக்கியமாக இந்திய அரசியலில் பாரதியின் பங்களிப்பு, அர்பத் நாத் வங்கி முடிவு, இந்தியன் வங்கி தோற்றம், மின்டோ மார்லி சீர்திருத்தம் குறித்த பாரதி பார்வை, சென்னை ஜன சங்கத்தின் செயல்பாடுகளில் பாரதியின் மகத்தான பங்களிப்பு. திருவண்ணாமலையில் இந்தியாவின் தற்கால நிலை எதிர்கால நிலை குறித்து பாரதி ஆற்றிய சொற்பொழிவு போன்றவற்றை தேடி எடுத்து வெளியிட்டுள்ளார் .

இந்தியா பத்திரிகையில் ‘பத்திராதிபரின் குறிப்புகள்’ என அப்போது எழுதப்பட்ட தலையங்கங்கள், திலகரின் மொழிபெயர்ப்புகள், விபின் சந்திரபாலரின் மொழிபெயர்ப்பு, வ.வே.சு ஐயரின் வார்த்தை வீச்சுகளின் மொழிபெயர்ப்பு, லாலா லஜபதிராய் குறித்த கட்டுரை, மகாத்மா காந்தியின் தென்னாப்பிரிக்கா சத்தியாகிரக செயல்பாடு குறித்த மொழிபெயர்ப்பு, ஆங்கிலேய அரசியல் அறிஞர் சீலியின் கட்டுரை மொழிபெயர்ப்பு போன்றவற்றை நிச்சயம் நினைவுகூரவேண்டும்.

1907-ல் நடைபெற்ற சூரத் காங்கிரஸ் மாநாட்டில், எல்லோரும் பாலகங்காதர திலகர் தலைவர் ஆகவேண்டுமென எதிர்பார்த்த நிலையில், அவரை ஒதுக்கி விட்டு ராஷ்பிகாரிகோஷை தலைவராக தேர்ந்தெடுத்தவுடன், பாலகங்காதர திலகரின் ஆதரவாளர்கள் மராத்திய மண்ணின் வீரர்கள், அங்கிருந்த மேடையை நோக்கி செருப்பை எறிந்திருக்கின்றார்கள். இதுகுறித்து வின்சன், ‘A maratha shoe’ எனும் அருமையான, விரிவான கட்டுரையை எழுதி இருப்பார். அதை, திலகர் மேல் பற்று கொண்ட பாரதி மிக அழகாக மொழிபெயர்த்திருக்கிறார்.

‘பாரதியும் சங்கீதமும்’ என்ற இசை ஆய்வுப் பனுவல், பாரதியின் பா நயத்தையும், கவிப் புலத்தையும், இசை மீது அவர் கொண்டிருந்த பற்றையும், புலமையையும், வெளிப்படுத்தக்கூடிய அற்புதமான நூல் என்று கூறவேண்டும்.

பாரதியின் புகழை முதலில் மக்களுக்கு அறிமுகப்படுத்தியவர் பரலி சு.நெல்லையப்பர். பாரதியாரால் தம்பி என்று அன்புடன் அழைக்கப்பட்டவர். கண்ணன் பாட்டு 1917லும் சுதேச கீதங்களை 1918லும் வெளியிட்டவர் இவரே! பாரதியின் உடலை சுமந்து செல்லும் பாக்கியம் பெற்றவரும் ஆவார்.

வி.கிருஷ்ணசாமி அய்யர் வந்தே மாதரம், நாட்டுப்பாடல்கள், எங்கள் நாடு போன்ற பாடல்களைக் கொண்ட சுதேச கீதங்களை 15,000 நகல்கள் அச்சடித்து இலவசமாக விநியோகித்தார்.

பாரதியை உலக மகாகவி என முதலில் கொண்டாடியது வ.ரா ஆவார். எட்டயபுரத்தில் பாரதிக்கு நினைவு மண்டபம் எடுத்தது கல்கி! பாரதிக்கு எட்டயபுரத்தில் பெருவிழா எடுத்து பெருமை தேடிக் கொண்டவர்கள் சிவாஜி கணேசனும் ஜெமினி கணேசனும் ஆவார்கள்.

பாரதியின் பாடல்களுக்கு 1908-ல் ஆங்கில அரசு விதித்த தடையை 1946-ல் நீக்கியவர் அவிநாசிலிங்கம் செட்டியார் ஆவார்.

பாரதி பாடல்களின் உரிமையை வைத்திருத்த மார்வாடியிடம் பல்லாயிரம் ரூபாய் கொடுத்து வாங்கி, அதை அரசாங்கத்திற்கு இலவசமாக கொடுத்தவர் ஏவி.எம் மெய்யப்பச் செட்டியார் ஆவார். பெருந்தன்மையுடன் பாரதியின் பாடல்களை நாட்டுடைமை ஆக்கியவர் அன்றைய முதல்வர் ஓமந்தூரார் ஆவார்.

நாம் காணும் இன்றைய பாரதி உருவப் படத்தை வரைந்தவர் ஆர்யா எனும் பாஷ்யம் ஆவார். பாரதியின் புகழ் பரப்ப 1949-ல் பாரதி சங்கம் தோற்றுவித்தவர் கல்கி.

சீனி விஸ்வநாதன் போன்ற அர்ப்பணிப்பு கொண்ட ஆய்வாளர் தன் 85-வது வயதிலும் பாரதி குறித்த தேடலை தொடர்ந்துகொண்டுதான் இருக்கிறார். சமீபத்தில்கூட பாரதியார் குறித்து ஓர் அருமையான புத்தகத்தை வெளியிட்டுள்ளார்.

அதாவது அந்தக் காலகட்டத்தில் பாரதியாரை பிரிட்டிஷ் அரசின், காவல்துறையும், உளவுத்துறையும் மிகத் தீவிரமாக கண்காணித்துக்கொண்டு வந்தனர். பாரதியார் எங்கு செல்கிறார்? யாரைச் சந்தித்து என்ன பேசுகிறார்? அவருடைய நோக்கம் என்ன? ஆங்கிலேய அரசுக்கு எதிராக என்ன செய்கிறார்? கவிதை மூலம் மக்களைத் தூண்டி விடுகிறாரா என்றெல்லாம் பிரிட்டிஷ் அரசு தீவிரமாகக் கண்காணித்து வந்தது. இதுகுறித்து அந்நாளைய காவல்துறை மற்றும் அரசின் தகவல் தொடர்பு ஆவணங்களைக் கண்டறிந்து அதை மிக அழகாகத் தொகுத்து **'பிரிட்டிஷ் அரசின் பார்வையில் பாரதி'** எனும் புத்தகமாக வெளியிட்டுள்ளார். இன்னும் அவரது அளப்பரிய ஆய்வு தொடர்ந்து கொண்டுதான் உள்ளது .

சீனி விஸ்வநாதனுடன்...

சீனி விஸ்வநாதன் போன்ற அர்ப்பணிப்புள்ள ஆய்வாளர் கிடைத்ததால்தான் பாரதியின் அனைத்து படைப்புகளும் முழுமையாகக் கண்டறியப்பட்டு இன்று படைப்பாக்கம் பெற்றுள்ளது.

ஆனால், பாரதிக்கு நிகராக விளங்கிய ஆயிரம் புத்தகங்களைப் படைத்த கவியோகி சுத்தானந்த பாரதியார், மிக அளப்பரிய படைப்புகளைத் தந்த புரட்சிக் கவிஞர் பாரதிதாசன், அமரத்துவம் மிக்க பாடல்கள், படைப்புகளைத் தந்த கண்ணதாசன் போன்ற மகத்தான படைப்பாளிகளுக்கு இப்படி ஓர் ஆய்வாளர் அமையவில்லை என்பது மிகப்பெரிய வருந்தத்தக்க செய்தியாகும். தமிழ்ச்சமுகம் வீறுகொண்டு எழுந்து தற்போதைய இளம்தலைமுறை அத்தகைய ஆய்வை நிகழ்த்துவார்கள் என்று நம்புவோமாக!

12

அடியார்கள் வானில் அரசாள்வர் ஆணை நமதே!

மாணவர்களே! இளைஞர்களே! நாமெல்லாம் இன்று சுதந்திர தினத்தையும் குடியரசு தினத்தையும் பெயரளவுக்கு ஒரு வாழ்த்துச் சொல்லிவிட்டு கேளிக்கை நிகழ்ச்சிகளைத் தொலைக்காட்சியில் பார்ப்பதற்குரிய தினமாக எடுத்துக்கொண்டு விடுமுறையை அனுபவித்துக் கொண்டிருக்கிறோம். இதற்காகவா இந்த விடுமுறை அளிக்கப்படுகிறது? நம்முடைய அரசியலைமைப்பில், நமது கடமைகள் பலவற்றை வரையறுத்துக் குறிப்பிட்டுள்ளார்கள்.

அந்த அடிப்படைக் கடமைகளுள் இரண்டாவது கடமையாக என்ன கூறியிருக்கிறார்கள் தெரியுமா?

நமது நாட்டின் விடுதலைப் போராட்டத்தைத் தூண்டிய உயர்ந்த குறிக்கோள்களைப் பின்பற்றுதல் மற்றும் போற்றி வளர்த்தல் என்பதாகும். அதாவது சுதந்திரப் போராட்டக் காலத்தில் நம்மை வழிநடத்திய, அந்த நெகிழ்ச்சியான உணர்வுகளையும், உணர்ச்சிமயமான தருணங்களையும், போராட்டக் களத்தில் உயிர் துறந்த வீரர்களையும், நாம் என்றென்றும் மனத்தால் நினைத்து நன்றி கூறவேண்டும் என்று கூறியிருக்கிறார்கள்.

இன்று நாம் மிகப்பெரிய சுதந்திர ஜனநாயக நாட்டில் வாழ்கிறோம். நமக்குச் சுதந்திரப் போராட்டத்தின் வலி, வருத்தம் தெரியவில்லை.

இந்த சுதந்திரத்தை அடைவதற்காக, எப்பேர்ப்பட்ட தியாகங்களைச் செய்திருக்கிறார்கள், எத்தனை உயிரிழப்புகள் நிகழ்ந்திருக்கின்றன, எத்தனை வகையான போராட்டங்களை நடத்தியிருக்கிறார்கள் என்பதை ஆசிரியர்கள், மாணவர்கள், பொது மக்களாகிய நாம் அனைவருமே படித்துத் தெரிந்துகொள்ளவேண்டும்.

மாணவர்களாகிய, இளைஞர்களாகிய உங்களுடன் சுதந்திரப் போராட்டத்தைப் பற்றிய சில தகவல்களைப் பகிர்ந்து கொள்ள விரும்புகிறேன்.

மகாத்மா காந்தியடிகள் பல வகையான போராட்டங்களை நடத்தி யுள்ளார். அறப்போராட்டம், சாத்விகப் போராட்டம் என ஆரம்பித்து, ஒத்துழையாமை இயக்கம், சட்ட மறுப்பு இயக்கம், தனி நபர் சத்தியாகிரகம், வெள்ளையனே வெளியேறு இயக்கம் என நாட்டு விடுதலைக்காகப் பல்வேறு போராட்டங்களை நடத்தியுள்ளார்.

காந்தியடிகள் எப்படி அறவழிப் போராட்டத்தை நடத்தினாரோ, அதேபோன்று பல இளைஞர்கள், இளம் போராளிகள், புரட்சியாளர்கள் தங்களுக்கு மரண தண்டனை கிடைக்கக் கூடும், தங்களது செயல்களால் தூக்கில் தொங்கநேரிடும், கொடூரமாக சுட்டுத் தள்ளப்படுவோம் என்பது தெரிந்தும் தங்களை, சுதந்திரப் போராட்டத்திற்காக அர்ப்பணித்துக் கொண்டார்கள்.

எப்போதுமே, மூன்று வகையான புகழ் மங்கவே மங்காது.

ஒன்று, படைப்பினால் வரும் புகழ்.

திருக்குறள், சிலப்பதிகாரம், கம்ப ராமாயணம், மகாபாரதம் போன்ற படைப்புகள் காலத்தைக் கடந்து நிற்கக் கூடிய படைப்புகள்.

இரண்டாவது, கொடையினால் வரும் புகழ்.

நம்மிடம் உள்ளதை இல்லாதவருக்கு அளிப்பதால் வரும் புகழ். பாரி, ஓரி, காரி, பேகன், ஆய் அண்டிரன் போன்ற கடையேழு வள்ளல்கள் பெற்ற புகழ் இன்றளவும் அழியாது நிற்கிறது அல்லவா.

மூன்றாவது, தியாகத்தினால் வரும் புகழ்.

தன்னையே அர்ப்பணித்துக் கொள்ளுவதால் வரும் புகழ். மகாத்மா காந்தி, சுபாஷ் சந்திரபோஸ், பகத் சிங், சூரியா சென், உத்தம் சிங் போன்றவர்கள்,

இன்னும் எண்ணற்ற போராளிகள் தங்களையே இந்த நாட்டிற்காக அர்ப்பணித்துக்கொண்டார்கள். இளமையைத் துறந்து சுகபோகங்களை இழந்து நாட்டு விடுதலை ஒன்றையே பிரதானமாகக் கருதி சுதந்திரத்தின் தேவையை உணர்ந்து அடிமைத் தளையிலிருந்து நாட்டை மீட்டெடுக்க வேண்டும் என்ற ஒரே குறிக்கோளுடன் சகலவிதமான போராட்டங்களையும் நடத்தி தங்களையே அழித்துகொண்டார்கள்.

இந்த மூன்றினாலும் உண்டாகும் புகழ் மங்கவே மங்காது. விளையாட்டுப் புகழ், அரசியல் புகழ், சினிமா புகழ் போன்றவற்றில், ஒரு புகழ் இன்னொரு புகழை மிஞ்சிவிடும்.

ஆனால் இந்த மூன்று வகையான புகழ் மட்டும் மங்கவே மங்காது. இந்திய விடுதலைப் போராட்டத்தில் இளமையைத் துறந்து இன்னுயிர் ஈந்த வெளிச்சத்துக்கு வராத போராளிகளின் தியாகத்தை வீரதீரச் செயல்களை உங்களுடன் பகிர்ந்து கொள்வதில் சக இந்தியன் என்ற முறையில் பெருமகிழ்ச்சி கொள்கிறேன்.

சாபர்கர் சகோதரர்கள்

1897-ல் மகாராஷ்டிரா முழுவதும் பிளேக் எனும் கொடுமையான

ஆட்கொல்லி நோயால் மக்கள் கடுமையாகப் பாதிக்கப்பட்டனர். சுகாதாரத் தூய்மை இன்மையால், போதிய மருத்துவ வசதி இன்றி, நோயின் தாக்கம் பரவிக் கொண்டே இருந்த நிலையில் அப்பாவி மக்கள் சொல்லொணா துயரத்திற்கு ஆளாகினர். இந்நிலையில் பிளேக் நோயைக் கட்டுப்படுத்தும் கமிஷனராக நியமிக்கப்பட்ட சார்லஸ் ராண்ட், அயர்ஸ்ட் ஆகியோர், நோய்க்கு ஆளானவர்களை அங்கு குடியிருப்பவர்களை, மோசமான முறையில் அப்புறப்படுத்தி நோயின் தாக்கத்தைக் காட்டிலும், மிகக் கடுமையான மன உளைச்சலுக்கும் உடல்ரீதியான அலைச்சலுக்கும் ஆளாக்கினர்.

திலகர்

மக்களின் வேதனையைச் சகிக்க இயலாத பாலகிருஷ்ண சாபர்கர், தாமோதர் சாபர்கர் சகோதரர்கள் இந்த அரக்கத்தனமான ஆங்கிலேய அதிகாரிகளுக்குப் பாடம் புகட்ட நினைத்தார்கள்.

ஒரு நாள் கவர்னர் மாளிகைக்கு ராண்ட் மற்றும் அயர்ஸ்ட் விருந்துக்கு வருவதை அறிந்துகொண்டு அவர்களைப் பழிதீர்க்கும் விதமாக தாமோதர் சாபர்கர், மகாதேவ ரானடே, விநாயக் ஆப்தே, பாலகிருஷ்ண சாபர்கர், வாசுதேவ சாபர்கர் ஆகியோர் கவர்னர் மாளிகையைச் சுற்றி துப்பாக்கியுடன் காத்திருந்தனர்.

எதிர்பார்த்த தருணம் வந்த நிலையில் பாலகிருஷ்ண சாபர்கர் அயர்ஸ்டை சுட்டு வீழ்த்தினார். தாமோதர் சாபர்கர் ராண்டை குறிவைத்துச் சுட்டார். குண்டடி காயங்களுடன் தப்பித்த ராண்ட் ஓரிரு தினங்களில் இறந்துபோனார். பிரிட்டிஷ் அரசு அதிர்ந்துபோனது. பம்பாய் காவல் கண்காணிப்பாளர் பிரவீனின் நேரடி மேற்பார்வையில் வழக்கு விசாரிக்கப்பட்டது. குற்றவாளிகள் பற்றி துப்பு தருபவர்களுக்கு 20,000 ரூபாய் சன்மானம் வழங்குவதாக அறிவிக்கப்பட்டது. கணேஷ் திராவிட் எனும் பேராசை பிடித்தவன் இந்தப் போராளிகளைப் பணத்திற்காக காட்டிக் கொடுத்தான்.

வழக்கு விசாரணைக்கு வந்தது. நீதிமன்றத்தில், தாமோதர் சாபர்கர் சார்லஸ் ராண்ட், அயர்ஸ்ட் இருவரையும் தான் மட்டுமே சுட்டுக் கொன்றதாக பொறுப்பேற்றுக் கொண்டார். பாலகிருஷ்ண சாபர்கர் தலைமறைவாகி விட்டார். 3.2.1899 -ல் பிரிட்டிஷ் அரசு தாமோதர் சாபர்கருக்கு மரண தண்டனை விதித்தது.

சாபர்கரின் குருவாக விளங்கிய திலகர், வழக்கறிஞர் பிரான்சன் எவ்வளவு தீவிரமாக வாதாடியும், நீதிபதிகள் பார்சன் மற்றும் ரானடே ஆகியோர் தாமோதர் சாபர்கருக்கு மரண தண்டனையை உறுதி செய்து தீர்ப்பளித்தனர். எரவடா சிறையில் 1898, ஏப்ரல் 18-ல் மாவீரன் தாமோதர் சாபர்கர் தூக்கிலிடப்பட்டார்.

ஹைதராபாத் சமஸ்தான காடுகளில் அலைந்து திரிந்த பாலகிருஷ்ண சாபர்கர், காவல்துறையினரிடம் சரணடைந்து 1899, ஜனவரியில் பூனாவுக்கு கொண்டு வரப்பட்டு ராண்ட் கொலை வழக்கில் தூக்கிலிடப்பட்டார்.

இவர்களின் இளைய சகோதரரான வாசுதேவ சாபர்கர் இந்தக் கொலைகளில் சம்பந்தப்படாததால் பிணையில் விடப்பட்டார். ஆயினும் நாட்டிற்காக போராடிய தன் சகோதரர்களைக் கேவலம் பணத்திற்காகக் காட்டிக்கொடுத்த பிரவின் கணேஷ் திராவிட் சகோதரர்களை, காவல் துறையினர்போல் உடை அணிந்து சென்று சுட்டுக்கொன்றார்.

மேலும் வாசுதேவ சாபர்கர், மகாதேவ விநாயக், ரானடே ஆகியோர் அந்நாளில்

இந்தியர்களுக்கு எதிராகச் செயல்பட்டு வந்த போலீஸ் சூப்பிரண்டு பிரவினையும் சுட்டுக் கொல்ல முயன்றனர்.

இந்த வழக்குகளில் வாசுதேவ சாபர்கர், மகாதேவ விநாயக், ரானடே, ஆகியோருக்காக முகமதலி ஜின்னா வாதாடினார். ஆயினும் தூக்கு தண்டனை விதிக்கப்பட்டது.

மேல்முறையீடு செய்யப்பட்ட நிலையில் ஜின்னா சொல்கிறார், "அவர்கள் மூவரும் பட்டு வேட்டி சட்டை அணிந்து, மிகவும் மகிழ்ச்சியாக தூக்கு தண்டனை விதிக்கப்பட்டதை பெரும் பாக்கியமாகக் கருதுவது போலவே பேசிக்கொண்டிருந்தார்கள், சிறிதுகூட மரணத்தைப்பற்றி ஒருவித பயமும் கொண்டிருக்கவில்லை என்பது என்னை மிகவும் ஆச்சர்யப்படுத்தியது'' என்று கூறியிருக்கிறார்.

1899, மே மாதம் மூவரும் முறையே 8,10,12 தேதிகளில் தூக்கிலிடப்பட்டனர்.

இன்று நாமெல்லாம் ஏதோ தீவிர நாட்டுப்பற்று கொண்டவர்கள் போல சமூக வலைத்தளங்களில் வாழ்த்துகளை சும்மா பெயரளவில் பகிர்ந்து கொள்கிறோம்.. ஒருநாளாவது இந்த தியாக சீலர்களைப் பற்றி நினைத்துப் பார்த்திருப்போமா? அவர்களைப் பற்றி தெரிந்துகொண்டிருப்போமா? படத்திற்கு ஒரு மாலை அணிவித்திருப்போமா? முதலில் அவர்களது பெயர், உருவமாவது தெரியுமா? வாசியுங்கள், யோசியுங்கள் இளைஞர்களே!

குதிராம் போஸ், பிரபுல்ல சகி

குதிராம் போஸ் வீரத்திற்குப் பெயர் பெற்ற மேற்கு வங்க மாநிலத்தில் மிதினபூர் நகரில் திரிலோக நாத் போஸ் என்பவரின் மகனாக டிசம்பர் 3, 1889-ல் பிறந்தார் சிறுவயது முதலே நாட்டுப்பற்றும் சுதந்திர வேட்கையும் கொண்டிருந்த குதிராம் போஸ் , பரேந்திரகுமார் கோஸ் நடத்திய யுகாந்தர் எனும் புரட்சி இயக்கத்தில் தீவிர உறுப்பினராக செயல்பட்டு வந்தார். மிதுனபூரில் நடந்த தொழில் கண்காட்சியில் வந்தே மாதரம் என்ற புரட்சி நூலைப் பொதுமக்களுக்கு வழங்கியதற்காகக் கைது செய்யப்பட்டார். ஆனால் காவல் நிலையம் செல்லும் வழியிலேயே வண்டியில் இருந்து தப்பி ஓடி, பிறகு 1906, ஏப்ரலில் கைதுசெய்யப்பட்டு வழக்கு நடத்தப்பட்டது. 17 வயது மைனர் என்ற காரணத்தினால் கடுமையாக எச்சரிக்கை செய்யப்பட்டு விடுதலை செய்யப்பட்டார்.

1907, டிசம்பர் 6 நாராயண கார்க் ரயில் நிலையத்தில் வங்காள கவர்னர் ஆண்ட்ரு பிரேசர் பயணம் செய்த ரயிலைத் தகர்க்க நடந்த முயற்சியில் பங்கெடுத்துக்கொண்டார். மேலும் அடுத்த ஆண்டே 1908-ல் சர் பேம்பில்டே என்ற கொடூரமான ஆங்கிலேயரைக் கொலை செய்யும் முயற்சியிலும் பங்கேற்றார்.

இந்த நிலையில்தான் அலிப்பூர் சதி வழக்கு எனப்படும், இந்தியர்களுக்கு எதிராகக் கடுமையான தண்டனை வழங்கி வந்த கிங்ஸ்ஃபோர்டு நீதிபதியை கொலை செய்யும் சதித் திட்டத்தை நிறைவேற்றும் பொறுப்பை, யுகாந்தர் அமைப்பு குதிராம் போஸ், பிரபுல்ல சகிக்கு வழங்கியது.

குதிராம் போஸ்

பிரபுல்ல சகி

1908 -ல் முசாபர் நகரில் கிங்ஸ்ஃபோர்டு எனும் நீதிபதி இருந்தார். இந்திய சுதந்திரப் போராட்டத்திற்காக ஒன்றுகூடக்கூடிய, புரட்சி செய்யக்கூடிய, சுதேசி இயக்கத்தை முன்னெடுத்துச் செல்லக்கூடிய மாணவர்களுக்கும், இளைஞர்களுக்கும் கடுமையான தண்டனையை வழங்கி வந்தார்.

மாணவர்கள், விடுதலை முழக்க

மிட்டாலோ, சுதேசிப் பாடலைப் பாடினாலோ அல்லது கோஷமிட்டாலோ, அவர்களுக்கு கசையடி வழங்குவது, நாடு கடத்துவது, தூக்கிலிடுவது போன்ற மிகக் கடுமையான தண்டனை வழங்கி வந்தார்.

அந்த வேளையில் 17 மற்றும் 19 வயதுடைய இரண்டு இளைஞர்கள், குதிராம் போஸ், பிரபுல்ல சகி ஆகிய இருவர், தேசிய உணர்வை நசுக்கும், சுதந்திரப் போராட்ட வீரர்களைக் கடுமையாகத் தண்டிக்கும் இந்த நீதிபதியை ஏதாவது செய்ய வேண்டும் என்று வீறுகொண்டு எழுந்தார்கள்.

நீதிபதியைத் தாக்கினால் கடுமையாகத் தண்டிக்கப்படுவோம் என்பது தெரிந்தும், இருவரும் நாட்டிற்காக இந்த தியாகத்தைச் செய்ய முற்பட்டனர்.

நீதிபதி கிங்ஸ்ஃபோர்டு உத்தரப்பிரேதச மாநிலம் முசாஃபர் நகருக்குப் பணி மாறுதல் ஆகிவரும்போது இவர்கள் திட்டத்தை நிறைவேற்ற முனைகின்றனர்.

ஒருநாள் மாலை வேளையில் விளையாடி முடித்துவிட்டு வீட்டிற்கு திரும்பிக்கொண்டிருந்த, நீதிபதி காரின் மீது வெடிகுண்டை வீசுகிறார்கள்.

எதிர்பாராத விதமாக அன்று அந்தக் காரில் நீதிபதி வரவில்லை. அதற்குப் பின்னால் வந்த காரில் தான் நீதிபதி வருகிறார். குண்டு வீசிய காரில் பயணம் செய்த திருமதி கென்னடி என்பவர் மரணமடைந்தார்.

தப்பியோடிய இருவரில் பதினேழு வயதுடைய பிரபுல்ல சகி ரயிலில் தப்பித்துச் செல்ல முயன்றபோது, நந்தலால் பானர்ஜி என்ற உதவி ஆய்வாளர் இவர் மீது சந்தேகப்பட்டு முசாபர்ஃபூர் காவல் துறையினருக்குத் தகவல் கொடுக்க, பிடித்துவிடுகிறார்கள்.

பிரபுல்ல சகியோ, சுதந்திரப் போராட்டத்திற்குத் தன்னால் எந்தவித இடையூறும் ஏற்பட்டுவிடக்கூடாது என்பதற்காக, தன்னைப் பிடித்த உதவி ஆய்வாளர் நந்தலால் பானர்ஜியைத் தள்ளிவிட்டு தான் வைத்திருந்த துப்பாக்கியால் தன்னையே சுட்டுக்கொண்டு தற்கொலை செய்து கொள்கிறார்.

பத்தொன்பது வயது குதிராம் போஸ், வாய்னி ரயில் நிலையத்தை அடைந்தபொழுது காவல்துறையால் கைது செய்யப்பட்டு நீதிமன்ற விசாரணைக்கு அழைத்து வரப்பட்டார்.

''இப்போதாவது உன் தவறை உணருகிறாயா?'' என்று நீதிபதி கேட்டதற்கு அந்த 19-வயது இளைஞர் "இல்லை. என்னை வெளியில் விட்டால் எங்கள் நாட்டை அடக்கிவைத்திருக்கும் வெள்ளையர்கள், எங்கள் வளங்களைச் சுரண்டும் கொள்ளையர்களை இன்னும் அதிகமாகத் தண்டிப்பேன்'' என நெஞ்சம் நிமிர்த்திக் கூறுகிறார். மேலும் தான் கிங்ஸ்போர்டு என்ற அரக்கத்தனமான நீதிபதியைத்தான் தண்டிக்க விரும்பினேன் என்றும், எதிர்பாராத விதமாக மரணமடைந்த திருமதி கென்னடியின் மரணத்திற்கு தான் மிகவும் வருந்துவதாகவும், மன்னிப்புக் கோருவதாகவும் தெரிவித்தார்.

இப்படிக் கூறியதன் விளைவாக, கடுமையாகத் தாக்கப்பட்டு தண்டிக்கப்பட்டு ஆகஸ்ட் 11, 1908-ல் தூக்கில் தொங்கவிடப்பட்டார். குதிராம் போஸ் மகிழ்ச்சியாக தன் மரணத்தைத் தழுவினார்.

மதன்லால் திங்ரா

மதன்லால் திங்ரா என்ற பெயரை மாணவர்களாகிய நீங்கள் கேள்விப் பட்டிருக்கிறீர்களா? மதன்லால் திங்ராவின் தந்தை பஞ்சாபைச் சேர்ந்த பிகாரி லால் திங்ரா. புகழ்பெற்ற மருத்துவர்.

மதன்லால் திங்ரா

அவர் தன் மகனைத் தலைசிறந்த பொறியாளராக, வல்லுநராக ஆக்குவதற்காக லண்டனுக்கு அனுப்பி வைத்தார்.

அப்போது இந்திய நாட்டில்

அரசு வெளியுறவுச் செயலருக்கு உதவியாளராக கர்சன் வில்லி என்பவர் பணியாற்றி வந்தார்.

இந்த கர்சன் வில்லி என்பவர் சுதந்திரப் போராட்ட வீரர்கள், சுதேசி இயக்க போராளிகளுக்குக் கடும் தண்டனையை வழங்கி வந்தார்.

கடுமையான கசையடி, நாடு கடத்துதல், சுட்டுக்கொல்லுதல், தூக்கு தண்டனை போன்ற கொடுமையான தண்டனைகளை வழங்குகிறார். இந்தக் கர்சன் வில்லிக்கு லண்டனில் பாராட்டு விழா நடத்தப்பட்டது.

இந்திய சுதந்திரப் போராட்ட வீரர்களுக்குக் கடுமையான தண்டனை வழங்கிய இந்த அரக்கனுக்குப் பாராட்டு விழாவா என மதன் லால் திங்ரா வேதனை அடைகிறார்.

அப்போது லண்டனில் புகழ்பெற்று விளங்கிய, இந்தியர்களின் புரட்சிச் சிந்தனைக்குப் புகலிடமாக விளங்கிய இந்தியா ஹவுஸில் தீவிர ஆலோசனை நடைபெற்றது. பொறியியல் படித்து வந்த மாணவன் பஞ்சாபின் இளம் சிங்கம் மதன்லால் திங்ராவின் சுதந்திர ஆர்வத்தையும், அந்நிய ஆட்சி மீது கொண்டிருந்த வெறுப்பையும் உணர்ந்த திருச்சி தந்த வீரவிளக்கு வ.வே.சு.ஐயர் மதன் லால் திங்ராவைத் தேர்ந்தெடுக்கிறார்.

பத்தொன்பது வயது கொண்ட மதன் லால் திங்ரா, நம்முடைய நாட்டு சுதந்திரத்திற்கு எதிராகச் செயல்படும் ஆங்கிலேயர்களுக்குப் பாடம் கற்பிக்க, எனக்கு வாய்ப்பு தாருங்கள்; நான் அவனைக் கொலை செய்கிறேன் என ஆவேசமாகக் கூறினார்.

அப்போது வ.வே.சு.ஐயர், மதன் லாலின் மன உறுதியைப் பரிசோதனை செய்ய விரும்பி, மேசையின் மீது கை வைத்து பேசிக்கொண்டிருந்த மதன் லாலின் கைகளின் மீது கூர்மையான ஆயுதத்தால் குத்துகிறார்.

மதன் லால் கலங்கவும் இல்லை, மேசையில் இருந்து கையை எடுக்கவும் இல்லை.

பத்தொன்பது வயதுகொண்ட பொறியியல் மாணவன், தலைசிறந்த மருத்துவருடைய மகன், நம்முடைய நாட்டிற்காக அந்நிய ஏகாதிபத்தியத்தை எதிர்க்கவேண்டும் என்பதில் காட்டிய மன உறுதியைக்கண்டு வ.வே.சு.ஐயர், வீர சவார்க்கர் ஆகியோர் வியந்து போயினர்.

திங்ரா தயாராகிறார். நாட்டு விடுதலை சரித்திரத்தில் தன் பெயரும் பதிவாகப் போகிறது என்ற பெருமிதத்துடன், மன உறுதியை வளர்த்துக்கொள்கிறார்.

அந்த நாளும் வந்தது. கர்சன் வில்லி, விழா அரங்கிற்குள் நுழைகிறார். கனவான் உடையில் திங்ரா நேருக்கு நேர் சந்திக்கிறார். கண்ணிமைக்கும் நேரத்தில் சுட்டுக் கொல்கிறார். அரங்கமே அதிர்ந்து போனது! அப்போது அங்கிருந்த கூட்டத்தினர் மதன்லாலைப் பார்த்து பயந்து ஓடுகின்றனர்.

ஆனால் மதன்லால், தன் கையில் இருந்த துப்பாக்கியை எறிந்துவிட்டு, என்னைக் கைது செய்யுங்கள், நான் உங்களைக் கொல்ல வரவில்லை, என் நாட்டு மக்களைக் கொலை செய்தவனை மட்டும்தான் தண்டிக்க நினைத்தேன் என்று கூறுகிறார்.

வழக்கு தொடங்குகிறது.

வழக்கு நீதிமன்ற விசாரனைக்கு வரும் போது, மதன் லாலின் தந்தை, இவன் என் மகனே இல்லை என விலகிவிடுகிறார்.

இப்போதாவது நீ செய்த இந்த தவறை நினைத்து வருந்துகிறாயா என நீதிபதி கேட்கிறார்.

ஒருபோதும் வருந்தமாட்டேன். ஜெர்மனி உலகில் உள்ள நாடுகள் அனைத்தையும் அடக்கி அடிமைப்படுத்தி வைத்திருக்கிறது என நீங்கள் கூறுகிறீர்கள். ஆனால் நீங்கள் மட்டும் அதே தவறைச் செய்யலாமா? எங்களுடைய இந்தியக் கலாசாரத்தை அழிக்கலாமா? எங்கள் நாட்டைச் சுரண்டலாமா? எங்களை அடக்கி ஒடுக்கலாமா?

இந்தப் பழம்பெரும் எங்கள் நாட்டை ஆள உங்களுக்கு என்ன உரிமை உள்ளது? எங்களுடைய சுதந்திரத்திற்காகப் போராடும் தலைவர்களை, இளைஞர்களைத் தண்டிப்பது எந்த வகையில் நியாயமாகும்? எங்களுடைய தலைவர்களை நாடு கடத்தலாமா? அவர்களுக்கு மரண தண்டனை விதிக்கலாமா என்று நீதிமன்றத்தில் ஆவேசமாகப் பேசுகிறார்.

என்னைத் தூக்கில் போடுங்கள், சுட்டுக் கொல்லுங்கள். ஆனால் ஒரு போதும் மன்னிப்பு கேட்க மாட்டேன். நான் திருட்டுக் குற்றவாளி அல்ல, மோசடிப் பேர்வழி அல்ல, என் தேச விடுதலைக்காகப் போராடும் சுதந்திரப் போராளி என வீரமாக முழங்கினார்!

ஏகாதிபத்திய அரசு, தூக்கு தண்டனை விதித்தது. மகிழ்ச்சியுடன் ஏற்றுக்கொண்டார்! ஆவேசம் கொண்ட அந்த அரிமா தூக்குக் கயிற்றால் அடக்கப்பட்டது.

இதேபோன்று பல போராளிகளின் தியாகத்தால் பெற்றதுதான் இந்தப் பொன்னான சுதந்திரம்.

டாக்டர் செண்பகராமன் பிள்ளை

சுதந்திரப் போராட்ட வரலாற்றில் தனியோர் அரசாங்கத்தையும், தனி ராணுவ அமைப்பையும் முதன்முதலில் உருவாக்கியவர் செண்பகராமன் பிள்ளை. 1891-ல் திருவனந்தபுரத்தில் பிறந்து வளர்ந்த இவர் இத்தாலி, சுவிட்சர்லாந்து நாடுகளில் விஞ்ஞானக் கல்வி கற்று டாக்டர் பட்டம் பெற்றார்.

1914-ல் முதல் உலகப் போர் தொடங்கிய காலத்தில் செண்பகராமன், ஐரோப்பா நாடுகள் முழுவதும் சிதறிக்கிடந்த சுதந்திர உணர்வுமிக்க இளைஞர்களை ஒன்றுதிரட்டும் முயற்சியில் தீவிரமாக ஈடுபட்டார். பிரிட்டிஷ் இந்திய அரசுக்கு எதிராக முதல் ராணுவத்தை அமைத்த பெருமை செண்பகராமன் பிள்ளையையே சாரும்.

டாக்டர் செண்பகராமன் பிள்ளை

நேதாஜி இரண்டாம் உலகப் போரின்போது அமைத்த 'ஆசாத் ஹிந்து பாஜ்' என்ற இந்திய தேசிய ராணுவம் (INA) இரண்டாவதாக அமைக்கப்பட்ட ராணுவ அமைப்பாகவே கருதவேண்டும். செண்பகராமன் பிள்ளை அமைத்த ராணுவத்திற்காக வடிவமைக்கப்பட்ட முதல் போர்க்கப்பல்தான் எம்டன்.

விஞ்ஞான அறிவு கொண்டிருந்த செண்பகராமன் பிள்ளையே பொறியாளராகவும், தளபதியாகவும் திகழ்ந்தார். இந்திய விடுதலைப் போராட்டத்தை முன்னெடுக்கும் விதமாக ஒவ்வொரு நாடாகச் சென்று உணர்வுபூர்வமான இளைஞர்களைத் திரட்டினார்.

பர்மா, சீனா, தாய்லாந்து, துருக்கி, எகிப்து, ஜெர்மனி, அமெரிக்கா, தென்னாப்பிரிக்கா நாடுகளுக்குச் சென்று எழுச்சிமிக்க இளைஞர்களைத் திரட்டிக்கொண்டு வந்தார். இந்திய சுதந்திரக் குழுவின் தலைவராகத் தேர்ந்தெடுக்கப்பட்டார். லாலா ஹர்தயாள் இவருடன் இணைந்து சுதந்திரப் போராட்ட உணர்வை முன்னெடுத்துச் சென்றார்.

இதன் அரசு அங்கீகாரமாய் 1.12.1915-ல், ராஜா மகேந்திர பிரதாப் சிங் தலைமையில், மௌலானா பர்கத்துல்லாவை பிரதமராகக்கொண்டு ஆப்கானிஸ்தான் காபூலில் தற்காலிக அரசாங்கத்தை அமைத்தனர். அந்த அரசாங்கத்தின் வெளியுறவுத்துறை அமைச்சராக செண்பகராமன் பிள்ளை பொறுப்பேற்றுக்கொண்டார்.

ஜெர்மனி சென்று ஆயுதங்களைத் திரட்டி, ஆயுதங்களைக் கொண்டு புரட்சியின் மூலம் இந்திய விடுதலையைப் பெறமுடியும் என்று தீவிரமாக நம்பினார். எம்டன் கப்பல் மூலம் சென்னை

கோட்டையிலும் உயர்நீதிமன்ற கட்டடத்தின் மீதும் குண்டுபோட திட்டமிட்டார். அந்நாளைய பிரிட்டிஷ் அரசின் கடுங் கட்டுக் காவலையும் மீறி சென்னை உயர் நீதிமன்றத்தின் மீது வெடிகுண்டு வீசினார், அதன் சுவடு இன்றும் பதிந்துள்ளது.

மிகவும் கவனமாகத் திட்டமிடப்பட்ட ஆயுதக் கப்பலான எம்டன் பிரிட்டிஷ் அரசிடம் சிக்கிக்கொண்டது. செண்பகராமன் பிள்ளை மிகவும் நம்பிக்கொண்டிருந்த ஜெர்மனியும் முதல் உலகப் போரில் தோற்றது அவருக்குப் பெரும் ஏமாற்றத்தை உண்டாக்கியது.

மேலும், இவர் மோதிலால் ஜவஹர்லால் நேருவுடன் தன் வீட்டில் தீவிர ஆலோசனை நடத்தினார். காபூலில் சுபாஷ் சந்திரபோஸ் இவரை சந்தித்துப் பேசி, ஆலோசனை நடத்தினார். சுபாஷ் சந்திரபோஸின் வீர உணர்வுக்கு உற்சாகம் ஊட்டினார்.

ஜெர்மனியை முழுவதுமாக நம்பியிருந்த செண்பகராமன் பிள்ளை, நாஜிக் கட்சி ஜெர்மனியை கைப்பற்றியவுடன், பிரிட்டிஷ் அரசை திருப்திப்படுத்தும் விதமாக ஹிட்லர் இந்தியர்களை இழிவாகப் பேசியதைக் கண்டு கொதித்தெழுந்து கடும் கண்டனம் தெரிவித்தார். ஹிட்லரே தன் தவறை உணர்ந்து வருத்தம் தெரிவித்து, செண்பகராமன் பிள்ளையுடன் கடைசிவரை நட்பு பாராட்டினார்.

1930-ல் தேசிய விடுதலைப் போராட்டத்தில் தீவிர ஈடுபாடு கொண்ட மணிப்பூரைச் சார்ந்த லட்சுமிபாயை திருமணம் செய்துகொண்டு ஜெர்மனியில் வாழ்ந்துவந்தார். இந்தியாவுக்கு வருமாறு பலமுறை பல நண்பர்கள் அழைத்தும், விடுதலைபெற்ற தேசத்தில் இந்திய குடியரசின் கப்பலில் வந்துதான் தன் தாய்நாட்டில் காலடி வைப்பேன் என்று வைராக்கியமாய் தாய் நாட்டு விடுதலை சிந்தனையிலே, தன் உணர்வுகளை கட்டுப்படுத்திக்கொண்டு ஜெர்மனியிலேயே வாழ்ந்தார்.

இந்த அடிமைப்பட்ட தேசத்தை மீட்டெடுக்க அலைந்து திரிந்து இளைஞர்களை ஒன்று திரட்டிய அந்த மாவீரன் 28.5.1934-ம் ஆண்டு ஜெர்மனின் பெர்லின் நகரிலேயே மரணித்துவிட்டார்.

ஆனாலும் அவருடைய ஆசையை நிறைவேற்றும் விதமாக அவருடைய அஸ்தி இந்திய அரசின் 'டெல்லி' என்ற கப்பலில் கொண்டுவரப்பட்டு கன்னியாகுமரியில் முழு அரசு மரியாதையுடன் அடக்கம் செய்யப்பட்டது.

இன்று அந்த செண்பகராமன் பிள்ளையை நினைத்துப் பார்க்கிறோமோ? அந்த அளவில்தான் இந்த மக்களின் நன்றியுணர்வு உள்ளது. 1907-ல் செண்பகராமன் பிள்ளை தான் 'ஜெய்ஹிந்த்' என்ற வார்த்தையை தன் 16-வது வயதில் உருவாக்கினார். பிற்காலத்தில் இந்திய தேசியப் படையின் (INA)பிரதான ஸ்லோகமாக மாறியது. அது இன்று இந்தியர்களின், இந்திய தேசிய உணர்வை வெளிப்படுத்தும் அடையாள வார்த்தையாகவே மாறிவிட்டது.

ஜடின் தாஸ்

ஜடின் தாஸ்

வங்கம் கண்டெடுத்த மற்றொரு புரட்சி வீரர், புரட்சிகர உண்ணாவிரதத்தின் பிதாமகன் என்று போற்றப்படும் ஜடின் தாஸ் என்ற ஜதிந்திர தாஸ் 1904-ல் கல்கத்தாவில் பிறந்தார்.

வங்காளத்தில் அந்நாளில் வீரமிக்க இளைஞர்களால் துவங்கப்பட்டு புகழ்பெற்று விளங்கிய அனுசீலன் சமிதி புரட்சி இயக்கத்தில் தீவிர உறுப்பினராக பங்காற்றினார்.

புரட்சிகர சிந்தனை கொண்டிருந்தாலும் தனது 17 வயதிலேயே காந்தியின் ஒத்துழையாமை இயக்கத்தில் பங்கேற்று தன் வயதையொத்த இளைஞர்களையும் பள்ளி, கல்லூரியைப் புறக்கணிக்கச்

செய்து ஒத்துழையாமை இயக்கத்தில் பங்கேற்கச் செய்தார்.

1925-ல் கல்கத்தா பங்கபாசி கல்லூரியில் படித்துக்கொண்டிருக்கும்போதே சுதந்திரப் போராட்ட நடவடிக்கையில் தீவிரமாகப் பங்கேற்றதாலும், இளைஞர்களைத் தேச விடுதலைப் போராட்டத்தில் பங்கேற்கத் தூண்டியதாலும் கைது செய்யப்பட்டு மைமன் சிங் மத்திய சிறையில் அடைக்கப்பட்டார். சிறையில் அரசியல் கைதிகளை மிக மோசமாக கிரிமினல் குற்றவாளிகளை நடத்துவதைப்போல் கீழ்த்தரமாக நடத்தியதைக் கண்டு, அதை எதிர்க்கும்விதமாக உண்ணாவிரதப் போராட்டத்தை மேற்கொண்டார்.

20 நாள் தொடர் உண்ணாவிரதப் போராட்டத்தில், தன்னை வருத்திக்கொண்டு கொள்கை உறுதியுடன் இருந்ததைக் கண்டு, சிறை கண்காணிப்பாளர் தவறை உணர்ந்து மன்னிப்புக் கேட்ட பிறகே உண்ணாவிரதத்தைக் கைவிட்டார்.

சிறையிலிருந்து வெளிவந்தவுடன் பகத் சிங்கின் புரட்சிகர போராட்டங்களால் ஈர்க்கப்பட்டு அவருடைய அணியில் இணைந்து செயல்பட்டார். சச்சிந்திர நாத் சன்யாலுடன் இணைந்து வெடிகுண்டு தயாரிக்கும் முயற்சியில் ஈடுபட்டார்.

பகத் சிங்குடன் சேர்ந்து பல்வேறு புரட்சி செயல்களில் ஈடுபட்டாலும் மத்திய சட்டசபை குண்டுவெடிப்பு வழக்கான லாகூர் சதி வழக்கு என்ற வரலாற்றுப் புகழ்பெற்ற புரட்சி வழக்கில் குற்றவாளியாகச் சேர்க்கப்பட்டு 14.6.1929 அன்று லாகூர் சிறையில் அடைக்கப்பட்டார்.

பிரிட்டிஷ் சிறை நிர்வாகம் இந்திய குற்றவாளிகளை அதுவும் அரசியல் கைதிகளை மிக மோசமாக நடத்தியது. வாரக்கணக்கில் துவைக்கப்படாத நாற்றம் பிடித்த சீருடையை அணியச் செய்தனர். கரப்பான் பூச்சி, பூரான் ஓடும் சமயலறையில் செய்யப்பட்ட உணவை வழங்கினர். .அரசியல் கைதிகள் படிப்பதற்கு எந்தவித செய்தித்தாளும் புத்தகமும் வழங்கப்படவில்லை. அதே சமயத்தில் ஐரோப்பிய கைதிகளுக்கு அனைத்துவிதமான வசதிகளும் கிடைத்தன.

இந்த இழிநிலையை எதிர்த்த பலரும் கடுமையாகத் தண்டிக்கப்பட்டனர். அஞ்சா நெஞ்சன் தாஸ் இந்தக் கொடுமைக்கு முடிவுகட்டும்விதமாய் சிறை நிர்வாகத்தை எதிர்த்து 13.7.1929-ல் உண்ணாவிரதத்தைத் தொடங்கினார். தன்னைத்தானே வருத்திக் கொண்டு பிரிட்டிஷ் அரசின் சிறை நிர்வாகச் சீர்கேட்டை உலகமறியுமாறு செய்தார்.

அரசு எவ்வளவுதான் மன்றாடியும், வலுக்கட்டாயமாக உணவைத் திணிக்க முயன்றும் முடியவில்லை. ஜடின் தாஸின் மன உறுதியையும், அவர் கோரிக்கையில் இருந்த நியாயத்தையும் உணர்ந்த சிறை நிர்வாகம் அவரை பிணையில்விட முடிவு செய்தும், இரக்கமற்ற பிரிட்டிஷ் அரசு பிணையில் விடவில்லை.

மயிர்நீத்பின் உயிர்வாழாக் கவரிமான் அன்னார்
உயிர்நீட்பர் மானம் வரின்

என்ற வள்ளுவரின் வாக்கிற்கு ஏற்ப, கொண்ட கொள்கையில் உறுதியாக இருந்த ஜட்டின் தாஸ், 63 நாள்கள் சோறு தண்ணீர் இன்றி முழுமையான உண்ணாவிரதம் இருந்து 13.9.1929-ல் உயிர் நீத்தார்.

துர்காபாய் தலைமையில் அந்த மானம் காத்த வீரனின் உடல் லாகூரில் இருந்து கல்கத்தாவுக்கு எடுத்துச்செல்லப்பட்டது. ஹவுரா ரயில் நிலையத்தில் இரண்டு கிலோ மீட்டர் தூரம் காத்திருந்த மக்களின் சார்பாக ஜடினின் புகழுடல் சுபாஷ் சந்திர போஸால் பெறப்பட்டு இறுதி ஊர்வலம் மக்கள் வெள்ளமாக நகர வீதிகளைக் கடந்து சென்றது.

ஜடின் தாஸின் மரணத்திற்கு எதிர்ப்பு தெரிவிக்கும் வகையில் கோபிசந்த் பார்கவா, முகமது ஆலம் ஆகிய சட்டமன்ற உறுப்பினர்கள் ராஜினாமா செய்தனர்.

மோதிலால் நேரு கடும் கண்டனம் தெரிவித்து மத்திய சட்டசபையில் தீர்மானம் கொண்டுவந்தார். "ஜவஹர்லால் நேரு, இந்திய சுதந்திரத்தில் மற்றொரு மாணிக்கக் கல் தியாகச் சுடராகப் பதிந்திருக்கிறது. இந்தத் தியாகம் இந்த சுதந்திரப் போராட்டத்தை மேலும் வலுப்படுத்தவே செய்யும்" என்று குறிப்பிட்டார்.

வீரமே உருவான சுபாஷ் சந்திரபோஸ் ஜடினின் புகழுடலைச் சுமந்து சென்று சோர்ந்து போய் நின்றார். ஜடின் தாஸ் இந்தியாவின் புரட்சியை நிலைநாட்டிய இளம் துறவி (Young Dadgichee of India) என்று புகழாரம் சூட்டினார். 2009-ம் ஆண்டு ஜடின் தாஸ் புகழை நிலைநாட்டும் விதம் 'Immortal Martyr Jatin Das' என்ற 35 நிமிட ஆவணப்படம் வெளியிடப்பட்டுள்ளது.

சுதந்திர தினம், குடியரசு தினம் என விடுமுறையை அனுபவித்துக்கொண்டு, தொலைக்காட்சியில் ஆடல் பாடல் நிகழ்ச்சிகளைப் பார்த்துக்கொண்டு, சமூக வலைதளங்களில் போலியான வாழ்த்து செய்தியை பகிர்ந்து கொண்டிருக்கிறோமே?

இதற்காகவா இந்த இளம் காளைகள், பெற்ற தாய் தந்தையை மறந்து, இளமையைத் துறந்து நாட்டு விடுதலைக்காக வீர மரணத்தை தழுவினார்கள். நன்றியுடன் ஒருநாளாவது நினைத்துப் பார்த்திருப்போமா? அவர்கள் புகைப்படத்தை வைத்திருப்போமா? குறைந்தபட்சம் எந்த இடத்திலாவது பள்ளி, கல்லூரிகளில் இத்தகைய வீர மறவர்களின் புகைப்படத்திற்கு மலர் அஞ்சலி செலுத்தியுள்ளோமா? சிந்தியுங்கள் இந்தியர்களே! இந்த நாட்டிற்காக இன்னுயிர் ஈந்த வீர மறவர்களைப் போற்றி வணங்குங்கள்!

இந்த இடத்தில் சுதந்திர மற்றும் குடியரசு தினத்தன்று, இந்த தேசத்தின் விடுதலைக்காக இன்னுயிர் ஈந்த வீரர்களை நினைவுபடுத்தும்விதமாக வாழ்த்துச் செய்திகளை அனுப்ப வேண்டுமென அன்புடன் கேட்டுக்கொள்கிறேன்.

பகத்சிங்

பகத்சிங்கின் தியாகங்கள் சொல்லி மாளாது.

மதன்லால் திங்ராதான், பகத்சிங்கிற்கு வழிகாட்டியாக இருந்தவர்.

பஞ்சாப் மண் வீரத்திற்கும், தியாகத்திற்கும், நாட்டுப் பற்றுக்கும் தன்னையே அர்ப்பணித்த மண்!

பகத்சிங்கின் சித்தப்பா அஜித் சிங், தீவிர சுதந்திரப் போராட்ட வீரர் ஆவார். லாலா லஜபதி ராய் உடன் நெருங்கிய நட்புகொண்டு இணைந்து செயல்பட்டார். பிறகு நண்பர்களுடன் சேர்ந்து புரட்சிகர சிந்தனைகளை முன்வைக்கும் விதமாக, 'இந்தியன் சோஷலிஸ்ட் ரிபப்ளிக் ஆர்மி' எனும் அமைப்பை உருவாக்கி இளைஞர்களை எழுச்சிமிக்க புரட்சி சிந்தனைக்குள் கொண்டுவந்தார்.

1927-ல் சைமன் கமிஷன், இந்தியர்களின் நிலையை வாழ்வாதாரத்தை ஆய்வு செய்வதற்காக இந்தியா வருகிறது. அந்தக் குழுவில் ஏழு உறுப்பினர்கள் இருந்தார்கள். அதில் ஓர் உறுப்பினர் கூட இந்தியர் இல்லை.

இந்தியர்களைப் பற்றி ஆய்வு செய்ய வரும் குழுவில், இந்தியர் ஒருவர்கூட இல்லையெனில் எப்படி அவர்களுடைய வாழ்வாதாரம், வாழ்க்கைமுறை, பொருளாதார நிலை, தனிநபர் வருமானம், வறுமையின் தாக்கம், பழக்கவழக்கம், பண்பாடு இவற்றைப் பற்றி அறிந்து கொள்ள முடியும் என அந்தக் குழுவிற்கு எதிராக, சைமன் குழு புறக்கணிப்புப் போராட்டம் தீவிரமாக நடைபெற்றது.

அந்தப் போராட்டத்தின் போது 1928, அக்டோபர்

பகத்சிங்

30 அன்று 'ஷெர்-இ-பஞ்சாப்' என்று அழைக்கப்பட்ட பஞ்சாப் சிங்கம் லாலா லஜபதி ராயை சான்டர்ஸ் என்ற பிரிட்டிஷ் காவல் அதிகாரி அடித்து, மண்டையை உடைத்துவிட்டார்.

உயிர் போகும் நிலையில் மருத்துவ மனையில் அனுமதிக்கப்பட்ட லாலா லஜபதி ராய், சில நாட்களில் இறந்து போனதும் பெரிய கலவரச்சூழல் உண்டானது.

அவர் இறப்புக்குப் பின் நடந்த இரங்கல் கூட்டத்தில், சித்தரஞ்சன் தாஸ் அவர்களின் மனைவி வசுந்தரா தாஸ் அங்கு கூடிய பொதுமக்களைப் பார்த்து,

''இங்கு உள்ள இளைஞர்களில் ஒருவருக்குக் கூடவா வீரமில்லை? நம்முடைய தேசத்தின் மிகப்பெரிய தலைவர் பிரிட்டிஷ்காரர்களால் தாக்கப்பட்டு உயிரிழந்துள்ளார். இதை எதிர்த்துக் கேட்க எந்த இளைஞர்களுக்கும் சக்தி இல்லையா? தகுதி இல்லையா? வீரமில்லையா'' என ஆவேசமாகப் பேசுகிறார்.

அம்மையாரின் பேச்சைக் கேட்டுக்கொண்டிருந்த இளைஞர்கள் பகத்சிங், ராஜகுரு, சந்திரசேகர ஆசாத், சுக்தேவ் ஆகியோரின் நெஞ்சம் துடிக்கிறது.

அதுமட்டுமல்ல லாலா லஜபதிராயை, பகத்சிங் தனது குருவாகவே போற்றி வந்தவர். எனவே, அவர்கள் ஒரு முடிவு எடுக்கின்றனர், நம்முடைய தேசத் தலைவரை பிரிட்டிஷ் படையினர் அடித்துக் கொல்வதா? இதற்குப் பழி வாங்க வேண்டும் என எண்ணி அந்த இளைஞர்கள் திட்டம் தீட்டுகிறார்கள்.

காட்டுத்தனமாகச் செயல்பட்ட காவல் உதவி ஆய்வாளரைப் பழி தீர்க்க சபதம் ஏற்றனர். எப்படிச் செய்வது? எங்கு செய்வது? எதன் மூலம் என்பதெல்லாம் ஒன்றும் புரியவில்லை

பகத்சிங் தன் கூட்டாளிகளை அழைக்கிறார்! என்னுடன் வாருங்கள் போதும்! நான் பார்த்துக் கொள்கிறேன்! பகத்சிங், சுக்தேவ், ராஜ்குரு என மூவரும் சைக்கிளில் புறப்படுகிறார்கள்!

லாகூர் காவல் நிலையம். சைக்கிளின் வேகம் குறைகிறது. பகத்சிங் இறங்குகிறார். காவல் நிலைய வாசலில் உதவி ஆய்வாளர் சான்டர்ஸ், காவலர் சானன்சிங் நின்று கொண்டிருக்கின்றனர்.

பகத்சிங் நெருங்குகிறார், துப்பாக்கியை எடுக்கிறார், நொடிப்பொழுதில் குறிவைத்துச் சுடுகிறார். துடி துடிதுடித்து விழுந்த சாண்டர்ஸ் மரணமடைகிறார். காவலர்கள் துரத்துகிறார்கள்,

துரத்திச் சென்ற காவலர் சானன் சிங்கை, சந்திர சேகர் ஆசாத் தாக்குகிறார். காவலரும் மரணமடைகிறார். கொதித்தெழுந்தது பிரிட்டிஷ் அரசு! தீவிரமாக வலை வீசியது. இளைஞர்கள் தலைமறைவாகிறார்கள்.

இந்நிலையில் 'சென்ட்ரல் அசெம்பளி' என்று அப்போது இருந்த மத்திய சட்டப் பேரவையில் 'தொழிலாளர் நல மசோதா, பொதுமக்கள் பாதுகாப்பு மசோதா' என்ற சட்டங்களைத் தாக்கல் செய்கிறார்கள்.

இந்த இரண்டு சட்டங்களுமே நம்முடைய தொழிலாளர்களையும், பொதுமக்களையும் அடக்கி ஆளக்கூடிய சட்டங்களாகும்.

இந்தச் சட்டங்களை உறுப்பினர்களின் விவாதத்திற்கே கொண்டுவராமல், சட்டமன்ற உறுப்பினர்களின் அனுமதி இல்லாமலேயே சட்டம் நிறைவேறும் நிலையிலிருந்தது. இதனை முறியடிக்கும் விதமாக பகத்சிங்கும் அவரது நண்பர்களும் சட்டமன்றத்திற்குச் சென்றார்கள். கடும் எதிர்ப்பைத் தெரிவிக்கும் விதமாக, உயிர்ச்சேதம் விளைவிக்காத வெடிகுண்டை வீசுகிறார்கள்.

சத்தம் காதைப் பிளக்கிறது, எங்கும் புகை மண்டலம். இப்போது அவர்கள் தப்பித்து ஓடவில்லை. தாங்களாகவே கைதாகிறார்கள்.

தலைமறைவு வாழ்க்கை வாழ்ந்தால், சுதந்திர சிந்தனைகளை, நம் கருத்துகளை

நீதிமன்றத்திற்கும் பிரிட்டிஷ் ஆட்சியாளர்களுக்கும், மக்களுக்கும், தெரிவிக்க முடியாது. கைது செய்யப்பட்டு நீதிமன்றத்தில் ஆஜர்படுத்தப்பட்டால் விசாரணையின் போது நம் கருத்துகளை ஆவேசமாக வெளிப்படுத்த முடியும் என்பதற்காகவே கைதாகிறார்கள்!.

மக்கள் மனதில் ஆதர்ச நாயகனாக இடம் பிடிக்கிறார் பகத் சிங். இப்பேர்பட்ட பகத்சிங் மற்றும் கூட்டாளிகளை யாருக்கும் தெரிவிக்காமல், தூக்கில் போடுவதற்கு ஏற்பாடு நடந்துகொண்டிருக்கும் வேளையில் அவர்களை விடுவிக்கும் விதமாக பல சட்டப் போராட்டங்களும் மக்கள் போராட்டங்களும் நடத்தப்படுகின்றன.

அந்தக் காலகட்டத்தில் காந்திக்கு நிகராக புகழ்பெற்ற, மக்கள் மனதில் இடம் பிடித்த நாயகனாகப் பகத்சிங் திகழ்ந்தார் என்று ஏடுகள் புகழாரம் சூட்டியுள்ளன.

காந்தி-இர்வின் ஒப்பந்தத்தின்போது, பகத்சிங்கின் விடுதலைக்காக காந்தி பேசுவார் என எதிர்பார்க்கப்பட்ட நிலையில், அதைப்பற்றி காந்தி ஒரு வரி கூட பேசவில்லை என்று தெரிகிறது.

"நோக்கம் மட்டும் தூய்மையாக இருந்தால் போதாது, அதை அடையும் வழிமுறையும் தூய்மையாக இருக்க வேண்டும்" என்று அகிம்சையை கடைப்பிடித்த காந்தி, பகத்சிங்கின் விடுதலையைப் பற்றி பேசவேயில்லை.

அந்தக் காலகட்டத்தில் பகத்சிங், போராளிகளுக்கு மத்தியில், இளைஞர்கள் மனதில் நாயகனாக பகத்சிங் திகழ்ந்தார் என்று ஏடுகள் புகழாரம் சூட்டியுள்ளன.

அவரைத் தூக்கில் போடுவது வெளியே தெரிந்தால் மாபெரும் போராட்டம் செய்ய ஆரம்பித்துவிடுவார்கள் என்பதற்காகக் குறிப்பிட்ட நாளுக்கு முன்னதாகவே, அதாவது 23 மார்ச், 1931 அன்று இரவோடு இரவாக தூக்கில் போடப்பட்டு, ராவி ஆற்றங்கரையில் பிணத்தை எரித்து நாய்களை விட்டு தின்னவைத்தார்கள்.

மூவரையும் தூக்கிலிட்டுவிட்டார்கள் என்பது மறுநாள்தான் மக்களுக்குத் தெரிந்தது. மக்கள் துடித்தார்கள், அதுவும் பெண்கள் அடித்துக்கொண்டு அழுது கதறினர். இத்தகைய ஓங்குபுகழ் பெற்ற பகத்சிங் மறையும்போது, வயது 23. ஆம்.. வெறும் இருபத்து மூன்றே வயதில் மங்கா புகழ் பெற்று அந்த தியாகச் சுடர் மறைந்துபோனது!

தூக்கு மேடையை முத்தமிடும் கடைசி மணித்துளி வரை, லெனின் எழுதிய 'அரசும் புரட்சியும்' எனும் புத்தகத்தை வாசித்துக்கொண்டிருந்தார் பகத்சிங்.

'உங்கள் பிள்ளைகளை பகத்சிங் போல் வீரமாக உருவாக்குங்கள், நாட்டு விடுதலைக்காக தன்னை அர்ப்பணம் செய்யும் தியாக சீலர்களாக உருவாக்குங்கள்' என்று இந்தியப் பெண்களுக்கு பகத்சிங் கடிதம் எழுதி மடிந்துபோகிறார்.

உத்தம் சிங்

உங்களுக்கெல்லாம் தெரிந்திருக்கும். 1919-ல் ஜாலியன் வாலாபாக் என்ற இடத்தில் ரௌலட் சட்டம் எனும் வாய்ப்பூட்டுச் சட்டத்தை எதிர்த்து அமைதியான முறையில் போராடிக்கொண்டிருந்த இந்திய மக்கள்மீது, மைக்கேல் டயர், ஜெனரல் ஓ டயர் மற்றும் சில சார்ஜன்டுகள் சேர்ந்து காட்டுமிராண்டித்தனமாக சுட்டதை அறிவீர்கள்!

கிணற்றில் விழுந்து, கூட்ட நெரிசலில் சிக்கி, துப்பாக்கிக் குண்டுகள் பாய்ந்து என 1,400-க்கும் மேற்பட்டோர் உயிரிழந்தனர்.இந்த அநியாய, படுபாதக செயலை விசாரிக்க நியமிக்கப்பட்ட கமிட்டி மைக்கேல் ஓடயரையும் ஜெனரல் ஓடயரையும் பாராட்டி அவர்களது செயல்களை நியாயப்படுத்திப் பரிசு மழை வழங்கி

உத்தம் சிங்

கௌரவப்படுத்தியது.

அந்த உயிரிழப்பு களுக்குக் காரணமான மைக்கேல் டயரை ஓர் இளைஞன் பார்த்துக் கொண்டிருக்கிறான். மனதுக்குள்ளே கருவுகிறான்!

அமைதியாக எதிர்ப்பை தெரிவிப்பதற்காக, ஒன்றுகூடிய, என் மக்களின் மீது தாக்குதல் நடத்திய உன்னைவிடமாட்டேன் என மனதிற்குள் வைராக்கியத்தை விதைத்துக் கொள்கிறான்.

அந்த வீரன்தான் உத்தம்சிங்

பகத்சிங்கின் புரட்சி சிந்தனையால் உந்தப்பட்டு தீவிர விடுதலை வேட்கை கொண்டார். காதர் கட்சி எனும் புரட்சி இயக்கத்தில் தீவிரமாகப் பங்காற்றி ஆயுதங்கள் வைத்திருந்ததற்காக ஐந்து ஆண்டுகள் சிறையில் அடைக்கப்பட்டார்.

விடுதலையானவுடன் காவலர்கள் கண்காணிப்பில் இருந்த உத்தம் சிங், காஷ்மீர் வழியாக ஜெர்மனிக்குத் தப்பித்து சென்று, அங்கிருந்து லண்டன் சென்றார். அங்கு பொறியாளராக வேலை பார்த்து வந்தார்.

21 ஆண்டுகள் காத்திருந்து 1940-ல் மைக்கேல் ஓ டயரை லண்டனில் நேருக்கு நேர் சந்திக்கிறார். டயரை சுட்டுக் கொன்றுவிட்டு, எங்கள் மக்களை நீங்கள் எப்படி சுட்டுக்கொன்றீர்கள்? அமைதியாகக் கூடிய மக்களை, ஈவு இரக்கமில்லாமல் சுட்டுக்கொன்றீர்களே! இப்போது புரியும் உங்களுக்கு உயிரின் வலி! சுதந்திரத்தின் தேவை எவ்வளவு முக்கியம் என்று உணர்ந்துகொண்டிருப்பீர்கள். என் கடமையைச் செய்துவிட்டேன். இனி என் ஆத்மா அமைதிகொள்ளும் என சாந்தமாகிறான்.

வழக்கு விசாரணை! வழக்கம்போல மரண தண்டனை முடிவாகிறது!

''நீ ஏதாவது சொல்ல விரும்புகிறாயா?"

இந்திரா காந்தி

''என் நாட்டுக்காக இறப்பதில் பெருமகிழ்ச்சியடைகிறேன். ஆனால், என் ஒரே ஆசையை நிறைவேற்றுங்கள் என்கிறான்!" என்கிறான் உத்தம் சிங்.

நீதிமன்றம் நிசப்தமாகிறது!

தன்னைத் தூக்கில் போடுங்கள், அல்லது சுட்டுக்கொல்லுங்கள், அல்லது வெட்டித்தள்ளுங்கள்! அதைப்பற்றி கவலை கொள்ளவில்லை! ஆனால், இறந்த பிறகு என் உடலை என் பாரத மண்ணில், பஞ்சாப் தாயின் மடியில் புதைத்துவிடுங்கள்! என்று வேண்டினார்.

ஜூலை 31, 1940-ல் பென்டோன்வில் சிறையில் தூக்கிலிடப்பட்டார். அங்கேயே புதைக்கப்பட்டார்!,

ஏன் தாய் மண்ணில் புதைக்கச் சொன்னார்?

சுதந்திரத்தின் அவசியத்தை அடிமைப்பட்ட மக்கள் உணர வேண்டும் என்று விரும்பினார். தன்னைப் போன்றே இளைஞர்களால், தொடர்ச்சியாக இந்தப் போராட்டம் முன்னெடுத்துச் செல்லப்பட வேண்டும் என்று ஆசைப்பட்டு தன் உடலை தாய் மண்ணுக்குக் கொண்டு செல்லுமாறு வேண்டினார்.

ஆவேசம் கொண்ட மக்கள் ஆர்ப்பரித்து, வெகுண்டெழுந்து அந்நிய ஆட்சியை அகற்ற வேண்டும் என்று ஆசைப்பட்டார். அதற்காக தன் உடல் தாய் மண்ணிற்கு கொண்டுசெல்லப்பட வேண்டும் என விரும்பினார். ஆனால், அந்த ஆதிக்க அரசு அதற்கு செவிசாய்க்கவில்லை.

அவர் கனவுப்படி நாடு விடுதலை பெற்றது. ஆயினும் ஆங்கில அரசு அவர் வீர உடலை தாய் நாட்டுக்கு அனுப்பவில்லை.

1940-ல் தூக்கில் போடப்பட்ட உத்தம் சிங்கின் புகழுடல் 1974-ல்தான் சாது சிங் எம்.எல்.ஏ வேண்டுகோளின்படி, பிரதமர் இந்திரா காந்தி அம்மையாரின் முயற்சியால்

இந்தியா கொண்டுவரப்பட்டது. அந்த தியாக சீலனின் புகழுடல் அவன் ஆசைப்பட்டதைப் போலவே சொந்த மண்ணான பஞ்சாப் மாநிலம் சூனம் கிராமத்தில் தகனம் செய்யப்பட்டது.

அவருடைய அஸ்தி சட்லெஜ் நதிக்கரையில் கரைக்கப்பட்டது. அஸ்தியின் ஒரு பகுதி, எந்த கொடூர நிகழ்வுக்காக ஆங்கிலேயரை பழிதீர்த்தானோ, அதே ஜாலியன் வாலாபாக் மண்ணில் பத்திரப்படுத்தி வைக்கப்பட்டுள்ளது.

சந்திரசேகர் ஆசாத்

சந்திரசேகர் ஆசாத் என்ற முறுக்கு மீசை முரட்டுக்காளை பிராமண குடும்பத்தைச் சார்ந்தவர். சுதந்திரப் போராட்ட இயக்கத்தால், பகத்சிங்கின் புரட்சிகர சிந்தனையால் உந்தப்பட்டு போராளியாக மாறி ஆயுத யுத்தத்திற்கு தன்னை அர்ப்பணித்துக்கொண்டார்.

பகத்சிங்குடன் இணைந்து காவல் அதிகாரி சாண்டர்ஸ் கொலை, சட்டமன்றத்தில் குண்டு வீச்சு, ரயில் கொள்ளை வழக்குகளில் ஈடுபட்டிருந்தாலும் அவர் மட்டும் பிடிபடவில்லை. எல்லோரும் கைதாகிவிட்டால் போராடுவதற்கு யாரும் இல்லாமல் போய்விடுவார்களே என்று எண்ணினார்.

அவருடைய உண்மையான பெயர் சந்திரசேகர் மட்டும்தான். சுதந்திரம் என்று பொருள் படக்கூடிய ஆசாத்தை தன்னுடைய பெயருக்குப் பின்னால் சேர்த்துக் கொண்டார்.

பகத்சிங்கின் எல்லா போராட்டத்திலும் தீவிர பங்கு கொண்ட அந்த முறுக்கு மீசைக்காரன், அகன்ற மார்பினன் சந்திரசேகர் ஆசாதைக் கடைசி வரை, வெள்ளையர்களால் பிடிக்க முடியவில்லை.

சந்திரசேகர ஆசாத்

கோரல் மில்

துரோகிகள் காட்டிக்கொடுத்தமையால் உத்தரப்பிரதேசம் மாநிலம் அலகாபாத் ஆல்பிரட் பூங்காவில், 62 குண்டுகள் உடலைத் துளைக்க சுட்டுக் கொல்லப் பட்டார்.

காந்தி பலவகையான அறப்போராட்டங்களை நடத்தினாலும், காங்கிரஸ் மகாசபை பல வகையான தீர்மானங்களைக் கொண்டுவந்து போராடினாலும், விடுதலை வேள்வியில் தங்களையே அழித்துக்கொண்ட பலரின் தியாகத்தால் வந்ததுதான் இந்த சுதந்திரம்.

வ.உ.சி

தேசப்பற்று, தமிழ்ப்பற்று, தொழிலாளர் நலன், சுதேச தொழில்முனைவோரின் முன்னோடி என பன்முகத் திறன் பெற்ற ஆளுமையாய் திகழ்ந்து, தன் இறுதிக்காலத்தில் கப்பலோட்டிய தமிழன், கஞ்சிக்கு வழியில்லாமல் மண்ணெண்ணெய் விற்று வயிறு பிழைக்கும் நிலைக்கு ஆளானது தான் இந்தத் தமிழ் இனத்திற்கே உரிய தலைகுனிவான செயல். இந்த தமிழ், மண் போராளிகளுக்கும் அறிவு ஜீவிகளுக்கும் காட்டும் விசுவாசம் இதுதான்.

தூத்துக்குடியில் செயல்பட்டுவந்த ஹார்வி மில் நிறுவனத்தின் ஓர் அங்கமான கோரல் மில், தொழிற்சாலையின் ஆண்டு பங்குத் தொகையில், லாபத்தின் 90 சதவீத பங்கை நிர்வாகத்தினர் எடுத்துக்கொண்டு, வெறும் 10 சதவீத பங்கை மட்டுமே தொழிலாளர்களுக்குப் பிரித்துக் கொடுத்து ஏமாற்றினார். இதை எதிர்த்துக் கேட்க ஆளில்லாத நிலையில் திக்கற்று நின்ற தொழிலாளர்களுக்கு ஆதரவாகக் குரல் கொடுக்கும்விதமாய் வ.உ.சி தலைமையேற்று நிதி திரட்டி

போராட்டத்தைத் தொடங்கினார். தமிழகத்தின் முதல் வெற்றிகரமான தொழிலாளர் போராட்டம் வ.உ.சி தலைமையில் நடைபெற்ற தூத்துக்குடி கோரல் மில் தொழிலாளர் போராட்டம்தான்.

1905-1906 இந்திய சுதந்திரப் போராட்டத்தின் எழுச்சிமிக்க காலமாகும். கர்சன் பிரபு வங்காளத்தைப் பிரித்தது வெடிகுண்டுக் கிடங்கில் திரி பற்றவைத்ததுபோலாகிவிட்டது. வங்கப்பிரிவினை எதிர்ப்பு இயக்கம் வெகுஜன மக்கள் போராட்டமாக வெடித்தது. அதைத் தொடர்ந்து அன்னிய பொருள்களைப் புறக்கணிக்கும் சுதேசி இயக்கம் தொடங்கியது.

உள்நாட்டுப் பொருள்களை உற்பத்தி செய்தல், துணி உட்பட அனைத்திலும் உள்நாட்டுப் பொருள்களையே பயன்படுத்துதல், அந்நியப் பொருள்களை அறவே ஒதுக்குதல் என சுதேசி உணர்வு முழக்கம் உச்சத்தைத் தொட்டது.

இந்நிலையில் தூத்துக்குடி துறைமுகத்திலிருந்து, இலங்கை, மாலத்தீவு போன்ற நாடுகளுக்கு முத்து, ஏலக்காய், பருத்தியின் மூலப்பொருள்கள் போன்ற பொருள்களும் பயணிகள் கப்பலும் சென்றது. 'பிரிட்டிஷ் இந்திய ஸ்டீம் நேவிகேஷன் கம்பெனி' என்ற ஆங்கிலேய கம்பெனி ஏகபோகம் செலுத்தி வந்தது.

அப்போதுதான் வ.உ.சி, அனைவரும் அதிர்ந்துபோகும் விதமாக, நாம் ஏன் இந்திய சுதேசிக் கப்பல் நிறுவனத்தைத் தொடங்கக்கூடாது? என்று கூறி சுதேசிக் கப்பல் கம்பெனியைத் தொடங்கினார்.

ஆங்கிலேயர்களின் ஏகபோக ஆதிக்கமும் அவர்களுக்கு எடுபிடியாய் இருந்த சில இந்திய வியாபாரிகளின் அடாவடித்தனமும், தூத்துக்குடி அதைச் சுற்றியுள்ள மக்களையும், வியாபாரிகளையும் கடும் எரிச்சல் அடையச் செய்தாலும், எதிர்த்து எதுவும் செய்ய இயலாத நிலையில் வ.உ.சியின் சுதேசிக் கப்பல் கம்பெனி முடிவு அதிர்ச்சியைத் தந்தாலும், மக்கள் குறிப்பாக பெண்கள் பெரும் ஆதரவை வழங்கினர்.

அந்நாளில் புகழ்பெற்ற மனிதராக திகழ்ந்த பக்கிரி முகமது ராவுத்தர்தான் முதன் முதலில் வ.உ.சியை நம்பி கப்பல் கம்பெனிக்கு பண உதவி செய்தார். பாண்டித்துரைத்தேவர், தூத்துக்குடி கோபால்சாமி நாயுடு போன்றோரும் பங்குகளை வாங்க முன்வந்தனர்.

கணிசமான தொகை வந்தவுடன் வ.உ.சி, ஷா லைன், இப்ஸ்விச் என்ற இரண்டு கப்பல்களை வாடகைக்கு வாங்கி சுதேசிக் கப்பல் போக்குவரத்தைத் தொடங்கினார்.

16.10.1906-ம் ஆண்டு சுதேசிக் கப்பல் கம்பெனி முறைப்படி பதிவு செய்யப்பட்டது. பெண்கள், குழந்தைகள் உண்டியல் பணம் உட்பட சிறு சிறு தொகையையும் சுதேசிக் கம்பெனிக்கு கொடுத்தனர். தென்னாப்பிரிக்கத் தமிழர் வேதமூர்த்தி கணிசமான தொகையை அளித்தார்.

வ.உ.சி பம்பாய் சென்று 'எஸ்.எஸ். லாலோ' என்ற கப்பலைச் சொந்தமாக வாங்கி வந்தார். வேதமூர்த்தி பிரான்சுக்கு சென்று 'எஸ்.எஸ்.காலியோ' என்ற கப்பலை வாங்கி வந்தார். சுதேசிக் கப்பல் கம்பெனி முயற்சி, சொந்தமாகக் கப்பல் வாங்கிய துணிச்சல், ஆங்கிலேயரை கடும் அதிர்ச்சிக்கு ஆளாக்கியது.

வ.உ.சி-யிடம் பெரிய பேரம் பேசி அதை நிறுத்த முயற்சித்தனர். வ.உ.சி சிங்கமென கர்ஜித்து லட்ச ரூபாய் காசை துச்சமெனத் தூக்கி எறிந்தார்.

1907-ல் நடைபெற்ற குஜராத் சூரத் காங்கிரஸ் மாநாட்டில் கலந்துகொண்டு 'சுயராஜ்ஜியம் எனது பிறப்புரிமை, அதை அடைந்தே தீருவேன்' என்ற தீவிரவாத கொள்கைகொண்ட திலகர், விபின் சந்திர பாலருடன் கைகோத்து நின்றார்.

வ.உ.சி-யின் தீவிர அரசியல், சுதேசிக் கப்பல் நிறுவனம் வளர்ச்சி, இதை ஒழிக்க நினைத்த பிரிட்டிஷார், அவர்களுடைய கப்பல் நிறுவனத்தில்

சரக்குப் போக்குவரத்து, பயணிகள் கட்டணத்தை பாதியாகக் குறைத்து, சுதேசி கம்பெனியை தடுமாறச் செய்தனர்.

வ.உ.சி-யின் தீவிர அரசியல் ஈடுபாடுதான் பிரிட்டிஷ் அரசின் கோபத்துக்கு காரணம் என்று உணர்ந்த சுதேசிக் கம்பெனி நிர்வாகிகள் வ.உ.சி அரசியலில் ஈடுபடக்கூடாது என்று தீர்மானம் போட்டனர் .

சுயமரியாதை, சுதந்திரம் என்பதையெல்லாம் தூர எறிந்துவிட்டு வியாபாரமும் பணமும் மட்டுமே முக்கியம் என்ற வியாபாரிகளை என்னவென்று செய்வது? பலவித நெருக்கடிகளில் வ.உ.சி மனம் நொந்துபோனார்.

அலிப்பூர் சதி வழக்கில் அரவிந்தருக்கு எதிராக சாட்சி சொல்ல மறுத்த விபின் சந்திர பாலர், ஆறு மாதம் சிறைத் தண்டனை பெற்று, விடுதலையாகும் நாளான 8.3.1908-ம் தேதியை வ.உ.சி தலைமையில் விழாவாகக் கொண்டாட மக்கள் முடிவெடுத்தனர்.

தூத்துக்குடி, திருநெல்வேலியில் தடையுத்தரவு பிறப்பிக்கப்பட்டது. திருநெல்வேலி கலெக்டர் விஞ்ச் துரை வ.உ.சியையும், சுப்ரமணிய சிவாவையும் தந்திரமாக கைது செய்யும் நோக்கில், தம்மை வந்து சந்திக்குமாறு கூறினார்.

விஞ்ச் துரை, வ.உ.சி.யும் சுப்ரமணிய சிவாவும் போராட்டத்தில் ஈடுபடுவதில்லை என்றும், மாவட்டத்தை விட்டு வெளியேற சம்மதிப்பதாகவும் எழுதித் தருமாறு கூறினார். அதை ஏற்க மறுத்து வெளியேற முயன்ற வ.உ.சி-யும் சுப்ரமணிய சிவாவும் அங்கேயே கைது செய்யப்பட்டனர்.

இருவரும் கைது செய்யப்பட்ட செய்தி காட்டுத் தீ போல பரவ, திருநெல்வேலி மக்கள் கொதித்தெழுந்தனர். திருநெல்வேலி இந்துக் கல்லூரி மாணவர்கள் புரட்சியை முன்னெடுக்க, ஏட்டையா குருநாத ஐயரும் புரட்சியாளர்களுடன் சேர்ந்து கோஷமிட வேலையை இழந்தார்.

துணை கலெக்டர் ஆஷ் துரை லத்தியால் அடித்து விரட்டவும், சுட்டுக் கொல்லவும் உத்தரவிட்டார். பெரும் கலவரம் உண்டானது. கலவரத்தை அடக்க சிறப்புக் காவல் படை வரவழைக்கப்பட்டது. ஆனால் அதற்கான செலவுத் தொகையும் தண்டவரியாக அந்தப் பகுதி மக்கள் தலையிலே கட்டப்பட்டது.

திருநெல்வேலி, தூத்துக்குடி, தச்சநல்லூர் கலவரங்களில் ஈடுபட்டோர் என நூற்றுக்கணக்கானவர்கள் கைது செய்யப்பட்டனர். நான்கு பேர் சுட்டுக் கொல்லப்பட்டனர். கலவரத்திற்கு காரணம் வ.உ.சி-யும் சுப்ரமணிய சிவாவும்தான் என்று கூறி, ஆங்கிலேய அரசு திருநெல்வேலி கூடுதல் அமர்வு நீதிமன்றத்தில் வழக்கு தொடுத்தது.

வ.உ.சி-மக்களின் சுதேசி சிந்தனையைத் தூண்டும் வகையில், சுதந்திரம்தான் தீர்வாக முடியும் என்று பேசிய பேச்சை ராஜ துரோக பேச்சு என்று இட்டுக்கட்டி இந்திய தண்டனைச் சட்டம் 153-A பிரிவின் கீழ் வழக்குப் பதிவு செய்தது. பாரிஸ்டர் ரிச்மாண்ட், பிரிட்டிஷ் அரசுத் தரப்புக்காக வாதாடினார்.

வ.உ.சி., சுப்ரமணிய சிவாவுக்காக தஞ்சை ராமசாமி ஐயரும், சடகோபாச் சாரியாரும் வாதாடினார்கள். இரண்டு மாத காலம் வழக்கு நடத்தப்பட்டு விசாரணையின் முடிவில் 7.7.1908-ல் நீதிபதி பின்ஹே தீர்ப்பளித்தார். வ.உ.சி மக்களை ஒன்றிணைக்குமாறு பேசிய பேச்சை, ராஜ துரோகம் என்று கூறி ஆயுள் தண்டனையும், சுப்ரமணிய சிவாவுக்கு உதவியதாக இன்னோர் ஆயுள் தண்டனை என 40 ஆண்டுகள் கடுங்காவல் தண்டனை விதித்தார். அதுவும் அந்தமான் சிறையில் அனுபவிக்க வேண்டும் என்று அரக்கத்தனமாகத் தீர்ப்பளிக்கப்பட்டது. சுப்ரமணிய சிவாவுக்கு 10 ஆண்டுகள் கடுங்காவல் தண்டனை விதிக்கப்பட்டது.

சுதந்திர உணர்வை உண்டாக்கும் மேடைப் பேச்சுக்கு இத்தகைய கொடுமையான தண்டனையா என எல்லோரும் கொதித்தெழுந்தனர்.

அப்போது இந்தியச் செயலாளராக இருந்த மார்லி பிரபுவே, வைசிராய் மண்டோவுக்கு, "இது நியாயமற்ற அநீதியான செயல். இது சட்டம் ஒழுங்கை சீர்குலைக்கச் செய்யும்" என்று எழுதினார் என்றால் பார்த்துக்கொள்ளுங்கள்!

அதன் விளைவுதான் வாஞ்சிநாதன் வெகுண்டெழுந்து ஆஷ் துரையை தண்டித்தது. தண்டனையை எதிர்த்து உயர் நீதிமன்றத்தில் மேல்முறையீடு செய்து ஒன்பது ஆண்டுகளாகக் குறைக்கப்பட்டது. லண்டன் பிரிவு கவுன்சில் ஆறு ஆண்டுகளாகக் குறைத்து திருச்சி, கோவை, கண்ணனூர் சிறையில் செக்கிழுக்கும் பணியில் மாடுபோல் ஈடுபடுத்தப்பட்டார்.

சுதேசிக் கப்பல் கம்பெனி கடன், குடும்ப சூழல், வறுமை என பல துயரங்களில் வாடிய நிலையில் நன்னடத்தை காரணமாக வ.உ.சி 1912, டிசம்பரில் விடுதலை செய்யப்பட்டார். வறுமையில் உழன்ற நிலையிலும் 1920-ல் கல்கத்தா காங்கிரசில் கலந்துகொண்டார். 1927-ல் சேலம் காங்கிரசுக்கு தலைமை வகித்துவிட்டு, இலக்கியப் பணியில் ஆர்வம் காட்டினார்.

கப்பல் கம்பெனி வைத்திருந்தவர் கஞ்சிக்கு வழியின்றி, பெரம்பூரில் மண்ணெண்ணெய் கடை வைத்து பிழைப்பு நடத்தினார் என்பதை நினைக்கும்போது, இந்த தமிழ் மக்களை என்னவென்று சொல்வது? இந்த சமூகத்தின் நன்றி என்பது இவ்வளவு தானா? திலகர் நிதியிலிருந்து மாதம் 50 ரூபாய் நிதியுதவி வழங்கப்பட்டது.

சிந்தை முழுக்க சுதந்திர உணர்வு, செயல்கள் அனைத்தும் சுதேசி மேலாண்மை, திருக்குறள், தொல்காப்பியம் உட்பட தமிழ் இலக்கிய இலக்கணத்தில் ஆழ்ந்த புலமை, நூல்கள் ஆக்கம், ஜேம்ஸ் ஆலன் உட்பட பல சுயமுன்னேற்ற நூல்கள் மொழிபெயர்ப்பு என மேம்பட்ட சிந்தனை கொண்ட போராளியாகவும், அறிவு ஜீவியாகவும் திகழ்ந்த செக்கிழுத்த செம்மல், சிறுமைப்பட்ட வாழ்வு நிலைக்கு ஆளாகி 18.11.1935-ல் மறைந்தார்.

சுப்ரமணிய சிவா

'சிவம் பேசினால் சவமும் விழித்தெழும்' எனும் சொல்லுமளவுக்கு தனது எழுச்சியுரையால் பிரிட்டிஷ் ஏகாதிபத்தியத்திற்கு அச்சமூட்டியவர் சுப்ரமணிய சிவா.

திண்டுக்கல் மாவட்ட வத்தலகுண்டில் 04.10.1884-ல் பிறந்து, மதுரை சேதுபதி பள்ளியில் படித்தார். இயற்பெயரான சுப்பிரமணியனுடன், **ஸ்ரீ சதானந்த சுவாமிகள்,** சிவம் என்பதையும் சேர்த்து அழைத்தார். நாளடைவில் அதுவே சுப்ரமணிய சிவா என்றாகிவிட்டது.

வறுமையின் காரணமாகத் திருவனந்தபுரம் சென்று இலவசமாக உணவு அளிக்கும் ஊட்டுப்புறையில் உணவு உண்டு கல்வி கற்றார். கோவை செயின்ட் மைக்கேல் கல்லூரியில் ஓராண்டு கல்வி கற்றார்.

ஆங்கிலேய ஆதிக்கத்தால் நம் நாடு அடிமைப்பட்டிருந்த நிலையில், 1905-ல் சிறிய நாடான ஜப்பான், வலிமையான ரஷ்யாவை வீழ்த்தி வெற்றி கண்டது அனைத்து காலனிய நாடுகளுக்கும் பெரியதொரு உத்வேகத்தை அளித்தது.

இந்நிலையில் இந்தியாவில் கர்சன் பிரபு 1905-ல் உருவாக்கிய வங்கப்பிரிவினை பெரியதொரு கொந்தளிப்பை உண்டாக்கி, நாடு முழுவதும் பிரிட்டிஷ் அரசிற்கு எதிரான மனநிலையை உண்டாக்கியது.

இந்தக் காலகட்டத்தில் திருவனந்தபுரத்தில் இருந்த சிவா, ஆரிய சமாஜியத்தைச் சார்ந்த தாகூர்கான் என்ற

சுப்ரமணிய சிவா

அதீத தேசபக்தரின் எழுச்சிமிகு சொற்பொழிவுகளைக் கேட்டு, சுதந்திரப் போராட்ட உணர்வை வளர்த்துக்கொண்டார்.

தன் வயதை ஒத்த இளைஞர்களை திரட்டி "தர்மபரிபாலன சமாஜம்" என்ற அமைப்பை ஆரம்பித்து, பிரிட்டிஷ் அரசிற்கு எதிரான கருத்துகளைப் பரப்பிவந்ததால், திருவாங்கூர் சமஸ்தானத்திலிருந்து வெளியேற்றப்பட்டார்.

கால்நடையாகவே அலைந்து திரிந்து, செல்லும் இடமெல்லாம் சுதந்திர கனல் தெறிக்கும் எழுச்சியுரையை ஆற்றிக்கொண்டே வந்தார்.

1908-ல் தூத்துக்குடிக்கு வந்த அவர், புகழ்பெற்ற வழக்கறிஞராகவும், சுதந்திர கனல் தெறிக்கும் போராளியாகவும், தொழிலாளர் நலனில் அக்கறை காட்டும் சமூகநலவாதியாகவும் திகழ்ந்த வ.உ.சி. யுடன் இணைந்து பல சுதந்திரப் போராட்ட கூட்டங்களில் கலந்து கொண்டு வீரமிக்க சொற்பொழிவை நிகழ்த்தி வந்தார்.

பிரிட்டிஷ் உளவு போலீஸ், "இவரது பேச்சு மக்களைச் சிந்திக்க வைக்கிறது, மக்கள் பிரிட்டிஷ் அரசின் மோசடித்தனத்தை பற்றி பேசுகின்றார். எல்லோரும் ஒன்றிணைந்து எதிர்த்து போராடவேண்டும் என்று ரகசிய கூட்டமெல்லாம் நடக்கிறது" என்று தகவல் கொடுத்தனர்.

கோரல்மில் போராட்டத்தை தொடர்ந்து பிபின் சந்திர பாலர் விடுதலையை வ.உ.சி.யும், சுப்பிரமணியசிவாவும் பெரியதாக கொண்டாட விரும்பி, தூத்துக்குடி, திருநெல்வேலி மாவட்டம் முழுவதும் பல்வேறு இடங்களில் சுற்றுப்பயணம் மேற்கொண்டு சுதந்திரக் கனலை மூட்டினர்.

இவர்களின் கோரல் மில் ஆலை தொடர் போராட்டத்தால் 10% சதவீதம் தந்த லாப விகிதத்தை 50% சதவீதமாக ஆக உயர்த்தி தர நிர்வாகம் முன் வந்தது பெரிய வெற்றியாக கருதப்பட்டது. இதைக் கண்ட மற்ற ரயில்வே தொழிலாளர்கள், எண்ணெய் ஆலை ஊழியர்கள் அனைவருமே விழிப்புணர்வு பெற்று போராடத் தொடங்கினார்.

திருநெல்வேலி கலெக்டர் விஞ்ச் உத்தரவு படி ராஜ துரோகக் குற்றம் சாட்டப்பட்டு வ.உ.சி., சுப்ரமணிய சிவா, பத்மநாப ஐயங்கார் மூவரும் 12.03.1908-ல் கைது செய்யப்பட்டனர்.

9 நாட்கள் வேலைப் போராட்டத்தை முடித்துகொண்டு வேலைக்குத் திரும்பிய தொழிலாளர்கள், வ.உ.சி., சிவா கைதை கண்டித்து, மார்ச் 14, சுதந்திரப் போராட்ட கோரிக்கையாக அவர்களை விடுதலை செய்ய வேண்டுமென பெருந்திரளாக திரண்டு போராட்டம் நடத்தினர். வழக்கு நீதிமன்றத்தில் தீவிர விசாரணைக்கு பிறகு வழக்கில் வ.உ.சி-க்கு இரட்டை ஆயுள் தண்டனையும், சுப்ரமணிய சிவாவுக்கு 10 ஆண்டு கடுங்காவல் சிறை தண்டனையும் விதிக்கப்பட்டது. பிறகு சுப்ரமணிய சிவா 02.11.1912-ல் விடுதலை செய்யப்பட்டார்.

விடுதலைக்கு பின்னர் சென்னை மயிலாப்பூரில் குடியேறி, இலக்கிய, எழுத்து பணியில் ஈடுபட்டார். 1913-ல் "ஞானபானு" என்ற மாத இதழை தொடங்கினார்.

பாரதியார் வ.உ.சி.யை மாமன் என்றழைக்குமளவிற்கும் சிவாவை அன்புடன் நண்பா என்று அழைக்குமளவிற்கும் நட்பு கொண்டிருந்தார்.

"வ.உ.சி-யும் சிவாவும் இல்லையென்றால் இந்த பாரதி ஒரு குருடன்" என்றே எழுதியுள்ளார்.

ஞானபானு துவக்க இதழில் வாழ்த்துரையாக, பாரதியார்

"திருவளர் வாழ்க்கை, கீர்த்தி, தீரம்
நல்லறிவு, வீரம்

மருவுபால் கலையின் சோதி,
வல்லமையென்பவெல்லாம்

வருவது ஞானத்தாலே வையமுழுது மெங்கள்

பெருமைதானிலவி நிற்கப் பிறந்தது ஞானபானு"

என்று சிறப்பாக வாழ்த்துரை வழங்கினார்..

ஞானபானு முதல் இதழிலேயே

அறிவுடையார் எல்லாம் உடையார் அறிவிலார் என்னுடைய ரேனும் இலர்.

என்ற திருக்குறளைப் பதிவிட்டு சுதந்திரம், தேசபக்தி, மானிட இனத்தின் மேன்மை இவையே லட்சியம் என்று குறிப்பிட்டிருந்தார் .

தூயதமிழில்கட்டுரைஎழுதுபவர்களுக்கு 5 ரூபாய் பரிசளிக்கப்படும் என்று தமிழ் வளர்ச்சியில் ஆர்வம் காட்டினார். பாரதியாரின் பல கட்டுரைகள், கவிதைகள், இந்த ஞானபானுவில் வெளியாகியுள்ளது.

சின்ன சங்கரன் கதை என்ற சுய சரிதை கதை, பாப்பா பாட்டு, கண்ணன் என் தாய், யோக சித்தி, இறவாமை, வேய்ங்குழல் போன்ற கவிதைகளை இந்த இதழில் தான் பாரதியார் படைத்தார்.

1916-ல் பிரபஞ்ச மித்திரன் என்ற வார இதழையும் துவக்கினார். நாரதர் எனும் புனைபெயரில் சுப்ரமணிய சிவா பல கட்டுரைகள் இந்த இதழில் எழுதினார்.

உடல் நலிவுற்ற போதும் 1920 கல்கத்தா காங்கிரஸ் மாநாட்டில் கலந்துகொண்டார்.

சுதந்திர எண்ணம் மேலோங்கிய நிலையில் பாரதிய எண்ணம் அவரை ஆட்கொண்டதால் சகலமும் பாரதிய மயம் என்றார்.

1921-ல் காரைக்குடியில் முதன்முதலில் 'பாரதாசிரமம்' தொடங்கி இளைஞர்களுக்கு தேசபக்தியூட்டும் தேசிங்குராஜன் கதை , வீர சிவாஜி நாடகங்களை நடத்தி காட்டினார்.

1921 முதல் துறவு வாழ்க்கையை மேற்கொண்டு காவியுடையணிந்து தான் பெயரையையே "சுதந்திரானந்தர்" என்று மாற்றிக் கொண்டார்.

17.11.1921-ல் இரண்டாம் முறையாக அரசு ராஜ துரோகம் குற்றம் சாட்டப்பட்டு, கைது செய்யப்பட்டார். பிறகு 12.01.1922-ல் விடுதலையானார். இந்த நிலையில் தான் தொழு நோய்க்கு ஆளாகி உருக்குலைந்து போனார். சிறையிலிருந்து விடுதலையான அவரை வரவேற்க சென்ற வ.உ.சி., இந்த தொழுநோயாளியைக் கண்டு யாரோ என்று நினைத்துக்கொள்ள, பிறகு சிவா அழைத்த பிறகு தான் , சுப்ரமணிய சிவா தான் அவரென்று தெரிந்ததும் வ.உ.சி. கதறினார்.

ஆயினும் உடல்நிலையை பொருட்படுத்தாமல் ரயிலில் ஊர் ஊராக சென்று மீண்டும் சுதந்திர பிரச்சாரத்தை மேற்கொண்டார். **இவரது தீவிர செயல்பாட்டை தடை செய்யும் நோக்கிலேயே ஆங்கில அரசு, தொழுநோயாளிகள் ரயிலில் பிரயாணம் செய்ய கூடாது எனத் தடை விதித்தது.**

"நமது நாடு சுய உணர்ச்சி பெறவேண்டும்" சுய தேவையைப் பூர்த்தி செய்துகொள்ள வேண்டும், சுதந்திரத்தை விரைவில் எட்ட வேண்டும்" என்ற நோக்கத்துடன், தர்மபுரி பென்னாகரம் அருகில் பாப்பாரபட்டியில் "பாரதமாதா ஆசிரமத்தை" அமைக்க தீவிர முயற்சி எடுத்தார்.

திரு.வி.க வின் தேசபக்தி இதழில் "பாரதமாதா ஆசிரமம்" அமைப்பு பற்றி கட்டுரை வெளியானது.

"பிச்சையெடுத்து உண்டாவது, தேசநலன் காப்பது, சுதந்திரத்தை அடைவது, ஜாதிமத உணர்வை அகற்றிப் பாரத தாயை வணங்குவதே" இந்த ஆசிரமத்தின் நோக்கம் என்று வெளிப்படுதினார்.

பாப்பாரப்பட்டியில் இடம் வாங்கி அதற்கு பாரத புரம் என்று பெயர் சூட்டி அங்குதான் பாரத மாதா ஆலயத்தை அமைக்கும் பணி தொடங்கியது.

மகாத்மா காந்தியை அழைத்து வந்துதான் அடிக்கல் நாட்ட திட்ட மிடப்பட்டது. ஆனால் ஏனோ அந்த முயற்சி கை கூடவில்லை.

22.06.1923-ல் தேசபந்து சிதரஞ்சன் தாஸ் அடிக்கல் நட்ட பாரதமாதா ஆலயம் கட்டும் பணி தொடங்கியது.

பாரத தாயை எல்லோரும் வணங்க வேண்டும், இந்த ஆலயத்தில் அர்ச்சகர் கிடையாது, ஜாதி மத பேதம் கிடையாது, இந்த தேசத்தில் வடிவமான அன்னையை அனைவரும் வணங்க வேண்டும் , இந்திய ஒற்றுமையை உணர்த்த வேண்டும் என்ற உயர்ந்த நோக்கத்திலேயே அந்தக் கோயிலைக் கட்டினார்.

அந்த பாரதமாதா ஆலயத்தில் சுதந்திரப் போராட்டத்தில், உயிர் நீத்த தியாகிகளை விக்கிரகங்களாக அமைக்க திட்டமிட்டிருந்தார்.

அதேபோல் திரு.வி.க., சிங்காரவேலர், சக்கரை செட்டியார், கொண்டிருந்த நட்பினால் தொழிலாளர் நலனிலும் தீவிர அக்கறை காட்டினார்.

இந்தியாவிலேயே சென்னையில்தான் முதல் மே தினம் கொண்டாடப்பட்டது. இந்த வரலாற்று நிகழ்ச்சியை நடத்தியவர்கள் சிங்காரவேலரும், சுப்ரமணிய சிவாவுமே ஆவார்.

சித்தரஞ்சன் தாஸ் நடத்திய ஃபார்வார்டு(*Forward*) இதழின் அனைத்து நகலையும் சிவா பாத்திரப்படுத்தி வைத்திருந்தார்.

தன்னலம் கருதாது, சுகபோகம் காணாது, யோக சித்தி பெற்ற கட்டுடல் கொண்ட சுப்பிரமணிய சிவம், சுண்டியிழுக்கும் பேச்சாற்றல் கொண்ட வீரச்சுடர் பிரிட்டிஷ் அரசின் அடக்கு முறைக்கு ஆளாகி சிறையில் நிந்திக்கப்பட்ட தோல் பதனிடும் அசுத்தமான சூழலில், கடுமையான, சுகாதாரமற்ற சிறைப் பணியால் தொழுநோய்க்கு ஆளாகி, நாடு நாடு என்று நாடோடியாய் அலைந்து திரிந்து உடல் நலம் பேணாமல், சிதைந்து போனார்.

23.07.1925-ல் பாப்பாரப்பட்டியில் தான் உருவாக்கிய "பாரதமாதா ஆசிரமத்திலேயே தான் 41வது வயதில் மறைந்து போனார்.

"சிவம் பேசினால் சவமும் விழித்தெழும்" என்ற அந்த தியாகச்சுடர் சுப்ரமணிய சிவாவை இன்று யார் நினைவு கூறுகிறார்கள்? நாம் சிவகார்த்திகேயனுக்கு தான் கை தட்டி கொண்டிருப்போம். சுப்ரமணிய சிவாவை ஏன் தெரிந்து கொள்ள போகிறோம்?

பாரத மாதாவுக்கு ஆலயம் கட்டிய தியாகச்சுடருக்கா பாலாபிஷேகம் செய்வோம்? குத்துப்பாட்டு பாடும் வேவுதாரிகளுக்குதான் காவடி தூக்குவோம்..

"என்று தணியும் இந்த சுதந்திர தாகம்" என பாரதி பாடியது போல,

என்று திருந்தும் இந்த தமிழின சமூகம் என்று தான் கேட்க தோன்றுகிறது.

ராணி கெய்டினிலு

ஆண்களுடைய தியாகம் எப்படி இருந்ததோ, அதே அளவிற்கு பெண்களுடைய தியாகமும் இருந்திருக்கிறது.

எப்படி பகத்சிங், உத்தம் சிங், குதிராம் போஸ், மதன்லால் திங்ரா போன்ற புரட்சியாளர்கள் உருவானார்களோ, அவர்களுக்கு நிகராகப் பெண்களும் புரட்சிகர இயக்கங்களை முன்னெடுத்துள்ளனர்.

நாகலாந்து பழங்குடி மக்களை பிரிட்டிஷ் அரசு வஞ்சிக்கிறது, அவர்களுக்கான உரிமை மறுக்கப்படுகிறது, வனங்கள் அழிக்கப்படுகின்றன என ஆங்கிலேயேரை எதிர்த்து நாகாலாந்து மக்களை ஒன்று திரட்டி போராட்டத்தை முன்னெடுக்கிறார் கெய்டினிலு என்ற பெண்.

ஆங்கிலேயேரை எதிர்த்துப் போராட்டம் நடத்தும்போது இவர்களை அடித்துக் கொல்ல வேண்டும் என்று வந்த சார்ஜன்ட் மெக்டோனால்ட் என்பவரை கெய்டினிலு அம்மையார் துப்பாக்கியால் சுட்டுக் கொலை செய்துவிடுகிறார். அதற்காக அவரைச் சிறையில் அடைக்கிறது பிரிட்டிஷ் அரசு. நாளுக்கு

நாள் கெய்டின்லு அம்மையாருக்கு ஆதரவு அதிகரித்துக்கொண்டே செல்கிறது. இதனால் அவரை ஒவ்வொரு சிறையாக மாற்றுகின்றனர்.

ஷில்லாங் சிறைக்கு மாற்றும்போது நேரு அவர்கள் அம்மையாரைக்காண வருகிறார். நேரு அவர்கள் அம்மையாரிடம், கவலைப்படாதே சகோதரி.. உன்னுடைய இந்தப் போராட்டம் வரலாற்றில் இடம் பெறும். இதுநாள் வரை நீ சாதாரண கெய்டின்லு, இனிமேல் கிழக்கின் ராணி, ராணி கெய்டினிலு என்று அழைக்கப்படுவாய்.

உன்னை மீட்டெடுப்பதற்கு இந்தச் சகோதரன் கடைசி வரை உறுதுணையாக இருப்பான் என்று கூறிச் செல்கிறார். ஆனால் நடந்ததும் அதுதான்! என்ன வென்றால் சுதந்திரம் கிடைக்கும் வரை அந்த அம்மையாருக்கு விடுதலை கிடைக்கவேயில்லை. நேரு பிரதமரான பிறகுதான் கெய்டின்லு அம்மையார் விடுவிக்கப்பட்டார்.

பிரித்தி லதா வடேகர், சூரியா சென், கல்பனாதத்

பிரித்தி லதா வடேகர், வங்கத்து பிராமண குடும்பத்தைச் சார்ந்த பெண். வங்கத்து மண் எப்போதுமே புரட்சிக்கும் ஆன்மீகத்துக்கும் பெயர்பெற்றது. சுபாஷ் சந்திரபோஸ், சித்தரஞ்சன்தாஸ், விவேகானந்தர் போன்ற பல தலைவர்களை இந்நாட்டிற்குத் தந்த மண்.

பிரித்தி லதா வடேகர் டாக்காவில் ஈடன் கல்லூரியில் படிப்பில் தங்கப் பதக்கம் பெற்ற பெண். புரட்சி இயக்கத்தால், சுதந்திரச் சிந்தனையால் உந்தப்படுகிறார். அவருக்கு சூரியா சென் என்ற ஒரு நண்பர் இருந்தார்.

சூரியா சென்னின் தியாகம் சொல்லி மாளாது. சுதந்திரப் போராட்டத்திலேயே மிகக் கொடுமையான மரணத்தைச் சந்தித்தவர் சூரியா சென்தான்.

சூரியா சென், சுதந்திரப் போராட்டத்திற்காக 'இந்தியக் குடியரசு ராணுவம்' என்று பொருள்படக்கூடிய (I.R.A) என்ற புரட்சி இயக்கத்தை நடத்தி வந்தார்.

பிரித்தி லதா வடேகர் வைணவ பிராமணப் பெண். அம்மையார் சூரியா சென்னிடம், நானும் இந்த இயக்கத்தில் சேர்ந்துகொள்கிறேன், நாங்களும் சுதந்திரப் போராட்டத்தில் ஈடுபட்டே தீருவோம் என்று வேண்டி விரும்பி பங்கேற்றார்.

ஆனால், சூரியா சென், பூபேஷ்வர் தத்தா போன்றோர், பெண்களை நாங்கள் சேர்த்துக்கொள்ள மாட்டோம், ஆங்கிலேயே அரசின் அடக்குமுறைகளை, தோட்டாக்களை, கொடுமைகளைச் சந்திக்க நேரிடும் என்பதால் வேண்டாம் என மறுக்கின்றனர். ஆனால், பிரித்தி லதா வடேகர் விடுவதாக இல்லை!

திரும்பத் திரும்ப கேட்டுக்கொண்டே இருக்கிறார். அப்போது சூரியா சென்னிற்கு ஒரு யோசனை வருகிறது. பெண்களைக் கடுமையாகச் சோதனை செய்ய மாட்டார்கள், எனவே அவர்களை ஆயுதம் கடத்த பயன்படுத்திக் கொள்ளலாம் என்று கூற, அம்மையாரை சேர்த்துக்கொள்கிறார்.

டாக்கா அருகில் உள்ள சிட்டகாங் ஆயுதக் கிடங்கில்தான் பிரிட்டிஷ் அரசு, இந்திய சுதந்திரப் போராட்டத்தை ஒடுக்குவதற்காக டன் கணக்கில் ஆயுதங்கள், வெடிபொருள்களை வைத்திருந்தது.

இந்த ஆயுதங்களைப் பயன்படுத்தித் தான் பிரிட்டிஷ் அரசு நம்முடைய மக்களைக் கொல்கிறது. எனவே, அந்த ஆயுதக் கிடங்கைக் கைப்பற்ற வேண்டும் என்று சூரியாசென் உள்ளிட்ட போராளிகள் திட்டம் தீட்டுகின்றனர்.

சிட்டகாங் ஆயுதக்கிடங்கின் மீது சூரியா சென், பிரித்தி லதா வடேகர், பூபேஷ்வர் தத்தா, கல்பனா தத் போன்ற 36 போராளிகள் தாக்குதல் நடத்துகின்றனர். இரு தரப்பினருக்கும் உயிரிழப்பு ஏற்படுகிறது. போராளிகள்,

ஆங்கிலேயப் படை வீரர்களைக் கொன்று ஆயுதக்கிடங்கை கைப்பற்றுகின்றனர். ஆங்கிலேய அரசு கடும் கோபம் கொள்கிறது.

சூரியா சென், பிரித்தி லதா வடேகர் ஆகியோர் அடங்கிய குழுவை எப்படியாவது அழிக்கவேண்டும் என அவர்களைச் சல்லடை போட்டுத் தேடுகிறது.

இந்த நிலையில், பகர்தலத்தி யூரோப்பியன் கிளப் என்ற கிளப்பில் *'Indians and dogs are not allowed'* என்ற வாசகம் எழுதிவைக்கப்பட்டிருப்பதைக் கண்ட பிரித்தி லதா வடேகர், நம் நாட்டு மக்களை ஒழித்துக்கட்டும் ஆங்கிலேயர்களுக்கு, இங்கு கிளப் எதற்கு என்று எண்ணுகிறார். இந்த கிளப்பை முதலில் ஒழித்துக்கட்ட வேண்டும் என்று முடிவெடுக்கிறார்.

அதற்கான பொறுப்பை கல்பனா தத்திடம் அளிக்கிறார். இந்தத் தகவலை எப்படியோ அறிந்த ஆங்கிலேய அரசு அந்த கிளப்பிற்கு கடுமையானப் பாதுகாப்பு அளிக்கிறது. அதையெல்லாம் பொருட்படுத்தாமல் புரட்சிப் படையைச் சேர்ந்தவர்கள் அந்த வாசகம் அடங்கிய பலகையை அகற்றும்போது சுட்டுக் கொல்லப்படுகின்றனர்.

பிரித்தி லதா வடேகர் கையில் குண்டு பாய்கிறது. குண்டு காயத்தோடு தப்ப முயலும், பிரித்தி லதா வடேகரை ராணுவம் தொடர்ந்து சுற்றி வளைக்கிறது.

தன்னால் இந்தப் புரட்சி இயக்கம் சிக்கிவிடக்கூடாது என்று சயனைடு அருந்தி உயிரைத் துறந்தார்.

இறக்கும்போது அவருடைய வயது என்ன தெரியுமா?

வெறும் இருபத்தொன்று!

சூரியா சென்னை ஆங்கில அரசால் பிடிக்க முடியவில்லை. அதனால் ஆங்கிலேய அரசானது, 1932-லேயே அவரைப் பற்றி தகவல் கொடுத்தால் 5 லட்சம் பரிசு அளிக்கப்படும் என்று அறிவிக்கிறது. சூரியா சென் ஒரு வீட்டில் தங்கியிருக்கும்போது காக்டெய்ர் கலா என்பவர் அரசுக்குத் தகவல் கொடுக்கிறார்

பிரித்தி லதா வடேகர்

சூரியா சென்

கல்பனாதத்

அதனால் சூரியா சென் பிரிட்டிஷ் அரசால் கைது செய்யப்படுகிறார். காக்டெய்ர் கலாவின் மனைவி சூரியா சென்னின் தீவிர ரசிகை.

தன் கணவன் என்றும் பார்க்காமல், சூரியா சென் பற்றிய தகவலைச் சொன்னவர் என் கணவர்தான், முதலில் அவரைக் கொலை செய்யுங்கள் என புரட்சியாளர்களிடம் கூறுகிறார்.

புரட்சியாளர்கள் காக்டெயர் கலா பரிசுப் பணத்தை வாங்குவதற்குள் அவரை இந்த மண்ணில் இருந்து அகற்றிவிட்டனர்.

விடுதலைக்காகப் போராடிய புரட்சியாளர்களைக் காட்டி கொடுத்தது தனது கணவன் என்றபோதும், அவரைக் கொலைசெய்யச் சொல்லிய புரட்சிமிகு பெண்களை, தேசப் பக்தைகளைக் கொண்டுள்ள தேசமிது.

சூரியா சென்னைப் பிடித்துச் சென்ற பிரிட்டிஷ் அரசு இந்திய வரலாற்றிலே மிகக் கொடுமையான முறையில் கொலை செய்தது.

சூரியா சென்னிற்குத் தூக்கு தண்டனை விதிக்கப்படுகிறது. அவரை டாக்கா சிறையில் அடைத்து அவரது 32 பற்களையும் சுத்தியலாலேயே அடித்து உடைத்தார்கள். இருபது விரல்களிலும் நகக்கண்ணைப் பிடுங்கி எறிந்தார்கள். கை மற்றும் கால்களிலுள்ள மூட்டுகளை உடைத்து, ஒரு பிணமாகவே தூக்கு மேடைக்கு அழைத்துச் சென்றார்கள்.

எங்களுடைய ஆயுதக்கிடங்கையா அழித்தாய் என்று கேட்டு துடிக்க, துடிக்கக் கொடுமைப்படுத்தி ரத்தம் சொட்ட சொட்ட தூக்கில் போட்டனர்.

இப்பேர்பட்ட தன்னலமற்ற புரட்சி வீரர்களின் தியாகத்தால் கிடைத்தது தான் நம்முடைய சுதந்திரம். சூரியா சென்னுக்கு உறுதுணையாக நின்றது பிரித்தி லதா வடேகர் என்ற பெண்.

நமக்கு நடிகைகளைத் தெரியும், வர்ணம் பூசிய அழகிகளைத் தெரியும். ஆனால், இவர்களைப் போன்ற, சரித்திர செயற்கரிய செயல்கள் செய்த பெண்மணிகளை நாம் தெரிந்துகொள்வதில்லை. அவர்கள் பெயர்கள் கூட நமக்குத் தெரிவதில்லை.

மேடம் பீகாஜி காமா

மேடம் பீகாஜி காமா என்ற பெண்மணியைக் கேள்விப் பட்டுள்ளீர்களா? இவர் பார்சி இனத்தைச் சேர்ந்த பெண். பார்சி இனம் என்பது இந்தியாவில் குறிப்பாகப் பம்பாய், குஜராத்தில் தொழில் வளமிக்க இனம்.

பம்பாயில் பிறந்த இவரின் தந்தை செல்வ வளமிக்கவர். தன் மகளை, ருஸ்தம்ஜீ காமா என்பவருக்கு மணமுடித்து வைக்கிறார். பீகாஜி காமா அவர்கள் தீவிர சுதந்திர வேட்கையுடைய பெண்மணி ஆவார்.

அந்தக் காலகட்டத்தில் பெரோஷா மேத்தா என்பவர் நடத்திய பம்பாய் கிரானிக்கிள் என்ற இதழில் சுதந்திரப் புரட்சி மிகு கட்டுரைகள் எழுதினார். அது அவருடைய கணவருக்குப் பெரும் பயத்தை ஏற்படுத்தியது. பீகாஜியின் கணவர் தொடர்ந்து எழுத அனுமதி மறுக்கிறார்.

பீகாஜி தனது கணவரிடம், நீ எப்படி என்னை எழுதக்கூடாது என்று சொல்லலாம்? உன்னைவிட பத்து மடங்கு சொத்து என் தந்தையிடம் உள்ளது. சொத்தை அனுபவிக்கும் ஆசையிருந்தால் நான் எங்கள் வீட்டிலேயே இருக்கலாம். தேச விடுதலை பற்றி எழுத, சுதந்திரத்தைப் பற்றி பேச எதிர்ப்பு தெரிவித்தால் எனக்கு கணவனே தேவையில்லை என கூறிவிடுகிறார். இந்த வெறுப்பில் ருஸ்தம்ஜீ காமா பிரிந்து சென்று விட்டார்.

லண்டன் இந்தியா ஹவுஸ்தான் அந்நாளில் இந்திய சுதந்திர சிந்தனையின் பிறப்பிடமாக புகலிடமாக விளங்கியது.

அங்குதான் வீர சவார்க்கர், திருச்சி தந்த வீரவிளக்கு வ.வே.சு. அய்யர், மதன் லால், ஷ்யாம் ஜி.கிருஷ்ண வர்மா, முதலியப் புரட்சியாளர்கள் தங்கி புரட்சி சிந்தனையை வளப்படுத்திய இடம்! சொல்லப்போனால் இந்திய புரட்சிகர சிந்தனை தோன்றிய இடம் என்றே கூறலாம்.

அந்தப் புரட்சி இல்லத்திற்கு பீகாஜி காமா செல்கிறார்.

புரட்சியாளர்களை உற்சாகப்படுத்தும் விதமாக நீங்கள் சுதந்திரமாக செயல்படுங்கள்!,

உங்களுக்கு அனைத்து உதவிகளையும் நான் செய்கிறேன் என்று கூறுகிறார்.

சவார்க்கர் அவர்கள் கப்பலில் தப்பிச் செல்லும்போது, ஆங்கிலேயே அரசு அவரைப் பிடித்து அந்தமான் சிறையில் அடைத்து, மிகக் கடுமையான தண்டனைகளை வழங்குகிறது.

பீகாஜி அவர்கள் தன்னுடைய எல்லாச் சொத்துக்களையும் விற்று கிடைத்த பெரும் தொகையினைப் புரட்சி இயக்கத்திற்குக் கொடுத்தார்.

மீதம் உள்ள சொத்தை சவார்க்கர் குடும்பத்திற்கு அளித்தார்.

22.8.1907-ல் ஜெர்மனி ஸ்டட்காட்டில் நடைபெற்ற *SECOND INTERNATIONAL SOCIALIST CONGRESS* மாநாட்டில் கலந்துகொண்டு இந்திய பஞ்சத்தைக் குறித்து எழுச்சியுரை ஆற்றினார்.

1910 எகிப்து கெய்ரோ மாநாட்டில்

பெண்ணுரிமைக்காக தீவிரமாக குரல் கொடுத்தால் உங்கள் சகோதரிகளை தாய்மார்களை மனைவியை அழைத்து வரவில்லை ஏன் அவர்களை முன்னிலைப் படுத்தவில்லை என்று சரமாரியாக கேள்வி எழுப்பி மாநாட்டுக் குழுவினரை திணறடித்தார்.

ஜெர்மனியில் இந்த அம்மையார் தான் முதன்முதலாக இந்திய தேசியக் கொடியை உருவாக்கினார்.

அந்த மூவர்ணக் கொடியில் பச்சை, மஞ்சள், சிவப்பு ஆகிய நிறங்களுடன் 8 தாமரைப் பூக்களும், பிறை, சூரியனும் இடம்பெற்றிருந்ததது. கொடியின் மத்தியில் வந்தே மாதரம் என்ற வார்த்தை தேவநாகரி எழுத்தில் எழுதப்பட்டிருந்தது.

இதற்கு என்ன அர்த்தம் என்றால் பச்சை இஸ்லாமியர்களையும், மஞ்சள் நிறம் பௌத்த மதத்தையும் சீக்கியர்களையும், சிவப்பு நிறம் இந்தியர்களின் எழுச்சியையும், இந்துக் களையும், எட்டு தாமரைகள் அந்தக் காலகட்டத்தில் இந்திய நாட்டில் இருந்த 8 மாகாணங்களையும் குறிக்கும் விதமாக வடிவமைக்கப்பட்டது.

மேடம் பீகாஜி காமா வடிவமைத்த கொடி 1914-ல் பெர்லின் இந்திய சுதந்திரக் குழுவால் ஏற்றுக்கொள்ளப்பட்டது. இந்தியாவிற்காக வடிவமைக்கப்பட்ட அந்த அற்புதக் கொடி இன்றும் பூனாவிலுள்ள மராத்தா கேசரி நூலகத்தில் பத்திரப்படுத்திவைக்கப்பட்டுள்ளது.

மேடம் பிகாஜி அம்மையார் உருவாக்கிய கொடி

தன்னுடைய சொத்து சுகம் அனைத்தையும் இந்த நாட்டு விடுதலைக்காக அர்ப்பணித்தவர் பீகாஜி அம்மையார்.

தன்னுடைய கணவன் வருத்தம் தெரிவித்து வந்தாலும், இந்த நாட்டு விடுதலைப் போராட்டத்தை ஏற்றுக் கொண்டு வந்தால் நான் உன்னுடன் வாழ்கிறேன், இல்லை எனில் எனக்கு இந்தத் திருமண வாழ்க்கையே தேவையில்லை எனக் கூறி உதறித் தள்ளினார்.

தீவிர புரட்சிகர நடவடிக்கையால், பாரிசுக்கு நாடு கடத்தப்பட்டவர் பக்கவாத நோயால் மிகவும் அவதிப்பட்டார். நண்பர் சர் கவாஜி ஜகாங்கீர் முயற்சியால் மீண்டும் தன் அந்திம காலத்தில் பம்பாய் வந்தடைந்தார். உடல்நிலை மோசமான நிலையில் பார்சி பொது மருத்துவமனையில் அனுமதிக்கப்பட்ட பீக்காஜீ அம்மையார் அம்மையார் 13.8.1936-ல் இறந்துபோனார்..

ராஜ்குமாரி அம்ரீத் கௌர்

ராஜ்குமாரி அம்ரீத் கௌர் என்ற பெண்மணியை தெரியுமா? இந்த அம்மையார் பஞ்சாப் அரசருடைய மகள். தன்னுடைய 20 வயது வரை லண்டனில் படித்து விட்டு இந்தியா வருகிறார்.

சுதந்திரப் போராட்டத்தால் உந்தப்பட்டு நாமும் இந்த நாட்டிற்காகப் போராட வேண்டும் என்ற உணர்வோடு இருக்கிறார். 1919-ல் ஜாலியன் வாலாபாக் படுகொலைக்குப் பின், செய்ய வேண்டிய செயல்களைப் பற்றி ஆராய மோதிலால் நேரு, சி.ஆர்.தாஸ், மகாத்மா காந்தி, ஆகியோர் ஒன்று கூடுகின்றனர்.

ராஜ்குமாரி அம்ரீத் கௌர் வீட்டில் தான் அனைவரும் ஒன்று கூடுகின்றனர். இந்த அம்மையார் ஒரு கிரிக்கெட் அணிக்கு தலைவியாக இருந்தவர், சிறந்த டென்னிஸ் வீராங்கனை, சிறந்த விளையாட்டு வீராங்கனை.

சமஸ்தானத்தின் இளவரசியாக ஆவதற்கு தகுதிகள் இருந்தும் அவர் அதை ஏற்கவில்லை.

தனக்கு கிறிஸ்தவ மதத்தின் மீது நம்பிக்கை உள்ளது என்று சொன்னதால் இவரை அனைவரும் ஒதுக்கினர்.

1930-ல் காந்தி நடத்திய உப்பு சத்தியாகிரகத்தில் கலந்துகொண்டு, மண்டை உடைந்து, ரத்தம் சிந்தி, மூன்று மாதம் சிறை தண்டனை பெற்று கொடுமைகளை அனுபவித்து வெளியே வந்தார்.

சுதந்திரப் போராட்டத்தை விட்டுவிட்டு ஆங்கிலேயே அரசாங்கத்தை எதிர்த்துப் பேசாமல் இருந்தால் உன்னை அரசியாக அங்கீகரிக்கிறோம் என்று ஆங்கிலேயே அரசு ராஜ்குமாரி அம்ரீத் கௌரிடம் உத்தரவாதம் கேட்டது.

அதற்கு அந்த அம்மையார் எனக்கு அரண்மனையும் வேண்டாம், பதவியும் வேண்டாம். இந்த நாட்டின் விடுதலைதான் முக்கியம், மகாத்மா காந்தி அவர்களைத்தான் தலைவராக ஏற்பேன் என்று கூறிவிடுகிறார்.

1934-ல் காந்தி அவர்களிடம், சேர்ந்து 14 ஆண்டுகள் அவருக்கு உதவியாளராகவும் இருந்தார். காந்தி எப்போதுமே ஒரு பரிசோதனைவாதியாக தான் இருந்துள்ளார். எல்லா பரிசோதனைகளையும் செய்து பார்ப்பார்.

யார் வந்தாலும் முதலில் அவர்களைக் கழிவறையை சுத்தம் செய்யச் சொல்லித்தான் அவர்களின் மனநிலையை, மன உறுதியை தெரிந்து கொள்வார். ராஜ்குமாரி அம்ரீத் கௌர் அவர்களையும், தொண்டர்களுடைய கழிவறையைச் சுத்தம் செய்யச் சொன்னார். கழிவறைகளைச் சுத்தம் செய்தால்தான் உனக்கு, அரச குலத்துப் பெண் என்ற எண்ணம் நீங்கும் என்று கூறுகிறார்.

ராஜ்குமாரி அம்ரீத் கௌர் அவர்கள், நாட்டிற்காகத் தன்னையே அர்ப்பணித்த காந்தி அவர்களின் சபர்மதி ஆசிரமத்தில் சேவை செய்வதை பாக்கியமாகக் கருதி அதை செயல்படுத்தினார்.

1927-ல் தற்போது உள்ள 'ALL INDIA WOMEN'S CONGRESS' என்ற அமைப்பை உருவாக்கினார். இந்த அமைப்பின் நிறுவனரும் இவர்தான். முதல் செயலாளரும் இவர்தான்.

இவருடைய சேவையைப் பாராட்டி 1946-ல் நேரு அவர்கள், இடைக்கால அரசு அமைக்கும்போது முதல் பெண் கேபினெட் அமைச்சராக சுகாதார துறைக்கு இவரைத்தான் நியமித்தார். சுகாதாரத்துறை அமைச்சராக நியூசிலாந்து பயணம் மேற்கொண்டார்.

அங்குள்ள மக்களின் வாழ்க்கை தரம், சுகாதார முறை, மருத்துவமனை செயல்படும் விதம் ,மருத்துவ சிகிச்சை, பயன்படுத்தப்படும் மருந்துகள் தொற்று நோய்களைத் தடுக்கும் முறை போன்றவற்றை மிகுந்த ஆர்வத்துடன் கேட்டறிந்தார்.

தாய்நாட்டிற்கு விடைபெறும்போது நியூசிலாந்து அரசாங்கம் உங்களுக்கு என்ன பரிசு வேண்டும் என்று கேட்டபோது, எனக்குப் பரிசு ஒன்றும் வேண்டாம், என் நாட்டு மக்கள் நோய்களால் மிகவும் சிரமப்படுகின்றனர் அதனால் எனக்கு பெட்டி பெட்டியாக பென்சிலின் கொடுங்கள் என்று கேட்டு பென்சிலினைப் பரிசாகப் பெற்று வந்தார்.

எப்பேர்ப்பட்ட செயல்திறன்மிக்க, தன்னலமற்ற, தேச நலன் கருதிய பெண்கள் வாழ்ந்துள்ள மண் இது என்பதை எண்ணி பெருமிதம் கொள்ள வேண்டும். ஆனால் இன்று ராஜ்குமாரி அம்ரித் கவுரை எத்தனை பேருக்குத் தெரியும்? குறைந்தபட்சம் ஒரு மகளிர் கல்லூரியிலாவது அவருடைய படத்தை வைத்திருப்போமா? சுதந்திர தினத்தன்று இவருடைய சேவையைப் பற்றி ஒரு வார்த்தை பேசி இருப்போமா?

பெண்கள் எந்த நிலையிலும் தாழ்வு மனநிலையை வளர்த்துக்கொள்ளக்

கூடாது. தகுதி இருந்தால், திறமை இருந்தால் எல்லா துறையிலும் எல்லோரையும் அங்கீகரிப்பார்கள். நம்முடைய அறிவையும், உழைக்கும் திறனையும்தான் நாம் மேம்படுத்திக் கொள்ளவேண்டும். எப்போது பார்த்தாலும் கேளிக்கைகள் மீது நாட்டம் கொண்டிராமல், அறிவை வளர்த்துக் கொள்வதில் நேரத்தைச் செலவிடுங்கள்.

பல்வேறு போராட்டங்கள், பல்வேறு யுத்தக் களங்களைச் சந்தித்ததால், அதிலும் உச்சபட்சமாக, 1946 -ல் நடைபெற்ற RIN எனப்படும் இந்திய கப்பற்படை பம்பாயில் நடத்திய புரட்சி, ஆங்கில அரசை மிகவும் யோசிக்க வைத்துவிட்டது. இதற்கு மேலும் இந்த நாட்டை தன் கட்டுப்பாட்டில் வைத்திருக்க முடியாது என்று உணரத் தொடங்கிவிட்டனர். அதாவது அரசியல் தலைவர்கள், பொதுமக்கள், சுதந்திரப் போராளிகள் விடுதலைக்காகப் போராடினாலும் அவர்களை கட்டுப்படுத்தக்கூடிய படையினரே அரசை எதிர்த்துப் போராடுவது என்பது விசுவாசம் முற்றிலுமாகப் போய்விட்டது என்பதைத்தான் உணர்த்தியது.

இந்நிலையில்தான் மௌன்ட் பேட்டன் பிரபு கவர்னர் ஜெனரலாக நியமனம் செய்யப்பட்டு, மவுன்ட்பேட்டன் திட்டம் என்ற திட்டத்தை ஜூலை 1947-ல் வெளியிடப்பட்டது. அதன்படி இந்த அகண்ட பாரதம் பழம்பெரும் தேசம் காந்தி, பட்டேல் போன்ற தலைவர்கள் பெரும்பாடு பட்டும் நாடு பிளவுபடுவதைத் தவிர்க்க இயலாத நிலையில் இந்தியா, பாகிஸ்தான் என இரு நாடுகளாகப் பிரிக்கப்பட்டு சுதந்திரம் வழங்கப்படும் என்று அறிவிக்கப்பட்டது .

ராட்கிளிப் எனும் ஆங்கிலேயர் தலைமையில் பாகப்பிரிவினைக் குழு அமைக்கப்பட்டது. அவருக்கு இந்தியாவின் வடக்கு, தெற்கு எது என்றுகூட தெரியாத நிலையில் இந்திய வரைபடத்தைக் கொண்டு கோடு போட்டு அவர் இந்த தேசத்தைப் பிரித்தார். என்ன கொடுமை எனில், பஞ்சாப் காஷ்மீர், வங்காளம் போன்ற எல்லைப்புற மாகாணங்களில் இருந்த மக்களின் வீடு இந்தியாவுக்கும் நிலம் பாகிஸ்தானுக்கு சென்றது.

தொழிற்சாலை ஒரு நாட்டிற்கும் அந்த தொழிற்சாலையில் பணிபுரியும் பணியாளர்கள் வசிக்குமிடம் மற்றொரு நாட்டிற்கும் சென்றது. மாட்டுத் தொழுவம் ஒரு நாட்டிற்கும் மாடு மேய்கின்ற இடம் மற்றொரு நாட்டிற்கும் பிரித்துக் கொடுக்கப்பட்டது. பிரிவினையைத் தொடர்ந்து நடந்த வன்முறைகள் அந்நாள் வரை சகோதரர்களாக விளங்கிய இரு இன மக்களும் பாதிப்புக்குள்ளான வரலாறு காணாத சோக நிகழ்ச்சியாகும்.

மவுன்ட்பேட்டன் பிரபு நேருவிடம் கொண்டிருந்த நெருங்கிய நட்பால், ஒரு வழியாக மவுன்ட்பேட்டன் திட்டம் அறிவிக்கப்பட்டு ஆகஸ்ட் 14,1947 பாகிஸ்தானுக்கும், ஆகஸ்ட் 15,1947 இந்தியாவுக்கும் சுதந்திரம் வழங்கப்படும் என்று அறிவிக்கப்பட்டது.

நாடு துண்டாடப்படுவது பெரிய சோகத்தை உண்டாக்கினாலும் ஒருவழியாக தலைவர்களும் மக்களும் சுதந்திரக் காற்றை சுவாசிக்கும் ஆர்வத்தில் சுதந்திரத்தை எதிர்நோக்கிய ஏக்கத்தில் பிரிவினையை ஏற்றுக்கொள்ளும் மனநிலைக்கு வந்துவிட்டனர்.

அடியார்கள் வானில் அரசாள்வர் ஆணை நமதே!

சுதந்திரம் பெற்ற நெகிழ்வான தருணம்..

இந்தியாவிற்கு சுதந்திரம் கொடுக்கப்போகிறோம், அதை எப்படிக் கொடுப்பது என்று கேட்க மௌன்பேட்டன் நேருவை அழைக்கிறார். நேருவுக்கும் குழப்பம் உண்டாகிறது.

நாத்திகராகவும் முன்னோக்கிய சிந்தனை கொண்டவராகவும் விளங்கிய பண்டித நேரு அவர்களுக்கு, சுதந்திரம் கைமாறும் நிகழ்ச்சியை எப்படி நடத்துவது, பிரதமராகப் பதவியேற்கும் வரலாற்றுச் சிறப்புமிக்க வைபவத்தை

எப்படி அரங்கேற்றுவது என்ற பெரிய குழப்ப நிலை உண்டானது. உடனே சடங்கு சம்பிரதாயங்கள், அறநெறிக்குப் பெயர்போன பழம்பெரும் இனத்தைச் சார்ந்த தமிழரான ராஜாஜியை அழைத்து இதுகுறித்து விவாதித்தார். நான் நாத்திகன். எனக்கு இந்த நடைமுறைகள் தெரியாது, அதனால் தாங்கள்தான் தீர்வு கூற வேண்டும்.

நூலாசிரியர் செந்தில்குமார் எஸ்.பி திருவாடுதுறை ஆதீனத்திற்குச் சென்று அங்கிருந்த, இளைய ஆதீனம் பிரதமர் நேரு அவர்களுக்கு செங்கோல் வழங்கிய புகைப்படத்தைப் பார்வையிட்ட காட்சி..

ராஜாஜி, கவலை வேண்டாம், எங்கள் தமிழகத்தில் மன்னர்களிடம் ஆட்சி மாற்றம் ஏற்படும்போது ராஜ குருவாக இருப்பவர் செங்கோலை புதிய மன்னருக்குக் கொடுத்து ஆட்சி மாற்றம் செய்வார். நாமும் அந்நியரின் கையால் சுதந்திரம் பெறுவதைவிட குரு மகானின் கையால் செங்கோலைப் பெற்று ஆட்சி மாற்றம் அடைவதே இந்த ஆன்மீக தேசத்திற்கு மாட்சிமை என்றார்.

நேருவும் நேரம் குறைவாக உள்ளது உடனே ஏற்பாட்டைச் செய்யுங்கள் என்று கேட்டுக்கொண்டார். ராஜாஜி உடனே திருவாவடுதுறை ஆதீனத்தைத் தொடர்பு கொண்டு விஷயத்தைச் சொல்ல, அப்போது கடும் காய்ச்சலில் இருந்த 20-வது குரு மகா சன்னிதானம் ஸ்ரீலஸ்ரீ அம்பலவாண தேசிகர் அவர்கள், சிவ ஆகமப்படி 'செங்கோல்' தயாரித்து தங்க முலாம் பூசி, **இளைய ஆதீனம் காறுபாறு குமாரசாமி தம்பிரானிடம்** பொறுப்பை ஒப்படைத்து, கூடவே மாணிக்க ஓதுவார் மூர்த்திகளையும், டி.என்.ராஜரத்தினம் பிள்ளையையும் **தேவாரத்தில் இருந்து கோளறுபதிகம் பதினொரு பாடல்களைக் குறித்துக் கொடுத்து, இந்தப் பாடல்களைப் பாடவேண்டும் என டெல்லிக்கு அனுப்பி வைத்தார்.**

ராஜாஜி அனுப்பிய தனி விமானத்தில் டெல்லி போய்ச் சேர்ந்தனர். அப்போது ஆயிரமாண்டு அடிமைத் தளையில் இருந்து இந்தியா விடுதலை பெறும் புண்ணிய நேரத்திற்காக எல்லோரும் காத்திருந்தனர்.

அந்த சுதந்திர வைபவ தினத்தில் **மவுன்ட் பேட்டனிடமிருந்து செங்கோலை, திருவாவடுதுறை ஆதீனம் காறுபாறு குமாரசாமித் தம்பிரான் சுவாமிகள் பெற்று, செங்கோலுக்கு காவிரி நீர் தெளித்து, டி.என்.ராஜரத்தினம் பிள்ளை மங்கல இசை வாசிக்க, மாணிக்க ஓதுவார் மூர்த்திகள் 'வேயுறு தோளிபங்கன்' என்று தொடங்குகிற தேவார கோளறு திருப்பதிகத்தைப் பாட** பதினோராவது பாடலின் கடைசி வரி,

'அடியார்கள் வானில் அரசாள்வர் ஆணை நமதே'

என்ற சிவநாமத்தைப் பாடி முடிக்கும் போது, சுவாமிகள்,

'தங்கச் செங்கோல்
தங்கள் செங்கோல்
தங்கள் செங்கோல்
எங்கள் ஆட்சி சின்னம்'

என்று கூறி,

செங்கோலை நேருவின் கையில் கொடுத்தார்! ஆனந்தக் கண்ணீர் மல்க, வாழ்த்தொலிகள் விண்ணதிர, பனி விழும் இரவில், விடியலை நோக்கி புதிய இந்தியா சுதந்திர தேசமாக உதயமானது.

தமிழர்களாகிய நாம் இதுகுறித்து என்றென்றும் பெருமைப்பட்டுக்கொள்ள வேண்டும்.

நான் தஞ்சாவூர் எஸ்பியாக இருந்தபோது, திருவாடுதுறை ஆதீனத்தைப் பார்வையிட்டபோது, இந்த நிகழ்ச்சி தொடர்பான விஷயங்களைக் கேள்விப்பட்டு, பண்டித நேருவுக்கு இளைய ஆதீனம் செங்கோல் வழங்கும் புகைப்படத்தைப் பார்த்து மிகவும் நெகிழ்ச்சிகொண்டேன்.

குடியரசு தினம் என்றால் என்ன என்று தெரியாமலே குடியரசு தினம் கொண்டாடுகின்றோம். சுதந்திர தினத்திற்கும் குடியரசு தினத்திற்கும் வித்தியாசம் தெரியாமல்தான் பல பள்ளிகளிலும் கல்லூரிகளிலும் நாம் விழா கொண்டாடிக்கொண்டு விடுமுறையை அனுபவித்துக்கொண்டு இந்தப் பொன்னான திருநாளை பாழ்படுத்திக் கொண்டிருக்கிறோம். **விடுதலை பெறுவதற்கு முன்பே 1946-ல் அமைச்சரவை தூதுக்குழு இந்தியா வந்தது. அலெக்ஸாண்டர், கிரிப்ஸ், லாரன்ஸ் என்ற மூன்று கேபினட் அமைச்சர்களைக் கொண்டது அந்தக் குழு. அதுதான் கேபினட் மிஷின் என அழைக்கப்பட்டது.** அவர்களின் வருகைக்குப் பின் நம்முடைய தலைவர்கள் கூடி, ஆங்கிலேயர்கள் நம் நாட்டை விட்டுச் சென்றுவிட்டால், நாட்டை எப்படி வழிநடத்துவது? அதிபர் ஆட்சியா? குடியரசுத் தலைவர் ஆட்சியா? பொதுவுடைமை நாடா? சர்வாதிகார ஆட்சியா? மன்னராட்சி முறையா? நேரடி மக்களாட்சி முறையா என ஆலோசித்து முடிவெடுக்க முறையான அரசியலமைப்பை உருவாக்க 1946, நவம்பர் 26-ல் அரசியல் நிர்ணய சபையை அமைத்தனர்.

ஆனால், அரசியலமைப்பு நிர்ணய சபை உருவாவதற்கு முன்னோடியாக 1934-ல் எம்.என். ராய், புரட்சிகர ஜனநாயகத்தை உருவாக்க வேண்டும் என்று கூறினார். அதேபோல் ராஜாஜி அவர்களும் 15.11.1939 அன்று அரசியலமைப்பு நிர்ணய சபை உருவாக்க வேண்டியதன் அவசியத்தை வலியுறுத்திப் பேசினார்.

பட்டேல், காந்தி

அதற்கு டிசம்பர்-6-ல், தற்காலிகத் தலைவராக சச்சிதானந்த சின்காவும், டிசம்பர்-9-ல் நிரந்தரத் தலைவராக ராஜேந்திர பிராசத்தும், துணைத் தலைவராக ஹெச்.சி.முகர்ஜி எனப்படும் கூமர் சந்திர முகர்ஜி நியமனம் செய்யப்படுகின்றனர். பி.என்.ராவ் ஆலோசகராக நியமிக்கப்பட்டார்.

அரசியலமைப்பு நிர்ணய சபையின் முதல் கூட்டம் டிசம்பர் 9, 1946-ல் ஆரம்பித்து கடைசி கூட்டம் ஜனவரி 24, 1950-ல் முடிவுற்றது. நாடு பிரிவினை உறுதியானவுடன் பாகிஸ்தானுக்கு என்று தனி அரசியலமைப்பு நிர்ணய சபை 3.7.1947-ல் அமைக்கப்பட்டது. **பிரிட்டிஷ் அரசு இந்திய சுதந்திரத்தை, இந்த அரசியலமைப்பு நிர்ணய சபையிடம் தான் ஒப்படைத்தது.**

பல பண்டிதர்களைக் கொண்ட இச்சபையில் சட்டங்களுக்கு இறுதி வடிவம் கொடுக்கும் வரைவுக்குழுத் தலைவராக டாக்டர் அம்பேத்கர் செயல்பட்டார். அனைத்து குழுக்களுடைய கருத்துகளையும் சட்ட நுணுக்கங்களையும் பெற்று வரைவுக்குழுவின் மூலம் சட்டத்திற்கு உருவம் கொடுக்கின்றனர்.

நேரு

பல்வேறு நாடுகளிலுள்ள அம்சங்களை, நம்முடைய மக்களின் பழக்க வழக்கங்கள், கலாசாரத்திற்கு ஏற்றபடி நம்முடைய அரசியல் நிர்ணய சபை, இரண்டு வருடம் 11 மாதம் 18 நாட்கள் ஆழமான, அறிவு பூர்வமான, விவாதங்கள் நடத்தப்பட்டு விரிவான அரசியல் அமைப்புச் சட்டத்தை உருவாக்கியது.

1949, நவம்பர்26-ம் நாள் முழுமையான வடிவில் அரசியலமைப்புச் சட்டம் அரசிடம் ஒப்படைக்கபட்டது. அந்த நாள்தான் இந்தியாவின் சட்ட தினம் ஆகும்.

சட்டத்தை இயற்றி முடித்தார்களே தவிர சட்டத்தை நடைமுறைப்படுத்தவில்லை. ஏன், அன்றே நடைமுறைப்படுத்த வில்லை? ஜனவரி 1-ம் தேதியாவது அமல்படுத்தியிருக்கலாமே? ஏன் ஜனவரி 26-ல் நடைமுறைப்படுத்தினார்கள்?

ஏனென்றால், 1929 டிசம்பரில் மோதிலால் நேருவிற்குப் பின்பு ஜவர்ஹலால் நேரு காங்கிரஸ் தலைவராக தேர்ந்தெடுக்கப்பட்ட பிறகு, அதுவரை டொமினியன் அந்தஸ்து கேட்டுக்கொண்டிருந்த நம் தலைவர்கள் முதன்முறையாக பூரண சுதந்திரம் கேட்கத் தொடங்கினர். பூரண சுயராஜ்ஜியம்தான் இந்தியர்களின் பிரதான குறிக்கோள் என்று தீர்மானமாக அறிவித்தார்கள்.

முழு சுதந்திரத்தைத் தவிர வேறு எதனையும் ஏற்றுக்கொள்ளமாட்டோம் என்று கூறி ஏக மனதாக தீர்மானம் நிறை வேற்றப்பட்டது. 1930, ஜனவரி 26 அன்று லாகூர் காங்கிரஸ் மாநாட்டில்தான் முதன்முதலாக வரலாற்றுச் சிறப்புமிக்க நம் தேசத்தின் மூவர்ணக்கொடி ஏற்றப்பட்ட நாள் சுதந்திர தினமாகக் கொண்டாடப்பட்டது. மூவர்ணக்கொடியில் தற்போது உள்ள அசோகச் சின்னத்திற்குப் பதிலாக அப்போது ராட்டைச் சின்னம் இருந்தது.

1930-ம் ஆண்டு முதல் ஒவ்வொரு வருடமும் ஜனவரி-26-ஐ சுதந்திர தினமாக கொண்டாடப்பட்டு, மக்களிடையே சுதந்திர வேட்கையை விதைப்பது, சுதந்திரத்திற்கான கருத்துகளைக் கொண்டு செல்வது என சுதந்திர தினத்தை நம் தலைவர்கள் கொண்டாடி வந்தனர்.

லாகூர் காங்கிரஸ் மாநாட்டிற்காக, தேசிய பாடலாக எதைப் பாடுவது என முடிவு செய்வதற்காக, ஒவ்வொரு மாநிலத்திலும் இயற்றப்பட்ட பாடல்களை தலைவர்கள் ஆய்வு செய்தனர்.

அப்போது ஜவஹர்லால் நேருவிடம், மகாகவி இயற்றிய பாடல் பாடிக்காட்டப்பட்டது.

“ஆடுவோமே பள்ளு பாடுவோமே
ஆனந்த சுதந்திரம் அடைந்துவிட்டோமென்று
எங்கும் சுதந்திரம் என்பதே பேச்சு
நாம் எல்லோரும் சமமென்பது உறுதியாச்சு
நாமிருக்கும் நாடு நமதென்பது அறிந்தோம்
இது நமக்கே உரிமையாம் என்பது அறிந்தோம்
பூமியில் இனி எவர்க்கும் அடிமை செய்யோம்”

என்ற பாரதியாரின் பாடலைக் கேட்டவுடன் நேரு அவர்கள் புளகாங்கிதம் அடைந்தார். இந்தப் பாடல் பாரதி அவர்களால் 1909-ம் ஆண்டு இயற்றப்பட்டது. ஆனால் இப்பாடல் 1920க்குப் பிறகுதான் பிரபலமடைந்தது.

ராஜாஜி

பாரதியார் சுதந்திரம் அடைந்துவிடுவோம் என்று எழுதவில்லை, அடைந்து விட்டோம் என்று எழுதினார். இந்த நாடு நம் நாடு, இதன் உரிமையாளர்கள் நாம் தான், அவன் என்ன நமக்கு சுதந்திரம் தருவது நாமே சுதந்திரத்தை

எடுத்துக் கொள்வோம், நாமே சுதந்திரத்தைக் கொண்டாடுவோம் என எழுதினார்.

இனி யாருக்கும் அடிமை செய்யோம் என்ற பாரதியின் வரிகளைக் கேட்டவுடனே நம்முடைய தலைவர்கள் மெத்த மகிழ்ந்து, பாரதியின் பாடலை லாகூர் காங்கிரஸ் மாநாட்டில் ஒலிக்கச் செய்தனர்.

டி.என்.ராஜரத்தினம் பிள்ளை

அதுமட்டுமா?

'ஓராயிரம் ஆண்டுகள் தவமிருந்து.

வாராது வந்த மாமணியை தோற்போமா?' என்றும் எழுதி வைத்துள்ளார்.

1930-ம் ஆண்டு முதல் ஒவ்வொரு ஆண்டும் ஜனவரி 26-ம் நாளை சுதந்திர தினமாகவே நம் தலைவர்கள் கொண்டாடி வந்தனர். **எதிர்பாராத விதமாக 1947, ஆகஸ்ட்-15-ல் சுதந்திரம் பெற்றுவிட்டாலும் ஜனவரி 26-ம் தேதியை நம் தலைவர்கள் மறக்க விரும்பவில்லை.**

இந்தியர்கள் சுதந்திர தினமாகக் கொண்டாடி வந்த இந்த தினத்தை தொடர்ந்து கொண்டாடும் வகையில் **1949, நவம்பர் 26-ல் அரசியல் சட்டம் இயற்றப்பட்டுவிட்டாலும், அன்றே அமல்படுத்தாமல், ஜனவரி 26, 1950-ல் நடைமுறைப்படுத்தினர். அன்றுதான் நம்முடைய அரசியல் அமைப்புச் சட்டம் நடைமுறைக்கு வந்தது.**

ஆதலால் 1950 முதல் ஒவ்வோர் ஆண்டும் ஜனவரி 26 குடியரசு தினமாக கொண்டாடபட்டு வருகிறது. நம் மூவர்ணக்கொடி ஜனவரி 26, 1930-ல் முதன்முறையாக ஏற்றப்படுவதற்கு முன்பு பாடப்பட்ட பாட்டு நம் மகாகவியின் பாட்டு என்பதில் தமிழர்களாகிய நாம் பெருமிதம் கொள்ளவேண்டும்.

1949-ல் அரசியலமைப்புச் சட்டம் இயற்றப்பட்டாலும், ஒவ்வோர் ஆண்டும் சுதந்திர தினமாகக் கொண்டாடப்பட்டு வந்த, 1950, ஜனவரி 26-ம் நாளையே, குடியரசு தினமாக அறிவித்து, நாடாளுமன்றத்தில் 1950-ல் அரசியலமைப்புச் சட்டத்தை அமல்படுத்தினர். அன்றிலிருந்து இன்று வரை நாம் அந்த நாளையே குடியரசு நாளாகக் கொண்டாடி வருகின்றோம்.

சுதந்திர தினம், குடியரசு தினம் போன்ற நாட்களுக்கு விடுமுறை அளிக்கப்படுவது சம்பிரதாயத்திற்காக கொண்டாடப்படுவதற்கு அல்ல! சுதந்திரப் போராட்ட நிகழ்வுகளையும், இந்த நாட்டு விடுதலைக்காக இன்னுயிர் ஈந்த தியாகிகளை நினைவுகூர்வதற்கும், அந்தப் போராட்ட வீரர்களின் வீரதீரச் செயல்களை எடுத்துரைத்து மரியாதை செய்வதற்கும்தான் விடுமுறை அளிக்கப்படுகிறது. ஆனால் நிஜத்தில் இந்த தினங்கள் குறித்த புரிதலோ அதன் முக்கியத்துவம் குறித்த விழிப்புஉணர்வோ, வரலாற்று அறிவோ இருப்பதில்லை. ஆசிரியர்கள், பேராசிரியர்களும்கூட சுதந்திரப் போராட்ட நிகழ்ச்சிகளை விளக்கிச் சொல்லாமல், கலை நிகழ்ச்சிகளில்தான் கவனம் செலுத்துகின்றனர்.

வரலாற்று ஆசிரியர்கள்கூட இதில் கவனம் செலுத்துவதில்லை. தொலைக்காட்சிகளில் சுதந்திர தின, குடியரசு தின சிறப்பு நிகழ்ச்சி என்று மலிவான நிகழ்ச்சிகளும், பாட்டுப் போட்டிகளும், விளம்பரதாரர் நிகழ்ச்சிகளும்தான் நடைபெறுகிறதே தவிர நாமெல்லாம் இந்த சுதந்திரத்தை சுவாசிப்பதற்கு இன்னுயிரை ஈந்த வீர மறவர்களைப் பற்றி நினைவுகூர்வது என்பது துளியும் இல்லை என்பது மிகுந்த வேதனைக்குரிய விஷயமாகும்.

இப்போதுதான் சில தொலைக்காட்சி களில் அந்த நாளின் 1440 நிமிடங்களில் 30 நிமிடமாவது இதைப்பற்றி பேசுகிறார்கள் என்று ஆறுதல்

ராஜேந்திர பிரசாத்

பட்டுக்கொள்ளவேண்டும்! அந்த அளவுதான் இந்த தேசப்பற்று என்பது உள்ளது.

முகநூலில், வாட்ஸ் அப்பில் வாழ்த்து சொல்வதற்கு பஞ்சமில்லை. ஆனால் ஒருவருக்குக்கூட ஜடின் தாஸ் பற்றியோ, மதன்லால் திங்கரா பற்றியோ, உத்தம்சிங் பற்றியோ தெரிவதில்லை. அவர்களின் மகத்தான தியாகம் பற்றியும் அவர்களுக்கு அஞ்சலி செலுத்த வேண்டும் என்ற எண்ணமோ இருப்பதில்லை. எல்லாம் பெயரளவுக்குச் சொல்லப்படும் செய்தியும் வந்த செய்தியை அப்படியே அனுப்பி வைக்கின்ற போலிச் சம்பிரதாய வாழ்த்துச் செய்தியாகவும்தான் உள்ளது.

வரலாற்றை வாசியுங்கள்!

இந்திய வரலாறு குறித்து எண்ணற்ற புத்தகங்கள் தமிழிலும் ஆங்கிலத்திலும் வெளியிடப்பட்டுள்ளன. சொல்லப்போனால் ஆங்கிலத்தில் வெளியாகி உள்ள ஆகச்சிறந்த சில வரலாற்று நூல்களும் தமிழில் மொழி பெயர்த்து வெளியிடப்பட்டுள்ளன. ஒரு நாட்டின் வரலாற்றைத் தெரிந்து கொள்வது என்பது அடிப்படையான, அவசியமான ஒன்றாகும். அதுவும் பல ஐரோப்பிய அமெரிக்க நாடுகள் இந்திய கலாச்சாரத்தைப் போற்றி பாராட்டும் பொழுது, ஆப்பிரிக்க நாடுகளில், இந்தியா போன்று ஒற்றுமையுணர்வு காண இயலவில்லை, வளர்ச்சியைப் பெற முடியவில்லை என ஏக்கத்தை வெளிப்படுத்தும் நிலையில், பழம்பெரும் தேசத்தின் புதல்வர்களான நாமே நம்முடைய வரலாற்றைத் தெரிந்து கொள்ள வில்லை என்பது மிகப்பெரிய வருந்தத்தக்க நிகழ்வாகும்.

சமீப காலத்தில் வரலாறு என்பது ஏதோ போட்டித் தேர்வு எழுதும் மாணவர்கள் படிக்க கூடிய, தெரிந்து கொள்ள வேண்டிய விஷயம் என்று நினைப்பது தவறான அணுகுமுறையாகும். இளைஞர்கள், கல்லூரி மாணவர்கள், ஏன் ஆசிரியர்கள் கூட இந்திய வரலாறு சுதந்திர போராட்ட வரலாறு என்பது ஏதோ வரலாற்றுத் துறை சார்ந்தவர்கள் தெரிந்து கொள்ள வேண்டியது என நினைப்பது தவறான கண்ணோட்டம் ஆகும். இதுபோன்ற மாணவர்கள்தான் பி. இ, பிடெக், கம்ப்யூட்டர் சயின்ஸ் என முடித்துவிட்டு போட்டித் தேர்வு எழுதும் போது அப்பொழுது வந்து இந்திய வரலாற்றையும், அரசியலமைப்பு வளர்ந்த விதத்தையும் படிக்க முயலும்போது அது ஏதோ மனப்பாடம் செய்வதற்குக் கடினமான ஒன்று என்பது போல ஒரு பின்னடைவைச் சந்திக்கின்றனர்.

இளம் கலை படிக்கும் மாணவர்கள்கூட ஏன் வரலாற்று மாணவர்கள் கூட வரலாறு குறித்து ஓர் ஆழ்ந்த ஆய்வு சார்ந்த பகுப்பாய்வு செய்யக்கூடிய இந்திய கலாச்சார, பண்பாட்டு, பொருளாதார, வரலாற்றை விளக்கக் கூடிய, இந்திய வரலாற்றை நடுநிலையோடு அணுகக் கூடிய தரமான ஆழ்ந்த கருத்துச் செறிவு கொண்ட தகவல் நிறைந்த புத்தகங்களைப் படிக்காமல் தேர்வுக்காகத் தெருவில் கிடைக்கும் கைடுகளைப் படிப்பது என்பது சரியான அணுகுமுறை அல்ல!!

வரலாறு என்பது வெறும் மன்னர்கள், போர்கள், கட்டிடங்கள் குறித்த வரலாறு

அரசியலமைப்பு வரைவுக்குழு உறுப்பினர்கள்

என்பதாக மட்டுமன்றி மக்களின் வாழ்க்கை முறை, கலாச்சாரம், பழக்க வழக்கங்கள், ஆட்சி நிர்வாக முறையில் உண்டான மாற்றங்கள், வணிகம் சார்ந்த நெறிமுறைகள், நிலங்கள் விவசாயம் குறித்த வரலாற்றுப் பதிவுகள், இந்தியாவின் பல்வேறு இனக்குழுக்கள் சார்ந்த சடங்குகள், சம்பிரதாயங்கள், பழக்கவழக்கங்கள் போன்றவற்றை விரிவாக வாசிக்க வேண்டும்!!

தமிழில் இந்திய வரலாறு குறித்து, ஆழ்ந்த அனுபவம் கொண்ட வரலாற்றுப் பேராசிரியர்கள் அனுமந்தன், தங்கவேலு, மங்களமுருகேசன், வெங்கடேசன், போன்றோர் தரமான விரிவான புத்தகங்களை வெளியிட்டுள்ளார்கள்.

இந்திய வரலாறு, சமுதாய, பொருளாதார, பண்பாட்டு நிலை அரசியல் நிறுவனங்கள் முகலாயர்கள் ஆட்சி சிறப்புமிக்க கட்டடக்கலை வரலாறு, சுதந்திரப் போராட்டம், அரசமைப்பு வளர்ச்சி என பல்வேறு விஷயங்களையும் விரிவாக விவரித்துள்ளார்கள்.

ஆனால் போட்டித் தேர்வுக்குப் படிப்பவர்களைத் தவிர வேறு யாரும் இந்த வரலாற்றுப் புத்தகங்களைப் படிப்பதாகத் தெரியவில்லை. ஆசிரியர்கள் பெற்றோர்கள் மாணவர்கள் என இந்த புத்தகக் காட்சியிலாவது வரலாறு சார்ந்த நல்ல தரமான புத்தகங்களை வாங்கி வாசிக்க வேண்டும் எனக் கேட்டுக்கொள்கிறேன்.

பாரம்பர்யமான, நீண்ட நெடிய சரித்திரத்தைப் பெற்றுள்ள நாடுகளில், கலாசாரத் தொன்மைமிக்க நாடு நாகரிகத்தொட்டில் என அழைக்கப்படும் நாடான நம் நாட்டின் வரலாற்றை நாமே படிப்பதில்லை என்பதுதான் மிகப்பெரிய வேதனை.

அரியலூர் எல்.சபாபதி எனும் பெருமகனார், சுதந்திரப் போராட்டத்தில் பங்கெடுத்துக் கொண்டவர். வெள்ளையனே வெளியேறு இயக்கத்தில் சிறை சென்ற போராளி.

இந்திய சுதந்திரப் போராட்டம் பற்றி பல அரிய தகவல்களைத் திரட்டி, அந்நாளைய செய்தித்தாளான சுதேசமித்திரன், ஹிந்துஸ்தான் டைம்ஸ், தி ஹிந்து போன்ற பத்திரிகைகளின் செய்திகளையும் தொகுத்து, அந்நாளைய ஒருங்கிணைந்த திருச்சி மாவட்டத்தைச் சேர்ந்த விடுதலைப் போரில் தன்னை அர்ப்பணித்துக்கொண்ட போராட்ட வீரர்களின் வரலாற்றைத் தொகுத்து 'இந்திய சுதந்திரப் போர்' என்னும் 1,167 பக்கம் கொண்ட பெரிய நூலாக வெளியிட்டுள்ளார்..

காந்தி உப்பு சத்தியாகிரகப் போராட்டம்

தமிழ் மக்கள் இந்திய விடுதலைப் போராட்டம் குறித்து கொஞ்சம் கொஞ்சமாகப் படித்து விரிவாகத் தெரிந்துகொள்ள வேண்டும் என இத்தகைய பெரியதொரு அரிய நூலைப் படைத்துள்ளார். சுதந்திரப் போராட்டத்திலேயே பங்கேற்றவர் என்பதாலும் அந்தக் காலகட்டத்தில் வாழ்ந்ததாலும் அந்நாளைய செய்தித் தாள்கள், தலைவர்களின் உரைகள், போராட்டக் களங்கள் எனப் பலவற்றை நேரில் கண்டறிந்து தகவல்களைத் திரட்டி வைத்துத் தொகுத்து 1976-ம் ஆண்டு வெளியிடப்பட்ட அருமையான நூல்.

திருச்சி மாவட்ட விடுதலைப் போராட்டம் குறித்துச் சற்று கூடுதலாகத் தகவல் தெரிவிக்கப்பட்டிருந்தாலும் பொதுவாக இந்திய சுதந்திரப் போராட்டம் பற்றித் தெரிந்து கொள்வதற்கு இது அருமையான புத்தகம் என்றே சொல்வேன். இந்தப் புத்தகம் தற்பொழுது மறுபதிப்பு வந்துள்ளதா என்றுகூட தெரியவில்லை. ஆனால் நாம் படிக்காமல் இருப்பதுகூட பரவாயில்லை. அப்படி ஒரு புத்தகம் இருப்பதே தெரியாமல் இருக்கிறோமே? அதை என்னவென்று சொல்ல!

நம்மில் எத்தனை பேருக்கு அந்த நூலைப் பற்றித் தெரியும். வரலாற்று ஆசிரியர்களாவது அதைப்பற்றி அறிந்திருப்பார்களா என்பதே சந்தேகம் தான்!

இந்திய வரலாற்றைப் பற்றி வேறு கோணத்தில் சாகித்ய அகாடமி விருதுபெற்ற எழுத்தாளர் எஸ். ராமகிருஷ்ணன் எழுதியுள்ள 'எனது இந்தியா' 'இந்திய வானம்' போன்ற நூல்களும், எழுத்தாளர் முகில் எழுதியுள்ள 'முகலாயர்கள்' நூலும் வாசிக்கப்பட வேண்டிய நூல்கள்.

மஜூம்தார் பிபின் சந்திரா தத்தா மூவரும் சேர்ந்து எழுதிய *'AN ADVANCED HISTORY OF INDIA'* எனும் புத்தகம், 'இந்தியாவின் சிறப்பு வரலாறு' என்னும் பெயரில் மூன்று பாகங்களாகத் தமிழில் வெளியிடப்பட்டுள்ளது. ஏ.எல்.பாஷம் எழுதிய *'WONDER THAT WAS INDIA'* எனும் புத்தகம் 'வியத்தகு இந்தியா' எனும் பெயரில் வெளியிடப்பட்டுள்ளது. *Romilathapar* என்ற வரலாற்று ஆய்வியல் அறிஞர் 'இந்தியா' எனும் புத்தகத்தை 1950களில் வெளியிட்டிருந்தார். அதன் விரிவுபடுத்தப்பட்ட பதிப்பாக *'EARLY INDIA FROM THE ORGINS TO 1300'* எனும் பெரிய புத்தகமாக 900 பக்கங்களில் வெளியிட்டுள்ளார். அந்தப் புத்தகமும் 'முற்கால இந்தியா' எனச் சிறப்பாக மொழிபெயர்க்கப்பட்டுத் தமிழில் வந்துள்ளது.

சதீஷ் சந்திரா எழுதிய *'MEDIEVAL HISTORY OF INDIA'* புத்தகம் தற்போது தமிழில் வெளியிடப்பட்டுள்ளது. பிபின் சந்திரா எழுதிய *'MODERN INDIA', 'INDIA AFTER INDEPENDENCE'* என்னும் புத்தகங்களும் மிகச் சிறப்பான முறையில் மொழிபெயர்க்கப்பட்டுத் தமிழில் வெளியிடப்பட்டுள்ளன.

ராமச்சந்திர குஹா ஆய்வு முறையில் எழுதியுள்ள *'INDIA AFTER GANDHI'* எனும் புத்தகமும், *'INDIA BEFORE GANDHI,' 'MAKERS OF MODERN INDIA'* போன்ற புத்தகங்களும் அழகாக மொழிபெயர்க்கப்பட்டு எளிமையான தமிழில் வெளிவந்துள்ளன.

மோதிலால் நேரு

சித்தரஞ்சன் தாஸ்

டோமினிக் லேப்பியர் - லேரி காலின்ஸ் எழுதிய *'FREEDOM AT MIDNIGHT'* என்ற நூலும் நள்ளிரவில் சுதந்திரம் என அழகாகத் தமிழில் மொழிபெயர்த்து வெளியிட்டுள்ளனர். இந்திய சுதந்திர வரலாற்றின் இறுதி ஆண்டு 1946, 1947 காலகட்ட நிகழ்வுகளை மிக சுவையாக எழுதியிருப்பார்கள்.

தமிழ்நாடு வரலாறு குறித்தும், 'தற்கால தமிழ்நாட்டு வரலாறு', 'முற்கால தமிழ்நாட்டு வரலாறு', 'தமிழ் மொழி வரலாறு', 'தமிழ் நில வரலாறு' என ஏகப்பட்ட புத்தகங்கள் எழுதப்பட்டுள்ளன. கே.கே.பிள்ளை எழுதிய 'தமிழக வரலாறு: மக்களும் பண்பாடும்' என நூல் போற்றத்தக்கதாகும்.

அதேபோல் நீலகண்ட சாஸ்திரி எனப்படும் திருநெல்வேலி கல்லிடைக்குறிச்சியைச் சார்ந்த வரலாற்று ஆய்வறிஞர், இந்திய வரலாறு என்பது வட இந்திய வரலாற்றையே திணிப்பதாக உள்ளது என்று கருதினார். 'தென்னிந்திய வரலாறு', 'தென்னிந்திய வரலாறு குறித்த அயல்நாட்டவர் குறிப்புகள்', மேலும் 'சோழர் வரலாறு' இரண்டு பாகங்கள் ஆகிய ஆய்வு சார்ந்த வரலாற்றுத் தகவல்கள் நிரம்பிய, அரிய தரவுகள் கொண்ட நூல்களை வெளியிட்டுள்ளார். இவை அனைத்துமே தற்பொழுது தமிழில் கிடைக்கின்றன.

சோழர்கள் வரலாறு குறித்துச் சதாசிவப் பண்டாரத்தார் எனும் தஞ்சாவூர் திருப்புறம்பியத்தைச் சார்ந்த, சோழ மண்டல வரலாற்றறிஞர், சோழர்கள் வரலாறு முழுமையாகப் பதிவு செய்யப்படவில்லை. கல்வெட்டுகள், செப்பேடுகள், நாணயங்கள், ஓலைச்சுவடிகள் முழுமையாக படியெடுக்கப்பட்டு வரலாற்றுப் பக்கங்களில் கொண்டுவரப்படவில்லை, எனும் ஆதங்கத்தில் சோழர்கள் வரலாறு குறித்து அர்ப்பணிப்பு உணர்வோடு, கிட்டத்தட்ட 30 ஆண்டுகள் ஆய்வு செய்து 'பிற்காலச் சோழர் சரித்திரம்' அருமையான மெச்சத்தக்க படைப்பை வெளியிட்டுள்ளார். சோழர்களைப் பற்றித் தெரிந்துகொள்வதற்கு மிக அருமையான புத்தகம் என்று இதைக் கூறலாம்.

இந்திய வரலாறு, தமிழக வரலாறு, உலக வரலாறு, ஐரோப்பிய வரலாறு, மற்றும் சீனா ஜப்பான், ரஷ்யா வரலாறு எனக் கிட்டத்தட்ட வரலாறு குறித்து மட்டும் நான் 800 நூல்கள் வைத்துள்ளேன்.

இனிமேலாவது வாசியுங்கள் நண்பர்களே! சுதந்திரப் போராட்ட தியாகத்தின் அருமையைத் தெரிந்து கொண்டு நண்பர்களுக்கும் இந்த மக்களுக்கும் எடுத்துச் சொல்லுங்கள்!

வருங்காலங்களிலாவது சுதந்திர தினம் என்றால் என்ன? குடியரசு தினம் என்றால் என்ன என்பது குறித்து பள்ளி, கல்லூரி ஆசிரியர்கள் கண்டிப்பாக ஒரு முழுமையான தெளிவான சொற்பொழிவு நிகழ்த்த வேண்டும். கொடியேற்றி இனிப்பு வழங்குவதோடு போய்விடக்கூடாது. மாணவர்களுக்கு இது குறித்த புரிதலும் இந்த நாட்டுக்காக இன்னுயிர் ஈந்த இந்த தியாகிகள் குறித்து ஒருவித பெருமிதமும், பக்தியும் உண்டாகும் வகையில் அவர்களின் தியாகங்களை விளக்கி எடுத்துரைக்க வேண்டும்.

சுதந்திரப் போராட்டம் குறித்து அரசியலமைப்பு உருவான விதம் குறித்து பேச்சுப்போட்டி, கட்டுரைப்போட்டி, விநாடி வினா நடத்துதல், குறும்படம் எடுத்தல், சிறப்புச் சொற்பொழிவு நிகழ்ச்சி நடத்துதல் போன்ற நினைவுகூர்தல் நிகழ்ச்சிகளை நடத்த வேண்டும். முன்பெல்லாம் பள்ளிகளில் குறைந்தபட்சம் நம் தேசத் தலைவர்கள் சுதந்திரப் போராட்ட தியாகிகள் மொழிப்போர் தியாகிகள் படங்களாவது இருக்கும். இப்போது அது கூட கிடையாது.

எனக்குத் தெரிந்த சில ஆசிரியர்களிடம், கோபாலகிருஷ்ண கோகலே படத்தைக் காட்டி, இது யார் என்று கேட்டால் தெரியவில்லை என்று கூறிவிட்டார்கள். இந்தக் கொடுமையை என்னவென்று சொல்ல? தாதாபாய் நௌரோஜி,

வ.வே.சு ஐயர்

கோபாலகிருஷ்ண கோகலே

சுரேந்திரநாத் பானர்ஜி போன்றோரின் பங்களிப்பு என்ன என்பது ஆசிரியர்களுக்குகூட தெரியவில்லை

தற்போது அவை எல்லாம் மாறி, பள்ளிகளில் அழகுக்காக நவீன ஓவியங்கள் என்ற பெயரில் மக்களை ஈர்க்கும்விதமாக வண்ண வண்ண காட்சிப் படங்கள் வைக்கப்பட்டு, சுதந்திரப் போராட்ட தியாகிகளின், போராளிகளின் புகைப்படங்கள் முற்றிலுமாகப் புறக்கணிக்கப்பட்டுள்ளன வேதனைக்குரியதும் கண்டிக்கத்தக்கதும் ஆகும்.

அதுவும் பல தனியார் பள்ளிகள், மிகப்பெரிய அளவில் கட்டண வசூல் செய்துகொண்டு இதுபோன்ற தேசத் தலைவர்களின் படத்தை வைப்பதில்லை என்பது, இந்தத் தலைமுறை மாணவர்களுக்குச்

செய்கின்ற வரலாற்றுத் துரோகம் என்றே சொல்லவேண்டும். இனிமேலாவது நம் தேசத் தலைவர்கள், சுதந்திரப் போராட்ட வீரர்கள், செயற்கரிய செய்த மன்னர்கள், மொழிப்போர் தியாகிகள் படங்கள், அவர்கள் பற்றிய சிறு குறிப்புகள் கண்டிப்பாக இடம்பெறச் செய்ய வேண்டும்.

அதுபோல் இந்தியாவின் முக்கியமான ஒவ்வோர் ஊரிலும், சுதந்திரப் போராட்ட வரலாற்றோடு தொடர்புடைய நிகழ்வுகள் குறித்த பதிவு உருவாக்கப்பட வேண்டும். திருச்சி என்றால் உப்பு சத்தியாகிரகப் போராட்டம் உருவானது டி.எஸ்.எஸ் ராஜன் அவர்களின் வீட்டில் தான் என்பது எத்தனை பேருக்குத் தெரியும்? அந்தத் தெருவில் உள்ளோருக்கு அந்த பக்கத்து வீட்டில் உள்ளோருக்கு கூட இதுகுறித்த விவரம் சுத்தமாக தெரியாது அந்த நிலையில்தான் நாம் இருக்கிறோம்.

வ.வே.சு ஐயர் தெரியும், அவர் திருச்சியைச் சார்ந்தவர் என்பது எத்தனை பேருக்குத் தெரியும்? அப்படியே தெரிந்தாலும் அந்த வ.வே-வுக்கு அர்த்தம் என்ன என்பது தெரியுமா? வரகனேரி வேங்கடேச ஐயர் மகன் சுப்பிரமணிய ஐயர் பற்றி அந்தப் பகுதியில் வசிப்பவர்கள், பலவேறு நபர்களிடம் கேட்டுப் பார்த்தேன். ஒருவருக்குக் கூட அவரைப் பற்றித் தெரியவில்லை. அவர் பிறந்து வாழ்ந்த இடம் நூலகமாக விளங்குகிறது. ஆனால் அதைப்பற்றி கூட அந்தப் பகுதியில் தெரியவில்லை.

அந்த ஊரின் சிறப்பைப் பற்றி, மதன்லால் திங்கராவுக்கே பயிற்சி அளித்த அந்த மாமனிதரைப் பற்றி ஒரு குறிப்பு எழுதிவைக்க வேண்டாமா? அவர் எப்படி மறைந்தார் என்று நம்மில் எத்தனை பேருக்குத் தெரியும்?

நம்முடைய அரசியல் அமைப்புக் கடமைகளில் ஒன்றாகவே சுதந்திரப் போராட்ட நினைவுகளையும், அந்த காலத்து உணர்வுகளையும் போற்றி மரியாதை செலுத்த வேண்டும் என்று குறிப்பிடப்பட்டுள்ளது. அதையாவது செய்கிறோமா என்றால் அதுவும் இல்லை.

மாணவர்களே! இளைஞர்களே!

இந்தப் பழம்பெரும் தேசத்தின் சுதந்திரத்தையும் உறுதியான ஜனநாயகத்தையும் குடியரசையும் நாம் ஒன்றிணைந்து காத்து நிற்க சபதம் ஏற்போம்.

நமது இந்திய வரலாற்றையும் சுதந்திரப் போராட்ட தியாகத்தையும் நன்கு படித்து உணர்ந்து, அரசியலமைப்புச் சட்டத்தை கற்றுணர்ந்து, உலகின், பெரிய அரசியலமைப்பைப் போற்றி வணங்கி, உலகமே வியக்கும் வேற்றுமையில் ஒற்றுமையைக் கொண்டிருக்கும் இந்திய ஜனநாயகத்தைப் பேணிப் பாதுகாப்போம் என்று உறுதி எடுத்துக்கொள்வோமாக!

13

கீழடி: சரித்திரத்தை மாற்றும் ஆய்வு

உலகில் தொல்பொருள் நாகரிகத்தைக் கண்டறிந்த கதை சுவாரசியமானது தான். நெப்போலியன் 1798-ல் துருக்கி மீது படையெடுத்தபோது, அங்கு நிறைய பொன் பொருள்கள் பூமிக்கு அடியில் புதைத்து வைக்கப்பட்டுள்ளதாகக் கேள்விப்பட்டு படை வீரர்கள் தோண்டி எடுத்துக் கொள்ள அனுமதிக்கப்பட்டனர். அப்படி உள்ளூர் மக்களை வைத்து தோண்டும்போதுதான், தொன்மை வாய்ந்த பழங்காலத்திய பொருள்களைக் கண்டறிந்தனர். தொல்லியல் அறிஞர்களைக்கொண்டு ஆய்வுசெய்தபோது, இவையெல்லாம் பழமையான நாகரிகத்தின் மக்கள் வாழ்ந்ததற்கான அடையாளங்கள் என்று உணர்ந்து அதைப் பத்திரப்படுத்தத் தொடங்கினர். இப்படித்தான் தொல்லியல் தேடும் பணி தொடங்கியது.

1861-ல் இந்திய தொல்லியல் துறை தொடங்கப்பட்டு அதன் இயக்குநராக அலெக்சாண்டர் கன்னிங்காம் நியமிக்கப்பட்டார். இதற்கு முன்பாக கல்கத்தா ஆசியக் கழகம்தான் தொன்மை வாய்ந்த சம்ஸ்கிருத, பெர்சிய மொழி இலக்கியங்களைக் கண்டறிந்து வகைப்படுத்தியது. இந்தக் காலகட்டத்தில் நடந்த முக்கியமான நிகழ்வு, 1837-ல் ஜேம்ஸ் பிரின்செப் என்பவர் பிராமி எழுத்துகளைக் கண்டறிந்து மொழிபெயர்த்தார். இதன் பிறகுதான் இந்தியாவின் தொன்மையைப் பழங்காலம் முதற்கொண்டு கண்டறியவேண்டிய தேவையை உணர்ந்த பிரிட்டிஷ் அரசு, இந்திய தொல்லியல் கழகம் (Archaeological Survey of India-ASI) எனும் அமைப்பை உருவாக்கியது.

உலகின் தொன்மையான நாகரிகமாக எகிப்திய, சுமேரிய, கிரேக்க, பெர்சிய, மெசபடோமிய நாகரிகங்கள்தான் என்று கருதப்பட்ட நிலையில், 1902-ல் கர்சன் பிரபு, கேம்பிரிட்ஜ் பல்கலைக்கழகத்தில் வரலாற்றுப் பேராசிரியராகப் பணிபுரிந்த 26 வயதே ஆன ஜான்மார்ஷல்

என்பவரை இந்திய தொல்லியல் துறை இயக்குநராக நியமித்தார். இவருடைய அதீத ஈடுபாட்டில்தான் கல்வெட்டியல் நிபுணர்கள், தொல்லியல் அறிஞர்கள் பணி நியமனம் செய்யப்பட்டு 1921-ல் இந்தியாவின் தொன்மை அடையாளமான சிந்து சமவெளி நாகரிக ஹரப்பா, மொகஞ்சதரோ தொல்லியல் மேடு கண்டறியப்பட்டது. மேலும் ஆர்.டி.பானர்ஜி, தயாராம் சகானி, மார்டிமர் வீலர் போன்றோரின் அரிய ஆய்வில் இந்தியாவின் தொன்மை நிலை நாட்டப்பட்டது.

தமிழகத்தைப் பொறுத்தவரை 1863-ல் சர். ராபர்ட் புரூஸ்பட் என்பவர், பல்லாவரத்தில் கற்காலக் கருவிகளைக் கண்டுபிடித்து அறிவித்தார். மேலும் திருவள்ளூர் அத்திரம்பாக்கம் அருகில் பழங்கற்காலக் கருவிகளில் தமிழ் பிராமி எழுத்து உள்ளதைக் கண்டறிந்து அறிவித்தார்.

ஆதிச்சநல்லூர் ஆய்வு

இந்தியாவின் தொன்மை குறித்து தெரிந்த ஜெர்மன் ஆய்வாளர் டாக்டர் ஜோகர் என்பவர், 1876-ல் இந்தியா வருகை புரிந்தார். அதிலும் தென்னிந்தியப் பகுதி நதிக்கரை நாகரிகங்கள் நிறைந்த பகுதியாக இருக்கக்கூடும் என்பதை உணர்ந்து திருநெல்வேலி பகுதிக்கு வந்தார்.

தாமிரபரணியின் புகழைப் பாடும் நூலான ‘தாமிரபரணி மகாத்மியம்’ எனும் தொன்மை நூல் குறித்து தெரிந்துகொண்டு, ஆதிச்சநல்லூரைத் தேர்ந்தெடுத்து அங்கு முறைப்படுத்தப்படாத அகழாய்வுப் பணியை மேற்கொண்டார்.

ஆள் நடமாட்டமில்லாத 120 ஏக்கர் பரந்துபட்ட பறம்பு என்ற இடத்தில் தோண்டி, அங்கு கிடைத்த அனைத்து பொருள்களையும் மூட்டை கட்டி ஜெர்மனிக்குக் கொண்டு சென்றுவிட்டார். இதுகுறித்து

எவ்வித அறிக்கையோ அல்லது அந்த பொருள்களை ஒப்படைக்கும் பணியையோ செய்யவில்லை. பிரிட்டிஷ் அரசும் எவ்வித அக்கறையும் காட்டவில்லை. தற்போது பெர்லின் அருங்காட்சியகத்தில் இந்தப் பொருள்கள் உள்ளதாகத் தெரிகிறது. அது ஒரு நீண்ட பெரிய புதைவிடமாக அதாவது சுடுகாட்டுப் பகுதியாக இருந்ததாக ஜெர்மன் ஆய்வியல் அறிஞர் ஜோகர் தெரிவித்துள்ளார். இன்றுவரை தமிழகத்தின் தொல்லியல் பொருள்கள் அந்த அருங்காட்சியத்தில்தான் உள்ளன.

ஜோகர் சென்ற பிறகு இந்த இடத்தை பார்வையிடச் சென்ற திருநெல்வேலி கலெக்டர் ஸ்டூவர்ட், மீண்டும் தோண்டிப் பார்த்திருக்கிறார். பெரும்பாலும் எலும்புகளும் முதுமக்கள் தாழிகளும் கிடைத்துள்ளன.

இந்நிலையில் அலெக்சாண்டர் ரியா என்பவர், சென்னை அருங்காட்சியக துணைக் கண்காணிப்பாளராக நியமனம் செய்யப்பட்டார். இயல்பாகவே தொல்லியல் ஆய்வில் ஆர்வம் கொண்ட அலெக்சாண்டர், ஆதிச்சநல்லூர் பற்றி கேள்விப்பட்டு 1899-ல் இங்கு வருகை புரிந்து ஐந்து ஆண்டுகள் தொடர் அகழாய்வு மேற்கொண்டு நிறைய பொருள்களைக் கண்டெடுத்தார். இவரது ஆய்வுப்படி திராவிடர்கள் பாண்டிய வம்சத்தைச் சார்ந்தவர்கள் என்று அறிவித்தார்.

இந்தத் தொல்லியல் நிகழ்வுகள் அந்நாளைய ஐரோப்பிய பத்திரிகைகளில் வெளியிடப்பட்டவுடன் 1903-ல் பிரான்ஸ் நாட்டைச் சேர்ந்த லூயிஸ் லாப்பர் என்பார், ஆதிச்சநல்லூர் வந்து ஆய்வு நடத்தி அங்கு கிடைத்த இரும்புக் கருவிகள், முதுமக்கள்தாழி போன்றவற்றை பிரான்ஸ் நாட்டிற்கு கொண்டுசென்றுவிட்டார்.

பின்னர், இந்திய தொல்லியல் துறை ஒரு முறைப்படுத்தப்பட்ட அமைப்பாக உருவானதால் 1915-ல் ஜே. ஆர்.ஹன்டர்சன் என்பவர் இந்திய தொல்லியல் துறை அதிகாரியாக நியமனம் செய்யப்பட்ட உடன் அவர் மீண்டும் ஆதிச்சநல்லூரில் ஆய்வு நடத்தி, கிட்டத்தட்ட 4000 பொருள்களைக் கண்டறிந்து எழும்பூர் அருங்காட்சியகத்துக்குக் கொண்டு சென்றார். அவற்றில் இரும்புக் கருவிகள், வெண்கல சிலைகள், பெரிய மண்தாழிகள் போன்றவை அதிகளவில் இருந்தன.

'திருநெல்வேலி மாவட்ட வரலாற்று காலத்திற்கு முற்பட்ட பழம் பொருள்களின் பட்டியல்' என்ற புத்தகமே வெளியிட்டு காட்சிப்படுத்தினார்.

முதுமக்கள்தாழி என்பது, மனிதன் மறுபிறப்பு எடுக்கிறான் எனும் நம்பிக்கையில் இறந்தவர்களைப் புதைக்கும்போது பிறப்பின் அர்த்தத்தைக் காட்சிப்படுத்தும் வகையில், கர்ப்பப்பை வடிவிலான மண்பாண்டம் செய்து அதில் அவர்கள் வாழ்வதற்குத் தேவையான பொருள்களைப் போட்டுவைத்து புதைப்பார்கள். இதுதான் முதுமக்கள் தாழி ஆகும். தற்போது அது சந்தனப் பேழையாக மாறியுள்ளது, அவ்வளவுதான்!

அலெக்சாண்டர் ரியாவின் தொடர் ஆர்வம் காரணமாக, செங்கல்பட்டு பெரும்பாயூர் என்னும் இடத்தில் ஆய்வு நடத்தி, ஆதிச்சநல்லூர் மற்றும் பெரும்பாயூர் ஊரில் கிடைத்த வரலாற்றுக் காலத்துக்கு முந்தைய அரும் பொருள்களின் பட்டியல் என்னும் புத்தகத்தை வெளியிட்டார். அதில் உள்ள பொருள்களின் விவரத்தை தமிழிலேயே குறிப்பிட்டிருந்தது முக்கியமானதாகும்.

அதாவது கிண்ணம், சட்டி, மூடி, கலயம், கருப்பு சிவப்பு நிறக் கலயம், தங்க ஆபரணங்கள், இரும்புக் கருவி ஆயுதங்கள், அலங்காரப் பொருள்கள், வீட்டு உபயோகப் பொருள்கள், தங்க நெற்றிப் பெட்டகம் போன்றவற்றைக் குறிப்பிட்டிருந்தார்.

ஆனால், இவர்கள் அனைவருமே ஆதிச்சநல்லூர் என்றால் அது மிகப்பெரிய இடுகாடு, புதைவிடப் பகுதி என்றே அறிவித்தனர். கிட்டத்தட்ட 120 ஏக்கரில் ஒரு புதைவிடப் பகுதி

இருக்குமெனில், அதனருகில் மிகப்பெரிய ஒரு வாழ்விடப் பகுதி, நகரமாக அல்லது தொழிற்சாலை சார்ந்த குடியிருப்புப் பகுதியாக இருந்திருக்க வேண்டும் என்ற எண்ணத்தில் ஆய்வைத் தொடராமல் போனதுதான் வருந்தத்தக்கதாகும்.

ஆதிச்சநல்லூரில் கிடைத்த மண் பாண்டத்தை மணிப்பூர் பல்கலைக் கழகத்திற்கு அனுப்பி ஆய்வு செய்ததில், அவை 3500 ஆண்டுகளுக்கு முற்பட்டவை என்று தெரிவிக்கப்பட்டது.

தொல்லியல் அறிஞர் ஆர்.கே. கார்த்தியா, 3500 ஆண்டுகளுக்கு முற்பட்டது என்றும் இத்தாலி நாட்டைச் சார்ந்த சீலிமன் 1600 BC என்றும் கணித்துள்ளனர். சமீபத்தில் ஆதிச்சநல்லூரில் மேற்கொண்ட ஆய்வில் கருப்பு சிவப்பு நிற பானையில் வைக்கப் பட்டிருந்த தமிழ் பிராமி எழுத்துகள் எனப்படும் தமிழ் எழுத்துகளை ஆய்வு செய்கையில், ஒரு முதுமக்கள் தாழியின் உட்பகுதியில் **கரிஅறவனத** என்று குறிப்பிடப்பட்டுள்ளதைக் கண்டறிந் துள்ளனர். தொல்லியல் அறிஞர் தியாக சத்தியமூர்த்தி ஆய்வுப்படி, இந்த முதுமக்கள்தாழி 3600 ஆண்டுக்கு முற்பட்டதாகத்தான் இருக்க வேண்டும் என்று தெரிவித்துள்ளார்.

மேலும் சில முதுமக்கள் தாழியில் நெசவு ஆடையின் சில பகுதிகள் கண்டறியப்பட்டு உள்ளன. இந்திய தொல்லியல் துறையின் கண்காணிப்பாளராகவும் சிறந்த வரலாற்றியல் ஆய்வாளராகவும் விளங்கிய ஆர்.டி.பானர்ஜி, மொகஞ்சதாரோவைக் கண்டறிந்ததில் பெரும் பங்காற்றியவர் ஆவார். அவர் மாடர்ன் ரிவியூ எனும் இதழில் எழுதிய (1922-1927) திராவிடப் பண்பாடு எனும் தொடர் கட்டுரையில், சிந்து சமவெளி நாகரிகம் என்பது தென்னிந்தியாவின் ஆதிச்சநல்லூர் தொடர்ச்சிதான் என்று விரிவாக எழுதினார்.

பூம்புகார் என்பது சங்க இலக்கியம் பட்டினப்பாலை, சிலப்பதிகாரத்தில் குறிப்பிடப்படும் கடல்வழி வணிக,

செழிப்பான நகரம் என்பதால் 1937-ல் அங்கு நடத்தப்பட்ட ஆய்வில் தற்போதைய கடற்கரையிலிருந்து ஐந்து மீட்டர் தொலைவில் பண்டைக்கால கட்டடங்கள் இருந்ததற்கான சான்று இருந்ததாகக் கண்டறியப்பட்டது. ஆனாலும், கடல் அலையின் வேகம், அப்போதிருந்த தொழில்நுட்பக் குறைபாடு காரணமாக மேற்கொண்டு ஆய்வு நடத்தாமல் அப்படியே கைவிடப்பட்ட தாக தெரிகிறது.

அதேபோல் காயல்பட்டினம் குறித்து வாஸ்கோடகாமா தனது குறிப்புகளில் தெரிவித்துள்ளார். நீலகண்ட சாஸ்திரியும் தனது ஆய்வில் கி.மு. மூன்றாம் நூற்றாண்டில் காயல்பட்டினம் மிகப் புகழ்பெற்ற துறைமுகமாக விளங்கியதாக தெரிவித்துள்ளார். பண்டித நேரு அவர்களும் தனது, டிஸ்கவரி ஆஃப் இந்தியா (*Discovery of India*) எனும் நூலில் காயல்பட்டினம் துறைமுகம் குறித்து எழுதியுள்ளது கவனிக்கத்தக்கதாகும்.

கொற்கை

கொற்கை துறைமுகம் செம்மண் நிலப்பரப்பைக் கொண்ட தேரி எனப்படும் வகையைச் சார்ந்ததாகும். கொற்கையில் மேற்கொண்ட ஆய்வுகளில், கருப்பு சிவப்பு பானை ஓடுகள் கிடைத்தன. இந்தக் காலகட்டத்தில் கிரேக்க, ரோமானியர்கள் பயன்படுத்தியது பச்சை, நீல நிற மண் பாண்டங்கள் ஆகும்.

கொற்கையில், அறிஞர் லாரன்ஸ் கற்கோடரியைக் கண்டுபிடித்தார். அதேபோல் ராபர்ட் புரூஸ் பட், கல் உளி, கல் திரிகை போன்றவற்றைக் கண்டறிந்தார்.

அறிஞர் ஆல்சின் கூறும்போது, கொற்கை மக்கள் படகுகளை உருவாக்க நன்கு தெரிந்துவைத்திருந்ததாகவும், மேலும் ஜெருசேலம் தேவாலயம் கட்டுவதற்கு இங்கிருந்து தேக்கு, சந்தனம், அகில், மயில் தோகை போன்ற பொருள்கள் ஏற்றுமதி செய்யப்பட்டுள்ளன என்றும் குறிப்பிட்டுள்ளார். வேதகாமகத்தில் குறிப்பிடப்பட்டுள்ள ஓபிர் *(OPHIR)* என்னும் வார்த்தை உவரி என்ற துறைமுக கிராமத்தையே குறிப்பிடுகிறது என்று அறிஞர்கள் கூறுகின்றனர்.

அதேபோல் கொற்கை அகழாய்வில் கிடைத்த பொருள்கள் கரித்துண்டு படிம ஆய்வின் மூலம் கி.மு. 785 காலத்தைச் சார்ந்தது எனத் தெரிவிக்கிறது.

ஆதிச்சநல்லூர் மற்றும் கொற்கையில் கிடைத்த பொருள்கள் எகிப்து, மெசபடோமியா, கிரேக்க தாழிகளுடன் ஒத்துப்போவதாக தெரிவித்தனர். ஆதிச்சநல்லூர் மற்றும் கொற்கையில் கிடைத்த பொருள்களில் சில பொதுவான அம்சங்கள் இருப்பதை ஆய்வாளர்கள் குறிப்பிடுகின்றனர். அதாவது பொருள்களில் குறியீடுகள் இடப்பட்டுள்ளன, கால்வாய், சாலை போன்றவற்றைக் கண்காணிக்கும் அதிகாரிகளின் பெயர் குறிப்பிடப்பட்டுள்ளது, வானிலைக் குறிப்பு, அரசர்கள், தெய்வங்கள் பெயர்கள், குயவர்களின் அடையாளங்கள் குறிப்பிடப்பட்டுள்ளன. அரச சின்னங்களான வில், அம்பு, மீன் போன்றவை பொறிக்கப்பட்டுள்ளன.

அழகன்குளம்

ராமநாதபுரத்தின் கடைக்கோடி பகுதியாகவும், வைகை நதி கடலில் கலக்கும் முகத்துவாரமாக விளங்குகின்ற அழகன்குளம் அந்நாளில் புகழ்பெற்ற துறைமுகப் பகுதியாக இருந்திருக்க வேண்டும். அங்குக் கிடைத்துள்ள பானை ஓடுகளில் கப்பல்களின் வடிவம் பொறிக்கப்பட்டுள்ளது. அதைப் பார்க்கும்போது அது அந்நாளைய ரோம் நாட்டு கப்பலைப்போல் இருக்கிறது என்பது நன்கு புலனாகிறது.

அதேபோல் சில பகுதிகளில் பானை ஓடுகளில் **சமுதஹ** என்ற தமிழ் பிராமி எழுத்துகள் பொறிக்கப்பட்டுள்ளன. அதேபோல் இலங்கையில் கிடைத்துள்ள பானை ஓடுகளிலும் **சமுதஹ** என்ற அதே எழுத்துகள் பொறிக்கப்பட்டுள்ளன. இதிலிருந்து இந்தப் பகுதிகளுக்கு இடையேயான கடல்வழி வணிகம் நன்கு புலப்படுகிறது.

மற்றொரு பானையில் கிரேக்க கலை நயத்துடன் சார்ந்த, பெண் குழந்தையை இடுப்பில் வைத்துள்ள உருவமும், வேறொரு பானையில் எகிப்து பிரமிடுகளில் உள்ளதுபோல் மூன்று பெண்கள் மதுக்கோப்பையைக் கையில் வைத்துள்ளது போன்ற உருவம் பொறிக்கப்பட்டுள்ளது. இவை எல்லாம் அழகன்குளம் தொன்மையான துறைமுகப் பகுதியாக இருந்து அங்கிருந்து அந்நாளைய சமகால நாகரிகமாகக் கருதப்படும் எகிப்து, கிரேக்க, சுமேரிய நாடுகளுக்கு வணிகம் செய்துள்ளதை உறுதிப்படுத்துவதாகவே கருதத் தோன்றுகிறது.

ராமநாதபுரம் அழகன்குளம் பகுதி துறைமுகம் இருந்ததற்கான அடையாளச் சான்றாக உள்ளது. ஆனால், அந்நாளைய அகழாய்வு தீவிர நிலையில்

இல்லாததால், மேற்கொண்டு அடுத்த கட்டத்திற்கு எடுத்துச் செல்ல இயலாமல் இருந்திருக்கிறது. ரோம் நாட்டுக் கப்பல் வரைந்த பானை ஓடுகள், தட்டுகள் கிடைக்கப்பெற்றுள்ளதைப் பார்க்கும் போது, ரோமாபுரிக்கும் தமிழகத்திற்கும் கடல்வழி வணிகத் தொடர்பு இருந்ததை நன்கு உணரமுடிகிறது.

கி.மு. நான்காம் நூற்றாண்டில் கங்கைச் சமவெளியில் கிடைத்த மௌரியர் கால பானை ஓடுகள் அழகன்குளம் ஆய்விலும் கண்டறியப்பட்டுள்ளது.

மதுரையை அடுத்த ஸ்ரீவில்லிப்புத்தூர் சாலையில் அமைந்துள்ள நத்தம்பட்டி எனும் சிற்றூரில், ஒன்பது ரோம நாணயங்கள் கண்டெடுக்கப்பட்டுள்ளன. இதில் ஐந்து நாணயங்கள் இரண்டாம் டியோசியஸ் உருவம் பொறிக்கப்பட்டும், 3 நாணயங்கள் முதலாம் லியோ காலத்தைச் சார்ந்ததாகவும், ஒரு நாணயம் ஜெனோ அரசர் காலத்தைச் சார்ந்ததாகவும் உள்ளது. இவையெல்லாம் மதுரையைச் சார்ந்த பகுதிகள், ரோமானிய கிரேக்க நாடுகளுடன் வணிக உறவு வைத்திருந்ததைத்தான் காட்டுகிறது.

அதேபோல் தமிழகத் தொல்லியல் துறையால் 40க்கும் மேற்பட்ட இடங்களில். அதாவது தூத்துக்குடி மாவட்டம் கொற்கை, பாஞ்சாலங்குறிச்சியில் 1968-69 ஆண்டுகளில் அகழாய்வு நடத்தப்பட்டுள்ளது. அதைத்தொடர்ந்து நெல்லை மாவட்டம் மாங்குடி, உக்கிரன்கோட்டை, மதுரை மாவட்டம் கோவலன்பொட்டல், மாங்குளம், ராமநாதபுரம் மாவட்டம் தொண்டி, திருநெல்வேலி ஆலங்குளம், விருதுநகர் மாவட்டம் திருத்தங்கல், கோவை மாவட்டம் ஆனைமலை, போலுவம்பட்டி, பேரூர், போன்ற இடங்களிலும் காஞ்சிபுரம் மாவட்டம் பாலவசமுத்திரம், அலம்பரை, நாகை மாவட்டம் பூம்புகார், செம்பியன் கண்டியூர், தரங்கம்பாடி, தலைச்சங்காடு, திருவண்ணாமலை மாவட்டம் ஆண்டிப்பட்டி, விழுப்புரம் மாவட்டம் மரக்காணம், திருக்கோவிலூர் சேந்தமங்கலம், கடலூர் மாவட்டம் மாளிகைமேடு, தர்மபுரி மாவட்டம் பனைக்குளம், மூதூர், கரூர் மாவட்டம் நெடுங்கூர், திருச்சி மாவட்டம் உறையூர், கண்ணனூர், ஸ்ரீரங்கம், அரியலூர் மாவட்டம் கங்கைகொண்ட சோழபுரம், தஞ்சை மாவட்டம் குரும்பூர், பழையாறை, ஈரோடு மாவட்டம் கொடுமணல், திருவள்ளூர் மாவட்டம் பெரியகுளம், பட்டரைப்பெரும்புதூர், தூத்துக்குடி மாவட்டம் ஆதிச்சநல்லூர் போன்ற 40 இடங்களில் அகழாய்வுப் பணிகள் மேற்கொள்ளப்பட்டிருந்தாலும் இதில் பூம்புகார், ஆதிச்சநல்லூர் கீழடி போன்றவைதான் குறிப்பிடத்தக்க ஆய்வுகள் ஆகும்!!

கீழடி அகழாய்வின் முக்கியத்துவம்

உலகின் மூத்த மொழிகளில் தமிழ் தலையாயது என்பது யாவரும் அறிந்ததே! அரிக்கமேடு, ஆதிச்சநல்லூர் போன்ற இடங்களில் தொல்லியல் ஆய்வு நீண்ட நாள்களுக்கு முன்பு நடை பெற்றிருந்தாலும், போதிய தொழில்நுட்ப வசதியைப் பயன்படுத்தாமல், ஒரு முழுமையான ஆய்வு என்று கருதப்படாத நிலைதான் இருந்தது.

இந்நிலையில் ஆலவாய் எனப்படும் மதுரையம்பதி புராதன நகரம் என்பதால் உலகில் பல நாகரிகங்கள் தோன்றிய இடம், வாழ்வாதாரத்திற்குக் காரணமாக இருக்கும் நதிக்கரை சார்ந்த சமவெளி பகுதி என்பதால், வைகையை ஒட்டி அமைந்துள்ள கீழடி பகுதியைத் தேர்வு செய்து மத்திய தொல்லியல் துறை முதல் மூன்று கட்ட ஆய்வை மேற்கொண்டது.

வைகை நதி என்பது மேற்குத் தொடர்ச்சி மலையின் அங்கமான வருசநாடு பகுதியில் தொடங்கி சின்னமனூர் மதுரை வழியாகக் கிழக்கு நோக்கி திருபுவனம், ராஜகம்பீரம், மானாமதுரை, பார்த்திபனூர், பரமக்குடி, ராமநாதபுரம் வழியாகச் சென்று அழகன்குளத்தில் கடலில் கலக்கிறது.

இந்த இடத்தைத் தேர்வு செய்தது ஒரு சுவாரஸ்யமான நிகழ்வாகும். 1973-ல் பாலசுப்பிரமணி என்னும் பள்ளி ஆசிரியர் பழங்காலம் குறித்து அறிந்துகொள்வதில் கொண்டிருந்த ஆர்வத்தினால் இந்தக் கீழடி பகுதியில், உடைந்த பானை ஓடுகள், அகலமான செங்கற்கள், வித்தியாசமான கூர்மையான கருவிகள், போன்றவையெல்லாம் கிடைப்பதாகக் கேள்விப்பட்டு அதை நேரில் பார்த்து கேட்டு அறிந்திருக்கிறார். ஆனால் முறையான ஆய்வு நடத்த முயற்சி மேற்கொள்ளவில்லை.

மத்திய தொல்லியல் துறையின் கண்காணிப்பாளர் அமர்நாத் ராமகிருஷ்ணன், வைகை நதிக் கரையின் இருபுறமும் 293 தொல்லியல் சான்று கிடைக்கக்கூடிய இடங்களாகக் கண்டறிந்து மிகுந்த ஆர்வத்துடன் முதல் இடமாகக் கீழடியில் ஜூன் 2015-ல் ஆய்வுப் பணியைத் தொடங்கினார்.

இரண்டாம் கட்ட அகழாய்வை ஜனவரி 2, 2016-ல் மேற்கொண்டனர். இதில் 5,820 பொருள்கள் கண்டறியப் பட்டுள்ளதாக தெரிகிறது. முக்கியமாக சமையல் சாமான்கள், மருத்துவக் குடுவைகள், தொழிற்சாலைக் கருவிகள், முத்திரைகள் போன்றவை கண்டறியப்பட்டுள்ளன.

முதல் இரண்டுகட்ட அகழாய்வில் 53 குழிகளுக்கு மேல் தோண்டி, ஆயிரக் கணக்கான தொல்லியல் பொருள்களை மிகக் கவனமாக தோண்டி எடுத்து, தமிழர் களின் தொன்மையை நிலைநாட்ட கடுமையான முயற்சியை, உழைப்பை மேற்கொண்ட நிலையில், அவர் அசாம் மாநிலத்துக்கு பணியிட மாற்றம் செய்யப்பட்டது ஒருவித தொய்வை ஏற்படுத்தியது என்றே கூறலாம்.

இந்நிலையில் மூன்றாம் கட்ட அகழாய்வு, ஜனவரி 2017-ல் ஸ்ரீராமன் என்பவர் கண்காணிப்பாளராக நியமிக்கப்பட்டு மேற்கொள்ளப்பட்டது. ஆனால், வெறும் 400 சதுர மீட்டரில் 14 குழிகள் தோண்டிய நிலையில், செப்டம்பர் 2017-ல் மத்திய தொல்லியல் துறை ஆய்வுப் பணியை முடித்துக் கொள்வதாக அறிவித்தது. மத்திய தொல்லியல் துறை நடத்திய மூன்று கட்ட அகழாய்வுப் பணிகள் மூலம் மொத்தம் 7,818 தொல்பொருள்கள் கண்டெடுக்கப்பட்டுள்ளதாக தெரிகிறது.

வரலாற்றுச் சிறப்புமிக்க அகழாய்வு 110 ஏக்கர் கொண்ட பெரிய தொல்லியல் மேட்டில், அகழாய்வு செய்வதற்கு ஏகப்பட்ட இடங்கள் உள்ள நிலையில் இப்படித் திடுமென முடித்துக்கொள்வது என்பது ஒருவித பெரும் பின்னடைவாகக் கருதப்பட்டதால், கனிமொழி மதி என்ற வழக்கறிஞர் உயர் நீதிமன்றத்தில் வழக்கு தொடர்ந்து, உயர் நீதிமன்றமும் மாநில தொல்லியல் துறை ஆய்வு நடத்தலாம் என்று அனுமதி வழங்கியது.

நான்காம்கட்ட அகழாய்வை தமிழக தொல்லியல் துறை 2017, 2018-ல் சிறப்பாக மேற்கொண்டது. தொல்லியல் துறை ஆணையர் திரு. உதயச்சந்திரன் ஐ.ஏ.எஸ் தலைமையிலான மாநிலத் தொல்லியல் துறை மிகுந்த ஆர்வத்துடன் இந்தப் பணியை மேற்கொண்டது. தொடக்கம் முதலே நவீன தொழில்நுட்பக் கருவிகள் மூலம் தொல்லியல் இடத்தைக் கண்டறிய முயற்சித்தனர்.

மும்பை இந்திய புவி காந்தவியல் நிறுவனம், அண்ணா பல்கலைக்கழகத்தின் தொலை உணர்வு நிறுவனம், பாரதிதாசன் பல்கலைக்கழகத்தின் தொழில்நுட்பத்துறை போன்ற நிறுவனங் களுடன் இணைந்து, மண்ணுக்குள் புதைந்திருக்கும் பலவற்றையும் ஊடுருவி கண்டறியும் கருவியான GPR எனப்படும் தரை ஊடுருவல் தொலையுணர்வி மதிப்பாய்வு (Ground Penetrating Radar), காந்த அளவி மதிப்பாய்வு (Magneto meter survey), ஆளில்லா வான்வழி வாகன மதிப்பாய்வு (Unmanned Aerial Vehicle Survey) போன்ற நவீன தொழில்நுட்பங்களின் உதவியுடன் ஆய்வுக்குரிய சரியான இடங்கள் தேர்வு செய்யப்பட்டன.

5,820 பொருள்கள் கண்டறியப்பட்டு

அதில் 353 சென்டிமீட்டர் ஆழத்தில் எடுக்கப்பட்ட ஆறு கார்பன் புதை பொருள் மாதிரிகள், அமெரிக்காவின் ஃபுளோரிடா மாகாணத்தில் உள்ள பீட்டா பகுப்பாய்வு சோதனை மையத்திற்கு (*BETA ANALYTIC TESTING LABORATORY*) அனுப்பி ஆய்வு செய்யப்பட்டன. அப்படிப் பட்ட ஆய்வில்தான் 6 கார்பன் மாதிரி படிவங்கள் எடுக்கப்பட்டு அதிலும் முக்கியமாக YP7 எனும் குழியில் கிடைத்த கரித்துண்டு பகுதியின் காலம் கி.மு 580 க்கு முற்பட்டது என்ற வரலாற்றுச் சிறப்புமிக்க செய்தியை தமிழகத் தொல்லியல் துறை முழுமையான அறிக்கையாக சமீபத்தில் வெளியிட்டுள்ளது. அதில்தான் பல அரும்பெரும் தகவல்கள், அரிய பொக்கிஷங்கள் குறித்த விவரங்கள் வெளியிடப்பட்டுள்ளன.

இத்தாலியின் பைசா நிறுவனத்திற்கும் அனுப்பப்பட்டு, கார்பன் டேட்டிங் எனப்படும் கரிம பகுப்பாய்வு சோதனையில் இவை 2,600 ஆண்டுகளுக்கு முற்பட்ட தொன்மை வாய்ந்தவை என்று கண்டறியப்பட்டது. அதேபோல் A3 எனும் குழியில் கிடைத்த எலும்புத் துண்டுதான் பூனாவில் உள்ள டெக்கான் கல்லூரிக்கு அனுப்பப்பட்டு அது காளையின் திமில் எலும்புத் துண்டு என்று கண்டறியப்பட்டது.

இத்தாலிய பைசா பல்கலைக்கழக ஆய்வுப்படி, கி.மு. ஆறாம் நூற்றாண்டைச் சார்ந்ததாக அதாவது, 2600 ஆண்டுகளுக்கு முந்தைய கட்டமைப்பாக இருக்கலாம் என்றும், மற்றொரு ஆய்வு கி.மு. ஆறாம் நூற்றாண்டைச் சார்ந்ததாக இருக்கலாம் என்றும் தெரிவிக்கிறது. சிந்து சமவெளி நாகரிகம் என்பது கி.மு. 3250-2500 காலத்தைச் சேர்ந்ததாகும். அந்த வகையில் இந்த ஆய்வு முழுமை பெறும் பொழுது தமிழர் நாகரிகம் இந்தியாவின் தொன்மையான நாகரிகம் என்பது ஆய்வு பூர்வமாக நிலைநாட்டப்படும்.

ஐந்தாம் கட்ட அகழாய்வு 2019- ஜூன் 13-ம் தேதி தொடங்கி அக்டோபர் 15-ம் தேதி முடிவுக்கு வந்தது. ஐந்தாம் கட்ட அகழாய்வு என்பது 110 ஏக்கரில் நடத்தப்பட்டதாக இருந்தாலும் 10 ஏக்கரில் 52 மட்டுமே குழிகள் வெட்டப்பட்டு ஆய்வு மேற்கொள்ளப்பட்டுள்ளது. இன்னும் ஏகப்பட்ட இடங்கள் ஆய்வுக்கு உட்படுத்தப்படவேண்டி உள்ளது.

கீழடி அகழாய்வுப் பணி ஒரு உன்னத நிலையை எட்டியுள்ளது. அங்கு கண்டெடுக்கப்பட்டுள்ள பொருள்கள் தமிழர்களின் பண்பாடு, கலாசாரம் என்பது 2,600 ஆண்டுகளுக்கு முற்பட்டது என்பதை வெளிப்படுத்துவதாக உள்ளது.

கீழடி அகழாய்வு, விவசாயம், உழவுத் தொழில் மட்டுமன்றி, தொழிற்சாலைகள், வியாபாரம், சமகால உலகளாவிய மக்களுடன் கடல்வழி வணிகம் செய்த சமுதாயமாக இருந்துள்ளதை நிரூபிக்க உதவுகிறது.

கீழடி அகழாய்வுப் பொக்கிஷங்கள்

தமிழகத் தொல்லியல் துறை நடத்தி வரும் ஆய்வில் எண்ணற்ற பொருள்கள் கண்டெடுக்கப்பட்டுள்ளன. பிராமி தமிழ் எழுத்து கொண்ட பானைகள், அரவை கல், நெசவுக் கருவிகள் டெரகோட்டா எனப்படும் சுடுமணல் பொம்மைகள், ஆபரணங்கள், சாயத் தொழிற்சாலை, அது சார்ந்த கருவிகள், பெண்கள் அணியும் தொங்கட்டான், மணி, பொத்தான், வளையம், ஊசி போன்ற பொருள்கள்,

சுட்ட செங்கல்லால் ஆன கோட்டைச் சுவர் அமைப்பு போன்ற பல அரிய சின்னங்களைக் கண்டறிந்துள்ளனர்.

பானை ஓடு எழுத்துகள்

பானை ஓடுகளில் கீறல்கள், வரி வடிவம் என்பது தமிழ் பிராமி எழுத்து தோன்றுவதற்கு முந்தைய பெருங்கற்கால மற்றும் இரும்புக் கால மக்களின் எண்ணத்தைப் பிரதிபலிக்கும் எழுத்து வடிவமாகும். அந்த வகையில் கீழடியில் 1000 பானை ஓடுகளில் கீறல்கள் குறிக்கப்பட்ட அமைப்பு காணப்படுவது இரும்புக் காலம் தொட்டு மக்கள் இங்கு வாழ்ந்து வருவதை தான் உணர்த்துகிறது.

சிந்து சமவெளி நாகரிகத்தில் வரைபட எழுத்துகள்தான் கிடைத்துள்ளன. ஆனால் இங்கு தமிழர் கட்டமைப்பில்தான் பானைகளில் எழுதக்கூடிய தமிழ்ப் பிராமி எழுத்துடன் கூடிய பெயர் பதிக்கப்பட்ட ஓர் அமைப்பு கிடைத்துள்ளது. இதைப் பார்க்கும்போது சாமானிய மக்களும் எழுத்தறிவு பெற்றிருந்த தொன்மைமிக்க இனம் என்பதை நிச்சயம் உறுதிப்படுத்த முடியும்.

இங்குக் கண்டெடுக்கப்பட்ட 17 பானை ஓடுகள் இத்தாலியிலுள்ள பைசா பல்கலைக்கழகத்தின் புவி அறிவியல் துறைக்குப் பகுப்பாய்வுக்காக அனுப்பியதில், கருப்பு நிறத்திற்கு காரணம் கரிமப் பொருளான கரியும், சிவப்பு நிறத்திற்கு காரணம் இரும்பின் தாதுப்பொருளான ஹேமடைட் என்பதும் தெரியவந்துள்ளது.

விலங்குகளின் எலும்பை நன்கு தீயில் வாட்டி உயர் வெப்ப நிலையில் சுட்டு, கூர்மைப்படுத்தி பக்குவமான எழுத்தாணியைத் தயாரித்து, 1100 டிகிரி செல்சியஸ் வெப்ப நிலையில் கருப்பு சிவப்பு நிற பானைகள், கல் ஓடுகள், போன்றவற்றை உருவாக்கி எழுதியுள்ளது தெரிய வருகிறது.

இப்போதே பாத்திரங்களில் வெளிப்பக்கம்தான் பெயர் பதிவு செய்து எழுதும் வழக்கம் உள்ளது, அப்படியெனில் 2,600 ஆண்டுகளுக்கு முன்பு பானையின் வெளிப்புறம் மட்டுமன்றி உட்புறமும் எழுதக்கூடிய ஆற்றலைப் பெற்றிருந்தனர் என்றால், எப்பேர்ப்பட்ட அறிவு படைத்த, மொழி வளம் பெற்ற சமுதாயமாக இருந்திருக்க முடியும் என்பதை நன்கு உணர்ந்து கொள்ளலாம்.

சிந்துவெளி நாகரிகத்தைப் பொறுத்தவரை அங்கு கீறல் எழுத்துகள் எண்ணிக்கை குறைவான அளவிலேயே கிடைத்துள்ளன. ஆனால், கீழடியில் கிடைத்துள்ள கருப்பு, சிவப்பு பானை

ஓடுகளில் கீறல் எழுத்துகள் மட்டுமன்றி கண்ணெழுத்தாளர்களை அமர்த்தி அழகான முறையில் எழுதப்பட்ட எழுத்துகள் சிறப்பாக பதிக்கப்பட்டுள்ளன.

பானையில் எழுத்துகள் பொறிக்கப்படும் அளவுக்கு ஒரு சமூகம் வாழ்ந்திருக்கும் எனில், அந்த சமூகம் நிச்சயம் அறிவு வளர்ச்சி பெற்ற, எழுத்தறிவு பெற்ற ஒன்றாகவே இருந்திருக்க முடியும்.

தற்போது கீழடியில் கிடைத்த பானை ஓட்டில் குவிரன், ஆதன் என்னும் பெயர்கள் பொறிக்கப்பட்டுள்ளன. பாலி மொழியில் குவேரா என்றால் அரசன் என்று பொருள் ஆகும். அப்போது இருந்த தமிழ்ப் பிராமி எழுத்தில் ஆதன் என்பவன் அந்தப் பகுதியை ஆண்ட அரசன் ஆக, அல்லது அந்த இடம் தொழிற்சாலை இருந்ததற்கான சான்று இருப்பதால் அந்த தொழிற்சாலையின் உரிமையாளராக எடுத்துக்கொள்வதற்கும் வாய்ப்பு இருக்கிறது.

கல்வெட்டு எழுத்துகள் என்பது அரசனுடைய சாசனம். அது சாமானிய மனிதனுக்குப் பொருந்துவது அன்று, ஆனால், பானை ஓடுகளில் எழுத்துகளைப் பொறிப்பது என்பது ஒன்று அந்தப் பானையின் சொந்தக்காரனாக இருக்க முடியும் அல்லது அந்தப் பானையை செய்பவனாக அல்லது அந்தப் பகுதியின் அரசனாக, முதலாளியாக இருந்திருக்கக் கூடும்.

நகரக் கட்டமைப்பு

தமிழ்நாட்டில் இதுவரை நடந்த ஆய்வுகள் அதாவது சுடுகாட்டுப் பகுதிகளில் கண்டறியப்பட்டதாகக் கூறப்பட்ட நிலையில், முதல்முறையாக ஒரு வாழ்விடப் பகுதி அதுவும் நகர கட்டமைப்பு கொண்ட, தொழிற்சாலை இருந்ததற்கான அடையாளம் கொண்ட, அகழாய்வு இடம் கண்டறியப்பட்டுள்ளது என்பது வரலாற்றுச் சிறப்புமிக்கதாகும்.

13 மீட்டர் நீளமுள்ள மூன்று வரிசை கொண்ட, அகலமான சுட்ட செங்கல்லால் கட்டமைக்கப்பட்ட சுவர் போன்ற ஒன்று கண்டறியப்பட்டுள்ளது. நான் பார்வையிட்டதில், அந்த செங்கற்கள் சற்று நீளமாகவும் அகலமாகவும் தடிமன் குறைவாகவும் உள்ளன.

இந்த ஆய்வில் கிடைத்துள்ள நீண்ட நெடிய சுவர்கள், உறை கிணறுகள், செங்கல் கட்டடம், வடிகால், தண்ணீர் தொட்டி, கால்வாய் அமைப்பு, இரும்பினால் ஆன கருவிகள், இரும்பு ஆணிகள், சுடுமண்ணால் ஆன கூரை ஓடுகள் போன்றவை வளர்ந்த சமூகத்தின் அடையாளமாக நகர நாகரிகத்தை பறை சாற்றுவதாகவே உள்ளன.

கீழடி அகழாய்வில் நெசவுத் தொழிற்சாலை, சாயத்தொழிற்சாலை இருந்ததற்கான சுவடுகள் தெரிகின்றன. அது சார்ந்த கருவிகள் கற்களால் ஆன கருவிகளும் விலங்குகளின் எலும்பினால் ஆன கூர்மையான கருவிகளும் கண்டறியப்பட்டுள்ளன.

அதேபோல், சிந்துவெளியில் மட்டுமன்றி எங்கும் கிடைக்காத கற்கோடரி செம்பியன் கண்டியூரில் கண்டெடுக்கப்பட்டுள்ளது. அதில் சிந்துவெளி எழுத்தில் 'கோவக்கார' எனும் பெயர் எழுதப்பட்டுள்ளதால் சிந்துவெளி நாகரிகத்திற்கும் தமிழர் நாகரிகத்திற்கும் நெருங்கிய தொடர்பு உள்ளதை அறியமுடியும்.

இதுவரையிலான ஆய்விலேயே பானை ஓடுகள், சுடுமண் சிற்பங்கள், இரும்புப் பொருள்கள், தந்தத்தினாலான சீப்பு, வெள்ளிக்காசுகள் உட்பட 750 க்கும் மேற்பட்ட பொருள்கள் கிடைத்துள்ளன. அகரம், மணலூர், கொந்தகை ஆகிய இடங்களிலும் ஆய்வு நடத்தப்பட வேண்டும்.

அணிகலன்கள், ஆயுதங்கள்

பெண்கள் அணியும் ஆடம்பரப் பொருள்கள், அணிகலன்கள் நிறைய கண்டறியப்பட்டுள்ளன. அதிலும் குறிப்பாக அகேட் வகை அணிகலன்கள் கண்டறியப்பட்டுள்ளது மிகுந்த

ஆச்சரியமாக உள்ளது! ஏனெனில், இந்த அகேட் வகை அணிகலன்கள் தென்னமெரிக்க, ஆஸ்திரேலிய, ஆப்பிரிக்க மலைகளில் வெட்டி எடுக்கப்படும் கற்களில் செய்யப்படுவதாகும். இதன் மூலம், தமிழர்களுக்கும் இந்த நாடுகளுக்கும் இடையேயான கடல்வழி வர்த்தகம் நன்கு இருந்துள்ளது என்பதை அறிய முடிகிறது. பொருள்கள், அணிகலன்கள், வியாபாரப் பண்டமாற்றம் நடைபெற்றுள்ளதும் தெரிகிறது.

அரவைக்கல், தண்ணீர் அல்லது மதுபானக் குடுவை, கூர்மையான கருவிகள், கண்ணாடி மணிகள், தாயக்கட்டை, செம்பினாலான சொம்பு, அணிகலன்கள், பளிங்குக் கல் மணிகள், சங்கு வளையல்கள், தந்தத்தால் செய்யப்பட்ட சீப்பு, வளையல், சங்கு வளையல் போன்றவை கிடைத்துள்ளன.

கீழடியில் கிடைத்த பொருள்கள் அனைத்தும் ஆடம்பர அலங்கார அணிகலன்களாக உள்ளன. குறிப்பாக தொங்கட்டான் மணிவளையம், ஊசி, தகடு, பொத்தான், தங்க ஆபரணங்கள் குறிப்பாக மணிகள், அணிகலன்கள், இரும்புப் பொருள்கள், இரும்புக் குண்டுகள், இரும்பினால் செய்யப்பட்ட ஆயுதங்கள், செப்புக் காசுகள், உணவு பொருள்கள் பாதுகாக்கும் குவளை உட்பட ஆயிரத்திற்கும் மேற்பட்ட பொருள்கள் கண்டெடுக்கப்பட்டுள்ளன.

அதேபோல் பொழுதுபோக்கு விளையாட்டுப் பொருள்கள், பகடைக் காய், சுடு மண்ணால் ஆன வட்ட சுற்றிகள், இழுத்து விளையாடும் வண்டிகளின் சக்கரங்கள், சதுரங்கக் கட்டைகள் அதிலும் குறிப்பாக கிட்டத்தட்ட 500-க்கும் மேற்பட்ட அளவில் பெண்கள் விளையாட்டுப் பொருள்கள் கிடைத்துள்ளன. தங்க ஆபரணங்களும் கிடைத்துள்ளன.

மனித இனத்தின் மிகப்பழமையான படைப்புகளில் ஒன்று சுடு மண்ணால் ஆன கலை நயமிக்க மனித விலங்கு உருவங்களைப் பதிவு செய்வதாகும். அந்த வகையில் கீழடியிலும் சுடுமண்ணால் உருவாக்கப்பட்ட மனித உருவங்கள், விலங்கு உருவங்கள், காதணிகள் போன்றவை கண்டறியப்பட்டுள்ளன.

எருமைத் திமில்கள், வெள்ளாடு, கலைமான் கொம்பு, காட்டுப்பன்றி ஆகியவற்றின் எலும்புகள், கொம்புகள் போன்றவை கிடைத்துள்ளன. இவை அந்தக் காலத்தில் இருந்த ஏறு தழுவுதல், மஞ்சு விரட்டு, ஜல்லிக்கட்டு போன்ற வீர விளையாட்டுகளையும், அசைவ உணவு பழக்கங்களையும் வெளிப்படுத்துவதாக உள்ளது.

ஐந்தாம் கட்ட அகழாய்வில், விலங்கு உருவம் பதித்த சூது பவளம், கழுத்து மாலைப் பதக்கம், சுடு மண் பானை, எலும்பினால் ஆன கூர்மையான கருவிகள், டெரகோட்டா மனித உருவப் படிமங்கள், காளை உருவப் படிவம் பொறிக்கப்பட்டுள்ளன.

பாசிமணிகள், பழங்கால எழுத்தாணி, இரட்டைச் சுவர், வட்டச் சுவர், சிறிய பானை போன்றவையும் கண்டறியப்பட்டுள்ளன. செப்புக் காசுகள், உணவு வைக்கும் உருளை போன்ற பாத்திரம், கருப்பு சிவப்பு நிறத்திலான பானைகள், தண்ணீர் வைத்துக்கொள்ளக்கூடிய சொம்பு, தண்ணீர் தொட்டி போன்ற வகையிலும் கண்டறியப்பட்டுள்ளன.

தொழிற்கூட அமைப்பு

வட்ட வடிவிலான தொழிற்கூட சுவர் போன்ற ஒன்று கண்டறியப்பட்டுள்ளது. தக்களி எனப்படும் நூல் நூற்கும் கருவி, எலும்பினால் ஆன கூரிய முனைகளைக் கண்ட கருவி, நெசவாளர்கள் நூல் நூற்கப் பயன்படுத்தும் கூர்மையான கருவி, சாயப்பட்டறை சார்ந்த கருவிகள் கிடைத்துள்ளன. இதையெல்லாம் பார்க்கும் பொழுது, இது ஒரு நெசவுத் தொழிற்சாலை அல்லது சாயப்பட்டறையாகக்கூட இருந்திருக்கலாம் என்று கருதப்படுகிறது.

மதுரை என்பது அக்காலத்தைய மிகப்பெரிய தலைநகரமாக மன்னர்களின் ராஜ்யமாக இருந்ததால், அதற்குரிய பொருள்கள் தயாரிக்கக்கூடிய சுற்று வட்டார தொழிற்சாலையாக இந்தப் பகுதிகள் இருந்திருக்கலாம். இன்னும் முழுமையாக நாம் தோண்ட ஆரம்பித்தால் நிறைய மூலப் பொருள்களும், கருவிகளும், உற்பத்திக்கான தடயங்களும் கிடைக்கக்கூடும்.

அதேசமயத்தில் தொழிற்கூடங்களுக்கு உரிய தயாரிப்புக் கருவிகளும் கண்டறியப்பட்டுள்ளன. அதனால் இங்குள்ள மக்கள் பொருள்களை வாங்கும் சக்தி படைத்தவர்களாக இருந்துள்ளனர். வெளியில் இருந்து பொருள்களை வாங்கினர் என்று நாம் அதை சுருக்கிவிட முடியாது.

நீர்ப்பாசன வசதி

தண்ணீர் தொட்டி, உறை கிணறு கண்டுபிடிக்கப்பட்ட நிலையில், செங்கற்களால் ஆன வடிகால் அமைப்பும் கண்டுபிடிக்கப்பட்டுள்ளது. சுடுமண் குழாய் கண்டுபிடிக்கப்பட்டுள்ளது. தமிழரின் பாசன வசதி, நீர் மேலாண்மை அறிவை வெளிப்படுத்துவதாக உள்ளது. அதேபோல் உறை கிணறு, தண்ணீர் தொட்டி, கால்வாய், வட்டச் சுவர், வரைகோள்கள் தொங்கவிடப்படும் கருங்கல், சுடுமண்ணால் செய்யப்பட்ட அமைக்கப்பட்ட கட்டமைப்புகள், போன்றவையும் கண்டறியப்பட்டுள்ளன.

தற்போதைய நான்கு ஐந்து கட்ட ஆய்வுகளில் சுட்ட செங்கற்கள், சுண்ணாம்பு சாந்து கூரை ஓடுகள், சுடு மண்ணால் ஆன கிணற்றின் பகுதி போன்றவை கண்டறியப்பட்டு பகுப்பாய்விற்கு அனுப்பப்பட்டுள்ளன. சிலிக்கான், சுண்ணாம்பு, இரும்பு, அலுமினியம் மற்றும் மெக்னீசியம் போன்றவையும் கிடைத்துள்ளதாக தெரிகிறது.

தண்ணீர் தொட்டி அதைத் தொடர்ந்த குழாய் போன்ற அமைப்பால் நீரை சிக்கனமாக முறையாகப் பயன்படுத்தி நீர் மேலாண்மையில் சிறந்து விளங்கியுள்ளனர் என்பது தெரிகிறது. சங்க இலக்கியமான சிறுபாணாற்றுப்படையில், நல்லூர் நத்தத்தனார், அரசன் நல்லியக்கோடன் நீர்ப்பாசனம் செய்த முறை பற்றி தெரிவித்துள்ளார்.

"மடையும் அடைத்துத் தூம்பும் செய்வித்தான்
பனைப்பூங் கிழார் தம்பி குமரன்"

பா வடிவில் கல்லைச் செதுக்கி ஒன்றன் மேல் ஒன்றாக அடுக்கி, சுற்றிலும் களி மண்ணை நிரப்பி மடை அமைத்து நீரைத் தேக்கிவைத்தான் என்று குறிப்பிட்டுள்ளார். தூம்பு என்பது நீரை தேவைக்கேற்றபடி கலந்து அனுப்பும் கட்டுமான முறையாகும். அதாவது தற்போது உள்ள மதகு என்று சொல்லக் கூடிய அமைப்பாகும்.

இந்த இலக்கியச் சான்றை உறுதிப் படுத்தும் விதமாகத்தான் தற்போது கிடைத்துள்ள செங்கல் கட்டுமான நீர் கால்வாய் அமைப்பு விளங்குகிறது.

அதேபோல் 3 அடி உயரம், 3 அடி நீளம், இரண்டரை அடி அகலத்தில் செங்கற்களால் அமைக்கப்பட்ட பழங்கால குளியல் தொட்டி ஒன்றும் கண்டறியப்பட்டுள்ளது. அதன் செங்கற்களை பார்க்கும்போது, அகலமான கற்களாக வடிவமைத்துள்ளனர். கூர்மையான இரும்புத் துண்டுகளும் கருவிகளும் கொடுக்கப்பட்டுள்ளன. இவற்றையெல்லம் வைத்து அந்த காலகட்டத்தைக் கணக்கிடும்போது, 2600 ஆண்டுகளுக்கு முன்பு என்ற நிலையில், வளர்ந்த செழுமையான வாங்கும் சக்தி படைத்த வளமான சமுதாய அமைப்பைக் காட்டுகிறது.

வணிக முறை

தமிழர்கள் தொன்றுதொட்டு கடல்வழி வணிகம் செய்து வந்ததை சங்க இலக்கியமான பட்டினப்பாலை, மதுரைக்காஞ்சி போன்ற நூல்களும்

பூம்புகார், காயல்பட்டினம், கொற்கை, அழகன்குளம் போன்ற இடங்கள் தொன்மைமிக்க துறைமுக நகரங்களுக்குச் சான்று பகர்கின்றன. முத்து, பவளம், மணிக் கற்கள், துணி வகைகள், மிளகு, ஏலக்காய் வாசனைப் பொருள்கள் ஏற்றுமதி செய்யப்பட்டதாகவும் தங்கம், மதுபானங்கள், நறுமண திரவியங்கள் போன்றவை இறக்குமதி செய்யப்பட்டதாகவும் தெரிகிறது.

இத்தாலி ரோம் நகரத்தில் தயாரிக்கப் பட்ட ரவுலட்டட் பானை ஓடுகள், அழகன்குளம் அகழாய்விலும் அதன் சாயல் கொண்ட மண் சட்டிகள் இங்கு கண்டெடுக்கப்பட்டுள்ளன. வெளிநாட்டு தொழில்நுட்பத்தைத் தெரிந்து கொண்டு அதை உருவாக்கும் சக்தி படைத்தவர்களாக இருந்துள்ளனர் என்று கருத முடிகிறது.

இலக்கியச் சான்றுகள்

அதேபோல் தமிழ் எழுத்து பொறிக்கப்பட்டுள்ளது, தொல்காப்பியத்திற்கு மூல நூலாகக் கருதப்படும் ஐந்திரனார் இயற்றிய ஐந்திரம் இலக்கண நூல், பாலி, பிராகிருதம் ஆகிய இலக்கண நூல்கள், ஆசிரியர்கள் பின்பற்றிய இலக்கணத்தை ஒத்திருப்பதாக தெரிய வருகிறது.. இது தமிழ் அந்நாளில் பரவலாக இருந்தது என்பதற்கான சான்றாகவே எடுத்துக்கொள்ளலாம்.

கலிங்க மன்னன் காரவேலன் கல்வெட்டில், மூவேந்தர்கள் உடன் படிக்கை 1,300 ஆண்டுகள் நீடித்தது என்றும் அது கி.மு. 217-ல் முடிவுக்கு வந்தது என்றும் கூறப்பட்டுள்ளது. அப்படி எனில் வடநாட்டு ஆரிய அரசர்களை தமிழ் வேந்தர்கள் கி.மு. 1,500 முதல் தீவிரமாக எதிர்த்து வந்தார்கள் என்றும், ஒப்பந்தத்தின் மூலம் அந்த சண்டை முடிவுக்கு வந்துள்ளது என்றும் எடுத்துக்கொள்ளலாம்.

சாணக்கியரின் அர்த்த சாஸ்திரம் நூலில், வட இந்திய தென்னிந்திய வணிகப் பரிமாற்றம் குறித்தும் பாண்டிய நாட்டில் விளையும் முத்துகள் இங்கு இறக்குமதி செய்வது பற்றியும் அங்கு தயாரிக்கப்படும் பட்டுத் துணிகள், மஸ்லின் ஆடைகள் குறித்தும் குறிப்பிட்டுள்ளார்.

அசோகரின் 2 மற்றும் 13 பாறைக் கல்வெட்டில் சோழ, பான்டிய, சத்திய புத்திர மற்றும் கேரள புத்திர அரசுகள் இருந்தன என்று குறிப்பிடப்பட்டுள்ளது. இந்தக் காலத்திய சமகாலச் சான்றுகள் மதுரையில் பாண்டிய நெடுஞ்செழியன் மன்னன் ஆட்சி செய்ததை உறுதிப்படுத்து கிறது.

தமிழர் வரலாற்றின் தொன்மைக்கு இலக்கியச் சான்று ஆவணங்கள் இருந்த நிலையில், தொல்பொருள் சான்றுகள் கிடைக்காத சூழல் இருந்தது. இந்த நிலையில்தான் கீழடியில் கிடைத்துள்ள கிட்டதட்ட 15 ஆயிரத்துக்கு மேற்பட்ட தொல்பொருள்கள் சமீபத்திய அமெரிக்க பீட்டா கரிமப் பொருள் சோதனை தொழில்நுட்ப ஆய்வுப்படி 2,600 ஆண்டுகளுக்கு முற்பட்டவை என்று சொல்லப்பட்டுள்ளது இலக்கியச் சான்று மட்டுமன்றி தொல்லியல் சான்றும் கிடைத்துவிட்ட மகிழ்ச்சியான தருணமாக உள்ளது.

பண்டைக்கால இந்தியா பற்றி சிறந்த ஆய்வை மேற்கொண்டுவரும் வரலாற்று அறிஞர் ரோமிலா தாப்பர், கீழடி ஆய்வு தமிழர்களின் வரலாற்றை மறு ஆய்வுக்கு உட்படுத்தவேண்டிய சூழ்நிலைக்கு உள்ளாக்கியிருக்கிறது என்று குறிப்பிட்டுள்ளார்.

உலகின் தொன்மை நாகரிகமாகக் கருதப்படும் கிரேக்க நாகரிகம் மெசபடோமிய, சுமேரிய, பாபிலோனிய, பாலஸ்தீன, ரோமானிய மாயன் நாகரிகம், ஜெர்மன் நாகரிகம், பெரு நாகரிகம், துருக்கிய நாகரிகம், சீனாவின் மஞ்சள் ஆறு நாகரிகம், எகிப்து நைல் நதி நாகரிகம் வரிசையில் தமிழர்களின் வைகை நதி நாகரிகம் இணைய இருக்கிறது என்பது பெருமைக்குரிய விஷயமாகும்.

தேவை நீடித்த முறையான ஆய்வு

தொல்லியல் ஆய்வு என்பது ஏதோ ஜே.சி.பி வண்டியை வைத்து தோண்டிப் போடுவது அல்ல! மெல்ல மெல்ல பொறுமையாக செய்யவேண்டிய பணியாகும். ஒரு நாளைக்கு அதிகபட்சம் 10 அங்குலமே தோண்ட இயலும் என்று அறிஞர்கள் கூறுகின்றனர்.

அதிலும் ஏதேனும் பொருள்கள், ஓடுகள், கருவிகள், கட்டமைப்புகள் தென்பட்டால் உடனடியாக அதைப் பக்குவமாக கைகளால் துழாவிச் சேதமடையாமல் பாதுகாப்பாகப் பக்குவமாக தோண்ட வேண்டும். ஆதலால் இதற்கு நீண்ட நெடிய காலம் எடுத்துக்கொண்டால் மட்டுமே இந்தப் பணி செம்மையாக இருக்கும். அப்போதுதான் உலகளாவிய நாகரிக வரலாற்றுத் தொன்மையை நிலைநாட்டும் ஆய்வு என்பது உறுதிப்படுத்தப்படும்.

குஜராத் தோலா வீராவில் 13 ஆண்டுகள் ஆய்வு நடந்துள்ளது. ஆந்திரா நாகார்ஜுனாவில் பத்தாண்டுகள் ஆய்வு நடைபெற்றுள்ளது. இந்நிலையில் வைகை ஆற்றங்கரையின் இருபுறமும் கண்டறியப்பட்டுள்ள 293 இடங்களையும் போதிய கால அளவு எடுத்துக்கொண்டு ஆய்வுக்கு உட்படுத்தப்பட வேண்டும்! அப்போதுதான் இன்னும் முழுமையான வடிவத்தைப் பெறமுடியும்!

அழகன்குளம், காவிரிபூம்பட்டினம், ஆதிச்சநல்லூர் போன்ற இடங்களி லெல்லாம் மீண்டும் விரிவான அகழாய்வு செய்து தொல்லியல் சான்றுகளை முறைப்படி வெளிக்கொணர வேண்டும்.

கீழடியில் மத்திய தொல்லியல் துறை நடத்திய மூன்று கட்ட ஆய்வு அறிக்கையும் வெளியிடப்பட வேண்டும். அதேபோல் அவர்கள் கண்டறிந்த 7,800 பொருள்களையும் அதன் தன்மை குறித்து முறையான கார்பன் புதைபொருள் அகழாய்வுக்கு உட்படுத்தி தன்மையைக் கண்டறிந்து அறிவிக்க வேண்டும். ஆதிச்சநல்லூர், அரிக்கமேடு, பூம்புகார் அகழாய்வு முடிவுகளையும் அரசு வெளியிடவேண்டும்.

இடையிடையே மழை வந்து ஆய்வு செய்த குழிகளை சேதப்படுத்துகிறது. இந்த தொழில்நுட்ப வளர்ச்சி காலகட்டத்திலும் இதற்கு உரிய பாதுகாப்பை நாம் செய்யத் தவறிவிட்டோமோ என்றுதான் நினைக்கத் தோன்றுகிறது. ஏனெனில் இதுபோன்ற தொன்மைமிக்க இடத்தைப் பாதுகாப்பதற்கு அனைத்து தொழில்நுட்ப உத்திகளையும் நாம் பயன்படுத்த வேண்டும்!

ஆறாவது கட்ட அகழாய்வு

தமிழக அரசு 2020 ஜனவரியில் கீழடி மற்றும் அருகிலுள்ள கொந்தகை, அகரம், மணலூர் போன்ற இடங்களில் ஆறாம் கட்ட ஆய்வு நடத்த அனுமதி அளித்திருந்த நிலையில், மத்திய அரசு தூத்துக்குடி மாவட்டத்திலுள்ள ஆதிச்சநல்லூர், சிவகளை, ஈரோடு மாவட்டம் கொடுமணல் ஆகிய இடங்களிலும் அகழ்வாராய்ச்சிப் பணிகள் மேற்கொள்ளப்பட அனுமதி அளித்துள்ள செய்தி மிகவும் வரவேற்கதக்கது ஆகும்.

அதேபோல் ஆதிச்சநல்லூரில் கிட்டத்தட்ட 110 ஆண்டுகளுக்குப் பிறகு மீண்டும் மறு அகழாய்வுப் பணி நடைபெற வேண்டியது என்பது காலத்திற்கேற்ற தேவையான ஒன்றாகும்.

குறைந்தபட்சம் பத்து ஆண்டுகளாவது அகழாய்வுப் பணியைத் தொடர வேண்டும். ஏனெனில் ஆதிச்சநல்லூர் பகுதியில் நூற்று இருபது ஏக்கரில் சுடுகாடு இருந்திருக்கிறது எனில் அப்பொழுது அதன் அருகில் மிகப்பெரிய ஒரு வாழ்விடப் பகுதி கண்டிப்பாக அமைந்திருக்க வேண்டும் என்றுதானே அர்த்தம். அப்படி எனில் அதைக் கண்டறிய வேண்டிய பெரும் பொறுப்பும் நமக்கு உள்ளது அல்லவா!

இந்த அகழாய்வு நீண்ட காலத்திற்கு பொறுமையாக, முழுமையாக நெருக்கடி இன்றி நடத்தப்பட வேண்டும் அப்போது தான் தொன்மைமிக்க நாகரிகத்தின்

சான்றுகளை மீட்டெடுக்க முடியும்! பனையூர், சிலைமான் போன்ற பகுதிகளிலும் அகழாய்வு செய்வதற்கான முயற்சியை மேற்கொள்ள வேண்டும்.

தாமிரபரணி ஆற்றங்கரையின் இருபுறமும் தொன்மைவாய்ந்த பகுதிகளை, தொழில்நுட்ப உதவியுடன் கண்டறிந்து ஆய்வு செய்யலாம். அதேபோல் காவிரி கரையின் இருபுறங்களிலும் பூம்புகார் ஒட்டிய பகுதிகளிலும், மீண்டும் ஆய்வுப் பணியை ஆரம்பிப்பது தமிழின் தொன்மைக்கு மேலும் கூடுதல் வலு சேர்ப்பதாக இருக்கும்.

தொழில்நுட்பம், தொல்லியலாளர்களை பயன்படுத்திக்கொள்ளுதல்

கீழடி தொல்லியல் பொருள்களை, படிவங்களை டி.என்.ஏ ஆய்வுக்கு உட்படுத்துதல், ஹார்வர்டு பல்கலைக்கழகம் மற்றும் ஹைதராபாத்தில் உள்ள சி.சி.எம்.பி எனப்படும் சென்டர் பார் செல்லுலார், மோலிகுளார் பயாலஜி நிறுவனம், *IIT* எனப்படும் இந்திய தொழில்நுட்ப நிறுவனங்களின் கரிமப் பகுப்பாய்வு சோதனைக் கூறுகள் ஆகியவற்றைப் பரிசோதனைக்கு அனுப்பி உறுதி செய்துகொள்ளுதல் என பல வகையான தொழில்நுட்பத்தையும் பயன்படுத்திக்கொள்ளலாம்.

மேலும் ஓய்வுபெற்ற தொல்லியல் அறிஞர்களான ராஜன், கேரள தொல்லியல் ஆய்வாளர் செரியன் மற்றும் தொல்லியல் ஆர்வலர்கள் ஹார்வர்டு பல்கலைக்கழக டேவிட் ரீச், வர்கீஸ் போன்றோரின் உதவிகளையும் பெறலாம்.

Gene m 130 தொழில்நுட்பம் குறித்து, மதுரைப் பல்கலைக் கழக ஓய்வுபெற்ற பேராசிரியர் பிச்சப்பன் இது குறித்து தீவிர ஆர்வம் காட்டி வருவதால் அவருடைய அனுபவ அறிவை பயன்படுத்திக் கொள்ளலாம்.

இடத்தைக் கையகப்படுத்தல்

கீழடியில் அந்த இடத்தின் உரிமையாளர்களான முருகேசன், கருப்பையா, மாரியம்மாள், போதகுரு, நீதி அவர்களே முன்வந்து நிலத்தை ஆய்வுக்கு உட்படுத்த அனுமதி அளித்துள்ள நிலையில், அவர்களைப் பாராட்டி, அவர்களிடமிருந்து இந்த நிலத்தை உரிய இழப்பீடு வழங்கி கையகப்படுத்த வேண்டும்.

110 ஏக்கரில் தோண்டப்பட்டுள்ள இடம் என்பது குறைந்தபட்ச இடம்தான். முதல் பணியாக அந்த 110 ஏக்கர் தொல்லியல் மேடைப் பகுதியை பாதுகாக்கப்பட்ட இடமாக அறிவித்து அதையும் முழுமையாகத் தோண்ட வேண்டும்.

இதுவரை 100க்கும் மேற்பட்ட குழிகள் தோண்டபட்டுள்ள நிலையில், தோண்டப்பட்ட இடங்களைப் பாதுகாக்க முழு நடவடிக்கை எடுக்கப்பட வேண்டும். அதைத் தொடர்ந்து அடுத்தடுத்து உள்ள கொந்தகை, அகரம், மணலூர் போன்ற வைகை நதிக்கரை சார்ந்த பகுதிகளில் தீவிர ஆய்வுப் பணியை மேற்கொள்ள வேண்டும். அகழாய்வு என்பது குறைந்தபட்சம் பத்து ஆண்டுகளாவது நடைபெற்றால்தான் அதில் தெளிவான நிலையை எட்ட இயலும்.

கீழடியில் முழுமையான ஆய்வு செய்யும்போது தற்போது 2,600 ஆண்டுகளுக்கு முந்தைய காலகட்டம் என்பது இன்னும்கூட சில ஆயிரம் ஆண்டுகளுக்கு முன்பு செல்வதற்கு வாய்ப்பு உள்ளது.

நம்முடைய இந்திய தேசத்தின் தொன்மையான சான்று ஆவணமாக விளங்கிய சிந்து நதிக்கரை நாகரிக தொடக்கத்தின் அடையாளமாக விளங்கிய ஹரப்பா, மொகஞ்சதாரோ நம்மிடமிருந்து சென்றுவிட்ட நிலையில் நமக்கு வரப்பிரசாதமாக அமைந்துள்ள கீழடிப் பகுதிக்கு மத்திய அரசு அதிக நிதி ஒதுக்கீடு செய்து அனைத்து வகையான தொழில்நுட்ப வசதியும் செய்து, இந்த அகழாய்வுப் பணி செம்மையாக நடைபெற அனைத்து வகையிலும் உதவி

செய்ய வேண்டும்.

கீழடி வைகைக்கரை மட்டுமன்றி தாமிரபரணி, காவிரி, பூம்புகார் போன்ற இடங்களிலும் அகழாய்வு மேற்கொள்ள வேண்டும். ஏனெனில் காவேரி தொன்றுதொட்டு சோழர்களின் தலைநகரமாக இருந்துவரும் பூமியாகும். நதிக்கரையைச் சார்ந்துதான் நாகரிகம் உருவாகியது என்று உறுதிப்படுத்தப் பட்டுள்ளதால், காவேரி என்றென்றும் வற்றாத ஜீவ நதியாகவே இருந்து வந்துள்ளதால், 2000 ஆண்டுகளுக்கு முன்பே அணையைக் கட்டி நீர் மேலாண்மை செய்யப்பட்ட பகுதி என்பதால் அங்குத் தொல்லியல் சான்றுகள் நிறைய கிடைப்பதற்கான வாய்ப்புகள் உள்ளதை உணர்ந்து அங்கு அகழாய்வு மேற்கொள்ள முயற்சிக்க வேண்டும்.

உலகத் தரத்திலான அருங்காட்சியகம்

உத்தரப்பிரதேசத்தில் உள்ள சொணலி பகுதியில் 27 ஏக்கர் அகழாய்வு செய்யப்பட்டு பாதுகாக்கப்பட்ட இடமாக அறிவிக்கப்பட்டுள்ளது. அதேபோல் கீழடியும் பாதுகாக்கப்பட்ட இடமாக அறிவிக்கப்பட வேண்டும். குஜராத் வட் நகரிலும் மெய்நிகர் அருங்காட்சியகம் அமைக்க உத்தரவிடப்பட்டுள்ளது.

தற்போது மதுரை உலகத்தமிழ்ச் சங்கத்தில் கண்காட்சியகம் அமைக்கப்படும் என்று தெரிவிக்கப்பட்டுள்ளது வரவேற்கத்தக்கது என்றாலும், கீழடியிலேயே அகழாய்வுக் குழிகள் அமைந்துள்ள இடங்களில் அவற்றை மக்கள் பார்வையிட உயர்தொழில்நுட்பத்தில் அங்கே அருங்காட்சியகம் அமைப்பதுதான் சிறப்பாக இருக்கும்.

அப்போதுதான் அந்த இடத்தையும் பார்வையிட்ட உணர்வோடு, அந்த தொல்லியல் தன்மைவாய்ந்த பொருள்களையும் பார்வையிட்டு புரிந்துகொள்வதற்கு எளிதாக இருக்கும். தொல்லியல் ஆய்வுக்களம் குறித்த புரிதல் மக்களுக்கு உருவாகும். அகழாய்வு இடம் ஒரு புறமும், அருங்காட்சியகம் ஒருபுறமும் இருப்பது என்பது தெளிவை உண்டாக்கக்கூடிய முறையாக இருக்காது.

ஹரப்பா, மொகஞ்சதாரோ இன்று நம்மிடையே இல்லாத நிலையில், நமக்கு இருக்கும் வரலாற்றுச் சிறப்புமிக்க இந்த தொல்லியல் ஆய்விடமான கீழடியை முழுமையாக பாதுகாப்பதோடு, இத்தாலியில் உள்ளதுபோல உலகத்தரம் வாய்ந்த அருங்காட்சியகத்தை அமைப்பது காலத்தின் கட்டாயமாகும்.

பாடத்திட்டத்தில் சேர்க்க வேண்டும்

கீழடி அகழாய்வு குறித்து இதுவரையில் நடந்த பணிகளையும், கண்டெடுக்கப்பட்ட பொருள்களையும், அது சார்ந்த விளக்கக் குறிப்பையும், ஆய்வின் முக்கியத்துவத்தையும் பள்ளிகளிலும், கல்லூரிகளிலும் அனைத்துத் தரப்பு மாணவர்களும் அறிந்துகொள்ளும் வகையில் பாடத்திட்டத்தில் கொண்டு வரப்பட வேண்டும். முக்கியமாக ஆசிரியர்கள் இதுகுறித்து ஒரு தெளிவான பார்வையைப் பெற்று மாணவர்களுக்கு ஏற்படுத்த வேண்டும்.

பள்ளி, கல்லூரி மாணவர்கள் அதிலும் வரலாறு, தொல்லியல் மாணவர்கள், வரலாற்று ஆசிரியர்கள், பேராசிரியர்கள் தொல்லியல், அகழாய்வு என்றால் என்ன? அதன் அவசியம் என்ன? ஒரு சமூகத்தில் அதன் முக்கியத்துவம் என்ன? இது வரலாற்றில் எத்தகைய மாற்றத்தை அது உண்டாக்கும் என்பது போன்ற விழிப்பு உணர்வை உண்டாக்க வேண்டும்.

வரலாற்று மாணவர்கள் பிற இடங்களில் நடந்த, நடைபெற்றுவரும் தொல்லியல் ஆய்வுகளையும் நன்கு தெரிந்துகொண்டு, சக மாணவர்களுடன் இதுகுறித்த அறிவுபூர்வமான நீண்ட விவாதத்தை நடத்துவது, ஆய்வுக் கட்டுரை சமர்ப்பிப்பது, பொதுமக்களுக்கும் மற்ற துறை மாணவர்களுக்கும் விழிப்பு உணர்வு ஏற்படுத்துவது விரிவான விளக்கம்

அளிக்க வேண்டும்.

ஏனெனில் சமீபத்தில்தான் கீழடி அகழாய்வு என்பது ஊடகங்கள் மூலமாக பொதுவெளிக்கு கொண்டுவரப்பட்டு மாணவர்கள் வந்து பார்வையிட்டனர். இதற்கு முன் இந்த அகழாய்வுப் பணி என்றால் என்ன என்பதுகூட தெரியாது. அதுவும் தினசரி கீழடி பற்றி செய்தித் தாளில் வந்தாலும் பள்ளிக்கூடங்களி,ல் கல்லூரிகளில் ஆசிரியர்களோ மாணவர்களோ இதைப் பற்றி ஒரு விவாதம் நடத்தியதாகக்கூட தெரியவில்லை.

பெற்றோர்களும் இது என்ன என்று தெரிந்துகொள்ளக்கூட ஆர்வத்தைக் காட்டவில்லை. இந்த மாதிரியான சூழலில் எப்படி அகழாய்வு எனும் மகத்தான பணியை வெற்றிகரமாக முடிக்க முடியும்? மக்கள் எப்படி அதைக் கொண்டாட முடியும்? அதைப் பற்றி முழுமையாக தெரிந்துகொண்டால்தானே அதன் வரலாற்றுத் தேவையை உணரமுடியும்.

தொல்லியல் கல்வியின் தேவை

தொல்லியல் துறையின் முக்கியத்துவம் அதிகரித்துள்ள இந்த நாளில் துறை சார்ந்த வல்லுநர்கள், கல்வெட்டியல் அறிஞர்கள் தேவை அதிகமாக உள்ளது. ஆனால் கல்வெட்டியல் பயிலும் மாணவர்கள், எண்ணிக்கை மிகக் குறைவான அளவிலே உள்ளதாகத் தெரிகிறது. பெரும்பாலும் முதுகலை வரலாறு படித்த மாணவர்கள், மாநிலத் தொல்லியல் துறை அலுவலகம் அமைந்துள்ள எழும்பூர் வளாகத்தில், ஒரு வருட சான்றிதழ் படிப்பான *Diplamo in Epigraphy and Archaeology* படிப்பைப் படிக்கவேண்டும். வருடத்திற்கு எட்டு பேர் மட்டுமே சேர்த்துக் கொள்ளப்படு கிறார்கள். குறைந்தபட்சம் ஒவ்வொரு பல்கலைக் கழகத்திலும் இந்த கல்வெட்டியல் தொல்லியல் துறை சார்ந்த சான்றிதழ் படிப்பு இருந்தால்தானே அதிகபட்ச மாணவர்களை உருவாக்க இயலும்.

மத்திய அரசு சார்பாகச் செங்கோட்டையில் *PG Diplamo in Archaeology* எனும் ஒரு வருட பயிற்சியை நடத்துகிறார்கள். 8 கோடி மக்கள் தொகை கொண்ட மாநிலத்திற்கு இந்த இரண்டு நிறுவனம்தான் இத்தகைய கல்வெட்டியல் தொல்லியல் பட்டயப் படிப்பு வைத்திருக்கிறார்கள் என்பது மிகுந்த ஆச்சரியமாக உள்ளது. இதன் எண்ணிக்கையை அதிகரிப்பது குறித்து அரசு தீவிரமாக யோசிக்கலாம்.

கல்வெட்டுக்களை ஆவணப்படுத்துதல்

தமிழகத்திலுள்ள 60,000 கல்வெட்டு களையும் அதேபோல் பிற மாநிலங்களில் உள்ள கல்வெட்டுகளையும், செப்பேடுகளையும் முறைப்படி ஆவணப்படுத்தி அனைத்து தமிழர்களும் அறியும் வகையில் அதை வெளிக்கொணர வேண்டும்.

ஆதிச்சநல்லூரில் இருந்து ஜெர்மனி, பிரான்ஸ் நாடுகளிலுள்ள அருங்காட்சியகங்களுக்குக் கொண்டு செல்லப்பட்டதாகக் கருதப்படும் தொல்லியல் பொருள்கள் மற்றும் செப்புப் படிமங்கள், ஆவணங்களை உரிய முறைப்படி இங்கு கொண்டு வருவதற்கும் அதை ஆவணப்படுத்துவதற்கும் முழுமையான நடவடிக்கையை மத்திய அரசு எடுக்க வேண்டும்.

அமெரிக்க பீட்டா நிறுவனம், இத்தாலி பைசா பல்கலைக்கழகத்தின் மூலம் கண்டறியப்பட்ட கார்பன் புதைபொருள் தொழில்நுட்ப ஆய்வறிக்கையை உலக அளவில் கொண்டு செல்ல வேண்டும். ஹார்வர்டு பல்கலைக்கழகம் போன்ற உயர் தொழில்நுட்ப சோதனைக் கூடங்களையும் இந்த ஆய்வில் இணைக்கும்போது பரந்த அளவில் கொண்டுசெல்ல இயலும். இந்தியாவின் வடமாநிலப் பகுதிகளிலிருந்து வெளிவரும் இதழ்களில் இன்னும் கீழடி அகழாய்வு குறித்து முழுமையான கட்டுரைகள் எழுதப்படவில்லை.

வெளிநாடுவாழ் தமிழர்கள் சர்வதேச அளவில் உள்ள தமிழ் அறிஞர்கள் சர்வதேச தொல்லியல் இதழ்களில், உலகளாவிய கருத்தரங்கங்களில் கீழடியின் தொன்மை குறித்தும், தமிழரின் நகர நாகரிகக் கட்டமைப்பு குறித்தும் எழுத வேண்டும்.

மதுரையைச் சுற்றி மேலும் அரிய சான்றுகள்

மதுரை அருகிலுள்ள சோழவந்தான் பக்கத்தில் உள்ள தேனூர் எனும் கிராமத்தில் 2009-ல் ஒரு மழைக்கால நாளில் நூற்றாண்டு பழமையான அரச மரம் சாய்ந்து விழுந்துவிடுகிறது. அங்கு விளையாடிக்கொண்டிருந்த சிறுவர்கள் எதேச்சையாகப் பார்க்கும்போது ஒரு மண் பானை சட்டி போல் ஒன்று கிடைத்துள்ளது. அதை அந்த சிறுவர்கள் உருட்டி விளையாடிக் கொண்டிருந்தார்கள். அப்பொழுது அந்த சட்டி உடைந்து அதனுள்ளிருந்து ஏழு தங்கக் கட்டிகள் விழுந்துள்ளன.

பிறகு முறைப்படி அது வட்டாட்சியர் அலுவலகம் கொண்டுவரப்பட்டு ஆய்வு செய்தபோது, அந்தத் தங்கக் கட்டிகளில் தமிழ்ப் பிராமி எழுத்தில் பொகுல் குன்ற கோதை என்னும் பெயர் குறிக்கப்பட்டுள்ளது. இந்தியத் தொல்லியல் அடையாளங்களில் தங்கத்தில் பெயர் பொறிக்கப்பட்ட முதல் சான்று இந்த கோதை என்னும் தமிழ்ப் பெண்ணின் பெயர்தான்.

புலிமான்கோம்பை எனும் ஊரில் வீரனைக் கௌரவப்படுத்திய நடுகல் எனப்படும் வீரக் கல் பதிக்கப்பட்டுள்ளது. அதில் வீர தீரச் செயலில் உயிரிழந்த வீரனான அந்துவன் எனும் பெயர் பொறிக்கப்பட்டுள்ளது. அது அந்த ஊரைக் காப்பதற்காக நடந்த போரில் அவன் செய்த தியாகத்தைப் பறைசாற்றுவதாகப் பதிக்கப்பட்ட நடுகல் ஆகும்.

சிவகங்கை அருகில் கோவனூர் கண்மாயில் 18-ம் நூற்றாண்டில்

அமைக்கப்பட்ட குமிழி மறைத்த கல்வெட்டை தொல்லியல் ஆய்வாளர் காசிராஜா கண்டுபிடித்துள்ளார். மக்கள் இதை அளவைக்கல், குத்துக் கல் என்றழைக்கப்பட்ட நிலையில் இந்தக் கல்லின் பின்பக்கம் கல்வெட்டு எழுத்து பொறிக்கப்பட்டுள்ளது குறிப்பிடத்தக்கதாகும்.

கண்மாய் நீரைத் தேக்கி முறைப்படுத்த இதுபோன்ற படைத் தூண் அமைக்கப்பட்டுள்ளது. இதில் சிறப்பு என்னவென்றால் அந்த மழைத் தூணின் முன்பக்கம் முகம் போன்ற அமைப்பும், பின் பக்கத்தில் கல்வெட்டு எழுத்துகளும் பொறிக்கப்பட்டுள்ளன, இந்த எழுத்துகள் தமிழில் படிக்கக் கூடியனவாக உள்ளன.

இந்த கல்வெட்டுத் தூணைக் கட்டி வைத்தவன் 'முத்துவேற் தேவராகிய பூவன் நாதர் தேவர் கட்டி வச்ச ரவாத்' என்று குறிப்பிடப்பட்டுள்ளது. இதைப்

பார்க்கும்போது இந்த வைகைக் கரையை ஒட்டி ஒரு நீண்ட அகழாய்வு நடத்த வேண்டிய தேவை இருப்பதை நன்கு உணரலாம்.

மாங்குடி மருதனார் மதுரைக் காஞ்சியில், மதுரையின் அன்றாட நிகழ்ச்சிகளை மிக அற்புதமாக காட்சிப் படுத்தி உள்ளதால், திருவில்லிப்புத்தூர் அருகில் அவர் வாழ்ந்த மாங்குடி எனும் ஊர் குறித்தும் தீவிர ஆய்வை நடத்தலாம்.

மதுரை மாவட்டத்தில் இணைத்தல்

கீழடி என்பது மதுரை மாவட்ட எல்லையிலிருந்து வெறும் 6 கிலோ மீட்டர் தூரத்தில் உள்ள இடமாகும். அதை மக்களின் கருத்தறிந்து கீழடி, கொந்தகை, மணல் நகரம் போன்ற கிராமங்களை முதலில் மதுரை மாவட்டத்தில் இணைக்க வேண்டும். அப்போதுதான் அது வைகை நாகரிகம், சங்கம் வைத்து தமிழ் வளர்த்த மதுரையின் சான்று அடையாளமாக உலகிற்கு எடுத்துச் சொல்ல உதவும்.

தமிழின் இலக்கியத் தொன்மைக்கு சங்க இலக்கியங்கள் சான்று பகர்வது போல், தமிழர்களின் நாகரிக வாழ்வியல் தொன்மைக்குக் கீழடி நிச்சயம் சான்றாக நிற்கும்!

குடும்பத்தோடு குழந்தைகளோடு சென்று அந்தத் தொல்லியல் ஆய்வுப் பணியைப் பார்வையிட்டு பெருமிதம் கொள்ளுங்கள்! பார்வையிடுவதும், பாதுகாப்பதும் நம் தலையாய கடமையாகும்!

14

தொழில்நுட்பம் தேர்ச்சிகொள்!

இன்றைய கணினி தொழில்நுட்ப, இணையப் புரட்சி உலகத்தில், அறிவியல் தொழில்நுட்பம், பொறியியல் பயிலும், மாணவர்களின் சமூகப் பங்களிப்பு மகத்தானது.

தமிழ் போன்ற உலகின் மூத்த, இலக்கிய வளம் நிறைந்த மொழியில் அறிவியல் தொழில்நுட்பம் சார்ந்த கட்டுரைகள் உருவாக்குவது மிக மிக அவசியமானதாகும். தமிழறிந்த அறிவியல் மாணவர்கள் தங்களுடைய திறமையை, தொழில்நுட்ப அறிவை, புதிய கருவிகள், கண்டுபிடிப்புகள், மென்பொருள்கள் குறித்து இந்த மொழியில் பதிவு செய்யவேண்டியது மிக அவசியமான ஒன்றாகும்.

இந்த மாணவப் பருவத்தை மிகச்சரியாகப் பயன்படுத்திக்கொள்ள வேண்டும்.

வாழ்க்கையில் உச்ச நிலையினை அடைவதற்கு கல்லூரிப் பருவம்தான் அடிப்படை என்பதைப் புரிந்துகொள்ள வேண்டும். பள்ளிப் பருவத்தில் குறிப்பிட்ட பாடத் திட்டத்தை மட்டுமே படிக்க முடியும், பள்ளிப் பருவத்தில் நிறைய எண்ணங்கள், நல்ல சிந்தனைகள், புதியன கண்டுபிடிக்க வேண்டும் என்ற ஆர்வம் தோன்றும். ஆனால் அது அப்போது சாத்தியப்படாது.

கல்லூரிப் பருவம்தான் அதற்கு ஏற்ற காலம். அதிலும் பொறியியல் போன்ற தொழில் நுட்பப் பாடம் படிப்பவர்களின் பங்களிப்பு சமுதாயத்திற்கு மிகவும் முக்கியமானது. நீங்கள் செய்ய வேண்டிய பணிகள் நிறைய உள்ளன.

தமிழில் இலக்கிய நூல்கள் நிறைய உள்ளன. வரலாற்றுக்கும் நிறைய நூல்கள் கொட்டிக் கிடக்கின்றன. ஆனால், அறிவியல் சார்ந்த நூல்கள் அந்த

டி.வி.சாம்பசிவப் பிள்ளை

அளவிற்கு இல்லை. அதிலும் தமிழில் மிகக் குறைவு. அறிவியல் சார்ந்த, தொழில் நுட்பம் சார்ந்த, இணையப் பயன்பாடு, கணினி அறிவியல் சுற்றுச்சூழலியல் சார்ந்த படைப்புகள் மிகக் குறைவு.

தமிழர்கள் மருத்துவம், தொழில் நுட்பம், அறிவியல் சார்ந்த தகவல்கள் தெரிந்துகொள்வதற்கான சரியான விளக்க நூல்கள், களஞ்சியங்கள் தமிழில் இல்லையே என்று ஏங்கிய, ஒரு தமிழர் 1920-ல் ஒரு பணியைச் செய்யத் தொடங்கினார்.

தமிழர்கள், மருத்துவம், தொழில்நுட்பம், அறிவியல் சார்ந்து அனைத்து தகவல்களையும் தெரிந்து கொள்ள வேண்டும் என்பதற்காக ஓலைச் சுவடிகள், வேதங்கள், ஆங்கில இதழ்கள், ஐரோப்பிய நூல்கள், பன்னாட்டுக் கருத்தரங்கக் கட்டுரைகள் போன்றவற்றில் உள்ள தகவல்களை எல்லாம் திரட்டி, ஐரோப்பிய நாளிதழ்களில் வரும் புதிய கண்டுபிடிப்புகளையும் திரட்டி 'TAMIL ENGLISH ENCYCLOPEDIA DICTIONARY OF MEDICINE - PHYSICS - CHEMISTRY - ANATOMY & ALLIED SCIENCES' என்று ஒரு கலைக் களஞ்சியத்தைப் படைத்தார்.

992 பக்கங்கள் கொண்ட அந்த புத்தகத்தில், அ முதல் ஃ வரை எழுதுகிறார். அதாவது அ என்றால் அணுவைப் பற்றி விளக்கமாகக் கூறுகிறார். க முதல் கௌ வரை எழுதுவதற்கு 1752 பக்கங்கள் ஆகின்றன.

1930-ல் இந்தப் புத்தகத்தை எழுதி முடிக்கிறார். தொழில்நுட்பம் வளராத அந்தக் காலத்தில் க முதல் கௌ வரை 1752 பக்கங்கள் கொண்ட புத்தகத்தை முதல் தொகுதியாக வெளியிடுகிறார். பதிப்பகங்கள், அச்சுக் கூடங்கள் வளராத அக்காலத்தில் 1933-ல் இந்தப் புத்தகத்தை வெளியிடுகிறார். அதில் 116 பக்கம் கொண்ட முன்னுரையை ஆங்கிலத்தில் எழுதுகிறார்.

ஏனென்றால், ஆங்கிலேயரும் இப்படி ஒரு படைப்பு தமிழில் உள்ளது என்பதைத் தெரிந்துகொள்ள வேண்டும் என்பதற்காக, ஊனினை உருக்கி உள்ளொளி பெருக்கி எழுதுகிறார். இதற்கு அப்போதைய ஆங்கிலேயே மருத்துவக் கல்லூரி முதல்வர் ஏழு பக்கங்கள் கொண்ட அணிந்துரையினை எழுதித் தருகிறார். இந்த நூலை எழுதியவர் பண்டிதரோ, அறிஞர்கள் குழுவோ, பல்கலைக் கழகக் குழுவோ அல்ல. டி.வி.சாம்பசிவப் பிள்ளை என்ற தனி மனிதர்தான் இந்நூலைப் படைத்தார். அடுத்து கௌ-ல் ஆரம்பித்து அடுத்த கட்ட எழுத்துப் பணியைத் தொடர்கிறார்.

பணி முடிந்து 1500 பக்கங்கள் கொண்ட புத்தகத்தை வெளியிட முடியாமல் இறந்து போகிறார். பிறகு அவர் மகன் அச்சிட்டு வெளியிட்டதாகக் கூறப்படுகிறது. ஆனால் அதன் கையெழுத்துப் பிரதியோ, அச்சிட்ட புத்தகமோ நமக்கு கிடைக்காமலே போய்விட்டதுதான் வேதனை. அறிவியல் சிந்தனை மேலோங்கி, ஒரு தனி மனிதன் செய்த அளப்பரிய செயல் வியப்பூட்டுகிறது.

தொழில்நுட்ப மாணவர்களாகிய நீங்கள் செய்ய வேண்டிய பணிகள் நிறைய உள்ளன. சமூக வலை தளங்களில் கருத்து பதிவிடுவதால் மட்டும் உங்கள் பணி நிறைவடைந்துவிடாது. நம்முடைய தனித் தன்மையை, தனித்திறனை நாம்தான் வளர்த்துக்கொள்ள வேண்டும்.

எண்ணிய எண்ணியாங்கு எய்துப எண்ணியார்
திண்ணியர் ஆகப் பெறின்.

எந்த ஒரு செயலையும் திட்டமிட்டு முறைப்படி செயல்படுத்தினால் நிச்சயம் அந்த செயலில் மகத்தான வெற்றியை, வலிமையான நிலையை அடைய முடியும் என்பதைத்தான் வள்ளுவர் அழகாகச் சொல்லியிருக்கிறார். மாணவப் பருவத்தில் பெரிய பெரிய லட்சியங்களைப்

பெருமையாகச் சொல்லிக்கொண்டிராமல் சிறு சிறு கொள்கைகளை லட்சியங்களை உருவாக்கிக்கொண்டு அதைச் செயல்படுத்தி சிறப்பாக முடித்துக் காட்ட வேண்டும். அப்படித்தான் நம்மால் பெரிய காரியங்களை, சாதனைகளை நிகழ்த்த முடியும். எவ்வளவு பெரிய வெள்ளமும் சிறு சிறு துளிகளில் இருந்துதான் உருவாகிறது என்பதை உணர வேண்டும்.

இன்னொரு குறள், எந்த ஒரு செயலும் கடினம் என்று ஒதுங்கி இருக்காமல், அந்தக் காரியத்தைச் செய்ய எடுத்த முயற்சியே, அந்த காரியத்தின் வெற்றியைத் தேடித் தரும் என்பதை உணர்த்துகிறது

அருமை உடைத்தென்று அசாவாமை வேண்டும்
பெருமை முயற்சி தரும்.

ஆதலால், மாணவர்கள் அறிவியல் சார்ந்த விஷயங்களை, எளிய மக்களிடம் கொண்டு போய்ச் சேர்க்கும் கருவியாக இருக்க வேண்டும்.

Varalaru.com என்று ஒரு இணையப் பக்கம் உள்ளது. அதில் வரலாறு, பண்பாடு, கலாசாரம் சார்ந்த அனைத்து தகவல்களும் பதிவேற்றம் செய்யப்படுகின்றன. இலக்கியம் சார்ந்த பல இணைய தளங்கள் உள்ளன. பல எழுத்தாளர்கள் நிறைய எழுதி வருகிறார்கள். ஆனால் அறிவியல் சார்ந்த இணையம் தமிழில் பெரிதாக இல்லை.

மொபைல் போன் எப்படி வேலை செய்கிறது?

அலைபேசி பாகங்கள் என்ன?

மதர் போர்டு என்றால் என்ன?

என்ன உலோகத்தால் செய்யப்படுகிறது?

சிம் கார்டு எப்படி தயாரிக்கப்படுகிறது?

என்ன தொழில்நுட்பம் அலைவரிசையை அழைப்பாக மாற்றுகிறது?

அலைபேசி கோபுரம் (cell tower) நோக்கம் என்ன? எப்படி செயல்படுகிறது? அதன் கதிர்வீச்சு நுண்ணிய உயிரினங்களுக்கோ, மனிதர்களுக்கோ ஆபத்தானதா?

Making a Neighborhood of a Nation
THE TRANSCONTINENTAL TELEPHONE LINE

Memory card என்றால் என்ன? என்ன மெட்டீரியலால் ஆனது? எப்படி சேமிக்கிறது என்பதைப் பற்றியெல்லாம் விரிவாக எழுத வேண்டும். தமிழ் மக்கள் படித்துப் புரிந்துகொள்ளும் வகையில் எழுத வேண்டும்.

அன்றாடத் தொழில் நுட்பம், அறிவியல் சாதனைகள், அரசின் அறிவியல் சார்ந்த திட்டங்கள் மக்களுக்கு எளிய வகையில் புரியவைக்க வேண்டும்.அதுதான் நீங்கள் இந்தச் சமுதாயத்திற்குச் செய்யும் தொண்டு. வீணாகப் பொழுதைக் கழிக்காமல் அறிவியல் கட்டுரைகள் எழுதி வலைதளத்தில் பதிவேற்றி சாமானியரும் அறியும்படிச் செய்ய வேண்டும்.

'*TRIUMPH OF SCIENCE*' என்ற புத்தகத்தை *Melvin* என்பவர் 1967-ல் எழுதி வெளியிட்டார். ஹிக்கின் பாதம்ஸ் வெளியிட்ட அதன் இந்தியப் பதிப்பின் விலை 1 ரூபாய். அந்தப் புத்தகத்தில், கண்டுபிடிப்புகளின் தேவை என்ன? எப்படி அறிவியல் சாதனைகள் படைக்கப்பட்டன என்பதைப் பற்றி அழகாக விளக்கியிருப்பார்.

அலெக்சான்டர் பென்சிலின் கண்டுபிடித்த சூழல் என்ன? ரான்ட்ஜன் ஒளிக்கதிர்கள் கண்டுபிடிக்கவேண்டிய அவசியம் என்ன என்று நடந்த பல சுவையான நிகழ்வுகளோடு

சொல்லியிருப்பார். அதில் வைட்டமின் மாத்திரை கண்டுபிடிப்பட்டதன் காரணத்தைப் பற்றி கூறியுள்ளார்.

வைட்டமின் கண்டுபிடிக்கப்பட்ட கதை

வைட்டமின் மாத்திரை கண்டுபிடிக்கப்பட்ட கதை என்ன தெரியுமா? ஜப்பான் வலிமையான கடற்படை கொண்ட நாடு. அன்றைய ஜப்பான் கடற்படையின் தலைவர் டக்காகி கான்சிரோ என்பவர் நீண்ட நாட்கள் பயணம் செய்து, நாடு திரும்பும் வீரர்களைத் தானே நேரில் சென்று துறைமுகத்தில் வரவேற்கிறார்.

அப்போது சில வீரர்கள் சுறுசுறுப்பாகவும் சில வீரர்கள் சோர்வாகவும் இருப்பதைக் காண்கிறார். இதை மருத்துவக் குழுவின் தலைவர் கிரிஸ்டியான் ஐக்குமானிடம் தெரிவித்து, காரணத்தைக் கண்டுபிடிக்குமாறு வேண்டுகிறார். மருத்துவக் குழுத் தலைவர் ஒவ்வொரு வீரரையும் தனித் தனியாகச் சந்தித்து, அவர்கள் சாப்பாடு, ஓய்வு நேரம், பழக்கவழக்கம், உடற்பயிற்சி போன்ற தகவல்களைச் சேகரிக்கிறார். ஆனால், அவரால் காரணத்தைக் கண்டு அறிய இயலவில்லை.

ஒரு நாள் டாக்டர் கிரிஸ்டியான் ஐக்குமான், ஜாவா தீவில் பயணம் மேற்கொண்டிருந்தபோது, வாகனத்தை நிறுத்தி சாலையோர தேநீர் கடையில், தேநீர் அருந்துகிறார். அப்போது எதேச்சையாகப் பார்க்கும்போது அங்கு மேய்ந்துகொண்டிருக்கும் கோழிகளுள் சில கோழிகள் சுறுசுறுப்பாகவும், சில கோழிகள் சோர்வாகவும் இருப்பதைக் காண்கிறார்.

சுறுசுறுப்பான கோழிகள் பற்றி விசாரித்தபோது அவை சிறைச்சாலையின் அருகில் இருந்து வருகின்றன என்று தெரிகிறது. உடனே அந்த சிறைச்சாலைக்குச் சென்று கோழிகளின் உணவு, பராமரிப்பு போன்றவற்றைக் கேட்கிறார். அப்போதுதான் தெரிகிறது, அதாவது சிறைச்சாலையில் உள்ள கோழிகள் உமி நீக்கப்படாத தவிட்டு அரிசியை உண்பதால் சுறுசுறுப்பாக உள்ளன. உமி நீக்கப்பட்ட அரிசியை உண்ணும் வீட்டுக் கோழிகள் சத்து இழந்து சோர்வாக உள்ளன என்பதைக் கண்டறிந்தார். இதற்குக் காரணம் வைட்டமின் பி சத்துக் குறைபாடுதான் என்பதையும், இதை நிவர்த்தி செய்ய உமி நீக்கப்படாத அரிசி உணவு உண்ண வேண்டும் என்பதையும் கண்டுபிடித்தார்.

1911-ல் காஸிமிர்பங்க், ஐக்குமானின் ஆராய்ச்சியை விரிவுபடுத்தி, பல்வகை தானியங்களைக் கொண்டு, ரசாயனப் பொருள் கலவையோடு வைட்டமின் பி காம்ப்ளெக்ஸ் எனும் ஊட்டச்சத்து மாத்திரையை உருவாக்கினார். பல வகை தாவரக் கலவையான இந்த ஊட்டசத்துப் பொருளுக்கு 'அமின்' எனப் பெயர் வைத்தார்.

வைட்டல் *(VITAL)* என்றால் உயிரினத்திற்கு அவசியமானது என்று பொருள். அமின் உயிரினத்திற்கு மிகவும் அத்தியாவசியமானவை என்பதால் (வைட்டல்+அமின்) வைட்டமினாக மாறியது. இப்படித்தான் வைட்டமின் குறைபாடு கண்டுபிடிக்கப்பட்டு, அதனை நிவர்த்தி செய்ய வைட்டமின் மாத்திரைகள் கண்டுபிடிக்கப்பட்டன.

இதுபோன்ற தகவல்களை '*TRIUMPH OF SCIENCE*' என்ற புத்தகத்தில் *Melvin* என்பவர் எழுதியுள்ளார். இது போன்ற புத்தகங்களைப் படிக்கும் போது, உங்களுக்குக் கண்டுபிடிப்புகளின் கதைகளும் தெரியும், அவசியமும் புரியும். புதியவற்றைக் கண்டுபிடிக்க வேண்டும் என்ற உத்வேகமும் ஏற்படும்.

மாணவர்கள் பாடத்தோடு மட்டும் நின்றுவிடாமல், நிறைய புத்தகங்கள், செய்திதாள்கள் போன்றவற்றைப் படிக்க வேண்டும். நாம் படித்ததை, புரிந்துகொண்டதை சாமானிய மக்களிடம் கொண்டுபோய் சேர்க்க வேண்டும்.

பில் பிரைசன்

பில் பிரைசன்

பில் பிரைசன் எனும் அறிவியல் எழுத்தாளர் அமெரிக்காவில் பிறந்து, லண்டனில் வளர்ந்து பத்திரிகை நிருபராக 'போர்நிமௌத் ஈவினிங் எக்கோ' இதழிலும், 'தி டைம்ஸ்', 'இண்டிபெண்டன்ட்' ,ஆகிய பத்திரிகைகளில் துணை ஆசிரியராகவும் பணியாற்றியுள்ளார். பில் பிரைசன் *'Notes from a small island'* என்ற தனது நூலை, லண்டனிலிருந்து, மீண்டும் தன் தாய் நாடான அமெரிக்கா செல்வதற்கு முன்னர் எழுதியுள்ளார். இவர் லண்டனை முழுமையாகச் சுற்றிப் பார்த்து வரலாற்றுச் சிறப்பு மிக்க கட்டடங்கள், புராதன பழமை வாய்ந்த இடங்கள், இடைக்காலத்தில் உருவான சர்சுகள், தொன்மைமிக்க வரலாற்று இடங்கள் போன்றவற்றைத் தொல்லியல் ஆய்வு நோக்கோடு பார்வையிட்டு எழுதிய ஆய்வுக்கட்டுரை போல் அமைந்த அருமையான பயணம் சார்ந்த நூல்தான் இது.

ஒரு சாமானியனின் பார்வைக்கும், ஓர் எழுத்தாளனின் பார்வைக்கும் உள்ள வேறுபாட்டை இதில் நன்கு உணர்ந்து கொள்ள முடியும். இந்த நாவலில் டர்காம் நகரத்தைப் பற்றி *'A Perfect Little City'* என்று புகழ்ந்து எழுதி இருப்பார். அதேபோல் வரலாற்றின் திருப்பமாக அதே டர்காம் பல்கலைக்கழகத்தில் ஆறு ஆண்டுகள் துணைவேந்தராகவும் இவர் பணியாற்றியுள்ளார்.

2003-ம் ஆண்டு உலக புத்தக தினத்தன்று பிபிசி நடத்திய வாக்கெடுப்பில், இந்தப் புத்தகம் சிறந்த புத்தகங்களின் வரிசையில் நான்காம் இடத்தைப் பிடித்தது. *Bill Bryson* 2003-ல் *'A SHORT HISTORY OF NEARLY EVERYTHING'* என்ற புத்தகத்தை லண்டனில் வெளியிட்டார்.

வெளியான வருடமே 10 லட்சம் பிரதிகள் விற்றன. அந்தப் புத்தகம் தமிழில் 2012-ம் ஆண்டு 'அனைத்தும் குறித்த சுருக்க வரலாறு' (மனித அறிவுத்திடலின் சுருக்க கதை) என்று மொழிபெயர்க்கபட்டு வெளியிடப்பட்டுள்ளது.

இந்தப் புத்தகத்தில், ஒவ்வொரு விஞ்ஞானி பற்றியும், எடிசன், கோபர்நிக்கஸ், ஐன்ஸ்டீன், கலிலியோ, அரிஸ்டாட்டில் போன்றவர்கள் பற்றியும் அவர்களின் கண்டுபிடிப்புகள் பற்றியும் கூறியுள்ளார். இந்நூலை, கண்டுபிடிப்புகளின் விதி பற்றிய நூல் என்றே கூறலாம்.

இரண்டு அத்தியாயம் எழுதுவதற்காக, அதாவது ஆதி மனிதர்கள் கதையை எழுதுவதற்காக 17 அகழ்வாராய்ச்சி பகுதிகளுக்கு நேரில் சென்று, தகவல்களைச் சேகரித்து 19,000 மைல் பயணம் செய்து எழுதியுள்ளார்.

டார்வின் பற்றி எழுதிட, அவரைப் போலவே காலோப்பாகஸ் தீவில் 178 நாட்கள் பயணம் செய்கிறார். நியூட்டன் பற்றி எழுத கேம்பிரிட்ஜ் செல்கிறார். எரிமலை பற்றித் தெரிந்துகொள்ள ஜப்பான், சிசிலியின் எட்னா புகைமலை என 18 நாடுகளுக்குச் சென்றிருக்கிறார். 176 அருங்காட்சியகங்கள் சென்று, அறிவியல் அறிஞர்கள் இரண்டாயிரம் பேருக்கு மேற்பட்டோரை சந்தித்து அளவளாவி ஆர்வமாய் கேட்டறிந்து இந்த அற்புதமான புத்தகத்தைப் படைத்துள்ளார்.

இவருடைய கல்வித்தகுதி என்ன தெரியுமா? கல்லூரிகூட முடிக்க தகுதியில்லாமல், இரண்டாம் ஆண்டே கல்லூரியிலிருந்து வெளியேற்றப் பட்டவர். ஆனால், இந்தப் புத்தகம் வெளியாகி வாசிப்பின் உச்சத்தைத் தொட்டதால் 2005-ல் இங்கிலாந்து டர்காம் பல்கலைகழகம் அவரை துணை வேந்தர் (VICE CHANCELLOR) ஆக்கியது.

கிங்ஸ் காலேஜ் ஆப் லண்டன் உட்பட 12 பல்கலைக்கழகங்கள் அவருக்கு கௌரவ டாக்டர் பட்டம் வழங்கின. ராயல் கல்விக் கழகம் பிரசிடென்ட்

பதவி வழங்கியதோடு ஆண்டுதோறும் சிறந்த அறிவியல் நூலுக்கு பில் பிரைசன் விருது வழங்க முன்வந்தது. பல்கலைக் கழகத்தையே எட்டிப் பார்க்காத பில் பிரைசன் பெயரை, நான்கு பல்கலைக் கழகங்கள் தங்களது நூலகங்களுக்குச் சூட்டி மகிழ்ந்தனன..

பில் பிரைசனின் 'ஷார்ட் ஹிஸ்டரி ஆப் நியர்லி எவரிதிங்' புத்தகம் ஐரோப்பிய ஒன்றியத்தின் அறிவியல் தொடர்புக்காக *Descartes prize* விருதை 2005-ல் பெற்றது. அதே ஆண்டு ராயல் சொசைட்டி ஆஃப் கெமிஸ்ட்ரி எனும் முதன்மை அறிவியல் நிறுவனம் பில் பிரைசன் பெயரில், அறிவியல் தொடர்புக்கான விருதை உருவாக்கியது. உலகளவில் அறிவியலை, அறிவியல் புரியாத சாமானியர்களுக்கு விளக்கிச் சொல்லும் கட்டுரைகளைப் படைக்கும் மாணவர்களுக்கு இந்த விருது வழங்கப்படுகிறது.

பில் பிரைசன் எழுதியுள்ள மற்றொரு நூலான '*A walk in the woods- rediscovering America on the Appalachian trail*'. இந்தப் புத்தகமும் அமெரிக்கக் காடுகளில் அப்பலசியன் மலைத்தொடரில் பழங்குடி மக்களுடன் இணைந்து, பூர்வீக இன மக்களைக் கண்டறியக்கூடிய நீண்ட அறிவியல் பயணம் சார்ந்த நூலாகும்.

அதேபோல் பிரைசனின் '*The road to little dribbling adventures of an American in Britain*' என்ற மற்றொரு நாவலும் ஓர் அமெரிக்கனின் பார்வையில் பிரிட்டன் பயணம் குறித்த அருமையான பதிவாகும். அவசியம் படிக்க வேண்டிய ஒரு நூலாகும்.

ஒரு பத்திரிகை நிருபர், அறிவியல் பயணக்கட்டுரை எழுத்தாளர், ஐரோப்பிய நாடுகளில் எந்த அளவுக்கு கௌரவ படுத்தப்படுகிறார் என்பதை நினைக்கும் பொழுது உண்மையிலே பெருமிதம் உண்டாகிறது.

புகழ்பெற்ற பல்கலைக் கழக துணை வேந்தராக ஆறு ஆண்டுகள் பதவி, 10 பல்கலைகழகங்களில் கௌரவ டாக்டர் பட்டம், அவரது பெயரிலேயே அறிவியல் விருதும் வழங்குவது என்பது எத்தகைய பெருமைக்குரிய ஒன்று என்பதை நினைத்துப் பார்க்க வேண்டும்

ஓர் எழுத்தாளன் இதுபோல் அவன் வாழ்நாளிலேயே கௌரவிக்கப்பட்டால் தான் மென்மேலும் அமரத்துவம் மிக்க படைப்புகளை அவனால் கொடுக்க முடியும். வளரும் எழுத்தாளர்களுக்கும் அது உற்சாகத்தை உண்டாக்கும்.

இந்தியாவிலும் குறிப்பாக தமிழகத்திலும் தற்போதைய இலக்கிய வட்டத்தில் பல சிறந்த எழுத்தாளர்கள் அற்புதமான படைப்புகளை உருவாக்கிக் கொண்டுதான் உள்ளனர். அவர்களைத் தரம் பிரித்து இனம் கண்டறிந்து பல்கலைக்கழகங்கள் பொருள் உதவியுடன் கௌரவிக்க வேண்டும். அப்போதுதான் இந்த மொழிக்கு மென்மேலும் பல ஆகச் சிறந்த படைப்புகள் கிடைக்கக்கூடும்.

'*Bill Bryson's African Diary*' என்ற நூலும் ஆப்பிரிக்காவில் அலைந்து திரிந்து எழுதிய, சிறப்பான நூலாகும். அங்குள்ள பூர்வீகக் குடிகளைக் கண்டறிந்து அவர்களின் பழக்கவழக்கம், பண்பாடுகள், அறிவியல் பின்னடைவுக்கான காரணம் போன்றவற்றை மிக அழகாக விளக்கிச் சொல்லும் அருமையான படைப்பாகும்.

பில் பிரைசனின் ஒரு நூல் மட்டுமே தமிழில் வெளிவந்துள்ளது. அவருடைய அனைத்து நூல்களையும் தமிழில் மொழிபெயர்க்க பதிப்பகங்கள் முன்வந்தால் அது தமிழ் மக்களுக்கு பெரியதொரு வரப்பிரசாதமாகவே அமையும்.

மக்களும் இதுபோன்ற நல்ல நூல்களை விலை கொடுத்து வாங்கி ஆதரிக்க வேண்டும், குறிப்பாக பள்ளி, கல்லூரி கல்வி நிறுவனங்கள் குறைந்தபட்சம் பத்து நூல்களையாவது வாங்கி நூலகத்தில் வைத்து, அனைத்து மாணவர்களும் பயன்பெறும் வகையில் ஏற்பாடு செய்தால் சிறப்பாக இருக்கும்.

பில் பிரைசனின் சமீபத்திய நூலான

'THE BODY:A GUIDE FOR OCCUPANTS' என்ற மனித உடலியல் அறிவியல் குறித்த இந்த நூலும் விற்பனையில் ஒருவித சாதனை படைத்துக்கொண்டிருக்கிறது. 'சண்டே டைம் மேகஸின் 2019-ம் ஆண்டுக்கான Best Celler விருதை வழங்கியுள்ளது.

அறிவியல் மாணவர்கள் தங்களுடைய பாடப்புத்தகங்களுடன் அதைத் தாண்டி இதுபோன்ற அறிவியல் பயணம் சார்ந்த கண்டுபிடிப்புகளின் கதைகளை - சாதனையாளர்கள் சாதனை நிகழ்த்திய விதத்தைப் பற்றிய விரிவான கதைகளைத் தெரிந்துகொண்டால் நீங்களும் அதுபோன்ற மகத்தான சாதனையை நிகழ்த்துவதற்கு இந்த நூல்கள் பெரிய தூண்டுகோலாக இருக்கும் என்பதில் சந்தேகம் இல்லை. சகோதரர்களே! இன்னும் ஓர் அறிவியல் பெட்டகத்தைச் சொல்கிறேன்.

EGON LARSON எனும் ஜெர்மானிய அறிவியல் பத்திரிகை நிருபர், பல அளப்பரிய படைப்புகளைத் தந்துள்ளார். நாஜிக்களின் கொடுமையால் இடம் பெயர்ந்த இவர், செக் குடியரசின் பராகுவே நகரிலும், பின்னர் லண்டனிலும் தஞ்சம் புகுந்தார். அந்த நிலையிலும் எண்ணற்ற அறிவியல் வரலாற்றைப் பதிவு செய்துள்ளார்.

'Inventors', 'Men who change the world', 'stories of invention and discovery' என 30-க்கும் மேற்பட்ட அறிவியல் கண்டுபிடிப்புகள் குறித்த வரலாற்றுப் புத்தகங்களை எளிமையான, இனிமையான நடையில் படைத்துள்ளார். *'A History of Inventions'* எனும் அருமையான புத்தகம், தமிழில் 'அறிவியல் கண்டுபிடிப்புகளின் வரலாறு' என மூன்று பகுதிகளாக வெளியிடபட்டுள்ளது.

இதில் ஒவ்வோர் அறிவியல் கண்டுபிடிப்பும் எப்படித் தோன்றியது? அந்தக் காலத்தில் இருந்த சூழ்நிலை என்ன? மக்கள் மனநிலை, அறிவியலுக்கு இருந்த வரவேற்பு, எதிர்ப்பு போன்றவற்றைச் சுவையாக எழுதியுள்ளார். அந்த சிந்தனை எப்படி வந்தது? ஆரம்ப நிலையில் இருந்த சிக்கலகள் என்ன? முதல் அடி எப்படி எடுத்து வைத்தார்கள் என அழகாக விவரித்துள்ளார்.

இந்தப் புத்தகத்தில் போக்குவரத்து உருவான கதை, ஆற்றல் கண்டுபிடித்த வரலாறு, செய்தித் தொடர்பு எப்படி மனித குலத்தை மாற்றியது என அழகாகப் படம் பிடித்துக் காட்டியுள்ளார். அச்சுக்கூடம் உருவானதைப் பற்றிச் சொல்லும்போது, பைபிளை அச்சிட முயன்றபோது, பக்கத்திற்கு 42 வரிகள் என 1282 பக்கம் அச்சிட்டு 4 ஆண்டுகள் செலவிட்டு கி.பி.1456-ல் வெற்றிகரமாக அச்சிட்டு முடித்தார்கள் என்று எழுதியுள்ளார்.

ஜெர்மனியில் ஒரு பத்திரிக்கையாளர் அறிவியலில் ஆழ்ந்து, தோய்ந்து இப்படிப்பட்ட கருத்துமிக்க படைப்புகளை உருவாக்கும் போது, நம் நாட்டில் ஏன் அறிவியல் பேராசிரியர்கள், ஆசிரியர்கள், ஆய்வுசால் மாணவர்கள், அறிஞர்கள், தொழில்நுட்ப வல்லுநர்கள் என்று, யாருமே இப்படிப்பட்ட கண்டுபிடிப்புகளின் கதையை நுணுக்கமாக விளக்க முன்வரவில்லை? சாமானியர்களுக்கும், எளிய மக்களுக்கும், அடுத்த சந்ததியினருக்கும், ஏன் மாணவர்களுக்கும் யார்தான் இது போன்ற தகவல்களைச் சொல்வது?

சமகாலத் தீமைகளையும் எடுத்துச் சொல்லுங்கள்

அறிவியல் மாணவர்கள் சமூகச் சிந்தனையோடு, அறிவியல் தொழில் நுட்பத்தால் உண்டாகும் நன்மைகளை எடுத்துரைப்பதுடன் அதனால் ஏற்படும் தீமைகளையும் இளம் தலைமுறையினருக்கு உண்டாகும் குறைபாடுகளையும் விளக்கிச் சொல்ல வேண்டும்!

தற்போது நவீன கலாசாரம், நவீன உணவு வகைகள் எனும் பெயரில் கண்ணாடி அறையில், குறைந்த வெளிச்சத்தில் உண்ணும் உணவு முறை பழக்கம் அதிகரித்துள்ளது. அதில் ஒன்றும் தவறில்லை. ஆனால், உணவின் சுவையைக்

கூட்ட அஜினோமோட்டோ எனும் மோனோ சோடியம் குலுட்டமேட்டை கலந்து செயற்கையாக சுவையைக் கூட்டி, அந்த சுவை வீட்டு உணவைக் காட்டிலும் கூடுதலான ருசியாக உள்ளதால் எல்லோரையும் அதை உண்ண வைக்கும் ஒருவித உத்தியை அனைத்து உணவகங்களும் பயன்படுத்துகின்றன.

எஸ்.எம்.ஜி எனப்படும் அஜினோமோட்டோ சிக்கன் ஃபிரை, சிக்கன் நூடுல்ஸ், சிக்கன் பக்கோடா, சிக்கன் லாலிபப், ஃப்ரைட் ரைஸ், வெஜ் மற்றும் சிக்கன் ஸ்ப்ரிங் ரோல், கோபி மஞ்சூரியன் போன்ற அனைத்து வகை உணவுப்பொருள்களிலும் கலக்கப்படுகிறது.

உயர்தர உணவகம் தொடங்கி சாமான்யர்கள் உண்ணும் தள்ளு வண்டி கடை வரை சுகாதாரக் கேட்டை உண்டாக்கும் இந்த எஸ்.எம்.ஜி சோடா உப்பைப் பயன்படுத்தும் அவலம் தான் தொடர்கிறது.

இன்று குழந்தைகளுக்காக, நண்பர்களுக்காக, நாகரிகம் கருதி நாம் அனைவருமே பொழுதுபோக்கு எனும் பெயரில் இதுபோன்ற உணவு விடுதிகளில் உண்ணும் பழக்கம் அதிகரித்து வருகிறது. இந்த அஜினோமோட்டோவால் உண்டாகும் உடல்நல சீர்கேடு குறித்து பல்வேறு மருத்துவர்கள், இயற்கை நலன் சார்ந்த சமூக அக்கறையுள்ள சமூகநல ஆர்வலர்கள், உணவியல் நிபுணர்கள் பலவிதமாக எச்சரித்து வருகின்றனர்.

நான் கலந்துகொண்ட விளையாட்டுப் போட்டி நிகழ்ச்சியில் ஒரு மருத்துவர் கூறிய தகவல் அதிர்ச்சிக்குரியது. நன்றாக ஓடக்கூடிய 14 வயது சிறுமி ஒரு குறிப்பிட்ட சிவப்பு வண்ண அலங்காரக் கடை சிக்கனை அடிக்கடி சாப்பிட்டு வந்திருக்கிறாள். ஒருமுறை கடுமையான தலைவலி, வயிற்று வலி என அவதிப்பட்டு, முக்கியமான போட்டிகளில் கலந்துகொள்ளும் வாய்ப்பையே இழந்திருக்கிறாள். அந்த வகையான குறிப்பிட்ட பொரித்த சிக்கனைக் கண்டிப்பாக நிறுத்துமாறு மருத்துவர் எச்சரித்த பிறகு தான் அந்த சிறுமி குணமாகி மீண்டும் இயல்பு நிலைக்கு வந்திருக்கிறார் .

தலைவலி, செரிமானப் பிரச்னை, வயிறு சார்ந்த நோய்கள், சுவாசப் பிரச்னை, மரபணு கோளாறு, மூல நோய், அல்சர், சர்க்கரை நோய், அதைத் தொடர்ந்த இதய நோய், உயர் ரத்த அழுத்தம், குடல் புற்று நோய், குழந்தை பேறின்மை போன்ற பல்வேறு உடல் உபாதைகள், கொடிய நோய்கள், மன அழுத்த பிரச்னைகள் இந்த எஸ்.எம்.ஜி சோடா உப்பால் உண்டாகிறது.

இந்த உப்பைப் பயன்படுத்தும்போது ரத்ததில் ஐந்து மடங்கு குளுட்டமேட் அதிகரிக்கிறது. நரம்புகள் பலவீனமாகி நரம்புத் தளர்ச்சி ஏற்படும் என்றும் சொல்கின்றனர். இன்னும் கூடுதலாகக் குறிப்பிட்ட வகை வறுத்த சிக்கனில் அதிகளவு அஜினோமோட்டோ சேர்க்கப்பட்டு குளுட்டமேட் பத்து மடங்கு அதிகமாகி இதய நோய் உண்டாக்கி அபாய நிலைக்கே சென்றுள்ளனர்.

இந்த மாதிரி உணவுகள் அந்த நேரத்தில் சுவையாக இருந்தாலும் தெரிந்தாலும், போதிய உடற்பயிற்சி இல்லாதவர்கள் கடுமையான பாதிப்புக்கு உள்ளாகின்றனர். சோடியத்தின் அளவு அதிகரிப்பதால் உடல் சோர்வு, மந்தத் தன்மை, மலச்சிக்கல் போன்ற தினசரி செயல்பாட்டின் வேகமே குறையும் நிலை உருவாகிறது.

நம் இரைப்பையில் சுரக்கும் லெப்டின் என்ற என்சைம்தான் வயிற்றுக்கு உணவின் தேவை போதும் என்ற உணர்வை வெளிப்படுத்துகிறது.ஆனால் இந்த எஸ். எம்.ஜி சோடா உப்பு அந்த லெப்டின் சுரப்பையே மெல்ல மெல்ல தடை செய்துவிடுவதால், உணவு போதும் என்ற உணர்வே இல்லாமல் நிறைய உண்ணும் நிலைக்கு ஆளாகி, உடற்பருமன், அதைத் தொடர்ந்து நீரிழிவு நோய் என பலவித இன்னல்களுக்கு இந்தத் தலைமுறையினர்

ஆளாகின்றனர்.

அதிலும் குறிப்பாக பள்ளி, கல்லூரி, மாணவர்கள் நண்பர்களுடன் சேர்ந்துகொண்டு துரித உணவகங்களுக்குச் சென்று அரட்டையடிப்பதும், கதை பேசுவதும், அந்தஸ்தை வெளிப்படுத்தும் விதமாக வகைவகையான மிகை உணவு ஆர்டர் செய்து, மதுவோடு சேர்ந்து உண்டு இளம்வயதிலேயே ஒருவித மந்தத் தன்மைக்கு ஆளாகின்றனர்.

புகையிலையின் தாக்கம், மதுவின் தீமை, சிகெரெட்டின் நச்சுத்தன்மை, ஹெச்.ஐ.வி அபாயம் குறித்து விழிப்புஉணர்வு உண்டாக்கி வருவதுபோல, இந்த அஜினோமோட்டோ எனப்படும் மோனோ சோடியம் குளூட்டமேட் சோடா உப்பின் தீமை குறித்தும் மக்களுக்குக் குறிப்பாகப் பள்ளி, கல்லூரி, இளம் தலைமுறையினருக்குத் தீவிரமாக எடுத்துச் சொல்லி, விழிப்புஉணர்வு ஏற்படுத்த வேண்டும்.

சீனா பலவித மின்னணுப் பொருள்கள், தொழில்நுட்பக் கருவிகள் குறைந்த விலைக்குக் கொடுத்தாலும், அந்த நாட்டால் நமக்குண்டான உடல்ரீதியான தீங்குகளில் ஒன்று இந்த எஸ்.எம்.ஜி உப்பாகும். இதைப் பயன்படுத்துவதை தவிர்த்து, நம் பாரம்பரிய ஆரோக்கிய உணவுப் பொருள்களான சுக்கு, மிளகு, சீரகம், கருஞ்சீரகம், துளசி, கடுக்காய் பொடி, ஆவாரம் பொடி, இஞ்சி போன்றவற்றை சேர்த்துக்கொண்டு ஆரோக்கிய வாழ்வை மேற்கொள்ள வேண்டும். அறிவியல், மருத்துவ மாணவர்கள் இதுகுறித்து தங்கள் முகநூல் பக்கம், சமூக வலைதளங்களில் இன்னும் விரிவாக எழுதி பெரிய அளவிலான விழிப்புஉணர்வை உண்டாக்க வேண்டும்.

விஞ்ஞான கண்டுபிடிப்புகள் குறித்து விவாதம் நடத்துங்கள்

அறிவியல் தொழில்நுட்பம் என்பது அசுர வளர்ச்சி அடைந்துவருகிறதே தவிர, அதன் உருவாக்கம், தொழில்நுட்ப

நுணுக்கம், நன்மை, தீமை, முக்கியத்துவம் குறித்து மக்களுக்குத் தெரியவில்லை. தெரிய வாய்ப்புமில்லை. சாமானியர்களுக்குத் தெரியாவிட்டால்கூட பரவாயில்லை; பள்ளி, கல்லூரி மாணவர்கள் அறிவியல் கோட்பாடுகளையும், கண்டுபிடிப்புகளையும் அதன் பின்னுள்ள கடும் உழைப்பையும் நீடித்த முயற்சியையும் தெரிந்துகொண்டால் தானே அவர்கள் தங்களின் சிந்தனை, செயல் திறனை அந்தப் பாதையில் கொண்டுசெல்ல முடியும்.

நமக்கெல்லாம் நியூட்டனையும் தெரியும், ஐன்ஸ்டீனையும் தெரியும், ஆனால் அவர்களுக்கிடையேயான அறிவியல் சித்தாந்த வேறுபாட்டை அதை இரு நாடுகளுக்கிடையேயான அரசியலாக மாற்றிய கதையை எத்தனை பேர் அறிவோம்?

நியூட்டன் அண்ட வெளியில் பரவியுள்ளதும், பெரும் நிறையுள்ள பொருள்களை ஈர்த்துவைத்திருப்பதுமான ஈர்ப்பு விசையை ஒரு விசையாகக் கருதி தனது கோட்பாட்டை வெளியிட்டார். ஆனால், ஐன்ஸ்டீன் ஈர்ப்பு விசையே வெளிதான் என்று புரட்சிகரமான கருத்தை வெளியிட்டார். சூரியனால் பூமி ஈர்க்கப்படுவதற்குக் காரணம் அது விசையினால் அல்ல, காலவெளியில் குழிவை சூரியன் ஏற்படுத்துவதால்தான் ஈர்க்கப்படுகிறது என்று கூறினார்.

ஐன்ஸ்டீனின் கோட்பாடுகள் பெரியதாக விவாதத்தை உண்டாக்கிக் கொண்டிருந்த நிலையில்தான், 1914-

ஐன்ஸ்டீன்

ல் முதல் உலகப்போர் வெடித்தது. ஜெர்மன் வானியல் அறிஞர் எர்வின் பின்லே பிரான்லிச், ரஷ்ய அரசால் ஜெர்மானிய ஒற்றர் என குற்றம் சாட்டப்பட்டு கைது செய்யப்பட்டார்.

ஐன்ஸ்டீன் போரைக் கடுமையாக வெறுத்தார். அதுமட்டுமின்றி, ஜெர்மனியின் யூத விரோத கொள்கையை அறவே வெறுத்தார். 1914-ல் - ஜெர்மன் அறிவியல் விஞ்ஞானிகள் 93 பேர் ஜெர்மானிய ராணுவத்திற்கு ஆதரவு தெரிவித்து அறிக்கை வெளியிட்டபோது, ஐன்ஸ்டீன் அறிவியலாளர் என்பதையும் தாண்டி, சமூகப் பார்வையோடு அந்த அறிக்கையில் கையெழுத்திட மறுத்தார். அதுமட்டுமின்றி ஜெர்மானிய ராணுவத்தின் காட்டுமிராண்டிதனமான தாக்குதலைக் கண்டித்து தனி அறிக்கை வெளியிட்டார். இந்நிலையில்தான் ஜெர்மானிய ராணுவத்தால் பழிவாங்கப்பட்ட பிரிட்டிஷ் வானியல் அறிஞர் ஆர்தர் எடிங்டன், ஐன்ஸ்டீனின் அறிவியல் கோட்பாடுகளால் ஈர்க்கப்பட்டு அவருடைய கொள்கைகளைப் பரப்பும் பணியில் ஈடுபட்டார். போர்க்காலம் என்பதால் ஐன்ஸ்டீனின் கட்டுரைகளை ராணுவ காவல் சோதனையைத் தாண்டி நெதர்லாந்து வழியாக மறைத்து எடுத்துவந்தெல்லாம், சக அறிவியல் அறிஞர்களுக்குக் கொடுத்து விளக்கமளித்தார். ஐன்ஸ்டீனின் கால வெளி விளைவு என்ற புதிரான கோட்பாடு பற்றிய ஆய்வுக்கட்டுரைகளை வெளியிட்டார். கிட்டதட்ட ஐன்ஸ்டீனின் செய்தித் தொடர்பாளராகச் செயல்பட்டு ஐன்ஸ்டீன் கொள்கையை மறுப்பவர்களுக்கு தகுந்த ஆதாரத்தோடு விளக்கமளித்தார். 1919-ம் ஆண்டு ஐன்ஸ்டீன் சூரிய கிரகணக் கோட்பாட்டை ஆய்வு செய்வதற்காக ஆர்தர் எடிங்டனின், கட்டாய ராணுவ சேர்க்கை உத்தரவில் இருந்து அவருக்கு விலக்களிக்கப்பட்டது.

29.05.1919 அன்று சூரியனுக்கும் பூமிக்கும் இடையில் நிலவு 6 நிமிடங்கள் 51 நொடிகள் தன்னை உட்படுத்திக் கொண்டபோது அதுவரை ஒளிர்ந்து கொண்டிருந்த பகல் திடீரென மங்கத் தொடங்கி, இரவாகக் காட்சியளிக்க சூரியனுக்குப் பின்னால் இருந்த விண்மீன்களை எடிங்டனும் பிற விஞ்ஞானிகளும் படம் எடுத்து ஆய்வு செய்தனர்.

ஈர்ப்பு விசை குறித்த நியூட்டன் கொள்கை சரியா? ஐன்ஸ்டீனின் கொள்கை சிறந்ததா என்ற விவாதம் மேலோங்க, எதிர்பார்ப்புடன் லண்டன் பார்லிங்க்டன் இல்லம் கிரேட் ஹாலில், வானியல் விஞ்ஞானிகள் மிகவும் ஆர்வத்துடன் கூடியிருந்தனர். ராயல் கழகத்தின் தலைவரும், எலக்ட்ரானைக் கண்டுபிடித்தவருமான ஜெ.ஜெ. தாம்சன் தலைமையிலான குழுவினர் அறிவிப்பைக் கேட்பதற்காக ஆர்வமாகக் காத்திருந்தனர்.

தாம்சன் தனது கருத்தாக, நியூட்டனின் ஈர்ப்பு விசையை ஒட்டியதாக ஐன்ஸ்டீன் கோட்பாடுகள் இருந்தாலும், ஐன்ஸ்டீன் கொள்கை மிகச்சரியானதே என்று அறிவித்தார்.

மறுநாள் அமெரிக்கா டைம்ஸ், "அறிவியலில் பெரும் புரட்சி, பிரபஞ்சத்தைப் பற்றிய ஐன்ஸ்டீனின் புதிய கொள்கைகள் மூலம் நியூட்டனின் கோட்பாடுகள் தூக்கியெறியப்பட்டன" எனக் குறிப்பிட்டது. நியூயார்க் டைம்ஸ் இதழும் "விண்ணகத்தில் ஒளியெல்லாம் வளைகிறது, ஐன்ஸ்டீன் கோட்பாடு வெற்றி கொள்கிறது, புதிய வெளிச்சம் உண்டானது" என்று எழுதியது. நாடே போர்க்களத்தில் அல்லோகலப்பட்டுக் கொண்டிருந்தபோது ஐன்ஸ்டீன் அறிவியல் உலகின் உச்ச நட்சத்திரமாய் ஜொலித்துக்கொண்டிருந்தார்.

பொதுச் சார்பியல் தத்துவம் மூலம் இன்னும் உச்சத்திற்குச் சென்றார். அறிவியல் அறிஞர்கள், வானியல் வல்லுநர்கள் இன்னும் கண்டறியப்படாத ஆயிரம் கோடி விண்மீன் மண்டலங்கள் உள்ளதாக தெரிவித்துள்ளனர். கருந்துளை, கரும்பொருள், கருஞ்சக்தி, ராட்சச கருந்துளைகள், ஈர்ப்பலைகள் என பெரும்பகுதி ஆய்வு செய்யப்படவில்லை என்றே கூறப்படுகிறது. அறிவியல், தொழில்நுட்ப மாணவர்கள் இந்த தொழில்நுட்பக் கோட்பாடுகளையும், அதன் விளைவுகளையும், மனித குலம் அதனால் பெறும் நன்மைகளையும் எளிய தமிழில் எல்லோருக்கும் புரியும் விதமாக எடுத்துச் சொல்ல வேண்டும்.

பிரபஞ்சத்தில் கண்டறியப்படாத பல அறிவியல் பெரும் சக்திகளை கண்டறிவதை சவாலாக எடுதுக்கொண்டு செயல்பட வேண்டும். இத்தகைய சாதனையை நிகழ்த்த விரும்பும் அறிவியல் அறிஞர்கள் அனைவருக்கும் முன்னோடி, சார்பியல் தத்துவத்தையும், ஒளியின் விளைவையும் தந்த ஐன்ஸ்டீன்தான் என்றால் அது மிகையல்ல!

உலகம் போற்றிய அத்தகைய அறிவு ஜீவிதான், “ஆயிரம் ஆண்டுகளுக்குப் பிறகு வரும் மக்கள், ரத்தமும் சதையுமாய் நம்மிடையே இப்படியொரு மனிதன் வாழ்ந்தான் என நிச்சயம் நம்ப மாட்டார்கள்” என்று மகாத்மா காந்தி பற்றி புகழ்ந்துரைத்தார்.

டைனமைட்டைக் கண்டுபிடித்து பெறும் பொருள் ஈட்டிய ஆல்பிரட் நோபலும்கூட, கடைசியில் இந்த அறிவியல் தொழில்நுட்ப வளர்ச்சி, மக்களின் அமைதியைத் தொலைத்துவிடுமோ என அஞ்சினார். அந்த மனக்குமுறலின், மன வலியின் விளைவாகவே நோபல் பரிசை அறிவித்து அள்ளிக் கொடுத்தார்.

அறிவியல் தொழில்நுட்பம், மனித குலத்தின் வளர்ச்சிக்கும், மேம்பட்ட வாழ்க்கைத் தரத்திற்கும் நீடித்த வாழ்வாதாரத்திற்கும்தான் அடிப்படையாக இருக்கவேண்டுமே தவிர மனிதகுல அழிவிற்கும், உடல்நலச் சீரழிவிற்கும், பாலுணர்வு வக்கிரத்திற்கும் உதவியாக இருந்துவிடக் கூடாது.

அறிவியல் கலைக்களஞ்சியம் உருவாக்குதல்

மனித குலம் இன்று அறிவியல் தொழில்நுட்ப வளர்ச்சி, இணைய கணினிப் பயன்பாடு மற்றும் மின்னணு சாதன பொருள்கள் வளர்ச்சியில் மிகப்பெரிய சாதனையை நிகழ்த்திக்கொண்டிருக்கிறது. அதேபோல் பலதுறை சார்ந்த நிகழ்வுகள், பல்வேறு பிரச்னைகள், பல்வேறு இடங்கள், அதைச் சார்ந்த வரலாற்றுச் செய்திகள், புதிய இளம் விஞ்ஞானிகள், எழுத்தாளர்கள், அரசியல் தலைவர்கள், பல்துறை சாதனையாளர்கள், போராளிகள், வரலாற்றுச் சிறப்புமிக்க கட்டடங்கள், கோட்டைகள். விளையாட்டுத் துறை சார்ந்த சர்வதேச போட்டிகள் சாதனையாளர்கள் என உலக அளவிலும் இந்திய அளவிலும் தெரிந்துகொள்வதற்கு அறிவைப் பெருக்கிக்கொள்வதற்கு எவ்வளவோ விஷயங்கள் உள்ளன.

Encyclopedia என்பதே *Enkyklos Paideia* என்ற கிரேக்க வார்த்தைகளிலிருந்து உருவான சொல்லாகும். இதன் பொருள், “அனைத்து தகவல்களையும் உள்ளடக்கிய கல்வி” என்பது. கலைக்களஞ்சியங்களுக்கு மிகச் சரியான விளக்கம் என்றே இதை எடுத்துக்கொள்ளலாம்.

பண்டைய கிரேக்க தத்துவ ஞானியான அரிஸ்டாட்டில், தன்னுடைய நூல்களில் பல்வேறு வரலாற்றுத் தகவல்களைத் தொகுத்து வழங்கியிருந்தார். அன்றைய காலகட்டத்திலேயே உலகளாவிய தகவல்களை தனது சீடர்களுக்குப் பயிற்றுவித்ததோடு மட்டுமல்லாமல், அதைப் பதிவுசெய்து தொகுப்பாகவும் வைத்திருந்திருக்கிறார். அதனால்தான் அரிஸ்டாட்டில் கலைக்களஞ்சியங்களின் தந்தை என்று போற்றப்படுகிறார். முதலாவது கலைக்களஞ்சியம் எனக்

கருதப்படுவது கி.மு. 4-ம் நூற்றாண்டில் வாழ்ந்த கிரேக்க தத்துவ ஞானியான பிளேட்டோவின் மாணவர் ஸ்பெசிப்பஸ் *(speusippus)* என்பவர் உருவாக்கிய கிரேக்க மொழிக் களஞ்சியமே ஆகும்.

இதைத் தொடர்ந்து லத்தின் மொழியில் மார்க்கஸ் டெரன்சியிஸ்வரோ என்பவர் டிசிப்பிளினே *(Disciplinae)* எனும் தகவல் தொகுப்புக் களஞ்சியத்தை வெளியிட்டார். இந்தக் களஞ்சிய தொகுதி ஒன்றுகூட இன்று கிடைக்கப் பெறவில்லை என்பது வருந்தத்தக்க செய்தியாகும். இன்று நம்மிடம் உள்ள பழைமையான கலைக்களஞ்சிய தொகுதி என்றால் அது பிளிணி *(Pliny the Elder)* என்ற அறிஞர் தொகுத்த 37 நூல்களைக்கொண்ட தொகுப்பே ஆகும்.

ஆங்கில மொழியைப் பொறுத்த வரையில், மக்கள் தங்களுடைய அறிவை வளர்த்துக்கொள்ளும்விதமாக சகல விஷயங்களையும் குறித்து, அனைத்து விதமான தகவல்கள் நிறைந்த எண்ணிலடங்கா கலைக்களஞ்சியங்கள் படைக்கப்பட்டுள்ளன. அதிலும் குறிப்பாக பிரிட்டானிகா என்சைகளோ பீடியோ கலைக்களஞ்சியம் வரிசை எல்லோராலும் ஏற்றுக்கொள்ளக்கூடிய நம்பகத்தன்மை மிக்க தகவல்கள் நிறைந்த போற்றத்தக்க படைப்பாகும். ஸ்காட்லாந்து அறிவியக்கத்தின் விளைவாக உருவான படைப்பாகும். *ANDREW BELL, COLIN MAC FARQUHAR, WILLIAM SMELLIE* என்ற மூன்று ஸ்காட்லாந்து அறிஞர்களால் உருவாக்கப்பட்டது.

இக்கலைக் கலஞ்சியம் முதன்முதலில் 1768-1771-ல் மூன்று பாகங்களாக எடின்பரோவில் வெளியிடப்பட்டது. பிறகு அலுவலகம் லண்டனுக்கு இடமாற்றம் செய்யப்பட்டு காலத்திற்கேற்ற மாற்றங்களை உருவாக்கி 1929-ல் முற்றிலுமாக திருத்தி அமைக்கப்பட்டு, புதுப்பிக்கப்பட்ட 24 பாகங்களாக வெளியிடப்பட்டது. இதன் ஆசிரியர் குழு தி டைம்ஸ் பத்திரிகையுடன் இணைந்து செயல்பட்டது. பின்னர் கேம்பிரிட்ஜ் பல்கலைக் கழகமும் இதில் பங்கெடுத்துக்கொண்டது. 1974-ல் 50 ஆண்டு வளர்ச்சியைக் கருத்தில் கொண்டு முற்றிலுமாக மாற்றப்பட்டு முப்பது பாகங்களுடன் நியூ என்சைக்ளோபீடியா பிரிட்டானிகா வெளியிடப்பட்டது. பிறகு பிரிட்டானிகா என்சைக்ளோபீடியாவின் பதிப்புரிமை சியர்ஸ் ரோபக் நிறுவனத்திற்கு விற்கப்பட்டு சிகாகோ இல்லினாய்ஸ் பகுதிக்கு இடமாற்றம் செய்யப்பட்டது.

காலத்திற்கு ஏற்ப புதுப்பிக்கப்பட்ட விரிவுபடுத்தப்பட்ட படைப்புகளைக் கொண்டுவந்த நிறுவனம், 1985-ல் இறுதியாக 44 மில்லியன் வார்த்தைகளைக் கொண்ட 32 பாகங்களை வெளியிட்டது. தகவல்கள் தெளிவாகவும் விரிவாகவும் குறைந்தது ஐம்பது வார்த்தைகளில் இருந்து ஆயிரம் வார்த்தைகளில் விளக்கம் அளிக்கப்பட்டுள்ளது.

இவ்வளவு பெரிய மெச்சத்தக்க படைப்பு தமிழுக்குக் கொண்டுவரப்படாத நிலையில், ஆனந்த விகடன் நிறுவனம் பிரிட்டானிகா கன்சைஸ் என்சைக்ளோபீடியா *(Britannica Concise Encyclopedia)* எனும் தமிழ் மொழிபெயர்ப்பில் கிட்டதட்ட 3150 பக்கங்களில் ஏறத்தாழ 28 ஆயிரம் கட்டுரைகளைக் கொண்டு மூன்று தொகுதிகளாக வெளியிட்டது. இதில் தமிழகம், இந்தியப் பண்பாடு, தமிழர் நாகரிகம், மொழி இலக்கியம் மற்றும் தமிழர்களின் சாதனைகள், குறித்த சிறப்புக் கட்டுரைகள் புதிதாகச் சேர்க்கப்பட்டுள்ளன.

விகடன் போன்ற பாரம்பர்யமான பெரிய நிறுவனங்கள், பிரிட்டானிகா என்சைக்ளோபீடியாவின் 32 தொகுதிகளையும் தமிழில் மொழிபெயர்த்து வெளியிட்டால் அது இந்த தமிழ்ச் சமூகத்திற்கே பெரியதொரு சேவையாக அமையும்.

இன்று அனைத்தும் மின்னியல் வடிவில் வந்துவிட்டதால், பிரிட்டானிகா பெரிய வடிவிலான அச்சுப்பதிப்பு

நிறுத்தப்பட்டு PDF வடிவிலான e-book எனப்படும் மின்னியல் புத்தகங்கள் வெளியிடப்பட்டு அவற்றின் தரத்தையும் முக்கியத்துவத்தையும் தேவையையும் உணர்த்திக் கொண்டேதான் உள்ளன.

மனிதன் தான் தெரிந்துகொள்ள விரும்பும் அனைத்தையும் அடுத்த நிமிடம் தெரிந்துகொள்ள ஏதுவாக விளங்கும் கலங்கரை விளக்கமாக திகழ்பவைதான் கலைக்களஞ்சியங்கள். இன்றைய நிலையில் இணையத்தில் அனைத்து தகவல்களும் கொட்டிக்கிடந்தாலும் விரிவான நம்பகமான தகவல்களை அளிப்பவை கலைக்களஞ்சியங்கள் என்றால் அது மிகையல்ல! கலைக்களஞ்சியங்கள் என்பவை அனைத்து துறை சார்ந்த தகவல்கள் திரட்டப்பட்ட அறிவுத் தொகுப்பின் எழுத்து வடிவம் என்றே சொல்லலாம்.

தமிழைப் பொறுத்தவரையில் அவிநாசிலிங்கம் செட்டியார் கல்வி அமைச்சராக இருந்தபோது தமிழ் வளர்ச்சித் துறை சார்பில் கலைக்களஞ்சியங்கள் தமிழில் உருவாக்க வேண்டியதன் அவசியத்தை உணர்ந்து பெரியசாமி தூரன் தலைமையில் அதற்கான பெருமுயற்சி எடுத்து ஏழு ஆண்டுகள் உழைப்பில் முதல் தொகுதி 1954-ல் வெளிவந்தது. மற்ற ஒன்பது தொகுதிகளும் இடைப்பட்ட காலத்தில் 1968 வரை வெளியிடப்பட்டது. 10 தொகுதிகள், 7500 பக்கங்களைக் கொண்ட கலைக்களஞ்சியத்தை மிகுந்த சிரமத்திற்கிடையில் வெளியிட்டனர்.

1981-ல் தஞ்சாவூர் தமிழ்ப் பல்கலைக்கழகம் ஆரம்பித்த பிறகு தமிழ் வளர்ச்சிக்கு, தமிழ் இலக்கியங்களுக்கு, தமிழ்ப் படைப்புகளுக்கு முக்கியத்துவம் கொடுக்க வேண்டும் என்ற எண்ணத்தில், சகலத்தையும் ஒருங்கே தெரிந்துகொள்ள உதவிபுரியும் கலைக்களஞ்சியங்களின்

அவிநாசிலிங்கம் செட்டியார்

முக்கியத்துவம் குறித்து அன்றைய முதல்வர் மாண்புமிகு எம்.ஜி.ஆர் அவர்களிடம் தெரிவிக்கப்பட்டது. அவர் உடனடியாக இந்தப் பணியைச் செய்வதற்கு ஒப்புதல் வழங்கியிருக்கிறார். அப்படித்தான் ஓய்வுபெற்ற ஐஏஎஸ் அதிகாரி பி.எல்.சாமி அவர்களின் தலைமையில் குழு அமைக்கப்பட்டு கலைக்களஞ்சியங்கள் உருவாக்கும் பணி தொடங்கியது.

அனைத்துத் துறைகளும் சார்ந்த, அனைத்து தகவல்களும் உள்ளடக்கிய அனைத்து நிகழ்வுகளையும் வெளிப்படுத்தக்கூடிய வாழ்வியல் கலைக்களஞ்சியம் உருவாக்குவது என்றும், அதைத்தொடர்ந்து அறிவியல் தொழில்நுட்ப வளர்ச்சியைக் கருத்தில் கொண்டு, தமிழில் இத்தகைய அறிவியல் சார்ந்த வார்த்தைகளே இல்லாத ஒரு சூழலில் அறிவியல் தொழில்நுட்பக் கட்டுரைகள் முழுமையாக இடம்பெறும் வகையில் அறிவியல் கலைக்களஞ்சியம் தனியாக உருவாக்கப்படவேண்டும் என்றும் முடிவு எடுக்கப்பட்டது.

சுப்பிரமணியம் அவர்களை பதிப்பாசிரியராகவும் பாலுசாமி அவர்களை முதன்மைப் பதிப்பாசிரியராகவும் கொண்டு வாழ்வியற் கலைக்களஞ்சியம் உருவாக்கும் பணி தொடங்கியது. இது, ஏற்கெனவே தமிழ் வளர்ச்சித்துறை உருவாக்கிய கலைக்களஞ்சியத்தை அடிப்படையாகக் கொண்டாலும் கல்வி இயல், மொழி, இனம், மொழியியல், மானிடவியல், மக்கள்தொகை இயல், வணிகவியல், கல்வெட்டியல், தொல்லியல், வரலாற்றியல், உளவியல், சமூகவியல், சட்டவியல், அரசியல், கவின் கலை அழகியல், நாட்டுப்புறவியல், விளையாட்டுத்துறை என நவீன துறைகள் உட்பட அனைத்து துறைகளுக்கும் முக்கியத்துவம் கொடுக்கும்விதமாக

அந்தந்த துறை சார்ந்த வல்லுநர்களின் கருத்துரு பெற்று, ஆய்வுக் கட்டுரைகள் உருவாக்கப்பட்டன.

பெரும்பாலான துறை சார்ந்த வல்லுநர்கள், அறிஞர்கள், தட்டச்சுப் பொறியாளர்கள் என அனைவரும் சென்னையில்தான் இருப்பார்கள் என்று கருதி, சென்னை தியாகராயர் நகரில் அலுவலகம் அமைக்கப்பட்டு சிறப்பாகச் செயல்பட்டது. பின்பு பெரும்பாலான பணிகள் முடிவடைந்த நிலையில் இந்த பதிப்புப் பணி அலுவலகம் 1984-ல் தஞ்சாவூருக்கு மாற்றம் செய்யப்பட்டது. காலத்திற்கேற்ற மாற்றங்களுடன், புதிய புதிய தலைப்புகளுடன் 900 கட்டுரைகளை உள்ளடக்கிய 974 பக்கங்களுடன் முதல் தொகுதி1986-ல் வெளியிடப்பட்டது.

அதைத்தொடர்ந்து தொடர்ச்சியாக ஒவ்வொரு காலகட்டத்திலும் அகர வரிசைப்படி 2009 வரை. கிட்டத்தட்ட 14,000 பக்கங்களைக் கொண்ட 15 தொகுதிகள் வெளியிடப்பட்டுள்ளன. கடைசியில் வெளியிடப்பட்ட 15-ம் தொகுதியில், பிரிட்டானிகா என்சைக்ளோபீடியா, அமெரிக்கா இல்லஸ்ட்ரேட் என்சைக்ளோபீடியா மேன் கைன்ட் , ஆர்ட் ஆஃப் இந்தியா, ஆர்க்கியாலஜி, அந்த்ரோபொலஜி, தி வேர்ல்டு புக் என்சைக்ளோபீடியா, சோஷியாலஜி போன்ற உலகளாவிய கலைக் களஞ்சியங்களில் இருந்து கட்டுரைகள், தகவல்கள் எடுக்கப்பட்டு மிகச்சிறப்பாக கட்டமைத்துள்ளனர். இந்தக் கலைக் களஞ்சியங்களில் இருந்து எதைப்பற்றி வேண்டுமானாலும் நாம் உடனே தெரிந்துகொள்ள முடியும்..

உதாரணத்திற்கு திரிபோலி என்று பார்த்தால் லிபியா நாட்டின் தலைநகரான திரிபோலி குறித்து போதுமான தகவல்களைப் பெறமுடியும். இந்தத் தலைநகரின் சிறப்பு, நாம் கேள்விப்பட்டிராத பல தகவல்கள் எனத் தொகுத்து வழங்கியுள்ளனர். மேலும் பல ஊர்களைப் பற்றியும், பல பெயர்களைப் பற்றியும், தெரிந்த ஊரைப் பற்றி தெரியாத பல செய்திகளையும் விரிவாக வழங்கியிருப்பது இதன் சிறப்பம்சம் ஆகும்.

உதாரணத்திற்கு, நான் செங்கல்பட்டு டி.எஸ்.பியாக இருந்தபோது பலமுறை திருக்கச்சூர் சென்றிருக்கிறேன். ஆனால் அங்குள்ள கோயில்கள் அவற்றின் சிறப்பு பற்றி எதுவும் தெரியாது. ஆனால் இந்த கலைக்களஞ்சியத்தில், திருக்கச்சூர் என்று தேடினால் செங்கல்பட்டு அருகில் உள்ள அந்த ஊரைப் பற்றி பல அரிய தகவல்களையும் வரலாற்றுச் சிறப்புமிக்க ஆலயங்களையும் அங்குள்ள கல்வெட்டுகள் குறித்த தகவல்களையும் எளிதாகத் தெரிந்துகொள்ள முடிந்தது.

திருக்கச்சிநெறிக்காரைக்காடு இப்படி ஒரு ஊரை நாம் கேள்விப்பட்டிருக்க முடியாது. ஆனால், காஞ்சிபுரம் அருகிலுள்ள இந்த ஊரைப்பற்றி அங்குள்ள மக்களுக்கே தெரியாத பல தகவல்களைப் பதிவு செய்திருப்பர்.

15 தொகுதிகளைக் கொண்ட 14,000 பக்கங்களில் உருவாக்கப்பட்டுள்ள இந்த வாழ்வியற் களஞ்சியம் அனைத்து தமிழர்களின் இல்லங்களிலும் கண்டிப்பாக இடம்பெற வேண்டும். ஒவ்வொரு தொகுதியும் 400 ரூபாயில் இருந்து 800 ரூபாய் வரை இருக்கும். ஏப்ரல், செப்டம்பர் மாதங்களில் 50% தள்ளுபடியில் இந்தப் புத்தகங்களை விற்பனை செய்கிறார்கள். தஞ்சை அரண்மனை வளாகத்தில் உள்ள பல்கலைக்கழக விற்பனை அரங்கில் பெற்றுக்கொள்ளலாம்.

அறிவியல் கலைக்களஞ்சியம் என்பது உண்மையிலேயே தமிழில் இதுவரை வெளிவராத அற்புதமான படைப்பு என்றே சொல்லவேண்டும். கலைக்களஞ்சியங்கள் அபிதான சிந்தாமணியில் இருந்து பெரியசாமித்தூரன் கலைக்களஞ்சியங்கள் வரை அவ்வப்போது சிறிதும் பெரிதுமாக வந்துகொண்டேதான் உள்ளன. ஆனால், அறிவியல், மருத்துவ, தொழில்நுட்ப, இணையம் சார்ந்த கட்டுரைகள் தமிழில் இடம்பெறவேண்டும் என்ற உயர்ந்த

நோக்கத்தில் வடிவமைக்கப்பட்டுள்ள அறிவியல் கலைக்களஞ்சியம் தமிழ் மக்களுக்கு பெரிய வரப்பிரசாதம் என்றே சொல்லவேண்டும். அதிலும் குறிப்பாக அறிவியல், பொறியியல் பயிலும் மாணவர்கள், ஆசிரியர்கள் பேராசிரியர்களுக்கு அறிவியல் சார்ந்த கட்டுரைகள், புத்தகங்கள் எழுத விரும்புபவர்களுக்கு மிகப்பெரிய உதவிகரமாக இருக்கக்கூடிய களஞ்சியமாகும்.

இந்தக் களஞ்சியங்கள் பொறியியல், மின் இயந்திர பொறியியல், மருத்துவம், அறிவியல், புள்ளியியல், கணிதம், அணு இயற்பியல், வேதியியல், வேளாண்மை, சூழ்நிலை இயல், பேராழியல், ஆற்றல் அறிவியல் போன்ற பல்வேறு முக்கிய பகுதிகளை அடிப்படையாக கொண்டு அறிவியல் தொழில்நுட்ப பரிணாம வளர்ச்சி, உயிரியல் கோட்பாடு போன்ற அனைத்தையும் துறை சார்ந்த வல்லுநர்களைக் கொண்டு ஆங்கில நூல்கள், களஞ்சியங்கள் சிறப்புக் கட்டுரைகள், மாநாட்டு ஆய்வுக் கட்டுரைகள் அவற்றில் உள்ள சிறப்பம்சங்களையும் கணக்கில் எடுத்துக்கொண்டு அகர வரிசைப்படி உருவாக்கப்பட்டுள்ளன.

அறிவியல் சார்ந்த முழுமையான தகவல்கள் அடங்கிய, எளிய தமிழில் படைக்கப்பட்டுள்ள கட்டுரைகளைக் கொண்ட முதல் தொகுதி ஆயிரம் பக்க அளவில் 1986-ல் வெளியானது. தொடர்ச்சியாக ஒவ்வொரு காலகட்டத்திலும் தொடர் அகர வரிசைப்படி 2009 வரை கிட்டதட்ட 20 ஆயிரம் பக்கங்களில், 19 அறிவியல் கலைக்களஞ்சியங்கள் வெளியிடப்பட்டுள்ளன. அறிவியல் சார்ந்த முழுமையான கலைச்சொல் விளக்க ஆய்வுப் பெட்டகம் என்றே இதைச் சொல்லவேண்டும்.

இந்த அறிவியல் கலைக்களஞ்சியத்தில், பெரும்பாலான தகவல்கள் விரிவாகக் கொடுக்கப்பட்டிருக்கும். உதாரணத்திற்கு விஷகிரந்தி செடி பற்றி நமக்குத் தெரியாத பல அரிய தகவல்கள் ஆய்வுபூர்வமாக கொடுத்திருப்பார்கள்.

நமக்கு நெய்வேலி தெரியும், என்.எல்.சி நிலக்கரி பற்றி கேள்விப்பட்டிருப்போம், ஆனால் அதைப்பற்றி தேடத் தொடங்கினால் பிற கரிம பொருள்களைப் பற்றியும், நிலக்கரியை எரிக்கும் முறை பற்றியும், மின்சாரம் உருவாக்கும் விதம் குறித்தும் மிக விரிவாக விளக்கியிருப்பார்கள். அதேபோல் செல் கோட்பாடுகள், மரபணு பற்றிய வெவ்வேறு கோட்பாடுகளைப் பற்றியும் விரிவாக பல்வேறு அறிவியல் விளக்கங்களைத் தெளிவுபடுத்தியிருப்பார்கள், அதுதான் இந்த களஞ்சியத்தின் சிறப்பம்சமாகும்.

நாம் கூகுளில், விக்கிபீடியாவில் அனைத்தையும் தேடிக்கொள்ளலாமே என்று கூறலாம், ஆனால் அவை பெரும்பாலும் ஆங்கிலத்தில் மட்டுமே கிடைக்கக்கூடியதாக இருக்கும்.

அதிலும் அதன் நம்பகத்தன்மை உறுதியாகச் சொல்ல முடியாது. ஆனால் இந்த அறிவியல் கலைக் கலைக்களஞ்சியம் என்பது துறை சார்ந்த பேராசிரியர்களைக் கொண்டு, பலமுறை திருத்தம் செய்யப்பட்டு, சரிபார்க்கப்பட்டு வடிவமைக்கப்பட்ட கட்டுரைகள் என்பதால் இதன் உண்மைத்தன்மை என்பது அரசிதழ் பதிவு போன்றதாகும்.

ஆனால், இந்த வாழ்வியல் கலைக் களஞ்சியம், அறிவியல் களஞ்சியம் அனைத்துமே 2009-ம் ஆண்டுடன் புதுப்பிப்பது நின்றுவிட்டதால் அனைத்தையும் புதுப்பிக்க வேண்டியது காலத்தின் கட்டாயம். கடந்த பத்து ஆண்டுகளில் உண்டான அறிவியல் தொழில்நுட்ப வளர்ச்சி, கணினி இணைய அசுர வளர்ச்சி மற்றும் ஏற்கெனவே உருவாக்கப்பட்டுள்ள கட்டுரைகளில் தற்போது உண்டான மாற்றங்கள் புதிய கண்டுபிடிப்புகள் குறித்து மாற்றியமைக்க வேண்டும்.

பத்தாண்டு வளர்ச்சியில் ஏற்பட்டுள்ள, புதிய கண்டுபிடிப்புகள், நிகழ்வுகள்,

உலகளாவிய மாற்றங்கள் போன்றவற்றைக் கருத்தில்கொண்டு இந்த கலைக் களஞ்சியங்களை விரைவில் புதுப்பிக்க வேண்டும். அதேபோல் இரண்டு கலைக் களஞ்சியங்களையும் 25 தொகுதிகளாகக் கொண்டுவரலாம்.

உதாரணத்திற்கு வாழ்வியற் களஞ்சியத்தை எடுத்துக்கொண்டால் மகாராஷ்டிர முன்னாள் முதல்வர் தேவேந்திர பட்னவிஸ் பெயர், உத்தரப்பிரதேச முன்னாள் முதல்வர் அகிலேஷ் யாதவ் பங்களிப்பு, பி.வி. சிந்து, சாய்னா நேவால், வேலூர் பொற்கோவில், தெலங்கானா மாநிலம், ஜெகன்மோகன் ரெட்டி, கூடங்குளம் அணுமின் நிலையம், கதிராமங்கலம், நெடுவாசல் அவ்வூர்களின் தொடர்ந்த போராட்டங்கள், தமிழ்நாட்டில் சமீபத்தில் உருவான புதிய மாவட்டங்கள், தற்போதைய தமிழக முதல்வர் மாண்புமிகு எடப்பாடியார் பற்றிய விவரம் என இந்த வாழ்வியல் கலைக்களஞ்சியம் திருத்தப்பட்டு புதுப்பிக்கப்பட்ட விரிவுபடுத்தப்பட்ட பதிப்பை வெளியிட வேண்டியது அவசியமாகும்.

இதேபோல் அறிவியல் கலைக்களஞ்சியத்தில் சமீபகால கண்டுபிடிப்புகள் குறித்து விரிவான கட்டுரைகள் எழுதப்பட வேண்டும். ஸ்டீவ் ஜாப்ஸ், சுந்தர் பிச்சை, சந்திரயான், விக்ரம் லேண்டர், மங்கள்யான், SSD CARD, LED TV, wi-fi Function, 4G, 5G அலைவரிசை, மருத்துவத் தொழில் நுட்பத்தில் ஏற்பட்டுள்ள அபார வளர்ச்சி போன்றவை குறித்து விரிவாக எழுதப்பட வேண்டும்.

சுற்றுச்சூழல் களஞ்சிய அகராதி

ஒரு மொழியின் வளர்ச்சிக்கு மிகவும் அடிப்படையான ஒன்று அனைத்துத் துறை சார்ந்த வார்த்தைகளும், கலைச்சொற்களும் அந்த மொழியில் இருக்கவேண்டும். அப்போதுதான் வெகுஜன மக்கள் பயன்பாட்டில் அந்த மொழியில் இந்த சொற்கள் பழக்கத்துக்கு வந்து அதுவே வழக்கமாகிவிடும்.

பெரும்பாலான துறை சார்ந்த தமிழ்ச் சொற்கள் உருவாக்கப்பட்டிருந்தாலும், அறிவியல் தொழில்நுட்பம், இணையம் சார்ந்த கலைச்சொற்கள் இன்னும் முழுமையாகத் தமிழ் வடிவம் பெறவில்லை என்றுதான் கூறவேண்டும். அப்படி வந்துள்ள அறிவியல் கலைக்களஞ்சியம், கணினி அகராதி, சுற்றுச்சூழல் களஞ்சிய அகராதி போன்றவை பொதுமக்களை சென்றடையவே இல்லை என்பதுதான் நிஜம். பள்ளி, கல்லூரி மாணவர்களுக்கும் ஏன் அறிவியல் பயிலும் மாணவர்களுக்கும் அவர்களுக்குச் சொல்லித் தரும் ஆசிரியர்களுக்கும்கூட இதுபற்றி தெரியவில்லை என்பதுதான் உச்சபட்ச வேதனையாகும்.

அந்த வகையில் அண்ணா பல்கலைக்கழக சுற்றுச்சூழல் சிறப்பு தகுதிக்கான திறன் மையம் (CPEES) உருவாக்கியுள்ள, சுற்றுச்சூழல் களஞ்சிய அகராதி இரண்டு தொகுதிகளும் அருமையான, அவசியமான சுற்றுச்சூழல் சார்ந்த அறிவியல் கலைச்சொல் பெட்டகம் என்றே சொல்ல வேண்டும். அண்ணா பல்கலைக்கழகம், பிரிட்டிஷ் ஆட்சியில் 1794, மே 17-ல் புனித ஜார்ஜ் கோட்டை அருகே எட்டு மாணவர்களுடன் அளக்கையியல் பள்ளியாக தொடங்கப்பட்டு தொழில்நுட்பக் கல்லூரியாய் வளர்ச்சி பெற்றது.

1920-ல் கிண்டி வளாகத்திற்கு மாற்றப்பட்டு கிண்டி பொறியியல் கல்லூரி எனப்பெயர் பெற்றது. பின்னர் 4.9.1978-ம் ஆண்டு அறிஞர் அண்ணாவின் நினைவாக 'அண்ணா பல்கலைக்கழகம்' என பெயர் மாற்றம் பெற்றது. கிண்டி பொறியியல் கல்லூரி, அழகப்பா தொழில்நுட்பக் கல்லூரி, (ACT), மெட்ராஸ் தொழில்நுட்பக் கல்லூரி (MIT), கட்டடக்கலை மற்றும் திட்டமிடல் பள்ளி (SAP) ஆகிய நான்கு நிறுவனங்களும் ஒருங்கிணைக்கப்பட்டு அண்ணா பல்கலைக்கழகம் உருவானது.

அறிவியல் தமிழை வளர்க்கும் விதமாக வளர்தமிழ் மன்றம் சார்பாக அறிவியல் கருத்துகளைத் தாங்கி வரும் 'களஞ்சியம்' எனும் காலாண்டு அறிவியல் இதழ் நடத்தப்படுகிறது.

இந்தியாவைப் பொறுத்தவரையில் 1990-களுக்கு மேல்தான் சுற்றுச்சூழல் பற்றிய பேச்சே வர ஆரம்பித்தது. அதைப் பற்றிய கட்டுரைகள், நூல்கள், இதழ்கள் கொஞ்சம் கொஞ்சம் வந்த நிலையில், தமிழில் கிட்டதட்ட 2000-ம் ஆண்டு வரை இதைப்பற்றிய வெளியீடுகளே இல்லை என்றே சொல்லலாம்.

இந்நிலையில் அண்ணா பல்கலைக் கழக சுற்றுச்சூழல் சிறப்பு தகுதிக்கான திறன் மையம் 2004-ல் தொடங்கி மூன்று ஆண்டுகள் கடுமையாக உழைத்து வேளாண்மை, தாவரவியல், விலங்கியல், உயிரி தொழில்நுட்பவியல், கட்டுமான பொறியியல், சுற்றுச்சூழலியல், பேராழியியல், மண்ணியல், வானியல், மருத்துவ இயல், புவியியல், வனவியல், நீரியல் போன்ற பல்வேறு துறைகள் சார்ந்த 105 துறை அறிஞர்கள், 20 மொழி அறிஞர்கள் தீவிரமாக உழைத்து இந்த சுற்றுச்சூழல் அகராதியை உருவாக்கியுள்ளனர்.

இதில் என்ன ஆச்சர்யம் என்றால் தமிழ் எப்பேர்ப்பட்ட மூத்த மொழி! ஆனால், நாம் இத்தகைய சிந்தனையைப் பெறுவதற்கு முன்பாகவே கன்னடத்தில் சுற்றுச்சூழல் கலைக் களஞ்சியத்தை உருவாக்கியுள்ளனர். அந்தக் களஞ்சியத்தை அடிப்படையாகக் கொண்டுதான் இந்தக் களஞ்சியத்திற்கு முதல் அடியே எடுத்து வைக்கப்பட்டுள்ளது. சுற்றுச்சூழல் சார்ந்த உலகளாவிய மாநாடுகள், கருத்தரங்கங்கள், கட்டுரைகள், ஆய்விதழ்கள் கவனத்தில் எடுத்துக்கொள்ளப்பட்டு அந்தந்த துறை வல்லுநர்களிடம் வழங்கப்பட்டு, காலத்திற்கு ஏற்ப புதுச்சொற்களை, புதுப்பொருளை, புதிய தகவல்களை முழுமையாக எளிய தமிழில் கொண்டு வந்துள்ளது போற்றத்தக்க முயற்சியாகும்.

2004-ல் தொடங்கி மூன்று ஆண்டு

உழைப்பில் 2007-ல் இரண்டு தொகுதிகளாக ஐயாயிரத்துக்கும் மேற்பட்ட கலைச்சொல் விளக்கங்களைக் கொண்டு 1518 பக்கத்தில் வெளியிட்டுள்ளனர்.

'Bio Gas' என்றால் 'சாணி வளிமம்' என்று விளக்கமாக சொல்லப்பட்டுள்ளது. Radar என்றால் என்னவென்று விளக்கப்பட்டு, Radar Tracking என்பதை ராடர் தடமறிதல் என்று குறிப்பிட்டு முழுமையாக விளக்கியுள்ளனர். Chimney என்பதை எரிமலைப் புழை புகைபோக்கிகள் என்று அதுகுறித்து விளக்கப்பட்டுள்ளது.

River Flow - ஆற்று நீரோட்டம் என்றும் River Network - ஆறுகளின் இணைப்பு வலை எனவும், River Pollution - ஆறு மாசுறுதல் பற்றியும், River Profile - ஆற்றுத் தட வடிவம் எனவும் River System என்பதை ஆற்றமைப்பு எனவும் பத்தி பத்தியாய் எளிய தமிழில் அறிவியல் வார்த்தைகளைக் கொண்டு அழகாக உருவாக்கியுள்ளனர்.

சுற்றுச்சூழல் மட்டுமின்றி பொதுவாகவே அறிவியல் சார்ந்த கட்டுரைகள் எழுதுபவர்களுக்கு இந்த களஞ்சியம் வரப்பிரசாதம் என்றால் அது மிகையல்ல! நான் பல பள்ளி, கல்லூரிகளுக்கு சிறப்பு விருந்தினராக பல நிகழ்ச்சிகளுக்குச் சென்றுள்ளேன். பெரும்பாலும் அவர்களது நிறுவனத்தின் பெருமையைச் சொல்வார்கள், கட்டடங்களை சுற்றிக்காட்டுவார்கள்,

நான் நூலகம் மற்றும் புத்தகங்கங்களைத் தான் பார்க்க ஆசைப்படுவேன்.

ஆனால், எந்தக் கல்லூரிகளிலும், பள்ளிகளிலும் இந்த சுற்றுச்சூழல் அகராதியை நான் பார்த்ததேயில்லை! 200க்கும் மேற்பட்டோர், மூன்றாண்டுகள் உழைத்து, பல அரிய சொற்களை தமிழ்ப்படுத்தி எளிமையாகத் தந்துள்ள இந்த நூலின் விலை இரண்டு தொகுதிகளும் சேர்த்து 900 ரூபாய் மட்டுமே! தனியார் நிறுவனங்கள் அலங்கார கண்ணாடி அமைப்புக்கும், வண்ண வண்ண கட்டடத்திற்கும் தரும் முக்கியத்துவதை மொழிக்கும், அறிவு சார்ந்த புத்தகத்துக்கும் தர மறுக்கின்றன என்பதை நினைக்கும்போதுதான் வேதனை உண்டாகிறது. இது கல்வி நிறுவனங்களின் பொருளீட்டும் சுயநலம் என்பதோடு, அறியாமை மற்றும் தொன்மை மிக்க மொழிக்குச் செய்யும் துரோகம் என்றுதான் சொல்ல வேண்டும்.

2007-க்குப் பிறகான சர்வதேச அளவில் சுற்றுச்சூழல், பருவநிலை மாற்றங்கள், காலநிலை மாற்றங்கள், புவி வெப்பமயமாதல், தண்ணீர் பற்றாக்குறை, காடுகளின் பேரழிவு என கடந்த 12 ஆண்டுகளில் உலகளவில் நடந்துள்ள மாற்றங்களை, புதிய நிகழ்வுகளை, புதிய கண்டுபிடிப்புகளை, சுற்றுச்சூழல் பாதுகாப்பின் அவசியத்தை, அமேசான் போன்ற காடுகளில் உண்டான காட்டுத் தீ பேரழிவை, இஸ்ரேல் காட்டுத் தீ போன்ற பல நிகழ்வுகளைச் சேர்த்து, புதுப்பிக்கப்பட்ட, விரிவுப்படுத்தப்பட்ட படைப்பாக மூன்றாவது தொகுதியை அண்ணா பல்கலைக்கழகமும் கொண்டு வந்தால் மிகவும் பயனுள்ளதாக இருக்கும்.

ஒவ்வோர் அறிவியல் கல்லூரி, பல்கலைக்கழக மாணவர்களிடம் இந்தப் பொறுப்பைப் புதிய கட்டுரைகள் குறித்த தமிழ் மொழிபெயர்ப்பை உருவாக்கச் செய்யலாம். அவர்களுக்கும் மொழிப்புலமை கூடும். புதிய அறிவியல் தமிழ்ப் படைப்புகளும் உருவாக்கப்படும். இதுபோன்ற அறிவியல் சார்ந்த நூல்களை அனைத்து அரசுப் பள்ளிகள், கல்லூரிகளில் கண்டிப்பாக இடம்பெறச் செய்ய வேண்டும். அப்போதுதான் சுற்றுச்சூழல் குறித்த சிந்தனை, சுற்றுச்சூழலைப் பாதுகாக்க வேண்டிய தேவை அனைவருக்கும் தெரியவரும்.

குழந்தைகள் கலைக்களஞ்சியம்

1946-ல் தமிழ்மொழியை மேம்படுத்த வேண்டும் என்ற நோக்கத்தில் உருவாக்கப்பட்ட தமிழ் வளர்ச்சிக் கழகம், கலைக்களஞ்சியங்களை உருவாக்கும் உன்னதத் திட்டத்தை மேற்கொண்டது.

அவ்வகையில் பெரியசாமித்தூரன் தலைமையில் உருவாக்கப்பட்ட கலைக்களஞ்சிய குழுதான் முதன்முறையாக குழந்தைகளுக்கு என்று தனியான கலைக்களஞ்சியத்தை உருவாக்கவேண்டியதன் அவசியத்தை உணர்ந்து அத்தகைய சீரிய பணியில் ஈடுபட்டது

1968-ல் பெரியசாமித்தூரன் அவர்களின் தலைமையில் அமைக்கப்பட்ட குழு தான், இந்தியாவிலேயே முதன்முறையாக குழந்தைகள் கலைக் களஞ்சியத்தை உருவாக்கும் பணிக்கு அமைக்கப்பட்ட குழுவாகும். குழந்தைகளுக்கு என்று அவர்கள் எளிதில் புரிந்துகொள்ளும் விதமாக அழகிய வண்ண வண்ணப் படங்களைக் கொண்டு காட்சிப் படங்களுடன் கூடிய சிறப்பான குழந்தைகள் கலைக்களஞ்சியத்தை உருவாக்கத் தொடங்கினர். மத்திய மாநில அரசுகளின் நிதி உதவியுடன் சிறப்பான பதிப்பாக பத்து பகுதிகளைக் கொண்ட குழந்தைகள் கலைக்களஞ்சியம் அழகிய வடிவில் 1976-ல் வெளியிடப்பட்டது.

பெரியசாமித்தூரன்

இந்தப் பதிப்புகளின் திருத்தப்பட்ட,

புதுப்பிக்கப்பட்ட, மறுபதிப்புப் பணியை நிறைவேற்றும் வகையில் மத்திய மாநில அமைச்சராகவும் மகாராஷ்டிர ஆளுநராகவும் பணிபுரிந்த திரு. சி.சுப்பிரமணியம் அவர்கள் தலைமையில் குழு அமைக்கப்பட்டு திருத்தப்பட்ட பதிப்பு பத்து தொகுதிகளுடன் 1988-ல் வெளியிடப்பட்டது.

உலகத் தமிழாராய்ச்சி நிறுவனம் 2009-ல், குழந்தைகள் கலைக்களஞ்சியத்தின் பத்து பகுதிகளையும் நான்காம் பதிப்பாக வெளியிட்டது. ஆனால், இந்தப் பதிப்பு தரத்தில் சிறப்பாக இருந்தாலும், 1988 -ம் ஆண்டு பதிப்பின் மறு பதிப்பாக உள்ளதே தவிர, புதுப்பிக்கப்படவில்லை (Update) என்பது கவனிக்க வேண்டிய ஒன்றாகும்.

தற்போது மிகச் சிறப்பாக செயல்பட்டு வரும் உலகத் தமிழாராய்ச்சி நிறுவனம், அறிவியல் தொழில்நுட்ப வல்லுநர் குழு அமைத்து தன்னார்வலர்கள், தனியார் குழந்தை நல அலுவலர்களை உறுப்பினர்களாகக் கொண்டு இந்தக் கலைக்களஞ்சியத்தை, முப்பது ஆண்டுகால வளர்ச்சியைக் கணக்கில்கொண்டு புதிய பதிப்பைக் கொண்டு வரவேண்டும். அதில் தற்போதைய குழந்தைகள் எதிர்பார்க்கும் விதமாக இணையம், கணினி, அறிவியல் தொழில்நுட்பம் சார்ந்த கார்ட்டூன்கள், வண்ணப்படங்கள், சிறுவர்களுக்கான அனிமேஷன்கள், திரைப்படங்கள் குறித்த விவரங்கள், குழந்தைகள் விரும்பும் இசை, பாடல்களைக் கொண்டு வண்ணமயமான அறிவுபூர்வமான புதுமையான குழந்தைகள் கலைக்களஞ்சியத்தை அவசியம் கொண்டுவரவேண்டும். அப்போதுதான் குழந்தைகளின் வாசிப்பு பள்ளிப் பாடப்புத்தகங்களைத் தாண்டி அறிவு சார்ந்து விரிவடையக்கூடும்.

தற்போது அரசு பாடப்புத்தகங்களே தரமான முறையில், குழந்தைகள் விரும்பும் விதமாக தனியார் பதிப்புகளை மிஞ்சிவிடும் நிலையில் வண்ணமயமாக, காட்சிக்கு இனிமையாக வெளியிடப்பட்டுள்ளதைப்போல குழந்தைகள் கலைக்களஞ்சியத்தையும் வண்ணமயமான பதிப்பாகக் கொண்டு வந்தால், தமிழில் பயிலும் மாணவர்களுக்கு அது மிகப்பெரிய வழிகாட்டியாக அமையும் என்பதில் சந்தேகமில்லை.

DK Publications

இங்கிலாந்தைச் சார்ந்த கிறிஸ்டோபர் டார்லிங் மற்றும் பீட்டர் கிண்டர்ஸ்லே ஆகியோர் 1970-ல் ஆரம்பித்த புத்தகக் கட்டுமான நிறுவனம், 1982-ல் புத்தகப் பதிப்பு நிறுவனமாக மாறியது. பிரிட்டிஷ் தன்னார்வ மருத்துவப் பணியாளர்களுக்கான முதல் உதவி கையேடு என்ற நூலை முதன்முதலாக அந்நிறுவனத்தார் பதிப்பித்தார்கள். பிறகு இளைஞர்களுக்கும் சிறுவர்களுக்குமான புத்தகங்களை அதிகளவில் பதிப்பிக்கத் தொடங்கினர்.

ஆங்கிலத்தில் இவர்கள் வெளியிட்டுள்ள புத்தகங்கள் அனைத்தும் தரத்திலும் தகவல்களிலும் கட்டுமானத்திலும் மிக சிறந்ததாக விளங்குகிறது. குறிப்பாக டி.கே.ஐ விட்னஸ் எனப்படும் பயணம் சார்ந்த நூல்கள் அற்புதமான படைப்புகளாகும். அதாவது ஒவ்வொரு நாட்டைப் பற்றியும் முழுமையான தகவல்களை வண்ணப் படங்களோடும் முக்கியச் செய்திகளைச் சிறு சிறு பெட்டிச் செய்திகளாகக் கொடுத்துள்ள விதம் பாராட்டத்தக்கதாகும்.

மேலும் ஆம்ஸ்டர்டாம் புத்தகத்தை எடுத்துக்கொண்டால் நெதர்லாந்தைப் பற்றி முழுமையாகத் தெரிந்துகொள்ளும்விதமாக பல்வேறு தகவல்களையும் சிறு சிறு பத்தியில் எளிமையாக, வண்ணமயமான படங்களுடன் 300 பக்கங்களில் கொடுத்துள்ளனர். இதேபோல் புடாபெஸ்ட், பல்கேரியா, கம்போடியா லாவோஸ், சிலே, பிரஸ்ஸல்ஸ், செக்கோஸ்லோவியா, டப்ளின். லோரன்ஸ் அண்ட் டெஸ்ட் கனி. பிரான்ஸ், பிரிட்டன், ஏதென்ஸ், ஹவாய், கிரீக் ஐலந்து, அயர்லாந்து, இத்தாலி

லண்டன், மேட்ரிட், நியூயார்க் சிட்டி, பாரிஸ், போலந்து, போர்ச்சுக்கல், ஸ்பெயின், ஸ்வீடன், சுவிட்சர்லாந்து என பல்வேறு வகையான நாடுகளைப் பற்றியும், மிக விரிவான தகவல்களை சுவையான விதத்தில் படைத்துள்ளனர்.

அதேபோல் அஸ்ட்ரானமி, கார், பறவைகள், பாலைவனம், டைனோசர் பரிணாமம், தேசியக் கொடிகள், குதிரைகள், மனித உடல், செவ்வாய் கிரகம், இயற்கைப் பேரிடர், கடல், நிலநடுக்கம், முதல் மற்றும் இரண்டாம் உலகப்போர்கள் எனப் பலவகையான தலைப்புகளில் புத்தகங்களைக் கொண்டு வந்துள்ளனர். மேலும் அனைத்துத் துறைகள் குறித்தும் என்சைக்ளோபீடியா எனப்படும் கலைக் களஞ்சியங்களை உருவாக்கியுள்ளனர்.

குறிப்பாக என்சைக்ளோபீடியோ ஆஃப் யுனிவர்ஸ், என்சைக்ளோபீடியா ஆஃப் சூப்பர் நேச்சர், என்சைக்ளோபீடியோ ஆஃப் பிலாசபி, என்சைக்ளோபீடியா ஆஃப் ரிலிஜியஸ், என்சைக்ளோபீடியோ ஆப் சில்ட்ரன் அண்ட் சைல்டு, குட் இன் ஹிஸ்டரி அண்டு சொசைட்டி மூன்று பாகங்கள், என்சைக்ளோபீடியோ ஆஃப் கம்யூனிகேஷன் அண்ட் இன்பர்மேஷன், கம்ப்யூட்டர் சயின்ஸ் & டெக்னாலஜி, என்சைக்ளோபீடியோ எஜுகேஷன் லா, என்சைக்ளோபீடியா ஆஃப் இங்கிலீஷ் லாங்குவேஜ், என்சைக்ளோபீடியோ ஆஃப் இன்வாஷன் அண்ட் காங்கொஸ்ட், என்சைக்ளோபீடியா ஆஃப் நாலேஜ் மேனேஜ்மென்ட், என்சைக்ளோபீடியா ஆஃப் டெர்ரரிசம், என்சைக்ளோபீடியா ஆஃப் பொலீஸ் அண்ட் கரக்ஷனல் சிஸ்டம், என்சைக்ளோபீடியா ஆஃப் லீடர்ஷிப், என்சைக்ளோபீடியா ஆஃப் எஸ்பியனேஜ் இன்டலிஜென்ஸ் செக்யூரிட்டி மூன்று பாகங்கள், இந்தியாவைப் பற்றிய என்சைக்ளோபீடியா ஆஃப் இந்தியா நான்கு பாகங்கள் என பல்வேறு தலைப்புகளில் புத்தகங்களை வெளியிட்டுள்ளனர்.

அதேபோல் உலகின் சிறந்த 50 இடங்கள், உலகில் அவசியம் பார்க்க வேண்டிய இடங்கள் என அருமையான தலைப்புகளில் பல்வேறு புத்தகங்களை வெளியிட்டுள்ளனர். தமிழில் இது போன்ற புத்தகங்கள் வரவில்லை என்பது மிகுந்த குறைபாடானது ஆகும்.

புத்தகங்கள் அனைத்துமே மிகுந்த தரமாக ஆயில் பிரிண்டில் சிறப்பான பதிவுகளாக உள்ளன. தமிழிலும் இதுபோன்ற புத்தகங்களை அவசியம் கொண்டுவரவேண்டும். மக்களும் இது போன்ற தரமான புதிய முயற்சிகளுக்கு வெகுவான ஆதரவைத் தந்து வரவேற்க வேண்டும். அப்போதுதான் சிறந்த புத்தகங்கள், படைப்புகள் வெளிவரக்கூடும்.

இனியாவது அறிவியல் பயிலும் மாணவர்கள் இந்த அழகிய தமிழ் அறிவியல் கலைக்களஞ்சியங்களைக் கற்றுணர்ந்து அதைப் பயன்படுத்தி தமிழில் ஆய்வுக் கட்டுரை எழுதுங்கள்.

பாரதிதாசன் சொல்வார்,

"கைத்திறச் சித்திரங்கள்
கணிதங்கள் வானநூற்கள்
மெய்த்திற நூற்கள், சிற்பம்
விஞ்ஞானம், காவியங்கள்
வைத்துள தமிழர் நூற்கள்
வையத்தின் புதுமை என்னப்
புத்தகச் சாலை எங்கும்
புதுக்கும் நாள் எந்தநாளோ"

என்ற பாவேந்தரின் கவிதைக்கேற்ப அசுர பாய்ச்சலில் இருக்கும் அறிவியல் தொழில்நுட்ப வளர்ச்சிக்கு ஏற்ப புதிய கலைச்சொற்களும், கலைச்சொற்களின் விளக்கங்களும், அவை சார்ந்த கட்டுரைகளும் தமிழில் உருவாக்கப்பட வேண்டும்.

இந்தச் சமூகத்திற்காக, சமூக மேம்பாட்டுக்காக உங்கள் முன்னோடிகளான, அறிவியலாளர்களை பெருமைப்படுத்தும் விதமாக, அவர்களது அரிய கண்டுபிடிப்புகளைச் செயல் திறனை, அவர்களின் முயற்சிகளை ஆராய்ச்சியில் பட்ட ரணங்களை,

தோல்விகளை அதை வெற்றியாக மாற்றிய யுத்தியை தமிழில் பதிவு செய்யுங்கள்.

அறிவியல்.காம் என்னும் பெயரில் இணையப் பக்கத்தை உருவாக்கி, கணினி, இணையம், புதிய கண்டுபிடிப்புகள், மென்பொருள்கள், அறிவியல் சாதனங்கள், தொழில்நுட்ப வளர்ச்சி குறித்த கட்டுரைகளைப் பதிவேற்றம் செய்யுங்கள். மாலை நேரத்து தேநீர் பொழுதில், இரவு உணவு விருந்து உரையாடலின்போது, நடைபயிற்சியின்போது, அன்றைய அறிவியல் பற்றி அலசுங்கள். வீண் கிண்டல், மலிவான பேச்சு, பெண்களைப் பற்றிய கேலி, வெட்டி சினிமா அரட்டையை விட்டு விட்டு செய்திதாள்களில் அறிவியல் பக்கம் குறித்து விவாதியுங்கள்.

சர்வதேச அறிவியல் இதழ்களான *NATIONAL GEOGRAPHY, DISCOVERY, THE SMITH SONIAN, SKEPTIC, IDEAS AND DISCOVERIES, POPULAR SCIENCE* போன்றவற்றைப் படித்து குறிப்பெடுத்து, சக மாணவர்களிடையே விவாதித்து தமிழ்ப் படுத்துங்கள். இந்த மாநிலம் பயனுற அவற்றுக்கு உரிய புதிய தமிழ்ச் சொற்களோடு கட்டுரையாகப் பதிவு செய்யுங்கள். மதிப்பெண்களுக்காகப் படித்தால் பணியாளராகத்தான் முடியுமே தவிர கண்டுபிடிப்பாளராக முடியாது.

தெரிந்துகொள்ளும் ஆர்வம், தீவிரத் தேடல், புரிந்து செயல்படுதல், புதியன படைக்கும் வெறி போன்ற குணங்களை வளர்த்துக்கொண்டால் நீங்கள் அனைவரும் போற்றத்தக்க விஞ்ஞானிகளாக வருவீர்கள். இன்னும் எத்தனை நாளைக்குதான் சர்.சி.வி. ராமன், சந்திரசேகர், ஜெகதீஸ் சந்திர போஸை சொல்லிக் கொண்டிருப்போம்?. நீங்கள் அதைத் தாண்டிச் செல்ல வேண்டாமா? உங்களுக்கு அந்த ஆற்றல் இல்லையா? ஆழ்ந்து சிந்தியுங்கள்!

Nature science Magazine

அறிவியல் ஆய்வு குறித்த கட்டுரைகள், ஆய்வுக் குறிப்புகள், புதியன கண்டுபிடித்தலின் அவசியம் குறித்து ஐரோப்பிய நாடுகளில் பல அறிவியல் ஆய்விதழ்கள் வெளிவருகின்றன. விஞ்ஞானிகளுக்கும், அறிவியலாளர்களுக்கும் குறிப்பாக இளம் அறிவியல் ஆராய்ச்சியாளர்களுக்கும், வளரும் விஞ்ஞானிகளுக்கும் பெரும் வாய்ப்பாக, திறமையை வெளிப்படுத்தும் களங்களாக அமைகின்றன. இந்த வகையில் 1869, நவம்பர் 4-ல் ஆரம்பிக்கப்பட்ட இயற்கை எனும் பொருள்படும் நேச்சர் அறிவியல் ஆய்விதழ் வெற்றிகரமாக 150-ம் ஆண்டைக் கடந்திருக்கிறது. லண்டன் இம்பீரியல் கல்லூரியில் பேராசிரியராக இருந்த நார்மன் லாக்யெர் தான் இந்த ஆய்விதழைத் தொடங்கி முதல் ஆசிரியராக பொறுப்பேற்று சிறப்புடன் நடத்தினார். வில்லியம் வேர்ட்ஸ் வொர்த்தின் கவிதையால் ஈர்க்கப்பட்ட லாக்யெர் 'Nature' என்ற வார்த்தையை வேர்ட்ஸ் வொர்த்தின் கவிதை நினைவாக சூட்டினார். நார்மன் லாக்யெர், பியரி ஜான்சன் என்ற பிரெஞ்ச் அறிவியல் அறிஞருடன் இணைந்து ஹீலியம் வாயுவைக் கண்டுபிடித்த பெருமைக்குரியவர் ஆவார்.

கோபர்நிகஸ், கலிலியோ, நியூட்டன் போன்ற அறிவியல் மேதைகளால் 16, 17-ம் நூற்றாண்டுகளில் மக்களின் மூடநம்பிக்கையைத் தகர்க்கும்விதமாக பல புரட்சிகர கண்டுபிடிப்புகள், கோட்பாடுகள் உருவாக்கப்பட்டன. இத்தகைய புரட்சிகர கண்டுபிடிப்புகளால் மதவாதிகளின் பெரும் எதிர்ப்புக்கும் ஆளாகினர். இதனைத் தொடர்ந்து உண்டான இங்கிலாந்து தொழில் புரட்சி, தொழில்நுட்பம், அறிவியல், கணிதத்தில் பெரும் வளர்ச்சியை உண்டாக்கியது. ஆனாலும் அப்போதைய பெரும்பாலான அறிவியல் கண்டுபிடிப்புகள் ஜெர்மனி, பிரெஞ்ச் மொழிகளில்தான் வெளியிடப்பட்டன.

ஆங்கிலத்தில் வெளியிடப்பட்ட ஆய்வுக் கட்டுரைகளும், நியூட்டன்,

டார்வின், கலீலியோ என சகலரின் ஆய்வு முடிவுகளும் பிரிட்டிஷ் ராயல் சொசைட்டி ஆய்விதழிலேயே வெளிவந்தன. இந்நிலையில்தான் 1869-ல் ஆங்கிலத்தில் வெளியான லாக்யெரின் நேச்சர் இதழ், வளரும் இளம் விஞ்ஞானிகளுக்கு பெரும் வாய்ப்பாக அமைந்தது. அறிவியல் அறிஞர்கள், தொழில்நுட்ப அறிவியல் மாணவர்கள், இளம் விஞ்ஞானிகள் புதிய கண்டுபிடிப்புகளை, கட்டுரைகளை, ஆய்வுக் குறிப்புகளை வெளிப்படுத்த நினைப்பவர்களுக்கு Nature இதழ் பெரிய வரப்பிரசாதமாக அமைந்தது. 20-ம் நூற்றாண்டின் தொடக்கத்தில் இருந்த அறிவியல் வளர்ச்சியை அசுரப் பாய்ச்சலுக்குக் கொண்டுசென்றது நேச்சர் என்றால் மிகையல்ல!

ஜெம்ஸ் சாட்விக் 1932-ல் தனது கண்டுபிடிப்புகளை முதலில் வெளியிட்டது இந்த இதழில்தான் என்பது குறிப்பிடத்தக்கதாகும். 150 ஆண்டு கால வரலாற்றில் தற்போது முதன்முறையாக மக்தலேனா ஸ்கீப்பர் எனும் பெண் அறிவியலாளர் ஆசிரியராக இருந்து சிறப்பாக நடத்திக்கொண்டு வருகிறார்.

150 ஆண்டுகால சிறப்பு மலராக வெளிவந்த '150 years at nature' எனும் இதழ் அறிவியல் ஆய்வுப் பெட்டகம் என்றே சொல்ல வேண்டும். நியூட்ரான் கண்டுபிடிப்பு, ஓசோன் குறைபாடு, குளோனிங் எனும் படியாக்கம், டி.என்.ஏ வடிவம் போன்ற சிறப்புக் கட்டுரைகள் வெளியிடப்பட்டுள்ளன. அறிவியல் உலகின் அசுரப் பாய்ச்சலான நேச்சர் இதழில் பரிணாம வளர்ச்சி அனைத்தும் அலசப் பட்டுள்ளது. 4.11.1869-ல் வெளியான முதல் இதழ் மின்னாக்கத்தில் பதிவேற்றம் செய்யப்பட்டுள்ளது.

அதேபோல் நேச்சர் இதழ் இதுவரை தான் வெளியிட்டுள்ள 88,000 கட்டுரைகளைக் குறிப்பிடும் விதமாக வண்ணப் புள்ளிகளில் உருவாக்கியுள்ள சித்திரம் அதன் படைப்புத் திறனுக்கு ஒரு சான்றாகும். அதாவது துறை வாரியாக ஒரு வண்ணத்தைத் தேர்ந்தெடுத்து அந்தக் கட்டுரைகள் வேறு கட்டுரைகளில் மேற்கோள் காட்டப்பட்டு இருந்தால் அதை முதல் புள்ளியுடன் இணைத்து வண்ணக் கோலமாய் தீட்டப்பட்டுள்ள காட்சி சிறப்பான ஒன்றாகும்.

தமிழில் இதுபோன்ற ஆகச் சிறந்த அறிவியல் இதழ்கள் இல்லை என்பது பெரும் குறைபாடே ஆகும். அறிவியலாளர்களும், தொழில்நுட்ப மாணவர்களும் இதுகுறித்து சிந்தித்து இத்தகைய இதழ்களை உருவாக்க வேண்டும். குறைந்தபட்சம் அண்ணா பல்கலைக்கழகம் போன்ற தொழில்நுட்ப முன்னோடி நிறுவனங்கள் இந்த நேச்சர் இதழைத் தமிழில் கொண்டுவர முயற்சிக்கலாம்.

சைபர் அபாயம்

உளவுத்துறையில் இஸ்ரேலின் மொசாட் அமைப்பு தீவிரமாக அனைத்து வகைகளிலும் வேவு பார்க்கக்கூடிய பிரதான அமைப்பு என்பது நாம் அறிந்ததே! ஆனால் அவ்வமைப்பு பிற நாடுகளில் உள்ள முக்கிய பிரமுகர்கள் பத்திரிகையாளர்கள், மனித உரிமை ஆர்வலர்கள் மற்றும் அரசு நிர்வாகத்தில் உள்ள முடிவெடுக்கும் நபர்கள் போன்றோரின் வாட்ஸ் அப்பில் வேவு பார்க்கும் மென்பொருளை ஊடுருவச் செய்ததாக வாட்ஸப் நிறுவனமே கலிஃபோர்னியா நீதிமன்றத்தில் இஸ்ரேலைச் சார்ந்த என்.எஸ்.ஓ குழும நிறுவனம் மீது வழக்கு தொடர்ந்துள்ளது. விசாரணையில் பெகாசஸ் எனும் மென்பொருளைத் தயாரித்து அதைக் குறிப்பிட்ட நபர்களின் எண்களுக்கு ஊடுருவச் செய்து அவர்களின் தகவல் பரிமாற்றங்கள் எடுக்கப்பட்டுள்ளதாக தெரிகிறது.

பெகாசஸ் நிறுவனம் இந்த ரகசியமாக ஊடுருவி உளவு பார்க்கும் மென்பொருளைத் தயாரிப்பதில் முன்னோடி அமைப்பு என்று தெரிகிறது. இந்த மென்பொருள் மால்வேர் ரகத்தை சார்ந்தது. மேலும் வீடியோ அமைப்பின்

அழைப்பின் மூலமாகவோ அல்லது ஓர் இணைய அழைப்பு மூலமாகவோ அதுவும் ஒரு மிஸ்டுகால்கூட இந்த மென்பொருளை நமது தொலைபேசிக்கு கொண்டுவந்துவிடும். அதன்பிறகு முழுக்க முழுக்க நமது அலைபேசியின் அனைத்து செயல்பாடுகளும் அவர்களது கட்டுப்பாட்டில் இருக்கும். அதாவது நாம் பேசுவதைப் பதிவுசெய்வது, அனுப்பும் புகைப்படத்தை எடுத்துக்கொள்வது, வீடியோவை வைத்துக்கொள்வது, ஆவணங்களைத் தரவிறக்கம் செய்து கொள்வது என அனைத்துவிதமான நமது செயல்பாடுகளையும் இந்த மென்பொருள் மூலமாகக் கண்காணித்துப் பெறமுடியும்.

சைபர் கிரைம் எனப்படும் கணினி குற்றத்தில் நாளுக்கு நாள் ஏற்படும் அறிவியல் தொழில்நுட்ப வளர்ச்சிக்கு ஏற்ப ஹேக்கர்ஸ் எனப்படும் மென்பொருள் குற்றவாளிகள் அதிகளவில் உருவாகிக் கொண்டுதான் இருக்கிறார்கள்.

தற்போது கனடாவைச் சேர்ந்த சிட்டிசன் லேப் எனப்படும் நிறுவனத்தினர் இந்த பெகாசஸ் மட்டுமன்றி பிற மால்வேர் மென்பொருள் ஒரு துறையில் ஊடுருவுவதைத் தடுக்கக்கூடிய மென்பொருளைக் கண்டறிந்துள்ளதாகத் தெரிகிறது. அறிவியல் தொழில்நுட்ப மாணவர்கள் இதுகுறித்து விழிப்புஉணர்வு உருவாக்குவதுடன், இதுபோன்ற சமூக விரோதச் செயல்களுக்கு எதிரான மாற்று மென்பொருளை உருவாக்குவதில் முனைந்து செயல்பட வேண்டும்.

ஜந்தர் மந்தர் அறிவியல் இதழ்

தமிழ்நாடு அறிவியல் இயக்கத்தின் சார்பாக 1993 முதல் சிறுவர்களுக்கான இரு மாதத்திற்கு ஒருமுறை வெளியிடப்படும் அறிவியல் இதழ் ஜந்தர் மந்தர் ஆகும்.

சென்னை ஐ.ஐ.டி நிறுவன பேராசிரியர்கள் மற்றும் சென்னை கணித அறிவியல் கழகம் போன்ற உயர் ஆய்வு நிறுவனங்களின் பேராசிரியர்களைக் கொண்டு நடத்தப்படும் தரமான அறிவியல் ஆய்வு இதழாகும். சிறுவர்கள் மாணவர்கள் அறிவியல் குறித்த அறிவை மேம்படுத்த வேண்டும் என்ற நோக்கில் வெளியிடப்படுகிறது. ஆனால் நம்மில் எத்தனை பேருக்கு ஜந்தர் மந்தர் என்ற அறிவியல் இதழ் பற்றி தெரியும்? நானும் சில அறிவியல் கணித மாணவர்களிடமும் சில அறிவியல் துறை சார்ந்த ஆசிரியர்களிடமும் இந்த இதழ் பற்றி கேட்டுப் பார்த்தேன். ஒருவருக்குக்கூட தெரியவில்லை. அந்த நிலையில்தான் நமது அறிவியல் துறை சார்ந்த அறிவு உள்ளது.

ஆரியபட்டர், பிரம்மகுப்தர் தொடங்கி ராமானுஜன் வரை எத்தனையோ வானியல் அறிஞர்கள், கணித மேதைகள் தோன்றியுள்ளனர். பூஜ்ஜியத்தைக் கண்டுபிடித்தது, டெல்லியில் ஜந்தர் மந்தர் கட்டியது, திப்பு சுல்தான்

ராக்கெட் தொழில்நுட்பத்தின் முன்னோடியான ஏவுகணை நுட்பத்தைப் பயன்படுத்தியது, புதிய காலண்டர் முறையை நடைமுறைப் படுத்தியது எனப் பல இந்திய அறிவியல் சாதனைகள் முறைப்படுத்தப்படாமல் தொகுக்கப்படாமல் ஆவணப்படுத்தப் படாமல் உள்ளன.

ராமானுஜன்

இதையெல்லாம் இந்தத் தலைமுறை தெரிந்துகொண்டு இந்த மண்ணில் வாழ்ந்து மறைந்த அறிவியல் மேதைகளின் அரும்பெரும் படைப்புகளைக் கற்றுணர்ந்து அடுத்த தலைமுறைக்குக் கொண்டுசெல்வது நம் கடமையல்லவா?

MADE IN JAPAN, MADE IN U.S, MADE IN CHINA என்பதை மாற்றி அனைத்தையும் *MADE IN INDIA* என உலகம் கொண்டாடும் அளவிற்கு *MAKING IN INDIA* என நம் மாண்புமிகு பாரதப் பிரதமர் அவர்கள் கொண்டு வந்துள்ள தொலைநோக்குத் திட்டத்தை வெற்றியடையச் செய்யும் அளவுக்கு அறிவியல் தொழில்நுட்ப மாணவர்கள் அளப்பரிய பொருள்களைக் கண்டுபிடிக்கவும் தரமான பொருள்களைத் தயாரிக்கவும் உறுதுணையாகவும் இருக்க வேண்டும். இந்த அகிம்சை தேசம், ஆன்மீக பூமியை அறிவியல் வல்லரசாக மாற்றிட அறிவைக் கொடுங்கள், ஆற்றலைக் கொடுங்கள்; இந்த தேசத்திற்காக அர்ப்பணித்து செயல்படுங்கள்.

கல்லூரியில் பேருக்குப் படித்தோம், தேர்ச்சி பெற்றோம்; பணிக்குச் சென்றோம் என்று இருப்பதற்கு நீங்கள் இந்த சிறப்பு வாய்ந்த அண்ணா பல்கலைக்கழகத்தில் படிக்க வேண்டிய அவசியம் இல்லை. உங்கள் துறை சார்ந்த மின்னியல், எந்திரவியல், பொறியியல், கணினி அறிவியல், உயிர்தொழில்நுட்பவியல், கட்டடவியல் போன்ற பல துறைகளில் புதிய தொழில்நுட்பத்தை, புதிய இயந்திரங்களை, புதிய கருவிகளை, விலைக் குறைவான மின்னியல் பொருள்களைக் கண்டுபிடிக்க வேண்டும்.கண்டுபிடிக்கவில்லை என்றாலும், ஏற்கெனவே உள்ள கண்டுபிடிப்புகள், படைப்புகள், தொழில்நுட்பத் தகவல்கள் அனைத்தும் எளிய, சாமானிய மக்களைச் சென்றடையுமாறு செய்ய வேண்டும்.

அப்துல் கலாம் அவர்கள் எப்படி எடை குறைவான உபகரணத்தை ஊனமுற்றோருக்காகக் கண்டுபிடித்தாரோ, அதுபோன்று நீங்களும் பிளாஸ்டிக்கை மறுசுழற்சி செய்வது எப்படி.? நுகர்வு கலாசாரம் பெருகிவிட்ட நிலையில் மக்கள் உபயோகப்படுத்திய, வீணடிக்கும் பொருள்களை எந்தளவு மீண்டும் பயன்டுத்த முடியும்? இடத்தை ஆக்கிரமிப்பது மட்டுமின்றி, சுற்றுச்சூழலை மாசுப்படுத்தும் மின்னியல் கழிவுகளை எப்படி மறுசுழற்சி செய்யலாம் எனச் சிந்தியுங்கள். இயற்கையைப் பாதுகாப்பதன் அவசியத்தை, மரங்கள் தான் உயிர்நாடி என்பதை உலகுக்கு உணர்த்துங்கள்.

ஆழ்ந்த சிந்தனையில், அறிவியல் உபகரணங்களுக்கிடையே சிக்கித் திணறும்போது, ரசாயனப் பொருள்கள் கண்களை ஈரமாக்கும்போது, கதிர் வீச்சுகள் தாக்கம் கடுமையாகும்போது, அமிலத்தின் வீச்சு நாசியைத் துளைக்கும் போது, தமிழ் அமிழ்தம் பருகுங்கள்! ஆம் இந்த மொழியின் இலக்கியச் சாறை ரசித்துப் பருகுங்கள். நம் ஒவ்வொருவருக்கும் ஒரு திறமை உள்ளது. அவன்தான் பெரியவன் என யாரையும் பார்த்து பிரமித்து சோர்ந்து போகாதீர்கள். நம் ஒவ்வொருவருக்கும் தனித் திறமை உண்டு. அதை நாம்தான் கண்டறிந்து வளர்த்தெடுக்க வேண்டும். நம் திறமையை முதலில் நாம் போற்றுவோம். ஒவ்வொருவருக்கும் தனித்தன்மை உண்டு என்பதை சிறுபஞ்சமூலத்தில் காரியாசான் கூறுவார்,

"வான்குருவி யின்கூடு வல்லரக்குத் தொல்
கறையான்

தேன்சிலம்பி யாவர்க்குஞ் செய்யரிதால்
யாம்பெரிதும்

வல்லோமே என்று வலிமை சொல
வேண்டாம்கான்

எல்லோர்க்கும் ஒவ்வொன் றெளிது"

இதன் பொருள் என்ன என்பதை, ஒரு வரியில் சொல்லி விடலாம். ஒவ்வொரு மனிதரிடத்திலும் ஒரு திறமை இருக்கும். ஒருவர் செய்வதை இன்னொருவர் செய்ய இயலாது. ஒரு வான் குருவி கட்டும் சிறிய கூட்டை வரிக்குதிரையால் உருவாக்க இயலாது. ஒரு சிட்டுக் குருவி கட்டும் கூட்டை, சிங்கத்தால் கட்ட முடியாது, குளவி உண்டாக்கும் மண் பொந்தை, குதிரையால் உண்டாக்க முடியாது, கரையான் கட்டும் புற்றை, கரடியால் கட்ட முடியாது, தேனீ கட்டும் கூட்டை திமிங்கலம் கட்ட முடியாது, சிலந்தி கட்டும் கூட்டை சிறுத்தையால் கட்ட முடியாது.

எனவே, நான் தான் வலிமையானவன் எனப் பெருமைகொள்ள வேண்டாம், எளியவருக்கும் ஏதாவது ஒரு திறமை இருக்கும். அதைக் கண்டுபிடித்து வெளிக்கொண்டுவர வேண்டும், போற்ற வேண்டும்!

நம்முடைய திறமையை உணர்ந்து செயல்பட்டால் நாம் சாதனையாளராக நிச்சயம் பிரகாசிக்க முடியும் என்று இந்த அருமையான பாடலில் நம் முன்னோர் சொல்லிவைத்துள்ளனர். எனவே, மாணவர்கள் தங்களின் திறமையை மேம்படுத்திக் கொள்வதற்கு இந்த கல்லூரிக் காலத்தை நன்கு பயன்படுத்திக் கொள்ள வேண்டும். நேரத்தை நன்கு பயன்படுத்துங்கள்!

ஞாலம் கருதினும் கைக்கூடும் காலம்

கருதி இடத்தாற் செயின்.

என்று குறள் கூறுவதுபோல நேரத்தை மிகச்சரியாகப் பயன்படுத்தினால், உலகத்தையே அடைய நினைத்தாலும் அடைந்துவிடலாம். காலத்தை மட்டும் வீணாக்கிவிடாதீர்கள். ஆனால், நிஜத்தில்

இளைஞர்கள் செய்யக்கூடிய மிகப்பெரிய தவறு, நேரத்தைக் கொலை செய்வதுதான். அதுவும் தற்போது சமூக வலைதளங்கள், ஊடகங்கள் எனப் பொழுதுபோக்கு அம்சங்கள் நிறைந்துவிட்ட காலகட்டத்தில் கால விரயம் என்பது சாதாரணமாக நடைபெறுகிறது. எனவே நேரத்தை மிகச்சரியாகக் கனகச்சிதமாக பயன்படுத்துங்கள்! அப்போதுதான் மகத்தான வெற்றியை நோக்கிப் பயணிக்க முடியும். திருக்குறளில் உள்ள ஆழ்ந்த கருத்துகளை உள்வாங்கிச் செயல்படுங்கள். எக்காலத்துக்கும் பொருந்தக்கூடியது முப்பால் திருக்குறள் என்பதை மனதில் பதிய வையுங்கள். வள்ளுவர் சொல்கிறார்,

செய்தக்க அல்ல செயக்கெடும் செய்தக்க

செய்யாமை யானும் கெடும்.

உரிய நேரத்தில் செய்ய வேண்டியவற்றைச் செய்யாமல்போனாலும் கெட்டுப்போகும். சில நேரங்களில் செய்யக்கூடாதவற்றைச் செய்தாலும் காரியம் கெட்டுப்போய்விடும். அதனால் இடம் பொருளை உணர்ந்து, காலத்தை மிகக் கச்சிதமாகப் பயன்படுத்தினால் மட்டுமே இந்தப் போட்டி நிறைந்த உலகத்தில் உங்களால் வெற்றிகொள்ள முடியும்! வெற்றி மட்டுமல்ல அதைத் தாண்டி மனித குலத்திற்கு அறிவியல் சார்ந்த பங்களிப்பைச் செலுத்த வேண்டும் என்ற வைராக்கியத்துடன் செயல்படுங்கள் நிச்சயம் உங்களால் மகத்தான சாதனையை நிகழ்த்த முடியும்!

அறிவியல் அறிஞர்களைப்பற்றி ஆய்வு செய்யுங்கள்!

மணவை முஸ்தபா என்ற அறிவியல் தமிழ் அறிஞரைப் பற்றி எத்தனை பேருக்குத் தெரியும்? அறிவியல் தமிழை உருவாக்க வேண்டும் என்று வாழ்நாள் முழுக்கப் பாடுபட்டவர். அறிவியல் சார்ந்த பல கட்டுரைகள், அகராதிகள், சொல்லாக்கங்களை உருவாக்கினார்.

யுனெஸ்கோ கொரியர் தமிழ்ப் பதிப்பில் பணியாற்றிய அனுபவத்தைக் கொண்டு, பல அறிவியல் தமிழ்ச் சொற்களை உருவாக்கி, தமிழ்க் கணினி அகராதி என்ற மிகப்பெரிய இரண்டு தொகுதிகளைக் கொண்ட அகராதியைப் படைத்தார். அது அறிவியல் தொழில்நுட்பச் சொற்களைக் கொண்ட தமிழின் முதல் புத்தகம், முதல் படைப்பு என்று சொல்லலாம்.

பாரதி சொன்னதுபோல,

சென்றிடுவீர் எட்டுத் திக்கெங்கும்

திரட்டி வந்து செந்தமிழை கலைச் செல்வங்கள் செழிக்கவைப்பீர்

என்ற கவிதைக்குச் சான்றாக அறிவியல் கலைச்சொற்களைக் கொண்டு வந்த தமிழ் அறிஞர் மணவை முஸ்தபா.

அறிவியல் கலைச்சொல் களஞ்சியம், அறிவியல் தொழில்நுட்ப கலைச்சொல் களஞ்சிய அகராதி, காலந்டோறும் தமிழ் மருத்துவக் கலைச்சொல் களஞ்சியம், தமிழ் அறிவியல் படைப்பிலக்கியம், மற்றும் கணிப்பொறி சார்ந்த கணினிக் களஞ்சிய பேரகராதி என்ற இரண்டு பகுதிகளைக் கொண்ட பெரு நூல், கணினிக் களஞ்சிய அகராதி என்ற இரு நூல்கள் ஆகியவற்றை உருவாக்கிய பெருமைக்குரியவர். மேலும் அறிவியல் தொழில்நுட்பம், கணினி, இணையம் வளர்ந்த காலகட்டத்தில் தமிழுக்கு அறிவியல் சார்ந்த கணினி கலைச்சொற்கள் அவசியம் என்பதை உணர்ந்து, அந்தப் பணியை தனி ஒருவராக முன்னெடுத்துச் செய்தவர்.

இவர் அறிவியல் தமிழ் பரப்புவதை ஓர் இயக்கமாகவே நடத்திவந்தார், நியாயமாக அரசு, கட்டமைப்பு நிறைந்த பல்கலைக்கழகங்கள் செய்ய வேண்டிய பணியை தனி மனிதனாக செய்துகாட்டினார். அவருடைய சேவையை மக்கள் எந்தளவுக்கு உணர்கிறார்கள் என்பது தெரியவில்லை, ஆனால், மொழிக்குச் செய்ய வேண்டிய அருமையான பங்களிப்பைச் செய்து முடித்துவிட்டுச் சென்றார். உதாரணத்திற்கு போபியா என்ற சொல்லுக்கு, அச்சம், பயம் என்று விளக்கம் இருந்தது. ஆனால் அதற்கு 'மருட்சி' என்ற அருமையான ஒரு சொல்லாக்கத்தைத் தந்தார்.

இதுபோல் பல அறிவியல் சொற்களை, மொழி நடையை, தொழில்நுட்ப அறிவியல் சொல்லாக்கத்தை, தமிழுக்குத் தந்தவர் மணவை முஸ்தபா. அவர் செய்த பணியை இந்தத் தமிழினம் முன்னெடுத்துச் செல்கிறதா என்றால் கேள்விக்குறிதான்.

சமீபகாலத்தில் அறிவியல் தொழில்நுட்பம் அசுர வளர்ச்சி பெற்றுள்ளது. தினந்தோறும் புதுப்புது மென்பொருள்கள் வடிவமைக்கப்படுகின்றன. அலைபேசி சார்ந்த பொருள்கள் பல உருவாக்கப்படுகின்றன. ஆனால் அவற்றுக்குத் தமிழாக்கம் உண்டா என்றால் இல்லை.

ஆளாளுக்கு சமூக வலைதளங்களில் ஒரு சொல்லாக்கத்தை உருவாக்கி வருகிறார்கள். அரசோ அல்லது தமிழ் அமைப்புகளோ உடனடியாக இதில் களமிறங்கி, முறையான தமிழ் சொல்லாக்கத்தை வெளியிட வேண்டும். காலத்திற்கு ஏற்ப சொற்களைக் கிரகித்து அதை ஏற்றுக்கொண்டு நம்மொழிக்குத் தேவையான அளவு தேவையான வடிவத்தில் தேவையான இடத்தில் பயன்படுத்தினால் மட்டும்தான் மொழி ஓங்கி நிற்கும். அப்புதிய சொல்லாக்கங்கள் நடைமுறைக்கு வரும், எழுத்து வடிவம்பெறும், பதிவு செய்யப்படும். அந்த வகையில் இத்தகைய அரிய பணியை தனி மனிதராக செய்து முடித்த மணவை

முஸ்தபா என்றும் போற்றுதலுக்கு உரியவர் ஆவார்.

சமகாலப் பிரச்னைகளை எடுத்துக் கூறுங்கள்

சந்திரயான்-2 ஏவப்பட்டு வெற்றி கரமாக விண்ணில் தரையிறங்கும் நேரத்தில் விக்ரம் லேண்டர் துண்டிக்கப்பட்டதும் அந்த நள்ளிரவு பொழுதிலும் நாடே மிகுந்த சோகத்திற்கு உள்ளானது. சந்திரயான்-2-ன் சிறப்பு என்ன? அதனால் மனித குலத்திற்கு இந்தியா செய்யப்போகும் சேவை என்ன? அப்பேர்பட்ட மகத்தான நிகழ்வு நூலிழையில் தவறிப்போனது எவ்வாறு? விக்ரம் லேண்டர் என்றால் என்ன? துண்டிக்கப்பட்டதற்கான காரணம் என்ன என்பதைப்பற்றி சாமானியர்கள் புரிந்துகொள்ளும்விதமாக எழுதுங்கள். சமீபத்தில் சண்முக சுப்பிரமணியர் எனும் தமிழ் அறிவியல் மாணவர், விக்ரம் லேண்டர் துண்டிக்கப்பட்டதைக் கண்டறிந்து ஆதாரபூர்வமாக அறிவித்து தமிழக முதல்வர் அவர்களால் பாராட்டப் பெற்றார். எப்போதும் நம் திறமைக்கு உரிய அங்கீகாரம் உண்டு என்பதை நன்கு உணர்ந்துகொள்ளுங்கள்!

டெல்லி காற்று மாசுபடுதல்

தலைநகரான டெல்லியில் சமீபத்தில் மிகுந்த மாசுபட்ட நிலைக்கு ஆளாகி PM 2.5 என்று அழைக்கப்படுகிற, காற்றில் உள்ள ஆபத்தான கார்பன் துகள்களின் அளவு இயல்பு அளவைக் காட்டிலும் அதிகமாக கரி படிந்த நிலையில் உள்ளதால், மக்கள் நடமாடவே இயலாத - வாகனங்கள் ஓட்ட முடியாத சூழ்நிலை உண்டானது. சில ஆண்டுகளாகவே இந்தப் பிரச்னையைப் பார்த்து வருகிறோம். அரசும் வாகனங்களை முறைப்படுத்தும்விதமாக ஒற்றை இரட்டை இலக்க எண்களில் வாகனம் இயக்குதல், மிதிவண்டி பயணத்தை ஊக்குவித்தல் போன்ற நடவடிக்கைகளை எடுத்து வந்தாலும் பொதுமக்களுக்கு அதைப்பற்றிய புரிதல் இல்லை என்றுதான் சொல்ல வேண்டும்.

சமீபத்திய ஆய்வில், அதிக அளவில் காற்று மாசுபடுவதற்கு காரணம் பக்கத்து மாநிலங்களில் விவசாய நிலங்களில் பயிர்க் கழிவுகளை எரிப்பதால் உண்டாகும் கரியமில வாயு, நைட்ரஜன் டை ஆக்ஸைடு, கந்தக டைஆக்சைடு போன்றவை காற்றில் கலப்பதுதான் என்று தெரிகிறது. டெல்லியில் அதிகரித்துள்ள வாகனங்களின் புகை, தொழிற்சாலைகளில் உருவாகும் புகை, கழிவுகளை எரிப்பதால் உண்டாகும் புகை,

கட்டுமான பணியில் ஏற்படும் மாசு போன்றவை அனைத்தும் சேர்ந்து மிக மோசமான சூழலை உண்டாக்கியதாக தெரிவிக்கின்றனர். இத்தகைய மாசு படிந்த காற்றை சுவாசிப்பதால் நுரையீரல், தொண்டை, கண்கள் போன்றவை மோசமாக பாதிக்கப்படும் மற்றும் கர்ப்பிணிப் பெண்களையும் கடுமையாகப் பாதிக்கும் என்றும் மருத்துவர்கள் எச்சரிக்கின்றனர். அறிவியல் மாணவர்கள் கண்ட கண்ட விஷயங்களைச் சமூக வலைதளங்களில் எழுதுவது, மீம்ஸ் போடுவதைத் தவிர்த்துவிட்டு இது போன்ற சமூகப் பிரச்னைகளைப் பொதுமக்கள் கவனத்திற்குக் கொண்டு செல்ல வேண்டும். அதுதான் சமூகத்திற்குச் செய்யும் தொண்டாகும்.

தக்காய் கஜிதா

அதேபோல் புவி வெப்பமயமாதல், பசுமை மையம் உருவாக்குவதன் அவசியம், காடு வளர்ப்பின் முக்கியத்துவம், மழைநீர் சேகரிப்பு, இயற்கை நீர்நிலைகளைப் பராமரித்தல், மழை வெள்ளம் பெருக்கெடுத்து வரும்போது அந்த நீரை வீணாக்காமல் சேமிக்க புதிய உத்தியைக் கண்டுபிடித்து அறிவித்தல், நம் தொன்மைமிக்க 1000, 2000 ஆண்டுகளைக் கடந்த சிறப்புமிக்க கோயில்கள், வரலாற்றுச் சின்னங்கள், கட்டடங்களைப் பழைமை மாறாமல் பாதுகாக்கும் தொழில்நுட்பத்தைக் கண்டறிதல், பாதுகாத்தல் என சமூகம் சார்ந்த பல்வேறு விஷயங்களை முன்னெடுத்துச் செய்வது வருங்கால சந்ததியினருக்கு மட்டுமன்றி மனித இனத்திற்கே செய்கின்ற சேவையாக அமையும் என்பதில் எவ்வித சந்தேகமும் இருக்க முடியாது.

அறிவியல் சார்ந்த கட்டுரைகளைப் படியுங்கள்! படையுங்கள்!

அறிவியல், பொறியியல் மாணவர்களாகிய நீங்கள் நாளிதழ்கள் அவசியம் படிப்பதோடு, சர்வதேச அறிவியல் கழகங்களின் வெளியீடுகளை, நவீன அறிவியல் கட்டுரைகளைப் படியுங்கள், சீனாவின் தாய் மொழியான மாண்டரின் மொழியில் கல்வி பயிற்றும் சீனாவின் *CAS* எனப்படும் *Chinese Academy of Sciences* தான் ஹார்வார்டு பல்கலைக் கழகத்தைப் பின்னுக்குத் தள்ளி உலகளாவிய அறிவியல் கட்டுரைகளில் ஆதிக்கம் செலுத்துகிறது.

டோக்கியோ பல்கலைக் கழக இயக்குநர் *Takaaki Kajita* 2017-ல் காஸ்மிக் ரே ஆராய்ச்சிக்கு நோபல் பரிசு பெற்றார். ஏன் ஓர் இந்தியப் பல்கலைக் கழக துணைவேந்தர் இத்தனை ஆண்டுகளில் இந்த நிலையை எட்ட முடியவில்லை?

சிந்தியுங்கள் மாணவர்களே! படித்து, புரிந்துகொண்டதை நண்பர்களுடன் விவாதியுங்கள். எழுத்தில் பதிவு செய்யுங்கள்! எளிய மக்களுக்குக் கொண்டு செல்லுங்கள். கட்டுரைகளைத் தமிழ்ப் படுத்தி எழுதுங்கள். முகநூல், கட்செவி அஞ்சல் மற்றும் யூ டியூப், போன்ற பக்கங்களில், பதிவேற்றி மக்களுக்குக் கொண்டுசெல்லுங்கள். அறிவார்ந்த சமுதாயம் உருவாக இளமையை நன்கு பயன்படுத்திக் கொள்ளுங்கள்.

இந்தியாவிலும் எவ்வளவோ நல்ல அறிவியல் இதழ்கள் ஆங்கில மொழியில் வருகின்றன! கல்லூரிக் காலங்களில் இதையெல்லாம் படித்து, நடப்பு அறிவை வளர்த்துக் கொள்வதோடு, சிந்தனையை, பார்வையை விசாலமாக்கி, அறிவை புதுப்பித்துக்கொண்டே இருங்கள்.

கேரள - மலையாள மனோரமா பதிப்பகத்தாரின் *'Tell me Why'* மாத இதழ் சிறந்த அறிவியல் கட்டுரைகளை வெளியிடுகிறது. புவி வெப்பமயமாதல், இயற்கை முக்கியத்துவம், சூழலியல் சமநிலை, அழியும் உயிரினங்கள்

குறித்த கட்டுரைகள் அவ்விதழில் வெளியாகின்றன.

NISCAIR - நிறுவனம் வெளியிடும் Science Reporter மாத இதழும் சிறந்த ஒன்றாகும். 1964 முதல் வெளியிடப்பட்டுவரும் இந்த இதழில் இந்திய, உலகளவிலான அறிவியல் தொழில்நுட்பங்கள், அரசின் அறிவியல் தொழில்நுட்பக் கொள்கை முடிவுகள் அலசப்பட்டு வருகின்றன. இவற்றையெல்லாம் நாம் தெரிந்துகொள்ள வேண்டும். இன்று நம் நாட்டில், எல்லா துறைகளிலும் நாள்களை நகர்த்துவது, பொழுதுபோக்குவது என்ற நிலைக்குப் பலர் ஆளாகிவிட்டனர். ஆதலால் மாணவர்களே! உங்கள் பாடத்திட்டத்தில் அறிவியல் தொழில்நுட்பத்தில் கற்றுக் கொள்ளும் ஆர்வத்தை வளர்த்துக் கொண்டு, சிறப்பான, செயல்திறன் மிக்க கல்வி அறிவை வளர்த்துக் கொள்ளுங்கள்.

B.E, M.E, M.Tech, M.Sc., M.B.A போன்ற பல அறிவியல் மேலாண்மைப் படிப்புகளைப் படிக்கும் மாணவர்கள் தங்களுடைய பாடத்தில் போதிய கல்வியறிவு இன்றி, பெற்றோரின் கனவுகளைச் சிதைக்கின்றனர். பல மாணவர்கள் அந்த இன்ஜினியரிங் கல்வியையே முடிக்க முடியாமல், பத்தாம் வகுப்பு தகுதிக்கு உரிய வி.ஏ.ஓ. தேர்விற்கும், காவலர் பணிக்கும், சமீபத்தில் நீதிமன்றத் துப்புரவாளர் பணிக்கும் விண்ணப்பித்துக் கொண்டிருப்பது வேதனைக்குரிய விஷயமாகும்..

சமீபத்தில் நீதிமன்றத் துப்புரவாளர் பணிக்கு விண்ணப்பித்தோரில் 40% சதவீதம் பேர் இன்ஜினியரிங் பட்டதாரிகள் அல்லது இன்ஜினியரிங் படிப்பை முடிக்க இயலாதவர்கள். அதனால் உங்களுடைய அறிவியல் தொழில்நுட்ப மேலாண்மைக் கல்வியின் முக்கியத்துவத்தை, அதன் தேவையை, மனித இனத்திற்கு அதன் மூலம் செய்யக்கூடிய புதிய புதிய கண்டுபிடிப்புகளின் அவசியத்தை, உணர்ந்து தரமான கல்வியைக் கற்று, மேம்பட்ட அறிவை வளர்த்துக் கொண்டு, சமூக வளர்ச்சிக்குப் பெரிய பங்களிப்பைச் செய்யவேண்டுமென்று வைராக்கியத்துடன் வீறுகொண்டு செயல்படுங்கள்! கடினமாக உழைக்க வேண்டும். அதிலும் இளமையில் அதிகபட்சமாக உழைக்க வேண்டும் என்ற எண்ணத்தை வளர்த்துக் கொள்ளுங்கள்!

அற்பத்தனமான எண்ணங்களை விட்டொழித்து, அர்த்தமுள்ள ஆழ்ந்த, அறிவியல் சார்ந்த சிந்தனையை மேம்படுத்தி, இந்த தேசத்தை அறிவியல் வல்லரசாக்க அர்ப்பணித்துச் செயல்படுங்கள். பாரதியார் புதிய ஆத்திசூடியில் சொல்வார் 'சரித்திரம் தேர்ச்சி கொள்' என்று. அத்துடன் காலத்திற்கேற்ற தேவையாய் இதையும் சேர்த்துக்கொள்ளுங்கள், செயல்படுத்துங்கள்! **தொழில்நுட்பம் தேர்ச்சிகொள்! அறிவியல் ஆய்வு செய்!**

பொறியியல், அறிவியல் தொழில் நுட்பம் பயிலும் மாணவர்கள் பல கண்டுபிடிப்புகளைக் கண்டுபிடித்து, தமிழ் மொழிக்கும், நாட்டுக்கும் பெருமை சேர்க்க வேண்டும். அப்துல் கலாம் கனவு கண்டதுபோல், 2020 முதல் இந்தியாவை வல்லரசாக்கவும் அறிவார்ந்த சமுதாயமாக வளர்த்தெடுக்கவும் நாம் அனைவரும் ஒன்றிணைந்து செயல்படுவோம்! நம் தேசத்தை அறிவியல் தொழில்நுட்ப வல்லரசாக உருவாக்கிட கடுமையாக உழைப்போம்! கனவுகளை நனவாக்குவோம்!

15

காலந்தோறும் காவல்துறை

தமிழகக் காவல்துறை நீண்ட நெடிய பாரம்பர்யம் கொண்டதாகும். தொன்றுதொட்டுப் போரிடும் வீரர்கள், மெய்க்காப்பாளர்கள், கோட்டை கொத்தளம் காப்போர், அரண்மனை வாயில் காவலர்கள் எனப் பல காவல் பிரிவினர் இருந்து வந்துள்ளனர். இதற்கு சங்க காலத்திலிருந்தே போதிய சான்றுகள் உள்ளன.

சோழர்கள் காலத்தில் ஏரி வாரியம் என்று அமைக்கப்பட்டு ஏரி, குளம், அணைகளைக் காக்கும் விதமாக 'கரை காவலர்கள்' என்ற காவலர்கள் பணியில் இருந்துள்ளனர்.

மாங்குடி மருதனார், மதுரைக் காஞ்சி என்னும் சங்க இலக்கியத்தில், மதுரை நகரைப் பற்றி வர்ணிக்கும் போது, நாளங்காடி எனப்படும் பகல்நேரக் கடைகளுக்கும் அல்லங்காடி எனப்படும் மாலை நேரத்து கடைகளுக்கும் மக்கள் அதிகளவில் வருகை புரிந்துள்ளனர். இரவு நேரத்தில் கடைகளை அடைத்துவிட்டு தங்க, வைர வியாபாரிகள் மற்றும் பொதுமக்கள் வீட்டிற்குச் சென்ற பிறகு இந்த மாநகரைக் காக்கும் பொறுப்பை காவலர்கள் சிறப்பாக செயல்படுத்தினர் என்று குறிப்பிட்டுள்ளார்.

தீவிர சுற்றுக்காவல் செல்வதையும், பேய்களே அஞ்சக்கூடிய கடுமையான இருட்டுப் பொழுதில்கூட, காவலர்கள் மட்டும் எதற்கும் அஞ்சாமல் சுற்றுக்காவல் செய்து வந்தனர் என்பதைக் குறிப்பிட்டுள்ளார்.

"வயக் களிறு பார்க்கும் வயப் புலி போல
துஞ்சாக் கண்ணர், அஞ்சாக் கொள்கையர்,
அறிந்தோர் புகழ்ந்த ஆண்மையர், செறிந்த
நூல்வழிப் பிழையா நுணங்கு நுண் தேர்ச்சி
ஊர் காப்பாளர், ஊக்கருங் கணையினர்,
தேர் வழங்கு தெருவில் நீர் திரண்டு ஒழுக
மழை அமைந்து உற்ற அரைநாள் அமயமும்,
அசைவிலர் எழுந்து, நயம் வந்து வழங்கலின்,
கடவுள் வழங்கும் கையறு கங்குலும்,

"அச்சம் அறியாது ஏமம் ஆகிய
மற்றை யாமம் பகல் உறக் கழிப்பி"

என்ற பாடலில் காவலர்களைப் பற்றி கூறும்போது, இரவு ரோந்து காவலை ஆரம்பிக்கும் காவலர்கள், ''பெரிய யானையை இரையாகப் பிடிக்கக் காத்திருக்கும் புலியைப் போல பெரிய திருடனைப் பிடிக்க வேண்டும் என்னும் வேட்கையோடு காத்திருப்பார்களாம்.''

இரவு முழுக்க உறக்கமில்லாமல், அச்சமின்றி சுற்றி வருவார்களாம்.. திருடர்கள் நடுங்கக்கூடிய ஆண்மை மிக்க காவலர்களாக இருந்தார்களாம்!

திருடர்கள் செய்யக்கூடிய அனைத்து களவாணி வித்தைகளையும், நூல்வழி பயிற்சி மூலம் கற்றறிந்து தேர்ச்சிபெற்ற தீரமிக்கவர்கள்!!

மக்களை, ஊரைக் காக்க வேண்டி கூர்மதி கொண்டு அம்பு செலுத்தும் ஆற்றல்மிக்க வில்லாளிகள் அந்த காவலர்கள் என்கிறார்!

மேலும் இரவுப்பொழுதில் கன மழை கொட்டினாலும், தேர் செல்லக்கூடிய தெருக்கள் நீரினால் மூழ்கும் நிலையில் இருந்தாலும், தங்கள் பணியில் இருந்து, கடமையில் இருந்து விலகிச் செல்ல மாட்டார்கள்.

கடவுள் மட்டுமே உலாவரக் கூடிய இரண்டாம் ஜாமத்திற்கும் மூன்றாம் ஜாமத்திற்கும் இடைப்பட்ட பொழுதில், பேய்கள்கூட வெளியில் வரத் தயங்கக்கூடிய அடர்ந்த இருட்டுப் பொழுதில் குற்றத்தைத் தடுக்க, கயவர்களைப் பிடிக்க அச்சமின்றி, பயமின்றி, தங்கள் கடமையில் கண்ணும் கருத்துமாய், தீவிரமாகச் சுற்றிச் சுற்றி வருவார்களாம்!

இரவுக் காவல் பணியை, பகலைப் போலவே, சுறுசுறுப்பாக பணியிலிருந்து வழுவாமல், சோர்வு இல்லாமல், சிறிதும்

அச்சமில்லாமல், துணிச்சலோடு, கடமையுணர்வோடு, மெச்சத்தக்க விதமாக சுற்றி வருவார்கள் என்று கூறுகிறார்.

மாங்குடி மருதனார் மேலும் கூறும்போது, காவலர்கள், வியாபாரத்திற்கு தங்கள் விளைபொருள்களை எடுத்துச் செல்லும் வணிகர்களுக்கு பாதுகாப்பு கொடுப்பர்.

அதேசமயம், 'இரவு நேரத்தில், பாம்புகள் உமிழும், மாணிக்கக் கற்கள் மீது நிலா ஒளி பட்டு எதிரொளிக்கும். அந்த வெளிச்சத்தில், முத்துப்பரல்களை மதுரை மாநகரத்திற்கும், விவசாய விளைபொருள்களை தூத்துக்குடிக்கும் வணிகர்கள் கொண்டு செல்வார்கள்' என மதுரைக்காஞ்சியில் மாங்குடி மருதனார் மிக அழகாக விளக்கிக் கூறியிருப்பார்.

அதேபோல் பெரிய புராணத்தில் அரசன் மனுநீதிச் சோழன் கடமையாகவும் மக்களைக் காக்கும் காவலர்களின் கடமையாகவும் சேக்கிழார் பெருமான் அருமையான ஒரு பாடலை படைத்திருப்பார்..

அனைத்து அரசு அலுவலகங்களிலும் எழுதிவைக்கப்பட வேண்டிய பாடல் ஆகும்.

"மாநிலம் காவலன் ஆவான் மன்னுயிர் காக்கும் காலை

தான் அதற்கு தன்னால் தன் பரிசனத்தால்
ஊனமிகு பகை திறத்தால் கள்வரால் உயிர்கள் தம்மால்

ஆனா பயம் ஐந்தும் தீர்த்து அறம் காப்பான் அல்லனோ?"

நாட்டைக் காக்கக்கூடிய, மக்களைக் காக்கக்கூடிய பொறுப்பில் உள்ளவர்கள் தம் மக்களுக்கு எந்த நிலையிலும் தன்னாலோ, தன் உறவினர்களாலோ, பகைவர்களாலோ, கள்வர்களாலோ

அல்லது விலங்கினங்களாலோ எவ்வித தீங்கும் நேராமல் கண்ணும் கருத்துமாய் பார்த்துக்கொள்ளவேண்டும் என்ற அரசக் கடமையை காவல் நெறியை வலியுறுத்துகிறார்.

காவல்துறை சங்க காலம் தொடங்கி சோழ பாண்டியர்கள் ஆட்சி வரை கிட்டத்தட்ட 13-ம் நூற்றாண்டு வரை ஒரு விதமான அமைப்பாகவும் அதற்குப் பிறகு விஜயநகர பேரரசிற்கு உட்பட்ட நாயக்கர் ஆட்சியிலும் மராத்தியர், நாயக்கர்கள் ஆட்சியிலும் சற்று வேறுபட்ட நிர்வாகம் ஆகவும், பிரிட்டிஷ் ஆட்சியில் முற்றிலும் மாறுபட்ட காவல் அமைப்பாகவும் செயல்பட்டு வந்துள்ளது.

கால வெள்ளத்தில் பலவித மாற்றங்களையும் பரிமாணங்களையும் பெற்று காலத்திற்கு ஏற்ப இந்தத் துறை தன்னை புனரமைத்துக்கொண்டு பலவித சவால்களையும் எதிர்கொண்டு சிறப்பாக மக்கள் சேவையைச் செய்து வருகிறது.

'Police' என்ற வார்த்தையே 'politea;' என்ற கிரேக்க வார்த்தையிலிருந்துதான் உருவாகியுள்ளது. காலம் காலமாகவே ஒவ்வொரு நாட்டிலும் அவரவர் கலாசாரத்திற்கு ஏற்ப சட்டங்களையும், விதிமுறைகளையும் வகுத்து, அதை மீறுவோருக்கு தண்டனைகளையும் செயல்படுத்தி உள்ளனர்.

பாபிலோன் சாம்ராஜ்யத்தில் சட்டத்தை மீறுவோருக்கு கடுமையான தண்டனையை வழங்க ஹமுராபி சட்டம் வழிவகை செய்தது. அதேபோல் சுமேரியர் ஆட்சியில் டைகிரிஸ் பகுதியில் ஆட்சிபுரிந்த அஸ்ஸிரையர் வகுப்பினரும் கடுமையான தண்டனையே வழங்கினர்.

எகிப்து நைல் நதிக்கரையில் கடல்வழி வணிகத்தைப் பாதுகாக்கும் விதமாகவும் நைல் நதியை பாதுகாக்கும்விதமாகவும் 'நதிக்கரை காவலர்கள்' (River Police) பணியமர்த்தப்பட்டனர். இந்த இடத்தில் சோழர்களும் இதேபோல் கரைக் காவலர்கள் எனும் பெயரில் காவல் பணியைச் சிறப்பாக செயல்படுத்தினர் என்பது குறிப்பிடத்தக்கதாகும்.

மாலிக்காபூர் படையெடுப்பிற்குப் பிறகு, மதுரை முகலாயர் ஆட்சிக்கு வந்தபோது டெல்லி சுல்தானிய ஆட்சி நிர்வாக

முறைப்படி, குற்றவியல் வழக்குகளை விசாரிக்க **சாதர் நிசாமத் அதாலத்** என்ற அமைப்பையும், உரிமையியல் வழக்குகளை விசாரிக்க **சாதர் திவானி அதாலத்** என்ற அமைப்பையும் உருவாக்கி, மதரீதியாக இந்துக்கள் முஸ்லிம்களுக்கு தனித்தனி சட்ட விதிமுறைகளை வகுத்து நீதி வழங்கினர்.

பௌஜ்தார் என்பவர் மாவட்ட அளவில் காவலர்களை நிர்வாகிக்கும் அதிகாரியாக இருந்தார். பௌஜ் என்றால் படை அல்லது சேனை என்று பொருள்படும். அதேபோல் மக்கள் கூடும் சந்தைப் பகுதிகளில் திருட்டு நடப்பதை- தகராறு செய்வதைத் தடுக்கும் பொருட்டு கொத்வால் எனும் காவலர்கள் நியமிக்கப்பட்டனர்.

திருடர்களைக் கடுமையாக தண்டிக்க வேண்டும் என்று கருதி **'சாபூத்ரா சதுக்கம்'** எனும் முறை செயல்பட்டது. அதாவது களவு போய் மீட்கப்பட்ட பொருள்கள் அனைத்தும் கொண்டு வந்து அந்த சதுக்கத்தில் வைக்கப்பட்டு, பொருளின் உரிமைதாரர்கள் ஆதாரத்தைக் காட்டிவிட்டு எடுத்துச் செல்லலாம். அதேபோல் பொருளைத் திருடியவர்கள், திருடர்கள் கடுமையாக உடல் சேதம் செய்யப்பட்டு, அங்கு மரத்தில் கட்டி தொங்கவிடப்பட்டனர்.. தப்பு செய்பவர்களுக்கு கடுமையான பாடமாக இருக்க வேண்டும் என்பதற்காக இந்த முறை செயல்படுத்தப்பட்டுள்ளது.

ஹைதர் அலி காலத்தில் குற்றவாளிகளும் அவர்களுக்கு உடந்தையாக இருந்தவர்களும் கடுமையாகத் தண்டிக்கப்பட்டனர். ஆனால் அவரே போரின்போது, போர் முடிந்த பிறகு அங்குள்ள பொருள்களைக் கொள்ளையடிப்பதற்கு என்று தேர்ந்தெடுக்கப்பட்ட பாளையக்காரர்களை அழைத்துச் சென்றிருக்கிறார்.

ஆனால் அவரது மகனான திப்பு சுல்தான் இந்தக் கொள்ளையடிக்கும் முறையை அறவே நீக்கினார். தஞ்சை

மராத்தியர்கள் ஆட்சியில் நான்கு விதமான நீதிமுறைகள் செயல்படுத்தப்பட்டுள்ளன.

முத்ரீத சபா- உரிமையியல் வழக்குகளை விசாரிக்கும் அமைப்பு.

நியாய சபை- குற்றவியல் வழக்குகளை விசாரிக்கும் அமைப்பு.

தர்ம சபை- கோயில்கள் அரண்மனைகள் அறநிலையங்கள் சார்பான பிரசனைகளைத் தீர்த்து வைக்கும் அமைப்பு.

நியாயாதி சபா- மேல்முறையீட்டு அமைப்பாகும். மற்ற மூன்று நீதி முறைகளிலும் திருப்தி அடையாதவர்கள் மன்னரின் நேரடி பார்வையில் இருந்த இந்த நியாயாதி சபாவில் முறையீடு செய்யலாம்.

''கான்ஸ்டபிள் என்ற வார்த்தை கம்ஸ்- ஸ்டெபுலி (*comes- stabuli*) எனும் இரண்டு லத்தீன் வார்த்தைகள் சேர்ந்த வார்த்தையாகும்.'' ரோம் மன்னர்களின் ஆட்சிக்காலத்தில் கான்ஸ்டபிள் என்பவர் என்பவர் குதிரைப் படையின் உயர் அதிகாரியாகக் கருதப்பட்டார். பிரான்சில் போர்க்களத்தில் முன்னால் செல்லும் தளபதி என்று அழைக்கப்பட்டார். சிறிய நகரங்களை மேற்பார்வை செய்தவர் சாதாரண கான்ஸ்டபிள் என்றும், பெரிய நகரங்களை மேற்பார்வை செய்தவர் பிரதான கான்ஸ்டபிள் என்றும் அழைக்கப்பட்டார்.

இங்கிலாந்து அரண்மனைக் கோட்டையைப் பாதுகாத்த காவலர்கள் கான்ஸ்டபிள் என்றே அழைக்கப்பட்டனர்.

கூச்சல் போட்டுக்கொண்டே ஓடிச் சென்று குற்றவாளிகளை வளைத்துப் பிடிக்கும் *Hue and cry* என்ற முறையும் வழக்கத்தில் இருந்தது.

1252-ல் மூன்றாம் ஹென்றி அரசர் உருவாக்கிய பாதுகாப்புச் சட்டத்தில்தான், கான்ஸ்டபிள், முதன்மை கான்ஸ்டபிள் என்ற வார்த்தை முதல்முறையாக இடம்பெற்றது. அதாவது மனிதர்களை பாதுகாக்கும் வேட்டைக் கூட்டத்திற்கு முன் நின்று செல்பவர் எனும் அர்த்தத்தில் பயன்படுத்தப்பட்டது.

குற்றங்களை விசாரித்து தண்டனை வழங்க, நகரத்தில் அமைதியை நிலைநாட்ட *'Justice of peace'* எனும் முறையும் உருவாக்கப்பட்டது. கான்ஸ்டபிள்கள் இவர்களுக்கு உதவியாக செயல்பட்டனர். அதாவது தற்போதைய மேஜிஸ்ட்ரேட், காவல்துறை அமைப்புக்கு முன்னோடியான செயல்பாடாகும்.

'டாம் ஜோன்ஸ்' என்ற நாவலை எழுதிய ஹென்றி பீல்டிங், 1749-ல் கௌரவ மேஜிஸ்ட்ரேட் ஆக நியமிக்கப்பட்டார். கான்ஸ்டபிள் பணியை முறைப்படுத்த இவர் ஒரு குழுவை நியமித்தார். இவருடைய சகோதரர் ஜான் பீல்டிங் *'Hue and cry'* என்ற பத்திரிகையை நடத்தி வந்தார். அதில் தலைமறைவான குற்றவாளிகள் குறித்து விரிவாக எழுதி வந்தார்.

குற்றங்கள் நடந்த பிறகுதான் அதைக் கண்டுபிடிப்பதற்கு நடவடிக்கை எடுக்கப்பட்டு வந்த நிலையில், குற்றங்கள் நடைபெறாமல் தடுப்பதற்கு ரோந்து பணியைத் தீவிரப்படுத்தும் முயற்சியை பீல்டிங்கின் ஆட்கள் மேற்கொண்டனர்.

1785-ல் வில்லியம் பிட், 'லண்டன் அண்ட் வெஸ்ட் மினிஸ்டர்' போலீஸ் மசோதா எனும் சட்டத்தை நாடாளு மன்றத்தில் கொண்டு வந்தார். அரசு சட்ட மசோதாவில் போலீஸ் என்ற வார்த்தை இடம்பெற்றது இதுவே முதன்முறை ஆகும். இந்த மசோதா காவல்துறைக்கு போதிய அதிகாரத்தை வழங்கிய நிலையில் நகர மேயர்கள், ஷெரிப்புகள், கௌரவ மேஜிஸ்திரேட்கள், இந்தச் சட்டம், போலீஸ் துறைக்கு தாங்கள் அடங்கி செல்ல வேண்டும் என்பதாக உள்ளது என்று எண்ணி கடும் எதிர்ப்பை தெரிவித்தனர்.

பிரான்சிலும் அந்தக் காலகட்டத்தில் நடந்த அரசியல் குழப்ப நிலையில், போலீஸ் சட்டம் ஒழுங்கை நிலைநாட்ட பொதுமக்கள் மீது கடுமையான நடவடிக்கை எடுத்ததால், அங்கும் மக்கள், காவல் துறை அமைப்பதற்கு எதிர்ப்பைத் தெரிவித்தனர். இந்நிலையில் **டாக்டர் கால்க்கு கான்** என்பவர் பிரிட்டனில் கடல் வழி வணிகம் தீவிரமாக நடைபெற்ற நிலையில், தொழில் புரட்சிக்கு மூலப்பொருள்கள் கடல்வழியாக கொண்டுவரப்பட்ட சூழலில், கடல் கொள்ளையர்களைக் கட்டுப்படுத்தவும், கப்பலில் இருந்து பொருள்கள் கொள்ளையடிப்பதைத் தடுக்கவும் **'மரைன் போலீஸ்'** என்ற அமைப்பை உருவாக்கினார்.

1829-ல் இங்கிலாந்து அமைச்சர் ராபர்ட் பீல் பிரபு காவல் துறையை முறைப்படுத்த *'Metropoliton Police Act'* என்ற சட்டத்தின் மூலம், மெட்ரோபாலிட்டன் போலீஸ் ஆப் லண்டன் என்ற அமைப்பை உருவாக்கி காவலர்களுக்கு நீலநிற முழுக்கால் சட்டை சீருடை வழங்க ஏற்பாடு செய்தார்.

1887-ல் பிரிட்டன் காவல் துறையின் தலைமை அலுவலகம் புகழ்பெற்ற ஸ்காட்லாந்து யார்டில் அமைக்கப்பட்டது. காவல் துறையின் வளர்ச்சி காவலர்களின் எண்ணிக்கை அதிகரித்தல், அதிகாரிகளின் அலுவலக தேவை இவற்றை உணர்ந்து புது அலுவலகம் 1906 மற்றும் 1940-ம் ஆண்டில் கட்டப்பட்டது. புதிதாக கட்டப்பட்ட நார்மன் ஷா பில்டிங்கில்தான் 'நியூ

ஸ்காட்லாந்து யார்டு' எனும் பெயரில் தற்போதைய லண்டன் காவல்துறை தலைமையகம் செயல்பட்டுவருகிறது. ஸ்காட்லாண்ட் யார்டு என பெயர்வரக் காரணமாக இருந்த 4 வெள்ளை நிற அறைகளைக் கொண்ட பழமையான கட்டடம், ஹூலு இன்டர்நேஷனல் குரூப் 2015-ல் வாங்கி தற்போது அங்கு உயர் ரக நட்சத்திர ஹோட்டலைக் கட்டி வருகிறது.

சி.ஐ.டி எனும் உளவுப்பிரிவு தோற்றம்

ஒற்று, உளவு என்பது தொன்றுதொட்டு மன்னர்கள் ஆட்சிக் காலத்திலிருந்து பயன்படுத்தப்பட்டு வரும் முறைதான்.

பிரான்சில் நெப்போலியன் காலத்தில், ஆட்சிக்கு எதிரான மனநிலை, புரட்சி எண்ணத்தைக் கண்டறிய. முறைப்படுத்தப்பட்ட உளவுப்படை ஆரம்பிக்கப்பட்டது. அதேபோல் இங்கிலாந்திலும் மெட்ரோபாலிட்டன் காவல்படை ஏற்படுத்தப்பட்ட பிறகு ரகசிய துப்பறியும் பணி முடுக்கிவிடப்பட்டது. ஆரம்பத்தில் உளவுப் பிரிவினர் தனியாக உருவாக்கப்படுவதை காவல்துறையினரே விரும்பவில்லை.

ஆனால் தொடர்ச்சியாக அமெரிக்காவில் எஃப்.பி.ஐ எனும் அமைப்பும், ரஷ்யாவில் கே.ஜி.எஃப் எனும் உளவு அமைப்பும் இஸ்ரேலின் மொசாட், பாகிஸ்தானின் ஐஎஸ்ஐ, இந்தியாவில் ஐ.பி போன்ற ரா, தனி உளவுத்துறையினர் உருவாக்கப்பட்டனர்.

எட்கர் ஆலன் போ எழுதிய *'The Murders in the Rue morgue, The Mystry of Marie Roget* 'திருட்டுப்போன கடிதம்' *(purloined letters)* என்ற சிறுகதையில் அகஸ்டே டுபின் எனும் துப்பறிவாளரை, கதாநாயகனாக உருவாக்கி, சாதாரண காவலர்களால் கண்டுபிடிக்க முடியாத குற்றத்தை இந்த நாயகன் கண்டுபிடிப்பது போல கதையைக் கொண்டு சென்றார். மக்கள் மத்தியில் பெரிய வரவேற்பைப் பெற்றது. இதனால் காவல் துறையிலே தனிப்பட்ட துப்பறியும் சி.ஐ.டி பிரிவும், தனியார் துப்பறியும் நிறுவனங்களும் உருவாகின.

'லாம்பரசோ' எனும் குற்றவியல் நிபுணர் எழுதிய குற்றவியல் தத்துவம் குறித்த *'The Criminal Man'* எனும் நூல் குற்றவாளிகளின் செயல்பாட்டைக் குறித்த விரிவான ஆராய்ச்சிப் புத்தகமாகக் கருதப்படுகிறது. இதற்காக லாம்பரசோ, குற்றவாளிகளின் மண்டை ஓட்டை ஆய்வு செய்தல், உடல்கூறு ஆய்வு செய்தல் ஆகியவற்றில் ஈடுபட்டார். இன்னும் சொல்லப்போனால் குற்றவாளிகளின் பிணக்கூறு ஆய்வை முழுமையாக, நேரில் ஆய்வு செய்து மூளையின் தன்மை, உடல் கூறுகளின் அமைப்பு, கண்ணம், காது மடல் பகுதி, எலும்பு என ஆராய்ந்து எழுதப்பட்டதே இந்நூலாகும். குற்றவாளிகளின் உடல்கூறு, மனோபாவம் பற்றி ஆராய்ச்சி செய்த முக்கியமான நூலாக இது கருதப்படுகிறது.

இதனால்தான் லாம்பரசோ குற்றவியல் தத்துவத்தின் தந்தை என்று போற்றப்படுகிறார்.

விரல் ரேகை அடையாளம் முறை

விரல் ரேகை என்பது மனித உடலின் ஓர் அற்புதம் என்றுதான் சொல்ல வேண்டும், கைவிரல், உள்ளங்கை, பாதம் பகுதிகளில் ரேகை இருக்கும். உலகில் உள்ள எந்த இரு மனிதருடைய ரேகையும் ஒன்றாக இருக்க இயலாது.

கிழக்கிந்திய கம்பெனியில் பணிபுரிந்த **ஹெர்ஷல் என்பவர் 1857-ல் கல்கத்தாவில் முதல் முறையாக ஓர் ஒப்பந்ததாரரிடம் கையெழுத்து பெறுவதற்கு பதிலாக, விரல் ரேகையை பதிவு செய்யச் சொன்னார்.**

ஏனெனில் கையொப்பத்தைக்கூட மாற்றிப் போட்டுவிடலாம் விரல் ரேகையை மாற்ற இயலாது என்று அவர் கொண்டிருந்த தீவிர ஆய்வு சார்ந்த நம்பிக்கையே ஆகும். ஆனால் அப்பொழுதுதான் 1857 முதல் இந்திய சுதந்திரப் போர் எனப்படும் சிப்பாய் புரட்சி நடந்து முடிந்த காலம் என்பதால்,

விரல்ரேகை எடுக்கும் முறையை வெளியில் சொல்லவே தயங்கினார். கொழுப்பு தடவிய தோட்டாவினால் உண்டான கலகத்தை உணர்ந்து, இந்தியர்களைக் கொண்டே, புகை கரியில் பருத்திக்கொட்டை எண்ணெய் கலந்து, விரல் ரேகை எடுக்கும் கறுப்பு மை தயாரிக்கப்பட்டது.

சர்.பிரான்சிஸ் கால்டன் *(1822-1916)* என்பவர் ஒரே குடும்பத்தைச் சார்ந்த தாய், தந்தை, பிள்ளைகள் என்று வழிவழி வருகின்ற ரத்த பந்த தொடர்பு முறையில் விரல் ரேகைகளை ஆராய்ந்து விரல் ரேகை என்பது நிரந்தரமானது, தனித்துவம் மிக்கது என்ற கூற்றை ஆணித்தரமாக நிலைநாட்டினார். **அதனால்தான் அவர் விரல் ரேகை அறிவியலின் தந்தை என்று அழைக்கப்படுகிறார்.**

சர். எட்வர்ட் ஹென்றி *1891*-ல் வங்காள ஐஜியாக இருந்தபோது, ஹெர்ஷல் முறையைப் பின்பற்றி தேயிலைத் தோட்டத் தொழிலாளர்கள், காப்பி தோட்டத் தொழிலாளர்கள் போன்றோரின் அடையாளங்களைக் கண்டறிவதற்கு விரல் ரேகையை சேகரிக்கும் முறையைப் பயன்படுத்தினார். அதன்மூலம் குற்றவாளிகளையும் கண்டறிய முடியும் என்று நிரூபித்தார்.

12.6.1897-ல் முறைப்படி விரல் ரேகை கூடம் கல்கத்தா காவல்துறையில் அமல்படுத்தப்பட்டது. ஆனால் பிரிட்டனில் ஸ்காட்லாண்ட் யார்டில் நான்கு ஆண்டுகள் கழித்து *1901*-ல் விரல் ரேகை பிரிவு துவங்கப்பட்டது. அமெரிக்காவில் *1903*-ல் ஆரம்பிக்கப்பட்டது. குற்றவாளிகளைக் கண்டறிவதில் இதன் முக்கியத்துவத்தையும் நம்பகத்தன்மையையும் அறிந்த உலக நாடுகள் அனைத்தும் *1908*-ல் காவல்துறையில் விரல் ரேகைப் பிரிவை உருவாக்கின.

ஆனால் **தமிழ்நாட்டில் 1895-ம் ஆண்டிலே அதாவது 12.6.1895 -ல் சென்னை குற்றப்புலனாய்வுத் துறை ஆய்வாளர் திரு.சுப்பிரமணிய ஐயரின் முயற்சியில் குற்றவாளிகளின் விரல் ரேகைகளை பதிவு செய்து வகைப்பாடு செய்யும் முறை அறிமுகப் படுத்தப்பட்டது.**

தமிழ்நாட்டில் தற்போது அனைத்து மாவட்டங்களிலும் தனி விரல் ரேகை இடம் செயல்பட்டு வருகிறது. பொருளாதாரக் குற்றம் தடுப்புப் பிரிவு துறை மற்றும் லஞ்ச ஒழிப்புத்துறை வணிக குற்றப்புலனாய்வுத் துறை போன்றவற்றிலும் தனித்தனி விரல்ரேகை கூடம் செயல்பட்டு வருகிறது.

விரல் ரேகை பதிவு ஆய்வு அமைப்பானது தற்போது மிகவும் நவீனப் படுத்தப்பட்டு கணினிமயமாக்கப்பட்டு *FACT 7.0* எனும் புதுப்பிக்கப்பட்ட மென்பொருள் வசதியுடன், *VPN* எனும் பாதுகாக்கப்பட்ட இணையதள வசதியுடன் *20* லட்சத்துக்கும் மேற்பட்ட குற்றவாளிகளின் விரல் ரேகைகள் முழுமையாக, வகைப்படுத்தி பாதுகாக்கப்பட்டு பராமரிக்கப்பட்டு வருகிறது.

சில மணி நேரங்களிலேயே *1:100* என்கிற துல்லியமான முறையில் உடனடியாக கண்டறியப்படுவது *FACT 7.0* அமைப்பின் சிறப்பம்சமாகும்.

அமெரிக்க புகழ்பெற்ற எழுத்தாளர் மார்க் ட்வைன் **1893-ல் விரல் ரேகை அடையாளம் முறை குறித்து புலனாய்வு அடிப்படையில் *'Pudd'n head wilson'* எனும் நாவலை எழுதினார்.** அந்த நாவலின் நாயகனான வில்சன் ஒரு மந்த புத்தி கொண்ட வழக்கறிஞராக, மற்றவர்களால் கிண்டல் செய்யப் பட்டாலும், தன் திறமையை நிரூபித்துக் காட்டுவேன் என்று செயல்பட்டார். தன்னைப் பார்க்க வரும் கட்சிக்காரர்கள் மற்றும் ஊர்க்காரர்கள் என அனைவரின் கை விரல்களின் ரேகை பதிவுகளை ஒரு கண்ணாடிக் குடுவைக்குள் போட்டு வைக்க சொன்னார். மக்களும் ஆர்வமாக அதேபோல் போட்டுவைத்தனர்.

ஒருநாள் ரிட்டர் என்பவரின், மனைவி

மகன் கொலை செய்யப்பட்டுவிடுவார்கள். சம்பவ இடத்தில் ரத்தக்கறை படிந்த ஒரு விரல் ரேகை பதிவு கிடைக்கும். வில்சன் தன்னிடமுள்ள விரல் ரேகைகளுடன் ஒப்பிட்டுப் பார்த்ததில், அதில் எதுவும் ஒத்துப் போகவில்லை. அதனால் அவருக்கு ஒரு வலுவான சந்தேகம் உண்டானது.

உள்ளூர் நபர்கள் இதைச் செய்திருக்க இயலாது. ஊருக்கு வெளியில் தங்கியிருக்கும் நாடோடி கூட்டத்தில் தான், யாராவது ஒருவன் செய்திருக்க வேண்டும் என்று நம்பினார்.

இதை எப்படியும் துப்பறிய வேண்டும் என்று, ஜோசியக்காரன்போல் அங்கு சென்று அந்த நாடோடி கூட்டத்தினரின் கையைத் தொட்டு பார்த்து ஜோசியம் சொல்வதுபோல் அவர்களின் பெயர் விவரத்தோடு விரல் ரேகையைப் பதிவு செய்துகொண்டார். பிறகு வந்து ரத்தக்கறை படிந்த ரேகையுடன் ஒப்பிடும் போது, ஒரு குறிப்பிட்ட நபரின் ரேகை ஒத்துப்போவது தெரியவந்தது, அவரை அழைத்து வந்து விசாரிக்கும்போது குற்றத்தை ஒப்புக்கொண்டார்.

ஆனால், நீதிமன்றத்தில் இதைப் பற்றி விவரிக்கும்போது, நீதிபதி வெறும் விரல் ரேகையைக் கொண்டு எப்படி நீதி வழங்குவது? இதை எப்படி நம்புவது? என்று கேள்வி கேள்விகளைக் கேட்டார். உடனே வில்சன், இந்த ஊரில் உள்ள யாருடைய கைரேகைகளை வேண்டுமானாலும் தங்களுடைய அறையில் ரகசியமாக பதிவு செய்து என்னிடம் கொடுங்கள், அவரைப்பற்றி முழு விவரத்தையும் நான் சொல்கிறேன் என்றார்.

அதன்படி சிலருடைய ரேகை பதிவு செய்யப்பட்டு வில்சனிடம் கொடுக்கப்பட்டது. அதை தன்னிடமுள்ள ரேகையுடன் ஒப்பிட்டுப் பார்த்து, அந்த நபர்களின் பெயர் முகவரி விவரத்தை தெரிவித்தவுடன் அனைவரும் ஆச்சரியப்பட்டுப்போயினர். அப்போதுதான் நீதிபதியும் நம்பத் தொடங்கினார். விரல் ரேகையை முக்கிய ஆதாரமாகக் கொண்டு அந்த வழக்கில் தண்டனை வழங்கப்பட்டதாக கதையை முடிப்பார்.

இந்த காலகட்டத்தில் சர்.ஆர்தர் கானன் டாயில் (sir Arthur Conan Doyle) உருவாக்கிய ஷெர்லாக் ஹோம்ஸ் கதைகள் குற்றவாளிகளின் மனப்பான்மை, தடயத்தை விட்டுச் செல்லுதல், தர்க்க ரீதியாக புலனாய்வு செய்து அதை நாயகன் கண்டுபிடிப்பது போன்ற அம்சத்தைக் கொண்டதாக இருந்தது. இதெல்லாம் மக்கள் மத்தியில் ஒருவித துப்பறியும் கதையை காவல்துறை கண்டுபிடிக்கும் விதத்தை சுவராஸ்யமாக சொல்வதாக இருந்தது. 1887-ல் வெளியான 'A study in Scarlet' நாவல் மூலம் ஷெர்லாக் ஹோம் நாயகனாக பிரபலமடையத் தொடங்கினார்.

இந்திய அரசு 12.6.1897-ம் ஆண்டு விரல் ரேகையை சான்றாவணமாகப் பயன்படுத்தலாம் என்று அறிவித்தது. 1899-ல் சாட்சிய சட்டத்தில் திருத்தம் கொண்டுவரப்பட்டது. ஹரோல்ட் மலபார் என்பவர் எழுதிய 'Interrogation' எனும் புத்தகம் குற்றவாளிகளை விரிவான முறையில் விசாரிக்கக்கூடிய உத்திகளை கூறுவதாகவும் என்ன மாதிரியான கேள்விகளை கேட்க வேண்டும் என்றும் விரிவாக விளக்குவதாக உள்ளது.

Patrol என்ற வார்த்தை *Patrouiller* எனும் பிரஞ்சு வார்த்தையில் இருந்து வந்ததாகும். அதற்கு படகு சுற்றுபவர், சேறு சகதியில் சுற்றுபவர் என்று பொருள் படுவதாகும். ஹிந்தியில் பாஹ்ரா எனும் வார்த்தையாகி தமிழில் பாரா என்று மாறியதாக தெரிகிறது.

இந்தியாவில் காவல்துறை

இந்தியாவில் பல்வேறு மாநிலங்களில் பல்வேறு வகையான குற்றவியல் முறை சட்ட விதிகள், காவல் அமைப்பு விதிகள் நடைமுறையில் இருந்தன. முறைப்படுத்தப்படாத காவல் நிர்வாகம் செயல்பட்டு வந்தது. மாவட்ட கலெக்டர்கள் வரிவசூல் செய்வதையும், மாவட்ட தலைநகரங்களில் சொத்து

வழக்குகளில் உரிமையியல் நீதிமன்றம் விசாரிப்பது இருந்து வந்தன.

குற்றவியல் வழக்குகளான கொலை, கொள்ளை, திருட்டு போன்ற வழக்குகளை மாவட்ட அளவில் அமர்வு நீதிமன்றம் விசாரித்து வந்தது.

அதிகாரம் ஒரு முறைப்படுத்தப்படாத அளவில் பகிர்ந்தளிக்கப்படாத நிலையில் ஒன்றோடொன்று பின்னிப் பிணைந்து இருப்பதுபோல் காட்சியளித்தது. 1843-ல் சிந்து மாகாணம் பிரிட்டிஷ் இந்தியாவில் இணைக்கப்பட்டவுடன் சார்லஸ் நேப்பியர் அதன் கவர்னராக நியமிக்கப்பட்டார். காவல் பணியை முறைப்படுத்த விரும்பிய அவர் காவலர்கள் மக்களின் உடல், சொத்து பாதுகாப்பு, குற்றத்தடுப்பு, குற்றங்களைக் கண்டுபிடிப்பது ஆகியவைதான் பிரதான பணி என்று கருதி புதிய காவல் நிர்வாக முறையை உருவாக்கினார்.

அதன்படி தலைநகரங்களில் ஆயுதங்களுடன் கூடிய பெரிய படை அமைப்பு, நகரங்களில் காலாட்படையும், கிராமங்களில் காலாட்படை மற்றும் குதிரைப்படையும் இருக்குமாறு வகைப்படுத்தி அமைத்தார். சார்லஸ் நேப்பியரின் முறையை வேறு சில மாகாணங்களும் பின்பற்றின. ஆனால் எல்லா மாகாணங்களும் இதை அமல்படுத்தவில்லை.

பிரிட்டிஷ் அரசு 1833 சாசன சட்டப்படி, 1834-ல் அமைத்த முதல் சட்டக் கமிஷன் தலைவராக இருந்த லார்ட் தாமஸ் பாபிங்டன் மெக்காலே, இந்தியா முழுவதும் ஒரே வகையான சட்டம் அமல்படுத்தவேண்டிய தேவையை உணர்ந்து ஒருங்கிணைந்த சட்டத்தை, உருவாக்க பரிந்துரை செய்தார்.

நெப்போலியன் கோட், லிவிங்ஸ்டன் லூசினியா, சிவில் சட்டம் போன்றவற்றில் இருந்து பல அம்சங்கள் எடுத்துக் கொள்ளப்பட்டன.

1857 சிப்பாய் புரட்சிக்குப் பிறகு இந்த சட்ட அம்சங்கள், கல்கத்தாவின் முதல் தலைமை நீதிபதியாக பதவி வகிக்க இருந்த பர்னஸ் பீகாக் அவர்களின் தீவிர ஆய்வுக்கு உட்படுத்தப்பட்டு, நன்கு சீராய்வு செய்யப்பட்டு, இந்திய தண்டனைச் சட்டம் Act 45 1860-ல் உருவாக்கப்பட்டு 1.1.1862-ல் நடைமுறைக்கு வந்தது. இந்த வரலாற்றுச் சிறப்புமிக்க சட்டத்தை உருவாக்குவதற்கு காரணமான லார்ட் மெக்காலே அதை அமல்படுத்தும்போது, பார்க்கும் கொடுப்பினை இல்லை. 1859-ல் மறைந்துபோனார். ஆனால் இந்திய சமஸ்தானங்களில் இந்த சட்டம் 1940 வரை அமலாக்கப்படவில்லை. இந்த சட்டப் பிரிவுகளுக்கு பல இடங்களில் விரிவான எடுத்துக்காட்டு கொடுக்கப்பட்டுள்ளது.

இதில் பெரும்பாலும் ஷேக்ஸ்பியரின் நாடகக் காட்சிகளையெல்லாம் எடுத்துக்காட்டாகக் கொடுத்துள்ளார். உதாரணத்திற்கு **பொய் சாட்சியம் குறித்த எடுத்துக்காட்டு மக்பத் நாடகத்தின் காட்சியை அப்படியே கொடுத்துள்ளதாக தெரிகிறது.**

குற்றம் என்றால் என்ன, குற்றங்கள் குறித்த விளக்கம், அதுகுறித்த தண்டனையை இந்திய தண்டனைச் சட்டம் விரிவாக 23 தலைப்புகளில் 511 பிரிவுகளில் விளக்குகிறது. இதுவரை 77 முறை இந்தச் சட்டம் தேவைக்கேற்ற திருத்தத்திற்கு உள்ளாகியுள்ளது. குற்றம் எப்படி விசாரிக்கப்படவேண்டும் குற்றவியல் நீதிமன்றம் எப்படி செயல்படுகிறது, சாட்சிகள் எப்படி விசாரிக்கப்படவேண்டும், பிணை வழங்குவது, வழக்கு விசாரணை, தீர்ப்பு, மேல் முறையீடு என்ற நீதிமன்ற நடைமுறை செயல்பாடுகள் குறித்து விரிவாக 37 தலைப்புகளில் 484 சட்டப்பிரிவுகளில் உருவாக்கப்பட்டதுதான், குற்றவியல் விசாரணை நடைமுறைச் சட்டமாகும்.

1861-ல் பிரிட்டிஷ் நாடாளு மன்றத்தில் சட்டம் இயற்றப்பட்டு 1882-ல் உருவாக்கப்பட்ட பிறகு 1898-ல் திருத்தம் செய்யப்பட்டது. 41-வது சட்டக்கமிஷன்

அறிக்கைப்படி, குற்றவியல் விசாரணை நடைமுறைச் சட்டம் 1973 எனும் பெயரில் 1.4.1974-ல் அமலபடுத்தப்பட்டது.

இந்தியா முழுவதும் ஒரே மாதிரியான காவல் நிர்வாகம் வேண்டி 1860-ல் இந்திய காவல் நிர்வாக ஆணையம் அமைக்கப்பட்டு , 1861-ல் இந்திய காவல் சட்டம் எனப்படும் *Indian Police Act 5 1861*-ல் உருவாக்கப்பட்டது. **கர்சன் பிரபு 1902-ல் ஆண்ட்ரூ பிரேசர் கமிஷன் அமைத்து சில சீர்திருத்தங்களை மேற்கொண்டார்.**

அதுவரையில் காவல் உயரதிகாரிகள் ராணுவத்தில் இருந்தே தேர்ந்தெடுக்கப்பட்டு அப்படியே நியமனம் செய்யப்பட்டனர். ஆனால் பிரேசர் கமிஷன் பரிந்துரையில் போட்டித் தேர்வு நடத்தி அதிகாரிகளை தேர்வு செய்தல், உதவி ஆய்வாளர்களுக்கு தரமான பயிற்சி அளிக்கும் நிறுவனத்தை உருவாக்குதல், காவலர்களின் சம்பளத்தை அதிகரித்தல் போன்றவை பரிந்துரைக்கப்பட்டன.

இதைத் தொடர்ந்த காலகட்டத்தில் முதல் உலகப்போர் உருவானது. அதனால் உண்டான உலகளாவிய மாற்றங்கள் காந்தியின் வருகைக்குப் பின்னால் தீவிர சுதந்திரப் போராட்டம், இளம் புரட்சி வாதிகளின் திடீர் தாக்குதல் போராட்டம் போன்றவை வலுவான உளவுத் துறையை உருவாக்கவேண்டியதன் அவசியத்தை பிரிட்டிஷ் அரசுக்கு உணர்த்தியது.

ராஜஸ்தான் மாநிலம் ஆரவல்லி மலைத்தொடரில் மௌண்ட் அபு பகுதியில் *'Central Police Training College'* எனும் மத்திய காவல் பயிற்சிக் கல்லூரி 15.9.1948-ல் உருவாக்கப்பட்டது. 1967-ல் தேசிய காவல் பயிற்சியகம் என பெயர் மாற்றம் பெற்று பிறகு இந்தியாவை ஒருங்கிணைத்த இரும்பு மனிதர் சர்தார் வல்லபாய் படேல் தேசிய காவல் பயிற்சியகம் என்று 1974-ல் பெயர் மாற்றம் செய்யப்பட்டது.

1975-ல் புதிய பயிற்சியகம் ஹைதராபாத்தில் 277 ஏக்கரில் SVP NPA எனப்படும்

சர்தார் வல்லபாய் பட்டேல் தேசிய காவல் பயிற்சியகம் உருவாக்கப்பட்டு ஐ.பி.எஸ் அதிகாரிகளுக்கு அடிப்படைப் பயிற்சி தொடங்கி பல பயிற்சிகள் அளிக்கப்பட்டு வருகின்றன.

தமிழகக் காவல்துறை

தமிழ்நாட்டைப் பொறுத்தவரை ஆங்கிலேயர்கள் சென்னையில் 1639-ல் பிரான்சிஸ் டே மூலம் தாமரல வெங்கடத்தரி எனும் சென்னப்ப நாயக்கரிடமிருந்து இடம் வாங்கி செயின்ட் ஜார்ஜ் கோட்டை அமைக்கத் தொடங்கியவுடன் அங்கு ஆங்கிலேய அதிகாரிகளைக் கொண்ட வெள்ளைப் பட்டினம் எனப்படும் *white town* செயின்ட் ஜார்ஜ் கோட்டைக்குள் உருவானது.

அவர்களுக்குத் தேவையான அனைத்து உதவிகளையும், கட்டமைப்புகளையும் உருவாக்கக் கூடிய, அடிப்படை வசதிகளையும் செய்து தரக்கூடிய, கருப்பர் நகரம் எனப்படும் *Black town* பகுதியும் உருவானது.

அதேபோல் சாந்தோம் என

இன்று அழைக்கப்படும் செயின்ட் தாமஸ் தேவாலயத்தைச் சுற்றியிருந்த மயிலாப்பூர் பகுதியையும், கோட்டைக்கு மிக அருகில் இருந்த திருவல்லிக்கேணி பகுதியையும், காவல் அமைப்பு முறையில் பலப்படுத்த விரும்பினர். வியாபார தளமாகவும், சந்தையாகவும் விளங்கிய கருப்பர் நகரத்தில் 1659-ல் வணிகப் பொருள்களை பாதுகாக்கும் நோக்கிலும் கருப்பர் நகர மக்களிடையே இருந்த சிறு சிறு தகராறுகளை தீர்த்துவைக்கும் விதமாகவும், பெத்தநாயக்கன் எனும் காவல் அதிகாரி பணி உருவாக்கப்பட்டது.

மார்க்கெட் எனப்படும் சந்தைப் பகுதியை சுற்றுக்காவல் செய்து காக்கும் விதமாக கொத்வால் பணி உருவாக்கப்பட்டது. இந்த கொத்வால் தான் பின்னாளில் கொத்தவால்சாவடி எனப் பெயர் பெற்றது.

பாப்காம் பிராட்வே எனும் சொலிசிட்டர் ஜெனரல் அந்தப் பகுதியில் வசித்து வந்தார். கறுப்பர் நகர மக்களிடையே சிறு சிறு தகராறுகளை தீர்த்துவைக்கும் பணியைச் செய்து கொண்டு, சிறு காவல்துறை போன்ற அமைப்பை உருவாக்கி, அந்தப் பகுதியின் சுத்தம் சுகாதாரத்தையும் பேணிக் காத்தார். துப்புரவுப் பணியாளர்களையும் கண்காணிக்கும் விதமாக தனிப்பட்ட காவலர்களை அமைக்கும் திட்டத்தை 1782-ல் அரசுக்கு வழங்கினார்.

பாப்காம் பிராட்வே வாழ்ந்த சாலை, அவருடைய நினைவாகவே பிராட்வே ரோடு என்று அழைக்கப்படுகிறது பிராட்வே என்பது அகலமான சாலை என்ற பொருளில் வழங்கப்படவில்லை. பாப்காம் பிராட்வே என்ற வழக்கறிஞரின் பெயர்தான் சுருங்கி பிராட்வே என்றானது குறிப்பிடத்தக்கதாகும்.

1824-ல் காவல்துறை அலுவலகம் சென்னையில் நிறுவப்பட்டது.

வால்டர் கிராண்ட் சென்னையின் முதல் போலீஸ் சூப்பிரண்டாக நியமிக்கப்பட்டார். அதைத் தொடர்ந்து காட்டன் ஆர்மஸ்பி போலீஸ் சூப்பிரண்டாக நியமிக்கப்பட்டு சிறைத்துறை தலைவர் மாஜிஸ்திரேட் போன்ற பொறுப்புகளையும் கவனித்துக் கொண்டார்.

வேப்பேரியில் முதலில் கமிஷனர் அலுவலகம் செயல்படத் தொடங்கியது. 1856-ல் சிட்டி போலீஸ் ஆக்ட் எனப்படும் மாநகர காவல் சட்டம் உருவாக்கப்பட்டது. பாந்தியன் சாலையில் கமிஷன் அலுவலகம் இருந்த இடம் ஆறுமுக முதலியார் என்பவருக்குச் சொந்தமான நிலம். அவர் அங்கு வீடு கட்டி விவசாயம் செய்துகொண்டிருந்தார். சென்னையின் முதல் கமிஷனரான பௌலர்ட்சன் விலைக்கு வாங்கி வேப்பேரியில் இருந்து, கமிஷனர் அலுவலகத்தை இங்கு மாற்றினார்.

முதல் தமிழக காவல்துறை அதிகாரியாக 1834-ல் வெம்பாக்கம் ராகவாச்சாரியார் உதவி சூப்பிரண்டு மற்றும் போலீஸ் மேஜிஸ்திரேட்டாக நியமனம் செய்யப்பட்டார்.

1859-ல் மாவட்ட காவல் சட்டம் (District Police Act) உருவாக்கப்பட்டது. உதவி ஆய்வாளர் பணியை முறைப்படுத்தி, உரிய பயிற்சி அளித்து 1876-ல் சப்-இன்ஸ்பெக்டர் எனும் பணி உருவாக்கப்பட்டது.

பிரிட்டிஷாரின் முக்கிய வியாபார தலமாக விளங்கிய சென்னையின் அசுர வளர்ச்சியால் 1885-ல் சென்னை வடக்கு - தெற்கு என இரண்டு பிரிவாகப் பிரிக்கப்பட்டு காவல் துணை ஆணையர்கள் மற்றும் அதற்குரிய சார் பணியாளர்கள் நியமிக்கப்பட்டனர்.

1921-ல், காவல்துறை சீர்திருத்தத்திற்காக இஸ்லிங்டன் கமிஷன் அமைக்கப்பட்டது. ராம்சே மெக்டொனால்டு, ஜி.கே. கோகலே, வாலண்டைன் சிரோல் போன்றோர் உறுப்பினர்களாக நியமிக்கப்பட்டு காவல் பணிச் சீர்திருத்தத்தில் ஆர்வம் காட்டினர். காவல் பணிக்குச் சரியான ஆட்களை முறைப்படி தேர்ந்தெடுத்தல், காவலர்கள் வேலை நேரம், விடுமுறை, சம்பளம், பென்ஷன் போன்றவை இக்கமிஷனால்

பரிந்துரை செய்யப்பட்டன. ஐரோப்பியர் அல்லாதவர்களும் காவல் பணியில் அதிகாரிகளாகச் சேர்ப்பது குறித்தும் முடிவெடுக்கப்பட்டது. அதேபோல் தரமான, முறையான பயிற்சி மையம் உருவாக்கவேண்டியதன் அவசியத்தை வலியுறுத்தியது.

1916-ல் பராங்குச நாயர் முதல் இந்திய சென்னை கமிஷனராக நியமனம் செய்யப்பட்டார். அதைத்தொடர்ந்து பவானந்தம் பிள்ளை என்பவரும் சென்னை கமிஷனராக பணியாற்றினார். மற்ற மாகாணங்களும் சென்னையின் காவல் நிர்வாக அமைப்பை பின்பற்றத் தொடங்கின.

காவல் துறை தலைமை இயக்குநரகம்

தற்போது கடற்கரையில் அழகாக வெள்ளை மாளிகை போல் காட்சியளிக்கும் காவல்துறை இயக்குநரகம், *Free Mason* எனும் ஆங்கில கனவான்களின் சங்கத்திற்கு சொந்தமானதாகும். பிரிட்டிஷ் அரசு 1876-ல் அவ்விடத்தை விலைக்கு வாங்கி அங்கு காவல்துறை தலைமை அலுவலகத்தை அமைத்தது. நீல நிறத்தின் நடுவே வெள்ளைக் கோடுகளால் ஆன ஒரு முக்கோணம், அசோகர் ஸ்தூபி கொண்ட தனிக் கொடி பறக்கும் கம்பீரமான வெள்ளை மாளிகை அலுவலகமாக காட்சியளிக்கிறது அது.

வணிகப் பொருள்களை ஏற்றுமதி செய்யும் விதமாக, துறைமுகத்திற்கு கொண்டுசெல்லும் வியாபார நோக்கத்தில் ரயில்வே இருப்புப் பாதை 1853-ல் அமைக்கப்பட்டது. 1853-ல் முதல் முறையாக பம்பாய்க்கும் தாணாவுக்கும் இடையே 21 மைல் நீளமுள்ள இருப்புப் பாதை அமைக்கப்பட்டது.

பிரிட்டிஷாரின் வியாபாரம் கப்பல் போக்குவரத்தையும், ரயில்வே துறையையும் நம்பி இருந்ததால் ரயிலில் நடக்கும் குற்றங்கள், ரயில்வே நிறுவனத்திற்குரிய இரும்புப் பொருள்களை, தண்டவாளப் பொருள்களைத் திருடுவது, தொழிற்சங்க தகராறு போன்றவற்றைத் தீர்த்து வைக்க ரயில்வே காவல் நிலையம் அமைக்க வேண்டியதன் தேவை உருவானது. அப்படித்தான் தமிழ்நாடு இருப்புப்பாதை காவல் நிர்வாக அமைப்பு தனியாக உருவாக்கப்பட்டது.

சிறப்புப் படை துவக்கம்

1908-ல் தூத்துக்குடி மாவட்டத்தில் வ.உ.சிதம்பரம் பிள்ளை மேற்கொண்ட கோரல் மில் தொழிலாளர் பிரசனைக்கு எதிரான தீவிர போராட்டத்தில் அங்கு உருவான பெரும் கலவரத்தை தொடர்ந்து தூத்துக்குடி சிறப்புக் காவல் படை அமைக்கப்பட்டது.

அதேபோல் சிவகாசியில் இரு பிரிவினருக்கிடையே ஏற்பட்ட கலவரத்தை அடக்கும்விதமாக சிறப்புப் படை உருவாக்கப்பட்டது. அந்நாளில் இந்தச் சிறப்புப் படை பராமரிப்பதற்கான செலவுத் தொகையை அந்தப் பகுதி மக்களிடமே பிரிட்டிஷார் வசூலித்துள்ளனர். இதற்குப் பெயர் '*Punitive Police*' என்றும் அழைக்கப்பட்டது.

1921-ல் கேரள மலபாரில் உருவான மாப்ளா கலவரத்தை அடக்க மலபார் சிறப்புக் காவல் படை உருவாக்கப்பட்டது. வேலூர் காவல் பயிற்சிப் பள்ளி 1896-ல் உருவாக்கப்பட்டு 1975 வரை, அங்கு காவலர்கள் தொடங்கி, உயரதிகாரிகள் வரை சிறப்பாக பயிற்சி அளிக்கப்பட்டது. 1976-ல் சென்னை அசோக்நகரில் காவல் பயிற்சிக் கல்லூரி உருவாக்கப்பட்டது.

அதன் பிறகு அனைத்து வசதிகளுடன் கூடிய விசாலமான இடத்தில் உயர்தர பயிற்சி நிறுவனத்தை அமைக்க வேண்டி வண்டலூர் அருகில் ஊனமாஞ்சேரி எனுமிடத்தில் 145 ஏக்கர் நிலத்தில் 2008-ல் காவல் உயர் பயிற்சியகம் அமைக்கப்பட்டது.

அங்குக் கட்டடம் கட்டத் தொடங்கிய நாளில் இருந்து, திறப்பு விழா பாதுகாப்பு பணியை மேற்கொண்ட நாள் வரை நான் செங்கல்பட்டு காவல்துறைக் கண்காணிப்பாளராக பணியாற்றினேன் என்பது குறிப்பிடத்தக்கதாகும் .

Tamil Nadu Police Academy-TNPA எனும் பயிற்சி நிறுவனத்திற்கு தமிழில் என்ன பெயர் சூட்டுவது என்ற ஆலோசனையில் காவலர் உயர் பயிற்சிக் கழகம், காவலர் உயர் பயிற்சிக் கல்லூரி என பல பெயர்கள் விவாதிக்கப்பட்டபோது, அப்போதைய காஞ்சிபுரம் மாவட்ட காவல் கண்காணிப்பாளர் பெரியய்யா சார் அவர்களிடம் 'காவல் உயர் பயிற்சியகம்' என்ற பெயர் பொருத்தமாக இருக்கும் என்று தெரிவித்தேன்.

உயரதிகாரிகளிடம் ஆலோசிக்கப்பட்டு, அப்போதைய முதல்வர் மாண்புமிகு கலைஞர் அவர்களின் கவனத்திற்கு பல பெயர்கள் கொண்டுசெல்லப்பட்ட நிலையில் 'தமிழ்நாடு காவல் உயர் பயிற்சியகம்' என்ற பெயரை உடனடியாக அவர் தேர்வு செய்து அவசர அவசரமாக அழைப்பிதழ் அச்சடிக்கப்பட்டது. மக்களுக்கு இந்த பெயர் தெரிய வேண்டும் என்பதற்காக 'தமிழ்நாடு காவல் உயர் பயிற்சியகம்' என்ற பெயர் தாங்கிய முதல் வழிகாட்டுப் பலகையை வண்டலூர் கிரசன்ட் கல்லூரி ஜங்ஷனில் முதன்முறையாக நிறுவினோம்.

உதவி ஆய்வாளர் தொடங்கி, நேரடி நியமன காவல் துணை கண்காணிப்பாளர்கள், ஐபிஎஸ் அதிகாரிகள் வரை அனைவரும் இங்குதான் பயிற்சி அளிக்கப்பட்டு வருகிறது. அசோக் நகர் பயிற்சிக் கல்லூரி தற்போது காவலர் பயிற்சிப் பள்ளியாக செயல்பட்டு வருகிறது.

நவீன ஒருங்கிணைந்த கட்டுப்பாட்டு அறை

108 ஆம்புலன்ஸ் வாகன மருத்துவ வசதி, எப்படி ஒருங்கிணைந்த அளவில் செயல்பட்டு வருகிறதோ, அதேபோல் காவல்துறையும் 100 என்ற அமைப்பின் மூலம் தமிழக அளவில் ஒருங்கிணைக்கப்பட்டு மக்களுக்கு விரைந்து உதவி செய்து வருகின்றனர்.

அனைத்து அழைப்புகளும், மக்கள் தெரிவிக்கும் அனைத்து புகார்களும் சென்னை எழும்பூரில் பழைய கமிஷனர் அலுவலகத்தில் உள்ள ஒருங்கிணைந்த கட்டுப்பாட்டு அறைக்கு சென்று அங்கிருந்து சில நிமிடங்களில் சம்பந்தப்பட்ட மாவட்ட காவல் நிலைய காவலர்களுக்கு தகவல் தெரிவிக்கப்பட்டு, அவர்கள் விரைந்து வந்து குறிப்பிட்ட பிரசனையைத் தீர்த்துவைக்கும் விதமாக மேம்படுத்தப்பட்ட சேவையை வழங்கி வருகின்றனர். காவல் கண்காணிப்பாளர் நிலையிலான அதிகாரி மேற்பார்வை செய்து வருகிறார்.

தமிழகக் காவல்துறையின் இணையத்தள சேவைகள்

- ❖ **தமிழகக் காவல் துறை பொது மக்களுக்கு விரைவான சேவையை வழங்கிடும் நோக்கில் கீழ்க்கண்ட இணைய வழி சேவைகள், காவல்துறையின் இணைய தளத்தின் வாயிலாக (http://eservices.tnpolice.gov.in) வழங்கப்படுகிறன.**
- ❖ **இணையத்தள புகார் பதிவு.**
- ❖ **முதல் தகவல் அறிக்கையைப் பார்க்க/ பதிவிறக்கம் செய்ய வசதி.**
- ❖ **இணையத்தள புகார், முதல் தகவல் அறிக்கை மற்றும் சமுதாய நல பதிவேடு அதாவது மனு ரசீது நிலையை தெரிந்து கொள்ளுதல்.**
- ❖ **வாகனங்களின் விபரம் தேடுதல் காணாமல் போனவர்கள் மற்றும் அடையாளம் தெரியாத இறந்துபோன நபர்களின் விவரங்கள் பற்றிய தகவல்கள்.**
- ❖ **சாலை வாகன விபத்து தொடர்பான ஆவணங்கள் பதிவிறக்கம்.**
- ❖ **தொலைந்துபோன ஆவண அறிக்கை.**
- ❖ **காவல்துறை நற்சான்றிதழை ஆன்லைனில் பெறும் வசதி.**

மேற்கண்ட இணையத்தள சேவைகளை, பொதுமக்கள் நேரடியாக

காவல்துறை இணைய தளத்திலும் மற்றும் கைபேசி செயலி *(Google play store)* மூலமாக பதிவிறக்கம் செய்து பயன்படுத்திக் கொள்ளலாம்.

இச்சேவையை தமிழக அரசின் இ-சேவை மையங்களில் குறைந்த சேவைக் கட்டணத்தை செலுத்தியும் பயன்படுத்திக் கொள்ளலாம்.

இணையத்தள புகார் பதிவு (Online complaint):

பொதுமக்கள் தங்களுக்கு ஏற்படும் பிரச்னைகள் தொடர்பான புகார்களை காவல் நிலையம் வந்து தர இயலாத சூழ்நிலையில், இந்த இணையதள சேவையின் மூலம், அனைத்து வகையான புகார்களையும், இணையத்தளத்தில் பதிவேற்றம் செய்து, அதற்கான ஏற்பளிப்புச் சான்றிதழைப் பெற்றுக் கொள்ளலாம்.

அந்த ஏற்பளிப்பில் உள்ள புகார் எண்ணைப் பயன்படுத்தி, காவல் நிலையத்தில் புகார் தொடர்பான, தற்போதைய நிலையைப் பற்றி தெரிந்து கொள்ளலாம்.

முதல் தகவல் அறிக்கை பார்க்க பதிவிறக்கம் செய்யும் வசதி (View FIR):

காவல்நிலையத்தில் பதிவு செய்யப்பட்டுள்ள முதல் தகவல் அறிக்கையை புகார்தாரர் *(complainant)*, பாதிக்கப்பட்டவர் *(Victim)*, வழக்கின் எதிரி *(accused)* இணையதளம் மூலம் பார்க்கலாம், தேவையெனில் பதிவிறக்கமும் செய்துகொள்ளலாம்.

இணையதள புகார், FIR மற்றும் CSR நிலை அறிதல் (online complaint, FIR and CSR status):

இணையதள புகார், காவல் நிலைய புகார் மற்றும் சமுதாய பதிவேட்டின் நிலை ஆகியவற்றின் தற்போதைய நிலையினை இதன்மூலமாக தெரிந்து கொள்ளலாம். தங்களுடைய மனு அல்லது வழக்கு எவ்வித முன்னேற்றமும் இன்றி இருப்பதாகக் கருதினால் இணையத்தளம் மூலமாகவே உயர் அதிகாரிகளுக்கு புகார் அளிக்கலாம் அல்லது நேரிலும் உயர் அதிகாரிகளை சந்தித்து நிவாரணம் பெறலாம்.

Kavalan SOS APP

பெண்கள், குழந்தைகள் முதியோர் பாதுகாப்பிற்காக, சிறப்பான, விரைவான சேவையை வழங்கக்கூடிய செயலி இது. பொதுமக்கள் *(Google Play Store)* மூலமாக தங்களது கைபேசியில் பதிவிறக்கம் செய்து, உங்கள் விவரங்களை அதில் பதிவு செய்துவிட வேண்டும். இச்செயலியானது, இன்டர்நெட் சேவை இல்லாத நேரங்களிலும்கூட செயல்படும்படி வடிவமைக்கப்பட்டுள்ளது சிறப்பு அம்சமாகும்.

உங்களது பாதுகாப்பிற்கு அச்சுறுத்தல் ஏற்பட்டுள்ளது எனக் கருதும்போதோ, குறிப்பாக பெண்களுக்கு, அசாதாரண சூழ்நிலை ஏற்பட்டுள்ளது என்று நினைக்கும்போதோ, இச்செயலியில் உள்ள வட்டமான சிவப்பு பட்டனை அழுத்தினால் உடனடியாக காவல் கட்டுப்பாட்டு அறைக்கு அழைப்பு சென்றுவிடும். நீங்கள் பேசக்கூட தேவையில்லை. உங்கள் இருப்பிடத்தை அந்த செயலியே ஜிபிஎஸ் மூலம் கட்டுப்பாட்டு அறைக்குத் தெரிவித்து விடும்.

அதே நேரத்தில் நீங்கள் அவசர தொடர்புக்கு பதிவுசெய்து வைத்துள்ள உறவினரின் கைப்பேசிக்கு இருப்பிடத்துடன் *(Google Location)* கூடிய குறுஞ்செய்தி *(SMS)* உடனடியாகச் சென்றுவிடும்.

காவல் கட்டுப்பாட்டு அறையிலிருந்து, உங்களுடைய இருப்பிடத்திற்குரிய காவல் நிலையத்திற்கு

உடனடித் தகவல் கொடுத்து, காவலர்கள் சில நிமிடங்களில் உங்களின் இடம் தேடி வந்து உதவுவார்கள். ஒரு குற்றச் செயல் நடந்த பிறகுதான் தெரிவிக்க வேண்டும் என்பதில்லை ஒரு பெண் தனியாக நடந்துபோகிறார், யாரோ சிலர் பின் தொடர்வதுபோல் தெரிந்தாலே, இந்த செயலியில் உள்ள சிவப்பு பட்டனை அழுத்தினால் போதும் காவலர்கள் அந்த இடம் தேடி வந்துவிடுவார்கள்.

சில நெருக்கடியான நேரத்தில், உங்களுடைய அலைபேசியை எடுத்து செயலியைத் திறந்து சிவப்பு பட்டனை அழுத்துவதற்கு இயலாத சூழல் இருந்தால், உங்களுடைய அலைபேசியை வேகமாக இரண்டு முறை குலுக்கினால் போதும், தானாகவே உங்கள் இருப்பிடத்துடன் கூடிய அழைப்பு, காவல் கட்டுப்பாட்டு அறைக்குச் சென்றுவிடும். அதற்கான வசதியும் உள்ளது.

சமீபத்தில் ஹைதராபாத் பெண் மருத்துவர் பாதிப்புக்குள்ளான நிகழ்ச்சியிலிருந்து, இதுபோன்று தேடிவந்து உதவும் காவல் துறையின் சேவை எவ்வளவு அவசியம் என்பதை நீங்கள் நன்கு உணர்ந்து கொள்ளலாம். இந்த செயலியை அதிக அளவில் எல்லோரும் பயன்படுத்த வேண்டும்.

இந்த இடத்தில் ரயிலில் நடைபெறும் குற்றங்கள், ரயில்வே பிளாட்ஃபார்ம் குற்றங்கள், தண்டவாளம் சார்ந்த அழிப்புச் செயல்கள், ரயிலில் ஏதேனும் காவல் உதவி தேவைப்பட்டால் அதற்கென தனி காவல் உதவி எண் *1512* உள்ளது. ரயில்வே சார்ந்த புகார்களை உடனடியாகத் தீர்த்துவைப்பார்கள். அதையும் பயன்படுத்திக் கொள்ளலாம்.

வாகனங்கள் பற்றிய விவரத்தைத் தெரிந்து கொள்ளுதல்

பொதுமக்கள் மற்றொரு நபரிடமிருந்து, மறு விற்பனையில் *SECOND HAND SALES* ஆக வாங்கப்பட உள்ள வாகனத்தின் மீது ஏதேனும் திருட்டு மற்றும் விபத்து வழக்குகள் பதிவு செய்யப்பட்டுள்ளனவா என்பதை இதன்மூலம் தெரிந்துகொள்ளலாம்.

உங்கள் அலைபேசி மூலமே இந்த அருமையான வசதியை நீங்கள் பயன்படுத்திக்கொள்ளலாம்.

பொதுமக்கள் தங்கள் நண்பர்களுக்கும் இந்த வசதியை தெரிவித்து, வில்லங்கமான வாகனங்களை நிச்சயம் தவிர்க்க முடியும்.

காணாமல்போனவர்கள் மற்றும் அடையாளம் தெரியாத- இறந்துபோன நபர்களின் விபரங்கள் பற்றிய தகவல்கள் (Missing person/UIDB):

பொதுமக்கள் தொலைந்துபோன அல்லது காணாமல்போன நபரின் புகைப்படத்தைக் கொண்டு வேறு ஏதேனும் விடுதியில் உள்ளனரா? அல்லது அடையாளம் தெரியாத இறந்துபோன நபர் என்று, ஏதேனும் காவல் நிலையத்தில் வழக்குப் பதிவு செய்யப்பட்டு உள்ளதா? என்பது குறித்தும் தெரிந்துகொள்ள முடியும். தங்களுக்கு ஏதேனும் தகவல் தெரிந்தால் அவர்களை இந்த இணையதளம் மூலம் ஒப்பிட்டு அடையாளம் கண்டு காவல்துறைக்கு தெரிவிக்கலாம்.

விபத்து தொடர்பான ஆவணங்களை பதிவிறக்கம் செய்தல்

(Download Road Accident Document)

சாலை விபத்துகளில் பாதிக்கப் பட்டவர்கள் தங்களது இழப்பீட்டுத் தொகையை விரைவாகப் பெற்றுக்கொள்ள உதவி செய்வதற்காக, இந்த வசதி தொடங்கப்பட்டுள்ளது.

பாதிக்கப்பட்டவர்கள், குற்றஞ்சாட்டப்பட்டவர்கள், மற்றும் சாலை விபத்து வழக்குகளில் இறந்தவர்களுடைய வாரிசுகள், சட்டப் பிரதிநிதிகள் இந்த வசதியின் மூலம் ஆவணங்களைப் பெறலாம்.

புலன் விசாரணையின்போது காவல்துறையில் பதிவு செய்யப்பட்ட அவர்களது மொபைல் எண்ணை

அடிப்படையாகக் கொண்டு பயனீட்டாளர்களுக்கு அனுமதி வழங்கப்படும். நெட் பேங்கிங் வசதியைப் பயன்படுத்தி ஓர் ஆவணத்திற்கு ரூபாய் 10/-செலுத்தி பெற்றுக்கொள்ளலாம்.

கூடுதலாக பதிவிறக்கம் செய்த ஆவணத்தின் நகலானது பயனீட்டாளரின் மின்னஞ்சலுக்கு அனுப்பப்படும். காப்பீட்டு நிறுவனங்கள் ஓர் ஆவணத்திற்கு 100 ரூபாய் செலுத்த வேண்டும். ஒருமுறை பதிவிறக்கம் செய்த ஆவணம் தொலைந்துவிட்டால் அந்த ரகசிய எண்ணைக் கொண்டு அதே ஆவணத்தை மீண்டும் இலவசமாக பதிவிறக்கம் செய்துகொள்ளலாம்.

பொதுமக்கள் விபத்து தொடர்பான ஆவணங்களைப் பெறுவதற்காக காவல் நிலையம் செல்ல வேண்டிய தேவையே இல்லை. மிகவும் பயனுள்ள இந்த முறையை நன்கு பயன்படுத்திக் கொள்ளுங்கள். அதாவது சென்னையைச் சேர்ந்த ஒருவர் குற்றாலத்திற்கு வரும் பொழுது அங்கு விபத்து எனில், விபத்து தொடர்பான ஆவணங்களைப் பெறுவதற்கு குற்றாலம் காவல்நிலையத்திற்கு வரத் தேவை இல்லை! அந்த ஆவணங்களை அவர் இணையதளம் மூலமாக ஒரு ஆவணத்திற்கு 10 ரூபாய் மட்டுமே செலுத்தி பெற்றுக்கொள்ள முடியும்.

அரசு இ-சேவை மையத்துடன் இந்த சேவையை ஒருங்கிணைப்பதற்கான ஏற்பாடு நடைபெற்று வருகிறது. விரைவில் CSC-க்கள் மூலம் இந்த சேவையை பயன்படுத்திக் கொள்ளலாம்.

தொலைந்த ஆவண அறிக்கை
(Lost Document Report)

ஆவணங்கள் தொலைந்து போனது குறித்தும் காவல் நிலையம் வந்து புகார் செய்யத் தேவையில்லை. ஏதேனும் உங்களது சான்றிதழ்கள் அல்லது நிலப் பத்திரம், ரேஷன் கார்டு ஏதேனும் தொலைந்துவிட்டால் இணையத்தளம் மூலமாகவே நீங்கள் புகார் அளித்து அதற்குரிய கண்டுபிடிக்க இயலவில்லை (NON TRACEABLE CERTIFICATE) எனும் சான்றிதழைப் பெற்று, நீங்கள் எளிதாக மாற்று நகல் சான்றிதழ்களை சம்பந்தப்பட்ட அலுவலகத்தில் பெற்றுக் கொள்ள முடியும்.

இதன்மூலம் பாஸ்போர்ட், வாகனப் பதிவு சான்றிதழ், ஓட்டுநர் உரிமம், அடையாள அட்டை போன்ற ஆவணங்கள் தொலைந்துபோனது பற்றி காவல்துறையில் புகார் அளித்து ஒப்புதல் பெறும் செயல்முறை எளிமை யாக்கப்பட்டுள்ளது.

உங்களின் மொபைல் எண்ணுக்கு அனுப்பப்படும் OTP அடிப்படையில் அங்கீகாரம் உறுதி செய்யப்படும். ஆதார், பான், டிரைவிங் லைசன்ஸ், வாக்காளர் அடையாள அட்டை போன்ற அரசால் வழங்கப்பட்ட ஆவணங்களை பதிவேற்றம் செய்ய வேண்டும்.

தேவையான தகவல்கள் சமர்ப்பிக்கப்பட்டவுடன் தொலைந்த ஆவண அறிக்கை LDR ஒரு தனித்துவமான குறிப்பு எண்ணுடன், உடனடியாக பயனீட்டாளருக்கு அளிக்கப்படும். அதே சமயத்தில் இந்த அறிக்கை நகல் அவரின் மின்னஞ்சல் கணக்கிற்கும் அனுப்பப்படும்.

ஆவணம் வழங்கும் அதிகாரிகளால் LDR ன் உண்மைத் தன்மையைச் சரிபார்க்க இணையதளத்தில் ஏற்பாடு செய்யப்பட்டுள்ளது. காவல்துறைக்கு தவறான தகவல்கள் தருவது ஒரு தண்டனைக்குரிய குற்றமாகும்.

காவல்துறை நற்சான்றிதழ் பெறுதல்
(Police Verification Report)

காவல்நிலையங்களுக்குச் செல்லாமல், நேரடியாக ஆன்லைன் மூலமாக மேற்படி சான்றிதழ்களை தனியார் நிறுவனங்கள், கார்ப்பரேட் நிறுவனங்கள், அலுவலகங்கள் போன்றவற்றில் வேலைக்கு அமர்த்துவதற்கும், வீடுகளில் போன்றவற்றில் வேலைக்கு அமர்த்துவதற்கும் குடியமர்த்துவதற்கும், செக்யூரிட்டி வேலை, தனியார் வங்கிகளில்

வேலை என அனைத்து வேலைகளில் அமர்த்துவதற்கும் முன் சம்பந்தப்பட்டவர் நடத்தை குறித்து- மேற்படி நபர் மீது பதிவு செய்யப்பட்டுள்ள குற்ற வழக்குகள் குறித்து காவல்துறையில் ஆன்லைன் மூலம் சான்றிதழ் பெற்றுக்கொள்ளலாம்.

Self verification ஒன்றுக்கு ரூபாய் *500/-Job verification* ஒன்றுக்கு ரூபாய் *1000/-*இந்தத் தொகையை *Debit card, Credit card* மற்றும் *Net banking* மூலம் செலுத்தி சான்றிதழினைத் தாமதமின்றி பெற்றுக்கொள்ளலாம்.

Digi Locker

பொதுமக்கள் தங்களது சொந்த ஆவணங்களான வாகனப் பதிவுச் சான்று, ஓட்டுநர் உரிமம், பான் கார்டு, ஆதார் கார்டு போன்ற முக்கிய ஆவணங்களை டிஜிட்டல் முறையில் பாதுகாத்து வைத்துக்கொள்ள இச்செயலியை பயன்படுத்தலாம். மேலும் காவல்துறையினர் வாகனத் தணிக்கை செய்யும்போது இச்செயலியில் உள்ள டிஜிட்டல் ஆவணங்களை காண்பித்தால் போதுமானது.

விமான நிலையங்கள் மற்றும் பாதுகாக்கப்பட்ட இடங்கள் போன்ற ஆவணங்களை பரிசோதிக்கும் அனைத்து இடங்களிலும் இந்த செயலியில் உள்ள ஆவணங்களை காண்பித்தாலே போதும் காவல்துறையினர் அதை ஏற்றுக் கொள்வர்.

இச்செயலியைப் பொதுமக்கள் *Google Play Store* மூலமாக தங்களது கைப்பேசியில் பதிவிறக்கம் செய்து கொள்ளலாம்.

M-Parivahan APP

பொதுமக்கள் எந்த ஒரு போக்குவரத்து வாகனத்தின் பதிவுச் சான்று, ஓட்டுநர் உரிமம், ஆகியவற்றின் உண்மை விபரத்தினை இச்செயலியைப் பயன்படுத்தி உடனடியாக தெரிந்து கொள்ளலாம். இச்செயலியை பொதுமக்கள் *Google Play Store* மூலமாக தங்களது கைப்பேசியில் பதிவிறக்கம் செய்துகொள்ளலாம்.

காலம்தோறும் ஏற்படும் அறிவியல் வளர்ச்சிக்கேற்ப, தொழில்நுட்ப மாறுதல்களுக்கேற்ப காவல்துறை, தினந்தோறும் தன்னைப் புதுப்பித்துக் கொண்டே இருக்கிறது,

காவல்துறையின் அசுர வளர்ச்சி, தொழில்நுட்ப முன்னேற்றம், எத்தகு சூழ்நிலைகளையும் சமயோசிதமாகக் கையாளும் திறன் இவற்றையெல்லாம் அறிந்த, இன்றைய இளைஞர்கள் காவல்துறையில், தங்களின் எதிர்கால வாழ்வை இணைத்துக்கொள்ள ஆர்வமுடன் இருக்கின்றார்கள்.

காவல்துறை சந்திக்கும் சவால்கள்

இன்றைய நாளில் காவல்துறை பல்வேறு விதமான சட்டம் ஒழுங்குப் பிரச்னைகளையும் குற்ற நிகழ்வுகளையும் எதிர்கொண்டு வருகிறது. அரசின் கொள்கை முடிவுக்கு எதிராக பல்வேறு அமைப்புகளின் தூண்டுதலின் பேரில் எண்ணற்ற போராட்டங்கள் நடைபெற்று வருகின்றன. குறிப்பாக ஓஎன்ஜிசி எண்ணெய்க் குழாய் அமைத்தல், ஸ்டெர்லைட் ஆலை பிரச்னை, கூடங்குளம் அணுமின் நிலைய பிரச்னை, மத்திய அரசின் பண மதிப்பிழப்பு கொள்கை முடிவு, தமிழக மக்களின் உணர்வுபூர்வமான ஜல்லிக்கட்டு போராட்டம், அதேபோல் தமிழ்நாட்டில் இருபெரும் ஆளுமைகளாக இருந்த முன்னாள் முதல்வர்கள் மறைவு- அதைத் தொடர்ந்த பாதுகாப்புப் பணி, காவிரி மேலாண்மை வாரியம் அமைத்தல், கஜா புயல் பாதிப்பு- அதைத் தொடர்ந்து டெல்டா மாவட்டங்களில் நடைபெற்ற சாலை மறியல், ரயில் மறியல் போராட்டங்கள் என பல்வேறு சட்டம் ஒழுங்குப் பிரச்னைகள் காவல்துறைக்கு சவாலாக விளங்கினாலும் முழுமையான திட்டமிடுதல், பொறுமையாகத் திறம்படக் கையாளுதல் என அனைத்துப் போராட்டங்களையும் மிகச் சிறப்பாகவே கையாண்டு வந்துள்ளது.

இதுபோன்ற போராட்டங்களில் பொதுமக்களும் மாணவர்களும் நாட்டின் வளர்ச்சியையும், தொழில்நுட்ப வளர்ச்சியின் தேவையையும், கருத்தில் கொண்டு, அரசின் கொள்கை முடிவைச் சரியாகப் புரிந்துகொண்டு உலகளவில் இந்தியாவின் வளர்ச்சியைக் கொண்டு செல்லும் விதமாக, இளைஞர்களுக்கு வேலை வாய்ப்பை உருவாக்கும் புதிய தொழிற்சாலைகள் அமைவதை ஊக்குவிக்கும்விதமாக செயல்பட்டால் நாட்டின் வளர்ச்சிக்கு மிகவும் பயனுள்ளதாக இருக்கும்.

குறுகிய புத்தியோடு, நாட்டில் குழப்பத்தை உருவாக்கி மலிவான விளம்பரம் தேடும், வளர்ச்சிக்கு முட்டுக்கட்டையாக செயல்படும் நபர்களிடமிருந்து இளைஞர்கள் மிகவும் கவனமாக ஒதுங்கி, தங்களுடைய கல்வியிலும் புதியன சிந்திப்பதிலும் நாட்டின் வளர்ச்சியில் பங்கேற்பதிலும் ஆர்வம் செலுத்த வேண்டும்.

இதைத்தவிர வருடாந்திர விரிவான பாதுகாப்புப் பணியாக விளங்கும் திருவண்ணாமலை தீபத்திருவிழா, திருச்செந்தூர் சூரசம்ஹார விழா, போன்ற வெகுஜன மக்கள் கூடும் திருவிழாக்களையும், தேவர் ஜெயந்தி, இமானுவேல் சேகரன் ஜெயந்தி, போன்ற குறிப்பிட்ட இன மக்கள் கொண்டாடக்கூடிய உணர்வுபூர்வமான விழாக்களையும் காவல்துறை மிகச் சிறப்பாகவே கையாண்டு வருகிறது.

அதேபோல் எதிர்பாராத சில சவால்களும் உருவாவது உண்டு. சமீபத்தில் நடந்த 40 ஆண்டுகளுக்கு ஒருமுறை நடைபெறக்கூடிய காஞ்சிபுரம் அத்திவரதர் திருவிழா இந்த ஆண்டு சாதாரணமாகத்தான் தொடங்கியது. ஆனால் எதிர்பாராதவிதமாக கட்டுக்கடங்காத பக்தர்கள் கூட்டம் வருகை புரிந்து நாளுக்கு நாள் அதிகரித்தவிதமாகவே இருந்த நிலையில் ஒருவித அசாதாரண சூழ்நிலையை காவல்துறையினர் எதிர்கொண்டு மிகச் சிறப்பான பாதுகாப்புப் பணியை மேற்கொண்டு மக்களுக்கு அளப்பரிய சேவையை செய்தனர்.

அதைத்தொடர்ந்து சர்வதேச அளவில் எதிர்பார்க்கப்பட்ட, மாண்புமிகு பாரதப் பிரதமர் நரேந்திர மோடி, சீன அதிபர் ஜி ஜின்பிங் அவர்களின் சந்திப்பு, நடைபெற்ற மாமல்லபுர பாதுகாப்பு பணி உச்சபட்ச அச்சுறுத்தலைக் கொண்டிருந்தாலும் காவல்துறையினரின் திறமையான செயல்பாட்டால் சிறு அசம்பாவிதமும் இன்றி மிகச் சிறப்பான பாதுகாப்புப் பணியாக இரு நாட்டுத் தலைவர்களும் காவல்துறையைப் பாராட்டி நன்றி தெரிவிக்கும் பாதுகாப்புப் பணியாக இருந்தது குறிப்பிடத்தக்கதாகும்.

காவல் சீருடை அதிகார வரிசை

பொதுமக்கள், காவல் பணியைப் பொறுத்தவரையில் அதிக அளவில் ஆர்வம் காட்டும் விஷயங்களில் ஒன்று காவல் அதிகாரிகளின் உடை மற்றும் அது சார்ந்த குறியீடுகள் குறித்ததாகும். காவல்துறை ஒழுக்கம் சார்ந்த அதிகார வரிசை அமைப்பின் ஒவ்வொரு பிரிவினரும் குறிப்பிட்ட விதமாக சின்னங்களைக் கொண்ட ஆடையை அணிந்திருப்பர்.

✡காவல்துறை இயக்குநர்

✡காவல் துறை கூடுதல் இயக்குநர்/ சென்னை கமிஷனர்

✡காவல்துறைத் தலைவர்/கமிஷனர் (சென்னை தவிர பிற மாநகராட்சிகள்)

✡காவல் துறை துணைத் தலைவர்/ (இணை கமிஷனர்)

✡காவல் கண்காணிப்பாளர்/காவல் துணை ஆணையர்

✡காவல் கூடுதல் கண்காணிப்பாளர்/ கூடுதல் காவல் துணை ஆணையர்

✡காவல் துணை கண்காணிப்பாளர்/ காவல் உதவி ஆணையர்

✡காவல் ஆய்வாளர்

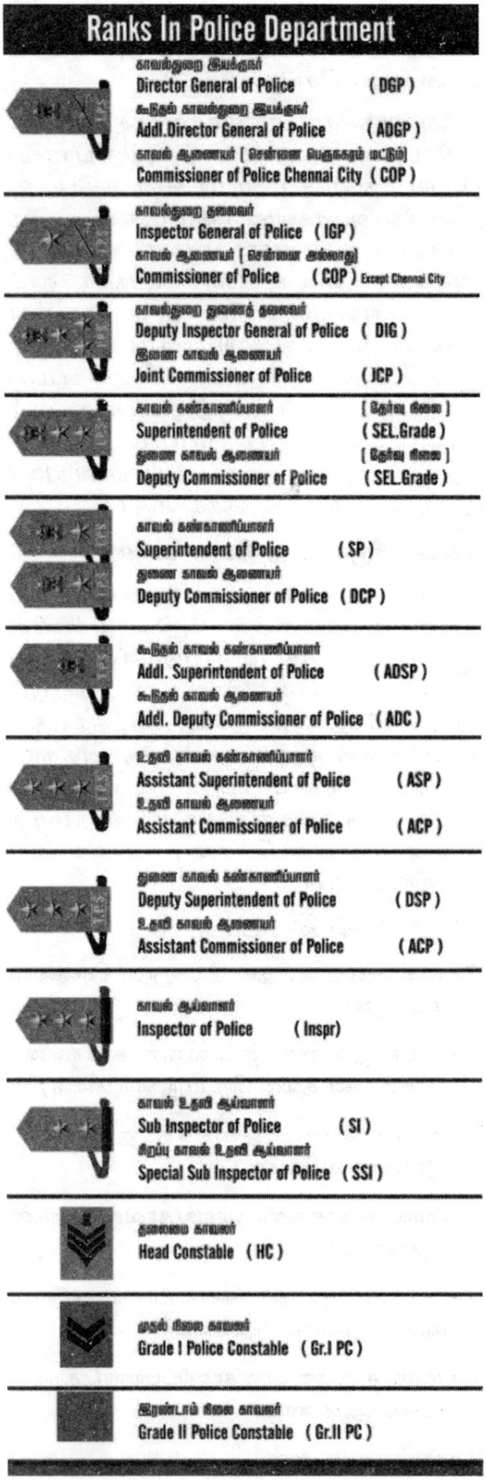

Ranks In Police Department
காவல்துறை இயக்குநர்
Director General of Police (DGP)
கூடுதல் காவல்துறை இயக்குநர்
Addl.Director General of Police (ADGP)
காவல் ஆணையர் [சென்னை பெருநகரம் மட்டும்]
Commissioner of Police Chennai City (COP)
காவல்துறை தலைவர்
Inspector General of Police (IGP)
காவல் ஆணையர் [சென்னை அல்லாது]
Commissioner of Police (COP) Except Chennai City
காவல்துறை துணைத் தலைவர்
Deputy Inspector General of Police (DIG)
இணை காவல் ஆணையர்
Joint Commissioner of Police (JCP)
காவல் கண்காணிப்பாளர் [தேர்வு நிலை]
Superintendent of Police (SEL.Grade)
துணை காவல் ஆணையர் [தேர்வு நிலை]
Deputy Commissioner of Police (SEL.Grade)
காவல் கண்காணிப்பாளர்
Superintendent of Police (SP)
துணை காவல் ஆணையர்
Deputy Commissioner of Police (DCP)
கூடுதல் காவல் கண்காணிப்பாளர்
Addl. Superintendent of Police (ADSP)
கூடுதல் காவல் ஆணையர்
Addl. Deputy Commissioner of Police (ADC)
உதவி காவல் கண்காணிப்பாளர்
Assistant Superintendent of Police (ASP)
உதவி காவல் ஆணையர்
Assistant Commissioner of Police (ACP)
துணை காவல் கண்காணிப்பாளர்
Deputy Superintendent of Police (DSP)
உதவி காவல் ஆணையர்
Assistant Commissioner of Police (ACP)
காவல் ஆய்வாளர்
Inspector of Police (Inspr)
காவல் உதவி ஆய்வாளர்
Sub Inspector of Police (SI)
சிறப்பு காவல் உதவி ஆய்வாளர்
Special Sub Inspector of Police (SSI)
தலைமை காவலர்
Head Constable (HC)
முதல் நிலை காவலர்
Grade I Police Constable (Gr.I PC)
இரண்டாம் நிலை காவலர்
Grade II Police Constable (Gr.II PC)

✡காவல் சார்பு ஆய்வாளர்

✡சிறப்பு காவல் சார்பு ஆய்வாளர்

✡தலைமைக் காவலர்

✡முதல் நிலைக் காவலர்

✡ இரண்டாம் நிலை காவலர்

என்ற வகையில்தான் காவல்துறையின் அதிகார வரிசை அமைப்பு இருக்கும். அவரவர்கள் உரிய சீருடையை அணிந்து இருப்பர்.

காவலர்கள் தொடங்கி ஆய்வாளர்கள் வரை மாநகராட்சிக்கும் மாவட்ட காவல் துறையிலும் காவல் பணியாளர்கள் ஒரே மாதிரியாகத்தான் அழைக்கப்படுவார்கள். அதற்குப் பிறகு மாவட்டத்தில் டிஎஸ்பி என்பதை சிட்டியில் ஏசி என்று அழைப்பார்கள், அதன் பிறகு மேற்குறிப்பிட்ட வரிசைப்படி அப்படியே அழைக்கப்படும்.

காவல் பணியில் சேருதல்

என் போன்ற காவல் அதிகாரியைப் பார்க்கும்பொழுதெல்லாம், மாணவர்கள் கேட்கும் முதல் கேள்வியே, நாங்கள் எப்படி உங்களைப்போல காவல் அதிகாரியாவது, எப்படி காவல் துறைப் பணியில் சேருவது என்பதுதான்.

அண்மைக்காலமாக, இதுபோன்ற கேள்விகளை அதிகமாய் எதிர்கொள்கின்றேன். எனவே இன்றைய இளைஞர்களுக்குக் காவல்துறை பற்றிய ஒரு புரிதலை, தெளிவை ஏற்படுத்த விரும்புகின்றேன்.

தமிழ்நாடு காவல்துறையில் இன்றைய இளைஞர்கள் சேர்வதற்கு நான்கு வழிகள் உள்ளன.

முதலாவது வழி, மத்தியத் தேர்வாணையம் நடத்தும், குடிமைப் பணி தேர்வில் வெற்றிபெற்று, ஐபிஎஸ் அதிகாரியாக நேரடி நியமனம் பெறுவது.

இரண்டாவது வழி, தமிழ்நாடு மாநிலத் தேர்வாணையம் நடத்தும் குடிமைப்

பணி தேர்வில் வெற்றிபெற்று. நேரடியாக டி.எஸ்.பி. பதவியில் சேருதல்.

மூன்றாவது வழி, தமிழ்நாடு மாநில சீருடைத் தேர்வாணையம் நடத்தும், உதவி ஆய்வாளர் தேர்வில் வெற்றி பெற்று, நேரடியாக உதவி ஆய்வாளர் பணியில் சேருதல்.

நான்காவது வழி, சீருடைத் தேர்வாணையம் நடத்தும் தேர்வில் வெற்றிபெற்று, இரண்டாம் நிலை காவலர் பணியில் சேருதல்.

இந்த நான்கு வழிகள் மூலமாகத்தான், தமிழ்நாடு காவல் துறைக்குக் காவலர்கள், காவல் அதிகாரிகள் தேர்வு செய்யப் படுகிறார்கள்.

முதல் இரண்டு தேர்வுகளைப் பொறுத்தவரை, *IPS* மற்றும் *DSP* முதல் நிலைத் தேர்வு, பிரதான தேர்வு, நேர்முகத் தேர்வு என்னும் மூன்று நிலைகளைக் கடந்தாக வேண்டும்.

இந்தப் பதவிகளுக்கு உடல் தகுதியினைப் பொறுத்தவரை, குறைந்தபட்ச தகுதி இருந்தாலே போதுமானது, உடல் தகுதிக்கு என்று பிரதான தேர்வு கிடையாது.

உதவி ஆய்வாளரைப் பொறுத்தவரை, தமிழ்நாடு சீருடைப் பணியாளர் தேர்வாணையம் மூலமாக *(TNUSRB)* உள்ளூர் உதவி ஆய்வாளர் *(TALUK SI)*, தொழில்நுட்பப் பிரிவு உதவி ஆய்வாளர் *(TECHNICAL SI)*, விரல் ரேகைப் பிரிவு உதவி ஆய்வாளர் *(FINGER PRINT SI)* என்னும் மூன்று உதவி ஆய்வாளர் பணிகளுக்குத் தேர்வுகள் நடத்தப்பெறுகிறன.

சட்டம் ஒழுங்கு உதவி ஆய்வாளர் தேர்வைப் பொறுத்தவரையில் ஏதாவது ஒரு பட்டப்படிப்பு படித்திருந்தாலே போதும் . ஆனால் தொழில்நுட்பப் பிரிவு விரல் ரேகை பிரிவு உதவி ஆய்வாளர் பணிக்கு பொறியியல் அல்லது அறிவியலில் இளம்கலை பட்டம் பெற்றிருக்க வேண்டும்.

இவ்விவரங்கள் அனைத்தும், சீருடைத் தேர்வாணைய இணையதளத்தில் மிக விரிவாக குறிப்பிடப்பட்டுள்ளன. மாணவர்கள் தேர்வு குறித்த விவரங்களைப்பெற, நாளிதழ் அறிவிப்பையும் இணையத் தளத்தையும் கவனமாகப் பார்க்க வேண்டும்.

ஒவ்வொரு வரிகளையும் உன்னிப்பாக படிக்க வேண்டும். நாளிதழ்களைப் பார்த்துக்கொண்டிருந்தாலே உங்களுக்கு இதுபற்றித் தெரியவரும் மேலும் தகுதி, பாடத்திட்டம், தேர்வு முறை போன்றவற்றை மிக விரிவாக கூறியிருப்பார்கள்.

ஆனால், உதவி ஆய்வாளர், காவலர்கள் தேர்வைப் பொறுத்தவரையில் எழுத்துத் தேர்வு மட்டுமல்லாது, உடல் திறன் தேர்விலும் தேர்ச்சிபெற்றாக வேண்டும். எழுத்துத் தேர்விற்கு *85* மதிப்பெண்கள் எனில் உடல் தகுதித் தேர்விற்கு *15* மதிப்பெண்கள்.

காவல் அமைச்சுப்பணி எனப்படும் நிர்வாகப் பணிக்கு தமிழ்நாடு தேர்வாணையம் மூலம் குரூப் 4, குரூப் 2 தேர்வில் வெற்றி பெற்று இளநிலை உதவியாளர்களாகவும் *(Junior Assistant)*, நேரடி நியமன உதவியாளர்களாகவும் *(Direct Assistant)* பணி நியமனம் செய்யப்படுகிறார்கள்.

போட்டித் தேர்வைப் பொறுத்த வரையில், முதலில் எந்தத் தேர்வாக இருந்தாலும் அதற்குரிய பாடத்திட்டத்தை கவனமாகப் பார்க்க வேண்டும். பாடத்திட்டத்தில் குறிப்பிடப்பட்டுள்ள ஒவ்வொரு தலைப்பையும் நன்கு படித்து, அதற்குரிய புத்தகம் மற்றும் குறிப்புகளைத் தயார் செய்ய வேண்டும்.

பாடத்திட்டத்தில் அல்பெருனி என்று இருந்தால் கண்டிப்பாக அல்பெருனி பற்றி முழுமையாகத் தெரிந்து வைத்துக்கொள்ள வேண்டும்.

எழுத்துத் தேர்வைப் பொறுத்த வரையில், தேர்வானது, பொது அறிவு சார்ந்ததாகவே இருக்கும். முக்கியமாக இந்திய வரலாறு, இந்திய சுதந்திரப் போராட்டம், இந்திய அரசியலமைப்பு, இந்தியப் பொருளாதாரம், புவியியல்,

நடப்பு நிகழ்வுகள், சுற்றுச் சூழலியல், தமிழ் இலக்கியம், தமிழ்ப் பண்பாட்டு, வரலாறு, திராவிட இயக்கம் மற்றும் திறனறித் தேர்வு சார்ந்ததாக இருக்கும்.

இந்தத் தேர்வைப் பொறுத்தவரையில் முதலில் பள்ளிக்கூட பாடப் புத்தகத்தை நன்கு படிக்க வேண்டும். ஏனெனில் அனைத்து பாடங்கள் குறித்தும் ஒரு அடிப்படைப் புரிதல் பள்ளிக்கல்வி புத்தகத்தில் பெற்றுவிட முடியும்.

தமிழ்நாடு பள்ளிக் கல்வி புதிய பாடத்திட்டம் மற்றும் பழைய புத்தகங்களை பாடத்திட்ட படிக்க வேண்டும். ஏன் பள்ளிக்கூடப் புத்தகத்தைப் படிக்க வேண்டும் என்றால், வரலாறு, புவியியல், பொருளாதாரம் போன்ற பாடங்கள் மிக எளிமையாக புரிந்துகொள்ளக்கூடிய வகையில், எளிதில் நினைவில் வைத்துக் கொள்ளக்கூடிய வகையில் பள்ளிப் பாட நூல்களில்தான் உள்ளன. ஆதலால் மாணவர்கள் அவற்றை நன்கு படிக்க வேண்டும்

இவற்றைத் தவிர பாடநூல் நிறுவனம் வெளியிட்டுள்ள புத்தகங்களை படிக்கலாம். க.வெங்கடேசன் போன்ற கல்லூரிப் பேராசிரியர்கள் நிறைய புத்தகங்கள் வெளியிட்டுள்ளனர். அவற்றைத் தேர்வு செய்து படிக்க வேண்டும்.

மாதிரி வினாத்தாள்களைப் பெற்று, நிறைய பயிற்சி செய்து பார்க்க வேண்டும். செய்தித்தாள்களை அவசியம் படிக்க வேண்டும். உடல் தகுதித் தேர்வைப் பொறுத்தவரையில் முதலில் உயரம், மார்பளவு குறைந்தபட்ச கண் பார்வை திறன் கண்டிப்பாக இருக்க வேண்டும்.

எனவே, இதுகுறித்து முன்பாகவே நன்கு அறிந்து அளந்து தகுதிபெற்றுக் கொள்ள வேண்டும். சிறிய தகுதிக் குறைபாடு இருந்தாலும் ஏற்றுக்கொள்ளப்பட மாட்டார்கள். உடல்தகுதித் தேர்வு அனைத்தும் மாவட்ட காவல் கண்காணிப்பாளர் தலைமையில் முழுமையாக வீடியோ ஒளிப்பதிவு செய்யப்படும்.

அதேபோல் கயிறு ஏறுதலும் ஆயிரத்து ஐநூறு மீட்டர் ஓட்டப் பந்தயமும் கட்டாயமாகும். பெண்கள் 400 மீட்டர் ஓட்டப் பந்தயத்தில் பங்கேற்க வேண்டும். நீளம் தாண்டுதல் அல்லது உயரம் தாண்டுதல் ஏதேனும் ஒன்று அவசியமாகும்.

காவலர் பணி உடல் திறன் தேர்வைப் பொறுத்தவரையில் பெரும்பாலான மாணவர்கள் கயிறு ஏறுவதில்தான் ஏமாந்துவிடுகிறார்கள். நிச்சயமாக கயிறு ஏறுவதற்கு முறையான பயிற்சியைப் பெறவேண்டும் நல்ல ஆரோக்கியமான உடல் நிலைக்குரிய உணவுப் பழக்கத்தை வைத்துக்கொள்ள வேண்டும். புகை பிடிப்பவர்கள், மது அருந்துபவர்கள், மிகை உணவு உண்பவர்கள், உடற்பயிற்சி பழக்கம் இல்லாதவர்கள் போன்றவர்களால் கயிறு ஏறுவது என்பது மிகவும் சிரமமான ஒன்றாகும்.

நிறைய மாணவர்கள் கேட்கிறார்கள், ஏதேனும் சிபாரிசு மூலம் இந்தத் தேர்வில் வெற்றிபெற்றுவிடலாமா அல்லது பணம் கொடுத்து சாதித்துவிடலாமா என்றெல்லாம் கேட்கிறார்கள்.

கண்டிப்பாக முடியவே முடியாது; ஏமாந்துவிடாதீர்கள். நிறைய புரோக்கர்கள் மற்றும் சில பயிற்சி மையங்கள் இதுபோல் மோசடி செய்வதாக கேள்விப்படுகிறேன். யார் நினைத்தாலும் எந்த ஓர் அதிகார மையம் தலையிட்டாலும் கூட காவல் பணியில் தகுதி இல்லாமல், முறைகேடான வழியில் சேருவதற்கு வாய்ப்பே இல்லை.

மற்ற எந்த தேர்வைக் காட்டிலும் இந்த சீருடைப் பணியாளர் தேர்வு மையம் நடத்தும் காவல் பணித் தேர்வானது மிகவும் கண்டிப்பான முறையில் நடத்தப்படும். இதில் எவ்வித முறைகேடும் செய்ய இயலாது, அதேபோல் உடல் திறன் தேர்வு முழுக்க முழுக்க வீடியோவில் ஒளிப்பதிவு செய்யப்படுகிறது. அதனால் எந்த அதிகாரி நினைத்தாலும் யார் நினைத்தாலும் எதுவும் செய்ய இயலாது. காவல் அதிகாரிகளை இது தொடர்பாக

அணுகி தொந்தரவு செய்ய வேண்டாம், என்றும் ஏமாந்துவிட வேண்டாம் என்றும் கேட்டுக் கொள்கிறேன்.

உங்களுக்குத் தகுதி இருந்தால் நீங்கள் தேர்வாக முடியும். இல்லாவிட்டால் வெளியேறிவிடவேண்டியதுதான். யார் பேச்சையும் நம்பி ஏமாந்துவிடாதீர்கள். தொடர்ந்து விடாமுயற்சியை மேற்கொண்டால் நிச்சயம் வெற்றிபெற்று விட முடியும்.

மாணவர்களுக்கு இன்னொரு சந்தேகமும் உள்ளது. அதாவது இந்த தேர்வை வீட்டில் இருந்தபடியே படிக்கலாமா அல்லது சென்னை, திருச்சி போன்ற வெளியூர்களில், நகரங்களில் தங்கிப் படிக்கலாமா அல்லது பயிற்சி மையத்தில் சேர்ந்து படிக்கலாமா என்று.

உங்களுக்குத் தேர்வைப் பற்றிய குறைந்தபட்ச புரிதல் இருந்தால் போதுமானது. போதுமான புத்தகங்கள், குறிப்புதவி நூல்கள், பயிற்சி வினாத்தாள்கள் போன்றவற்றை வாங்கக்கூடிய வசதி இருந்தால் நீங்கள் எங்கு வேண்டுமானாலும் படிக்கலாம்.

அப்படி இல்லாத பட்சத்தில் நகர்ப்பகுதிகளில் போட்டித் தேர்வு மையங்களில் சேர்ந்து படிப்பது பலன் கொடுப்பதாகவே அமையும். ஏனெனில் பாடத்திட்டங்களைப் பொறுத்தவரையில் அவர்கள் நன்கு தயார் செய்து குறிப்புகள் வைத்திருப்பார்கள்.

அரசியலமைப்பு, தமிழ் இலக்கியம், இந்திய வரலாறு போன்றவை உங்களுக்கு எளிதில் புரிந்துவிடும். அதற்காக நீங்கள் மிகவும் சிரமப்பட்டு மனப்பாடம் செய்ய வேண்டிய தேவை இருக்காது. ஆனால் பொருளாதாரம், புவியியல், கணக்கு, திறனறித் தேர்வு போன்றவற்றை நல்ல திறமையான ஆசிரியர்கள் சொல்லிக் கொடுத்தால் மிக எளிதாகப் புரிந்து கொள்ள முடியும்.

மேலும் பல பயிற்சி மையங்களில் மாதிரிப் பயிற்சிகள், மாதிரித் தேர்வுகள் நடத்துகிறார்கள். இது உண்மையிலேயே பலனளிக்கக் கூடிய ஒன்றுதான். ஆனால் உங்களுக்கு அடிப்படை விஷய அறிவு இருக்குமெனில் பயிற்சி மையத்தில் சேர்ந்துதான் படிக்க வேண்டும் என்பது அவசியமில்லை. என்போன்ற அதிகாரிகள் பயிற்சி மையத்தில் சேராமல் தானாகவே படித்து இந்தத் தேர்வில் வெற்றிபெற்றுள்ளோம் என்பதும் குறிப்பிடத்தக்கதாகும்.

அதேபோல் நகர்ப்பகுதிகளில் நமக்கு நிறைய புத்தகங்களும் மாத இதழ்களும் நடப்பு நிகழ்ச்சிகள் குறித்த வார இதழ்கள், மாத இதழ்கள் கிடைக்கக்கூடிய வாய்ப்பு உள்ளது. இணையத்தின் மூலமும், அலைபேசி மூலமும் படிப்பதைவிட, அதை நீங்கள் புத்தகமாகப் படிப்பது தான் மிகவும் பயனுள்ளதாக இருக்கும்.

தேவையான இடங்களில் குறிப்பு எழுதிக்கொண்டு, மீண்டும் மீண்டும் திருப்பிப் பார்த்துக்கொண்டே படிக்கும் போது, நல்ல நினைவுத்திறன் கூடும். உங்களால் புரிந்துகொண்டு பதில் அளிக்க முடியும். தேர்வில் வெற்றிபெறுவதற்கு இதுதான் சிறந்த வழி. ஒருபோதும் குறுக்கு வழியைத் தேடாதீர்கள். எந்த நிலையிலும் அது பலன் கொடுக்காது. கடுமையான மன உளைச்சல்தான் பரிசாகக் கிடைக்கும்!!

அதேபோல் மாணவர்கள் ஒன்றாகத் தங்கிப் படிக்கும்பொழுது, தேர்வில் வெற்றிபெற, குறுக்கு வழியைப் பின்பற்றுவது பற்றிப் பேசுவதை முற்றிலுமாக தவிர்க்க வேண்டும். எப்படி பாடத்திட்டத்தை அணுகுவது, எப்படி புரிந்துகொண்டு விடை அளிப்பது, இந்த மாதிரி கேட்டால், என்ன மாதிரி அதற்கு விடை எழுத வேண்டும், விரிவான வினாக்களுக்கு எப்படி எழுத வேண்டும், மூன்று மதிப்பெண்கள், 5 மதிப்பெண்கள் போன்ற சிறு வினாக்களுக்கு நேரடியாக விஷயத்தை எப்படி தெரிவிக்க வேண்டும், என்பது போன்ற ஆக்கபூர்வமான விஷயங்களைத்தான் விவாதிக்க வேண்டும்.

தவிர தேர்வில் முறைகேடு செய்து, குறுக்கு வழியில் வெற்றிபெறவைத்து

விட்டார்கள், பணம் கொடுத்து வந்து விட்டார்கள், அவர்கள் உறவினர் காவல் துறையில் இருப்பதால் வெற்றிபெற்று விட்டார்கள் என்றெல்லாம் பேசிப் பேசி மன உளைச்சலுக்கு ஆளாகிவிடக் கூடாது. பொதுவாக மாணவர்கள் நிறையபேர், ஒன்றாகத் தங்கி இருக்க கூடிய இடங்களில், இதுபோன்ற வாதப்பிரதிவாதங்களில் ஈடுபடுகிறார்கள். இது தேவையில்லாத மனத் தளர்ச்சியையும், நேர விரயத்தையும் படிப்பில் ஒரு தேக்கத்தையும்தான் ஏற்படுத்தும். இதை முற்றிலும் தவிர்க்க வேண்டும்.

அதேபோல் மாணவர்கள் கலந்துரையாடலில் செய்தித்தாளில் உள்ள கட்டுரைகள், திட்டங்கள், அரசின் புதிய புதிய அறிவிப்புகள் போன்றவற்றை தேடுதல், விவாதித்தல், அன்றைய முக்கிய பிரச்னைகள், சர்வதேச அளவிலான பிரச்னைகள், தேசிய அளவிலான நிகழ்வுகள், மாநில அளவிலான முக்கிய திட்டங்கள், இதுபோன்ற விஷயங்களை விவாதிக்க வேண்டும்.

நல்ல நெருக்கமான உண்மையான நண்பர்கள் கிடைத்தால் இதைச் செய்யவேண்டும். இல்லாவிடில் நாம் தனியாகவே அதைப் படித்துப் புரிந்துகொள்ளலாம். 'மந்திரத்தால் மாங்காய் விழாது என்பதை நன்றாகப் புரிந்துகொள்ள வேண்டும். நம் ஊரில் கூறுவார்கள் அல்லவா, 'சட்டியில் இருந்தால்தான் அகப்பையில் வரும்' என்று. அதுபோல் புத்தியில் இருந்தால்தான் பத்தியில் எழுத முடியும் என்பதை மனதில் நன்கு பதியவைக்க வேண்டும்.'

சீருடைப் பணியாளர் தேர்வாணையத்தினைப் பொறுத்தவரை, தேர்வு முடிவுகளை மிக விரைவாக வெளியிட்டு விடுகிறார்கள். பயிற்சியையும் குறித்த நேரத்தில், குறுகிய காலத்திலேயே கொடுத்து விடுவார்கள். காவலர்களைப் பொறுத்தவரையில் ஏழு மாத காலம் காவலர் பயிற்சிப் பள்ளியில் உடல் திறன் மற்றும் சட்ட அறிவு, ஆயுத பயிற்சி வழங்கப்படும். அதன்பிறகு ஒரு மாதம் உள்ளூர் காவல் நிலையங்களில் காவலர் பணி குறித்த அடிப்படைப் பயிற்சி வழங்கப்படும்.

உதவி ஆய்வாளர்களைப் பொறுத்த வரையில் ஒரு வருடம் சென்னை வண்டலூரில் உள்ள காவல் உயர் பயிற்சியகத்தில் அடிப்படை உடல்திறன் மற்றும் சட்டப் பயிற்சியும், பிறகு ஆறு மாதம் மாவட்டத்தில் உள்ள உள்ளூர் காவல் நிலையத்தில் சார்பு ஆய்வாளர் பணி குறித்த முழுமையான வழக்குப் பதிவு செய்தல், பதிவேடுகள் பராமரித்தல், நீதிமன்றப் பணி குறித்த பயிற்சியும் வழங்கப்படும். பிறகு அவர்கள் உடனடியாக சட்டம் ஒழுங்கு உதவி ஆய்வாளராக பணி அமர்த்தப்படுவார்கள்.

நேரடி நியமன டிஎஸ்பியைப் பொறுத்த வரையில் தமிழ்நாடு தேர்வாணையம் மூலம் அவர்கள் தேர்வு செய்யப்பட்ட உடன், உடனடியாக அவர்களுக்கு காவல் நன்னடத்தை சரிபார்ப்புப் பணி தொடங்கும்

அவர்கள் மீது குற்ற வழக்கு ஏதேனும் உள்ளதா? குற்றப் பின்னணி ஏதேனும் உள்ளதா? அரசியல் இயக்கங்கள், அல்லது தடை செய்யப்பட்ட இயக்கங்களோடு தொடர்பு உள்ளதா? என்பன போன்ற விசாரணைகள் மற்றும் சம்பிரதாய விசாரணைகள் நடைபெறும் இவை முடிந்தவுடன் உடல் தகுதித் தேர்வு நடைபெறும்.

இந்தப் பயிற்சியும் சென்னை வண்டலூர் காவல் உயர் பயிற்சி யகத்தில்தான் நடைபெறும். ஒரு வருட காலம் அங்கு உடல் திறன் பயிற்சியும், சட்டம், காவல் நிலையச் செயல்பாடுகள், பதிவேடுகள், சட்டம் சார்ந்த முழுமையான வகுப்புகள், வழக்கு விசாரணை, ஆயுதப் பயிற்சி, குதிரை ஏற்றம் போன்ற அனைத்துவிதமான பயிற்சிகளும் வழங்கப்படும். பிறகு அவர்கள் மாவட்டத்தில் ஆறு மாதம் அடிப்படை காவல் பணிப் பயிற்சிக்கு அனுப்பப்படுவார்கள்.

அங்கு இரண்டாம் நிலை காவலர் பணியில் தொடங்கி, தலைமைக் காவலர், எழுத்தர், உதவி ஆய்வாளர், ஆய்வாளர் என ஒவ்வொரு நிலையிலும் குறிப்பிட்ட காலம் பணியமர்த்தப்பட்டு முழுமையாக தயார் செய்யப்படுவார்கள். அது தவிர அரசு வழக்கறிஞர்கள், நீதிமன்ற விசாரணை குறித்தும் பயிற்சி அளிக்கப்படும். மேலும் வருவாய் துறை, தீயணைப்புத் துறை, வனத்துறை போன்ற காவல் துறையுடன் தொடர்புடைய அனைத்து துறை சார்ந்த பயிற்சியும் அளிக்கப்படும்.

மாவட்டக் காவல் அலுவலகத்தில் காவல் நிர்வாகம் எப்படிச் செயல்படுகிறது, குற்ற ஆவணக் காப்பகம், மாவட்டக் குற்றப்பிரிவு, விரல்ரேகை பிரிவு, தொழில்நுட்பப் பிரிவு, ஆயுதப்படைப் படைப்பிரிவு எப்படிச் செயல்படுகின்றன என்பது குறித்து விரிவான பயிற்சி அளிக்கப்படும்.

மாவட்டக் காவல் நிலையத்தில் ஒவ்வொரு பிரிவும் எப்படி செயல்படுகின்றன? ஆவணங்கள் எப்படி பராமரிக்கப்படுகின்றன? நிர்வாக ஆவணங்கள் எவை எவை? புலனாய்வு ஆவணங்கள் எப்படிப் பராமரிக்கப்பட வேண்டும்? நீதிமன்ற ஆவணங்கள் எப்படி பராமரிக்கப்பட வேண்டும்? முக்கியமாக தண்டனை நமுனா பட்டியல் எப்படி தயார் செய்யப்படுகிறது? விரல் ரேகை பதிவு எண் என்றால் என்ன? ஸ்டோர் எப்படி இயங்குகிறது என்பது போன்ற விரிவான பயிற்சிகள் வழங்கப்படும்.

காவல்துறை தற்போது முழுவதுமாக கணினிமயமாக்கப்பட்டுவிட்டது

எஃப். ஐ. ஆர் பதிவு செய்வதில் இருந்து குற்றப்பத்திரிகை தாக்கல் செய்வது வரை முழுக்க கணினிமயமாக்கப்பட்டு வருவதால் CCTNS எனப்படும் குற்றம் மற்றும் குற்றவாளிகள் கண்காணிப்பு வலைப்பின்னல் பயிற்சி அனைத்து காவலர்களுக்கும், கட்டாயமாக்கப்பட்டுள்ளது.

மாவட்ட அளவில் இதற்கென்று ஒரு பயிற்சிக் கூடமும் அலுவலகமும் செயல்படுகிறது. அங்கு முறையான பயிற்சி வழங்கப்படுகிறது. அது காவலரில் இருந்து ஐபிஎஸ் அதிகாரிகள் வரை அனைவருக்கும் பொதுவானது ஆகும்.

அதேபோல் ''பள்ளி, கல்லூரி நாட்களில் எந்த ஒரு குற்ற வழக்கிலும் சம்பந்தப்படாமல் கவனமாக செயல்பட வேண்டியது அவசியமாகும். ஏனெனில் பல போட்டியாளர்கள் தேர்வில் வெற்றிபெற்று காவலர் நன்னடத்தை சான்றிதழ் பரிசோதனை செய்யும் போதுதான் தெரியவரும் இவர்கள் மீது குற்ற வழக்கு பதியப்பட்டு உள்ளது என்று. அந்நிலையில் அவர்களை முழுமையாக தகுதி நீக்கம் செய்யப்படுவர்!'' உயர்நீதிமன்றமும் இது தொடர்பாக குற்றப்பின்னணி உள்ளவர்கள் காவல் துறையில் பணிபுரிய தகுதியற்றவர்கள் என்று பல தீர்ப்புகளை வழங்கி உள்ளது குறிப்பிடத்தக்கதாகும்.

நான் தஞ்சாவூர் மற்றும் திருச்சி எஸ்பியாக இருந்த பொழுது இதுபோன்ற தேர்வு பெற்ற மாணவர்கள் எப்போதோ குற்ற வழக்கில் ஈடுபட்டதற்கு மிகுந்த வருத்தப்பட்டு கதறிய காட்சியைக் கண்டு வேதனைப்பட்டிருக்கிறேன். **'அதனால் பள்ளி, கல்லூரி நாட்களிலும் அதன் பிறகும்கூட அரசுப் பணியில் சேரும் எண்ணம் உள்ளவர்கள் குறிப்பாக காவல் துறையில் பணிபுரிய விரும்புவர்கள் குற்ற வழக்கில் சிக்கிக் கொள்ளக்கூடாது என்பதில் கவனமாக இருக்க வேண்டும்.'**

காவலர் தேர்வானது, மிகச் சிறப்பாக திட்டமிடப்பட்டு, கண்டிப்பான வகையில், வெளிப்படையான முறையில் நடத்தப்படுகிறது என்பதால், மாணவர்கள் பாடத்திட்டத்தை நன்கு படித்து தயார் செய்து, உடல் தகுதியை, திறனை வளர்த்துக்கொண்டு **காவல் துறை பணியில் சேர வாழ்த்துகளை தெரிவித்துக்கொள்கிறேன்.**

16

மனிதனாகவே பிறப்பேன்

அறிவிலும் ஆற்றலிலும் மொழிப் புலமையிலும் தன்னிகரில்லா தலைவராய் இருந்த அறிஞர் அண்ணா 1967 தேர்தல் முடிவுக்குப் பிறகு சொன்னார்.

'வாக்களித்து வாக்களித்த வாக்காளப்

பெருமக்களுக்கும்

வாக்களியா வாக்களித்த வாக்காளப்

பெருமக்களுக்கும்

வாக்களித்து வாக்களியா வாக்காளப்

பெருமக்களுக்கும்

வாக்களியா வாக்களியா வாக்காளப்

பெருமக்களுக்கும்

என் நெஞ்சார்ந்த நன்றியைத் தெரிவித்துக் கொள்கிறேன்' என்று அவருக்கேயுரிய நகைச்சுவை உணர்வோடு பேசியிருப்பார்..

அதுபோல்....

'வாசிக்க நினைத்து வாசித்து முடித்த

புத்தகங்களுக்கும்

வாசிக்க நினைக்காமல் வாசித்து முடித்த

புத்தகங்களுக்கும்

வாசிக்க நினைத்தும் வாசிக்க முடியாமல் உள்ள

புத்தகங்களுக்கும்

வாசிக்க நினைக்காமல் இருந்தும் வாசிக்கத்

தூண்டும் புத்தகங்களுக்கும்

வாசிக்க நினைத்து, வாசித்து முடித்த, வாழ்க்கை தந்த புத்தகங்களுக்கும்' நெஞ்சார்ந்த நன்றியைத் தெரிவித்துக்கொள்கிறேன்.

1994-99 காலகட்டத்தில் சட்டக் கல்லூரியில் படிக்கும்போதே, நிறைய நேரம் கிடைக்கும் என்பதால், நூலகங்களுக்குச் செல்வதையும், பதிப்பகங்களுக்குச் செல்வதையும், பழைய புத்தகக் கடைகளுக்குச் சென்று புத்தகங்கள் வாங்குவதையும், குறைந்த விலை புத்தகங்களை வாங்கி வருவதையும், வாங்கி வந்த புத்தகங்களை, இரவு முழுக்க அமர்ந்து படிப்பதையும் பிரதான பணியாகவே செய்துகொண்டிருந்தேன்!

தமிழ், ஆங்கிலம், என இரு மொழியிலும் ஆற்றல் பெற்றிருந்த போற்றத்தக்க

தியாகராயர்

படிப்பாளி, படைப்பாளி, சொற்பொழிவாளர், நனி சிறந்த நாகரிகமிக்க அரசியல் தலைவர், தமிழக தம்பிகளுக்கு பாசமிகு அண்ணனாகத் திகழ்ந்த அறிஞர் அண்ணா மீது எனக்கு பெரிய ஈர்ப்பு உண்டானது. அண்ணாவின் பேச்சாற்றலைக் கேள்விப்பட, கேள்விப்பட அவருடைய சொற்பொழிவுகளை, எழுத்தைப் படிக்க வேண்டும் என்ற தீவிர எண்ணம் உண்டாகியது.

அண்ணாவின் சொற்பொழிவுகள் 2 தொகுதிகள் நூலை வாங்கி வந்து முன்னிரவில் படிக்கத் தொடங்கி வைகறையில்தான் வைத்தேன். அப்படிப்பட்ட ஒரு லாகவமான எழுத்து நடையைக் கொண்டது அண்ணாவின் சொற்பொழிவுகள்!

'தீ பரவட்டும்', 'நிலையும் நினைப்பும்', 'ஏ தாழ்ந்த தமிழகமே!' 'வீட்டிற்கோர் புத்தகச்சாலை', '*People's Poet*' என்ற பாரதியார் பற்றிய கட்டுரை, வெள்ளுடை வேந்தர் தியாகராயர் குறித்த சொற்பொழிவு போன்றவற்றைப் படிக்கப் படிக்க அண்ணாவின் எளிமையான வாக்கிய அமைப்பும், தெளிவான கருத்துச் செறிவும், கனத்த விஷயங்களைக் கல்கண்டு போல் மக்களுக்கு எடுத்துரைக்கும் விதமும்தான் அத்தனை லட்சம் மக்களைக் கட்டிப்போடும் பேராற்றலை இவருக்குத் தந்துள்ளது என்று எண்ணிக்கொண்டு மேலும் மேலும் அண்ணாவைப் பற்றிப் படிக்கத் தொடங்கினேன்.

அண்ணா பரதன் என்ற பெயரில் எழுதிய பகிரங்கக் கடிதங்கள், அதில் திரு.வி.க-வின் நவசக்தி கட்டுரையைக் குறிப்பிட்டு, சுபாஷ் சந்திர போஸ் ஹரிபுரா காங்கிரஸ் தேர்தலில் வெற்றிபெற்றும், அவர் செயல்பட இயலாத அளவிற்குத் தள்ளப்பட்ட நிலையை விளக்கியுள்ள விதம் போன்றவை படிக்கப் படிக்க ஆர்வத்தைத் தூண்டின!

தமிழ்நாடு தமிழருக்கே என்ற கட்டுரையில், அவருடைய தமிழ்நாடு கருத்தாக்கத்திற்கு அந்நாளில் உண்டான கடும் எதிர்ப்பிற்கு, நிதானம் தவறாமல் எதிர்வினை ஆற்றிய விதம் குறித்து படிக்கும்போது அண்ணா மீது மிகுந்த மரியாதை உண்டாவதைத் தவிர்க்க இயலாது.

அந்தக் கட்டுரையில்,

1926-ல் டி.ஏ.சுவாமிநாத ஐயர் பிரசுரித்த ஜெம் டிக்ஷனரியில் 440-வது பக்கம் 5-ம் வரியில் 'திராவிட' என்பதற்கு 'தமிழ்நாடு' என அறிஞர்கள் பொருள் கூறியிருப்பதைக் கோடிட்டுக் காட்டியிருப்பார். இப்படி அண்ணாவின் எழுத்துகளில் நிறைய தகவல்கள் கொட்டிக்கிடக்கும். இருமொழி புலமை பெற்றிருந்ததால் அண்ணா, சாமிநாத சர்மா, சுத்தானந்த பாரதியார், கா.அப்பாத்துரையார், கா.சு.பிள்ளை, சீனிவாச அய்யங்கார் போன்றோர் எழுத்துகளில் நிறைய புதிய தகவல்கள் கொட்டிக்கிடப்பதைப் படித்து மகிழ்ந்திருக்கிறேன்.

அண்ணாவின் வாழ்வில் நடந்த சுவையான நிகழ்ச்சிகள் என்ற புத்தகத்தைப் படிக்கும்போது, அண்ணாவின் நகைச்சுவை உணர்வும், அந்தந்த நேரத்தில் அந்த இடத்திலேயே சூடாக சொல்லக்கூடிய சுட்டியான குணமும், வியக்கத்தக்கதாகும்!

1960-களில் ஒருநாள் அண்ணாவும், கண்ணதாசனும், நாடகம் நடிக்க திருச்சிக்கு வந்தார்களாம்! நாடகத்திற்காக முதல் நாளே ஒத்திகை நடக்கிறது. காட்சிப்படி கண்ணதாசன் அண்ணாவிடம் தலையைச் சொறிந்துகொண்டே தயங்கித் தயங்கி கடன் கேட்க வேண்டும். அதற்கு அண்ணா யோசித்து பதில் சொல்வதுபோல இருக்க வேண்டும்! மறுநாள் நாடகம் ஆரம்பிக்கிறது. குறிப்பிட்ட காட்சியும் வருகிறது.

அதேபோல் கண்ணதாசன் அண்ணாவிடம் தலையைச்

சொறிந்தவாறே கடன் கேட்கிறார்... அண்ணாவும் யோசிக்கிறார். இதுதான் ஒத்திகைக் காட்சியாகும். ஆனால், கண்ணதாசன் எதிர்பாராதவிதமாக அண்ணா! என் மேல நம்பிக்கையில்லனா நான் புரோ நோட்டுகூட எழுதித் தருகிறேன், பணம் கொடுங்க! என்றார்.. அண்ணாவுக்கு அதிர்ச்சி, என்னடா பய திடீர்னு சொந்த டயலாக்க விடறான்னு! உடனே பதில் சொன்னாராம்..

என்னது புரோ நோட்டு எழுதித் தறியா? நீ எப்படா கையெழுத்துப் போட கத்துக்கிட்டன்னு? அண்ணா கேட்க, கண்ணதாசன் ஐயோ அண்ணா, மன்னிச்சுடுங்கன்னு டமால்னு விழுந்து விடுகிறார். இதைக் கண்ணதாசன் வாழ்நாள் முழுக்கச் சொல்லி சிரிச்சிக்கிட்டே இருப்பாராம். நண்பர்களிடமும் அண்ணாகிட்ட மட்டும் வாயைக் கொடுத்து மாட்டிக்காதிங்கடான்னு சொல்லுவாராம். அதேபோல் இன்னொரு நிகழ்ச்சியையும் கண்ணதாசன் குறிப்பிடுகிறார்!

அண்ணா எந்த மீட்டிங் அல்லது நிகழ்ச்சி என்று வைத்தாலும், மற்ற தம்பிகள் எல்லாம் குறித்த நேரத்திற்கு வந்து விடுவார்களாம். ஆனால் கண்ணதாசன் மட்டும் வராமல் காலம் தாழ்த்திக் கொண்டு கடைசியில் வருவாராம். சென்னையில் இருந்துகொண்டே, மாமல்லபுரம் பாட்டெழுத போயிட்டேன்னு மாற்றிச் சொல்வாராம். அண்ணாவுக்கும் இந்தக் கதை நன்றாகத் தெரியும்.

ஒருமுறை நிகழ்ச்சி ஒன்றுக்கு கண்ணதாசன் வரவில்லை என்றவுடன், தம்பிகளைப் பார்த்து எங்கே கண்ணதாசன் என்றவுடன், தெரியவில்லை என்று சொல்லியிருக்கிறார்கள்! உடனே தொலைபேசி அழைப்பு! மறுமுனையில் கண்ணதாசன். அண்ணா என்னை நம்புங்க, நான் வெளியில்தான் இருக்கிறேன். நான் பாண்டிச்சேரியில நின்னுகிட்டு பேசுறேன்னாராம்.

உடனே அண்ணா, இருக்காதே.. பாண்டிச்சேரியில உன்னால நின்னுகிட்டு பேச முடியாதேன்னாராம். எல்லாருக்கும் ஒரே சிரிப்பு! அதேபோல் அண்ணா, எல்லோரிடமும் அன்புடன் பழகக் கூடியவராகவே இருந்திருக்கிறார். அதனால் எல்லோரும் அவரை 'அண்ணா, அண்ணா' என்று பாசம் பொங்க அழைத்துள்ளனர்!

அதுவும் அண்ணாவின் 30, 32 வயதிலேயே அவரைவிட வயதில் மூத்தவர்கள்கூட அண்ணாவின் அன்பிற்குக் கட்டுப்பட்டு, அறிவாற்றலில் வியந்துபோய், 'அண்ணா' என்று அன்பொழுக அழைத்துள்ளனர். தனிக்கட்சி தொடங்கும்போது அண்ணாவுக்கு வெறும் 40 வயதுதான்! எல்லோரும் பாசத்துடன், உள்ளார்ந்த பற்றுடன் அண்ணா என்று அழைத்து அவரது கொள்கைகளை ஏற்றுக்கொண்டு தம்மைத் தொண்டராக, தம்பியாக, உளமார பாவித்துக் கொண்டு செயல்பட்டுள்ளனர்.

அண்ணா எப்போதும், யார் வந்தாலும் அவர்களைப் பற்றி விசாரித்துவிட்டு, அவர்களது ஊர் நிலவரம், ஊரின் சிறப்பு, அந்த ஊரில் உள்ள அறிஞர்கள் என விசாரித்துவிட்டு, அவர்களைப் பேசச் சொல்லிக் கேட்டு மகிழ்வாராம். அதனால், எப்போதும் யார் வந்தாலும் 'வாங்க தம்பி, கொஞ்சம் ஊரைப்பற்றி பேசுங்களேன் கேட்போம்' என்பாராம். கண்ணதாசன் வந்தால் மட்டும், வாங்க தம்பி, கொஞ்சம் புதுசா புளுகுங்களேன்! கேட்போம் என்பாராம். கண்ணதாசன் உட்பட எல்லோரும் விழுந்து விழுந்து சிரிப்பார்களாம்!

இப்படி அறிவுத் திறமையோடு, நகைச்சுவை உணர்வு மேலோங்க, எல்லோருக்கும் பாசமிக்க அண்ணனாகத் திகழ்ந்ததால்தான், சாமான்யனாகப் போராடி ஆட்சிக்கு வந்து இரண்டு ஆண்டுகூட நிறைவுறாத நிலையில் அவருடைய திடீர் மரணம், எல்லோரையும் கதறவைத்துவிட்டது.

அண்ணாவின் இறுதி ஊர்வலம்

15 லட்சம் மக்கள் திரண்டுவந்து அஞ்சலி செலுத்திய நெகிழ்வான தருணமாகும், இன்று வரை கின்னஸ் சாதனையாக உள்ளது. அதேபோல் அண்ணாவின் உடல் மீது கும்பிட்டவாறே இரண்டு பேர் இறந்துபோன துயரம், அண்ணாவின் முகத்தையாவது கடைசியாகப் பார்த்துவிட வேண்டுமென ரயிலேறி வந்தவர்கள், ரயிலின் உள்ளே இருந்த மிதமிஞ்சிய கூட்டத்தால், மேற்கூரை மீது பயணம் செய்தபோது சிதம்பரம் அருகே கம்பியில் அடிபட்டு 30 பேர் இறந்த சோக நிகழ்ச்சி என தமிழ்நாட்டையே கதறவைத்துவிட்டு, காஞ்சியில் பிறந்த புத்தன் கடற்கரைக் காற்றோடு கலந்து போனார்.

அண்ணாவைப் பற்றி நிறைய படிக்க வேண்டுமென்ற ஆவல் பிறந்தது. அதுவும் கட்சி ஆரம்பித்த 17 வருடங்களில் காங்கிரஸ் எனும் சுதந்திரம் வாங்கித் தந்த வலுவான பேரியக்கத்தை வீழ்த்திய, அவருடைய ஆற்றலைத் தெரிந்துகொள்ள விரும்பி பல புத்தகங்களைத் தேடினேன். அந்த நாளைய இதழ்களை நூலகங்களில், அதுவும் ரோஜா முத்தையா நூலகத்தில் தேடித்தேடி படித்துப் பார்த்தேன்!

THE BIG CHANGE

ஒருநாள் அசோக் நகர் நடைபாதை பழைய புத்தகக்கடையில் அண்ணா பற்றிய புத்தகத்தைத் தேடும்போது 'BIG CHANGE' என்ற அருமையான புத்தகத்தைப் பார்த்தேன்! அண்ணா தமிழகத்தின் தலையெழுத்தையே மாற்றிய பெரிய மாற்றத்தைப் பற்றி அலசி ஆராய்ந்த புத்தகம். தலைப்பே வித்தியாசமாக, சரியான ஒன்றாகப் படவே வாங்கி வந்து படித்தேன். எளிமையான ஆங்கிலத்தில் எழுதப்பட்டிருந்த இனிமையான நூல்!

'The Hindusthan Times' நாளிதழில் இருபதாண்டுகளாக நிருபராக பணிபுரிந்து வந்த K.S.ராமானுஜன் ஆங்கிலத்தில் எழுதிய புத்தகம் அது. அதுவும் காந்தியின் மகன் தேவதாஸ் காந்தி, அண்ணாவின் அரசியல் நாகரீகம், ஆற்றல்மிக்க சொற்பொழிவுத் திறன், அறிவுசால் புலமை, அமெரிக்கப் பல்கலைக்கழக உரை போன்றவற்றையெல்லாம் கேள்விப்பட்டு அவர் ஆட்சியைப் பிடித்த வரலாற்றைத் தெரிந்துகொள்ள விரும்பி K.S.ராமானுஜம் அவர்களிடம் அண்ணாவின் வரலாற்றை எழுதுமாறு கேட்க, அண்ணாவைப் பற்றி நன்கு அறிந்திருந்த பலமுறை பேட்டி கண்டிருந்த K.S.R. அவர்களும் அண்ணா ஆட்சியைப் பிடித்த வரலாற்றை மிக அருமையாக எளிமையான ஆங்கிலத்தில் எழுதிய சிறப்பான நூலே 'THE BIG CHANGE.'

15.03.1967-ல் வெளியிடப்பட்ட இந்த நூலை இந்திராகாந்தி உடனடியாக வாங்கிப் படித்து வியந்துபோனாராம். அரசியல், இலக்கியம், மட்டுமின்றி மொழிக்கொள்கை, தனிப்பட்ட வாழ்க்கை குறித்த பல கேள்விகளுக்கும் ஒளிவு மறைவின்றி வெளிப்படையாகவே பதில் அளித்திருப்பார்.

'Of the people, By the people, For the people' என்ற ஆப்ரஹாம் லிங்கனின் மக்களாட்சித் தத்துவமான 'மக்களால், மக்களுக்காக, மக்களே நடத்தும் ஆட்சி மக்களாட்சி' என்ற கோட்பாட்டுடன் தொடங்கும் இந்த நூலில், 'IS Mr.C.N.ANNADURAI - A MOTIVATED MAN?' என்ற கட்டுரையில் அண்ணாவின் ஆளுமையை அலசி ஆராய்ந்திருப்பார்.

அண்ணா ஆட்சியைப் பிடித்த சரித்திர நிகழ்வை, அலசி ஆராய்ந்த நூல் எனும் வகையில் அந்நாளைய, தமிழக அரசியல் வரலாற்றை அறிந்துகொள்ள விரும்புவோர், வரலாறு, அரசியல் அறிவியல் பயிலும், மாணவர்கள் பேராசிரியர்கள், அண்ணாவைப் பற்றி தெரிந்துகொள்ள விரும்புவோர் அனைவரும் அவசியம் படிக்க வேண்டிய நூலாகும்.

அதேபோல், 1968-ல் வெளியான T.C.சிவசாமி எழுதிய 'ANNA LEADER OF SOUTH' என்ற நூலும் அருமையான நூல். அதில் அவர் எழுதியுள்ள, 'After Nehru the Leadership Crisis continuous *in India but the South has got its Leader in Anna who is destined to play a great role in the Political life of the Country'* என்ற ஊக்கமிகு வார்த்தைகளே நம்மை வாசிக்கத் தூண்டும். அண்ணா போன்ற ஆற்றல்மிகு, தமிழர்களின் அரசியல் அடையாள ஆளுமையை, இன்றைய தலைமுறை அவசியம் படித்துத் தெரிந்து கொள்ள வேண்டும்.

பேருந்து வாசிப்பு

நான் சென்னை சட்டக் கல்லூரியில் படித்துக்கொண்டிருந்தபோது பெரும்பாலான நாட்கள் கிட்டத்தட்ட 3 ஆண்டுகள் ஆழ்வார்திருநகரிலும், கொஞ்சநாள் வளசரவாக்கத்திலும் தங்கியிருந்தேன். இதெல்லாம் வேலப்பன் சாவடிக்கு, போட்டித் தேர்வுக்குப் படிக்கச் செல்வதற்கு முன்பாகவே நடந்தது! அப்போது ஆழ்வார்திருநகர் எங்கள் அறையில் இசைக் கச்சேரியாய் நடந்து கொண்டிருக்கும். மோகன் என்றொரு நண்பன் 'முக்காலா முக்காப்புலா, லேலா' என்று பாடிக்கொண்டிருப்பான்! முத்து அமைதியே உருவாக 'வெண்ணிலவே, வெண்ணிலவே, விண்ணைத் தாண்டி வருவாயா' என்று பிரபு தேவாவுக்கு டஃப் கொடுக்கும் வகையில் கஜோலுக்குத் தூதுவிட்டுக் கொண்டிருப்பான். பக்கத்து வீட்டில் நேருக்கு நேர் பாடல் 'மனம் விரும்புதே உன்னை.. உன்னை..' என்ற பாடல் ஒலித்துக்கொண்டே இருக்கும்!

'மலைநாட்டுக் கரும்பாறை மேலே
தலைகாட்டும் சிறு பூவைப் போலே
பொல்லாத இளம் காதல் பூத்ததடி...'

என்ற வரிகள் காற்றில் சன்னமாக ஒலித்துக்கொண்டிருக்கும். இதையெல்லாம், ஒதுக்கிவைத்துவிட்டு காந்தி சாலை மத்தியில் உள்ள கோயிலுக்குச் செல்லலாம் என்றால் அங்கும்,

'சட்டென்று சலனம் வருமென்று
ஜாதகத்தில் சொல்லலையே'

என்ற தேன் சொட்டும் வரிகள் பக்கத்தில் உள்ள தேநீர் கடையில் ஓங்கி ஒலிக்கும். வைரமுத்துவின் வரிகளை, அர்த்தம் உள்வாங்கி அசைபோடுவதற்குள் சட்டென்று சாய்க்கக்கூடிய மின்னல் போல பட்டாம்பூச்சிகள் பறந்துசெல்லும்! இல்லை கடந்துசெல்லும்! இந்த மாதிரி ஒருவிதமான மகிழ்ச்சியான சூழலாகவே இருக்கும். ஆனால், படிக்க இயலாது. அதிலும் என் அறை நண்பர்கள் எல்லோரும் வேலைக்குப் போய்க்கொண்டிருந்ததால் அறை என்பது கந்தர்வ கோலமாய், ஒருவித பாட்டும் இசையுமாய், ஆடல், பாடல் கச்சேரி நடந்துகொண்டேயிருக்கும்.

இந்நிலையில் நான் ஒரு 'பட்டாம்பூச்சியை' கையில் வைத்துக் கொண்டு சுற்றிக்கொண்டிருந்தேன்! அறையிலும் படிக்க இயலாது, கல்லூரியிலும் படிப்பதற்கான அமைதியான சூழல் இருக்காது. இதனால் ஒரு வழியைக் கண்டுபிடித்தேன். அப்போதெல்லாம் மாணவர்களுக்கு டோக்கன் சிஸ்டம் இருந்தது. அதாவது ஒரு டோக்கன் 60 பைசா! பாஸ் உள்ளவர்களுக்கு, குறிப்பாகக் கல்லூரி மாணவர்களுக்கு மாதத்திற்கு 60 டோக்கன் கொடுப்பார்கள்! ஒரு டோக்கனை பல்லவன் பஸ்ஸில் கொடுத்துவிட்டு எங்குவேண்டுமானாலும் இறங்கிக்கொள்ளலாம்! அதாவது அடுத்த ஸ்டாப்பில் இறங்கினாலும் அதே டோக்கன்தான்! டெர்மினல் வரை கோவளம், திருவொற்றியூர் போன்ற நீண்ட தூர புறநகர் பகுதிகளுக்குச் சென்றாலும் அதே டோக்கன்தான்!

அறையில் படிக்க முடியாததால் வடபழனி பேருந்து டிப்போவிற்கு வருவேன். அங்கிருந்து கோவளம் செல்லும் பேருந்தில் ஏறி டிரைவர் சீட்டுக்கு அருகில் உள்ள முன் சீட்டில் ஜன்னலோரம் அமர்ந்துகொள்வேன். கையில் புத்தகத்தை எடுத்து வைத்துக்கொண்டு, படித்துக்கொண்டே செல்வேன். போரடிக்காமல் இருக்க முன்பக்கமும், ஜன்னல் வழியாகவும்

வேடிக்கை பார்த்துக்கொண்டு செல்வேன். தி.நகர், சைதாப்பேட்டை, அடையாறு, நீலாங்கரை, பனையூர் என வண்டி அப்படியே ஊர்ந்து செல்லும்! கிட்டத்தட்ட 40, 50 பக்கங்கள் படித்திருப்பேன்! கோவளத்தில் இறங்கி, கடற்கரை பக்கம் காற்றாட நடந்து விட்டு, சூடாக ஒரு தேநீர் அருந்திவிட்டு, மீண்டும் வேளச்சேரி, கிண்டி, போரூர் வழியாகச் செல்லும் பேருந்து உள்ளதா எனப் பார்ப்பேன்! அதில் ஏறி டோக்கன் கொடுத்துவிட்டு, அதேபோல் அமர்ந்துகொண்டு அப்படியே படித்துக் கொண்டே வருவேன்.

சில பொழுதுகளில் போரூரைத் தாண்டி வண்டி செல்வதைக் கவனிக்காமல் படிக்கும் ஆர்வத்தில் அப்படியே ஐயப்பன் தாங்கல், பூந்தமல்லி பேருந்து நிலையத்திற்குக்கூட சென்று விடுவேன்! இது அடிக்கடி நடக்கும்! இப்படிப் பேருந்தில் படிப்பது மிகவும் பிடித்த ஒன்றாகிவிட்டது. பேருந்துப் பயணம், அதுவும் முன்பக்க சீட்டு, நீண்ட தூரம் செல்லுதல், கடற்கரைக் காற்று, பிடித்தமான புத்தகம், இறங்கியவுடன் கடற்கரையில் ஒரு நீண்ட உலா! லட்சியக் கனவுகள் பற்றிய மனதிற்குள்ளாகவே ஓர் உள்ளொளி பயணம்! கற்பனைக் குதிரைகள் பறக்கும் காட்சி, சூடான தேநீர் என பேருந்து வாசிப்புப் பயணம் மிக இனிமையானதாகவே இருக்கும்.

புத்தகத்தை வைத்துக்கொண்டு, பேனாவால் கோடு போட்டுக்கொண்டும், நோட்டில் குறிப்பெடுத்துக் கொண்டும், சுகமாக பயணம் செய்வேன்! சில டிரைவர்கள் மற்ற மாணவர்கள் செய்யும் சேட்டையைக் கண்டு என்னை வித்தியாசமாக பார்ப்பார்கள்! பெரும்பாலும் கறுப்பு பேண்ட், வெள்ளை சட்டை அல்லது நீல பேண்ட், வெள்ளை சட்டை அணிந்து இன் பண்ணிக் கொண்டு, இளம் பயிற்சி வழக்கறிஞர் போலவே ஒரு கறுப்பு கலர் லெதர் பை என கன கச்சிதமாக வருவேன்! நான் அமைதியாகப் படித்துக்கொண்டு வருவதைப் பார்க்கும் சில டிரைவர்கள், கோவளம், திருவொற்றியூர் போன்ற நீண்ட பயணத்தில் இறங்கும்போது எனக்கும் சேர்த்து தேநீர் வாங்கிக் கொடுப்பார்கள்!

உண்மையில் உலகின் கடினமான பணிகளில் ஒன்று சென்னையில் பல்லவன் பேருந்தை ஓட்டுவதுதான் என்பேன்! உண்மையிலேயே அது ஒரு சிரமமான, துயரமான பணியாகும்! நிரம்பி வழியும் கூட்டம், மாணவர்கள் பண்ணும் சேட்டை, ஆட்டோக்காரர்கள், டூவீலர்கள், சட்டென்று குறுக்கே திரும்புதல், மிகுந்த வாகனப் பெருக்கம், பிச்சைக்காரர்கள், சிறுவர்கள், பள்ளி மாணவர்கள், கண் பார்வையற்றோர் பல இடங்களில் சாலையைக் கடந்து செல்லுதல், அடிக்கடி போடப்படும் சிக்னல், இதில் தொங்கிக்கொண்டே பெண்களுக்காக ஸ்டைல் காட்டிக் கொண்டுவரும் இளைஞர்கள் கூட்டம், இவை எல்லாவற்றையும் தாண்டி வண்டியின் இன்ஜின், பிரேக்கின் தன்மை சில நேரங்களில் மக்கர் பண்ணுவது, இமைப்பொழுதும் சோராமல், இத்தகைய லட்சக்கணக்கான மக்களைக் கடந்து அவர்கள் விபத்தின்றி ஓட்டிக்கொண்டு வருவதையே பெரிய சாதனையாகத்தான் கருதவேண்டும்!

கிட்டத்தட்ட ஏழு ஆண்டுகள் 1994 முதல் 2001 வரை முழுமையாக நான் பல்லவனில், பெரும்பாலான நேரம் டிரைவர் அருகில் அமர்ந்து பயணித்துச் சென்றிருக்கிறேன்! இதை என் நேரடி அனுபவத்தில் சொல்கிறேன். சென்னையில் பல்லவன் பேருந்து ஓட்டுநர்களும், நடத்துநர்களும், சென்னையில் பணி புரியும் போக்குவரத்து காவலர்களும் உடல் ரீதியாகவும், மனரீதியாகவும் மிகுந்த பாதிப்புக்கு உள்ளாகக்கூடிய, பரிதாபத்துக்குரியவர்களே! எவ்வளவோ ஏச்சு பேச்சுகளைக் கேட்டுக்கொண்டு, அத்தனையையும் சகித்துக்கொண்டுதான் அந்தப் பணியை மன நிறைவோடு செய்து வருகிறார்கள். அவர்கள் சேவையை நாம்

போற்ற வேண்டும்.

இந்தக் காலகட்டத்தில் இன்னொரு விநோத நிகழ்ச்சியும் நடந்தது. கல்கி அவதாரம் என்றொரு கூத்து மூலை முடுக்கெல்லாம் சபை வைத்துக்கொண்டு சத்சங்கம் பண்ணிக்கொண்டிருந்தார்கள்! ஆழ்வார் திருநகரில் எங்கள் அறைக்குச் செல்லும் இன்னொரு வழி உண்டு. அதாவது செயின்ட் ஜான்ஸ் ஸ்கூல் வழியாகச் செல்லும் பாதையில் அந்தப் பள்ளிக்குச் சற்று அருகில் இந்த கல்கி பிரசங்க சபை நடைபெற்றது. அங்கு கச்சேரி முடிந்தவுடன், இனிப்புப் பிரசாதம் வழங்குவார்கள்! நம்ம ரூம் மோகன் தலைமையிலான குழுவினர் அங்கு கல்கி அவதார சீடர்களாகச் சென்றுவிடுவார்கள்! அங்கு போய்விட்டு வந்த பிறகு இங்கு ரூம்ல வந்து போடுவானுங்க பாருங்க ஒரு ஆட்டம்!

'கல்கி உன்னோடு ஜனம் ஜனம்

கல்கி உன்னோடு ஜனம் ஜனம்'

எனக் காட்டுக் கத்து கத்திக்கொண்டு போடுகிற கூச்சலில் பக்கத்து போர்ஷன் அய்யங்கார் மாமி வந்து கேட்டால் மட்டுமே சற்று அடங்கும்! இல்லாவிட்டால் காது கிழியும், பாட்டில் உடையும், எல்லாவற்றையும் கலைத்துப் போட்டுக்கொண்டு, பேய் வந்தது போல ஆடித் தீர்த்துவிடுவார்கள்! இப்படி அறை வாழ் நண்பர்களின் அறைகூவலை, ஆர்ப்பரிப்பைத் தாங்க இயலாமலே, பேருந்து வாசிப்புத் தொடங்கியது.

பட்டாம்பூச்சி

இப்படித்தான் நான் ஏற்கெனவே கேள்விப்பட்டிருந்த, படிக்க வேண்டும் என ஆர்வம்கொண்டிருந்த, 'பட்டாம்பூச்சி' என்ற நாவலைப் படிக்கத் தொடங்கினேன்! 'பட்டாம்பூச்சி' ஹென்றி ஷாரியர் பிரெஞ்சில் எழுதி 1969-ல் வெளியிட்ட அவரது

சுயசரிதை போன்ற உண்மைக் கதையாகும். '*Papillion*' - ஹென்றி ஷாரியரின் செல்லப்பெயர் 'பட்டாம்பூச்சி' என அர்த்தப்படும் பாபிலோன் ஆகும்.

செய்யாத ஒரு குற்றத்திற்காகத் தண்டனை வழங்கப்பட்டு, சிறையில் இருந்து தப்பிக்க முயலும் அப்பாவி ஷாரியரின் கதைதான் அது. 1931-1945 காலகட்டத்தில் 14 ஆண்டுகள், எஃகுக் கோட்டையை உடைத்து வெளிவர முயற்சிக்கும் ஒரு பட்டாம்பூச்சியின் சோகக் கதையே இது! ஷாரியர் ஒவ்வொரு முறை தப்பிக்க முயலும் போதும், சுவரில் அடிபட்டு, கம்பியில் சிக்கி, காவலர்களிடம் மாட்டிக்கொண்டு கடுமையாகத் தண்டிக்கப்படும்போது நமக்கே வலிக்கும்விதமாக, கண்கள் கசியும் விதமாக, ரா.கி.ரங்கராஜன் அருமையாக மொழிபெயர்த்திருப்பார். குமுதம் இதழில் தொடராக வந்து, மூலத்தையே மிஞ்சிடும் பரபரப்பை, எதிர்பார்ப்பை உண்டாக்கிய அந்நாவல் நர்மதா பதிப்பகத்தால் 856 பக்கங்களில் நேர்த்தியாகப் பதிப்பிக்கப்பட்டு வெளியிடப்பட்டுள்ளது. இந்த நாவலை, பேருந்தில் படித்துக்கொண்டு செல்லும் போது பல்வேறு சிந்தனைகள் உண்டாகும்!

முதலில் இதன் வெள்ளோட்டமான மொழிபெயர்ப்பு நடை; இரண்டாவது, செய்யாத தவறுக்கு ஒருவனை தண்டித்தால் அவன் மனநிலை எந்த அளவுக்கு பாதிக்கக்கூடும் என்பது. தப்பிக்கும் மனோபாவத்தை எந்தச் சட்டத்தாலும் தடுக்க முடியாது. இதில் நெகிழ வைக்கும் ஒரு காட்சி வரும். ஷாரியரின் தப்பிக்கும் மனோபாவத்தால் அவனை அட்லாண்டிக் கடலின் கடைக்கோடி பகுதியான பிரெஞ்ச் கயானா சிறையில் அடைத்துவைத்திருப்பார்கள்!

அந்தச் சிறைக்கு ஒரு புதிய சிறைக் கண்காணிப்பாளர் பணியிட மாறுதலில் வருவார். அவரிடம் ஷாரியரின் தப்பிக்கும்

மனோபாவத்தை எடுத்துக்கூறி அவனைக் கொடுமையானவனாக சித்திரித்துச் சொல்வார்கள்! ஆனால் அந்தக் கண்காணிப்பாளரின் பார்வையில் ஷாரியார் அவ்வளவு கெட்டவனாகவோ, குற்றவாளியாகவோ தெரியமாட்டான்! சொல்லப்போனால் அவனது நன்னடத்தை, ஒழுக்கம் காரணமாக அவனைத் தன் வீட்டைப் பராமரிக்கும் பணியில் ஈடுபடுத்திக் கொள்வார்!

அப்போது பட்டாம்பூச்சியை மார்பில் குத்தி இருக்கும் ஷாரியரின் நேர்த்தியான, கண்ணியமான செயல்பாடு, சிறைக் கண்காணிப்பாளரின் மனைவிக்குப் பிடித்துவிடும்! விரசமில்லாத அன்பிற் கலந்த நட்பு உருவாகும்! கிறிஸ்துமஸ் விழாவிற்கு ஷாரியர் அழகாக கேக் தயாரித்து கொடுப்பான், வீட்டை அலங்காரம் செய்து கிறிஸ்துமஸை மென்மேலும் அழகூட்டுவான். அவர்களின் குழந்தைகளிடம் கொஞ்சி விளையாடி, தனிமைத் துயரை மறந்து அந்தக் குடும்பத்தோடு ஐக்கியமாகியிருப்பான்! இந்த இனிமையான சூழலில், அந்தச் சிறைக் கண்காணிப்பாளருக்கு மாறுதல் வந்துவிடும்! அவருக்குப் பணிமாறுதல் இயல்புதான் என்றாலும், ஷாரியரை பிரிந்து செல்வது ஒருவித வலியை உண்டாக்கிவிடும்!

சிறைக்கண்காணிப்பாளரின் மனைவியைப் பற்றி சொல்லவே வேண்டாம், இரு நல்ல நண்பர்களின் பிரிவை ஏற்றுக்கொள்ள இயலாத மௌனமான, இறுக்கமான, கனத்த சூழல் உருவாகும். அப்போது அந்த சிறைக் கண்காணிப்பாளர் சொல்வார், நான் தானே பணியில் போய்ச் சேரவேண்டும், விதிமுறைப்படி நீங்கள் சில காலம் இந்த பங்களாவில் இருந்துகொள்ளலாம், ஷாரியர் உனக்கு உதவிகரமாக இருக்கட்டும். உங்களது அன்பு உடனே அறுந்துபோக வேண்டாம்! முடிந்தால் ஷாரியரை விடுதலை செய்ய முயல்கிறேன். அல்லது நான் செல்லும் பணியிடத்திற்கு சிறை மாற்றம் செய்ய முயற்சிப்போம் என்றவுடன், வார்த்தைகள் இன்றி, சிறைக் கண்காணிப்பாளர் மனைவி கண்ணீர் சிந்துவாள்! கேட்டுக்கொண்டிருக்கும் ஷாரியாருக்குத் தப்பிக்கும் மனநிலையே போய்விடும்.

அன்பின் வழியது உயிர்நிலை அஃதிலார்க்கு
என்புதோல் போர்த்த உடம்பு.

அன்புகொண்டிருப்பவர்கள் மட்டுமே மனிதர்கள், அன்பு செலுத்தத் தெரியாதவர்கள், எலும்பும் சதையும் கொண்ட மனித பிண்டம் என்பார் வள்ளுவர். 'அன்பென்று கொட்டு முரசே!' என்பார் பாரதியார். அன்பினால் கட்டமைக்கப்பட்ட அந்தக் காவியம் சகலவித உணர்வுகளையும் பிரதிபலிக்கக் கூடியதாகவே இருக்கும். அதாவது, குற்றம், தண்டனை, நீதி நிர்வாகக் குறைபாடு, காவல்துறை அத்துமீறல், கைதிகளின் தப்பிக்கும் மனோபாவம், அடக்கு முறையால் முடியாததை அன்பினால் சாதிக்கும் நெகிழ்வான தருணம் என அந்த பாபிலோன் என்ற பட்டாம்பூச்சி நாவல், உலகின் தலைசிறந்த நாவல்களில் ஒன்றாகப் போற்றப்படுகிறது.

சில நேரங்களில் பேருந்தில் பயணிக்கும் போது, நாவலின் சுவாரஸ்யம் தீவிர சிந்தனைக்குக் கொண்டுசென்றுவிடும். இறங்கி ஒரு டீ சாப்பிட்டால் பரவாயில்லை என்ற எண்ணம் உருவாகும். டைடல் பார்க், ராஜீவ்காந்தி சாலை எல்லாம் அப்பொழுதுதான் கட்டமைக்கப்பட்டுக் கொண்டிருந்த காலம்! அந்த சாலையில் இறங்கி தேநீர் சாப்பிட்டுவிட்டு, செய்தித்தாள் படித்துவிட்டு பிறகு செல்வேன்! இப்படி அடிக்கடி படிப்பதற்காகவே பேருந்தில் பயணித்ததால், எனக்குரிய 60 டோக்கன்கள் என்பது வெறும் 10 நாட்களுக்குள்ளாகவே தீர்ந்துவிடும். பிறகு நண்பர்களிடம் கடன் வாங்கி பயன்படுத்திக்கொள்வேன். அவர்களுக்குப் புரியாது எதற்கு நான் நிறைய டோக்கன் வாங்குகிறேன் என்று! சட்டக் கல்லூரியில் எங்கள் வகுப்பில், கிட்டத்தட்ட எட்டு செந்தில்குமார் இருந்தார்கள். அதனால் டோக்கன்

அடிக்கடி கடன் வாங்குவதால் என்னை டோக்கன் செந்தில்குமார் என்றே கூப்பிட்டுக்கொண்டிருந்தார்கள். டோக்கன்களுக்குப் பின்னால் இப்படி ஒரு கதையும், எனக்குப் பின்னால் இப்படி ஒரு வாசிப்பு வெறியும் இருந்தது நான் போட்டித் தேர்வில் வெற்றிகொள்ளும் வரை எவருக்கும் தெரியாது.

தி ரெவுல்னிஸ்ட் (The Revolunist)

புத்தகங்களைப் பற்றி தெரிந்துகொள்ள, தெரிந்துகொள்ள அதன் மீதான ஈர்ப்பும் ஆர்வமும் கூடிவிடுகிறது. போலந்து நாட்டைச் சேர்ந்த நிக்கோலஸ் கோபர்நிகஸ், பதினைந்தாம் நூற்றாண்டில் புரட்சிகரமான கருத்தை வெளியிட்டு கடும் சித்ரவதைக்கு ஆளானார். பூமியை மையமாகக்கொண்டே பிற கோள்கள் இயங்குகின்றன என்ற தொன்றுதொட்ட கருத்தை மாற்றி, சூரியனை மையமாகக் கொண்டே கோள்கள் அனைத்தும் இயங்குகின்றன என்ற கருத்தை வெளியிட்டவுடன் ஐரோப்பாவில் பெரும் வானியல் சித்தாந்தப் புரட்சியே உண்டாகிவிட்டது.

30 ஆண்டுகள் உழைப்பில் அவர் படைத்த 'On The Revolutions Of Heavenly Bodies' என்ற லத்தீன் மொழி நூலை அந்நாளில், மக்களும் சரி, ஆட்சி நிர்வாகத்தை ஆட்டிவைத்த மத குருமார்களும் சரி, பெரிதாக எடுத்துக் கொள்ளவில்லை! அதுவும் 'பூமி பிரபஞ்சத்தின் மையப்பகுதி அல்ல, சூரியனைச் சுற்றி சுற்றும் கோள்களைப் போலவே அதுவும் ஒரு கோள்தான்' என்ற கருத்தை மதவாதிகளால் ஏற்றுக்கொள்ளவே இயலவில்லை!

கலிலியோ, புருணோ போன்ற பிற்கால அறிஞர்கள், இதன் மகத்துவத்தை உணர்ந்து இந்தக் கட்டுரைகளைப் பிரபலப்படுத்தத் தொடங்கிய பிறகு மதவாதிகள் இதன் முழுக் கூற்றையும் உள்வாங்கி, புரிந்துகொள்வார்கள் என்று பார்த்தால், எதிர்வினையாற்றும்விதமாக இந்த நூலை 1616-ல் தடை செய்து விட்டனர். பதினெட்டாம் நூற்றாண்டு இறுதியில்தான் தடை நீக்கப்பட்டது. 1543-ல் இறக்கும்போது மதவாதிகளின் பிடியில் இருந்த கோபர்நிகஸ் தனது 'THE REVOLUNIST' நூலின் அச்சுப் பிரதியைக் கையில் தொட்டுப் பார்த்த பிறகு, சுயநினைவு பெற்றார் என்றும், பிறகு தன்னிலை இழந்து மறைந்துபோனார் என்றும் கூறப்படுகிறது.

எந்த எபிஸ்கோப்பல் தேவாலயத்தில் கோபர் நிகஸ் நூலைத் தடை செய்தார்களோ, அதே தேவாலயத்தில் பிற்காலத்தில் கோபர்நிக்கஸ் இறந்த மே 23 நள்ளிரவைக் குறிப்பிட்டு, நிக்கோலஸ் கோபர்நிக்கஸ், ஜோகன்னஸ் கெப்ளர் இருவரும் மனிதப் புனிதர்கள் என்று நாள்காட்டியில் குறிப்பிட்டனர்! தொன்றுதொட்டு நடைபெறும் காலக் கொடுமைகளுள் இது நிரந்தரமானது தான்! ஒரு சிலரைத் தவிர எந்த ஒரு சாதனையாளனும் தன் வாழ்நாளில் அங்கீகரிக்கப்படவே இல்லை என்பதுதான் தீராத வரலாற்று சோகமாகும். குறைந்தபட்சம் இந்த தலைமுறை சமூகமாவது நம் காலத்தில் வாழும் அறிவியல் அறிஞர்களை, பல்துறை சாதனையாளர்களை, அவர்கள் வாழும் காலத்திலேயே அங்கீகரிப்போமாக!

ஐசக் நியூட்டன்

இங்கிலாந்து நாட்டைச் சார்ந்த ஐசக் நியூட்டன் பிறப்பதற்கு முன்பே தந்தையை இழந்தவர். தன் சொந்த முயற்சியில் கல்வி கற்று புவிசார் மற்றும் விண்வெளி சார்ந்த இயக்கங்களைக் கட்டுப்படுத்தும் இயற்கை விதிகளை முதன்முதலில் விளக்கியவர். சூரிய மையக் கோட்பாட்டை ஆதரித்ததோடு, கெப்ளரின் விதிகளை உறுதிப்படுத்தும் விதமாக கணித சூத்திரங்களை எளிமைப்படுத்தித் தந்தார். நியூட்டனின் புவியீர்ப்பு கொள்கை உலகப் பிரசித்தி பெற்றதாகும். அதேபோல் 'Prism' எனப்படும் ஒளி வட்ட நிறப்பிரிகை கோட்பாட்டையும் உருவாக்கினார்.

தனது அனைத்து கருத்துகளையும் ஒருங்கிணைத்து 18 ஆண்டுகள் உழைப்பில் உருவாக்கிய *'Mathematical Principles Of Natural Philosophy'* என்ற நூல்தான், அறிவியல் ஆய்வு நூல்களிலேயே சிறந்த ஒன்றாகக் கருதப்படுகிறது. நியூட்டன் 1703-ல் ராயல் சொசைட்டியின் தலைவராகத் தேர்ந்தெடுக்கப்பட்டார். தொடர்ச்சியாக 25 ஆண்டுகள் அவரே ராயல் சொசைட்டியின் தலைவராகத் தேர்ந்தெடுக்கப்பட்டது பெரும் கௌரவம் ஆகும். அதேபோல் 1705-ல் இங்கிலாந்து ராணி, கேம்பிரிட்ஜ் பல்கலைக் கழகத்திற்கு வந்தபோது நியூட்டனுக்கு சர் பட்டம் வழங்கி கௌரவிக்கப்பட்டார்.

மகத்தான பல அறிவியல் சாதனைகளைப் புரிந்த நியூட்டன் தன்னைப்பற்றி குறிப்பிடும்போது, **"தான் கடற்கரையில் கூழாங்கற்கள் கொண்டு விளையாடிக்கொண்டிருக்கும் சிறுவன் என்றும், விரிந்து பரந்த பெருங்கடல் காணப்படாமலே உள்ளது" என்றும்** மிகுந்த தன்னடக்கத்துடன் கூறியுள்ளார். 20.03.1727-ல் நியூட்டன் இறந்தவுடன் வெஸ்ட் மினிஸ்டர் அபேயில் அடக்கம் செய்யப்பட்டு, **'மனித குலத்தின் விலை மதிப்பில்லா பொக்கிஷம்'** என்று அவர் கல்லறையில் பொறிக்கப்பட்டது.

போப் கூறிய வார்த்தைகள் நியூட்டன் வாழ்ந்த அறையில் பொறிக்கப்பட்டுள்ளன.

"இயற்கையும் அதன் விதிகளும் இருளில் தொலைந்துகிடந்தன! கடவுள் நியூட்டன் பிறக்கட்டும் என்றார். ஒளி பிறந்தது" என்று பொருத்தமாகவே வாழ்த்தியுள்ளார். தன் வாழ்நாளிலேயே அங்கீகரிக்கப்பட்ட ஒரு சில சாதனை நாயகர்களுள் ஐசக் நியூட்டனும் ஒருவராவார். ஆனால், 350 ஆண்டுகள் கடந்தும் நியூட்டனின் *'Mathematical Philosophy'* என்ற அவருடைய உலக பிரசித்திபெற்ற நூல், மூத்த மொழியான தமிழில் வரவில்லை என்பது வருந்தத்தக்கதே.

மாக்கியவல்லி

படித்தே ஆகவேண்டும் என்று நான் படிக்கத் தொடங்கிய, தூண்டிய மற்றொரு நூல் மாக்கிய வல்லியின் *'The Prince.'* காரணம் அந்த நூல் உருவாக்கி வைத்திருந்த பிம்பம். பிற்காலத்தில் மாக்கிய வல்லியின் கருத்துகளை சார்ந்து, பல அதிகாரத்தை நிலைநாட்டும் நூல்கள் உருவாகிவிட்டாலும், அந்தக் காலத்தில் பதினாறாம் நூற்றாண்டில் அது மிக முக்கியமான அரச ராஜ தந்திர நூலாகவே கருதப்பட்டதில் வியப்பொன்றுமில்லை. பல நாட்டு மன்னர்கள், போர்த் தளபதிகள், ராஜ தந்திரிகளுடன் மிகச்சிறந்த நட்பைக் கொண்டிருந்தாலும், இத்தாலியை மிகவும் நேசித்தவர் மாக்கியவல்லி!

இங்கிலாந்து, பிரான்ஸ், ஸ்பெயின் போன்ற நாடுகளில் சிறு சிறு உள்நாட்டு குழப்பங்கள் இருந்தாலும் ஒன்றுபட்டு வலிமையான நாடுகளாக திகழ்ந்தன! இத்தாலி 5 அமைப்புகளின் அதிகாரப் பிடியில் ஒருவித தேசிய ஐக்கியக் கொள்கை இன்றி சிதறிக்கிடந்தது. அதாவது மிலான், பிளாரன்ஸ், வெனிஸ், நேபிள்ஸ், திருச்சபை ஐந்து அமைப்புகளும் அதிகாரம் செலுத்தியதால், நாட்டில் ஒருவித குழப்ப நிலையே நீடித்தது.

முறையான சட்ட அமைப்பு இன்மை, மக்கள் தங்களுக்குள் ஒழுங்கின்மையாக அடிதடி தகராறு செய்தல், கொலை, கொள்ளை என ஒருவித கட்டுப்பாடற்ற நிலையே இருந்தது. ஒருவித தேசிய ஐக்கிய உணர்வு இன்றி இப்படி நாடு சின்னாபின்னமாகிக் கிடப்பதைக் கண்டு வெகுண்டெழுந்தே *'The Prince'*- இளவரசன் என்ற ராஜதந்திர, அரச நெறிமுறைகளை விளக்கும் புகழ்பெற்ற நூலைப் படைத்தார்.

அதாவது நாட்டு நலனுக்காக அரசு, அரசன் எதையும் செய்யலாம் என்பதை தாரக மந்திரமாகக் கொண்டதே இந்த நூலாகும். காந்திய கருத்துக்கு முற்றிலும்

நேர்மாறான கொள்கையைக் கொண்டதாகும். அதாவது காந்தி 'நோக்கம் மட்டும் தூய்மையாக இருந்தால் போதாது, அதை அடையும் வழிமுறையும் தூய்மையாக இருக்க வேண்டும்' என்றார். மாக்கியவல்லி, நாட்டு நலன் பிரதானமாக இருக்கும்போது எந்த வழிமுறையை வேண்டுமானாலும், தயவு தாட்சண்யமின்றி பின்பற்றலாம் என்று உரைத்தார்.

மாக்கியவல்லியின் கனவை ஹிட்லர் தான் செயல்படுத்தினார் என்று கூறவேண்டும். மாக்கியவல்லி மறைந்து 5 ஆண்டுகள் கழித்து 1532-ம் ஆண்டு ஏழாவது கிளமன்ட் இந்த நூலைப் பதிப்பிக்க அனுமதி அளித்தார். அடுத்த 20 ஆண்டுகளில் 25 பதிப்புகள் உருவாகி ஐரோப்பிய அரசியல் வரலாற்றில் புதிய எழுச்சியை உண்டாக்கியது. உடனே ட்ரென்ட் கவுன்சில், அனைத்து நூல்களையும் அழிக்க உத்தரவிட்டது.

சார்லஸ் V, காதெரின் டிமேடிசி, ஆலிவர் கிராம்வெல், பிரான்சின் மூன்றாம் ஹென்றி ஆகியோர் இந்த நூலை மிகவும் ஆதரித்தனர். பதினான்காம் லூயி எப்போதும் இந்த நூலைத் தன்னுடனே வைத்திருந்தார்.

நெப்போலியன் வாட்டர்லூ போர்க்களம் உட்பட இந்த 'தி பிரின்ஸ்' நூலைத் தன்னுடனேயே வைத்திருந்ததோடு, மட்டுமன்றி நூலைப் பற்றி விளக்கம் அளிக்கக்கூடிய கற்றறிந்த அரசியல் அறிஞரையும் கூடவே வைத்திருந்தாராம்.

பிஸ்மார்க் இந்த நூலைப் பக்திப் பனுவலாகவே வணங்கி வந்துள்ளார். ஹிட்லர் இதை ஒரு பைபிள் போலவே வணங்கி, வழிபட்டு தன் படுக்கை அறையில் வைத்திருந்ததோடு, மாக்கியவல்லியின் ஐக்கிய இத்தாலி கனவைப்போல் வலுவான ஜெர்மனி ஐக்கியத்தை உருவாக்கியவர் அவரே ஆவார்.

முசோலினியும் இந்த நூலைப் போற்றியே வந்துள்ளார்.அந்தக் காலத்தில் '*The prince*', '*Discourse*' ஆகிய இரு நூல்களும் ஐரோப்பிய அரசியல் களத்தில் பெரும் புரட்சியை உண்டாக்கியது என்றால் மிகையல்ல! ஆனால், மாக்கியவல்லி குடியரசைத்தான் ஆதரித்தார். முடியாட்சி, பரம்பரை ஆட்சியை அவர் ஒருபோதும் ஆதரிக்க வில்லை. ஆனால் துரதிர்ஷ்டவசமாக சர்வாதிகாரிகளே இந்த நூலை தங்களுக்குச் சாதகமாகப் பயன்படுத்திக் கொண்டனர்.

ஹென்றி டேவிட் தோரோ

மகாத்மா காந்தியை மாற்றிய புத்தகம் என்பதால் ஹென்றி டேவிட் தோரோ வின் **'சட்ட மறுப்பு'** எனப்படும் **'Civil Disobedience'** என்ற நூலையும் படிக்க வேண்டும் என்ற ஆர்வத்தில் தேடினேன்! பிறகு தேவநேயப் பாவாணர் நூலகத்தில் கண்டறிந்தேன்! தோரோவின் புத்தகத்தைப் படிப்பதுடன் தோரோ வாழ்க்கை வரலாறு பற்றியும் படிக்க வேண்டும் என்ற ஆர்வம் உண்டானது.

19-ம் நூற்றாண்டில் ஆட்சியதிகாரம் பல்வேறு நாடுகளிலும், ஒரு முறைப்படுத்தப்படாத சூழ்நிலைதான் இருந்தது. இன்னும் சொல்லப்போனால் காலனி ஆதிக்கத்தின் கீழ் சிக்கிக்கொண்டு சுயாட்சி உரிமைக்கே போராட வேண்டிய நிலை! சில நாடுகளில் உள்நாட்டு யுத்தப் பிரச்னை, ஆப்பிரிக்க நாடுகளில் இன ஒதுக்கல், நிறவெறிக் கொள்கை. பெரும் பிரச்னையாக உருவெடுத்துக் கொண்டிருந்தது.

அமெரிக்கா நீண்ட காலத்திற்கு முன்பே, தனித்துவமிக்க சுதந்திர நாடாக விளங்கியது. தாமஸ் ஜெபர்சன், ஆட்சி அதிகாரம் மிகக்குறைவாக செலுத்தப்படும் ஆட்சியே சிறந்த ஆட்சி என்று கருத்து தெரிவித்தார். ஆனால் தோரோ, ஆட்சி அதிகாரம் சிறிதும் செலுத்தப்படாத,

கட்டுப்பாடு என்பதே இல்லாத ஆட்சிதான் சிறந்த ஆட்சி என்றார். இந்த அறிமுக வார்த்தைகளுடன் தோரோவின் கட்டுரை எலிசபெத் பிபாடி என்பவர் நடத்திய இதழில் *'Aesthetic papers'* என்ற பெயரில் வெளியானது.

ஹென்றி டேவிட் தோரோ

முதலில் 'சட்டமறுப்பு நம் கடமை' என்றும், 'சட்ட மறுப்பு' என்றும் வெளியான அந்தக் கட்டுரைகளை யாரும் பெரிதாக எடுத்துக்கொள்ளவில்லை! பிறகு அதைப் புத்தகமாகப் பதிப்பித்தபோதுதான் லட்சக்கனக்கான மக்கள் இதைப்பற்றி படித்து விவாதிக்கத் தொடங்கினர். தோரோ, காடுகளில் அலைந்து திரிபவராகவும் இருந்துள்ளார். எமர்சனின் நட்பும் இவரது சித்தாந்தத்தில் தாக்கத்தை உண்டு பண்ணியது. **மனம்போன போக்கில் சுற்றித் திரிவது, இயற்கையோடு கலந்துபோய் ரசிப்பது, நீண்ட வாசிப்பு, இடையிடையே தியானம் போன்ற பழக்கங்கள் தோரோவை மிகத் தன்மையானவராக ஆக்கிவிட்டிருந்தது.**

இயற்கை சார்ந்த தன்னிறைவு வாழ்க்கையை மேற்கொண்டார். தனது கிராமத்தில் சோளம், கீரை, வெல்லப்பாகு தயாரித்தல், உருளைக் கிழங்கு போன்ற கிழங்கு வகைகளைப் பயிரிடுதல் என எளிமையான வாழ்க்கையை மேற்கொண்டு தன்னைத் தனிமைப்படுத்திக்கொண்டார்.

அந்தக் காலகட்டத்தில் படைத்த வால்டன் அல்லது வன வாழ்வு நூலில் இந்தத் தனிமை வாழ்வைப் பற்றி சிறப்பாக விளக்கியிருப்பார். இதுவும் ஒரு சிறப்பான புகழ்பெற்ற புத்தகமாகவே விளங்கியது. மனிதர்களுக்கு விதிக்கப்பட்டிருந்த தலை வரியை கடுமையாக எதிர்த்தார். எந்த ஒரு போரையும் கடுமையாக வெறுத்தார். நாடுகளுக்கிடையே, பல்வேறுவித இனங்களுக்கிடையே நடைபெற்ற சண்டைகள் இவர் மனதில் ஒருவித கடுமையான வெறுப்பை உண்டாக்கியது.

அடிமைகள் குறித்த அடக்குமுறைச் சட்டம் இவை போன்ற அனைத்தும் சேர்ந்து அவரை சட்டமறுப்பு நூலை உண்டாக்கத் தூண்டியது. அதிகாரமற்ற, கண்ணியமான, குறைபாடற்ற அரசாங்கம் எப்படி இருக்க வேண்டும் என்று சட்ட மறுப்பு நூல் எடுத்துரைக்கிறது. தோரோ வாழ்ந்த காலத்தில் பெரிதாக ஒன்றும் கவனிக்கப்படவில்லை. **1907-ல் காந்தி தென்னாப்பிரிக்காவில் வாழ்ந்த காலத்தில், இந்த நூலை முழுமையாகப் படித்து தனக்குள் ஒருவித அரசு அடக்கு முறைக்கு எதிரான வழிமுறை குறித்து சாத்வீகக் கொள்கையை ஏற்படுத்திக் கொள்கிறார். தோரோ வரலாற்றை எழுதிய ஹென்றி சால்ட்டிடமும் இந்த நூல் தனக்குள் ஏற்படுத்திய தாக்கத்தை விளக்கியுள்ளார்.**

ஒத்துழையாமை, சட்ட மறுப்பு என்ற வார்த்தைகளை, காந்தி தோரோவின் *'civil disobedience'* என்ற புத்தகம் உண்டாக்கிய தாக்கத்தின் காரணமாகவே எடுத்துக் கொண்டிருக்கிறார். அந்தக் கருத்தை தென்னாப்பிரிக்காவில் கொடுங்கோல் ஆட்சி நடத்திவந்த ஜெனரல் ஜான் ஸ்டிமட்சை எதிர்த்து வெற்றிகரமாக செயல்படுத்திக் காட்டினார்.

அமெரிக்க கான்கார்ட் வட்டாரத்தைச் சார்ந்த மாசாசுட்சு பகுதியில் பிறந்து வெறும் 44 ஆண்டுகளே, வாழ்ந்த தோரோ, சட்ட மறுப்பு நூல் மூலமும் அது சார்ந்த *'Herald of freedom, Resistance to civil government'*, *'Slavery in Massachusetts'* போன்ற கட்டுரைகளாலும் பிற்காலத்தில் காந்தி, லியோ டால்ஸ்டாய், மார்ட்டின் லூதர் கிங் போன்றோரின் ஆதர்ச நாயகனாகத் திகழ்ந்தார். தோரோவின் *'WALDEN (or) LIFE IN THE WOODS'* என்ற நூலும் புகழ்பெற்ற நூலாகும். தனிமையில், ஏரிக்கரைப் பகுதியில், இயற்கையோடு ஒன்றிய தவ வாழ்க்கையை நயம்பட அழகாக விளக்கியுள்ள காட்சி மிகவும் ரசிக்கத்தக்கதாகும்.

'I Ask for not at once no government but at once a better government' என்ற கொள்கையைக் கொண்டிருந்த தோரோவைப் பற்றி வில்லியம் கானடா என்பவர் எழுதி, தமிழறிஞர் அ.சா. ஞானசம்பந்தன் மொழிபெயர்த்து ஓரியண்ட் லாங் மென் வெளியிட்டுள்ள தோரோ புத்தகத்தையும் தேடிப் படித்தேன்! அருமையான புத்தகம்; நல்ல மொழிபெயர்ப்பு கொண்ட அந்நூல் தோரோவின் வாழ்க்கையை வாசிக்க விரும்புபவர்கள் நேசிக்கக் கூடியதாகவே இருக்கும்! வால்டன் புத்தகத்தையும் தமிழ்ப் படுத்தினால் அது ஓர் எழுத்தாளனின் ஆத்மார்த்த வாழ்க்கையைக் காட்சிப் படுத்துவதாகவே இருக்கும்!

டாம் மாமனின் குடில்

எனது சென்னை சட்டக்கல்லூரி வாழ்க்கையில், வாய்ப்பு கிடைக்கும் போதெல்லாம் பல்வேறு இலக்கியம் சார்ந்த விழாக்களில் கலந்துகொள்வதை ஒரு வழக்கமாகவே கொண்டிருந்தேன். குறிப்பாக நூல் வெளியீட்டு விழாவில் கலந்து கொள்ளுதல், சொற்பொழிவு கருத்தரங்கங்களில் பங்கேற்றல், தொடர்ச்சியாக நூலகம் செல்லுதல், பெரும்பாலான நேரம் நூலகங்களிலேயே செலவிடுதல், நூலகர்களுடன் கலந்துரையாடுதல் போன்ற பழக்கங்களைக் கொண்டிருந்ததால் நிறைய புத்தகங்களும், நிறைய இலக்கிய ஆளுமைகள் குறித்தும் தெரியவந்தது!

எனக்கு இதுபோன்ற இலக்கிய வாதிகளுடன் உரையாடுவது, புதிய விஷயங்களைத் தெரிந்துகொள்வது, புதிய புத்தகங்களை அறிந்துகொள்வது, உடனே அந்தப் புத்தகத்தைத் தேடி அலைவது, அதைக் கண்டுபிடிக்க பெரும் முயற்சியை மேற்கொள்வது, குறிப்பிட்ட அந்தப் புத்தகம் கிடைத்துவிட்டால், அதில் ஒருவித மகிழ்ச்சியை அடைதல் என கல்லூரி வாழ்க்கை வித்தியாசமாகவே சென்றது!

அப்படித்தான் 'டாம் மாமனின் குடில்' என்ற கறுப்பு அடிமைகளின் கதை குறித்து தேடத் தொடங்கினேன்! ஹாரியட் பீச்சர் ஸ்டோவ் என்ற பெண் எழுத்தாளரின் இந்த நாவல், 19-ம் நூற்றாண்டின் மத்தியில் பெரும் தாக்கத்தை உண்டாக்கியது. நேர்மறை கருத்துகளையும், எதிர்மறை விளைவுகளையும் உண்டாக்கிய பெரும் சர்ச்சைக்குரிய நூலாகத் திகழ்ந்ததோடு மட்டுமின்றி, வெளியான ஒரு வருடத்தில் 3,00,000 பிரதிகள் விற்பனையாகி சாதனை படைத்தது. இதுவரை கிட்டத்தட்ட தமிழ் உட்பட 40 மொழிகளில் மொழி பெயர்க்கப்பட்டுள்ளது.

அமெரிக்க அதிபர் ஆபிரகாம் லிங்கன், 'உள்நாட்டுப் புரட்சிக்குக் காரணமான காரணிகளுள் ஒன்று **"இந்தச் சின்னப் பெண் எழுதிய 'டாம் மாமனின் குடில்' என்ற நாவல்" என்று குறிப்பிட்டுள்ளார்.** லாங் பெல்லோ 'கறுப்பின மக்கள் மனதில் புரட்சி எண்ணத்தை உண்டாக்கியதோடு, இலக்கிய வரலாற்றில் இது ஒரு மகத்தான நூல்' என்று பாராட்டினார்.

Harriet Elizabeth Beecher Stowe 1811-ல் அமெரிக்காவில் மத நம்பிக்கை கொண்ட, பழமைவாத குடும்பத்தில் பிறந்த, இறைபக்தி கொண்ட பெண் என்றாலும் அடிமை ஒழிப்பு, சீர்திருத்தச் சிந்தனை கொண்டவராக இருந்தார். 30 நூல்களை எழுதி இருந்தாலும், தன் 41-ம் வயதில் படைத்த அந்த *'uncle Tom's cabin'* நாவல் 1852-ல் வெளிவந்து ஆப்பிரிக்க, அமெரிக்க கறுப்பின மக்களிடையேயும், கறுப்பின மக்களுக்காகப் போராடியவர்களுக்கும் பெரும் உந்து சக்தியை வழங்கியது.

முதலாளிகளின் கொடுமை தாங்க முடியாமல் தப்பியோடும் அடிமைகளைக் கண்டுபிடித்து தண்டிக்கும்விதமாக 1850-ல் *'Fugitive Slave Law'* என்ற அடிமைகள் சட்டத்தை அமெரிக்க காங்கிரஸ் கொண்டுவந்தது. சட்டத்திற்கு ஆதரவாக பல செனட் உறுப்பினர்கள், மதவாதிகள் பேசியதோடு மட்டுமின்றி விவிலியத்திலிருந்தெல்லாம் ஆதார கருத்துகளை எடுத்து விளக்கி, திருச்சபைகளில் இந்தச் சட்டத்தின்

தேவையை, அவசியத்தை வலியுறுத்தி வந்தனர்.

ஹாரியட் சமயக் கருத்துகளில் ஈடுபாடுகொண்டிருந்ததால் அதுபற்றி ஏதாவது செய்துகொண்டே வந்தார். அப்படித்தான் சின்சினாட்டி சென்று அங்கிருந்த லேன் மதக் கல்லூரியின் தலைமைப் பொறுப்பை ஏற்றுக்கொண்டு ஆசிரியராகப் பணிபுரிந்தார். சக ஆசிரியராகப் பணிபுரிந்த கால்வின் ஸ்டோவைத் திருமணம் செய்துகொண்டார்.

அந்தக் காலகட்டத்தில்தான், ஒஹையோ நதிக்கரையை ஒட்டியிருந்த பெரிய பண்ணைகளுடன் கூடிய கெண்டுகியில், அடிமைகளை நடத்திய விதத்தைக் கண்டு மனம் வேதனையுற்றார். இவ்வகையில் மதக்கல்லூரி, அடிமை ஒழிப்புமுறைக்கு ஆதரவாக இருந்ததால், அடிமை முறையை ஒழிக்கும்விதமாக **'டாம் மாமன்'** என்ற கற்பனைப் பாத்திரத்தைச் சித்திரித்து எழுதத் தொடங்கினார். இந்நிலையில் இங்கிலாந்திலும் அடிமைமுறைச் சட்டத்திற்கு எதிரான கொந்தளிப்பு உருவாகி வந்தது.

அடிமைகள் விற்பனை, அவர்கள் குழந்தைகளுடன் அலைக்கழிக்கப்பட்ட காட்சி.. வண்டியில் மிருகங்களைப் போல ஏற்றி அழைத்துச் செல்லப்பட்ட விதம், ஹாரியட்டை மிகவும் பாதிக்கவே, தனது படைப்பைத் தீவிரமாக எழுதத் தொடங்கினார். ஒருகட்டத்தில் அறைக் கதவை தாளிட்டுக்கொண்டு, தான் கண்ட காட்சியை அப்படியே எழுத்தில் வடித்தார். பிறகு வாஷிங்டனிலிருந்து வெளியான 'National Era' என்ற அடிமை ஒழிப்புச் சிந்தனை கொண்ட பத்திரிகையின் ஆசிரியரான கமாலியெல் பெயிலிடம், தான் கதை எழுதுவது குறித்து தெரிவித்தார். பெயிலும் ஹாரியட்டின் உணர்வை நன்கு புரிந்துகொண்டதால் 'Uncle Tom's Cabin' என்ற தொடர்கதை 'பாவப்பட்டவர்களின் வாழ்க்கை' எனும் தலைப்பில் 1851-ம் ஆண்டு நேஷனல் எராவில் தொடர்கதையாக வெளியிடப்பட்டது. ஒரு மாதத்தில் முடிக்க நினைத்த கதை, தொடர் நிகழ்வுகளின் தாக்கத்தால் ஒருவருட காலம் நீண்டது. ஷேல்பி, டாம் மாமன், ஜார்ஜ் ஹாரிசு என ஒவ்வொரு பாத்திரமும் பேசப்பட்டது.

லெகிரி என்ற முதலாளி டாமை விலைக்கு வாங்கி துன்புறுத்த, அவனை மீட்க அவனுடைய பழைய முதலாளி ஜான் ஷேல்பி வருகைதந்த நிலையில் டாம் அடித்துக் கொல்லப்பட்டுவிடுவான். இதைக்கண்டு வெகுண்டெழுந்த ஷேல்பி, டாமின் மரணம் அவனை வெகுவாக பாதித்ததால் அதற்குக் காரணமான லெகிரியை அடித்துக் கொன்றுவிட்டு, டாமின் நினைவாகத் தன்னிடம் இருந்த அனைத்து அடிமைகளையும் சுதந்திரமாக அனுப்பிவிட்டு, தன் எஞ்சிய வாழ்நாளை அடிமைகளின் விடுதலைக்காகவே அர்ப்பணித்துக்கொள்வான். இதுதான் மேலோட்டமான கதை!

நேஷனல் எரா, பெரிய அளவில் விற்பனையாகாத நிலையில், கதையின் கருவைக் கண்ட பாஸ்டன் பிரசுரம் பிரசுரிக்கவே தயங்கினர். ஹாரியட் ஸ்டோவ் மற்றும் பதிப்பாளர் ஜான் ஜீவெட் இருவருக்குமே புத்தகம் எப்படி இருக்குமோ என்ற தயக்கத்துடனே இரண்டு பாகங்கள் கொண்ட நூலாக 5,000 பிரதிகள் அச்சிட்டு வெளியிட்டனர். ஏழை நீக்ரோ குடிசையை அட்டைப் படமாகக் கொண்ட நூல் வெளியான அன்றைய தினமே 3,000 பிரதிகள் விற்றுவிட்டன. மறுநாள் மீதமுள்ள 2,000 பிரதிகளும் விற்றுத் தீர்ந்துவிட, ஆர்டர்கள் குவிந்த வண்ணம் இருந்தன. அந்த வாரமே 16,000 காப்பிகள் விற்பனையானது. அந்த ஒரு வருடத்தில் 3,00,000 பிரதிகள் விற்று பெரும் சாதனைப் படைத்தது.

அப்போது, பிரான்ஸ், ஸ்வீடன், ஜெர்மனி உட்பட பல்வேறு நாடுகளில் 22 மொழிகளில் வெளிவந்தது. டாம் அங்கிள் கேபினுக்கு அடுத்தபடியாக கூடுதலாக விற்பனையான நூல் பைபிள் மட்டுமே! அதேபோல் கணக்கிலடங்கா

நாடகங்கள் இந்த நாவலை ஒட்டி திரையிடப்பட்டன. அமெரிக்க உள்நாட்டுப் புரட்சிக்கு வித்திட்ட புரட்சிகரமான சமூக நாவலைப் படைத்த ஹாரியட் ஸ்டோவை 1862-ல் ஜனாதிபதி மாளிகைக்கு அழைத்து ஆப்ரஹாம் லிங்கன் பாராட்டு தெரிவித்தார்.

சார்லஸ் சம்னர், டாம் மாமனின் குடில், எழுதியிருக்காவிட்டால் ஆபிரகாம் லிங்கன் அமெரிக்க ஜனாதிபதியாக தேர்ந்தெடுக்கப்பட்டிருக்கமாட்டார் என்று கருத்து தெரிவித்தார். இந்நூல் குறித்து மோசமான விமர்சனங்களும் வந்தன! மட்டமான எழுத்து நடை, கருத்துச் செறிவு குறைவு, மட்டமான சொல்லாட்சி, வழக்கமான கதைதான் என்றெல்லாம் எழுதினார்கள். ஆயினும் சமகால சமூக அவலத்தை, அடிமை ஒழிப்பு எனும் அந்தக் காலத்திற்கு அவசியமான கருத்தை பிரதான களமாகக் கொண்டிருந்ததால் இந்த நாவல் மகத்தான வெற்றியைப் பெற்றது. ஆனால் பிரசுரிக்கும்போது உண்டான ஒப்பந்தக் குளறுபடியால் நாவல் பெரிய அளவில் விற்பனையாகியும் ஸ்டோவுக்கு உரிய பலன் சேரவில்லை.

ஹாரியட் ஸ்டோவ் இங்கிலாந்து சென்றபோது, விக்டோரியா ராணி, இளவரசர் ஆல்பர்ட், நூற்றுக்கணக்கான பிரபுக்கள், புகழ்பெற்ற எழுத்தாளர் சார்லஸ் டிக்கன்ஸ், ஜார்ஜ் எலியட், ரஸ்கின், மெக்காலே பிரபு என முக்கிய பிரமுகர்கள் அழைத்து விருந்து கொடுத்தனர். அவர் சென்ற இடமெல்லாம் சாமானிய மக்கள் மலர்தூவி மகிழ்ச்சி ஆரவாரத்தை வெளிப்படுத்தியுள்ளனர்.

கர்க் மன்றோ, "ஸ்டோவ் வரலாற்றில் புகழ்மிக்க பெண்கள் வரிசையில் முதலிடத்தில் இருப்பதோடு, அமெரிக்க மக்களின் தலைவிதியை உருவாக்கியதில் வேறு எவரைக் காட்டிலும் முன்னிலை வகிக்கிறார். **அடிமை முறையை எந்த தனிநபரும் ஒழிக்கவில்லை! ஆனால் அதற்கு டாம் மாமனின் குடில் வெகுவாக பயன்பட்டது"** என்று நேர்மையாக மதிப்பிட்டுள்ளார். தன் சமகால சமுதாய அவலத்தைக் காட்சிப்படுத்தி அதை மக்களிடம் சேர்த்து அதற்கான விடியலையும் உண்டாக்கி வாழ்நாள் பலனைத் தேடிக்கொண்டார் ஸ்டோவ்.

இதில் என்ன ஆச்சர்யமும் வருத்தமும் என்றால், 1852-ல் அமெரிக்காவில் ஒரு எழுத்தாளரின் நாவல் வெளியான இரண்டே நாளில் 5,000 பிரதிகள் விற்றுத் தீர்ந்து விடுகிறது. அந்த ஆண்டிலேயே 3 லட்சம் பிரதிகள் விற்பனையாகின்றன. ஆனால் செம்மொழி தகுதி கொண்ட மூத்த மொழியில், தாய்மொழியாம் தமிழில் சிறந்த எழுத்தாளர்களின் படைப்புகள்கூட இரண்டு ஆண்டுகளில் 5 ஆயிரம் பிரதிகள் விற்பதில்லை.

8 கோடி மக்கள்தொகை கொண்ட தமிழ்நாட்டில் 83% சதவீதம் மக்கள் கல்வியறிவு பெற்றுள்ள நிலையில், குரூப் 4 தேர்வுகூட 16 லட்சம் மக்கள் எழுதக்கூடிய மண்ணில், பல எழுத்தாளர்களின் புத்தகங்கள் ஆயிரம் பிரதிகள்கூட விற்பதில்லை! குரூப்-4 எழுதும் 16 லட்சம் பேரில் 15 லட்சம் பேர் வெறும் பள்ளிக்கூடப் புத்தகத்தை வாங்கி வைத்துக்கொண்டு, அதைக்கூட முறையாகப் படிக்காமல் குறுக்குவழி ஃபார்முலா கண்டுபிடித்துக்கொண்டு மொட்டை மனப்பாடம் செய்தால் எங்கிருந்து அறிவு வளரும்?

ராஜா கல் குடித்தான்

வரலாறு, புவியியல், நம்மை ஆளும் அரசு நிர்வாகம், அரசியல் அமைப்பு, நம்மைச் சுற்றி நடக்கும் நடப்பு நிகழ்வுகள் எப்படித் தெரியவரும்? நான் போட்டித் தேர்விற்குப் படிக்கும்போது, எனது அறையில் தங்கியிருந்த மூத்த நண்பர் ஒருவர் முதுகலைப்பட்டம் பெற்றவர்.

'ராஜா கல் குடித்தான்' என்று அறையில் எழுதி ஒட்டி வைத்திருந்தார். எனக்கு பயங்கர ஆச்சர்யம். இப்படி ஒரு கேள்வியை, பதிலை நாம் எங்குமே கேள்விப்பட்டதே இல்லையே? ஒரே குழப்பமாக, ஆச்சர்யம் மேலோங்க

அவரிடமே கேட்டுவிடலாம் என்று தீர்மானித்து, அவரிடம் கேட்டே விட்டேன். என்ன இது 'ராஜா கல் குடித்தான்' என்றால் என்ன? என்றேன். இல்லப்பா, அது ஒரு முக்கியமான கேள்வி, அதற்காக எழுதிவைத்துள்ளேன் என்றார். இன்னும் ஆச்சர்யம் அதிகமாகிவிட்டது. என்ன கேள்வி என்றேன்.

பதில் சொன்னார் பாருங்கள்! ராஜ தரங்கிணி என்ற நூலை கல்ஹானா எழுதினார். இது எனக்கு மறந்துவிடுகிறது. அதனால் இப்படி ஒரு ஷார்ட் கட் போட்டுவைத்துள்ளேன். ராஜா கல் குடித்தான் என்றால் ஈசியாக மனப்பாடம் ஆகும் என்றவுடன் மிகவும் அதிர்ச்சி ஆகிவிட்டேன். இதைக் கூட மனப்பாடம் செய்ய முடியாமல், ராஜா கல் குடித்தான் என ஷார்ட்கட் போட்டு வைத்துள்ளாராம்.இந்த அளவில்தான் வரலாறு குறித்த நமது வாசிப்பு உள்ளது.

அதாவது ஒரு வாசிப்பு என்பது எப்படி இருக்கவேண்டும்? ராஜதரங்கிணி என்றால் என்ன? அது எதைப்பற்றி எழுதப்பட்ட நூல்? அதன் முக்கியத்துவம் என்ன? எந்த ஆண்டு? எந்த நூற்றாண்டில், யாரால் எழுதப்பட்டது? எழுதியவரின் நோக்கம் என்ன? அவரது மற்ற படைப்புகள் என்ன? நூலின் குறிப்பிடத்தக்க அம்சம் என்ன? அதுபோல் வேறு என்ன வரலாற்று நூல்கள் உள்ளன என்பதை எல்லாம் அர்த்தம் புரிந்து கோவையாக படித்துப் புரிந்துகொண்டால் மட்டும்தானே எழுத முடியும்.

ராஜதரங்கிணி என்பது காஷ்மீர் வரலாறு குறித்து கல்ஹானரால் எழுதப்பட்ட வரலாற்று நூல். சொல்லப்போனால், இந்தியாவில் முறையான வரலாற்றுப் பதிவுகளே இல்லை என்ற நிலையில், வரலாற்றுப் படைப்பு பற்றிய அறிவே, இந்தியர்களுக்கு இல்லை என அல்பெருனி 11-ம் நூற்றாண்டில் தன் ஹிதாப்- இல்-ஹிந்த் நூலில் பதிவு செய்துவைத்துள்ள நிலையில், இந்த ராஜதரங்கிணிதான் ராஜாங்க வரலாறு குறித்து முறையாக எழுதப்பட்ட வரலாற்று நூலாகும். 12-ம் நூற்றாண்டில் கல்ஹானரால், சம்ஸ்கிருதத்தில் 7,826 பாடல்களுடன் 8 பாகங்களாக எழுதப்பட்ட நூல். அதில், இதற்கு முந்தைய வரலாற்று நூல்கள் எதுவும் முறையாக இல்லை என்றும் வெளிப்படையாகக் குறிப்பிட்டுள்ளார்.

J.C.தத் மொழிபெயர்த்துள்ள இந்த நூலில், கொனண்டார என்ற அரசர், காளி ஆண்டு 653, அதாவது கி.மு 2448-ல் பதவி ஏற்பது தொடங்கி, கோனாதித்யா வம்சம், கார்கோடா வம்சம் என லோகாரா வம்சம் வரை வகைப்படுத்தப் பட்டுள்ளது. கால வரிசையில் வரலாற்று அறிஞர்களிடையே சற்று மாறுபாடு இருப்பினும் இது ஒரு சிறந்த, முறையான வரலாற்று நூல் என்பதில் சந்தேகமே இல்லை. இதன் தொடர்ச்சியாக, **காஷ்மீரின் சிறந்த மன்னராக ஆட்சி புரிந்த ஜெய்னாலாப்தின் ஆட்சி காலத்தில் ஜோனராஜா என்பவர் 'Dvitiya Rajatharangini' அதாவது இரண்டாவது ராஜதரங்கிணி என்ற அற்புதமான நூலைப் படைத்தார்.**

இதில், கி.பி 1150-ல் தொடங்கி 1459 வரை காஷ்மீர் வரலாறு சிறப்பாக எழுதப்பட்டுள்ளது. காஷ்மீரின் அக்பர் என போற்றப்பட்ட ஜெய்னுலாப்தீன் மிகுந்த சிறந்த நிர்வாகத்தைத் தந்ததோடு இலக்கியப் படைப்புகளுக்கும் மிகுந்த ஆதரவளித்தார். அதனால்தான் இத்தகைய நூல் எழுதப்பட்டது.

இதுபற்றி எதுவுமே தெரிந்து கொள்ளாமல் , 'ராஜா கல் குடித்தான்' என்று எழுதி ஒட்டி வைத்துக்கொண்டால் என்ன புரியும்? கொள்குறி வினா வகைத் (objective type) தேர்வில்கூட இதுபோன்ற மேம்போக்கான அறிவு கொண்டவர்கள் ஒப்பேற்றிவிடலாம். ஆனால், எழுத்துத்தேர்வில் எப்படி எழுத முடியும்? நேர்முகத் தேர்வை எப்படி எதிர்கொள்ள முடியும்?

நம் தவறான அணுகுமுறையால் தோல்வியுற்ற பிறகு, தேர்வாணையத்தையும், அரசையும் குறை கூறிக்கொண்டு முகாரி ராகம் பாட

வேண்டியதுதான்!

அல்பெருனி சொன்னது முற்றிலும் உண்மை! கஜினி முகம்மது இந்தியாவை கொள்ளை அடிக்க வந்தாலும், இந்திய மக்களின் பண்பாடு, பழக்கவழக்கம், நில அமைப்பு, போர்முறை, ஆட்சிமுறை, கோயில் கட்டமைப்பு, கலாசாரம், குறித்து பதிவு செய்து எழுதுவதற்கு, போர்க்களத்திற்கு ஒரு கவிஞனை அழைத்து வந்துள்ளார் என்பதைப் பார்க்கும்போது, வரலாற்றைப் பதிவு செய்யும் அவர்களுடைய ஆர்வம் பாராட்டத்தக்கதேயாகும். 7 சுல்தான்களிடம் பணிபுரிந்த அமீர் குஸ்ரோவும் சிறந்த வரலாற்றாசிரியர். வரலாற்றைப் படிக்கும் ஆர்வம் இருந்தால்தானே நிறைய வரலாற்று படைப்புகள் உருவாகும்! இனியாவது மாணவர்கள் விழித்துக்கொள்ள வேண்டும்.

ராகுல்ஜியின் சுயசரிதை

இயல்பாகவே பயணம் மேற்கொள்வதிலும், வாசிப்பதிலும், தீவிர ஈடுபாடு கொண்ட எனக்கு, ஊர் சுற்றிப் புராணம் என்ற நூலைப் பற்றி கேள்விப்பட்டு அதைப் படித்தவுடன் ராகுல சாங்கிருதத்தியாயன் மீது ஈடுபாடு வந்துவிட்டது. அவருடைய வால்காவிலிருந்து கங்கை வரை என்ற அமரத்துவம்பெற்ற நூல் பற்றி அனைவரும் அறிந்திருப்போம். பெரும்பாலும் அதைப் படித்திருப்போம். உண்மையைச் சொல்லப்போனால் நான் அதைக் கிட்டத்தட்ட மூன்று முறை படிக்க முயற்சி செய்து, பாதி பாதியாக படித்துவிட்டு வைத்துவிடுவேன். ஐந்து ஆண்டுகளுக்கு முன்புதான் அந்தப் புத்தகத்தை முழுமையாகப் படித்தேன். நேரம் கிடைக்கும்போது அதை வாசித்துக் கொண்டிருப்பேன். அப்படிப்பட்ட மனித குல வரலாற்றைச் சொல்லக்கூடிய அருமையான மானுட ஆய்வியல் வரலாற்று நூல்தான் அது. மகா புருஷராக வாழ்ந்த ராகுல சாங்கிருதத்தியாயன் பற்றி முழுமையாகப் படிக்க வேண்டும் என்ற ஆவல் இயல்பாகவே என்னுள் இருந்து கொண்டே இருந்தது. இந்த நிலையில் சாகித்ய அகாடமி வெளியிட்டிருந்த, பிரபாகர் மாச்வே ஆங்கிலத்தில் எழுதிய ராகுல்ஜி பற்றிய நூலை, அறிஞர் வல்லிக்கண்ணன் அவர்கள் அழகாக மொழிபெயர்த்து வெளியிட்டிருந்தார்.

73 பக்கமே கொண்ட சிறு நூலாக இருந்தாலும் அவரைப் பற்றி தெரிந்துகொள்ள வேண்டும் என்பவர்களுக்கு அருமையான நூலாகவே அதைக் கருத வேண்டும். ஆயினும் ராகுல சாங்கிருதத்தியாயனே எழுதிய இரண்டு பாகங்களைக் கொண்ட சுயசரிதையான **'மேரி ஜீவன்' 'யாத்திரா'** என்ற நூல் முறையே 1944, 1950-ல் வெளிவந்துள்ளதை அறிந்து அதைப் படிக்க வேண்டும் என்ற தீவிர ஆர்வம்கொண்டிருந்தாலும் அந்த நூல் கிடைக்கப்பெறாமல் மிகவும் வருத்தப்பட்டேன். 1944 வரை அவர் வாழ்வில் நடந்த நிகழ்ச்சிகளை மட்டுமே பதிவு செய்துள்ளதாக தெரிகிறது. இதைத்தவிர மூன்றாம் பகுதியாக வெளியிடும் வகையில் தொடர்ச்சியாக வாழ்க்கைக் குறிப்புகளும், நாட்குறிப்புகளும் எழுதி வந்திருக்கிறார்.

கிட்டத்தட்ட 3,000 பக்கத்தில் தனது வாழ்க்கைச் செய்திகளை அவர் பதிவு செய்துள்ளதாகத் தெரிகிறது. அதேபோல் ஹிந்தி, சம்ஸ்கிருதம், அரபு, பார்சி, திபெத் போஜ்புரி, பாலி உட்பட 30 மொழிகளைக் கற்றிருந்திருக்கிறார். வரலாறு, தத்துவம், பயண நூல், சமூகவியல், மானுடவியல், வாழ்க்கை வரலாறு, வடமொழி நாடக, இலக்கிய, இலக்கண நூல்கள், புத்த சமய நூல்கள், அரசியல் கட்டுரைகள், திபெத் இலக்கியங்கள் என பரந்த அளவில் எழுதி வந்துள்ளார்.

ஆகையால் இத்தகைய, உலகம் முழுக்க பல்வேறு வகையிலும் பயணம் செய்த, பல்வேறு மொழியில், மிகப்பெரிய புலமை பெற்றிருந்த, ஆற்றல்மிக்க ஆளுமை கடைசியில் கண்பார்வை இன்றி, நினைவு தடுமாறி, அந்த நிலையிலும்

தான் சொல்லச் சொல்ல பிறரை எழுத வைத்து கட்டுரைகள், நூல்கள் எழுதிய வரலாற்றை, குறிப்பாக அவரது சுயசரிதையைப் படிக்க வேண்டும் என்ற எண்ணம் தீவிரமாக இருந்துகொண்டே இருந்தது.

இந்நிலையில்தான் நியூ செஞ்சுரி புத்தக நிர்வாக இயக்குநர் அன்பிற்குரிய சகோதரர் சரவணன், ராகுல சாங்கிருதத்தியாயனின் மூல சுயசரிதையின் இந்தி மொழி நூலான 'மேரி ஜீவன் யாத்திரா'வை தமிழில் மொழிபெயர்த்து, கிட்டதட்ட 1,300 பக்க அளவில் இரண்டு பாகங்களாக வெளியிட்டுள்ள நூல்களை கொடுத்தனுப்பினார். இத்தகைய மெச்சத்தக்க படைப்பைத் தமிழுக்குக் கொண்டு வந்ததற்காகவே தமிழ்ச் சமூகம் அவர்களுக்கு நன்றிக் கடன் பட்டுள்ளது.

இரு பாகங்களையும் நேரம் கிடைக்கும்போதெல்லாம் குறிப்பாக இரவு நேரங்களில் படித்துப் பார்த்தேன். தீவிர பயண வாசியாக, ஊர்சுற்றக் கூடியவராக, இந்தியாவை எடுத்துக்கொண்டால் காசி, திருப்பதி, காஞ்சிபுரம், பெங்களூர், லாகூர், குடகு, ஆக்ரா, அகமதாபாத், விஜயநகரம், உஜ்ஜயினி, கல்கத்தா, லடாக் என தொடர் பயணங்களையும் வெளிநாடு என்று எடுத்துக்கொண்டால் இலங்கை, ஜெர்மனி, இங்கிலாந்து, ரஷ்யா, ஜப்பான், கொரியா, ஈரான், சீனா, நேபாளம், திபெத், பிரான்ஸ் போன்ற நாடுகளுக்கும் சளைக்காமல் சென்று வந்துள்ளார்.

என்ன ஆச்சர்யம் என்றால், ஒரு நிலையான இடத்தை வைத்துக் கொள்ளாமல், ஒரு நிலையான இருப்பிடம் இல்லாமல், எப்படி இவ்வளவு புத்தகங்கள், கட்டுரைப் படைப்புகளை எழுத முடிந்தது? பாதுகாக்க முடிந்தது? போதிய பொருளாதாரம் இன்றி இவ்வளவு இடங்களுக்கு எப்படிச் சென்று வர முடிந்தது? மதக் கொள்கையிலும் ஒரு நிலையான முடிவு இன்றி புத்த மதத்தை ஆதரித்து, புத்த மதத்திற்கு மாறி அதனால் மிகுந்த விமர்சனத்திற்கும் ஆளாகி உள்ளார்.

இந்த நூலில், நான் ஏன் என்னுடைய சுயசரிதையை எழுதினேன் என்பதற்கு நியாயமான பதிலை எழுதியிருப்பார். அதாவது "**தனக்கு முன்னால் வாழ்ந்த பல சான்றோர் அவர்கள் வாழ்க்கையை, அனுபவத்தை, பயணத்தைப் பதிவு செய்திருந்தால் அது மக்களுக்கு குறிப்பாக எனது பயணத்திற்கு எவ்வளவு உதவிகரமாக இருந்திருக்கும் என்ற எண்ணம் அடிக்கடி எனக்கு எழுவதுண்டு. ஆனால் அதில் ஏமாற்றமே மிஞ்சும்! அந்த எண்ணம் வருங்காலத் தலைமுறைக்கு என்னைப்பற்றி எழக்கூடும் என்பதால் என்னுடைய வாழ்க்கையை நான் பதிவு செய்திருக்கிறேன்**" என்று மிக அருமையான சுய விவரத்தைப் பதிவிட்டு இருப்பார்.

இந்த சுயசரிதை நூல் எழுத வேண்டும் என்ற எண்ணமே சிறையில் தான் உருவாகியிருக்கிறது. புகழ்பெற்ற பெரும்பாலான படைப்புகள் சிறையில்தான் உருவாகி உள்ளன என்பது ராகுல்ஜி விஷயத்திலும் சரியாகவே உள்ளது. அதாவது 1940, மார்ச் 14 முதல் கிட்டதட்ட மூன்று ஆண்டுகள் ஹசாரிபாக் சிறையில் அடைக்கப்பட்டதால் அந்தச் சிறை வாழ்க்கையை மிக அற்புதமாக பயன்படுத்திக்கொண்டு 1893-இல் பிறந்தது முதல் 1934 வரை உள்ள வாழ்க்கை நிகழ்வுகளை நினைவுபடுத்தி கோவையாக எழுதியுள்ளார். அதேபோல் 1926 முதல் தொடர்ச்சியாக நாட்குறிப்பு எழுதும் பழக்கம் இருந்ததால் அதன் உதவியுடனும் எஞ்சிய வருடங்களை காலவரிசைப்படி அழகாகப் பதிவு செய்துள்ளார்.

1942-ல் சிறையிலிருந்து வந்தவுடனே, சுயசரிதை எழுதியுள்ள தகவலைத் தெரிந்து கொண்ட நண்பர்கள் அவருடைய வாழ்க்கைப் பயணத்தை அச்சிட வேண்டும் என வலியுறுத்தியுள்ளனர். இந்த நிலையில் வாழ்க்கைப் பயணம் மட்டுமன்றி அவர் எழுதிய உலகத்தின் உருவக்கோடு, மனித சமுதாயம், தத்துவ விளக்கம், வால்காவிலிருந்து கங்கை வரை, விஞ்ஞான லோகாயத வாதம், சிந்து

முதல் கங்கை வரை போன்ற நூல்களை வெளியிட்ட பிறகு ராகுல்ஜியின் சுயசரிதை என்ற இந்த நூலின் முதல் பாகத்தை 1944-ல் வெளியிட்டார்.

உத்தரப்பிரதேசம் அசாம்கார் மாவட்டத்தின் ஒரு சிற்றூரில் வைதிக பிராமண குடும்பத்தில் பிறந்து, பிற்காலத்தில் புத்த மதத்தில் தீவிர நம்பிக்கை கொண்டதால், கேதர்நாத் பாண்டே என்ற இயற்பெயரை ராகுல சாங்கிருதத்தியாயன் என்று மாற்றிக் கொண்டார். இளம்வயது கல்வி, இமயமலை பயண அனுபவங்கள், காசியில் படித்தல், தென்னாட்டிற்கு தீர்த்த யாத்திரையாக வருதல், ஆக்ரா, லாகூர் என அலைந்த அனுபவம், குடகு பயணம் என ஊர் சுற்றிக்கொண்டு இருந்த நிகழ்வுகள் என அனைத்தையும் சுவைபட எழுதி உள்ளார்.

இமயமலையில் அலைந்து திரிந்து, இமயத்திற்கும் அப்பால் சென்று அம்மலைத் தொடர்களில் ஒன்றாகவே ஆகிவிட்ட இமயத்தின் காதலர் என்று வித்யா நிவாஸ் மிஸ்ரா புகழ்ந்துரைக்கும் அளவுக்கு, இமயமலையில் இலக்கற்ற பயணமாய், அலைந்து திரிந்து மரங்களுக்கிடையே, நதிகளுக்கு இடையே, சிறு குடிசைகளில் தங்கிக்கொண்டு துறவிகளோடு துறவியாய் இயற்கையோடு இயைந்துபோய் வாழ்ந்த வாழ்க்கையைச் சுவைபட எழுதியுள்ளார்.

சனாதான பிராமணக் குடும்பத்தைச் சார்ந்தவராக இருந்து ஆரிய சமாஜத்தின் வேத கொள்கையை ஒரு கட்டத்தில் தீவிரமாகக் கடைப்பிடித்தவராக இருந்தாலும், அனைத்தையும் துறந்து விட்டு திபெத் நாட்டிற்குப் பயணம் மேற்கொண்டு, புத்தர் கொள்கையைத் தீவிரமாக உள்வாங்கி புத்தபிக்குவாகவே மாறிப்போனார். பாலி மொழி, சிங்களம், திபெத் மொழிகளில் உள்ள புத்த கிரந்தங்களை நன்கு கற்றுத் தேர்ந்து திரிபிடகாச்சாரியா மகா பண்டிதர் என்று போற்றப்பட்டார். அதாவது புத்தரின் 3 ஆதி பீடங்களான சுத்த, தம்ம, விநய பீடகங்களை நன்கு கற்றுத் தேர்ந்த மூத்த பிக்குகளுக்குத்தான் இந்தப் பட்டத்தை வழங்குவார்கள்.. அப்பேர்ப்பட்ட சிறப்பைத் தனது மொழிப்புலமையால் தான் கொண்டிருந்த தீவிர ஈடுபாட்டால் எளிதாகப் பெற்றார்.

அதேபோல் அவருடைய அரசியல் அனுபவங்கள், ஹசாரிபாக் சிறை அனுபவம், சோவியத் ரஷ்ய பயணங்கள், அங்கு பெற்ற புதிய அனுபவங்கள், பொதுவுடைமைச் சித்தாந்தங்கள் மீது உண்டான பற்று, பிறகு 1948-ல் பம்பாயில் இந்தி சாகித்திய சம்மேளனத்தில் தலைமை உரை நிகழ்த்தியதன் காரணமாக இந்திய கம்யூனிஸ்ட் கட்சியிலிருந்து வெளியேறிய நிகழ்ச்சி என அனைத்தையும் மிக அழகாக பதிவு செய்துள்ளார்.

இலங்கையில் இருந்த இரண்டு ஆண்டுகள் குறித்த சிறப்பான பதிவு, நேபாளத்தில் தலைமறைவு வாழ்க்கை வாழ்ந்த அனுபவம், திபெத் நாட்டின் கடின வாழ்க்கை, லடாக் பயணம், ஐரோப்பாவில் குளிரில் அலைந்து திரிந்த பயணங்கள், ஜப்பான் பயணக் கதை, ஆஃப்கானிஸ்தான் அனுபவம் அதைத்தொடர்ந்து, இந்தியாவிற்கு வருகை புரிந்த பிறகு இந்தியாவைச் சுற்றி வந்த பாரத தரிசனம் என, இரண்டாம் பாகம் முழுக்க உலகப் பயண, இந்திய தரிசன அனுபவத்தைப் பதிவு செய்துள்ளார்

அதேபோல் இந்தியாவில் வெறும் பயணங்கள் மட்டுமன்றி விவசாயிகள் போராட்டம், சுதந்திரப் போராட்டம், ஆந்திரா, கேரளா, கர்நாடகா மாகாணங்களில் பல்வேறு நிகழ்ச்சிகளில் கலந்துகொண்ட அனுபவங்கள். இதெல்லாம்போக தீவிர எழுத்துப் பணி, பம்பாய், அலகாபாத் பயணம் என அனைத்தையும் சுவைபட எழுதி யுள்ளார். 1907 முதல் 1963 வரையிலான 56 ஆண்டுகால வாழ்க்கை என்பது பயணங்களின் சரித்திரமாகவே இருந்துள்ளது. இதைத்தான் அவர் **'கூமாக்கார் சாஸ்திரா'** என்ற நூலாகப் படைத்தார். அதுதான் ஊர்சுற்றிப்

புராணமாக உருவானது.

ஓய்வின்றி வாழ்க்கை முழுவதும், பயணம், பயணம் என்று அலைந்து கொண்டே இருந்த அந்த மாமனிதன், வாழ்வின் கடைசி இரண்டு ஆண்டுகள், கண் பார்வை இழந்து, ஞாபக சக்தியைத் தொலைத்து மிகுந்த பரிதாப நிலையில் இருந்துள்ளார். ஓய்வற்ற அலைச்சல், அவருடைய உடல் உறுப்புகளைக் கடுமையாகப் பாதித்து டார்ஜிலிங்கில் 1963-ம் ஆண்டு மறைந்தார். சிறுவயதில் உருது மொழியை ஆர்வமாக கற்றுக் கொண்டிருந்தபோது 'குத்ராய் கா நதிஜா' என்ற கதையில் வரும் கீழ்க்கண்ட வரிகளை வாழ்க்கைப் பாடமாகவே எடுத்துக்கொண்டுள்ளார்.

''ஓ அறிவிலிகாள் மனிதர்களே! சோம்பேறிகளே! புறப்படுங்கள்! இந்த பரந்து பட்ட உலகம் முழுவதும் சுற்றி வாருங்கள்! இதற்காக உங்களுக்கு இன்னொரு வாழ்வு கிடைக்கப்போவதில்லை.. நீங்கள் நீண்ட நெடுநாள் வாழ்ந்தாலும்கூட இந்த இளமை உங்களுக்கு மீண்டும் வரப்போவதில்லை.. உடனே புறப்படுங்கள்! இப்பொழுதே உங்களது பயணத்தைத் துவங்குங்கள்!" என்ற வரிகளை தன் வாழ்நாளின், தாரக மந்திரமாகவே கடைப்பிடித்த ராகுல சாங்கிருதத்தியாயனின் சுயசரிதை என்பது இந்திய மக்கள், ஏன் மனித சமுதாயமே படித்துப் பயன்பெறக்கூடிய, புத்துணர்ச்சி பெற்று, எழுச்சிபெறக்கூடிய ஒரு சிறப்பான நூல்.

ஏனெனில் மனித குலம் பற்றி ஆய்வுசெய்து, மனித சமுதாயம், வால்காவிலிருந்து கங்கை வரை, சிந்து முதல் கங்கை வரை போன்ற அமரத்துவம் மிக்க மானுட ஆய்வியல் நூல்களைப் படைத்த அந்த மகா புருஷனின் வாழ்க்கை வரலாற்று நூல் என்பது அனைவரும் படித்துணர்ந்து, பின்பற்றக்கூடிய பாடமாகவே எடுத்துக்கொள்ள வேண்டும். தமிழ்ச்சமுதாயம் இந்த நூலைப் பற்றி அறிந்திருக்குமா என்பதே சந்தேகமாக உள்ளது. இந்தச் சிறப்புமிக்க வரலாற்று ஆவணப் பெட்டகத்தை உடனே வாங்கிப் படியுங்கள் நண்பர்களே!

மெயின் கேம்ப் (Mein Kampf)

நான் விரும்பிப் படித்த மற்றொரு பிரசித்தி பெற்ற சுயசரிதை நூல் மெயின் கேம்ப். ஹிட்லரின் மெயின் கேம்ப் எனப்படும் 'எனது போராட்டம்' நூல் அனைவரும் அறிந்ததே! அந்த நூல் குறித்து பல்வேறு கருத்து வேறுபாடுகள் இருப்பினும் அவர் அளவில் அந்த நூல் ஆகச்சிறந்த ஒரு சுயசரிதை மட்டுமன்றி ஒரு தேசத்தை ஒன்றிணைத்த நூலாகத்தான் பார்க்க முடிகிறது. பிறப்பில் ஆஸ்திரிய நாட்டைச் சேர்ந்தவரான அடால்ப் ஹிட்லர் வியன்னாவில் சோசலிச ஜனநாயகவாதிகளுடன் சேர்ந்து செயல்பட்டாலும் பிறகு கம்யூனிஸ்ட் சித்தாந்தத்தை வெறுத்து 1912-ம் ஆண்டு ஜெர்மன் மூனிச் நகரத்தில் குடியேறினார். தொடக்கக் காலத்தில் மூனிச் நகரத்தைத்தான் முழு ஜெர்மனி என்று நினைத்துக் கொண்டாடிக் கொண்டிருந்தார். முதல் உலகப்போர் சமயத்தில் ராணுவப் பணியில் சேர்ந்து கார்போரல் அந்தஸ்துக்கு உயர்ந்தார்.

தேசப்பற்று எனும் பெயரில் நாஜி கட்சியைத் தொடங்கிய ஹிட்லர் 1923-ல் ஸ்டரெலிமான் ஆட்சி அமைக்கக்கூடிய நிலையில் தடுமாறிக்கொண்டிருந்தபோது ஹிட்லர் சதி செய்து ஆட்சியைப் பிடிக்க முயன்றார் எனக் குற்றம் சாட்டப்பட்டு அவருடைய ஆதரவாளர்கள் 16 பேர் நடுத்தெருவில் சுட்டுக் கொல்லப்பட்டனர். ஹிட்லரும் 5 ஆண்டு சிறை தண்டனை விதிக்கப்பட்டு பிறகு மேல்முறையீட்டில் ஓராண்டாகக் குறைக்கப்பட்டு சிறையில் இருந்தார்.

லாண்ட்ஸ்பர்க் பவேரியா சிறையில் கைதியாக இருந்தபோதுதான் மெயின் கேம்ப் சுயசரிதையை எழுதத் தொடங்கினார். முதலில் இந்த நூல் ஓர் உரையாடல் வடிவில் தனது ஆத்ம சீடரான ருடால்ப் ஹேப்ஸ்க்கு தனது கதையை சொல்லக்கூடிய நூலாகத்தான் உருவானது. தன்னுடன் இருந்து தன்

கொள்கைக்காக உயிர் துறந்த 16 மாஜி வீரர்களுக்கும் இந்த நூல் அர்ப்பணம் என்ற முன்னுரையோடு, பொய்மை, மடமை, கோழைத்தனத்தை எதிர்த்த 4 ஆண்டுகால போராட்ட வரலாறு என்று விளக்கம் அளித்து நூல் வெளியிடப்பட்டது. 1926-ல் பெர்க்டஸ்காடனில் இரண்டாவது பகுதி எழுதி முடிக்கப்பட்டது.

ஜெர்மானிய இனம், இன ஒற்றுமை இன மேம்பாடு, இனத்தூய்மை ஐக்கிய ஜெர்மனி, ஒன்றுபட்ட வலிமையான ஜெர்மனி என்ற கோட்பாட்டில் உறுதிகொண்டு, அதையே திரும்பத் திரும்ப மக்களிடம் வலியுறுத்தும் விதமாக தன்னுடைய நூலிலும், சொற்பொழிவுகளிலும் மக்களிடம் கொண்டுசென்றார். மெயின் கேம்ப்பில் ஹிட்லர் வெளிப்படையாகவே ரஷ்யாவுக்கு எதிராகவும் பிற ஐரோப்பிய நாடுகளுக்கு எதிரான இன துவேஷத்தையும் வெளிப்படுத்தியிருந்தார்.

1939-ல் இதன் முக்கியப் பகுதிகள் நீக்கப்பட்ட ஆங்கில மொழிபெயர்ப்பு வெளியிடப்பட்டது. ஆனால், 1936-ல் பிரான்சில் வெளியான நூல் சற்று வேறுபட்டதாக, பிரான்சை ஹிட்லர் மிகவும் மோசமாக தாக்கி எழுதியுள்ளதாக இருந்தது. ஐக்கிய ஜெர்மனி, ஜெர்மானிய இன ஒற்றுமை என்ற கொள்கையுடன் வெளியிடப்பட்ட இந்த மெயின் கேம்ப் புத்தகம் லட்சக்கணக்கான பிரதிகள் விற்றுத் தீர்ந்தன. திருமணமான தம்பதிகள் அனைவருக்கும் பரிசாக இந்தப் புத்தகங்களே வழங்கப்பட்டன. அரசு ஊழியர்கள் அனைவரும் விருப்பத்துடன் இந்தப் புத்தகத்தை வாங்கி வைத்திருந்தனர்.

பல்வேறு வரலாற்றாளர்கள், பல்வேறு விமர்சனங்களை, மாறுபட்ட கருத்துகளை தெரிவித்தாலும் ஹிட்லரின் மெயின் கேம்ப் விற்பனை அளவிலும் ஜெர்மனிய மக்கள் மத்தியிலும், ஏன் உலக அளவிலும் அதிக அளவில் மொழிபெயர்க்கப்பட்ட, பேசப்பட்ட ஜெர்மானிய இன எழுச்சியை உண்டாக்கிய நூலாகவே கருதப்படுகிறது.

எனது போராட்டம்

ஹிட்லரின் மெயின் கேம்ப் ‘எனது போராட்டம்’ என தமிழில் மொழிபெயர்க்கப்பட்டுள்ளது. இந்த இடத்தில், ஆகச்சிறந்த ஒரு தமிழ்ப் பேரறிஞரின், மொழி காத்த, எல்லையை மீட்ட போராளியின் வாழ்வியல் போராட்டக் கதையைப் பற்றி சொல்லியே ஆகவேண்டும். ம.பொ.சி எனப்படும் மயிலாப்பூர் பொன்னுசாமி சிவஞானம் அவர்களின் நீண்ட நெடிய தமிழ் இலக்கியப் பணி, இந்தி எதிர்ப்புப் போராட்டம், எல்லை மீட்புப் போராட்டம் குறித்த அருமையான சுயசரிதை நூலும் ‘எனது போராட்டம்’ என்ற பெயரில்தான் உள்ளது. நான் படித்த சுயசரிதை நூல்களில் மிகச்சிறந்த நூல்களுள் இதுவும் ஒன்றாகும்.

கிட்டத்தட்ட 90 ஆண்டுகள் வாழ்ந்து எவ்வித முறையான கல்வியும் இன்றி, கூலித்தொழிலாளியாக வேலை பார்த்துக்கொண்டே, தன் சுய முயற்சியில் தமிழ் கற்று நூறு புத்தகங்களுக்கும் மேலாகப் படைக்கும் அளவுக்கு மிகப்பெரிய மொழிப் புலமையைப் பெற்றிருந்தார். சிலப்பதிகாரத்தின் மீது இவர் கொண்டிருந்த தீராப் பற்றினாலும் அளப்பரிய புலமையினாலும் ‘சிலம்புச் செல்வர்’ என்று போற்றப்பட்டார்.

எனது போராட்டம் நூலானது, சுதந்திரப் போராட்டக்காலம் குறித்த இந்திய வரலாறு, விடுதலைப் போராட்டத்தில் ஈடுபட்டு ஆறு முறை சிறை சென்ற அனுபவம், தமிழ்நாட்டில் மிகத்தீவிரமாக நடைபெற்ற இந்தி எதிர்ப்புப் போராட்ட வரலாறு, தொழிலாளர் விடுதலைப் போராட்டம், தமிழ் முரசு, செங்கோல் இதழ் அனுபவம்,

தமிழரசு கழகம் தொடங்கிய கதை, மெட்ராஸ் ஸ்டேட் என்பதைத் தமிழ்நாடு எனப் பெயர் மாற்றம் செய்வதற்கு நடத்திய போராட்டங்கள், மொழிவாரி மாநிலம் பிரிக்கும்பொழுது மதராஸ் மனதே என தெலுங்கர்கள் சென்னையை ஆந்திராவுடன் இணைக்க முயன்ற நிலையில், இவர் திருப்பதியும் நமதே என்று கூறி திருத்தணியில் நடத்திய எல்லைப் போராட்டம், பாரதியார் மீது கொண்டிருந்த அளப்பரிய பற்றினால் பாரதி குறித்து 10 நூல்களுக்குமேல் எழுதிய அனுபவங்கள் என அனைத்தையும் மிக அழகாகப் பதிவு செய்துள்ள நூல் எனது போராட்டம்.

சிலப்பதிகாரத்தின் மீது தீராப் பற்றுகொண்ட ம.பொ.சி அவர்கள் 1950-ல் சென்னை ராயப்பேட்டையில் சிலப்பதிகார விழாவை, டாக்டர் மு.வரதராசனார் தலைமை ஏற்க சொல்லின் செல்வர் ரா. பி. சேதுப்பிள்ளை தொடங்கிவைக்க, காமராஜர் உட்பட சான்றோர்கள் கண்டுகளிக்க மிகச் சிறப்பாக நடத்திக் காட்டினார்.

கப்பலோட்டிய தமிழன் வ.உ. சிதம்பரனார் சேவையைப் போற்றும் விதமாக அவருக்கு சிலை வைக்க முயன்றபோது, போதிய நிதி சேராமல் தட்டு ஏந்தி பிச்சை எடுக்காத குறையாக இந்தத் தமிழ் மக்களிடம் நின்ற காட்சியை மிக அழகாகப் பதிவு செய்திருப்பார். ரா.பி.சேதுப்பிள்ளை அவர்களால் சிலம்புச் செல்வர் என்று போற்றி சிறப்பிக்கப்பட்ட ம.பொ.சி அவர்கள் அன்றைய தமிழகக் கலாசார அரசியல் இலக்கிய வரலாற்றைச் சொல்லும் இந்த அருமையான புத்தகத்தை 1924 முதல் தனது பொதுவாழ்வின் 50 ஆண்டு கால வரலாறாக 1974 வரை எழுதி, இத்துடன் கமா போட்டு நிறுத்துகிறேன், என்று அவரே சொல்லிவிட்டு முடித்துக் கொள்கிறார்.

26.5.1974-ல் சென்னை கலைவாணர் அரங்கில் அந்நாளைய குடியரசுத் தலைவர் வி.வி.கிரி அவர்களால், ஆயிரம் பக்கங்களைக் கொண்ட இந்த சிறப்புமிக்க நூல் வெளியிடப்பட்டது. தமிழ் ஓரளவிற்கு நன்றாக பேசக்கூடிய மேதகு வி.வி.கிரி அவர்கள் இந்த விழாவில் திருவள்ளுவர், இளங்கோ, கம்பர் போன்ற சான்றோர்களைக் குறிப்பிட்டு, தமிழ் இலக்கியச் சிறப்பையும், ம.பொ.சி-யின் தமிழ் இலக்கியப் பணியையும் புகழ்ந்து பேசியது பெருமைப்படத்தக்கதாகும்.

இந்த நூல் வெளியிடப்பட்ட பிறகும் 21 ஆண்டுகள் மிக முக்கியமான அரசியல் வரலாற்று நிகழ்வுகள் நடந்த காலகட்டத்தில் ம.பொ.சி வாழ்ந்துள்ளார். இந்த நூலின் தொடர்ச்சியாக, அந்த 21 ஆண்டுகால வரலாற்றையும் பதிவு செய்திருந்தால் இன்னும் நிறைய வரலாற்றுத் தகவல்கள் தமிழ் மக்களுக்கு கிடைத்திருக்கக்கூடும். ஏனோ அந்த வாய்ப்பு இல்லாமல் போய்விட்டது.

தமிழ்த் தாத்தா உ.வே.சாவின் என் சரித்திரத்தை அவரது சீடர் கி.வா.ஜ எனது ஆசிரியப் பிரான் என்று தொடர்ச்சியாக எழுதி முடித்ததுபோல, ம.பொ.சியின் எனது போராட்டம் நூலின் தொடர்ச்சியாக யாராவது அவரது சீடர்கள் மீதம் உள்ள அவரது 21 ஆண்டுகால வாழ்க்கையையும், பணியையும் பதிவு செய்தால் முழுமையான வாழ்க்கை வரலாற்று நூலாக அது அமையும் என்பதில் எவ்வித சந்தேகமும் இல்லை. இதுபோன்ற பணியை ஆய்வு மாணவர்களோ, வரலாற்று ஆசிரியர்களோ எடுத்து முடிப்பதுதான் மொழிக்குச் செய்யும் பெரும் தொண்டாக அமையும்.

மகாபாரத படைப்புகள்!

இந்தியாவின் ஆன்மா இணைக்கப் பட்டிருப்பது மண்ணாலோ, மதத்தாலோ, கலாசாரத்தாலோ அல்ல; இந்தியா ஒருங்கிணைக்கப்பட்டிருப்பது மகாபாரதத்தால்தான் என்றால் சற்று ஆச்சர்யமாகத்தான் இருக்கும். மண்ணாசை எப்பேர்ப்பட்ட மன்னர்களையும், சாம்ராஜ்ஜியங்களையும்

சாய்த்துவிடும் என்பதையும், பெண்ணாசை வீழ்த்திவிடும் என்பதையும், அதர்மம் தலை தூக்கும்போது, அறம் கேள்விக்குறியாகும்போது தர்மத்தை நிலைநாட்ட எத்தகைய செயலையும் செய்யலாம் எனும் தத்துவத்தையும் பல்வேறுபட்ட பாத்திரங்களைக் கொண்டு மிகச்சிறப்பாகச் சொல்லியுள்ள உலக பிரசித்திபெற்ற காப்பியங்களுள் ஒன்று மகாபாரதம்.

மகாபாரதம் குறித்து தமிழில் குறைந்தது நூறு புத்தகங்களாவது பதிப்பிக்கப்பட்டிருக்கும். அதில் ஒரு சில புத்தகங்களைக் கல்லூரிக் காலத்திலேயே வாசித்திருக்கிறேன். பிறகு மகாபாரதம் குறித்து எஸ்.ராமகிருஷ்ணன் எழுதிய வித்தியாசமான 'உப பாண்டவம்' நூலைப் படித்த பிறகு மகாபாரதத்தை முழுமையாகப் படிக்க வேண்டும் என்ற எண்ணம் உண்டானது. உப பாண்டவம் அவசியம் படிக்கவேண்டிய நூல்.

ஆயினும் மகாபாரதம் குறித்த தேடலைத் துவங்கும்போது, 1923-ல் கும்பகோணம் கல்லூரி சம்ஸ்கிருத பண்டிதர் மகாவித்துவான் சதாவதானம் ஸ்ரீநிவாச்சாரியாரால் மொழிபெயர்க்கப்பட்டு, கும்பகோணம் கல்லூரி தமிழ்ப் பண்டிதர் ம.வீ. ராமானுஜாச்சாரியரால் பதிப்பிக்கப்பட்ட கும்பகோணம் பதிப்புதான் 18 பருவங்களுக்கும் மிகச்சிறந்த முறையில் முழுமையாக மொழிபெயர்க்கப்பட்ட பதிப்பு என்று கேள்விப்பட்டேன்.

அது தற்போது வெளியிடப்படவில்லை என்பதால் பழைய பதிப்புகளான ஓரிரு நூல்களைத் தேடிக் கண்டறிந்து, படிக்கத் தொடங்கும்போது மகாபாரத மூல கதையின் சுலோகங்களை நன்றாக மொழிபெயர்த்திருப்பதை உணரமுடிந்தது. ஆயினும் அந்த மொழிபெயர்ப்பு எழுத்து நடை, கூட்டெழுத்தில் சற்று கடினமான

நடையில் இருப்பதால் கொஞ்சம் படிப்பதற்குச் சிரமத்தை உணர்ந்தேன். ஒருவழியாக அந்த நூலைப் பதிப்பித்த ராமானுஜாச்சாரியாரின் நண்பரும் வெளியீட்டு உரிமையைப் பெற்றிருந்த சிவராமகிருஷ்ணன் ஐயரின் பேரனுமான வெங்கட்ராமன் அவர்களின் தொடர்பு எண்ணைப் பெற்று பதிப்பு பற்றி விசாரித்தபோது, அவர் தற்போது ஸ்ரீசக்ரா பப்ளிகேஷன் எனும் பெயரில் இந்த நூல்களைக் காலத்திற்கு ஏற்றவாறு சொற்களைப் பிரித்து புதிய பதிப்பை ஒவ்வொரு நூலாகக் கொண்டுவருவது பற்றித் தெரிவித்தார். ஒரு சில பாகங்களையும் கொண்டுவந்து கொடுத்தார்.

மிக அருமையான படைப்பாகக் கருதப்படும் இந்தியாவின் அடையாளமான இந்தக் காவியத்தின் அனைத்துப் பகுதிகளையும் முழுமையாக படிக்க வேண்டும். வாசிக்க நினைத்து வாசிக்க முடியாமல் இருக்கும் நூல்களில் இதுவும் ஒன்றாகும். அதேபோல் மகாபாரதம் குறித்து ஐராவதி கார்வே அவர்கள், மராத்தியில் எழுதிய யுகந்தா என்ற நூலின் தமிழ் மொழிபெயர்ப்பான, 'யுகத்தின் முடிவில்' என்ற நூல் அற்புதமான நூலாகும். ஜெர்மனியில் மானிடவியல் துறையில் ஆய்வறிஞர் பட்டம் பெற்ற ஐராவதி கார்வே, புனே டெக்கான் கல்லூரியில் வரலாற்றுத் துறை சமூகவியல் துறையில் பேராசிரியராக பணிபுரிந்தபோது, பல தொல்பொருள் அகழ்வாய்வு இடங்களைப் பார்வையிட்டு ஆய்வுக் கட்டுரைகளை எழுதிவந்தார்.

சாகித்திய அகடமி விருதுபெற்ற இவர் மனித மனங்களை எளிதாகப் புரிந்து கொண்டு சமூகப் பார்வையில் கதைகளை அந்தந்த காலத்து காட்சி அமைப்பை உருவகப்படுத்தக் கூடிய கலையில் சிறந்தவர். அத்தகைய படைப்புதான்

மகாபாரதம் குறித்த இவரின் 'யுகத்தின் முடிவில்' நூல். இந்த நூலைத் தேடி அலைந்து கண்டுபிடித்தது பெரும் கதையாகும். அண்ணா சாலையில் உள்ள சாகித்ய அகாடமி அலுவலகத்திற்கே பலமுறை சென்றும், கிடைக்காத நிலையில் பிறகு ஒரு நண்பர் மூலமாக கிடைக்கப்பெற்றது. சாகித்ய அகாடமியில் வேண்டுகோளாகவே சொல்லிவிட்டு வந்தேன்.

பல நல்ல நூல்கள் மறுபதிப்பு இல்லாமல் இருப்பது தமிழ்ச் சமூகத்திற்கு பேரிழப்பாகும்.

WORKING A DEMOCRATIC CONSTITUTION

அரசியலமைப்பு ஆய்வு குறித்த *Granville Austin* எழுதிய *'A History of the Indian Experience'* என்ற சிறப்பான பகுப்பாய்வு நூலைப் படித்துப் பார்த்தேன். வெறும் அரசியலமைப்பு சட்ட உறுப்புகளைப் பற்றி விளக்கம் கொடுக்காமல், சமூகப் புரட்சி சார்ந்த முதல் திருத்தம், சொத்துரிமையில் கொண்டுவரப்பட்ட மாற்றம், அதற்கான தேவை, நீதித்துறை குறித்த விரிவான அலசல் கட்டுரை என மிகச்சிறப்பாக எழுதப்பட்ட நூல்.

அதேபோல் *1967-1973* காலகட்டத்தில் நீதித்துறைக்கும், நாடாளுமன்றத்திற்கும் இடையேயான அதிகார மோதல் குறித்து, அதிகார மேலாண்மை குறித்து உண்டான பல்வேறு சட்டத் திருத்தங்கள், நீதிமுறை ஆணைகள் பற்றி விரிவாக எழுதப்பட்டுள்ள *'The Great constitutional Confrontation'* என்ற அத்தியாயம் அவசியம் படிக்கவேண்டிய ஒன்றாகும். அதிலும் குறிப்பாக சட்ட மாணவர்கள், வழக்கறிஞர்கள், மக்கள் பிரதிநிதிகள் அவசியம் படிக்க வேண்டும்.

இந்தப் புத்தகத்தைப் படிக்கும் பொழுது உண்மையிலேயே மிகுந்த ஆதங்கப்பட்டேன். ஏன் தமிழில் இதுபோன்ற சமகால அரசியல் அமைப்பு குறித்த ஆய்வு நூல்கள் எழுதப்படவேயில்லை? தமிழக கல்லூரிகளில் உள்ள அரசியல் அறிவியல் பேராசிரியர்களோ, வரலாற்றுப் பேராசிரியர்களோ இதுபோன்ற நூலை எழுதுவதற்கு சிறு முயற்சியும் எடுப்பதாகக்கூடத் தெரியவில்லை. இதுபோன்ற நூல் வெளியாகி டெல்லி பல்கலைக்கழக மாணவர்கள், ஜவஹர்லால் நேரு பல்கலைக்கழக மாணவர்கள், பேராசிரியர்கள் விவாதம் நடத்திவருவதை நான் நேரிலேயே பார்த்திருக்கிறேன். ஆனால் தமிழகத்தில் இப்படி ஒரு புத்தகம் வெளியானதுகூட தெரியவில்லை. சட்ட மாணவர்கள், அரசியல், வரலாறு பயிலும் மாணவர்கள் என பலரையும் கேட்டறிந்து சொல்கிறேன். இப்படி ஒரு புத்தகம் பற்றி அவர்களுக்குத் தெரியவில்லை.

அதுவும் அரசியல் அறிவியலில், அரசியல் ஆய்வில், நாடாளுமன்ற விவாத அலசல், அரசியலமைப்பு உருவானவிதம் குறித்த விவாதம் பற்றிய நூல்கள், தமிழில் இல்லை என்றே சொல்ல வேண்டும். போட்டித் தேர்விற்காக அரசியலமைப்பு உறுப்புகள் குறித்த சிறு சிறு குறிப்பு நூல்கள் எழுதப்பட்டுள்ளதே தவிர, சட்டப் பேராசிரியர் சந்திரசேகர் எழுதிய இந்திய அரசியலமைப்பு தவிர்த்து சிறந்த நூல்கள் தமிழில் உருவாக்கப்படவில்லை என்பது வேதனைக்குரிய விஷயமாகும்.

நான் சட்டக் கல்லூரியில் படிக்கும் போதிலிருந்தே இந்த ஆதங்கம் எனக்கு உண்டு. ஆங்கிலத்தில் டி.டி.பாசு, ஜெ.எம்.பாண்டே போன்றோரின் அரசியலமைப்பு குறித்த வழக்குகளைப் பற்றி முழுமையாக அலசி எழுதியுள்ள விரிவான நூல்களை பார்க்கும்பொழுது, இதுபோன்ற நூல்களை ஏன் நமது சட்டப் பேராசிரியர்களோ அல்லது வழக்கறிஞர்களோ படைக்கவில்லை என்ற வேதனை உண்டாகும். ஆனால் நான் டெல்லியில் பார்த்திருக்கிறேன், இந்தி, வங்காளி, மராத்தி, குஜராத்தியில் இதுபோன்ற அரசியலமைப்பு ஆய்வு நூல்கள் படைக்கப்பட்டுள்ளன. தமிழ்தான் இந்த விஷயத்தில் பின்தங்கி

உள்ளது என்று கருதுகிறேன். தமிழ்ப் பதிப்பாளர்கள், படைப்பாளர்கள் இதுபற்றி தீவிரமாக சிந்திக்க வேண்டும்.

CHAIRMAN MAO

சமீபத்தில் ஒரு புத்தகம் படித்துக் கொண்டிருக்கிறேன். அது *Dr. ZHISUI LI* என்பவர் எழுதிய *'The Private life of CHAIRMAN MAO'* என்பதாகும். மாசே துங் பற்றி ஏற்கெனவே ஒரு சில புத்தகங்களும் மாசே துங் படைப்புகள் குறித்த தனித்த புத்தகமும் படித்திருந்தாலும், இந்தப் புத்தகம் தகவல் நிறைந்ததாக வெளியிடப்படாத பல்வேறு நிகழ்வுகளைக் கொண்டதாக, மாசே துங்கின் ஆளுமை குறித்து மிக உன்னிப்பாக விளக்கக்கூடிய சிறப்பான நூல்.

மாசேதுங்குடன் 22 ஆண்டுகள் அவருடைய நம்பிக்கைக்குரிய, தனிப்பட்ட மருத்துவராக விளங்கிய *Dr. ZHISUI LI* என்பவர் மாசேதுங்குடன் மிகவும் நெருங்கிப் பழகியவர் என்பதால், உண்மைச் சம்பவங்களின் அடிப்படையில் பல தகவல்களை இந்த நூலில் தெரிவித்துள்ளார். ஆஸ்திரேலியாவில் பயின்ற இந்த மருத்துவர் மாசே துங்கின் தனி மருத்துவராக பணியில் சேரும்போதே, இயல்பாகவே தன் துறை சார்ந்த கட்டுரைகளை எழுதும் பழக்கம் கொண்டிருந்திருக்கிறார். அதேபோல் தொடர்ச்சியாக நாட்குறிப்பு எழுதும் பழக்கமும் இருந்துள்ளது .

இந்த வகையில்தான் மாவோ உலகின் ஆற்றல்மிக்க, மக்களின் மனங்களை வென்ற தலைவராக இருந்ததால், உலகளாவிய அளவில் பாதிக்கக்கூடிய முடிவை எடுக்கக்கூடிய உச்சபட்ச அதிகாரம் பெற்றிருந்த நிலையில் அவர் இருந்ததால், அவருடைய நிர்வாக முறை, தலைவர்களுடன் பழகும் விதம், கட்சியைக் கொண்டுசென்ற விதம், அதிகாரிகளுடன் உரையாடல் மற்றும் அவருடைய தனிப்பட்ட ஏக்கங்கள் உணர்வுகள் என சகலத்தையும் பதிவு செய்துவைத்திருந்திருக்கிறார்.

1976-ம் ஆண்டு உண்டான கலாசார புரட்சியின் விளைவாக சில சமூக விரோதிகள் இவர் மாவோவுடன் நெருங்கிப் பழகியவர் என்பதால், இவர் வீட்டில் புகுந்து பல ஆவணங்களை அள்ளிச் சென்றுள்ளனர். குடும்ப நலன் கருதி, பயந்து கொண்டு இவரே பல குறிப்புகளை எரிக்க ஆரம்பித்துவிட்டார். இதைப்பற்றி கேள்விப்பட்ட அந்நாளைய சீன அதிபர் வாங் டாங் சிங் இவரை அழைத்து மாசே துங் பற்றிய குறிப்புகளை எரிக்கக் கூடாது என்றும் அவற்றை தம்மிடம் அளிக்குமாறு கூறியும், இவர் வீட்டிற்கு வந்தவுடன் அச்சத்தின் காரணமாக, பாதுகாப்புக் கருதி அனைத்தையும் எரித்துவிட்டார்.

ஆனாலும்மாசேதுங் பற்றி நேர்மையாகச் சொல்வதற்கு, எழுதுவதற்கு இந்த மருத்துவர்தான் சரியானவர் என்பதால் இவரது நண்பர்களும், சில அதிகார வர்க்கத்தினரும் இவரை எழுதுமாறு தொடர்ந்து வேண்டிக்கொண்டே வந்துள்ளனர். இந்த நிலையில்தான் இவரது மனைவி லில்லியன் உடல் நலம் பாதிக்கப்பட்டதால் 1988-ல் அமெரிக்க மருத்துவமனையில் சேர்த்து சிகிச்சை அளித்து வந்தார். அப்போது இவரது மனைவியும் தன் கணவரிடம் "நீங்கள் வாழ்நாளின் பெரும்பகுதியை மாவோவுடனே கழித்ததால், அவரைப் பற்றி எழுதுங்கள்'' என்று தன் இறுதி ஆசையாகவே கூறினார்.

டாக்டர் *ZHISUI LI* எழுதுவது பற்றி முடிவெடுத்து, எரிக்கப்படாத மிச்சமிருந்த பல குறிப்புகளைத் தேடி எடுத்து எழுதத் தொடங்கிய சில நாட்களில் அவரது மனைவி இறந்துவிட, பிறகு தனிமையில் அமர்ந்து மாவோவுடனான தன் நினைவுகளை ஒருமுகப்படுத்தி, பகுதி பகுதியாக எழுதத் தொடங்கினார். தன் தாய் மொழியான சீன மொழியிலேயே பல பாகங்களாக எழுதினார். மிகுந்த எதிர்பார்ப்பை உண்டாக்கிக் கொண்டிருந்த இந்த நூல், பேராசிரியர்

TAI HUNG CHAO அவர்களால் ஆங்கிலத்தில் மொழிபெயர்க்கப்பட்டு *1994*-ல் வெளியிடப்பட்டது.

புத்தகத்தைப் பற்றிய தன் உரையில், மாவோவின் வாழ்க்கை வரலாற்றை தான் எழுதவில்லை. நெருங்கிய மருத்துவராக *22* ஆண்டுகள் அவரைப் பார்த்த காட்சியைத்தான் பதிவு செய்திருக்கிறேன் என்று விளக்கியுள்ளார். புத்தகம் வெளியானவுடன் வழக்கம்போலவே பல்வேறு விமர்சனங்களும், அதே சமயத்தில் பல அறிவாளர்களின் வாழ்த்துகளும், புகழ்மொழிகளும் வெளிவந்தன. ஒரு கட்டத்தில் இந்த நூல் சீனாவில் தடை செய்யப்பட்டு பிறகு மீண்டும் தடை நீக்கம் செய்யப்பட்டு பல்வேறு மொழிகளில் மொழிபெயர்ப்பு செய்து வெளியிடப்பட்டு பரபரப்பை உண்டாக்கியது. இத்தகைய அற்புதமான நூலை எழுத வேண்டும் என்பதற்காகவே வாழ்ந்ததுபோல், டாக்டர் *ZHISUI LI* புத்தகம் வெளியான அடுத்த ஆண்டே சிகாகோவில் காலமானார். இந்தப் புத்தகம் செப்டம்பர் *9, 1976*-ல் மாவோவின் இறுதிநாள் மரணப்படுக்கை காட்சியுடன் தொடங்கும் இந்த நூல் *650* பக்கங்களில், அவருடைய முழு ஆளுமையை வெளிப்படுத்தக்கூடிய நூலாகவே உள்ளது.

இதுபோன்ற புத்தகங்கள் அவசியம் எழுதப்பட வேண்டும். அதுவும் சாதனையாளர்கள், ஆற்றல்மிக்க ஆளுமைகள், வரலாறு போற்றும் அரசியல் தலைவர்கள், அறிவியல் அறிஞர்கள், பல்துறை சார்ந்த சாதனையாளர்கள் குறித்து அவர்களுடன், நீண்ட நாள்கள் நெருங்கிப் பழகியவர்கள் அந்த நினைவுகளை, அவர்களின் செயல்திறனைப் பதிவு செய்தால் வருங்கால தலைமுறைக்கு அது மிகவும் பயனுள்ளதாக, பல வாழ்க்கைப் பாடங்களைக் கற்றுக்கொள்வதாக இருக்கும் என்பதில் எவ்வித சந்தேகமும் இருக்க முடியாது. உதாரணத்திற்கு கவிஞர் கண்ணதாசன் குறித்த நினைவுகளை அவருடன் நெருங்கிப் பழகிய உதவியாளராக இருந்த ராம கண்ணப்பன் எழுதும்போது மிகுந்த சுவையுள்ளதாகவும் நம்பகத்தன்மை கொண்டதாகவும் இருக்கிறது.

இதேபோல் சில ஆண்டுகளுக்கு முன்பு மறைந்த, மக்களின் மனம் கவர்ந்த குடியரசுத்தலைவர், இளைஞர்களின் எழுச்சி நாயகர் அப்துல் கலாம் அவர்கள் பற்றி அவருடன் நெருங்கிப் பழகிய பொன்ராஜ் மற்றும் நண்பர்கள் இணைந்து கலாமைப் பற்றி எழுதினால் அது மிகச்சிறப்புள்ள நூலாக அமையும்.

சமீபத்தில் மறைந்த தமிழகத்தின் இருபெரும் அரசியல் ஆளுமைகள் குறித்தும், அவர்களின் நிர்வாகத் திறன், லட்சக்கணக்கான தொண்டர்கள் கொண்ட இயக்கத்தைக் கட்டுக்கோப்பாக வைத்திருந்த விதம், அயராத அவர்களின் உழைப்பு, வெற்றி தோல்விகள் மாறிமாறி வந்த நிலையில் அவர்கள் எதிர்கொண்ட விதம், அப்போதைய அவர்களுடைய மனநிலை, ஒவ்வொரு சறுக்கலிலும் மீண்டுவர அவர்கள் நடத்திய தார்மீக யுத்தம், அவர்களுடைய நீடித்த வாசிப்பு, பராமரித்த மிகப்பெரிய நூலகங்கள், எழுத்தாற்றல் என சகலத்தையும் அவர்களுடன் நெருங்கிப் பழகியவர்கள் பதிவு செய்தால் வருங்கால தலைமுறைக்கு மிகவும் பயனுள்ளதாக இருக்கும். இன்னும் *100* ஆண்டுகள் கழித்து பார்க்கக்கூடிய தலைமுறையினருக்கு இத்தகைய ஆற்றல்மிக்க ஆளுமைகளின் போராட்ட வாழ்க்கை, நம்பமுடியாத சரித்திரப் போர்க்களக் கதைபோல காட்சியளிக்கும்.

அதேபோல் மராட்டிய அரசியலில் ஜாம்பவானாகத் திகழும் சரத்பவாரின் சுயசரிதையான *ON MY TERMS : FROM THE GROSSROOTS TO THE CORRIDORS OF POWER* என்ற நூல் **‘எனது அரசியல் வாழ்க்கை’** என தமிழில் மொழிபெயர்க்கப்பட்டுள்ளது. இப்புத்தகம் நான் படித்த அருமையான அரசியல் சுயசரிதை வரலாற்று நூல்களில் ஒன்று. சாமானியனாக இருந்து தன் உழைப்பால் *38* வயதில் மகாராஷ்டிரா

போன்ற பெரிய மாநிலத்தின் முதல்வராகி நான்கு முறை அந்தப் பதவியை வகித்த விதம், மத்திய அமைச்சர், நாடாளுமன்ற உறுப்பினர் என பல பதவிகளை அலங்கரித்த அவருடைய வாழ்க்கை, ஏற்ற இறக்கங்கள், கடுமையான தோல்விகள், பின்னடைவு, தனிக்கட்சி என பல சம கால இந்திய வரலாற்று நிகழ்வுகளோடு கூடிய தகவல் களஞ்சியமாக மிகச் சிறப்பாகப் பதிவுசெய்யப்பட்டுள்ளது. கண்ணையன் தட்சிணாமூர்த்தியின் மொழிபெயர்ப்பு நடையும் பாராட்டத்தக்க ஒன்றாகும்.

முன்னாள் பாரதப் பிரதமர் மாண்புமிகு நரசிம்மராவ் அவர்கள் குறித்த வரலாற்று நூலான '*Half Lion:How P.V.Narashimha Rao Transformed India- Vinay Sitapati*' என்று விநய் சீதாபதி அவர்கள் எழுதி பெங்குயின் பதிப்பகத்தார் வெளியிட்டுள்ள நூலும் அருமையான சமகால இந்திய வரலாற்றுப் பதிவாகும். தாராளமயமாக்கம், உலகமயமாக்கம், தொழில்மயமாக்கம் போன்ற நவீன மயமாக்கல் சூழல்களில் நரசிம்மராவ் எடுத்த முடிவுகளை அவருடைய அரசியல் வாழ்வோடு மிகச்சிறப்பாக எழுதியிருப்பார். இந்த நூலும் தமிழில் 'நரசிம்மராவ்: இந்தியாவை மாற்றியமைத்த சிற்பி' என்று மொழிபெயர்க்கப்பட்டுள்ளது. சமகால இந்திய வரலாற்றை அறிந்துகொள்ளும் ஆர்வம் உள்ளவர்கள் அவசியம் படிக்கலாம்.

க.ப.அறவாணன் படைப்புகள்

க.ப.அறவாணன் தமிழ் ஆய்வுலகத்திற்குக் கிடைத்த மிகச்சிறந்த தமிழறிஞர் ஆவார். அவருடைய மறைவு, தமிழ் ஆய்வு உலகத்திற்கு மிகப்பெரிய இழப்பு. தமிழ்க் கலாசாரப் பண்பாட்டை ஆராய்ந்து அறிந்த அறிஞர். தமிழறிஞர் வ.அய்.சுப்பிரமணியம் அவர்களின் மாணவராக, முறைப்படி தமிழ் இலக்கியத்தைக் கற்றவர். தமிழ்ப் பேராசிரியராக வாழ்க்கையைத் தொடங்கி, மனோன்மணீய பல்கலைக்கழக துணைவேந்தராக ஓய்வு பெற்றவர். தன் வாழ்நாள் முழுவதும் தமிழர் அடையாளங்களையும், பண்பாட்டுக் கலாசார மேன்மைகளையும் மீட்டெடுக்கப் பாடுபட்டவர்.

தமிழரின் வீரம், பண்பாடு, இலக்கியங்கள், சமுதாய நலன் சார்ந்து பல ஆய்வியல் நூல்களைப் படைத்தவர். 'தமிழர் தடங்கள் தடுமாற்றங்கள்', 'தமிழரின் மீது பண்பாட்டு படையெடுப்பு', 'தமிழர் அடிமையானது ஏன்? எவ்வாறு?" 'திருவள்ளுவம்' போன்றவை இவரது சிறந்த படைப்புகள். மேலும் அவரது 'அற இலக்கியக் களஞ்சியம்' என்னும் ஆயிரம் பக்க நூல், தமிழில் உன்னதமான நீதி இலக்கியப் படைப்பாகும். அனைத்து தமிழ் நீதி நூல்களையும் ஆராய்ந்து தலைப்பு வாரியாக அனைத்து இலக்கியங்களும் என்ன சொல்கின்றன என்பதைத் தொகுத்துள்ள இந்த நூலை தமிழின் ஆகச்சிறந்த நீதி இலக்கிய படைப்பு என்றுதான் சொல்ல வேண்டும். கல்வி என்றால் நாலடியார் என்ன சொல்கிறது, உலகநீதி என்ன சொல்கிறது, கொன்றைவேந்தன் சொல்வது என்ன? திருக்குறள் உணர்த்துவது என்ன என்பது போல் அனைத்தையும் தொகுத்து கொடுத்திருப்பார். இந்நூல், தமிழர்கள் அனைவரும் வாசிக்கவேண்டிய, எல்லா கல்விக் கூடங்களிலும், நூலகங்களிலும், இல்லந்தோறும் இருக்கவேண்டிய தமிழின் மிக உன்னதமான படைப்பு என்றே சொல்லுவேன்.

இவருடைய படைப்புகள் அனைத்தையும் முழுமையாக வாசிக்க வேண்டும். தமிழ் இனம் பண்பாடு கலாசாரம் குறித்து, முழுமையாக புரிந்துகொள்ள இத்தகைய வாசிப்பு மிக அவசியம். அவருடைய துணைவியார் தாயம்மாள் அறவாணன் அவர்களும் மிகச்சிறந்த தமிழ் படைப்பாளர். மகடூஉ முன்னிலை உட்பட நிறைய தமிழ் இலக்கிய ஆய்வு நூல்களைப் படைத்துள்ளார்.

துறை சார்ந்த படைப்புகள்

சமீபகாலமாகத்தான் தமிழில்

ஒவ்வொரு துறை சார்ந்த நிபுணர்களும், மருத்துவர்களும் ,அறிவியல் அறிஞர்களும், தங்களுடைய அனுபவங்களை அதிலும் குறிப்பாக துறை சார்ந்த நடைமுறை செயல்களை, பலருக்கும் தெரியாத தகவல்களை, புத்தகங்களாகப் பதிவு செய்து வருகின்றனர். இத்தகைய புத்தகங்கள் வரவேற்றுப் போற்றத்தக்க படைப்புகளாகும். அந்த வகையில் கடந்த புத்தக கண்காட்சியில் நான் வாங்கிய ஒரு புத்தகத்தை மிகுந்த ஆர்வத்துடன் படித்தேன்..

'தூங்காமல் தூங்கி' என்ற நூல் தலைப்பே வித்தியாசமாக உள்ளதே என்று அதை படிக்கத் தொடங்கினேன். அந்நூலில் மயக்கவியல் மருத்துவ நிபுணர் மூத்த மருத்துவர் எஸ்.மாணிக்கவாசகம் நோயாளிகளுக்கு மயக்க மருந்து (அனஸ்தீசியா) கொடுத்து அறுவை சிகிச்சையின்போது, அவர்களுடைய உடல் நிலையை சீராகக் கண்காணிக்கும் அனுபவங்களை மிக அழகாகப் பதிவு செய்திருப்பார். உடல் நலம்குறித்து எவ்வளவோ புத்தகங்கள் வந்துள்ளன. ஆனால் மயக்க மருந்து கொடுக்கப்படும் முறை, அதன் தேவை, நோயாளியின் தன்மை, அதை தொடர்ந்து கண்காணிக்க வேண்டியதன் அவசியம், அதில் உள்ள சவால்கள் போன்றவற்றை எளிமையான நடையில் எழுதி இருப்பார். 128 பக்கங்களை கொண்ட சிறிய புத்தகம் என்பதால் ஒரு பயணத்திலேயே படித்து முடித்துவிட்டேன்.

எந்திர தும்பிகள்: ஹெலிகாப்டர் ஓர் அறிமுகம்

இளம் விஞ்ஞானி வி.டில்லிபாபு எழுதிய இந்த நூலையும் மிகுந்த ஆர்வத்துடன் வாங்கி வந்த உடனே படிக்கத் தொடங்கினேன். ஏனெனில் விமானம், ஹெலிகாப்டர் என்பவையெல்லாம் நாம் பார்த்துக்கொண்டிருக்கிறோம். சில நேரங்களில் பயணிக்கிறோமே தவிர அவை எப்படி செயல்படுகின்றன, குறிப்பாக ஹெலிகாப்டரின் பாகங்கள் எப்படி கட்டமைக்கப்படுகின்றன? அதிலுள்ள தொழில்நுட்பம் என்ன அது எவ்வாறு இயக்கப்படுகிறது என்று நமக்குத் தெரியாது.

ராணுவ பாதுகாப்புப் பணி, இயற்கைப் பேரிடர் மீட்புப் பணி, உடனடி மருத்துவ சேவை, பொட்டல் காடுகள், பனிப்பிரதேச பகுதிகளில் மீட்கும் பணி, தனிநபர் ஹெலிகாப்டர் என பலவற்றையும் பற்றி நமக்குத் தெரியாத, நாம் கேள்விப்பட்டிராத பல தகவல்களை விளக்கியுள்ள அருமையான நூல்.

ஹெலிகாப்டர் இயக்கம், அதன் பின்னுள்ள அறிவியல் தொழில்நுட்பம், ஹெலிகாப்டரை பயன்படுத்த வேண்டிய தருணங்கள், ஹெலிகாப்டர் பயன்பாட்டின் அவசியம், அந்தத் துறையில் உருவாகிவரும் வளர்ச்சி என சகலத்தையும் இனிய தமிழில் எழுதி இருப்பார். உலங்கூர்தி, திருகூர்தி, சுழல் இறக்கை விமானம் என ஹெலிகாப்டர் குறித்து தமிழில் பல பெயர்கள் இருந்தாலும் எந்திரத் தும்பிகள் என்ற புதிய சொல்லாடல் மூலமாக தமிழுக்கு ஒரு புதிய அறிவியல் தொழில்நுட்பப் படைப்பைத் தந்துள்ள விஞ்ஞானி டெல்லி பாபு போற்றுதலுக்கு உரியவர் ஆவார்.

நெடுஞ்சாலை

கண்மணி குணசேகரன் போக்குவரத்து கழக பணிமனையில் பணிபுரியும், கடைநிலை ஊழியர்.இவரது 'நெடுஞ்சாலை' நாவல் ஓர் அற்புதமான படைப்பு. நம் எல்லோருக்கும் பரிச்சயமான அரசு பேருந்து, எப்படி இயங்குகிறது? ஓட்டுநர் நடத்துநர் பணி நியமனம் எவ்வாறு நடைபெறுகிறது? தற்காலிக ஊழியர்கள் எவ்வாறு தெரிவு செய்யப்படுகிறார்கள்? அவர்களின் வாழ்வாதாரம், நெருக்கடியான சூழல், டெப்போ எனப்படும் பணிமனையில் உள்ள ஊழியர்களின் மனக்குமுறல், சர்வ சாதாரணமாக நடக்கும் விபத்துகளில் ஊனமாகும் துயர நிலை, பேருந்துகளை

பழுதுநீக்கும் ஊழியர்களின் அவல நிலை, இரவு நேரங்களில் கண்விழித்து பணிபுரிவதால் உண்டாகும் சிரமம், சிறப்பு பேருந்து இயக்குவதன் அவசியம், அதில் உள்ள சிரமங்கள், விழாக்கால பேருந்து இயக்கம் போன்ற அனைத்து நிகழ்வுகளையும் நம் கண்முன்னே மிக அழகாகப் படம் பிடித்துக் காட்டுகிறார்.

நாமெல்லாம் அரசுப் பேருந்தை அலட்சியப்படுத்துகிறோம். ஆனால் தனியார் பேருந்துகள் லாப நோக்கோடு டிக்கெட் குறைவாக இருந்தால் பல கிராமங்களுக்கு சேவைகளையே நிறுத்தி விடுகின்றன. ஆனால் அரசுப் பேருந்து, ஒரு நபர் இருந்தாலும் லாபம் கருதாமல் மக்கள் சேவையே குறிக்கோள் என்று நஷ்டப்பட்டாலும், தொடர்ச்சியாக இயக்குவது குறித்தும் மிக விரிவாக எழுதி இருப்பார். இந்தப் புத்தகத்தைப் படிக்கத் தொடங்கினால் முடிக்காமல் வைக்க முடியாது. அருமையான இந்த நாவல் பல விருதுகளைப் பெற்றுள்ளது, அவரைப் போன்ற துறைசார்ந்த நிகழ்வுகளை எழுதும் சாமானிய எழுத்தாளர்களை வாசிப்பது என்பது அவர்களை ஊக்கப்படுத்துவதாக அமையும்.

நான் சமாளித்த சவால்கள்

காவல்துறை குறித்த நூல்கள் தமிழில் மிகக் குறைவாகவே உள்ளன. இந்த வகையில் நான் 2002-ம் ஆண்டு காவல் துணை கண்காணிப்பாளராக தேர்வு செய்யப்பட்ட உடனே முதன்முறையாக காவல்துறை சார்ந்த புத்தகங்களைத் தேடத் தொடங்கினேன். அப்படிப்பட்ட தேடலில் முன்னாள் டி.ஜி.பி திரு வைகுந்த் ஐபிஎஸ் அவர்கள் எழுதிய ‘நான் சமாளித்த சவால்கள்’ என்ற நூலைப் படித்துப் பார்த்தேன். ‘CHALLENGES AND RESPONSES’ என்று ஆங்கிலத்திலும் இந்த நூல் வெளியிடப்பட்டுள்ளது. தெளிவான தமிழில், காவல்துறை உதவி கண்காணிப்பாளர் பணி தொடங்கி டி.ஜி.பி வரை பணியாற்றியது குறித்து மிக தெளிவாக விவரித்திருப்பார்.

இதுபோன்ற நூல்களின் சிறப்பம்சம் என்னவென்றால் அந்தக் காலத்தில் நடந்த சட்டம் ஒழுங்குப் பிரச்னைகள், சமூகப் பிரச்னைகள், மாணவர்கள் அரசியல் கட்சியினர் போராட்டங்கள், தலைவர்கள் எடுத்த முடிவுகள், காவல்துறை சந்தித்த சவால்கள், அந்நாளைய சமூக பழக்க வழக்கங்கள், ஒவ்வொரு நிகழ்வையும் காவல்துறை கையாண்ட விதம், பல முக்கியமான வழக்குகளைக் கண்டுபிடித்த உத்திகள், அதைத்தொடர்ந்து உண்டாகும் மகிழ்ச்சியான தருணம் போன்றவற்றை அழகாக விவரித்திருப்பார். முன்னாள் முதல்வர் மாண்புமிகு காமராஜர் அவர்கள் காவல் பணியில் கட்சியினர் எந்த அளவோடு நின்றுகொள்ள வேண்டும், காவல் அதிகாரிகள் எப்படித் துடிப்போடு செயல்பட வேண்டும் என்று அறிவுறுத்தியதை வெளிப்படையாக சொல்லியிருப்பார்.

அதேபோல் வி.ஐ.பிகள் எனப்படும் மிக முக்கிய பிரமுகர்களின் பாதுகாப்பு ஏற்பாடுகள், மாநிலம் தழுவிய திருவிழாக்களுக்கான பாதுகாப்புகள் எனப் பல்வேறு நிகழ்வுகளில் நேரடி சாட்சியமாகவும் பல்வேறு கட்டங்களில் முடிவெடுக்கும் அதிகாரியாகவும் இருந்து செயல்பட்ட விதத்தைப் பற்றி தெரிந்துகொள்ளும்போது, இளம் காவல் அதிகாரிகளுக்கும், வருங்கால காவல்துறை ஆளிநர்கள், சமூக வரலாற்றைத் தெரிந்துகொள்ள விரும்பும் பொதுமக்கள் என அனைவருக்கும் இதுபோன்ற வரலாற்று நூல் மிகுந்த பயனளிக்கக்கூடியதாக இருக்கும்.

இதேபோல் துறை சார்ந்த தகவல்கள் பதிவு செய்யப்பட்டால் அவை சம காலத்தில் படிப்பதற்கும், வருங்கால தலைமுறையினர் படித்து தெரிந்து கொள்வதற்கும் மிகவும் பயனுள்ளதாக இருக்கும்.

நெடுஞ்சாலை ஓவியர்கள்

இப்படித்தான் ஒருநாள் நான் தஞ்சாவூர் எஸ்பியாக இருந்த பொழுது சாலை

விபத்துகளை குறைக்க வேண்டுமென, விபத்துகள் குறித்து ஆய்வு செய்ய, அதிக விபத்துகள் நடைபெறும் இடங்களைச் சென்று பார்வையிட்டேன்.. அப்போது சாலை வளைவுகளில் மற்றும் சாலைகளில் உள்ள வெள்ளைக் கோடுகள் பல இடங்களில் அழிந்து போய் இருப்பதைச் சுட்டிக்காட்டி அந்த தொழிலாளர்களை வரச்சொல்லி அழியாத வெள்ளைக் கோடுகளை போடச் சொன்னோம். அவர்கள் நேர்த்தியாக செய்த விதத்தை முழுமையாக கேட்டறிந்து அந்தப் பணியைப் பற்றி எனது நாட்குறிப்பில் பதிவு செய்தேன்..

நாம் தினந்தோறும் பல்வேறு விதமான சாலைகளில் பயணிக்கிறோம். தேசிய நெடுஞ்சாலை, மாநில நெடுஞ்சாலை, மாவட்ட சாலை, அதேபோல் கிழக்கு கடற்கரை சாலை எனப் பலவிதமான சாலைகளில் பயணிக்கிறோம். முன்பு உள்ளதைக் காட்டிலும் இப்பொழுது சாலைகள் மிக தரமான வகையில் அகலமாக, அழகாக, தரமான பொருட்களைக் கொண்டு மிக சமதளமாக கட்டமைக்கப்பட்டுள்ளது. இந்தச் சாலைகளில் அழகான அம்சமே அந்த சாலைகளின் இருபுறமும் எல்லையைக் கட்டமைத்து போடப்பட்டுள்ள கோடுகளும், நடுவில் சாலையைப் பிரிக்கும் விதமாக அமைக்கப்பட்டுள்ள கோடுகளும்தான். இந்தச் சாலைகளில் அலங்காரமாக விளங்கும் வெள்ளை வண்ணக் கோடுகள் வாகன ஓட்டிகளுக்கு மிகச்சரியான வழிகாட்டுதலாக, எச்சரிக்கை மணியாக, எல்லையைக் காட்டும் கலங்கரை விளக்கமாக, விளங்கக் கூடியதாக உள்ளன. இப்போது அந்த சாலைகளின் கோடுகள் ஒளிரக்கூடிய தன்மை உள்ளதாக போடப்படுகிறது.

ஒரு நாள் அதிராம்பட்டினம் அருகே கிழக்கு கடற்கரை சாலையில் பயணித்துக்கொண்டிருக்கும்போது விபத்துகள் நடைபெறும் இந்தச் சாலையில், வாகன ஓட்டிகளுக்கு வழிகாட்டும் விதமாக அழியாத வெள்ளைநிறக் கோடுகள் வரைந்துகொண்டிருப்பதை பார்த்தேன்.

அந்த வெயில் நேரத்திலும், அவர்கள் கனகச்சிதமாக இம்மி கூட பிசகாமல் சாலையில் அந்தக் கோட்டை சிரமேற்கொண்டு வரைந்து கொண்டிருந்ததைப் பார்த்துவிட்டு என் வாகனத்தை நிறுத்திஅவர்களுடன் உரையாடிக் கொண்டிருந்தேன். அந்த உரையாடலின்போது சாலையில் கோடுகள் வரையும் இயந்திரத்தின் பெயர் கேட்டறிந்தேன். அந்த இயந்திரத்தின் பெயர் 'அப்ளிகேட்டர்' என்பதாகும். இந்த அப்ளிகேட்டர் இயந்திரத்தையும் அதோடு 200 லிட்டர் கொள்ளளவு கொண்ட பாய்லரையும் ரிசர்வ் வண்டியில் கொண்டுவருகிறார்கள். இந்தப் பணியாளர்களும், சுமார் ஆறு நபர்கள் அந்த வண்டியில் அமர்ந்து கொண்டு பயணம் செய்கிறார்கள். அந்த பாய்லர் எனப்படும் கொதிகலன் வண்டியின் உள்பகுதியில் நிரந்தரமாகப் பொருத்தப்பட்டுள்ளது.

அந்த பாய்லர், சாலை அமைப்பதற்குத் தேவையான பெயிண்ட்டை பதமாக கொதிக்கவைத்துக் கொடுக்கிறது. தெர்மோப்ளாஸ்ட் எனப்படும் வெள்ளை வண்ண பவுடரையும், கிளாஸ் எனப்படும் ஒளிரக்கூடிய நன்கு அரைக்கப்பட்ட கண்ணாடிகளையும், மூட்டை கணக்கில் நாக்பூரில் இருந்து வரவழைக்கிறார்கள்.

ஒரு தெர்மோப்ளாஸ்ட் மூட்டை என்பது 25 கிலோ கொள்ளளவு கொண்டது. ஐந்து அல்லது ஆறு மூட்டைகளை அந்த ரிசர்வ் வண்டியிலே உள்ள கொதிகலனில் வைத்து நன்கு கொதிக்கவைக்கிறார்கள்.கொதித்த பிறகு அந்த கலவையைக் கொண்டுவந்து அப்ளிகேட்டரில் உள்ள தோம்பு எனப்படும் அகண்ட கொள்கலனிற்குள் கொட்டுகிறார்கள். இதனருகில் ஒரு சிறிய இணைக்கப்பட்ட கொள்கலன் உள்ளது. அதில் கிளாஸ் எனப்படும் அரைத்த பொடி செய்யப்பட்ட கண்ணாடி துகள்களைக் கொட்டி வைக்கிறார்கள்.

பிறகு ஒருவர் சாலையின் நடுவில், இப்போது 15 மீட்டர் சாலை என்றால் அதைச் சரியாக அளந்து ஏழரை மீட்டர் நடுவில் சாலையில் கயிற்றை கனகச்சிதமாகப் போட்டுக்கொண்டே செல்கிறார். இன்னொருவர் அந்தக் கோடு போடக்கூடிய பகுதியில் மண், மணல், தூசிகள், குப்பைகள் கிடந்தால் அவற்றைச் சுத்தம் செய்கிறார். இன்னொருவர் அந்தப் பணி நடைபெறும் பொழுது வாகனம் ஏதும் மோதி விடாத வண்ணம் ஒளிரும் சிவப்பு வண்ணக் கோன்களை, கூம்புகளை கயிறு அருகே வைத்துக்கொண்டு செல்கிறார்.

ஒருவர் வண்டியில் உள்ள கொதிகலனில் தெர்மோப்ளாஸ்ட் பவுடரை கொதிக்கவைத்து மிக்சர் ஆக்குகிறார். இன்னொருவர் அதைக் கொண்டு வந்து அப்ளிகேட்டர் இயக்குவோரிடம் கொடுக்கிறார். வாகன ஓட்டுநரையும் சேர்த்து சுமார் எட்டு பேர் இந்த பணியில் ஈடுபடுகின்றனர். இப்பொழுது தெர்மோப்ளாஸ்ட் மிக்ஸரை கொதிகலனில் இருந்து கொண்டுவந்து தோம்பு எனப்படும் அகன்ற கொள்கலனில் கொட்டி தயார் நிலையில் வைத்துக்கொண்டு, பணியாளர் அப்ளிகேட்டரை இயக்கும்போது பக்கவாட்டில் 20 கிலோ எடை கொண்ட சிலிண்டர் உள்ளது. ஒருவர் அந்த சிலிண்டரைப் பற்றவைத்து தயார் நிலையில் இருக்கிறார்.

அந்த அப்ளிகேட்டர் இயற்கையுடன் நன்கு கலக்கப்பட்ட தெர்மோப்ளாஸ்ட் கரைசல் பட்டையாக வடிவமைக்கப்பட்ட அந்த குழாயில் வருகிறது. கீழே சிலிண்டரில் இருந்துவரும் எரிவாயு பற்றவைப்பான் எனப்படும் கருவி மூலமாக அந்த கரைசலை நன்கு கொதிக்க வைக்கிறது. கிட்டதட்ட 140 டிகிரி செல்சியஸில் கொதிக்கிறது. நேராக போடப்பட்டிருக்கும் கயிறுக்கு வலது பக்கம் ஐந்து சென்டிமீட்டர் தள்ளி அழகாக அந்தக் கருவியை இயக்கி கொண்டுசெல்கிறார். அப்பொழுது பட்டையாக வடிவமைக்கப்பட்ட மோல்டிங் செய்யப்பட்ட அந்த இரும்பு பைப்பிலிருந்து பெயிண்ட் அப்படியே சாலையில் பதிந்துகொண்டே செல்கிறது. கையில் 6 மீட்டர் கணக்கிட்டு ஒரு சிவப்பு டேப்பும் ஒட்டப்பட்டுள்ளது.

அந்த இயந்திரத்தை இயக்குபவர் சரியாக வேலை பார்த்துக்கொண்டே 3 மீட்டர் அளவிற்கு உள்ள சிவப்பு வரை பெயிண்டை சாலையில் வரைந்து கொண்டே வருகிறார். அந்தச் சிவப்பு வந்தவுடன் நிறுத்திவிடுகிறார். வெற்றிடமாக விட்டுவிடுகிறார். மீண்டும் அந்த பெயிண்டை வரைந்துகொண்டே செல்கிறார். அதாவது சாலையில் நீங்கள் பார்த்தீர்களானால் மூன்று மீட்டர் நீளத்திற்கு வெள்ளை வண்ண பெயிண்ட் இருக்கும். இதற்கு வசதியாக 6 மீட்டர் இடைவெளி விடப்பட்டிருக்கும். இந்த பட்டை அகலம் இந்த வெள்ளை பெயிண்டின் அகலம் நடுவில் சாலையின் நடுவில் இருந்தால் 10 சென்டி மீட்டர் அளவிலும் ஓரத்தில் அதாவது சாலையின் இருபுறத்திலும் இருந்தால் சற்று அகலமாக 15 சென்டி மீட்டர் அளவிலும் இருக்கும்.

இந்தப் பொடி செய்யப்பட்ட கண்ணாடிகளின் நோக்கம் அதுதான் சாலையில் இரவு நேரத்தில் ஒளிரும் தன்மையை இந்தக் கண்ணாடித் துகள்கள்தான் வழங்குகின்றன. இது பிரத்தியோக வேதிப்பொருட்கள் கலந்து நன்கு அரைக்கப்பட்ட கண்ணாடித் துகள்களாகும். இந்த தெர்மோப்ளாஸ்ட் வண்ணக் கலவை சாலையில் வரைந்து கொண்டே சென்றால் 2 நிமிடத்திற்குள் நன்கு காய்ந்து கெட்டித்தன்மை அடைந்து விடுகிறது.

தட்பவெப்ப நிலை நன்றாக இருந்தால் கடும் வெயில், புழுதிக் காற்று, மழை அச்சுறுத்தல் இல்லாமல் இருந்தால் ஓர் இயந்திரம் மூலம் ஒரு நாளைக்கு சுமார் ஒன்றரை கிலோ மீட்டர் தூரம் இந்த வெள்ளைப் பட்டை ஓவியத்தை சாலைகளில் வரைகிறார்கள். அதாவது நல்ல தெர்மோப்ளாஸ்ட் ஒளிரும் கண்ணாடித் துகள்கள் கலந்த கலவை தரமானதாக இருந்தால் இதன் வாழ்நாள்

ஐந்து ஆண்டுகளாகும்.

ஆனால் நிஜத்தில் சாலைகள் சேதம் அடைவது, வாகனப் போக்குவரத்து, அதிக அளவு விபத்து காரணமாக சேதம் உண்டாவது,பருவமழை, புயல் வெள்ளம் போன்ற இயற்கை பாதிப்புகளால் சேதமடைந்து ஒரு வருடத்திற்குள்ளாகவே இந்த சாலையின் கோடுகள் உதிர்ந்துவிடுகின்றன.

ஆனால் விபத்துகளைத் தடுக்க கண்டிப்பாக வருடத்திற்கு ஒரு முறையேனும் இந்த வெள்ளை வண்ணக் கோடுகளை புதுப்பிப்பது சாலச்சிறந்ததாகும். இந்தப் பணியாளர்கள் பெரும்பாலும் வாகனங்களில் படுத்து ஓய்வு எடுத்துக்கொள்கிறார்கள். இல்லாவிடில் அந்த தூரத்தைக் கணக்கிட்டு அருகில் உள்ள ஏதேனும் மோட்டார் கொட்டகை, மொட்டை மாடிகள் போன்ற இடங்களில் தங்கி சாலையோர உணவகங்களில் சாப்பிட்டுக் கொள்கிறார்கள். அப்ளிகேட்டரை இயக்குபவருக்கு 600 ரூபாயும் மற்ற பணியாளர்களுக்கு 300 அல்லது 400 ரூபாயும் தினசரி ஊதியமாக வழங்கப்படுகிறது. இந்தப் பணியாளர்களைப் பற்றி, நம் பயணத்திற்கு அடிப்படையாக அமையும் இவர்களின் சேவையைக் குறித்து எங்கும் பதிவு செய்யப்படவில்லை என்பதாலேயே இதை விரிவாக குறிப்பிட்டு உள்ளேன்.

The Lock- The Box- Sale

சென்னை தொடங்கி டெல்லி உட்பட தமிழகத்தின் பல்வேறு புத்தகக் காட்சிகளுக்கும் சென்றிருக்கிறேன். சமீபத்தில் சென்னைக்கு அலுவல் நிமித்தமாக சென்றபோது, எனது நண்பர் ரங்க பிரபுவின் மகள் பதிப்புத் துறையில் பணிபுரியும், ஆங்கில புலமை மிக்க முனைவர் பட்ட ஆய்வாளர் தேவஸேனா ஒரு புத்தக விற்பனைக் காட்சியைப் பற்றி சொன்னவுடன் மிகவும் ஆச்சரயப்பட்டேன். தியாகராய நகரில், விஜயா மஹாலில் *The Lock- The Box- Sale* எனும் புத்தக விற்பனைக் கண்காட்சியைத் துவக்கியுள்ளனர், நாம் மாலையில் சென்று பார்வையிடலாம் என்றார். பணி முடிந்தவுடன் கிளம்பிச் சென்றோம்.

லட்சக்கணக்கான புத்தகங்கள் விற்பனைக்கு வைத்திருந்தனர். விற்பனை முறை எப்படி எனில் 1,499 ரூபாய் ஆரஞ்சு கலர் பெட்டி, 2,499 ரூபாய் பின்க் கலர் பெட்டி, நாம் புத்தகங்களைப் பார்வையிட்டு இந்தப் பெட்டியில் எவ்வளவு புத்தகங்களை எடுக்க முடியுமோ அவ்வளவு புத்தகங்களை முறையாக அடுக்கிக் கொண்டுவந்து டேப் ஒட்டி அவர்களிடம் கொடுத்தால் பில் போட்டு கொடுத்து விடுகிறார்கள். சாமர்த்தியமாக செயல்படுபவர்கள், முதல் பெட்டியில் குறைந்தபட்சம் 17 புத்தகங்களை அடுக்கி வைத்துக்கொள்கிறார்கள். இரண்டாவது பெட்டியில் கிட்டத்தட்ட முப்பது புத்தகங்களை அடுக்க முடியும். விலையைப் பற்றி கவலை இல்லை. சில பொழுதுகளில் 3,000 ரூபாய் மதிப்புள்ள புத்தகங்கள்கூட கிடைக்கும். எத்தனை புத்தகங்கள் வேண்டுமானாலும் அந்தப் பெட்டியில் அடுக்கிக்கொள்ளலாம் பெட்டியின் அளவை விட சற்று கூடுதலாகப் புத்தகங்கள் இருந்தால் குறைந்தபட்ச விலையைச் செலுத்தி பெட்டியை எடுத்துக் கொள்ளலாம்.

நாங்கள் மிகுந்த ஆர்வத்துடன் தேடித்தேடி புத்தகங்களை எடுத்தோம். குறிப்பாக நட்வர் சிங் எழுதிய 'ஒன் லைஃப் இஸ் நாட் எனாஃப்', 'ஹவுஸ் ஆப் டிரம்ப் ஹவுஸ் ஆப் புடின்', எஸ்.ஒய். குரேஷி எழுதிய 'த கிரேட் மார்ச் ஆப் டெமாக்ரசி' போன்ற புத்தகங்கள் உட்பட, என் மகளுக்கும் நிறைய புத்தகங்கள் வாங்கி வந்தேன். ஏகப்பட்ட புத்தகங்களை வைத்திருந்தார்கள். அதேபோல் தினசரி புதுப்புது புத்தகங்களைக் கொண்டு வந்து அடுக்கிக்கொண்டிருந்தார்கள். நான் மிகவும் ஆச்சரியப்பட்ட விஷயம் என்னவென்றால், குடும்பம் குடும்பமாக பெரியவர்களும் இளைஞர்களும் குழந்தைகளும்

போட்டி போட்டுக்கொண்டு புத்தகங்களைத் தேடிய விதம் கண்கொள்ளாக் காட்சியாக இருந்தது. இவ்வளவு சமூக ஊடகக் காட்சி வடிவங்களையும் தாண்டி மக்கள் புத்தகத்தின் மீது கொண்டுள்ள தீராக் காதல் அளப்பரிய ஆர்வம் மகிழ்ச்சியை உண்டாக்கியது. அதில் மிகவும் வருத்தப்பட்ட விஷயம் என்னவென்றால் தமிழ்ப் புத்தகங்கள் ஒன்றுகூட இல்லை. தமிழ்ப் பதிப்பாளர்களும் புத்தக கண்காட்சி தாண்டி இதுபோன்ற பாக்ஸ் சேல் எனப்படும் புத்தகப் பெட்டி விற்பனையைப் பல்வேறு ஊர்களிலும் முயற்சித்துப் பார்க்கலாம், நிச்சயம் நல்ல பலன் இருக்கும். கடைசி நாள் வரை இந்த விற்பனையில் கூட்டம் அலைமோதியதைக் கேள்விப்பட்டு மிகுந்த மகிழ்ச்சி அடைந்தேன்.

தமிழ்ச் செவ்வியல் படைப்புகள்

உலகின் தொன்மையான ஆறு செம்மொழிகளில் ஒன்றாகத் தமிழில் உள்ள செவ்வியல் இலக்கியங்கள் குறித்து ஏதோ செவி வழியில் கேள்விப்பட்டிருக்கிறோமே தவிர அதைப்பற்றி படித்திருக்கிறோமா என்றால் நிச்சயம் கிடையாது. 'யாதும் ஊரே யாவரும் கேளிர்' என்ற உலகப் புகழ்பெற்ற வரிகளை நமது முன்னாள் குடியரசுத் தலைவர் ஏ.பி.ஜே. அப்துல் கலாம் அவர்கள் ஐநா சபையில் தமிழில் சொல்லி, ஆங்கில விளக்கம் கொடுத்தபோது அனைவரும் கைதட்டி ஆரவாரம் செய்தனர். தற்போதைய பாரதப் பிரதமர் மாண்புமிகு நரேந்திர மோடி அவர்களும் பல இடங்களில் இந்தப் புகழ்பெற்ற வரிகளைச் சொல்வதோடு, திருக்குறள் மற்றும் தமிழின் தொன்மையை எடுத்துரைப்பது மிகுந்த மகிழ்ச்சியை ஏற்படுத்துகிறது. ஆனால் தமிழர்களாகிய நாம் அதை முழுமையாகப் படித்திருக்கிறோமா? அல்லது படிப்பதற்கு எவ்வித முயற்சியாவது எடுத்திருக்கிறோமா? குறைந்தபட்சம் இந்தப் பிரசித்தி பெற்ற பாடல் இடம்பெற்றுள்ள புறநானூறு என்ற புத்தகமாவது தமிழர்கள் அனைவரின் வீட்டிலும் இடம் பெற்றுள்ளதா? நம்மை நாமே பரிசோதனை செய்துகொள்ள வேண்டிய காலகட்டம் இது. சென்ற தலைமுறையே இதைப்பற்றி படிக்காத நிலையில் இப்போது உள்ள தலைமுறை சமூக வலைத்தளங்கள் மற்றும் இணைய கவனச் சிதறல் அதிகமுள்ள காலகட்டத்தில் எப்படிப் படித்து அதன் பொருள் உணர்ந்து செயல்படுவார்கள் என்பது கேள்விக்குரிய ஒன்றாகும்.

கணியன் பூங்குன்றனார் பாடிய இந்தப் பாடலின் ஒரு வரி மட்டும் அன்று! அனைத்து வரிகளுமே தமிழில் அர்த்தம் பொதிந்த அடையாளமான பாடல் வரிகள் ஆகும்.

**"யாதும் ஊரே யாவரும் கேளிர்
தீதும் நன்றும் பிறர் தர வாரா
நோதலும் தணிதலும் அவற்றோரன்ன
சாதலும் புதுவது அன்றே வாழ்தல்
இனிது என மகிழ்ந்தன்றும் இலமே முனிவின்
இன்னாது என்றலும் இலமே மின்னொடு
வானம் தண்துளி தலைஇ யானாது
கல் பொருது மிரங்கு மல்லல் பேரியாற்று
நீர்வழிப் படூஉம் புனை போல்ஆருயிர்
முறைவழிப் படூஉம் என்பது திறவோர்
காட்சியில் தெளிந்தனம் ஆதலின் மாட்சியின்
பெரியோரை வியத்தலும் இலமே
சிறியோரை இகழ்தல் அதனினும் இலமே."**

புறநானூற்றின் 192-வது பாடலான கணியன் பூங்குன்றனாரின் முதல் வரி மட்டுமன்றி, அனைத்து வரிகளுமே படித்துப் பொருள்கொண்டு வாழ்வில் கடைப்பிடிக்க வேண்டிய அமுதக் களஞ்சியமாகும். இரண்டாயிரம் ஆண்டுகளுக்கு முற்பட்ட காலத்திலேயே தமிழரின் சிந்தனை எப்படி இருந்துள்ளது பாருங்கள்.

எல்லா ஊரும் எங்கள் ஊர்தான்! எல்லா மக்களும் எங்கள் உறவினர்களே! நல்லது கெட்டது எதுவும் பிறரால் நமக்கு

உண்டாவது அல்ல, நாமே உருவாக்கிக் கொள்வதுதான்! துன்பமும் அதை தீர்க்கக் கூடிய சக்தியும்கூட நாமே ஏற்படுத்திக்கொள்வதுதான்! மரணம் இந்தப் பிரபஞ்சத்திற்கு ஒன்றும் புதிதல்ல. ஆதலால் வாழ்க்கை இனியது என்று சொல்லி அளவற்ற ஆட்டம் ஆடுவதும் வேண்டாம், துறவு கொண்டு பற்றற்று இருப்பது தவறு என்று புறம் தள்ளவும் வேண்டாம். மாறி மாறி வரும் வாழ்க்கைக் காட்சிகளில் அனைத்தும் சாத்தியமே!

வானம் மின்னல் இடியென மழையை பொழிந்து, ஆற்று வெள்ளம் பெருகி, கல் மண்ணைப் புரட்டிக்கொண்டு செல்வதுபோல சிறு படகுகள் மிதந்து செல்வதுபோல உயிர்களின் இயக்கம் அதன் போக்கில் செல்லக்கூடியதாகும். அதேபோல் வாழ்க்கையின் போக்கும் ஆற்று நீர்போல அதன் வழியில் தானாகவே செல்லக்கூடியதாகும். ஆதலால் இந்த வாழ்வியல் எதார்த்தத்தை உணர்ந்துகொண்டு அமைதி கொள்வோமாக!

இப்படிப்பட்ட வாழ்வின் யதார்த்த தத்துவங்களை, அரச நெறிக் கொள்கைகளை, கல்வி குறித்த சிறப்புகளை இல்லற வாழ்வின் நயத்தை எடுத்துரைக்கும் பாங்கினை, 2,500 ஆண்டுகளுக்கு முற்பட்ட இயற்கைக் காட்சிகளை, அந்நாளைய தமிழகத்தின் வளத்தை, மக்கள் வாழ்வியல் முறையை, வணிக நெறியை, போர்க்களச் சிறப்பைக் காட்சிப்படுத்தும், புலவர்களின் ஆற்றலை வெளிப்படுத்தும் செவ்வியல் படைப்புகளான சங்க இலக்கியங்கள், அதைத்தொடர்ந்து படைக்கப்பட்ட நீதிநெறி இலக்கியங்கள், காப்பிய இலக்கியங்கள், சைவ வைணவ தமிழ் இலக்கிய அமுதங்களை, என்றுமுள தென்தமிழ் கட்டுரையில், நான் குறிப்பிட்டுள்ள தேனார் தமிழ் அமுத நூல்களைப் பருகுவதற்கு மனித பிறப்பின் ஒரு ஜென்மம் நிச்சயமாக போதாது என்றே சொல்வேன்.

உலகக் காப்பியங்கள்

உலக அளவில் வாசிப்பதற்கு எண்ணற்ற நூல்கள், மக்கள், மண் சார்ந்த இலக்கியங்கள், வாழ்க்கை வரலாற்று நூல்கள், அரசியல் அலசல் பதிவுகள், வரலாற்றுப் படைப்புகள், அமரத்துவம் மிக்க நூல்கள் என எண்ணிலடங்கா அளவில் படைக்கப்பட்டுள்ளன.

ஹோமரின் இலியட், ஒடிசி, காந்தியின் 20,000 பக்கங்களுக்கும் மேற்பட்ட அனைத்து படைப்புகள், லியோ டால்ஸ்டாயின் மூன்று பாகங்களைக் கொண்ட 2,500 பக்கங்களை உடைய போரும் வாழ்வும் என்ற அமரத்துவம் பெற்ற நூல், காரல் மார்க்ஸின் மூலதனம், தந்தை பெரியாரின் வாழ்நாள் படைப்புகளாக அய்யா ஆனைமுத்து அவர்கள் வெளியிட்டுள்ள 20 பாகங்களைக் கொண்ட செவ்வியல் பதிப்புகள், மனித உணர்வை வெளிப்படுத்தும் குற்றமும் தண்டனையும் என்ற சிறப்பான நூலைத் தந்த பியோதர் தஸ்தயோகியின் இடியட், டான் பிரவுனின் டாவின்சி கோட், நெல்சன் மண்டேலாவின் சுதந்திரத்தை நோக்கிய நீண்ட பயணம், சீனி விசுவநாதன் தொகுத்துள்ள பாரதியாரின் கால வரிசைப்படுத்தப்பட்ட படைப்புகளான 16 பாகங்கள். மொழிஞாயிறு தேவநேயப் பாவாணரின் அனைத்து படைப்புகளையும் கிட்டத்தட்ட 3,500 பக்கங்களில் உள்ளடக்கிய தேவநேயம் 13 பாகங்கள், பன்மொழிப் புலவர் அப்பாதுரையார் வாழ்நாள் முழுக்க தமிழ் ஆங்கிலம் என பலவற்றிலும் எழுதிய, மொழிபெயர்த்த கட்டுரைகள் நூல்கள் படைப்புகளை 14,000 பக்கங்களில் 46 தொகுதிகளாக வெளியிடப்பட்டுள்ள அப்பாதுரையம், தனித்தமிழ் இயக்கத் தந்தை மறைமலை அடிகள் தமிழ் ஆங்கிலம் என 10 ஆயிரம் பக்கங்களைக் கொண்ட படைப்புகளை 34 தொகுதிகளாக வெளியிடப்பட்டுள்ள மறைமலையம், கல்வெட்டியல் அறிஞர் சதாசிவ பண்டாரத்தார் தேடித்தேடிக் கண்டறிந்த

கல்வெட்டு ஆய்வுகளின் எழுத்துப் பதிவுகளை 2,500 பக்கங்களில் பத்து தொகுதிகளாக வெளியிடப்பட்டுள்ள சதாசிவ பண்டாரத்தார் ஆய்வுகள் தொகுப்பு நூல், நாவலர் சோமசுந்தர பாரதியார் படைப்புகள் குறித்த 2,500 பக்கங்களில் ஐந்து தொகுதிகளாக வெளியிடப்பட்டுள்ள நாவலர் நற்றமிழ் ஆய்வு தொகுதிகள், நான் என்றென்றும் போற்றக்கூடிய எனக்கு வாசிப்பின் மீது மிகுந்த ஆர்வத்தை உண்டாக்கிய சாமிநாத சர்மாவின் அமரத்துவம் மிக்க எழுத்துகளை 7,000 பக்கங்களில், 32 தொகுதிகளாக உள்ளடக்கிய நூல்கள், கவியோகி சுத்தானந்த பாரதியாரின் அச்சிடப்பட்டுள்ள 363 நூல்கள், இன்னும் பதிப்பிக்கப்படாத 650 நூல்கள், எழுத்திலும் பேச்சிலும் புரட்சியை உண்டாக்கிய தமிழ் ஆங்கிலத்தில் மிகுந்த புலமை பெற்றிருந்த அண்ணாவின் அனைத்து படைப்புகளையும் உள்ளடக்கிய 60 தொகுதிகளைக் கொண்ட நூல்கள் என இவை அனைத்தையும் நிச்சயமாக இந்த வாழ்நாளில் வாசிக்க முடியுமா என்பது சந்தேகமே!

உத்தமபாளையத்தில் தொடங்கிய எனது நூலகக் கட்டமைப்பு பணி, எனக்கு சகல விதத்திலும் உதவிகரமாக விளங்கிவரும் என் மனைவி டாக்டர் சுதாமதியின் முழு ஒத்துழைப்போடு, எனது அண்ணன் வழக்கறிஞர் தங்க கொளஞ்சிநாதன், சகோதரிகள் கலைச்செல்வி, ஜெயா, வழக்கறிஞர் நண்பர் அஜ்மல்கான் ஆகியோர் பங்களிப்போடு இன்று கிட்டத்தட்ட 30,000 புத்தகங்களைக் கொண்டுள்ள நூலகமாகத் திகழ்கிறது.நான் கூறியுள்ளது படைப்புலகின் 10 சதவீத நூல்களாக மட்டுமே இருக்கும். இன்னும் எண்ணற்ற லட்சக்கணக்கான படைப்புகள் பிரபஞ்சத்தில் கொட்டிக் கிடக்கின்றன.

திருநாவுக்கரசர் பாடுவார்..

குனித்த புருவமும்

கொவ்வை செவ்வாயில்

குமிழ் சிரிப்பும் பாடலில்

மனித்த பிறவியும் வேண்டுவதே இம்மாநிலத்தே!!

என்பார்.மனித பிறவியே வேண்டாம் எனும் அருளாளர்கள், தில்லை அம்பலத்தில் திருநடனம் புரியும் சிவபெருமானை, ஆடல்வல்லானின் அழகிய காட்சியைப் பார்ப்பதற்காகவாவது மனிதனாகப் பிறக்க வேண்டும் என்று கூறுவார்.

மாணிக்கவாசகப் பெருமான் சிவ புராணத்தில்,

புல்லாகி பூடாகி புழுவாகி மரமாகி

பல்விருகமாகிப் பறவையாய் பாம்பாகி

கல்லாய் மனிதராய்ப் பேயாய்க் கணங்களாய்

வல்லசுரராகி முனிவராய் தேவராய்

செல்லா நின்ற இத்தாவர சங்கமத்துள்

எல்லாப் பிறப்பும் பிறந்திளைத்தேன்..

மெய்யே உன் பொன்னடிகள் கண்டு இன்று வீடுற்றேன்'

என்று உயிர்களின் பிறப்பை ஆதி முதல் அந்தம் வரை குறிப்பிட்டு, சிவனின் திருவடிகளைச் சரணடைந்து வீடு பேறு பெற்றேன் என்று குறிப்பிட்டிருப்பார்.

அதேபோல் மாணிக்கவாசகர் பல இடங்களில் சிவனைத் தொழுவதற்காக, சிவபதத்தை அடைவதற்காக, சிவ தரிசனத்தைப் பெறுவதற்காகவே மனிதனாகப் பிறக்க வேண்டும் என்று குறிப்பிட்டிருப்பார்.

இயல்பிலேயே வாசிப்பை, நேசிப்பாகக் கொண்டிருக்கும் என் போன்றோருக்கு நிச்சயமாக இந்தப் புத்தகங்களைப் படிப்பதற்கு ஒரு ஜென்மம் போதாது. மாணிக்கவாசகப் பெருமான் பல்வேறு பிறவிகளைக் குறிப்பிட்டிருந்தாலும் சிவனைக் காண்பதற்காக, சிவ பேற்றை அடைவதற்காக மீண்டும் மீண்டும் மனிதனாகவே பிறப்பேன் என்றார். அதேபோல் இந்த எண்ணிலடங்கா இலக்கியப் படைப்புகளை வாசிப்பதற்காகவே, சிவனருளால் மீண்டும் மனிதனாகவே பிறக்கவேண்டுமென்று வேண்டுகிறேன்!